ഗ്രീൻ ബുക്സ്

യുദ്ധഭൂമിയിലെ സ്ത്രീപോരാളികൾ

സ്വെറ്റ്‌ലാന അലക്സിവിച്ച്

1948ൽ സോവിയറ്റ് യൂണിയന്റെ ഭാഗമായിരുന്ന ഉക്രെയിനിൽ ജനനം.
2015ലെ സാഹിത്യ നോബൽ സമ്മാനാർഹ.
പ്രിക്സ് മെഡിക്സ് (2013), പീസ് പ്രൈസ് ഓഫ് ദി ജർമ്മൻ
ബുക്ക് ട്രേഡ് (2013) തുടങ്ങിയ അന്തർദ്ദേശീയ പുരസ്കാരങ്ങൾ ലഭിച്ചിട്ടുണ്ട്.
സാഹിത്യ നോബൽ സമ്മാനം നേടിയ ലോകത്തിലെ ആദ്യത്തെ പത്രപ്രവർത്തക.
അന്വേഷണാത്മക പത്രപ്രവർത്തനത്തിൽ ലോക പ്രശസ്ത.
നമ്മുടെ കാലത്തിന്റെ പീഡാനുഭവങ്ങളുടെയും നിർഭയത്വത്തിന്റെയും
ബഹുസ്വരതയാണ് സ്വെറ്റ്‌ലാനയുടെ എഴുത്ത്. 1985ൽ പുറത്തിറക്കിയ
വാർസ് അൺവുമൺലി ഫെയ്സ് രണ്ടാം ലോകമഹായുദ്ധത്തിൽ പങ്കെടുത്ത
സ്ത്രീപോരാളികളുടെ നേരനുഭവങ്ങളാണ്. വില്പനയിൽ ചരിത്രം
സൃഷ്ടിച്ച ഈ പുസ്തകം വിവിധ ഭാഷകളിലേക്ക് തർജ്ജമ ചെയ്തിട്ടുണ്ട്.
ഒരുപാട് രാജ്യങ്ങൾ, ഒട്ടനവധി യാത്രകൾ, ഒരുപാടു പേരുടെ
നേരനുഭവങ്ങൾ ഇതെല്ലാം ചേർന്നുനിൽക്കുന്നതാണ് സ്വെറ്റ്‌ലാനയുടെ
ഈ കൃതി. ഏതൊരു യുദ്ധത്തിനും മേലെയാണ് മാനവികത
എന്ന സന്ദേശം ലോകജനതയ്ക്കായി നൽകിയ സ്വെറ്റ്‌ലാനയുടെ
പുസ്തകം നിരവധി അവാർഡുകൾ നേടിയിട്ടുണ്ട്.

ഗ്രീൻ ബുക്സ് പ്രസിദ്ധീകരിച്ച സ്വെറ്റ്‌ലാന അലക്സിവിച്ചിന്റെ കൃതികൾ:
നിറം മങ്ങിയ ഒരു കാലം (Second Hand Time) (മലയാള പരിഭാഷ അച്ചടിയിൽ)

രമാമേനോൻ: 1944 സെപ്തംബർ 10ന് തൃശൂരിൽ ജനനം.
മുപ്പതു വർഷത്തോളം അഹമ്മദാബാദിൽ സ്കൂൾ അധ്യാപികയായിരുന്നു.
പരേതനായ പുത്തേഴത്ത് രാമൻ മേനോന്റെ മകൾ.
ആദ്യത്തെ കുങ്കുമം ചെറുകഥാ അവാർഡ് ലഭിച്ചു.
മുപ്പതിലേറെ പുസ്തകങ്ങൾ ഇംഗ്ലീഷിൽനിന്ന് മലയാളത്തിലേക്ക്
വിവർത്തനം ചെയ്തിട്ടുണ്ട്.

അനുഭവം

യുദ്ധഭൂമിയിലെ സ്ത്രീപോരാളികൾ

സ്വെറ്റ്‌ലാന അലക്സിവിച്ച്

വിവർത്തനം
രമാമേനോൻ

ഗ്രീൻ ബുക്സ്

green books private limited
gb building, civil lane road, ayyanthole,
thrissur- 680 003, kerala, ph: +91 487-2381066, 2381039
website: www.greenbooksindia.com
e-mail: info@greenbooksindia.com

original title
(russian)
war's unwomanly face

malayalam
yudhabhoomiyile sthreeporalikal
experience
by
svetlana alexievich

translated by
remamenon

first published march 2017

cover design : rajesh chalode
cover photo : kanin roman/istockphoto

branches:
thrissur 0487-2422515
palakkad 0491-2546162
thiruvananthapuram 0471-2335301
calicut 0495 4854662
kannur 0497-2763038

isbn : 978-93-86440-15-0

GBPL/887/2017

മുഖക്കുറിപ്പ്

സ്ത്രീകൾക്കിണങ്ങാത്ത യുദ്ധഭൂമികളെക്കുറിച്ച്

എഴുത്തുകാരിയും പത്രപ്രവർത്തകയുമായ സ്വെറ്റ്ലാന അലക്സിവിച്ച് കനൽ കോരിയിടുന്ന തന്റെ അക്ഷരങ്ങളുമായി മലയാളി വായനക്കാരന്റെ മുമ്പിലേക്ക് എത്തുകയാണ്. ലോക പത്രപ്രവർത്തനരംഗത്തെ ഇതിഹാസമാണ് സ്വെറ്റ്ലാന. ഹൃദയസ്പർശിയായ മനുഷ്യവികാരങ്ങളെയും അതിന്റെ വേരുകളെയും ചൂഴ്ന്നെടുക്കുന്ന മഹത്തായ കലയാണ് അവർക്കു പത്രപ്രവർത്തനം. താൻ പകർത്തുന്നത് മനുഷ്യരുടെ ആത്മാവിനെയും അവരുടെ സൂക്ഷ്മവികാരങ്ങളെയുമാണെന്ന് സ്വെറ്റ്ലാന മലയാളത്തിലേക്കു മൊഴിമാറ്റം ചെയ്ത 'യുദ്ധഭൂമിയിലെ സ്ത്രീപോരാളികൾ' (War's Unwomanly Face) എന്ന ഗ്രന്ഥരചനയിലൂടെ വ്യക്തമാക്കുന്നു. രണ്ടാം ലോകമഹായുദ്ധത്തിൽ ഭാഗഭാക്കായ സമൂഹത്തിലെ ഇരുന്നൂറിൽപരം സ്ത്രീപോരാളികളെ കണ്ട് നടത്തിയ സംഭാഷണങ്ങളാണ് യുദ്ധഭൂമിയിലെ സ്ത്രീപോരാളികൾ എന്ന ഈ പുസ്തകത്തിന് ആധാരമായിട്ടുള്ളത്.

യുദ്ധത്തിന്റെ തീയും പുകയും കെട്ടടങ്ങിയ റഷ്യയുടെയും ബൈലോറഷ്യയുടെയും ശ്മശാനഭൂമിയിലാണ് 1948ൽ എഴുത്തുകാരിയായ സ്വെറ്റ്ലാന അലക്സിവിച്ചിന്റെ ജനനം. സ്വന്തം ചരിത്രം അനാവരണം ചെയ്യുമ്പോൾ യുദ്ധഭൂമിയിലെ സ്വന്തം കുടുംബചരിത്രം അവർ ഓർക്കുന്നു. തന്റെ പിതാവും അമ്മൂമ്മയും പിതൃസഹോദരന്മാരുമെല്ലാം ഈ യുദ്ധഭൂമിയിൽ വെച്ച് കൊല്ലപ്പെട്ടവരാണ്. പിതാവ് മാത്രമേ തിരിച്ചു വന്നുള്ളൂ. തന്റെ കുടുംബക്കാരായ സ്ത്രീകളും കുട്ടികളുമടങ്ങുന്ന പതിനൊന്നു പേരെ ജർമ്മൻസേന ജീവനോടെ ചുട്ടുകൊന്ന വേദനാജനകമായ ചരിത്രവും അവർക്ക് മറക്കാനാകുകയില്ല.

ഈ എഴുത്തുകാരിയുടെ മഹത്തായ ദൗത്യത്തിലൂടെ ഒരു ജനതയുടെ ധീരേതിഹാസം സുവർണ്ണലിപികളിൽ രേഖപ്പെടുത്തിയിരിക്കുന്നു. റഷ്യയിൽ മാത്രം ഈ പുസ്തകം 20 ലക്ഷം കോപ്പികൾ വിറ്റഴിച്ചു.

സ്റ്റാലിനു വിമർശനം

ഇരുപതാം നൂറ്റാണ്ടിന്റെ ആദ്യപകുതിയിൽ സോവിയറ്റ് യൂണിയനിൽ അതിഭീകരമായ ഒരു യുദ്ധം അരങ്ങേറി. ലോകത്ത് വിനാശം വിതച്ച രണ്ടാം ലോകമഹായുദ്ധമാണത്. റഷ്യയും ബൈലോറഷ്യയുമടങ്ങുന്ന വലിയ ഭൂവിഭാഗം യുദ്ധത്തിന്റെ ചുഴിയിലമർന്നു. കമ്മ്യൂണിസത്തെ തുടച്ചുനീക്കാനും ലോകമേധാവിത്വത്തിനുമായി സുസംഘടിതമായ സൈന്യവും വർദ്ധിച്ച ആത്മവീര്യവുമായിട്ടാണ് അഡോൾഫ് ഹിറ്റ്ലറുടെ സൈന്യം മോസ്കോവിലെത്തുന്നത്. ഒരു പരീക്ഷണമെന്ന നിലയിൽ സ്ഥാപിതമായ സോവിയറ്റ് യൂണിയനിലെ തൊഴിലാളിവർഗ ഭരണകൂടം ആ കാലത്ത് നിരവധി അന്തഃസംഘർഷങ്ങളിൽ ആടിയുലഞ്ഞിരുന്നു. തനിക്കെതിരെ വന്ന പ്രതിഷേധങ്ങളെയും ചെറുത്തുനില്പുകളെയും സംശയങ്ങളെയും സ്റ്റാലിൻ നിർദ്ദാക്ഷിണ്യം അടിച്ചമർത്തിയിരുന്നു. അങ്ങനെയാണ് രക്തപങ്കിലമായ 'ശുദ്ധീകരണ' പ്രക്രിയകളും തടവു ക്യാമ്പുകളും (ഗുലാഗ്) ആവിർഭവിക്കുന്നത്. യുദ്ധം പടിവാതിൽക്കൽ എത്തിയപ്പോൾ സോവിയറ്റ് ജനത എല്ലാ അഭിപ്രായവ്യത്യാസങ്ങളും മറന്ന് ഒറ്റക്കെട്ടായി. ആ കാലഘട്ടത്തെ ഈ പുസ്തകം രേഖപ്പെടുത്തുന്നത് ഇങ്ങനെ:

"യുദ്ധത്തിനു മുമ്പു തന്നെ ഹിറ്റ്ലർ സോവിയറ്റ് യൂണിയൻ ആക്രമിക്കാൻ ഒരുക്കം കൂട്ടുന്നു എന്നൊരു വാർത്ത പരന്നിരുന്നു. എന്നാൽ അത്തരം വാർത്തകൾക്കുമേൽ കർശനമായി വിലക്കുകളുണ്ടായിരുന്നു. ആളുകൾ അടക്കം പറഞ്ഞിരുന്നതുപോലും സ്വന്തം വീട്ടിലെ കിടപ്പുമുറിയിൽ കതകടച്ചിരുന്നിട്ടായിരുന്നു. അല്ലെങ്കിൽ കുളിമുറിക്കുള്ളിൽ പൈപ്പ് മുഴുവനായും തുറന്നിട്ടുകൊണ്ട്. വീട്ടിലായാലും അടുക്കളയിലായാലും ഒരുമിച്ചുള്ള അപ്പാർട്ട്മെന്റുകളിലായാലും വായ തുറക്കാൻ ആളുകൾക്ക് ഭയമായിരുന്നു.

എന്നാൽ സ്റ്റാലിൻ സംസാരിക്കാൻ തുടങ്ങിയപ്പോൾ അദ്ദേഹം ഞങ്ങളെ അഭിസംബോധന ചെയ്തു. "സഹോദരീ സഹോദരന്മാരെ..." അതോടെ എല്ലാവരും സങ്കടങ്ങളും പരിഭവങ്ങളും മറന്നു.

ഞങ്ങളുടെ ഒരമ്മാവൻ, അമ്മയുടെ ഒരു സഹോദരൻ അന്ന് ലേബർ ക്യാമ്പിൽ ശിക്ഷ അനുഭവിക്കുന്നുണ്ടായിരുന്നു.

റെയിൽവേയിലായിരുന്നു ജോലി. പഴയൊരു കമ്മ്യൂണിസ്റ്റു കാരൻ. ജോലിസ്ഥലത്തുവെച്ചാണ് അവർ അദ്ദേഹത്തെ തടവിലാക്കിയത്. ഞങ്ങളുടെ പ്രിയപ്പെട്ട അമ്മാവൻ, ആഭ്യന്തരയുദ്ധത്തിനു ശേഷം അദ്ദേഹത്തെ അവർ പ്രത്യേകമായി ആദരിച്ച് ബഹുമതികൾ നല്കിയിരുന്നു.

സ്റ്റാലിന്റെ പ്രസംഗം കേട്ടതോടെ അമ്മയുടെ മട്ടുമാറി. "അമ്മാവന്റെ ആ കാര്യമൊക്കെ നമുക്ക് പിന്നീട് തീരുമാനിക്കാം. ഇപ്പോൾ മാതൃഭൂമിയുടെ രക്ഷയാണ് നമ്മുടെ മുമ്പിലുള്ളത്." മാതൃഭൂമി എല്ലാവർക്കും അത്രത്തോളം പ്രിയപ്പെട്ടതായിരുന്നു."

ഒട്ടേറെ ഇല്ലായ്മകളുണ്ടായിട്ടും സോവിയറ്റ് ജനത ഒരു വൻപ്രതിരോധ ശക്തിയായി തങ്ങളുടെ രാജ്യത്തെ കാത്തു. സോവിയറ്റ് യൂണിയനെ സംബന്ധിച്ചിടത്തോളം അത് ദേശാഭിമാന പ്രചോദിതമായ ഒരു യുദ്ധമായി മാറിയിരുന്നു. കമ്മ്യൂണിസ്റ്റുകാർ മാത്രമല്ല സകല വിധ മനുഷ്യരും സ്ത്രീപുരുഷന്മാരും മഹത്തായ ആ ചെറുത്തുനില്പിൽ പങ്കാളികളായി. തീർപ്പു കല്പിക്കാനാവാത്ത കൊടും യുദ്ധം. ഇരുപതു ദശലക്ഷം അതായത് രണ്ടു കോടി മനുഷ്യർ ആ യുദ്ധത്തിൽ മരിച്ചുവീണു. "അർത്ഥമില്ലാതെ കൊല ചെയ്യപ്പെട്ട കോടിക്കണക്കിനാളുകൾ. അവർ അന്ധകാരത്തിന്റെ പാതയിലൂടെ കടന്നുപോയി" എന്ന് ഒസീപ് മൻഡേൽസ്റ്റം (Osip Mandelstam, 1891-1938) എന്ന കവിയുടെ ഉദ്ധരണിയോടെയാണ് നോബൽ സമ്മാനിതയായ സ്വെറ്റ്‌ലാന അലക്സിവിച്ച് ഈ പുസ്തകം തുടങ്ങിവയ്ക്കുന്നത്. ഒരു കോടിയോളം സ്ത്രീപോരാളികൾ തന്നെ ആ യുദ്ധത്തിൽ പങ്കാളിയായി. പരമ്പരാഗതമായി പുരുഷന്മാർ ചെയ്തുവന്ന ജോലികളെല്ലാം സ്ത്രീകൾ ഏറ്റെടുത്തു. ടാങ്ക് ഡ്രൈവർ, മെഷിൻ ഗണ്ണർ തുടങ്ങിയവയെല്ലാം സ്ത്രീലിംഗപദങ്ങളായി മാറി. യുദ്ധത്തിൽ സോവിയറ്റ് ജനത വിജയശ്രീലാളിതരായി.

കഴിഞ്ഞുപോയ ആ കാലഘട്ടത്തെ രാഷ്ട്രീയമായി വിലയിരുത്തിയാൽ അതു കമ്മ്യൂണിസ്റ്റ് പാർട്ടിയുടെയും നേതാവായ ജോസഫ് സ്റ്റാലിന്റെയും വിജയമായിരുന്നു എന്നു വേണം കരുതാൻ. 1941ൽ ജർമ്മനിയിലെ ബെർലിനിൽ അവർ ചെങ്കൊടി നാട്ടി. പക്ഷേ, ആ യുദ്ധത്തിന്റെ ഒരു നൂറ്റാണ്ട് പിന്നിടുന്നതിനു മുമ്പേ ഭൂമിയിലെ ലോകവിമോചനത്തിന്റെ സ്വപ്നമായ സോവിയറ്റ് യൂണിയൻ തകർന്നു വീണു. സ്റ്റാലിനും ഇതര പിന്തുടർച്ചക്കാരും കമ്മ്യൂണിസ്റ്റു പാർട്ടിയുമെല്ലാം പില്ക്കാലത്ത് കുമ്പസാരങ്ങളുടെയും വിശകലനങ്ങളുടെയും

അനന്തമായ വിവാദങ്ങളിലേക്കു വീണുപോയി. സ്റ്റാലിന്റെ നേതൃത്വത്തിൽ നടന്ന ശുദ്ധീകരണപ്രക്രിയയിൽ സ്വന്തം സഖാക്കളായ ആയിരക്കണക്കിനാളുകൾ കൊല ചെയ്യപ്പെട്ടിരുന്നു. ഗുലാഗുകൾ എന്ന ദുഷ്പ്രശസ്തി നേടിയ നിർബന്ധിത തൊഴിൽ ക്യാമ്പുകളിൽ മരണവും നരകയാതനകളും അരങ്ങേറിയിരുന്നു. യുദ്ധം അവസാനിച്ചിട്ടും വെറും സംശയത്തിന്റെ പേരിൽ മാത്രം നിരവധി പട്ടാളക്കാർ തടവറകളിലേക്കും ലേബർ ക്യാമ്പുകളിലേക്കും അയയ്ക്കപ്പെട്ടു. സോവിയറ്റ് യൂണിയന്റെ അക്കാലത്തെ ആന്തരിക ശൈഥില്യങ്ങളിലേക്ക് കൺതുറപ്പിക്കുന്നതാണ് ഈ പുസ്തകം. ഈവക ദുഷ്പ്പേരുകൾ അതിജീവിക്കാൻ വിമോചനയുദ്ധത്തിന്റെ നായകനെന്ന പ്രശസ്തിപത്രം മാത്രം മതി എന്ന പേരിൽ സ്റ്റാലിനെ കുറ്റവിമുക്തനാക്കുന്ന വിധിയെഴുത്താണ് ഇന്ത്യയിലേതടക്കമുള്ള കമ്മ്യൂണിസ്റ്റ് പ്രസ്ഥാനങ്ങൾ സ്വീകരിച്ചത്. എന്നാൽ കുറ്റവിമുക്തനാക്കപ്പെട്ടുവോ? ശിഥിലമായ പഴയ മാതൃഭൂമിയായ സോവിയറ്റ് യൂണിയന് സ്വെറ്റ്‌ലാന അലക്സിവിച്ച് എന്ന എഴുത്തുകാരി തിലോദകം അർപ്പിക്കുന്നു. എന്നാൽ സ്റ്റാലിനെയും ഗുലാഗിനെയും സഹിച്ച ഒരു ജനത യുദ്ധത്തിന്റെ വിജയം അനുഭവിച്ചു എന്നാണ് അവർ തുടർന്നെഴുതുന്നത്. അക്കാലത്ത് സ്റ്റാലിനെതിരെയുള്ള ഒരു മേജറുടെ സംഭാഷണം എഴുത്തുകാരിയുടെ രേഖകൾക്കിടയിൽ വന്നെത്തുന്നത് ഇങ്ങനെയാണ്.

തീവണ്ടിയിൽ അവർ മൗനത്തിന്റെ ആഴങ്ങളിൽ ആണ്ടിരുന്നു... ഒരു രാത്രി എല്ലാവരും ഉറങ്ങിക്കിടക്കെ ഒരു മേജർ സ്റ്റാലിനെപ്പറ്റി പറയാൻ തുടങ്ങി. അദ്ദേഹം കുറെ അധികം മദ്യം അകത്താക്കിയിരുന്നു. യാതൊരു പേടിയും കൂടാതെയുള്ള വർത്തമാനം. തന്റെ അച്ഛൻ പത്തു വർഷത്തോളം ലേബർ ക്യാമ്പുകളിൽ കഴിച്ചുകൂട്ടിയെന്ന്. പുറത്ത് ഒരാളുമായും ബന്ധപ്പെടാൻ അനുവാദമുണ്ടായിരുന്നില്ല. അച്ഛൻ ജീവനോടെയുണ്ടോ അതോ മരിച്ചുവോ? അതുപോലും ആർക്കും അറിയുമായിരുന്നില്ല. തീവ്രമായ വാക്കുകളാണ് അന്ന് ആ മേജറുടെ വായിൽനിന്ന് വീണത്. “മാതൃഭൂമിയെ കാക്കാനായി ഞാൻ യുദ്ധം ചെയ്യും. എന്നാൽ വിപ്ലവത്തെ വഞ്ചിച്ച ആ ദേശദ്രോഹി സ്റ്റാലിനുവേണ്ടി ഞാൻ പടവെട്ടുകയില്ല.” അങ്ങനെയുള്ള വാക്കുകൾ ഞാനൊരിക്കലും കേട്ടിരുന്നില്ല. ഞാൻ വല്ലാതെ ഭയന്നുപോയി. ഭാഗ്യം, നേരം പുലർന്നതോടെ അദ്ദേഹത്തെ കാണാതായി. ഇടയിലെവിടെയെങ്കിലും ഇറങ്ങിപ്പോയിരിക്കാം.

ധർമ്മസങ്കടങ്ങളുടെ സ്ത്രീപോരാളികൾ

സ്ത്രീ മാതാവാണ്. അവൾ ജീവൻ നൽകുന്നവളാണ്. കുഞ്ഞിനെ മുലയൂട്ടുന്നവളാണ്. സ്നേഹവും ദയയും പ്രണയവും പകർന്നു നൽകുന്നവളാണ്. യുദ്ധമുഖത്ത് അവർക്കെങ്ങനെ മറ്റൊരു ജീവൻ കവർന്നെടുക്കാനാകും? ഈയൊരു ധർമ്മസങ്കടമാണ് നോബൽ സമ്മാനിതയായ സ്വെറ്റ്ലാന അലക്സിവിച്ചിന്റെ 'യുദ്ധഭൂമിയിലെ സ്ത്രീ പോരാളികൾ' എന്ന ഗ്രന്ഥത്തിൽ ഉടനീളം അലയടിക്കുന്നത്. "മരിക്കുമ്പോഴും മറ്റൊരാളാൽ കൊല്ലപ്പെടുമ്പോഴും അവന്റെ കണ്ണുകളിലേക്ക് നോക്കൂ" എന്നാണ് യുദ്ധത്തിന്റെ വ്യർത്ഥതയെപ്പറ്റി ഈ പുസ്തകം രേഖപ്പെടുത്തുന്നത്. എല്ല് തുളച്ചു കയറുന്ന തീക്ഷ്ണാനുഭവങ്ങൾ. രക്തചംക്രമണം പോലും നിലച്ചുപോകാവുന്ന വായനാനുഭവം.

അമ്മമാരുടെ നെഞ്ചിലൂറിയ യുദ്ധകാലത്തെ ആയിരമായിരം കദനകഥകൾകൊണ്ട് ഈ പുസ്തകം കണ്ണുനീരണിഞ്ഞു നിൽക്കുന്നു. വിശന്നു കരയുന്ന മക്കൾ അല്ലെങ്കിൽ കൈക്കുഞ്ഞുങ്ങൾ - ഒരു ചെറിയ ശബ്ദം മതി ശത്രുവിനെ ഉണർത്താൻ. അല്ലെങ്കിൽ അവരുടെ നായ്ക്കൾ കുരയ്ക്കാൻ. ഭയത്തിന്റെ നെരിപ്പോടിൽ സ്വന്തം മക്കളെ കഴുത്തു ഞെരിച്ചു കൊന്ന അമ്മമാർ ഈ പുസ്തകത്തിലുണ്ട്. മനുഷ്യൻ മനുഷ്യനെ തിന്ന് വിശപ്പടക്കുന്ന കഥകളുണ്ട്. മനുഷ്യൻ മനുഷ്യനെ കൊല്ലുമ്പോൾ ഉയർന്നുവരുന്ന വേവലാതികളുണ്ട്. ഊർദ്ധ്വൻ വലിക്കുമ്പോഴും നിന്റെ മുലകളൊന്നു കാണട്ടെ എന്നു സങ്കടപ്പെടുന്ന പട്ടാളക്കാരനുണ്ട്.

"ഞങ്ങൾ അവരെ തടവുകാരാക്കി. സൈനികത്താവളത്തിലേക്കു കൊണ്ടുവന്നു. അവരെ ഞങ്ങൾ വെടിവെച്ച് കൊന്നില്ല. അത്ര എളുപ്പത്തിൽ മരിക്കണ്ട! പന്നികളെ എന്ന പോലെ ഞങ്ങൾ അവരെ കൂർത്ത ഇരുമ്പുദണ്ഡുകളിൽ കുത്തി നിറുത്തി. അവരെ തുണ്ടങ്ങളാക്കി. വേദനകൊണ്ട് പുളയുന്ന കണ്ണുകൾ പൊട്ടിച്ചിതറുന്നത് കാണാൻ! കൃഷ്ണമണികൾ അടർന്നുവീഴുന്നത് കാണാൻ...!"

കഠോരമായ ആ യുദ്ധഭൂമിയിലും അവൾ പൂക്കൾ പെറുക്കുന്നു. ചോരപ്പാടുകൾ മായ്ച്ചുകളഞ്ഞ് എപ്പോഴും മുഖം മിനുക്കി നടക്കുന്നു. ഒരു ചോക്ലേറ്റ് മിഠായി യുദ്ധത്തിലും അവളെ മോഹിപ്പിക്കുന്നു. അവൾ സ്ത്രീയാണ്. അവൾ സ്നേഹത്തിന്റെ മാതാവാണ്; പക്ഷേ, വെടിയുണ്ടകൾ ഉതിർക്കാനും ആളുകളെ പച്ചയോടെ വധിക്കാനും അവൾ ശീലിച്ചു.

യുദ്ധം കഴിഞ്ഞു. വിജയം കൈവരിച്ചു. ഇനി നമുക്ക് വിവാഹിതരാകാം എന്നു പറയുന്ന പ്രണയബദ്ധനായ കാമുകനോട് സ്ത്രീ പറയുന്നു. "യുദ്ധത്തിന്റെ കരി പിടിച്ച ഇഷ്ടക കൂമ്പാരങ്ങൾക്കിടയിൽ എന്റെ മനസ്സ് മരവിച്ചുപോയിരിക്കുന്നു കൂട്ടുകാരാ... എനിക്ക് പൂക്കൾ സമ്മാനിക്കൂ. നല്ല വാക്കുകൾ പറയൂ. പ്രണയപൂർവം പെരുമാറൂ. ഞാൻ എന്റെ സ്ത്രീശരീരം വീണ്ടെടുക്കട്ടെ".

ഇതൊരു കഥയോ കവിതയോ മനുഷ്യഭാവനയോ അല്ല. ചരിത്രം അതിജീവിച്ച ഒരു സ്ത്രീസമൂഹത്തിന്റെ പച്ചയായ ജീവിതമാകുന്നു.

എല്ലാ യുദ്ധങ്ങളേക്കാളും വലിയതാണ് മനുഷ്യൻ

യുദ്ധത്തിന്റെ ഉൾക്കിടിലതയിലും ഈ ഭൂമി എത്രമാത്രം സഹിച്ചു; അതിൽ വെന്തു നീറി. ദുഃഖവും ദുരിതവും സഹിച്ചവർ മനുഷ്യർ മാത്രമായിരുന്നില്ല. പക്ഷികളും മൃഗങ്ങളും മരങ്ങളുമടങ്ങുന്ന പ്രകൃതിയും കടുത്ത യാതനകൾക്കിരയായി. നിശ്ശബ്ദമായി ഈ ജീവജാലങ്ങൾ നേരിട്ടു എന്നതു കൊണ്ടുമാത്രം അവ അതീവ ഭയാനകമായി മാറി. ശവങ്ങൾ കറ്റപോലെ വന്നടിഞ്ഞ വയൽപ്രദേശങ്ങൾ വർഷങ്ങളോളം കൃഷി ചെയ്യാതെ തരിശായി കിടന്നു.

യുദ്ധം അവസാനിച്ചിട്ടും ഒരു പേക്കിനാവുപോലെ ആയുസ്സു മുഴുവൻ അവർ തങ്ങളുടെ ഓർമ്മകൾ കൊണ്ടു നടന്നു. മരണത്തിനു മാത്രമേ ആ ഓർമ്മകൾ തുടച്ചു നീക്കാനാവൂ. മനുഷ്യജീവിതത്തിന്റെ തീവ്രതകളെ ചാലിച്ചെഴുതിയ ഈ പുസ്തകം വളരെ വർഷങ്ങളോളം വെളിച്ചം കാണാൻ കാത്തിരുന്നു. ആരും പ്രസിദ്ധീകരിക്കാൻ ഉണ്ടായിരുന്നില്ല. സെൻസർമാരുടെ കത്രികകൾക്കിടയിൽ നിന്ന് പുസ്തകത്തിന്റെ ആത്മാവ് ചോർന്നു പോകും എന്ന് എഴുത്തുകാരി ഭയപ്പെട്ട നാളുകൾ. ഒരു മഹാശത്രുവിനെയും മഹായുദ്ധത്തേയും നാം അതിജീവിച്ചില്ലേ? പിന്നെയും എന്തിനാണ് മാനവികതയെക്കുറിച്ചുള്ള ഈ കിന്നരങ്ങൾ എന്ന് സെൻസർ ബോർഡ് പരിഹാസപൂർവം തിരിച്ചു ചോദിച്ചു. സോവിയറ്റ് യൂണിയന്റെ അവസാനനാളുകളിലെ ഗ്ലാസ്സ്നോസ്റ്റ് കാലഘട്ടത്തിലാണ് സ്വെറ്റ്ലാനയുടെ ഈ ആദ്യപുസ്തകം വെളിച്ചം കണ്ടത്. ഇരുപതു ലക്ഷം കോപ്പികൾ റഷ്യയിൽ വിറ്റഴിച്ചുകൊണ്ട് പുസ്തകം ചരിത്രം സൃഷ്ടിച്ചു.

ഏതൊരു യുദ്ധത്തിന്റെയും അവസാനം സംഭവിക്കുക ഒരു യുദ്ധവിരുദ്ധനാവുക എന്നതാണ്. കലിംഗരാജ്യത്തിന്റെ

അധിപനായിരുന്ന അശോകചക്രവർത്തിയുടെ അനുഭവം ചരിത്രത്തിലുടനീളം ആവർത്തിക്കുന്നുണ്ട്. ഇവിടെയും അത് സംഭവിക്കുന്നുണ്ട്. എന്നാൽ യുദ്ധങ്ങളെയും കലാപങ്ങളെയും പിടിച്ചുകെട്ടാൻ ആർക്കാണ് സാധിക്കുക. പിന്നീടും എത്രയെത്ര ചോരപ്പുഴകൾ...

ഒന്നും രണ്ടും ലോകയുദ്ധം അരങ്ങേറിയ യൂറോപ്പിൽ തളംകെട്ടിയ ശ്മശാന മൂകത പുതിയ നൂറ്റാണ്ട് പിറന്നിട്ടും അവസാനിച്ചിട്ടില്ല. ജീവിതം അർത്ഥശൂന്യമാണെന്ന് ഓർമ്മിപ്പിച്ച അസ്തിത്വവാദം സാഹിത്യത്തിലും കലയിലും പ്രബലമായി. ഇന്നും ഓഷ്വിറ്റ്സ് സന്ദർശിക്കാനെത്തുന്ന സഞ്ചാരി വിഷാദരോഗിയായി മാറ്റപ്പെടുന്നു. 2014ൽ നോബൽ സമ്മാനിതനായ പാട്രിക് മോദിയാനോവിന്റെ രചനകൾ യുദ്ധകാലത്തിന്റെ തിക്തസ്മരണകളാണ്. യുദ്ധകാലത്തെക്കുറിച്ചെഴുതിയ സ്വെറ്റ്ലാന അലക്സിവിച്ചിനും 2015ലെ നോബൽ സമ്മാനം വന്നു ചേർന്നു. ഇതിലെ സ്ത്രീപോരാളികളുടെ അനുഭവകഥകൾ നമ്മുടെ നെഞ്ചിലേക്ക് തീക്കനലുകൾ കോരിയിടും. ഒരു നൊമ്പരത്തീയിന്റെ പൊള്ളുന്ന വേദനയിൽ നമ്മൾ യുദ്ധഭൂമിയുടെ ഭീകരാവസ്ഥകൾ കൺമുന്നിലെന്നപോലെ കാണും. മുഷ്ടി ചുരുട്ടിപ്പിടിക്കുന്നതുപോലെ ഹൃദയത്തെ ഒതുക്കിപ്പിടിച്ചു വേണം ഇതു വായിക്കാൻ!

യുദ്ധം കഴിഞ്ഞിട്ടും വളരെ കാലം എനിക്ക് ആകാശത്തേക്കു നോക്കാൻ ഭയമായിരുന്നു. ഇപ്പോൾ ഒന്നും സംഭവിക്കാത്തതുപോലെ ആകാശത്തു കൂടെ പറവകൾ കടന്നുപോകുന്നു. "പറവകളെ എത്ര വേഗമാണ് നിങ്ങൾക്ക് ഒരു യുദ്ധം മറക്കാനായത് "എന്ന പരിസമാപ്തിയോടെയാണ് ഈ പുസ്തകത്താളുകൾ അവസാനിക്കുന്നത്. "മനുഷ്യൻ എത്ര മഹത്തായ പദം" എന്നെഴുതിയ മാംക്സിം ഗോർക്കിയുടെ നാട്ടിൽ നിന്ന് സ്വെറ്റ്ലാന അലക്സിവിച്ച് എന്ന എഴുത്തുകാരി "എല്ലാ യുദ്ധങ്ങളേക്കാൾ മേലെയാണ് മനുഷ്യൻ" എന്ന് പ്രഖ്യാപിക്കുന്നു.

കൃഷ്ണദാസ്
മാനേജിങ് എഡിറ്റർ

In war there are many people around you,
but you are always alone,
because before death the human being is always alone.
I remember that terrible loneliness.

Svetlana Alexievich

БЕРЛИН
ПЛОЩАДКА

യുദ്ധഭൂമിയിലെ
സ്ത്രീപോരാളികൾ

ഉള്ളടക്കം

ഒരു ചരിത്രകാരനുമായിട്ടുള്ള സംഭാഷണത്തിലെ ചില ഭാഗങ്ങൾ

- ചരിത്രത്തിന്റെ ഏതു കാലഘട്ടത്തിലാണ് സ്ത്രീകൾ ആദ്യമായി പടക്കളത്തിൽ പ്രത്യക്ഷപ്പെട്ടത്?

ബി.സി. നാലാംനൂറ്റാണ്ടിൽത്തന്നെ ഏതൻസിലേയും സ്പാർട്ടയിലേയും ഗ്രീക്ക് സേനയിൽ പടപൊരുതുന്ന സ്ത്രീകളുണ്ടായിരുന്നു. പിന്നീട് മഹാനായ അലക്സാണ്ടറുടെ സമരസന്നാഹങ്ങളിലും അവർക്ക് പങ്കുണ്ടായിരുന്നു.

റഷ്യൻ ചരിത്രകാരനായ നിക്കോളായ് കരാംസീസ. (കവിയും ലേഖകനും. 1766–1826. ഹിസ്റ്ററി ഓഫ് ദ റഷ്യൻ സ്റ്റേറ്റ് എന്ന ബൃഹദ് ഗ്രന്ഥത്തിന്റെ രചയിതാവ്)

നമ്മുടെ പൂർവികരെ കുറിച്ചെഴുതി: "സ്ലാവിക് സ്ത്രീകൾ ചിലപ്പോഴെല്ലാം അവരുടെ അച്ഛന്മാരോടും ഭർത്താക്കന്മാരോടുമൊപ്പം പടക്കളത്തിലിറങ്ങിയിരുന്നു. അവർ മരണത്തെ ഭയപ്പെട്ടിരുന്നില്ല. എ.ഡി.626–ൽ ഗ്രീക്കുകാർ കോൺസ്റ്റാന്റിനോപ്പിളിനെ കീഴടക്കിയപ്പോൾ, കൊല്ലപ്പെട്ട സ്ലാവുകൾക്കിടയിൽ ഒട്ടനവധി സ്ത്രീകളുടെ മൃതദേഹങ്ങളുണ്ടായിരുന്നു. മക്കളെ വളർത്തിക്കൊണ്ടുവന്ന അമ്മമാർ. പടയാളികളാവാനാണ് അവരെ സന്നദ്ധരാക്കിയിരുന്നത്."

- ഇന്നത്തെ കാലഘട്ടത്തിലോ?

ആദ്യമായി ഇംഗ്ലണ്ടിൽ 1560നും 1650നും ഇടയ്ക്ക് സൈനിക ആശുപത്രികളിൽ സേവനങ്ങൾക്കായി അവർ സ്ത്രീസൈനികരെ നിയമിച്ചുതുടങ്ങി.

- ഇരുപതാംനൂറ്റാണ്ടിൽ എന്താണ് സംഭവിച്ചത്?

നൂറ്റാണ്ടിന്റെ തുടക്കത്തിൽത്തന്നെ ഇംഗ്ലണ്ടിൽ റോയൽ എയർഫോഴ്സിലേക്ക് സ്ത്രീകളെ ചേർക്കാൻ തുടങ്ങി. ഒന്നാം ലോക മഹായുദ്ധത്തിന്റെ കാലമായിരുന്നു അത്. റോയൽ

ആക്സിലിയറി എന്ന ഒരു സേനാവിഭാഗം രൂപീകരിക്കപ്പെട്ടു. സ്ത്രീകളുടേതായ ഒരു മോട്ടോർ ട്രാൻസ്പോർട്ട് വിഭാഗവും സജ്ജമാക്കപ്പെട്ടു. ഒരു ലക്ഷത്തോളം സ്ത്രീകൾ അതിൽ പ്രവർത്തിച്ചിരുന്നു.

റഷ്യയിലും ഫ്രാൻസിലും ജർമനിയിലും ധാരാളം സ്ത്രീകൾ സൈനികസേവനം അനുഷ്ഠിച്ചിരുന്നു. ആംബുലൻസ് ട്രെയിനുകളിലും സൈനിക ആശുപത്രികളിലുമാണ് അവരിൽ ഭൂരിഭാഗവും പ്രവർത്തിച്ചിരുന്നത്.

രണ്ടാംലോക മഹായുദ്ധകാലത്ത് സ്ത്രീസൈനികരുടെ എണ്ണത്തിൽ വിസ്മയാവഹമായ വർധനവുണ്ടായി. ലോകത്തിലെ പല രാജ്യങ്ങളിലും യുദ്ധവുമായി ബന്ധപ്പെട്ട എല്ലാ മേഖലകളിലും സ്ത്രീസാന്നിധ്യം ശക്തമായ വിധത്തിൽ പ്രകടമായിരുന്നു. ബ്രിട്ടീഷ് സൈന്യത്തിൽ രണ്ടുലക്ഷത്തി ഇരുപത്തയ്യായിരം സ്ത്രീകളുണ്ടായിരുന്നു. അമേരിക്കൻ സേനയിൽ ഏതാണ്ട് അഞ്ചുലക്ഷത്തോളം. ജർമൻ സേനയിലുമുണ്ടായിരുന്നു അത്രതന്നെ.

സോവിയറ്റ് സേനയുടെ ഭാഗമായി ഒരു കോടിയോളം സ്ത്രീകളാണ് യുദ്ധരംഗത്തുണ്ടായിരുന്നത്. സൈനികമായ എല്ലാ വൈദഗ്ധ്യങ്ങളും അവർ സ്വായത്തമാക്കി. പുരുഷന്മാർക്കു മാത്രം എന്നു വിശേഷിപ്പിച്ചു നീക്കിവെച്ചിരുന്ന മേഖലകളിൽപോലും അവർ നിർഭയം കടന്നുചെന്ന് തങ്ങളുടെ മികവു തെളിയിച്ചു. അത് ഭാഷാപരമായ ഒരു പ്രശ്നത്തിനും വഴിവെച്ചു. ടാങ്ക് ഡ്രൈവർ, ഇൻഫൻട്രിമാൻ, മഷീൻ ഗണ്ണർ... ഇതെല്ലാം തികച്ചും പുല്ലിംഗപദങ്ങളായിരുന്നു. കാരണം, ഇതുവരേയും സ്ത്രീകളാരും തന്നെ ഇങ്ങനെയുള്ള ചുമതലകളിൽ ഏർപ്പെട്ടിരുന്നില്ല.

രണ്ടാം ലോക മഹായുദ്ധകാലത്താണ് ഇങ്ങനെയുള്ള ആ വക സ്ഥാനങ്ങളിൽ ആദ്യമായി സ്ത്രീകൾ പ്രത്യക്ഷപ്പെട്ടത്.

യുദ്ധത്തിനേക്കാൾ മേലേയാണ് ഒരു മനുഷ്യൻ

അർത്ഥമില്ലാതെ കൊലചെയ്യപ്പെട്ട
കോടിക്കണക്കിനാളുകൾ. അവർ അന്ധകാരത്തിന്റെ
പാതയിലൂടെ കടന്നുപോയി.

*- ഒസിപ് മണിഡേൻസ്റ്റാം**

ഈ പുസ്തകത്തിന്റെ താളുകളിൽ നിന്ന്

1978–1985

യുദ്ധത്തെക്കുറിച്ച് ഞാനൊരു പുസ്തകമെഴുതുകയാണ്.

യുദ്ധസംബന്ധമായ പുസ്തകങ്ങളൊന്നും വായിക്കാൻ ഒരിക്കലും എനിക്കിഷ്ടമായിരുന്നില്ല. വാസ്തവത്തിൽ, എന്റെ കുട്ടിക്കാലത്ത് പൊതുവെ എല്ലാവർക്കും താത്പര്യം ഇത്തരം പുസ്തകങ്ങൾ വായിക്കാനായിരുന്നു. എന്റെ സമപ്രായക്കാർക്കുപോലും യുദ്ധത്തെക്കുറിച്ചുള്ള പുസ്തകങ്ങളോടായിരുന്നു ഇഷ്ടം. അതിൽ സംശയം തോന്നേണ്ടതില്ല. കാരണം, ഞങ്ങൾ വിജയത്തിന്റെ സന്താനങ്ങളായിരുന്നല്ലോ. യുദ്ധത്തിൽ വിജയം നേടിയവരുടെ മക്കളായിരുന്നു ഞങ്ങൾ. യുദ്ധത്തെക്കുറിച്ചുള്ള എന്റെ ആദ്യത്തെ ഓർമ്മ എന്താണ്? മനസ്സിലാക്കാൻ സാധിക്കാത്ത എന്നാൽ ഭീതിയുളവാക്കുന്ന ഒരുപാടു വാക്കുകൾ. അതിനിടയിൽക്കിടന്നു വീർപ്പുമുട്ടുന്ന എന്റെ മനസ്സിന്റെ വ്യഥകൾ. യുദ്ധം ഒരോർമ്മയായി സദാസമയവും ഒപ്പമുണ്ടായിരുന്നു. സ്കൂളിലും വീട്ടിലും വിവാഹമായാലും കുഞ്ഞിന്റെ പേരിടലായാലും ഏതാഘോഷത്തിനിടയിലും യുദ്ധത്തിന്റെ ചിന്ത. മരണവീട്ടിൽ രാത്രി ഉറക്കമൊഴിച്ചിരിക്കുമ്പോഴും വിട്ടുകളയാനാവാതെ യുദ്ധം എന്ന വിചാരം. കുട്ടികൾ തമ്മിലുള്ള വർത്തമാനത്തിലും യുദ്ധമുണ്ടായിരുന്നു. എന്റെ അയൽപക്കത്തെ

---

* 1891–1938 ഇരുപതാം നൂറ്റാണ്ടിലെ ഏറ്റവും പ്രശസ്തരായ കവികളിൽ ഒരാൾ. 1937–38ൽ അദ്ദേഹം എഴുതിയ "അജ്ഞാത സൈനികന്റെ വരികൾ" എന്ന കവിതയിൽ നിന്നുള്ളതാണ് ഈ ഓർമ്മപ്പെടുത്തൽ.

കുട്ടി ഒരു ദിവസം ചോദിച്ചു. “ഭൂമിക്കടിയിൽ ഈ ആളുകൾ എന്താണ് ചെയ്യുന്നത്? എങ്ങനെയാണവർ അവിടെ കഴിഞ്ഞുകൂടുന്നത്?” യുദ്ധത്തിന്റെ നിഗൂഢതകൾ മനസ്സിലാക്കാൻ ഞങ്ങളുടെ മനസ്സിലും വെമ്പലുണ്ടായിരുന്നു.

ആയിടയ്ക്കാണ് ഞാൻ മരണത്തെക്കുറിച്ച് ചിന്തിക്കാൻ തുടങ്ങിയത്. അതിൽ പിന്നെ ഒരിക്കലും ഞാൻ അതിനെക്കുറിച്ച് ചിന്തിക്കാതിരുന്നിട്ടുമില്ല. എന്നെ സംബന്ധിച്ചിടത്തോളം അത് ജീവിതത്തിലെ ഏറ്റവും വലിയ സമസ്യയായിത്തീർന്നു.

ഞങ്ങളെ സംബന്ധിച്ചിടത്തോളം, എല്ലാറ്റിന്റേയും ഉത്ഭവം ഭയാനകവും നിഗൂഢവുമായ ആ ലോകമായിരുന്നു. ഉക്രെയിനിലുള്ള എന്റെ മുത്തശ്ശൻ, അമ്മയുടെ അച്ഛൻ യുദ്ധരംഗത്തുവെച്ചാണ് കൊല്ലപ്പെട്ടത്. ഹങ്കറിയിലെവിടെയോ അവർ അദ്ദേഹത്തിന്റെ ശവം അടക്കം ചെയ്തു. എന്റെ അച്ഛമ്മ ടൈഫോയ്ഡ് ബാധിച്ചാണ് മരിച്ചത്. അവർ ബെലോറഷ്യക്കാരിയായിരുന്നു. രണ്ടാംലോക മഹായുദ്ധകാലത്ത് ജർമ്മനിക്കെതിരായി രൂപംകൊണ്ട ഗറില്ലാസൈന്യത്തിൽ അവരും അംഗമായിരുന്നു. അവരുടെ രണ്ടാൺമക്കളും സൈന്യത്തിൽ ചേർന്നിരുന്നു. യുദ്ധം തുടങ്ങി, ആദ്യമാസങ്ങളിൽതന്നെ രണ്ടുപേരേയും കാണാതായി എന്ന് അറിയിപ്പും കിട്ടി! അച്ഛമ്മയുടെ മൂന്നു മക്കളിൽ ഒരാൾ മാത്രമേ തിരിച്ചുവന്നുള്ളൂ. അത് എന്റെ അച്ഛനായിരുന്നു. ഞങ്ങളുടെ അല്പം അകന്ന ബന്ധുക്കളിൽ പതിനൊന്നുപേരെ ജർമ്മൻകാർ ചുട്ടുകൊന്നു. ആ കൂട്ടത്തിൽ കുട്ടികളുമുണ്ടായിരുന്നു. ചിലരെ സ്വന്തം വീട്ടിലാണ് തീയിട്ടത്. ഏതാനും പേരെ ഗ്രാമത്തിലെ പള്ളിക്കകത്തുവെച്ചും. ഇത്തരം സംഭവങ്ങൾ ഓരോ കുടുംബത്തിലുമുണ്ടായി. എല്ലാവർക്കുമുണ്ടായി.

അതിനുശേഷം കുറെക്കാലത്തേക്ക് ഗ്രാമത്തിലെ കുട്ടികളുടെ വിനോദം 'റഷ്യക്കാരും ജർമ്മൻകാരും' കളിക്കലായിരുന്നു. അവർ ഉറക്കെ വിളിച്ചു പറഞ്ഞു, ജർമ്മൻ ഭാഷയിലുള്ള വാക്കുകൾ; “Hande Hoch! Zuruck! Hitler Kaputt!”

യുദ്ധമില്ലാത്ത ഒരു ലോകത്തെക്കുറിച്ച് ഞങ്ങൾക്കറിയില്ലായിരുന്നു. ഞങ്ങൾക്കു പരിചയമുള്ള ലോകം അതു മാത്രമായിരുന്നു. എനിക്കറിയാവുന്നത് ആ ഒരു ലോകവും അവിടത്തെ ജനങ്ങളും മാത്രമാണ്. അതല്ലാത്ത ഒരു ലോകവും ജനങ്ങളും വാസ്തവത്തിൽ എപ്പോഴെങ്കിലും ഉണ്ടായിരുന്നുവോ? എനിക്കറിയാൻ വയ്യ. എനിക്കിപ്പോഴും അറിയില്ല.

യുദ്ധത്തിനുശേഷമുള്ള എന്റെ ബാല്യകാലം. അന്ന് ഞങ്ങളുടെ ഗ്രാമത്തിൽ സ്ത്രീകൾ മാത്രമേ ഉണ്ടായിരുന്നുള്ളൂ. പുരുഷശബ്ദം കേട്ടതായിപോലും ഞാൻ ഓർക്കുന്നില്ല. എന്റെ ഓർമ്മയിലുള്ള ഗ്രാമം ഇപ്പോഴും അതുതന്നെയാണ്. യുദ്ധകഥകൾ സ്ത്രീകൾ പിന്നേയും പിന്നേയും

ഓർത്തു പറയുന്നു. കരയുന്നു. അവരുടെ പാട്ടുകൾക്കുപോലും ഒരു കരച്ചിലിന്റെ ഈണമുണ്ട്.

സ്കൂൾ ലൈബ്രറിയിലെ പകുതിയിലധികം പുസ്തകങ്ങൾ യുദ്ധത്തെ സംബന്ധിച്ചിട്ടുള്ളതായിരുന്നു. അതുതന്നെയായിരുന്നു ഗ്രാമത്തിലെ വായനശാലയുടെ സ്ഥിതിയും. തൊട്ടടുത്തുള്ള പട്ടണത്തിൽ പോയി അവിടത്തെ വായനശാലയിൽനിന്നും അച്ഛൻ ഇടയ്ക്ക് പുസ്തകങ്ങൾ എടുത്തുകൊണ്ടുവരുമായിരുന്നു. എന്നാൽ അവയും കൈകാര്യം ചെയ്തിരുന്നത് യുദ്ധകാര്യങ്ങൾ തന്നെയായിരുന്നു. അതിനു കാരണമെന്താണെന്ന് ഇപ്പോൾ എനിക്കു മനസ്സിലാകുന്നുണ്ട്. അത് കേവലം യാദൃച്ഛികമായിരുന്നുവോ? എല്ലായ്പോഴും ഞങ്ങൾ യുദ്ധം ചെയ്തുകൊണ്ടിരിക്കുകയായിരുന്നു. അല്ലെങ്കിൽ യുദ്ധത്തിന് തയ്യാറായിക്കൊണ്ടിരിക്കുകയായിരുന്നു. അതുമല്ലെങ്കിൽ കഴിഞ്ഞ യുദ്ധങ്ങളുടെ ഓർമ്മകളിൽ മുഴുകിയിരിക്കുകയായിരുന്നു. അങ്ങനെയല്ലാത്തൊരു ജീവിതം ഞങ്ങൾക്കുണ്ടായിരുന്നില്ല. ഒരുപക്ഷേ, യുദ്ധമില്ലാത്ത ഒരു ജീവിതം എങ്ങനെ ജീവിക്കണമെന്നും ഞങ്ങൾക്ക് രൂപമില്ലായിരുന്നു. വ്യത്യസ്തമായ ഒരു ജീവിതം ഞങ്ങൾക്ക് സങ്കല്പിക്കാൻപോലും സാധിക്കുമായിരുന്നില്ല. വേണമെങ്കിൽ തന്നെയും അത് ശീലിച്ചെടുക്കാൻ ഞങ്ങൾക്ക് കാലങ്ങൾ തന്നെ വേണ്ടിവരും.

സ്കൂളിൽ ഞങ്ങളെ പഠിപ്പിച്ചത് മരണത്തെ സ്നേഹിക്കാനാണ്.

“എന്തിന്റെ പേരിലാണ് ഞാൻ മരിക്കാൻ ഇഷ്ടപ്പെടുന്നത് എന്നതിനനുസരിച്ച് ഞങ്ങൾ ഉപന്യാസങ്ങൾ പോലും എഴുതി. യുദ്ധം ഞങ്ങളുടെ ഒരു സ്വപ്നമായിരുന്നു.

എന്നാൽ പുറത്ത് അതിലും ആകർഷകമായ വിഷയങ്ങളെക്കുറിച്ചുള്ള ശബ്ദങ്ങൾ ഉയർന്നുകൊണ്ടിരുന്നു.

വളരെക്കാലത്തോളം ഞാൻ ഒരു പുസ്തകപ്പുഴുവായിരുന്നു. യാഥാർത്ഥ്യങ്ങൾ എന്നെ ഭയപ്പെടുത്തി. ആകർഷിക്കുകയും ചെയ്തു. ജീവിതത്തെക്കുറിച്ചുള്ള അജ്ഞത. അതിൽനിന്നും ഉടലെടുത്തതായിരുന്നു എന്റെ നിർഭയത്വം. ഇന്നാലോചിക്കുമ്പോൾ... കുറച്ചെങ്കിലും യാഥാർത്ഥ്യബോധമുണ്ടായിരുന്നുവെങ്കിൽ ആ കയത്തിലേക്ക് ഞാൻ കണ്ണടച്ച് എടുത്തുചാടുമായിരുന്നുവോ? എന്തായിരുന്നു അതിനൊക്കെ കാരണം? വിവരമില്ലായ്മ തന്നെയാണോ? അതോ സ്വന്തം വഴിയെക്കുറിച്ചുള്ള സ്പഷ്ടമായ ബോധമോ? മാർഗബോധം... അങ്ങനെയൊന്നുണ്ട് എന്നു തീർച്ച.

വളരെക്കാലം ഞാൻ അന്വേഷിച്ചു. ഞാൻ പറഞ്ഞത് കേട്ടറിയിക്കാൻ വാക്കുകൾക്കാവുമോ? അതിനു പറ്റിയ വാക്കുകളുണ്ടോ? ഞാൻ ലോകത്തെ എങ്ങനെ നോക്കിക്കാണുന്നു? എന്റെ കണ്ണുകളും കാതുകളും എന്തൊരു പ്രത്യേക രീതിയിലാണ് ഒരുക്കപ്പെട്ടിരിക്കുന്നത്? അത് വിശദീകരിക്കാൻ പറ്റിയ വാക്കുകൾക്കും ശൈലിക്കും വേണ്ടി ഞാൻ ഏറെ തിരഞ്ഞു.

അങ്ങനെയിരിക്കെ ഒരു പുസ്തകം എന്റെ കൈയിൽ വന്നുവീണു. പുസ്തകത്തിന്റെ പേര് "ഞാൻ കത്തിയെരിയുന്ന ഒരു ഗ്രാമത്തിൽ നിന്നാണ്."* മൂന്നുപേർ ചേർന്നാണ് അതെഴുതിയിരിക്കുന്നത്. എ. അഡാമോവിച്ച്, യാൻകാ ബ്രിൽ, വാൽഡിമീർ കോളിഡ്നിക്.

ആ പുസ്തകം വായിച്ചപ്പോൾ എനിക്കുണ്ടായത് മനസ്സിനെ പിടിച്ചു കുലുക്കുന്ന ഒരനുഭവമായിരുന്നു. വല്ലാത്തൊരു നടുക്കം. മുമ്പ് ദസ്തയെവ്സ്കിയുടെ പുസ്തകം വായിച്ചപ്പോൾ മാത്രമേ എന്റെ ഉള്ള് ഇങ്ങനെ പിടഞ്ഞിട്ടുള്ളൂ. അസാധാരണമായ ഒരു പ്രമേയം, ഘടന. ജീവിതത്തിന്റെ തന്നെ ശബ്ദങ്ങളിൽ നിന്നാണ് ആ നോവൽ രൂപംകൊണ്ടിരിക്കുന്നത്. എല്ലാം ഞാൻ കുട്ടിക്കാലത്ത് പതിവായി കേൾക്കാറുള്ള ശബ്ദങ്ങൾ. ഇന്നും വീട്ടിൽനിന്നും തെരുവുകളിൽനിന്നും കാപ്പിക്കടകളിൽ നിന്നും ബസ്സുകൾക്കുള്ളിൽനിന്നും എന്റെ കാതിൽ വന്നലയ്ക്കുന്ന ശബ്ദങ്ങൾ. അതെ, ഒരു വൃത്തം അടഞ്ഞുപോവുകയാണ്. ഞാൻ ഇത്രനാളും അന്വേഷിച്ചിരുന്നത് ഇതാ, ഇപ്പോൾ കണ്ടെത്തിയിരിക്കുന്നു. അത് സാധിക്കുമെന്ന് എനിക്കറിയാമായിരുന്നു.

അങ്ങനെ, അലെസ് അഡാമോവിച്ച് എന്റെ ഗുരുനാഥനായി...

കഴിഞ്ഞ രണ്ടു വർഷമായി ഞാൻ അങ്ങനെ ആരേയും കണ്ടിരുന്നില്ല. ഒന്നും എഴുതിയിരുന്നുമില്ല. ഈ സമയമത്രയും ഞാൻ ആലോചിച്ചുകൊണ്ടേയിരിക്കുകയായിരുന്നു. എന്തിനെക്കുറിച്ചാണ് ഞാൻ പുസ്തകമെഴുതുക? ഇടയിൽ ഞാൻ ധാരാളം വായിച്ചുകൊണ്ടുമിരുന്നു.

യുദ്ധത്തെക്കുറിച്ച് ഇനിയുമൊരു പുസ്തകം? അതിന്റെ ആവശ്യമുണ്ടോ? ചെറുതും വലുതുമായി, അറിയപ്പെട്ടതും അറിയപ്പെടാത്തതുമായി ഒരായിരം യുദ്ധങ്ങൾ നടന്നുകഴിഞ്ഞു. അതിനെക്കുറിച്ചെല്ലാം വേണ്ടത്ര എഴുതപ്പെട്ടിട്ടുമുണ്ട്. എന്നാൽ അതെല്ലാം എഴുതിയിട്ടുള്ളത് പുരുഷന്മാരാണ്. ആ കാര്യം സ്പഷ്ടമാണ്. യുദ്ധത്തെക്കുറിച്ച് നമ്മൾ മനസ്സിലാക്കിയിട്ടുള്ളതെല്ലാം പുരുഷശബ്ദത്തിലൂടെ കേട്ടറിഞ്ഞിട്ടുള്ളതാണ്. നമ്മളെല്ലാവരും പുരുഷന്മാരുടെ യുദ്ധസങ്കല്പങ്ങളുടേയും യുദ്ധബോധത്തിന്റേയും തടവുകാരാണെന്നു പറയാം. ശബ്ദങ്ങൾ പുരുഷന്മാരുടേതാണ്. സ്ത്രീകൾ ഇവിടെ നിശ്ശബ്ദരാണ്. ഞാനൊഴികെ വേറെയാരും എന്റെ മുത്തശ്ശിയെ ചോദ്യം ചെയ്തിട്ടില്ല. എന്റെ അമ്മയോ യുദ്ധരംഗത്തുണ്ടായിരുന്ന മറ്റുള്ളവരൊ ഒന്നുംതന്നെ പറഞ്ഞിട്ടില്ല. അഥവാ പെട്ടെന്ന് അവർക്കെന്തെങ്കിലും ഓർമ്മ വന്നാൽ തന്നേയും അവർ

* ഈ നോവൽ ഇംഗ്ലീഷിൽ Out of the fire എന്ന പേരിലും പ്രസിദ്ധീകരിച്ചിട്ടുണ്ട്. ബെലോ റഷ്യൻ എഴുത്തുകാരാണ് മൂന്നുപേരും. 1922–'92 ആണ് കാലം. രണ്ടാം ലോക മഹായുദ്ധത്തിനിടയ്ക്ക് നാസികൾ സ്വന്തം നാട്ടിൽ നടത്തിയ നിഷ്ഠുരമായ ആക്രമണങ്ങളാണ് പ്രമേയം. അഡാമോവിച്ച് നോവലിസ്റ്റും നിരൂപകനും ദാർശനികനുമായിരുന്നു. നാസികൾക്കെതിരെ ഒളിപ്പോരുകൾ നടത്തിയിരുന്നു. പിന്നീട് ശക്തനായ ഒരു യുദ്ധവിരുദ്ധപ്രവർത്തകനായി മാറി.

പറയുക പുരുഷന്മാരുടെ യുദ്ധത്തെക്കുറിച്ചായിരിക്കും. സ്ത്രീകളുടെ യുദ്ധത്തെക്കുറിച്ചാവില്ല. അവരുടെ വാക്കുകളിൽ യന്ത്രത്തോക്കുകളുടെ മുഴക്കമായിരിക്കും. ഇടയ്ക്ക് വല്ലപ്പോഴും വീട്ടിൽ വെച്ച്, അല്ലെങ്കിൽ യുദ്ധരംഗത്തെ പഴയ സ്ത്രീ സഹപ്രവർത്തകരുമായി കണ്ണീരോടെ പഴയ കാലത്തെക്കുറിച്ച് പറയേണ്ടിവരുമ്പോൾ ചിലപ്പോൾ അവർ യുദ്ധത്തെക്കുറിച്ച് എന്തെങ്കിലും സംസാരിച്ചുവെന്നിരിക്കും, എനിക്കജ്ഞാതമായ ആ യുദ്ധത്തെക്കുറിച്ച്. ഇതെന്റെ മാത്രം അനുഭവമായിരുന്നില്ല. ഞങ്ങളുടെ എല്ലാവരുടേതുമായിരുന്നു.

ഒരു പത്രപ്രവർത്തക എന്ന നിലയിലുള്ള എന്റെ യാത്രകൾക്കിടയിൽ, പലപ്പോഴും എന്റെ ശ്രദ്ധയിൽപ്പെട്ടിട്ടുണ്ട്. ഒരു വാർത്തയുടെ പൂർണരൂപം മുഴുവനായും ശ്രദ്ധാപൂർവം കേട്ടുകൊണ്ടിരിക്കുന്നത് ഞാനൊരാൾക്കു മാത്രമായിരിക്കും. കുട്ടിക്കാലത്തെന്നപോലെ അപ്പോഴും യുദ്ധവാർത്തകൾ എന്റെ മനസ്സിനെ പിടിച്ചുകുലുക്കിയിരുന്നു.ആ വാർത്തകൾക്കിടയിലൂടെ എനിക്കു കാണാൻ കഴിഞ്ഞ ഭയാനകദൃശ്യങ്ങളുടെ പൈശാചികമായ പല്ലിളിക്കൽ. നമ്മൾ സാധാരണയായി വായിക്കുകയും കേൾക്കുകയും ചെയ്യുന്ന വാർത്തകളൊന്നും സ്ത്രീകളുടെ സംസാരങ്ങൾക്കിടയിൽ കേൾക്കാറില്ല. അവർ പറയാറുള്ളത് ധീരമായി പൊരുതി മരിച്ചവരെക്കുറിച്ചായിരുന്നു. അല്ലെങ്കിൽ സ്വന്തം ജീവൻ പണയപ്പെടുത്തി പോരടിച്ചു ജയിച്ചവരെക്കുറിച്ച്. നഷ്ടങ്ങളും പരാജയങ്ങളും വർത്തമാനത്തിനിടയിൽ കടന്നുവരാറുണ്ട്. യുദ്ധോപകരണങ്ങൾ എന്തെല്ലാമായിരുന്നു? ആ സന്ദർഭത്തിൽ ആരായിരുന്നു ആ പട നയിച്ചിരുന്നത്? സ്ത്രീകൾ പറഞ്ഞിരുന്നത് വ്യത്യസ്തമായ സംഗതികളെക്കുറിച്ചുള്ള വ്യത്യസ്തമായ കഥകളായിരുന്നു. തനതായ ഭാവതലങ്ങളും തെളിച്ചങ്ങളുമുണ്ടായിരുന്നു. സ്വന്തമായ വികാരവിന്യാസങ്ങളുണ്ടായിരുന്നു. വാക്കുകൾപോലും അവരുടേതു മാത്രമായിരുന്നു. അതിൽ വീരകഥാപാത്രങ്ങളുണ്ടായിരുന്നില്ല. അദ്ഭുതകരവും അവിശ്വസനീയവുമായ പരാക്രമങ്ങളുണ്ടായിരുന്നില്ല. സാധാരണ മനുഷ്യർ. എന്നാൽ അവരെല്ലാവരും അന്ന് അമാനുഷമായ പ്രവൃത്തികളുടെ തിരക്കിലായിരുന്നു. അന്ന് ദുഃഖവും ദുരിതവും അനുഭവിച്ചത് മനുഷ്യർ മാത്രമായിരുന്നില്ല. അവർ അധിവസിച്ചിരുന്ന ഭൂമിയും അതിലുണ്ടായിരുന്ന പക്ഷികളും മൃഗങ്ങളും മരങ്ങളുമെല്ലാം ആ യാതനകൾക്കിരയായി. ഭൂമിയിൽ നമ്മോടൊപ്പമുള്ള എല്ലാംതന്നെ ആ ദുരിതങ്ങൾ അനുഭവിച്ചു. അവർ എല്ലാം നിശ്ശബ്ദമായി സഹിച്ചു എന്നുമാത്രം. ഒരുപക്ഷേ അതുതന്നെയായിരിക്കും അതിനെ കൂടുതൽ ഭയാനകമാക്കുന്നത്.

എന്തുകൊണ്ടാണങ്ങനെ? ഞാൻ പിന്നേയും പിന്നേയും എന്നോടുതന്നെ ചോദിച്ച ചോദ്യം. ഒരിക്കൽ പുരുഷന്മാരുടേതു മാത്രമായിരുന്ന ഒരു ലോകത്തിൽ, ധൈര്യപൂർവം സ്വന്തമായൊരു സ്ഥാനം കരസ്ഥമാക്കി കാലുറപ്പിച്ചു നിന്നവരല്ലേ ഈ സ്ത്രീകൾ. എന്നിട്ടും ചരിത്രത്തിൽ സ്വന്തമായൊരു സ്ഥാനം നേടാൻ വേണ്ടി അവരെന്തുകൊണ്ട് ശബ്ദമുയർത്തിയില്ല! അവരുടെ വാക്കുകളും വികാരങ്ങളും എന്തുകൊണ്ട്

പുറത്തറിയിച്ചില്ല! അവർക്ക് അവരെത്തന്നെ വിശ്വസിക്കാനായില്ല. ഒരു ലോകം മുഴുവനായും തന്നെ നമ്മുടെ കൺമുമ്പിൽ തെളിയാതെ മറഞ്ഞു കിടക്കുകയാണ്. അവരുടെ യുദ്ധങ്ങൾ ഇന്നും നമുക്കജ്ഞാതമാണ്.

ആ യുദ്ധത്തിന്റെ ചരിത്രമാണ് ഞാൻ എഴുതാനാഗ്രഹിക്കുന്നത്.

....അതൊരു സ്ത്രീയുടെ യുദ്ധചരിത്രമാണ്.

ആദ്യത്തെ സംഘട്ടനങ്ങൾക്കുശേഷം...

അമ്പരപ്പ്: സൈനികരംഗത്ത് അവർ ചെയ്തിരുന്ന ജോലികൾ... വൈദ്യശുശ്രൂഷയിൽ സഹായികളായി (Sniper) ഒളിഞ്ഞിരുന്നു വെടിവെക്കുന്നവരായി, മെഷീൻഗണ്ണർമാരായി, ആന്റി എയർക്രാഫ്റ്റ് ഗണ്ണുകളുടെ കമാൻഡർമാരായി, തുരങ്കം നിർമിക്കുന്നവരായി എന്നാൽ ഇപ്പോഴോ, അക്കൗണ്ടന്റുമാരായി, ലാബ് ടെക്നീഷ്യന്മാരായി, മ്യൂസിയം ഗൈഡുകളായി, അധ്യാപികമാരായി. തൊഴിലുകളിലെ പൊരുത്തമില്ലായ്മ അവിടേയും-ഇവിടേയും. അവരുടെ ഓർമകൾപോലും തങ്ങളെക്കുറിച്ചുള്ളതല്ല മറ്റേതോ പെൺകുട്ടികളുടേതാണെന്ന മട്ടിൽ. അവനവനെ ഓർത്ത് ഓരോരുത്തരും അദ്ഭുതം കൂറുന്നു. അത് ഞാനായിരുന്നോ എന്ന ഭാവം. എന്റെ കൺമുമ്പിൽ വെച്ചുതന്നെ ചരിത്രം കൂടുതൽ മാനവവത്കരിക്കപ്പെടുന്നു. അതിന് ഒരു സാധാരണ ജീവിതത്തിന്റെ മുഖച്ഛായ? തികച്ചും വ്യത്യസ്തമായ ഒരു ഭാവം.

അസാധാരണമായ കഥകൾ പറയുന്ന പലരേയും ഞാൻ കാണാൻ ഇടയായി. പുരാതനമായ മഹാഗ്രന്ഥങ്ങളുടെ നാളുകൾക്കൊപ്പം വെക്കാവുന്നതാണ് അവരുടെ ജീവിതത്തിലെ പല നാളുകളും. ആ വ്യക്തി ജീവിതത്തെ വ്യക്തമായി നോക്കിക്കാണുന്നു. സ്വർഗത്തിൽ നിന്നും ഭൂമിയിൽ നിന്നും ഒരുപോലെ. ആ പാത മുഴുവനായും അവളുടെ മുന്നിലുണ്ട്. മാലാഖ മുതൽ വന്യമൃഗങ്ങൾ വരെ എല്ലാം ആ വഴിയിലുണ്ട്. കഴിഞ്ഞുപോയ യാഥാർത്ഥ്യങ്ങൾ അവർ ഓർത്തെടുക്കുന്നു. അതിൽ വികാരതീവ്രതയോ നിർവികാരതയുടെ നിസ്സംഗതയോ ഇല്ല. പഴയകാലത്തിന്റെ പുതിയൊരു സൃഷ്ടിമാത്രം. കാലം പിറകോട്ടു പോകുമ്പോൾ സ്വാഭാവികമായും സംഭവിക്കുന്നത്. എല്ലാറ്റിനും മേലെ അതൊരു സർഗപ്രക്രിയയാണ്. അവർ വിവരിച്ചുകൊണ്ടിരിക്കേ ആളുകൾ സൃഷ്ടി നടത്തുന്നു. അവർ അവരുടെ ജീവിതം 'എഴുതുന്നു'. ചിലപ്പോൾ അവർ പുതിയതെന്തെങ്കിലും എഴുതിച്ചേർക്കുന്നു. അല്ലെങ്കിൽ എഴുതിയത് മാറ്റി എഴുതുന്നു. ഇവിടെ പ്രത്യേകം ജാഗ്രത പുലർത്തുന്നു. എപ്പോഴും ഉണർന്നിരിക്കുന്നു. അതോടൊപ്പം വേദനകൾ അലിഞ്ഞുപോകുന്നു. അസത്യങ്ങളുണ്ടെങ്കിൽ അവയെ ഇല്ലാതാക്കുന്നു. താപനില ഏറ്റവും ഉയർന്നിട്ടാണ്! സാധാരണക്കാർ - നഴ്സുമാരും പാചകം ചെയ്യുന്നവരും തുണി അലക്കുന്നവരും - കൂടുതൽ ആത്മാർത്ഥതയോടെ പെരുമാറുന്നു. അതെനിക്ക് തികച്ചും ബോധ്യമായി. അവർ - എങ്ങനെയാണ് ഞാനത് പറയേണ്ടത്? അവരുടെ വാക്കുകൾ വരുന്നത് അവരുടെ ഉള്ളിൽ നിന്നു

തന്നെയാണ്. അവ പത്രത്താളുകളിൽനിന്നോ പുസ്തകങ്ങളിൽ നിന്നോ വായിച്ചെടുത്തവയല്ല. ഇനിയൊരാൾ പറഞ്ഞത് കേട്ടു പറയുന്നതുമല്ല. സ്വന്തം അനുഭവങ്ങളുടേയും യാതനകളുടേയും വാക്കുകളാണ്. പഠിപ്പും വിവരവുമുള്ളവരുടെ വാക്കുകളും വിചാരങ്ങളും ഒന്നു വേറെയാണ്. അതിശയം തോന്നാം. എന്നാലും സത്യമാണ്. അവർ പറയുന്നതെല്ലാം കാലത്തിന്റെ മാറ്റങ്ങൾക്ക് വിധേയമായിക്കൊണ്ടുള്ളതാണ്. സാമാന്യമായി പറഞ്ഞാൽ അതൊരു പൊതിയൽപോലെയാണ്. അവരുടെയൊക്കെ ഉള്ളിൽ മറ്റൊരു അറിവ് കടന്നുകൂടിയിരിക്കുന്നു. കേട്ടുകേൾവികളും പഴങ്കഥകളും പറ്റിച്ചേർന്നിരിക്കും. യുദ്ധത്തെക്കുറിച്ച് ഒരു സ്ത്രീക്കു പറയാനുള്ള കഥകൾ കേൾക്കാൻ - പുരുഷന്റേതല്ല - പലപ്പോഴും എനിക്ക് ഏറെനാൾ കാത്തിരിക്കേണ്ടിവരും. പല വളഞ്ഞ വഴികളിലൂടെയും സഞ്ചരിക്കേണ്ടിവരും. എനിക്കു കേൾക്കേണ്ടത് പിൻവാങ്ങിയതിന്റെ കഥകളല്ല, മുന്നേറിയതിനെക്കുറിച്ചാണ്. അത് സംഭവിച്ചത് യുദ്ധഭൂമിയിൽ കൃത്യമായി എവിടെവെച്ചാണ്. ഒരിരിപ്പിലൊന്നും കേൾക്കേണ്ടതു മുഴുവൻ കേൾക്കാനായി എന്നു വരില്ല. പലതവണ കാണേണ്ടിവരും. കുറെ അധികം നേരം കൂടെ ഇരിക്കേണ്ടിവരും. ശാഠ്യക്കാരനായ ഒരു ഛായാചിത്രകാരനെപ്പോലെ.

തികച്ചും അപരിചിതമായൊരു വീട്ടിൽ. അല്ലെങ്കിൽ ഒരു അപ്പാർട്ട്മെന്റിൽ വളരെയധികം നേരം ഇരിക്കേണ്ടിവരും. ചിലപ്പോൾ ഒരു ദിവസം മുഴുവനും തന്നെ. ഞങ്ങൾ ഒരുമിച്ചിരുന്ന് ചായ കുടിക്കും. പുതിയതായി വാങ്ങിയ ബ്ലൗസ് ഇട്ടുനോക്കും. പുതിയ പാചകക്കുറിപ്പുകളെക്കുറിച്ചും മുടി ഭംഗിയാക്കി വെക്കുന്നതിനെക്കുറിച്ചുമൊക്കെ സംസാരിക്കും. പേരക്കുട്ടികളുടെ ഫോട്ടോകൾ കണ്ട് രസിച്ചു ചിരിക്കും. അങ്ങനെ കുറെ നേരം കഴിയുമ്പോൾ, എപ്പോൾ എങ്ങനെയെന്നു പറയാൻ വയ്യ. ഏറെ കാത്തിരുന്ന ആ നിമിഷം ഓർക്കാപ്പുറത്ത് വന്നെത്തും.

പീരങ്കിയിൽനിന്നും ആ വ്യക്തി വിട്ടകലുന്നു, സ്മാരകമന്ദിരങ്ങളിൽ നിന്നും കുമ്മായവും കോൺക്രീറ്റുമെല്ലാം അടർന്നുവീഴുന്നതുപോലെ. അവർ മാത്രമാകുന്നു. അവരിലേക്കൊതുങ്ങുന്നു. പിന്നെ അവർ ഓർക്കാൻ തുടങ്ങുന്നത് യുദ്ധത്തെക്കുറിച്ചല്ല, സ്വന്തം ചെറുപ്പകാലത്തെക്കുറിച്ചാണ്. അവരുടെ ജീവിതത്തിന്റെ ഒരു തുണ്ട്. ആ നിമിഷം എനിക്കു കടന്നുപിടിക്കണം. നഷ്ടപ്പെട്ടു പോകരുത്. പക്ഷേ, പലപ്പോഴും വാക്കുകളും വസ്തുതകളും കണ്ണീരും തിങ്ങിനിറഞ്ഞ ഒരു നീണ്ട ദിവസത്തിനുശേഷം എന്റെ ഓർമയിൽ ബാക്കിനില്ക്കുന്നത് ഒരേയൊരു വാചകമായിരിക്കും. അതു മതിയല്ലോ! “യുദ്ധരംഗത്തേക്കു പോയപ്പോൾ എനിക്കു നന്നേ ചെറുപ്പമായിരുന്നു. ഞാൻ വളർന്നു വലുതായതുതന്നെ യുദ്ധത്തിനിടയ്ക്കാണ്.” ആ വരികൾ ഞാൻ എന്റെ നോട്ടുപുസ്തകത്തിൽ പ്രത്യേകമായി കുറിച്ചുവെക്കുന്നു. എന്റെ ടേപ്പ് റെക്കോർഡറിൽ നീണ്ടുനീണ്ടു പോകുന്ന ടേപ്പുകൾ എത്രയോ ഉണ്ട്. നാലോ അഞ്ചോ കാസറ്റുകൾ തന്നെയുണ്ട്. എന്നാലും നോട്ടുപുസ്തകത്തിൽ കുറിച്ചിട്ട ആ വരികൾ... ഒന്നു വേറെയാണ്.

എനിക്കു തുണയാവുന്നതെന്താണ്? ഞങ്ങൾ ഒരുമിച്ചാണ് കഴിഞ്ഞിരുന്നത്; ഒരു കൂട്ടമായി. എല്ലാവരും അതിന്റെ ഭാഗം. സന്തോഷങ്ങളും സങ്കടങ്ങളും... കണ്ണീരും ചിരിയും. ഒന്നും ഒരാളുടേതു മാത്രമല്ല. എങ്ങനെ സങ്കടങ്ങൾ സഹിക്കണമെന്ന് ആണുങ്ങൾക്കറിയാം. ഞങ്ങളുടെ വേദനകളെക്കുറിച്ച് എങ്ങനെ പറയണമെന്നും ഞങ്ങൾക്കറിയാം. കഠിനമായ, യാതൊരു സുഖസൗകര്യങ്ങളുമില്ലാത്ത ഞങ്ങളുടെ ജീവിതം. അതിനെ ന്യായീകരിക്കുന്നതായിരുന്നു ഞങ്ങളുടെ യാതനകളും. ഞങ്ങളെ സംബന്ധിച്ചിടത്തോളം വേദന ഒരു കലയായിരുന്നു.

സ്ത്രീകൾ ധൈര്യപൂർവം ആ വഴിയിലേക്കിറങ്ങിത്തിരിക്കുകയായിരുന്നു. അതു ഞാൻ ഉറപ്പിച്ചു പറയാം.

എങ്ങനെയാണ് അവരെന്നെ സ്വീകരിക്കുക?

“കുഞ്ഞിപ്പെണ്ണേ...” “പൊന്നുമകളേ...” “പ്രിയപ്പെട്ട കുട്ടീ...” എന്നൊക്കെ അവരെന്നെ വിളിക്കുന്നു. ഒരുപക്ഷേ, അവരുടെ തലമുറയിൽപ്പെട്ട ഒരാളായിരുന്നു ഞാനെങ്കിൽ പെരുമാറ്റം മറ്റൊരു വിധത്തിലാകുമായിരുന്നു. സമപ്രായക്കാരോടെന്നപോലെ. തികച്ചും സ്വാഭാവികവും ശാന്തവുമായി. ആഹ്ലാദമോ അമ്പരപ്പോ പ്രകടിപ്പിക്കാതെ. വാർധക്യവും യൗവനവും തമ്മിൽ കൂട്ടിമുട്ടുമ്പോഴത്തെ പ്രത്യേകമായൊരു സുഖമാണ്. അതു രണ്ടും വളരെ പ്രധാനപ്പെട്ട സംഗതിയാണ്. ഒരു കാലത്ത് തങ്ങൾക്ക് ചെറുപ്പമായിരുന്നു എന്നവർ ഓർക്കുന്നു. ഇപ്പോൾ പ്രായമേറെയായി എന്നും അറിയുന്നു. ജീവിതത്തിന്റെ അങ്ങേതലയ്ക്കലേക്ക് 40 വർഷങ്ങൾക്കപ്പുറത്തേക്ക് അവരുടെ ഓർമ്മകൾ മുറിച്ചുകടക്കുകയാണ്. തെല്ലു സങ്കോചത്തോടെ അവർ തുറക്കുകയാണ്, സ്വന്തം ലോകങ്ങൾ എന്റെ മുമ്പിൽ. എന്നെ വേദനിപ്പിക്കുകയോ വിഷമിപ്പിക്കുകയോ അരുതെന്ന കരുതൽ ആ വാക്കുകളിലുണ്ട്.

“യുദ്ധം കഴിഞ്ഞ ഉടനെയാണ് ഞാൻ വിവാഹം കഴിച്ചത്. ഭർത്താവിന്റെ പിറകിലായി ഞാൻ മറഞ്ഞുനിന്നു. എല്ലാ തിരക്കുകൾക്കും പിറകിൽ കുഞ്ഞുങ്ങളുടെ അടിക്കച്ചകൾക്കു പിറകിൽ എപ്പോഴും മറഞ്ഞിരിക്കാനായിരുന്നു തിടുക്കം. എന്റെ അമ്മയും അതുതന്നെ ഉപദേശിച്ചു. “ഒന്നും മിണ്ടണ്ട! മിണ്ടാതിരുന്നോളൂ അവരോടൊന്നും പറയേണ്ട.”

എന്റെ മാതൃഭൂമിയോടുള്ള കടമ ഞാൻ നിർവഹിച്ചു. എന്നാലും എനിക്കു സങ്കടമുണ്ട്. ഞാൻ അന്ന് അവിടെ ഉണ്ടായിരുന്നല്ലോ. എല്ലാം എനിക്കറിയാമല്ലോ. നിങ്ങൾക്കെത്ര ചെറുപ്പമാണ്. നിങ്ങളെയോർത്ത് ഞാൻ വ്യസനിക്കുന്നു...

തനിയെ ഇരുന്ന് സ്വന്തം മനസ്സിന്റെ വാക്കുകൾക്കായി അവർ കാതോർക്കുന്നത് പലപ്പോഴും ഞാൻ കാണാറുണ്ട്. സ്വന്തം ആത്മാവിന്റെ സ്വരങ്ങളും; ഞാൻ പറയുന്ന വാക്കുകളും. രണ്ടും തമ്മിൽ ചേർന്നുപോകുന്നില്ലേ എന്ന് അവർ ശ്രദ്ധിക്കുന്നതും ഞാനറിയാറുണ്ട്.

വർഷങ്ങൾ കഴിയുമ്പോൾ ഒരാൾ മനസ്സിലാക്കുന്നു, ജീവിതമെന്നാൽ ഇങ്ങനെയൊക്കെയാണെന്ന്, ഇപ്പോൾ ഒഴിഞ്ഞുപോകാനും യാത്രയാകാനുമുള്ള സമയമായി. അതു വേണമെന്നില്ല; ഒന്നും ബാക്കി വെക്കാതെ പൂർണമായും ഇല്ലാതാവുക സങ്കടംതന്നെ. ഒരു വീണ്ടുവിചാരവുമില്ലാതെ ഓടിക്കൊണ്ടിരിക്കുക. കുറെക്കഴിഞ്ഞ് തിരിഞ്ഞു നോക്കുമ്പോൾ മനസ്സിൽ വല്ലാത്തൊരു വെമ്പൽ. ജീവിതത്തെക്കുറിച്ച് എല്ലാം തുറന്നു പറയണം. ഒപ്പം ജീവിതമെന്ന ആ രഹസ്യത്തിന്റെ ആഴങ്ങളുമളക്കണം. സ്വന്തം മനസ്സിലുള്ള ചോദ്യങ്ങൾക്കുള്ള ഉത്തരങ്ങൾ കണ്ടെത്തണം. എന്തുകൊണ്ട് ഇതെല്ലാം എനിക്കു സംഭവിച്ചു? വിട്ടു പോവുകയാണല്ലോ എന്ന ചെറിയൊരു സങ്കടത്തോടെ നിങ്ങൾ എല്ലാം നോക്കിക്കാണുന്നു, ഏതാണ്ട് അക്കരെനിന്ന് എന്നവണ്ണം. ഇനി ആരേയും അവനവനെപോലും പറഞ്ഞുപറ്റിക്കേണ്ട ആവശ്യമില്ല. ആ കാര്യം നിങ്ങൾക്കു ബോധ്യമായിരിക്കുന്നു. മരണചിന്തയെ മാറ്റിനിർത്തി മനുഷ്യനെ മനസ്സിലാക്കാൻ സാധ്യമല്ല. മരണം ഒരു അദൃശ്യസാന്നിധ്യമായി എവിടേയും എല്ലായ്പോഴും പറ്റിനില്ക്കുന്നു.

ജീവിതത്തോട് ഏറ്റവും ചേർന്നുനില്ക്കുന്ന തീവ്രമായ ഒരനുഭവമാണ് യുദ്ധം. പഴയ ചരിത്രമാണെങ്കിൽപോലും. അത് ജീവിതത്തോളം തന്നെ അറ്റം കാണാനാവാത്തതുമാണ്.

ഒരിക്കൽ ഒരു സ്ത്രീ എന്നെ കാണാൻ വിസമ്മതിച്ചു. അവർ വ്യോമസേനയിലെ ഒരംഗമായിരുന്നു. ഫോണിലൂടെ അവർ പറഞ്ഞു, "എനിക്കാവില്ല... പഴയ കാര്യങ്ങളൊന്നും ഓർക്കാൻ എനിക്കു വയ്യ. മൂന്നുവർഷം ഞാൻ യുദ്ധരംഗത്തായിരുന്നു. ആ കാലമത്രയും ഞാനൊരു സ്ത്രീയാണെന്ന് എനിക്കു തോന്നിയിട്ടില്ല. എന്റെ സ്ത്രീശരീരം ഇല്ലാതായതുപോലെയായിരുന്നു. ആർത്തവകാലം എന്നൊന്നുണ്ടായില്ല. സ്ത്രീസഹജമായ തൃഷ്ണകളും ഇല്ലാതായി. ഞാൻ സുന്ദരിയായിരുന്നു. എന്റെ ഭാവി ഭർത്താവ് വിവാഹാഭ്യർത്ഥനയുമായി മുന്നോട്ടു വന്നിരുന്നു. അപ്പോഴേക്കും ഞാൻ ബർലിനിൽ എത്തിയിരുന്നു. Reichstagൽ വെച്ച്... അദ്ദേഹം പറഞ്ഞു, "യുദ്ധം അവസാനിച്ചു. നമ്മൾ ഇപ്പോഴും ജീവനോടെയുണ്ട്. നമ്മൾ ഭാഗ്യമുള്ളവരാണ്. നമുക്കു വിവാഹിതരാവാം."

എനിക്കു കരയണമെന്നു തോന്നി. ഒച്ചവെക്കണമെന്നു തോന്നി. അദ്ദേഹത്തെ തല്ലണമെന്നു തോന്നി. "വിവാഹമോ... ഇപ്പോഴോ? എന്താണുദ്ദേശിക്കുന്നത്? ഇതിന്റെയെല്ലാം നടുവിൽ വെച്ച് വിവാഹം കഴിക്കുകയോ? എങ്ങും കറുത്ത പുക... കരിപിടിച്ച ഇഷ്ടികക്കൂമ്പാരങ്ങൾ. എന്നെ നോക്കൂ... എങ്ങനെയിരിക്കുന്നുവെന്ന് കാണൂ. ആദ്യം എന്നെ ഒരു സ്ത്രീയായി മാറ്റിയെടുക്കൂ. എനിക്കു പൂക്കൾ സമ്മാനിക്കൂ... എന്നോടു നല്ല വാക്കുകൾ പറയൂ... പ്രണയപൂർവം പെരുമാറൂ. അതെല്ലാം എനിക്കു വേണം. ഞാൻ കാത്തിരിക്കുന്നത് അതിനു വേണ്ടിയാണ്."

അന്ന് അദ്ദേഹത്തെ ഞാൻ ശരിക്കും തല്ലിയേനെ. അദ്ദേഹത്തിന്റെ ഒരു കവിളാകെ തീപ്പൊള്ളി കറുത്ത് നീലച്ചിരുന്നു. ആ കണ്ണുകൾ

നിറഞ്ഞൊഴുകുന്നത് ഞാൻ കണ്ടു. അപ്പോഴും ഉണങ്ങാതെ കിടക്കുന്ന മുറിപ്പാടുകൾ നനഞ്ഞു കുതിർന്നു. എന്നിട്ടും... എനിക്കുതന്നെ വിശ്വസിക്കാനാവുന്നില്ല... ഞാൻ പറഞ്ഞു, "ശരി... ഞാൻ നിങ്ങളെ വിവാഹം കഴിക്കാം..."

"എന്നോടു പൊറുക്കൂ... എനിക്കിനിയും..."

അവരുടെ മനസ്സ് എനിക്കു മനസ്സിലായി. ഞാൻ എഴുതാൻ പോകുന്ന പുസ്തകത്തിലെ ഒരു താള് അല്ലെങ്കിൽ പകുതി താളെങ്കിലും ഇതിനെ കുറിച്ചായിരിക്കും.

എല്ലായിടത്തുനിന്നും പുസ്തകങ്ങളും വിവരണങ്ങളും. നഗരത്തിലെ അപ്പാർട്ടുമെന്റുകളിൽനിന്ന് നാട്ടിൻപുറങ്ങളിലെ കൊച്ചുവീടുകളിൽ നിന്ന് തെരുവുകളിൽനിന്ന്, തീവണ്ടിമുറികളിൽനിന്ന്, എല്ലാം ഞാൻ ശ്രദ്ധയോടെ കേൾക്കുന്നു. ഞാൻ തന്നെ വലിയൊരു ചെവിയായി മാറിയതുപോലെ. മറ്റുള്ളവർ പറയുന്നതു കേട്ടുകേട്ട് അവരുടെ ശബ്ദങ്ങൾ വായിച്ചെടുക്കുക എന്റെ ശീലമായിരിക്കുന്നു.

ഒരു മനുഷ്യൻ യുദ്ധത്തേക്കാൾ വലുതാണ്....

ആ മഹത്ത്വത്തിന്റെ നിമിഷങ്ങൾ, ഓർമ്മകൾ കൃത്യമായി സൂക്ഷിക്കുന്നു. ചരിത്രത്തേക്കാൾ ശക്തമായ എന്തോ ഒന്ന്. അതാണ് മനുഷ്യനെ മുന്നോട്ടു നയിക്കുന്നത്. എനിക്ക് മനസ്സ് കൂടുതൽ വിശാലമാക്കേണ്ടതുണ്ട്. എന്നാലേ ജീവിതത്തെയും മരണത്തെയുംകുറിച്ചുള്ള സത്യം സാമാന്യമായെങ്കിലും എഴുതി ധരിപ്പിക്കാനാവൂ. അത് യുദ്ധത്തെകുറിച്ചുള്ള സത്യം മാത്രമല്ല. ദസ്തയെവ്സ്കി ചോദിച്ച അതേ ചോദ്യം. ഒരു മനുഷ്യനിൽ എത്രത്തോളം മനുഷ്യനുണ്ട്? നമ്മുടെ ഉള്ളിലുള്ള മനുഷ്യനെ നമ്മൾ എങ്ങനെയാണ് കാത്തുസൂക്ഷിക്കേണ്ടത്? തിന്മകൾ ഏറ്റവും പ്രലോഭകാരികളാണ്, സംശയമില്ല. നന്മയേക്കാൾ സൂത്രശാലിയാണ് തിന്മ. അത് കൂടുതൽ ആകർഷകവുമാണ്.

യുദ്ധത്തിന്റെ അറ്റംകാണാ ആഴങ്ങളിലേക്ക് ഞാൻ ആണ്ടിറങ്ങുമ്പോൾ മറ്റെല്ലാംതന്നെ എന്റെ മുമ്പിൽ മങ്ങിപ്പോകുന്നു. സാധാരണത്തേക്കാൾ സാധാരണമായിത്തീരുന്നു. അത് പറഞ്ഞറിയിക്കാനാവാത്ത വലുപ്പമുള്ള, എല്ലാറ്റിനേയും വാരിവിഴുങ്ങാൻ തയ്യാറായി നില്ക്കുന്ന ഒരു ലോകമാണ്. എനിക്കിപ്പോൾ അറിയാനാവുന്നുണ്ട്. യുദ്ധരംഗത്തുനിന്നും തിരിച്ചുവരുന്നവർ അനുഭവിക്കുന്ന ഒറ്റപ്പെടലിന്റെ... ഏകാന്തതയുടെ വിങ്ങലുകൾ. മറ്റേതോ ഗ്രഹത്തിൽ നിന്നു തിരിച്ചുവന്ന ഒരു പ്രതീതി. മറ്റാർക്കും ഇല്ലാത്ത ഒരറിവ് ഈ മനുഷ്യന്റെയുള്ളിലുണ്ട്. ആ അറിവ് യുദ്ധഭൂമിയിൽനിന്നു മാത്രമേ നേടാനാകൂ. മരണത്തെ മുഖാമുഖം കണ്ടുനില്ക്കുമ്പോൾ.

അവൾ എന്തൊക്കെയോ തന്റെ വാക്കുകളിലേക്കു പകരാൻ ഭാവിക്കുന്നു. പക്ഷേ, ഉള്ളിൽ ഒരു വൻവിപത്തിന്റെ ഇരുണ്ട നിഴൽ. അവൾക്കു

മിണ്ടാനാവുന്നില്ല. പറയണമെന്നുണ്ട്. മറ്റുള്ളവർക്ക് അറിയണമെന്നുമുണ്ട്.... അവരെന്തു ചെയ്യാൻ! അവർ നിസ്സഹായരാണ്.

പറയുന്നവരും കേൾക്കുന്നവരും ഒരേ സ്ഥലകാലങ്ങളിലല്ല. പറയുന്നവരുടെ ചുറ്റുമുള്ളത് തികച്ചും അദൃശ്യമായ ഒരു ലോകമാണ്. ഒരു സംഭാഷണത്തിൽ മൂന്നുപേരെങ്കിലും പങ്കെടുക്കുന്നുണ്ട്. ഒന്ന് പറയുന്ന ആൾതന്നെ... രണ്ടാമത്തേത് കേട്ടിരിക്കുന്ന ഈ ഞാൻതന്നെ. ആ വർഷങ്ങളുടെ യാഥാർത്ഥ്യം സ്വയം തൊട്ടറിയുക. അതാണ് എന്റെ ഒന്നാമത്തെ ലക്ഷ്യം. അനാവശ്യമായ വികാരങ്ങളുടെ അകമ്പടി കൂടാതെ ആ ദിവസങ്ങളിലൂടെ സഞ്ചരിക്കണം. യുദ്ധം കഴിഞ്ഞ ഉടനെ ഒരു യുദ്ധത്തെക്കുറിച്ച് അവൾ സംസാരിച്ചിരിക്കാം. പതിറ്റാണ്ടുകൾ പിന്നിട്ട്, ഇപ്പോൾ. തീർച്ചയായും അതിൽ മാറ്റങ്ങളുണ്ടാകും. കാരണം ആ ഓർമ്മകളുടെ കൂടെ സ്വന്തം ജീവിതം കൂടി അവൾ സ്വാഭാവികമായും ചേർത്തുവെക്കും. ആ വർഷങ്ങളിൽ എങ്ങനെയാണ് ജീവിച്ചത്. ആരെയൊക്കെ കണ്ടു, എന്തൊക്കെ വായിച്ചു, എന്തെല്ലാം കാണാനിടയായി അവസാനം, താൻ സന്തോഷവതിയായിരുന്നെന്നോ അതോ സങ്കടപ്പെട്ടു കഴിയുകയായിരുന്നുവോ?

നമ്മൾ സ്വയം സംസാരിക്കുകയാണോ? അതോ പിറകിൽ വേറൊരാളുണ്ടോ? കുടുംബം? സുഹൃത്തുക്കൾ? അങ്ങനെയാണെങ്കിൽ അവർ ഏതു തരക്കാരാണ്? യുദ്ധരംഗത്തെ സുഹൃത്തുക്കൾ ഒരുകൂട്ടം. മറ്റുള്ളവരെല്ലാം തന്നെ വേറൊരു വിഭാഗം. ഞാൻ ശേഖരിച്ചിട്ടുള്ള രേഖകളെല്ലാം ജീവനുള്ളവയാണ്. അവയ്ക്ക് നമ്മളോടൊപ്പം തന്നെ മാറ്റങ്ങളും ഏറ്റക്കുറച്ചിലുകളുമുണ്ടാകുന്നു. അവരിൽനിന്നും കിട്ടാവുന്ന വസ്തുതകൾക്ക് ഒരവസാനമില്ല. വളരെ പുതുമയുള്ളതും ആവശ്യമുള്ളതുമായ സംഗതികൾ. കൃത്യമായി തത്സമയം എന്താണ് നമ്മൾ അന്വേഷിച്ചുകൊണ്ടിരിക്കുന്നത്? മഹാസംഭവങ്ങളും സാഹസകൃത്യങ്ങളുമൊന്നുമല്ല. നമുക്കുവേണ്ടത് കൊച്ചുകൊച്ച് അനുഭവങ്ങളാണ്. തികച്ചും മാനവീകമായ, ഹൃദയസ്പർശിയായ, കൗതുകമുണർത്തുന്ന സംഭവങ്ങൾ. ആവട്ടെ... എന്തിനെക്കുറിച്ച് കേൾക്കാനാണ് ഞാനേറ്റവും അധികം ആഗ്രഹിക്കുന്നത്? ഉദാഹരണത്തിന് പുരാതന ഗ്രീസിലെ ജനജീവിതത്തെക്കുറിച്ചോ? സ്പാർട്ടയുടെ ചരിത്രമോ?

എനിക്കു കേൾക്കേണ്ടത് ആളുകൾ സ്വന്തം വീട്ടിനുള്ളിൽ എന്തെല്ലാമാണ് സംസാരിച്ചിരുന്നത് എന്നാണ്. എന്തിനെക്കുറിച്ചാണ് അവർ സംസാരിച്ചിരുന്നത്? എങ്ങനെയാണ് അവർ യുദ്ധത്തിനു പോയത്? ആ അവസാന ദിവസം, അവസാനമായി അവർ പറഞ്ഞ വാക്കുകൾ എന്തായിരുന്നു? ആ അവസാന രാത്രി, പ്രിയപ്പെട്ടവരോട് യാത്ര പറഞ്ഞിറങ്ങവേ എന്തായിരുന്നു അവരുടെ മനസ്സിൽ? എങ്ങനെയാണ് അവർ വേണ്ടപ്പെട്ടവരെ യുദ്ധഭൂമിയിലേക്ക് യാത്രയാക്കിയത്? യുദ്ധത്തിനുപോയി തിരിച്ചുവരുന്നതും കാത്ത് എങ്ങനെയാണവർ നാൾ കഴിച്ചത്? പടത്തലവന്മാരും വീരയോദ്ധാക്കളുമായല്ല. സാധാരണ ചെറുപ്പക്കാരായി.

ആരും അറിയാത്ത ഒരു ദൃക്സാക്ഷി. എന്നാൽ യുദ്ധത്തിലെ പങ്കാളി... അവരുടെ കഥയിലൂടെ ചരിത്രം ഇതൾ വിടർത്തുന്നു. അതെ, അതിലെനിക്കു താത്പര്യം തോന്നുന്നു. അതിനെ ഒരു സാഹിത്യകൃതിയായി മാറ്റാൻ എനിക്കാഗ്രഹമുണ്ട്. എന്നാൽ വസ്തുതകൾ വിവരിക്കുന്നവർ വെറും സാക്ഷികൾ മാത്രമല്ല അവർ ആ കഥകളിലെ അഭിനേതാക്കളാണ്... ആ കഥയുടെ ശില്പികളുമാണ്. സാക്ഷികൾ എന്നത് ഏറ്റവും നിസ്സാരമായൊരു സ്ഥാനം മാത്രം. യാഥാർത്ഥ്യം - അതുവരെ ചെന്നെത്തുക സാധിക്കുന്ന കാര്യമല്ല. സത്യത്തിനും നമുക്കും ഇടയിൽ നമ്മുടേതായ വിചാരവികാരങ്ങളുടെ ഇടമതിലുകളുണ്ട്. അറിയാം, പലരുടേയും തനതായ കാഴ്ചപ്പാടുകളുമായാണ് ഞാൻ ഇടപെടുന്നത്. ഓരോന്നിനും അതിന്റേതു മാത്രമായ ശൈലിയും ഘടനയുമുണ്ട്. വിശാലമായ ആ പരപ്പിൽനിന്ന്, വൈവിധ്യങ്ങളിൽനിന്നാണ് അന്നത്തെ കാലവും മനുഷ്യരും ഉരുത്തിരിഞ്ഞുവരുന്നത്. എന്നാൽ അങ്ങനെയൊന്നും എന്റെ പുസ്തകത്തിൽ പറയാൻ ഞാനുദ്ദേശിക്കുന്നില്ല. അവരുടെ കഥാപുരുഷന്മാർ ശരിക്കും ഉള്ളവരാണ്. അതല്ലാതെ ഒന്നുമല്ല. ഇത് ചരിത്രമാണ്. വെറും ചരിത്രം മാത്രം.

യുദ്ധത്തെപറ്റിയല്ല ഞാൻ എഴുതുന്നത്. യുദ്ധത്തിലുണ്ടായിരുന്ന മനുഷ്യരെക്കുറിച്ചാണ്. യുദ്ധത്തിന്റെ ചരിത്രമല്ല ഞാനിവിടെ കുറിക്കുന്നത്. വിചാരവികാരങ്ങളുടെ ചരിത്രമാണ്. ഞാൻ വികാരങ്ങളുടെ ചരിത്രകാരിയാണ്. ഒരു വശത്ത് ഞാൻ ചില പ്രത്യേക മനുഷ്യരെ നിരീക്ഷിക്കുന്നു; ഒരു പ്രത്യേക കാലയളവിൽ ജീവിച്ച്, ചില പ്രത്യേക സംഭവങ്ങളിൽ ഭാഗഭാക്കായവർ. മറുവശത്ത് അവരിലുള്ള സ്ഥായിയായ മാനസിക വികാരങ്ങളേയും എനിക്ക് പ്രത്യേകമായി നിരീക്ഷിക്കേണ്ടതുണ്ട്. നിത്യതയുടെ പ്രകമ്പനങ്ങൾ. അത് എല്ലാ മനുഷ്യരിലും എല്ലാ കാലത്തുമുള്ളതാണ്.

അവർ എന്നോടു പറയുന്നു, ഓർമ്മകൾ... അത് ചരിത്രമല്ല. സാഹിത്യവുമല്ല. അത് തികച്ചും ജീവിതം തന്നെയാണ്. ഒരു കലാകാരന്റെ കൈയും അതിനെ അടുക്കിപ്പെറുക്കി വെച്ചിട്ടില്ല. സംസാരത്തിന്റെ അസംസ്കൃത പദാർഥങ്ങൾ അതിൽ ദിവസേന വന്നടിയുന്നു. ഇഷ്ടികകൾ പോലെ അവിടവിടെ ചിതറിക്കിടക്കുന്നു. വെറും ഇഷ്ടികകളുണ്ടായാൽ ക്ഷേത്രം പണിയാനാകുമോ? എന്നാൽ എന്നെ സംബന്ധിച്ചിടത്തോളം അതെല്ലാം വേറെയാണ്. എല്ലാം കൃത്യമായി മുന്നിലുണ്ട്. ഊഷ്മളമായ മനുഷ്യശബ്ദങ്ങളിൽ. കഴിഞ്ഞ കാലത്തിന്റെ ജീവസ്സാർന്ന പ്രതിബിംബങ്ങൾ. ആദിമമായ ആ ആനന്ദം അതിൽ മറഞ്ഞുകിടക്കുന്നു. മറികടക്കാനാവാത്ത ജീവിത ദുരന്തങ്ങൾ അവിടെ തുറന്നു കിടക്കുന്നു. അതിന്റെ സംഘർഷങ്ങൾ, മാനസിക ഭ്രാന്തികൾ, അതിന്റെ ദുർഗ്രാഹ്യത ആകുലത. അതെല്ലാം യഥാർത്ഥത്തിലുള്ളതാണ്. ഒരു തരത്തിലുള്ള കൈകടത്തലുകൾക്കും വിധേയമാകാത്തതാണ്.

നമ്മുടെതന്നെ വികാരങ്ങളിൽ നിന്നാണ് ഞാൻ ക്ഷേത്രങ്ങൾ പണിതുയർത്തുന്നത്. നമ്മുടെ ആഗ്രഹങ്ങളിൽനിന്ന്, ഇച്ഛാഭംഗങ്ങളിൽ

നിന്ന് സ്വപ്നങ്ങളിൽ നിന്ന് എന്നാൽ ഏതു നിമിഷവും വഴുതിപ്പോകാവുന്നതിൽ നിന്ന്...

ഒരിക്കൽകൂടി അതേ കാര്യത്തെക്കുറിച്ച്... എനിക്കു താത്പര്യം നമുക്കു ചുറ്റുമുള്ള യഥാർത്ഥ്യത്തിൽ മാത്രമല്ല, നമ്മുടെ ഉള്ളിലുള്ള യാഥാർത്ഥ്യത്തിലും കൂടിയാണ്. ആ സംഭവത്തെക്കുറിച്ചു മാത്രമല്ല എനിക്കുള്ള ജിജ്ഞാസ. അതിനോട് ബന്ധപ്പെട്ടു കിടക്കുന്ന വികാരങ്ങളും കൂടിയാണ്. അതായത് ആ സംഭവത്തിന്റെ ആത്മാവ് എന്ന് നമുക്കുപറയാം. എന്നെ സംബന്ധിച്ചിടത്തോളം വികാരങ്ങളാണ് സത്യം.

അപ്പോൾ ചരിത്രം? അത് തെരുവുകളിലാണ്, ജനക്കൂട്ടങ്ങൾക്കു നടുവിലാണ്. നമ്മുടെ ഓരോരുത്തരുടെ ഉള്ളിലും ഒരുതുണ്ട് ചരിത്രമുണ്ടെന്നാണ് എന്റെ വിശ്വാസം. ചിലപ്പോൾ ഒരു പേജിന്റെ പകുതിയോളം. അല്ലെങ്കിൽ രണ്ടോ മൂന്നോ പേജുകൾ. ഒരുമിച്ച് നമുക്ക് കാലത്തിന്റെ ആ പുസ്തകമെഴുതാം. നമുക്കോരോരുത്തർക്കും നമ്മുടേതായ വാസ്തവങ്ങളെ വിളിച്ചുവരുത്താം. ഭാവപ്പകർച്ചകളുടെ പേടിസ്വപ്നങ്ങൾ. എല്ലാം നമുക്ക് കേൾക്കേണ്ടതുണ്ട്. സ്വയം അതിൽ അലിഞ്ഞു ചേരണം. അതായിത്തീരണം. അതേസമയം കരുതിയിരിക്കുകയും വേണം, അതിൽ സ്വയം നഷ്ടപ്പെടാതിരിക്കാൻ. തെരുവിലെ ഭാഷയും സാഹിത്യ ഭാഷയും രണ്ടിനേയും വേണ്ടവിധം ചേർത്തിക്കൊണ്ടു പോകാനും ശ്രദ്ധവെക്കണം. പഴയകാല കാര്യങ്ങൾ നമ്മൾ വർത്തമാന കാല ഭാഷയിൽ പറയുന്നു എന്നതും ഒരു പ്രശ്നമാണ്. ആ കാലത്തെ വികാരങ്ങൾ ഏതുവിധത്തിലാണ് ഇന്നു നമ്മൾ പറഞ്ഞറിയിക്കേണ്ടത്?

രാവിലെതന്നെ ഒരു ഫോൺ. “നമ്മൾ തമ്മിൽ പരിചയമില്ല. ക്രിമിയയിൽ നിന്നാണ് ഞാൻ വരുന്നത്. ഞാൻ വിളിക്കുന്നത് തീവണ്ടി ആപ്പീസിൽ നിന്നാണ്. നിങ്ങളുടെ വീട്ടിൽ നിന്ന് വളരെ ദൂരെയാണ്. എനിക്ക് യുദ്ധത്തെക്കുറിച്ച്, എന്റെ യുദ്ധത്തെക്കുറിച്ച് സംസാരിക്കണമെന്നുണ്ട്...

“വാസ്തവമാണോ?”

എന്റെ കൊച്ചുമകളേയുംകൊണ്ട് ഞാൻ പാർക്കിൽ പോകാൻ തുടങ്ങുകയായിരുന്നു. അവൾക്ക് മെറിഗോ റൗണ്ടിലിരുന്ന് കളിക്കണം. ഈയിടെ അവളെന്നോടു ചോദിച്ചു, യുദ്ധമെന്നാൽ എന്താണെന്ന്? ഞാനെന്തു മറുപടി പറയാൻ? ഞാൻ ചെയ്യുന്നതെന്താണെന്ന് എങ്ങനെയാണ് ഒരാറുവയസ്സുകാരിയെ പറഞ്ഞു മനസ്സിലാക്കുക? ആർദ്രമായ ഒരു ഹൃദയത്തോടെ അവളെ ലോകത്തിലേക്കിറക്കി വിടാനാണ് ഞാൻ ആഗ്രഹിക്കുന്നത്. ഒരു പൂ കാണുമ്പോഴേക്കും വെറുതെ അത് പറിച്ചെടുക്കരുതെന്ന് ഞാൻ അവൾക്കു പറഞ്ഞുകൊടുക്കാറുണ്ട്. ഉറുമ്പിനെയായാലും പുഴുവിനെയായാലും ഞെരിച്ചുകൊല്ലുന്നത് ശരിയല്ലെന്നു ഞാൻ പഠിപ്പിച്ചിട്ടുണ്ട്. അവർക്കുമുണ്ട് നോവും വേദനയും. പൂത്തുമ്പികളെ പിടിച്ച് ചിറകൊടിച്ചു കളയുന്നതും ശരിയല്ല. അങ്ങനെയിരിക്കെ

യുദ്ധമെന്താണെന്ന് അവൾക്ക് ഞാൻ എങ്ങനെ പറഞ്ഞു കൊടുക്കാൻ? മരണമെന്താണെന്ന് എങ്ങനെയാണ് വിശദീകരിക്കേണ്ടത്? ആളുകൾ പരസ്പരം കൊല്ലുന്നതെന്തിനാണ് എന്ന ചോദ്യത്തിന് എന്താണുത്തരം പറയുക? അവർ അവളെപ്പോലെയുള്ള കൊച്ചുകുട്ടികളെക്കൂടി കൊന്നൊടുക്കുന്നു. നമ്മൾ, മുതിർന്നവരും ആ ഗൂഢസംഘത്തിന്റെ ഭാഗമാണ്. അവർ എന്താണ് പറയുന്നതെന്നു നമ്മൾ മനസ്സിലാക്കുന്നുണ്ട്. എന്നാൽ കുട്ടികളുടെ കാര്യം? യുദ്ധത്തിനുശേഷം എന്റെ അച്ഛനമ്മമാർ എങ്ങനെയോ അതെല്ലാം എനിക്കു വിവരിച്ചുതന്നു. പക്ഷേ, അതൊന്നും എന്റെ കുഞ്ഞിനോടു പറയാൻ എനിക്കാവില്ല. അതിനു പറ്റുന്ന വാക്കുകളും എനിക്കു കിട്ടുന്നില്ല. യുദ്ധത്തിനോടുള്ള ഇഷ്ടം കുറഞ്ഞു കുറഞ്ഞു വരികയാണ്. യുദ്ധത്തിനെ ന്യായീകരിക്കുക കൂടുതൽ കൂടുതൽ പ്രയാസകരമായി വരുന്നു. നമ്മളെ സംബന്ധിച്ചിടത്തോളം യുദ്ധം വെറും കൂട്ടക്കൊലയാണ്. എന്റെ നോട്ടത്തിൽ തീർച്ചയായും അതു മാത്രമാണ്.

കേൾക്കുമ്പോൾത്തന്നെ ഞെട്ടലുളവാക്കുന്ന, വെറുപ്പും വേണ്ടായ്മയും തോന്നിക്കുന്ന യുദ്ധം. അതിനെക്കുറിച്ചൊരു പുസ്തകമെഴുതാനാണ് ഞാൻ ആഗ്രഹിക്കുന്നത്. തികച്ചും ബുദ്ധിശൂന്യമായ ഒരു പ്രവൃത്തി. ആ പുസ്തകം വായിച്ചു പടത്തലവന്മാർക്കുപോലും മനം പിരട്ടലുണ്ടാവണം...

സ്ത്രീസഹജമായ എന്റെ യുക്തികൾ. എന്റെ ആൺസുഹൃത്തുക്കൾക്കൊക്കെ ഒരമ്പരപ്പ്. സ്ത്രീകളെപോലെയല്ല അവർ. വീണ്ടും ഞാൻ പുരുഷന്മാരുടെ വാദം കേൾക്കുന്നു. “നിങ്ങൾ യുദ്ധത്തിലുണ്ടായിരുന്നില്ല!” ഒരുപക്ഷേ, അത് നന്നായി. തീവ്രമായ ആ വെറുപ്പും വിദ്വേഷവുമൊന്നും എനിക്കറിയേണ്ടി വന്നിട്ടില്ലല്ലോ. എന്റെ കാഴ്ചപ്പാട് തികച്ചും സാധാരണ മട്ടിലുള്ളതാണ്. അതിന് യുദ്ധവുമായും പുരുഷനുമായും യാതൊരു ബന്ധവുമില്ല. “പ്രകാശ സംഭരണ ശക്തി” എന്നൊരാശയം പ്രകാശ ശാസ്ത്രത്തിലുണ്ട്. ലെൻസിൽ വീഴുന്ന പ്രതിബിംബത്തിനെ വലുതാക്കാനും ചെറുതാക്കാനുമുള്ള അതിന്റെ കഴിവാണത്. അങ്ങനെ നോക്കുമ്പോൾ സ്ത്രീകളുടെ ഓർമ്മകൾക്കാണ് കൂടുതൽ ശക്തി. പ്രത്യേകിച്ചും വേദനകളുടേയും സങ്കടങ്ങളുടേയും കാര്യമാവുമ്പോൾ. ‘പുരുഷൻ’മാരുടെ യുദ്ധത്തേക്കാൾ ഭയാനകമാണ് ‘സ്ത്രീകളു’ടെ യുദ്ധം എന്ന് ഞാൻ പറയും. പുരുഷന്മാർ ചരിത്രത്തിന്റേയും വസ്തുതകളുടേയും പിറകിലൊളിക്കും. ഒരു പ്രവൃത്തി എന്ന നിലയിൽ യുദ്ധം അവർക്കൊരു ഹരമാണ്. ആശയങ്ങൾ തമ്മിലും താത്പര്യങ്ങൾ തമ്മിലുമുള്ള ഏറ്റുമുട്ടലുകൾ അവരെ ആവേശം കൊള്ളിക്കുന്നു. അതേസമയം സ്ത്രീകളെപ്പോഴും വികാരങ്ങളുടെ വലയിലാണ്. വേറൊരു കാര്യം... പുരുഷന്മാരെ കുട്ടിക്കാലം മുതലേ പരിശീലിപ്പിച്ചുവരുന്നതാണ്, ആവശ്യം വരികയാണെങ്കിൽ തോക്കുപയോഗിക്കാൻ. ആ പരിശീലനം സ്ത്രീകൾക്കു നല്കാറില്ല. ഒരു പ്രവൃത്തിക്കായി ആരും അവരെ തയ്യാറാക്കുന്നില്ല. അവരുടെ ആലോചനകൾ മറ്റു പലതുമാണ്. അവർ

ചിന്തിക്കുന്നതും വ്യത്യസ്തമായ രീതിയിലാണ്. പുരുഷന്റെ കണ്ണിൽ പ്പെടാതെ പോകുന്ന പലതും അവരുടെ കണ്ണുകൾ കണ്ടെടുക്കുന്നു. ഒരിക്കൽക്കൂടി ഞാൻ പറയട്ടെ. സ്ത്രീകളുടെ യുദ്ധത്തിന് നിറവും മണവുമുണ്ട്. നിലനിന്നുപോകാനുള്ള ബദ്ധപ്പാടിന്റെ വിശദമായൊരു വിവരമാണ് അവരുടേത്. "അവർ ഞങ്ങൾക്ക് വലിയ ചാക്കുകൾ തന്നു. ഞങ്ങൾ അവ വെട്ടി പാവാടകൾ തുന്നിയുണ്ടാക്കി."

"പട്ടാളത്തിലേക്ക് ആളെ എടുക്കുന്ന ആപ്പീസിലേക്ക് ഒരു വാതിലിലൂടെ ഞാൻ അകത്തുകടന്നു. എന്നാൽ മറ്റേവാതിലിലൂടെ പുറത്തേക്കു വന്നപ്പോഴേക്കും എന്റെ വേഷം മാറിക്കഴിഞ്ഞിരുന്നു. സ്കർട്ടിനും ബ്ലൗസിനും പകരം ഞാൻ മിലിട്ടറി ഷർട്ടും ട്രൗസറുമാണ് ധരിച്ചിരുന്നത്. മെടഞ്ഞിട്ടിരുന്ന മുടി വെട്ടി ചെറുതാക്കിയിരുന്നു. നെറ്റിയിൽ മാത്രം. ഒരു കൊച്ചു മുടിച്ചുരുൾ വീണു കിടന്നിരുന്നു."

"ജർമൻകാർ ഗ്രാമം മുഴുവൻ വെടിവെച്ചു നിരപ്പാക്കി കടന്നുപോയി. ഞങ്ങൾ അവിടെ എത്തിയപ്പോൾ... ആകെ ചവിട്ടി മെതിച്ച മഞ്ഞ മണൽ. അതിന്റെ മുകളിലായി ഒരു ചെറിയ കുട്ടിയുടെ ഷൂസ്." അവർ (പ്രത്യേകിച്ചും പുരുഷന്മാരായ എഴുത്തുകാർ) പലതവണ എനിക്ക് മുന്നറിയിപ്പു തന്നിരുന്നു.

"സ്ത്രീകൾ നിങ്ങൾക്കുവേണ്ടി സംഗതികൾ കണ്ടുപിടിക്കും. പലതരം കഥകൾ." എന്നാലും എനിക്കു തീർച്ചയുണ്ട്, അങ്ങനെയുള്ള കഥകൾ ആർക്കും കെട്ടിച്ചമയ്ക്കാനാവില്ല. ആരിൽനിന്നാണ് അവർ അതൊക്കെ പകർത്തിയെടുക്കുക? പകർത്താനാവുമെങ്കിൽ അത് ജീവിതത്തിൽ നിന്നു മാത്രമാകും. ജീവിതത്തിൽ മാത്രമേ അതുപോലെയുള്ള കാല്പനികതകൾ കാണൂ.

സ്ത്രീകൾ യുദ്ധത്തെക്കുറിച്ച് എന്തെല്ലാം പറഞ്ഞാലും ആ ഒരു ചിന്ത അവരുടെ മനസ്സിൽ പറ്റി നില്ക്കുന്നുണ്ട്. ഒന്നാമതായി യുദ്ധം കൊലയാണ്. രണ്ടാമതായി അതികഠിനമായ അധ്വാനവും. അതു കഴിഞ്ഞാൽ സാധാരണ ജീവിതം. പാട്ടും പ്രണയവും തലമുടി ചുരുളുകളാക്കലും.

എല്ലാത്തിന്റേയും നടുവിലായി അതുണ്ട്; എപ്പോഴും മരിക്കുക. എത്ര ദുസ്സഹമാണ്. ആലോചിക്കാനേ വയ്യ. എന്നാൽ അതിലും എത്രയോ ദുസ്സഹമാണ്, ആലോചിക്കാനാവാത്തതാണ് ഒരാളുടെ ജീവനെടുക്കൽ. കാരണം, സ്ത്രീ ജീവൻ നല്കുന്നവളാണ്. ജീവനെ സ്വന്തം ഉദരത്തിൽ ചുമന്ന്, മുലയൂട്ടി പരിചരിച്ച് വളർത്തി വലുതാക്കുന്നവൾ. എത്രയോ വർഷങ്ങൾ. എനിക്കറിയാം, ഒരാളെ കൊല്ലുക പുരുഷന്മാരേക്കാൾ പ്രയാസമാണ് സ്ത്രീക്ക്.

ഇഷ്ടമില്ലാതെയാണെങ്കിലും സ്ത്രീകളെ പുരുഷന്മാർ തങ്ങളുടെ ലോകത്തിലേക്കു പ്രവേശിപ്പിച്ചു. അവരുടേതു മാത്രമായിരുന്ന ഒരു ലോകത്തിലേക്ക്.

മിൻസികിലെ ട്രാക്ടർ ഫാക്ടറിയിൽ ഞാൻ ഒരു സ്ത്രീയെ അന്വേഷിച്ചു ചെന്നു. അവർ യുദ്ധകാലത്ത് ഒളിപ്പോരാളികളുടെ കൂട്ടത്തിലായിരുന്നു. വെടിവെപ്പുകാരി തന്നെ. ആ നിലയ്ക്ക് അവർ വളരെ പ്രസിദ്ധി നേടിയിരുന്നു. യുദ്ധരംഗത്തുനിന്നുള്ള പത്രങ്ങൾ അവരുടെ സേവനത്തെ പ്രകീർത്തിച്ച് പലകുറി ലേഖനങ്ങൾ എഴുതിയിരുന്നു. മോസ്കോയിൽ താമസിക്കുന്ന അവരുടെ സ്നേഹിതയിൽ നിന്നാണ് എനിക്കവരുടെ ഫോൺ നമ്പർ കിട്ടിയത്. പക്ഷേ, അത് കുറെ പഴയതായിരുന്നു. അതുപോലെ, അവരുടെ കുടംബപ്പേരെഴുതിയിരുന്നതും വിവാഹത്തിനു മുമ്പുള്ളതായിരുന്നു. ഏതായാലും ഞാൻ നേരെ അവർ ജോലി ചെയ്യുന്ന ഫാക്ടറിയിലേക്കു ചെന്നു. പേഴ്സണൽ ഡിപ്പാർട്ടുമെന്റിൽ അന്വേഷിച്ചു. വകുപ്പുമേധാവിയേയും ഫാക്ടറിയിലെ ഡയറക്ടറേയും കണ്ടു. കാര്യം പറഞ്ഞപ്പോൾ രണ്ടുപേരും എന്നോടു ചോദിച്ചു:

"യുദ്ധത്തിൽ പങ്കെടുത്ത പുരുഷന്മാർ വേണ്ടത്രയുണ്ടല്ലോ? പിന്നെ എന്തിനാണ് നിങ്ങൾ സ്ത്രീകളെ തിരക്കുന്നത്? അല്ലെങ്കിലും അവർ പറയുന്ന കഥകളേറെയും സങ്കല്പത്തിന്റെ നിറം കലർന്നതാകും. സ്ത്രീകൾ പറയുമ്പോൾ യുദ്ധകാര്യങ്ങൾ വളച്ചൊടിക്കപ്പെട്ടാലോ എന്നായിരുന്നു പുരുഷന്മാരുടെ പേടി.

ഞാൻ ഒരു കുടുംബം സന്ദർശിച്ചു... ഭർത്താവും ഭാര്യയും യുദ്ധത്തിൽ പങ്കെടുത്തിരുന്നു. യുദ്ധരംഗത്താണ് അവർ കണ്ടുമുട്ടിയത്. പിന്നീട് വിവാഹിതരായി, അവിടെ വെച്ചുതന്നെ.

"ടെർമിനലിനകത്തുവെച്ചാണ് ഞങ്ങൾ ഞങ്ങളുടെ വിവാഹമാഘോഷിച്ചത്. യുദ്ധം തുടങ്ങുന്നതിന് തൊട്ടുമുമ്പ്. ഒരു ജർമ്മൻ പാരച്യൂട്ട് വെട്ടിയാണ് ഞാൻ വിവാഹവസ്ത്രം തുന്നിയത്. വെള്ള നിറത്തിലൊരു ഗൗൺ." ഭർത്താവ് ഒരു യന്ത്രത്തോക്കുകാരനായിരുന്നു. അവർ സൈന്യങ്ങളെ തമ്മിൽ കൂട്ടിച്ചേർക്കുന്ന വിഭാഗത്തിലാണ് (liasion). ജോലി നോക്കിയിരുന്നത്. ഞാൻ ചെന്നതും ഭർത്താവ് ഭാര്യയെ അടുക്കളയിലേക്കയച്ചു. ഞങ്ങൾക്കു കഴിക്കാൻ എന്തെങ്കിലും തയ്യാറാക്കൂ."

കെറ്റിലിൽ വെള്ളം തിളയ്ക്കുന്നുണ്ടായിരുന്നു. അവർ പെട്ടെന്നു തന്നെ നല്ല സാൻവിച്ചുമുണ്ടാക്കി. എല്ലാം ഞങ്ങളുടെ മുന്നിൽ കൊണ്ടുവെച്ച് അവരും കൂടെ ഇരുന്നു. എന്നാൽ അദ്ദേഹം ഭാര്യയെ അപ്പോൾ ത്തന്നെ എഴുന്നേല്പിച്ചു. "സ്ട്രോബെറീസ് എവിടെ? എടുത്തു കൊണ്ടുവരൂ. നാട്ടിൻപുറത്തുനിന്നും കൊണ്ടുവന്ന മധുരപലഹാരവുമെടുത്തോളൂ."

പലതവണ ഞാൻ പറഞ്ഞതിനു ശേഷമാണ് അദ്ദേഹം സ്വസ്ഥാനത്തു നിന്നെഴുന്നേറ്റത്. അപ്പോഴും ഭാര്യയെ ഓർമ്മിപ്പിച്ചു. "എല്ലാം ഞാൻ പറഞ്ഞുതന്നതു പോലെ പറഞ്ഞോളൂ."

അവിടെനിന്ന് മാറാൻ അദ്ദേഹത്തിനൊട്ടും മനസ്സുണ്ടായിരുന്നില്ല.

"കരച്ചിലും പിഴിച്ചിലുമൊന്നും വേണ്ട; അനാവശ്യ കാര്യങ്ങൾ പറഞ്ഞ് സമയവും കളയണ്ട. സൗന്ദര്യം സംരക്ഷിക്കാൻ എത്രമാത്രം

മോഹമുണ്ടായിരുന്നു, മുടി മുറിച്ചുകളഞ്ഞപ്പോൾ എത്രനേരം കരഞ്ഞു; അതിലേക്കൊന്നും കടക്കണ്ട."

പിന്നീടവർ ഒച്ച ഒതുക്കി എന്നോടു പറഞ്ഞു. "ഇന്നലെ രാത്രി അദ്ദേഹവും എന്നോടൊപ്പമിരുന്നു വായിച്ചു...

"സ്വരാജ്യത്തിനുവേണ്ടിയുള്ള മഹായുദ്ധത്തിന്റെ ചരിത്രം. വലിയ പരിഭ്രമമായിരുന്നു. ഓർമ്മയില്ലാതെ നിങ്ങളുടെ മുന്നിൽ എന്തെങ്കിലും അബദ്ധം ഞാൻ വിളമ്പിയാലോ എന്ന്. പറയേണ്ടതുപോലെ പറഞ്ഞില്ലെങ്കിലോ എന്ന്."

ഇതൊരു ഒറ്റപ്പെട്ട സംഭവമായിരുന്നില്ല. പലപ്പോഴും ഇങ്ങനെയൊക്കെ സംഭവിക്കാറുണ്ട്, പല വീടുകളിലും.

ശരിയാണ്. അവർ ധാരാളം കരയും. ഒച്ചവെക്കും. ഞാൻ സ്ഥലം വിട്ടതിനുശേഷം ഹൃദയം ശാന്തമാകാനുള്ള ഗുളികകൾ വിഴുങ്ങും. ചിലപ്പോൾ ആംബുലൻസും വിളിക്കും. എന്നാലും അവരെന്നോടപേക്ഷിക്കും. "വരണം. നിശ്ചയമായും വരണം. എത്ര കാലമായി ഞങ്ങൾ മിണ്ടാതിരിക്കുന്നു... നാല്പതുകൊല്ലം..."

എനിക്കു മനസ്സിലാവുന്നുണ്ട്. കണ്ണീരും കരച്ചിലും കാലംകൊണ്ട് പാകപ്പെടുത്തി എടുക്കാനാവുന്നതല്ല. ആയിരുന്നുവെങ്കിൽ ആ 'പാകപ്പെടുത്തലാ'കുമായിരുന്നു പ്രധാന വിഷയം. ജീവിതത്തിനു പകരം സാഹിത്യമാണ് നമുക്കായി ബാക്കിയായിരിക്കുന്നത്. നമുക്കു ലഭിച്ചിട്ടുള്ള വസ്തുതകൾ ആ വിധത്തിലാണ്. അതിനു യോജിച്ചതാണ് അതിന്റെ താപനിലയും. എഴുതപ്പെട്ട രേഖകളിലൊന്നും ഒരിക്കലും അതു കടന്നു വന്നിട്ടില്ല. ഒരു വ്യക്തി പൂർണമായും മറനീക്കി കാണപ്പെടുന്നത് യുദ്ധത്തിലാണ്. ഒരുപക്ഷേ, പ്രണയത്തിലും. ജീവിതത്തിന്റെ ആഴങ്ങൾ. ഉൾത്താളങ്ങൾ. ഒക്കെ അപ്പോഴാണ് വെളിച്ചത്തുവരിക. മരണം മുന്നിലെത്തുമ്പോൾ എല്ലാ ആദർശങ്ങളുടെയും ഒളി മങ്ങുന്നു. പിന്നെ മുന്നിലുള്ളത് സങ്കല്പാതീതമായ നിത്യതയാണ്. അതിലേക്കു പ്രവേശിക്കാനോ ഒരാളും തയ്യാറെടുത്തിട്ടുമുണ്ടാവില്ല. നമ്മൾ ജീവിക്കുന്നത് ഇപ്പോഴും ചരിത്രത്തിലാണ്. പ്രപഞ്ചത്തിലല്ല.

ഞാൻ തയ്യാറാക്കി അയച്ച ലേഖനങ്ങൾ പലപ്പോഴും സ്ത്രീകൾ തിരിച്ചയച്ചു, ഏതാനും അടിക്കുറിപ്പുകളോടെ. "നിസ്സാരമായ വിശദാംശങ്ങൾ ഒഴിവാക്കാം. നമ്മുടെ മഹത്തായ വിജയത്തെ കുറിച്ചുമാത്രം എഴുതിയാൽ മതി."

എന്നാൽ അവർ സൂചിപ്പിച്ച ആ "നിസ്സാരമായ വിശദാംശങ്ങൾ" എന്നെ സംബന്ധിച്ചിടത്തോളം ഏറ്റവും പ്രധാനം അതാണ്. ജീവിതത്തിന്റെ ചൂടും വെളിച്ചവും നിറഭംഗിയും. മുടി മുഴുവൻ പറ്റെ വെട്ടിയപ്പോഴും നെറ്റിയിലേക്കു വീണുകിടന്ന ആ മുടിച്ചുരുൾ. കെറ്റിൽ നിറയെ ചൂടുള്ള സൂപ്പും കാഷയും. പക്ഷേ, അതാരും രുചിച്ചുനോക്കുക പോലും ചെയ്യുന്നില്ല. കാരണം, പടയ്ക്കുപോയ നൂറുപേരിൽ ഏഴു പേർ മാത്രമാണ്

തിരിച്ചുവന്നിരിക്കുന്നത്. യുദ്ധത്തിനുശേഷം കടയിൽനിന്ന് ആർക്കും ഇറച്ചി വാങ്ങാൻ സാധിക്കുന്നില്ല അങ്ങോട്ടു നോക്കുകപോലും പ്രയാസം. ചുവന്ന മാംസം മാത്രമല്ല, ചുവന്ന തുണിപോലും കണ്ടാൽ മുഖം താനേ തിരിച്ചുപോകുന്നു.

"എന്റെ മോളേ... കൊല്ലം നാല്പതു കഴിഞ്ഞു. ഇന്നും എന്റെ വീട്ടിൽ ചുവന്ന നിറത്തിലൊന്നുംതന്നെ നിനക്കു കാണാനാവില്ല. യുദ്ധം തുടങ്ങിയതു മുതൽ എനിക്ക് ചുവപ്പിനോട് വെറുപ്പാണ്. കഠിനമായ വെറുപ്പ്."

ആ വേദന ഞാൻ ശ്രദ്ധിച്ചു കേൾക്കുന്നു. കഴിഞ്ഞ കാലത്തിന്റെ തെളിവ് ആ വേദന തന്നെയാണ്. വേറെ തെളിവുകളൊന്നുമില്ല. മറ്റു തെളിവുകളിൽ എനിക്കു വിശ്വാസവുമില്ല. വാക്കുകൾ ഒന്നിലധികം തവണ നമ്മളെ സത്യത്തിൽനിന്നും അകറ്റിക്കൊണ്ടുപോയിട്ടുണ്ട്.

അറിവിന്റെ പരമമായ രൂപമായിട്ടാണ് ഞാൻ വേദനയെ കാണുന്നത്. അതിന് ജീവിതത്തിന്റെ നിഗൂഢതയുമായി നേരിട്ട് ബന്ധമുണ്ട്. റഷ്യൻ സാഹിത്യം മുഴുവൻ അതിനെക്കുറിച്ചുള്ളതാണ്. പ്രണയത്തേക്കാൾ കൂടുതലായി ദുഃഖത്തെക്കുറിച്ചാണ് അതിൽ പ്രതിപാദിച്ചിട്ടുള്ളത്.

അതിനെക്കുറിച്ച് കൂടുതലായി ഈ സ്ത്രീകൾ എനിക്കു പറഞ്ഞു തരുന്നു...

അവരാരായിരുന്നു? റഷ്യക്കാരോ സോവിയറ്റുകാരോ? അല്ല. അവർ സോവിയറ്റുകാരായിരുന്നില്ല. അവർ റഷ്യക്കാരും ബെലോറഷ്യക്കാരുമായിരുന്നു. ഉക്രേനിയക്കാരും താജിക്കുകളുമായിരുന്നു.

എന്നാലും സോവിയറ്റ് ജനത എന്നൊന്നുണ്ടായിരുന്നു. അങ്ങനെ കുറെ പേർ ഇനി എപ്പോഴെങ്കിലുമുണ്ടാവുമെന്ന് എനിക്കു തോന്നുന്നില്ല. അത് അവർക്കുതന്നെയും ഇപ്പോൾ ബോധ്യമായിരിക്കുന്നു. അവരുടെ മക്കളായ ഞങ്ങൾപോലും ഇന്ന് വ്യത്യസ്തരാണ്. ഞങ്ങൾ മറ്റെല്ലാവരേയും പോലെയാകണം. ഞങ്ങളുടെ അച്ഛനമ്മമാരെപോലെയല്ല, ലോകത്തിലെ മറ്റു ജനങ്ങളെപോലെ പേരക്കുട്ടികളെക്കുറിച്ച് എടുത്തു പറയേണ്ടതുമില്ല...

എന്നാലും അവരെ ഞാൻ വളരെയധികം സ്നേഹിക്കുന്നു. ബഹുമാനിക്കുന്നു. അവർ സ്റ്റാലിനേയും ഗുലാഗിനേയും* സഹിച്ചവരാണ്. പക്ഷേ, അവർ യുദ്ധത്തിലെ വിജയവും അനുഭവിച്ചു. അതവർക്ക് അറിയുകയും ചെയ്യാം.

അടുത്തിടെ എനിക്കൊരു കത്തു കിട്ടി.

---

* 1918–ൽ ആരംഭിച്ച നിർബന്ധിത തൊഴിൽ ക്യാമ്പ്. ശിക്ഷാനടപടികളുടെ ഭാഗമായിരുന്നു

"എന്റെ മകളെ ഞാൻ വളരെയധികം സ്നേഹിക്കുന്നു. അവളുടെ കണ്ണിൽ ഞാനൊരു ധീരവനിതയാണ്. നിങ്ങളുടെ പുസ്തകം വായിക്കാനിടയായാൽ അവൾക്ക് വലിയ നിരാശ തോന്നുമെന്ന് തീർച്ച. അഴുക്കും പേനും മൂട്ടയും. അവസാനമില്ലാത്ത രക്തച്ചൊരിച്ചിലും... അതെല്ലാം ശരിയാണ്. ഒന്നും ഞാൻ നിഷേധിക്കുന്നില്ല. ആ പഴയകാല സ്മരണകൾ കൂടുതൽ ഉത്കൃഷ്ടമായ വികാരങ്ങളെ ജനിപ്പിക്കുമോ? ഒരാളെ മഹത്തായ കാര്യങ്ങൾ നിർവഹിക്കാൻ ഒരുക്കിയെടുക്കുമോ?"

ഒന്നിലധികം തവണ അതെനിക്ക് ബോധ്യപ്പെട്ടിട്ടുണ്ട്.

... നമ്മുടെ ഓർമ്മ ഒരു മാതൃകാഉപകരണമല്ല. അതിൽനിന്നും ഏറെ അകലെയാണ് അതിന്റെ സ്ഥാനം. ഒരു നായയെപ്പോലെ അതിനെ കാലത്തോട് ചേർത്തുകെട്ടിയിരിക്കുകയാണ്. അതിന്റെ പ്രകൃതം ചഞ്ചലമാണ്. കാലത്തിനൊപ്പം മാറുന്നതുമാണ്.

....ഇന്നിൽനിന്നു നമുക്ക് ഇന്നലെകളെ നോക്കിക്കാണാനാവൂ. വേറൊരു സ്ഥാനത്തുനിന്നും നമുക്ക് അങ്ങോട്ട് കണ്ണു തിരിക്കാനാവില്ല.

....തങ്ങൾക്കു സംഭവിച്ചതുമായി അവരും പ്രണയത്തിലാണ്. കാരണം, അത് യുദ്ധം മാത്രമല്ല അവരുടെ യൗവനകാലവും കൂടിയാണ്. അവരുടെ ആദ്യ പ്രണയം.

അവർ സംസാരിക്കുമ്പോൾ ഞാൻ കാതോർത്തിരിക്കുന്നു... അവർ നിശ്ശബ്ദരാകുമ്പോഴും ഞാൻ ശ്രദ്ധയോടെ കേട്ടുകൊണ്ടിരിക്കുന്നു.... അവരുടെ വാക്കുകളും മൗനവും. രണ്ടും ഒരുപോലെ എനിക്കു വിലപ്പെട്ടതാണ്.

-ഇത് അച്ചടിക്കാനുള്ളതല്ല. നിങ്ങൾക്കു മാത്രമുള്ളതാണ്. കൂടുതൽ പ്രായമായവർ. തീവണ്ടിയിൽ അവർ മൗനത്തിന്റെ ആഴങ്ങളിൽ ആണ്ടിരുന്നു... വിഷാദം. ഓർക്കുന്നു. ഒരു രാത്രി എല്ലാവരും ഉറങ്ങിക്കിടക്കെ ഒരു മേജർ സ്റ്റാലിനെപ്പറ്റി പറയാൻ തുടങ്ങി. അദ്ദേഹം കുറെ അധികം മദ്യം അകത്താക്കിയിരുന്നു. യാതൊരു പേടിയും കൂടാതെയുള്ള വർത്തമാനം. തുറന്നു പറഞ്ഞു, തന്റെ അച്ഛൻ പത്തു വർഷത്തോളം ലേബർ ക്യാമ്പുകളിൽ കഴിച്ചുകൂട്ടിയെന്ന്. പുറത്ത് ഒരാളുമായും ബന്ധപ്പെടാൻ അനുവാദമുണ്ടായിരുന്നില്ല. അച്ഛൻ ജീവനോടെയുണ്ടോ അതോ മരിച്ചുവോ? അതുപോലും ആർക്കും അറിയുമായിരുന്നില്ല. തീവ്രമായ വാക്കുകളാണ് അന്ന് ആ മേജറുടെ വായിൽനിന്ന് വീണത്. "മാതൃഭൂമിയെ കാക്കാനായി ഞാൻ യുദ്ധം ചെയ്യും. എന്നാൽ വിപ്ലവത്തെ വഞ്ചിച്ച ആ ദേശദ്രോഹി സ്റ്റാലിനുവേണ്ടി ഞാൻ പടവെട്ടുകയില്ല." അങ്ങനെയുള്ള വാക്കുകൾ ഞാനൊരിക്കലും കേട്ടിരുന്നില്ല. ഞാൻ വല്ലാതെ ഭയന്നുപോയി. ഭാഗ്യം, നേരം പുലർന്നതോടെ അദ്ദേഹത്തെ കാണാതായി. ഇടയിലെവിടെയെങ്കിലും ഇറങ്ങിപ്പോയിരിക്കാം.

-ഞാൻ നിങ്ങളോട് രഹസ്യമായി പറയാം... ഞാനും ഓക്സാനയും ചങ്ങാതിമാരായിരുന്നു. അവൾ ഉക്രേനിൽ നിന്നായിരുന്നു. ഉക്രേനിലെ

കൊടുംപട്ടിണിയെക്കുറിച്ച് അവളിൽ നിന്നാണ് ഞാൻ ആദ്യമായി കേട്ടത്. ഗോലോഡോമോർ* ഒരു തവളയേയൊ എലിയെപോലുമോ കാണാൻ കിട്ടിയിരുന്നില്ല. എല്ലാറ്റിനേയും ജനങ്ങൾ പിടിച്ചു തിന്നുകഴിഞ്ഞിരുന്നു. അവൾ താമസിച്ചിരുന്ന പ്രദേശത്തെ ജനസംഖ്യയിൽ പകുതിയോളം മരണമടഞ്ഞു. അവളുടെ അച്ഛനമ്മമാരും അനുജന്മാരുമെല്ലാം മരിച്ചു. പക്ഷേ, അവൾ ജീവൻ നിലനിർത്തി അവിടെയുള്ള കുതിരലായത്തിൽനിന്നും കുതിരച്ചാണകം രാത്രി കട്ടുകൊണ്ടുവന്ന് കഴിച്ച് വിശപ്പടക്കി. ഒരാൾക്കും തിന്നാൻ പറ്റാത്ത സാധനം. എന്നാലും അവൾ അതകത്താക്കി. "ചൂടോടെ... തീരെ സഹിക്കാനാവില്ല. തണുത്താറിയാൽ എങ്ങനെയെങ്കിലും തിന്നാം. തണുത്തു മരവിച്ചാൽ ഏറ്റവും നന്നായി. വൈക്കോലിന്റെ മണമാണ്." അവൾ പറഞ്ഞു.

"ഒക്സാന." ഞാൻ ചോദിച്ചു. "സഖാവ് സ്റ്റാലിൻ യുദ്ധം ചെയ്യുകയാണല്ലോ. അട്ടിമറിക്കാരെയൊക്കെ അദ്ദേഹം പാടേ ഇല്ലാതാക്കുന്നു... പക്ഷേ, അവരുടെ എണ്ണം എത്ര അധികമാണ്. "അല്ല..." അവൾ പറഞ്ഞു. "നീയൊരു വിഡ്ഢിയാണ്. എന്റെ അച്ഛൻ ഒരു ചരിത്രാധ്യാപകനായിരുന്നു. അദ്ദേഹം പറഞ്ഞിട്ടുണ്ട്... ഒരുനാൾ സഖാവ് സ്റ്റാലിന് ഈ കുറ്റങ്ങൾക്കൊക്കെ ഉത്തരം പറയേണ്ടിവരും."

രാത്രി ഞാനവിടെ കിടന്ന് ആലോചിച്ചു. ഒരുപക്ഷേ, ഒക്സാന ശത്രുപക്ഷത്തായിരിക്കുമോ? എങ്കിൽ എന്തുചെയ്യാൻ? ചാരപ്പണി? രണ്ടു ദിവസം കഴിഞ്ഞപ്പോഴേക്കും അവൾ കൊല്ലപ്പെട്ടു, യുദ്ധത്തിനിടയ്ക്ക്. കുടുംബം എന്നു പറയാൻ അവൾക്കാരുമുണ്ടായിരുന്നില്ല. "മരണമറിയിപ്പ്" ആരുടെ പേരിലും അയയ്ക്കേണ്ടിവന്നില്ല...

ഈ വിഷയം ഞാൻ വളരെ അപൂർവമായേ സ്പർശിക്കാറുള്ളൂ. അതും ഏറ്റവും ശ്രദ്ധാപൂർവം മാത്രം. സ്റ്റാലിന്റെ കൺകെട്ടുവിദ്യയും ഭീഷണിയും. അവരുടെയൊന്നും മരവിപ്പ് ഇനിയും മാറിയിട്ടില്ല. മുമ്പ് ഭരണാധികാരികളിൽ തങ്ങൾക്കുണ്ടായിരുന്ന വിശ്വാസം അതും അവരുടെ ചിന്തകളെ സ്തംഭിപ്പിക്കുന്നു. പണ്ട് ഇഷ്ടമായിരുന്നതിനെ അവർ ഇപ്പോഴും ഇഷ്ടപ്പെട്ടുകൊണ്ടിരിക്കുന്നു. അതിൽനിന്നും വിട്ടുമാറാൻ അവർക്കാവുന്നില്ല. യുദ്ധത്തിലെ ധൈര്യം. ചിന്തകളെ പ്രതിയുള്ള ധൈര്യം. രണ്ടും രണ്ടാണ്. എന്നാൽ എന്റെ വിചാരം രണ്ടും ഒന്നുതന്നെ എന്നായിരുന്നു.

ഈ കൈയെഴുത്തു പ്രതി വളരെ നാളായി എന്റെ മേശമേൽ കിടക്കുന്നു... രണ്ടു വർഷമായി. ആരും പ്രസിദ്ധീകരിക്കാൻ തയ്യാറാവുന്നില്ല. എല്ലായിടത്തു നിന്നും തിരസ്കാരക്കുറിപ്പുകൾ. മാസികക്കാർ മറുപടിയേ

---

* ഉക്രേനിയൻ ഭാഷയിൽ ഹോലോഡോമോർ. എന്നുവെച്ചാൽ പട്ടിണി മരണം. 1932-33 കാലത്ത് ഉക്രേനിൽ കരുതിക്കൂട്ടി സൃഷ്ടിക്കപ്പെട്ട ഭക്ഷ്യക്ഷാമം. കോടിക്കണക്കിനാളുകളാണ് അന്ന് മരിച്ചത്

അയയ്ക്കുന്നില്ല. അവസാന തീരുമാനം എപ്പോഴും ഒന്നുതന്നെ. യുദ്ധം ഭയങ്കരമായിട്ടുള്ളതാണ്. അതിഘോരമായിട്ടുള്ളത്. എല്ലാവരും "നാച്ചുറലിസ"ത്തിന്റെ പക്ഷക്കാർ. പ്രകൃതിക്കനുസൃതമായതേ അവർക്കു വേണ്ടൂ. കമ്മ്യൂണിസ്റ്റ് പാർട്ടിക്ക് പ്രധാന പങ്കൊന്നുമില്ലല്ലോ. നേതൃസ്ഥാനത്തും പാർട്ടിയിലും. ചുരുക്കിപ്പറഞ്ഞാൽ ഇത് ശരിയായ രീതിയിലുള്ള യുദ്ധമല്ല. എന്താണ് ശരിയായ രീതി? വലിയ വലിയ പടത്തലവന്മാർ, അതീവതന്ത്രശാലിയായ സർവസൈന്യാധിപൻ, ചോരയും മൂട്ടയുമില്ലാതെ, ധീരസേനാനികളും, സാഹസകൃത്യങ്ങളും?

കുട്ടിക്കാലത്തെ ഓർമ്മ: വലിയൊരു പാടത്തിനരികത്തുകൂടെ മുത്തശ്ശിയും ഞാനും നടക്കുകയാണ്. അന്നവർ എന്നോടു പറഞ്ഞു: "യുദ്ധത്തിനുശേഷം വളരെ കാലത്തേക്ക് ഈ പാടത്ത് ഒന്നും വിളഞ്ഞില്ല. ജർമ്മൻകാർ പിൻവാങ്ങുകയായിരുന്നു... ഇവിടെ ഒരു പോരാട്ടം നടന്നു. അത് രണ്ടു ദിവസം നീണ്ടുനിന്നു. മതിൽകറ്റകൾ കണക്കേ ശവശരീരങ്ങൾ ഒന്നിനുമീതെ ഒന്നായി പാടത്തെങ്ങും വീണുകിടന്നു. തീവണ്ടിപ്പാളങ്ങൾ തമ്മിൽ പിണഞ്ഞുകിടക്കുമ്പോലെ. ജർമൻകാരും നമ്മുടെ ആൾക്കാരും. മഴ പെയ്തപ്പോൾ എല്ലാ മുഖങ്ങളും കണ്ണീർപാടുകളോടുകൂടിയെന്നവണ്ണം. അവരെയൊക്കെ മറവുചെയ്യാൻ നമ്മുടെ ഗ്രാമക്കാരെല്ലാവരുംകൂടി ഒരു മാസം മുഴുവൻ പാടുപെട്ടു."

ആ പാടം ഞാനെങ്ങനെ മറക്കാൻ?

ഞാൻ വെറുതെ വസ്തുതകൾ കുറിച്ചുവെക്കുകയല്ല ചെയ്യുന്നത്. ഞാൻ അവ സമാഹരിക്കുകയാണ്. മനുഷ്യന്റെ ആത്മാവിനെ തേടി കണ്ടുപിടിക്കുകയാണ്. കഠിനമായ യാതനകൾ നിസ്സാരനായ ഒരു വ്യക്തിയെ എങ്ങനെ ഒരു മഹാപുരുഷനാക്കി മാറ്റുന്നു എന്നതാണെന്റെ അന്വേഷണം. അങ്ങനെയുള്ള ഇടങ്ങളിലൊക്കെ ഞാൻ ചെന്നെത്തുകയും ചെയ്യുന്നു. മനുഷ്യൻ വളരുന്നിടത്തൊക്കെ. എന്നെ സംബന്ധിച്ചിടത്തോളം പിന്നെ അയാൾ ചരിത്രത്തിന്റെ നാൾവഴികളിലെ മൂകനും അജ്ഞാതനുമായ ഒരു സാധാരണക്കാരനല്ല. കീറിപ്പറിച്ച ആത്മാവോടുകൂടിയ ഒരാൾ. അധികാരികളുമായുള്ള എന്റെ പോരാട്ടം പിന്നെ എന്തിനു വേണ്ടിയാണ്? എനിക്കു മനസ്സിലായി - വലിയൊരാദർശത്തിന് വേരുറപ്പിക്കാൻ ചെറിയൊരു മനുഷ്യനെ വേണം. അതിന് മഹാപുരുഷന്മാരെയല്ല വേണ്ടത്. വലിയൊരു മനുഷ്യൻ അതിന് ആവശ്യത്തിലധികമാണ്. അസൗകര്യവുമാണ്. പാകപ്പെടുത്തിയെടുക്കാൻ പ്രയാസം. ഞാൻ അങ്ങനെയുള്ളവരെയാണ് അന്വേഷിക്കുന്നത്. ചെറിയ വലിയ മനുഷ്യരെ ഞാൻ തേടി നടക്കുന്നു. നിന്ദിതരും പീഡിതരും ചവിട്ടിമെതിക്കപ്പെട്ടവരും. സ്റ്റാലിന്റെ ക്യാമ്പുകളും വിശ്വാസവഞ്ചനകളും അതിജീവിച്ച് വന്നവരാണവർ. വിജയികളായി പുറത്തുവന്നവർ. അവർ ചെയ്തത് മഹാദ്ഭുതങ്ങളാണ്.

എന്നാൽ യുദ്ധത്തിന്റെ ചരിത്രം വിജയത്തിന്റെ ചരിത്രമായി മാറ്റി എഴുതപ്പെട്ടിരിക്കുകയാണ്.

അതിനെക്കുറിച്ച് അവർ തന്നെ പറയുകയാണ്...

പതിനേഴു വർഷങ്ങൾക്കുശേഷം 2002–2004

ഞാൻ എന്റെ പഴയ ഡയറിക്കുറിപ്പുകൾ വായിച്ചുനോക്കുകയാണ്...

ഈ പുസ്തകം എഴുതിക്കൊണ്ടിരുന്ന കാലത്തുള്ള എന്നെ ഞാൻ ഓർത്തെടുക്കാൻ ശ്രമിക്കുകയാണ്. ആ വ്യക്തി ഇന്നില്ല. ആ കാലത്ത് ഞങ്ങൾ ജീവിച്ചിരുന്ന രാജ്യവും ഇന്നില്ല. എന്നാലും രാജ്യത്തെത്തന്നെ യാണ് യുദ്ധം ചെയ്ത് കാത്തുരക്ഷിച്ചത്. ആ രാജ്യത്തിന്റെ പേരിലാണ് 1941–45 കാലയളവിൽ അസംഖ്യം പേർ പ്രാണാഹുതി ചെയ്തത്. ജന്ന ലയ്ക്ക് പുറത്ത് എല്ലാം വ്യത്യസ്തമാണ്; പുതിയൊരു നൂറ്റാണ്ട്, പുതിയ യുദ്ധങ്ങൾ, പുതിയ ആയുധങ്ങൾ, പുതിയ റഷ്യക്കാർ, തീരെ പ്രതീക്ഷി ക്കാത്ത വിധത്തിൽ അവർ ആകെ മാറിയിരിക്കുന്നു. കൃത്യമായി പറ ഞ്ഞാൽ അവരിപ്പോൾ റഷ്യൻ സോവിയറ്റുകാരാണ്.

ഗോർബച്ചോവിന്റെ പെരിസ്ട്രോയിക്ക* തുടങ്ങി...

അപ്പോൾത്തന്നെ എന്റെ പുസ്തകം പ്രസിദ്ധീകരിക്കപ്പെട്ടു. അവി ശ്വസനീയമാംവിധം... രണ്ടു ദശലക്ഷം കോപ്പികൾ. ഞെട്ടലുളവാക്കുന്ന പലപല സംഗതികളും നടക്കുന്ന ഒരു കാലമായിരുന്നു അത്, എവിടെ യൊക്കെയോ എന്തൊക്കെയോ ഞങ്ങൾ വലിയ രോഷത്തോടെ കീറി യെറിഞ്ഞു. വീണ്ടും ഭാവിയിലേക്ക്. അപ്പോഴും ഞങ്ങൾ മനസ്സിലാക്കി യിരുന്നില്ല. (അല്ലെങ്കിൽ ഞങ്ങൾ മറന്നിരുന്നു.) വിപ്ലവം ഒരു മിഥ്യാസ ങ്കല്പം മാത്രമാണെന്ന്. പ്രത്യേകിച്ചും ഞങ്ങളുടെ ചരിത്രത്തിൽ. എന്നാൽ അതൊക്കെ തെളിയുന്നത് പിന്നീടാണ്. ആ സമയത്ത് എല്ലാവരും സ്വാത ന്ത്ര്യത്തിന്റെ വായു ശ്വസിച്ചുകൊണ്ടുള്ള ലഹരിയിലായിരുന്നു. ദിവസവും വളരെയധികം കത്തുകൾ എനിക്കു കിട്ടിക്കൊണ്ടിരുന്നു. എന്റെ എഴുത്തു കെട്ടുകളുടെ കനം അനുദിനം കൂടിവന്നു. ആളുകൾക്ക് സംസാരിക്കാൻ ആഗ്രഹം.. സംസാരം പൂർത്തിയാക്കാനുള്ള തിടുക്കം... അവരുടെ മനസ്സുകൾ കൂടുതലായി തുറക്കുകയായിരുന്നു. അതുവരെ ഇല്ലാതിരുന്ന ഒരു സ്വാതന്ത്ര്യം അവർക്ക് കൂടുതലായി കൈവന്നിരിക്കുന്നു. അവസാന മില്ലാതെ പുസ്തകങ്ങൾ എഴുതിക്കൊണ്ടിരിക്കാനാണ് എന്റെ വിധി. ആ കാര്യത്തിൽ എനിക്കു സംശയമില്ലായിരുന്നു. മാറ്റി എഴുതലല്ല. ശരിയായ എഴുത്തുതന്നെ. ഒരു പൂർണവിരാമം... ആ ക്ഷണം തന്നെ ഇനിയും എഴു താനുണ്ട് എന്നതിന്റെ ചിഹ്നമായി മാറുന്നു. (–*)

എനിക്കു തോന്നുന്നു, ഇന്നു ഞാൻ പുതിയ ചോദ്യങ്ങൾ ചോദിക്കുമെന്ന്... പുതിയ ഉത്തരങ്ങൾ കേൾക്കുമെന്ന്. വ്യത്യസ്തമായ ഒരു പുസ്തകമാ യിരിക്കും ഞാനെഴുതുക. തികച്ചും വ്യത്യസ്തമെന്നല്ല, എന്നാലും വേറി ട്ടതുതന്നെ. എന്റെ ഇടപെടലുകളെല്ലാം ജീവിച്ചിരിക്കുന്നവരുമായിട്ടാണ്.

---

* പുനർ നിർമ്മാണം എന്നാണർത്ഥം. 1986–ൽ മിഖായേൽ ഗോർബച്ചോവ് ആണ് തുടക്കം കുറിച്ചത്. കമ്മ്യൂണിസ്റ്റ് പാർട്ടിയുടെ അവസാനത്തെ ജനറൽ സെക്രട്ടറി. 1991–ൽ സോവിയറ്റ് യൂണിയൻ ഇല്ലാതാവുന്നതുവരെ രാഷ്ട്രത്തലവനായിരുന്നു.

കളിമണ്ണ് തണുക്കുമ്പോൾ ഉറയ്ക്കുന്നതുപോലെ എന്റെ ഈ സാക്ഷികളുടെ മനസ്സ് കാലപ്പഴക്കത്തിൽ ഉറച്ചുപോകുന്നില്ല. അവർ മൂകരാകുന്നുമില്ല. അവർ നമ്മളോടൊപ്പം നീങ്ങുകയാണ്. ഇനി കൂടുതലായി ഞാൻ അവരോട് എന്താണ് ചോദിക്കേണ്ടത്? വേറെ എന്തെല്ലാം കൂട്ടിച്ചേർക്കാനാണ് ഞാൻ ആഗ്രഹിക്കുന്നത്? എനിക്കു താത്പര്യം തോന്നുന്നത് - പറ്റിയ വാക്കിനുവേണ്ടി ഞാൻ പരതുകയാണ് - കാലവും സങ്കല്പങ്ങളും ഉൾക്കൊള്ളുന്ന വ്യക്തിയാലല്ല, നൂറു ശതമാനവും പച്ചയായ മനുഷ്യനിലാണ്. മനുഷ്യന്റെ മൂലപ്രകൃതത്തിലേക്ക് എനിക്കിറങ്ങിച്ചെല്ലണം, ആ ഉപബോധമനസ്സിലേക്ക്, ആ അന്ധകാരത്തിലേക്ക്, യുദ്ധത്തിന്റെ നിഗൂഢതകളിലേക്ക്.

പഴയകാലത്തെ ഒരു ഒളിപ്പോരാളിയെ സന്ദർശിച്ചതിനെക്കുറിച്ച് ഞാനെഴുതാം. സാമാന്യത്തിലധികം പൊക്കവും വണ്ണവുമുള്ള എന്നാൽ ഇപ്പോഴും സുന്ദരിയായ ഒരു സ്ത്രീ. താനും തന്റെ സംഘവും ശത്രുക്കളെ തേടി രഹസ്യമായി ചുറ്റിനടന്നതും യാദൃച്ഛികമായി നാലു ജർമൻകാരെ കാണാനിടയായതും അവരെ പിടിച്ചുകൊണ്ടുവന്നതുമെല്ലാം അവർ വിവരിച്ചുതന്നു. ആ സംഘത്തിൽ അവരെ കൂടാതെ രണ്ടു പ്രായം തികയാത്ത പെൺകുട്ടികളുമുണ്ടായിരുന്നു. അവർ ആ തടവുകാരുമായി ഏറെനേരം കാട്ടിൽ ചുറ്റി നടന്നു. അതിനിടെ അവർക്കുനേരെ ഒരു മിന്നലാക്രമണം. തടവുകാരേയുംകൊണ്ട് രക്ഷപ്പെടാനാവില്ലെന്ന് തീർച്ചയായി. ഉടനെ അവർ ഒരു തീരുമാനമെടുത്തു. ശത്രുക്കളെ വധിക്കുക. അവർക്കുനേരെ വെടിവെക്കുക. ആ പെൺകുട്ടികൾക്കത് അസാധ്യമായിരുന്നു. ഏതാനും ദിവസങ്ങളായി ആ ജർമൻകാരേയുംകൊണ്ട് അവർ കാട്ടിൽ കറങ്ങുകയായിരുന്നു. അപരിചിതരായാൽപോലും കുറച്ചു കഴിയുമ്പോൾ അടുപ്പം തോന്നുക സ്വാഭാവികം. അയാൾ തനിക്കു വേണ്ടപ്പെട്ട ഒരാളായി മാറുന്നു. അയാൾ എങ്ങനെ ഉറങ്ങുന്നു, എങ്ങനെ ആഹാരം കഴിക്കുന്നു. അയാളുടെ കണ്ണുകളും കൈകളും എങ്ങനെയുള്ളതാണ്. ഇല്ല- ആ പെൺകുട്ടികൾക്ക് അത് ചെയ്യാനാവില്ല. അത് അപ്പോൾത്തന്നെ അവർക്ക് ബോധ്യമായി. അവരുടെ കഥ താൻ തന്നെ കഴിക്കണം. അവർ ഓർമ്മിക്കുകയായിരുന്നു, എങ്ങനെ അവർ അത് ചെയ്തുവെന്ന്. സ്വന്തം കൂട്ടരേയും ജർമൻകാരേയും ഒരുപോലെ വഞ്ചിക്കേണ്ടിവന്നു. ഒരു ജർമൻകാരനേയും കൂട്ടി വെള്ളം കൊണ്ടുവരാനെന്ന മട്ടിൽ അകലേക്കു പോയി. അയാളെ വധിച്ചു. പിറകിൽനിന്ന് തലയ്ക്കുനേരെ വെടി വെച്ചു. മറ്റു മൂന്നുപേരെ ചുള്ളിവിറകു ശേഖരിക്കാൻ കാട്ടിലേക്കു കൂടെ കൂട്ടി... എത്ര ശാന്തമായാണ് അവരതെല്ലാം പറഞ്ഞത്. ഞാനറിയാതെ ഞെട്ടിപ്പോയി!

ഒരു സാധാരണ പൗരൻ ഒരു പട്ടാളക്കാരനാകാൻ മൂന്നു ദിവസമെങ്കിലും വേണമെന്ന് അവർ പട്ടാളത്തിൽ പ്രവർത്തിച്ചിരുന്നവർ പറയുന്നു. മൂന്നു ദിവസം മതിയെന്നൊ? എന്തുകൊണ്ട്? അതോ, അത് വെറുമൊരു പറച്ചിലോ? അങ്ങനെയാവാനാണ് വഴി. യുദ്ധത്തിലേർപ്പെട്ടിരിക്കുന്ന മനുഷ്യന്റെ മനസ്സ് വിചിത്രമാണ്. മനസ്സിലാകാനാവാത്തതുമാണ്.

എല്ലാ കത്തുകളിലും ഞാൻ വായിക്കുന്നു. "അന്ന്, ഞാൻ എല്ലാം നിങ്ങളോട് പറയുകയുണ്ടായില്ല. കാരണം, ആ കാലം ഒന്നു വേറെയായിരുന്നു. പല സംഗതികളെക്കുറിച്ചും മൗനം പാലിക്കുകയായിരുന്നു അന്നത്തെ പതിവ്."

"എല്ലാം ഞാൻ നിങ്ങളോട് തുറന്നു പറഞ്ഞില്ല. അങ്ങനെ പറയാനുള്ള സ്വാതന്ത്ര്യം കൈവന്നിട്ട് അധികം കാലമായിട്ടില്ലല്ലോ. അതൊക്കെ ഓർക്കാൻപോലും ശങ്കയായിരുന്നു."

"ഡോക്ടറുടെ വിധി എന്താണെന്ന് എനിക്കറിയാം. എന്റെ രോഗം മാരകമായിട്ടുള്ളതാണ്... സത്യം മുഴുവനായും നിങ്ങളോട് പറയണമെന്നുണ്ട്."

ഈയിടെ വന്ന ഒരെഴുത്ത്. "നിങ്ങൾ, പ്രായമായവർക്ക് ജീവിതം വളരെ പ്രയാസമേറിയതാണ്.... ഞങ്ങൾക്കു കിട്ടുന്ന വേതനം തീരെ തുച്ഛവും നാണക്കേടുളവാക്കുന്നതുമാണ് എന്നതുകൊണ്ടു മാത്രമല്ല, ഞങ്ങളുടെ മനസ്സിനെ ഏറ്റവുമധികം വേദനിപ്പിക്കുന്നത് മറ്റൊരു വസ്തുതയാണ്. മഹത്തായ ഒരു ഭൂതകാലത്തിൽനിന്നും ദുസ്സഹമാംവിധം ചെറുതായൊരു ചെറുപ്പകാലത്തിലേക്ക് അവർ ഞങ്ങളെ ആട്ടിപ്പായിച്ചിരിക്കുന്നു. സ്കൂളുകളിലേക്കും പ്രദർശനശാലകളിലേക്കുമൊന്നും ആരും ഞങ്ങളെ ഇപ്പോൾ ക്ഷണിക്കാറില്ല. ഞങ്ങൾ ആർക്കും വേണ്ടാത്തവരായിത്തീർന്നിരിക്കുന്നു. പത്രം വായിക്കുന്നുണ്ടെങ്കിൽ അറിയാം. ഫാസിസ്റ്റുകൾക്ക് കൂടുതൽ കൂടുതൽ ശ്രേഷ്ഠത കൈവന്നിരിക്കുന്നു. ചുവന്ന സൈനികർ (Red Soldiers) കൂടുതൽ കൂടുതൽ നികൃഷ്ടരായിത്തീർന്നിരിക്കുന്നു.

കാലവും മാതൃഭൂമി തന്നെയാണ്... പഴയതുപോലെത്തന്നെ രണ്ടും എനിക്കു പ്രിയപ്പെട്ടതാണ്. അവരുടെ കാലം ഞാൻ ഇഷ്ടപ്പെടുന്നില്ല. എന്നാൽ അവരെ എനിക്കിഷ്ടമാണ്, ഒരുപാട്.

എല്ലാറ്റിനേയും സാഹിത്യമാക്കാം.

എന്റെ കലവറയിൽ എനിക്കേറ്റവും പ്രിയം എന്റെ നോട്ടുപുസ്തകങ്ങളോട്. അതിൽ നിറയെ ഞാൻ അനവധി വസ്തുതകൾ കുറിച്ചുവെച്ചിരിക്കുന്നു. അതിൽത്തന്നേയും എനിക്കു കൂടുതൽ താത്പര്യം സെൻസർമാർ വെട്ടിയിട്ട വരികളിലാണ്. അവരും ഞാനും തമ്മിൽ നടന്ന സംഭാഷണങ്ങളും എന്റെ മനസ്സിലുണ്ട്. അതിനിടയിൽ ഞാൻ തന്നെ വലിച്ചെറിഞ്ഞുകളഞ്ഞ കുറെ പേജുകളും കണ്ടെത്തി. എന്റെ സ്വന്തം വക 'സെൻസറിങ്ങ്".... വേണ്ടെന്നുവെക്കൽ. എന്തുകൊണ്ട് അവ വേണ്ടെന്നുവെച്ചു എന്നതിന്റെ ന്യായീകരണം. അങ്ങനെ പലതും വീണ്ടെടുത്ത് ഞാനീ പുസ്തകത്തിൽ എഴുതിച്ചേർത്തിട്ടുണ്ട്. എന്നാലും ഈ ഏതാനും പേജുകൾ വേറിട്ടുനല്കാൻ ഞാൻ ആഗ്രഹിക്കുന്നു. അതും ഒരു പ്രമാണം തന്നെയാണ്. ഞാൻ നടന്നുനീങ്ങിയ വഴികൾ.

സെൻസർമാർ എറിഞ്ഞു കളഞ്ഞതിൽ നിന്നും

-രാത്രി ഞാൻ പെട്ടെന്ന് ഉണർന്നുപോയി. ആരോ അരികിലെ വിടെയോ നിലവിളിക്കുന്നതുപോലെ. ഞാൻ യുദ്ധരംഗത്താണ്. ഞങ്ങൾ പിൻവാങ്ങുകയാണ്. സ്മോലെൻസ്കിന് അപ്പുറത്തുവെച്ച് ഏതോ ഒരു സ്ത്രീ അവരുടെ വസ്ത്രങ്ങൾ എനിക്കുതന്നു. അങ്ങനെ എനിക്കെന്റെ വസ്ത്രങ്ങൾ മാറ്റാൻ സാധിച്ചു. ഞാൻ ഒറ്റയ്ക്കാണ്. പുരുഷന്മാരുടെ നടുവിൽ. ഇതുവരേയും ഞാൻ ട്രൗസറുകളാണ് ധരിച്ചിരുന്നത്. ഇപ്പോൾ ഞാനിട്ടിരിക്കുന്നത് സ്ത്രീകൾ വേനൽക്കാലത്തിടുന്ന ഉടുപ്പുകളിൽ ഒന്നാണ്. ഓർക്കാപ്പുറത്ത് എനിക്ക് "അത്" ഉണ്ടായി. സ്ത്രീകളുടെ ആ സ്വകാര്യ സംഗതി... ഇത്തവണ പതിവിലും നേരത്തെയാണ്, ഒരുപക്ഷേ മാനസിക ക്ഷോഭം മൂലമായിരിക്കും. പേടിയും പരിഭ്രമവും കൊണ്ടാകാം. എനിക്കാവശ്യമുള്ളത് കിട്ടാവുന്ന ഒരു സ്ഥലം അടുത്തെങ്ങുമുണ്ടായിരുന്നില്ല. എന്തു ചെയ്യാൻ? ഇങ്ങനെയൊരു നാണക്കേട്! ഞാൻ വല്ലാതായി. ആളുകൾ ഉറങ്ങുന്നത് കുറ്റിക്കാടുകൾക്കിടയിലും വലിയ തോടുകൾക്കുള്ളിലും കാട്ടിൽ മരച്ചുവടുകളിലും മറ്റുമാണ്. ഞങ്ങൾ ഒട്ടനവധി പേരുണ്ട്. എല്ലാവർക്കും തങ്ങാനുള്ള ഇടം ആ കാട്ടിലില്ല. ഞങ്ങൾ പരിഭ്രാന്തരായിരുന്നു. വഞ്ചിക്കപ്പെട്ടവരായിരുന്നു. ആരേയും വിശ്വസിക്കാൻ വയ്യ എന്ന അവസ്ഥ. നമ്മുടെ വ്യോമസേന എവിടെ? ടാങ്കുകളെവിടെ? പറക്കുന്നതും ഓടുന്നതും ഇരമ്പിക്കൊണ്ടു നീങ്ങുന്നതുമെല്ലാം ജർമൻ സൈന്യത്തിന്റേതായിരുന്നു.

ആ ഒരവസ്ഥയിലാണ് ഞാൻ പിടിക്കപ്പെട്ടത്. അതിനു തലേ ദിവസം എന്റെ രണ്ടു കാലും ഒടിഞ്ഞിരുന്നു. തീരെ അനങ്ങാൻ വയ്യാതെ കിടന്നുപോയി. കിടന്ന കിടപ്പിൽ ഞാൻ മൂത്രമൊഴിച്ചു. എങ്ങനെയോ രാത്രിയായപ്പോഴേക്കും ഞാൻ ഇഴഞ്ഞിഴഞ്ഞ് കാട്ടിലെത്തി. അത്രയും ശക്തി എവിടെനിന്നാണാവോ എനിക്കു കിട്ടിയത്! ഒളിപ്പോരാളികളാണ് എന്നെ കണ്ടതും എടുത്തുകൊണ്ടുപോയതും.

ഈ പുസ്തകം വായിക്കാനിട വന്നവർ. അവരെക്കുറിച്ച് എനിക്കു ഖേദമുണ്ട്. വായിക്കാൻ അവസരം കിട്ടുന്നവരെക്കുറിച്ചും എനിക്കു ഖേദം തോന്നുന്നു.

- ഞാൻ രാത്രി ഡ്യൂട്ടിയിലായിരുന്നു. കലശലായി മുറിവേറ്റു കിടക്കുന്നവരുടെ വാർഡിലായിരുന്നു എനിക്കു ജോലി. അവിടെ ഒരു ക്യാപ്റ്റൻ കിടന്നിരുന്നു. വാർഡിലേക്കു പ്രവേശിക്കും മുമ്പേ ഡോക്ടർമാർ എനിക്കു മുന്നറിയിപ്പു നൽകി; പുലരും മുമ്പേ അയാൾ മരിച്ചേക്കും; രാത്രി എപ്പോഴെങ്കിലും...

"എങ്ങനെയുണ്ട്?" ഞാനദ്ദേഹത്തിനോടു ചോദിച്ചു.

"ഞാനെന്തെങ്കിലും ചെയ്തു തരേണ്ടതുണ്ടോ?"

ആ രംഗം ഞാൻ ഒരിക്കലും മറക്കില്ല... അദ്ദേഹം പെട്ടെന്നൊന്നു ചിരിച്ചു. വിളർന്നു വിവശമായ മുഖത്ത് തെളിവാർന്നൊരു ചിരി. "നിങ്ങളുടെ കോട്ടിന്റെ ബട്ടണുകളഴിക്കൂ. എനിക്കു നിങ്ങളുടെ മുലകൾ കാണണം. എത്രയോ കാലമായി, ഞാൻ എന്റെ ഭാര്യയെ കണ്ടിട്ടില്ല."

എന്തു ചെയ്യണമെന്നറിയാതെ ഞാൻ മിഴിച്ചു നിന്നു. ഒരു പുരുഷൻ ഇതുവരെയായി എന്നെ ചുംബിച്ചിട്ടു പോലുമില്ല. വായിൽ തോന്നിയ തെന്തോ പറഞ്ഞുകൊണ്ട് ഞാനവിടെനിന്നോടിപ്പോയി. ഒരു മണിക്കൂർ കഴിഞ്ഞാണ് ഞാൻ തിരിച്ചു വന്നത്.

അപ്പോഴേക്കും അദ്ദേഹം മരിച്ചുകഴിഞ്ഞിരുന്നു. എന്നാലും ആ പുഞ്ചിരി ആ മുഖത്തുനിന്നും മാഞ്ഞിരുന്നില്ല...

– കെർമിന് അടുത്തുവെച്ച്... രാത്രി. ഞങ്ങൾ ഒരു ചങ്ങാടത്തിൽ മറു കരയെത്താനുള്ള ശ്രമത്തിലായിരുന്നു. ഘോരമായ ഷെൽവർഷം. അണി യത്തിനു തീപ്പിടിച്ചു. നിമിഷങ്ങൾക്കകം ആകെ പടർന്നു. ഞങ്ങളുടെ വെടിമരുന്നുശേഖരവും തീപ്പിടിച്ച് പൊട്ടിത്തെറിച്ചു. അതിഭയങ്കരമായൊരു പൊട്ടിത്തെറി. അതിന്റെ ആഘാതത്തിൽ ചങ്ങാടം ചെരിഞ്ഞു. വലതു ഭാഗം വെള്ളത്തിലേക്കു താഴ്ന്നു തുടങ്ങി. കരയിലേക്കേറെ ദൂരമില്ല എന്നു ഞങ്ങൾക്കറിയാമായിരുന്നു. അടുത്തെവിടെയോ ആണ്. പട്ടാള ക്കാർ ആറ്റിലേക്കെടുത്തു ചാടി. കരയിൽനിന്ന് യന്ത്രത്തോക്കുകൾ ഉണ്ട ഉതിർത്തുകൊണ്ടിരുന്നു. ആകപ്പാടെ ഒച്ചയും ബഹളവും. അതിനിടയിൽ മുറവിളികളും ശകാരങ്ങളും... എനിക്കു നന്നായി നീന്താനറിയാമായി രുന്നു. ഒരാളെയെങ്കിലും രക്ഷിക്കാൻ കഴിഞ്ഞെങ്കിൽ എന്ന് ഞാനാശിച്ചു. മുറിവേറ്റ ഒരു ഭടനെയെങ്കിലും രക്ഷിക്കാനായെങ്കിൽ... ഇത് വെള്ളമാണ്; കരയല്ല. മുറിവേറ്റവർ നിമിഷങ്ങൾകൊണ്ടു മരിച്ചുപോകും. വെള്ളത്തി നടിയിലേക്കു നേരെ താഴ്ന്നുപോകും..... തൊട്ടരികത്തായി ആരോ പൊന്തി വരുന്നതുപോലെ തോന്നി... അപ്പോൾത്തന്നെ താഴ്ന്നുപോവുകയും ചെയ്തു. മേലോട്ട്... താഴോട്ട്... അങ്ങനെ മേലോട്ടു വന്ന ഒരു നിമിഷം ഞാൻ അയാളെ എത്തിപ്പിടിച്ചു. തണുത്ത് വഴുവഴുപ്പുള്ള എന്തോ ഒന്ന്. മുറിവേറ്റ ഭടന്മാരിലൊരാളാകാം. പൊട്ടിത്തെറിയിൽ വസ്ത്രങ്ങളെല്ലാം കീറിപ്പോയിരിക്കാം. ഞാനും ഏതാണ്ട് നഗ്നയായിരുന്നു. നാണം മറക്കാ നുള്ള അടിവസ്ത്രം മാത്രം. കൂരിരുട്ട്. എന്റെ ചുറ്റും പലവിധത്തിലുള്ള ഒച്ചകളും... വിളികളും. അയാളേയും തൂക്കിപ്പിടിച്ച് ഞാൻ ഒരുവിധം കര യ്ക്കലെത്തി. പൊടുന്നനെ ഒരു റോക്കറ്റിന്റെ മിന്നലിൽ അപ്പോഴാണ് ഞാൻ കണ്ടത്. ഞാൻ വെള്ളത്തിൽനിന്നും പൊക്കിയെടുത്തു കരയിലെത്തി ച്ചത്, മുറിവേറ്റ ഒരു ഊക്കൻ മത്സ്യത്തെയായിരുന്നു. ഏതാണ്ട് ഒരാളോളം വലുപ്പമുള്ള ഒരു മീൻ. വെളുവെളുത്ത ഒരു വമ്പൻ സ്രാവ്. മിക്കവാറും ചത്തുകഴിഞ്ഞിരുന്നു. അതിനെ തള്ളിത്താഴെയിട്ട് ഞാൻ നാലു തെറി വിളിച്ചു. ഇതിനുവേണ്ടിയാണല്ലോ ഞാനിത്രയും ആയാസപ്പെട്ടത്. ദേഷ്യവും സങ്കടവും... ഞാൻ പൊട്ടിക്കരഞ്ഞു... എന്റെ ചുറ്റുമുള്ളവരിന്ന് അനുഭവിക്കുന്ന ദുരിതം. അതും എന്റെ മനസ്സിനെ വല്ലാതെ ഉലച്ചിരുന്നു.

–ശത്രുക്കൾ ഞങ്ങളെ വലയം ചെയ്തിരിക്കുകയായിരുന്നു. എങ്ങോട്ടു തിരിഞ്ഞാലും അവിടെ ജർമ്മൻ സൈന്യം. വെളിച്ചമാവട്ടെ. ഞങ്ങൾ തീരുമാനിച്ചു. എങ്ങനെയെങ്കിലും പൊരുതി പുറത്തു കടക്കും. എന്താ യാലും മരിക്കുമെന്നു തീർച്ച. അത് അന്തസ്സോടെ തന്നെയാവട്ടെ.

നേർക്കുനേർ പൊരുതി മരിക്കാം. ഞങ്ങളുടെ കൂട്ടത്തിൽ മൂന്നു പെൺകുട്ടികളുണ്ടായിരുന്നു. അവർ ആ രാത്രി ഞങ്ങളുടെ ഓരോരുത്തരുടെയും അടുത്തു വന്നു. എല്ലാവർക്കും സാധിക്കുന്ന കാര്യമല്ല... അതിനുള്ള ധൈര്യവും... മനസ്സും... ചിലർക്കു മാത്രമേ ഉണ്ടായുള്ളൂ.... ഓരോരുത്തനും മരിക്കാൻ തയ്യാറെടുത്തുകൊണ്ടിരിക്കേ... ഇങ്ങനെയൊരനുഭവം.

ഞങ്ങളിൽ കുറച്ചുപേർ മാത്രമേ ആ പുലരി കാണാൻ ജീവിച്ചിരുന്നുള്ളൂ. ഞങ്ങൾ ഏഴു പേർ മാത്രം. അമ്പതിൽ കൂടുതലാളുകളുണ്ടായിരുന്നു ഞങ്ങളുടെ സംഘത്തിൽ. യന്ത്രത്തോക്കുകൊണ്ട് ജർമ്മൻകാർ കൂട്ടത്തോടെ കൊന്നൊടുക്കി. ആ പെൺകുട്ടികളെ ഇന്നും ഞാൻ നന്ദിയോടെ ഓർക്കുന്നു. രാവിലെ... ആ മൂന്നു പേരിൽ ആരേയും ഞാൻ ജീവിച്ചിരിക്കുന്നവരുടെ കൂട്ടത്തിൽ കാണുകയുണ്ടായില്ല. പിന്നീടും ഒരിക്കലും അവരിൽ ഒരാളേയും ഞാൻ കണ്ടിട്ടില്ല....

സെൻസറുമായുള്ള സംഭാഷണത്തിൽ നിന്ന്

-ഇതുപോലെയുള്ള ഒരു പുസ്തകത്തിന്റെ പേരിൽ ആരാണ് കലഹിക്കാൻ തയ്യാറാവുക? പ്രാകൃതമായ ഒരു സ്വാഭാവികതയുടെ പേരിൽ നിങ്ങൾ സ്ത്രീകളെ തരംതാഴ്ത്തുകയാണ്; നാണം കെടുത്തുകയാണ്. അവർ ധീരവനിതകളാണ്... നിങ്ങളവരെ ആ സ്ഥാനത്തുനിന്ന് തട്ടിയിറക്കുകയാണ്. നിങ്ങളവരെ സാധാരണ സ്ത്രീകളാക്കിത്തീർക്കുന്നു... വെറും പെണ്ണുങ്ങൾ. എന്നാൽ നമ്മുടെ സ്ത്രീകൾ യഥാർത്ഥത്തിൽ പുണ്യവതികളാണ്.

-ഞങ്ങളുടെ ധീരത. അതു അനുപമമാണ്. ശാരീരികമായോ ജീവശാസ്ത്രപരമായോ അതിലൊന്നുമില്ല. വിശ്വസിക്കാനും സാധിക്കുന്നതല്ല. യുദ്ധം... അത് ഞങ്ങളുടെ മനസ്സിനെ മാത്രമല്ല ശരീരമെന്ന ഈ പുറന്തോടിനെയും പരീക്ഷണവിധേയമാക്കി.

-എവിടെനിന്നാണ് ഇങ്ങനെ ചില ചിന്തകൾ കിട്ടിയത്? തികച്ചും അന്യമായ, സോവിയറ്റ് ബന്ധമില്ലാത്ത ചിന്തകൾ. കൂട്ടത്തോടെ ശവമടക്കപ്പെട്ടവരെ കുറിച്ചോർത്ത് നിങ്ങൾ ചിരിക്കുന്നു. റിമാർക്കേ* എഴുതിയത് നിങ്ങൾ കുറെയധികം വായിച്ചിട്ടുണ്ടെന്നു തോന്നുന്നു. അതുകൊണ്ടൊന്നും ഞങ്ങളുമായി അടുക്കാൻ നിങ്ങൾക്കാവില്ല. ഒരു സോവിയറ്റ് വനിത ഒരു മൃഗമല്ല.

ആരോ ഞങ്ങളെ ഒറ്റിക്കൊടുത്തു... ഒളിപ്പോരാളികളുടെ താവളം ജർമൻസേന കണ്ടുപിടിച്ചു. അവർ ആ കാടാകെ വളഞ്ഞു. വന്നുപോകാനുള്ള വഴികളൊക്കെയും തടഞ്ഞു. കാട്ടുപൊന്തകൾക്കിടയിൽ ഞങ്ങൾ

---

* ജർമൻ നോവലിസ്റ്റാണ് എറിക് മാറിയ റിമാർക്കേ -1898-1970 - “All quiet on the western front” 1927-ൽ അദ്ദേഹം എഴുതിയ നോവൽ വളരെ പ്രസിദ്ധമാണ്. ഒന്നാം ലോകമഹായുദ്ധത്തിൽ ജർമൻ സൈനികർക്കുണ്ടായ ദുരനുഭവങ്ങളാണ് പ്രമേയം. 1933-ൽ നാസി സർക്കാർ അദ്ദേഹത്തിന്റെ രചനകൾക്ക് വിലക്ക് ഏർപ്പെടുത്തി. എല്ലാം ചുട്ടുകളഞ്ഞു

ഒളിച്ചിരുന്നു, ചുറ്റുമുള്ള ചതുപ്പുനിലങ്ങൾ ഞങ്ങളെ സഹായിച്ചു. ശത്രു സൈന്യം അങ്ങോട്ടു കടക്കാൻ ഒരുമ്പെട്ടില്ല. വിശാലമായ, ചെളി നിറഞ്ഞുകിടക്കുന്ന മൈതാനം. അതിലേക്കു വീണാൽ ആളായാലും ആയുധമായാലും രക്ഷയില്ല. അത് വലിച്ചെടുക്കും. നാളുകളോളം അല്ല ആഴ്ചകളോളം കഴുത്തറ്റം വെള്ളത്തിൽ ഞങ്ങൾ മുങ്ങിനിന്നു. ഞങ്ങളുടെ റേഡിയോ ഓപ്പറേറ്റർ ഒരു സ്ത്രീയായിരുന്നു. ആയിടെയാണ് അവർ പ്രസവിച്ചത്. കുഞ്ഞിനു വിശപ്പ്... അതിനെ മുലയൂട്ടണം... എന്നാൽ അതുതന്നെ വിശന്നു ചാകാറായിരിക്കുന്നു. മുലയിൽ ഒരു തുള്ളി പാലില്ല. കുഞ്ഞ് കരയാൻ തുടങ്ങി. ശത്രുസൈന്യം തൊട്ടടുത്ത്... ഒപ്പം നായ്ക്കളു മുണ്ട്... ആ കരച്ചിൽ നായ്ക്കൾ കേട്ടാൽ, അതോടെ ഞങ്ങളുടെ എല്ലാ വരുടേയും കഥ കഴിയും. മുപ്പതുപേരുള്ള ഒരു സംഘം മുഴുവൻ കൊല്ല പ്പെടും... മനസ്സിലാകുന്നുണ്ടോ?

പടത്തലവൻ ഒരു തീരുമാനമെടുത്തു....

ആ തീരുമാനം ആരാണ് കുഞ്ഞിന്റെ അമ്മയെ അറിയിക്കുക, എന്നാൽ അവരത് എങ്ങനെയോ മനസ്സിലാക്കി. തുണിയിൽ പൊതിഞ്ഞ് മാറോടു ചേർത്തു കെട്ടിയ കൈക്കുഞ്ഞിനെ, കുമ്പിട്ടുനിന്ന് അവർ വെള്ള ത്തിലേക്ക് ആഴ്ത്തിപ്പിടിച്ചു. കുറെ ഏറെ നേരം...

ഇപ്പോൾ കുഞ്ഞിന്റെ കരച്ചിൽ കേൾക്കാനില്ല... എങ്ങും നിശ്ശബ്ദത... ഞങ്ങൾക്ക് കണ്ണുകളുയർത്താനാവുന്നില്ല. ആ അമ്മയുടെ നേരെ നോക്കാനാവുന്നില്ല... പരസ്പരം നോക്കാനും...

-ഞങ്ങൾ... അവരെ തടവുകാരാക്കി, സൈനിക താവളത്തിലേക്കു കൊണ്ടുവന്നു. അവരെ ഞങ്ങൾ വെടിവെച്ചു കൊന്നില്ല, അത്ര എളുപ്പ ത്തിൽ മരിക്കണ്ട; പന്നികളെ എന്നപോലെ ഞങ്ങൾ അവരെ കൂർത്ത ഇരുമ്പുകമ്പുകളിൽ കുത്തിനിർത്തി. അവരെ തുണ്ടങ്ങളാക്കി. ഞാൻ അത് പോയി കണ്ടു! കുറെ നേരം കാത്തുനിന്നു. വേദനകൊണ്ട് പുള യുന്ന കണ്ണുകൾ പൊട്ടിച്ചിതറുന്നതു കാണാൻ. കൃഷ്ണമണികൾ അടർന്നു വീഴുന്നതു കാണാൻ.

അതിനെക്കുറിച്ചൊക്കെ നിങ്ങൾക്കെന്തറിയാം? വലിയൊരു തീ കൂട്ടി അവർ എന്റെ അമ്മയേയും സഹോദരിമാരേയും അതിലിട്ടു ചുട്ടുകൊന്നു. ഗ്രാമത്തിന്റെ നടുവിൽ.

-യുദ്ധകാലത്ത് പൂച്ചകളേയും നായകളേയും കണ്ടതായി എനി ക്കോർമ്മയില്ല, എലികളുണ്ടായിരുന്നു... മഞ്ഞയും നീലയും കണ്ണുകളുള്ള ഊക്കൻ എലികൾ. കുറച്ചൊന്നുമല്ല... ആയിരക്കണക്കിന്. ഒരു മുറിവു പറ്റിയത് ഉണങ്ങി ഭേദമായപ്പോൾ ആശുപത്രിയിൽനിന്നും അവരെന്നെ എന്റെ യൂണിറ്റിലേക്കു തിരിച്ചയച്ചു. സ്റ്റാലിൻഗ്രാഡിന് അടുത്തുള്ള ഒരു കിടങ്ങിനകത്തായിരുന്നു. ഞങ്ങളുടെ യൂണിറ്റ്. കമാൻഡർ ഉത്തരവിട്ടു. "അവളെ പെൺകുട്ടികൾക്കുള്ള കിടങ്ങിലേക്ക് കൊണ്ടുപോവുക." ഞാൻ അതിനകത്തേക്കു കടന്നു. തികച്ചും ശൂന്യമായൊരിടം. ഞാൻ അമ്പരന്നു നിന്നു. ഫർ മരത്തിന്റെ ചില്ലകൾ കിടക്കാനായി. അതു മാത്രമാണവിടെ

ഉണ്ടായിരുന്നത്. ചുമൽസഞ്ചി അവിടെയിട്ട് ഞാൻ പുറത്തേക്കു കടന്നു. അരമണിക്കൂർ കഴിഞ്ഞ് തിരിച്ചുവന്നപ്പോൾ സഞ്ചി കാണാനില്ല. അതിനകത്തുണ്ടായിരുന്ന ചീപ്പോ പെൻസിലോ ഒന്നുമില്ല. ഒന്നിന്റേയും അടയാളംപോലും ബാക്കിയില്ല. എല്ലാം എലികൾ തിന്നൊടുക്കിയിരുന്നു...

പിറ്റേ ദിവസം രാവിലെ ഞാൻ കണ്ടു. എലികൾ കാർന്നുതിന്ന് ബാക്കിയായ സഹപ്രവർത്തകയുടെ കൈയുകൾ...

ഏറ്റവും ഭയാനകമായ സിനിമയിൽപോലും ഞാൻ കണ്ടിട്ടില്ല. ബോംബ് വീഴുന്നതിനു മുമ്പ് ഒരു പട്ടണത്തിൽനിന്ന് എലികൾ എങ്ങനെയാണ് ഒഴിഞ്ഞുപോകുന്നതെന്ന്. അത് സ്റ്റലിൻഗ്രാഡിലായിരുന്നില്ല... വ്യയാസ്മയ്ക്ക് സമീപമായിരുന്നു... നേരം പുലർന്നപ്പോൾ വലിയ വലിയ എലിക്കൂട്ടങ്ങൾ നഗരവീഥികളിലൂടെ കടന്നുപോയി, ഒക്കെ പാടത്തേക്കാണ് നീങ്ങിയിരുന്നത്. അവർ മരണത്തെ മണത്തറിഞ്ഞു കഴിഞ്ഞിരുന്നു. കറുത്തതും ചാരനിറത്തിലുള്ളതുമായ ആയിരമായിരം എലികൾ. ഭയമുളവാക്കുന്ന ആ കാഴ്ച... അവിടെയുള്ളവർ പരിഭ്രമത്തോടെ നോക്കിനിന്നു. അവർ ചുമരിൽ ചാരി അമർന്നുനിന്നു. എലിക്കൂട്ടങ്ങൾ ഒന്നൊഴിയാതെ കൺമുമ്പിൽനിന്നും മറഞ്ഞതും വിമാനങ്ങൾ പറന്നെത്തി. ബോംബുകൾ വർഷിക്കാൻ തുടങ്ങി. എല്ലാം കഴിഞ്ഞപ്പോൾ വീടുകളും നിലവറകളുമൊന്നുമുണ്ടായിരുന്നില്ല. ബാക്കിയായത് കല്ലുകളുടേയും കുമ്മായത്തിന്റേയും കൂമ്പാരങ്ങൾ മാത്രം...

–സ്റ്റാലിൻഗ്രാഡിൽ എണ്ണിത്തീർക്കാനാവാത്തവിധം ജനങ്ങൾ കൊല്ലപ്പെട്ടു. കുതിരകൾക്കു ഭയമില്ലാതായി. സാധാരണഗതിയിൽ കുതിരകൾക്ക് ശവശരീരങ്ങളെ പേടിയാണ്. മരിച്ചുകിടക്കുന്ന ഒരു മനുഷ്യന്റെ അരികെ ഒരിക്കലും ഒരു കുതിര നില്ക്കില്ല. ഞങ്ങൾ ഞങ്ങളുടെ ആളുകളുടെ മൃതദേഹങ്ങൾ വാരിക്കൂട്ടി. പക്ഷേ, കൂട്ടത്തിൽ എല്ലായിടത്തും ജർമൻ ശരീരങ്ങളുമുണ്ടായിരുന്നു... തണുത്ത് മരവിച്ച്... ഞാൻ ഡ്രൈവറായിരുന്നു. ഒരു സ്ഥലത്തുനിന്ന് ഇനിയൊരിടത്തേക്ക് തോക്കുകളും പീരങ്കികളുമൊക്കെ എത്തിക്കുന്ന പണി. വണ്ടി ഓടിക്കവേ വഴിയിൽ കിടക്കുന്ന ജർമൻ തലയോടുകൾ ചക്രങ്ങൾ കയറി ഞെരിഞ്ഞമരുന്ന ശബ്ദം ഞാൻ കേട്ടിരുന്നു. തലയോടുകൾ... എല്ലുകൾ... എല്ലാം തകരുന്നു. എനിക്കു സന്തോഷം തോന്നി...

സെൻസറുമായുണ്ടായ സംഭാഷണത്തിൽനിന്നും:

–ശരിയാണ്. നമ്മൾ വിജയത്തിനുവേണ്ടി കനത്ത വില കൊടുത്തു. എന്നാലും നിങ്ങൾ ധീരതയുടെ മാതൃകകൾ കാണണം. അങ്ങനെയുള്ളത് നൂറുകണക്കിനുണ്ട്. എന്നാൽ നിങ്ങൾ എടുത്തുകാട്ടുന്നത് യുദ്ധത്തിലെ ചെളിയും മാലിന്യങ്ങളുമാണ്. അടിത്തട്ടിലുള്ള ചേറുകലർന്ന വെള്ളം. നമ്മുടെ വിജയത്തെ നിങ്ങൾ ഭയാനകമാക്കുന്നു. നിങ്ങളുടെ ഉദ്ദേശ്യമെന്താണ്.

പറയൂ. നിങ്ങൾ എന്തിന്റെ പിറകെയാണ്?

–സത്യത്തിന്റെ?

–നിങ്ങൾ കരുതുന്നത് ജീവിതത്തിലെന്താണോ അതാണ് സത്യം എന്നാണോ? തെരുവുകളിൽ. നിങ്ങളുടെ കാൽച്ചുവട്ടിൽ. നിങ്ങളുടെ കണ്ണിൽ അത് അത്രയും വിലകുറഞ്ഞതാണോ? തികച്ചും ലൗകികം. അല്ല... സത്യം, നമ്മൾ സ്വപ്നം കാണുന്നതാണ്. അങ്ങനെയാവണം എന്ന നമ്മുടെ സങ്കല്പമാണ്... സത്യം.

ഞങ്ങൾ മുന്നേറുകയാണ്... ആദ്യത്തെ ജർമൻ ഗ്രാമങ്ങൾ... ഞങ്ങൾക്കു ചെറുപ്പമാണ്. ഞങ്ങൾ ശക്തരാണ്. സ്ത്രീസാമീപ്യമറിയാത്ത നാലു വർഷങ്ങൾ. നിലവറകളിൽ വീഞ്ഞുണ്ട്. ഭക്ഷണമുണ്ട്. ഞങ്ങൾ ജർമൻ പെൺകിടാങ്ങളെ... പിടിച്ച്... പത്തുപേർ ചേർന്ന് ഒരു പെൺകുട്ടിയെ ബലാത്സംഗം ചെയ്തു. ആവശ്യത്തിനു സ്ത്രീകളുണ്ടായിരുന്നില്ല, സോവിയറ്റ് സൈന്യം എത്തുന്നതിനു മുമ്പായി ആളുകളെല്ലാം പലായനം ചെയ്തിരുന്നു. കൈയിൽ കിട്ടിയവർക്ക് തീരെ ചെറുപ്പമായിരുന്നു. പന്ത്രണ്ടോ പതിമ്മൂന്നോ വയസ്സു പ്രായം... കുട്ടി ഒച്ചവെച്ചാൽ, ഞങ്ങൾ അവളെ തല്ലും. വായിൽ എന്തെങ്കിലും തള്ളിക്കയറ്റും. അവളെ സംബന്ധിച്ചിടത്തോളം അത് വലിയ വേദനയായിരുന്നു; ഞങ്ങൾക്ക് ഒരു നേരമ്പോക്കും. ഇന്നെനിക്ക് ഓർക്കാൻ വയ്യ, ഞാൻ അന്ന് എങ്ങനെ അതു ചെയ്തുവെന്ന്... സംസ്കാരസമ്പന്നമായ ഒരു കുടുംബത്തിലെ ആൺകുട്ടി. എന്നാലും ഞാനത് ചെയ്തു...

ഒരു കാര്യത്തിലേ ഞങ്ങൾക്കു ശങ്കയുണ്ടായിരുന്നുള്ളൂ. ഞങ്ങളുടെ കാമുകിമാർ ഈ വിവരം കണ്ടുപിടിച്ചാലോ? കൂട്ടത്തിലുള്ള നഴ്സുമാർ. അവരുടെ മുമ്പിൽ നാണംകെട്ടു പോകില്ലേ?

–ഞങ്ങൾ വളയപ്പെട്ടിരുന്നു. ഞങ്ങൾ കാടുകളിലും ചതുപ്പുനിലങ്ങളിലും അലഞ്ഞുനടന്നു. മരത്തൊലിയും വേരും ഇലകളും തിന്ന് വിശപ്പടക്കി. ഞങ്ങൾ അഞ്ചുപേരുണ്ടായിരുന്നു. ഒരാൾ നന്നേ ചെറുതായിരുന്നു. നിർബന്ധിത സൈനിക സേവനത്തിനു ചേർക്കപ്പെട്ടവൻ. രാത്രി എന്റെ തൊട്ടടുത്തുള്ളയാൾ എന്റെ കാതിൽ മന്ത്രിച്ചു. “ഈ പയ്യൻ, പകുതി ജീവനേയുള്ളൂ. താമസിയാതെ മുഴുവൻ ജീവനും പോകും... ഞാൻ പറയുന്നത് മനസ്സിലാവുന്നുണ്ടല്ലോ...?”

“നിങ്ങളെന്താണ് ഉദ്ദേശിക്കുന്നത്?”

“ഒരു കുറ്റവാളി ഒരിക്കൽ എന്നോട് പറഞ്ഞു... ലേബർ ക്യാമ്പിൽ നിന്ന് ഒളിച്ചോടിപ്പോന്നപ്പോൾ അവർ കൂടെ മനഃപൂർവം ഒരു ചെറുപ്പക്കാരനെ കൂടികൂട്ടി. മനുഷ്യമാംസം തിന്നാൻ കൊള്ളാം... അങ്ങനെയാണവർ സ്വന്തം ജീവൻ രക്ഷിച്ചത്. അവനെ തല്ലണമെന്നു തോന്നി. പക്ഷേ, അതിനുള്ള കരുത്തുണ്ടായിരുന്നില്ല. അടുത്ത ദിവസം അവിചാരിതമായി ഏതാനും ഒളിപ്പോരാളികളെ കണ്ടുമുട്ടി....

–ഉച്ചതിരിഞ്ഞതിനുശേഷം അവർ കുതിരപ്പുറത്തേറി ആ ഗ്രാമത്തിലേക്ക് കടന്നുവന്നു. അവർ ഗ്രാമത്തലവനേയും മകനേയും സ്വന്തം

വീട്ടിൽനിന്നും പുറത്തേക്കു നയിച്ചു. ഇരുമ്പുപാരകൊണ്ട് രണ്ടുപേരുടേയും തലയിലടിച്ചു. താഴെ വീഴുംവരെ. പിന്നെ നിലത്തിട്ട് തല്ലിക്കൊന്നു. ജന്നലരികിലിരുന്ന് ഞാൻ എല്ലാം കണ്ടു... എന്റെ ജ്യേഷ്ഠൻ ഒളിപ്പോരാളികളിലൊരാളായിരുന്നു... അവൻ വീട്ടിലേക്കു കയറിവന്ന് എന്നെ കെട്ടിപ്പിടിക്കാനാഞ്ഞു.

"എന്റെ പ്രിയപ്പെട്ട അനുജത്തി."

"എന്റെ അരികിൽ വരരുത്." ഞാൻ ഒച്ചയിട്ടു. "എന്നെ തൊടരുത്. നിങ്ങളൊരു കൊലയാളിയാണ്." പിന്നെ എനിക്ക് മിണ്ടാനായില്ല. ഒരു മാസത്തോളം... ഒരു വാക്കും പുറത്തുവന്നില്ല.

എന്റെ സഹോദരൻ കൊല്ലപ്പെട്ടു. ഇനി അവൻ ഇപ്പോഴും ജീവിച്ചിരിക്കുന്നുണ്ടെങ്കിൽ എന്തു സംഭവിക്കും? വീട്ടിലേക്കു തിരിച്ചുവരും.

-രാവിലെ ശത്രുസൈന്യം ഞങ്ങളുടെ ഗ്രാമത്തിന് തീ വെച്ചു. കാട്ടിലേക്ക് ഓടിപ്പോയവർ മാത്രം രക്ഷപ്പെട്ടു. ഒഴിഞ്ഞ കൈകളോടെയാണ് അവർ ഓടിപ്പോയത്. റൊട്ടിയും ഉപ്പുംപോലും കൈയിലെടുത്തില്ല. മുട്ടയോ ഇറച്ചിയോ ഒന്നുമുണ്ടായിരുന്നില്ല. രാത്രി എന്റെ അയൽപക്കത്തെ നാസ്ത്യാ അമ്മായി അവരുടെ മകളെ അടിച്ചുകൊണ്ടിരുന്നു. കാരണം, കുട്ടി നിർത്താതെ വാശിപിടിച്ചിരുന്നു. അവരുടെ കൂടെ അഞ്ചു മക്കളുണ്ടായിരുന്നു. എന്റെ കൂട്ടുകാരിയായ യുലേവ്കയായിരുന്നു കൂട്ടത്തിൽ ഏറ്റവും ദുർബല. അവൾ ഒരു സുഖക്കേടുകാരിയായിരുന്നു. പിന്നെ നാലാൺകുട്ടികൾ. എല്ലാവരും ചെറുതായിരുന്നു. എപ്പോഴും തിന്നാൻ വേണമെന്നു പറഞ്ഞ് വാശിപിടിച്ചുകൊണ്ടിരുന്നു. നാസ്ത്യ അമ്മായിക്ക് ഭ്രാന്തുപിടിച്ചതുപോലെയായി. "ഊ... ഊ... ഊ..." രാത്രി ഞാൻ കേട്ടു. യുലേവ്ക കെഞ്ചുന്നു. "അമ്മേ എന്നെ മുക്കിക്കൊല്ലല്ലേ... തിന്നാൻ വേണമെന്നു പറഞ്ഞ് ഞാൻ ശാഠ്യം പിടിക്കില്ല... തീർച്ചയായുമില്ല."

നേരം പുലർന്നപ്പോൾ... യുലേവ്ക എന്ന കുട്ടിയെ കാണാനില്ലായിരുന്നു.

നാസ്ത്യ അമ്മായി... ഗ്രാമത്തിന്റെ കത്തിക്കരിഞ്ഞ ബാക്കികളിലേക്ക് ഞങ്ങൾ മടങ്ങിച്ചെന്നു. എല്ലാം എരിഞ്ഞു കഴിഞ്ഞിരുന്നു. താമസിയാതെ നാസ്ത്യ അമ്മായിയും ജീവനൊടുക്കി. സ്വന്തം തോട്ടത്തിലെ പാതി കരിഞ്ഞ ആപ്പിൾ മരക്കൊമ്പിൽ അവർ തൂങ്ങി മരിച്ചു. നന്നേ താഴ്ന്നാണ്, അവർ തൂങ്ങിക്കിടന്നിരുന്നത്. ആ പാദത്തിനു ചുറ്റുംനിന്ന് അവരുടെ മക്കൾ കരഞ്ഞുകൊണ്ടിരുന്നു. വല്ലതും തിന്നാൻ കിട്ടാൻ വേണ്ടി...

സെൻസറുമായുള്ള സംഭാഷണം

-ഇതൊരു നുണയാണ്. നമ്മുടെ പട്ടാളക്കാരെ നാണംകെടുത്താൻ വേണ്ടിയുള്ള അപവാദം. യൂറോപ്പിന്റെ പകുതിഭാഗത്തോളം സ്വതന്ത്രമാക്കിയത് അവരാണ്. നമ്മുടെ ഒളിപ്പോരാളികൾക്കെതിരെ. നമ്മുടെ ധീര ജനതയ്ക്കെതിരെ. ഞങ്ങൾക്ക് നിങ്ങളുടെ ചരിത്രം ആവശ്യമില്ല. ഞങ്ങൾക്കു വേണ്ടത് മഹദ്ചരിത്രമാണ്. വിജയത്തിന്റെ ചരിത്രം. നമ്മുടെ

ധീരനായകന്മാരെ നിങ്ങൾ സ്നേഹിക്കുന്നില്ല. നമ്മുടെ മഹനീയ ആദർശങ്ങളിലും നിങ്ങൾക്ക് മതിപ്പില്ല. മാർക്സിന്റേയും ലെനിന്റേയും മഹത്തായ ആദർശങ്ങൾ.

–ശരിയാണ് വലിയ ആദർശങ്ങളോട് എനിക്കു ബഹുമാനമില്ല. ഞാൻ സ്നേഹിക്കുകയും ബഹുമാനിക്കുകയും ചെയ്യുന്നത് ചെറിയ മനുഷ്യരെയാണ്.

ഞാൻ എറിഞ്ഞു കളഞ്ഞതിൽ നിന്ന്

–1941... ഞങ്ങൾ വലയം ചെയ്യപ്പെട്ടിരുന്നു. ഞങ്ങളുടെ രാഷ്ട്രീയ അധ്യാപകൻ ലുനിനും കൂടെ ഉണ്ടായിരുന്നു... അദ്ദേഹം ഞങ്ങളെ ഉത്തരവ് വായിച്ചു കേൾപ്പിച്ചു. സോവിയറ്റ് സൈന്യം ഒരു നിലയ്ക്കും ശത്രുവിന് കീഴടങ്ങുകയില്ല. സഖാവ് സ്റ്റാലിൻ പറയുന്നതുപോലെ. സോവിയറ്റ് സേനയിൽ തടവുകാരില്ല. വിശ്വാസവഞ്ചകരേയുള്ളൂ. എല്ലാവരും തങ്ങളുടെ തോക്കുകൾ കൈയിലെടുത്തു... രാഷ്ട്രീയാധ്യാപകൻ പെട്ടെന്നു പറഞ്ഞു,

"വേണ്ട കുട്ടികളേ. ഒരാളും മരിക്കണ്ട. നിങ്ങൾക്കു ചെറുപ്പമാണ്. ജീവിക്കണം." അതും പറഞ്ഞ് അദ്ദേഹം സ്വയം വെടിവെച്ചു മരിച്ചു...

ഇതിപ്പോൾ 1943 ആണ്.... സോവിയറ്റ് സൈന്യം മുന്നേറുകയാണ്. ഞങ്ങൾ ബെലോറഷ്യയിൽ കൂടിയാണ് നീങ്ങുന്നത്. ഒരു ചെറിയ ആൺകുട്ടിയെ ഓർത്തുപോകുന്നു. ഏതോ നിലവറയിൽനിന്ന് അല്ലെങ്കിൽ ഒളിസ്ഥലത്തുനിന്ന് അവൻ ഞങ്ങളുടെ അടുത്തേക്ക് ഓടിവരികയായിരുന്നു. "കൊല്ലണം... എന്റെ അമ്മയെ കൊല്ലണം. അവർ ഒരു ജർമൻകാരനുമായി പ്രേമത്തിലാണ്..." ഭയംകൊണ്ട് അവന്റെ കണ്ണുകൾ ഇരുണ്ടിരുന്നു. കറുത്ത വസ്ത്രങ്ങൾ ധരിച്ച ഒരു വൃദ്ധ അവന്റെ പിന്നാലെ ഓടിവന്നു. എല്ലാം കറുപ്പ്. ഓടുന്നതിനിടയിൽ അവർ നെഞ്ചിൽ കുരിശു വരയ്ക്കുന്നുണ്ടായിരുന്നു... "ആ കുട്ടി പറഞ്ഞത് ശ്രദ്ധിക്കണ്ട. അവനൊരു ബോധമില്ലാത്ത ചെക്കനാണ്..."

–എന്നെ സ്കൂളിലേക്കു വിളിപ്പിച്ചു... യുദ്ധം കാരണം കുടിയൊഴിഞ്ഞു പോകേണ്ടിവന്ന ഒരധ്യാപിക; അടുത്തിടെയാണ് അവർ തിരിച്ചുവന്നത്.

"നിങ്ങളുടെ മകനെ വേറൊരു ക്ലാസിലേക്കു മാറ്റണമെന്നുണ്ട്." അവർ എന്നോടു പറഞ്ഞു. "എന്റെ ക്ലാസിൽ ഏറ്റവും നല്ല കുട്ടികൾ മാത്രമേയുള്ളൂ."

"പക്ഷേ, എന്റെ മകന് നല്ല മാർക്കുകൾ കിട്ടുന്നുണ്ടല്ലോ."

"അത് വിഷയമാക്കേണ്ട... ആ കുട്ടി ജർമൻകാരുടെ കീഴിൽ കഴിഞ്ഞിട്ടില്ല്യേ."

"ഉവ്വ്... അത് വലിയ സങ്കടമായിരുന്നു."

"അതല്ല കാര്യം... ജർമൻകാർ കൈയടക്കിയ സ്ഥലങ്ങളിൽ കഴിഞ്ഞിരുന്നവരെല്ലാം സംശയത്തിന്റെ നിഴലിലാണ്."

“എന്ത്? എനിക്കു മനസ്സിലാകുന്നില്ല...”

“അവൻ മറ്റു കുട്ടികളോട് ജർമൻകാരെ പറ്റി സംസാരിക്കുന്നു. അവന് കുറേശ്ശെ വിക്കലുമുണ്ട്.”

“അവൻ വല്ലാതെ ഭയപ്പെട്ടിരുന്നു. അതുകൊണ്ടാണ് വിക്കൽ. ഞങ്ങളോടൊപ്പം അന്ന് താമസിച്ചിരുന്ന ജർമൻ ഓഫീസർ അവനെ ഇടയ്ക്കിടയ്ക്ക് തല്ലുമായിരുന്നു. “എന്റെ മകൻ അയാളുടെ ഷൂസ് പോളിഷ് ചെയ്തിരുന്ന രീതി അയാൾക്കിഷ്ടമായിരുന്നില്ല.”

“നോക്കൂ... നിങ്ങൾത്തന്നെ പറഞ്ഞല്ലോ... ശത്രുവിനോടൊപ്പമാണ് നിങ്ങൾ താമസിച്ചിരുന്നതെന്ന്...”

“പക്ഷേ, ശത്രുവിന് മോസ്ക്കോവരെ വന്നെത്താൻ വഴി ഒരുക്കിയതാരാണ്? ഞങ്ങളേയും കുട്ടികളേയും ഇവിടെ തനിച്ചാക്കി നഗരത്തിൽ നിന്നും ഒഴിഞ്ഞുപോയതാരാണ്?”

ഞാൻ ഏതാണ്ട് സ്വബോധം നഷ്ടപ്പെട്ട അവസ്ഥയിലായിരുന്നു. ആ ടീച്ചർ എന്നെ കുറ്റപ്പെടുത്തിക്കളയുമെന്ന പേടിയിലായിരുന്നു ഞാൻ രണ്ടു ദിവസം മുഴുവൻ. പക്ഷേ, ഒന്നുമുണ്ടായില്ല. എന്റെ മകനെ ക്ലാസുമാറ്റാതെ അവർ സ്വന്തം ക്ലാസിൽത്തന്നെയിരുത്തി...

പകൽനേരങ്ങളിൽ ജർമൻകാരെയും റഷ്യൻ ദേശദ്രോഹികളെയും ഭയന്നാണ് ഞങ്ങൾ കഴിഞ്ഞത്. രാത്രിയായാൽ ഒളിപ്പോരാളികളുടെ പേടിയും. അവർ വന്ന് ഞങ്ങളുടെ പശുക്കളെയൊക്കെ കൊണ്ടുപോയി. എന്റേതായി ഒരു പൂച്ച മാത്രം ബാക്കിയായി. ഒളിപ്പോരാളികൾ പട്ടിണി കിടന്ന് പരവശരായിരുന്നു, ക്ഷുഭിതരുമായിരുന്നു. പശുവിനെ കൊണ്ടുപോയപ്പോൾ ഞാനും പിന്നാലെ ചെന്നു.... ഏതാണ്ട് ഏഴു നാഴികയോളം ഞാൻ നടന്നു. പശുവിനെ തിരിച്ചുതരാനായി ഞാൻ കെഞ്ചി. മൂന്നു കൊച്ചുകുട്ടികളെ അടുപ്പിനരികത്തിരുത്തിയിട്ടാണ് ഞാൻ അവരെ പിന്തുടർന്നു ചെന്നത്. “തിരിച്ചുപൊയ്ക്കോളൂ, അല്ലെങ്കിൽ ഞങ്ങൾ ഇപ്പോൾ വെടിവെക്കും.” അവർ അലറി.

യുദ്ധകാലത്ത് നല്ലൊരു മനുഷ്യനെ കണ്ടെത്താനുള്ള ശ്രമം...

ആളുകൾ, ഒരാൾ മറ്റൊരാളുടെ നേരെ തിരിഞ്ഞു. സർക്കാരുമായി സഹകരിക്കാതിരുന്നതുമൂലം നാടുകടത്തപ്പെട്ട കൃഷിക്കാരുടെ മക്കൾ തിരിച്ചെത്താൻ തുടങ്ങിയിരുന്നു.* ആ കുട്ടികളുടെ മാതാപിതാക്കന്മാർ കൊല്ലപ്പെട്ടിരുന്നു. അവർ ജർമൻ സൈന്യവുമായി സഹകരിച്ചു എന്ന കുറ്റം. ആ കുട്ടികളും പകരം വീട്ടി. അവരിലൊരാൾ ഞങ്ങളുടെ ഒരു പഴയ അധ്യാപകനെ അദ്ദേഹത്തിന്റെ വീട്ടിൽ വെച്ചു വെടിവെച്ചു. അദ്ദേഹം ഞങ്ങളുടെ അയൽക്കാരനായിരുന്നു. കടുത്ത കമ്മ്യൂണിസ്റ്റ്. പാർട്ടിക്കുവേണ്ടി സ്വന്തം അച്ഛനമ്മമാരെകൂടി തള്ളിപ്പറഞ്ഞ് പുറത്താക്കിയ ആൾ.

---

* അങ്ങനെയുള്ളവരെ സർക്കാർ തടവിലാക്കി വെടിവെച്ചുകൊല്ലുകയോ സൈബീരിയയിലെ കഠിനാധ്വാന ക്യാമ്പുകളിലേക്ക് നാടുകടത്തുകയോ പതിവായിരുന്നു.

സമൂഹകൃഷിയിടങ്ങൾ ആദ്യം ജർമൻകാർ വേണ്ടെന്നുവെച്ചു. എല്ലാവർക്കും അവരവരുടെ ഭൂമി തിരിച്ചുനല്കി. സ്റ്റാലിനുശേഷം എല്ലാവരും സ്വതന്ത്രമായി ശ്വാസം നേരെവിട്ടു. ഞങ്ങൾ കൃത്യമായി വാടക കൊടുത്തു. പിന്നെ അവർ ഞങ്ങളെ കത്തിച്ചുകളയാൻ തുടങ്ങി. ഞങ്ങളെയും വീടുകളെയുമൊക്കെ. വളർത്തുമൃഗങ്ങളെയൊക്കെ ആട്ടിക്കൊണ്ടുപോയി. ആളുകളെ ചുട്ടുകൊന്നു...

ഏയ്... പ്രിയപ്പെട്ട മകളേ, എനിക്കു വാക്കുകളെ ഭയമാണ്... അവ എപ്പോഴും എന്നെ പേടിപ്പിക്കുന്നു... നന്മകൾ ചെയ്താണ് ഞാൻ എന്നെ രക്ഷിച്ചത്. ഒരാൾക്കും ദോഷം വരണമെന്ന് ഞാൻ ആഗ്രഹിച്ചില്ല. എല്ലാവരോടും എനിക്കു സഹതാപമാണ്.

-സൈന്യത്തോടൊപ്പം ഞാൻ ബർലിൻ വരെ സഞ്ചരിച്ചു...

ഞാൻ ഗ്രാമത്തിലേക്കു തിരിച്ചുവന്നത് രണ്ടു ബഹുമതിപതക്കങ്ങളുമായാണ്. വേറെയും ചില കീർത്തിമുദ്രകൾ നേടിയിരുന്നു. മൂന്നു ദിവസം ഞാൻ വീട്ടിൽ താമസിച്ചു. നാലാംദിവസം അതിരാവിലെ അമ്മ എന്നെ വിളിച്ചുണർത്തി. എല്ലാവരും നല്ല ഉറക്കത്തിലായിരുന്നു. "പ്രിയപ്പെട്ട മകളേ, നിനക്കായി ഞാൻ ഒരു പൊതി തയ്യാറാക്കിയിട്ടുണ്ട്. പൊയ്ക്കൊളൂ... എങ്ങോട്ടെങ്കിലും പൊയ്ക്കോളൂ... നിന്റെ അനിയത്തിമാർ രണ്ടുപേർ വളർന്നു വരികയല്ലേ? ആരാണ് അവരെ വിവാഹം കഴിക്കുക? എല്ലാവർക്കുമറിയാം നീ മുന്നണിയിലായിരുന്നുവെന്ന്... എത്രയോ പുരുഷന്മാരോടൊപ്പം."

എന്റെ ആത്മാവിനെ തൊടരുത്. മറ്റുള്ളവർ എഴുതുന്നതുപോലെ എനിക്കു കിട്ടിയ ബഹുമതികളെക്കുറിച്ച് എഴുതിക്കോളൂ.

-യുദ്ധം യുദ്ധം തന്നെയാണ്. അത് ഒരു നാടകമല്ല.

തുറസ്സായ ഒരു സ്ഥലത്ത് അവർ ഞങ്ങളുടെ യൂണിറ്റിനെ സംഘടിപ്പിച്ചു. നടുവിലായി രണ്ടാൺകുട്ടികൾ; മിഷ കെയും കോല്യ എം.ഉം. മിഷ സമർത്ഥനായ ഒരു സ്കൗട്ടായിരുന്നു, ശത്രുവിന്റെ നീക്കങ്ങൾ നിരീക്ഷിക്കുന്നതിൽ മിടുക്കൻ. അവൻ നന്നായി എക്കോർഡിയൻ വായിച്ചിരുന്നു. കോല്യയുടെ മിടുക്ക് സംഗീതത്തിലായിരുന്നു. ഒരാളും അവനോളം നന്നായി പാടുമായിരുന്നില്ല...

ആ വാചകം വായിക്കാൻ അവർ രണ്ടുപേരും ഏറെ നേരം ശ്രമപ്പെട്ടു. പ്രത്യേകിച്ചൊരു ഗ്രാമത്തിൽ. അവർ രണ്ടു കുപ്പി വാറ്റുചാരായം ആവശ്യപ്പെട്ടു. രാത്രി... ആതിഥേയന്റെ രണ്ടുപെൺമക്കളെ അവർ ബലാത്സംഗം ചെയ്തു... വേറൊരു ഗ്രാമത്തിൽ അവർ ഒരു കൃഷിക്കാരന്റെ തയ്യൽമെഷീനും ഓവർകോട്ടും കട്ടെടുത്തു. രണ്ടും അവർ അയൽപക്കക്കാർക്ക് കൈമാറി. പകരം വാറ്റുചാരായം വാങ്ങിക്കുടിച്ചു.

രണ്ടുപേരും ശിക്ഷിക്കപ്പെട്ടു... അന്തിമവിധി... അപ്പീലിലും വെടിവെച്ചു കൊല്ലാനായിരുന്നു വിധി.

ആരാണവരുടെ നേരെ വെടിവെക്കുക? യൂണിറ്റു മുഴുവൻ നിശ്ശബ്ദം നിന്നു... ഒടുവിൽ യൂണിറ്റിന്റെ കമാൻഡർ തന്നെ ശിക്ഷ നടപ്പിലാക്കി...

–ഞാനൊരു മെഷീൻഗൺ റണ്ണറായിരുന്നു. ഒരുപാടുപേരുടെ ജീവനെടുത്തു...

യുദ്ധത്തിനുശേഷം വളരെ വർഷങ്ങളോളം കുട്ടികളുണ്ടാവുന്നതിനെക്കുറിച്ച് എനിക്കു ഭയമായിരുന്നു. ഏഴു വർഷത്തിനുശേഷം... മനസ്സ് കുറെയൊക്കെ സ്വസ്ഥമായപ്പോഴാണ് ഞാൻ ഒരു കുഞ്ഞിനെ പ്രസവിച്ചത്...

എന്നാലും ഇന്നും ഞാനൊന്നും മറന്നിട്ടില്ല. മറക്കുകയുമില്ല... ജർമ്മൻ തടവുകാരെ കണ്ടപ്പോൾ എനിക്കു സന്തോഷമായിരുന്നു. വളരെ ശോചനീയമായിരുന്നു അവരുടെ അവസ്ഥ. കാലിൽ ബൂട്ടുകളുണ്ടായിരുന്നില്ല; തുണി വെച്ചുകെട്ടിയിരിക്കുകയായിരുന്നു. തലയിലും ചാക്കുകഷണങ്ങൾ കെട്ടിയിരുന്നു... അവരെ ഗ്രാമവീഥികളിലൂടെ നടത്തി. അവർ ആഹാരത്തിനായി കൈനീട്ടി ഇരന്നു... എനിക്കദ്ഭുതം തോന്നി. കൃഷിക്കാർ തങ്ങളുടെ വീടുകളിൽ നിന്നിറങ്ങി വന്ന് അവർക്ക് ആഹാരം നല്കി. ഒരാൾ ഒരു കഷ്ണം റൊട്ടി. ഇനിയൊരാൾ ഒരു പുഴുങ്ങിയ ഉരുളക്കിഴങ്ങ്... അങ്ങനെ. ആൺകുട്ടികൾ ആ കൂട്ടത്തിന്റെ പിറകെയോടി. അവരെ കല്ലെറിഞ്ഞു. പക്ഷേ, സ്ത്രീകൾ നിശ്ശബ്ദം കരയുകയായിരുന്നു...

എനിക്കു തോന്നുന്നു ഒരു ജന്മത്തിൽത്തന്നെ ഞാൻ രണ്ടു ജീവിതം ജീവിച്ചുവെന്ന്; പുരുഷന്റെയും സ്ത്രീയുടെയും...

–യുദ്ധത്തിനുശേഷം... മനുഷ്യജീവനു വിലയില്ലാതായി. ഞാനൊരു ഉദാഹരണം പറയാം... ജോലി കഴിഞ്ഞ് ഞാൻ ബസ്സിൽ വരികയാണ്. പെട്ടെന്നൊരു ഒച്ച. “നിർത്തൂ... കള്ളൻ. വണ്ടി നിർത്തൂ... കള്ളൻ. എന്റെ പേഴ്സ്...” ഉടനെ ബസ്സ് നിർത്തി. പെട്ടെന്നവിടെ ഒരു ജനക്കൂട്ടമായി. ചെറുപ്പക്കാരനായ ഒരു ഓഫീസർ ഒരാൺകുട്ടിയെ പുറത്തേക്ക് വലിച്ചു. കൈ അവന്റെ കാൽമുട്ടിൽ വെച്ചു... ഒരു തിരി... അത് രണ്ടായി ഒടിഞ്ഞു. അപ്പോൾത്തന്നെ അയാൾ ബസ്സിലേക്കു ചാടിക്കയറി. ബസ്സ് വീണ്ടും യാത്രയായി. ഒരാളും ആ കുട്ടിയെ രക്ഷിക്കാനുണ്ടായില്ല. ആരും ഒരു പൊലീസുകാരനേയോ ഡോക്ടറേയോ വിളിക്കാൻ മുന്നോട്ടു വന്നില്ല. ആ ഓഫീസറുടെ നെഞ്ചുനിറയെ അയാൾ നേടിയ കീർത്തിമുദ്രകളുടെ തിളക്കമായിരുന്നു... എനിക്കിറങ്ങാനുള്ള ഇടമായി. ബസ്സിൽനിന്നും ഞാനിറങ്ങി. ആ ബസ്സിൽനിന്നും അയാളും ചാടിയിറങ്ങി. എനിക്കു കൈ തന്നു. “മാഡം... നിങ്ങളൊരു ധീര വനിത തന്നെ!”

ഞാൻ വെറുതെ അതോർത്തുപോയി... ആ കാലത്ത്, ഞങ്ങളെല്ലാം യുദ്ധത്തിൽ പങ്കെടുക്കുന്നവരായിരുന്നു. യുദ്ധകാലത്തെ നിയമങ്ങളനുസരിച്ചാണ് ഞങ്ങൾ ജീവിച്ചിരുന്നത്. അവരൊക്കെ ശരിക്കും മനുഷ്യരായിരുന്നുവോ?

ചെമ്പട (The Red Army) തിരിച്ചുവന്നു...

കുഴിമാടങ്ങൾ വീണ്ടും തുറന്നു നോക്കാൻ ഞങ്ങൾക്കനുവാദം കിട്ടി. വേണ്ടപ്പെട്ടവർ എവിടെവെച്ചാണ് വെടിയുണ്ടകൾക്കിരയായതെന്ന് അന്വേഷിച്ചു കണ്ടുപിടിക്കാം. പഴയ നാട്ടുനടപ്പ്. മരണവുമായി ഇടപെടുമ്പോൾ വെള്ള ധരിക്കണം. വെള്ള ഷർട്ടുംകാലുറകളും കൈലേസും...

എല്ലാം വെള്ള... എന്റെ അവസാനശ്വാസംവരെ ഞാനതോർക്കും. എല്ലാവരും വെള്ള ധരിച്ചു. വെള്ളയിൽ തുന്നൽപ്പണികൾ ചെയ്ത ടവലുകൾ കൈയിലെടുത്തു... എവിടെനിന്നാണ് ഇതെല്ലാം അവർക്കു കിട്ടിയത്?

ഞങ്ങൾ കുഴി മാന്താൻ തുടങ്ങി... കണ്ടുകിട്ടിയതും തിരിച്ചറിയാൻ കഴിഞ്ഞതുമെല്ലാം ഞങ്ങൾ കൈക്കലാക്കി. ഒരാൾ ചെറിയൊരു ഉന്തുവണ്ടിയിൽ ഒരു കൈ എടുത്തുവെച്ചു... വേറൊരാൾ ഒരു തല. ആരും മണ്ണിനടിയിൽ അധികകാലം മുഴുവനായിരിക്കുന്നില്ല. മണ്ണും മണലും ചേറുമായി കൂടിക്കലർന്ന്...

എന്റെ സഹോദരിയെ എനിക്കു കണ്ടുകിട്ടിയില്ല. എന്നാലും അവിടെ കണ്ട ഒരു തുണിത്തുണ്ട് അവളുടേതാണെന്നു തോന്നി. നല്ല പരിചയം. മുത്തശ്ശനും പറഞ്ഞു, “അതെടുത്തോളൂ. അവളുടേതെന്നു പറഞ്ഞ് മറവു ചെയ്യാൻ എന്തെങ്കിലുമൊന്നുണ്ടാവുമല്ലോ.” ആ ചെറിയ തുണ്ട് തുണി ഞങ്ങൾ ഒരു കൊച്ചുശവപ്പെട്ടിയിലാക്കി...

“യുദ്ധത്തിനിടയിൽ ഞങ്ങളുടെ അച്ഛനെ കാണാതായിരിക്കുന്നു.” എന്നൊരു അറിയിപ്പുകിട്ടി. “മിസ്സിങ്ങ് ഇൻ ആക്ഷൻ” കൊല്ലപ്പെട്ട ബന്ധുജനങ്ങളുടെ പേരിൽ മറ്റുള്ളവർക്കും കിട്ടി ഇത്തരത്തിലോരോ അറിയിപ്പുകൾ. എന്നാൽ എന്റെ അമ്മയ്ക്കും എനിക്കും ഗ്രാമസഭയിൽനിന്നും കിട്ടിയത് ഒരു ഊക്കൻ ഞെട്ടലായിരുന്നു. “യാതൊരുവിധ സഹായങ്ങൾക്കും നിങ്ങൾ അർഹരല്ല. കാരണം അയാൾ ഒളിവിൽ ഒരു ജർമൻ വനിതയോടൊപ്പം കഴിയുകയാണെന്ന് ഞങ്ങൾ സംശയിക്കുന്നു. ജർമൻകാർ നമ്മുടെ ശത്രുക്കളാണ്.”

ഞാൻ എന്റെ അച്ഛനെക്കുറിച്ചുള്ള അന്വേഷണം തുടങ്ങി, ക്രുഷ്ച്ചേവി[1]ന്റെ കാലത്ത്. 20-ാം പാർട്ടി കോൺഗ്രസ്സിൽ 1956-ൽ. വർഷങ്ങൾ നാല്പതു കഴിഞ്ഞതിനുശേഷം ഗോർബച്ചോവിന്റെ കാലത്ത് എനിക്കൊരു മറുപടി ലഭിച്ചു. “ഔദ്യോഗിക രേഖകളിലൊന്നും കാണുന്നില്ല.”

എന്നാൽ അച്ഛന്റെ റെജിമെന്റിലുണ്ടായിരുന്ന ഒരു സഹസൈനികൻ എനിക്കെഴുതി അദ്ദേഹം വീരമൃത്യു വരിച്ചതാണെന്ന്. ധീരതയോടെ പോരാടി മരിച്ചു. കൈയിൽ ഒരു ഗ്രനേഡുമായി അദ്ദേഹം ശത്രുവിന്റെ ടാങ്കിനുനേരെ ചാടിവീഴുകയായിരുന്നു. മൊഗിലീവിൽ[2] വെച്ച്.

ഈ വാർത്ത കേൾക്കാൻ എന്റെ അമ്മ ജീവിച്ചിരുന്നില്ല എന്നതാണ് എന്റെ സങ്കടം. ജനങ്ങളുടെ ശത്രുവിന്റെ ഭാര്യ എന്ന മുദ്രകുത്തപ്പെട്ടതായിരുന്നു അവരുടെ ജീവിതം. ആ പേരോടുകൂടിത്തന്നെ

---

1. നികിത ക്രുഷ്ച്ചേവ് - 1894-1971 - സ്റ്റാലിന്റെ മരണത്തിനുശേഷം 1953-ൽ കമ്മ്യൂണിസ്റ്റ് പാർട്ടിയുടെ ആദ്യ സെക്രട്ടറിയായി. പിന്നീട് പ്രധാനമന്ത്രിയായി. സ്റ്റാലിന്റെ പ്രാധാന്യം സമൂഹത്തിൽനിന്നും തുടച്ചുമാറ്റാനുള്ള പ്രക്രിയ തുടങ്ങിയത് ക്രുഷ്ച്ചേവാണ്.

2. ബേലോ റഷ്യയിലെ ഒരു പഴയ നഗരം. 1941-ൽ നാസികളുടെ കൈയിലായി. 1944-ൽ സോവിയറ്റ് സൈന്യം തിരിച്ചുപിടിച്ചു. ജനസംഖ്യയിൽ വലിയൊരു വിഭാഗമായിരുന്ന ജൂതന്മാരെ നാസിസൈന്യം ഉന്മൂലനം ചെയ്തു.

അതവസാനിക്കുകയും ചെയ്തു... ദേശദ്രോഹിയുടെ ഭാര്യ... അങ്ങനെ അനവധി പേരുണ്ടായിരുന്നു. അവരാരും സത്യം മനസ്സിലാക്കാനായി ജീവിച്ചിരുന്നില്ല. ഞാൻ ആ കത്തുമായി അമ്മയുടെ കുഴിമാടത്തിലേക്കു പോയി. കത്ത് ഉറക്കെ വായിച്ചു...

ഞങ്ങൾ ഒരുപാടുപേർ വിശ്വസിച്ചിരുന്നു...

യുദ്ധത്തിനുശേഷം എല്ലാം മാറുമെന്ന് ഞങ്ങൾ വിശ്വസിച്ചിരുന്നു... സ്റ്റാലിൻ തന്റെ ജനതയിൽ വിശ്വാസമർപ്പിക്കും. എന്നാൽ അപ്പോഴും യുദ്ധം അവസാനിച്ചിരുന്നില്ല, മിലിട്ടറി തീവണ്ടികൾ അപ്പോഴേക്കും മഗാഡനു* നേരെ പായാൻ തുടങ്ങിയിരുന്നു. അതിൽ നിറയെ വിജയികളായിരുന്നു... തടവുകാരായി പിടിക്കപ്പെട്ടവർ, ജർമൻ ക്യാമ്പുകളെ അതിജീവിച്ചു പുറത്തുവന്നവർ, ജർമൻ സൈന്യം തങ്ങളുടെ കീഴിൽ ജോലി ചെയ്യാനായി പിടിച്ചുകൊണ്ടുപോയവർ. യൂറോപ്പ് കാണാൻ ഇടവന്നവർ, എല്ലാവരും തടവുകാരാക്കപ്പെട്ടു. കമ്മ്യൂണിസ്റ്റുകാരൊഴികെ. യൂറോപ്പിലെ ജനജീവിതം എങ്ങനെയാണെന്ന് പറയാൻ കഴിയുന്നവരെല്ലാം തടവിലായി. അവിടത്തെ വീടുകൾ എങ്ങനെയാണ്. റോഡുകൾ ഏതുവിധത്തിലാണ്?

യുദ്ധത്തിൽ വിജയം കൈവരിച്ചതോടെ നാടാകെ നിശ്ശബ്ദമായി. ഒന്നും മിണ്ടാനാകാതെ, ഭയന്നുവിറച്ച്, യുദ്ധത്തിന് മുമ്പ് ഉണ്ടായിരുന്നതുപോലെ.

–ഞാനൊരു ചരിത്രാധ്യാപികയാണ്... എന്റെ ഓർമയിൽത്തന്നെ ചരിത്രപാഠപുസ്തകം മൂന്നുതവണ തിരുത്തി എഴുതപ്പെട്ടുകഴിഞ്ഞു. ഞാൻ തന്നെ മൂന്നു വ്യത്യസ്ത പുസ്തകങ്ങളും കുട്ടികളെ പഠിപ്പിച്ചു...

ഞങ്ങൾ ജീവിച്ചിരിക്കുമ്പോൾ വിവരങ്ങൾ ചോദിച്ചറിഞ്ഞുകൊള്ളൂ. ഞങ്ങളുടെ മരണശേഷം അവ തിരുത്തി എഴുതരുത്. ചോദിക്കൂ... ഇപ്പോൾത്തന്നെ...

ഒരു മനുഷ്യനെ കൊല്ലുക. എത്ര ബുദ്ധിമുട്ടുള്ള കാര്യമാണെന്ന് അറിയാമോ? എന്റെ ജോലി മുഴുവൻ ഒളിവിലായിരുന്നു. ആരുടേയും കണ്ണിൽപ്പെടാതെ. ആദ്യത്തെ ആറുമാസം കഴിഞ്ഞപ്പോൾ പ്രത്യേകിച്ചൊരു ദൗത്യം നിർവഹിക്കാൻ അവരെന്നെ അയച്ചു... ജർമൻ ഓഫീസർമാരുടെ ഭക്ഷണശാലയിൽ പരിചാരികയായി നില്ക്കുക... എനിക്കു ചെറുപ്പമായിരുന്നു... ഞാൻ സുന്ദരിയായിരുന്നു... അവരെന്നെ ജോലിക്കെടുത്തു. ഞാൻ ചെയ്യേണ്ടത് സൂപ്പുണ്ടാക്കിവെച്ചിട്ടുള്ള വലിയ ചെമ്പുപാത്രത്തിൽ വിഷം കലർത്തുക. അപ്പോൾത്തന്നെ സ്ഥലം വിട്ട് ഒളിത്താവളത്തിലേക്കു തിരിച്ചുപോരിക.

---

* കിഴക്കൻ റഷ്യയുടെ അതിർത്തിപ്രദേശത്തെ നഗരം. 1932-ൽ സ്റ്റാലിൻ അവിടെ വലിയൊരു ലേബർ ക്യാമ്പ് സ്ഥാപിച്ചിരുന്നു.

ജർമൻ സൈനികരുമായി അതിനിടെ ഞാൻ നല്ല പരിചയത്തിലായി കഴിഞ്ഞിരുന്നു. യഥാർത്ഥത്തിൽ ശത്രുക്കൾ. പക്ഷേ, നിത്യവും കാണുന്നവർ. അവരെന്നോട് 'സുപ്രഭാതം' പറഞ്ഞു. സുഖമല്ലേ എന്നു ചോദിച്ചു. വയ്യ. അവരെ കൊല്ലാൻ വയ്യ... മരിക്കുന്നതിനേക്കാൾ ഭയാനകമാണ് കൊല്ലുന്നത്...

ജീവിതകാലം മുഴുവൻ ഞാൻ ചരിത്രം പഠിപ്പിക്കുകയായിരുന്നു... ആ സംഭവത്തെക്കുറിച്ച് ഞാൻ എങ്ങനെയാണ് പറയേണ്ടത്... ഏതു വാക്കുകളിലൂടെയാണ് ഞാനത് വിവരിക്കുക!

എന്റെ മുമ്പിൽ എന്റേതായ ഒരു യുദ്ധമുണ്ടായിരുന്നു... എന്റെ ധീരനായികമാരുമായി ഞാൻ കുറെദൂരം സഞ്ചരിച്ചു. അവരെപ്പോലെതന്നെ ഏറെ വർഷങ്ങളോളം ഞാൻ വിശ്വസിച്ചില്ല. ഞങ്ങളുടെ വിജയത്തിന് രണ്ടു മുഖങ്ങളുണ്ടായിരുന്നുവെന്ന്. ഒന്നു സുന്ദരമായിരുന്നു. മറ്റേത് മുറിപ്പാടുകളാൽ വിരൂപവും. നോക്കാനാവാത്തവിധം വികൃതം... ദുസ്സഹം...

"നേരിട്ടുനിന്ന് കൈയോട് കൈ നീട്ടി പൊരുതി, ശത്രുവിനെ വകവരുത്തുമ്പോൾ അയാളുടെ കണ്ണിലേക്കായിരിക്കും നിങ്ങൾ നോക്കുക. ബോംബ് എറിയുന്നതുപോലെയോ കിടങ്ങിനകത്തിരുന്ന് വെടിവെക്കുന്നതുപോലെയോ അല്ല അത്" അവർ എന്നോട് പറഞ്ഞു.

ഒരാൾ എങ്ങനെ മരിച്ചു, അല്ലെങ്കിൽ ഒരാളെ എങ്ങനെ കൊന്നു... കേട്ടിരിക്കേ രണ്ടും ഒരുപോലെയാണ്. നിങ്ങൾ നോക്കുക അയാളുടെ കണ്ണുകളിലേക്കാണ്.

"എനിക്കോർക്കാൻ വയ്യ"

മിൻസ്റ്റിന്റെ പ്രാന്തപ്രദേശത്തുള്ള ഒരു മൂന്നുനില കെട്ടിടം. കുറേ പഴക്കം ചെന്നതാണ്. യുദ്ധത്തിനു ശേഷം തിടുക്കത്തിൽ പണിതുയർത്തിയ പല കെട്ടിടങ്ങളിൽ ഒന്ന്. അധികകാലം നിലനില്ക്കണമെന്ന വിചാരത്തോടെയല്ല അത് പണിതിരിക്കുന്നത്. ഇപ്പോൾ അതിനു ചുറ്റും പിച്ചകവള്ളികൾ പടർന്നു കയറിയിരിക്കുന്നു. അവിടെ നിന്നാണ് ആ അന്വേഷണം ആരംഭിച്ചത്. ഏഴു വർഷങ്ങളോളം അത് നീണ്ടുപോയി. അസാധാരണമായ ഏഴു വർഷങ്ങൾ. അതത്രയും മാനസികപീഡയുടെ കൂടി വർഷങ്ങളായിരുന്നു. അതിനിടയിൽ ഞാൻ കണ്ടെത്തി യുദ്ധത്തിന്റെ തനതായ ആ ലോകം. ആ ലോകത്തിന്റെ അർത്ഥവും ആഴവും ഒരുകാലത്തും നമുക്ക് പൂർണമായും കണ്ടെത്താനാവില്ല. വേദനയും വെറുപ്പും പ്രലോഭനങ്ങളും ഞാൻ നേരിട്ടു. അതിനിടയിലുണ്ടായിരുന്നു കാരുണ്യവും ആശയക്കുഴപ്പങ്ങളും. കൊലപാതകത്തിൽ നിന്നും മരണത്തെ വേർതിരിച്ചു നിറുത്തുന്നതെന്താണെന്ന് മനസ്സിലാക്കാൻ ശ്രമിക്കണം. അവിടെ അതിർവരമ്പുകൾ മനുഷ്യത്വത്തിനും മനുഷ്യത്വമില്ലായ്മയ്ക്കും ഇടയിലാണ്. അവന് അല്ലെങ്കിൽ അവൾക്ക് ഒരു മനുഷ്യനെ കൊല്ലേണ്ടതുണ്ടെന്ന ഭ്രാന്തൻ ചിന്തയുമായി ഒരാൾ എങ്ങനെയാണ് സ്വബോധത്തോടെ കഴിയുന്നത്? അത് ചെയ്യേണ്ടത് ഒരു കർത്തവ്യത്തിന്റെ ഭാഗമായിട്ടാണെങ്കിൽ കൂടിയും. യുദ്ധത്തിൽ മരണം മാത്രമല്ല മറ്റു പലതുമുണ്ടെന്ന് ഞാൻ മനസ്സിലാക്കും. നമ്മുടെ സാധാരണജീവിതത്തിൽ ഉള്ളതെല്ലാം അതിലുണ്ട്. യുദ്ധം ജീവിതം കൂടിയാണ്. എണ്ണമറ്റ മാനുഷിക യാഥാർത്ഥ്യങ്ങൾ ഞാൻ കണ്ടെത്തും. നിഗൂഢതകൾ...... അദ്ഭുതങ്ങൾ... ഇതുവരെ ഞാൻ സംശയിച്ചിട്ടുപോലുമില്ലാത്ത പല കാര്യങ്ങളേയും കുറിച്ചുള്ള ചോദ്യങ്ങൾ... എന്റെ മനസ്സ് നിരന്തരം ചോദിച്ചുകൊണ്ടിരിക്കും. ഉദാഹരണത്തിന്, ദുഷ്ടതകൾ നമ്മളെ അമ്പരിപ്പിക്കാത്തതെന്തു കൊണ്ടാണ്? ക്രൂരതകൾ നേരിട്ടു കാണുമ്പോഴും മനസ്സിൽ അതിനെപ്രതി എതിർപ്പ് തോന്നാതിരിക്കുക, എന്താണതിനു കാരണം?

ഒരു വഴി... പല വഴികൾ... രാജ്യമെമ്പാടും പലപല യാത്രകൾ. വിവരങ്ങൾ രേഖപ്പെടുത്തിയിട്ടുള്ള നൂറുനൂറു കാസറ്റുകൾ. ആയിരക്കണക്കിനു ടേപ്പുകൾ വേറെ. അഞ്ഞൂറു കൂടിക്കാഴ്ചകൾ. അതിനുശേഷം ഞാൻ എണ്ണൽ നിർത്തി. മുഖങ്ങൾ ഓർമ്മയിൽ നിന്നും ഒഴിഞ്ഞുപോയി. പക്ഷേ,

സ്വരങ്ങൾ ബാക്കി നിന്നു. കൂട്ടത്തോടെയുള്ള ഒരു ശബ്ദം ഇപ്പോഴും എന്റെ ഓർമ്മയിൽ മുഴുകിക്കൊണ്ടിരിക്കുന്നു. വലിയൊരു സമൂഹസ്വരം. ചിലപ്പോൾ വാക്കുകൾ കാതോളമെത്തുകയില്ല. നിലവിളി മാത്രമേ കേൾക്കാനാവൂ. ഞാൻ തുറന്നു പറയാം. ഈ വഴി നടക്കാനുള്ള പ്രാപ്തി എനിക്കുണ്ടെന്ന് എനിക്കുതന്നെ വിശ്വാസമുണ്ടായിരുന്നില്ല. ഈ യാത്ര മുഴുവനാക്കാൻ പറ്റുമെന്നു ഞാൻ വിചാരിച്ചിരുന്നില്ല.... അറ്റം വരെ നടന്നെത്തുക എനിക്കാവുന്ന കാര്യമാണോ? ഭയത്തിന്റേയും സംശയത്തിന്റേയും നിമിഷങ്ങൾ വേണ്ടുവോളമുണ്ടായിരുന്നു. യാത്ര മതിയാക്കി വഴി മാറിയാലോ എന്ന് പലപ്പോഴും ആലോചിച്ചു. പക്ഷേ, എനിക്കാവുമായിരുന്നില്ല. ഞാൻ തിന്മയുടെ കൈയിൽ അകപ്പെട്ടുകഴിഞ്ഞിരുന്നു. എന്തെങ്കിലുമൊന്നു മനസ്സിലാക്കാൻ വേണ്ടി ഞാൻ അഗാധതകളിലേക്കു നോക്കിനിന്നു. ഇപ്പോൾ തോന്നുന്നു, എന്തോ ചിലത് മനസ്സിലാക്കാനായെന്ന്. എന്നാലും ചോദ്യങ്ങൾ ഇനിയും നിരവധിയുണ്ട്. ഉത്തരങ്ങൾ തീരെ കുറച്ചും.

എന്നാൽ ആ വഴിയുടെ തുടക്കത്തിൽ അതിനെക്കുറിച്ച് എനിക്കൊട്ടും ശങ്കയുണ്ടായിരുന്നില്ല....

ആ വീട്ടിലേക്ക് എന്നെ നയിച്ചത്, പ്രാദേശിക ദിനപത്രത്തിൽ വന്ന ഒരു വാർത്തയായിരുന്നു. ചെറിയൊരു കുറിപ്പ്. അതൊരു യാത്രയയപ്പ് സൽക്കാരത്തിനെക്കുറിച്ചുള്ളതായിരുന്നു. ഉഡാറിനിക് ഓട്ടോമൊബൈൽ ഫാക്ടറി, മിൻസ്റ്റ് അവരുടെ സീനിയർ അക്കൗണ്ടന്റായ ഇവാനൊവാന മോറോസോവയ്ക്കു നല്കിയ സത്കാരം. അവർ ഉദ്യോഗത്തിൽ നിന്നും പെൻഷൻ പറ്റി പിരിയുകയായിരുന്നു. യുദ്ധകാലത്ത് അവർ ഒരു സ്റ്റൈപ്പർ (ഒളിഞ്ഞിരുന്നു വെടിവെക്കുന്നയാൾ) ആയിരുന്നു എന്നും അതിൽ എഴുതിയിരുന്നു. യുദ്ധത്തിൽ പതിനൊന്ന് കീർത്തിമുദ്രകൾ അവർ നേടിയിരുന്നു. ഒരു വെടിവെപ്പുകാരി എന്ന നിലയിൽ എഴുപത്തിയഞ്ചു കൊലകൾ നടത്തിയിരുന്നു. അവരുടെ യുദ്ധകാല കൃത്യങ്ങളും സമാധാനകാലത്തെ ഉദ്യോഗവും മനസ്സുകൊണ്ട് അതു രണ്ടിനേയും യോജിപ്പിച്ചു കാണുക. എന്നെ സംബന്ധിച്ചിടത്തോളം വളരെ ശ്രമകരമായിരുന്നു. സാധാരണ പത്രങ്ങളിൽ ചേർന്നു കാണാറുള്ള അവരുടെ ഒരു പടവും ആ കുറിപ്പിനോടൊപ്പമുണ്ടായിരുന്നു. എല്ലാം വളരെ സാധാരണ സംഗതികൾ.

ഒരു ചെറിയ സ്ത്രീ... നീണ്ട മുടി മെടഞ്ഞ് പെൺകുട്ടികളുടേതുപോലെ ചുറ്റിക്കെട്ടിവെച്ചിരിക്കുന്നു. കൈയുള്ള വലിയൊരു കസാലയിലാണ് അവർ ഇരുന്നിരുന്നത്, മുഖം കൈകൾ കൊണ്ട് മറച്ചു പിടിച്ചിരിക്കുന്നു.

"ഇല്ല.. ഇല്ല... എനിക്കു വയ്യ. അങ്ങോട്ട് മടങ്ങിപ്പോവുകയോ? എനിക്കാവില്ല. ഇന്നുവരേയും യുദ്ധസിനിമകൾ കാണാനും കൂടി എനിക്കു തോന്നിയിട്ടില്ല. അന്നെനിക്ക് വളരെ ചെറുപ്പമായിരുന്നു. ഞാൻ സ്വപ്നം കണ്ടു വളർന്നു. വളർന്നു വളർന്ന് സ്വപ്നം കണ്ടു. പിന്നീട്.... യുദ്ധം തുടങ്ങി. നിങ്ങളെക്കുറിച്ചും എനിക്ക് സങ്കടമുണ്ട്. ഞാൻ എന്തിനെ

ക്കുറിച്ചാണ് സംസാരിക്കുന്നതെന്ന് എനിക്ക് നന്നായി അറിയാം. വാസ്തവത്തിൽ നിങ്ങൾക്ക് അതെല്ലാം അറിയണമെന്നുണ്ടോ? ഒരു മകളോടെന്ന പോലെ ഞാൻ ചോദിക്കുകയാണ്."

സ്വാഭാവികമായും അവർക്ക് അദ്ഭുതം തോന്നി.

"എന്തുകൊണ്ട് ഞാൻ? എന്റെ ഭർത്താവിനോട് ചോദിക്കണം. എല്ലാം ഓർത്തുപറയാൻ അദ്ദേഹത്തിനിഷ്ടമാണ്... കമാൻഡർമാരുടേയും ജനറൽമാരുടേയും പേരുകൾ, യൂണിറ്റുകളുടെ എണ്ണം, എല്ലാം അദ്ദേഹത്തിന് നല്ല ഓർമ്മയാണ്. എനിക്കതൊന്നും ഓർമ്മയില്ല. എനിക്കു സംഭവിച്ചതെന്താണെന്നു മാത്രമേ എനിക്കോർമ്മയുള്ളൂ. എന്റെ സ്വന്തം യുദ്ധത്തെക്കുറിച്ചു മാത്രം. ചുറ്റും അനവധി ആളുകളുണ്ടായിരുന്നു. എന്നാലും നമ്മൾ എപ്പോഴും തനിച്ചാണ്. എന്തുകൊണ്ടാണെന്നോ...? മരണത്തിന്റെ മുമ്പിൽ മനുഷ്യൻ എപ്പോഴും ഒറ്റയ്ക്കാണ്. ആ ഭയാനകമായ ഒറ്റപ്പെടൽ.... ഞാൻ വ്യക്തമായി ഓർക്കുന്നു. ടേപ്പ് റെക്കോർഡർ മാറ്റിവെക്കാൻ അവരെന്നോട് ആവശ്യപ്പെട്ടു. "എനിക്ക് നിങ്ങളുടെ കണ്ണുകളിലേക്കു നോക്കിയിരിക്കണം. എന്നാലേ പറയാനുള്ളത് പറയാനാവൂ. ആ സാധനം ഇടയിൽ ഒരു തടസ്സമാകും."

എന്നാൽ അല്പസമയം കഴിഞ്ഞതോടെ ആ കാര്യം അവർ മറന്നു.

മറിയാ ഇവാനോവ മോറോസോവ (ഇവാനുഷ്കീന)
കോർപറൽ സ്നൈപ്പർ

ഇതുവളരെ സരളമായൊരു കഥയാണ്... ഒരു സാധാരണ റഷ്യൻ പെൺകുട്ടിയുടെ കഥ, അങ്ങനെയുള്ളവർ അന്ന് ഒട്ടനവധിയുണ്ടായിരുന്നു...

ഞാൻ ജനിച്ച ഡിയാകോവസ്കോ, ഇന്ന് കമ്മ്യൂണിസ്റ്റ് പാർട്ടിയുടെ അധീനത്തിലുള്ള മോസ്കോ ഡിസ്ട്രിക്റ്റിലാണ്. യുദ്ധം തുടങ്ങിയ കാലത്ത് എനിക്ക് 18 വയസ്സു തികഞ്ഞിരുന്നില്ല. കാൽമുട്ടുവരെ നീണ്ടു കിടക്കുന്ന മുടി. ഞാൻ ചന്തത്തിൽ മെടഞ്ഞിട്ടിരുന്നു. യുദ്ധം ഇത്രയൊക്കെ നീണ്ടുനില്ക്കും എന്ന് അന്നാരും കരുതിയില്ല. ഏതു നിമിഷവും അവസാനിച്ചേക്കും. ശത്രുസൈന്യത്തെ നമ്മൾ ആട്ടിപ്പായിക്കും. ഞാൻ ഒരു കോൽക്കോഡിലാണ് പണിയെടുത്തിരുന്നത്. അവിടെവെച്ച് ഞാൻ അക്കൗണ്ടിങ് പഠിച്ചു. ജോലി തുടങ്ങി. യുദ്ധം അവസാനിക്കാതെ തുടർന്നു പോയി. എന്റെ കൂട്ടുകാരികൾ പറഞ്ഞു "നമ്മളും യുദ്ധമുന്നണിയിലേക്കു ചെല്ലണം." ആ ഒരു നാടാകെയുണ്ടായിരുന്നു. അവിടെച്ചെന്ന് ഒപ്പിട്ട് കൊടുത്തു. ആദ്യ പരിശീലനവും നേടി. ചിലരെല്ലാം പട്ടാളത്തിൽ ചേർന്നത്, കൂട്ടുകാർക്കൊരു കൂട്ടാവട്ടെ എന്നു കരുതിയാണ്. തീർച്ച പറയാൻ വയ്യ. അവിടെച്ചെന്ന് റൈഫിൾ കൊണ്ട് വെടിവെക്കാൻ പഠിപ്പിച്ചു. കൈബോംബുകൾ എറിയാൻ ശീലിപ്പിച്ചു. ആദ്യമൊക്കെ ഞാൻ തുറന്നു പറയാം... തോക്ക് കൈയിലെടുക്കാൻ തന്നെ എനിക്കു പേടിയായിരുന്നു.

ഒട്ടും സുഖമില്ലാത്തൊരു കാര്യം. മുന്നണിയിലെത്തി ആരെയെങ്കിലും ഞാൻ കൊല്ലുമെന്നോ? എനിക്ക് സങ്കല്പിക്കാനേ സാധിച്ചില്ല. യുദ്ധത്തിൽ പങ്കാളിയാകണമെന്നു മാത്രമേ ഞാൻ ആഗ്രഹിച്ചിരുന്നുള്ളൂ. ഞങ്ങളുടെ സംഘത്തിൽ നാല്പതുപേരുണ്ടായിരുന്നു. നാലു പെൺകുട്ടികൾ എന്റെ ഗ്രാമത്തിൽ നിന്നുതന്നെ. ഞങ്ങൾ നല്ല കൂട്ടായിരുന്നു. അടുത്ത ഗ്രാമത്തിൽ നിന്നു അഞ്ചുപേർ. അങ്ങനെ ഓരോ ഗ്രാമത്തിൽ നിന്നുമായി ഏതാനും പേർ. എല്ലാം പെൺകുട്ടികൾ... പുരുഷന്മാരെല്ലാം യുദ്ധത്തിനു പോയിക്കഴിഞ്ഞിരുന്നു. ആകാവുന്നവരെല്ലാം സൈന്യത്തിൽ ചേർന്നു കഴിഞ്ഞ കാലം. ചിലപ്പോൾ പാതിരായ്ക്കായിരിക്കും ആരെങ്കിലും ആ സന്ദേശവുമായി വരിക. ഒരുങ്ങിയിറങ്ങാൻ രണ്ടു മണിക്കൂർ. തുടർന്ന് വണ്ടിയിൽ കയറ്റി യുദ്ധമുന്നണിയിലേക്ക്. വയലിലെ പണിക്കിടയിൽ നിന്നായിരിക്കും ചിലപ്പോൾ അവരെ കയറ്റിക്കൊണ്ടുപോകുക. (മൗനം) അന്ന് ഞങ്ങൾ നൃത്തം ചെയ്തിരുന്നുവോ? നല്ല ഓർമ്മയില്ല. ഉണ്ടെങ്കിൽ തന്നെയും അത് പെൺകുട്ടികളും പെൺകുട്ടികളും ചേർന്നായിരിക്കും, ഗ്രാമത്തിൽ ആൺകുട്ടികളൊന്നും ശേഷിച്ചിരുന്നില്ല. ഞങ്ങളുടെ ഗ്രാമം ആകപ്പാടെ നിശ്ശബ്ദമായി.

താമസിയാതെ കമ്മ്യൂണിസ്റ്റ് യുവജനസഖ്യത്തിന്റെ കേന്ദ്രകാര്യാലയത്തിൽനിന്നും ഒരഭ്യർത്ഥന. ജർമ്മൻ സൈന്യം മോസ്കോ വരെ എത്തിയിരിക്കുന്നു. എല്ലാ യുവജനങ്ങളും ഉടനെ സൈന്യത്തിൽ ചേർന്ന് മാതൃഭൂമിയുടെ രക്ഷയ്ക്കായി എത്തണം. ഹിറ്റ്ലർ മോസ്കോ കൈയടക്കുമെന്നോ? തീർച്ചയായും നമ്മൾ അതനുവദിക്കുകയില്ല. ഞാൻ മാത്രമല്ല... കൂട്ടത്തിലുള്ള പെൺകുട്ടികളെല്ലാവരും തന്നെ മുന്നണിയിലേക്കു പുറപ്പെടാൻ തയ്യാറായി. എന്റെ അച്ഛൻ സൈന്യത്തിൽ ചേർന്നു കഴിഞ്ഞിരുന്നു. ഞങ്ങൾ വിചാരിച്ചിരുന്നത് ഞങ്ങൾ മാത്രമാണ് അങ്ങനെ എന്നായിരുന്നു... പ്രത്യേകമായൊരു സംഘം... റിക്രൂട്ട്മെന്റ് ഓഫീസിൽ ചെന്നപ്പോഴാണ് കണ്ടത്, ഞങ്ങളെപ്പോലെ ഒട്ടനവധിപേർ. എന്റെ ശ്വാസം നിലച്ചു. ഹൃദയത്തിനു തീപ്പിടിച്ചതുപോലെ. തിരഞ്ഞെടുപ്പ് വളരെ കണിശമായിരുന്നു. ആദ്യം നോക്കിയത്, ആരോഗ്യം തൃപ്തികരമായിരിക്കണം. എന്നെ എടുത്തില്ലെങ്കിലോ എന്ന് ശങ്ക ഉണ്ടായിരുന്നു. കാരണം, കുട്ടിക്കാലത്ത് എപ്പോഴും ഓരോരോ അസുഖങ്ങൾ എന്നെ ബാധിച്ചിരുന്നു. അമ്മ പറയുമ്പോലെ, ദുർബലമായ ശരീരപ്രകൃതി. അതുപറഞ്ഞ് മറ്റു കുട്ടികൾ എന്നെ പരിഹസിക്കുമായിരുന്നു. കുട്ടിക്കാലത്ത് അതായിരുന്നു എന്റെ വലിയൊരു സങ്കടം. കുടുംബത്തിൽ വേറെ കുട്ടികളാരുമില്ല. ഈ ഒരു പെൺകുട്ടി മാത്രമേ ഉള്ളൂവെങ്കിലും. അവർ സൈന്യത്തിൽ ചേർക്കുകയില്ല. ഒരമ്മ തനിച്ചായി പോകരുതെന്ന നിർബന്ധം. ഞങ്ങളുടെ പ്രിയപ്പെട്ട അമ്മമാർ.... ഒരു കാലത്തും തോരാത്ത അവരുടെ കണ്ണീർ. അവർ മക്കളോട് അപേക്ഷിച്ചു, കോപിച്ചു. എന്നാൽ എന്റെ വീട്ടിൽ എന്നെ കൂടാതെ രണ്ടു സഹോദരിമാരും രണ്ടു സഹാദരന്മാരും ഉണ്ടായിരുന്നു. അവർ എന്നെക്കാളും വളരെ ഇളയതായിരുന്നു എന്നതു ശരി. എന്നാലും വീട്ടിലാളുണ്ടല്ലോ. ഒരു സംഗതികൂടിയുണ്ടായിരുന്നു.

ഗ്രാമത്തിൽ നിന്ന്, കർഷക കൂട്ടായ്മയിൽ നിന്നും ഒരുവിധം എല്ലാവരും സൈന്യത്തിൽ ചേർന്ന് കഴിഞ്ഞിരുന്നു. പാടങ്ങളിൽ പണിയെടുക്കാൻ ആളില്ലാത്ത അവസ്ഥ. അതുകൊണ്ട് ചെയർമാന് ഞങ്ങളെ യുദ്ധരംഗത്തേക്ക് അയയ്ക്കാൻ താല്പര്യമില്ലായിരുന്നു. ചുരുക്കിപ്പറഞ്ഞാൽ അവർ ഞങ്ങളെ ആരേയും എടുത്തില്ല. ഞങ്ങൾ കോംസോമോൾ ഡിസ്ട്രിക്ട് കമ്മറ്റിയെ സമീപിച്ചു. അവരും ഞങ്ങളെ ചേർക്കാൻ തയ്യാറായില്ല. ഞങ്ങളെല്ലാവരും വളരെയധികം പ്രചോദിതരായിരുന്നു. അതുകൊണ്ട് എല്ലാവരും കൂടി അതിലും ഉയർന്ന കമ്മറ്റിയുടെ മുമ്പിലെത്തി. ഒരു പ്രതിനിധിസംഘമായി. യുദ്ധവീര്യം തുടിക്കുന്ന മനസ്സുകൾ. അവരും ഞങ്ങളെ പരിഗണിക്കാതെ തിരിച്ചയച്ചു. എന്തായാലും മോസ്കോ വരെ വന്നതല്ലേ, ഏറ്റവും ഉയർന്ന ഉദ്യോഗസ്ഥനെത്തന്നെ ഒന്നു കണ്ടേക്കാമെന്ന് ഞങ്ങൾ തീരുമാനിച്ചു. കേന്ദ്രകമ്മിറ്റിയിലെ പ്രഥമ കാര്യദർശിയെ. അവസാനത്തെ ശ്രമം. ആരാണ് വക്താവാകുക? ആർക്കാണ് അതിനു വേണ്ട തന്റേടം? ഞങ്ങൾ കരുതിയിരുന്നത് അവിടെ ഞങ്ങൾ മാത്രമേ ഉണ്ടാകൂ എന്നായിരുന്നു. എന്നാൽ ചെന്നു നോക്കിയപ്പോഴല്ലേ വലിയ ആൾത്തിരക്ക്. സെക്രട്ടറിയെ കാണുന്നതു പോയിട്ട് ഇടനാഴിയിലേക്ക് ഒന്നു കയറുക തന്നെ അസാധ്യമായിരുന്നു. രാജ്യത്തിന്റെ നാനാഭാഗത്തുനിന്നുമുള്ള ചെറുപ്പക്കാർ. പലരും ജർമ്മൻ സൈന്യം കൈയടക്കിവെച്ച പ്രദേശങ്ങളിൽ നിന്നായിരുന്നു. വേണ്ടപ്പെട്ടവരുടെ മരണത്തിന് പകവീട്ടാനായി ജ്വലിക്കുന്ന മനസ്സുകൾ. സോവിയറ്റ് യൂണിയന്റെ എല്ലാ ഭാഗങ്ങളിൽനിന്നുമായി അവരൊഴുകിയെത്തി. സത്യം പറയാം, കുറെയേറെ നേരം എന്തുചെയ്യണമെന്നൊരു രൂപമില്ലാതെ ഞങ്ങൾ അന്ധാളിച്ചു നിന്നു...

എന്തായാലും വൈകുന്നേരമായപ്പോഴേക്കും ഞങ്ങൾ സെക്രട്ടറിയുടെ അടുത്തെത്തി. അവർ ചോദിച്ചു. "അപ്പോൾ വെടിവെയ്ക്കാൻ പഠിക്കാതെ നിങ്ങൾ മുന്നണിയിലേക്കു പോകുന്നതെങ്ങനെയാണ്?" ഞങ്ങൾക്കു വെടിവെക്കാൻ അറിയാമെന്നും പരിശീലനം കിട്ടിയിട്ടുണ്ടെന്നും കൂട്ടത്തോടെ വിളിച്ചു പറഞ്ഞു. എവിടെ? എങ്ങനെ? എന്നൊക്കെയായി തുടർന്നുള്ള ചോദ്യങ്ങൾ. "മുറിവുകൾ വെച്ചുകെട്ടാൻ അറിയാമോ? ബാൻഡേജുകൾ ഉപയോഗിക്കാൻ? "ഭാഗ്യം... അതും ഞങ്ങളെ പഠിപ്പിച്ചിരുന്നു ഗ്രാമത്തിലെ റിക്രൂട്ടിങ്ങ് ഓഫീസിലെ ഡോക്ടർ. അതോടെ അവരുടെ ചോദ്യങ്ങൾ നിലച്ചു. കൂടുതൽ ഗൗരവത്തോടെ ഞങ്ങളെ അടിമുടി നോക്കി. മറ്റൊരു തുറുപ്പുശീട്ടും ഞങ്ങളുടെ കൈയിലുണ്ടായിരുന്നു. ആരും ഒറ്റയ്ക്കല്ല. തികച്ചും നാല്പതുപേർ അടങ്ങിയ സംഘം. എല്ലാവർക്കും വെടിവെയ്ക്കാനറിയാം. ബാൻഡേജ് കെട്ടാനറിയാം. "ആട്ടെ, പുറത്തുപോയി നില്ക്കൂ." അവർ പറഞ്ഞു. "നിങ്ങൾക്കുള്ള ഉത്തരം അനുകൂലമായിരിക്കുമെന്ന് ഉറപ്പിച്ചോളൂ." അന്നത്തെ ആ സന്തോഷം! പറയാനാവില്ല. ആ ദിവസം ഞാനൊരിക്കലും മറക്കില്ല...

കൃത്യമായി രണ്ടു ദിവസമേ കാത്തിരിക്കേണ്ടി വന്നുള്ളൂ. അപ്പോഴേക്കും ഞങ്ങളെ സൈന്യത്തിൽ ചേർത്തിരിക്കുന്നു എന്നറിയിച്ചുകൊണ്ടുള്ള ഔദ്യോഗിക കടലാസുകൾ വന്നു...

ഞങ്ങൾ റിക്രൂട്ടിങ്ങ് ഓഫീസിലെത്തി. അപ്പോൾത്തന്നെ ഞങ്ങൾ ഒരു വാതിലിലൂടെ അകത്തേക്കു കടന്നു. വേറൊരു വാതിലിലൂടെ പുറത്തേക്കും. ഭംഗിയിൽ മെടഞ്ഞിട്ട നീണ്ട മുടിയുമായാണ് ഞാൻ അകത്തേക്ക് ചെന്നത്... തിരിച്ചു വന്നത് അതില്ലാതെയും... മുടി അവർ നന്നെ ചെറുതാക്കി മുറിച്ചു കളഞ്ഞു. സാധാരണ ഒരു സൈനികന്റെ മട്ടിൽ... ധരിക്കാൻ പട്ടാളവസ്ത്രങ്ങൾ തന്നു. എന്റെ പഴയ ഉടുപ്പുകളും വെട്ടിയിട്ട നീണ്ട മുടിയും. അമ്മയ്ക്കയച്ചുകൊടുക്കാൻ സമയം കിട്ടിയില്ല... അമ്മയ്ക്കു വലിയ മോഹമുണ്ടായിരുന്നു. എന്റേതായ എന്തെങ്കിലും തന്റെ കൈയിൽ ബാക്കിയുണ്ടാവണമെന്ന്. പട്ടാളയൂണിഫോമും തൊപ്പിയും, ചുമൽസഞ്ചിയുമായി ഞങ്ങൾ തിടുക്കത്തിൽ തയ്യാറായി. വയ്ക്കോൽ വിരിച്ച ഒരു ചരക്കു തീവണ്ടിയിലാണ് ഞങ്ങൾ യാത്ര ചെയ്തത്. അപ്പോഴും പാടത്തിന്റെ മണം, അതിൽ ബാക്കി നിന്നിരുന്നു.

ഞങ്ങളാകുന്ന ചരക്കുകൾ. എല്ലാവരും നല്ല ഉത്സാഹത്തിലായിരുന്നു. കുറുമ്പും തമാശകളുമായി. ഓർക്കുന്നു അന്ന് കുറെയധികം ചിരിച്ചു.

എങ്ങോട്ടാണ് ഞങ്ങൾ പോയിരുന്നത്? ഒരു രൂപവുമില്ലായിരുന്നു. പറഞ്ഞുവരുമ്പോൾ എന്ത് ഏത് എന്നത് ആർക്കും കാര്യമായൊരു വിഷയമല്ലായിരുന്നു. യുദ്ധരംഗത്തെത്തണം. ആ ഒരു ചിന്തയേ ഉണ്ടായിരുന്നുള്ളൂ. എല്ലാവരും യുദ്ധം ചെയ്യുന്നു - ഞങ്ങൾക്കും യുദ്ധം ചെയ്യണം. ഞങ്ങൾ സ്കെൻമോവോ എന്ന സ്റ്റേഷനിലെത്തി. അതിനടുത്തായി സ്ത്രീ സ്നൈപ്പർമാർക്കു പരിശീലനം നല്കുന്ന ഒരു സ്കൂളുണ്ടായിരുന്നു. കാണാമറയത്തിരിന്നു വെടിവെക്കുക. ഞങ്ങളെ എല്ലാവരേയും അങ്ങോട്ടാണയച്ചത്. സ്നൈപ്പർമാരാവുക. എല്ലാവർക്കും വലിയ സന്തോഷം. ശരിക്കുള്ള യുദ്ധ പരിശീലനം. ശത്രുക്കളെ ഞങ്ങൾ വെടിവെച്ചു വീഴ്ത്തുന്നു.

ഞങ്ങൾ പഠിക്കാൻ തുടങ്ങി. എല്ലാ ചിട്ടവട്ടങ്ങളും മനസ്സിരുത്തി പഠിച്ചു. കാവൽ സൈന്യസേവനം, അച്ചടക്കം, അനുസരണം, കാമോഫ്ളാഷ് (ശത്രുവിനെ വഞ്ചിക്കാനുള്ള തന്ത്രങ്ങൾ) രാസപ്രയോഗങ്ങളിൽനിന്നും രക്ഷനേടാനുള്ള മാർഗങ്ങൾ. പെൺകുട്ടികളെല്ലാവരും തന്നെ കഠിനമായി അദ്ധ്വാനിച്ചിരുന്നു. ഒരു സ്നൈപ്പറുടെ തോക്ക് കണ്ണടച്ചു കൂട്ടിയിണക്കാനും വിഘടിപ്പിക്കാനും ഞങ്ങൾ പരിശീലിച്ചു. കാറ്റിന്റെ വേഗം നിർണയിക്കാൻ, ലക്ഷ്യത്തിന്റെ ചലനം മനസ്സിലാക്കാൻ, അതിലേക്കുള്ള ദൂരം കണ്ടറിയാൻ, ഒളിഞ്ഞിരിക്കാനുള്ള മാളം കുഴിക്കാൻ, വയറ് നിലത്തുമുട്ടിച്ചിഴയാൻ - അതെല്ലാം ഞങ്ങൾ പഠിച്ചു കഴിഞ്ഞിരുന്നു. എത്രയും പെട്ടെന്ന് മുന്നണിയിലെത്താനായിരുന്നു ഞങ്ങൾക്കു ധൃതി. വെടിവെപ്പു രേഖയിൽ ചെന്നു നില്ക്കണം...

പരിശീലനത്തിന്റെ അവസാനം പരീക്ഷയിൽ ഏറ്റവും ഉയർന്ന സ്ഥാനം എനിക്കാണ് ലഭിച്ചത്. യുദ്ധസംബന്ധമായ വിഷയങ്ങളും, അതല്ലാത്ത മേഖലകളിലും ഒന്നാംസ്ഥാനം എനിക്കായിരുന്നു. അലാറം അടിക്കുമ്പോൾ ഉണർന്നെഴുന്നേൽക്കുക. എന്നെ സംബന്ധിച്ചിടത്തോളം

അതായിരുന്നു ഏറ്റവും വിഷമം പിടിച്ച കാര്യം. എഴുന്നേറ്റാൽമാത്രം പോര. അഞ്ചു മിനിട്ടിനുള്ളിൽ തയ്യാറാവുകയും വേണം. അതിനിടയിൽ വസ്ത്രം ധരിക്കണം. ബൂട്ടുകൾ ഇടണം. വരിയൊപ്പിച്ചു ചെന്നു നില്ക്കണം. ധൃതിയിൽ ചിലപ്പോൾ ബൂട്ടുകളിടാതെ ഞങ്ങൾ പരേഡി നെത്തി. വേഗം ധരിക്കാൻ വേണ്ടി ആവശ്യത്തിലധികം വലുപ്പമുള്ള ബൂട്ടുകളാണ് ഞങ്ങൾ തിരഞ്ഞെടുത്തത്. ഒരു പെൺകുട്ടിയുടെ പാദ ങ്ങൾ, മഞ്ഞുബാധയേറ്റ് വല്ലാതെ നാശമായി. അത് സർജന്റ് മേജറുടെ ശ്രദ്ധയിൽപ്പെട്ടു. അവളെ കഠിനമായി ശകാരിച്ചു. ഞങ്ങളെ പാദങ്ങൾ രക്ഷിക്കാനുള്ള തുണിവെച്ചു കെട്ടുന്നതെങ്ങനെയെന്നു കാണിച്ചുതന്നു. ഞങ്ങളുടെ നേരെ നോക്കി അദ്ദേഹം മുരണ്ടു. "നിങ്ങളെയൊക്കെ പട്ടാള ക്കാരാക്കി മാറ്റാൻ ഞാൻ എന്താണ് ചെയ്യേണ്ടത് എന്റെ കുട്ടികളേ." നിങ്ങൾ ജർമ്മൻകാരെ വെടിവെച്ചു വീഴ്ത്തണം. അല്ലാതെ അവരുടെ ഉന്നമാവുകയല്ല നിങ്ങളുടെ ലക്ഷ്യം. എല്ലാവരും ഞങ്ങളെ വിളിച്ചിരുന്നത് പ്രിയപ്പെട്ട കുട്ടികളേ എന്നായിരുന്നു. എല്ലാവർക്കുമുണ്ടായിരുന്നു ഞങ്ങളോടു സഹതാപവും സ്നേഹവും. ആരും ഞങ്ങളെ പ്രതി ദയവു കാണിക്കുന്നത് ഞങ്ങൾക്കിഷ്ടമല്ലായിരുന്നു. ഞങ്ങളും അവരെപ്പോലെ പട്ടാളക്കാർത്തന്നെയല്ലേ?

എന്തായാലും ഞങ്ങൾ സമരമുഖത്തെത്തി. ഒർഷയ്ക്കു സമീപമുള്ള ഒരു സ്ഥലം... 12-ാ മത് ഇൻഫൻട്രി ഡിവിഷൻ... ഇന്നു നടന്നതുപോലെ ഓർക്കുന്നു. കേണൽ ബൊറോഡ്കിന്നിന് ഞങ്ങളെ കണ്ടിട്ട് ദേഷ്യം വന്നു. "കുറെ പെൺകുട്ടികളെയാണല്ലോ എന്റെ ചുമലിൽ വെച്ചുകെട്ടി യിരിക്കുന്നത്. ഇതെന്താ.... സ്ത്രീകൾ വട്ടംചുറ്റി ചുവടുവെയ്ക്കുന്ന ആട്ട മാണോ? അദ്ദേഹം പിന്നേയും അക്ഷമയോടെ പിറുപിറുത്തു. 'സൈനിക -നൃത്ത-സംഗീത-നാടകം! ഇത് യുദ്ധമാണ്. അതിഘോരമായ യുദ്ധം..... ആട്ടവും പാട്ടുമല്ല." അതിനുശേഷം അദ്ദേഹം ഞങ്ങളെ വിളിച്ച് നല്ലൊരു അത്താഴം തന്നു സത്കരിച്ചു. അദ്ദേഹം തന്റെ കീഴിലുള്ള ഓഫീസറോട് ചോദിക്കുന്നത് ഞങ്ങൾ കേട്ടു. "ചായയ്ക്കൊപ്പം കൊടുക്കാൻ മധുര മൊന്നുമില്ലേ."

ശരിക്കും ഞങ്ങൾക്ക് നീരസം തോന്നി. ഞങ്ങളെപ്പറ്റി അദ്ദേഹം എന്താണ് കരുതിയിരിക്കുന്നത്? യുദ്ധം ചെയ്യാൻ തയ്യാറായി വന്നിരിക്കു ന്നവരാണ് ഞങ്ങൾ. ആ നിലയ്ക്കല്ല അദ്ദേഹം ഞങ്ങളെ കാണുന്നത്. പട്ടാളക്കാരായാലും സാധാരണയുവതികളായിട്ടാണ്. പ്രായം കൊണ്ട് അദ്ദേഹത്തിന്റെ മകളുടെ സ്ഥാനം... "എന്റെ കുട്ടികളേ, നിങ്ങളെക്കൊണ്ട് ഞാൻ എന്തു ചെയ്യാൻ? എവിടെനിന്നാണ് അവർ നിങ്ങളെ കണ്ടെടു ത്തത്? ആ വിധത്തിലായിരുന്നു അദ്ദേഹത്തിന്റെ സംസാരവും പെരു മാറ്റവും. എന്നാൽ ഞങ്ങളുടെ വിചാരം ഞങ്ങൾ തഴക്കം വന്ന ഒന്നാ ന്തരം സൈനികരാണെന്നായിരുന്നു. ശരിക്കുമതേ.... യുദ്ധം.... അതുമാത്ര മായിരുന്നു ഞങ്ങളുടെ മനസ്സിൽ.

അടുത്ത ദിവസം തന്നെ അദ്ദേഹത്തിന്റെ മുമ്പിൽ ഞങ്ങൾ കാണിച്ചു കൊടുത്തു, എങ്ങനെയാണ് വെടിവെക്കുന്നത് എന്ന്. ശത്രുവിന്റെ

കണ്ണിൽപ്പെടാതെ യുദ്ധരംഗത്ത് ഞങ്ങൾ എങ്ങനെയാണ് മറഞ്ഞിരിക്കുന്നത് എന്നും കാട്ടിക്കൊടുത്തു.

വാസ്തവത്തിൽ ആണുങ്ങളെക്കാൾ നന്നായി ഞങ്ങൾ വെടിവെച്ചിരുന്നു. ഞങ്ങൾക്കു പരിശീലനം നല്കാനായി യുദ്ധത്തിനിടയിൽ നിന്നും വന്നവരായിരുന്നു ആ പുരുഷന്മാർ. രണ്ടു നാളത്തെ പരിശീലനം. പക്ഷേ, അവരുടേതായ ജോലി അതിലും സമർത്ഥമായി ഞങ്ങൾ ചെയ്യുന്നതു കണ്ട് അവർ ശരിക്കും അതിശയിച്ചു. സ്ത്രീ സ്നൈപ്പറുകളെ അവർ ജീവിതത്തിൽ ആദ്യമായി കാണുകയായിരുന്നു. വെടിവെച്ചു കഴിഞ്ഞപ്പോൾ, പുറത്ത് കാമേഫ്ളാഷിനുള്ള സമയമായി. തുറസ്സായ ഒരു സ്ഥലം. കേണൽ വന്ന് ചുറ്റിനടന്ന് ആകെ ഒന്നു നിരീക്ഷിച്ചു. പിന്നെ ഒരു മൊട്ടക്കുന്നിൽ കയറി നിന്നു. അദ്ദേഹം വേറെ ഒന്നും കണ്ടില്ല. പെട്ടെന്ന് കുന്നിന്റെ അടിയിൽ നിന്നും അടിയന്തരമായൊരു അഭ്യർത്ഥന: "ഹൗ..... കേണൽ സഖാവേ! ഇനിയും എനിക്കു സഹിക്കാൻ വയ്യ..... അങ്ങയുടെ ഈ പെരുത്ത ഭാരം."

അന്ന് ഞങ്ങൾ ചിരിച്ചതിനു ഒരു കണക്കില്ല. ഒരാൾക്ക് സ്വയം ഇങ്ങനെ 'കാമോഫ്ളാഷ്" ചെയ്യാനാവുമെന്ന് അദ്ദഹം വിചാരിച്ചിരുന്നില്ല.

"ശരി.....ഞാൻ മുമ്പു പറഞ്ഞതെല്ലാം തിരിച്ചെടുക്കുന്നു." അദ്ദേഹം കാര്യമായി പറഞ്ഞു. "നിങ്ങൾ പെൺകുട്ടികളെപ്പറ്റി ഞാൻ പറഞ്ഞതെല്ലാം തെറ്റ്." അപ്പോഴും ഞങ്ങളെക്കുറിച്ച് അദ്ദേഹത്തിനുണ്ടായിരുന്ന സങ്കടം ആ മനസ്സിൽ നിന്നും മാറിയില്ല. നാളുകളോളം അങ്ങനെ നിന്നു. ഞങ്ങളെ സ്നൈപ്പർമാരായി കാണാൻ അദ്ദേഹത്തിന് സാധിച്ചില്ല.

അങ്ങനെ ഞങ്ങളുടെ ആദ്യത്തെ "വേട്ട"യുടെ ദിവസമായി. (സ്നൈപ്പർ അങ്ങനെയാണ് സാധാരണയായി പറയാറ്.) എന്റെ കൂടെ മാഷാ കോസ്ലോവ ആയിരുന്നു. ഞങ്ങൾ സ്വയം കാമോഫ്ളാഷ് ചെയ്ത് കാണിച്ചിരുന്നു. ഞാൻ ചുറ്റുപാടും നിരീക്ഷിച്ചുകൊണ്ട്, മാഷ തോക്ക് ഉന്നം വെച്ചു കൊണ്ട്. പെട്ടെന്ന് മാഷ പറഞ്ഞു.

"വേഗം......... വെടിവെക്കൂ....... ദാ ഒരു ജർമ്മൻ."

"നീയാണ് വെടിവെക്കേണ്ടത്........"ഞാൻ ഓർമ്മിപ്പിച്ചു. "എന്റെ പണി ചുറ്റും നോക്കലാണ്."

"നമ്മളത് പറഞ്ഞു തീരുമാനിക്കും മുമ്പേ ശത്രു പോയേക്കും." അവൾ പറഞ്ഞു. പക്ഷേ, ഞാൻ എന്റെ സ്ഥാനത്തുറച്ചു നിന്നു.

"ആദ്യം ഷൂട്ടിങ്ങിന്റെ സ്ഥലപടം നോക്കി മനസ്സിലാക്കണം. അവിടെയുള്ള പ്രത്യേകം സ്ഥലങ്ങൾ ശ്രദ്ധിക്കണം. അവരുടെ ഷെഡ് എവിടെയാണ്? ആ ബിറിച്മരം എവിടെയാണ്?

"നീ ഒരു സ്കൂൾ കുട്ടിയെപ്പോലെ ഭൂപടം നോക്കി പഠിച്ച് സമയം കളയാനാണോ ഭാവം? ഞാൻ വന്നിരിക്കുന്നത് വെടിവെക്കാനാണ്. ഭൂപടം നോക്കി രസിക്കാനല്ല."

മാഷയ്ക്ക് എന്റെ നേരെ ദേഷ്യം വന്നിരിക്കുന്നുവെന്ന് മനസ്സിലാക്കി.

"എന്നാൽ വെടിവെക്ക്........എന്തുകൊണ്ടു നീ വെടിവെക്കുന്നില്ല."

തമ്മിൽത്തമ്മിൽ ഞങ്ങൾ മത്സരിച്ചുകൊണ്ടിരുന്നു. അതിന്നിടയിൽ അപ്പുറത്ത് ആ ജർമ്മൻ ഓഫീസർ തന്റെ സൈനികർക്കുള്ള ഉത്തരവ് നല്കുകയായിരുന്നു. അപ്പോഴേക്കും ഒരു വണ്ടി വന്നുനിന്നു. സൈനികർ ഒരു ചങ്ങലയായി നിന്നു. എല്ലാവരും ചേർന്ന് വണ്ടിയിൽ നിന്നും ഏതോ ചരക്കിറക്കി. ഓഫീസർ കുറച്ചു നേരം നിർദ്ദേശങ്ങൾ കൊടുത്തു കൊണ്ടു നിന്നു. പിന്നെ എങ്ങോട്ടോ മറഞ്ഞു. ഞങ്ങൾ അപ്പോഴും തർക്കിച്ചു കൊണ്ടിരുന്നു. ഓഫീസർ രണ്ടുതവണ കൺമുന്നിൽ വന്നതാണ്. ഇനിയും വേണ്ടതു ചെയ്തില്ലെങ്കിൽ നഷ്ടം ഞങ്ങളുടേതുതന്നെ. ഇതുപോലൊരു അവസരം കിട്ടിയെന്നു വരില്ല. മൂന്നാമത്തെ തവണയും അയാൾ പ്രത്യക്ഷപ്പെട്ടു. പക്ഷേ, നിമിഷനേരം മാത്രം. കാണാം, കാണാനില്ല എന്ന മട്ട്. ഞാൻ തന്നെ വെടിവെക്കാൻ നിശ്ചയിച്ചു. ഉടനെ മനസ്സിൽ ഒരു മിന്നൽ; ശത്രുവാകാം. പക്ഷേ, ഒരു മനുഷ്യനല്ലേ? എന്റെ കൈകൾ വിറയ്ക്കാൻ തുടങ്ങി. ശരീരമാകെ തണുത്തു വിറച്ചു. മനസ്സിൽ വല്ലാത്തൊരു വിങ്ങൽ. ആ ഭയം ഇപ്പോഴും ചിലപ്പോൾ സ്വപ്നങ്ങളിൽ ഞാൻ അനുഭവിക്കാറുണ്ട്. പരിശീലനകാലത്ത് ഉന്നം വെച്ചിരുന്നതു മുഴുവൻ മരക്കോലങ്ങളെയായിരുന്നു. ആദ്യമായാണ് മുമ്പിൽ പച്ചയായ ഒരു മനുഷ്യൻ. ടെലിസ്കോപിലൂടെ അയാളെ വ്യക്തമായിക്കാണാം, തൊട്ടടുത്തെന്നപോലെ . എന്തോ ഒന്ന് എന്നെ പിറകോട്ടുവലിക്കുന്നു... വെടിവെക്കാൻ കൈ പൊന്തുന്നില്ല, മനസ്സുറയ്ക്കുന്നില്ല... എന്നിട്ടും ഞാൻ എങ്ങനേയോ എന്നെ അമർത്തിപ്പിടിച്ചു, കാഞ്ചി വലിച്ചു... കൈകൾ രണ്ടും പരത്തിവീശി അയാൾ നിലം പതിച്ചു. മരിച്ചുവോ ഇല്ലയോ എന്ന് ഞാൻ നോക്കിയില്ല. അതു കഴിഞ്ഞും വീണ്ടും കഠിനമായ വിറ. ഞാൻ പേടിച്ചരണ്ടു. ഞാൻ ഒരാളെ കൊന്നിരിക്കുന്നു. ആ ചിന്തപോലും എനിക്കിനിയും പരിചയമാവേണ്ടിയിരിക്കുന്നു. ചുരുക്കിപ്പറഞ്ഞാൽ അത്യധികം ഭയാനകമായ ഒരനുഭവം. ഞാൻ ഇപ്പോഴും അത് മറന്നിട്ടില്ല.

ഞങ്ങൾ മടങ്ങിവന്നു. ഫ്ളാറ്റിലുള്ളവരോട് ആ സംഭവത്തെക്കുറിച്ചു പറഞ്ഞു. അവർ ഒരു യോഗം വിളിച്ചുകൂട്ടി. ഞങ്ങൾക്കൊരു നേതാവുണ്ടായിരുന്നു, കലാവാ ഇവാനോവ. അവർ ഉറപ്പിച്ചു പറഞ്ഞു " അവർ ശത്രുക്കളാണ്, വെറുക്കപ്പെടേണ്ടവർ. ഒരു തരത്തിലുള്ള കനിവും കാട്ടേണ്ടതില്ല." ഫാസിസ്റ്റുകൾ അവളുടെ അച്ഛനെ വധിച്ചിരുന്നു.

അന്തരീക്ഷത്തിനൊരയവുവരുത്തുവാൻ ഞങ്ങൾ പാടാൻ തുടങ്ങി." വേണ്ട കുട്ടികളേ കലാവ് പറഞ്ഞു." ആദ്യം നമുക്ക് ആ ശത്രുക്കളെ വകവരുത്താം. അതിന് ശേഷം പാടിരസിക്കാം" .

ഉടനെയൊന്നും അതു സാധിച്ചില്ല. അതൊരു സ്ത്രീ ചെയ്യേണ്ട ജോലിയല്ല. വെറുക്കലും... കൊല്ലലും. നമുക്കു പറ്റിയ പണിയല്ല. സ്വയം പറഞ്ഞു മനസ്സിലാക്കേണ്ടിവന്നു പിന്നേയും പിന്നേയും... അതിനുശേഷമാണ് വീണ്ടും...

ഏതാനും ദിവസങ്ങൾക്കുശേഷം മാറിയാ ഇവാനോവ എന്നെ വിളിച്ചു. അവരുടെ ഒരു യുദ്ധകാല സുഹൃത്തിനെ കാണാനായി ക്ഷണിച്ചു.

ക്ലവീഡിയ ഗ്രിഗോറീവ്നാ ക്രോവിനാ എന്നായിരുന്നു അവരുടെ പേര്. അന്ന് ഒരിക്കൽക്കൂടി എനിക്ക് കേൾക്കേണ്ടി വന്നു.....

ആദ്യത്തെ തവണ വല്ലാതെ ഭയം തോന്നും.... അതികഠിനമായ ഭയം.

ഞങ്ങൾ മറഞ്ഞിരിക്കയായിരുന്നു. ഞാൻ ചുറ്റും നിരീക്ഷിച്ചു കൊണ്ടിരുന്നു. പെട്ടെന്നാണ് കണ്ടത്. ഒരു കിടങ്ങിനകത്തു നിന്ന് ഒരു ജർമ്മൻകാരൻ പതുക്കെ തല പുറത്തേക്കു നീട്ടുന്നു. താമസിച്ചില്ല. ഞാൻ കാഞ്ചി വലിച്ചു. അയാൾ താഴെ വീണു, അറിയാമോ..... അതോടെ ഞാൻ വിറച്ചു തുള്ളാൻ തുടങ്ങി. ശരീരമാകെ നിയന്ത്രിക്കാനാവാത്ത വിറയൽ. ദേഹത്തിനകത്ത് എല്ലുകൾ കൂട്ടിമുട്ടുന്ന ശബ്ദം ഞാൻ കേട്ടു. ഞാൻ കരഞ്ഞു പോയി. ഇരയുടെ നേരെ വെടിവെച്ചപ്പോൾ ഒന്നും തോന്നിയില്ല, എന്നാൽ ഇപ്പോൾ... ഞാൻ കൊന്നിരിക്കുന്നു. അജ്ഞാതനായ ഒരാളെ. അയാളെക്കുറിച്ചെനിക്കൊന്നും അറിഞ്ഞുകൂട. എന്നിട്ടും ഞാൻ അയാളെ കൊന്നു.

പിന്നീട്.... അത് കടന്നുപോയി. ഇങ്ങനെയാണ് അത് സംഭവിച്ചത്... ഞങ്ങൾ മുന്നേറുകയായിരുന്നു. ഒരു കൂട്ടം ആളുകൾ താമസിച്ചിരുന്ന ചെറിയൊരു പ്രദേശം..... അതും കടന്ന് ഞങ്ങൾ മുന്നോട്ടുപോയി. ഉക്രേയ്നിലായിരുന്നുവെന്നു തോന്നുന്നു. വഴിയരികിലായി ഞങ്ങളൊരു വീടു കണ്ടു. വീടെന്നു പറയാൻവയ്യ. ഏതാണ്ട് മുഴുവനായും കരിഞ്ഞു ചാമ്പലായിരുന്നു. കരിപിടിച്ച കുറെ കല്ലും ഇഷ്ടികയുമല്ലാതെ ഒന്നും ബാക്കിയുണ്ടായിരുന്നില്ല. അടിത്തറ മാത്രം ശേഷിച്ചിരുന്നു. പെൺകുട്ടികളാരും അതിനടുത്തേക്കു പോയില്ല. എന്നാൽ എന്നെ ആരോ അതിനരികിലേക്കു പിടിച്ചു വലിക്കുന്നതുപോലെ. ആ കനലുകൾക്കിടയിൽ ഞാൻ മനുഷ്യരുടെ അസ്ഥികൾ കണ്ടു. കത്തിയെരിഞ്ഞ കൊച്ചുനക്ഷത്രങ്ങളും അതിനിടയിലുണ്ടായിരുന്നു. മുറിവേറ്റ നമ്മുടെ ഭടന്മാരും തടവുകാരും. അവരെയാണവിടെ ചുട്ടുകൊന്നിരിക്കുന്നത്. അതിൽപിന്നെ അസംഖ്യം പേരെ ഞാൻ കൊന്നു. മനസ്സിൽ ഒരുതരത്തിലുമുള്ള വേദനയോ അനുകമ്പയോ തോന്നിയില്ല. കരിപിടിച്ച ആ കൊച്ചുനക്ഷത്രങ്ങൾ എന്റെ ഓർമ്മയിൽ മിന്നിനിന്നിരുന്നു...

...പാടെ നരച്ച മുടിയുമായാണ് ഞാൻ യുദ്ധരംഗത്തുനിന്ന് തിരിച്ചു വന്നത്. വയസ്സ് 21 മാത്രം. പക്ഷേ, മുടിയാകെ വെളുത്തുകഴിഞ്ഞിരുന്നു. കഠിനമായി മുറിവേറ്റിരുന്നു. തലച്ചോറിന് ക്ഷതം സംഭവിച്ചിരുന്നു. ഒരു ചെവി മിക്കവാറും കേൾക്കാനില്ലായിരുന്നു. "നീ തിരിച്ചു വരുമെന്നു എനിക്ക് വിശ്വാസമുണ്ടായിരുന്നു. അത്രയധികം ഞാൻ പ്രാർത്ഥിച്ചിരുന്നു, നിനക്കു വേണ്ടി" അമ്മ എന്നെ സ്വീകരിച്ചത് അതും പറഞ്ഞാണ്. എന്റെ ജ്യേഷ്ഠൻ യുദ്ധത്തിൽ കൊല്ലപ്പെട്ടിരുന്നു.

അമ്മ കരഞ്ഞുകൊണ്ടിരുന്നു.

ഇപ്പോൾ ഒന്നിനും ഒരു വ്യത്യാസമില്ല - പ്രസവിക്കുന്നത് ആണായാലും പെണ്ണായാലും ഒരുപോലെ. എന്നാലും അവനൊരാണായിരുന്നു. മാതൃഭൂമിയെ രക്ഷിക്കേണ്ടത് അവന്റെ കടമയായിരുന്നു. പക്ഷേ, നീയൊരു പെൺകുട്ടിയല്ലേ? ദൈവത്തോട് ഞാൻ ഒന്നു പ്രാർത്ഥിച്ചിരുന്നു.

അഥവാ നീ വികൃതയാക്കപ്പെടുകയാണെങ്കിൽ നിന്നെ കൊന്നുകളയണമെന്ന്. അതായിരിക്കും നല്ലത്. എപ്പോഴും ഞാൻ തീവണ്ടിസ്റ്റേഷനിൽ ചെന്നു നില്ക്കുമായിരുന്നു. നീ വന്നെങ്കിലോ എന്ന പ്രതീക്ഷ. ഒരിക്കൽ കരിഞ്ഞ മുഖവുമായി ഒരു പെൺകുട്ടിയെ കണ്ടു ഒരു പട്ടാളപെൺകുട്ടി. ഞാൻ ഞെട്ടിപ്പോയി. അത് നീയായിരിക്കുമോ? പിന്നീട് ഞാൻ അവൾക്കു വേണ്ടിയും പ്രാർത്ഥിച്ചു.

ചിലിയാബിനിസ്ക് പ്രദേശത്താണ് ഞാൻ ജനിച്ചു വളർന്നത്. ഞങ്ങളുടെ വീട്ടിൽ നിന്നും അധികം അകലെയല്ലാതെ എന്തോ ഖനനം നടന്നിരുന്നു. പാറ പൊളിക്കൽ അധികവും രാത്രികാലങ്ങളിലായിരുന്നു. കാരണമെന്താണെന്നറിഞ്ഞു കൂടാ. ആ ശബ്ദം കേട്ടാലുടനെ എന്റെ കോട്ടുമെടുത്തിട്ട് ഞാൻ പുറത്തേക്കോടുമായിരുന്നു. വീട്ടിലിരിക്കാൻ വയ്യ. എങ്ങോട്ടെങ്കിലും ഓടിപ്പോകണമെന്ന തോന്നൽ. അമ്മ എന്നെ പിടിച്ചു വലിച്ച് മാറോടു ചേർത്തു നിർത്തി പറയും. “ഉണരൂ.......കണ്ണുതുറക്കൂ. യുദ്ധം അവസാനിച്ചു....... നീ ഇപ്പോൾ വീട്ടിലാണ്.” അമ്മയുടെ വാക്കുകൾ. എനിക്ക് സ്വബോധം വീണ്ടുകിട്ടും. ‘ഞാൻ നിന്റെ അമ്മയാണ്..... അമ്മ.’ അവർ സൗമ്യമായി എന്റെ കാതിൽ പറയും. ഉച്ചത്തിലുള്ള വാക്കുകൾ....... എന്നെ വല്ലാതെ ഭയപ്പെടുത്തിയിരുന്നു.

മുറിയിൽ ചൂടുണ്ട്. എന്നിട്ടും മെടഞ്ഞെടുത്ത ഒരു കമ്പിളിപ്പുതപ്പു കൊണ്ട് ക്ലോഡിയ ഗ്രിഗോറിവെൻ മൂടി പുതച്ചിരിക്കുന്നു. അവർക്കു വല്ലാതെ തണുത്തിരുന്നു. ക്ലോഡിയ തുടർന്നു......

വേഗം തന്നെ ഞങ്ങളോരോരുത്തരും പട്ടാളക്കാരായി മാറി... കാര്യമായി ചിന്തിക്കാനൊന്നും സമയമുണ്ടായിരുന്നില്ല. സ്വന്തം വികാരങ്ങളിൽ തൂങ്ങി നില്ക്കാനും.

ഞങ്ങളുടെ ചാരന്മാർ ഒരു ജർമ്മൻകാരനെ തടവുകാരനാക്കി. അയാൾ ആകെ അമ്പരന്നിരുന്നു. തന്റെ ചുറ്റുവട്ടത്തുവെച്ചു കുറെയേറെ സൈനികർ കൊല്ലപ്പെട്ടിരുന്നു. എല്ലാവരും തലയ്ക്ക് വെടിയേറ്റ്. മിക്കവാറും എല്ലാവരും ഒരേ ഇടത്താണ് മരിച്ചു വീണിരുന്നത്. അയാൾ ഉറപ്പിച്ചു പറഞ്ഞു. ഒരേയൊരാൾക്ക് ഈ കൃത്യം നിർവ്വഹിക്കാനാവില്ല. ഇത്രയധികം പേരെ തലയ്ക്ക് വെടിവെച്ചു കൊല്ലുക! അത് സാധ്യമല്ലത്തന്നെ. “ഇത്രയധികം പേരെ ഒരേ മട്ടിൽ വകവരുത്തിയ ആ റൈഫിൾമാനെ” എനിക്കൊന്നു കാണണം.” അയാൾ ആവശ്യപ്പെട്ടു. “എന്റെ കീഴിൽ വലിയൊരു സംഘമുണ്ടായിരുന്നു. നിത്യവും ശരാശരി പത്തുപേരെ ഞങ്ങൾ വെടിവെച്ചു വീഴ്ത്തിയിരുന്നു.

ഞങ്ങളുടെ കമാൻഡറാണ് അതിന് മറുപടി പറഞ്ഞത്. “ആ റൈഫിൾമാനെ” കാട്ടിത്തരാൻ ഞങ്ങൾക്കാവില്ല, ഒന്നാമത് അതൊരു പുരുഷനായിരുന്നില്ല. പെൺകുട്ടിയായിരുന്നു. അവളാകട്ടെ കൊല്ലപ്പെടുകയും ചെയ്തു.”

ആ പെൺകുട്ടി ഞങ്ങളുടെ സാഷാ ഷിലിയാക്കോവ ആയിരുന്നു. ഒരു നേർക്കുനേർ പോരാട്ടത്തിലാണ് സാഷാ എന്ന ആ സ്നൈപ്പർ

കൊല്ലപ്പെട്ടത്. അവളെ ഒറ്റിക്കൊടുത്തത് അവളുടെ ചുവന്ന സ്കാർഫാ യിരുന്നു. കഴുത്തിൽ ചുറ്റിക്കെട്ടുന്ന ആ തുണിയോട് അവൾക്ക് പ്രത്യേ കിച്ചൊരിഷ്ടമായിരുന്നു. ചുറ്റും വീണു കിടന്ന മഞ്ഞിന്റെ വെളുപ്പിൽ ആ ചുകപ്പ് പെട്ടെന്ന് ശത്രുവിന്റെ കണ്ണിൽപ്പെട്ടു. ഞങ്ങളുടെ സ്നൈപ്പർ ഒരു പെൺകുട്ടിയാണെന്നു കേട്ടപ്പോൾ ആ ജർമ്മൻ ഓഫീസർ ഒന്നു ഞെട്ടി. എങ്ങനെ പ്രതികരിക്കണമെന്നറിയാതെ അയാൾ അന്ധാളിച്ചു നിന്നു. കുറച്ചധികം നേരം അയാൾ നിശ്ശബ്ദനായി നിന്നു. അയാൾ ജർമ്മൻ സൈന്യത്തിലെ ഒരു ഉന്നതനായിരുന്നു. വിശദമായ ചോദ്യം ചെയ്യലിനായി അവർ അയാളെ മോസ്കോയിലേക്കയച്ചു. അതിനു മുമ്പായി അയാൾ തുറന്നു സമ്മതിച്ചു, "ഞാൻ ഒരിക്കലും സ്ത്രീകളു മായി പൊരുതിയിട്ടില്ല. നിങ്ങളെല്ലാവരും സുന്ദരികളാണ്. ഞങ്ങളുടെ പരസ്യവിഭാഗം ഞങ്ങളെ ധരിപ്പിച്ചിരിക്കുന്നത്. ചുകന്ന പട്ടാളത്തിലെ സ്ത്രീകൾ യഥാർത്ഥത്തിലുള്ള സ്ത്രീകളല്ല. സ്ത്രീ പുരുഷലക്ഷണ ങ്ങൾ കൂടിച്ചേർന്നവരാണ് എന്നാണ്."

അയാൾക്കപ്പോഴും ആ യാഥാർത്ഥ്യം മനസ്സിലാക്കാനായില്ല. ഇല്ല... ആ സംഭവം എനിക്കു മറക്കാനാവില്ല.

ഞങ്ങൾ ജോടികളായിട്ടാണ് ജോലി ചെയ്തിരുന്നത്. സൂര്യൻ ഉദി ക്കുന്നതു മുതൽ അസ്തമിക്കുന്നതുവരെ ഒരേയിടത്ത് ഒറ്റയ്ക്കു കഴിച്ചു കൂട്ടുക വളരെ പ്രയാസമുള്ള കാര്യമാണ്. കണ്ണുകൾ കഴയ്ക്കും. വെള്ള മൊലിക്കാൻ തുടങ്ങും. കൈകൾക്കൊരു മരവിപ്പ്, ശരീരത്തിലാകെ ഒരു പിരിമുറുക്കം. ചലനമില്ലായ്മ. വസന്തകാലമായാൽ കൂടുതൽ പ്രയാസ മാണ്. കാൽകീഴിൽ മഞ്ഞുരുകി തുടങ്ങും. ആ വെള്ളത്തിലിരുന്നുവേണം ദിവസം മുഴുവൻ കഴിക്കാൻ. പുലർച്ചയ്ക്കു മുമ്പേ ഞങ്ങൾ പുറപ്പെടും. മുന്നണിയിൽ നിന്നും തിരിച്ചു വരിക ഇരുട്ടു പരന്നതിനുശേഷമായി രിക്കും. പന്ത്രണ്ടുമണിക്കൂറിലേറെ നേരം ഒരേ ഇരിപ്പ്. ഒന്നുകിൽ ഒരു മരത്തിനുമുകളിൽ, അല്ലെങ്കിൽ മഞ്ഞുറച്ചതിനു മേലെ. ചിലപ്പോൾ വല്ല ഷെഡ്ഡിലോ, പൊളിഞ്ഞ വീടിനു മുകളിലോ. എപ്പോഴും സ്വയം കാമോ ഫ്ളാഷ് ചെയ്ത്. പ്രകടമാകാതെ. അങ്ങനെ ശത്രുവിന് കാണാനാകാതെ ഒരിടത്തിരുന്ന് ഞങ്ങൾ അവരുടെ നീക്കങ്ങൾ നിരീക്ഷിച്ചു കൊണ്ടി രിക്കും. കഴിയുന്നത്ര അടുത്തുള്ള ഒരിടം കണ്ടെത്താൻ എപ്പോഴും ശ്രമിക്കും. ശത്രുവിന്റെ കിടങ്ങും ഞങ്ങളും തമ്മിലുള്ള അകലം പല പ്പോഴും ഏഴോ എട്ടോ നൂറുവാര മാത്രം. ചിലപ്പോൾ തമ്മിലുള്ള അകലം നൂറുവാരയിൽ താഴെ. അതിരാവിലെയാണെങ്കിൽ അവരുടെ ചിരിയും വർത്തമാനവും വ്യക്തമായി കേൾക്കാം.

ഞങ്ങൾക്കു ഭയമുണ്ടായിരുന്നില്ല. എന്തുകൊണ്ടാണെന്നറിഞ്ഞു കൂടാ... ഇപ്പോഴും അത് മനസ്സിലാവുന്നില്ല.

ഞങ്ങൾ വളരെ വേഗം മുന്നേറുകയായിരുന്നു. ഞങ്ങളുടെ ശക്തി ചോർന്നു കൊണ്ടിരുന്നു. അവശ്യസാധനങ്ങൾക്കു കുറവു വന്നു. ആയുധ ങ്ങളും ഭക്ഷണസാധനങ്ങളും പോരാതായി. അടുക്കളെ ബോംബുവീണു

തകർന്നു. മൂന്നുദിവസം ഒന്നും കഴിക്കാൻ കിട്ടിയില്ല..... എന്തൊക്കെയോ ഉണക്ക വസ്തുക്കളെടുത്തു ചവച്ചു. തൊലി പോയി നാക്കനക്കാൻ വയ്യാതായി. എന്റെ 'തുണ' കൊല്ലപ്പെട്ടു. പുതിയൊരു പെൺകുട്ടിയുമായി ഞാൻ മുന്നണിയിലിരുന്നു. പെട്ടെന്നാണ് "നോ മാനിസ് ലാനിഡിൽ" ഒരു കുതിരക്കുട്ടി പ്രത്യക്ഷപ്പെട്ടത്. രണ്ടുപക്ഷക്കാർക്കും അവകാശമില്ലാത്ത തുടുത്ത് ഒന്നാന്തരമൊരു കുതിരക്കുട്ടി. തടിച്ചുകൊഴുത്ത്.... രോമനിബിഡമായ വാലും. വളരെ ശാന്തനായി ചുറ്റിനടക്കുന്നു. ഘോരമായൊരു യുദ്ധത്തിന്റെ നടുവിലാണെന്ന ഭാവമേയില്ല. ജർമ്മൻകാരുടെ ഒച്ചയനക്കങ്ങൾ എന്റെ ശ്രദ്ധയിൽപ്പെട്ടു. ദൂരെ അവരെ എനിക്കു കാണാം. ഞങ്ങളുടെ സൈനികരും തമ്മിൽത്തമ്മിൽ എന്തോ പറയുന്നു. "അവൻ ഓടിപ്പോകും..... സൂപ്പുണ്ടാക്കാൻ ഉത്തമം."

"എത്ര ദൂരെയാണ്. ഇവിടെ നിന്ന് സബ്മെഷീൻ തോക്കു കൊണ്ട് വെടിവെച്ചു വീഴ്ത്താനാവില്ല...."അവർ ഞങ്ങളെ കണ്ടു.

"അവരുടെ സ്നൈപ്പർമാർ വരുന്നുണ്ട്. അവരതിനെ കൊണ്ടുപോകും.... വേഗമാകട്ടെ.... പെൺകുട്ടികളേ!"

ആലോചിക്കുവാൻ സമയമുണ്ടായില്ല. പതിവുശീലം... ഞാൻ ഉന്നംവെച്ച് വെടിപൊട്ടിച്ചു. കുതിരക്കുട്ടിയുടെ കാലുകൾ മടങ്ങി. അവൻ ഒരു വശം തിരിഞ്ഞ് താഴെവീണു. എനിക്കു തോന്നി, ചാകും മുമ്പ് അവൻ അവസാനമായി ദയനീയമായി ഉറക്കെ തേങ്ങിയെന്ന്. ഒരുപക്ഷേ, അതെന്റെ വെറും തോന്നലാകാം.

അപ്പോഴാണ് സത്യത്തിൽ അതെന്റെ മനസ്സിൽ കൊണ്ടത്. ഞാൻ ചെയ്തതെന്താണ്? ഇത്രയും ചന്തമുള്ളൊരു കുതിരക്കുട്ടി. അതിനെ ഞാൻ കൊന്നുവല്ലോ? ജീവിക്കാൻ അവസരം കൊടുക്കാതെ അതിന്റെ ജീവനൊടുക്കിയില്ലേ? അവനെ ഞാൻ അക്ഷരാർത്ഥത്തിൽ തന്നെ "സൂപ്പാ"ക്കി. ആരോ പിറകിലിരുന്നു തേങ്ങുന്നു. ഞാൻ തിരിഞ്ഞു നോക്കി. എന്റെ പുതിയ "ഇണ"

"എന്തുപറ്റി? " ഞാൻ ചോദിച്ചു.

"ആ കുതിരക്കുട്ടി... "പറയാനാവാതെ അവൾ വിതുമ്പി.

"ഓ..... അതാണോ...?" നിസ്സാരമട്ടിൽ ഞാൻ പറഞ്ഞു. "ഇത്രയും ലോലമായ മനസ്സാണോ നിന്റേത്? മൂന്നു ദിവസമായി നമ്മൾ പട്ടിണിയിലാണ്. ശവങ്ങളൊന്നും ഇതുവരെ നിനക്ക് മറവു ചെയ്യേണ്ടി വന്നിട്ടില്ല. അതുകൊണ്ടാണ് ഇത്രയും സങ്കടം. ഭാരമുള്ള കിറ്റു ചുമലിലേന്തി ഒഴിഞ്ഞവയറുമായി ഇരുപതു നാഴിക മാർച്ചു ചെയ്തുനോക്കൂ. അപ്പോൾ വിവരമറിയാം. ആദ്യം നമുക്കു വിശപ്പുമാറ്റാൻ നോക്കാം. പിന്നീട് കുതിരക്കുട്ടിയെ ഓർത്തു കരയാം. ... മനസ്സിലായോ....?

എന്നെ പ്രോത്സാഹിപ്പിച്ച് ഒച്ച വെച്ചുകൊണ്ടിരുന്ന സൈനികരുടെ നേരെ ഞാൻ നോക്കി. ഏതാനും നിമിഷം മുമ്പല്ലേ അവരെന്നെ അതിനായി ഉത്സാഹിപ്പിച്ചത്. ഇപ്പോൾ ഒരാളും എന്റെ നേരെ നോക്കുന്നില്ല.

ഞാനെന്നൊരാൾ മുമ്പിലില്ല എന്ന ഭാവം. എല്ലാവരും കണ്ണുകൾ താഴ്ത്തി അവരവരുടേതായ പണിത്തിരക്കിൽ. ചിലർ കുഴി വെട്ടുന്നു. ചിലർ പുക വലിക്കുന്നു. ഒരാൾ എന്തിനോ മൂർച്ച കൂട്ടുന്നു. എനിക്കും ഇഷ്ടം പോലെ ചെയ്യാം. ഞാൻ കുത്തിയിരുന്ന് കരഞ്ഞു. ഞാൻ സ്വയം ഒരു ഇറച്ചി വെട്ടുകാരനാണെന്ന തോന്നൽ... വെറുതെ ഒരു ജീവിയെ കൊല്ലുക! കുട്ടിക്കാലം മുതലേ എല്ലാ ജീവികളേയും എനിക്ക് വളരെ ഇഷ്ടമായിരുന്നു. ഞാൻ സ്കൂളിൽ പഠിക്കുന്ന കാലം. ഞങ്ങൾക്കൊരു പശുവുണ്ടായിരുന്നു. ഒരിക്കൽ അതിനു സുഖമില്ലാതായി. അവസാനം അറക്കേണ്ടി വന്നു. രണ്ടു ദിവസത്തേക്ക് ഞാൻ കരച്ചിൽ നിർത്തിയില്ല. കരച്ചിൽ നിർത്താൻ എനിക്കായില്ല. ഇവിടെ....ഇപ്പോൾ.... ഒരു പാവം കുതിരക്കുട്ടിയെ ഞാൻ കൊന്നിട്ടിരിക്കുന്നു. രണ്ടു വർഷത്തിനിടയിൽ ആദ്യമായിക്കണ്ട കുതിരക്കുട്ടിയായിരുന്നു അത്.

രാത്രി അവർ അത്താഴം വിളമ്പി. പാചകക്കാരൻ പറഞ്ഞു... "വെടിവെപ്പുകാരി കുട്ടി.... ഇന്നു നമ്മുടെ പാത്രത്തിൽ ഇറച്ചിയുണ്ട്. അവർ ആ പാത്രം എന്റെ മുമ്പിൽ വെച്ച് തിരിഞ്ഞുനടന്നു. എന്റെ കൂട്ടുകാരികളെല്ലാവരും വന്നിരുന്നു. പക്ഷേ, ഒരാളും ആ പാത്രത്തിനു നേരെ കൈനീട്ടിയില്ല. കാര്യമെന്താണെന്ന് എനിക്കു മനസ്സിലായി. ഞാൻ പൊട്ടിക്കരഞ്ഞു പോയി. ഞാൻ ട്രെഞ്ചിൽ നിന്നും പുറത്തേക്കോടി. ചങ്ങാതിമാർ പിന്നാലെ വന്ന് എന്നെ ആശ്വസിപ്പിച്ചു. ഒന്നും പറയാതെ അകത്തേക്കു തിരിച്ചു ചെന്ന് പാത്രം തുറന്ന് ഭക്ഷണം കഴിക്കാൻ തുടങ്ങി.

അങ്ങനെയായിരുന്നു അന്നത്തെ കാര്യങ്ങൾ. അതെല്ലാം എങ്ങനെ മറക്കാൻ!

രാത്രി ഞങ്ങൾ പലതിനെക്കുറിച്ചും സംസാരിച്ചു. സ്വന്തം കുടുംബത്തെപ്പറ്റി. അച്ഛനമ്മമാരെ പറ്റി.... മുന്നണിയിൽ പോരടിച്ചു കൊണ്ടിരിക്കുന്ന അച്ഛനെയും സഹോദരന്മാരെയും പറ്റി....ഓരോരുത്തരും ഓരോന്നോർത്തു പറഞ്ഞു. യുദ്ധം കഴിഞ്ഞാൽ ചെയ്യാൻ പോകുന്നതിനെപ്പറ്റിയും ഞങ്ങൾ സംസാരിച്ചു. ആരെയാണ് വിവാഹം കഴിക്കുക? ഏതു വിധത്തിലായിരിക്കും? സ്നേഹമുള്ള ഭർത്താവായിരിക്കുമോ? എല്ലാം കേട്ട് ഞങ്ങളുടെ കമ്മാൻഡിങ്ങ് ഓഫീസറും കൂടെ ചിരിച്ചു.

"നോക്കൂ കുട്ടികളേ എല്ലാ കാര്യത്തിലും നിങ്ങൾ മിടുക്കികൾ തന്നെ. പക്ഷേ, യുദ്ധം കഴിഞ്ഞാൽ നിങ്ങളെ വിവാഹം കഴിക്കാൻ പുരുഷന്മാർ ശങ്കിക്കും. നല്ല ഉന്നമുള്ളവരല്ലേ... കിണ്ണങ്ങൾ തലയ്ക്കു നേരെ വലിച്ചെറിഞ്ഞ് വകവരുത്തുമോ എന്ന് പേടി കാണും തീർച്ച."

എന്റെ ഭർത്താവിനെ ഞാൻ കണ്ടുമുട്ടിയത് യുദ്ധത്തിനിടയ്ക്കു വെച്ചാണ്. രണ്ടുപേരും ഒരേ റെജിമെന്റിൽ ആയിരുന്നു. അദ്ദേഹത്തിന് രണ്ടുതവണ കഠിനമായി മുറിവു പറ്റി. ഒരിക്കൽ ഷെൽ പൊട്ടിത്തെറിച്ചുള്ള ആഘാതമേറ്റു. തുടക്കം മുതൽ ഒടുക്കം വരെ അദ്ദേഹം യുദ്ധരംഗത്തുണ്ടായിരുന്നു. അതിനുശേഷവും അദ്ദേഹം പട്ടാളത്തിൽ തന്നെ തുടർന്നു. യുദ്ധം എങ്ങനെയായിരുന്നുവെന്ന് അദ്ദേഹത്തെ പറഞ്ഞു

മനസ്സിലാക്കേണ്ട ആവശ്യമുണ്ടായിരുന്നില്ല. എവിടെനിന്നാണ് ഞാൻ തിരിച്ചെത്തിയിരിക്കുന്നത് എന്നും അദ്ദേഹത്തിന് കൃത്യമായി രൂപമുണ്ടായിരുന്നു. ഞാൻ എങ്ങനെയാണെന്നും അദ്ദേഹത്തിനറിയാം. ഞാൻ ഒച്ച ഉയർത്തുമ്പോഴെല്ലാം അദ്ദേഹം ഒന്നുകിൽ കേട്ടില്ലെന്നു നടിച്ചും അല്ലെങ്കിൽ സ്വയം നിയന്ത്രണം വിടാതെ കാര്യങ്ങൾ പറയും. അതുപോലെ ഞാനും അദ്ദേഹത്തിന്റെ ഭാവമാറ്റങ്ങൾ പൊറുക്കും. കാര്യങ്ങൾ എനിക്കും അറിവുള്ളതാണല്ലോ. ഞങ്ങൾക്ക് രണ്ടു മക്കളുണ്ട്. ഒരു മകനും ഒരു മകളും. രണ്ടുപേരേയും വേണ്ടതുപോലെ വളർത്തി. രണ്ടുപേരും യൂണിവേഴ്സിറ്റി വിദ്യാഭ്യാസം പൂർത്തിയാക്കുകയും ചെയ്തു.

വേറെ എന്താണ് നിങ്ങളോട് പറയേണ്ടത്? യുദ്ധം അവസാനിച്ചു. സൈന്യത്തെ പിരിച്ചുവിട്ടു. ഞാൻ മോസ്കോയിലേക്കു മടങ്ങി വന്നു. മോസ്കോയിൽ നിന്നും വീട്ടിലേക്കെത്തിയത് കുതിരവണ്ടിയിൽ യാത്ര ചെയ്തതാണ്. പിന്നെ കുറെ കാൽനടയായും. ഏതാനും നാഴികകൾത്തന്നെ. ഇപ്പോൾ ഗ്രാമത്തിലേക്ക് ഒരു ഭൂഗർഭപാതയുണ്ട്. എന്നാൽ അന്നത്തെ പാത ചെറിത്തോപ്പുകൾക്ക് ഇടയിലൂടെയും മലയിടുക്കുകളിലൂടെയുമൊക്കെയായിരുന്നു. നല്ല ആഴമുള്ള പ്രദേശങ്ങൾ. അതിൽ ഒന്ന് വളരെ വിശാലമായിരുന്നു. അതും എനിക്ക് കടന്നു പോരണമായിരുന്നു. അവിടെ എത്തിയപ്പോഴേക്കും നേരം നന്നെ ഇരുട്ടിയിരുന്നു. അത് മുറിച്ചു കടക്കാൻ എനിക്ക് ഭയം തോന്നി. ഒന്നുകിൽ തിരിച്ചു പോയി നേരം പുലരാനായി കാത്തിരിക്കാം. അല്ലെങ്കിൽ ധൈര്യം സംഭരിച്ച് കണ്ണടച്ച് മുന്നോട്ടു നടക്കാം. ഇന്ന് അതിനെ കുറിച്ചാലോചിക്കുമ്പോൾ ചിരി വരുന്നു. ഒരു യുദ്ധത്തിന്റെ മുഴുവൻ അനുഭവങ്ങളും പിന്നിട്ടു വന്നവളാണ് ഞാൻ. കാണാത്തതായി എന്തുണ്ട്.... എണ്ണമറ്റ ശവങ്ങൾ.... അതുപോലെ മറ്റെല്ലാം. ഇവിടെ ഒരു മലയിടുക്ക് തനിയെ കടന്നുപോകാൻ ധൈര്യമില്ലാതെ ശങ്കിച്ചു നില്ക്കുന്നു. ആ മൃതശരീരങ്ങളുടെ ഗന്ധം, അതിനോടു കൂടിക്കലർന്ന് വിലകുറഞ്ഞ പുകയിലയുടെ മണം, എല്ലാം ഇപ്പോഴും എന്റെ ഓർമ്മയിലുണ്ട്. അന്ന് ഞാനൊരു ചെറുപ്പക്കാരി പെൺകിടാവായിരുന്നു. ജർമ്മനിയിൽ നിന്നും നാട്ടിലേക്ക് തീവണ്ടിയിൽ തിരിച്ചു വരികയായിരുന്നു. ആരുടേയോ ചുമൽസഞ്ചിക്കകത്തു നിന്ന് ഒരു എലി പുറത്തേക്കു ചാടി. എല്ലാ പെൺകുട്ടികളും പെട്ടെന്ന് ചാടി എഴുന്നേറ്റു. മുകൾത്തട്ടിലുണ്ടായിരുന്നവർ ഒച്ച വെച്ച് താഴേക്കുരുണ്ടു വീണു. ഞങ്ങളോടൊപ്പം ഒരു ക്യാപ്റ്റനും യാത്ര ചെയ്തിരുന്നു. അദ്ദേഹം ഞങ്ങളുടെ വെപ്രാളം കണ്ട് അദ്ഭുതം കൂറി. “വലിയ ബഹുമതികളും കീർത്തിമുദ്രകളും നേടിയവർ. ചെറിയൊരു എലിയെക്കണ്ട് ഇങ്ങനെ ഭയക്കുന്നോ?”

എന്റെ ഭാഗ്യം. അപ്പോൾ ആ വഴിയെ ഒരു ട്രക്ക് വന്നു. അതിൽ കയറിപ്പറ്റാം. ഞാൻ തീരുമാനിച്ചു. വണ്ടി നിന്നു. “എനിക്ക് ഡൈകോവ്സ്കോയിലേക്കു പോകണം” ഞാൻ ഉറക്കെ വിളിച്ചു പറഞ്ഞു.

‘ഞാനും അങ്ങോട്ടുതന്നെയാണ്.’ ട്രക്കിന്റെ വാതിൽ തുറന്നു കൊണ്ട് ആ ചെറുപ്പക്കാരൻ പറഞ്ഞു.

ഞാൻ മുൻവശത്തെ കാബിനിൽ കയറി ഇരുന്നു. പെട്ടി പിറകു വശത്തു വെച്ചു. ഞങ്ങൾ യാത്രയായി. എന്റെ പട്ടാള യൂണിഫോമും അതിലെ മെഡലുകളും അയാൾ ശ്രദ്ധിച്ചു.

"എത്ര ജർമ്മൻകാരെ നിങ്ങൾ കൊന്നു?"

"എഴുപത്തിയഞ്ചു പേരെ." ഞാൻ പറഞ്ഞു.

"വെറുതെ........ " അയാൾ തെല്ലു പരിഹാസത്തോടെ പറഞ്ഞു.

"ഒരു ജർമ്മൻകാരന്റെ പോലും മുഖത്തേക്കു നിങ്ങൾ നോക്കിയിട്ടുണ്ടാവില്ല."

പെട്ടെന്ന് ഞാൻ ആളെ തിരിച്ചറിഞ്ഞു. "കോൽക്കോ ഷിഷോവ് അല്ലേ?" ഞാൻ ചോദിച്ചു. "ഒരിക്കൽ ഞാൻ നിങ്ങളെ കഴുത്തിൽ ചുവന്ന തൂവാല കെട്ടാൻ സഹായിക്കുകയുണ്ടായി. ഓർമ്മയുണ്ടോ?"

യുദ്ധത്തിനു മുൻപ് ഞാൻ സ്കൂളിലെ പയനീർ* നേതാവായിരുന്നു.

"മാജസ്ക...അത് നിങ്ങളാണോ?"

"അതെ"

"സത്യം തന്നെയല്ലേ?" അയാൾക്കു വിശ്വസിക്കാനായില്ല. പൊടുന്നനെ അയാൾ ട്രക്കു നിർത്തി.

"ഇതെന്താ വണ്ടി നിർത്തിയത്. എന്നെ വീട്ടിൽ കൊണ്ടു ചെന്നാക്കൂ." അപ്പോഴേക്കും എന്റെ കണ്ണുകൾ നിറഞ്ഞു. അയാളുടെ കണ്ണുകളും നനയുന്നത് ഞാൻ കണ്ടു. എത്ര വിചിത്രമായൊരു കണ്ടുമുട്ടൽ. എത്രയോ കാലം കഴിഞ്ഞ്.

അയാൾ എന്നെ വീട്ടിൽ കൊണ്ടുചെന്നിറക്കി. പെട്ടിയും തൂക്കി എന്റെ അമ്മയുടെ അടുത്തേക്കോടിച്ചെന്നു. മുറ്റത്ത് തലങ്ങും വിലങ്ങും ആ പെട്ടിയും തൂക്കിപ്പിടിച്ചു നൃത്തം ചെയ്തു. "വേഗം പുറത്തേക്കു വരൂ." അയാൾ ഉറക്കെ എന്റെ അമ്മയെ വിളിച്ചു. "ദാ....ഞാൻ നിങ്ങളുടെ മകളെ കൊണ്ടുവന്നിരിക്കുന്നു."

എനിക്കു മറക്കാനാവാത്ത നിമിഷങ്ങൾ. അല്ലെങ്കിലും എങ്ങനെ മറക്കാൻ?

ഞാൻ തിരിച്ചു വന്നിരിക്കുന്നു. എല്ലാം ഇനി ആദ്യം മുതൽ തുടങ്ങണം. ആദ്യം ഷൂവിടാൻ പഠിക്കണം. കഴിഞ്ഞ മൂന്നു വർഷവും ബൂട്ടുകൾ മാത്രമാണ് ധരിച്ചിരുന്നത്. യുദ്ധരംഗത്ത്. ബെൽറ്റുകൾ മുറുക്കി കെട്ടിയിരുന്നു. ഇപ്പോൾ വസ്ത്രങ്ങൾ ശരീരത്തിൽ അയഞ്ഞു തൂങ്ങിക്കിടക്കുന്നു. ഞങ്ങൾക്ക് ജാള്യത തോന്നി... ഉടുപ്പുകളും സ്കർട്ടുകളും. ഞാൻ ശങ്കയോടെ നോക്കി. ഇതൊന്നുമായിരുന്നില്ലല്ലോ പതിവ്. പട്ടാളത്തിൽ ചേർന്നതിൽ പിന്നെ എപ്പോഴും കാലുറകളാണ് ധരിച്ചിരുന്നത്. വൈകുന്നേരമായാൽ വസ്ത്രങ്ങൾ കഴുകി അതിന്റെ മീതെ കിടക്കും. അതോടെ

---

* 1922ൽ 10നും 15നും ഇടക്കുള്ള സോവിയറ്റ് കുട്ടികൾക്കായി ആരംഭിച്ച ഒരു സംഘടന. പാശ്ചാത്യ രാജ്യങ്ങളിലെ സ്കൗട്ട് സംഘടനയെ പോലെ.

അത് തേച്ചതുപോലെയാകും. കുറെ കഴിയുമ്പോഴേക്കും നന്നായി ഉണങ്ങും. മഞ്ഞു കാലത്ത് തണുത്തുറയ്ക്കുകയും ചെയ്യും.

പാവാട ഉടുത്ത് എങ്ങനെയാണ് നടക്കുക എന്ന് പഠിക്കണം. കാലിൽ എന്തോ ചുറ്റിപ്പിണഞ്ഞു കിടക്കുന്നതുപോലെ. സാധാരണ വസ്ത്രങ്ങളും ഷൂസും ധരിച്ച് ഞാൻ പുറത്തേക്ക് പോകും. ഏതെങ്കിലും പട്ടാള ഉദ്യോഗസ്ഥനെ കണ്ടാൽ അറിയാതെ വലതുകൈ ഉയരും, സല്യൂട്ട് ചെയ്യാനായി. എല്ലാ കാര്യങ്ങൾക്കും ഞങ്ങൾക്ക് റേഷനായിരുന്നു. അതാണ് പട്ടാളരീതി. എല്ലാം സർക്കാർ വക. ഒന്നിനും വില കൊടുക്കേണ്ട. പഴയശീലം....ബേക്കറിയിൽ നിന്ന് ഞാൻ ആവശ്യമുള്ള സാധനങ്ങൾ വാങ്ങി. പണം കൊടുക്കാതെ ഇറങ്ങിപ്പോന്നു. വില്പനക്കാരിക്ക് എന്നെ അറിയാമായിരുന്നു. കാര്യവും മനസ്സിലായി. എന്റെ മറവി ചൂണ്ടിക്കാണിക്കാൻ അവർക്കു മടി. രണ്ടു ദിവസം അങ്ങനെ കഴിഞ്ഞു. സാധനം വാങ്ങി വിലകൊടുക്കാതെ ഞാൻ ഇറങ്ങിനടന്നു. പിന്നീട് തെറ്റു മനസ്സിലാക്കി. എല്ലാറ്റിന്റേയും വില ഒന്നായി തിരിച്ചു കൊടുത്തു. വലിയ നാണക്കേടു തോന്നി. സാധാരണ നാട്ടുനടപ്പുകൾ വീണ്ടും ശീലമാക്കണം. നിത്യജീവിതത്തിലെ ചിട്ടവട്ടങ്ങൾ പഠിച്ചെടുക്കണം. ആരോടാണ് ഞാൻ എന്റെ മനസ്സുതുറക്കുക. ചിലപ്പോൾ അയൽക്കാരിയുടെ അരികത്തേക്കോടും. അല്ലെങ്കിൽ അമ്മയുടെ മുമ്പിലേക്ക്.

വേറൊരു കാര്യം കൂടി ഞാൻ ആലോചിക്കാറുണ്ട്. നോക്കൂ... യുദ്ധം എത്രകാലമുണ്ടായിരുന്നു? നാലുകൊല്ലം. വളരെ നീണ്ട ഒരു കാലയളവ്. അതിനിടയിൽ ഞാൻ കിളികളെയും പൂക്കളെയും കണ്ടില്ല. അവ ചുറ്റിലുമുണ്ടായിരുന്നിരിക്കാം. പക്ഷേ, എന്റെ ഓർമ്മയിലില്ല. അതെ.... വിചിത്രമെന്നു തോന്നുന്നു അല്ലേ? ആർക്കെങ്കിലും യുദ്ധത്തെക്കുറിച്ച് ഒരു വർണസിനിമ എടുക്കാൻ സാധിക്കുമോ? എല്ലാം കറുപ്പായിരുന്നു. ചോരയ്ക്കു മാത്രമേ വേറൊരു നിറമുണ്ടായിരുന്നുള്ളൂ ചോര ചുവപ്പ്...

അടുത്തിടെ, ഏതാണ്ട് എട്ടു കൊല്ലം മുമ്പ് ഞങ്ങൾ ഞങ്ങളുടെ മഷേൻകാ നല്കി മോവയെ കാണുകയുണ്ടായി. പീരങ്കിപ്പട്ടാളത്തിന്റെ കമാൻഡറായിരുന്ന ആൾക്ക് കഠിനമായി മുറിവേറ്റു. അവളാണ് അന്ന് ഇഴഞ്ഞുചെന്ന് അയാളുടെ ജീവൻ രക്ഷിക്കാൻ ശ്രമിച്ചത്. അവളുടെ തൊട്ടുമുമ്പിൽ ഒരു ഷെൽ വന്നുവീണ് പൊട്ടിത്തെറിച്ചു. അവൾക്ക് കമാൻഡറുടെ അരികിലെത്താനായില്ല. അയാൾ കൊല്ലപ്പെട്ടു. മഷേൻകായുടെ രണ്ടു കാലും ആകെ തകർന്നു. വെച്ചുകെട്ടാൻ പോലും ആകാത്ത സ്ഥിതി. അന്ന് ഞങ്ങൾ വല്ലാതെ ബുദ്ധിമുട്ടി, അവളുടെ കാര്യത്തിൽ. പ്രഥമശുശ്രൂഷാകേന്ദ്രത്തിലേക്കു വാരിയെടുത്തു കൊണ്ടുപോകവേ അവൾ പറഞ്ഞുകൊണ്ടിരുന്നു. “കൂട്ടരേ, വെടിവെച്ച് എന്റെ കഥ കഴിക്കൂ. ഈ അവസ്ഥയിൽ എനിക്ക് ജീവിക്കേണ്ട.” അവൾ കരഞ്ഞപേക്ഷിച്ചു. അധികൃതർ അവളെ ആശുപത്രിയിലേക്കയച്ചു. ഞങ്ങൾ മുന്നോട്ട് യാത്ര തുടർന്നു.

പിന്നീട് ഞങ്ങൾ അവളെക്കുറിച്ച് അന്വേഷിക്കാൻ തുടങ്ങി. അപ്പോഴേക്കും ആ പാത മാഞ്ഞുപോയിക്കഴിഞ്ഞിരുന്നു. അവൾക്കെന്തുപറ്റി എന്നറിയാതെ ഏറെ വർഷങ്ങൾ കടന്നുപോയി. പലർക്കും കത്തയച്ചു. ആർക്കും ഒരു വിവരവും തരാനായില്ല. അവസാനം ഞങ്ങളെ

സഹായിച്ചത് മോസ്കോയിലെ സ്കൂളിലെ (№ 73) മാർഗാന്വേഷികളാണ്. അവിടത്തെ ആൺകുട്ടികളും പെൺകുട്ടികളുമാണ് മഷേൻകയെ ഞങ്ങൾക്കുവേണ്ടി കണ്ടുപിടിച്ചത്. യുദ്ധത്തിൽ പങ്കെടുത്ത മുതിർന്ന സൈനികർക്കുവേണ്ടി സർക്കാർ നടത്തുന്ന ഒരു സ്ഥാപനത്തിലായിരുന്നു അവൾ. ആൾട്ടായ്* ക്കടുത്തുള്ള ഒരു സ്ഥലം അപ്പോഴേക്കും യുദ്ധം അവസാനിച്ചിട്ട് 30 വർഷം കഴിഞ്ഞിരുന്നു. എത്രയോ അകലെ ആയിരുന്നു അവൾ. ഈ കാലമത്രയും അവൾ അവശരും വികലാംഗരുമായവർക്കുള്ള ഒരു അഭയകേന്ദ്രത്തിൽ നിന്നും മറ്റൊന്നിലേക്ക് സഞ്ചരിച്ചുകൊണ്ടിരിക്കുകയായിരുന്നു. ഒരാശുപത്രിയിൽ നിന്ന് മറ്റൊരാശുപത്രിയിലേക്ക്. ഇതിനകം എത്രയോ ശസ്ത്രക്രിയകൾക്ക് അവൾ വിധേയയായി. താൻ ജീവിച്ചിരിക്കുന്നുവെന്ന് സ്വന്തം അമ്മയെക്കൂടി അവൾ അറിയിച്ചില്ല. എല്ലാവരിൽ നിന്നും അവൾ ഒളിച്ചു മാറി. മഷേൻകയെ ഞങ്ങൾ ഞങ്ങളുടെ സംഗമത്തിലേക്ക് കൂട്ടിക്കൊണ്ടുവന്നു. തമ്മിൽത്തമ്മിൽ കണ്ടും പറഞ്ഞും എല്ലാവരും കണ്ണീരിൽ കുളിച്ചു നിന്നു. ഞങ്ങൾ അവളേയും അമ്മയേയും കൂട്ടിച്ചേർത്തു. മുപ്പതു കൊല്ലത്തിനു ശേഷം അമ്മയും മകളും പരസ്പരം കണ്ടു. അമ്മയ്ക്ക് മകളെ കണ്ട സന്തോഷം. സ്വബോധം നഷ്ടപ്പെട്ടതുപോലെ. "മകളെ കാണാതെ മുമ്പു തന്നെ ഹൃദയം തകർന്ന് ഞാൻ മരിച്ചു പോയില്ലല്ലോ എന്നോർത്താണ് എന്റെ സന്തോഷം മുഴുവൻ. ഇന്ന് അവളെ കാണാറായല്ലോ. സന്തോഷമായി." അമ്മ കരച്ചിലിനിടയിൽ പറഞ്ഞു. "ഇന്നെനിക്ക് ആരേയും കാണാൻ വിഷമമില്ല" മഷേൻക പറഞ്ഞു. വയസ്സായില്ലേ.... ഇനി എന്തിന് പേടിയും വിഷമവും?" ചുരുക്കി പറഞ്ഞാൽ ..... അതാണ് യുദ്ധം.

രാത്രി കിടങ്ങിനകത്ത് കിടന്നിരുന്നത് ഓർമ്മ വരുന്നു. ഉറങ്ങുകയായിരുന്നില്ല. എവിടെയോ പീരങ്കിയുടെ മുഴക്കം. ഞങ്ങളുടെ യന്ത്രത്തോക്കുകളും വെടിയുതിർക്കുന്നുണ്ട്. എനിക്കു മരിക്കണമെന്നില്ല. സൈന്യത്തിൽ ചേരുമ്പോൾ ഞാൻ ശപഥം ചെയ്തിരുന്നു, ആവശ്യമെങ്കിൽ പ്രാണൻ ത്യജിക്കാനും തയ്യാറാണെന്ന്. പക്ഷേ, സത്യത്തിൽ ഞാൻ മരിക്കാൻ തയ്യാറായിരുന്നില്ല. വീട്ടിലേക്കു മടങ്ങിവന്നാലും ആത്മാവ് വ്രണിതമായിരിക്കും. ഇപ്പോഴെനിക്കു തോന്നുന്നു.. കാലോ കയ്യോ അറ്റുപോകുകയായിരുന്നു ഭേദം. അങ്ങനെയാണെങ്കിൽ മുറിവു പറ്റുക ശരീരത്തിനായിരിക്കും. ആത്മാവ് സ്വസ്ഥമായിരുന്നേനെ. ഇപ്പോൾ... മനസ്സു നിറയെ വേദനയാണ്. യുദ്ധരംഗത്തേക്കു യാത്രയായപ്പോൾ ഞങ്ങൾക്കെല്ലാം തീരെ ചെറുപ്പമായിരുന്നു. കേവലം പെൺകുട്ടികൾ. യുദ്ധത്തിന്റെ വർഷങ്ങളിലൂടെയാണ് ഞാൻ വളർച്ച പ്രാപിച്ചത്. വീട്ടിൽ തിരിച്ചെത്തിയ ദിവസം അമ്മ എന്റെ ഉയരം അളന്നു നോക്കി. ഞാൻ നാലിഞ്ചു ഉയരം വെച്ചിട്ടുണ്ട്.

യാത്ര പറഞ്ഞുകൊണ്ട് പ്രയാസപ്പെട്ട് അവൾ കൈനീട്ടി എന്നെ ആലിംഗനം ചെയ്തു. അവളുടെ കൈകൾക്ക് എന്തൊരു ചൂട്! എനിക്കു മാപ്പുതരൂ...

---

* മദ്ധ്യേഷ്യയിലെ ഒരു പർവതപ്രദേശമാണ് ആൾട്ടായ്. റഷ്യ... ചൈന.. കസ്ക്സ്ഥാൻ അതിർത്തിയിൽ.

"പെൺകുട്ടികളേ...
വേഗം വളർന്നു വലുതാവൂ.
നിങ്ങളിനിയും മുതിർന്നിട്ടില്ല."

ശബ്ദങ്ങൾ..... പലപല ശബ്ദങ്ങൾ..... എല്ലാം എന്റെ മേലെ വന്നു വീഴുകയാണ്. എനിക്കു പരിചയമില്ലാത്ത യാഥാർത്ഥ്യങ്ങൾ അവ വെളിപ്പെടുത്തുന്നു. കുട്ടിക്കാലം മുതലേ കേട്ടു പരിചയിച്ച ആ പ്രമാണവുമായി ഇപ്പോൾ കേൾക്കുന്ന യാഥാർത്ഥ്യങ്ങൾക്ക് ഒരു ബന്ധവുമില്ല. നമ്മൾ വിജയം നേടി. എന്റെ ഉള്ളിൽ ക്ഷണത്തിൽ ഒരു രാസപ്രക്രിയ നടക്കുന്നു. മനുഷ്യന്റെ ഭാഗധേയങ്ങളുടെ ജീവൻ തുടിക്കുന്ന കോശങ്ങളിൽ എല്ലാ ആർദ്രഭാവങ്ങളും അലിഞ്ഞില്ലാതാകുന്നു. വളരെ കുറച്ചേ അതിനായുസ്സുണ്ടായിരുന്നുള്ളൂ. അവർണനനീയമായി എന്തെങ്കിലുമുള്ളപ്പോൾ.... വാക്കുകൾക്കപ്പുറത്തുള്ളത്.. അതിനെയാണ് വിധി എന്നു നമ്മൾ പറയുന്നത്.

പതിറ്റാണ്ടുകൾ കഴിഞ്ഞു. ഇനി ഇപ്പോൾ ഞാൻ കേൾക്കാൻ ആഗ്രഹിക്കുന്നതെന്താണ്? മോസ്കോയിൽ അല്ലെങ്കിൽ സ്റ്റാലിൻഗ്രാഡിൽ സംഗതികൾ ഏതുവിധത്തിലായിരുന്നുവെന്നോ? സൈനികപ്രവർത്തനങ്ങളുടെ വിവരണങ്ങളോ? പിടിച്ചടക്കിയ എന്നാൽ മറന്നുപോയ കുന്നുകളുടേയും മലകളുടേയും പേരുകളോ? യുദ്ധം നടന്ന സ്ഥലങ്ങളേയും രംഗങ്ങളേയും കുറിച്ചുള്ള കഥകളോ? മുന്നേറ്റങ്ങളേയും പിൻവാങ്ങലുകളേയും കുറിച്ചോ, എത്ര പട്ടാളത്തീവണ്ടികൾ ബോംബുവെച്ചു തകർത്തുവെന്നോ? ഒളിപ്പോരാളികളുടെ മിന്നലാക്രമണങ്ങളെപ്പറ്റിയാണോ? അതിനെയൊക്കെ പറ്റി ആയിരമായിരം പുസ്തകങ്ങൾ എഴുതപ്പെട്ടു കഴിഞ്ഞിരിക്കുന്നു. അല്ല, ഞാൻ അന്വേഷിക്കുന്നത് മറ്റു ചിലതാണ്. ഞാൻ സമാഹരിക്കാൻ ശ്രമിക്കുന്നത് ആത്മാവിന്റെ അറിവുകളാണ്... അങ്ങനെയാണ് ഞാൻ അതിനെ വിളിക്കുന്നത്. ജീവിതത്തിന്റെ ഉൾപാതകളെയാണ് ഞാൻ പിൻതുടരുന്നത്. ആത്മാവിന്റെ സ്വരങ്ങളാണ് ഞാൻ രേഖപ്പെടുത്തുന്നത്. എന്നെ സംബന്ധിച്ചിടത്തോളം ആത്മാവിനേക്കാൾ പ്രധാനപ്പെട്ടതാണ് അതിന്റെ സഞ്ചാരപഥങ്ങൾ. "അത് എങ്ങനെയായിരുന്നു? എന്ന ചോദ്യത്തിന് പ്രസക്തിയില്ല. നിശ്ചയമായും അതിനു

പ്രാധാന്യമില്ല. അത് ഒന്നാംസ്ഥാനത്തുമല്ല. എന്നെ ഭയപ്പെടുത്തുന്നതും അസ്വസ്ഥമാക്കുന്നതും വേറെയൊന്നാണ്. മനുഷ്യർക്ക് എന്തു സംഭവിച്ചു? അവിടെ അവർ കണ്ടതും അറിഞ്ഞതും എന്തായിരുന്നു? ജീവിതത്തേയും മരണത്തേയുംകുറിച്ച് സാമാന്യമായി അവർക്ക് പറയാനുള്ളതെന്താണ്? എല്ലാറ്റിനുമുപരി... അവനവനെപ്പറ്റി അവർക്കെന്തു തോന്നുന്നു? ഞാൻ എഴുതുന്നത് തോന്നലുകളുടെ ചരിത്രമാണ്. ആത്മാവിന്റെ ചരിത്രം. ഇത് ഒരു രാജ്യത്തിന്റേയോ യുദ്ധത്തിന്റേയോ ചരിത്രമല്ല. വീരയോദ്ധാക്കളുടേത് തീരെയുമല്ല. ഇത് സാധാരണ മനുഷ്യരുടെ ചരിത്രമാണ്. സാധാരണ ജീവിതത്തിൽ നിന്നും വമ്പിച്ചൊരു ചരിത്രസംഭവത്തിന്റെ അഗാധഗർത്തങ്ങളിലേക്കു വലിച്ചെറിയപ്പെട്ട കുറെ മനുഷ്യരുടെ ജീവിതം.

മഹത്തായ ആ ചരിത്രത്തിലേക്ക്...

1941കളിലെ പെൺകുട്ടികൾ. ആദ്യമായി എനിക്കു ചോദിക്കാനുള്ളത് എവിടെ നിന്നാണ് ആ തരക്കാർ വന്നെത്തിയത്? ഇത്രയധികം പേർ.. എന്തുകൊണ്ട്? പുരുഷന്മാരോടൊപ്പം ആയുധമേന്തി യുദ്ധം ചെയ്യാൻ നിശ്ചയിച്ചതിന്റെ കാരണം? വെടിവെപ്പ്, കുഴിബോംബുവെക്കൽ, ബോംബിട്ടു തകർക്കൽ, കൊന്നൊടുക്കൽ?

19–ാം നൂറ്റാണ്ടിൽ ഇതേ ചോദ്യം പുഷ്കിൻ തന്നോടുത്തന്നെ ചോദിക്കുകയുണ്ടായി. "സമകാലികം" എന്ന മാസികയിൽ അത് പ്രസിദ്ധീകരിച്ചു. നെപ്പോളിയനുമായുള്ള യുദ്ധത്തിൽ കുതിരപ്പോരാളിയായി പടവെട്ടിയ തദേസ്ഡ ദുരോവാ എന്ന യുവതിയുടെ കുറിപ്പുകളിൽ നിന്നുള്ള ചില ഭാഗങ്ങൾ.* സമ്പന്നമായ ഒരു കുലീന കുടുംബത്തിലെ പെൺകുട്ടി. തന്റെ തറവാടും സ്ത്രീത്വവും ഉപേക്ഷിച്ച് കഠിനമായി അദ്ധ്വാനിക്കാനും ഉത്തരവാദപ്പെട്ട ചുമതലകൾ ഏറ്റെടുക്കാനും തയ്യാറാവുന്നു. പുരുഷന്മാരെപ്പോലും ഭയചകിതരാക്കുന്ന യുദ്ധഭൂമിയിലേക്കവൾ കുതിച്ചെത്തുന്നു. അതിഭയാനകമായ പടക്കളത്തിലേക്ക്. അവളെ അവിടേക്കു നയിച്ച ചേതോവികാരമെന്തായിരിക്കും? ഈ അതിസാഹസത്തിന് അവളെ പ്രേരിപ്പിച്ച കാരണങ്ങൾ എന്തായിരിക്കും? ഹൃദയത്തിൽ അവൾ അടക്കിവെച്ചിരുന്ന സ്വകാര്യ ദുഃഖങ്ങളാകുമോ? അവളുടെ ഭാവനയ്ക്ക് തീപ്പിടിച്ചതാകുമോ? ഒരു തരത്തിലും ഒതുക്കാനാവാത്ത, സഹജമായ, ശക്തമായ ഒരുൾപ്രേരണ പ്രണയം?

അതെന്തോ ആവട്ടെ. ഒരു നൂറിൽ അധികം കൊല്ലങ്ങൾ കഴിഞ്ഞ് ഞാനും ചോദിക്കയാണ്.. അതേ ചോദ്യം?

---

* ഒരു റഷ്യൻ സൈനിക ഉദ്യോഗസ്ഥന്റെ മകൾ. പുരുഷവേഷത്തിൽ നെപ്പോളിയനെതിരെ പടവെട്ടി നിരവധി കീർത്തിമുദ്രകൾ നേടി. അവരുടെ ഓർമ്മക്കുറിപ്പുകൾ, "കുതിരപ്പടയാളിയായ പെൺകുട്ടി" 1863ൽ പ്രസിദ്ധീകരിച്ചു.

പ്രതിജ്ഞകളും പ്രാർത്ഥനകളും

നടാലിയ ഇവാനോവ്നാ സെർജീവ പട്ടാളത്തിൽ നഴ്സും പരിചാരിക യുമായിരുന്നു:-

എനിക്കു പലതും പറയണമെന്നുണ്ട്... പലതും..... മനസ്സിലുള്ളതെല്ലാം തുറന്നു പറയണം. അവസാനം ഒരാൾ ഉണ്ടായല്ലോ. ഞങ്ങൾക്കു പറ യാനുള്ളത് കേൾക്കാൻ. വർഷങ്ങളോളം ഞങ്ങൾ മൗനം പാലിച്ചു. വീട്ടിൽ പോലും ഞങ്ങൾ വായ തുറന്നില്ല. അങ്ങനെ ഏതാനും പതിറ്റാ ണ്ടുകൾത്തന്നെ കഴിഞ്ഞു. ആദ്യത്തെ വർഷം യുദ്ധം കഴിഞ്ഞ് നാട്ടിൽ തിരിച്ചെത്തിയ ഉടനെ ഞാൻ വാതോരാതെ സംസാരിച്ചു കൊണ്ടിരുന്നു. പക്ഷേ, ഒരാൾക്കും അത് കേൾക്കണമെന്നുണ്ടായിരുന്നില്ല. അതുകൊണ്ട് പിന്നീട് ഞാൻ സംസാരിക്കാതായി. ഇപ്പോഴെങ്കിലും നിങ്ങൾ വന്നല്ലോ. നന്നായി. ഇങ്ങനെയൊരാൾക്കു വേണ്ടി ഈ കാലമത്രയും ഞാൻ കാത്തി രിക്കുകയായിരുന്നു. എനിക്കുറപ്പുണ്ടായിരുന്നു, നിങ്ങൾ വരുമെന്ന്. വരാ തിരിക്കാൻ നിങ്ങൾക്കാവില്ല. ആ കാലത്ത് എനിക്ക് ചെറുപ്പമായിരുന്നു. തീരെ ചെറുപ്പം. കഷ്ടമായി... എന്തുകൊണ്ടാണെന്നോ..... എങ്ങനെയാണ് എല്ലാം ഓർമ്മവെക്കേണ്ടത് എന്നുപോലും എനിക്കു വശമില്ലായിരുന്നു.

യുദ്ധത്തിനേതാനും ദിവസം മുമ്പ്, എന്റെ കൂട്ടുകാരികളും ഞാനും യുദ്ധത്തിനെപ്പറ്റി സംസാരിക്കുകയായിരുന്നു. ഞങ്ങൾക്ക് തീർച്ചയു ണ്ടായിരുന്നു യുദ്ധം ഉണ്ടാവില്ലെന്ന്. ഞങ്ങൾ സിനിമ കാണാൻ പോയി. സിനിമ തുടങ്ങുന്നതിനു മുമ്പുള്ള വാർത്താചിത്രം. റിബ്ബെൻ ട്രോപ്പും മോളോട്ടോവും* പരസ്പരം കൈകൊടുക്കുന്നു. അന്ന് ആ ചിത്രത്തിന്റെ വ്യാഖ്യാതാവ് പറഞ്ഞ കാര്യങ്ങൾ എന്റെ ഓർമ്മയിൽ അപ്പാടെ പതിഞ്ഞു. സോവിയറ്റ് യൂണിയന്റെ ഏറ്റവും വിശ്വസ്തനായ സുഹൃത്താണ് ജർമ്മനി.

ആ മാസം അവസാനിക്കും മുമ്പേ ജർമ്മൻപട്ടാളം മോസ്കോയുടെ പടിക്കലെത്തി...

വീട്ടിൽ ഞങ്ങൾ എട്ടുപേരുണ്ടായിരുന്നു മക്കൾ. ആദ്യത്തെ നാലു പേരും പെൺകുട്ടികൾ. അവരിൽ ഏറ്റവും മൂത്തതായിരുന്നു ഞാൻ. ഒരു ദിവസം ജോലി കഴിഞ്ഞ് വീട്ടിൽ വന്ന് അച്ഛൻ കരയാൻ തുടങ്ങി. “ആദ്യ ത്തേത് നാലും പെണ്ണാണല്ലോ എന്ന് ഞാൻ ഇത്രകാലവും സന്തോഷി ച്ചിരുന്നു. നാലു നവവധുക്കളെ വീട്ടിൽ നിന്നും ഒരുക്കിയിറക്കാനുള്ള അവസരം. ഇപ്പോൾ എനിക്കു സങ്കടം തോന്നുന്നു. എല്ലാ വീടുകളിൽ നിന്നും മുതിർന്ന ആൺകുട്ടികളെ പട്ടാളത്തിലേക്കയയ്ക്കുന്നു. നമ്മുടെ വീട്ടിൽ നിന്നും മാത്രം ആരേയും അയയ്ക്കാനില്ല. എനിക്കു വയസ്സായി.

---

* മോളോട്ടോവ് സോവിയറ്റ് യൂണിയൻ വിദേശകാര്യമന്ത്രി. റിബ്ബെൻ ട്രോപ്പ് ജർമ്മൻ വിദേശകാര്യമന്ത്രിയും. 1939 ൽ പരസ്പരം ആക്രമിക്കില്ലെന്ന് ഉടമ്പടി ഒപ്പിട്ടു. 1941ൽ ജർമ്മനി ആ കരാർ ലംഘിച്ച് കിഴക്കൻ പോളണ്ട് ആക്രമിച്ചു.

എന്റെ ആൺമക്കൾ മുതിർന്നിട്ടുമില്ല. പിന്നെയുള്ളത് ഈ നാലു പെൺകുട്ടികളല്ലേ....” അത് ഞങ്ങളുടെ കുടുംബത്തിന്റെ വലിയൊരു സങ്കടമായിരുന്നു.

നഴ്സുമാർക്കുള്ള പരിശീലനകേന്ദ്രങ്ങൾ പലയിടത്തും തുടങ്ങി. അച്ഛൻ എന്റെ അനുജത്തിയേയും എന്നേയും അങ്ങോട്ടു കൊണ്ടുപോയി. എനിക്ക് വയസ്സ് പതിനഞ്ച്. അവൾക്ക് പതിന്നാലും. “നമ്മുടെ നാടിന്റെ വിജയത്തിനു വേണ്ടി എനിക്കു നല്കാനുള്ളത് ഇതാണ്.” അച്ഛൻ പറഞ്ഞു, “എന്റെ ഈ പെൺകുട്ടികൾ... അത്രമാത്രം.” അതല്ലാതൊരു ചിന്തയും അന്ന് മനസ്സിലുണ്ടായിരുന്നില്ല. ഒരു വർഷം കഴിഞ്ഞു... ഞാൻ മുന്നണിയിലെത്തി...

എലീന ആന്റോനോവ്നാ കുഡിനാ:
പട്ടാളത്തിൽ ഡ്രൈവർ

ആദ്യത്തെ ഏതാനും ദിവസം... പട്ടാളത്തിലാകെ ഒരു ബഹളമായിരുന്നു. ഒരു വ്യവസ്ഥയുമില്ല. ഭയത്തിന്റെ തണുപ്പും. എല്ലാവരും ഏതെങ്കിലും തരത്തിലുള്ള ചാരന്മാരെ പിടികൂടുന്നു. ആളുകൾ പരസ്പരം പറഞ്ഞു. “പ്രകോപനപരമായി പലതും കേൾക്കും. ഒന്നും വിശ്വസിക്കരുത്.” നമ്മുടെ സൈന്യം ദയനീയമായി തോല്പിക്കപ്പെട്ടിരിക്കുന്നുവെന്ന് വിശ്വസിക്കാൻ ആരും തയ്യാറായില്ല. ഏതാനും ആഴ്ചകൾക്കു മുമ്പാണ് റഷ്യൻപട അമ്പേ തകർക്കപ്പെട്ടത്. ഞങ്ങളെ അറിയിച്ചിരുന്നത്, മറ്റു രാജ്യങ്ങളിൽ കടന്ന് ചെന്ന് നമ്മൾ യുദ്ധം തുടരുമെന്നായിരുന്നു. “നമ്മുടെ ഭൂമിയുടെ ഒരിഞ്ചു പോലും നമ്മൾ വിട്ടുകൊടുക്കില്ല...” വാസ്തവത്തിൽ ആ സമയം റഷ്യൻസൈന്യം പിൻവാങ്ങിക്കൊണ്ടിരിക്കുകയായിരുന്നു...

യുദ്ധത്തിനു മുമ്പു തന്നെ. ഹിറ്റ്ലർ സോവിയറ്റ് യൂണിയൻ ആക്രമിക്കാൻ ഒരുക്കം കൂട്ടുന്നു എന്നൊരു വാർത്ത പരന്നിരുന്നു. എന്നാൽ അത്തരം വാർത്തകൾക്കു മേൽ കർശനമായി വിലക്കുകളുണ്ടായിരുന്നു. ചില പ്രത്യേക സംഘടനകൾ... ഏതാണെന്നറിയാമല്ലോ...... ആ കാര്യത്തിൽ വിശേഷിച്ചും നിഷ്കർഷ പാലിച്ചിരുന്നു. എൻ.കെ.വി.ഡി. (N.K.V.D)* ചെക്കിസ്റ്റ് തുടങ്ങിയവ. ആളുകൾ അടക്കം പറഞ്ഞിരുന്നതുപോലും സ്വന്തം വീട്ടിലെ കിടപ്പുമുറിയിൽ കതകടച്ചിരുന്നിട്ടായിരുന്നു. അല്ലെങ്കിൽ കുളിമുറിക്കുള്ളിൽ പൈപ്പ് മുഴുവനായും തുറന്നിട്ടുകൊണ്ട്. വീട്ടിലായാലും അടുക്കളയിലായാലും ഒരുമിച്ചുള്ള അപ്പാർട്ട്മെന്റുകളിലായാലും വായ തുറക്കാൻ ആളുകൾക്ക് ഭയമായിരുന്നു.

---

* 1930ൽ പ്രാബല്യത്തിൽ വന്ന സംഘടനയാണ് എൻ.കെ.വി.ഡി. രാജ്യത്തിനകത്തെ സുരക്ഷയായിരുന്നു അവരുടെ ചുമതല. ഗുലാഗും അവരുടെ കീഴിലായിരുന്നു. ബോൾഷെവിക്കുകളുടെ ആദ്യകാല രഹസ്യപോലീസ് സേനയാണ് ചെക്കിസ്റ്റ്.

എന്നാൽ സ്റ്റാലിൻ സംസാരിക്കാൻ തുടങ്ങിയപ്പോൾ അദ്ദേഹം ഞങ്ങളെ അഭിസംബോധന ചെയ്തു. “സഹോദരീ സഹോദരന്മാരെ...” അതോടെ എല്ലാവരും സങ്കടങ്ങളും പരിഭവങ്ങളും മറന്നു.

ഞങ്ങളുടെ ഒരമ്മാവൻ, അമ്മയുടെ ഒരു സഹോദരൻ അന്ന് ലേബർ ക്യാമ്പിൽ ശിക്ഷ അനുഭവിക്കുന്നുണ്ടായിരുന്നു. റെയിൽവേയിലായിരുന്നു ജോലി. പഴയൊരു കമ്മ്യൂണിസ്റ്റുകാരൻ. ജോലിസ്ഥലത്തുവെച്ചാണ് അവർ അദ്ദേഹത്തെ തടവിലാക്കിയത്. ആരാണത് ചെയ്തതെന്നോ? എൻ.കെ.വി.ഡി... ഞങ്ങളുടെ പ്രിയപ്പെട്ട അമ്മാവൻ, ആഭ്യന്തരയുദ്ധത്തിനു ശേഷം അദ്ദേഹത്തെ അവർ പ്രത്യേകമായി ആദരിച്ച് ബഹുമതികൾ നല്കിയിരുന്നു.*

സ്റ്റാലിന്റെ പ്രസംഗം കേട്ടതോടെ അമ്മയുടെ മട്ടുമാറി. “ ആ കാര്യമൊക്കെ നമുക്ക് പിന്നീട് തീരുമാനിക്കാം. (അമ്മാവന്റെ) ഇപ്പോൾ മാതൃഭൂമിയുടെ രക്ഷയാണ് നമ്മുടെ മുമ്പിലുള്ളത്.” മാതൃഭൂമി എല്ലാവർക്കും അത്രത്തോളം പ്രിയപ്പെട്ടതായിരുന്നു.

ഞാൻ ആ ക്ഷണം തന്നെ റിക്രൂട്ടിങ്ങ് ഓഫീസിലേക്കോടി. എനിക്ക് ഹൃദ്രോഗമുണ്ടായിരുന്നു. ആ സമയത്ത് കടുത്ത പനിയുമുണ്ടായിരുന്നു. എന്നിട്ടും ഞാൻ അപ്പോൾത്തന്നെ ഓടി. ക്ഷമിച്ചിരിക്കാൻ സാധിക്കുമായിരുന്നില്ല.

അൻറ്റോണിയോ മാക്സിമോവ്നാ ക്ന്യാസേവാ.
ജൂനിയർ സർജന്റ് - ലൈസൺ
(വിവിധ സേനാവിഭാഗങ്ങളെ ബന്ധിപ്പിക്കുന്ന വകുപ്പ്)

ഞങ്ങളുടെ അമ്മയ്ക്ക് ആൺമക്കളുണ്ടായിരുന്നില്ല... അഞ്ചു പെൺകുട്ടികളായിരുന്നു. “യുദ്ധം” എന്ന വിളംബരം പ്രത്യക്ഷപ്പെട്ടു. എനിക്ക് സംഗീതത്തിൽ അതിയായ വാസനയുണ്ടായിരുന്നു. സംഗീത വിദ്യാലയത്തിൽ ചേർന്ന് പഠിക്കണമെന്നായിരുന്നു മോഹം. അതിനു യോജിച്ച ശ്രവണശക്തിയുമുണ്ടായിരുന്നു. ആ കഴിവ് യുദ്ധരംഗത്ത് പ്രയോജനപ്പെടുമെന്ന് തോന്നി. അങ്ങനെയാണ് ഞാൻ ‘ലൈയ്സൻ” വകുപ്പിലെത്തിയത്.

ഞങ്ങളെ അപകടമേഖലയിൽ നിന്നും ഒഴിപ്പിച്ച് സ്റ്റാലിൻഗ്രാഡിലേക്കു മാറ്റി. ആ നഗരം ശത്രുസൈന്യം ഉപരോധിച്ചപ്പോൾ മുന്നണിയിലേക്കു പോകാൻ ഞങ്ങൾ സ്വയം സന്നദ്ധരായി. എല്ലാവരും ഒരുമിച്ച്; അമ്മയും അഞ്ചുപെൺകുട്ടികളും. അച്ഛൻ അതിനു മുമ്പേ യുദ്ധരംഗത്തെത്തിയിരുന്നു.

---

* 1917-22 കാലത്തായിരുന്നു ആഭ്യന്തരയുദ്ധം. ചുകപ്പും വെളുപ്പും തമ്മിലുള്ള പോരാട്ടം എന്ന് പരക്കെ അറിയപ്പെട്ടിരുന്നു. വിപ്ലവത്തെ അനുകൂലിക്കുന്നവരും പ്രതികൂലിക്കുന്നവരും തമ്മിലായിരുന്നു യുദ്ധം.

താത്തിയാന എഫിമോവ്നാ
സർജന്റ്, ട്രാഫിക് കൺട്രോളർ

എല്ലാവർക്കും ഒരേ ആഗ്രഹം. കഴിയുന്നതും വേഗം യുദ്ധരംഗത്തെത്തുക. പേടിയുണ്ടോ? തീർച്ചയായും. അത് ഭയാനകമായിരുന്നു. എന്നാലും ഞങ്ങൾ റിക്രൂട്ടിങ്ങ് ഓഫീസിലെത്തി. അവർ പറഞ്ഞു. "വേഗം വലുതാകൂ കുട്ടികളെ.... നിങ്ങളിപ്പോഴും കിളിന്തുകളാണ്." അന്ന് ഞങ്ങൾക്ക് പതിനാറോ പതിനേഴോ ആയിരുന്നു പ്രായം. എന്നിട്ടും ഞാൻ വാശി പിടിച്ചു. അവരെന്നെ പട്ടാളത്തിൽ ചേർത്തു. എന്റെ കൂട്ടുകാരിക്കും എനിക്കും സ്നൈപ്പർ സ്കൂളിൽ പോകണമെന്നായിരുന്നു ആഗ്രഹം. പക്ഷേ, അവർ പറഞ്ഞു, "രണ്ടുപേരും ട്രാഫിക് കൺട്രോളർമാർ ആയിക്കോളു. വേറൊന്നും പഠിപ്പിക്കാൻ സമയമില്ല."

അമ്മ സ്റ്റേഷനിൽ പല ദിവസം കാത്തുനിന്നു. അതുവഴി ഞാൻ തീവണ്ടികയറിപ്പോകുമെന്നു കരുതി. അങ്ങനെ ഒരുദിവസം ഞാൻ വണ്ടികയറാൻ എത്തി. അമ്മ എന്റെ കൈയിൽ ഒരു പൊതി തന്നു. അതിൽ ഇറച്ചി ചേർത്ത ഒരു പലഹാരമുണ്ടായിരുന്നു. ഒരു ഡസൻ കോഴിമുട്ടകളും. പൊതി എന്നെ ഏല്പിച്ചതും അമ്മ തലതിരിഞ്ഞ് താഴെവീണു...

എഫ്റേസിന്യ ഗ്രിഗോറീവ്നാ ബ്രൂസ്,
ക്യാപ്റ്റൻ, ഡോക്ടർ

ലോകം ആകെ മാറി. വളരെ പെട്ടെന്ന്. ആദ്യ ദിവസങ്ങൾ, എനിക്ക് നല്ല ഓർമ്മയുണ്ട്. അമ്മ വൈകുന്നേരങ്ങളിൽ ജന്നലരികിൽ നിന്നും പ്രാർത്ഥിച്ചുകൊണ്ടിരുന്നു. അമ്മ ദൈവത്തിൽ വിശ്വസിച്ചിരുന്നുവെന്ന് അതുവരെ ഞാൻ അറിഞ്ഞിരുന്നില്ല. അവർ ആകാശത്തേക്കു തന്നെ ഉറ്റുനോക്കിക്കൊണ്ടിരുന്നു.

ഞാൻ സൈന്യത്തിൽ ചേർന്നിരുന്നു; ഞാനൊരു ഡോക്ടറായിരുന്നു. ഒരു കർത്തവ്യബോധം അതാണെന്നെ പട്ടാളത്തിൽ എത്തിച്ചത്. മകൾ യുദ്ധരംഗത്തുണ്ട് എന്നത് അച്ഛനും വലിയ സന്തോഷമുള്ള കാര്യമായിരുന്നു. മകൾ മാതൃഭൂമിയെ ശത്രുക്കളിൽ നിന്നും കാത്തു രക്ഷിക്കുന്നു. അച്ഛൻ അതിരാവിലെത്തന്നെ റിക്രൂട്ടിങ്ങ് ഓഫീസിലേക്കു പോയി. എന്റെ കടലാസുകൾ ശരിപ്പെടുത്താൻ. ഇത്ര രാവിലെ പോയതെന്തേ? എല്ലാവരും കാണട്ടെ തന്റെ മകൾ മുന്നണിയിലേക്കു പോവുകയാണെന്ന്...

ലില്ല്യ മിവായ്ലോവ്നാ ബുട് കോ,
സർജറി വിഭാഗത്തിൽ നഴ്സ്

വേനൽക്കാലം. സമാധാനത്തിന്റെ അവസാന നാൾ... അതിനു തലേനാൾ ഞങ്ങൾ ഡാൻസിനു പോയി. ഞങ്ങൾക്ക് പതിനാറ് വയസ്സായിരുന്നു. ഒരു സംഘമായാണ് ഞങ്ങൾ പോയത്. ഒരു വീട്ടിൽ നിന്ന് മറ്റൊരു വീട്ടിലേക്ക്. ആറ് ആൺകുട്ടികളും ആറ് പെൺകുട്ടികളും. വെവ്വേറെ ജോടികളായി തിരിഞ്ഞിരുന്നില്ല.

അതുകഴിഞ്ഞ് രണ്ടു ദിവസമേ ആയിരുന്നുള്ളൂ. ആൺകുട്ടികൾ ടാങ്ക് പരിശീലനത്തിനു ചേർന്നു. കൈയിലും കാലിലും കഠിനമായ മുറിവുകളേറ്റു. വെച്ചുകെട്ടുകളുമായി അവരെ വീടുകളിലേക്കു തിരിച്ചയച്ചു. രണ്ടുദിവസം മുമ്പ് ഇതേ ചെറുപ്പക്കാരാണ് രാത്രി നൃത്തം കഴിഞ്ഞ് ഞങ്ങൾ പെൺകുട്ടികളെ വീട്ടിൽ കൊണ്ടുവന്നാക്കിയത്. ഭയങ്കരം തന്നെ. ആരോ ചിരിക്കുന്നത് ഞാൻ കേട്ടു. എനിക്കത് പൊറുക്കാനായില്ല. ആർക്കാണ് ഇങ്ങനെ ചിരിക്കാനും സന്തോഷിക്കാനുമാവുക... ഇത്രയും ഭയാനകമായ ഒരു യുദ്ധം നടന്നുകൊണ്ടിരിക്കുമ്പോൾ!

താമസിയാതെ എന്റെ അച്ഛനും പൗരസേനയിൽ ചേരാൻ പോയി. എന്റെ കൊച്ചനുജന്മാരും ഞാനും മാത്രം വീട്ടിൽ ബാക്കിയായി. 1934 ലും 1938 ലും ജനിച്ചവരാണ് എന്റെ അനുജന്മാർ. "ഞാനും മുന്നണിയിലേക്കു പോകുന്നു" ഞാൻ അതു പറഞ്ഞപ്പോൾ അമ്മ പൊട്ടിക്കരഞ്ഞു. അന്നു രാത്രി ഞാനും കുറേ കരഞ്ഞു. പക്ഷേ, ഞാൻ വീട്ടിൽ നിന്നും അമ്മയോടു പറയാതെ ഓടിപ്പോന്നു. എന്റെ യൂണിറ്റിൽ നിന്നും അമ്മയ്ക്കു ഞാൻ കത്തെഴുതി. ഇനി എന്നെ ഒരു നിലയ്ക്കും തിരിച്ചു കൊണ്ടുപോകാനാവില്ല...

പോലീന സെമ്യോനോവ്ന,
ചികിത്സാവിഭാഗത്തിൽ സഹായി

കല്പന വരിയിൽ വന്നു നില്ക്കുക.... ഞങ്ങൾ ഉയരം നോക്കി കൃത്യമായി നിന്നു. ഏറ്റവും ഉയരം കുറവ് എനിക്കായിരുന്നു. കമാൻഡർ വന്ന് നല്ലവണ്ണമൊന്നു നോക്കി. എന്റെ അടുത്തേക്കു വന്നു. "ഇതെന്തൊരു തുംബുലീന ! (തീരെ ചെറിയ കുട്ടി) നീ എന്തു ചെയ്യാൻ പോകുന്നു? നീ അമ്മയുടെ അടുത്തേക്ക് തിരിച്ചു പോകണം. കുറച്ചും കൂടി വലുതായിട്ടു തിരിച്ചു വരാം."

എന്നാൽ തിരിച്ചു പോകാൻ എനിക്കമ്മയുണ്ടായിരുന്നില്ല... ഒരു ബോംബാക്രമണത്തിൽ അവർ കൊല്ലപ്പെട്ടിരുന്നു...

മനസ്സിൽ കല്ലിൽ കൊത്തിയതുപോലെ... പതിഞ്ഞു കിടക്കുന്ന ഓർമ്മ.... ജീവിതകാലം മുഴുവൻ അതവിടെയുണ്ടാകും. യുദ്ധത്തിന്റെ ആദ്യവർഷം. ഞങ്ങൾ പിൻവാങ്ങിക്കൊണ്ടിരിക്കേ ഞങ്ങൾ കുറ്റിക്കാടുകളിൽ ഒളിച്ചിരിക്കുകയായിരുന്നു. ഞാൻ നേരിൽ കണ്ടതാണ്. ഞങ്ങളുടെ സൈനികരിൽ ഒരാൾ ഒരു ജർമ്മൻടാങ്കിനെതിരെ പാഞ്ഞുചെന്നു. തന്റെ കൈയിലിരുന്ന റൈഫിൾകൊണ്ട് അതിനു മീതെ വീണ്ടും വീണ്ടും ആഞ്ഞടിച്ചു.... ഒച്ച വെച്ചും ഉറക്കെ നിലവിളിച്ചു. അവസാനം ഒരു ജർമ്മൻകാരൻ മെഷീൻഗണ്ണുകൊണ്ട് വെടിവെച്ച് അയാളെ വീഴ്ത്തും വരെ ആ പ്രതിഷേധം തുടർന്നു. ആ ആദ്യവർഷം ഞങ്ങൾ ജർമ്മൻ ടാങ്കുകളേയും, മെസ്സെറ്റുകളെയും നേരിട്ടത് (ജർമ്മൻ പോർവിമാനങ്ങൾ) ഞങ്ങളുടെ റൈഫിളുകൾ കൊണ്ടായിരുന്നു.

ഇവ്ജീനിയ സെർജീവ്നാ സാപ്റോനോവ....
കാവൽ പടയാളി. ഏറോ പ്ലേയ്ൻ മെക്കാനിക്

അമ്മയോടു ഞാൻ കെഞ്ചിപ്പറഞ്ഞു... യാചിച്ചു, കരയരുത് എന്നു മാത്രം. ഇത് നടന്നത് രാത്രിയിലല്ല. എന്നാലും ഇരുട്ടായിരുന്നു എങ്ങും. നിർത്താതെയുള്ള മോങ്ങൽ. അവരാരും കരഞ്ഞില്ല. പെൺമക്കളെ പടക്കളത്തിലേക്ക് യാത്രയയയ്ക്കുന്ന അമ്മമാർ. അവരുടെ കരച്ചിലിനും വിതുമ്പലിനും അറുതിയുണ്ടായിരുന്നില്ല. എന്നാൽ എന്റെ അമ്മ ഒരു കൽപ്രതിമ പോലെ നിന്നു. അങ്ങേയറ്റം സ്വയം നിയന്ത്രിച്ചു കൊണ്ട്. ഞാൻ കരഞ്ഞു പോകുമോ എന്നായിരുന്നു അവർക്കു ഭയം. ഞാൻ എന്റെ അമ്മയുടെ മകളായിരുന്നു. വീട്ടിൽ അവരെന്നെ വല്ലാതെ കൊഞ്ചിച്ചിരുന്നു. ഇപ്പോൾ എന്റെ മുടി ആൺകുട്ടികളുടേതുപോലെ വെട്ടിയിരിക്കുകയാണ്. മുൻവശത്തു മാത്രം ഇത്തിരി മുടി ബാക്കി വെച്ചിരുന്നു. അച്ഛനും അമ്മയ്ക്കും ഞാൻ യുദ്ധത്തിനു പോകുന്നത് ഒട്ടും ഇഷ്ടമായിരുന്നില്ല. പക്ഷേ, എന്റെ മനസ്സ് യുദ്ധരംഗത്തായിരുന്നു. എങ്ങനെയെങ്കിലും മുന്നണിയിലെത്തണമെന്ന ചിന്ത മാത്രം. "മാതൃഭൂമി വിളിക്കുന്നു..." മ്യൂസിയങ്ങൾക്കു മുമ്പിൽ കാണുന്ന വലിയ പോസ്റ്ററുകൾ. "സൈന്യത്തിനു വേണ്ടി നിങ്ങൾ എന്തു ചെയ്തു?" ആ വാക്കുകൾ എന്റെ ഉള്ളിൽ ശക്തിയായി വന്നുവീണു. പിന്നെ... ആ ഗാനങ്ങൾ. "ഉണരൂ എന്റെ വിശാല രാഷ്ട്രമേ..... അവസാന യുദ്ധത്തിനായി ഉണർന്നെഴുന്നേല്ക്കൂ...."

യാത്രയ്ക്കിടയിൽ ഞങ്ങൾ കണ്ടു. പ്ലാറ്റ്ഫോമുകളിൽ അനാഥമായിക്കിടക്കുന്ന ശവശരീരങ്ങൾ. ഞങ്ങൾ ആകെ സ്തബ്ധരായി. യുദ്ധം അകലെ എവിടെയോ അല്ല.... ഇവിടെ തൊട്ടുമുമ്പിൽതന്നെ... എന്നാലും യൗവനം.... അതിന്റേതായ ഉത്സാഹാവേശങ്ങൾ. ഞങ്ങൾ ഉറക്കെ പാട്ടുകൾ പാടി. പലതും ഉല്ലാസനിർഭരം.... ഇടയിൽ അർത്ഥമില്ലാത്ത ചില വിഡ്ഢിത്തങ്ങളും.

യുദ്ധം അവസാനിച്ചപ്പോഴേക്കും കുടുംബം മുഴുവൻ അതിൽ പങ്കുചേർന്നിരുന്നു. അച്ഛനും അമ്മയും സഹോദരിയും. അവർ റെയിൽവേയിൽ ജോലിക്കാരായി. മുന്നണി സേനയോടൊപ്പം അവരുമുണ്ടായിരുന്നു. തകർക്കപ്പെട്ട തീവണ്ടിപ്പാളങ്ങൾ നേരെയാക്കിക്കൊണ്ടും പുത്തൻ പാതകൾ നിർമ്മിച്ചുകൊണ്ടും. എല്ലാവർക്കും അച്ഛനും അമ്മയ്ക്കും എനിക്കും അനുജത്തിക്കുമെല്ലാം..... "വിജയപ്പതക്കങ്ങൾ" കിട്ടി.

ഗാലീന ഡിമിട്രിവീന സാപ്പോല്സ്ക്യ
ടെലിഫോൺ ഓപ്പറേറ്റർ

യുദ്ധത്തിനു മുമ്പ് ഞാൻ പട്ടാളത്തിൽ ടെലിഫോൺ ഓപ്പറേറ്ററായിരുന്നു. ബോറിസോവ് എന്ന പട്ടണത്തിലായിരുന്നു ഞങ്ങളുടെ യൂണിറ്റ്. യുദ്ധം തുടങ്ങി ആദ്യവാരങ്ങളിൽ തന്നെ അത് ഞങ്ങളെ ബാധിച്ചു. യൂണിറ്റിന്റെ തലവൻ ഞങ്ങളെ എല്ലാവരേയും വിളിച്ചുകൂട്ടി. ഞങ്ങൾ യഥാർത്ഥസൈന്യത്തിന്റെ ഭാഗമായിരുന്നില്ല. താൽക്കാലികമായി ശമ്പള

ത്തിനെടുത്തവരായിരുന്നു. അദ്ദേഹം പറഞ്ഞു "ഇത് ഘോരമായൊരു യുദ്ധത്തിന്റെ തുടക്കമാണ്. നിങ്ങൾ പെൺകുട്ടികൾക്ക് ബുദ്ധിമുട്ടുള്ള കാര്യം. വീട്ടിലേക്കു മടങ്ങണമെന്നുള്ളവർക്ക് പോകാം. ഇനി വൈകിക്കണ്ട. പടക്കളത്തിലേക്കു പോകാൻ തയ്യാറുള്ളവർ മുന്നോട്ട് വരണം."

പെൺകുട്ടികൾ ഒന്നൊഴിയാതെ മുന്നോട്ടടിവെച്ചു. ഞങ്ങൾ ഇരുപതുപേരുണ്ടായിരുന്നു. മാതൃഭൂമിയുടെ രക്ഷയ്ക്കായി പൊരുതാൻ ഓരോരുത്തരും തയ്യാറായിരുന്നു. യുദ്ധത്തിനു മുമ്പ്, യുദ്ധത്തിനെക്കുറിച്ചുള്ള പുസ്തകങ്ങൾ വായിക്കാൻപോലും എനിക്ക് ഇഷ്ടമായിരുന്നില്ല. പ്രണയമായിരുന്നു എന്റെ ഇഷ്ട വിഷയം. ഇപ്പോൾ......?

സദാസമയവും ഞങ്ങൾ ടെലിഫോണിനു മുന്നിലുണ്ടായിരുന്നു. ഇരുപത്തിനാലു മണിക്കൂറും ജോലി. പട്ടാളക്കാർ എന്തെങ്കിലും പാത്രത്തിലാക്കി കൊണ്ടുവന്നുതരും. അതിൽ നിന്നും കുറച്ചു കഴിക്കും. അവിടെത്തന്നെ കുത്തിയിരുന്ന് ഒന്നുമയങ്ങും. അപ്പോഴും ടെലിഫോണിനു മുന്നിൽ നിന്ന് മാറില്ല. പിന്നെ വീണ്ടും പണി തുടരും. കുളിക്കാനും കഴുകാനുമൊന്നും നേരമില്ല. കൂട്ടുകാരോടു പറഞ്ഞു "ഈ മുടി ഒന്നു വെട്ടിത്തരൂ..."

എലീന പാവ്‌ലോവ്നയാക്കോവ് ലീവ
സർജന്റ് മേജർ, നഴ്സ്

വീണ്ടും വീണ്ടും ഞങ്ങൾ റിക്രൂട്ടിങ്ങ് ഓഫീസിലേക്കു പോയി. അങ്ങനെ കുറെ തവണ കഴിഞ്ഞപ്പോൾ കമ്മീഷണർക്ക് ദേഷ്യം വന്നു. ഞങ്ങളെ പുറത്തേക്കു തള്ളി. "എന്തെങ്കിലും ഒരു തൊഴിൽ വശമായിരുന്നെങ്കിൽ. നഴ്സിങ്ങ്, ഡ്രൈവിങ്ങ് എന്തെങ്കിലും. യുദ്ധരംഗത്ത് എന്തു ചെയ്യാൻ പോകുന്നു? എന്തെങ്കിലും ഒരു ജോലി അറിയാമോ?

അദ്ദേഹം പറയുന്നത് ഞങ്ങൾക്ക് മനസ്സിലായില്ല. അങ്ങനെ ഒരു പ്രശ്നം ഞങ്ങളുടെ മനസ്സിൽ ഉയർന്നിട്ടുണ്ടായിരുന്നില്ല. യുദ്ധരംഗത്തെത്തിപ്പെടണം എന്നല്ലാതെ അവിടെ എന്തുചെയ്യുമെന്ന കാര്യം ഞങ്ങൾ ആലോചിച്ചിട്ടുണ്ടായിരുന്നില്ല. യുദ്ധത്തിൽ പങ്കുചേരണമെങ്കിൽ എന്തെങ്കിലും തൊഴിലും അറിഞ്ഞിരിക്കണമെന്ന് ഞങ്ങൾക്കറിയില്ലായിരുന്നു. കൃത്യമായൊരു തൊഴിൽ. കമ്മീഷണറുടെ ചോദ്യത്തിനു മുമ്പിൽ ഞങ്ങൾ അന്ധാളിച്ചു നിന്നു.

ഞാനും എന്നെപ്പോലുള്ള വേറെ കുറേ കുട്ടികളും നഴ്സിങ്ങ് സ്കൂളിൽ ചേർന്നു. "ആറുമാസം പഠിക്കണം." അവർ പറഞ്ഞു. അതൊന്നും വയ്യ. അത്രയും കാലം കാത്തിരിക്കാനാവില്ല. ഞങ്ങൾ വേറൊരു സ്കൂൾ കണ്ടെത്തി. പഠനം മൂന്നുമാസം മാത്രമേയുള്ളൂ. അതും കുറച്ചധികമാണെന്ന് ഞങ്ങൾക്കു തോന്നി. പക്ഷേ, അവിടത്തെ പരിശീലനത്തിന്റെ കാലാവധി തീരാറായ സമയമായിരുന്നു. "പരീക്ഷ എഴുതാൻ സമ്മതിക്കുമോ ?" ഞങ്ങൾ ചോദിച്ചു. പഠനത്തിൽ ഒരു മാസം ബാക്കിയുണ്ടായിരുന്നു. പകൽസമയം ഞങ്ങൾ പഠിച്ചു. രാത്രികാലങ്ങളിൽ

ആശുപത്രികളിൽപോയി പ്രായോഗിക പരിശീലനം നേടി. എല്ലാം കൂടി ഒരു മാസവും ഏതാനും ദിവസങ്ങളും.... അത്രയേ ഞങ്ങൾ പഠിച്ചുള്ളൂ.

ഞങ്ങളെ യുദ്ധമുന്നണിയിലേക്കല്ല അവർ അയച്ചത്. ഒരാശുപത്രിയിലേക്കായിരുന്നു. 1941 ആഗസ്റ്റ് അവസാനമായിരുന്നു. സ്കൂളുകളും ആശുപത്രികളും, ക്ലബ്ബുകളുമെല്ലാം മുറിവേറ്റ സൈനികരെക്കൊണ്ട് നിറഞ്ഞിരുന്നു. ആ ഫെബ്രുവരിയിൽ ഞാൻ ആശുപത്രിവിട്ടുപോയി. ഞാൻ ഓടിപ്പോയി എന്നുപറയാം. വാസ്തവത്തിൽ ഒരു രേഖയുമില്ലാതെ ഇറങ്ങിപ്പോരുകയാണെന്നു പറയാം. ഒരു ആശുപത്രി തീവണ്ടിയിലാണ് ഞാൻ കയറിപ്പോയത്. പോകും മുമ്പേ ഒരു കുറിപ്പെഴുതി വെച്ചു, "ഇന്ന് ജോലിക്കു വരുന്നില്ല... ഞാൻ മുന്നണിയിലേക്കു പോവുകയാണ്..." അത്ര തന്നെ.

വീരം ഡാനിലോ വോട്സേവ,
സർജന്റ്, സ്നൈപ്പർ

അന്ന്.....ഞാനും എന്റെ കാമുകനും തമ്മിൽ കാണാൻ നിശ്ചയിച്ചിരുന്നു. അങ്ങോട്ട് ഞാൻ ചിറകു വിടർത്തി പറക്കുകയായിരുന്നു. അദ്ദേഹം അന്നെന്നോട് മനസ്സു തുറന്നു പറയുമെന്ന് ഞാൻ വിചാരിച്ചു. "എനിക്ക് നിന്നെ ഇഷ്ടമാണ്...വളരെ വളരെ."

പക്ഷേ, അദ്ദേഹം .... വിഷാദം കൊണ്ട് മങ്ങിയ മുഖവുമായാണ് മുമ്പിൽ വന്നു നിന്നത്. "വീരാ, യുദ്ധം തുടങ്ങിക്കഴിഞ്ഞു. ഞങ്ങളെയെല്ലാം നേരിട്ട് മുന്നണിയിലേക്കയയ്ക്കുകയാണ്."

അദ്ദേഹം മിലിട്ടറി സ്കൂളിലാണ് പഠിച്ചിരുന്നത്. അതുകൊണ്ട് ഒരു "ജോൻ ഓഫ് ആർക്കായി" ഞാനും സ്വയം സങ്കല്പിച്ചു. കൈയിൽ ഒരു റൈഫിളുമായി ഉടനെ യുദ്ധരംഗത്തെത്താനായി എന്റെ ശ്രമം. എങ്ങനെയായാലും ഒരുമിച്ചുണ്ടാകണം. ഒരുമിച്ച്.... ആ കാര്യത്തിൽ മാറ്റമില്ല. ഞാൻ ഉടനെ റിക്രൂട്ടിങ്ങ് ഓഫീസിലെത്തി. അവർ അപ്പോഴേ എന്റെ അപേക്ഷ തള്ളി."തൽക്കാലം ഡോക്ടർമാരേയും നഴ്സുമാരേയും മാത്രമേ ഞങ്ങൾക്കാവശ്യമുള്ളൂ..." വാക്കുകൾ കർശനമായിരുന്നു. "ആറുമാസത്തെ പഠനമെങ്കിലും നിർബന്ധമാണ്." ഞാൻ പ്രണയത്തിലല്ലേ... ആറു മാസത്തോളം അദ്ദേഹത്തെ വിട്ടുനില്ക്കുകയോ? ഇതെന്തസംബന്ധം!

അവർ ഒരുവിധം എന്നെ പറഞ്ഞു മനസ്സിലാക്കി. പഠിത്തം മുഴുവനാവാതെ പട്ടാളത്തിൽ ചേരാനാവില്ല. ശരി, പഠിക്കാം. പക്ഷേ, നഴ്സാവാനല്ല. എനിക്ക് വെടിവെയ്ക്കാൻ പഠിക്കണം. അദ്ദേഹത്തെപ്പോലെ എനിക്കും വെടിവെയ്ക്കണം. അതിനു ഞാൻ തയ്യാറായിരുന്നു. അഭ്യന്തരയുദ്ധത്തിലെ ധീരയോദ്ധാക്കളും സ്പെയിനിലെ യുദ്ധത്തിൽ പങ്കെടുത്തവരുമെല്ലാം ഇടയ്ക്ക് ഞങ്ങളുടെ സ്കൂൾ സന്ദർശിക്കാനെത്തിയിരുന്നു. പെൺകുട്ടികൾ ആൺകുട്ടികൾക്കൊപ്പം തന്നെയായിരുന്നു. സ്കൂളിലും രണ്ടുകൂട്ടരോടുമുള്ള സമീപനത്തിൽ വ്യത്യാസമുണ്ടായിരുന്നില്ല. സ്കൂളിലാണെങ്കിലും വീട്ടിലാണെങ്കിലും കുട്ടിക്കാലം മുതലേ

ഞങ്ങൾ കേട്ടു ശീലിച്ചിരുന്നു... "ട്രാക്ടർ ഓടിക്കുന്ന പെൺകുട്ടികൾ! പെൺകുട്ടികൾ... വിമാനം പറത്തുന്നു!" ആ വാക്കുകളിൽ വിസ്മയത്തോടൊപ്പം ആദരവുമുണ്ടായിരുന്നു.

എന്നെ സംബന്ധിച്ചിടത്തോളം മനസ്സിൽ പ്രണയത്തിന്റെ ആവേശമുണ്ടായിരുന്നു. യുദ്ധരംഗത്ത് ഒപ്പം നില്ക്കാം. ഒരുപക്ഷേ, ഒരേ പടക്കളത്തിൽ ഒരുമിച്ച് മരിച്ചു വീഴാം.

ഞാൻ നാടകമാണ് അതുവരെ പഠിപ്പിച്ചിരുന്നത്. നല്ലൊരു അഭിനേത്രിയാവുകയായിരുന്നു എന്റെ സ്വപ്നം. ലാരിസാ റേയ്സ്നർ[1] ആയിരുന്നു എന്റെ മാതൃക.തുകൽ ജാക്കറ്റ് ധരിച്ച ഒരു സർക്കാർ വകുപ്പദ്ധ്യക്ഷ... അവർ സുന്ദരിയായിരുന്നു. അതുകൊണ്ടായിരുന്നു അവരോടെനിക്ക് അത്രയും ഇഷ്ടം.

അന്ന നിക്കോലാവ്നാ ക്രോലോവിച്ച്,
നഴ്സ്

എന്നേക്കാൾ പ്രായമേറിയവരായിരുന്നു എന്റെ സ്നേഹിതന്മാർ. അവരെ എല്ലാവരേയും മുന്നണിയിലേക്കു കൊണ്ടുപോയി. ഞാൻ ഒരുപാടു കരഞ്ഞു. തനിച്ചായിപ്പോയല്ലോ. എന്നെ കൊണ്ടുപോയില്ലല്ലോ എന്നൊക്കെയുള്ള സങ്കടം. അവരെന്നെ ആശ്വസിപ്പിച്ചു. "നീ ചെറിയ കുട്ടിയല്ലേ... പഠിക്കണം." എന്നാൽ എന്റെ പഠിത്തകാലം അധികം നീണ്ടുനിന്നില്ല. താമസിയാതെ ഒരു ദിവസം ഞങ്ങളുടെ ഡീന്റെ ഒരറിയിപ്പുണ്ടായി.

"യുദ്ധം അവസാനിച്ചാൽ നിങ്ങൾക്കു തിരിച്ചുവന്ന് പഠിത്തം മുഴുവനാക്കാം. എന്നാൽ ഇപ്പോൾ ഇത് മാതൃഭൂമിയുടെ രക്ഷാപ്രവർത്തനങ്ങൾക്കുള്ള സമയമാണ്."

ഞങ്ങളുടെ ചുമതലയിലുണ്ടായിരുന്ന ഫാക്ടറിയിലെ[2] അധികാരികളാണ് ഞങ്ങളെ യുദ്ധരംഗത്തേക്ക് യാത്രയാക്കിയത്. വേനൽക്കാലമായിരുന്നു. തീവണ്ടി ആകെ തന്നെ പൂക്കളും പച്ചിലകളും കൊണ്ട് അലങ്കരിച്ചിരുന്നു. അവർ ഞങ്ങൾക്ക് സമ്മാനങ്ങളും തന്നു. എനിക്ക് കിട്ടിയത് ഭംഗിയുള്ള ഒരു കമ്പിളിക്കുപ്പായവും.... വീട്ടിലുണ്ടാക്കിയ കുറെ പലഹാരവുമായിരുന്നു. സ്റ്റേഷനിലെ പ്ലാറ്റ്ഫോമിൽവെച്ച് ഞാൻ ആവേശത്തോടെ ഒരു ഉക്രേനിയൻ നാടൻ നൃത്തം ചെയ്തു.

കുറെ ഏറെ ദിവസം നീണ്ടുനിന്നു ആ യാത്ര... ചില സ്റ്റേഷനുകളിൽ ഞങ്ങൾ പെൺകുട്ടികൾ ബക്കറ്റുമായി ഇറങ്ങി. വെള്ളം നിറച്ചു കൊണ്ടുവന്നു. ഞങ്ങൾ വീർപ്പടക്കി നോക്കി നിന്നു. എത്ര വണ്ടികൾ

---

1. സോവിയറ്റ് അനുകൂലിയായ ബോൾഷെവിക് റഷ്യൻ പത്രപ്രവർത്തക – 1895–1926 വിപ്ലവത്തിനു ശേഷം സർക്കാർ വകുപ്പിൽ മേധാവിയായി

2. സോവിയറ്റ് യൂണിയനിലെ ഫാക്ടറികൾ വിദ്യാലയങ്ങളിലും അനാഥാലയങ്ങളിലുമുള്ള കുട്ടികളുടെ പഠിപ്പിലും പരിശീലനത്തിലും ഗണ്യമായ പങ്കു വഹിച്ചിരുന്നു.

ഒന്നിനു പിറകിൽ ഒന്നായി. എല്ലാറ്റിലും നിറയെ പെൺകുട്ടികൾ. പുരുഷന്മാരേയില്ല. അവർ ഉറക്കെ പാടി. ഞങ്ങളെ നോക്കി കൈകളും തൂവാലകളും വീശി. ചിലർ സൈനികത്തൊപ്പികൾ ധരിച്ചിരുന്നു. ഒരു കാര്യം വ്യക്തമായി. പടപൊരുതാൻ വേണ്ടത്ര പുരുഷൻമാർ നാട്ടിലില്ല. എല്ലാവരും കൊല്ലപ്പെട്ടിരിക്കുന്നു. അല്ലെങ്കിൽ തടവുകാരാക്കപ്പെട്ടിരിക്കുന്നു. ഇനി ആ വിടവു നികത്തേണ്ടത് സ്ത്രീകളാണ്.

അമ്മ എനിക്കായി ഒരു പ്രാർത്ഥന കുറിച്ചുതന്നു. അത് ഞാൻ എന്റെ ലോക്കറ്റിൽ ഭദ്രമായി വെച്ചു. ഒരുപക്ഷേ അതായിരിക്കണം എന്നെ രക്ഷിച്ചത് ഞാൻ വീട്ടിൽ തിരിച്ചെത്തി. ഓരോ യുദ്ധത്തിനു മുമ്പും ഞാൻ ആ ലോക്കറ്റിൽ ചുണ്ടുകൾ ചേർക്കുമായിരുന്നു.........

ആൻറ്റോണിയോ ഗ്രഗോറിയാന ബോൺഡറീവാ
കാവൽസൈന്യത്തിൽ ലഫ്റ്റനന്റ്, സീനിയർ പൈലറ്റ്

ഞാനൊരു പൈലറ്റായിരുന്നു...

ഏഴാം ക്ലാസ്സിൽ പഠിച്ചു കൊണ്ടിരിക്കുന്ന കാലം. ഞങ്ങളുടെ ഗ്രാമത്തിലേക്ക് ഒരു വിമാനം പറന്നെത്തി. വർഷങ്ങൾക്കു മുമ്പായിരുന്നു. 1936ലാണ് എന്നു തോന്നുന്നു. ആ കാലത്ത് അത് വലിയൊരു പുതുമയായിരുന്നു. അതേസമയം ഒരു മുദ്രാവാക്യവും പ്രചാരത്തിൽ വന്നു; "ആൺകുട്ടികളേ, പെൺകുട്ടികളേ... വിമാനത്തിലേക്കു വരൂ." ഞാനന്ന് യുവജനസഖ്യത്തിലെ അംഗമായിരുന്നു. അതുകൊണ്ടുതന്നെ 'ഫ്ളയിങ് ക്ലബ്ബിൽ' ചേരാൻ ഒന്നാമതായി മുന്നോട്ടു വന്നതും ഞാനായിരുന്നു. സത്യം പറയാലോ, എന്റെ അച്ഛന് അതിൽ വലിയ എതിർപ്പായിരുന്നു. അതുവരെ കുടുംബത്തിൽ എല്ലാവരും ലോഹപ്പണിയിലാണ് ഏർപ്പെട്ടിരുന്നത്. എത്രയോ തലമുറകളായി അവരുടെ തൊഴിൽ ലോഹമുരുക്കലും അതിന്റെ ശുദ്ധീകരണവുമൊക്കെയായിരുന്നു. അതായിരുന്നു അച്ഛന്റെ നോട്ടത്തിൽ സ്ത്രീകൾക്കു പറ്റിയ പണി, വിമാനം പറത്തലായിരുന്നില്ല. ഫ്ളൈയിങ് ക്ലബ്ബിന്റെ ഡയറക്ടർ ഈ സംഗതി അറിഞ്ഞപ്പോൾ എന്നെ വിളിച്ചു പറഞ്ഞു, ഒരു വിമാനയാത്രയ്ക്ക് അച്ഛനെയും കൂടെകൂട്ടാൻ. അങ്ങനെ അച്ഛനും ഞാനും ഒരുമിച്ച് വിമാനത്തിലുയർന്നു. അച്ഛൻ ഒരക്ഷരം മിണ്ടിയില്ല. എന്തായാലും സംഗതി അദ്ദേഹത്തിന് പിടിച്ചു. വലിയ ബഹുമതികളോടെയാണ് ഞാൻ ഫ്ളൈയിങ് ക്ലബ്ബിലെ പരിശീലനം പൂർത്തിയാക്കിയത്. വിശേഷിച്ചും "പാരഷ്യൂട്ടിങ്ങിൽ" ഞാൻ കൂടുതൽ മികവു തെളിയിച്ചു. യുദ്ധത്തിനു മുമ്പ് വിവാഹം കഴിക്കാനും ഒരു പെൺകുഞ്ഞിനെ പ്രസവിക്കാനും എനിക്കവസരമുണ്ടായി.

യുദ്ധം തുടങ്ങി ആദ്യനാളുകൾ മുതൽത്തന്നെ ഞങ്ങളുടെ ക്ലബ്ബിൽ പല പുനഃക്രമീകരണങ്ങളും നടന്നു. പുരുഷന്മാർ മുന്നണിയിലേക്കു പോയി. അവരുടെ സ്ഥാനങ്ങളിലേക്ക് സ്ത്രീകൾ നിയമിക്കപ്പെട്ടു. ഞങ്ങളാണ് കാഡറ്റുകൾക്ക് പരിശീലനം നല്കിയത്. നല്ല പണിത്തിരക്ക്. രാവിലെ മുതൽ രാത്രി വൈകും വരെ ജോലിതന്നെ. യുദ്ധമുന്നണിയിലേക്ക് ആദ്യമായി പോയവരിൽ ഒരാൾ എന്റെ ഭർത്താവായിരുന്നു.

അദ്ദേഹത്തിന്റേതായി ഒരു ഫോട്ടോ മാത്രമേ എന്റെ കൈയിലുണ്ടായിരുന്നുള്ളൂ. രണ്ടുപേരും ഒരുമിച്ച് പൈലറ്റിന്റെ തൊപ്പിയും ധരിച്ച് ഒരു വിമാനത്തിനരികെ ചേർന്നു നില്ക്കുന്നു. അതിൽപിന്നെ ഒരു ക്യാമ്പിലാണ് ഞാനും എന്റെ മകളും കഴിഞ്ഞത്. യുദ്ധകാലം മുഴുവൻ ഞങ്ങൾ ഓരോരോ ക്യാമ്പുകളിൽ തന്നെയായിരുന്നു. എങ്ങനെയാണ് ഞങ്ങൾ കഴിഞ്ഞിരുന്നത്? അതിരാവിലെ ഉണർന്ന് അവൾക്കു ഞാൻ പാൽക്കഞ്ഞി ഉണ്ടാക്കികൊടുക്കും. മുറി വൃത്തിയാക്കി ജോലിക്കിറങ്ങും. വൈകുന്നേരമാകുമ്പോഴാണ് തിരിച്ചു വരിക. അവൾ ഭക്ഷണം കഴിച്ചുവോ ഇല്ലയോ? പറയാനാവില്ല. എന്തായാലും ദേഹം മുഴുവൻ പാൽക്കഞ്ഞി പറ്റിപ്പിടിച്ചിരിക്കും. അവൾ കരയാറില്ല. വെറുതെ എന്നെ നോക്കിയിരിക്കും. അവൾക്ക് വലിയ കണ്ണുകളുണ്ടായിരുന്നു. എന്റെ ഭർത്താവിന്റേതു പോലെത്തന്നെ.

1941 അവസാനം. എനിക്കൊരു മരണ അറിയിപ്പു കിട്ടി. മോസ്കോവിനു സമീപം എന്റെ ഭർത്താവ് കൊല്ലപ്പെട്ടിരിക്കുന്നു. അദ്ദേഹം ഒരു ഫ്ളൈറ്റ് കമാൻഡറായിരുന്നു. എന്റെ മകളെ ഞാൻ വളരെയധികം സ്നേഹിച്ചിരുന്നു. എന്നിട്ടും ഞാൻ അവളെ അവളുടെ അച്ഛന്റെ വീട്ടുകാരുടെ അടുത്തേക്കയച്ചു. എന്നെ മുന്നണിയിലേക്കു അയയ്ക്കണമെന്ന് അധികൃതരോട് അപേക്ഷിച്ചു.

ആ അവസാനരാത്രി.... മുഴുവൻ സമയവും ഞാൻ എന്റെ കുഞ്ഞിന്റെ തൊട്ടിലിനരികെ മുട്ടുകുത്തി ഇരിക്കുകയായിരുന്നു...

സെറാഫീമ ഇവാനോവ്നാ പാനസെൻകോ
സെക്കന്റ് ലെഫ്ടനന്റ്, മോട്ടോറൈസ്ഡ് ഇൻഫൻട്രി വിഭാഗത്തിൽ വൈദ്യശുശ്രൂഷാ സഹായി

ഞാൻ വലിയ സന്തോഷത്തിലായിരുന്നു. എന്റെ പിറന്നാൾ. എനിക്ക് പതിനെട്ടു വയസ്സ് തികയുകയാണ്. അപ്പോഴാണ്.... ചുറ്റിലും നിന്ന് ആളുകൾ ഉറക്കെ പറയുന്നു, യുദ്ധം....യുദ്ധം. ആളുകൾ കണ്ണീരൊഴുക്കിയിരുന്നു. എനിക്ക് നല്ല ഓർമ്മയുണ്ട്. വെളിയിൽ ഞാൻ കണ്ടവരെല്ലാം കരയുകയായിരുന്നു. ചിലർ പ്രാർത്ഥിച്ചിരുന്നു. തീരെ പതിവില്ലാത്തൊരു കാര്യം. തെരുവുകളിൽ ആളുകൾ പ്രാർത്ഥിക്കുന്നു, നെഞ്ചിൽ കുരിശു വരയ്ക്കുന്നു. ദൈവം ഇല്ല എന്നാണ് സ്കൂളിൽ ഞങ്ങളെ പഠിപ്പിച്ചിരുന്നത്. എന്നാൽ ഞങ്ങളുടെ ടാങ്കുകളും അഴകുള്ള വിമാനങ്ങളുമെവിടെ? പരേഡ് നടക്കുമ്പോൾ എപ്പോഴും ഞങ്ങൾ അതെല്ലാം കാണാറുണ്ടായിരുന്നു. അവയെക്കുറിച്ച് ഞങ്ങൾ അഭിമാനിച്ചിരുന്നു. ഞങ്ങളുടെ കമാൻഡർമാർ എവിടെ? ആരേയും കാണുന്നില്ലല്ലോ. ബഡെന്നി...*

* സെമിയോൺ ബഡെന്നി 1883–1973 സോവിയറ്റ് യൂണിയന്റെ പരമോന്നത സൈനിക പദവിയായ "മാർഷൽ" സ്ഥാനം നേടിയ ആദ്യത്തെ ചിലരിൽ ഒരാൾ. സ്റ്റാലിന്റെ അടുത്ത സഹായി. ആഭ്യന്തരയുദ്ധക്കാലത്ത് ചുകപ്പു സൈന്യത്തിന്റെ തലവനായിരുന്നു.)

എവിടെ? ഒരു നിമിഷം സ്വാഭാവികമായും ഞങ്ങൾ അമ്പരന്നു നിന്നു. ഒരു പിടികിട്ടായ്ക. പിന്നെ.... ചിന്തിക്കാൻ തുടങ്ങി. എങ്ങനെയാണ് ഈ യുദ്ധം ജയിക്കേണ്ടത്?

സ്പേർഡ്‌ലോക് നഗരത്തിലെ ഒരു പാരമെഡിക്കൽ സ്കൂളിലെ വിദ്യാർത്ഥിനിയായിരുന്നു ഞാൻ. രണ്ടാംവർഷം. പ്രസവചികിത്സാവിഭാഗത്തിലായിരുന്നു. അപ്പോഴേ ഞാൻ തീരുമാനിച്ചു. "യുദ്ധം തുടങ്ങിയിരിക്കുന്നു. വേഗം മുന്നണിയിലെത്തണം." എന്റെ അച്ഛൻ ദീർഘകാലമായി ഒരു കമ്മ്യൂണിസ്റ്റ് ആയിരുന്നു. വിപ്ലവത്തിനു മുമ്പ് അദ്ദേഹം ഒരു രാഷ്ട്രീയ തടവുകാരനായിരുന്നു. മാതൃഭൂമിയാണ് എല്ലാം എന്ന ആശയം അച്ഛൻ കുട്ടിക്കാലം മുതലേ ഞങ്ങളുടെ ഉള്ളിൽ ഉറപ്പിച്ചിരുന്നു. എന്തു ത്യാഗം സഹിച്ചും മാതൃഭൂമിയെ രക്ഷിക്കണം. ഞാനൊട്ടും ശങ്കിച്ചില്ല. ഉടനെ തയ്യാറായി. ഞാൻ പോയില്ലെങ്കിൽ പിന്നെ ആരാണ് പോവുക?

തമാര യൂളിനോവ്നാ ലോഡിനീന...
കാലാൾസേനയിലെ പടയാളി

അമ്മ തീവണ്ടിയുടെ മുമ്പിലേക്കോടിവന്നു... അവർ സ്വതവേ വലിയ കർക്കശക്കാരിയായിരുന്നു. അഭിനന്ദിക്കുകയോ ചുംബിക്കുകയോ അവരുടെ പതിവായിരുന്നില്ല. ഞങ്ങൾ എന്തെങ്കിലും നല്ലതു ചെയ്താൽ സ്നേഹത്തോടെ ഒന്നു നോക്കും. അത്രമാത്രം. എന്നാൽ ഇത്തവണ അവർ ഓടി വന്നു. എന്റെ തല ചേർത്തുപിടിച്ച് ഉമ്മ വെച്ചു. എന്റെ കണ്ണുകളിലേക്കുതന്നെ ഉറ്റുനോക്കിക്കൊണ്ടു നിന്നു..... വളരെയധികം നേരം. അപ്പോഴേ എനിക്കു തോന്നി.... അകാരണമായൊരു തോന്നൽ. ഇതവസാനമായാണ്. ഇനിയൊരിക്കലും ഞാൻ എന്റെ അമ്മയെ കാണില്ല. കൈയിലെ സഞ്ചി വലിച്ചെറിഞ്ഞ് അമ്മയോടൊപ്പം വീട്ടിലേക്കു തിരിച്ചു പോകണമെന്നു തോന്നി. എല്ലാവരേയും ഓർത്ത് മനസ്സ് തേങ്ങി. എന്റെ മുത്തശ്ശി.. കൊച്ചനുജന്മാർ..അപ്പോഴേക്കും ബാൻഡുസംഗീതമുയർന്നു.... കമാൻഡറുടെ ആജ്ഞ. "എല്ലാവരും തയ്യാർ...? വണ്ടിയിലേക്കുടനെ കയറണം" ഞാൻ പിന്നേയും പിന്നേയും അമ്മയെ നോക്കി കൈവീശി. എത്രയോ നേരം....

മറിയ സേമ്യോനോവ്നാ കാലബെർഡ
സെർജന്റ് മേജർ, ലേയ്യിസൺ

എന്നെ അവർ വാർത്താവിനിമയ വിഭാഗത്തിൽ നിയമിച്ചു. സ്വന്തം ഇഷ്ടപ്രകാരം ഞാൻ അത് സ്വീകരിക്കുക ഇല്ലായിരുന്നു. കാരണം അതെന്താണെന്ന് വാസ്തവത്തിൽ ഞാൻ മനസ്സിലാക്കിയിരുന്നില്ല. അതും യുദ്ധത്തിന്റെ ഒരു ഭാഗം തന്നെയാണെന്ന് ഞാൻ ധരിച്ചിരുന്നില്ല. ഒരു ഡിവിഷൻ കമാൻഡർ മുമ്പിൽ വന്നു നിന്നു. എല്ലാവരേയും വരിയായി നില്ക്കാൻ പറഞ്ഞു. മഷെൻകാ സൻഗുരോവാ ഞങ്ങളോടൊപ്പമുണ്ടായിരുന്നു.

അവൾ ഒരടി മുന്നോട്ടു വെച്ചു. “ജനറൽ സഖാവേ..... എനിക്കൊരു കാര്യം പറയാനുണ്ട്, അനുവാദമുണ്ടെങ്കിൽ.”

“ആയിക്കോട്ടെ........പറയാം. സോൾജെർ സൻഗുരോവാ!”

“എന്നാൽ സൻഗുരോവ എന്ന പട്ടാളക്കാരി അഭ്യർത്ഥിക്കുന്നു, അവളെ വാർത്താവിനിമയ വകുപ്പിൽ നിന്നും മാറ്റി വെടിവെപ്പ് നടക്കുന്നിടത്തേക്ക് അയയ്ക്കണമെന്ന്.”

മനസ്സിലായില്ലേ........അന്ന് ഞങ്ങളുടെ എല്ലാവരുടേയും മനസ്സ് ആ ഒരു അവസ്ഥയിലായിരുന്നു. “വാർത്താവിനിമയം” എന്നു പറയുന്നത് ഒരു നിസ്സാരസംഭവമാണെന്നായിരുന്നു ഞങ്ങളുടെ ധാരണ. അതിൽ ജോലിനോക്കുക, ഒരു നാണക്കേടായാണ് ഞങ്ങൾ കരുതിയത്, എങ്ങനെയെങ്കിലും മുന്നണിയിലെത്തണം. അതുമാത്രമായിരുന്നു എല്ലാവരുടെയും മനസ്സിൽ.

ജനറലിന്റെ ചുണ്ടിലെ പുഞ്ചിരി ആ നിമിഷം മാഞ്ഞു. “എന്റെ പ്രിയപ്പെട്ട പെൺകുട്ടികളേ ....” ഒരു കമാൻഡർ എന്ന നിലയ്ക്കല്ല ഒരച്ഛൻ മകളോടെന്നപോലെയാണ് അദ്ദേഹം സംസാരിച്ചത്. ഞങ്ങളുടെ സ്ഥിതിയും നന്നേ പരിതാപകരമായിരുന്നു. വേണ്ടവിധം ഊണും ഉറക്കവുമില്ലാതെ ആകപ്പാടെ ക്ഷീണിച്ച്.

“മുന്നണിയിൽ നിങ്ങൾ ചെയ്യേണ്ട ജോലി അതിനെക്കുറിച്ച് കൃത്യമായൊരറിവ് നിങ്ങൾക്കില്ല. നിങ്ങൾ ഞങ്ങളുടെ കണ്ണുകളും കാതുകളുമാണ്. വാർത്താവിനിമയ സംവിധാനമില്ലാത്ത ഒരു സൈന്യം.......രക്തമില്ലാത്ത ഒരു മനുഷ്യനെ പോലെയാണ്.....”

ആദ്യം തലകുനിച്ച് സമ്മതിച്ചത് മഷേൻകാ സൺഗുരോവ ആയിരുന്നു. കോംറേഡ് ജനറൽ, അങ്ങ് ഏല്പിക്കുന്ന എന്തു ജോലിയും കിറുകൃത്യമായി നിർവ്വഹിക്കാൻ പ്രൈവറ്റ് സൺഗുരോവ തയ്യാറാണ്.”

അതിനു ശേഷം ഞങ്ങളുടെ കൂട്ടത്തിൽ “കിറുകൃത്യം” എന്നായി അവളുടെ വിളിപ്പേര്. യുദ്ധം അവസാനിക്കുന്നതുവരെ ഞങ്ങളെല്ലാവരും അങ്ങനെയാണ് അവളെ വിളിച്ചിരുന്നത്.

...1943 ജൂൺ കറ്റസ്ക്കിൽ വെച്ച് ഞങ്ങളുടെ റെജിമെന്റിന്റെ പതാക ഞങ്ങളെ അവർ ഏല്പിച്ചു. ഞങ്ങളുടെ റെജിമെന്റിൽ - ഡിറ്റാച്ച്ഡ് കമ്മ്യൂണിക്കേഷൻ റെജിമെന്റ് 129 ഓഫ് ദി സികസ്റ്റി ഫിഫ്ത് ആർമി - എൺപതു ശതമാനവും സ്ത്രീകളായിരുന്നു. ഒരു ധാരണ ഉണ്ടാവണമല്ലോ. അതിനായി ഞാൻ ഒരു കാര്യം പറയാനാഗ്രഹിക്കുന്നു. ഞങ്ങളുടെ മാനസിക വികാരങ്ങൾ അപ്പോഴേ നിങ്ങൾക്കു മുഴുവനായും മനസ്സിലാവൂ. അന്നത്തെ ഞങ്ങളുടെ അവസ്ഥ.... അങ്ങനെയുള്ള ആളുകൾ ഇനിയൊരിക്കലും ഉണ്ടായി എന്നുവരില്ല. ഞങ്ങൾ അത്രയ്ക്കും ശുദ്ധരും നിഷ്കളങ്കരുമായിരുന്നു. അതുപോലെത്തന്നെ തീവ്രമായിരുന്നു ഞങ്ങളുടെ വിശ്വാസവും. റെജിമെന്റിന്റെ കമാൻഡർ ആ പതാക ഏറ്റുവാങ്ങിയപ്പോൾ അദ്ദേഹം ഞങ്ങൾക്കു തന്ന കമാൻഡ്, “റെജിമെന്റ്... ഈ പതാകയ്ക്കു

മുമ്പിൽ നിങ്ങൾ മുട്ടുകുത്തുക!" അത്യധികം സന്തോഷവും അഭിമാനവും തോന്നിയ നിമിഷങ്ങൾ.... രാഷ്ട്രം ഞങ്ങളിൽ വിശ്വാസമർപ്പിച്ചിരിക്കുന്നു. ടാങ്ക് റെജിമെന്റ്, ഇൻഫന്‍ട്രി റെജിമെന്റ് എന്നു പറയുമ്പോലെ ഞങ്ങളും തനതായ ഒരു സേനാവിഭാഗമായിരിക്കുന്നു. അന്ന് അവിടെ നിന്ന് ഞങ്ങൾ കരഞ്ഞുപോയി. എല്ലാ കണ്ണുകളും നിറഞ്ഞുപോയി. പറഞ്ഞാൽ വിശ്വസിക്കില്ല, അന്നത്തെ മാനസിക സമ്മർദ്ദവും ശരീരക്ലേശവും. എനിക്കു സുഖമില്ലാതായി. നിശാന്ധത (night blindness) എന്ന രോഗം ബാധിച്ചു. ശരീരത്തിന്റേയും മനസ്സിന്റേയും ക്ലേശങ്ങൾക്കൊപ്പം ഭക്ഷണത്തിന്റെ കുറവും എന്നെ അവശയാക്കി. ഇപ്പോൾ അതിൽ നിന്നും ഞാൻ സുഖം പ്രാപിച്ചിരിക്കുന്നു. പിറ്റേദിവസം തന്നെ എന്റെ രോഗം മാറി. അന്ന് അത് സംഭവിക്കാൻ കാരണം വികാരാധിക്യത്താൽ എന്റെ ആത്മാവു തന്നെ പതറിപ്പോയതായിരുന്നു...

സെനീയ സെർജീവ്നാ ഒസാഡ്‌വീവ

പ്രൈവറ്റ്, സൈനിക ആശുപത്രിയിൽ മേട്രൺ

ആയിടയ്ക്കാണ് എനിക്ക് പ്രായപൂർത്തിയായത്.... ജൂൺ 9, 1941 എനിക്ക് പതിനെട്ടു വയസ്സ് തികഞ്ഞു. രണ്ടാഴ്ച കഴിഞ്ഞപ്പോഴേക്കും ഈ ശപിക്കപ്പെട്ട യുദ്ധം ആരംഭിച്ചു. ഗാഗ്രസുക്കുമീ തീവണ്ടിപ്പാത നിർമ്മിക്കാനായി ഞങ്ങളെ പറഞ്ഞയച്ചു. അന്നേക്ക് യുദ്ധം തുടങ്ങിയിട്ട് പന്ത്രണ്ടുദിവസമായിരുന്നു. ഞങ്ങളുടെ സംഘത്തിൽ ചെറുപ്പക്കാർ മാത്രമേ ഉണ്ടായിരുന്നുള്ളൂ. അന്ന് കഴിക്കാൻ കിട്ടിയിരുന്ന റൊട്ടി, ഇപ്പോഴും ഓർമ്മയുണ്ട്. അതിൽ ധാന്യമാവ് തീരെ കുറവായിരുന്നു. അധികവും മറ്റെന്തൊക്കെയോ ആയിരുന്നു. പിന്നെ കുറെയേറെ വെള്ളവും. റൊട്ടി മേശപ്പുറത്തുവെച്ച് കുറച്ചു കഴിഞ്ഞാൽ അതിനുചുറ്റും വെള്ളം ഊറിവരും. റൊട്ടി ഞങ്ങൾ നക്കിത്തിന്നുകയാണ് പതിവ്.

1942-ൽ N° 3201 എന്ന പ്രത്യേക ആശുപത്രിയിൽ സേവനമനുഷ്ഠിക്കാൻ ഞാൻ സ്വയം തയ്യാറായി. കഠിനമായി മുറിവേറ്റവർക്കുള്ള ആശുപത്രി. ഇനിയും സൈന്യസേവനം നിർവ്വഹിക്കാൻ സാധ്യമല്ലാത്തവരെ അവിടെ നിന്നാണ് പിരിച്ചുവിട്ടിരുന്നത്. യുദ്ധമുന്നണിയിലുള്ള വലിയൊരു ആശുപത്രി. ട്രാൻസ്-ആനിഡ് നോർത്ത് കോകേഷ്യൽ മുന്നണിയുടെ അധീനതയിലുള്ള സ്ഥാപനം. അവിടെ പ്രത്യേകമായി കോസ്റ്റൽ ആർമിയുമുണ്ടായിരുന്നു. (തീരദേശസേന) അതിഭയങ്കരമായ യുദ്ധമാണ് അവിടെ നടന്നത്. അസംഖ്യം സൈനികർക്ക് കഠിനമായി മുറിവുപറ്റി. ഭക്ഷണവിതരണം ചെയ്യാനാണ് എന്നെ ഏല്പിച്ചിരുന്നത്. ഇരുപത്തിനാലു മണിക്കൂറും നീണ്ടുനില്ക്കുന്ന ചുമതല. നേരം പുലർന്ന് പ്രാതലിനുള്ള സമയമായിട്ടുണ്ടാകും അപ്പോഴും ഞങ്ങളുടെ "അത്താഴം വിളമ്പൽ" അവസാനിച്ചിട്ടുണ്ടാവില്ല. ഏതാനും മാസങ്ങൾക്കുശേഷം എനിക്ക് ഇടതുകാലിൽ മുറിവുപറ്റി. എന്നിട്ടും ജോലിയിൽ നിന്നു മാറിനില്ക്കാനായില്ല. വലതുകാലിൽ ചാടി ചാടി ഞാൻ എന്റെ ജോലി ചെയ്തു

കൊണ്ടിരുന്നു. അതിനു ശേഷം മേട്രനായി നിയമനം കിട്ടി. അവിടേയും ജോലി ഇരുപത്തിനാലു മണിക്കൂർ തന്നെ. ജോലിതന്നെയായിരുന്നു എനിക്കു ജീവിതം.

1943 മേയ്. ഉച്ചതിരിഞ്ഞ് കൃത്യം ഒരു മണിക്ക് ക്രാസ്നോ ഡോറിനെ തിരെ വമ്പിച്ച ഒരു വിമാനാക്രണമുണ്ടായി. ഞാൻ ഉടനെ കെട്ടിടത്തിൽ നിന്നും പുറത്തേക്കോടി. മുറിവേറ്റ ഭടൻമാരെ തീവണ്ടി സ്റ്റേഷനിൽ നിന്നും പറഞ്ഞയച്ചു കഴിഞ്ഞുവോ എന്നറിയാൻ. വെടിമരുന്നു സൂക്ഷിച്ചിരുന്ന ഷെഡിനു മീതെ രണ്ടു ബോംബുകൾ വന്നുവീണു. എന്റെ കൺമുമ്പിൽ ആ പെട്ടികൾ ഒരു നൂറുനില കെട്ടിടത്തിനേക്കാൾ ഉയരത്തിൽ മേലോട്ടു തെറിച്ചു.... പൊട്ടിച്ചിതറി. ആ പൊട്ടിത്തെറിയിൽ ഞാൻ തെറിച്ച് ഒരു ഇഷ്ടിക മതിലിനു മീതെ ചെന്നുവീണു. അതോടെ ബോധം മറഞ്ഞു. പിന്നീട് കണ്ണുതുറന്നപ്പോൾ നേരം സന്ധ്യയായിരുന്നു. ഞാൻ പതുക്കെ തല ഉയർത്തി. വിരലുകൾ മടക്കാൻ ശ്രമിച്ചു. അവ അനങ്ങുന്നുണ്ടായി രുന്നു. ഞാൻ സൂക്ഷിച്ചു കണ്ണുതുറന്നു. ഞാൻ ജോലി നോക്കുന്ന വിഭാഗ ത്തിലേക്കു നടന്നു. ആകെ ചോരയിൽ കുതിർന്നിരുന്നു. ഇടനാഴിയിൽ പ്രധാന നഴ്സിനെ കണ്ടു. ആദ്യം അവർക്കെന്നെ തിരിച്ചറിയാനായില്ല. "നിങ്ങൾ ആരാണ്? എവിടെ നിന്നു വരുന്നു? അവർ ചോദിച്ചു. തൊട്ടടുത്തു വന്നു നിന്നപ്പോഴാണ് അവർ ആളെ അറിഞ്ഞത്. ശ്വാസമടക്കി കൊണ്ട് അവർ ചോദിച്ചു. "സെനീയാ... നിങ്ങളിത്ര നേരം എവിടെയായിരുന്നു? മുറി വേറ്റവരെല്ലാം വിശന്നുപൊരിയുന്നു. നിങ്ങളാണെങ്കിൽ സ്ഥലത്തില്ല താനും."

അവർ അപ്പോൾത്തന്നെ എന്റെ തലയും ഇടതുകൈമുട്ടിന്റെ മുകൾ ഭാഗവും മരുന്നുവെച്ചു കെട്ടി. ഞാൻ അത്താഴം വിളമ്പാൻ ചെന്നു. കണ്ണിനു മുമ്പിൽ ആകെ ഇരുട്ട്. ഞാനാകെ വിയർത്തൊലിക്കുകയായിരുന്നു. അത്താഴം വിളമ്പിക്കൊണ്ടിരിക്കേ ഞാൻ താഴെ വീണു. അവർ എന്റെ ബോധക്കേട് തിടുക്കത്തിൽ മാറ്റി. "വേഗമാകട്ടെ വേഗം....വേഗം" അതു മാത്രമേ ഞാൻ കേട്ടുള്ളൂ.

ഏതാനും ദിവസങ്ങൾ കഴിഞ്ഞു. അപ്പോഴും അവർ എന്റെ രക്തമെ ടുത്ത് കഠിനമായി മുറിവേറ്റവർക്ക് നല്കിക്കൊണ്ടിരുന്നു. ആളുകൾ കണ ക്കില്ലാതെ മരിച്ചുകൊണ്ടിരിക്കുകയായിരുന്നു....

...യുദ്ധത്തിനിടയിൽ ഞാൻ ആകെ മാറിപ്പോയി. വീട്ടിൽ തിരിച്ചു വന്ന എന്നെ അമ്മ പോലും തിരിച്ചറിഞ്ഞില്ല. അമ്മ താമസിച്ചിരുന്ന ഇടം വേറെ ചിലരാണ് കാട്ടിത്തന്നത്. ഞാൻ വാതില്ക്കൽ മുട്ടി. "അകത്തേക്കു വരാം" വീട്ടിനുള്ളിൽ നിന്നും ആരോ പറഞ്ഞു.

ഞാൻ അകത്തേക്കു ചെന്നു. അവരെ അഭിവാദ്യം ചെയ്തു കൊണ്ട് പറഞ്ഞു. "ഈ രാത്രി ഇവിടെ കഴിച്ചോട്ടെ"

അമ്മ സ്റ്റൗ കത്തിക്കുകയായിരുന്നു. അനുജന്മാർ രണ്ടുപേരും താഴെ വിരിച്ച വയ്ക്കോലിൽ ഇരുന്നിരുന്നു. കുട്ടികൾ രണ്ടുപേരും ഉടുപ്പൊന്നും ഇട്ടിരുന്നില്ല. അവർക്കിടാൻ ഉടുപ്പുണ്ടായിരുന്നില്ല. അമ്മയ്ക്ക് എന്നെ

മനസ്സിലായില്ല. അവർ മുഖം കറുപ്പിച്ചുകൊണ്ട് പറഞ്ഞു. "ഞങ്ങൾ എങ്ങനെയാണ് കഴിഞ്ഞുകൂടുന്നതെന്ന് മനസ്സിലായില്ലേ.... വേറെ എവിടെയെങ്കിലും പോയി അന്വേഷിക്കൂ....നേരം അധികം ഇരുട്ടും മുമ്പേ."

ഞാൻ അമ്മയുടെ അരികത്തേക്കു ചെന്നു. അപ്പോഴും അവർ അതുതന്നെ പറഞ്ഞു. "അധികം വൈകുംമുമ്പേ പോയ്ക്കോളൂ... വേറെ എങ്ങോട്ടെങ്കിലും ചെല്ലൂ....."

ഞാൻ കുമ്പിട്ടു നിന്ന് അവരെ കെട്ടിപ്പിടിച്ചു.... പതുക്കെ വിളിച്ചു. "അമ്മാ.....അമ്മാ....."

ആ ക്ഷണം അവർ മൂന്നുപേരും പൊട്ടിക്കരഞ്ഞു കൊണ്ട് എന്റെ കൈകളിലേക്കു വീണു.

ഇപ്പോൾ ഞാൻ ക്രിമിയയിലാണ് താമസിക്കുന്നത്. ഇവിടെ എല്ലാം പൂമൂടി കിടക്കുകയാണ്. ദിവസവും ഞാൻ ജന്നലരുകിൽ കടലിലേക്കും നോക്കി ഇരിക്കും. പക്ഷേ, വേദന കൊണ്ട് ഞാനാകെ പരവശയാണ്. ഇപ്പോഴും ഒരു സ്ത്രീയുടെ മുഖം എനിക്കില്ല. പലപ്പോഴും ഞാൻ കരഞ്ഞുപോകും. ദിവസം മുഴുവൻ ഞരങ്ങിക്കൊണ്ടിരിക്കുന്നു.... എന്റെ പഴയ ഓർമ്മകൾ...

ഭയത്തിന്റെ ഗന്ധം
ഒപ്പം ഒരു പെട്ടി നിറയെ മിഠായി

ഓൾഗാ മിട്രോ ഫാനോവ്നാ റുസിൻഡ്കായ,
നഴ്സ്

ഞാൻ യുദ്ധരംഗത്തേക്ക് യാത്രയാവുന്ന ദിവസം... നല്ല തെളിവാർന്നൊരു ദിവസമായിരുന്നു. സുഖമുള്ള കാറ്റ്. നേരിയ മഴച്ചാറൽ. ആകപ്പാടെ എന്തൊരു ഭംഗി. രാവിലെ എഴുന്നേറ്റ് ഞാൻ പുറത്തു വന്നു നിന്നു. ഇനിയൊരിക്കലും ഇവിടേക്ക് ഞാൻ മടങ്ങി വരില്ലേ? ഞങ്ങളുടെ ഈ തോട്ടവും... തെരുവും... ഇനിയൊരിക്കലും ഞാൻ കാണുകയില്ലേ? അമ്മ കരഞ്ഞു.... കൈയിൽ മുറുകെ പിടിച്ച് എന്നെ പോകാനനുവദിക്കാതെ. ഞാൻ പുറത്തേക്കിറങ്ങി കഴിഞ്ഞിരുന്നു. അവർ പിറകെ വന്നു. കെട്ടിപ്പിടിച്ചു. കൈവിടാതെ നിന്നു. എന്നെ വിട്ടയയ്ക്കാൻ അവരുടെ മനസ്സ് സമ്മതിക്കുന്നില്ല....

നദീസ്ദാ വാനിലീവ്നാ അനിസിമോവ
ഒരു യന്ത്രത്തോക്കു കമ്പനിയിലെ
വൈദ്യചികിത്സാ സഹായി

മരിക്കാൻ... എനിക്ക് പേടിയുണ്ടായിരുന്നില്ല. ചെറുപ്പമായിരുന്നു. എന്നാലും മരണം ചുറ്റുവട്ടത്തു തന്നെ ഉണ്ടായിരുന്നു. പക്ഷേ, ഞാൻ അതിനെക്കുറിച്ച് ചിന്തിച്ചിരുന്നില്ല. ഞങ്ങൾ മരണത്തെക്കുറിച്ച്

സംസാരിച്ചിരുന്നുമില്ല. ഞങ്ങളുടെ അടുത്തെവിടെയോ അത് വട്ടം കറങ്ങി കൊണ്ടിരിക്കുന്നു. പക്ഷേ, എന്തുകൊണ്ടോ അതിന് ഞങ്ങളെ കൈയെത്തി പിടിക്കാനായില്ല. ഒരു രാത്രി ശത്രുസൈന്യം ഞങ്ങളുടെ റെജിമെന്റ് പ്രദേശത്താകെ ഗുരുതരമായ ഒരു വ്യോമനിരീക്ഷണം നടത്തി. പുലർച്ചയോടെയാണ് അവർ പിന്തിരിഞ്ഞത്. രണ്ടുപക്ഷ ക്കാർക്കിടയിലുള്ള നിഷ്പക്ഷ പ്രദേശത്തുനിന്നും കരച്ചിലും നിലവിളി കളും കേട്ടു. "പോകരുത്...... നിങ്ങൾ കൊല്ലപ്പെടും." കൂടെയുള്ള സൈനി കർ എന്നെ തടഞ്ഞു."കണ്ടില്ലേ നേരം പുലർന്നു കഴിഞ്ഞു.'

അവരുടെ മുന്നറിയിപ്പ് അവഗണിച്ച് ഞാൻ ഇഴഞ്ഞു നീങ്ങി. മുറി വേറ്റു പിടയുന്ന ആളെ കണ്ടു. അയാളെ താങ്ങിയും വലിച്ചും ക്യാമ്പി ലെത്തിക്കാൻ എട്ടുമണിക്കൂർ സമയമെടുത്തു. കൈയിൽ ഒരു ബെൽറ്റു കെട്ടി വലിച്ചുകൊണ്ടു വരികയായിരുന്നു. അവസാനം രക്ഷാ സങ്കേത ത്തിലെത്തിച്ചു. അപ്പോഴും അയാൾക്ക് ജീവനുണ്ടായിരുന്നു. വിവരമറിഞ്ഞ് റെജിമെന്റിലെ കമാൻഡർ കലശലായി കോപിച്ചു. അനുവാദമില്ലാതെ സ്ഥലത്തു നിന്ന് മാറിനിന്ന കുറ്റം. അഞ്ചു ദിവസത്തെ തടവുശിക്ഷയാണ് എനിക്കു വിധിച്ചത്. ഡെപ്യൂട്ടി കമാൻഡറുടെ പ്രതികരണം വേറൊന്നാ യിരുന്നു. "അവരെ കീർത്തിമുദ്ര നല്കി ബഹുമാനിക്കേണ്ടതാണ്."

19-ാം വയസ്സിൽ അസാധാരണമായ ധൈര്യത്തിനുള്ള കീർത്തിമുദ്ര ഞാൻ നേടി. 19-ാം വയസ്സിൽ എന്റെ മുടിയാകെ വെളുത്തു നരച്ചു. 19-ാം വയസ്സിൽ യുദ്ധരംഗത്തു വെച്ച് രണ്ടു ശ്വാസകോശങ്ങളിലും വെടിയുണ്ട തറച്ചു. രണ്ടാമത്തെ വെടിയുണ്ട രണ്ടു കശേരുക്കൾക്കിടയിലായിരുന്നു. എന്റെ കാലുകൾക്ക് ചലനശേഷി നഷ്ടപ്പെട്ടു. ഞാൻ മരിച്ചു എന്നു തന്നെ അവർ കരുതി.

19-ാം വയസ്സ്.... ഇപ്പോൾ എന്റെ മകളുടെ മകൾക്ക് ആ പ്രായമായി. ഞാൻ അവളുടെ മുഖത്തേക്കു നോക്കുമ്പോൾ..... അവൾ കുട്ടിയാണ്. എനിക്ക് വിശ്വസിക്കാനാവുന്നില്ല.

ഞാൻ വീട്ടിൽ തിരിച്ചെത്തിയപ്പോൾ എന്റെ സഹോദരി എനിക്കു കാണിച്ചു തന്നു മുന്നണിയിൽ നിന്നും അവർക്കു കിട്ടിയ എന്റെ "മരണ അറിയിപ്പ്." അതുപ്രകാരം എന്റെ ശവമടപ്പും കഴിഞ്ഞിരുന്നു.

അൽബീന അലക്സാൻഫ്രേവ്നാ ഗാൺടിനോറുവ

സർജന്റ് മേജർ, സ്കൗട്ട്

എന്റെ അമ്മയെ എനിക്കോർമ്മയില്ല.... ഓർമ്മയിലുള്ളത് മങ്ങിയ ചില നിഴലുകൾ മാത്രം. അവ്യക്തമായ ചില രൂപരേഖകൾ. എന്റെ മുഖത്തേക്കു കുനിഞ്ഞു നോക്കുന്ന അമ്മയുടെ മുഖം.... തൊട്ടരുകി ലായി... അങ്ങനെയാണ് പിന്നീടാലോചിക്കുമ്പോൾ തോന്നാറ്. അവർ മരിച്ചപ്പോൾ എനിക്ക് മൂന്ന് വയസ്സായിരുന്നു പ്രായം. വിദൂര പൗരസ്ത്യ ദേശത്ത് ഒരു സൈനികോദ്യോഗസ്ഥനായിരുന്നു അച്ഛൻ. അദ്ദേഹ മാണെന്നെ കുതിരസ്സവാരി പഠിപ്പിച്ചത്. കുട്ടിക്കാലത്തെ ഏറ്റവും

ശക്തമായൊരു അനുഭവമായിരുന്നു അത്. തന്റെ മകൾ സാധാരണമട്ടിൽ ഒരു 'സുന്ദരിക്കോത' യായി വളരാൻ അച്ഛൻ ആഗ്രഹിച്ചില്ല. അഞ്ചു വയസ്സു മുതൽ അമ്മായിയോടൊപ്പം ലെനിൻഗ്രാഡിലായിരുന്നു ഞാൻ താമസിച്ചിരുന്നത്. റഷ്യ-ജപ്പാൻ യുദ്ധക്കാലത്ത്[1] അമ്മായി മിലിട്ടറിയിൽ നഴ്സായിരുന്നു. സ്വന്തം അമ്മയെപ്പോലെ ഞാൻ അവരെ സ്നേഹിച്ചിരുന്നു.

ഞാൻ കുട്ടിക്കാലത്ത് എങ്ങനെയായിരുന്നു? സ്കൂളിലെ രണ്ടാംനിലയിൽ നിന്നും പന്തയം ജയിക്കാനായി എടുത്തുചാടുന്ന പ്രകൃതക്കാരി. ഫുട്ബോളായിരുന്നു ഏറ്റവും ഇഷ്ടം. ആൺകുട്ടികളുടെ ടീമിലെ ഗോൾകീപ്പർ ഞാനായിരുന്നു. ഫിണിഷ് യുദ്ധം[2] തുടങ്ങിയപ്പോൾ ഞാൻ ഫിണിഷ് യുദ്ധരംഗത്തേക്ക് ഓടാൻ തുടങ്ങി.

1941 ഞാൻ ഏഴാംക്ലാസ്സു ജയിച്ചിട്ടേയുള്ളൂ. ഒരു ടെക്നിക്കൽ സ്കൂളിൽ ചേരാനുള്ള അപേക്ഷ അയയ്ക്കാനുള്ള സമയമായിരുന്നു. എന്റെ അമ്മായി കരഞ്ഞു. 'ഇത് യുദ്ധമാണ്.' പക്ഷേ, മുന്നണിയിലേക്കു പോകാനും യുദ്ധം ചെയ്യാനും എനിക്ക് വലിയ ആവേശമായിരുന്നു. ചോര എന്താണെന്ന് അന്ന് ഞാൻ എങ്ങനെ അറിയാൻ?

പൗരജനങ്ങളുടേതായ സേന ആദ്യമായി രൂപീകരിക്കുന്ന സമയം. വൈദ്യശുശ്രൂഷാ വിഭാഗത്തിൽ ഞങ്ങൾ കുറേ പെൺകുട്ടികളെ അവർ ചേർത്തു. അമ്മായിയെ ഞാൻ ഫോണിലൂടെ അറിയിച്ചു. "ഞാൻ യുദ്ധരംഗത്തേക്ക് യാത്രയാവുകയാണ്."

"ഉടനെ വീട്ടിലേക്കു വരൂ" അങ്ങേ തലയ്ക്കൽ നിന്നും അമ്മായിയുടെ ശബ്ദം. "അത്താഴം തയ്യാറായി. ഇനിയും വൈകിയാൽ തണുത്തുപോകും."

ഞാൻ തിടുക്കത്തിൽ ഫോൺ താഴെ വെച്ചു. പിന്നീട് അവരെ ഓർത്ത് ഞാൻ വല്ലാതെ സങ്കടപ്പെട്ടു. ലെനിൻഗ്രാൻഡിന്റെ ഭീകരമായ ആ ഉപരോധം ആരംഭിച്ചു.[3] നഗരവാസികളിൽ പകുതിയോളം പേർ കൊല്ലപ്പെട്ടു. പാവം എന്റെ അമ്മായി വീട്ടിൽ തനിച്ചായിരുന്നു. പ്രായമായ ചെറിയൊരു സ്ത്രീ.

വീട്ടിൽ പോകാൻ അവധി കിട്ടി. അമ്മായിയെ കാണാൻ പോകും

---

1. 1904 ഫെബ്രുവരി മുതൽ 1905 സെപ്തംബർ വരെ. റഷ്യയെ ജപ്പാൻ പരാജയപ്പെടുത്തി.
2. സോവിയറ്റ് യൂണിയനും. ഫിൻലാൻഡും തമ്മിലുണ്ടായ യുദ്ധം. 1939 നവംബർ മുതൽ 1940 മാർച്ച് വരെ. സോവിയറ്റ് യൂണിയൻ ഫിൻലാൻഡിനെ ആക്രമിച്ചു. ലെനിൻഗ്രാഡിനു ചുറ്റുമുള്ള കുറച്ചധികം അതിർത്തിപ്രദേശങ്ങൾ 'തിരിച്ചുപിടിക്കാൻ' എന്ന ലക്ഷ്യവുമായി.
3. 1941 സെപ്തംബറിലാണ് ജർമ്മനി ലെനിൻഗ്രാഡ് ഉപരോധിച്ചത്. 872 ദിവസം നീണ്ടുനിന്നു. 1944 ജനുവരിയിലാണ് അവസാനിച്ചത്. പട്ടാളക്കാരും പൗരന്മാരുമായി പതിനഞ്ചു ലക്ഷം പേരാണ് അന്ന് മരിച്ചത്.

മുമ്പേ ഞാൻ പലചരക്കു കടയിൽ കയറി. യുദ്ധത്തിനു മുമ്പ് ...എനിക്കു മിഠായി തിന്നാൻ വളരെ ഇഷ്ടമായിരുന്നു.

"കുറച്ചു മിഠായി തരൂ." ഞാൻ ആവശ്യപ്പെട്ടു.

വില്പനക്കാരി എന്നെ നല്ലവണ്ണമൊന്നു നോക്കി. ഞാനെന്തോ ഭ്രാന്തു പറയുകയാണെന്ന ഭാവം. എനിക്കു കാര്യം മനസ്സിലായില്ല. ഉപരോധമോ? ഭക്ഷണത്തിനു കൂപ്പണോ? വരിയിൽ നിന്നവരെല്ലാം എന്റെ നേരെ നോക്കി. എന്റെ തോളിൽ തൂക്കിയിരുന്ന റൈഫിൾ എന്നേക്കാൾ വലുതായിരുന്നു. ആദ്യമായി അവർ അതെന്റെ കൈയിൽ തന്നപ്പോൾ ഞാൻ എന്നോടു തന്നെ ചോദിച്ചു. "ഞാൻ എപ്പോഴാണ് ഈ തോക്കിനോളം വലുതാവുക? പെട്ടെന്ന് വരിയിൽ നിന്നിരുന്നവരെല്ലാം ഒരേ സ്വരത്തിൽ പറഞ്ഞു. "ആ കുട്ടിക്കു വേണ്ട മിഠായി കൊടുക്കൂ.... ഞങ്ങളുടെ കൂപ്പണുകൾ തരാം." അങ്ങനെ അന്ന് അവർ എനിക്കു വേണ്ട മിഠായി വാങ്ങിത്തന്നു.

തെരുവിൽ നിന്ന് യുദ്ധരംഗത്തുള്ളവർക്കായി അവർ സഹായധനം സമാഹരിച്ചിരുന്നു. നാല്ക്കവലകളിൽ നടുവിലായി വലിയ തട്ടങ്ങൾ വെച്ചിരുന്നു, മേശകൾക്കു മുകളിൽ. ആളുകൾ വന്ന് സ്വന്തം ഇഷ്ടപ്രകാരം അതിലേക്ക് പലതും വച്ചിരുന്നു. വാച്ചും, മാലയും, കമ്മലുമെല്ലാം. ഒരു സങ്കോചവും കൂടാതെ ഊരിയെടുത്ത് അവർ തട്ടത്തിൽ നിക്ഷേപിച്ചു. ചില സ്ത്രീകൾ വിവാഹമോതിരം പോലും സംഭാവനയായി നല്കി. ആരും ഒരുതരത്തിലുമുള്ള കണക്കുകൾ വെച്ചിരുന്നില്ല. ആരും ഇന്നത് കൈപ്പറ്റി എന്ന രശീതിയും ഒപ്പിട്ടു നല്കിയിരുന്നില്ല... ഇതെല്ലാം എന്റെ ഓർമ്മയിൽ തെളിഞ്ഞു കിടക്കുന്ന ചിത്രങ്ങളാണ്.

സ്റ്റാലിന്റെ പ്രസിദ്ധമായ ആ ഉത്തരവ് N° 227: ഉം ഓർമ്മ വരുന്നു. "ഒരടി പിന്നോക്കം വെക്കരുത്. പിന്നോക്കം തിരിഞ്ഞാൽ വെടികൊണ്ടതു തന്നെ. അപ്പോൾ... അവിടെ വെച്ച് കഥ കഴിയുകയായി. അതല്ല എങ്കിൽ സൈനിക കോടതിയുടെ വിചാരണ നേരിടണം. അവിടെ നിന്ന് കടുത്ത ശിക്ഷയുടെ ഭാഗമായി രൂപീകരിക്കപ്പെട്ട പ്രത്യേകം ബറ്റാലിയനുകളിലേക്ക് അയയ്ക്കും. അവിടെ ചെന്നവർ ഏതാണ്ട് വധശിക്ഷയ്ക്കു വിധിക്കപ്പെട്ടവരുടേതുപോലെയായിരുന്നു. തിരിച്ചു വരവില്ല. അവിടെ നിന്നും രക്ഷപ്പെടാൻ ശ്രമിച്ചവരെ കൂടുതൽ കടുത്ത വിഭാഗത്തിലെത്തിച്ചു. "പിൻവാങ്ങൽ" തടയാൻ നിയോഗിക്കപ്പെട്ട പ്രത്യേകമൊരു സേനാവിഭാഗം ഞങ്ങളുടെ പിറകിലെപ്പോഴുമുണ്ടായിരുന്നു. ഞങ്ങളുടെ തന്നെ സൈനികർ ഞങ്ങളുടെ സഹപ്രവർത്തകരെ വെടിവെച്ചു വീഴ്ത്തി.

ഇതെല്ലാം എന്റെ ഓർമ്മയിൽ തെളിഞ്ഞു കിടക്കുന്ന ചിത്രങ്ങളാണ്... സാധാരണപോലെയുള്ള ഒരു തുറന്ന സ്ഥലം... മഴയ്ക്കു ശേഷം നനഞ്ഞു കുഴഞ്ഞു കിടക്കുന്ന മണ്ണ്. ചെറുപ്പക്കാരനായ ഒരു ഭടൻ മുട്ടുകുത്തിയിരിക്കുന്നു. അയാൾ കണ്ണട വെച്ചിട്ടുണ്ട്. എന്തുകൊണ്ടോ അത് പിന്നേയും താഴേക്കു വഴുതി വീഴുന്നു. അയാൾ വീണ്ടും അതെടുത്തു വെക്കുന്നു. ലെനിൻഗ്രാഡിൽ നിന്നുമുള്ള ബുദ്ധിമാനായ ഒരു യുവാവ്. അവർ അയാളുടെ കൈയിൽ നിന്നും റൈഫിൾ എടുത്തു മാറ്റിക്കഴിഞ്ഞിരുന്നു.

ഞങ്ങളെല്ലാവരും വരിയായി നില്ക്കുന്നു. എല്ലായിടത്തും ചെളിവെള്ളം കെട്ടിക്കിടക്കുന്നു. അയാൾ കരയുന്നതും ശപിക്കുന്നതും ഞങ്ങൾ കേൾക്കുന്നുണ്ട്. കൊല്ലല്ലേ എന്ന് യാചിക്കുന്നു. വീട്ടിൽ അമ്മ തനിച്ചേയുള്ളൂ. അയാൾ ഉറക്കെ നിലവിളിച്ചു. അവർ ക്ഷണത്തിൽ അയാൾക്കു നേരെ വെടിവെച്ചു. നെറ്റിയുടെ നടുവിലേക്ക് പിസ്റ്റൾ കൊണ്ട്. മരണം പെട്ടെന്നു വേണ്ട, സാവധാനത്തിൽ മതി. പടക്കളം വിട്ടോടാൻ ശ്രമിക്കുന്നവർക്ക് ഇതാണ് സംഭവിക്കുക. ഒരു നിമിഷം പോലും മനസ്സുലയരുത്.

സ്റ്റാലിന്റെ ആ ഉത്തരവ്..... ആ നിമിഷം തന്നെ എന്നെ മുതിർന്ന ഒരാളാക്കി. ഈ സംഭവം ഓർക്കാൻ വയ്യ... വളരെ നാളുകളോളം ഞങ്ങളത് ഓർത്തതേയില്ല. ശരിയാണ്.... നമ്മൾ യുദ്ധം ജയിച്ചു. എന്നാൽ അതിനു കൊടുത്ത വില..... എത്രമാത്രം ഭയാനകമായിരുന്നു.

രാത്രി മുഴുവൻ ഞങ്ങൾ ഉറക്കമൊഴിച്ചു. മുറിവേറ്റവർ ആയിരക്കണക്കിന്. ഒരിക്കൽ മൂന്നു രാത്രിയും പകലും തുടർച്ചയായി ഞങ്ങൾ ഉറങ്ങാതെ കഴിച്ചു. രാവും പകലും കണ്ണടയ്ക്കാനായില്ല. ഒരു ട്രക്കു നിറയെ മുറിവേറ്റ ഭടന്മാരുമായി അവരെന്നെ ആശുപത്രിയിലേക്കയച്ചു. ഞാനവരെ അവിടെ കൈമാറി. വണ്ടിയും അവരെ ഏല്പിച്ചു ഒഴിഞ്ഞ കൈയുമായി തിരിച്ചു വന്നു. ഇത്തിരി നേരമൊന്നുറങ്ങാൻ. ഉറങ്ങി എഴുന്നേറ്റപ്പോൾ ഒരു പ്രഭാത പുഷ്പത്തിന്റെ തെളിവും ഉണർവ്വും. എന്റെ സഹപ്രവർത്തകർ ഉറക്കമൊഴിച്ച് കുഴഞ്ഞു വീഴാറായിരുന്നു. പെട്ടെന്ന് ഞാൻ എന്റെ മേലധികാരിയുടെ മുമ്പിൽപ്പെട്ടു.

"സഖാവ്, കമ്മീഡർ" ഞാൻ അറിയിച്ചു. "എനിക്ക് അങ്ങേയറ്റം ലജ്ജ തോന്നുന്നു."

"എന്തുപറ്റി"?

"ഞാനുറങ്ങി."

"എവിടെ?"

നടന്നതെല്ലാം ഞാൻ വിശദമായി പറഞ്ഞു. "അങ്ങനെ കുറച്ചു നേരം ഞാൻ സുഖമായി ഉറങ്ങി."

"അതുകൊണ്ടെന്താ? നന്നായി" അദ്ദേഹം പറഞ്ഞു. കൂട്ടത്തിൽ ഒരാളെങ്കിലും ഉണർന്നിരിക്കുന്നുണ്ടല്ലോ. മറ്റുള്ളവരെല്ലാം നീണ്ടകാലിൽ നിന്ന് മയങ്ങുകയാണ്.......വീഴുകയാണ്."

പക്ഷേ, എനിക്ക് കഠിനമായ ലജ്ജ തോന്നി.....അങ്ങനെയുള്ള മനഃസാക്ഷിയുമായാണ് യുദ്ധകാലം മുഴുവൻ ഞങ്ങൾ കഴിച്ചുകൂട്ടിയത്.

മെഡിക്കൽ ബറ്റാലിയനിൽ അവരെന്നോട് നല്ലവണ്ണമാണ് പെരുമാറിയിരുന്നത്. എന്നാലും എനിക്കു താത്പര്യം പരിസര നിരീക്ഷണമായിരുന്നു. അവരെനിക്ക് അതിനവസരം തന്നില്ലെങ്കിൽ ഞാൻ മുന്നണിയിലേക്ക് ഓടിപ്പോകുമെന്ന് തുറന്നു പറഞ്ഞു. അതിനുള്ള ശിക്ഷയായി എന്നെ പുറത്താക്കാൻ അവർ ശ്രമിച്ചു. സൈനികച്ചട്ടങ്ങളെ അനുസരിക്കുന്നില്ല എന്നതായിരുന്നു കുറ്റം. എന്നിട്ടും ഞാൻ അവിടെ നിന്നും ഓടിപ്പോന്നു.

എനിക്കാദ്യമായി ലഭിച്ച മെഡൽ “ധൈര്യ” ത്തിനുള്ളതായിരുന്നു.

യുദ്ധം തുടങ്ങി. വെടിയുണ്ടകളുടെ പേമാരി. പട്ടാളക്കാർ ഭയന്ന് കൂനിക്കൂടി. കേന്ദ്രങ്ങളിൽ നിന്നും കല്പന വന്നു. “മുന്നോട്ട്.... മാതൃഭൂമിയുടെ രക്ഷയ്ക്കായി മുന്നോട്ട്” അവർ അവിടെ കിടന്നു. എഴുന്നേറ്റില്ല. വീണ്ടും കല്പന........അപ്പോഴും അവർ എഴുന്നേറ്റില്ല. ഞാൻ എന്റെ തൊപ്പി എടുത്തു മാറ്റി മുഖം നന്നായി കാണാൻ വേണ്ടി.

ഒരു പെൺകുട്ടിയാണ് നിർഭയം തല ഉയർത്തി നില്ക്കുന്നത്. ....പിന്നീടാരും ശങ്കിച്ചു നിന്നില്ല. എല്ലാവരും എഴുന്നേറ്റു...... പടക്കളത്തിലേക്കു കുതിച്ചു.

അവർ എനിക്ക് കീർത്തിമുദ്ര നല്കി. അതേ ദിവസം തന്നെ ഞങ്ങൾ പ്രത്യേകമായൊരു ദൗത്യത്തിനിറങ്ങി. ജീവിതത്തിൽ ആദ്യമായി അന്നെനിക്ക് സ്ത്രീകളുടെ ആ “സംഗതി” ഉണ്ടായി... രക്തം കണ്ട് ഞാൻ ഉറക്കെ നിലവിളിച്ചു. “എനിക്കു മുറിവു പറ്റിയിരിക്കുന്നു.” ഞങ്ങളോടൊപ്പം അല്പം പ്രായമായ ഒരാളുണ്ടായിരുന്നു. ഡോക്ടർമാരെ സഹായിച്ചു പരിചയമുള്ള ഒരാൾ. അദ്ദേഹം അരികത്തേക്കോടി വന്നു.

“എവിടെയാണ് മുറിവുപറ്റിയത്? ”

“അതെനിക്കറിഞ്ഞുകൂടാ.....പക്ഷേ, ചോരയൊലിക്കുന്നു.”

അദ്ദേഹം എന്നെ കാര്യം പറഞ്ഞു മനസ്സിലാക്കി. ഒരു മകളോട് അച്ഛൻ എന്നപോലെ.

യുദ്ധത്തിനു ശേഷം 15 വർഷത്തോളം ഞാൻ സ്കൗട്ടിങ്ങ് ചെയ്തുകൊണ്ടിരുന്നു. ദിവസവും രാത്രി ഞാൻ സ്വപ്നം കണ്ട് പേടിച്ച് ഞെട്ടിയുണരുമായിരുന്നു. എന്റെ പല്ലുകൾ കൂട്ടിയിടിച്ചിരുന്നു എന്റെ പേടിസ്വപ്നങ്ങളിൽ.... ശത്രുക്കൾ ചുറ്റിലും വളഞ്ഞു നില്ക്കുന്നു. എന്റെ സബ് മെഷീൻ ഗൺ...... വെടി പൊട്ടുന്നില്ല. രാത്രി എഴുന്നേറ്റിരുന്ന് ഞാൻ ഓർത്തു നോക്കും. ഞാൻ എവിടെയാണ്? അവിടെയോ..... ഇവിടെയോ?

യുദ്ധം അവസാനിച്ചപ്പോൾ.... എനിക്ക് മൂന്ന് ആഗ്രഹങ്ങളുണ്ടായിരുന്നു - ഒന്ന്, ഒരു ബസ്സിൽ യാത്ര ചെയ്യണം. അത്ര നാളത്തേയും പതിവ് കമിഴ്ന്നു കിടന്ന് നിരങ്ങി നീങ്ങുകയായിരുന്നല്ലോ. രണ്ടാമത്, ഒരു നല്ല വെളുത്ത റൊട്ടി വാങ്ങി അതു മുഴുവൻ സാവധാനം തിന്നു തീർക്കണം. മൂന്നാമത്തേത്, ഒന്നാന്തരം വെള്ളവിരിപ്പിൽ കിടന്നുറങ്ങണം. ഞാൻ ഉറക്കത്തിൽ തിരിയുമ്പോൾ അതിന്റെ നേരിയ ശബ്ദം കേൾക്കണം. വെള്ള വിരിപ്പുകൾ...

ലുബോവ് അർക്കാധ്യാവ്നാ ചർണായ
സബ് ലെഫ്റ്റനന്റ് ഗൂഢലിപി വിദഗ്ദ്ധ

രണ്ടാമത്തെ കുഞ്ഞിനെ ഗർഭം ധരിച്ചിരിക്കുന്ന സമയം. മൂത്ത മകന് രണ്ടു വയസ്സായിരുന്നു. അപ്പോഴാണ് വീണ്ടും ഗർഭിണിയായത്. യുദ്ധം ആരംഭിച്ചു. ഭർത്താവ് മുന്നണിയിലായിരുന്നു. ഞാൻ എന്റെ

അച്ഛനമ്മമാരുടെ വീട്ടിലെത്തി. അവിടെ വെച്ച് അത് നടന്നു.... മനസ്സിലായല്ലോ... ഗർഭം അലസിപ്പിക്കൽ.... ആ കാലത്ത് അതിന് നിരോധനമുണ്ടായിരുന്നു. എന്നിട്ടും ഞാനതു ചെയ്തു. ആ സാഹചര്യത്തിൽ ഞാനെങ്ങനെ പ്രസവിക്കാൻ? എവിടെയും കണ്ണീരും കരച്ചിലും.... യുദ്ധം.... യുദ്ധം. മരണത്തിന്റെ നടുവിൽ ഒരു പുതുജീവന് ഞാൻ ജന്മം നല്കുന്നതെങ്ങനെ?

ഞാൻ "നിഗൂഢലിപി"യുടെ പരിശീലനം പൂർത്തിയാക്കി. ഉടനെ അവരെന്നെ മുന്നണിയിലേക്കയച്ചു. പ്രസവിക്കാൻ കഴിയാതെപോയ എന്റെ കുഞ്ഞിന്റെ പേരിൽ എനിക്കു പകവീട്ടണം. ആ വാശിയായിരുന്നു എന്റെ മനസ്സിൽ. എന്റെ മകൾ......അതൊരു പെൺകുഞ്ഞായിരിക്കുമെന്ന് ഞാൻ പ്രതീക്ഷിച്ചിരുന്നു.

മുന്നണിയിലേക്കയയ്ക്കണം എന്നുതന്നെ ഞാൻ അപേക്ഷിച്ചു. അവരെന്നെ പ്രധാന ഓഫീസിൽ തന്നെ നിയമിക്കുകയും ചെയ്തു.

വാലന്റീനാ പാവ്‌ലോവ്നാ മാക്സിംചക്
ആന്റി എയർക്രാഫ്ട് ഗണ്ണർ

എല്ലാവരും നഗരം വിട്ടു പോകുകയായിരുന്നു... 1941 ജൂൺ 28 ഉച്ച തിരിഞ്ഞ്. സ്മോളെൻസ്ക് അദ്ധ്യാപക വിദ്യാലയത്തിലെ വിദ്യാർത്ഥികൾ അച്ചടിശാലയുടെ മുറ്റത്ത് ഒരുമിച്ചു കൂടി. ആ യോഗം അത്ര നീണ്ടതായിരുന്നില്ല. ഞങ്ങൾ നഗരം വിട്ട് പഴയ സ്മോളെൻസ്ക റോഡിലൂടെ ക്രാസ്നോവിനു നേരെ യാത്രയായി. വഴിയിൽ അതീവ ജാഗ്രത പാലിച്ചിരുന്നു. പ്രത്യേകം പ്രത്യേകം സംഘങ്ങളായിട്ടായിരുന്നു യാത്ര. പകൽ ചാഞ്ഞതോടെ ചൂടു കുറഞ്ഞു. നടത്തം കുറേക്കൂടി എളുപ്പമായി. തിരിഞ്ഞുനോക്കാതെ ഞങ്ങൾ നടന്നു. ഒരിടത്താവളത്തിലെത്തിയപ്പോഴാണ് ഞങ്ങൾ കിഴക്കോട്ട് തിരിഞ്ഞു നോക്കിയത്. ചക്രവാളമാകെ ചുകന്നു തിളങ്ങുന്നു. മുപ്പതു നാഴികയോളം അകലെ നിന്നു നോക്കുമ്പോൾ ആകാശത്തിനു തീപ്പിടിച്ചതുപോലെ. എട്ടോ പത്തോ വീടുകൾക്കല്ല തീപ്പിടിച്ചിരിക്കുന്നതെന്നു വ്യക്തം.... നഗരം മുഴുവൻ നിന്നു കത്തുകയാണ്.

ധാരാളം ഞൊറികളുള്ള പുതിയ ഒരു ഷിഫോൺ ഉടുപ്പുണ്ടായിരുന്നു എനിക്ക്. എന്റെ കൂട്ടുകാരി വീരയ്ക്ക് അത് വളരെ ഇഷ്ടമായിരുന്നു. അവൾ പലതവണ അത് ധരിച്ചു നോക്കുകയും ചെയ്തിരുന്നു."എന്റെ വക വിവാഹസമ്മാനമായി ഞാൻ ഈ ഉടുപ്പു നിനക്കു തരാം." ഞാൻ നേരത്തേ അവൾക്ക് വാക്കുകൊടുത്തിരുന്നു. അടുത്തുതന്നെ അവളുടെ വിവാഹം നടത്താൻ നിശ്ചയിച്ചിരുന്നു. നല്ലൊരു ചെറുപ്പക്കാരനായിരുന്നു വരൻ. അതിനിടയിലാണ് യുദ്ധം തുടങ്ങിയത്.

ഞങ്ങൾക്ക് കിടങ്ങുകളിൽ അഭയം തേടേണ്ടി വന്നു. അവനവന്റേതായതെല്ലാം ഞങ്ങൾ ആ ക്യാമ്പിന്റെ അധികാരിയായ ആൾക്കു കൈമാറി. ആ ഉടുപ്പ്? "വീരാ.......അത് നിന്റെ കൈയിലിരിക്കട്ടെ." നഗരം വിട്ടു പോരും

മുമ്പ് ഞാൻ അവളോടു പറഞ്ഞു. "അത് എനിക്കുള്ള വിവാഹ സമ്മാനം എന്നല്ലേ നീ പറഞ്ഞത്." അവളതെടുക്കാൻ കൂട്ടാക്കിയില്ല. ആ തീയിൽ അതും കത്തിച്ചാമ്പലായി.

ഞങ്ങൾ പിന്നേയും മുമ്പോട്ടു നടന്നു. വീണ്ടും വീണ്ടും പിറകിലേക്കു തിരിഞ്ഞു നോക്കിക്കൊണ്ട്. ഒരിടത്തും നില്ക്കാതെ രാത്രി മുഴുവൻ ഞങ്ങൾ നടന്നു. പുലർച്ചയോടെ ജോലിസ്ഥലത്തെത്തി. അവിടെ ഞങ്ങൾ ടാങ്കുകളെ ചെറുക്കാനുള്ള കിടങ്ങുകൾ കുഴിച്ചു. ഏഴു വാര നീളവും മൂന്നര വാര ആഴവുമുള്ള ഒന്ന്. അതു കുഴിക്കവെ എന്റെ മൺവെട്ടി ചൂടായി തീ പോലെ പൊള്ളാൻ തുടങ്ങി. താഴെ മണലിനു ചുകന്ന നിറം. എന്റെ കൺമുമ്പിൽ അപ്പോഴും തെളിഞ്ഞു നിന്നത് എന്റെ വീടായിരുന്നു. നിറയെ ലൈലാക് പൂക്കൾ വിടർന്നു നില്ക്കുന്ന എന്റെ വീട്.... വെളുത്ത ലൈലാക് പൂക്കൾ.....

രണ്ടു നദികൾക്കിടയിലുള്ള ഒരു ചതുപ്പു പ്രദേശത്ത് ഞങ്ങൾ കുടിലുകൾ കെട്ടി താമസിച്ചു. കഠിനമായ ചൂടും ഉഷ്ണവും. ആയിരക്കണക്കിനു കൊതുകുകൾ. രാത്രി കിടക്കും മുമ്പേ അവയെ ഞങ്ങൾ പുകച്ചു പുറത്താക്കുമായിരുന്നു. എന്തൊക്കെ ചെയ്താലും വെളുക്കും മുമ്പേ അവ തിരിച്ചെത്തും. സുഖമായൊരു ഉറക്കം അസാധ്യമായിരുന്നു.

അവിടെ നിന്ന് എന്നെ മുന്നണിയിലെ ആശുപത്രിയിലേക്കു കൊണ്ടുപോയി. താഴെ, തറയിൽ തൊട്ടു തൊട്ടാണ് എല്ലാവരും കിടന്നിരുന്നത്. ഞങ്ങളിൽ അധികം പേരും രോഗികളായിരുന്നു. എനിക്ക് കഠിനമായ പനി..... വിറയൽ അവിടെ കിടന്ന് ഞാൻ കരഞ്ഞു. വാർഡിന്റെ വാതിൽ തുറന്നു. ഡോക്ടർ വാതില്ക്കൽ വന്നു നിന്നു. അകത്തേക്കു കാലെടുത്തു വയ്ക്കാൻ വയ്യ. തലങ്ങും വിലങ്ങും താഴെ രോഗികൾ മുട്ടിയുരുമ്മി കിടക്കുകയാണ്. "ഇവാനോവയുടെ രക്തത്തിൽ പ്ലാസാമോഡിയാ കാണുന്നുണ്ട്." ഡോക്ടർ പറഞ്ഞു. അതായത്, എന്റെ രക്തത്തിൽ. എന്നെ സംബന്ധിച്ചിടത്തോളം ഏറ്റവും ഭയാനകമായ കാര്യം. അത് ഡോക്ടർക്കറിയില്ലല്ലോ. 6-ാം ക്ലാസ്സിലെ പാഠപുസ്തകത്തിൽ പ്ലാസാമോഡിയത്തിനെ കുറിച്ച് വായിച്ചതു മുതൽ എനിക്ക് കലശലായ ആശങ്കയാണ്. കൃത്യം ആ സമയത്ത് റേഡിയോയിൽ ആ ഗാനം. "....വിശാല രാഷ്ട്രമേ..... ഉണരൂ" അന്നാണ് ഞാൻ ആദ്യമായി ആ പാട്ട് കേട്ടത്. "രോഗം മാറി ഞാൻ സുഖം പ്രാപിക്കും." ഞാൻ തീർച്ചയാക്കി. "എനിക്ക് ഉടനെത്തന്നെ മുന്നണിയിലെത്തണം."

അവർ എന്നെ കോസ്‌ലോവ്ക്യയിലെത്തിച്ചു. റോസ് ലേവെൻവിൽ നിന്നും അധികം ദൂരമില്ല. ഒരു ബെഞ്ചിൽ എന്നെ ഇരുത്തി. സർവ്വശക്തിയും ഉപയോഗിച്ച്, കുഴഞ്ഞു വീഴാതിരിക്കാൻ ഞാൻ ശ്രമിച്ചുകൊണ്ടിരുന്നു. പാതിമയക്കത്തിൽ ഞാൻ കേട്ടു, "ഈ കുട്ടിയാണോ?"

"അതെ." ഒരു ആശുപത്രി സഹായി പറഞ്ഞു.

"അവളെ ഭക്ഷണമുറിയിലേക്കു കൊണ്ടുപോകൂ. ആദ്യം കഴിക്കാൻ എന്തെങ്കിലും ആഹാരം കൊടുക്കൂ."

അതിനുശേഷം അവരെന്നെ ഒരു കട്ടിലിൽ കൊണ്ടുപോയി കിടത്തി. ആ ഒരു സുഖം ഒരുപക്ഷേ, നിങ്ങൾക്ക് പറഞ്ഞാൽ മനസ്സിലാവില്ല. വെറും തറയിൽ തീകൂട്ടിയതിനരികെയല്ല... മരച്ചുവട്ടിൽ വിരിച്ച ടാർപോളിൻ കഷണത്തിലല്ല... ആശുപത്രിയിലെ ശരിക്കുള്ളൊരു കട്ടിലും കിടക്കയും അതിന്റെ ഒരു ചൂടും സുഖവും. പുതയ്ക്കാൻ നല്ലൊരു പുതപ്പ്. ഏഴു ദിവസത്തോളം ഞാൻ കണ്ണു തുറന്നില്ല. ഇടയ്ക്കിടയ്ക്ക് നഴ്സുമാർ ഉണർത്തി ആഹാരം കഴിപ്പിച്ചിരുന്നത്രെ. എന്തോ... എനിക്കൊന്നും ഓർമ്മയില്ല.

ഒരു ദിവസം ഞാൻ തനിയെ കണ്ണു തുറന്നു. അപ്പോഴേക്കും ഏഴു ദിവസം കഴിഞ്ഞിരുന്നു. ഡോക്ടർ പരിശോധനയ്ക്കു ശേഷം പറഞ്ഞു. “നല്ല ഉറപ്പുള്ള ശരീരമാണ്. പതുക്കെ സുഖം പ്രാപിക്കും.” ഞാൻ വീണ്ടും ഉറക്കത്തിലേക്കു വീണു.

മുന്നണിയിൽ എന്റെ യൂണിറ്റ് ശത്രുവലയത്തിലായി. ഭക്ഷണം നന്നേ കുറഞ്ഞു. ദിവസവും രണ്ടു കഷണം ഉണക്ക റൊട്ടി എന്നതായി കണക്ക്. മരിച്ചവരെ അടക്കം ചെയ്യാൻ സാവകാശം കിട്ടിയില്ല. ശവശരീരങ്ങൾക്കു മീതെ കുറെ മണൽവാരിയിട്ട് വെറുതെ മൂടി. അവരുടെ മുഖങ്ങൾ ഞങ്ങൾ സൈനികത്തൊപ്പികൾ കൊണ്ട് മറച്ചു. ഒരു ദിവസം ഞങ്ങളുടെ കമാൻഡർ എന്നോടു പറഞ്ഞു. “നമ്മൾ രക്ഷപ്പെടുകയാണെങ്കിൽ ഞാൻ നിങ്ങളെ പിന്നണിയിലേക്കയയ്ക്കും. ഒരു സ്ത്രീക്ക് ഈ വിധത്തിൽ രണ്ടു ദിവസത്തിൽ കൂടുതൽ പിടിച്ചു നില്ക്കാനാവില്ല എന്നായിരുന്നു എന്റെ വിചാരം. എന്റെ ഭാര്യയായിരുന്നുവെങ്കിൽ.....

എനിക്ക് ദേഷ്യവും സങ്കടവുമാണ് തോന്നിയത്. ഇതുപോലെയൊരു പ്രതിസന്ധിയിൽ ഞാൻ പിന്നണിയിൽ ചെന്നു വിശ്രമിക്കാനോ? അതിലും ഭേദം മരണമാണ്. ഞാൻ പൊട്ടിക്കരഞ്ഞു.

അന്നത്തെ ഭയവും ക്ലേശങ്ങളും ബുദ്ധികൊണ്ടും മനസ്സു കൊണ്ടും എനിക്കു പിടിച്ചു നില്ക്കാനാവുമായിരുന്നു. പക്ഷേ, ശാരീരികമായി.... അത് താങ്ങാനാവുന്നതിൽ കൂടുതലായിരുന്നു. ഓർമ്മയുണ്ട്. എത്ര ആയാസപ്പെട്ടിട്ടാണ് തോക്കുകളും പീരങ്കികളും ചുമന്ന് ആ ചതുപ്പു നിലങ്ങളിലൂടെ നടന്നു നീങ്ങിയത്. പ്രത്യേകിച്ചും ഉക്രെയ്നിൽ. മഴക്കാലത്തും മഞ്ഞുരുകി കഴിഞ്ഞ വസന്തകാലത്തും അവിടത്തെ മണ്ണ് മാവു കുഴച്ചു വെച്ചതുപോലെയാണ്. നടക്കാനാവാത്ത വിധം കുഴഞ്ഞും കട്ടപിടിച്ചും.

മൂന്നു ദിവസം മുഴുവൻ ഉറക്കമൊഴിച്ചതിനു ശേഷം, വലിയൊരു കുഴി കുഴിച്ച് മരിച്ചു പോയ സഹപ്രവർത്തകരെയെല്ലാം ഒന്നായി അതിലിട്ടു മൂടുക! ആലോചിക്കാനാവുന്നില്ല. അപ്പോഴേക്കും ഞങ്ങൾ കരയാറായിരുന്നു. കരയാനും വേണമല്ലോ കുറച്ചൊരു ശക്തി. അതുപോലും ഞങ്ങൾക്ക് നഷ്ടപ്പെട്ടിരുന്നു. ഒരാഗ്രഹമേ മനസ്സിൽ ശേഷിച്ചിരുന്നുള്ളൂ. ഒന്നുറങ്ങണം.... സുഖമായി ഒന്ന് ഉറങ്ങണം....

കാവലിനിടയിൽ രാത്രി മുഴുവൻ അങ്ങോട്ടും ഇങ്ങോട്ടും നടന്നു. ഉറക്കെ കവിതകൾ ചൊല്ലി. പല സഹപ്രവർത്തകരും ഉറക്കത്തിൽപ്പെട്ട് വീണു പോകാതിരിക്കാൻ ഉറക്കെ പാട്ടുകൾ പാടിക്കൊണ്ടാണ് നടന്നിരുന്നത്.

മരിയ വാസിലീവ്നാ ഷ്ളോബാ,
ഒളിപ്പോരാളി

മീൻഡ്കിൽ നിന്നും മുറിവേറ്റ പട്ടാളക്കാരെ ഞങ്ങൾ വണ്ടിയിൽ കയറ്റി പുറത്തേക്കു കൊണ്ടുപോവുകയായിരുന്നു. ഞാൻ ഉപ്പുറ്റി പൊന്തിയ ഷൂസുകളാണ് ഇട്ടിരുന്നത്. ഉയരം വളരെ കുറവായിരുന്നു എന്നതുതന്നെ കാരണം. അതിനെക്കുറിച്ച് എപ്പോഴും എനിക്ക് ലജ്ജ തോന്നിയിരുന്നു. പൊടുന്നനെ "ആക്രമണം" എന്നവർ ഒച്ച വെച്ചതും എന്റെ ഷൂസിന്റെ ഒരു ഉപ്പുറ്റി അടർന്നു വീണതും ഒപ്പമായിരുന്നു. ഷൂസും കൈയിൽപിടിച്ചു നഗ്നപാദയായി ഞാൻ ഓടി. നല്ല ഭംഗിയുള്ള ഷൂസുകളായിരുന്നു!

ഞങ്ങൾ വലയം ചെയ്യപ്പെട്ടുകഴിഞ്ഞിരുന്നു. ഒഴിഞ്ഞു പോകാൻ ഒരു പഴുതും ഉണ്ടായിരുന്നില്ല. ദാഷാ എന്ന നഴ്സും ഞാനും കിടങ്ങിൽ നിന്നും കയറിവന്നു, നിവർന്നു നിന്നു. ശത്രുക്കൾ തടവിലാക്കി നിഷ്ഠുരമായി പീഡിപ്പിക്കുന്നതിനേക്കാൾ നല്ലത് മരണമാണെന്നു തോന്നി. വെടിയുണ്ടയേറ്റ് ചിതറിയ തലച്ചോറുമായി അവിടെത്തന്നെ മരിച്ചു വീഴുക. മുറിവേറ്റു കിടക്കുന്നവരിൽ, നില്ക്കാൻ കെല്പുള്ളവരെല്ലാം ഞങ്ങളുടെ ഒപ്പം വന്നുനിന്നു.

കൺമുമ്പിൽ ആദ്യത്തെ ഫാസിസ്റ്റ് ഭടനെ കണ്ടപ്പോൾ എനിക്കു മിണ്ടാനായില്ല. ഞാനാകെ മരവിച്ചു നിന്നു. അവർ ഉത്സാഹത്തോടെ ചിരിച്ചുകൊണ്ട് അവിടെ ചുറ്റി നടന്നു. ഒക്കെ....ചെറുപ്പക്കാർ. കിണറോ, പമ്പോ, കണ്ടിടത്ത് അവർ നിന്നു. വെള്ളമെടുത്ത് സ്വയം കഴുകി വൃത്തിയാക്കി. ഷർട്ടിന്റെ കൈകൾ എപ്പോഴും ചുരുട്ടി മേലോട്ടു വെച്ചിരുന്നു. അവർക്ക് കഴുകി മതിയാവാത്തതു പോലെ. പിന്നേയും പിന്നേയും വെള്ളം കോരി കഴുകുന്നു. ചുറ്റും ചോര..... നിലവിളികൾ. അവർ നിന്നു കഴുകുകയാണ്. അവരെ പ്രതി മനസ്സിൽ കഠിനമായ വെറുപ്പു തോന്നി.... വീട്ടിൽ മടങ്ങി വന്നപ്പോൾ ഞാൻ രണ്ടു തവണ ബ്ലൗസു മാറി. എന്റേതായ ഓരോന്നും ജർമ്മൻകാരുടെ സാന്നിദ്ധ്യത്തെ കുറിച്ചുള്ള എതിർപ്പു പ്രകടിപ്പിച്ചു. രാത്രി തീരെ ഉറങ്ങാനായില്ല. എന്ത്? ഞങ്ങളുടെ അയൽക്കാരി ക്ലാവ അമ്മായി, ഞങ്ങളുടെ മണ്ണിൽ ജർമ്മൻകാർ നടക്കുന്നതുകണ്ട് പക്ഷാഘാതം ബാധിച്ച് കിടപ്പിലായി. അവർക്കത് സഹിക്കാനായില്ല. സ്വന്തം വീട്ടുമുറ്റത്ത് ജർമ്മൻകാർ.... താമസിയാതെ അവർ മരണമടഞ്ഞു.

മരിയ ടീമോഫീവ്നാ സാവിറ്റ്സാക്യ-റാഡിയോ കേവിച്ച്
ലിയായ്സൺ വിഭാഗത്തിൽ രഹസ്യ പോരാളി

ഞങ്ങളുടെ ഗ്രാമത്തിലേക്ക് ജർമ്മൻകാർ കുതിച്ചെത്തി... വലിയ കറുത്ത മോട്ടോർസൈക്കിളുകളിൽ; ഞാൻ അവരെത്തന്നെ നോക്കി നിന്നു. ഉത്സാഹഭരിതരായ ഒരു കൂട്ടം യുവാക്കൾ. എപ്പോഴും ചിരിച്ചു കൊണ്ട് അതും ഉച്ചത്തിലുള്ള പൊട്ടിച്ചിരി. ഞങ്ങളുടെ മണ്ണിൽ പൊട്ടിച്ചിരിയുമായി ശത്രുസൈന്യം.... എന്റെ ഹൃദയമിടിപ്പ് നിലച്ചു പോയി.

പ്രതികാരത്തെപ്പറ്റി മാത്രമായിരുന്നു എന്റെ ചിന്ത. ഞാൻ കൊല്ലപ്പെടും. ആരെങ്കിലും എന്നെക്കുറിച്ചൊരു പുസ്തകമെഴുതും. എന്തോ അങ്ങനെയാണ് ഞാൻ വിചാരിച്ചത്. എന്റെ പേരും എന്നെന്നും നിലനിൽക്കും. ഞാൻ സ്വപ്നം കണ്ടു....

1943ൽ ഞാൻ ഒരു പെൺകുഞ്ഞിനെ പ്രസവിച്ചു... അപ്പോഴേക്കും ഭർത്താവും ഞാനും കാടുകയറിയിരുന്നു. ഒളിപ്പോരിൽ പങ്കുചേരാൻ. ഏതോ ചതുപ്പുനിലത്തിലെ വയ്ക്കോൽകൂനയുടെ മുകളിൽ കിടന്നാണ് ഞാൻ പ്രസവിച്ചത്. കുഞ്ഞിനെ പൊതിയാനുള്ള തുണികൾ, സ്വന്തം ശരീരത്തിന്റെ ചൂടിലാണ് ഞാൻ ഉണക്കിയെടുത്തത്. നനഞ്ഞ തുണി ഞാൻ എന്റെ മാറത്തു വിരിച്ചിടും. ഉണങ്ങുമ്പോൾ അതെടുത്ത് കുഞ്ഞിനെ പൊതിഞ്ഞു കെട്ടും.

ഞങ്ങളുടെ ചുറ്റുമുള്ളതെല്ലാം കത്തിക്കരിയുകയായിരുന്നു. ആളുകളോടുകൂടിത്തന്നെ അവർ ഗ്രാമങ്ങൾ ചുട്ടു ചാമ്പലാക്കി. ജനങ്ങളെ സ്കൂളുകളിലും പള്ളികളിലും ഇട്ടു പൂട്ടി മണ്ണെണ്ണ ഒഴിച്ചു കത്തിക്കുകയായിരുന്നു. അഞ്ചുവയസ്സുള്ള എന്റെ അനന്തിരവൾ ഞങ്ങളുടെ വർത്തമാനം കേട്ടിട്ട് ചോദിച്ചു. "മറിയ അമ്മായി, ഞാൻ കത്തിക്കരിഞ്ഞു കഴിഞ്ഞാൽ പിന്നെ എന്താണ് ബാക്കിയുണ്ടാവുക? ഈ റബ്ബർ ഷൂസുകൾ മാത്രം. അല്ലേ?" ഞങ്ങളുടെ കുഞ്ഞുങ്ങൾ ഞങ്ങളോടു ചോദിച്ചിരുന്ന ചോദ്യങ്ങൾ.... അതായിരുന്നു...

പാതി കരിഞ്ഞ കുറെ തുണ്ടുകൾ ഞാനും വാരിക്കൂട്ടി. എന്റെ കൂട്ടുകാരിയുടെ കുടുംബത്തിന്റെ. ചെറിയ അസ്ഥികൾ. കരിയാതെ കിടന്ന ഏതാനും തുണിക്കഷണങ്ങൾ. അവിടെ നിന്നും ഇവിടെ നിന്നുമായി എന്തൊക്കെയോ ചിലത്. എന്നിട്ടും ഞങ്ങൾ എന്തെന്നും ആരെന്നും തിരിച്ചറിഞ്ഞു. അവനവന് വേണ്ടപ്പെട്ടവരുടെ ബാക്കിപത്രങ്ങൾക്കായി ഓരോരുത്തരും പരതി. ഒരു ചെറിയ തുണ്ട് തുണി എനിക്കു കിട്ടി. എന്റെ കൂട്ടുകാരി പറഞ്ഞു. "അത് അമ്മയുടെ ജാക്കറ്റിന്റേതാണ്..." അതും പറഞ്ഞ് അവർ മോഹാലസ്യപ്പെട്ടു വീണു. ചിലർ അസ്ഥികളെല്ലാം ഒരു വിരിപ്പിൽ വാരിക്കൂട്ടി. വേറെ ചിലർ തലയിണ ഉറകളിൽ നിറച്ചു. കൈയിൽ ഉണ്ടായിരുന്നതിലെല്ലാം പൊതിഞ്ഞുകെട്ടി. ഞങ്ങളുടെ കൈയിൽ ചെറിയൊരു സഞ്ചിയുണ്ടായിരുന്നു. എന്റെ സുഹൃത്തും ഞാനും കൂടി പെറുക്കിയെടുത്തത്. ആ സഞ്ചിയുടെ പകുതിയോളമേ ഉണ്ടായിരുന്നുള്ളൂ. ഞങ്ങളെല്ലാവരും കൂടി അതെല്ലാം പൊതുവായ ഒരു ശവക്കുഴിയിലിട്ടു മൂടി. എല്ലാം കറുത്തത്. അസ്ഥികൾക്കു മാത്രം വെളുപ്പ്. അസ്ഥി പൊടിഞ്ഞു കഴിയുമ്പോൾ അതു വെളുപ്പ്. എനിക്കൂഹിക്കാം........നന്നെ വെളുത്തിട്ടായിരിക്കാം.

അതിനു ശേഷം പല ദൗത്യങ്ങൾക്കും അവരെന്നെ നിയോഗിച്ചു. ഒന്നും എന്നെ ഭയപ്പെടുത്തിയില്ല. എന്റെ കുഞ്ഞ് നന്നേ ചെറുതായിരുന്നു. മൂന്നുമാസം മാത്രം പ്രായം. അവളേയും കൊണ്ടാണ് ഞാൻ ജോലിക്കു പോയിരുന്നത്. കമ്മിസാർ കല്പന തന്ന് എന്നെ പറഞ്ഞയയ്ക്കും. എന്നെ

നോക്കി കണ്ണീരൊഴുക്കുകയും ചെയ്യും. പട്ടണത്തിൽ പോയി ചികിത്സ യ്ക്കാവശ്യമുള്ള മരുന്നുകളും ബാൻഡേജുകളും സീറവും കൊണ്ടുവ രേണ്ടത് എന്റെ ചുമതലയായിരുന്നു. അതെല്ലാം അവളുടെ കൈകളു ടേയും കാലുകളുടേയും ഇടയിൽ തിരുകി വെച്ച് ഞാൻ അവളെ ആകെ പൊതിഞ്ഞു കെട്ടും. അവളേയും ഒക്കത്തെടുത്ത് നടക്കും. കാട്ടിൽ മുറി വേറ്റ നൂറുകണക്കിന് ആളുകൾ മരിച്ചുകൊണ്ടിരിക്കുകയായിരുന്നു. എനിക്കു പോകാതെ വയ്യ. വഴിയിലെങ്ങും ജർമ്മൻ സൈന്യം കാവൽ നിന്നിരുന്നു. അവരെ കടന്നുപോകാൻ എനിക്കേ സാധിക്കുമായിരുന്നുള്ളൂ. കെട്ടിപ്പൊതിഞ്ഞ കൈക്കുഞ്ഞിനേയും ചുമന്ന് ആയാസപ്പെട്ടു നടക്കുന്ന ഒരമ്മ!

അതിനെക്കുറിച്ചൊക്കെ പറയുക... ഇപ്പോഴും ഭയം തോന്നുന്നു. ആ ജീവിതം.... എത്ര കഠിനമായിരുന്നു. കുഞ്ഞിന്റെ ശരീരത്തിൽ ഉപ്പു വെച്ചുതേക്കും. അതോടെ ആകെ ചുകന്ന് ചൂടാകും. മേലൊക്കെ തരി തരിയായി പൊന്തും. തൊലി അടർന്നു വരും. കുഞ്ഞ് നിർത്താതെ കരയും. ഞാൻ കാവൽപടയാളിയുടെ അടുത്തു ചെന്ന് ദീനയായി കേഴും....“ടൈഫോയ്ഡാണ് സർ” അയാൾ പരിഭ്രമത്തോടെ കൈ വീശും “മാറിപ്പോ.... മാറിപ്പോ....”

ഞാൻ കുഞ്ഞിന്റെ ശരീരത്തിൽ ഉപ്പിനു മീതെ കുറച്ചു വെളുത്തു ള്ളിയും വെച്ചുരക്കും. തീരെ ചെറിയ കുഞ്ഞ്. ഞാനപ്പോഴും അവളെ മുലയൂട്ടിയിരുന്നു.

കാവൽക്കാരനെ കടന്ന് കാടിന്റെ സുരക്ഷിതത്ത്വത്തിലെത്തിയാൽ കുഞ്ഞിനെ മാറോട് ചേർത്ത് ഞാൻ മതിയാവോളം കരയും. അവളെ ഓർത്ത് അത്രയും ഞാൻ വേദനിച്ചിരുന്നു. ഇനി പോവില്ല എന്നു മനസ്സി ലുറപ്പിക്കും. എന്നാൽ രണ്ടു ദിവസം കഴിഞ്ഞാൽ വീണ്ടും ഞാൻ...

എലീനഫ്യോ ഡ്രേവ്ന കോവലസ്കില

ഒളിപ്പോരാളി

വിദ്വേഷമെന്നാൽ എന്താണെന്ന് ഞാൻ തിരിച്ചറിഞ്ഞു.... ജീവിതത്തി ലാദ്യമായി വെറുപ്പ് എന്താണെന്ന് ഞാൻ മനസ്സിലാക്കി. ഞങ്ങളുടെ മണ്ണി ലൂടെ നടക്കാൻ അവർക്കെങ്ങനെ സാധിക്കുന്നു? ആരാണവർ? എന്റെ ശരീരത്തിന്റെ താപനില ആ കാഴ്ചകൾ കണ്ട് താനെ ഉയർന്നു. അവരി വിടെ വന്നിരിക്കുന്നത് എന്തിനാണ്?

യുദ്ധത്തടവുകാരുടെ വലിയൊരു കൂട്ടം അതിലേ കടന്നുപോയി.... നൂറുകണക്കിനു മൃതദേഹങ്ങൾ അപ്പോഴും തെരുവിൽ കിടക്കുന്നുണ്ട്... തീരെ അവശരായി നടക്കാൻ വയ്യാത്തവരെ അവർ അവിടെ വെച്ചുതന്നെ വെടിവെച്ചു വീഴ്ത്തി. കന്നുകാലികളെപോലെയാണ് അവരെ കെട്ടിക്കൊ ണ്ടുപോയിരുന്നത്. മൃതദേഹങ്ങളുടെ അരികിലിരുന്ന് ആരും വിലപിക്കാ തായിരിക്കുന്നു. എണ്ണമറ്റ മൃതദേഹങ്ങൾ. അവയൊക്കെ എങ്ങനെ മറവു

ചെയ്യാൻ? അവർ അവിടെത്തന്നെ കിടക്കുന്നു. ജീവിച്ചിരിക്കുന്നവരും മരിച്ചവരും ഒപ്പം.

അച്ഛന്റെ ആദ്യഭാര്യയിലുള്ള സഹോദരിയെ കണ്ടു. അവർ അടുത്ത ഗ്രാമത്തിലായിരുന്നു താമസിച്ചിരുന്നത്. ശത്രുസൈന്യം ആ ഗ്രാമമാകെ ചുട്ടുകരിച്ചു. അവർക്കു മൂന്നു ആൺമക്കളായിരുന്നു. മൂന്നുപേരും ഇന്നില്ല. കുട്ടികളോടുകൂടി അവരുടെ വീടിന് തീ വെച്ചു. അവർ തറയിൽ വെറുതെ ആടിക്കൊണ്ടിരുന്നു. സ്വന്തം ദുഃഖം ആടിയാടി കളയുന്നതുപോലെ. ഇടയ്ക്കവർ എഴുന്നേല്ക്കും. പക്ഷേ, പോകാനിടമില്ല.... ആളുമില്ല. ആരുടെ അടുത്തേക്കാ അവർ പോവുക?

ഞങ്ങളെല്ലാവരും നാടുവിട്ട് കാട്ടിൽ കയറി. അച്ഛനും എന്റെ സഹോദരന്മാരും ഞാനും. ആരും നിർബന്ധിച്ചില്ല. ഉത്സാഹിപ്പിച്ചിട്ടുമില്ല... സ്വന്തം ഇഷ്ടപ്രകാരം. അമ്മ മാത്രം പശുവിനോടൊപ്പം വീട്ടിൽത്തന്നെ നിന്നു. ആരും തുണയ്ക്കില്ലാതെ...

അന്ന സെമിയോനോവ്നാ സുബ്രേവീന ചെക്കുനോവ
ഫസ്റ്റ് ലെഫ്റ്റനന്റ് ഓഫ് ദി ഗാഡ്, പൈലറ്റ്

ഞാൻ രണ്ടാമതൊന്നാലോചിച്ചില്ല... മുന്നണിയിൽ ആവശ്യമുള്ള ഒരു തൊഴിലിൽ ഞാൻ പരിശീലനം നേടിക്കഴിഞ്ഞിരുന്നു. ഒരു നിമിഷം പോലും ഞാൻ ശങ്കിച്ചു നിന്നില്ല. കുറച്ചുപേരെ ഞാൻ കണ്ടു. "നമുക്കു കാത്തിരിക്കാം" എന്നായിരുന്നു അവരുടെ നിലപാട്. യുദ്ധം കഴിയട്ടെ. എന്നിട്ടാലോചിക്കാം എന്ന മട്ട്. എന്റെ അയൽക്കാരിയായ ഒരു യുവതി തുറന്നു പറഞ്ഞു. "എനിക്ക് ജീവിക്കണം, മരിക്കാൻ ആഗ്രഹമില്ല, പൗഡറു പൂശി മുഖം മിനുക്കി എനിക്ക് ജീവിതമാസ്വദിക്കണം."

വേറെ ആരേയും ഞാൻ അങ്ങനെ കണ്ടില്ല. ഒരുപക്ഷേ മിണ്ടാതിരുന്നതാവാം.... സ്വയം ഒളിച്ചതാവാം. നിങ്ങളുടെ ചോദ്യങ്ങൾക്ക് എങ്ങനെയാണ് ഉത്തരം പറയേണ്ടത്.... അറിഞ്ഞുകൂടാ. എന്റെ മുറിയിലെ ചട്ടിയിൽ വെച്ചിരുന്ന ചെടികളെടുത്ത് ഞാൻ അയൽക്കാരിയെ ഏല്പിച്ചു "എനിക്കു വേണ്ടി അവ നനയ്ക്കണം. ഞാൻ വേഗം മടങ്ങിവരും. നാലു വർഷം കഴിഞ്ഞാണ് ഞാൻ യുദ്ധരംഗത്തുനിന്നും തിരിച്ചു വന്നത്.

വീട്ടിൽ നിന്നിറങ്ങാതെ കഴിച്ചുകൂട്ടിയ ചെറുപ്പക്കാർക്ക് ഞങ്ങളോട് അസൂയ. സ്ത്രീകൾ കരഞ്ഞു. എന്നോടൊപ്പം വന്ന ഒരു പെൺകുട്ടി അവിടെ ഉണ്ടായിരുന്നു. എല്ലാവരും കരയുന്നു, അവളൊഴികെ. അവൾ കുറച്ചു വെള്ളമെടുത്ത് കണ്ണുകൾ നനച്ചു. തൂവാല വെള്ളത്തിൽ മുക്കി ഒന്നുരണ്ടു തവണ കണ്ണിനുമീതെ വെച്ചു. നോക്കൂ എനിക്കു നാണക്കേടു തോന്നുന്നു. എല്ലാവരും കരയുകയാണ്. യുദ്ധമെന്താണെന്ന് ഞങ്ങളെങ്ങനെ അറിയാൻ. ഞങ്ങൾക്കു ചെറുപ്പമായിരുന്നു. ഇപ്പോഴാണ് രാത്രി ഞാൻ പേടിച്ചുണരുന്നത്. യുദ്ധത്തിനു നടുവിലാണെന്ന് സ്വപ്നം കാണുന്നു... വിമാനങ്ങൾ പറന്നുയരുന്നു... എന്റെ വിമാനം അങ്ങുയരത്തിലെത്തി താഴേക്കു വീഴുന്നു... ഞാനും താഴേക്കു വീണുകൊണ്ടിരിക്കുന്നു... അവസാന നിമിഷങ്ങൾ.... എത്ര ഭയാനകം! ഉറക്കമുണരും വരെ

ആ ഭയം എന്നെ തളർത്തുന്നു. കണ്ണുതുറക്കുന്നതോടെ സ്വപ്നം മറയുന്നു. വയസ്സായവർ മരണത്തെ ഭയപ്പെടുന്നു. ചെറുപ്പക്കാർക്കു ചിരിയാണ്. തങ്ങൾക്കു മരണമില്ലെന്നാണ് അവരുടെ വിചാരം. ഞാൻ മരിക്കുമെന്ന ചിന്ത എനിക്കുമില്ലായിരുന്നു.

മരിയ അഫാൻസീവ്നാ ഗാരാചുക്
ചികിത്സാവിഭാഗത്തിൽ സഹായി

ഞാൻ മെഡിക്കൽ സ്കൂളിലെ പഠനം പൂർത്തിയാക്കി വീട്ടിൽ തിരിച്ചെത്തി... എന്റെ അച്ഛന് സുഖമില്ലായിരുന്നു. അപ്പോഴാണ് യുദ്ധം തുടങ്ങിയത്. നല്ല ഓർമ്മയുണ്ട്. ഞാൻ ആ വാർത്ത കേട്ടത്, ഞെട്ടിപ്പിക്കുന്ന വാർത്ത. മുറ്റത്തെ മരങ്ങളിലെ ഇലകളിൽ വീണുകിടക്കുന്ന മഞ്ഞുതുള്ളികൾ അപ്പോഴും വറ്റിയിട്ടുണ്ടായിരുന്നില്ല... എല്ലായിടത്തു നിന്നും അതുതന്നെ കേട്ടു. യുദ്ധം... യുദ്ധം. അന്ന് പുൽനാമ്പുകളിലും ഇലച്ചാർത്തുകളിലും പറ്റിനിന്നിരുന്ന മഞ്ഞുതുള്ളികൾ... എത്ര തെളിവാർന്നതായിരുന്നു ആ കാഴ്ച... യുദ്ധരംഗത്തും എന്റെ ഓർമ്മയിൽ പറ്റിനിന്നത് ആ മഞ്ഞുതുള്ളികളായിരുന്നു. പ്രകൃതിക്കു വിരുദ്ധമായ അനുഭവങ്ങളാണ് ജനജീവിതത്തിൽ സംഭവിച്ചു കൊണ്ടിരിക്കുന്നത്. സൂര്യൻ തെളിഞ്ഞു പ്രകാശിച്ചിരുന്നു. ഡേയ്സികൾ പൂത്തു വിടർന്നിരുന്നു. എനിക്കേറ്റവും ഇഷ്ടപ്പെട്ട പൂക്കൾ... മുറ്റത്തും പാടത്തും അവ പൂമെത്ത വിരിച്ചു.

ഓർക്കുന്നു, നല്ല വെയിലുള്ള ഒരു ദിവസം; ഞങ്ങൾ ഏതോ ഗോതമ്പുപാടത്ത് കിടക്കുകയായിരുന്നു. പെട്ടെന്ന് ആ നിശ്ശബ്ദതയിൽ ജർമ്മൻ സബ്മെഷീൻ തോക്കുകളുടെ ചീറ്റൽ. റാറ്റ്-എ...ടാറ്റ........ടാറ്റ്....... മനസ്സ് ചോദിച്ചു. ഇനി എപ്പോഴെങ്കിലും കാറ്റത്ത് ഗോതമ്പുചെടികൾ ഉലയുന്ന മർമ്മരം കേൾക്കാൻ അവസരമുണ്ടാകുമോ? ആ ശബ്ദം.....

ല്യൂബോവ് ഇവാനോവ്നാ ല്യൂബ്ചിക്
ഒരു സബ്മെഷീൻ ഗൺസേനയുടെ കമാൻഡർ

എന്റെ അമ്മയേയും എന്നേയും അവർ പിന്നണിയിലേക്ക് മാറ്റി പാർപ്പിച്ചു... സാരാടോവിലേക്ക്... അവിടെ ഒരിടത്തു വെച്ച് ഞാൻ മൂന്നു മാസത്തെ പരിശീലനം പൂർത്തിയാക്കി. ലോഹം കടഞ്ഞെടുക്കുന്ന തൊഴിൽ. ലേയ്ത്തുകൾക്കു മുമ്പിൽ 12 മണിക്കൂറോളം നിന്നനില്പിൽ നിൽക്കണം. മിക്കവാറും പട്ടിണിത്തന്നെ. അപ്പോഴും, മുന്നണിയിലെത്തണം എന്നൊരു ചിന്തമാത്രം. അവിടെ സൈനികർക്ക് റേഷൻ കിട്ടും. പഞ്ചസാരയിട്ട ചായയും റസ്കും കിട്ടും. ആരോ പറഞ്ഞു, അതിന്റെ കൂടെ വെണ്ണയുമുണ്ടാകുമെന്ന്. ആരാണെന്ന് ഓർമ്മയില്ല. ഒരുപക്ഷേ, തീവണ്ടിസ്റ്റേഷനിൽ കണ്ട മുറിവേറ്റ പട്ടാളക്കാരനാകും. പട്ടിണിയിൽ നിന്നും രക്ഷ നേടാനൊരവസരം. അല്ലെങ്കിലും ഞങ്ങൾ യുവജനസേനയിലെ അംഗങ്ങളാണല്ലോ. കൂട്ടുകാരിയും ഞാനും കൂടി റിക്രൂട്ടിങ്ങ് ആപ്പീസിലെത്തി.

ഞങ്ങൾ ഫാക്ടറി തൊഴിലാളികളാണെന്ന് അവരെ അറിയിച്ചില്ല. അറിയിച്ചിരുന്നുവെങ്കിൽ, സൈനിക സേവനത്തിനായി അവർ ഞങ്ങളെ എടുക്കുമായിരുന്നില്ല. എന്തായാലും അവർ ഞങ്ങളുടെ അപേക്ഷ സ്വീകരിച്ചു. ഞങ്ങൾ മിലിട്ടറിയിൽ ചേർന്നു.

റിയാസനിലുള്ള ആയുധപരിശീലനകേന്ദ്രത്തിലേക്കാണ് അവർ ഞങ്ങളെ അയച്ചത്, മെഷീൻ ഗൺ യൂണിറ്റുകളുടെ കമാൻഡർമാരായി ഞങ്ങൾ പരിശീലനം പൂർത്തിയാക്കി. യന്ത്രത്തോക്കിന് നല്ല ഭാരമാണ്. വലിച്ചുകൊണ്ടു പോകാനേ ആവൂ. പലപ്പോഴും സ്വയം ഒരു കുതിരയാണെന്ന് തോന്നിപ്പോകും. രാത്രി. കാവൽ നില്ക്കുകയാണ്. ഓരോ ശബ്ദത്തിനും കാതോർക്കുന്നു. ഒരു മനുഷ്യമൃഗത്തെപ്പോലെ. ഏറ്റവും നേരിയ ചലനം പോലും അതിസൂക്ഷ്മം ശ്രദ്ധിച്ചു കൊണ്ട്. യുദ്ധകാലത്ത് അങ്ങനെയാണെന്ന് എല്ലാവരും പറയും... ഓരോ പടയാളിയും പകുതി മനുഷ്യനും പകുതി മൃഗവുമാണ്. അത് തികച്ചും സത്യമാണ്. അങ്ങനെയല്ലാതെ ജീവൻ നിലനിർത്താൻ വേറെ വഴിയില്ല. കേവലം മനുഷ്യനായി നിന്നാൽ നിലനിന്നു പോരാനാവില്ല. ഗോപുര മുകളിൽ നിന്ന് താഴേക്കെറിയപ്പെടും. യുദ്ധത്തിൽ ഒരു കാര്യം എപ്പോഴും ഓർമ്മവെക്കേണ്ടതുണ്ട്. മനുഷ്യൻ ശരിക്കും മനുഷ്യനല്ലായിരുന്ന ഒരു കാലം. എനിക്ക് വലിയ പഠിപ്പും വിവരവുമൊന്നുമില്ല. ഞാൻ സാധാരണ ഒരു അക്കൗണ്ടന്റ് ആണ്. എന്നാലും ആ കാര്യം എനിക്കറിയാം.

ഞാൻ വാർസോവ വരെ എത്തി... കാൽനടയായി... യുദ്ധകാലത്ത് കാലാൾപ്പടയ്ക്ക്, സൈന്യത്തിൽ തൊഴിലാളിവർഗത്തിന്റെ സ്ഥാനമാണ്. ഞങ്ങൾ വാസ്തവത്തിൽ കമിഴ്ന്നു കിടന്ന് മുന്നോട്ട് നിരങ്ങുകയായിരുന്നു. കൂടുതലൊന്നും എന്നോടു ചോദിക്കണ്ട... യുദ്ധത്തെക്കുറിച്ചുള്ള പുസ്തകങ്ങളൊന്നും എനിക്കിഷ്ടമല്ല. വീരയോദ്ധാക്കളുടെ ചരിത്രം.... ഞങ്ങൾ രോഗബാധിതരായി, ചുമച്ചുകൊണ്ടിരുന്നു, ഉറങ്ങാനാവാതെ വലഞ്ഞു. പലപ്പോഴും പട്ടിണിക്കിടന്നു, വൃത്തികെട്ട വേഷം അതിലേറെ വൃത്തികെട്ട ശരീരം... എന്നിട്ടും ഞങ്ങൾ വിജയിച്ചു!

ഉല്യാന ഒഡിപ്രോവ്നാ നെംസർ
സർജന്റ്, ടെലിഫോൺ ഓപ്പറേറ്റർ

യുദ്ധത്തിൽ എന്റെ അച്ഛൻ കൊല്ലപ്പെട്ടിരുന്നു. സഹോദരനും മരിച്ചു. അത്രയും എനിക്കറിയാമായിരുന്നു.... മരിക്കലും മരിക്കാതിരിക്കലും എന്നെ സംബന്ധിച്ചിടത്തോളം കാര്യമായ ഒരു വിഷയമായിരുന്നില്ല. അമ്മയെക്കുറിച്ചായിരുന്നു എന്റെ സങ്കടം മുഴുവൻ. എത്ര പെട്ടെന്നാണവരുടെ സൗന്ദര്യം അസ്തമിച്ചത്. സുന്ദരിയായ എന്റെ അമ്മ നാളുകൾക്കകം വൃദ്ധയായി. സ്വന്തം വിധി. അവരുടെ മനസ്സിനെ വല്ലാതെ ചവർപ്പുറ്റതാക്കി. അച്ഛനെ കൂടാതെ അമ്മയ്ക്കു ജീവിക്കാനാവില്ലായിരുന്നു. "നീ എന്തിനാണ് യുദ്ധത്തിന് പോകുന്നത്?" അമ്മ ചോദിച്ചു.

"അച്ഛനു വേണ്ടി പകവീട്ടാൻ."

"നീ പടക്കളത്തിൽ തോക്കും പിടിച്ചു നില്ക്കുന്നത് അച്ഛന് സഹിക്കാനാവില്ല."

ഞാൻ ചെറിയ കുട്ടിയായിരുന്നപ്പോൾ അച്ഛനാണ് എന്റെ മുടി മെടഞ്ഞു തരാറ്. ഭംഗിയിൽ റിബ്ബൺ കൊണ്ട് കെട്ടിത്തരും. അമ്മയേക്കാളും അച്ഛനായിരുന്നു താത്പര്യം നല്ല വസ്ത്രങ്ങൾ ധരിപ്പിക്കുന്നതിൽ.

യൂണിറ്റിൽ ഞാൻ ടെലിഫോൺ ഓപ്പറേറ്ററായിരുന്നു. ഞങ്ങളുടെ കമാൻഡർ റിസീവറിലൂടെ ഗർജ്ജിക്കാറുള്ളത് ഓർക്കുന്നു. "കൂടുതൽ സൈന്യവും! ആയുധങ്ങളും! അതാണ് എനിക്ക് വേണ്ടത്." അതുതന്നെ അദ്ദേഹം ആവർത്തിച്ചു. ഓരോ ദിവസവും...

അന്ന ഐലോസിഫോവ്ന സ്ട്രുമിലീന,
ഒളിപ്പോരാളി

ഞാൻ ഒരു ധീരവനിതയല്ല... ഒരു കാലത്ത് ചന്തമുള്ള ഒരു കുട്ടിയായിരുന്നു.... വീട്ടുകാരുടെ ലാളനയേറ്റു വളർന്ന കുട്ടി.

യുദ്ധം തുടങ്ങി... ഞാൻ മരിക്കാനാഗ്രഹിച്ചില്ല. വെടിവെപ്പ്. എനിക്ക് വലിയ ഭയമായിരുന്നു. എന്നെക്കൊണ്ട് അതു സാധിക്കുമെന്ന് വിചാരിച്ചിട്ടേയില്ല. അയ്യോ! ഇരുട്ടിനെ എനിക്ക് ഭയമായിരുന്നു. കാടും എന്നെ പേടിപ്പിച്ചിരുന്നു, കാട്ടുമൃഗങ്ങളുടെ കാര്യം പറയുകയും വേണ്ട... ഒരാൾ എങ്ങനെയാണ് ഒരു കാട്ടുപന്നിയെയോ ചെന്നായയെയോ നേരിടുന്നത്? സങ്കല്പിക്കാനേ വയ്യ. കുട്ടിക്കാലത്ത് നായ്ക്കളെപ്പോലും എനിക്കു വലിയ ഭയമായിരുന്നു. അങ്ങനെയായിരുന്നു അന്നത്തെ ഞാൻ. പിന്നീടെല്ലാം ശീലമായി. ഒളിപ്പോരാളികളുടെ കൂട്ടത്തിൽ ചേർന്നപ്പോൾ. റൈഫിൾ, പിസ്റ്റൾ, മെഷീൻഗൺ ഒക്കെ ഉപയോഗിക്കാൻ പഠിച്ചു. ഇപ്പോഴും അതൊക്കെ എനിക്കോർമ്മയുണ്ട്. വേണമെങ്കിൽ നിങ്ങൾക്ക് കാട്ടിത്തരികയുമാവാം. കൈയിൽ കത്തിയോ മൺവെട്ടിയോ അല്ലാതെ വേറെ ഒരായുധവുമില്ലാത്ത ഒരവസ്ഥ അങ്ങനെ വന്നാൽ എന്തുചെയ്യണമെന്നും അവർ പഠിപ്പിച്ചു തന്നു. ഇരുട്ടിനോടും കാട്ടുമൃഗങ്ങളോടുമുള്ള പേടി താനേ വിട്ടകന്നു. പാമ്പുകളിൽ നിന്ന് ഞാൻ എപ്പോഴും ഒഴിഞ്ഞുമാറാൻ ശ്രദ്ധിച്ചിരുന്നു. രാത്രിയായാൽ കാട്ടിനുള്ളിൽ നിന്നും പെൺചെന്നായ്ക്കൾ ഓലിയിടാൻ തുടങ്ങും. ഞങ്ങൾ കിടങ്ങുകൾ കുഴിച്ച് അതിലാണിരുന്നിരുന്നത്. ആ വക ഒച്ചകൾ ഞങ്ങൾ ഗൗനിച്ചില്ല. ചെന്നായ്ക്കൾ ആർത്തിപിടിച്ച ക്രൂരജന്തുക്കളാണ്. ചെറിയ മാളങ്ങൾ പോലെയായിരുന്നു ഞങ്ങളുടെ കുഴിത്താവളങ്ങൾ. കാട് ഞങ്ങൾക്ക് വീടായി. ഒളിപ്പോരാളികൾക്ക് കാടുതന്നെയായിരുന്നു വീട്. എന്തുപറയാൻ യുദ്ധം കഴിഞ്ഞതോടെ വീണ്ടും ഞാൻ കാടിനെ ഭയക്കാൻ തുടങ്ങി... കാടിന്റെ ഭാഗത്തേക്ക് ഞാനിപ്പോൾ പോകാറേയില്ല...

ഞാൻ വിചാരിച്ചിരുന്നത്, യുദ്ധകാലം മുഴുവൻ വീട്ടിൽ അമ്മയോടൊപ്പം കഴിച്ചുകൂട്ടാമെന്നായിരുന്നു. എന്റെ സുന്ദരിയായ അമ്മയോടൊപ്പം.

എന്തു ചന്തമായിരുന്നു എന്റെ അമ്മയെ കാണാൻ. ഞാനായിട്ട് ഒരിക്കലും യുദ്ധത്തിന് ഇറങ്ങിത്തിരിക്കുകയില്ലായിരുന്നു... പക്ഷേ, അവർ പറഞ്ഞു, പട്ടണം മുഴുവൻ ജർമ്മൻ സൈന്യത്തിന്റെ അധീനത്തിലായി എന്ന്. ഞങ്ങൾ ജൂതന്മാരാണ് എന്ന് അപ്പോഴാണെനിക്കു മനസ്സിലായത്. യുദ്ധത്തിനു മുമ്പ് എല്ലാവരും ഒന്നായിരുന്നു... റഷ്യക്കാർ, ടാടാർവംശജർ, ജർമ്മൻകാർ, ജൂതന്മാർ എല്ലാവരും ഒരുപോലെ. "യിഡ്" ജൂതൻ എന്ന വാക്കുപോലും എന്റെ ദൈവമേ ഞാൻ മുമ്പു കേട്ടിരുന്നില്ല. അച്ഛനും അമ്മയും ഞാനും എന്റെ പുസ്തകങ്ങളുമായി ഞാൻ സുഖമായി കഴിഞ്ഞു. പൊടുന്നനെ ഞങ്ങൾ കുഷ്ഠം ബാധിച്ചവരെപ്പോലെയായി. എല്ലാ ദിക്കിൽ നിന്നും ആട്ടിയോടിക്കപ്പെട്ടു. ആളുകൾക്ക് ഞങ്ങളെ ഭയമായിരുന്നു. ഞങ്ങളുടെ പരിചയക്കാർ പലരും അകന്നു മാറി. 'ഹലോ' പറയാതെയായി. അവരുടെ മക്കളും വീട്ടിലേക്കു വരാതായി. അയൽപക്കത്തുള്ളവർ പറഞ്ഞു, "നിങ്ങളുടെ സാധനങ്ങളെല്ലാം ഞങ്ങൾക്കു തന്നോളൂ. എന്തായാലും നിങ്ങൾക്കിതൊന്നും ഇനി ആവശ്യമില്ലല്ലോ." യുദ്ധത്തിനു മുമ്പ് ഞങ്ങളെല്ലാവരും സുഹൃത്തുക്കളായിരുന്നു. അവർ എനിക്ക്..... വോളോഡിയ അമ്മാവനും അന്യ അമ്മായിയും* മറ്റുമായിരുന്നു...

എന്റെ അമ്മ വെടിയേറ്റു മരിച്ചു... യഹൂദൻമാർക്കുള്ള പ്രത്യേക സങ്കേതത്തിലേക്ക് ഞങ്ങൾ മാറുന്നതിന് തൊട്ടുമുമ്പുള്ള ഒരു ദിവസമാണ് അതു സംഭവിച്ചത്. നഗരത്തിലെല്ലായിടത്തും "ജൂതന്മാർക്ക് അനുവാദമില്ല" എന്നെഴുതിയ ബോർഡുകൾ തൂക്കിയിട്ടിരുന്നു. തെരുവുകൾക്കോരത്തുള്ള നടപ്പാതകളിലൂടെ നടന്നുകൂടാ. ബാർബർ ഷോപ്പിൽ ചെന്ന് മുടിവെട്ടിച്ചുകൂടാ. കടകളിൽ ചെന്ന് അവശ്യസാധനങ്ങൾ വാങ്ങിച്ചുകൂടാ. ചിരിക്കാൻ പാടില്ല.... പാടാൻ പാടില്ല. എന്റെ ദൈവമേ! അതൊന്നും അമ്മയ്ക്ക് സഹിക്കാനാവുന്നതായിരുന്നില്ല. സ്വതവേ ഒരു മനോരാജ്യക്കാരി. വിലക്കുകളൊന്നും എപ്പോഴും ഓർക്കാനായില്ല. അല്ലെങ്കിൽ അതൊന്നും അവർ അത്ര കാര്യമായി എടുത്തില്ലായിരിക്കാം. വിലക്കുകൾ ഓർക്കാതെ കടയിൽ സാമാനം വാങ്ങാൻ കയറിയതാണോ? അതോ ആരോ എന്തോ പറയുന്നതുകേട്ട് അവർ ഉറക്കെ ചിരിച്ചുവോ? സുന്ദരിയായ ഒരു സ്ത്രീ. യുദ്ധത്തിനു മുമ്പ് പ്രസിദ്ധമായ ഒരു ഗായകസംഘത്തിൽ അവർ പാടിയിരുന്നു. എല്ലാവർക്കും അമ്മയെ ഇഷ്ടമായിരുന്നു. ദൈവമേ! ഇത്രയും സൗന്ദര്യമില്ലായിരുന്നുവെങ്കിൽ എന്റെ അമ്മ ഇപ്പോഴും ജീവിച്ചിരുന്നേനെ എന്നു തോന്നുന്നു... അച്ഛനോടും എന്നോടുമൊപ്പം.... ഞാൻ എപ്പോഴും അതിനെക്കുറിച്ചാലോചിക്കാറുണ്ട്. തീരെ പരിചയമില്ലാത്ത ചിലരാണ് അന്നുരാത്രി അമ്മയെ വീട്ടിലെത്തിച്ചത്... അവർ മരിച്ചു കഴിഞ്ഞിരുന്നു. ശരീരത്തിൽ കോട്ടും ഷൂസുമുണ്ടായിരുന്നില്ല. ഭയങ്കരമായ ഒരു രാത്രിയായിരുന്നു അത്. ഒരു പേടിസ്വപ്നം കാണുമ്പോലെ. കോട്ടും ഷൂസും മാത്രമല്ല അമ്മയുടെ സ്വർണ്ണമോതിരവും

---

* ബന്ധുക്കളല്ലെങ്കിലും അടുപ്പമുള്ളവരെ റഷ്യക്കാർ അമ്മാവൻ, അമ്മായി എന്നു വിളിക്കുക പതിവുണ്ട്.

ആരോ ഊരിയെടുത്തിരുന്നു... അച്ഛൻ അവരുടെ വിരലിലണിയിച്ച വിവാഹ മോതിരം... അച്ഛന്റെ സമ്മാനം.

ജൂതത്തെരുവിൽ ഞങ്ങൾക്കു പാർക്കാൻ വീടുണ്ടായിരുന്നില്ല. ആരുടേയോ വീടിന്റെ തട്ടിൻപുറത്താണ് അച്ഛനേയും എന്നേയും താമസിപ്പിച്ചത്. തന്റെ ഏറ്റവും വിലപിടിച്ച ഒന്ന് അച്ഛൻ കൂടെ എടുത്തിരുന്നു. സ്വന്തം വയലിൻ... യുദ്ധത്തിന് മുമ്പ് ഉണ്ടായിരുന്നത്. അച്ഛന് അത് വില്ക്കണമെന്നുണ്ടായിരുന്നു. എന്നെ ഹൃദ്രോഗം ബാധിച്ചിരുന്നു. കടുത്ത പനി. ഞാൻ തീരെ കിടപ്പിലായി. മിണ്ടാൻ പോലും വയ്യ... എന്തെങ്കിലും ആഹാരം വാങ്ങിക്കൊണ്ടു വരണമെന്നുണ്ട്. അച്ഛന് പുറത്തിറങ്ങാൻ വയ്യ. ഞാൻ മരിച്ചുപോകുമെന്ന ഭയം.

അമ്മ അരികിലില്ലാതെ, അവരുടെ വാക്കുകൾ കേൾക്കാതെ, ആ കൈ കൊണ്ടുള്ള തലോടലേല്ക്കാതെ ഞാൻ മരിച്ചുപോകുമോ...? അത്രയും അവരെന്നെ സ്നേഹിച്ചിരുന്നു... ലാളിച്ചിരുന്നു....

ആഹാരം വാങ്ങാൻ വെളിയിൽ പോയ അച്ഛൻ തിരിച്ചു വന്നില്ല... മൂന്നു ദിവസം മുഴുവൻ ഞാൻ കാത്തു. ഏതോ പരിചയക്കാരൻ വന്നു പറഞ്ഞു; അച്ഛൻ കൊല്ലപ്പെട്ടു. കാരണം ആ വയലിനായിരുന്നു. അതിന് അത്രയധികം വിലയുണ്ടായിരുന്നുവോ? വീട്ടിൽ നിന്നിറങ്ങുമ്പോൾ അച്ഛൻ പറയുകയുണ്ടായി "കുറച്ചു തേനും വെണ്ണയും കിട്ടിയാൽ നന്നായേനെ!"

എന്റെ ദൈവമേ ഞാൻ തനിച്ചായല്ലോ... അമ്മയുമില്ല... അച്ഛനുമില്ല.

ഞാൻ അച്ഛനെ അന്വേഷിച്ചിറങ്ങി. മരിച്ചാലും കാണുക തന്നെ വേണം. കുറച്ചുനേരമെങ്കിലും ഒരുമിച്ച്.... എന്റെ മുടി കറുത്തതായിരുന്നില്ല. സ്വർണ്ണ നിറത്തിലായിരുന്നു. പുരികവും ഇരുണ്ടതായിരുന്നില്ല. അതുകൊണ്ട് ആരും എന്നെ തൊട്ടില്ല. ഞാൻ അങ്ങാടിയിലെത്തി. അച്ഛന്റെ സുഹൃത്തിനെ കണ്ടു. അപ്പോഴേക്കും അദ്ദേഹം ഗ്രാമത്തിലേക്കു താമസം മാറ്റിയിരുന്നു. സ്വന്തം അച്ഛനമ്മമാരോടൊപ്പമായിരുന്നു. അച്ഛനെപ്പോലെ അദ്ദേഹവും ഒരു സംഗീതജ്ഞനായിരുന്നു... വൊളോഡിയ അമ്മാവൻ. ഞാൻ അദ്ദേഹത്തോട് വിവരം പറഞ്ഞു. ഉടനെ എന്നെ അദ്ദേഹം തന്റെ വണ്ടിയിൽ കയറ്റി ഇരുത്തി പുറത്തുകാണാത്തവിധത്തിൽ ഒരു വിരിപ്പു കൊണ്ട് മൂടി. അതിനകത്ത് പന്നിക്കുട്ടികളും കോഴിക്കുഞ്ഞുങ്ങളും ബഹളം വെച്ചുകൊണ്ടിരുന്നു. എന്റെ ദൈവമേ! എത്ര ദൂരമാണ് യാത്ര ചെയ്തതെന്നറിയില്ല. വൈകുന്നേരം വരെ ഉറങ്ങിയും ഉണർന്നും ഞാൻ അതിനുള്ളിൽ കഴിച്ചു കൂട്ടി... അങ്ങനെയാണ് ഞാൻ ഒടുവിൽ ഒളിപ്പോരാളികളുടെ കൂട്ടത്തിൽ ചെന്നുചേർന്നത്...

വീരാ സെർഗീവ്നാ റൊമാനോവ്സ്ക്യ

ഒളിപ്പോരാളി, നഴ്സ്

ഒരു പരേഡുണ്ടായിരുന്നു... ഞങ്ങളുടെ ഒളിപ്പോരാളി സംഘവും ചുകന്ന പടയോടു ചേർന്നു. പരേഡിനു ശേഷം അവർ പറഞ്ഞു. ഞങ്ങളുടെ

ആയുധങ്ങളെല്ലാം താഴെ വെച്ച് നഗരം പുനർനിർമ്മാണത്തിനായി ജോലി ചെയ്യണമെന്ന്. ഞങ്ങൾക്ക് കാര്യം മനസ്സിലായില്ല. യുദ്ധം അവസാനി ച്ചിട്ടുണ്ടായിരുന്നില്ല. ബെലോറഷ്യയെ മാത്രമേ തിരിച്ചുപിടിച്ചിരുന്നുള്ളൂ. അതേ സമയം ആയുധങ്ങൾ വിട്ടുകൊടുക്കാൻ അവർ ആവശ്യപ്പെടു കയും ചെയ്യുന്നു. യുദ്ധം തുടർന്നു ചെയ്യാനായിരുന്നു ഞങ്ങളെല്ലാവരും ആഗ്രഹിച്ചിരുന്നത്. പെൺകുട്ടികളെല്ലാവരും കൂടി റിക്രൂട്ടിങ്ങ് ഓഫീസറെ സമീപിച്ചു. "ഞാനൊരു നഴ്സാണ്. "ഞാൻ അറിയിച്ചു. "എന്നെ യുദ്ധ രംഗത്തേക്കയയ്ക്കണം." "ആകാം" അവർ വാക്കുതന്നു. "പേരെഴുതി വെക്കാം. ആളെ ആവശ്യമുണ്ടെങ്കിൽ നിങ്ങളെ മുന്നണിയിലേക്ക യയ്ക്കാം. അതുവരെ പറഞ്ഞ പണി ചെയ്യൂ."

ഞാൻ കാത്തിരുന്നു... അവരെന്നെ വിളിച്ചില്ല.... വീണ്ടും ഞാൻ റിക്രൂ ട്ടിങ്ങ് ഓഫീസിൽ ചെന്നു. അങ്ങനെ പലതവണ പോയി. ഒടുവിൽ അവർ പറഞ്ഞു, "അവിടെ നഴ്സുമാരെ ആവശ്യമില്ല. ഇപ്പോൾ വേണ്ടത്രയുണ്ട്."

മിൻഡ്ക് നഗരം ആകെ തകർന്നു കിടക്കുകയാണ്. അത് കെട്ടിപ്പടു ക്കാനാണ് ആളുകൾ വേണ്ടത്. കല്ലും കുമ്മായവും ചുമക്കാൻ.... നിങ്ങൾ ചോദിക്കുമായിരിക്കും, ഏതുതരം പെൺകുട്ടികളായിരുന്നു ഞങ്ങളുടെ കൂട്ടത്തിൽ എന്ന്. ഞങ്ങളോടൊപ്പം വെർനോവമുണ്ടായിരുന്നു. ഗർഭിണി. അവൾ ഒരു ബോംബുമായിട്ടാണ് നടന്നിരുന്നത്. കുഞ്ഞിന്റെ ഹൃദയം മിടിക്കുന്നതിന് തൊട്ടു പുറത്തായി ഒരു കുഴി ബോംബ്. ഇപ്പോൾ മന സ്സിലായിക്കാണുമല്ലോ ഏതുതരക്കാരായിരുന്നു ഞങ്ങളെന്ന്. "ഞാനും മാതൃഭൂമിയും രണ്ടല്ല" അങ്ങനെയാണ് ഞങ്ങളെ പഠിപ്പിച്ചിരുന്നത്. വേറൊരു കൂട്ടുകാരി തന്റെ കൊച്ചുമകളെ ചുമലിൽ കെട്ടിവെച്ചിട്ടാണ് നടന്നിരുന്നത്. അവളുടെ ഉടുപ്പിനുള്ളിൽ ലഘുലേഖകൾ ശരീരമാകെ പൊതിഞ്ഞുവെച്ചിരുന്നു. ഇടയ്ക്കിടയ്ക്ക് കുട്ടി കൈ പൊക്കിക്കരയും. "അമ്മേ ചുട്ടിട്ടു വയ്യ... വല്ലാത്ത ചൂട്." തെരുവിലാണെങ്കിൽ എല്ലാ യിടത്തും ജർമ്മൻ സൈനികർ. രഹസ്യപ്പൊലീസും. ഭടന്മാരെ പെട്ടെന്നു തിരിച്ചറിയാം. രഹസ്യപ്പൊലീസിനെ മനസ്സിലാക്കുക അസാധ്യം. അയാൾ ഞങ്ങളുടെ കൂട്ടത്തിലൊരാളായിരിക്കും. നിങ്ങളുടെ അകവും പുറവും അറിയുന്ന ഒരാൾ... നിങ്ങളുടെ വിചാരങ്ങൾ കൂടി അയാൾ മനസ്സിലാ ക്കുന്നു.

കുട്ടികളുടെ കാര്യം... അവരെ ഞങ്ങൾ യൂണിറ്റിലേക്ക് കൂടെ കൊണ്ടു വന്നു. എന്നാലും അവർ കുട്ടികളല്ലേ? അവരെ എങ്ങനെ രക്ഷിക്കാൻ ! അവരെ പടക്കളം കടത്തി തിരിച്ചയയ്ക്കാൻ ഞങ്ങൾ തീരുമാനിച്ചു. എന്നാൽ അവർ കുട്ടികളുടെ താവളങ്ങളിൽ നിന്നും രക്ഷപ്പെട്ട് വീണ്ടും മുന്നണിയിലെത്തി. വഴി നടക്കുമ്പോഴും തീവണ്ടികളിൽ വെച്ചും അവർ പിടിക്കപ്പെട്ടു. എങ്ങനെയായാലും അവർ രക്ഷപ്പെട്ട് പിന്നേയും മുന്നണി യിലെത്തുമായിരുന്നു.

അതു മനസ്സിലാക്കാനുള്ള ശ്രമത്തിൽ നൂറുകണക്കിന് വർഷങ്ങൾ ചരിത്രം ചെലവഴിച്ചെന്നു വരാം. അതെന്തായിരുന്നു? അവർ ഏതു തര ക്കാരായിരുന്നു? എവിടെ നിന്നാണ് അവർ വന്നത്?

മാറിൽ കുഴിബോംബും വെച്ചു നടക്കുന്ന ഗർഭിണി. ആലോചിച്ചു നോക്കൂ...? കുഞ്ഞിനെ പ്രസവിക്കാൻ കാത്തിരിക്കുന്ന ഒരമ്മ. അവർ ജീവിതത്തിനെ സ്നേഹിച്ചിരുന്നു. ജീവിക്കാൻ ആഗ്രഹിച്ചിരുന്നു. തീർച്ചയായും അവർക്കു ഭയമുണ്ടായിരുന്നു. എന്നിട്ടും, സ്റ്റാലിനു വേണ്ടിയായിരുന്നില്ല ആ സാഹസങ്ങളൊന്നും. സ്വന്തം കുഞ്ഞുങ്ങൾക്കു വേണ്ടിയായിരുന്നു. അവരുടെ ഭാവി സുരക്ഷിതമാക്കാൻ വേണ്ടി. മുട്ടിലിഴഞ്ഞ് ശത്രുവിന്റെ അടിമയായി ജീവിക്കാൻ അവർ ആഗ്രഹിച്ചില്ല. ഒരുപക്ഷേ, ഞങ്ങൾ അന്ധരായിരുന്നിരിക്കാം. ഞങ്ങൾ അറിയാത്തതും മനസ്സിലാക്കാത്തതുമായി വളരെയധികം കാര്യങ്ങൾ ഉണ്ടായിരുന്നു എന്നതും ഞാൻ നിഷേധിക്കുന്നില്ല. അതേസമയം ഞങ്ങൾ അന്ധരും നിഷ്കളങ്കരുമായിരുന്നുവെന്ന് പറയാതെ വയ്യ. ഞങ്ങൾ രണ്ടുവശങ്ങൾ കൂടിച്ചേർന്നതായിരുന്നു. ഞങ്ങൾക്ക് ഓരോരുത്തർക്കും രണ്ടു ജീവിതങ്ങളുണ്ടായിരുന്നു. നിങ്ങൾ അത് മനസ്സിലാക്കണം...

മരിയ വാസിലീവ്ന ടീക്കോമിറോവാ
ചികിത്സാ സഹായി

വേനൽക്കാലത്തിന്റെ ആരംഭം... എന്റെ മെഡിക്കൽ സ്കൂൾ പഠനം പൂർത്തിയായി. ഡിപ്ലോമയും കൈയിൽ കിട്ടി. അപ്പോഴാണ് യുദ്ധം പൊട്ടിപ്പുറപ്പെട്ടത്. ഉടനെത്തന്നെ അവർ എന്നെ റിക്രൂട്ടിങ്ങ് ഓഫീസിലേക്കു വിളിപ്പിച്ചു. "തയ്യാറാവാൻ രണ്ടുമണിക്കൂർ സമയം. ഉടനെത്തന്നെ മുന്നണിയിലേക്കയയ്ക്കുകയാണ്." അങ്ങനെയായിരുന്നു ഉത്തരവ്. ചെറിയൊരു പെട്ടിയിൽ വേണ്ടതെല്ലാം ഒതുക്കിവെച്ചു.

"യുദ്ധത്തിനു പോകുമ്പോൾ എന്താണ് കൊണ്ടുപോയത് ?"

"മിഠായി"

"എന്ത്?"

"അതെ, ഒരു പെട്ടി നിറയെ മിഠായി. മെഡിക്കൽ പരിശീലനത്തിനു ശേഷം അവരെന്നെ ഒരു ഗ്രാമത്തിലേക്കയച്ചിരുന്നു. അവർ എനിക്ക് കുറച്ചു പണം തന്നു. വേതനമെന്ന നിലയിൽ. ആ പണം മുഴുവൻ മിഠായിയും ചോക്ലേറ്റും വാങ്ങാൻ ഞാൻ ചെലവാക്കി... ഒരു പെട്ടി നിറയെ. മുന്നണിയിൽ ചെന്നാൽ പണത്തിന്റെ ആവശ്യമുണ്ടാവില്ല എന്ന് എനിക്കറിയാമായിരുന്നു. മിഠായിപ്പൊതികൾക്കു മീതെയായി ഞാൻ ഞങ്ങളുടെ ക്ലാസ്ഫോട്ടോ വെച്ചു. എല്ലാം പെൺകുട്ടികൾ.

ഞാൻ റിക്രൂട്ടിങ്ങ് ഓഫീസിലെത്തി. കമ്മിസ്സർ ചോദിച്ചു.

"എവിടേക്കാണ് ഞങ്ങൾ നിങ്ങളെ അയയ്ക്കേണ്ടത്?"

"എന്റെ കൂട്ടുകാരിയെ എവിടേക്കാണ് അയയ്ക്കുന്നത്?"

ഞങ്ങൾ രണ്ടുപേരും ലെനിൻഗ്രാഡിൽ നിന്നായിരുന്നു. പത്തുനാഴിക അകലെയുള്ള ഒരു ഗ്രാമത്തിലാണ് അവൾ ജോലി ചെയ്തിരുന്നത്. അവളും ഇതേ ചോദ്യം ചോദിച്ചു. കമ്മിസ്സാർ ചിരിച്ചു. അദ്ദേഹം എന്റെ

പെട്ടിയെടുത്തു. തീവണ്ടി ആപ്പീസിലേക്കു പോകാനുള്ള വണ്ടിയിൽ വെക്കാൻ.

"നല്ല കനമുണ്ടല്ലോ?" എന്താണിതിൽ?"

"മിഠായി.........പെട്ടി നിറയെ മിഠായിയാണ്." ഞാൻ പറഞ്ഞു.

അദ്ദേഹം ഒന്നും പറഞ്ഞില്ല. പക്ഷേ, മുഖത്തെ ചിരി മാഞ്ഞു. എന്തോ ഒരു വിഷമം..... പരുങ്ങലാണോ? അദ്ദേഹത്തിന് ചെറുപ്പമായിരുന്നില്ല. ഞാൻ പോകുന്നതെങ്ങോട്ടാണെന്ന് അദ്ദേഹത്തിന് നല്ല നിശ്ചയമുണ്ടായിരുന്നു.

തമാര ഇല്ലാരിനോവ്ന ദാവിഡോ വിച്ച്, സർജന്റ്, ഡ്രൈവർ

ആ നിമിഷംതന്നെ എന്റെ വിധി തീരുമാനിക്കപ്പെട്ടു... റിക്രൂട്ടിങ്ങ് ഓഫീസിന്റെ മുമ്പിൽ തൂങ്ങിക്കിടന്ന ഒരു അറിയിപ്പ്. "ഡ്രൈവർമാരെ ആവശ്യമുണ്ട്." അതു കണ്ടതും ഞാൻ വാഹനമോടിക്കാനുള്ള പരിശീലനം നേടി. ഏതാണ്ട് ആറുമാസമെടുത്തു. യുദ്ധത്തിനു മുമ്പ് ഞാൻ അദ്ധ്യാപികയാകാനുള്ള പരിശീലനം നേടിയിരുന്നു. ആ പരിഗണനയൊന്നും അവർ നല്കിയില്ല. യുദ്ധകാലത്ത് ആർക്കു വേണം ടീച്ചർമാരെ? അവർക്കാവശ്യം പടപൊരുതുന്നവരെയായിരുന്നു. പെൺകുട്ടികൾ മാത്ര മടങ്ങുന്ന ഒരു സംഘമായിരുന്നു ഞങ്ങളുടേത്. വലിയൊരു ഓട്ടോ ബറ്റാലിയൻ.

ഒരിക്കൽ ഡ്രില്ലിനിടയ്ക്ക്.... എന്തുകൊണ്ടോ കണ്ണു നനയാതെ അതെനിക്കോർക്കാനാവില്ല. വസന്തകാലമായിരുന്നു. വെടിവെയ്പു കഴിഞ്ഞ് ഞങ്ങൾ മടങ്ങുകയായിരുന്നു. വഴിയോരത്തു നിന്ന് ഒരു പിടി വയലറ്റ് പൂക്കൾ പറിച്ച് ഞാൻ ചെറിയൊരു ബൊക്കെ ഉണ്ടാക്കി. അതെന്റെ ബയനറ്റിൽ വെച്ചുകെട്ടി നടത്തം തുടർന്നു.

ക്യാംപിലെത്തി. കമാൻഡർ എല്ലാവരോടും വരിയായി നിൽക്കാൻ പറഞ്ഞു. എന്നെ മാത്രം മുമ്പിലേക്കു വിളിപ്പിച്ചു. ഞാൻ അനുസരിച്ചു. തോക്കിൻപിടിയിൽ പൂക്കൾ കെട്ടിവെച്ച കാര്യം ഞാൻ തീരെ മറന്നിരുന്നു. അദ്ദേഹം എന്നെ ശകാരിക്കാൻ തുടങ്ങി. "ഒരു പട്ടാളക്കാരൻ ഒരു പട്ടാളക്കാരനായിരിക്കണം. പൂക്കാരിയാവരുത്." ആ പരിതഃസ്ഥിതിയിലും പൂക്കൾ എന്നെ ആകർഷിച്ചു എന്ന കാര്യം അദ്ദേഹത്തിന് മനസ്സിലാക്കാനായില്ല... അല്ലെങ്കിലും ഒരു പുരുഷന് അത് മനസ്സിലാക്കാനാവില്ല. എന്നിട്ടും ആ പൂക്കൾ ഞാൻ വലിച്ചെറിഞ്ഞില്ല. ഞാൻ അതെടുത്ത് കുപ്പായക്കീശയിൽ തിരുകി. അതിനുള്ള ശിക്ഷയും കിട്ടി. മൂന്നു "ഡ്യൂട്ടി" പതിവിൽ കൂടുതലായി...

മറ്റൊരു ദിവസം. ഞാൻ എനിക്കു പറഞ്ഞിട്ടുള്ള സ്ഥലത്ത് കാവൽ നില്ക്കുകയായിരുന്നു. രാവിലെ രണ്ടു മണിയോടെ പുതിയ ആൾ വന്നു, എനിക്ക് ഒഴിവ് തരാൻ. ഞാൻ വിസമ്മതിച്ചു. പകരം വന്ന ആളോട് ഉറങ്ങി

ക്കൊള്ളാൻ പറഞ്ഞു. "നിങ്ങൾ പകൽ കാവൽ നിന്നോളൂ.... ഇപ്പോൾ ഞാൻ നിന്നോളാം." പുലരുന്നതുവരെ രാത്രി മുഴുവൻ ഞാൻ കാവൽ നില്ക്കുകയായിരുന്നു. എന്തിനാണെന്നോ? പ്രഭാതത്തിൽ കിളികളുണർന്ന് ചിലയ്ക്കുന്നതു കേൾക്കാൻ. പഴയ ജീവിതത്തിന്റെ നേരിയ ഒരു ഭാവം.... അല്പം ശാന്തത- രാത്രി മാത്രമേ അത് അനുഭവിക്കാനാവൂ.

ഞങ്ങൾ യുദ്ധമുന്നണിയിലേക്കു യാത്രയായപ്പോൾ വഴിയുടെ രണ്ടോരങ്ങളിലും ആളുകൾ വന്നു തിങ്ങിനിന്നു. സ്ത്രീകളും, കുട്ടികളും, പ്രായമായവരും എല്ലാവരും കരയുന്നുണ്ടായിരുന്നു. "പെൺകുട്ടികൾ യുദ്ധത്തിനു പോകുന്നു" അവർ അടക്കം പറഞ്ഞു, ആശങ്കയോടെ. ഞങ്ങളുടേത് പെൺപടയാളികൾ മാത്രമുള്ള വലിയൊരു ബറ്റാലിയനായിരുന്നു.

ഞാൻ വണ്ടി ഓടിക്കുകയാണ്... യുദ്ധത്തിനു ശേഷം മൃതദേഹങ്ങൾ പെറുക്കിക്കൂട്ടുന്നു; അവിടെ എല്ലായിടത്തും അവ ചിതറിക്കിടക്കുകയാണ്. എല്ലാം ചെറുപ്പക്കാർ. പലരും കുട്ടികൾതന്നെ. അതിനിടയിൽ ഓർക്കാപ്പുറത്ത് ഒരു പെൺകുട്ടിയുടെ ശവശരീരം.... എല്ലാവരും പെട്ടെന്ന് നിശ്ശബ്ദരായി.

വീര ഐയോസിഫോവ്‌ന കൊറീവ,
സൈന്യത്തിൽ സർജൻ

നിങ്ങൾ വിശ്വസിക്കില്ല... എത്ര ഉത്സാഹത്തോടെയാണെന്നോ ഞാൻ യുദ്ധത്തിന് പോകാൻ തയ്യാറായത്... യുദ്ധം ഏറെക്കാലം നീണ്ടുനില്ക്കില്ല എന്നായിരുന്നു വിചാരം. ശത്രുവിനെ വേഗം തന്നെ പരാജയപ്പെടുത്തും. ഞാൻ എന്റെ ഏറ്റവും പ്രിയപ്പെട്ട പാവാടയെടുത്തു. രണ്ടു ജോഡി സോക്സും ഒരു ജോടി ഷൂസും.

ഞങ്ങൾ വൊറോൺസെക്കിൽ നിന്നും പിൻവാങ്ങുകയായിരുന്നു. ഇടയിൽ ഒരു കടയിൽ കയറി ഒരു ജോടി ഉപ്പൂറ്റി ഉയർന്ന ഷൂസു വാങ്ങിയത് ഞാൻ ഓർക്കുന്നു. പിൻവാങ്ങലിന്റെ വേള. എങ്ങും ഇരുട്ടും പുകയും. (ആ ഒരു കട മാത്രം തുറന്നിരുന്നു. അദ്ഭുതങ്ങൾ.) എന്തുകൊണ്ടോ ഒരു ജോടി ഷൂസു വാങ്ങാൻ മോഹം. പുതിയ പരിഷ്കാരത്തിൽ ഭംഗിയുള്ള ഒരു ജോടി ഷൂസ്. ഇന്നത്തെ പോലെ ഓർക്കുന്നു... ഞാൻ ഒരു കുപ്പി ഏതോ വാസനത്തൈലവും വാങ്ങി.

അതുവരെ ശീലിച്ച ജീവിതം, പെട്ടെന്നൊരു ദിവസം ഉപേക്ഷിച്ചു പോവുക വളരെ പ്രയാസമുള്ള കാര്യമായിരുന്നു. മനസ്സു മാത്രമല്ല, ശരീരവും അതിൽ പ്രതിഷേധിച്ചു. ആ പുത്തൻ ഷൂസുമായി കടയിൽ നിന്നിറങ്ങിയപ്പോൾ വല്ലാത്തൊരു സന്തോഷം. പുതിയൊരുത്സാഹം. അപ്പോഴും ചുറ്റുപാടും ഇരുട്ടും പുകയും. ഭയാനകമായ മുഴക്കങ്ങൾ. ഞാൻ യുദ്ധത്തിനു നടുവിലായിരുന്നു. എന്നാൽ അതിനെക്കുറിച്ചു ചിന്തിക്കാനാഗ്രഹിച്ചില്ല. യുദ്ധം..... വിശ്വസിക്കാനാവുന്നില്ല. എന്റെ ചുറ്റും പീരങ്കികളുടെ മുഴക്കം...

നിത്യജീവിതത്തിലെ നിസ്സാരതകൾ...
ഒഴിച്ചുകൂടാൻ വയ്യാത്ത സംഗതികൾ

നോന്ന അലക്സാൻഡ്രോവ്ന സ്മിർനോവ
സാധാരണ ഭടൻ (പ്രൈവറ്റ്) ആന്റി എയർ ക്രാഫ്റ്റ് ഗണ്ണർ

ഞങ്ങൾ യുദ്ധത്തിനു പോകാൻ ആഗ്രഹിച്ചു... അതായിരുന്നു ഞങ്ങൾ സ്വപ്നം കണ്ടിരുന്നത്...

ഒരു ചരക്കു വണ്ടിയിലാണ് ഞങ്ങളെ ഇരുത്തിയത്. പഠനം തുടങ്ങി. എല്ലാം വ്യത്യസ്തമായിരുന്നു. വളരെ നേരത്തെ ഉണരണം. ദിവസം മുഴുവൻ പണിയെടുക്കണം. അപ്പോഴും പഴയ ജീവിതത്തിന്റെ ബാക്കി ഞങ്ങളിൽ പറ്റി നിന്നിരുന്നു.

ഞങ്ങളുടെ സെക്ഷൻ കമാൻഡർ സർജന്റ് ഗുല്യവേവ് ആയിരുന്നു. നാലാംക്ലാസ്സു വരെ മാത്രം പഠിച്ച ഒരാൾ. ഇയാൾ ഞങ്ങളെ എന്തു പഠിപ്പിക്കാനാണ്. യഥാർത്ഥത്തിൽ പുച്ഛം തോന്നി. പട്ടാള നിയമങ്ങളും രീതികളും പഠിപ്പിക്കവേ പലപ്പോഴും അദ്ദേഹം വാക്കുകൾ തെറ്റായി ഉച്ചരിച്ചു. ഞങ്ങൾക്കദ്ഭുതം തോന്നി. ചിരിയും വന്നു. പക്ഷേ, അദ്ദേഹം ഞങ്ങളെ പഠിപ്പിച്ചത് ഏറ്റവും വിലയേറിയ പാഠമായിരുന്നു..... പടക്കളത്തിൽ ചത്തു വീഴാതിരിക്കാൻ വേണ്ട പാഠങ്ങൾ.

നിശ്ചിത കാലാവധി കഴിഞ്ഞു. പരിശീലനം പൂർത്തിയാക്കി ശപഥം ചെയ്യും മുമ്പേ സർജന്റ് മേജർ ഞങ്ങൾക്കുള്ള യൂണിഫോം കൊണ്ടുവന്നു. ഓവർകോട്ട്, മൈതാനത്തിൽ ധരിക്കേണ്ട തൊപ്പി, പട്ടാള ഷർട്ടും സ്കർട്ടും. അടിയുടുപ്പുകൾക്കു പകരം പുരുഷന്മാർ ധരിക്കുന്ന നീണ്ട കൈയുള്ള രണ്ടു ഷർട്ടുകൾ. ബ്ലീച്ചു ചെയ്യാത്ത പരുത്തിത്തുണി കൊണ്ട് തയ്ച്ചത്. സ്റ്റോക്കിങ്ങ്സിനു പകരം കാലിൽ വെച്ചുകെട്ടാനുള്ള പ്രത്യേകം തുണി. ഇരുമ്പുലാടം തറച്ച കനമുള്ള അമേരിക്കൻ ഷൂസുകൾ. ശരീരഘടനവെച്ചു നോക്കുമ്പോൾ ആ കൂട്ടത്തിൽ ഏറ്റവും ചെറിയത് ഞാനായിരുന്നു. അഞ്ചടി മാത്രം ഉയരം. ഷൂസിന്റെ വലുപ്പവും അഞ്ചായിരുന്നു. സ്വാഭാവികമായും പട്ടാളത്തിൽ അത്രയും വലുപ്പം കുറഞ്ഞ ഷൂസുകളുണ്ടായിരുന്നില്ല. പ്രത്യേകിച്ചും അമേരിക്കയിൽ നിന്നുള്ളത്. പത്താം നമ്പർ ഷൂസുകളാണ് എനിക്ക് തന്നത്. അത് ഇടാനും ഊരാനും എനിക്ക് ചരടുകൾ അഴിക്കേണ്ടി വന്നില്ല. പക്ഷേ, ഭാരം കുറെ കൂടുതലായിരുന്നു. എപ്പോഴും കാലുകൾ വലിച്ചിഴച്ചാണ് ഞാൻ നടന്നിരുന്നത്. കല്ലുവിരിച്ച പാതയിലൂടെ നടക്കുമ്പോൾ, ഷൂസിന്റെ അടിവശത്തുള്ള ഇരുമ്പു കല്ലിൽ ഉരഞ്ഞ് തീപ്പൊരി ഉണ്ടാകുമായിരുന്നു. മാർച്ചു വെക്കുമ്പോഴുള്ള പ്രത്യേകം അടിവെയ്പ് എനിക്കൊരിക്കലും സാധിച്ചിരുന്നില്ല. ആദ്യത്തെ തവണ മാർച്ചു ചെയ്തപ്പോഴനുഭവിച്ച വേദന ഇപ്പോഴും മറന്നിട്ടില്ല. വലിയ സാഹസങ്ങൾ കാട്ടാൻ ഞാൻ തയ്യാറായിരുന്നു. എന്നാൽ അഞ്ചാം നമ്പർ ഷൂസിനു പകരം പത്താംനമ്പർ ധരിക്കാൻ ഞാൻ പേടിച്ചിരുന്നു. അത്രയ്ക്കു കനമുണ്ടായിരുന്നു. വൃത്തികെട്ട ഒരു സാധനം!

ഞാൻ മാർച്ചു ചെയ്യുന്നതു കണ്ട് കമാൻഡർ എന്നെ കൂട്ടത്തിൽ നിന്നും വിളിച്ചുനിർത്തി.

“സ്മ്രിനോവാ, ഇതെന്തുമാതിരി ചുവടാണ്? വേണ്ടവിധത്തിൽ ചുവടു വെക്കാൻ ആരും നിന്നെ പഠിപ്പിച്ചിട്ടില്ലേ? കാലിങ്ങനെ വലിച്ചുവെച്ചാണോ മാർച്ചു ചെയ്യുക?” അദ്ദേഹം എനിക്കു ശിക്ഷ വിധിച്ചു. മൂന്നു “ഡ്യൂട്ടി” അധികം ചെയ്യുക.

‘മനസ്സിലായി സഖാവ് ഫസ്റ്റ് ലഫ്റ്റനന്റ്” ഞാൻ ഉത്തരം പറഞ്ഞു. “മൂന്നു ഡ്യൂട്ടി” കൂടുതലായി. തിരിഞ്ഞു നടക്കാൻ തുടങ്ങവേ ഞാൻ താഴെ വീണു. കാലിൽ നിന്നും ഷൂസ് ഊരിപ്പോയി... എന്റെ പാദമാകെ പൊള്ളച്ച് ചുകന്ന് വീർത്തിരുന്നു...

ആ കാലുംവെച്ച് എനിക്കു നടക്കാനാവില്ല എന്ന് എല്ലാവർക്കും മനസ്സിലായി. കമ്പനി ചെരുപ്പുകുത്തിക്ക് കമാൻഡർ കല്പന കൊടുത്തു. എനിക്കു വേണ്ടി പ്രത്യേകമായി ഒരു ജോടി 5-ാം നമ്പർ ഷൂസുണ്ടാക്കാൻ. അങ്ങനെ ടാർപോളിൻ കൊണ്ടുണ്ടാക്കിയ പുതിയ ഒരു ജോടി ഷൂസ് എനിക്കു കിട്ടി.

അന്റോർണിയോ ഗ്രിഗോറീവ്ന ബോൺഡറീവാ
ലെഫ്റ്റനന്റ് ഓഫ് ദ ഗാർഡ്സ്, സീനിയർ പൈലറ്റ്

ഇടയിൽ തമാശകളും ധാരാളമുണ്ടായിരുന്നു... അച്ചടക്കം, കൃത്യനിഷ്ഠ, ചിട്ടവട്ടങ്ങൾ, പദവികൾ, ബഹുമതികൾ. എല്ലാം ഒറ്റയടിക്കു മനസ്സിലാക്കാൻ ഞങ്ങൾക്കു സാധിച്ചില്ല. ഒരു ദിവസം ഞങ്ങൾ വിമാനങ്ങൾക്കു കാവൽ നില്ക്കുകയായിരുന്നു. നിയമപ്രകാരം ആരെങ്കിലും അങ്ങോട്ടു വന്നാൽ ഉടനെ തടഞ്ഞു നിർത്തണമെന്നാണ്.

“ആരാത്...? അവിടെ നില്ക്കൂ...”എന്റെ കൂട്ടുകാരി ഉറക്കെ പറഞ്ഞു. വന്നത് റെജിമെന്റിന്റെ കമാൻഡറാണെന്ന് അവൾ തിരിച്ചറിഞ്ഞില്ല.

“ക്ഷമിക്കണം... ഞാൻ വെടിവെക്കാൻ പോവുകയാണ്.” അവൾ ഒച്ചയിട്ടു.

“ക്ഷമിക്കണം.....ഞാനും വെടിവെക്കാൻ പോവുകയാണ്.” ഉറക്കെ ചിരിച്ചു കൊണ്ട് കമാൻഡർ പറഞ്ഞു.

ക്ലാവ്ഡിയ ഇവാനോവ്നാ ടെറിക്കോവ,
വ്യോമസേനയിൽ ക്യാപ്റ്റൻ

പിന്നിയിട്ട നീണ്ട മുടിയുമായാണ് ആ പെൺകുട്ടികൾ സ്കൂളിൽ വന്നത്. ഭംഗിയിൽ അലങ്കരിച്ച തലമുടി. ഞാനും മുടി പിന്നി ചുറ്റിക്കെട്ടിയിരുന്നു. പക്ഷേ, എവിടെയാണ് മുടി കഴുകുക? എങ്ങനെയാണ് ഉണക്കിയെടുക്കുക? തലമുടി കഴുകുമ്പോഴായിരിക്കും ചിലപ്പോൾ അടിയന്തര മണി മുഴങ്ങുക. ഉടനെ ഓടിച്ചെല്ലണം. ഞങ്ങളുടെ കമാൻഡർ മറീന റസ്കോവ നിർദ്ദേശിച്ചു, “എല്ലാവരും മുടി മുറിച്ചു കളഞ്ഞോളൂ.”

എല്ലാവരും കരഞ്ഞുകൊണ്ട് മുടി മുറിച്ചു കളഞ്ഞു. ലില്ലിയാ ലിത്‌വിയാക്കിന് അവളുടെ മുടി മുറിച്ചു കളയാൻ മനസ്സുവന്നില്ല (പിന്നീട് അവൾ പ്രസിദ്ധയായ ഒരു പൈലറ്റായി). ഞാൻ കമാൻഡറുടെ അടുത്തുചെന്നു പറഞ്ഞു. "എല്ലാവരും സഖാവിന്റെ കല്പന അനുസരിച്ചു. ലിറ്റ് വിയാക് മാത്രം വിസമ്മതിച്ചു."

മറീന റസ്കോവ, സ്ത്രീസഹജമായ സ്നേഹവും വിനയവുമൊക്കെ അവർക്കുണ്ടായിരുന്നു. അതേസമയം ഒരു മേലധികാരി എന്ന നിലയിൽ കണിശക്കാരിയുമായിരുന്നു. പ്രത്യേകിച്ചൊന്നും പറയാതെ അവരെന്നെ പറഞ്ഞയച്ചു.

സ്വന്തം അണികളെ അനുസരിപ്പിക്കാനായില്ലെങ്കിൽ പിന്നെ പാർട്ടി സംഘാടക എന്നു പറയാനാവുമൊ?

നല്ല ഉടുപ്പുകൾ, ഉപ്പുറ്റി ഉയർന്ന ഷൂസുകൾ... അതൊക്കെ വേണ്ടെന്നുവെക്കാൻ ഞങ്ങൾക്ക് വളരെ വിഷമമുണ്ടായിരുന്നു. പകൽ മുഴുവൻ ബൂട്ടുകളിട്ടു നടന്നു. വൈകുന്നേരം ഇത്തിരിനേരം ഭംഗിയുള്ള ഷൂസുകളിട്ട് കണ്ണാടിയുടെ മുമ്പിൽ നിന്നു. കമാൻഡർ റസ്കോവ അതു ശ്രദ്ധിച്ചിരുന്നു. നാലുദിവസം കഴിയും മുമ്പേ ആ ഉത്തരവു വന്നു. "നിങ്ങളുടെ സ്ത്രീവേഷങ്ങളെല്ലാം പെട്ടിയിലാക്കി ഉടനെത്തന്നെ അവനവന്റെ വീട്ടിലേക്കയയ്ക്കുക." അതോടെ ആ മോഹം തീർന്നു. അതുകൊണ്ട് വലിയൊരു ഗുണമുണ്ടായി. രണ്ടു കൊല്ലത്തിനുപകരം ആറുമാസം കൊണ്ട് ഒരു വിമാനത്തെക്കുറിച്ച് അറിഞ്ഞിരിക്കേണ്ട സംഗതികളെല്ലാം ഞങ്ങൾ പഠിച്ചെടുത്തു. സമാധാനകാലത്തായിരുന്നുവെങ്കിൽ അതെല്ലാം പഠിച്ചു മനസ്സിലാക്കാൻ രണ്ടു കൊല്ലം വേണ്ടിവരുമായിരുന്നു.

പരിശീലനത്തിന്റെ ആദ്യ ദിവസങ്ങളിൽ നാലുപേരെ ഞങ്ങൾക്കു നഷ്ടമായി. നാലു ശവപ്പെട്ടികൾ. ഞങ്ങളുടെ മൂന്നു റെജിമെന്റിലുണ്ടായിരുന്നവരെല്ലാംതന്നെ ഉറക്കെ തേങ്ങി. റസ്കോവ മുന്നിൽ വന്നു നിന്നു.

"സുഹൃത്തുക്കളെ കണ്ണു തുടയ്ക്കൂ. ഇത് ആദ്യത്തെ നഷ്ടം മാത്രം. ഇതുപോലെ ഇനിയുമുണ്ടാകും ഏറെ. മുഷ്ടി ചുരുട്ടിപ്പിടിക്കുന്നതുപോലെ ഹൃദയത്തെ ഒതുക്കി പിടിക്കൂ.

പിന്നീട് മുന്നണിയിൽ വെച്ച് എത്രയോ പേരെ ഞങ്ങൾ മറവു ചെയ്തു. ആരും കണ്ണീരൊഴുക്കുകയുണ്ടായില്ല.

ഞങ്ങൾ യുദ്ധവിമാനങ്ങളാണ് പറപ്പിച്ചിരുന്നത്. ആ ഉയരം തന്നെ സ്ത്രീ ശരീരത്തിന് താങ്ങാനാവുന്നതിൽ ഭയാനകമായിരുന്നു. ചിലപ്പോൾ ആശങ്ക കൊണ്ടു വയർ നട്ടെല്ലിനെതിരെ അമർന്നു പോകും. എന്നിട്ടും ഞങ്ങൾ പെൺകുട്ടികൾ ധൈര്യം കൈവിടാതെ പറന്നു. ശത്രുവിമാനങ്ങളെ വെടിവെച്ചു വീഴ്ത്തി. ഞങ്ങൾ നടന്നു നീങ്ങവേ പുരുഷന്മാർ അടക്കം പറഞ്ഞു. "നോക്കൂ, സ്ത്രീ പൈലറ്റുമാർ." അവരുടെ വാക്കുകളിൽ അദ്ഭുതവും ആദരവുമുണ്ടായിരുന്നു...

വീരാ വ്ളാഡിമിറോവ്നാ റഷവാൽഡിഷേവ
ഫസ്റ്റ് ലെഫ്റ്റനന്റ്, സർജൻ

ശരത്കാലത്തൊരു ദിവസം. അവർ എന്നെ റിക്രൂട്ടിങ്ങ് ഓഫീസിലേക്കു വിളിപ്പിച്ചു... കമാൻഡർ എന്നെ അകത്തേക്കു വിളിച്ചു. മുഖവുര കൂടാതെ ചോദിച്ചു, “പാരഷ്യൂട്ട് ചെയ്യാനറിയാമൊ?” “ഇല്ല. എനിക്കു പേടിയാണ്.” ഞാൻ തുറന്നു പറഞ്ഞു. എന്നെ പാരാട്രൂപ്പെർ ആകാൻ വേണ്ടി അദ്ദേഹം കുറെ ശ്രമിച്ചു. സമയവും കുറെ ചിലവാക്കി. നല്ല യൂണിഫോം എല്ലാ ദിവസവും ചോക്ലേറ്റ്. അങ്ങനെ പല പ്രലോഭനങ്ങൾ. പക്ഷേ, എന്റെ മനസ്സു മാറിയില്ല. കുട്ടിക്കാലം മുതലേ ഉയരങ്ങളെക്കുറിച്ച് എനിക്ക് ഭയമായിരുന്നു. അടുത്ത ചോദ്യം എയർക്രാഫ്റ്റ് ആർട്ടിലെറിയെക്കുറിച്ച് എനിക്കെന്തറിയാമെന്നായിരുന്നു. അതും എനിക്കറിഞ്ഞുകൂടാത്ത വിഷയം. ഒടുവിൽ അദ്ദേഹം നിർദ്ദേശിച്ചു. “ഒളിപ്പോരാളികളുടെ യൂണിറ്റിലേക്കയയ്ക്കുന്നു.”

“അവിടെ നിന്ന് മോസ്കോയിലുള്ള അമ്മയ്ക്ക് ഞാനെങ്ങനെയാണ് കത്തയയ്ക്കുക?” അതിനു മറുപടി ഉണ്ടായില്ല. അദ്ദേഹം ഒരു ചുകന്ന പെൻസിലെടുത്ത് എന്റെ നിയമനം കുറിച്ചു.

“സ്റ്റെപ്പ് (റഷ്യയിലെ അതിവിശാലമായ പുൽമേട്) മുന്നണിയിലേക്ക്.”

തീവണ്ടി യാത്രയ്ക്കിടയിൽ ചെറുപ്പക്കാരനായ ഒരു ക്യാപ്റ്റൻ ഞാനുമായി പ്രണയത്തിലായി. ഒരു രാത്രി മുഴുവൻ അയാൾ ഞങ്ങളുടെ മുറിയിൽ കഴിച്ചു കൂട്ടി. യുദ്ധത്തിൽ അയാൾക്ക് പലതവണ മുറിവേറ്റിരുന്നു. കലശലായ പൊള്ളലുമേറ്റിരുന്നു. അയാൾ വീണ്ടും വീണ്ടും എന്നെ നോക്കിക്കൊണ്ടിരുന്നു. “വെറേവ്കാ...നിങ്ങൾ ഒരിക്കലും സ്വയം താഴരുത്.” അയാൾ വളരെ കാര്യമായി പറഞ്ഞു. “എത്ര ആർദ്രവും മൃദുലവുമാണ് നിങ്ങളുടെ ഭാവം. അതിനെ പരുഷമാക്കിത്തീർക്കരുത്.... ഞാൻ എന്തെല്ലാം കണ്ടു കഴിഞ്ഞു!” പിന്നേയും അതേമട്ടിൽ അയാൾ എന്തൊക്കെയോ പറഞ്ഞു. സാരം ഇതായിരുന്നു... സ്നേഹവും വിശുദ്ധിയുമൊന്നും പടക്കളത്തിൽ കാത്തു സൂക്ഷിക്കാനാവില്ല, അതൊരു നരകമാണ്.

ഒരു സുഹൃത്തും ഞാനും കൂടി ഒരു മാസം യാത്ര ചെയ്തു. ഉക്രെയിനിലുള്ള രണ്ടാം മുന്നണിയിലെ നാലാം കാവൽ പട്ടാളത്തിന്റെ യൂണിറ്റിൽ ചെന്നെത്താൻ. അവസാനം ഒരുവിധത്തിൽ ഞങ്ങളവിടെ ചെന്നു ചേർന്നു. പ്രധാന സർജൻ ഏതാനും നിമിഷത്തേക്കു പുറത്തേക്കു വന്നു. ഞങ്ങളെ അടിമുടി നോക്കി. സർജറി മുറിയിലേക്ക് ആനയിച്ചു. “നിങ്ങൾക്ക് ശസ്ത്രക്രിയ നടത്താനുള്ള മേശ ഇതാണ്.” ഒന്നിനു പിറകെ ഒന്നായി ആംബുലൻസുകൾ വന്നുകൊണ്ടിരുന്നു. ഒക്കെ വലിയ കാറുകളായിരുന്നു. സ്റ്റുഡിബേക്കറുകൾ. മുറിവേറ്റവരെ താഴെ സ്ട്രെക്ച്ചറുകളിൽ കിടത്തി. ഒരു ചോദ്യമേ ഞങ്ങൾക്കു ചോദിക്കാനുണ്ടായിരുന്നുള്ളൂ. “ആരെയാണ് ആദ്യം നോക്കേണ്ടത്.”

“മിണ്ടാതെ കിടക്കുന്നവരെ....”

ഒരു മണിക്കൂറിനകം ഞാൻ എന്റെ ഓപ്പറേഷൻ മേശയ്ക്കരികിൽ നിന്ന് ആദ്യത്തെ ശസ്ത്രക്രിയ തുടങ്ങി. പിന്നെ.... അതങ്ങനെ തുടർന്നു. ഇരുപത്തിനാലു മണിക്കൂറും. ഇടയ്ക്ക് ചെറുതായൊന്നു മയങ്ങും. കണ്ണുകൾ തിരുമ്മും, മുഖമൊന്നു കഴുകും. വീണ്ടും മേശയ്ക്കരികിലേക്ക്. മൂന്നു പേരിൽ ഒരാൾ മേശപ്പുറത്തെത്തുമ്പോഴേക്കും മരിച്ചു കഴിഞ്ഞിരിക്കും. എല്ലാവരേയും സഹായിക്കാനുള്ള സമയവും സാവകാശവുമില്ലായിരുന്നു. എപ്പോഴും മൂന്നാമത്തെയാൾ...

ഷൊറിൻകാ സ്റ്റേഷനിൽ വെച്ച് ഭീകരമായൊരു ബോംബാക്രമണത്തിന് ഞങ്ങൾ വിധേയരായി. വണ്ടി പെട്ടെന്നു നിന്നു. ഞങ്ങൾ ഇറങ്ങിയോടി. തലേദിവസം ഞങ്ങളുടെ രാഷ്ട്രീയ കമ്മീസർക്ക് അപ്പെൻഡിക്സ് ശസ്ത്രക്രിയ നടത്തിയിരുന്നു. അന്ന് അദ്ദേഹവും ഞങ്ങളോടൊപ്പം ഓടി. രാത്രി മുഴുവൻ ഒരു കാട്ടിൽ പതുങ്ങിയിരുന്നു. ഞങ്ങൾ യാത്ര ചെയ്തിരുന്ന തീവണ്ടി ബോംബാക്രമണത്തിൽ മുഴുവനായും തകർന്നു. നേരം പുലർന്നതോടെ ജർമ്മൻ വിമാനങ്ങൾ നിരീക്ഷണം തുടങ്ങി. എവിടെ ചെന്ന് ഒളിക്കാൻ. എലികളെപ്പോലെ മാളമുണ്ടാക്കി അതിനകത്തേക്ക് നുഴയാനാവില്ല. ഒരു ബെർച്ചിയെ വട്ടം ചുറ്റിപ്പിടിച്ചു കൊണ്ട് ഞാൻ അനങ്ങാതെ നിന്നു. "അമ്മേ.... അമ്മേ..." ഞാൻ നിശ്ശബ്ദം നിലവിളിച്ചു. "ഇതോടെ എന്റെ ജീവിതം തീരുമോ?" രക്ഷപ്പെടാനായാൽ ലോകത്തിലെ ഏറ്റവും സന്തോഷവതി ഞാനായിരിക്കും. പിന്നീട്... കാട്ടിൽ ബെർച്ച് മരത്തെയും കെട്ടിപ്പിടിച്ചു നിന്ന് നിലവിളിച്ച കഥ പറയുമ്പോൾ എല്ലാവരും ചിരിക്കാറുണ്ട്. ആർക്കും പെട്ടെന്ന് കണ്ടുപിടിക്കാമായിരുന്നു. പിഴക്കാത്ത ഉന്നം. ബെർച്ച് മരത്തെ കെട്ടിപ്പിടിച്ച് നല്ല ഉയരമുള്ള ഒരു സ്ത്രീ. വെളുത്ത ബെർച്ച് മരം... നല്ല തമാശ."

വിജയ ദിവസം ഞാൻ വിയന്നയിലായിരുന്നു. ഞങ്ങൾ മൃഗശാലയിൽ പോയി. അത് കാണണമെന്ന് എനിക്ക് വലിയ ആഗ്രഹമായിരുന്നു. വേണമെങ്കിൽ രാഷ്ട്രീയത്തടവുകാരുടെ പാളയം കാണാൻ പോകാമായിരുന്നു. കുറേപേർ നാസികളുടെ "കോൺസെൻട്രേഷൻ ക്യാമ്പ്" കാണാൻ പോയി. ഞാൻ പോയില്ല. എന്തേ പോയില്ല? എനിക്കു തന്നെ അദ്ഭുതം തോന്നുന്നു. രസമുള്ള എന്തെങ്കിലും കാണാനാണ് ഞാൻ ആഗ്രഹിച്ചത്. സന്തോഷമുള്ള എന്തെങ്കിലും... വ്യത്യസ്തമായൊരു ജീവിതത്തിന്റെ എന്തെങ്കിലും ചിത്രങ്ങൾ...

സ്വെറ്റ്‌ലാന വാസിലീവ്ന കാറ്റികീന

സാധാരണ പടയാളി. അലക്ക്-ശുദ്ധീകരണ വിഭാഗം

ഞങ്ങൾ മൂന്നുപേരായിരുന്നു. അച്ഛൻ, അമ്മ, ഞാൻ. അച്ഛനാണ് പടക്കളത്തിലേക്ക് ആദ്യം പോയത്. അമ്മ നഴ്സായിരുന്നു. അച്ഛന്റെ കൂടെ പോകാനാണ് ആഗ്രഹിച്ചത്. പക്ഷേ, അവർ രണ്ടുപേരേയും രണ്ടുവഴിക്കയച്ചു. എനിക്കു പതിനാറു വയസ്സായിരുന്നു. എന്നെ കൂടെ കൊണ്ടു പോകാൻ അമ്മയ്ക്കു താത്പര്യമുണ്ടായിരുന്നില്ല. ഞാൻ പലതവണ

റിക്രൂട്ടിങ് ആപ്പീസിൽ കയറിയിറങ്ങി. ഒരു വർഷത്തിനു ശേഷമാണ് അവരെന്നെ പട്ടാളത്തിലെടുത്തത്.

ദിവസങ്ങളോളം ഞങ്ങൾ തീവണ്ടിയിൽ യാത്രചെയ്തു. ആശുപത്രിയിൽ നിന്നും ചികിത്സ കഴിഞ്ഞു മടങ്ങുന്ന സൈനികർ ഞങ്ങളോടൊപ്പമുണ്ടായിരുന്നു. കൂട്ടത്തിൽ കുറെ ചെറുപ്പക്കാരും. അവർ യുദ്ധമുന്നണിയെക്കുറിച്ചു സംസാരിച്ചുകൊണ്ടിരുന്നു. ഞങ്ങൾ വാ പൊളിച്ച് കേട്ടുകൊണ്ടിരുന്നു. വെടിവെപ്പുണ്ടാകുമെന്ന് അവർ പറഞ്ഞു. ഞങ്ങൾ അതിനായി കാത്തിരുന്നു. എപ്പോഴാണ് വെടിവെപ്പു തുടങ്ങുക? അവിടെ ചെല്ലുമ്പോൾ ധൈര്യത്തോടെ പറയാമല്ലോ, വെടിവെപ്പിനെ അതിജീവിച്ചു വന്നിരിക്കുന്നവരാണ് ഞങ്ങൾ എന്ന്.

ഞങ്ങൾ മുന്നണിയിലെത്തി. ആർക്കും തോക്കു കിട്ടിയില്ല. ഞങ്ങളെ ഊക്കൻ തൊട്ടികൾക്കും ചെമ്പുകൾക്കും മുന്നിൽ നിർത്തി. എല്ലാവരും എന്റെ പ്രായത്തിലുള്ള പെൺകുട്ടികൾ. വീട്ടുകാർ കൊഞ്ചിച്ചും ലാളിച്ചും വളർത്തിയവർ. അച്ഛനമ്മമാരുടെ ഒരേയൊരു കുട്ടിയായിരുന്നു ഞാൻ. മുന്നണിയിൽ ചെന്നപ്പോൾ വിറകു വെട്ടിക്കൊണ്ടു വരണം, അടുപ്പു കൂട്ടണം, ചാരം കോരി മാറ്റണം. ചാരം ഞങ്ങൾ വലിയ ചെമ്പുകളിൽ നിറച്ചു വെച്ചു, സോപ്പിനു പകരം ഉപയോഗിക്കാൻ. സോപ്പിനെപ്പോഴും വലിയ ക്ഷാമമായിരുന്നു. തുണികളിൽ മുഴുവൻ അഴുക്ക്. പോരാത്തതിന് നിറയെ പേനും മൂട്ടയും ചോരപ്പാടുകളും. തണുപ്പുകാലത്ത് തുണികളിൽ ചോര തണുത്തുറഞ്ഞു കിടക്കും.

സോഫിയ കോൺസ്റ്റാന്റി നോവ്നാ സുമ്പിന്യയാക്കോവ
സർജന്റ് മേജർ, ചികിത്സ സഹായി

ഇന്നും എന്റെ ഓർമ്മയിലുണ്ട്, ആദ്യമായി ഞാൻ പരിചരിച്ച ആ രോഗി. അയാളുടെ മുഖം... തുടയെല്ല് വല്ലാതെ ഒടിഞ്ഞിരുന്നു. വെടിയുണ്ട തുളച്ചുകയറി എല്ലിൻ കഷണം പുറത്തേക്കുന്തി നിന്നിരുന്നു. അങ്ങനെയുള്ള എല്ല്... എന്താണ് ചെയ്യേണ്ടതെന്ന് പാഠപുസ്തകത്തിൽ നിന്നും ഞാൻ പഠിച്ചറിഞ്ഞിരുന്നു. പക്ഷേ, അയാളുടെ അരികത്തേക്കിഴഞ്ഞു ചെന്നപ്പോൾ... എന്റെ ബോധം കെട്ടുപോകുന്നതുപോലെ. കലശലായ മനംപിരട്ടൽ. പെട്ടെന്നാരോ പറഞ്ഞു. “എന്റെ നഴ്സേ ആദ്യം കുറച്ചു വെള്ളം കുടിക്കൂ.” മുറിവേറ്റു കിടന്ന ആ മനുഷ്യനാണ് അത് പറഞ്ഞത്. അയാൾക്കെന്റെ നേരെ സഹതാപം തോന്നി. ആ രംഗം ഇപ്പോഴും എന്റെ ഓർമ്മയിലുണ്ട്, ഇന്നലെ കഴിഞ്ഞതുപോലെ. അയാളത് പറഞ്ഞപ്പോൾ എനിക്ക് സ്വബോധം വീണ്ടുകിട്ടി. ഞാൻ എന്നെത്തന്നെ ശകാരിച്ചു. ഇവിടെ ഒരു മനുഷ്യൻ മരിച്ചു കൊണ്ടിരിക്കുന്നു. അപ്പോഴാണോ നിനക്ക് മോഹാലസ്യവും മനംപിരട്ടലും. കൊള്ളരുതാത്ത ടർജനീവ് പെണ്ണേ, നീ ഇത്രയും ദുർബലയാണോ? ഞാൻ എന്റെ പ്രഥമശുശ്രൂഷ പെട്ടി തുറന്നു. അയാളുടെ മുറിവു വെച്ചു കെട്ടി. അയാൾക്കു കുറച്ചാശ്വാസമായി. അതിനു ശേഷം അയാൾക്കു വേണ്ടതായ ചികിത്സ ചെയ്യാൻ എനിക്കു സാധിച്ചു.

ഇപ്പോൾ ഞാൻ യുദ്ധത്തെക്കുറിച്ചുള്ള സിനിമകൾ കാണാറുണ്ട്. യുദ്ധരംഗത്തെ നഴ്സുമാർക്ക് എന്തൊരു വൃത്തിയും വെടുപ്പും. കട്ടിയുള്ള കാലുറകളല്ല, നല്ല സ്കർട്ടാണ് ധരിച്ചിരിക്കുന്നത്. തലയിൽ ഭംഗിയുള്ള തൊപ്പി. അതൊന്നും യഥാർത്ഥമല്ല. ഞങ്ങൾ അങ്ങനൊക്കെയായിരുന്നു വെങ്കിൽ, മരണത്തിന്റെ വായിൽ നിന്നും മുറിവേറ്റ ഒരു ഭടനെ വലിച്ചെ ടുക്കാൻ സാധിക്കുമായിരുന്നുവോ? ചുറ്റും മുറിവേറ്റ പുരുഷന്മാർ മാത്രം. അതിനിടയിൽ കൂടി ഇങ്ങനെയൊരു സ്കർട്ടും ധരിച്ച് ഒരു സ്ത്രീ മുട്ടി ലിഴഞ്ഞു ചെല്ലുമോ? സത്യം പറയാം. യുദ്ധം അവസാനിച്ചപ്പോഴാണ് ഞങ്ങൾക്ക് ധരിക്കാൻ അവർ സ്കർട്ടുകൾ തന്നത്.... അല്പമൊന്ന് ഒരു ങ്ങാൻ വേണ്ടി. അടിയുടുപ്പായി ധരിക്കാൻ പുരുഷന്മാരുടെ ഷർട്ടുകൾക്ക് പകരം, പരുത്തിത്തുണികൊണ്ടുള്ള ശരിയായ വസ്ത്രങ്ങളും കിട്ടി. എന്തൊരു സന്തോഷമായിരുന്നു അന്ന്. വളരെ നാളുകൾക്കു ശേഷം വേണ്ടമാതിരിയുള്ള അടിവസ്ത്രങ്ങൾ. എന്തുചെയ്യണമെന്നറിയാതെ കുറച്ചു നേരം ഞങ്ങൾ പരസ്പരം നോക്കിനിന്നു. യൂണിഫോമിന്റെ ബട്ട ണുകൾ അഴിച്ച് പുത്തൻ അടിയുടുപ്പുകൾ തമ്മിൽത്തമ്മിൽ ഞങ്ങൾ പ്രദർശിപ്പിച്ചു...

അന്നാ ഇവാനോവ്നാ ബേല്യായ്,
നഴ്സ്

ഒരു ഊക്കൻ ബോംബാക്രമണം... ബോംബു വർഷം തന്നെ. പിന്നേയും... പിന്നേയും... പിന്നേയും... എല്ലാവരും പുറത്തേക്കോടി എങ്ങോട്ടെന്നില്ലാതെ. ഞാനും ഓടുകയായിരുന്നു. ഇടയിൽ കേട്ടു ആരോ വേദനയോടെ ഞരങ്ങുന്നു. "സഹായിക്കണേ... സഹായിക്കണേ..."പക്ഷേ ഞാൻ നിർത്താതെ ഓടി. ഏതാനും മിനിറ്റുകൾ കഴിഞ്ഞപ്പോൾ മനസ്സി ലൊരു വിങ്ങൽ. ഞാൻ ചുമലിൽ തൊട്ടു നോക്കി. എന്റെ പ്രഥമ ശുശ്രൂഷാ സഞ്ചി അവിടെത്തന്നെയുണ്ട്. എനിക്ക് ലജ്ജ തോന്നി. എവിടേ ക്കാണ് എന്റെ ഭയം മറഞ്ഞു പോയത് ? ഞാൻ പിന്നോക്കം ഓടി. മുറി വേറ്റ ഒരു പട്ടാളക്കാരൻ. വഴിയിൽ കിടന്ന് ഞരങ്ങുന്നു. ഞാൻ ഉടനെ ബാൻഡേജിട്ട് കെട്ടി. രണ്ടാമതും... മൂന്നാമതും... ചുറ്റിക്കെട്ടി.

അന്നു രാത്രിയോടെ ബോംബിടൽ നിന്നു. അടുത്ത ദിവസത്തെ പ്രഭാതം. പുതിയതായി മഞ്ഞു വീഴാൻ തുടങ്ങി. അതിനു താഴെ നിരവധി ശവശരീരങ്ങൾ. പലരും കിടന്നിരുന്നത് ആകാശത്തേക്ക് കൈ ഉയർത്തി ക്കൊണ്ടായിരുന്നു. നിങ്ങൾ ചോദിച്ചില്ലേ, സന്തോഷം എന്നാൽ എന്താ ണെന്ന്. ഞാൻ പറയാം, കുറെ അധികം മൃതദേഹങ്ങൾക്കിടയിൽ ജീവ നുള്ള ഒരാളെ കാണാനാവുക.... അതാണ് സന്തോഷം...

ഓൾഗാ വാസിലീവ്നാ കോർസ്
അശ്വസൈന്യത്തിൽ ചികിത്സാ സഹായി

ആദ്യമായി ഒരു മൃതശരീരം കണ്ടപ്പോൾ... ഞാനതിനരികെ നിന്ന് ഒരുപാടു കരഞ്ഞു. അയാളെ ഓർത്ത് വളരെയധികം സങ്കടപ്പെട്ടു.

അപ്പോഴേക്കും മുറിവേറ്റ ഒരാൾ എന്നെ വിളിച്ചു. ''എന്റെ കാലൊന്ന് മരുന്നു വെച്ചു കെട്ടിത്തരൂ." കലശലായ മുറിവ്.... കാല് ഏതാണ്ട് അറ്റു പോയിരിക്കുന്നു. കാലുറയുടെ താഴെ തൂങ്ങിക്കിടക്കുകയാണ്. "ആ കാലെടുത്ത് എന്റെ അരികിൽ വെയ്ക്കൂ." അയാൾ ആവശ്യപ്പെട്ടു. ഞാൻ അനുസരിച്ചു. കൈയായാലും കാലായാലും സ്വബോധമുണ്ടെങ്കിൽ അവരത് ഉപേക്ഷിക്കില്ല. അത് കൂടെ കൊണ്ടുപോകും. മരിക്കുമെന്നു തീർച്ചയായവർ പറയും അറ്റുപോയ കൈകാലുകളും കൂടെ കുഴിച്ചുമൂടണമെന്ന്.

യുദ്ധകാലത്ത് ഞാൻ വിചാരിക്കാറുണ്ട് അന്ന് കണ്ടതും കേട്ടതുമൊന്നും ഒരുകാലത്തും മറക്കില്ലെന്ന്. പക്ഷേ, അത് വെറുതെയാണ് പലതും നമ്മൾ മറന്നു പോകുന്നു...

വളരെ ഉത്സാഹശീലനായ ഒരു യുവാവ്. അയാളവിടെ മരിച്ചു കിടക്കുന്നു. എന്റെ വിചാരം, മരിച്ചുപോയവരെയെല്ലാം സൈനിക ബഹുമതികളോടെ മറവുചെയ്യുമെന്നായിരുന്നു. പക്ഷേ, അവർ അയാളെ വലിച്ചുകൊണ്ടുപോയി ഒരു കുറ്റിക്കാട്ടിൽ കുഴികുത്തി മറവു ചെയ്തു. ശവപ്പെട്ടിയൊന്നുമില്ല. അതിന്റെ മീതെ വെറുതെ കുറെ മണൽ വാരിയിട്ടു. സൂര്യൻ ജ്വലിക്കുന്നുണ്ടായിരുന്നു. അയാളുടെ ശരീരത്തിലും ആ വെയിൽ നാളങ്ങൾ പതിക്കുന്നുണ്ടായിരുന്നു... വേനൽക്കാലത്തെ ചൂടുള്ള ഒരു ദിവസം... ടാർപോളിനൊന്നും ഇല്ലായിരുന്നു. വെറും മണ്ണിലാണ് അയാളെ കിടത്തിയത്. അയാൾ പട്ടാളക്കാരുടെ ഷർട്ടും ഷൂസുമാണ് ധരിച്ചിരുന്നത്. രണ്ടും പുതിയതായിരുന്നു. ഒരുപക്ഷേ, ആയിടയ്ക്കായിരിക്കാം അയാൾ സൈന്യത്തിൽ ചേർന്നത്. അങ്ങനെ അവരയാളെ കുഴിയിലിട്ടു മൂടി. ആഴം കുറഞ്ഞ കുഴി. അയാളെ ഒന്നു കിടത്താൻ മാത്രമുള്ള വലുപ്പം. പുരികത്തിനുമുകളിൽ നെറ്റിയിലായിരുന്നു മുറിവ്. മുറിവ് ചെറുതായിരുന്നു. പക്ഷേ, മാരകമായിരുന്നു. വളരെ കുറച്ചു ചോര മാത്രമേ പുറത്തു കണ്ടുള്ളൂ. മരിച്ചു കിടക്കുകയാണെന്നു തോന്നിയില്ല. ശാന്തമായ മുഖം. കുറച്ചു വിളർത്തിരുന്നു.

ആദ്യം ആർട്ടിലെറി വെടിവെപ്പ്. പിന്നെ ബോംബിടാൻ തുടങ്ങി. ആ പ്രദേശമാകെ ബോംബുകൾ വീണു തകർന്നു. എന്തെങ്കിലും ശേഷിച്ചുവോ? അറിയില്ല...

ചുറ്റും ശത്രു വലയം ചെയ്തിരിക്കെ, മരിച്ചു വീണവരെ ഞങ്ങൾ എങ്ങനെയാണ് മറവു ചെയ്തത്? ഞങ്ങൾ മറഞ്ഞിരിക്കുന്ന കിടങ്ങുകൾക്കു തൊട്ടരികിൽത്തന്നെ. മൃതദേഹങ്ങളെ തറയിൽ കിടത്തി. അത്ര തന്നെ. കുറച്ചു മണ്ണു വാരിയിട്ടു. ചെറിയൊരു തിണ്ടുപോലെ. താമസിയാതെ ജർമ്മൻ സൈന്യം വരികയാണെങ്കിൽ അവർ അതിൽ ചവിട്ടി നടന്നുപോകും. അല്ലെങ്കിൽ അവരുടെ ടാങ്കുകൾ അതെല്ലാം താനേ താഴ്ത്തിക്കൊള്ളും. പിന്നെ ശേഷിക്കുക, സാധാരണമട്ടിലുള്ള ഭൂമി മാത്രം. ഒരടയാളവും കാണാനാവില്ല. പലപ്പോഴും ഞങ്ങൾ കാട്ടിൽ മറവു ചെയ്തിരുന്നു. ഓക്കിന്റേയും ബെർച്ചിന്റേയുമൊക്കെ ചുവട്ടിൽ.

ഇപ്പോഴും എനിക്കു കാട്ടിലേക്കു പോകാനാവുന്നില്ല. പ്രത്യേകിച്ചും

പഴയ ഓക്കും ബെർച്ചുമൊക്കെ വളർന്നു നില്ക്കുന്നിടത്തേക്ക്. വയ്യ.... അതിന്റെയൊന്നും ചുവട്ടിൽ സ്വസ്ഥമായി എനിക്കിരിക്കാനാവില്ല...

വീരാ ബോറിസോവ്നാ സാപ്ഗിർ
സർജന്റ്, ആന്റി എയർ ക്രാഫ്റ്റ് ഗണ്ണർ

യുദ്ധരംഗത്തുവെച്ച് എനിക്കെന്റെ ശബ്ദം ഇല്ലാതായി. എന്റെ സുന്ദരമായ സ്വരം. വീണ്ടും വീട്ടിൽ തിരിച്ചു വന്നപ്പോഴാണ് നഷ്ടപ്പെട്ട സ്വരം എനിക്കു തിരിച്ചു കിട്ടിയത്. കുടുംബത്തിലെല്ലാവരും വൈകുന്നേരം ഒത്തുകൂടി. എല്ലാവരും മദ്യം കഴിച്ചു. ആരോ പറഞ്ഞു. "വെർകാ ഞങ്ങൾക്കുവേണ്ടി ഒരു പാട്ടുപാടൂ." ഞാൻ പാടാൻ തുടങ്ങി...

പടക്കളത്തിലേക്കു പോകുമ്പോൾ ഞാനൊരു ഭൗതികവാദിയായിരുന്നു... നിരീശ്വരവാദി. നല്ലൊരു സോവിയറ്റ് സ്കൂൾ വിദ്യാർത്ഥിനിയായിട്ടാണ് ഞാൻ സൈന്യത്തിൽ ചേർന്നത്. എല്ലാ തത്ത്വശാസ്ത്രവും ഞാൻ പഠിച്ചിരുന്നു. എന്നാൽ അവിടെ ചെന്നപ്പോൾ ഞാൻ പ്രാർത്ഥിക്കാൻ തുടങ്ങി. ഓരോ പോരിനിറങ്ങുമ്പോഴും ഞാൻ ആത്മാർത്ഥമായി പ്രാർത്ഥിച്ചു. എന്റെ പ്രാർത്ഥനാ പുസ്തകം വായിച്ചു. വാക്കുകൾ ലളിതമായിരുന്നു. എന്റെ സ്വന്തം പദങ്ങൾ. വാക്കുകൾക്കെല്ലാം അർത്ഥം ഒന്നായിരുന്നു. ഞാൻ സുരക്ഷിതയായി അച്ഛന്റെയും അമ്മയുടെയും അടുത്തു തിരിച്ചെത്തണം. ഞാൻ ബൈബിൾ വായിച്ചിട്ടില്ലായിരുന്നു. ശരിയായ പ്രാർത്ഥനയും എനിക്കറിയില്ലായിരുന്നു. ഞാൻ പ്രാർത്ഥിക്കുന്നത് ആരും കണ്ടിട്ടില്ല. സൂത്രത്തിൽ ആരും കാണാതെയായിരുന്നു എന്റെ പ്രാർത്ഥന. ജാഗ്രത വേണം. കാരണം, അന്ന് ഞങ്ങൾ വേറൊരു തരക്കാരായിരുന്നു. ആളുകൾ ജീവിച്ചിരുന്നതും വ്യത്യസ്തമായ രീതിയിലായിരുന്നു. മനസ്സിലാവുന്നില്ലേ? ഞങ്ങൾ വിചാരിച്ചിരുന്നതും മനസ്സിലാക്കിയിരുന്നതും വേറൊരു തരത്തിലായിരുന്നു.

ഞാനൊരു കഥ പറയാം. പുതിയതായി ചേർന്ന കുറെ പട്ടാളക്കാരുടെ ഇടയിൽ ഒരു വിശ്വാസി വന്നുപെട്ടു. അയാൾ പ്രാർത്ഥിച്ചപ്പോൾ അവരെല്ലാം ഉറക്കെ ചിരിച്ചു.

"ആട്ടെ നിങ്ങളുടെ ദൈവം നിങ്ങളെ സഹായിച്ചുവോ? അങ്ങനെ ഒരാളുണ്ടെങ്കിൽ ഈ വക സംഗതികൾ എങ്ങനെയാണ് അദ്ദേഹം വഹിക്കുന്നത്?

അവരെല്ലാവരും അവിശ്വാസികളായിരുന്നു. കുരിശിൽ കിടക്കുന്ന യേശുവിന്റെ കാൽച്ചുവട്ടിലിരുന്നു കരഞ്ഞവനെപ്പോലെ.

"ദൈവം നിന്നെ സ്നേഹിക്കുന്നുവെങ്കിൽ അവൻ എന്തുകൊണ്ട് നിന്നെ രക്ഷിച്ചില്ല?

യുദ്ധം കഴിഞ്ഞതിൽ പിന്നെയാണ് ഞാൻ ബൈബിൾ വായിച്ചത്. ഇപ്പോൾ എപ്പോഴും ഞാൻ വായിച്ചുകൊണ്ടിരിക്കുന്നു. ആ പട്ടാളക്കാരൻ വെടിവെക്കാൻ ആഗ്രഹിച്ചില്ല. അയാൾക്ക് അത്രയും ചെറുപ്പമായിരുന്നില്ല. "എനിക്കാരേയും കൊല്ലാനാവില്ല. ഞാൻ വെടിവെക്കില്ല." അയാൾ

തോക്കുയർത്താതെ നിന്നു. എല്ലാവർക്കും കൊല്ലാൻ സമ്മതമായിരുന്നു. അയാൾക്കൊഴിച്ച്. ആ കാലം... അത് ഭയങ്കരമായിരുന്നു. അയാളെ പട്ടാള ക്കോടതി വിചാരണ ചെയ്തു. ശിക്ഷ നടപ്പിലാക്കി. ബാങ്ങ്... ബാങ്... അവർ അയാളെ വെടിവെച്ചു കൊന്നു.

ആ കാലം ഒന്നു വേറെയായിരുന്നു... അന്നത്തെ മനുഷ്യരും വേറെ യായിരുന്നു... അതൊക്കെ ഇപ്പോൾ ഞാനെങ്ങനെ വിവരിക്കാനാണ്?

ഭാഗ്യം... ഞാൻ കൊന്നവരെ ആരേയും ഞാൻ കണ്ടിട്ടില്ല. എന്നാലും അതെന്റെ മനസ്സിലുണ്ട്. അവരുടെ ജീവനൊടുക്കിയത് ഞാനാണ്. ഇന്ന തിനെക്കുറിച്ച് ആലോചിക്കുമ്പോൾ... പ്രായമായില്ലേ. ഞാൻ എന്റെ ആത്മാവിനു വേണ്ടി പ്രാർത്ഥിക്കുന്നു. ഞാൻ മകളെ പറഞ്ഞേല്പി ച്ചിട്ടുണ്ട്. മരിച്ചുകഴിഞ്ഞാൽ എന്റെ മെഡലുകളും കീർത്തിമുദ്ര കളുമെല്ലാം പള്ളിയിലെ അച്ചനു കൊടുക്കണം. ഒന്നും ഒരു കാഴ്ച ബംഗ്ലാവിലും പ്രദർശനത്തിനു വെക്കരുത്. ഞാൻ ജീവനെടുത്തവർ സ്വപ്ന ത്തിൽ എന്റെ മുമ്പിലെത്തുന്നു. അവരുടെ മരണം... എന്റെ മരണം... ഞാൻ അവരെ ഒരിക്കലും കണ്ടിട്ടില്ല. എന്നാലും അവർ എന്റെ മുന്നിൽവന്ന് എന്നെ നോക്കി നില്ക്കുന്നു. എന്റെ കണ്ണുകൾ വീണ്ടും വീണ്ടും തിരയുന്നു. അവരെല്ലാവരും മരിച്ചവരാകില്ല. കൂട്ടത്തിൽ മുറിവുപറ്റിയ ഒരാളെങ്കിലുമു ണ്ടാകും. എനിക്കയാളെ രക്ഷിക്കാൻ സാധിച്ചേക്കും. എങ്ങനെയാണ് ആ വിചാരങ്ങൾ നിങ്ങളെ പറഞ്ഞു മനസ്സിലാക്കുക? എനിക്കറിയില്ല. അവരെല്ലാവരും മരിച്ചു കഴിഞ്ഞിരുന്നു... ഒരാളും ബാക്കിയില്ല...

മറിയ സെലിവിസ്ട്രോവ്ന ബൊഷോക്,

നഴ്സ്

മുറിവേറ്റ പടയാളികളുടെ കൈയോ കാലോ അറുത്തു മാറ്റുക, എന്നെ സംബന്ധിച്ചിടത്തോളം ഏറ്റവും ദുസ്സഹമായ കാര്യമായിരുന്നു അത്. ചിലപ്പോൾ അവർ സുരക്ഷയെ കരുതി ഒരു കാൽ മുഴുവനായി ത്തന്നെ അറുത്തു മാറ്റും. അത് കൈയിലെടുത്ത് കളയാനുള്ള പാത്ര ത്തിൽ കൊണ്ടുചെന്നിടുക. എനിക്ക് ഓർക്കാനേ വയ്യ. നല്ല കനമുണ്ടാ യിരുന്നുവെന്ന് എനിക്ക് ഓർമ്മയുണ്ട്. ഞാനത് തീരെ ഒച്ചയുണ്ടാക്കാതെ എടുത്തുമാറ്റും. മുറിവേറ്റു കിടക്കുന്നയാൾ അറിയാതെ. ഒരു കുഞ്ഞിനെ എന്നപോലെ സൂക്ഷിച്ച് ഞാനത് കൈയിലെടുക്കും. പ്രത്യേകിച്ചും അത് “ഉയർന്ന” അറുത്തു മാറ്റലാണെങ്കിൽ. മുട്ടിന് മീതെയുള്ളത്. ദിവസ ങ്ങൾ കഴിഞ്ഞിട്ടും അതെനിക്കു ശീലമായില്ല. മയക്കുമരുന്നിന്റെ ശക്തി യിൽ അർദ്ധബോധാവസ്ഥയിൽ കിടക്കുന്ന രോഗി. ശപിച്ചും ശകാരിച്ചും ഞരങ്ങും. റഷ്യൻ ഭാഷയിൽ ഒന്നാന്തരം പച്ചത്തെറികൾ വിളിച്ചു പറയും. എന്റെ ഉടുപ്പുകളിൽ എപ്പോഴും രക്തം പുരണ്ടിരിക്കും. ഇരുണ്ട ചുവപ്പു നിറമുള്ള ചോര.

ഇതിനെക്കുറിച്ചൊന്നും അമ്മയ്ക്കുള്ള കത്തിൽ ഞാനെഴുതാറില്ല. “ഇവിടെ എല്ലാം സുഖമാണ്.” എന്ന് പതിവു വാചകം മാത്രം. ചൂടുള്ള

കുപ്പായങ്ങളും നല്ല ബൂട്ടുകളുമുണ്ട് എന്നും എഴുതി. മൂന്നു മക്കളെയാണ് അമ്മ പടക്കളത്തിലേക്കയച്ചിരിക്കുന്നത്. അമ്മയുടെ പ്രയാസങ്ങളും വേദനകളും.... ആരറിയുന്നു.

മറിയ പെട്രോവ്ന സ്മിർനോവ കുക്കാർസ്കായാ
ചികിത്സാ സഹായി

ഞാൻ ജനിച്ചതും വളർന്നതും ക്രിമിയയിലാണ്, ഒഡേസയ്ക്കടുത്ത്. 1941ൽ ഞാൻ പത്താം ക്ലാസ്സ് പാസ്സായി. കോർഡിംസ്കി പ്രദേശത്തുള്ള സ്ലോബോഡ്കാ ഹൈസ്കൂളിലാണ് ഞാൻ പഠിച്ചിരുന്നത്. യുദ്ധം തുടങ്ങി ആദ്യ ദിവസങ്ങളിൽ ഞാൻ പതിവായി റേഡിയോ വാർത്തകൾ കേട്ടിരുന്നു. റഷ്യൻ സൈന്യം പിൻവാങ്ങുകയാണെന്ന് അങ്ങനെയാണ് ഞാൻ മനസ്സിലാക്കിയത്. ഉടനെ ഞാൻ റിക്രൂട്ടിങ്ങ് ഓഫീസിലേക്കോടി. അവരെന്നെ തിരിച്ചയച്ചു. വീണ്ടും രണ്ടുതവണ ഞാൻ ശ്രമിച്ചു. അപ്പോഴും അവരെന്നെ തിരിച്ചയച്ചു. ആ വർഷം ജൂലൈ 28-ാം തിയതി പിൻവാങ്ങുന്ന റഷ്യൻ സൈന്യം സ്ലോബോഡ്കയിലൂടെ കടന്നുപോയി. ഞാൻ അവരോടൊപ്പം ചേർന്ന് മുന്നണിയിലെത്തി. ഔദ്യോഗിക ഉത്തരവിനൊന്നും കാത്തു നിന്നില്ല.

ആദ്യമായി, മുറിവേറ്റ ഒരാളെ കണ്ടപ്പോൾ എനിക്കു ബോധക്കേടുണ്ടായി. പിന്നീടത് പതിവു കാഴ്ചയായി. എനിക്കു ശീലമായി. ഒരിക്കൽ ആദ്യമായി ഒരു വെടിവെപ്പിനിടയിൽ മുറിവേറ്റ ഒരു പട്ടാളക്കാരന്റെ അടുക്കലേക്കു പോകേണ്ടി വന്നു. ഭയത്തോടെ ഞാൻ ഉറക്കെ നിലവിളിച്ചു. എന്റെ നിലവിളിയിൽ വെടിവെപ്പിന്റെ ഒച്ച പോലും മുങ്ങിപ്പോയി. പതുക്കെപ്പതുക്കെ ഞാൻ എല്ലാം ശീലിച്ചു. പത്തു ദിവസം കഴിഞ്ഞപ്പോൾ എനിക്കു മുറിവേറ്റു. മുറിവിൽ നിന്നും വെടിയുണ്ടയുടെ ചീള് ഞാൻ തന്നെ എടുത്തു മാറ്റി. മരുന്നുവെച്ചു കെട്ടി.

1942 ഡിസംബർ 25... ഞങ്ങളുടെ സേനാവിഭാഗം - № 333 ഓഫ് ദ ഫിഫ്ടി സിക്സ്ത് ആർമി - സ്റ്റാലിൻഗ്രാഡിലേക്കുള്ള വഴിയിൽ ഒരു ഉയർന്ന പ്രദേശം പിടിച്ചടക്കി. ശത്രു അത് തിരിച്ചു പിടിക്കാനുള്ള ശ്രമം തുടങ്ങി. അതോടെ ഘോരമായ ഒരു സംഘട്ടനമായി. അവരുടെ ആക്രമണം ടാങ്കുകൾ മുഖേനയായിരുന്നു. ഞങ്ങൾ ചെറുത്തുനിന്നത് പീരങ്കി പ്രയോഗിച്ചും. ജർമ്മൻ സൈന്യം പിൻവാങ്ങി. അവരുടെ മുറിവേറ്റ ഒരു ഭടൻ "നോ മാൻഡ് ലാൻഡിൽ" -ആർക്കും അവകാശമില്ലാത്തയിടം- ഒറ്റപ്പെട്ടു വീണുപോയി. അയാൾ ഒരു ആർട്ടിലറിക്കാരനായിരുന്നു. കോസ്റ്റിയ കുഡോവ്. അയാളെ തിരിച്ചെടുക്കാൻ വന്ന ഭടന്മാർ വെടിയേറ്റ് മരിച്ചു വീണു. അയാളുടെ അരികിലേക്കു വന്ന രണ്ട് "ഫസ്റ്റ് എയ്ഡ് ഷീപ് ഡോഗു"കളും വെടിയേറ്റു ചത്തു. ഞാൻ ആദ്യമായി അന്നാണ് അവയെ കണ്ടത്. ഞാൻ തലയിൽ നിന്നും തൊപ്പിയൂരി നിവർന്നു നിന്ന് പാടാൻ തുടങ്ങി. യുദ്ധത്തിനു മുമ്പുള്ള കാലങ്ങളിൽ എല്ലാവരും പാടാറുള്ള ഒരു ദേശഭക്തി ഗാനം. "വലിയൊരു കാര്യം ചെയ്യാൻ ഞാൻ നിന്നെ യാത്രയാക്കി." ആദ്യം പതുക്കെയാണ് ഞാൻ പാടിയത്. ക്രമേണ സ്വരം

ഉച്ചത്തിലായി. എല്ലാവരും നിശ്ശബ്ദരായി. ഇപ്പുറത്ത് ഞങ്ങളുടെ സൈന്യവും അപ്പുറത്തുള്ള ജർമ്മൻകാരും. ഞാൻ മുറിവേറ്റു കിടക്കുന്ന കോസ്റ്റിയയുടെ അടുത്തു ചെന്നു. അയാളെ ഒരു ഉന്തുവണ്ടിയിൽ കയറ്റി ക്കിടത്തി. ഞങ്ങളുടെ ഭാഗത്തേക്കു കൊണ്ടുവന്നു. തിരിച്ചു നടക്കവെ ഞാൻ വിചാരിച്ചു... പുറത്തു വെടിയേറ്റ് ചാകാനിട വരരുത്. ചാകുന്നെ ങ്കിൽ അത് നെറ്റിയിൽ വെടിയേറ്റിട്ടാവട്ടെ. ഈ നിമിഷം... ഇപ്പോൾ... ഇപ്പോൾ ജീവിതത്തിന്റെ അവസാനത്തെ അറ്റം.... എനിക്ക് വല്ലാതെ നോവുമോ? ഞാൻ നിലവിളിക്കുമോ? അമ്മേ... എന്റെ അമ്മേ.... എനിക്കു വല്ലാതെ പേടിയാവുന്നു...." ഒരു വെടിയും പൊട്ടിയില്ല. എനിക്കൊരു പോറലുമേറ്റില്ല.

ആവശ്യത്തിനു യൂണിഫോമുകൾ ഞങ്ങൾക്കൊരുകാലത്തും ഉണ്ടായിരുന്നില്ല. ഇടയ്ക്ക് പുതിയൊരു യൂണിഫോം തരും. പക്ഷേ, രണ്ടു ദിവസം കഴിയും മുമ്പേ അത് ചോരയും ചെളിയും പുരണ്ട് കൊള്ളരു താത്തതാകും. ഞാൻ ആദ്യമായി പരിചരിച്ച മുറിവേറ്റ ഭടൻ ഫസ്റ്റ് ലഫ്റ്റ നന്റ് ബിലോവ് ആയിരുന്നു. അവസാനത്തെയാണ് സെർജി പെട്രോ വിച്ച് ട്രോഫിമോവും. അദ്ദേഹം ഒരു ചെറുപീരങ്കി പ്ലാറ്റൂണിൽ സർജന്റ് ആയിരുന്നു. 1970 ൽ അദ്ദേഹം എന്നെ കാണാൻ വന്നിരുന്നു. അദ്ദേഹ ത്തിന്റെ മുറിപ്പാടുകളോടു കൂടിയ തല ഞാൻ എന്റെ പെൺകുട്ടികളെ കാണിച്ചു കൊടുത്തു. തലയിലപ്പോഴും പഴയ മുറിവിന്റെ വലിയൊരു പാട് ബാക്കി നിന്നിരുന്നു. വെടിവെയ്പിനിടയിൽ നിന്ന് ആകെ 481 മുറി വേറ്റ സൈനികരെ ഞാൻ എടുത്തുകൊണ്ടു വന്ന് താവളത്തിൽ എത്തിച്ചു. പത്രപ്രവർത്തകരിൽ ഒരാളാണ് എണ്ണം എടുത്തത്. ഒരു കാലാൾപ്പട മുഴുവനായി. ഞങ്ങളുടെ തൂക്കത്തെക്കാൾ രണ്ടോ മൂന്നോ ഇരട്ടി ഭാരമുള്ള പുരുഷന്മാരെയാണ് ഞങ്ങൾ ചുമന്നു നടന്നത്. മുറി വേറ്റവർക്ക് സ്വതവേ ഉള്ളതിനേക്കാൾ ഭാരം കൂടുതലാണ്...... അവരുടെ തോക്കും പട്ടാള യൂണിഫോമും ബൂട്ടുകളും ഓവർകോട്ടും കൂടി ഏതാണ്ട് 180 ഓളം റാത്തൽ ഞങ്ങൾക്ക് ചുമക്കണം. ഒരു സംഘട്ടനത്തിനിടയിൽ അങ്ങനെ അഞ്ചോ ആറോ തവണ. അവനവന്റെ തൂക്കമോ? അറുപതു റാത്തലിൽ കവിയില്ല. ഒരു ബാലേയ് നർത്തകിയുടേതുപോലെ കൃശം. ഇപ്പോൾ വിശ്വസിക്കാനാവുന്നില്ല. അന്ന് അതെങ്ങനെ സാധിച്ചു? എനിക്കു തന്നെ വിശ്വസിക്കാൻ പ്രയാസം.

വീരാ സാഫ്റോനോവ്നാ ദാവിസോവ

കാലാൾ പടയാളി

വർഷം 1942... ഞങ്ങൾ പ്രത്യേകിച്ചൊരു ദൗത്യവുമായി മുന്നോട്ടു പോവുകയാണ്. മുന്നണി രേഖ ഞങ്ങൾ കടന്നു. ഒരു സെമിത്തേരിയുടെ അരികെ നിന്നു. ജർമ്മൻ സൈന്യം തമ്പടിച്ചിരിക്കുന്നത് മൂന്നു മൈൽ മാത്രം അകലെയാണെന്ന് അറിയാമായിരുന്നു. രാത്രിയായിരുന്നു. അവർ ഇടയ്ക്കിടയ്ക്ക് ആകാശത്തേക്ക് നേരിയ ജ്വാലകൾ ഉയർത്തിക്കൊണ്ടി രുന്നു. പാരച്യൂട്ടുകൾ വഴിയാണ് അവ മേലോട്ടു പൊങ്ങിയിരുന്നത്. ഈ

ജ്വാലകൾ കുറേയധികം നേരം മിന്നി നിൽക്കും. വളരെ ദൂരം വരെ വെളിച്ചം പരത്തുകയും ചെയ്യും. ഞങ്ങളുടെ പ്ലാറ്റൂൺ കമാൻഡർ, സെമിത്തേരിയുടെ അറ്റം വരെ എന്നെ കൊണ്ടുപോയി. അവിടെ നിന്നാണ് ശത്രു മാനത്തേക്ക് ജ്വാലകൾ പറത്തുന്നതെന്ന് കാട്ടിത്തന്നു. ജർമ്മൻകാർ മറഞ്ഞിരിക്കുന്ന കുറ്റിക്കാടുകളും അദ്ദേഹം ചൂണ്ടിക്കാട്ടി. എപ്പോൾ വേണമെങ്കിലും അതിനിടയിൽ നിന്നും അവർ പുറത്തേക്കു ചാടിയേക്കാം. മരിച്ചവരെക്കുറിച്ച് എനിക്ക് ഒട്ടുംതന്നെ ഭയമില്ല. കുട്ടിക്കാലത്തു പോലും സെമിത്തേരികൾ എന്നെ ഭയപ്പെടുത്തിയിരുന്നില്ല. ഇപ്പോൾ എനിക്ക് പ്രായം 22 ആയി. ആദ്യമായാണ് ഞാൻ കാവലിന് നില്ക്കുന്നത്. ആ രണ്ടു മണിക്കൂറിനുള്ളിൽ എന്റെ മുടി ചാരനിറമായി. എന്റെ ആദ്യത്തെ നര. രാവിലെ നോക്കിയപ്പോഴാണ് ഞാൻ എന്റെ നര കണ്ടത്. കുറേയധികം മുടിയിഴകൾക്ക് ചാരനിറം. ഞാൻ ചുറ്റുമുള്ള കുറ്റിക്കാടുകളിൽ തന്നെ കണ്ണുനട്ടു നിന്നു. അതിനുള്ളിൽ നിന്ന് ഒച്ചകളും അനക്കങ്ങളും. ജർമ്മൻകാർ വെളിയിൽ വരികയാണ്. എനിക്കുറപ്പായി.... മറ്റൊന്നും കൂടിയുണ്ടല്ലോ. ഭയാനകമായ എന്തോ ഒന്ന്... ഇവിടെയാണെങ്കിൽ ഞാൻ തനിച്ചേയുള്ളൂ...

രാത്രി ഒരു സെമിത്തേരിയുടെ അരികെ കാവൽ നില്ക്കുക. വാസ്തവത്തിൽ ഇതൊരു സ്ത്രീ ചെയ്യേണ്ട ജോലിയാണോ? പുരുഷന്മാർക്ക് ഇതെല്ലാം വളരെ ലളിതമായ സംഗതിയാണ്. ഒറ്റയ്ക്ക് രാത്രി കാവലും വെടിവെപ്പും..... അതിനൊക്കെ അവരെ ഒരുക്കിയിട്ടുള്ളതാണ്..... എന്നാൽ ഞങ്ങളുടെ കാര്യത്തിൽ അത് തികച്ചും അവിചാരിതമായിരിക്കുന്നു. അതുപോലെത്തന്നെ ഇരുപത് നാഴിക യുദ്ധസന്നാഹങ്ങൾ ചുമന്ന് മാർച്ച് ചെയ്യാനും അവർ ഞങ്ങളെ തയ്യാറാക്കിയിരുന്നില്ല. കഠിനമായ വേനൽച്ചൂടിൽ കുതിരകൾ പോലും ചത്തു വീഴുക പതിവായിരുന്നു.

ലോല അക്മീടോവാ, കാലാൾ പടയാളി

റൈഫിൾമാൻ

യുദ്ധത്തിൽ ഏറ്റവും ഭയാനകമായത് എന്താണെന്നല്ലേ ചോദിച്ചത്. നിങ്ങൾ പ്രതീക്ഷിക്കുന്നുണ്ടാവും, യുദ്ധത്തിൽ ഏറ്റവും ഭയാനകമായ സംഗതി മരണമാണെന്ന് ഞാൻ പറയുമെന്ന്.

മരണം.....

ശരിയല്ലേ? നിങ്ങൾ പത്രപ്രവർത്തകരുടെ അടവുകൾ എനിക്കു നല്ല വണ്ണം അറിയാം. ഹ...ഹ.....ഹ....നിങ്ങളെന്താണ് ചിരിക്കാത്തത്?

എന്നാൽ ഞാൻ വേറൊരു കാര്യം പറയാം. എന്നെ സംബന്ധിച്ചിടത്തോളം യുദ്ധകാലത്തെ ഏറ്റവും ഭയാനകമായ സംഗതി പുരുഷന്മാരുടെ അടിവസ്ത്രങ്ങൾ ധരിക്കുകയായിരുന്നു. എന്താണ് പറയേണ്ടത്. ശരിയായ വാക്കുകൾ കിട്ടുന്നില്ല. വൃത്തികെട്ട ഒരു സാധനം. അതാണ് ആദ്യം പറയേണ്ടത്. യുദ്ധകാലമാണ്. മാതൃഭൂമിക്കുവേണ്ടി ജീവൻ

വെടിയാൻ തയ്യാറായി വന്നിരിക്കുകയാണ്. ധരിച്ചിരിക്കുന്നത് പുരുഷന്മാരുടെ അടിവസ്ത്രങ്ങളും. സാധാരണഗതിയിൽ പരിഹാസ്യം തന്നെ... ആർക്കും ചിരി വരും..... അന്ന് പുരുഷന്മാർ അടിയിൽ ഇട്ടിരുന്ന കാലുറകൾ നല്ല നീളമുള്ളതായിരുന്നു. അതുപോലെതന്നെ വിസ്താരവുമുണ്ടായിരുന്നു. സാറ്റിൻ കൊണ്ടാണ് അവ തുന്നിയിരുന്നത്. ഞങ്ങൾ പത്തു പെൺകുട്ടികളാണ് ആ കിടങ്ങിൽ ഉണ്ടായിരുന്നത്. എല്ലാവരും ആണുങ്ങളുടെ അടിക്കാലുറകളാണ് ആ നാലുകൊല്ലവും ധരിച്ചിരുന്നത്. വേനൽക്കാലമായാലും തണുപ്പുകാലമായാലും അതിനു മാറ്റമില്ല. നിങ്ങൾ എന്താ ചിരിക്കാത്തത്? നിങ്ങൾ കരയുകയാണല്ലോ... എന്താ... എന്തുപറ്റി?

നീന വ്ളാഡിമിറോവ്നാ കോവേലെനോവ

സാർജന്റ് മേജർ,
ഇൻഫൻട്രി വിഭാഗത്തിൽ ചികിത്സാ സഹായി

എനിക്ക് 16 വയസ്സായിരുന്നു പ്രായം. തീരെ ചെറുപ്പം. അവരെന്നെ മുന്നണിയിലേക്കയച്ചില്ല... പക്ഷേ, ഞങ്ങൾക്കു പരിചയമുള്ള ഒരു സ്ത്രീയെ അവർ എടുത്തു. അവർ ആശുപത്രിയിൽ സഹായിയായി സേവനമനുഷ്ഠിച്ചിരുന്നു. അവർക്ക് മുന്നണിയിലേക്കു പോകാൻ ഒട്ടും താത്പര്യമുണ്ടായിരുന്നില്ല. അവർക്ക് വലിയ സങ്കടം. കരച്ചിൽ. അവർക്ക് ഒരു കൊച്ചുമകനുണ്ടായിരുന്നു. “അവർക്കു പകരം എന്നെ അയയ്ക്കൂ.” ഞാൻ റിക്രൂട്ടിങ്ങ് ഓഫീസറോടു പറഞ്ഞു. പക്ഷേ, എന്റെ അമ്മയ്ക്ക് അത് സമ്മതമായിരുന്നില്ല. “നീനാ... നിനക്കു വയസ്സെത്രയായി? പോകരുത്. ഞാൻ സമ്മതിക്കില്ല.” അമ്മ എത്രയായാലും അമ്മ തന്നെ. എനിക്കു പ്രായപൂർത്തിയാകുമ്പോഴേക്കും യുദ്ധം അവസാനിക്കുമെന്നായിരുന്നു അമ്മയുടെ മോഹം.

ഞങ്ങളുടെ വിഭാഗത്തിലെ സൈനികർ കൂട്ടത്തിൽ കുട്ടിയായ എനിക്കു വേണ്ടി പ്രത്യേകിച്ചും ഭക്ഷണസാധനങ്ങൾ സൂക്ഷിച്ച് മാറ്റി വെക്കുമായിരുന്നു. ഉണങ്ങിയ ഒരു റൊട്ടിക്കഷണം. ഒരു പഞ്ചസാരക്കട്ട. അവർ എന്നെ അന്വേഷിച്ചു കണ്ടെത്തുമായിരുന്നു. ഒരു “കാറ്റ്യൂഷ” (KATYUSHA) റോക്കറ്റ് ലോഞ്ചർ ഞങ്ങളുടെ പിറകെയുണ്ടെന്ന് ഞാൻ അറിഞ്ഞിരുന്നില്ല. അത് അതീവ രഹസ്യമായാണു വെച്ചിരുന്നത്. ഒരു ദിവസം അത് “ഷൂട്ടിങ്ങ്” തുടങ്ങി. വലിയ ശബ്ദം. ഇടിമുഴക്കം പോലെ. ചുറ്റുമുള്ളതിനെല്ലാം തീ പിടിച്ചു. ആ ഇടിയും മിന്നലും തീയും ഞാൻ ഭയം കൊണ്ട് സ്തംഭിച്ചു നിന്നു. ഞാൻ ഓടുന്നതിനിടയിൽ ഒരു ചെളിക്കുണ്ടിൽ ചെന്നു വീണു. എന്റെ പട്ടാളത്തൊപ്പി എങ്ങോ തെറിച്ചുപോയി. പട്ടാളക്കാരെല്ലാം അതുകണ്ട് പൊട്ടിച്ചിരിച്ചു. “എന്തുപറ്റി നീനോവ്ക..... എന്തുപറ്റി കുഞ്ഞിമോളേ.....?”

നേർക്കുനേർ നിന്നുള്ള പോര്... അതിനെക്കുറിച്ചുള്ള ഓർമ്മ എന്താണെന്നോ... ഒരുതരത്തിൽ പറഞ്ഞാൽ എന്തോ കടിച്ചു മുറിക്കുന്ന ശബ്ദം.

കൈയോടുകൈ പോരു തുടങ്ങിയാൽ കൂടെ ഈ ഒച്ചയുമുണ്ടാകും. മനുഷ്യന്റെ എല്ലുകൾ പൊട്ടുകയും പൊടിയുകയും ചെയ്യുന്ന ശബ്ദം... മൃഗങ്ങളുടെ ഒച്ചകൾ... സംഘട്ടനങ്ങൾ ഉണ്ടാകുമ്പോൾ ഞാൻ പടയാളികളുടെ തൊട്ടു പിറകിലായുണ്ടാകും. അവരോടൊപ്പം തന്നെ എന്നു പറയാം. എല്ലാം എന്റെ കൺമുമ്പിൽ സംഭവിച്ചിട്ടുള്ളത്. ആളുകൾ പരസ്പരം കുത്തി മലർത്തുന്നു. തമ്മിൽത്തമ്മിൽ കഥകഴിക്കുന്നു. എല്ലുകളൊടിയുന്നു. ബയനറ്റുകൾ വായിലേക്കും കണ്ണിലേക്കും കുത്തിക്കയറ്റുന്നു. ഉദരത്തിലേക്ക്... ഹൃദയത്തിലേക്ക്... എങ്ങനെയാണ് ഞാനിതെല്ലാം വിസ്തരിക്കേണ്ടത്? എല്ലാം വിശദമായി പറയാനുള്ള മനക്കരുത്ത് എനിക്കില്ല. ചുരുക്കിപ്പറഞ്ഞാൽ ഈ മാതിരി പുരുഷന്മാരെ ഒരു സ്ത്രീക്കും പരിചയമുണ്ടാവില്ല. അവർ വീട്ടിൽ കണ്ടു ശീലിച്ച പുരുഷന്മാരല്ല പടക്കളത്തിലെ ആണുങ്ങൾ. കുട്ടികൾക്കും സ്ത്രീകൾക്കുമൊന്നും അത്തരക്കാരെ പരിചയമുണ്ടാവില്ല. ഓർക്കാൻ വയ്യാത്തത്ര ഭയാനകം.

യുദ്ധത്തിനു ശേഷം ഞാൻ ടുലായിലുള്ള എന്റെ വീട്ടിൽ തിരിച്ചെത്തി. രാത്രി ഉറക്കത്തിൽ ഞാൻ ഉറക്കെ നിലവിളിച്ചിരുന്നു. രാത്രി മുഴുവൻ അമ്മയും അനിയത്തിയും എന്നെ തൊട്ടിരുന്ന് സാന്ത്വനം പകർന്നു. എന്റെ തന്നെ നിലവിളികേട്ടാണ് ഞാൻ പലപ്പോഴും ഉറക്കമുണർന്നിരുന്നത്.

നീന അലക്സീവ്ന സേമ്യോനോവ
സാധാരണ പടയാളി, സിഗ്നൽ മാൻ

ഞങ്ങൾ സ്റ്റാലിൻഗ്രാഡിലെത്തി. അവിടെ അപ്പോഴേ വലിയൊരു സംഘട്ടനം നടക്കുന്നുണ്ടായിരുന്നു. ഏറ്റവും ഭയാനകമായ രംഗം. മണ്ണിനും വെള്ളത്തിനും ഒരേ ചുവപ്പ്. ഞങ്ങൾക്ക് വോൾഗയുടെ ഇക്കരയിൽ നിന്നും അക്കരയ്ക്കു കടക്കേണ്ടിയിരുന്നു. ആരും ഞങ്ങൾ പറയുന്നതു കേൾക്കാൻ തയ്യാറായില്ല. " നിങ്ങൾ പെൺകുട്ടികളെ അവിടെ ആർക്കു വേണം? " അവർ നിസ്സാരമട്ടിൽ ഞങ്ങളെ നോക്കി. ഞങ്ങൾക്കു വേണ്ടത് റൈഫിളുകളും മെഷീൻ ഗണ്ണുകളും പ്രയോഗിക്കാൻ വശമുള്ള പുരുഷന്മാരെയാണ്. "സിഗ്നൽമാൻ" മാരേയും ആവശ്യമുണ്ട്.

ആ സംഘത്തിൽ കുറേയധികം പെൺകുട്ടികളാണുണ്ടായിരുന്നത്. എൺപതുപേരോളം. വൈകുന്നേരമായപ്പോഴേക്കും മുതിർന്ന പെൺകുട്ടികളെ അവർ എടുത്തു. ഞാനും വേറൊരു കുട്ടിയും ആ കൂട്ടത്തിൽ ശേഷിച്ചു. ഞങ്ങൾ കാഴ്ചയിൽ ചെറുതായിരുന്നു. വേണ്ടത്ര വളർച്ച പ്രാപിച്ചിരുന്നില്ല. ഞങ്ങളെ പിന്നീട് "പ്രയോജനപ്പെടു"ത്താനായി മാറ്റി നിർത്താം എന്നായിരുന്നു അവരുടെ അഭിപ്രായം. പക്ഷേ, ഞാൻ ഉറക്കെ നിലവിളിക്കാൻ തുടങ്ങി.

എന്റെ ആദ്യത്തെ പോരിനിടയിൽ, ഓഫീസർമാർ എന്നെ എപ്പോഴും പിന്നണിയിലേക്ക് തള്ളിമാറ്റിക്കൊണ്ടിരുന്നു. കാരണം, എല്ലാറ്റിലും തലയിടുക എന്റെ ശീലമായിരുന്നു. വെറുതെ കൗമാരസഹജമായ ഒരു

ജിജ്ഞാസ... വിവരമില്ലായ്മ. കമാൻഡർ ഇടയ്ക്കിടയ്ക്ക് എന്റെ നേരെ ഒച്ചവെക്കും. “പ്രൈവറ്റ് (സാധാരണഭടൻ) സെമ്യോനോവാ... പ്രൈവറ്റ് സെമ്യോനോവാ... മാറിനില്ക്കൂ... നിങ്ങൾ ചത്തു തുലയും” ആദ്യം അത് എനിക്കു മനസ്സിലായിരുന്നില്ല. ഞാനെങ്ങനെയാണ് കൊല്ലപ്പെടുക. മുന്നണിയിൽ വന്നെത്തിയിട്ടല്ലേയുള്ളൂ?മരണത്തിനു വീണ്ടുവിചാരമില്ല... യുദ്ധക്കളത്തിൽ മരണം എപ്പോഴും എവിടേയുമാകാം. അതിനോട് തർക്കിക്കാനോ യാചിക്കാനോ ആവില്ല. ഈ വിധ നേരുകളൊന്നും അന്ന് ഞാൻ മനസ്സിലാക്കിയിരുന്നില്ല.

പഴയ വണ്ടികൾ നിറയെ ജനസേനയുടെ സംഘങ്ങൾ വന്നിറങ്ങിക്കൊണ്ടിരുന്നു. അതിൽ പ്രായമായവരും ചെറുപ്പക്കാരുമുണ്ടായിരുന്നു. അവരെ എല്ലാവരേയും ഈ രണ്ടു കൈബോംബുകളുമായി പടക്കളത്തിലേക്കയച്ചു. ആർക്കും റൈഫിളുകൾ കൊടുത്തില്ല. യുദ്ധഭൂമിയിൽ നിന്നും സ്വയം തോക്കുകൾ തപ്പിയെടുക്കാം എന്നായിരുന്നു നിർദ്ദേശം. യുദ്ധം കഴിഞ്ഞപ്പോൾ......ഞങ്ങൾക്കു മുറിവു വെച്ചുകെട്ടാനായി ഒരാളും ശേഷിച്ചില്ല. എല്ലാവരും പടക്കളത്തിൽ കൊല്ലപ്പെട്ടിരുന്നു...

എക്കാട്രീനാ മിഖ്യ്ലോവ്നാ റാബ്ചീവ

പ്രൈവറ്റ്, മെഡിക്കൽ അസിസ്റ്റന്റ്

യുദ്ധം ആദ്യം മുതൽ അവസാനം വരെ ഞാനതിന്റെ ഭാഗമായിരുന്നു...

ആദ്യമായി മുറിവേറ്റ ഒരു പടയാളിയേയും തോളിലേറ്റി നടന്നപ്പോൾ എന്റെ കാലുകളാകെ കുഴഞ്ഞുപോയി. അയാളേയും എടുത്തു നടക്കുമ്പോൾ എന്റെ മനസ്സു പറഞ്ഞുകൊണ്ടേയിരുന്നു, “വഴിയിൽ വെച്ച് അയാൾ മരിക്കാൻ ഇടവരരുതേ...” അയാളുടെ മുറിവുകൾ വെച്ചുകെട്ടുമ്പോൾ എന്റെ കണ്ണുകൾ നിറഞ്ഞു തൂകിക്കൊണ്ടിരുന്നു. അയാളുടെ കാതിൽ പതുക്കെ ഞാൻ ആശ്വാസവാക്കുകൾ പറഞ്ഞുകൊണ്ടിരുന്നു. അതിനിടയിൽ ഞങ്ങളുടെ കമാൻഡർ ആ വഴി കടന്നുപോയി. അദ്ദേഹം എന്റെ നേരെ ഒച്ച ഉയർത്തി. ശകാരിച്ചു. “അതെന്തിനായിരുന്നു?”

അങ്ങനെ അനുകമ്പ കാണിക്കേണ്ട കാര്യമില്ല. അയാളുടെ അരികിലിരുന്നു കരഞ്ഞതും തെറ്റായിരുന്നു. സ്വയം ക്ഷീണിക്കുകയല്ലാതെ അതുകൊണ്ട് പ്രയോജനമില്ല. ഇനിയും എത്രപേർ ചികിത്സയ്ക്കും ശുശ്രൂഷക്കുമായി കാത്തുകിടക്കുന്നു.

ഞങ്ങൾ വാഹനമോടിച്ചു മുമ്പോട്ടു പോയി. വഴിയിലെങ്ങും പടയാളികൾ മരിച്ചു കിടന്നിരുന്നു. കുറ്റിമുടിയോടു കൂടിയ തലകൾ. വെയിലേറ്റു വാടിയ ഉരുളക്കിഴങ്ങിന്റെ പച്ചനിറം. ഉരുളക്കിഴങ്ങുകൾ പോലെത്തന്നെ അവ ചിതറിക്കിടന്നിരുന്നു... ഓട്ടത്തിനിടയിൽ വെടിയേറ്റു വീണതാണ്. പാടത്ത് അവിടവിടെയായി കിടക്കുന്ന ഉരുളക്കിഴങ്ങുകൾ പോലെ...

നടാലിയ ഇഖാനോവ്നാ സെർജീവ
സാധാരണ പടയാളി, വൈദ്യ വിഭാഗത്തിൽ പരിചാരിക

അത് എവിടെ വെച്ചായിരുന്നു. ഏതായിരുന്നു ആ സ്ഥലം. എനിക്ക് കൃത്യമായി പറയാനാവില്ല. ഒരു ഷെഡിൽ ഏതാണ്ട് ഇരുന്നൂറോളം മുറിവേറ്റ സൈനികർ. പരിചരണത്തിന് ഞാനൊരാൾ മാത്രം. മുറിവേറ്റവരെ കൂട്ടംകൂട്ടമായി പടക്കളത്തിൽ നിന്നും നേരിട്ട് കൊണ്ടുവരികയായിരുന്നു. ഏതോ ഒരു ഗ്രാമമായിരുന്നു.... കാലമെത്ര കഴിഞ്ഞു. കൂടുതലൊന്നും ഓർമ്മയില്ല. നാലു ദിവസം ഞാൻ ഒന്നിരുന്നിട്ടില്ല എന്നോർമ്മയുണ്ട്. പിന്നെയല്ലേ കിടന്നറങ്ങുന്ന കാര്യം?

മുറിവേറ്റവർ മാറിമാറി വിളിച്ചു. "നഴ്സ് ഒന്നു സഹായിക്കൂ...., പ്രിയപ്പെട്ട നഴ്സ് എന്നെ രക്ഷിക്കണേ." ഒരാളുടെ അടുത്തു നിന്ന് ഇനിയൊരാളുടെ അടുത്തേക്ക്... ഓടിയോടി ഞാൻ തളർന്നു. ഒരിക്കൽ കാൽ കുഴഞ്ഞ് വീഴുകയും ചെയ്തു. അവിടെക്കിടന്ന് ഞാനറിയാതെ ഉറങ്ങിപ്പോയി. ഉച്ചത്തിലുള്ള ഒരു വിളിയാണ് എന്നെ ഉണർത്തിയത്. ഞങ്ങളുടെ യുവാവായ കമാൻഡർ. അദ്ദേഹത്തിനും മുറിവേറ്റിരുന്നു. മുറിവേല്ക്കാത്ത വശം അല്പമൊന്നുയർത്തി അദ്ദേഹം ഒച്ചവെച്ചു. "ആരും ശബ്ദമുണ്ടാക്കരുത്... ശാന്തമായി കിടക്കൂ." എന്റെ തളർച്ചയും ക്ഷീണവും അദ്ദേഹം മനസ്സിലാക്കി. മറ്റുള്ളവരെല്ലാം വേദനയോടെ നഴ്സിനെ വിളിച്ച് നിലവിളിക്കുകയായിരുന്നു... എന്തായാലും ക്ഷണത്തിൽ ഞാൻ ചാടി എഴുന്നേറ്റു. എങ്ങോട്ടെന്നില്ലാതെ പുറത്തേക്കോടി. എന്തിനായിരുന്നു. അതും അറിഞ്ഞുകൂടാ. ആരുമില്ലാത്തൊരിടത്തിരുന്ന് ഞാൻ പൊട്ടിക്കരഞ്ഞു. മുന്നണിയിലെത്തിയതിനു ശേഷം ആദ്യമായി.

ചിലപ്പോൾ അങ്ങനെയാണ്. സ്വന്തം മനസ്സിനെത്തന്നെ മനസ്സിലാക്കാനാവില്ല. തണുപ്പുകാലത്ത്, തടവുകാരായി പിടിച്ച ചില ജർമ്മൻ സൈനികരെ ഞങ്ങളുടെ യൂണിറ്റനരികിൽ കൂടി നടത്തിക്കൊണ്ടുപോയി. എല്ലാവരും തണുത്ത് മരവിച്ചിരുന്നു. തുള വീണ ഓവർകോട്ടുകൾ. തലയിൽ പഴകിപ്പൊടിഞ്ഞ കമ്പിളിക്കെട്ടുകൾ. തണുപ്പിന്റെ ശക്തി കാരണം പക്ഷികൾ പോലും പറക്കുന്നതിനിടയിൽ ചത്തു താഴെ വീണിരുന്നു. ആ കൂട്ടത്തിൽ ഒരു പട്ടാളക്കാരൻ. നന്നേ ചെറുപ്പം... അവന്റെ മുഖത്ത് കണ്ണീർത്തുള്ളികൾ തണുത്തുറച്ചു കിടന്നിരുന്നു. ഞാൻ ഒരു ഉന്തുവണ്ടിയിൽ റൊട്ടി കയറ്റി ഭക്ഷണശാലയിലേക്കു തള്ളിക്കൊണ്ടു പോവുകയായിരുന്നു. ആ യുവാവ് എന്നെ കണ്ടില്ല. അവന്റെ ശ്രദ്ധ മുഴുവൻ വണ്ടിയിലിരിക്കുന്ന റൊട്ടിയിലായിരുന്നു. ഞാൻ അതിൽ നിന്നും രണ്ടു കഷണം പൊട്ടിച്ചെടുത്ത് ആ ചെറുപ്പക്കാരനു കൊടുത്തു... അയാൾ അത് കൈനീട്ടി വാങ്ങി. പക്ഷേ, വിശ്വസിക്കാനാവാതെ മിഴിച്ചു നിന്നു...

എനിക്കു തോന്നിയ സന്തോഷത്തിനതിരില്ല. ശത്രുവിനെപ്രതി എന്റെ മനസ്സിൽ വെറുപ്പും വിദ്വേഷവും ഇല്ലല്ലോ എന്ന സന്തോഷം. എന്നെ ഓർത്ത് ഞാൻ തന്നെ അദ്ഭുതം കൂറിയ നിമിഷം...

"അമ്മയുടെ അരികത്തേക്ക് തിരിച്ചുവന്നത് ഞാൻ മാത്രമാണ്"

ഞാൻ മോസ്കോയിലേക്ക് യാത്ര പോവുകയാണ്... നീനാ യാക്കോലിവ്നാ വിഷ്ണേവാസ്കിയയെ പറ്റി ഇപ്പോൾ എനിക്കറിയാവുന്ന വിവരങ്ങൾ. ഒരു നോട്ടുപുസ്തകത്തിലെ ഏതാനും വരികളിൽ ഒതുങ്ങുന്നതുമാത്രം. പതിനേഴു വയസ്സിൽ അവർ യുദ്ധമുന്നണിയിലെത്തി. അവർ അഞ്ചാം സൈനിക വിഭാഗത്തിലെ 32-ാം ടാങ്ക് ബ്രിഗേഡിന്റെ ഒന്നാം ബറ്റാലിയനിലാണ് സേവനമനുഷ്ഠിച്ചിരുന്നത്. യുദ്ധകാലം മുഴുവനും. വൈദ്യ ശുശ്രൂഷാവിഭാഗത്തിൽ അവർ ഒരു സഹായിയായിരുന്നു. പ്രേക്കോറോവ്ക്കയിൽ നടന്ന പ്രഖ്യാതമായ പോരാട്ടത്തിൽ അവരും പങ്കെടുത്തു. ലോകചരിത്രത്തിലെത്തന്നെ ഏറ്റവും വലിയ ടാങ്ക് യുദ്ധമായിരുന്നു അത്. സോവിയറ്റ് റഷ്യയും ജർമ്മൻസൈന്യവുമായുള്ള ആ ഏറ്റുമുട്ടലിൽ രണ്ടു പക്ഷക്കാരുടേതുമായി ആയിരത്തി ഇരുന്നൂറു ടാങ്കുകളും അത്രയുംതന്നെ സ്വയം പ്രവർത്തിക്കുന്ന തോക്കുകളും ഉപയോഗിക്കുകയുണ്ടായി.

ബോറിസോവോയിലെ ചില സ്കൂൾ കുട്ടികളാണ് നീനയുടെ മേൽവിലാസം എനിക്കെത്തിച്ചുതന്നത്. 32-ാം ടാങ്ക് ബ്രിഗേഡിനെ സംബന്ധിക്കുന്ന ഒട്ടേറെ വിവരങ്ങൾ തങ്ങളുടെ മ്യൂസിയത്തിനുവേണ്ടി അവർ ശേഖരിച്ചിരുന്നു. ശത്രു സൈന്യത്തിൽ നിന്നും ബോറിസോവോ തിരിച്ചുപിടിച്ചത് ആ സേനാവിഭാഗമായിരുന്നു. സാധാരണയായി ടാങ്ക് ബ്രിഗേഡുകളിൽ പുരുഷന്മാരാണ് ചികിത്സാവിഭാഗത്തിൽ സഹായികളായി ഉണ്ടാകാറുള്ളത്. എന്നാൽ ആ കൂട്ടത്തിൽ ഒരേയൊരു സ്ത്രീ. എനിക്ക് ജിജ്ഞാസ അടക്കാനായില്ല. അപ്പോൾത്തന്നെ അവരെ തേടിപ്പോകാൻ ഞാൻ തയ്യാറായി.

കുറേയധികം മേൽവിലാസങ്ങൾ കൈയിൽ കിട്ടിയിരുന്നു. അതിൽ ഏതെല്ലാമാണ് തെരഞ്ഞെടുക്കേണ്ടത്? എന്നെ അല്പം കുഴക്കിയ ചിന്ത. ആദ്യ ദിവസങ്ങളിൽ കണ്ടുമുട്ടിയവരിൽ നിന്നെല്ലാം ഞാൻ കുറിപ്പുകൾ ശേഖരിച്ചിരുന്നു. നാട്ടുകാരിൽ നിന്നും പലവഴിക്കായി അവരിലധികം പേരും എന്നെ പറ്റി കേട്ടറിഞ്ഞിരുന്നു. അവർ പരസ്പരം ഫോണിലൂടെ വിവരം കൈമാറി. അവർ അവരുടെ സംഗമങ്ങളിലേക്ക് എന്നെ ക്ഷണിച്ചു. ചിലർ വീടുകളിലേക്കും ക്ഷണിച്ചു. ചായയും കേക്കും തന്ന് സൽക്കരിച്ചു.

നാടിന്റെ നാനാഭാഗങ്ങളിൽ നിന്നും എനിക്ക് കത്തുകൾ കിട്ടിത്തുടങ്ങി. എന്റെ മേൽവിലാസം അവർ പഴയ സഹപ്രവർത്തകർക്കു കൈമാറി. സൈനികപത്രത്തിലും അത് പ്രസിദ്ധീകരിച്ചു വന്നു. അവർ എനിക്കെഴുതി 'നിങ്ങളും ഞങ്ങളെപ്പോലെ ഒരു മുന്നണി പോരാളിയാണ്. ഞങ്ങളിലൊരാൾ.'

ക്രമേണ എനിക്കു ബോധ്യമായി. എല്ലാം കുറിച്ചെടുക്കുക അസാധ്യം തന്നെ. തേടലിനും തെരഞ്ഞെടുക്കലിനും പ്രത്യേകിച്ചൊരു മാനദണ്ഡം പുലർത്താതെ വയ്യ. കൂടുതൽ പ്രായോഗികമായ ഒരു വഴി കണ്ടെത്തുക തന്നെ വേണം. അതെങ്ങനെയുള്ളതാവണം. കൈയിലിരിക്കുന്ന മേൽവിലാസങ്ങൾ. ഞാൻ ഒരു തരംതിരിവു നടത്തി. അങ്ങനെ ഒരു നയം രൂപീകരിച്ചു. സേനാ സംബന്ധമായ പലതരം തൊഴിലുകളിൽ ഏർപ്പെട്ടിട്ടുള്ള സ്ത്രീകളിൽ നിന്നും വിവരങ്ങൾ റെക്കോഡ് ചെയ്യുക. നമ്മളോരോരുത്തരും അവനവൻ ചെയ്യുന്ന തൊഴിലിന്റെ കണ്ണാടിച്ചില്ലിലൂടെയാണ് ജീവിതത്തെ നോക്കിക്കാണുന്നത്. നമ്മൾ ജോലി ചെയ്തിരുന്ന സ്ഥലത്തിനും അന്നുണ്ടായ അനുഭവങ്ങൾക്കും നമ്മുടെ ജീവിതത്തിൽ വലുതായ പങ്കുണ്ട്. ഒരേ യുദ്ധം... ഒരു മിലിട്ടറി നഴ്സു കണ്ട യുദ്ധവും ഒരു ബേക്കറിക്കാരി കണ്ട യുദ്ധവും ഒന്നായിരിക്കില്ല... ഒരു പാരാട്രൂപ്ഫറും. ഒരു പൈലറ്റും ഒരു കമാൻഡറും ഒരു സബ്മെഷീൻഗണ്ണറും കണ്ട യുദ്ധവും വ്യത്യസ്തമായിരിക്കും. ഈ സ്ത്രീകളോരോരുത്തരും കണ്ടത് അവനവന്റെ ദൃഷ്ടി പരിധിയിലുള്ള കാഴ്ചകളാണ് എന്നു പറയാം. ഒരാളുടെ മുമ്പിൽ ഒരു ഓപ്പറേഷൻ മേശയായിരുന്നു. "അറുത്തുമാറ്റിയ എത്രയെത്ര കൈകാലുകളാണ് ഞാൻ കണ്ടത്. അതു നോക്കിനിന്നപ്പോൾ ഈ ഭൂമിയിലെവിടെയെങ്കിലും എല്ലാ അവയവങ്ങളോടും കൂടിയ മനുഷ്യർ ജീവിച്ചിരിക്കുന്നുണ്ടാകുമെന്ന് തന്നെ വിശ്വസിക്കാൻ സാധിച്ചില്ല. എന്റെ കൺമുമ്പിൽ മരിച്ചവരും മുറിവേറ്റവരും മാത്രമേ ഉണ്ടായിരുന്നുള്ളൂ." (ഇതു പറഞ്ഞത് ഒരു സർജന്റ് മേജറായിരുന്ന നഴ്സായിരുന്നു.)

യുദ്ധരംഗത്തെ അടുക്കളയിൽ പാത്രങ്ങളും ചെമ്പുകളുമായി കഴിഞ്ഞ ഒരു സ്ത്രീ. "ചിലപ്പോൾ കാര്യമായൊരു ഏറ്റുമുട്ടലിനു ശേഷം പേരിനൊരാൾ പോലും ആഹാരം കഴിക്കാനുണ്ടാവാറില്ല. ഒരു പാത്രം നിറയെ കാഷയും സൂപ്പും ഞാൻ ഉണ്ടാക്കിവെക്കും. പക്ഷേ, വിളമ്പിക്കൊടുക്കാൻ ഒരാളുമുണ്ടാവില്ല..." (സീന- പട്ടാളത്തിൽ പാചകക്കാരിയായിരുന്നു.)

അടുത്തത് ഒരു പൈലറ്റിന്റെ വാക്കുകളാണ്. "ഒരു കാട്ടിനകത്തായിരുന്നു ഞങ്ങളുടെ ക്യാമ്പ്. ഒരു ജോലി പൂർത്തിയാക്കി ഞാൻ വന്നു. കാട്ടിലേക്കു പോകാമെന്നു വിചാരിച്ചു. വേനല്ക്കാലം... സ്ട്രോബെറികൾ സമൃദ്ധമായി വിളയുന്ന സമയം. ഞാൻ കാട്ടിലേക്കുള്ള വഴിയിലൂടെ നടന്നു. പാതയോരത്ത് ഒരു ജർമ്മൻകാരന്റെ ജഡം. പഴക്കം ചെന്നിരുന്നു. ആകെ കറുത്ത്. എനിക്കു ഭയം തോന്നി. ഒരു കൊല്ലമായി ഞാൻ മിലിട്ടറിയിൽ ചേർന്നിട്ട്. ആദ്യമായി ഇപ്പോഴാണ് ഒരു ശവശരീരം കാണുന്നത്. വിമാനത്തിലെ കാര്യങ്ങൾ വ്യത്യസ്തമാണ്. ഉയരങ്ങളിൽ വിമാനം

പറപ്പിക്കുമ്പോൾ മനസ്സിൽ ഒരേയൊരു ചിന്ത മാത്രം. ലക്ഷ്യം കണ്ടെത്തുക, ബോംബിടുക, തിരിച്ചു പറക്കുക. മരിച്ചവരെയൊന്നും ഞങ്ങൾ കാണാറില്ല. അതുകൊണ്ട് അങ്ങനെയൊന്ന് മുമ്പ് അറിഞ്ഞിട്ടുമില്ല. (എ. ബൊൺസറീവാ. സീനിയർ പൈലറ്റ്. ലെഫ്റ്റനന്റ് ഓഫ് ഗാർഡ്ഡ്)

ഒരു ഒളിപ്പോരാളിയുടെ മനസ്സിൽ യുദ്ധവുമായി ബന്ധപ്പെട്ട ഓർമ്മ ക്യാമ്പ്ഫയറിന്റേതായിരുന്നു. തീ കൂട്ടും... പ്രയോജനങ്ങൾ പലതാണ്. റൊട്ടി ചുടും. ആഹാരം പാകം ചെയ്യും. കനൽക്കട്ടകൾക്കരികെ കോട്ടും ബൂട്ടുകളുമൊക്കെ കൊണ്ടുവെച്ച് ഉണക്കിയെടുക്കും. രാത്രിയായാൽ ആ ചൂടേറ്റ് കിടന്നുറങ്ങും."

ഞാനും എന്റെ ചിന്തകളും... ഏറെനേരം അങ്ങനെയിരിക്കാനായില്ല. ഒരു പരിചാരകൻ ചായ കൊണ്ടുവന്നു തന്നു. എന്റെ കംപാർട്ട്മെന്റിലുണ്ടായിരുന്നവർ സ്വയം പരിചയപ്പെടുത്താൻ തുടങ്ങി. ഉച്ചത്തിൽ ഉത്സാഹത്തോടെ. മേശപ്പുറത്ത് നാടിന്റെ തനതായ പാനീയം. മോസ്കോവ്സ്കായുടെ ഒരു കുപ്പി പ്രത്യക്ഷപ്പെട്ടു. ഒപ്പം വീട്ടിലുണ്ടാക്കിയ ചില നാടൻ പലഹാരങ്ങളും. തുടർന്ന് ഞങ്ങളുടെ ഇടയിൽ പതിവുള്ള മനസ്സു തുറന്ന സംഭാഷണം. കുടുംബരഹസ്യങ്ങൾ, രാഷ്ട്രീയവർത്തമാനങ്ങൾ, പ്രണയം, വൈരം, നേതാക്കന്മാരുടേയും അയൽക്കാരുടേയും വിശേഷങ്ങൾ.

കുറെ മുമ്പുതന്നെ ഞാൻ മനസ്സിലാക്കിയിരുന്നു. ഞങ്ങൾ വഴികളുടേയും വർത്തമാനങ്ങളുടേയും ആൾക്കാരാണെന്ന്. തുരങ്കം നിർമ്മിക്കുന്ന ബറ്റാലിയന്റെ കമാൻഡറായി ഒരാൾ ബർലിൻ വരെ ചെന്നെത്തി. വേറൊരാൾ മൂന്നു വർഷം തികച്ചും ഒളിപ്പോരാളിയായി ബെലോറഷ്യൻ കാടുകളിൽ കഴിച്ചുകൂട്ടി. ക്ഷണത്തിൽ തന്നെ ഞങ്ങളുടെ വർത്തമാനം യുദ്ധത്തെക്കുറിച്ചായി.

പിന്നീട് ഓർമ്മയിൽ നിന്നും ആ വർത്തമാനമെല്ലാം ഞാൻ പകർത്തിയെഴുതി...

-ഞങ്ങൾ വംശനാശം സംഭവിച്ചുകൊണ്ടിരിക്കുന്ന ഒരു കൂട്ടരാണ്. പ്രാചീനകാലത്തുണ്ടായിരുന്ന ഊക്കൻ മൃഗങ്ങളെപ്പോലെ. മനുഷ്യജീവിതത്തിനും അപ്പുറത്തായി ജീവിതത്തിൽ മറ്റെന്തോ ഒന്നുണ്ട് എന്നു വിശ്വസിച്ച ഒരു തലമുറയാണ് ഞങ്ങളുടേത്. മാതൃഭൂമി എന്ന അതിമഹത്തായ സങ്കല്പം. ശരിതന്നെ. ഒപ്പം സ്റ്റാലിനും. എന്തിനു നുണ പറയണം, ഒരു പാട്ടിൽ നിന്നും ഒരു വാക്ക് എടുത്തുമാറ്റാനാവില്ല... എന്നല്ലേ പറയാറ്.

-തീർച്ചയായും, അതവിടെത്തന്നെയുണ്ട്.... ഞങ്ങളുടെ യൂണിറ്റിൽ ഒരു പെൺകുട്ടിയുണ്ടായിരുന്നു... വലിയ ധൈര്യശാലി. ബോംബുകൾ വെക്കാനായി അവൾ തീവണ്ടിപ്പാതയിലേക്കു പോകുമായിരുന്നു. യുദ്ധത്തിനുമുമ്പ് അവളുടെ കുടുംബത്തെ മുഴുവൻ തടവിലാക്കിയിരുന്നു. അച്ഛൻ, അമ്മ, രണ്ടു ജ്യേഷ്ഠന്മാർ. അമ്മയുടെ സഹോദരിയോടൊപ്പമാണ് അവൾ താമസിച്ചിരുന്നത്. യുദ്ധം തുടങ്ങിയ കാലത്തു തന്നെ അവൾ

ഒളിപ്പോരാളികളെ തേടിച്ചെന്ന് അവരിലൊരാളായി. ആപത്തു ക്ഷണിച്ചു വരുത്തുന്ന ശീലമായിരുന്നു അവളുടേത്. തുടക്കത്തിലേ ഞങ്ങൾ അത് മനസ്സിലാക്കി. അവൾക്ക് സ്വയം തെളിയിക്കണം. പലർക്കും കീർത്തി മുദ്രകൾ കിട്ടി. അവൾക്കുമാത്രം ഒരു അംഗീകാരവും ഒരിക്കലും കിട്ടിയില്ല. അവളുടെ വീട്ടുകാർ "വർഗശത്രുക്കളാ" യിരുന്നു. അതുകൊണ്ട് അവൾക്ക് മെഡലുകൾ നല്കാൻ അവർ തയ്യാറായില്ല. ഞങ്ങളുടെ സേനാവിഭാഗം അവിടെ എത്തുന്നതിനു തൊട്ടുമുമ്പായി ഒരു പൊട്ടിത്തെറിയിൽ അവളുടെ കാൽ അറ്റുപോയി. ഞാൻ അവളെ ആശുപത്രിയിൽ ചെന്നു കണ്ടു. അവൾ കുറേ കരഞ്ഞു... "എന്നാലും സാരല്യ.........." അവൾ പറഞ്ഞു. "ഇനി എല്ലാവരും എന്നെ വിശ്വസിക്കുമല്ലോ" അവൾ നല്ല ഭംഗിയുള്ള ഒരു കുട്ടിയായിരുന്നു.

നിയമനം നടത്തുന്ന ഓഫീസിൽ നിന്നും ഏതോ ഒരു വിഡ്ഢി എന്റെ കീഴിൽ ജോലി ചെയ്യാൻ രണ്ടു പെൺകുട്ടികളെ പറഞ്ഞയച്ചു. രണ്ടുപേരും തുരങ്ക നിർമ്മാണ വിഭാഗത്തിൽ കമാൻഡർമാരായിരുന്നു. അപ്പോൾത്തന്നെ ഞാൻ രണ്ടുപേരേയും മടക്കി അയച്ചു. അവർക്കത് വലിയ സങ്കടമായി. മുന്നണിയിലേക്കു പോകാനും തുരങ്കം നിർമ്മിക്കാനുമായിരുന്നു അവർക്ക് തിടുക്കം.

"എന്തേ അവരെ തിരിച്ചയയ്ക്കാൻ?"

"കാരണങ്ങൾ പലതുണ്ട്. ഒന്നാമതായി, എന്റെ കീഴിൽ നല്ല ഏതാനും സാർജന്റുകളുണ്ടായിരുന്നു. ഈ പെൺകുട്ടികൾ ചെയ്യുമായിരുന്ന ജോലി എന്റെ കുട്ടികൾ ഭംഗിയായി ചെയ്തുകൊണ്ടിരുന്നു. രണ്ടാമതായി, സ്ത്രീകൾ മുന്നണിയിലേക്കു പോകേണ്ട ആവശ്യമുണ്ടെന്ന് എനിക്കു തോന്നിയില്ല. അവിടെ ശരിക്കും നരകാഗ്നിയായിരുന്നു. മുന്നണിയിൽ ആവശ്യത്തിനു പുരുഷന്മാരുണ്ട്. അതിനു പുറമെ പെണ്ണുങ്ങൾക്കുവേണ്ടി പ്രത്യേകം കിടങ്ങു തയ്യാറാക്കണം. സൗകര്യങ്ങളൊരുക്കണം... ഒക്കെ പ്രയാസംതന്നെ."

"നിങ്ങൾ പറഞ്ഞു വരുന്നത് യുദ്ധത്തിൽ സ്ത്രീകൾക്കു സ്ഥാനമില്ല എന്നാണോ?"

"നമുക്കറിയാം, റഷ്യൻ ചരിത്രത്തിൽ സ്ത്രീകൾ ഭർത്താക്കന്മാരേയും ആൺമക്കളേയും സഹോദരന്മാരേയും മുന്നണിയിലേക്കയച്ച് സ്വന്തം വീട്ടിൽ അവരുടെ വരവും കാത്ത് സങ്കടപ്പെട്ടു കഴിയുക മാത്രമല്ല ചെയ്തിട്ടുള്ളത്.*

കോട്ടമുകളിൽ കയറിനിന്ന് ശത്രുവിന്റെ തലയിലേക്ക് ഉരുക്കിയ ലോഹം ഒഴിക്കുകയുണ്ടായി. എന്നാലും പെൺകുട്ടികൾ യുദ്ധത്തിൽ പങ്കാളികളാവുന്നതിനെക്കുറിച്ച് ഞങ്ങൾ പുരുഷന്മാർക്ക് വലിയ കുറ്റബോധമുണ്ട്. അതൊരു വാസ്തവമാണ്. എപ്പോഴും അത് മനസ്സിലുണ്ട്.

---

* യാരാസ്ലോവാനാ രാജകുമാരി (12-ാം നൂറ്റാണ്ട്. സ്വാവിക് രാജ്ഞി. THE LAY OF IGOR'S CAMPAIGN എന്ന പഴയ കവിതയിൽ അവരെക്കുറിച്ച് എഴുതിയിട്ടുണ്ട്.)

ഓർക്കുന്നു. ഞങ്ങൾ പിൻവാങ്ങിക്കൊണ്ടിരിക്കേ, ശരത്കാലമായിരുന്നു. രാവും പകലും തോരാതെ മഴ. വഴിയോരത്ത് ഒരു പെൺകുട്ടിയുടെ മൃതദേഹം. നീണ്ടമുടി മെടഞ്ഞിട്ടിരുന്നു. മേലാകെ ചെളിയിൽ പുതഞ്ഞ്.

ശരിയാണ്. ഞാൻ സമ്മതിച്ചു. നമ്മുടെ നഴ്സുമാർ. ശത്രുക്കൾ അവരെ വലയം ചെയ്തപ്പോൾ മുറിവേറ്റ രോഗികളെ രക്ഷിക്കാനായി ശത്രുക്കളുടെ നേരെ വെടിവെച്ചു. വേറെന്തു ചെയ്യാൻ! കുട്ടികളെപ്പോലെ നിസ്സഹായരായിരുന്നു അവർ. അവരുടെ മനസ്സ് എനിക്ക് മനസ്സിലാവുന്നുണ്ട്. എന്നാൽ മറ്റൊരു ചിത്രം സങ്കല്പിച്ചു നോക്കൂ. "ആർക്കും അവകാശമില്ലാത്ത ഭൂമിയിലേക്ക്" രണ്ടു സ്ത്രീകൾ യന്ത്രത്തോക്കുകളുമായി ഇഴഞ്ഞുചെല്ലുന്നു. ശത്രുവിനെ വകവരുത്താനായി. ഇതൊരുതരം "വേട്ട"യാണെന്നേ ഞാൻ പറയൂ. പറഞ്ഞുവരുമ്പോൾ എത്രപേരെ ഞാൻതന്നെ കൊന്നിട്ടുണ്ട്. പക്ഷേ, ഞാനൊരു പുരുഷനല്ലേ.

പക്ഷേ, സ്ത്രീകളും പൊരുതിയത് സ്വരാജ്യത്തെ രക്ഷിക്കാനല്ലേ? പിതൃരാജ്യത്തിന്റെ മാനം കാക്കാൻ.

ശരിയാണ്..... ജോലിക്കിടയിൽ അങ്ങനെയൊരു സ്ത്രീയുമായി തീർച്ചയായും ഞാൻ സഹകരിക്കും. ഒരുമിച്ച് നിരീക്ഷണത്തിനിറങ്ങും. എന്നാൽ അങ്ങനെയൊരു സ്ത്രീയെ ഞാൻ വിവാഹം കഴിക്കില്ല. നിശ്ചയമായും ഇല്ല. നമ്മുടെ മനസ്സിൽ സ്ത്രീ എപ്പോഴും വധുവാണ്. അമ്മയാണ്. എല്ലാം പറഞ്ഞു വരുമ്പോൾ സ്ത്രീ "സുന്ദരിയായ സ്ത്രീ"*യാണ്. ഒരിക്കൽ എന്റെ അനിയൻ പറയുകയുണ്ടായി, ജർമ്മൻ തടവുകാരെ ഞങ്ങളുടെ ഗ്രാമത്തിൽ കൂടി നടത്തിക്കൊണ്ടുപോകവേ അവനും കൂട്ടുകാരും മാറി നിന്ന് അവർക്കുനേരെ കവിണികൾകൊണ്ട് കല്ലെയ്തുവെന്ന്. അതു കണ്ട് ഞങ്ങളുടെ അമ്മ ഓടിവന്ന് അവന്റെ ചെകിടത്ത് ആഞ്ഞടിച്ചു. ആ ജർമ്മൻകാരെല്ലാം ഒരു യുദ്ധ പരിചയവുമില്ലാത്ത നന്നേ ചെറുപ്പക്കാരായ സൈനികരായിരുന്നു. അവസാനയുദ്ധം. വേറെ ഗതിയൊന്നുമില്ലാതെ ഹിറ്റ്ലർ തിരക്കിട്ട് തേടിപ്പിടിച്ചവർ. അന്ന് എന്റെ അനിയന് ഏഴു വയസ്സായിരുന്നു പ്രായം. എന്നാലും അവന് നല്ല ഓർമ്മയുണ്ട്... ശത്രുസൈന്യത്തിലെ ആ കുട്ടികളെ നോക്കി നിന്ന് അമ്മ കണ്ണീരൊഴുക്കിയത്. "നിങ്ങളുടെ അമ്മമാരുടെ കണ്ണുകൾ പൊട്ടിപ്പോട്ടെ... നിങ്ങളെപോലെയുള്ള കുട്ടികളെ യുദ്ധത്തിനയയ്ക്കാൻ അവർക്കെങ്ങനെ മനസ്സുവന്നു!" എന്റെ അമ്മ പിന്നേയും പിന്നേയും പറഞ്ഞു.

യുദ്ധം..... അത് പുരുഷന്മാരുടെ ജോലിയാണ്. നിങ്ങൾക്കു ലേഖനമെഴുതാൻ പുരുഷന്മാരെ ആരേയും കിട്ടിയില്ലേ?

ഇല്ല.... ഇല്ല. ഞാനൊരു സാക്ഷി മാത്രം. യുദ്ധത്തിന്റെ ആദ്യകാലത്തുണ്ടായ ആ ദുരന്തം... അതിനെക്കുറിച്ച് നമുക്കൊന്ന് ഓർത്തു നോക്കാം.

---

* 1904ൽ പ്രസിദ്ധ റഷ്യൻ കവി അലക്സാണ്ടർ ബ്ലോക് എഴുതിയ പ്രതീകാത്മക കവിത. VERSES ABOUT THE BEAUTIFUL LADY സ്ത്രീയെ സംബന്ധിക്കുന്ന അദ്ദേഹത്തിന്റെ ആത്മീയവും ലൈംഗികവുമായ ദർശനമാണ്.

നമ്മുടെ വ്യോമസേന പറന്നുയരും മുമ്പുതന്നെ തകർക്കപ്പെട്ടു. ടാങ്കുകൾ തീപ്പെട്ടികൾ പോലെ കത്തിയമർന്നു. റൈഫിളുകൾ തീരെ പഴയതായിരുന്നു. കോടിക്കണക്കിന് പടയാളികളും ഓഫീസർമാരും തടവുകാരാക്കപ്പെട്ടു. ആറാഴ്ച കഴിഞ്ഞപ്പോഴേക്കും ഹിറ്റ്ലർ മോസ്കോയുടെ പടിക്കലെത്തി. പൗരസേനയിൽ ചേർന്ന് പടപൊരുതാൻ സർവകലാശാലയിലെ പ്രൊഫസർമാരും സന്നദ്ധരായി. വയസ്സന്മാരായ പ്രൊഫസർമാർ! പെൺകുട്ടികളും മുന്നണിയിലെത്തി യുദ്ധത്തിൽ പങ്കുചേരാൻ തയ്യാറായി മുമ്പോട്ടുവന്നു. അറിയാലോ, ഭീരുക്കൾക്കുള്ളതല്ല യുദ്ധം. അവർ അസാമാന്യ തന്റേടമുള്ള പെൺകിടാങ്ങളായിരുന്നു. നമുക്ക് കൃത്യമായ വിവരങ്ങളുണ്ട്. മെഡിക്കൽവിഭാഗത്തിൽ നമുക്കുണ്ടായ ആൾനഷ്ടം റൈഫിൾമെൻ ബറ്റാലിയനിലുണ്ടായ നഷ്ടത്തിന് തൊട്ടുപിറകിലായിരുന്നു. കാലാൾസൈന്യം. പടക്കളത്തിൽ നിന്നും മുറിവേറ്റ ഭടന്മാരെ തോളിൽ തൂക്കി എടുത്തുകൊണ്ടു വരിക. ഞാൻ പറഞ്ഞുതരാം അതെന്താണെന്ന്.

ഞങ്ങൾ ഒരാക്രമണം തുടങ്ങി. ജർമ്മൻ സൈന്യം ഞങ്ങളെ ആകെ തകർത്തു. യന്ത്രത്തോക്കുകളിൽ നിന്നുമുള്ള അഗ്നിവർഷം. താമസിച്ചില്ല. ഞങ്ങളുടെ ബറ്റാലിയനേ ഇല്ലാതായി. ഒരാളും ശേഷിച്ചില്ല. എല്ലാവരും കൊല്ലപ്പെട്ടുവെന്നല്ല. ഒട്ടധികം പേർക്ക് കലശലായ മുറിവേറ്റു. എന്നിട്ടും ജർമ്മൻസൈന്യം വെടിവെപ്പ് നിർത്തിയില്ല. തീരെ ഓർക്കാപ്പുറത്ത് ഒരു പെൺകുട്ടി ഒരു കിടങ്ങിൽ നിന്ന് പുറത്തേക്കു ചാടി. തുടർന്ന് രണ്ട്.... മൂന്ന്....നാല്.......അങ്ങനെ അവർ മുറിവേറ്റു കിടക്കുന്നവരെ തോളിലേറ്റി കൊണ്ടുപോയി. മരുന്നുവെച്ച് മുറിവുകൾ കെട്ടി. ഒരു നിമിഷം... ജർമ്മൻകാർ പോലും അതിശയിച്ച് സ്തബ്ധരായി നിന്നു. രാത്രി പത്തു മണിയായപ്പോഴേക്കും ആ പെൺകുട്ടികളെല്ലാവരും തന്നെ മുറിവേറ്റ് അവശരായിക്കഴിഞ്ഞിരുന്നു. എന്നാലും അവരോരുത്തരും മൂന്നും നാലും പേരുടെ ജീവൻ രക്ഷിച്ചുകഴിഞ്ഞിരുന്നു. കാര്യമായ ആദരവൊന്നും അവർക്കു ലഭിച്ചില്ല. യുദ്ധത്തിന്റെ തുടക്കത്തിൽ കീർത്തിമുദ്രകളും ബഹുമതികളും പരക്കെ നൽകിയിരുന്നില്ല. മുറിവേറ്റ പടയാളിയെ അയാളുടെ സർവ ആയുധങ്ങളോടും കൂടി രക്ഷിക്കേണ്ടിയിരുന്നു. വൈദ്യവിഭാഗത്തിൽ ആദ്യത്തെ ചോദ്യം തന്നെ എവിടെ ആയുധങ്ങൾ എന്നായിരുന്നു. ഞങ്ങൾക്ക് വേണ്ടത്ര ആയുധങ്ങളുണ്ടായിരുന്നില്ല. റൈഫിളുകൾ, മെഷീൻ ഗണ്ണുകൾ, സബ്മെഷീൻ ഗണ്ണുകൾ ഇതെല്ലാം കൂടെയെടുക്കണമായിരുന്നു. 1941 ൽ ഓർഡർ N° 281 പുറത്തു വന്നു. പടയാളിയുടെ ജീവൻ രക്ഷിച്ചതിന് നല്കേണ്ട കീർത്തിമുദ്രയെപ്പറ്റി അതിൽ പരാമർശിച്ചിരുന്നു. പടക്കളത്തിൽ നിന്നും എല്ലാ ആയുധങ്ങളോടും കൂടി പതിനഞ്ച് മുറിവേറ്റ ഭടന്മാരെ രക്ഷിച്ചാൽ വിശിഷ്ടസേവനത്തിനുള്ള ബഹുമതി നല്കാവുന്നതാണ്. 25 പേരെ രക്ഷിച്ചാൽ “ദി ഓർഡർ ഓഫ് ദി റെഡ്സ്റ്റാർ” നാല്പതുപേരെയാണെങ്കിൽ “ദി ഓർഡർ ഓഫ് ദി റെഡ് ബാനർ” എൺപതുപേരുടെ ജീവൻ രക്ഷിക്കുന്നവർക്കുള്ള ബഹുമതി

"ദി ഓർഡർ ഓഫ് ലെനിൻ' ആയിരുന്നു. ആലോചിച്ചു നോക്കൂ.... വെടി വെപ്പിനിടയിൽ യുദ്ധഭൂമിയിൽ നിന്ന് ഒരാളെ രക്ഷിക്കുക......

സംഗതികൾ അങ്ങനെയായിരുന്നു.... ഓർമ്മയുണ്ട്.... ഒരിക്കൽ ജർമ്മൻസൈന്യം പാളയമടിച്ചിരുന്നതിന്റെ പരിസരങ്ങൾ നിരീക്ഷിക്കാൻ ഞങ്ങൾ ഏതാനും 'സ്കൗട്ടു'കളെ നിയോഗിച്ചു. ആദ്യം രണ്ടുപേർ പോയി. തുടർന്നു വേറൊരാളും. ആരും തിരിച്ചു വന്നില്ല. കമാൻഡർ പെൺകുട്ടികളിലൊരാളെ വിളിപ്പിച്ചു. "ലിസ്യാ നീ പോയി നോക്ക്" ഞങ്ങൾ അവളെ ഒരു കാലിച്ചെറുക്കന്റെ വേഷം കെട്ടിച്ചു. റോഡിലേക്ക യച്ചു. അല്ലാതെന്തു ചെയ്യാൻ ? വേറെ ഒരു വഴിയുണ്ടായിരുന്നില്ല. പുരുഷ നായാൽ കൊല്ലപ്പെടുമെന്നു തീർച്ച. സ്ത്രീകളായാൽ രക്ഷപ്പെട്ടെന്നു വരാം. എന്നാലും സ്ത്രീകളുടെ കൈയിൽ റൈഫിളുകൾ കാണുക.....

ആ പെൺകുട്ടി തിരിച്ചു വന്നുവോ?

അവളുടെ മുഴുവൻ പേര് ഓർമ്മയില്ല. ലിസ്യാ......എന്ന ആദ്യത്തെ പേരുമാത്രമേ ഓർക്കുന്നുള്ളൂ. പിന്നീട് ചില കൃഷിക്കാർ പറഞ്ഞാണ് ഞങ്ങളറിഞ്ഞത്.........അവൾ കൊല്ലപ്പെട്ടു.

നീണ്ട നിശ്ശബ്ദത. കൊല്ലപ്പെട്ടവർക്കു വേണ്ടി ഞങ്ങൾ ആദരാഞ്ജലി അർപ്പിച്ചു. സംഭാഷണം ഒന്നു വഴിതിരിഞ്ഞു. സ്റ്റാലിനെ കുറിച്ചാണ് തുടർന്ന് ഞങ്ങൾ സംസാരിച്ചത്. യുദ്ധത്തിനു മുമ്പായി ഏറ്റവും നല്ല സൈന്യാധിപന്മാരെ അദ്ദേഹം വകവരുത്തി. അവർ സൈന്യത്തിലെ ആഢ്യന്മാരായിരുന്നു. ഞങ്ങൾ 1937 നെ കുറിച്ചും അന്നു നടന്ന അതി ക്രൂരമായ കൂട്ടപീഡനങ്ങളെക്കുറിച്ചും സംസാരിച്ചു.* യുദ്ധം അവസാനി ച്ചതോടെ ആ സംഭവങ്ങളെല്ലാം എല്ലാവരും മറന്നു. എല്ലാറ്റിനേയും നിഴലിലാക്കിക്കൊണ്ട് വിജയം തിളങ്ങി നിന്നു.....യുദ്ധവിജയം.

യുദ്ധത്തിനിടയിൽ പ്രണയവുമുണ്ടായിരുന്നുവോ? ഞാൻ ചോദിച്ചു.

മുന്നണിയിൽ പല സുന്ദരിമാരേയും ഞാൻ കാണുകയുണ്ടായി, പക്ഷേ, അവരെ ആരേയും സ്ത്രീകൾ എന്ന നിലയിൽ ഞങ്ങൾ കാണുക യുണ്ടായില്ല. അസാധാരണ യുവതികളായിരുന്നു അവരെല്ലാവരുംതന്നെ. എനിക്കങ്ങനെയാണ് തോന്നിയത്. നല്ല സുഹൃത്തുക്കൾ. പടക്കളത്തിൽ നിന്നും അവരാണ് ഞങ്ങളെ വലിച്ചും തൂക്കിയും കൊണ്ടുവന്നിരുന്നത്. ഞങ്ങളെ രക്ഷിച്ചതും ശുശ്രൂഷിച്ചതും സുഖപ്പെടുത്തിയതും. രണ്ടു തവണ മുറിവേറ്റു വീണു കിടന്ന എന്നെ അവർ തോളിൽ തൂക്കി കാബി നിലെത്തിച്ചു. അവരെക്കുറിച്ച് തെറ്റായ വിചാരങ്ങൾ എപ്പോഴെങ്കിലും എന്റെ മനസ്സിലുണ്ടാകുമോ? സ്വന്തം സഹോദരനെ നിങ്ങൾ വിവാഹം

* 1937. സ്റ്റാലിന്റെ ശുദ്ധീകരണകർമ്മങ്ങളും, മോസ്കോ വിചാരങ്ങളും മൂർദ്ധന്യ ത്തിലെത്തിയ വർഷം. ആ കൊല്ലം ജൂണിൽ "റെഡ് ആർമി" യിലെ കുറെ കമാൻഡർമാരെ രഹസ്യ വിചാരണയ്ക്കു വിധേയരാക്കി വധശിക്ഷ നടപ്പിലാക്കി. അതേ വർഷാവസാനം റെഡ് ആർമിയിലെ കുറേയേറെ ഓഫീസർമാരെ കൂട്ട ത്തോടെ പുറത്താക്കി ശിക്ഷിച്ചു.

ചെയ്യുമോ? അവർ ഞങ്ങൾക്കു സഹോദരിമാരായിരുന്നു. കൊച്ചു സഹോദരിമാർ എന്നാണ് ഞങ്ങൾ അവരെ വിളിച്ചിരുന്നത്.

യുദ്ധത്തിനു ശേഷമോ?

യുദ്ധം കഴിഞ്ഞതോടെ അവരെല്ലാവരും ഒരു നിസ്സഹായാവസ്ഥയിലായി. എന്റെ ഭാര്യയുടെ കാര്യം തന്നെ പറയാം. നല്ല ബുദ്ധിയും വിവരവുമുണ്ട്. എന്നാലും യുദ്ധത്തിനു പോയ പെൺകുട്ടികളെക്കുറിച്ച് നല്ല അഭിപ്രായമില്ല. അവരെല്ലാം ഭർത്താക്കന്മാരെ കിട്ടാൻ വേണ്ടിയാണ് സൈന്യത്തിൽ ചേർന്നതെന്നാണ് അവൾ പറയുന്നത്. എല്ലാവർക്കും മിലിട്ടറി പ്രണയബന്ധമുണ്ടായിരുന്നുവെന്ന് അവൾ സങ്കല്പിക്കുന്നു. എന്നാലും ഞാൻ ഉറപ്പിച്ചു പറയാം, അവരെല്ലാവരും വളരെ മര്യാദക്കാരായിരുന്നു. നമ്മൾ മനസ്സു തുറന്നു സംസാരിക്കുന്നു. അതിനിടയിൽ ഞാനെന്തിന് ഇല്ലാത്ത കാര്യങ്ങൾ പറയണം. എന്നാൽ യുദ്ധത്തിനു ശേഷം..... വിവരിക്കാനാവാത്ത അഴുക്കും ചെളിയും പേനും മൂട്ടയും. എല്ലാവരും തേടി നടന്നത് തെളിച്ചവും സൗന്ദര്യവുമായിരുന്നു. ചന്തമുള്ള യുവതികൾ. മുന്നണിയിൽ എനിക്കൊരു ചങ്ങാതിയുണ്ടായിരുന്നു. അവിടെ നല്ലൊരു പെൺകുട്ടിയുമുണ്ടായിരുന്നു. അവൾ അയാളെ സ്നേഹിച്ചിരുന്നു എന്ന് പിന്നീടാണ് ഞാനറിഞ്ഞത്. അവളൊരു നഴ്സായിരുന്നു. അയാൾ അവളെ വിവാഹം കഴിച്ചില്ല. സൈന്യത്തിൽ നിന്നും പിരിഞ്ഞു പോന്നപ്പോൾ കൂടുതൽ സുന്ദരിയും മിടുക്കിയുമായ ഒരു യുവതിയെ അയാൾ കണ്ടെത്തി. ഇന്ന്..... ഭാര്യയുമായി അയാൾ അത്ര രസത്തിലല്ല. ഇപ്പോൾ അയാൾ തന്റെ യുദ്ധകാല പ്രണയത്തെ ഓർത്ത് വ്യസനിക്കുന്നു. തനിക്ക് എല്ലാംകൊണ്ടും ചേരുന്ന ഒരു ജീവിത പങ്കാളിയായേനെ അവൾ എന്നു വേദനിക്കുന്നു. പക്ഷേ, സൈന്യം വിട്ടതോടെ അവളേയും അയാൾ ഉപേക്ഷിക്കുകയാണെല്ലോ ചെയ്തത്. നാലുകൊല്ലം മുഴുവൻ അയാൾ അവളെ കണ്ടത് പുരുഷന്മാരുടെ ഷർട്ടും കോട്ടും ബൂട്ടുമായി മുഷിഞ്ഞു പഴകിയ വേഷത്തിലായിരുന്നു. യുദ്ധം മറക്കാൻ ഞങ്ങൾ ആഗ്രഹിച്ചു. കൂട്ടത്തിൽ ഞങ്ങളുടെ പെൺകുട്ടികളേയും ഞങ്ങൾ മറന്നു പോയി.

ആ കാലം അങ്ങനെയായിരുന്നു. ഞങ്ങൾക്കൊക്കെ ചെറുപ്പമായിരുന്നു.... ഞങ്ങൾ ജീവിക്കാൻ ആഗ്രഹിച്ചു....

അന്നുരാത്രി ഞങ്ങളാരും ഉറങ്ങിയില്ല. പുലരും വരെ സംസാരിച്ചിരുന്നു.

...സബ്‌വേയിൽ നിന്നും ഞാൻ നേരിട്ടു പോയത് ഒച്ചയനക്കങ്ങളൊന്നുമില്ലാത്ത ഒരു മോസ്കോ വീട്ടുമുറ്റത്തേക്കായിരുന്നു. അവിടെ കുട്ടികൾക്കു കളിക്കാൻ ഒരു മണൽക്കുഴി ഉണ്ടായിരുന്നു. സീസോയും. ഞാൻ വാതില്ക്കലേക്കു നടന്നു. ഫോണിലൂടെ കേട്ട ആ ശബ്ദം ഓർക്കാൻ ശ്രമിച്ചു.

“നിങ്ങൾ വന്നുവോ? നേരിട്ട് എന്റെ അടുത്തേക്ക്....? മുതിർന്നവരുടെ സഭയിൽ ചെന്ന് കാര്യങ്ങളുടെ വാസ്തവസ്ഥിതി അറിയാൻ

ശ്രമിക്കുന്നില്ലേ? എന്റെ എല്ലാ വിവരങ്ങളും അവരുടെ കൈയിലുണ്ട്. അവരെന്നോട് സംസാരിച്ചിരുന്നു."

എനിക്കതിശയം തോന്നി. എന്റെ വിചാരം, ഒരുപാട് പ്രയാസങ്ങൾ സഹിക്കേണ്ടി വന്ന ഒരാൾ സ്വാഭാവികമായും സ്വതന്ത്രമായി അഭിപ്രായങ്ങൾ പറയും എന്നായിരുന്നു. തന്റെ അനുഭവങ്ങളെല്ലാം ഒരു മറയും കൂടാതെ. തന്റെ കാര്യം നിശ്ചയിക്കുന്നത് താൻ തന്നെ എന്ന മനോഭാവം. അവനവന്റെ ഓർമ്മ തന്നെയാകും അയാളെ രക്ഷിക്കുന്നത്. എന്റെ വിചാരം മുഴുവനായും ശരിയല്ല എന്ന് എനിക്കിപ്പോൾ മനസ്സിലായി. ഇതുപോലത്തെ വലിയ അറിവും സാമാന്യ അറിവും കൂടികലർന്നല്ല മനസ്സിൽ കിടക്കുന്നത് വെവ്വേറെയാണ്. അടിയന്തരഘട്ടങ്ങളിൽ അത് സഹായത്തിനെത്തുന്നു. മൺമടക്കുകളിൽ മറഞ്ഞുകിടക്കുന്ന സ്വർണ്ണത്തരികൾ പോലെ. മുകളിലെ മണ്ണും കല്ലുമൊക്കെ നീക്കം ചെയ്യണം. അതിന് കാലതാമസമുണ്ട്. കുഴഞ്ഞു കിടക്കുന്ന മണ്ണ് വളരെ നേരം പരതിനോക്കണം. പാറക്കല്ലുകളെടുത്തു മാറ്റണം. പെട്ടെന്നാണ് അത് മുകളിൽ തെളിയുക. ഒരദ്ഭുത സമ്മാനം......ഒരു തിളക്കം. സാധാരണക്കാരനായ ഒരാളുടെ ഓർമ്മയിൽ അങ്ങനെ ഒരു മഹാസംഭവമൊന്നുമുണ്ടാകില്ല സൂക്ഷിച്ചുവെക്കാൻ.

യഥാർത്ഥത്തിൽ നമ്മളെന്താണ്? ഏതു പദാർത്ഥം കൊണ്ടാണ് നമ്മളെ ഉണ്ടാക്കിയിരിക്കുന്നത്? അതിനെത്രത്തോളം ഈടുണ്ട്? അതൊക്കെ മനസ്സിലാക്കാൻ വേണ്ടിയാണ് ഞാനിവിടെ വന്നിരിക്കുന്നത്....

വാതിൽ തുറന്നത് അല്പം തടിച്ചുരുണ്ട് ഉയരം കുറഞ്ഞ ഒരു സ്ത്രീയാണ്. പുരുഷന്മാരെ പോലെ, ഒരു കൈ നീട്ടി അവരെന്നെ സ്വാഗതം ചെയ്തു. മറ്റെ കൈ അവരുടെ പേരമകൻ പിടിച്ചിരിക്കുകയാണ്. അവന്റെ നോട്ടവും ഭാവവും കണ്ടപ്പോൾ തോന്നി, ഇടയ്ക്കിടെ സന്ദർശകരെത്തുന്ന ഒരു വീടാണ് അതെന്ന്. എന്നേയും അവർ കാത്തിരിക്കുകയാണ്.

പുറത്തെ വലിയ മുറി. അധികം സാമാനങ്ങളൊന്നുമില്ല. പ്രത്യേകിച്ചും "ഫർണിച്ചർ" എന്നു പറയാൻ കാര്യമായി ഒന്നുമില്ല. തട്ടിക്കൂട്ടിയ ഒരു ഷെൽഫിൽ ഏതാനും പുസ്തകങ്ങൾ. അധികവും യുദ്ധകാലസ്മരണകളാണ്. പിന്നെ ചില വലിയ മിലിട്ടറി ഫോട്ടോകൾ. ഒരു മാനിന്റെ കൊമ്പിൽ ടാങ്ക് ഓടിക്കുമ്പോൾ വെക്കുന്ന പ്രത്യേക ഹെൽമറ്റ് തൂക്കിയിട്ടിരിക്കുന്നു. ഉപഹാരകുറിപ്പുകളോടുകൂടി. "എൻ യൂണിറ്റിലെ സൈനികരുടെ വക." "ടാങ്ക് സ്കൂളിലെ വിദ്യാർത്ഥികൾ നല്കുന്ന സ്നേഹോപഹാരം" എന്റെ അരികിലുള്ള സോഫയിൽ മിലിട്ടറി യൂണിഫോം ധരിച്ച മൂന്നു പാവകൾ. ആ മുറിയിലെ കർട്ടനുകളും ചുമർകടലാസും ഒക്കെ കാക്കി നിറത്തിലാണ്.

യുദ്ധം അവസാനിച്ചിട്ടില്ല. എനിക്കു ബോധ്യമായി. ഒരു കാലത്തും അത് അവസാനിക്കുകയുമില്ല.

നീന യാക്കോവ് ലീവ്നവിഷ്നേഷ് സ്ക്കിയ
സാർജന്റ് മേജർ,
ടാങ്ക് ബറ്റാലിയനിൽ മെഡിക്കൽ അസിസ്റ്റന്റ്

എവിടെ നിന്നാണ് ഞാൻ തുടങ്ങേണ്ടത്. നിങ്ങൾക്കുവേണ്ടി ഒരു ലേഖനം തന്നെ ഞാൻ തയ്യാറാക്കിയിട്ടുണ്ട്. വിശദമായ ഒരു പഠനം. ഞാനെന്റെ ഹൃദയത്തിൽ നിന്നു തന്നെ സംസാരിക്കാം. ഒരു സുഹൃത്തിനോടെന്നപോലെ, അന്നത്തെ കാര്യങ്ങൾ.

തുടക്കത്തിൽ തന്നെ പറയാം. ടാങ്ക് സേനയിലേക്ക് വളരെ ശങ്കയോടുകൂടിയാണ് അവർ പെൺകുട്ടികളെ ചേർത്തിരുന്നത്. അല്ല, ചേർത്തിരുന്നില്ലെന്ന് പറഞ്ഞാലും തെറ്റാവില്ല. പിന്നെ എങ്ങനെയാണ് ഞാൻ അതിൽ ചെന്നുപെട്ടത് എന്നല്ലേ? പറയാം.

കാലിനിൻ പ്രദേശത്തുള്ള കോനാക്കോവാ എന്ന പട്ടണത്തിലാണ് ഞങ്ങൾ താമസിച്ചിരുന്നത്. ജൂനിയർ സ്കൂളിൽ നിന്നും ഹൈസ്കൂളിൽ ചേരാനുള്ള പരീക്ഷ ആയിടയ്ക്കാണ് ഞാൻ ജയിച്ചത്. യുദ്ധമെന്താണ് എന്ന് ഞങ്ങൾക്കാർക്കും ഒരു രൂപവുമുണ്ടായിരുന്നില്ല. ഞങ്ങളെ സംബന്ധിച്ചിടത്തോളം അതൊരു കളിയായിരുന്നു. ഏതോ പുസ്തകത്തിൽ വായിച്ച പരിചയം മാത്രം. വിപ്ലവ കാലത്തെ ത്യാഗങ്ങളും സാഹസങ്ങളുമൊക്കെയായിരുന്നു ഞങ്ങളുടെ മനസ്സിൽ ആദർശങ്ങളായികൊണ്ടു നടന്നിരുന്നത്. അങ്ങനെയാണ് ഞങ്ങളെ പഠിപ്പിച്ചതും. പത്രങ്ങളിൽ കണ്ടത് ഞങ്ങൾ വിശ്വസിച്ചു.

ഈ യുദ്ധം അധികം നീണ്ടുനില്ക്കില്ല. റഷ്യയുടെ വിജയത്തോടെ അവസാനിക്കും.......താമസമില്ല.

ഒരു കൂട്ടം ആളുകൾ ഒരുമിച്ചു താമസിക്കുന്ന ഒരു കെട്ടിടത്തിലാണ് ഞങ്ങൾ താമസിച്ചിരുന്നത്. ധാരാളം കുടുംബങ്ങൾ അവിടെയുണ്ടായിരുന്നു. കൂട്ടത്തിൽ നിന്ന് ആരെങ്കിലുമൊക്കെ ദിവസവും യുദ്ധത്തിനു പോയിരുന്നു. പെറ്റിയാ അമ്മാവൻ, വാസ്യ അമ്മാവൻ, അങ്ങനെ പലരും. ഞങ്ങൾ കുട്ടികൾ സന്തോഷത്തോടെ അവരെ യാത്രയാക്കി. കൂടുതലും ഞങ്ങൾക്ക് ജിജ്ഞാസയായിരുന്നു. അവരോടൊപ്പം ഞങ്ങൾ റെയിൽവേ സ്റ്റേഷനിലേക്കു പോകുമായിരുന്നു. ബാൻഡു പാട്ട് സ്ത്രീകളുടെ കരച്ചിൽ... എന്നാലും ഞങ്ങൾക്കു ഭയം തോന്നിയില്ല. മറിച്ച് ഒരു തമാശയായിരുന്നു കുട്ടികളെ സംബന്ധിച്ചിടത്തോളം. ബാൻഡുസംഘം അധികവും ഒരേ പാട്ടാണ് വായിച്ചത്. "സ്ലാവ് പെൺകിടാവേ...... വിട പറയുന്നു." ആ തീവണ്ടിയിൽ കയറി അവരോടൊപ്പം പോകാൻ ഞങ്ങളും കൊതിച്ചിരുന്നു. ഞങ്ങളെ യാത്രയാക്കാൻ ബാൻഡുമേളം..... ആൾക്കൂട്ടം. അകലെ എവിടെയോ ആണ് യുദ്ധം നടക്കുന്നത് എന്നായിരുന്നു ഞങ്ങളുടെ വിചാരം. എന്നെ ആകർഷിച്ചത് യൂണിഫോമിലെ ബട്ടണുകളായിരുന്നു. എന്തൊരു തിളക്കം. വൈദ്യവിഭാഗത്തിൽ സന്നദ്ധസേവനത്തിനു വേണ്ടിയുള്ള പരിശീലനം ഞാൻ തുടങ്ങിക്കഴിഞ്ഞിരുന്നു. പക്ഷേ, അതും എനിക്കൊരു കുട്ടിക്കളിയായിരുന്നു. അധികം താമസിയാതെ ഞങ്ങളുടെ

സ്കൂളുകൾ പൂട്ടി. ഞങ്ങളെ എല്ലാവരേയും മിലിട്ടറി വക കെട്ടിടം പണികൾക്കായി സംഘടിപ്പിച്ചു. ഒരു തുറന്ന സ്ഥലത്ത് ഷെഡ്ഡ് കെട്ടി അതിലാണ് അവർ ഞങ്ങളെ പാർപ്പിച്ചത്.

യുദ്ധവുമായി ബന്ധപ്പെട്ട പ്രവൃത്തികൾക്കാണല്ലോ ഞങ്ങളെ നിയോഗിച്ചിരിക്കുന്നത്. എല്ലാവർക്കും ആ കാര്യത്തിൽ വലിയ അഭിമാനമായിരുന്നു. ദുർബലരായവരുടെ ബറ്റാലിയനിലായിരുന്നു ഞങ്ങളുടെ സ്ഥാനം. രാവിലെ എട്ടു മുതൽ രാത്രി എട്ടുവരെയായിരുന്നു ജോലി സമയം. ദിവസവും പന്ത്രണ്ടു മണിക്കൂർ ഞങ്ങൾ ശത്രുവിന്റെ ടാങ്കുകളെ പ്രതിരോധിക്കാനുള്ള കിടങ്ങുകൾ കുഴിച്ചു.

പതിനഞ്ചും പതിനാറും വയസ്സായ ആൺകുട്ടികളും പെൺകുട്ടികളുമായിരുന്നു ഞങ്ങളുടെ കൂട്ടത്തിൽ. ഒരിക്കൽ പണിക്കിടയിൽ ഞങ്ങൾ എന്തോ ശബ്ദങ്ങൾ കേട്ടു. ആരോ ഒച്ച വെക്കുന്നു. “ജാഗ്രത” “ജർമ്മൻകാർ” മുതിർന്നവരെല്ലാം ഒളിക്കാൻ ഓടി. പക്ഷേ, ഞങ്ങൾ കുട്ടികൾ ജർമ്മൻ വിമാനങ്ങൾ കാണാനുള്ള ജിജ്ഞാസയുമായി അവിടെത്തന്നെ നിന്നു. ജർമ്മൻകാർ എങ്ങനെയിരിക്കുമെന്ന് കാണണമല്ലോ! ഞങ്ങളുടെ മുകളിൽ കൂടി അവർ പറന്നുപോയി. ഒന്നുംതന്നെ ഞങ്ങൾക്ക് കാണാനായില്ല.ഞങ്ങൾക്കു വിഷമം തോന്നി. പക്ഷേ, താമസിയാതെ വീണ്ടും അവർ പറന്നു വന്നു. കറുത്ത കുരിശ് ഞങ്ങൾ ഇത്തവണ വ്യക്തമായി കണ്ടു. അപ്പോഴും ഭയം തോന്നിയില്ല. ശത്രുവിനെക്കുറിച്ച് ജിജ്ഞാസ മാത്രം. പെട്ടെന്നാണ് അവർ യന്ത്രതോക്കുകൊണ്ട് വെടിവെപ്പു തുടങ്ങിയത്. തുരുതുരെ..... ഞങ്ങളുടെ കൺമുമ്പിൽ വെച്ച് ഞങ്ങളുടെ തന്നെ കൂട്ടത്തിലുള്ള കുട്ടികൾ വെടിയേറ്റു വീഴാൻ തുടങ്ങി. ഇത്ര നാളും ഒരുമിച്ച് പഠിച്ചവർ......പണിയെടുത്തവർ... എന്താണ് സംഭവിക്കുന്നതെന്ന് മനസ്സിലാവാതെ ഞങ്ങൾ അന്തംവിട്ടു നിന്നു. കാലുകൾ തറയിൽ ഉറച്ചു പോയതുപോലെ ഞങ്ങൾ മിഴിച്ചു നോക്കിനിന്നു. മുതിർന്നവർ പുറത്തേക്കോടി വന്നു. ഞങ്ങളെ താഴേക്കു തട്ടി വീഴ്ത്തി. അപ്പോഴും മനസ്സിൽ ഭയം തോന്നിയില്ല.

അധികം വൈകാതെ ജർമ്മൻ സൈന്യം ഞങ്ങളുടെ പട്ടണത്തിന് വളരെ അടുത്തെത്തി. കൃത്യമായി പറഞ്ഞാൽ ഏഴു നാഴിക ദൂരത്ത്. പീരങ്കിയുടെ മുഴക്കം വ്യക്തമായി കാതിൽ മുഴങ്ങി. ഞങ്ങൾ പെൺകുട്ടികളെല്ലാവരും റിക്രൂട്ടിങ്ങ് ഓഫീസിലേക്കോടി. ഞങ്ങൾക്കും സൈന്യത്തിൽ ചേരണം. ഞങ്ങളുടെ പട്ടണത്തെ രക്ഷിക്കണം. ഒരാൾക്കും ഒരു ശങ്കയും ഉണ്ടായിരുന്നില്ല. പക്ഷേ, ഞങ്ങളെ എല്ലാവരേയും അവർ എടുത്തില്ല. കൂട്ടത്തിൽ തണ്ടും തടിയുമുള്ള പെൺകുട്ടികളെ മാത്രമേ അവർ സൈന്യത്തിൽ ചേർത്തുള്ളൂ. അതിനുപുറമെ വയസ്സ് 18 തികയുകയും വേണം. പഠിപ്പും പരിശീലനവും നേടിയ നല്ല കമ്മ്യൂണിസ്റ്റ് പെൺകുട്ടികളെയാണ് അവർ തിരഞ്ഞെടുത്തത്. ചില ക്യാപ്റ്റൻമാർ ടാങ്ക് യൂണിറ്റിലേക്ക് പെൺകുട്ടികളെ ചേർത്തു. അദ്ദേഹം ഞാൻ പറയുന്നത് ശ്രദ്ധിച്ചില്ല. എനിക്ക് 17 വയസ്സേ ആയിട്ടുള്ളൂ. ഉയരം അഞ്ചടി മൂന്നിഞ്ച് മാത്രം.

"കാലാൾപ്പടയിലെ സൈനികന് മുറിവേൽക്കാൻ സാധ്യത കൂടുതലാണ്." അദ്ദേഹം പറഞ്ഞു തന്നു. അയാൾ താഴെ വീഴും. നിങ്ങൾ ഇഴഞ്ഞ് അയാളുടെ അരികിലെത്തണം. അവിടെ ഇരുന്നുതന്നെ മുറിവ് വെച്ചു കെട്ടണം. അല്ലെങ്കിൽ അയാളെ വലിച്ച് രക്ഷാ സങ്കേതത്തിൽ എത്തിക്കണം. അതുപോലെയല്ല ടാങ്ക് പടയാളികളുടെ കാര്യം. അതിനകത്തു വെച്ച് അയാൾക്ക് മുറിവു പറ്റിയാൽ ചെറിയ അരവാതിലിൻ ഇടയിൽകൂടി അയാളെ വലിച്ച് പുറത്തേക്കെടുക്കണം. നിങ്ങളതെങ്ങനെ ചെയ്യും ? ടാങ്ക് പടയാളികൾ എപ്പോഴും സാമാന്യത്തിലധികം വലുപ്പവും ശക്തിയുമുള്ളവരായിരിക്കും. മുകളിൽ കേറി പറ്റേണ്ടി വരും. പലപ്പോഴും ശത്രു സൈന്യം ഷെല്ലുകൾ വർഷിച്ചു കൊണ്ടിരിക്കും. ബുള്ളറ്റുകൾ ചീറിപ്പായും. അതിനു പുറമെ...ഒരു ടാങ്കിനു തീ പിടിച്ചാൽ എന്തായിരിക്കും സ്ഥിതി. അറിയാമോ?"

"എന്നാലും ഞാനൊരു കമ്മ്യൂണിസ്റ്റ് പെൺകുട്ടിയല്ലേ? മറ്റു പെൺകുട്ടികളെപ്പോലെ യുവജനസഖ്യത്തിലെ അംഗം." ഞാൻ കരയാൻ തുടങ്ങി.

"ശരിയാണ്. നീ പറഞ്ഞതെല്ലാം നേരാണ്...എന്നാലും നീ ചെറിയ കുട്ടിയാണ്."

എന്റെ കൂടെ സ്കൂളിൽ പഠിക്കുന്നവർ... മെഡിക്കൽ പരിശീലനത്തിനു കൂടെയുണ്ടായിരുന്നവർ..... എല്ലാവരേയും അവർ എടുത്തു. എന്റെ കൂട്ടുകാരികൾക്ക് ആവശ്യത്തിനുള്ള ഉയരവും വണ്ണവും ഉണ്ടായിരുന്നു. അവരെല്ലാം മുന്നണിയിലേക്കു പോകുന്നു. ഞാൻ മാത്രം ബാക്കി. എനിക്ക് സഹിക്കാനായില്ല.

അച്ഛനമ്മമാരോട് ഞാൻ ഒന്നും പറഞ്ഞില്ല. പെൺകുട്ടികളെ യാത്രയയയ്ക്കാൻ ഞാനും പോയി. അവർക്കെന്നോട് വലിയ സഹതാപം. അവരെന്നെ കൂടെ കയറ്റി. ഒരു ടാർപോളിന്നടിയിൽ ഒളിപ്പിച്ചു. അതൊരു തുറന്ന ട്രക്കായിരുന്നു. പലരും പലനിറത്തിലുള്ള തൂവാലകൾ കഴുത്തിനുചുറ്റും കെട്ടിയിരുന്നു. ചുകപ്പ്..... കറുപ്പ്...... നീല. ഞാൻ തൂവാലകൾക്കു പകരം അമ്മയുടെ ബ്ലൗസാണ് തലയിൽ കെട്ടിയത്. യുദ്ധത്തിനല്ല ഒരു സാധാരണ സംഗീതക്കച്ചേരിക്കാണ് പോകുന്നത് എന്ന ഭാവം. ഏതോ സിനിമയിലെ രംഗം പോലെ രസകരമായ ഒരു കാഴ്ച. ഇപ്പോഴും ചിരിക്കാതെ അതോർക്കാൻ വയ്യ. ശൂരാ കിസ്സെലീവാ അവളുടെ ഗിറ്റാറും കൂടെ എടുത്തിരുന്നു. ഞങ്ങൾ കുറേ ദൂരം മുന്നോട്ടു പോയി. വഴിയിലെ കിടങ്ങുകൾ കാണാമെന്നായി. കുറച്ചകലെ നിന്ന് പട്ടാളക്കാർ ഞങ്ങളെ കണ്ടു. അവർ ഉച്ചത്തിൽ വിളിച്ചു പറഞ്ഞു...."ദാ വരുന്നു നടികൾ..... ദാ വരുന്നു നടികൾ...."

ഞങ്ങൾ കേന്ദ്ര ആപ്പീസിൽ എത്തി. ക്യാപ്റ്റന്റെ ഉത്തരവ് "എല്ലാവരും വരിയായി നിൽക്കണം."

ആ വരിയിൽ അവസാനത്തെ ആൾ ഞാനായിരുന്നു. പെൺകുട്ടികൾ എല്ലാവരും അവനവന്റെ സാമാനങ്ങളുമായി, ഞാൻ മാത്രം

കൈയിൽ ഒന്നുമില്ലാതെ. ഒരു തയ്യാറെടുപ്പും ഇല്ലാതെ പെട്ടെന്നായിരുന്നുവല്ലോ ഞാൻ ഇറങ്ങിത്തിരിച്ചത്. ശൂരാ, അവളുടെ ഗിറ്റാർ എന്റെ കൈയിൽ തന്നു. "എന്തെങ്കിലുമൊക്കെ ഇരിക്കട്ടെ. ഒഴിഞ്ഞ കൈയുമായി നില്ക്കണ്ട."

മേലധികാരി പുറത്തുവന്നു. ക്യാപ്റ്റൻ അദ്ദേഹത്തെ വിവരമറിയിച്ചു. "സഖാവ് ലെഫ്റ്റനന്റ് കേണൽ.....അങ്ങയുടെ കീഴിൽ ജോലി ചെയ്യാൻ പന്ത്രണ്ട് പെൺകുട്ടികൾ എത്തിയിട്ടുണ്ട്."

അദ്ദേഹം ഞങ്ങളെ എല്ലാവരേയും ഗൗരവത്തിൽ ഒന്നു നോക്കി. "പന്ത്രണ്ടല്ല.... പതിമ്മൂന്നു പേരെ കാണാനുണ്ടല്ലോ."ക്യാപ്റ്റൻ സമ്മതിച്ചില്ല. "പന്ത്രണ്ടുപേരാണ്, സഖാവ് ലെഫ്റ്റനന്റ് കേണൽ.... പതിമ്മൂന്നില്ല." അയാൾ ഉറപ്പിച്ചു പറഞ്ഞു. അയാൾ പെട്ടെന്നൊന്നു തിരിഞ്ഞു. കണ്ണുകൾ എന്റെ മുഖത്ത് തറച്ചു... "നിങ്ങളെവിടെ നിന്നു വന്നു."

"ഞാൻ യുദ്ധം ചെയ്യാൻ വന്നതാണ്, സഖാവ് ക്യാപ്റ്റൻ." ഞാൻ കൂസലില്ലാതെ പറഞ്ഞു.

"മുമ്പോട്ടു നീങ്ങി നിൽക്കൂ."

"ഞാനെന്റെ കൂട്ടുകാരിയോടൊപ്പമാണ് വന്നത്."

"കൂട്ടുകാരിയോടൊപ്പം ഡാൻസിനാണ് പോകുക......ഇത് യുദ്ധക്കളമാണ്. അടുത്തേക്കു വരൂ."

അമ്മയുടെ സ്നേഹം തലയിൽ കെട്ടി, ഞാൻ ക്യാപ്റ്റന്റെ അരികിലേക്കു ചെന്നു. വൈദ്യ വിഭാഗത്തിൽ പരിശീലനം നേടിയതിന്റെ സർട്ടിഫിക്കറ്റ് ഞാൻ കാട്ടിക്കൊടുത്തു. "ഒരു സംശയവും വേണ്ട. എനിക്ക് നല്ല ശക്തിയുണ്ട്."

ഞാൻ അപേക്ഷിച്ചു. "ഞാൻ നഴ്സായി സേവനം അനുഷ്ഠിച്ചിട്ടുണ്ട്. രക്തദാനം ചെയ്തിട്ടുണ്ട്......ദയവു ചെയ്ത് എന്നെ എടുക്കണം.....തിരിച്ച് അയയ്ക്കരുത്."

ഞാൻ നീട്ടിയ കടലാസുകളെല്ലാം അവർ വളരെ ശ്രദ്ധാപൂർവ്വം പരിശോധിച്ചു. കൂടുതൽ ആലോചിക്കാൻ നില്ക്കാതെ ലെഫ്റ്റനന്റ് കേണൽ കല്പന പുറപ്പെടുവിച്ചു. "കഴിയുന്നതും വേഗം ആ വഴി പോകുന്ന ആദ്യത്തെ വണ്ടിയിൽ തിരിച്ചയയ്ക്കണം."

വണ്ടി പോകാൻ തയ്യാറായി വരുന്നതുവരെ മെഡിക്കൽ വിഭാഗത്തിൽ അവർ എനിക്ക് ചില്ലറ പണികൾ നല്കി. ഞാൻ ഒരിടത്ത് മാറി ഇരുന്ന് മുറിവ് വൃത്തിയാക്കാനും വെച്ചു കെട്ടാനും വേണ്ട തുണിതുണ്ടുകൾ തയ്യാറാക്കി. ഏതെങ്കിലും വാഹനം ആപ്പീസ് കെട്ടിടത്തെ സമീപിക്കുന്നതു കണ്ടാൽ ക്ഷണത്തിൽ ഞാൻ കാട്ടിലേക്കു ഓടി മറഞ്ഞിരിക്കും. ഒന്നോരണ്ടോ മണിക്കൂർ അവിടെ ഇരിക്കും. ആ വണ്ടി മടങ്ങിപ്പോകുന്നതു വരെ. അതിനു ശേഷമേ ഞാൻ പുറത്തേക്കു വരൂ. അങ്ങനെ മൂന്നു ദിവസം തുടർച്ചയായി. നാലാം ദിവസം ആ ബറ്റാലിയൻ നേരിട്ടുള്ള ആക്രമണത്തിനിറങ്ങി. "ദി ഫസ്റ്റ് ബറ്റാലിയൻ ഓഫ് ദി 32nd ടാങ്ക്

ബ്രിഗേഡ്." എല്ലാവരും യുദ്ധത്തിനു പോയി. ഞാൻ മുറിവേറ്റവരെ പാർപ്പിക്കാനുള്ള കിടങ്ങുകൾ കുത്തുന്ന പണിയിലായി. അര മണിക്കൂർ കഴിഞ്ഞില്ല.....അപ്പോഴേക്കും മുറിവേറ്റ ഭടന്മാർ എത്തിത്തുടങ്ങി. കൂട്ടത്തിൽ മരിച്ചവരും ഉണ്ടായിരുന്നു. ഞങ്ങളുടെ കൂടെ വന്ന ഒരു പെൺകുട്ടിയും കൊല്ലപ്പെട്ടവരിൽ ഉണ്ടായിരുന്നു. അതിനിടയിൽ എന്നെ തിരിച്ചയക്കേണ്ട കാര്യം എല്ലാവരും മറന്നു. അവർ കൂട്ടത്തിലൊരാളായി എന്നെ കണ്ടു തുടങ്ങിയിരുന്നു. മേലധികാരികൾ പോലും പിന്നീടാകാര്യം സൂചിപ്പിച്ചില്ല.

ഇനി എന്ത്? മിലിട്ടറി വേഷം ധരിക്കുക തന്നെ. എല്ലാവർക്കും അവർ ഓരോ 'കിറ്റ് ബാഗു'കൾ തന്നു. സ്വന്തം സാധനസാമഗ്രികൾ സൂക്ഷിക്കാൻ. പുതുപുത്തൻ സഞ്ചികൾ. ഞാനതിന്റെ വള്ളികൾ അറുത്തു മാറ്റി. ബട്ടനുകളും നീക്കി. ഒരു കുപ്പായം പോലെ ഞാനത് ധരിച്ചു. കണ്ടാൽ മിലിട്ടറി സ്കർട്ടാണെന്നു തോന്നും. എവിടെ നിന്നോ അത്ര പഴക്കമില്ലാത്ത ഒരു മിലിട്ടറി ഷർട്ടും ഞാൻ കണ്ടെടുത്തു. മീതെ ഒരു ബൽട്ടും മുറുക്കി. ഞാൻ മറ്റു പെൺകുട്ടികളുടെ മുമ്പിൽ മിടുക്കിയായി ചെന്നു നിന്നു. അവരുടെ മുമ്പിൽ വട്ടംതിരിഞ്ഞു മേനി കാട്ടാൻ തുടങ്ങിയപ്പോഴേക്കും ടെന്റിനുള്ളിലേക്ക് സാർജന്റ് മേജർ കടന്നുവന്നു. കൂടെ യൂണിറ്റിന്റെ കമാൻഡറും. സാർജന്റ് മേജർ: "ടെൻ ഹട്!"

ലഫ്റ്റനന്റ് കേണൽ അകത്തേക്കു വന്നു. സാർജന്റ് പറഞ്ഞു "സഖാവ് ലഫ്റ്റനന്റ് കേണൽ, സംസാരിക്കാൻ അനുവാദമുണ്ടെങ്കിൽ..... സാർ....പെൺകുട്ടികൾക്കിടയിൽ ഒരു അത്യാഹിതം. ഞാൻ അവർക്ക് സാധനങ്ങൾ സൂക്ഷിക്കാൻ "കിറ്റ് ബാഗു" കൾ കൊടുത്തിരുന്നു. പക്ഷേ, കാര്യമറിയാതെ അവരെല്ലാവരും അതിനുള്ളിൽ "കയറിക്കൂടി."

അപ്പോഴാണ് കമാൻഡർ എന്നെ കണ്ടത്. "ഓ....നിങ്ങളാണോ........ പാത്തും പതുങ്ങിയും അകത്തു കടന്നയാൾ........എന്തായാലും സാർജന്റ് ഈ പെൺകുട്ടികൾക്കെല്ലാം നമ്മൾ യൂണിഫോം കൊടുക്കണം."

അവർ ഞങ്ങൾക്കു തന്ന യൂണിഫോം ടാങ്ക് പടയാളികൾ ധരിക്കുന്നത് കാൻവാസ് കാലുറകളാണ്. മുട്ടിൽ കട്ടിത്തുണി കൊണ്ട് പ്രത്യേകം ഒരാവരണം. എന്നാൽ അവർ ഞങ്ങൾക്കു തന്നത് കനം കുറഞ്ഞ പുറം കുപ്പായങ്ങളായിരുന്നു. തറയിൽ നിറയെ കല്ലും മണ്ണും ഇരുമ്പുതുണ്ടുകളും. പലയിടത്തും കല്ലും ഇരുമ്പുതുണ്ടുകളും പുറത്തേക്കു തുറിച്ചു നിന്നു. ഞങ്ങൾ അതിനിടയിലൂടെ ഒരുമാതിരി കോമാളിവേഷത്തിൽ ഓടി നടന്നു. ഞങ്ങൾ ഒരിക്കലും ടാങ്കിനകത്തു കയറിയിരുന്നില്ല. ചുറ്റിലും ഇഴഞ്ഞു നടക്കുകയായിരുന്നു. പലപ്പോഴും ടാങ്കുകൾക്ക് തീപ്പിടിച്ചു. അതിനകത്തിരുന്ന ആൾ അഥവാ രക്ഷപ്പെട്ടിട്ടുണ്ടെങ്കിൽ തന്നെ കഠിനമായി പൊള്ളലേറ്റിട്ടുണ്ടാകും. ഞങ്ങൾക്കും തീപ്പൊള്ളലേല്ക്കാറുണ്ട്. അകത്തുള്ള ആളെ പുറത്തേക്കു വലിച്ചെടുക്കുന്നതിനിടയിൽ, തീയുമായി ഒരേറ്റുമുട്ടൽ. ആ ചെറിയ വിടവിൽ കൂടി ടാങ്കിനകത്തു നിന്നും ഒരാളെ

പുറത്തേക്ക് വലിച്ചെടുക്കുക ശ്രമകരമായിരുന്നു. ജീവിച്ചിരിക്കുന്നവരേക്കാളും ഭാരം കൂടുതലാണ് മരിച്ചവർക്ക്. കുറച്ചൊന്നുമല്ല......ഏറെ. അതെനിക്ക് വൈകാതെ ബോധ്യമായി.

ഞങ്ങളാരും സൈനിക പരിശീലനം നേടിയവരായിരുന്നില്ല. മേലുദ്യോഗസ്ഥന്മാരുടെ പദവിയും പെരുമയുമൊന്നും ഞങ്ങൾക്കു പരിചയമായിരുന്നില്ല. സർജന്റ് മേജർ ഇടയ്ക്കിടയ്ക്ക് ഓർമ്മിപ്പിച്ചു. "നിങ്ങളിപ്പോൾ യഥാർത്ഥ സൈനികരാണ്. ഉയർന്ന പദവിയിലുള്ളവരെ യഥാവിധി സല്യൂട്ട് ചെയ്യണം. വൃത്തിയായും വെടുപ്പായും നടക്കണം. പുറംകോട്ടിന്റെ ബട്ടണുകളെല്ലാം എപ്പോഴും ഇട്ടിരിക്കണം."

എന്നാൽ മറ്റു പട്ടാളക്കാർക്ക് ഞങ്ങളെ കളിയാക്കുന്നതിലായിരുന്നു രസം. പ്രായം ഏറ്റവും കുറഞ്ഞവരല്ലേ ഞങ്ങൾ. ഒരു ദിവസം വൈദ്യവിഭാഗത്തിൽ നിന്നെന്നെ ചായ വാങ്ങിക്കൊണ്ടുവരാൻ പറഞ്ഞയച്ചു. ഞാൻ പാചകക്കാരന്റെ അടുത്തു ചെന്നു. അയാൾ എന്നെ കാര്യമായൊന്നു നോക്കി.

"എന്താ വേണ്ടത്?"

"ചാ.....ചായ" ഞാൻ മടിച്ചു മടിച്ചു പറഞ്ഞു

"ചായ തയ്യാറായിട്ടില്ല."

"എന്തുകൊണ്ട്?"

"പാചകക്കാരൻ പാത്രം കഴുകി തയ്യാറാവുന്നതേയുള്ളൂ. ആ പണി കഴിഞ്ഞാൽ ഞങ്ങൾ ചായയുണ്ടാക്കും."

അതപ്പാടെ ഞാൻ വിശ്വസിച്ചു. പാത്രവുമെടുത്ത് വന്നവഴി ഞാൻ തിരിച്ചുപോയി. എന്നെ കണ്ടപ്പോൾ ഡോക്ടർ ചോദിച്ചു. "എന്താ പോയപോലെ തിരിച്ചു വന്നിരിക്കുന്നത് ? ചായ എവിടെ?"

"അവർ പാത്രം കഴുകുന്നതേയുള്ളൂ" ഞാൻ കാര്യമായി പറഞ്ഞു. "അതു കഴിഞ്ഞിട്ടുവേണം ചായ ഉണ്ടാക്കാൻ."

അദ്ദേഹം സ്വന്തം തലയിൽ അസഹ്യതയോടെ തട്ടി. "ഏതു പാചകക്കാരനാണ് അവിടെ പാത്രം കഴുകുന്നത്?"

എന്നേയും കൂട്ടി അദ്ദേഹം അടുക്കളയിലേക്കു ചെന്നു. പാചകക്കാരനെ മതിയാവോളം ശകാരിച്ചു. അവർ അപ്പോൾത്തന്നെ രണ്ടു ബക്കറ്റു നിറയെ ചായ എനിക്കെടുത്തു തന്നു.

ചായയും കൊണ്ടു തിരിച്ചു നടക്കുമ്പോൾ പാർട്ടിയിലെ പ്രമുഖനേയും ബ്രിഗേഡ് കമാൻഡറേയും വഴിയിൽ കണ്ടു. പെട്ടെന്നോർമ്മ വന്നു. എല്ലാവരേയും സല്യൂട്ട് ചെയ്യണമെന്ന് പഠിപ്പിച്ചിട്ടുണ്ടല്ലോ. കാരണം, ഞങ്ങൾ താഴെത്തട്ടിലുള്ള റാങ്കുകളൊന്നുമില്ലാത്ത സാധാരണ സൈനികരാണ്. ഇവിടെയാണെങ്കിൽ രണ്ടുപേരുണ്ട്. രണ്ടുപേരേയും ഒരേ സമയത്ത് അഭിവാദ്യം ചെയ്യുന്നതെങ്ങനെ? അവർ അടുത്തെത്തിയപ്പോൾ കൈയിലുണ്ടായിരുന്ന രണ്ടു ബക്കറ്റുകളും ഞാൻ താഴെ വെച്ചു. രണ്ടുകൈപ്പട

ങ്ങളും തൊപ്പിയുടെ വശങ്ങളിൽ ചേർത്തു വെച്ച് രണ്ടുപേരേയും ഒരുമിച്ച് ഞാൻ സല്യൂട്ട് ചെയ്തു. വാസ്തവത്തിൽ അവരെന്നെ ശ്രദ്ധിക്കാതെ ആ വഴി നടക്കുകയായിരുന്നു. ഞാൻ സല്യൂട്ട് ചെയ്തപ്പോഴേ അവരെന്നെ കണ്ടുള്ളൂ. അവർ അതിശയിച്ചു നിന്നുപോയി. "ഇങ്ങനെ സല്യൂട്ട് ചെയ്യാൻ ആരാണ് നിന്നെ പഠിപ്പിച്ചത്?"

"സർജന്റ് മേജറാണ്. എല്ലാവരേയും സല്യൂട്ട് ചെയ്യണമെന്ന് പ്രത്യേകം പറഞ്ഞിരുന്നു. ഒരേസമയത്ത് നിങ്ങൾ രണ്ടുപേരും ഒരുമിച്ചു വന്നപ്പോൾ..."

ഞങ്ങൾ പെൺകുട്ടികൾക്ക് പട്ടാളച്ചിട്ടകളെല്ലാം തന്നെ പ്രയാസമുള്ളതായിരുന്നു. ഓരോരോ പദവികളും മുദ്രകളും തരംതിരിച്ചു മനസ്സിലാക്കുക ഞങ്ങൾക്ക് വിഷമമുള്ള കാര്യമായിരുന്നു. ഞങ്ങൾ സൈന്യത്തിൽ ചേർന്ന കാലത്ത് പലവിധ പദവിചിഹ്നങ്ങൾ നിലവിലുണ്ടായിരുന്നു. ഡയമണ്ട്, ക്യൂബ്, സ്ട്രൈപ്പ്സ് എന്നിങ്ങനെ. അതുനോക്കി ആ വ്യക്തിയുടെ റാങ്ക് മനസ്സിലാക്കാമായിരുന്നു.

"ഈ എഴുത്ത് ക്യാപ്റ്റനു കൊണ്ടുപോയി കൊടുക്കൂ." അവർ ഞങ്ങളെ വിളിച്ചു പറയും. പോകുന്ന വഴിയിൽ ക്യാപ്റ്റൻ എന്ന വാക്കേ ചിലപ്പോൾ മറന്നുപോകും. എന്നാലും ഞാൻ പോകും.

"സാർ, മറ്റേ സാർ പറഞ്ഞു ഈ കത്ത് സാറിനു തരാൻ."

"ഏതു മറ്റേസാർ?"

"എപ്പോഴും മിലിട്ടറി ഷർട്ടു ധരിക്കുന്ന സാർ.....ബനിയനിടാറില്ല."

ഈ വക കാര്യങ്ങളാണ് ഞങ്ങൾ ഓർമ്മവെച്ചിരുന്നത്. അയാൾ ഓഫീസറാണോ, ലഫ്റ്റനന്റാണോ, ക്യാപ്റ്റനാണോ എന്നൊന്നും ഞങ്ങൾ ഓർത്തു വെച്ചിരുന്നില്ല. സുന്ദരനാണോ, മുടി കറുത്തിട്ടോ, ചുകന്നിട്ടോ, നല്ല ഉയരമുണ്ടോ.......ഇങ്ങനെയുള്ള പ്രത്യേകതകൾ ഞങ്ങൾ എപ്പോഴും ശ്രദ്ധിച്ചിരുന്നു.

"ഓ.... ആ ഉയരം കൂടിയ ആളോ?" അങ്ങനെയാണ് അവരെ ഞങ്ങൾ തിരിച്ചറിഞ്ഞിരുന്നത്.

കത്തിക്കരിഞ്ഞ മേൽക്കുപ്പായവും പൊള്ളലേറ്റ മുഖവും കൈകളും... അദ്ഭുതം തോന്നാറുണ്ട്. കരയാനുള്ള കഴിവ് എനിക്ക് നഷ്ടപ്പെട്ടിരുന്നു. കണ്ണീരെന്ന ഉപഹാരം.... സ്ത്രീ സ്വന്തമായി നല്കുന്ന സമ്മാനം. ടാങ്ക് പടയാളികൾ തീപ്പിടിച്ച ടാങ്കുകളിൽ നിന്നും പുറത്തേക്കു ചാടുമ്പോൾ ടാങ്കുകൾ മാത്രമല്ല ആ മനുഷ്യരും കൂടെ കത്തുന്നത് കാണാമായിരുന്നു. എല്ലായിടത്തും തീയും പുകയും. പലപ്പോഴും അവരുടെ കൈകാലുകൾ അറ്റുപോയിരിക്കും. കഠിനമായി മുറിവേറ്റവർ. കിടന്നിടത്ത് കിടന്ന് അവർ കരയും.

"ഞാൻ മരിച്ചാൽ എന്റെ അമ്മയ്ക്കു കത്തെഴുതണം.... എന്റെ ഭാര്യക്ക്..." അതെന്നെക്കൊണ്ട് ആവുന്ന കാര്യമായിരുന്നില്ല. വേണ്ടപ്പെട്ടവരുടെ മരണമറിയിച്ചു കൊണ്ട് എങ്ങനെയാണ് ഒരാൾക്ക് കത്തെഴുതുക?

കാലൊടിഞ്ഞു കിടക്കുന്ന എന്നെ വഴിയോരത്തു നിന്നും പൊക്കിയെടുത്ത് ആ വീട്ടിലെത്തിച്ചത് ഏതാനും ടാങ്ക് സൈനികരായിരുന്നു. കിരോവാഗ്രാഡ് പ്രദേശത്തുള്ള ഒരു യുക്രേനിയൻ ഗ്രാമത്തിലായിരുന്നു അത്. മെഡിക്കൽവിഭാഗം താവളമാക്കിയിരുന്ന ഇടം. വീട്ടുടമസ്ഥയായിരുന്ന സ്ത്രീ പല തവണ പറയുന്നത് ഞാൻ കേട്ടു. " ഈ പയ്യന് തീരെ ചെറുപ്പമാണല്ലോ!" അതു കേട്ട ആ പട്ടാളക്കാർ ചിരിച്ചു. "പയ്യനോ? മുത്തശ്ശി എന്താ വിചാരിച്ചത്? ഇതൊരു പെൺകുട്ടിയാണ്.'

അവർ എന്റെ അരികത്തു വന്നിരുന്ന് സൂക്ഷിച്ചു നോക്കി. "പെൺകുട്ടിയോ ഇതോ... നിങ്ങൾക്കു തെറ്റി. ഇതൊരു പയ്യൻ തന്നെ.

എന്റെ മുടി വളരെ നീളം കുറച്ചാണ് മുറിച്ചിരുന്നത്. അയഞ്ഞ മേലുടുപ്പ്. ടാങ്ക് ഹെൽമറ്റ്. കണ്ടാൽ പയ്യനാണെന്നേ തോന്നൂ. അടുപ്പിനരികെ നല്ല ചൂടുള്ള സ്ഥലം അവർ എനിക്കായി ഒഴിഞ്ഞു തന്നു. എന്റെ ക്ഷീണവും തളർച്ചയും മാറി വേഗം സുഖം പ്രാപിക്കാൻ തന്റെ പന്നിക്കുഞ്ഞിനേയും അവർ അറുത്തു. അവർ എപ്പോഴും എന്നെ നോക്കി വിലപിച്ചു. "നാട്ടിൽ പുരുഷന്മാരില്ലാതെയോ ഇത്രയും ചെറിയകുട്ടികളെ പടയ്ക്കിറക്കാൻ.....അതും ഇതുപോലെയുള്ള ചെറിയ പെൺകുട്ടികളെ?"

അവരുടെ കണ്ണീരും സങ്കടവും. കുറച്ചു നാളത്തേക്ക് എന്റെ എല്ലാ ധൈര്യവും ചോർന്നുപോയി. എന്നോടുതന്നെ എനിക്ക് സഹതാപം. എന്റെ അമ്മയെ ഓർത്തും ഞാൻ വല്ലാതെ സങ്കടപ്പെട്ടു. ഞാനൊരു പെൺകുട്ടി.... ഈ പുരുഷന്മാരുടെ ഇടയിൽ എനിക്കെന്തു കാര്യം? രണ്ടു കാലും നഷ്ടപ്പെട്ട് ഞാൻ വീട്ടിൽ ചെന്നാൽ? പലപല ചിന്തകൾ കൊണ്ട് എന്റെ മനസ്സ് നീറി. ഞാൻ മറച്ചു വെക്കുന്നില്ല, എന്റെ ആശങ്കയും ഭയവും ഒന്നും.

പതിനെട്ടാമത്തെ വയസ്സിൽ ക്രസ്ക് ബൾജിൽ വെച്ച് അവരെന്നെ മെഡൽ നല്കി ആദരിച്ചു. (1945 ജൂലായ്- ആഗസ്റ്റിൽ അവിടെ ഘോരയുദ്ധം നടന്നു. കിഴക്കേ യുദ്ധമുഖത്ത് ക്രസ്ക് നഗരത്തിനു ചുറ്റുമുള്ള ഉയർന്ന പ്രദേശത്ത് വെച്ചു നടന്ന ആ യുദ്ധത്തിൽ റഷ്യ നിർണ്ണായകമായ വിജയം നേടി.) വിശിഷ്ട സേവനത്തിനുള്ള പുരസ്കാരം. 19-ാം വയസ്സിൽ 'ദി ഓർഡർ ഓഫ് ദി റെഡ്സ്റ്റാർ' തുടർന്ന് 'ദി ഓർഡർ ഓഫ് ദി ഫാദർ ലാൻഡ് വാർ' സെക്കന്റ് ഡിഗ്രി.

പുതിയ സേനാവിഭാഗങ്ങൾ താമസിയാതെ വന്നുചേർന്നു. അതിലെല്ലാം ചെറുപ്പക്കാരായ ആൺകുട്ടികൾ മാത്രമായിരുന്നു. പതിനെട്ടും പത്തൊമ്പതും വയസ്സായവർ. അവർ എന്നെക്കണ്ട് അതിശയിച്ചു നിന്നു. ചിലർ തെല്ലു പരിഹാസത്തോടെ ചോദിച്ചു "എങ്ങനെ കിട്ടി ഈ മെഡലുകൾ?" 'എപ്പോഴെങ്കിലും യുദ്ധം ചെയ്തിട്ടുണ്ടോ?" ചിലപ്പോൾ എന്നെ ദേഷ്യം പിടിപ്പിക്കാനായി ചോദിക്കും, "ഒരു വെടിയുണ്ടയ്ക്ക് ടാങ്കിന്റെ കവചം തുളച്ചു കയറ്റാൻ പറ്റുമോ?"

അവരിലൊരാൾക്ക് പടക്കളത്തിൽ വെച്ചു മുറിവേറ്റപ്പോൾ ഞാനാണ് ബാൻഡേജ് വെച്ചുകെട്ടിയത്. വെടിവെപ്പിനിടയിലായിരുന്നു. അയാളുടെ

കുടുംബപ്പേര് ഇപ്പോഴും ഞാൻ ഓർക്കുന്നു. സ്കീഗോ ലീഹ ട്യാക്. അയാളുടെ കാലൊടിഞ്ഞിരുന്നു. ഞാൻ സ്പിലിന്റ് വെച്ചുകെട്ടി. അയാൾ എന്നോട് ക്ഷമ ചോദിച്ചു. കളിയാക്കിയതിനും പുച്ഛിച്ചതിനും.

"പ്രിയപ്പെട്ട നഴ്സ് എന്നോടു പൊറുക്കണം. അന്ന് നിങ്ങളെ വേദനിപ്പിച്ചതിന്. സത്യം പറയട്ടെ. എനിക്കു നിങ്ങളെ വളരെ ഇഷ്ടമാണ്."

അന്ന് പ്രണയത്തെക്കുറിച്ച് ഞങ്ങൾക്കെന്തറിയാം! അറിയാമായിരുന്നെങ്കിൽത്തന്നേയും അത് സ്കൂൾ പഠനകാലത്തെ പ്രണയമായിരുന്നു. അതെത്ര ബാലിശമായിട്ടുള്ളതാണ്. ഒരിക്കൽ അവിചാരിതമായി ശത്രുക്കൾ ഞങ്ങളെ വലയം ചെയ്തു. വെറും കൈകൾ കൊണ്ടാണ് ഒളിഞ്ഞിരിക്കാനുള്ള കുഴികൾ ഞങ്ങൾ മാന്തിയത്. വേറെ ഒന്നും കൈയിലുണ്ടായിരുന്നില്ല. കോടാലിയോ, മൺവെട്ടിയോ ഒന്നും. നാലുഭാഗത്തും ശത്രുക്കളുടെ സമ്മർദ്ദം. ഞങ്ങൾ ഒരു തീരുമാനത്തിലെത്തി. അന്നു രാത്രി ഒന്നുകിൽ മരിക്കും. അല്ലെങ്കിൽ ശത്രു വലയം ഭേദിച്ച് രക്ഷപ്പെടും. ഇതെല്ലാം നിങ്ങളോട് പറയണമോ....എനിക്കറിഞ്ഞുകൂടാ.

ഞങ്ങൾ സ്വയം പച്ചിലകളും ചുള്ളിക്കൊമ്പുകളും ചില്ലകളുമൊക്കെ വെച്ചുകെട്ടി മറച്ചു. അനങ്ങാതിരുന്നു. രാത്രിയാവാനുള്ള കാത്തിരിപ്പ്. ഒന്നുകിൽ രക്ഷപ്പെടും. അല്ലെങ്കിൽ മരിക്കും. ഇരുട്ടിൽ എങ്ങനെയെങ്കിലും രക്ഷപ്പെടാനുള്ള ശ്രമം. ഞങ്ങളുടെ ബറ്റാലിയൻ കമാൻഡർക്ക് കലശലായ മുറിവു പറ്റി. പകരം വന്നത് ലഫ്റ്റനന്റ് മിഷ ടി ആയിരുന്നു. ഏതാണ്ട് ഇരുപതു വയസ്സു പ്രായം. അയാൾ പഴയകാര്യങ്ങൾ ഓർക്കാൻ തുടങ്ങി. നൃത്തം ചെയ്യാൻ എനിക്കിഷ്ടമായിരുന്നു. നന്നായി ഗിറ്റാർ വായിച്ചിരുന്നു. പെട്ടെന്നയാൾ എന്നോടു ചോദിച്ചു. "നീ അത് പരീക്ഷിച്ചിട്ടുണ്ടോ? "

"എന്ത്... എന്തു പരീക്ഷിച്ചിട്ടുണ്ടോ?" വിശന്നു പൊരിയുകയായിരുന്നു ഞാൻ.

"എന്ത് എന്നല്ല ആര് എന്ന് ചോദിക്കൂ.....ഞാൻ ഉദ്ദേശിച്ചത്....ബാബാ"

(ബാബ ഒരുതരം റഷ്യൻ കേക്കാണ്. റഷ്യൻ ഭാഷയിൽ പെണ്ണ്.... എന്നും അർത്ഥമുണ്ട്. കുഴഞ്ഞാട്ടക്കാരി.)

യുദ്ധത്തിനു മുമ്പ് ബാബാ എന്നൊരുതരം പേസ്ട്രി ഉണ്ടായിരുന്നു.

"ഇല്ല..... " ഞാൻ പറഞ്ഞു.

അത് സത്യമായിരുന്നു. ഏതു നിമിഷവും മരിച്ചു വീണേക്കാം........ പ്രണയം എന്നാലെന്തെന്നറിയാതെ ജീവിതം അവസാനിക്കും.

"നീയൊരു മണ്ടിതന്നെ." അയാൾ ചിരിച്ചു. ഒടുവിൽ എനിക്ക് കാര്യം മനസ്സിലായി.

ജീവിക്കാൻ വേണ്ടി ഞങ്ങൾ മരിക്കാൻ തയ്യാറായി. ജീവിതമെന്താണെന്ന് മനസ്സിലാക്കാൻ ഞങ്ങൾക്കു സാവകാശം കിട്ടിയില്ല. ജീവിതത്തെക്കുറിച്ച് പുസ്തകങ്ങളിൽ വായിച്ച അറിവേ ഞങ്ങൾക്കുണ്ടായിരുന്നുള്ളൂ. പ്രണയത്തെക്കുറിച്ചുള്ള സിനിമകൾ എനിക്ക് വളരെ ഇഷ്ടമായിരുന്നു.

ടാങ്ക് യൂണിറ്റുകളിലെ മെഡിക്കൽ വിഭാഗത്തിലെ സഹായികൾ വേഗം മരിക്കുകയാണ് പതിവ്. ടാങ്കിനകത്ത് ഞങ്ങൾക്കിരിക്കാൻ സൗകര്യമുണ്ടായിരുന്നില്ല. പുറമേയുള്ള ചട്ടക്കൂടിൽ തൂങ്ങിനിൽക്കണം. ഇരുമ്പു കൊണ്ടുള്ള ആവരണം. അതിൽ തൂങ്ങിക്കിടക്കുമ്പോൾ ഒരേയൊരു ചിന്തയേ ഉള്ളൂ. "കാറ്റർപില്ലറി" ന്റെ ചങ്ങലയിൽ കാലു കുരുങ്ങി അറ്റു പോകാതെ നോക്കണം. ഉടനെ ചാടിയിറങ്ങി ഓടണം. അല്ലെങ്കിൽ ഇഴയണം. മുന്നണിയിൽ ഞങ്ങൾ അഞ്ചു കൂട്ടുകാരികളായിരുന്നു. ല്യൂബാ യാസിൻസ്ക്യ, ഷൂരാ കിസിലീവ, ടോണിയാ ബോമ്പ്കോവ, സീനാ ലാറ്റിഷ് പിന്നെ ഞാനും. ടാങ്കിലെ സൈനികർ ഞങ്ങൾ അഞ്ചുപേരേയും ചേർത്ത് നാകോവാ പെൺകുട്ടികളെന്നാണ് വിളിച്ചിരുന്നത്. ആ പെൺകുട്ടികളെല്ലാവരും തന്നെ കൊല്ലപ്പെട്ടു.

ല്യൂസാ കൊല്ലപ്പെട്ട ആ യുദ്ധത്തിന്റെ തലേന്നു വൈകുന്നേരം ഞങ്ങൾ രണ്ടുപേരും കുറെയേറെ നേരം കെട്ടിപ്പിടിച്ചിരുന്നു. ഒരുപാടു സംസാരിച്ചു. 1943 ലായിരുന്നു. ഞങ്ങളുടെ സേനാവിഭാഗം DNIEPRനോട് അടുത്തുകൊണ്ടിരുന്നു. അവൾ പെട്ടെന്ന് എന്നോടു പറഞ്ഞു. "നിനക്കറിയോ, ഈ യുദ്ധത്തിൽ ഞാൻ കൊല്ലപ്പെടും........ എനിക്കെന്തോ വല്ലാത്തൊരു തോന്നൽ. വലിയൊരാപത്ത് നേരിടാൻ പോകുന്നു. ഞാൻ സാർജന്റ് മേജറെ കണ്ട് പുതിയ അടിവസ്ത്രങ്ങൾ ആവശ്യപ്പെട്ടു. അദ്ദേഹം പിശുക്കു കാണിച്ചു.

"ഈയിടെ എല്ലാവർക്കും പുതിയ അടിയുടുപ്പുകൾ തന്നതാണല്ലോ. ഇനി നാളെയാവട്ടെ. നമുക്ക് ഒരുമിച്ചു പോയി ചോദിക്കാം. " ഞാൻ അവളെ ആശ്വസിപ്പിക്കാൻ ശ്രമിച്ചു.

"നമ്മൾ യുദ്ധം ചെയ്യാൻ തുടങ്ങിയിട്ട് രണ്ടു കൊല്ലം കഴിഞ്ഞു. എനിക്കു തോന്നുന്നു വെടിയുണ്ടകൾക്ക് നമ്മളെ ഭയമാണെന്ന്."

എന്തായാലും പിറ്റേദിവസം രാവിലെ അവൾ എന്നെ നിർബന്ധിച്ച് സാർജന്റ് മേജറെ കാണാൻ കൂട്ടിക്കൊണ്ടുപോയി. അദ്ദേഹത്തോട് ചോദിച്ച് പുതിയ അടിയുടുപ്പുകൾ ഞങ്ങൾ വാങ്ങിച്ചു. അങ്ങനെ അപ്പോൾ അവളുടെ ശരീരത്തിൽ പുതുപുത്തൻ അടിവസ്ത്രങ്ങളാണ് ഉണ്ടായിരുന്നത്. മഞ്ഞുപോലെ വെളുത്ത ലേസുവെച്ച അടിയുടുപ്പുകൾ.... പക്ഷേ, എല്ലാം രക്തത്തിൽ കുതിർന്നിരുന്നു. കടും ചുവപ്പു നിറം. ഇന്നും അതെന്റെ ഓർമ്മയിലുണ്ട്. അവൾ അങ്ങനെയാണ് സങ്കല്പിച്ചിരുന്നത്.

ഒരു ടാർപോളിനിൽ കിടത്തി ഞങ്ങൾ നാലുപേരും ചേർന്ന് അവളെ എടുത്തുകൊണ്ടു വന്നു. അവൾ വല്ലാതെ കനം വെച്ചിരുന്നു. ആ യുദ്ധത്തിൽ ഒരുപാടു പേരെ ഞങ്ങൾക്ക് നഷ്ടപ്പെട്ടു. എല്ലാവർക്കും കൂടി ഞങ്ങൾ വലിയൊരു കുഴിയുണ്ടാക്കി. ശവപ്പെട്ടിയൊന്നുമുണ്ടായിരുന്നില്ല. എല്ലാവരേയും ഒരുമിച്ച് ഞങ്ങൾ അതിൽ അടക്കം ചെയ്തു. ഏറ്റവും മുകളിലായി ലൂസ്യ. അവൾ ഞങ്ങളുടെ കൂടെയില്ല എന്ന വാസ്തവം എന്തുകൊണ്ടോ എനിക്ക് വിശ്വസിക്കാനായില്ല. ഇനി ഒരിക്കലും ഞാൻ

അവളെ കാണില്ലെന്നോ? അവളുടേതായ എന്തെങ്കിലും കൈയിൽ വെക്കണമെന്നു തോന്നി. എന്നെന്നും അവളെ ഓർമ്മിക്കാൻ. അവളുടെ വിരലിൽ ഒരു മോതിരമുണ്ടായിരുന്നു. സ്വർണ്ണമാണോ അതോ വില കുറഞ്ഞ മറ്റുവല്ലതുമോ. അറിയില്ല. എന്തായാലും ഞാനത് ഊരിയെടുത്തു. ആൺകുട്ടികൾ എന്നെ പിന്നോക്കം വലിച്ചു. "വേണ്ട, അതെടുക്കരുത്. ശുഭമായിട്ടുള്ളതല്ല. ഭാഗ്യദോഷമുണ്ടാകും." എന്നിട്ടും ഞാനത് എടുത്തു. പക്ഷേ, അവസാനമായി എല്ലാവരും ഓരോ പിടിമണ്ണ് ശവക്കുഴിയിലേക്കെറിഞ്ഞപ്പോൾ ഞാനും ഒരു പിടി എറിഞ്ഞു. ഞാനറിയാതെ... എന്റെ കൈയിലുണ്ടായിരുന്ന മോതിരവും ആ കുഴിയിലേക്കു വഴുതി വീണു. അവളുടെ മോതിരം വീണ്ടും അവളിലേക്ക്. അപ്പോഴാണ് ഞാൻ ഓർത്തത്....അവൾക്ക് ആ മോതിരത്തോട് പ്രത്യേകിച്ചൊരിഷ്ടം ഉണ്ടായിരുന്നു.

ല്യൂബ്യയുടെ അച്ഛൻ യുദ്ധം തുടങ്ങി അവസാനിക്കുന്നതുവരെ മുന്നണിയിൽത്തന്നെയായിരുന്നു. എല്ലാം കഴിഞ്ഞപ്പോൾ അദ്ദേഹം ജീവനോടെ തിരിച്ചെത്തി. അവളുടെ സഹോദരനും അപായം കൂടാതെ മടങ്ങി വന്നു. കുടുംബത്തിലെ പുരുഷന്മാർ രക്ഷപ്പെട്ടു. പെൺകുട്ടി മാത്രം കൊല്ലപ്പെട്ടു.

ശൂരാ കിസിലീവാ....ഞങ്ങളുടെ കൂട്ടത്തിൽ ഏറ്റവും സുന്ദരി അവളായിരുന്നു. ഒരു സിനിമാതാരത്തിന്റെ സൗന്ദര്യം. അവൾക്ക് ഭയങ്കരമായി പൊള്ളലേറ്റു. കഠിനമായി മുറിവേറ്റവരെ അവൾ വയ്ക്കോൽക്കൂനകൾക്കിടയിൽ ഒളിപ്പിച്ചു. ഷെല്ലുകൾ പെയ്യാൻ തുടങ്ങിയതോടെ വയ്ക്കോലിന് തീ പിടിച്ചു. ശൂരയ്ക്ക് വേണമെങ്കിൽ സ്വയം രക്ഷപ്പെടാമായിരുന്നു. പക്ഷേ, മുറിവേറ്റ് അവശരായി കിടക്കുന്നവരെ കൈവിടാൻ അവൾ തയ്യാറായില്ല. അവരോടൊപ്പം അവളും എരിഞ്ഞു തീർന്നു.

ടോണിയാ ബോബ്ക്കോവയുടെ അന്ത്യം. ഈ അടുത്ത കാലത്താണ് വിശദവിവരങ്ങൾ ഞാൻ മനസ്സിലാക്കിയത്. കുഴിബോംബു പൊട്ടിത്തെറിച്ചപ്പോൾ തന്റെ കാമുകനായ സൈനികനെ രക്ഷിക്കാനായി അവൾ സ്വയം ഒരു കവചമായി. ബോംബിന്റെ ചീളുകൾ ശരീരത്തിൽ വന്നു തറയ്ക്കാൻ ഒരു നിമിഷാർദ്ധമേ വേണ്ടൂ.എങ്ങനെയാണ് അവൾക്ക് സമയം കിട്ടിയത് തന്റെ സ്നേഹിതന്റെ പ്രാണൻ രക്ഷിക്കാൻ ! ഏതായാലും അയാൾ രക്ഷപ്പെട്ടു. അവൾ കൊല്ലപ്പെടുകയും ചെയ്തു. പെറ്റിയ ബോക്കിവിസ്കി എന്നായിരുന്നു അയാളുടെ പേര്. ക്രാൻസോസോറിൽ നിന്നും വന്ന ഒരു പടയാളി. മുപ്പതു വർഷത്തിനു ശേഷമാണ് അയാൾ എന്നെ കണ്ടെത്തിയത്. ടോണിയോസിന്റെ മരണത്തെക്കുറിച്ചുള്ള വിവരങ്ങൾ അയാളാണ് എനിക്ക് പറഞ്ഞുതന്നത്.

ഞങ്ങൾ രണ്ടുപേരും കൂടി ബോറിസോവയിലേക്കു പോയി. ടോണിയാ കൊല്ലപ്പെട്ട ആ മൈതാനത്തിൽ ഞങ്ങളെത്തി. അയാൾ കുമ്പിട്ടു നിന്ന് ഒരു പിടി മണ്ണു വാരിയെടുത്തു..... നനഞ്ഞ മിഴികളോടെ അതിൽ ചുംബനങ്ങളർപ്പിച്ചു.

കോനാകോവയിൽ നിന്ന് ഞങ്ങൾ അഞ്ചുപേരാണ് മുന്നണിയിലേക്കു പോയത്. ഞാൻ മാത്രം മടങ്ങിവന്നു. എന്റെ അമ്മയുടെ അരികത്തേക്ക്.

തീരെ പ്രതീക്ഷിക്കാത്ത ഒരു നിമിഷം..... നീനാ യാക്കോവ് ലീവ്ന ഒരു കവിത ചൊല്ലാൻ തുടങ്ങി.

ധൈര്യശാലിയായ ഒരു പെൺകുട്ടി ടാങ്കിന്റെ ഇരുമ്പു കവചത്തിലേക്ക് കുതിച്ചു കയറുന്നു. സ്വന്തം മാതൃഭൂമിയുടെ രക്ഷയ്ക്കായി വെടിയുണ്ട കളേയും തീക്കുടുക്കകളേയും അവൾക്കു ഭയമില്ല. അവളുടെ ഹൃദയം തന്നെ ജ്വലിച്ചു നില്ക്കുകയാണ് അവളുടെ ശരീരം തകർന്നു വീഴുമ്പോൾ സുഹൃത്തേ, ഓർക്കുക അവളുടെ ശാലീന സൗന്ദര്യം....

നീന പറഞ്ഞു, അവൾതന്നെ മുന്നണിയിൽ വെച്ചു കുറിച്ചതാണ് ആ വരികൾ എന്ന്. ഇപ്പോഴും ഭംഗിയിൽ പകർത്തി എഴുതിയ വരികൾ അവളുടെ കുടുംബത്തിന്റെ പഴയ പ്രമാണങ്ങളോടൊപ്പം സൂക്ഷിച്ചുവെച്ചിട്ടുണ്ട്. കാപട്യമില്ലാത്ത... ഹൃദയസ്പർശിയായ വരികൾ. അവരുടെ ഫോട്ടോ ആൽബങ്ങൾക്കുപോലുമുണ്ട്, ഒരു യുവതിയുടെ ഡയറിക്കുറിപ്പിന്റെ ഛായ. ഏതു വീട്ടിൽ ചെന്നാലും സ്വന്തം ആൽബം അവർ എന്നെ കാണിച്ചു തരാറുണ്ട്. സാധാരണ ഒരു പെൺകുട്ടിയുടെ ആൽബത്തിൽ പ്രണയത്തിന്റെ പ്രകാശമാണ് കാണുക. ഇവിടെ... മരണത്തിന്റെ ഇരുട്ടും നിഴലും മാത്രം.

വളരെ ഇഴയടുപ്പമുള്ള ഒരു കുടുംബമാണ് എന്റേത്. നല്ലൊരു കുടുംബം. മക്കളും, കൊച്ചുമക്കളും. എന്നാലും ഞാൻ ജീവിക്കുന്നത് യുദ്ധകാലത്താണ്. എപ്പോഴും. പത്തുകൊല്ലം മുമ്പ് പഴയ ഒരു ചങ്ങാതി വാന്യ പോസ്ഡ്ന്യാക്കോവിനെ ഞാൻ തിരഞ്ഞു കണ്ടുപിടിച്ചു. അയാൾ കൊല്ലപ്പെട്ടിരിക്കും എന്നാണ് ഞങ്ങൾ കരുതിയിരുന്നത്. പക്ഷേ, അയാൾ ജീവിച്ചിരുന്നിരുന്നു. അയാൾ ഒരു ടാങ്ക് കമാൻഡറായിരുന്നു. പ്രൊക്കോറോവാക്കിൽ വെച്ച് രണ്ട് ജർമ്മൻ ടാങ്കുകൾ അയാളുടെ ടാങ്ക് പാടെ തകർത്തു കളഞ്ഞു. അവർ അതിന് തീയിടുകയും ചെയ്തു. അതിലുണ്ടായിരുന്ന സൈനികരെല്ലാം കൊല്ലപ്പെട്ടു. വാന്യ മാത്രം ശേഷിച്ചു. ദേഹമാകെ കഠിനമായി പൊള്ളലേറ്റിരുന്നു. കണ്ണുകൾത്തന്നെ ഇല്ലാതായി. ഞങ്ങൾ അയാളെ ആശുപത്രിയിലേക്കയച്ചു. ആരും വിചാരിച്ചില്ല അയാൾ ജീവിക്കുമെന്ന്. പൊള്ളലേല്ക്കാത്ത ഒരു ഭാഗവും ആ ശരീരത്തിലുണ്ടായിരുന്നില്ല. വലിയ വലിയ തുണ്ടുകളായി തൊലിയാകെ അടർന്നു പോന്നു. മുപ്പതു വർഷത്തിനു ശേഷമാണ് അയാളുടെ മേൽവിലാസം കൈയിൽ കിട്ടിയത്. ഒരു പുരുഷായുസ്സിന്റെ പകുതി കഴിഞ്ഞതിനു ശേഷം. ഞാൻ കോണി കയറി അവിടെ ചെന്നു. കാലുകൾ കുഴയുന്നുവെന്നു തോന്നി. ഇത് അയാൾ തന്നെയോ അതോ മറ്റാരെങ്കിലും ആയിരിക്കുമോ? അയാൾ തന്നെയാണ് വാതിൽ തുറന്നത്. വിരലുകൾ ഉയർത്തി എന്റെ മുഖത്ത് പരതി. ഉടനെ തിരിച്ചറിഞ്ഞു. " നിൻകാ...ഇത് നീയാണോ? ശരിക്കും നീയാണോ?" ആലോചിക്കാൻ വയ്യ. ഇത്രയും വർഷങ്ങൾക്ക് ശേഷവും അയാൾ എന്നെ തിരിച്ചറിഞ്ഞിരിക്കുന്നു.

അയാളുടെ അമ്മ. ഉയരം കുറഞ്ഞ ചെറിയൊരു സ്ത്രീ. നല്ലവണ്ണം പ്രായമായിരിക്കുന്നു. അമ്മയോടൊപ്പമാണയാൾ താമസിക്കുന്നത്. അവരും ഞങ്ങളോടൊപ്പം മേശയ്ക്കരുകിൽ വന്നിരുന്നു. അവർ കരയാൻ തുടങ്ങി. എനിക്കദ്ഭുതം തോന്നി.

"എന്തിനാ കരയുന്നത്?" ഞാൻ ചോദിച്ചു. "സന്തോഷിക്കുകയല്ലേ വേണ്ടത്. യുദ്ധകാലത്തെ സഹപ്രവർത്തകർ ഒരുമിച്ചു ചേർന്നിരിക്കുന്നു."

"എന്റെ മൂന്നു ആൺമക്കളും പടയ്ക്കു പോയി. രണ്ടുപേർ കൊല്ലപ്പെട്ടു. വാന്യ മാത്രമാണ് തിരിച്ചു വന്നത്." അവർ തേങ്ങികൊണ്ടു പറഞ്ഞു.

വാന്യയുടെ രണ്ടു കണ്ണും നഷ്ടപ്പെട്ടിരുന്നു. അമ്മയാണ് മകനെ കൈപിടിച്ച് നടത്തിയിരുന്നത്.

"വാന്യാ... അവസാനമായി നിങ്ങൾ കണ്ട കാഴ്ച പ്രെക്കോറോവാക്കിലെ യുദ്ധഭൂമിയല്ലേ? അന്നത്തെ ആ ടാങ്ക് യുദ്ധം. അതിനെക്കുറിച്ച് എന്തെങ്കിലും ഓർമ്മയുണ്ടോ?"..... ഞാൻ ചോദിച്ചു.

അയാൾ പറഞ്ഞ മറുപടി എന്താണെന്നൊ?

"ഒരു കാര്യത്തിലേ എനിക്കു ഖേദമുള്ളൂ. " വാന്യ ദൃഢമായ സ്വരത്തിൽ പറഞ്ഞു. "തീ പിടിച്ച ടാങ്കിൽ നിന്നും സൈനികരോട് ചാടി രക്ഷപ്പെടാൻ ഞാൻ ഉത്തരവു കൊടുത്തു. അതല്പം നേരത്തേ ആയിപ്പോയി. എന്തായാലും അവരെല്ലാം മരിച്ചു. അതിനു മുമ്പായി ശത്രുവിന്റെ ഒരു ടാങ്കു കൂടി നശിപ്പിക്കാൻ സമയമുണ്ടായിരുന്നു."

ഇപ്പോഴും അയാളുടെ സങ്കടം അതാണ്.

യുദ്ധകാലം.... അയാളും ഞാനും സന്തോഷമായാണ് കഴിഞ്ഞത്. രണ്ടുപേരും തമ്മിൽ ഒരു വാക്കു പോലും സംസാരിച്ചിട്ടില്ല. ഒറ്റ വാക്കു പോലും. എന്നാലും ഞാൻ ഓർക്കുന്നു.

എന്തേ അന്ന് ഞാൻ മരിച്ചില്ല! എന്തിനു വേണ്ടിയാണ് ഞാൻ ബാക്കിയായത്. എനിക്കു തോന്നുന്നു... ഇപ്പോൾ .... കാര്യങ്ങളെല്ലാം നിങ്ങളെ അറിയിക്കാൻ വേണ്ടിയാണെന്ന്...

നീനാ യാക്കോവ്ലീവ്നയുമായി ഉണ്ടായ സംഭാഷണം... അതിനൊരു അനുബന്ധവുമുണ്ടായി. എഴുത്തു മുഖാന്തരമായിരുന്നു എന്നു മാത്രം. ടേപ്പ് റെക്കോർഡറിൽ നിന്നും അവർ പറഞ്ഞതെല്ലാം ഞാൻ പകർത്തിയെഴുതി. എന്റെ മനസ്സിൽ ദൃഢമായി പതിഞ്ഞതും എന്നെ അതിശയിപ്പിച്ചതുമായ കാര്യങ്ങൾ ഞാൻ അടിവരയിട്ടു വെച്ചു. ഞാൻ നേരത്തെ ഏറ്റിരുന്നതുപോലെ അതിന്റെ ഒരു പകർപ്പ് അവർക്കയച്ചു കൊടുത്തു. ഏതാനും ആഴ്ചകൾക്കു ശേഷം നല്ല കനമുള്ള ഒരു കെട്ട് രജിസ്ട്രർ ചെയ്ത് എന്റെ പേരിലെത്തി. അത് മോസ്കോയിൽ നിന്നും അയച്ചതായിരുന്നു, തപാൽ വഴി. തുറന്നു നോക്കിയപ്പോൾ അത് നിറയെ പത്രക്കുറിപ്പുകളും വാർത്തകളും ലേഖനങ്ങളും. യുദ്ധകാലത്ത് നീനാ വിഷ്നിവിസ്ക്യയ ചെയ്ത പ്രവർത്തികളുടെ ഔദ്യോഗിക വിവരണങ്ങളും

അതിലുണ്ടായിരുന്നു. സൈനിക സംബന്ധമായി അവർ അനുഷ്ഠിച്ച സേവനങ്ങളുടെ റിപ്പോർട്ട്, ഞാൻ അയച്ച കുറിപ്പുകളും അവർ തിരിച്ചയച്ചു തന്നു. അതിൽ കുറെ അധികം വെട്ടലും തിരുത്തലുകളും. ഞാനെഴുതിയതിൽ വളരെ കുറച്ചേ ബാക്കിയുണ്ടായിരുന്നുള്ളൂ. ഞാൻ അവർ പറഞ്ഞ നേരമ്പോക്കുകളിൽ ചിലത് അതിലെഴുതിയിരുന്നു. ഉദാഹരണത്തിന്, ഭക്ഷണം പാകം ചെയ്യുന്ന വലിയ ചെമ്പുകളിൽ വെള്ളം നിറച്ച് അതിൽ ഇറങ്ങിയിരുന്നു കുളിക്കുന്ന പാചകക്കാർ.... സാർ, മറ്റേ സാർ പറഞ്ഞു സാറിന് ഈ കത്തു തരാൻ......ഇതുപോലെ പലതും അവർ വെട്ടിയിട്ടിരുന്നു. ലെഫ്റ്റനന്റ് ടി മിഷയെ പറ്റി എഴുതിയിരുന്നതിന്റെ മാർജിനിൽ മൂന്നു ചോദ്യ ചിഹ്നങ്ങൾ. "എന്റെ മകന്റെ കണ്ണിൽ ഞാൻ വീരനായികയാണ്... ഒരു ദേവത തന്നെ. ഇതു വായിച്ചാൽ അവൻ എന്നെ പറ്റി എന്താണ് കരുതുക?"

അതിൽ പിന്നെ മറ്റു പല സന്ദർഭങ്ങളിലും ഈ പ്രശ്നം ഞാൻ നേരിടുകയുണ്ടായി. ഒരേ മനുഷ്യന്റെ ഉള്ളിലുള്ള രണ്ടുതരം നേരുകൾ... ഒന്ന് സ്വന്തം സത്യം. അത് മനസ്സിന്റെ അടിത്തട്ടിൽ അമർത്തിവെച്ചിരിക്കുകയാണ്. രണ്ടാമത്തേത് സാമാന്യ സത്യം. കാലത്തിന്റെ തുടിപ്പുകൾ നിറഞ്ഞത്. അതിന് പത്രവാർത്തകളുടെ ഗന്ധമുണ്ട്. രണ്ടാമത്തേതിന്റെ കടന്നാക്രമണത്തെ ചെറുത്തുനില്ക്കാൻ ആദ്യത്തേതിന് ശേഷിയില്ല. ഉദാഹരണത്തിന്, കഥ പറയുന്ന ഞാനും അനുഭവങ്ങൾ പങ്കുവെക്കുന്ന അവരുമല്ലാതെ മൂന്നാമതൊരാൾ അരികിലുണ്ടെങ്കിൽ, അത് വീട്ടുകാരോ... അയൽക്കാരോ, സുഹൃത്തുക്കളോ ആരുമായിക്കൊള്ളട്ടെ.... അവർക്ക് സ്വതന്ത്രമായി മനസ്സു തുറക്കാൻ സാധിക്കില്ല എന്നത് സത്യമാണ്. രണ്ടാളുകൾക്കിടയിലുള്ള സംസാരമാകില്ല മൂന്നാമതൊരാളും കൂടി ചേരുമ്പോൾ. അതിനു താനേ ഒരു സാമാന്യസ്വഭാവം കൈവരുന്നു. അവർ പറയുന്നതെന്തായാലും അത് ശ്രോതാക്കൾക്കു വേണ്ടിയുള്ളതാവും. ആ വ്യക്തിയുടെ മനസ്സിൽ പതിഞ്ഞു കിടക്കുന്ന കാര്യങ്ങൾ ചികഞ്ഞെടുക്കാൻ അതോടെ നമുക്ക് സാധിക്കാതെ വരും. എനിക്കു പെട്ടെന്നു മനസ്സിലാക്കാനാകും. ഒരാൾ സ്വരക്ഷയ്ക്കായി മെനയുന്ന വഴികൾ. ഒരുതരം അടക്കിപ്പറയൽ. ഇടയ്ക്കിടയ്ക്കുള്ള തിരുത്തലുകൾ. ശ്രോതാക്കൾ കൂടുമ്പോഴും പറയുന്ന ശൈലിയിലും മാറ്റം വരും. എന്തോ ഒരു നിർവികാരത... കറ പുരളാത്ത മട്ടിലുള്ള വിവരണം. അതിൽ തനിമയില്ല. പലതും പോലെ ഒന്നുമാത്രം. ഭയാനകമായതും മഹത്വവൽക്കരിക്കപ്പെട്ടതും. അവ്യക്തവും അപരിചിതവുമായ മാനസിക ഭാവങ്ങൾ, ക്ഷണത്തിൽ വിശദീകരിക്കപ്പെടും. ഭൂതകാലത്തിന്റെ ഒരു മണൽപരപ്പിലാണല്ലോ ഞാൻ എന്ന തോന്നലുളവാകും. അവിടെ നിറയെ ചരിത്രസ്മാരകങ്ങളും മഹാസംഭവങ്ങളുമായിരിക്കും. അതിഗംഭീരവും. ആർക്കും കടന്നുചെല്ലാനാകാത്തതുമായിരിക്കും. നീനാ യാക്കോവ്‌ലീവ്നയുടെ കാര്യത്തിലും അതാണ് സംഭവിച്ചത്. എനിക്കുവേണ്ടി അവർ ഓർമ്മയിൽ നിന്നും എടുത്തു കാണിച്ച ഒരു യുദ്ധം. "നിങ്ങൾ ഒരു മകളെപ്പോലെയാണ്. ആ

കാലത്ത് ഞങ്ങൾ പെൺകുട്ടികൾക്കു നേരിടേണ്ടി വന്ന ദുരിതങ്ങൾ നിങ്ങൾക്കു മനസ്സിലാകും." അങ്ങനെയാണ് അവർ അന്നു തുടങ്ങിയത്.

ഇപ്പോഴത്തേത് കൂടുതൽ വലുതായ ഒരു സദസ്സിനു വേണ്ടിയായിരുന്നു. "മറ്റുള്ളവർ പറയുകയും പത്രത്തിൽ എഴുതുകയും ചെയ്യുന്നതുപോലെ - വീരയോദ്ധാക്കളേയും അവരുടെ ധീരപരാക്രമങ്ങളേയുംക്കുറിച്ച്. ഉദാത്തമായ മാതൃകകൾ കാട്ടിക്കൊടുത്ത് യുവമനസ്സുകളെ ഉണർത്താനും ഉത്തേജിപ്പിക്കാനും വേണ്ടി." എപ്പോഴും എനിക്കതിശയം തോന്നാറുണ്ട്. മനുഷ്യന് സഹജമായുള്ള സരളവും മാനുഷികവുമായ ഭാവങ്ങളോട് ഇത്രയധികം അവിശ്വാസമോ? ആ സ്ഥാനത്ത് ഒരു മാതൃക പ്രത്യേകമായി സ്ഥാപിക്കേണ്ടതുണ്ടോ? സഹജമായ ഊഷ്മളതയ്ക്കു പകരമായി തണുത്ത ഒരു തിളക്കം! ഒരുമിച്ചിരുന്ന, ഒരേ വീട്ടുകാരെന്ന മട്ടിൽ ഔപചാരികത ലേശം പോലുമില്ലാതെ... അടുക്കളിയിലിരുന്ന് ഞങ്ങൾ ചായ കുടിച്ചത് ഞാൻ ഓർത്തുപോയി. അന്ന് ഞങ്ങൾ രണ്ടു പേരും പഴയ കാര്യങ്ങളോർത്ത് ഒരു പോലെ കണ്ണീർ വാർക്കുകയുണ്ടായി.

“രണ്ടു യുദ്ധങ്ങളാണ് ഒരേ സമയം ഞങ്ങളുടെ വീട്ടിൽ നടക്കുന്നത്”

മിൻസ്ക് നഗരത്തിലുള്ള കാവോവ്സ്ക്യയാ തെരുവ്. ചാരനിറത്തിലുള്ള തീപ്പെട്ടികൾ നിരത്തിവെച്ചിരിക്കുന്നതുപോലെയുള്ള ബഹുനില കെട്ടിടങ്ങൾ. ഒക്കെ പാർപ്പിടങ്ങളാണ്. നഗരത്തിന്റെ പകുതിയോളം ഇതുപോലെയുള്ള കെട്ടിടങ്ങൾ ഉയർന്നു നില്ക്കുന്നു. വർഷം ചെല്ലുന്തോറും അവ കൂടുതൽ കൂടുതൽ മ്ലാനമാകുന്നു. എന്നാലും ആ കൂട്ടത്തിലൊന്നിന് ഒരു പ്രത്യേകതയുണ്ട്. “ഞങ്ങളുടെ ഈ അപ്പാർട്ട്മെന്റിൽ രണ്ടു യുദ്ധങ്ങളാണ് ഇപ്പോഴുള്ളത്.” വാതിൽ തുറക്കവേ ആരോ പറയുന്നത് കേട്ടു. സാർജന്റ് മേജർ ഓൾഗാ വാസിലീവ്നാ പോസ്വിഷെൻസിക്ക്യാ ബാൾട്ടിക് പ്രദേശത്തെ നാവിക സേനയിലായിരുന്നു യുദ്ധകാലത്ത്. അവരുടെ ഭർത്താവ് സോൾ ജെന്റികോവിച്ച് മിലിട്ടറി വിഭാഗത്തിൽ സാർജന്റ് ആയിരുന്നു.

എല്ലാം ആവർത്തിക്കപ്പെടുന്നു. അവിടേയും കുറേ നേരം ഞാൻ ചെലവഴിച്ചു. ആദ്യം കുടുംബഫോട്ടോകൾ നോക്കിയിരുന്നു. ശ്രദ്ധയോടെ സ്നേഹത്തോടെ അതിഥികളെ കാട്ടാനായി ഒരുക്കിവെച്ചിരിക്കുന്നു. ഇടയ്ക്ക് അവനവനും നോക്കി രസിക്കാം. ആൽബങ്ങളോരോന്നിനും ഓരോ പേരുണ്ട്. ഞങ്ങളുടെ കുടുംബം, യുദ്ധം, വിവാഹം, കുട്ടികൾ, പേരക്കുട്ടികൾ സ്വന്തം ജീവിതത്തെ പ്രതിയുള്ള ഈ ആദരവ് കാണുക എപ്പോഴും ഒരു കൗതുകമാണ്. കഴിഞ്ഞുപോയ കാലങ്ങൾ ശ്രദ്ധാപൂർവ്വം രേഖപ്പെടുത്തിവെച്ചിരിക്കുന്നു. എല്ലാം പ്രിയപ്പെട്ടവരുടെ മുഖങ്ങൾ. ഞാൻ നൂറുകണക്കിന് അപ്പാർട്ട്മെന്റുകൾ കയറിയിറങ്ങിയിട്ടുണ്ട്. അത്രയും കുടുംബങ്ങളും സന്ദർശിച്ചിട്ടുണ്ട്. സാധാരണക്കാരുടേയും സംസ്കാരസമ്പന്നരുടേയും ഗൃഹങ്ങൾ. നഗരത്തിലും നാട്ടിൻപുറത്തും. എന്നാലും ഇത്രയും കുടുംബസ്നേഹം അപൂർവ്വമായിട്ടേ കണ്ടിട്ടുള്ളൂ. സ്വന്തം പൂർവ്വികന്മാരെ.... വംശത്തെ അറിയാനും മനസ്സിലാക്കാനുമുള്ള താത്പര്യം. അടിക്കടിയുള്ള യുദ്ധങ്ങളും ആഭ്യന്തരകലാപങ്ങളും. സ്വന്തം ഭൂതകാലവുമായി കൊളുത്തപ്പെട്ടു കിടക്കുക എന്ന പതിവ് നമുക്കു നഷ്ടമായിരിക്കുന്നു. ചിതറിപ്പോയ ഇഴകൾ സ്നേഹത്തോടെ ചേർത്തു വെക്കാനുള്ള ശ്രദ്ധയും നമുക്ക് കൈമോശം വന്നിരിക്കുന്നു. പിറകിൽ

അകലങ്ങളിലേക്കു തിരിഞ്ഞു നോക്കാൻ, ഓർത്തഭിമാനിക്കാൻ ഒക്കെ നമുക്കാവാതായിരിക്കുന്നു, മറക്കാനും. അടയാളങ്ങൾ തുടച്ചു മാറ്റാനാണ് നമുക്കു തിടുക്കം. കാരണം, സൂക്ഷിച്ചു വെക്കുന്ന വസ്തുതകൾ പിന്നീട് തെളിവുകളായി മാറി എന്നുവരാം. ജീവനു തന്നെ അപായമായി എന്നു വരാം. അമ്മൂമ്മയും അപ്പൂപ്പനും. അതിനപ്പുറത്തുള്ള ഭൂതകാലത്തെപ്പറ്റി ആർക്കും ഒരു രൂപവുമില്ല. വേരുകളിലേക്ക് ആരും കൈയെത്തിക്കുന്നില്ല. അവർ ചരിത്രം സൃഷ്ടിച്ചവരാണ്. എന്നാൽ ഇന്നേക്കുവേണ്ടി മാത്രം ജീവിക്കുന്നവരാണ്. വളരെ ഹ്രസ്വമാണ് അവരുടെ ഓർമ്മ.

എന്നാൽ ഇവിടെ... സംഗതി വ്യത്യസ്തമാണ്.

"ഇത് ഞാൻ തന്നെയാണോ... ശരിക്കും?" ഓൾഗ വാവ്‌ലീവ്‌നാ തുറന്നു ചിരിക്കുന്നു. എന്റെ അരികെ സോഫയിൽ വന്നിരിക്കുന്നു. ഒരു നാവിക പടയാളിയുടെ വേഷം ധരിച്ചുകൊണ്ടു നില്ക്കുന്ന സ്വന്തം ഫോട്ടോ അവരുടെ കൈയിലുണ്ട്. ആ യൂണിഫോമിൽ അവർ യുദ്ധത്തിൽ നേടിയിട്ടുള്ള കീർത്തിമുദ്രകൾ പതിച്ചുവെച്ചിരിക്കുന്നു. ഓരോ തവണയും ഈ മെഡലുകളിലേക്കു നോക്കുമ്പോൾ ഞാൻ സ്വയം അതിശയിച്ചു പോകുന്നു. സോൾ ഈ പടം ഞങ്ങളുടെ ആറു വയസ്സായ പേരക്കുട്ടിക്കു കാണിച്ചുകൊടുത്തു. അവൾ ചോദിച്ചതെന്താണെന്നോ, "അമ്മൂമ്മാ... ആദ്യം നിങ്ങളൊരു ആൺകുട്ടിയായിരുന്നു, അല്ലേ?"

"ഓൾഗാ വാസിലീവ്‌നാ... തുടക്കത്തിൽത്തന്നെ നിങ്ങൾ സൈന്യത്തിൽ ചേർന്നുവോ?"

നഗരത്തിൽ നിന്ന് ആളുകളെ മാറ്റി പാർപ്പിക്കാൻ തുടങ്ങി. അപ്പോഴാണ് എന്റെ യുദ്ധവും തുടങ്ങിയത്. ഞാൻ എന്റെ വീടും യൗവനവും ഉപേക്ഷിച്ച് പട്ടാളത്തിൽ ചേർന്നു. പോകുന്ന വഴിയിൽത്തന്നെ ഞങ്ങളുടെ തീവണ്ടി ബോംബാക്രമണത്തിന് വിധേയമായി. ശത്രുവിമാനങ്ങൾ വളരെ താഴ്ന്നു പറന്നു. തൊഴിൽ പഠിപ്പിച്ചിരുന്ന സ്കൂളിൽ നിന്നുമുള്ള ഒരു സംഘം ആൺകുട്ടികൾ വണ്ടിയിൽ നിന്നും ചാടിയിറങ്ങി. അവരെല്ലാവരും കറുത്ത യൂണിഫോം ജാക്കറ്റുകൾ ധരിച്ചിരുന്നു. കൃത്യമായ ഉന്നം... അവരെല്ലാവരും വെടിയേറ്റു വീണു. ഭൂമിയോടേറ്റവും തൊട്ടാണ് പോർവിമാനങ്ങൾ പറന്നിരുന്നത്. നേരെ നിന്നു വെടിവെക്കുന്നതു പോലെയായിരുന്നു, ഓരോരുത്തരെയായി എണ്ണിയെണ്ണി ... ആലോചിക്കാനാവുമോ?

ഒരു ഫാക്ടറിയിലാണ് ഞങ്ങൾ ജോലിചെയ്തിരുന്നത്. അവിടെത്തന്നെയായിരുന്നു ഭക്ഷണവും. മോശമായിരുന്നില്ല; എന്നാലും എന്റെ ഉള്ളിൽ തീയായിരുന്നു. ഞാൻ റിക്രൂട്ട്മെന്റ് ഓഫീസിലേക്ക് കത്തെഴുതി. ഒരിക്കലല്ല, മൂന്നു തവണ. അവസാനം 1942 ജൂണിലാണ് അവരെന്നെ വിളിച്ചത്. ഞങ്ങളെ ലെനിൻഗ്രാഡിലേക്ക് വണ്ടികയറ്റിയയച്ചു. നഗരം ശത്രുവലയത്തിലായിരുന്നു. ലഡോഗാ തടാകത്തിലൂടെ തുറന്ന ഒരു ചങ്ങാടത്തിലൂടെ മറുകരയിലേക്ക്. ചുറ്റും നിന്ന് ശത്രുസൈന്യം വെടിവെച്ചുകൊണ്ടിരുന്നു. ലെനിൻഗ്രാഡിലെ എന്റെ ആദ്യരാത്രി. അതൊരു

വെളുത്തരാത്രിയായിരുന്നു. നല്ല ഓർമ്മയുണ്ട്. നാവികസൈന്യത്തിന്റെ ഒരു വിഭാഗം കറുത്ത യൂണിഫോം ധരിച്ച് മാർച്ചു ചെയ്യുന്നത് ഞാൻ കണ്ടു. സംഘർഷഭരിതമായ അന്തരീക്ഷം. തെരുവുകൾ വിജനമായിരുന്നു. ഒരാളും പുറത്തേക്കിറങ്ങിയിരുന്നില്ല. സർച്ച് ലൈറ്റുകളുടെ വെളിച്ചം. അരയിൽ വെടിയുണ്ടകളുടെ ബെൽറ്റും ധരിച്ച് നടന്നു നീങ്ങുന്ന നാവികസൈനികർ. ആഭ്യന്തരയുദ്ധകാലം പോലെ. സങ്കല്പിച്ചു നോക്കൂ... ഏതോ ഒരു ചലച്ചിത്രത്തിലെ രംഗം പോലെ.

നഗരം മുഴുവനായും വലയം ചെയ്യപ്പെട്ടിരുന്നു. മുന്നണി വളരെയടുത്ത് ട്രാം നമ്പർ 3 ൽ കയറിയാൽ കിറോവ് ഫാക്ടറിയിലെത്താം. അവിടെ നിന്നാണ് മുന്നണി തുടങ്ങുന്നത്. കാലാവസ്ഥ തെളിഞ്ഞ സമയത്ത് പീരങ്കികളിൽ നിന്നുള്ള വെടിവെപ്പ്. അവർ തീക്കുടുക്കകൾ നേരിട്ടു വർഷിക്കുകയായിരുന്നു, നഗരത്തെ ആകെ തകർത്തുകൊണ്ട്. തുറമുഖത്തിൽ നങ്കൂരമിട്ടിരുന്ന കപ്പലുകൾ കാമോഫ്ളാഷ് ചെയ്തിരുന്നു. എന്നാലും ഏതു നിമിഷവും അവയും ആക്രമിക്കപ്പെട്ടേക്കാം. പുകമറ സൃഷ്ടിക്കുന്ന പണിയായിരുന്നു ഞങ്ങൾക്ക്. അതിനുവേണ്ടി മാത്രമായി ഒരു വിഭാഗം. മുമ്പ് മുങ്ങിക്കപ്പലുകളുടെ കമാൻഡറായിരുന്ന ഒരാളായിരുന്നു ഞങ്ങളുടെ തലവൻ. ക്യാപ്റ്റൻ ലെഫ്റ്റനന്റ് അലക്സാണ്ടർ ബോഗ് ഡോനോവ്. പെൺകുട്ടികളിൽ അധികവും സെക്കന്ററി പരീക്ഷ ജയിച്ചവരായിരുന്നു. ചിലർ ഒന്നോ രണ്ടോ വർഷം യൂണിവേഴ്സിറ്റിയിലും പഠിച്ചിട്ടുണ്ടായിരുന്നു. കപ്പലുകളെ എപ്പോഴും പുക കൊണ്ട് മറച്ചു വെക്കുക. അതായിരുന്നു ഞങ്ങളെ ഏല്പിച്ച ചുമതല. ബോംബുകൾ വർഷിക്കാൻ തുടങ്ങുമ്പോൾ നാവികർ വിളിച്ചു പറയും. “പെൺകുട്ടികളെ......വേഗമാകട്ടെ. പുകമറ ഉയർത്തൂ....അപ്പോഴേ രക്ഷയുള്ളൂ...”

ഞങ്ങൾ തിടുക്കത്തിൽ വണ്ടിയിൽ കയറി അങ്ങെത്തും. കൈയിൽ പ്രത്യേകം ചില പദാർത്ഥങ്ങൾ കൂട്ടിക്കലർത്തിയ മിശ്രിതം. മറ്റുള്ളവരെല്ലാം ഷെല്ലുകളിൽ നിന്നും രക്ഷപ്രാപിക്കാനായി മറഞ്ഞിരിക്കും. ഒരു നിലയ്ക്കു പറഞ്ഞാൽ, ഞങ്ങൾ ഷെല്ലുകളെ വിളിച്ചു വരുത്തുകയായിരുന്നു. ജർമ്മൻകാർ ഞങ്ങളുടെ പുകമറകളേയും ബോംബിട്ടു തകർത്തു.

ശത്രു, നഗരം വലയം ചെയ്തിരിക്കേ ആഹാരത്തിന് ഞെരുക്കമായിരുന്നു. അതെല്ലാം ഞങ്ങൾ സഹിച്ചു, എങ്ങനെയോ. ഒന്നാമത് പ്രായം അതായിരുന്നു. എന്തും സഹിക്കാനുള്ള ത്രാണി. രണ്ടാമത് മറ്റെങ്ങുമല്ലല്ലൊ, ലെനിൻഗ്രാഡിലല്ലേ. അതുതന്നെ വലിയ കാര്യമായിരുന്നു. ആഹാരത്തിന് കുറച്ചാണെങ്കിലും എന്തെങ്കിലുമൊക്കെ ഞങ്ങൾക്കു കിട്ടിയിരുന്നു. എന്നിട്ടും പലരും തളർന്നു വീണു. ചിലർ നടന്നുകൊണ്ടിരിക്കേ ക്ഷീണം കൊണ്ട് കുഴഞ്ഞു വീണു മരിച്ചു. ഒരുപാടു കുട്ടികൾ വിശപ്പോടെ ഞങ്ങളെ സമീപിച്ചു. കിട്ടിയതിൽ നിന്നും ഒരോഹരി ഞങ്ങൾ അവർക്കു കൊടുത്തു. അവർ വാസ്തവത്തിൽ കുട്ടികളായിരുന്നില്ല. വളർച്ചയില്ലാത്ത വൃദ്ധജനങ്ങളാണെന്നു തോന്നി. ഒരുമാതിരി മമ്മികൾ. ഉപരോധകാലത്തെ അവരുടെ ഭക്ഷണം, അതിനെ ആഹാരമെന്നു

പറയാനാവില്ല. തുകൽ ബെൽറ്റുകൾ തിളപ്പിച്ച് സൂപ്പുണ്ടാക്കി. മരപ്പണിക്കാരുടെ പശയും മറ്റു കിട്ടാവുന്ന പല സാധനങ്ങളും തിളപ്പിച്ചും കുറുക്കിയും അവർ വിശപ്പടക്കി. നഗരത്തിലെ പട്ടികളേയും പൂച്ചകളേയുമൊക്കെ അവർ കൊന്നുതിന്നു. കിളികളും കൂടി ഇല്ലാതായി. എലികളുടെ കാര്യം പറയുകയും വേണ്ട. വറുത്തും ചുട്ടും അവർ ഭക്ഷണമാക്കി. ക്രമേണ കുട്ടികൾ വരാതായി. കുറെ നാൾ ഞങ്ങൾ കാത്തിരുന്നു. ആരും വന്നില്ല. ഒരുപക്ഷേ, എല്ലാവരും പട്ടിണി കിടന്ന് മരിച്ചിട്ടുണ്ടാകും. തണുപ്പുകാലം. ലെനിൻഗ്രാഡിൽ അതിശൈത്യം. തണുപ്പകറ്റാൻ ഒരു മാർഗ്ഗവും ഇല്ല. നഗരത്തിലെ ഒരു ഭാഗത്തെ വീടുകളെല്ലാം മരം കൊണ്ട് പണിതതായിരുന്നു. അതെല്ലാം പൊളിച്ചെടുത്തു കൊണ്ടുവരാൻ ഞങ്ങൾക്കു കല്പനകിട്ടി. വളരെയധികം ദുഃഖം തോന്നിയ ഒരു നിമിഷം. ഒന്നാന്തരം ഒരു വീടിന്റെ പടിക്കൽ ഞങ്ങളെത്തി. അതിന്റെ ഉടമസ്ഥർ സ്ഥലം വിട്ടു പോയിട്ടുണ്ടാകാം. അല്ലെങ്കിൽ എല്ലാവരും മരിച്ചിരിക്കാം. അതിനാണ് സാധ്യത കൂടുതൽ. മേശപ്പുറത്ത് ഭക്ഷണം കഴിച്ചതിന്റെ ബാക്കി. വേറേയും പലസാധനങ്ങളും. കണ്ടാലറിയാം..... അരമണിക്കൂർ നേരം ആരും ഒന്നും ചെയ്യാതെ വെറുതെ നിന്നു. ഒരു ഇരുമ്പുപാര ഉയർത്താൻ പോലും ആരുടേയും കൈ പൊന്തിയില്ല. ആലോചിച്ചു നോക്കൂ... എന്തിനോ വേണ്ടി ഞങ്ങളെല്ലാവരും അവിടെ കാത്തുനിന്നു. കമാൻഡർ നേരിട്ടു വന്നു പണി തുടങ്ങിയപ്പോഴേ ഞങ്ങളും പണി തുടങ്ങിയുള്ളൂ... ആ വീട് പൊളിക്കൽ...

ഞങ്ങൾ മരം മുറിച്ചു. ആയുധപ്പെട്ടികളും വെടിമരുന്നു പെട്ടികളും വലിച്ചു കൊണ്ടുപോയി. അങ്ങനെ ഒരു പെട്ടി വലിച്ചു കൊണ്ടുപോകുന്നതിനിടയിൽ ഞാൻ മുഖമടിച്ച് വീണു പോയത് ഓർമ്മ വരുന്നു. എന്നെക്കാളും ഭാരമുണ്ടായിരുന്നു ആ പെട്ടിക്ക്. അതൊരു കാര്യം. രണ്ടാമത്തെ കാര്യം, ഒരു സ്ത്രീ എന്ന നിലയ്ക്ക് അതെല്ലാം എത്ര പ്രയാസമുള്ളതായിരുന്നു എന്നാണ്. പിന്നീട് ഞാൻ ഒരു വിഭാഗത്തിന്റെ കമാൻഡറായി. അതിൽ നിറയെ ചെറുപ്പക്കാരായ ആൺകുട്ടികളായിരുന്നു. ഒരു ദിവസം മുഴുവൻ ഞങ്ങൾ ഒരു മോട്ടോർബോട്ടിൽ ചെലവഴിച്ചു. ബോട്ടു ചെറുതായിരുന്നു. അത് നിയന്ത്രിക്കാൻ ആളുണ്ടായിരുന്നില്ല. ആ ആൺകുട്ടികൾ അവരാലാവുന്നവിധം ചെയ്തു. അത്രതന്നെ. എന്നാൽ എന്റെ കാര്യം? ഒന്നുരണ്ടു തവണ ഞാൻ വെള്ളത്തിൽ വീണു. ബോട്ടിനു ചുറ്റും നീന്തി. കുട്ടികൾ ഒച്ചയിട്ടു. "സാർജന്റ് മേജർ, ബോട്ടിൽ കയറൂ" അവർ ഒരുവിധം എന്നെ വലിച്ചു കയറ്റി. അത് നിസ്സാരമായ കാര്യമല്ലേയെന്ന് തോന്നാം. വാസ്തവത്തിൽ ആയിരുന്നില്ല. അതിനുശേഷം ആശുപത്രിയിൽപോയി ചികിത്സ തേടേണ്ടിവന്നു. ആയുധങ്ങളുടെ ഭാരവും... സ്ത്രീകൾക്ക് സ്വാഭാവികമായി ചുമക്കാൻ പറ്റുന്നതിലും അധികമായിരുന്നു. പെൺകുട്ടികൾ നടക്കുമ്പോൾ അവരുടെ കൈയിലുള്ള ബയനറ്റുകൾ തലയ്ക്ക് രണ്ടടി മുകളിലേക്ക് തള്ളി നില്ക്കുമായിരുന്നു.

ഈ വക സംഗതികളുമായി പൊരുത്തപ്പെട്ടു പോവുക പുരുഷന്മാർക്ക് കൂടുതൽ എളുപ്പമായിരുന്നു. കഠിനമായ ജീവിതചര്യകളും ബന്ധങ്ങളും

പുരുഷന്മാരെ സംബന്ധിച്ചിടത്തോളം പ്രശ്നമായിരുന്നില്ല. എന്നാൽ ഞങ്ങൾ സ്ത്രീകളുടെ സ്ഥിതി വ്യത്യസ്തമായിരുന്നു. വീടും കുടുംബവും അവിടെയുള്ള വേണ്ടപ്പെട്ടവരും. അവിടത്തെ ജീവിത സൗകര്യങ്ങളും... അതെല്ലാം വേണ്ടെന്നുവെയ്ക്കുക ഞങ്ങൾക്ക് വളരെ പ്രയാസമുള്ള കാര്യമായിരുന്നു. ഞങ്ങളുടെ കൂട്ടത്തിൽ ഒരു മോസ്കോകാരിയുണ്ടായിരുന്നു, നടാഷ സിലീന. ധീരതയ്ക്കുള്ള മെഡൽ അവൾ നേടിയിരുന്നു. അതിനോടനുബന്ധിച്ച് കുറച്ചു ദിവസം വീട്ടിൽ പോയി വരാനുള്ള അനുമതിയും അവൾക്കു കിട്ടി. അവധി കഴിഞ്ഞ് അവൾ തിരിച്ചു വന്നപ്പോൾ ഞങ്ങളെല്ലാവരും അവളെ മാറിമാറി മണത്തു നോക്കി. ഞങ്ങൾക്കു തോന്നി അപ്പോഴും അവളിൽ "വീടിന്റെ മണം" പറ്റിനില്ക്കുന്നുണ്ടെന്ന്. അത്രയും ഞങ്ങളെ അലട്ടിയിരുന്നു വീടുവിട്ടതിന്റെ ദുഃഖം. അച്ഛന്റെ കൈപ്പടയിൽ മേൽവിലാസം എഴുതിയ ഒരു കത്തു കിട്ടുക... സന്തോഷം കൊണ്ട് ഞങ്ങൾ മതിമറക്കുമായിരുന്നു... ഏതാനും നിമിഷം ഒഴിവുകിട്ടിയാൽ ഞങ്ങൾ തിരക്കിട്ട് എന്തെങ്കിലും എംബ്രോയഡറി ചെയ്യും... തൂവാലയിലോ മറ്റോ. കാലിൽ വെച്ചുകെട്ടാൻ അവർ ഒരുതരം തുണി തരുമായിരുന്നു. ഞങ്ങൾ അത് സ്കാർഫാക്കി കഴുത്തിനു ചുറ്റും കെട്ടിനടന്നു. സ്ത്രീകളുടേതായ എന്തെങ്കിലും പണികൾ ചെയ്യുക...അത് ഞങ്ങൾക്ക് പ്രത്യേകമായൊരു സന്തോഷമായിരുന്നു. അങ്ങനെയുള്ള പണികളൊന്നും പട്ടാളക്യാമ്പിൽ ഉണ്ടായിരുന്നില്ല എന്നത് വാസ്തവം. പൊതുവെ പറഞ്ഞാൽ ജീവിതം ദുസ്സഹമായിരുന്നു. സൂചിയും നൂലുമെടുത്ത് എന്തെങ്കിലും തുന്നിക്കൂട്ടാനുള്ള അവസരം... കുറച്ചു നേരത്തേക്കെങ്കിലും സ്ത്രീയുടെ സഹജഭാവത്തിലേക്ക് മടങ്ങാനുള്ള അവസരം.... അത് ഞങ്ങൾ എപ്പോഴും തേടിക്കൊണ്ടിരുന്നു. ഇടയിൽ ചിരിയും തമാശകളും ഉണ്ടായിരുന്നില്ല എന്നല്ല. എന്നാലും അത് യുദ്ധത്തിന്റെ മുമ്പ് ഉണ്ടായിരുന്നതുപോലെ ആയിരുന്നില്ല. ഇപ്പോഴത്തേത് ഏതോ ഒരു പ്രത്യേക സ്ഥിതി വിശേഷമായിരുന്നു.

വാക്കുകൾ എല്ലാം ടേപ്റെക്കോർഡർ പകർത്തിയെടുക്കുന്നു. ശബ്ദങ്ങൾ ഭദ്രമായി സൂക്ഷിച്ചു വെക്കുന്നു. ഇടയിലുള്ള മൗനങ്ങൾ, കരച്ചിലുകൾ, വാക്കുകൾ കിട്ടാതെയുള്ള പരുങ്ങലുകൾ. എനിക്കു മനസ്സിലാവുന്നുണ്ട്. ഒരാൾ സംസാരിക്കുമ്പോൾ.... കേൾക്കുന്നതിനപ്പുറത്തായും പലതും സംഭവിക്കുന്നുണ്ട്.... പറയുന്ന ആളുടെ നോട്ടവും കരചലനങ്ങളും എനിക്കു റെക്കോർഡ് ചെയ്യാനാവുന്നില്ലല്ലോ എന്ന് പലപ്പോഴും വിഷമം തോന്നാറുണ്ട്. സംഭാഷണത്തിനിടയിലുള്ള ആ ജീവിതം, അവരുടെ സ്വന്തമായ ആ ജീവിതം.... അതൊന്ന് വേറെയാണ്. അവരുടെ സ്വകാര്യ "പുസ്തക" മാണത്.

"ഇവിടെ ഞങ്ങൾക്ക് യുദ്ധങ്ങൾ രണ്ടാണ്. അതെ അതുതന്നെ" സോൾ ജെൻറികോവിച്ച് ഞങ്ങളുടെ സംസാരത്തിലേക്കു കടന്നുവന്നു. "ഓർമ്മിക്കാൻ തുടങ്ങുമ്പോൾ അവൾ അവളുടെ യുദ്ധം ഓർമ്മിക്കുന്നു, ഞാൻ എന്റേയും. അവൾ വീടിനെപ്പറ്റി പറഞ്ഞില്ലേ, അതുപോലൊരനുഭവം

എനിക്കുമുണ്ടായി. വീട്ടിൽ പോയി മടങ്ങി വന്ന സഹപ്രവർത്തകയുടെ ചുറ്റും കൂടി എല്ലാവരും മണത്തു നോക്കിയത്... എന്നാൽ ഇപ്പോൾ ഞാനത് കൃത്യമായി ഓർക്കുന്നില്ല. ഓർമ്മയിൽ നിന്നും തെന്നിപ്പോയിരിക്കുന്നു. ആ അതൊക്കെ ഒരു സാധാരണസംഗതിയായിരുന്നു... വിഡ്ഢിത്തം. അവൾ ആ "സേയ്‌ലർ കാപ്പിനെ" പറ്റി ഇനിയും പറഞ്ഞില്ലല്ലോ. ഓൾഗാ.... അങ്ങനെയൊരു കാര്യം നീ എങ്ങനെ മറന്നു?"

"ശരിയാണ്. അതു ഞാൻ പറഞ്ഞില്ല. ഓർമ്മയിൽ നിന്ന് ആ കഥ പൊക്കിക്കൊണ്ടുവരാൻ എപ്പോഴും എനിക്കൊരു ശങ്കയാണ്. ഓരോ തവണയും... ഞാൻ പറയാം. പുലർച്ചയ്ക്കു തന്നെ ഞങ്ങളുടെ ബോട്ടുകൾ കടലിലിറക്കി. കുറേയധികം ബോട്ടുകൾ. താമസിയാതെ യുദ്ധത്തിന്റെ ഒച്ചകളും ആരവങ്ങളും കേൾക്കാൻ തുടങ്ങി. കുറച്ചുനേരം ഞങ്ങൾ കാതോർത്ത് കാത്തുനിന്നു. ആ സംഘട്ടനം കുറേയേറെ മണിക്കൂറുകളോളം നീണ്ടുപോയി. ചിലപ്പോൾ അത് നഗരത്തിന്റെ തൊട്ടടുത്തുവരെയെത്തി. എന്നാൽ അവിടെയെവിടെയോ വെച്ച് അത് അവസാനിച്ചു. വൈകുന്നേരത്തിനു മുമ്പുതന്നെ ഞാൻ കരയിൽ തിരിച്ചെത്തി. മോർസ്കോയി കനാലിൽ നിറയെ നാവികസൈനികരുടെ തൊപ്പികൾ പൊങ്ങിക്കിടക്കുന്നതു കണ്ടു. ഞാൻ എണ്ണാൻ തുടങ്ങി. പിന്നെ വേണ്ടെന്നു വെച്ചു. അവിടേക്കു നോക്കാൻ എനിക്കായില്ല. വിട്ടുപോരാനും സാധിച്ചില്ല. അന്ന് മോർസ്കോയി കനാൽ ഒരു സമൂഹശവക്കുഴിയായി."

"സോൾ എന്റെ തൂവാലയെവിടെ? ഇത്രനേരവും അതെന്റെ കൈയിലുണ്ടായിരുന്നുവല്ലോ... എവിടെ എന്റെ തൂവാല?"

"അവൾ പറഞ്ഞ കഥകൾ പലതും ഞാൻ മനഃപാഠമാക്കി. പേരക്കുട്ടികൾക്കു പറഞ്ഞു കൊടുക്കാനായി കൂട്ടിവെച്ചു. പലപ്പോഴും അവ ഞാൻ കുട്ടികൾക്കു പറഞ്ഞു കൊടുത്തു. എന്റെ യുദ്ധത്തിന്റെ കഥകളല്ല, അവളുടെ യുദ്ധത്തിന്റെ കഥകൾ. കുട്ടികൾക്കു കേൾക്കാൻ കൂടുതൽ രസം അതാണെന്ന് എനിക്കു തോന്നി." സോൾ ജെൻറിക്കോവിച്ച് തുടർന്നു." സൈനിക സംബന്ധമായ കൃത്യമായ അറിവ് എനിക്കാണുള്ളത്. എന്നാൽ അതിന്റെ വൈകാരികമായ വശങ്ങൾ മുഴുവൻ അവളുടെ ഓർമ്മകളിലാണ് നിറഞ്ഞുനില്ക്കുന്നത്. അറിയാലോ... വികാരങ്ങൾക്ക് മൂർച്ചയേറും... വസ്തുക്കളേക്കാൾ അവയ്ക്ക് ശക്തികൂടും. ഞങ്ങളുടെ സേനാവിഭാഗത്തിൽ പെൺകുട്ടികളുണ്ടായിരുന്നു. അതിലാരെങ്കിലുമൊരാൾ അരികിൽ വന്നാൽ എല്ലാവരും മിടുക്കന്മാരായി അവൾക്കു ചുറ്റും കൂടും. അതൊന്നും നിങ്ങൾക്കു മനസ്സിലാവില്ല.... തീർച്ചയായുമില്ല. ഇവളിൽ നിന്നും പഠിച്ചതാണ് ഈ പ്രയോഗം." അദ്ദേഹം ചിരിച്ചു. "എന്നാലും പറയാതെവയ്യ. ഒരു സ്ത്രീയുടെ ചിരി കേൾക്കുക......അവളുടെ ശബ്ദം കേൾക്കുക.....യുദ്ധത്തിനിടയിൽ.... ആ സുഖം പറഞ്ഞറിയിക്കാനാവില്ല!"

"യുദ്ധത്തിനിടയിൽ എനിക്ക് വലിയ മാറ്റങ്ങൾ സംഭവിച്ചു. സംശയമില്ല. ഞാൻ കൂടുതൽ നല്ലൊരു മനുഷ്യനായി. കാരണം, യുദ്ധമെന്നു പറഞ്ഞാൽ അങ്ങേയറ്റം യാതനയാണ്. ഞാൻ ഒരുപാടു കണ്ടു.... വളരെ

യധികം സ്വയം അനുഭവിക്കുകയും ചെയ്തു.... അവിടെ ജീവിതത്തിൽ നമുക്കേറ്റവും പ്രധാനപ്പെട്ട കാര്യം വെറും ഒരധികപ്പറ്റാണ്. അതിനെ നമ്മൾ നിസ്സാരമായി തട്ടിമാറ്റുന്നു. അവിടെവെച്ച് നിങ്ങൾക്കത് ബോധ്യമാവുന്നു. അതേസമയം, യുദ്ധം ഞങ്ങളോട് അതിന്റേതായ രീതിയിൽ പകവീട്ടുകയും ചെയ്തു. പക്ഷേ, അത് സ്വയം സമ്മതിക്കാൻ ഞങ്ങൾക്കു ഭയവും തോന്നുന്നു. അതെന്നും ഞങ്ങളോടൊപ്പമുണ്ടായിരുന്നു. ഞങ്ങളുടെ പെൺമക്കളുടെ എല്ലാവരുടേയും വ്യക്തിജീവിതം വേണ്ടതുപോലെയായില്ല എന്ന ഖേദം നല്ലവണ്ണമുണ്ട്. അതിനുള്ള കാരണം, അവരുടെ അമ്മമാരിൽ അധികം പേരും മുന്നണിയിലായിരുന്നല്ലോ. ആ ചിട്ടവട്ടങ്ങളോടെയാണ് അവർ തങ്ങളുടെ പെൺകുട്ടികളെ വളർത്തിയത്. അച്ഛൻമാരുമതേ, ഒരു തരം പട്ടാള മനോഭാവത്തോടെയുള്ള സമീപനം. മുന്നണിയിൽ വെച്ച് ഒരാളെ നമുക്ക് എളുപ്പം മനസ്സിലാക്കാം. അയാളുടെ തരവും വിധവും വേഗം വിലയിരുത്താം. അവിടെ ആർക്കും ഒന്നും മറച്ചുവെക്കാനാവില്ല. സ്വന്തം വീട്ടിലേക്കാൾ വ്യത്യസ്തമായിരുന്നു മുന്നണിയിലെ ജീവിതം എന്ന് അവരുടെ പെൺകുട്ടികൾക്ക് സങ്കല്പിക്കാൻ സാധിച്ചില്ല. ലോകത്തിന് തികച്ചും നിഷ്ഠുരമായ ഒരു അടിവശമുണ്ടെന്ന് ആരും അവർക്ക് മുന്നറിയിപ്പു നല്കിയില്ല. വിവാഹിതരായ ഈ പെൺകുട്ടികളിലേറെയും ചെന്നുവീണത് വഞ്ചകന്മാരുടെ കൈകളിലായിരുന്നു. അവർ അവരെ എല്ലാത്തരത്തിലും കബളിപ്പിച്ചു. കാരണം ആ പെൺകുട്ടികളെ ചതിക്കുക അത്രയും എളുപ്പമായിരുന്നു. മുന്നണിയിൽ ഞങ്ങളുടെ കൂടെയുണ്ടായിരുന്ന ധാരാളം സുഹൃത്തുക്കളുടെ മക്കൾക്ക് ഇതുപോലെയുള്ള അനുഭവങ്ങളുണ്ടായി. ഞങ്ങളുടെ മകളുടെ കാര്യവും...

"എന്തുകൊണ്ടാണെന്നറിഞ്ഞുകൂടാ.... യുദ്ധത്തെക്കുറിച്ച് ഞങ്ങളാരും ഞങ്ങളുടെ മക്കളോട് സംസാരിക്കുകയുണ്ടായില്ല. ഒരുപക്ഷേ, മനസ്സിലെ ആശങ്ക കൊണ്ടാകാം. കുട്ടികളെ വിഷമിപ്പിക്കരുത് എന്ന കരുതൽ കൊണ്ടാകാം. അത് ശരിയല്ലേ? "

ഓൾഗാ വാസിലീവ്നാ ആരോടെന്നില്ലാതെ ചോദിച്ചു, "എന്റെ ബഹുമതികളും കീർത്തിമുദ്രകളുമൊന്നും ഞാൻ അണിഞ്ഞിരുന്നില്ല. ഒരിക്കൽ ഞാൻ അതെല്ലാം വലിച്ചു കീറിക്കളഞ്ഞു. പിന്നീടൊരിക്കലും ധരിക്കാനാവാത്തവിധം. യുദ്ധത്തിനു ശേഷം റൊട്ടിയുണ്ടാക്കുന്ന ഒരു ഫാക്ടറിയുടെ ഡയറക്ടറായിട്ടാണ് ഞാൻ ജോലി നോക്കിയത്. ഒരു ദിവസം ഒരു യോഗത്തിൽ പങ്കെടുക്കേണ്ടി വന്നു. എന്റെ മേലധികാരിയായ സ്ത്രീ ചോദിച്ചു. "ഇതെന്താ പുരുഷന്മാരെപ്പോലെ കീർത്തിമുദ്രകളൊക്കെ പ്രദർശിപ്പിച്ചു കൊണ്ട്..." എല്ലാവരുടേയും മുമ്പിൽവെച്ചായിരുന്നു ആ പരിഹാസം. അവരും "ഓർഡർ ഓഫ് ലേബർ" നേടിയിരുന്നു. അത് പതിവായി കുപ്പായത്തിൽ ചേർത്തുവെക്കുകയും ചെയ്തിരുന്നു. എന്നാൽ എന്തോ കാരണം കൊണ്ട് എന്റെ സൈനിക ബഹുമതികളോട് അവർ ഇഷ്ടക്കേട് കാട്ടിയിരുന്നു. ഓഫീസിൽ ഞങ്ങൾ ഒറ്റയ്ക്കായപ്പോൾ ഞാൻ കാര്യം വിശദമാക്കാൻ ശ്രമിച്ചു, ഒരു നാവികസേനാനിയുടെ രീതിയിൽ. ഞാൻ പറഞ്ഞതുകേട്ട് അവർ സ്വയം ലജ്ജിച്ചു. എന്തായാലും പിന്നീട്

എനിക്കും അതിൽ താത്പര്യമില്ലാതായി. ഇപ്പോഴും ഞാനതൊന്നും കുപ്പായത്തിൽ കുത്തിവെക്കാറില്ല. പക്ഷേ, അതിനെക്കുറിച്ച് എനിക്കിപ്പോഴും തികഞ്ഞ അഭിമാനമുണ്ട്.

"പല പതിറ്റാണ്ടുകൾ കഴിഞ്ഞതിനുശേഷമാണ് പ്രശസ്ത പത്രപ്രവർത്തക വീരാ കാച്ചേൻകോ ഞങ്ങളെക്കുറിച്ച് പത്രത്തിൽ എഴുതിയത്. കേന്ദ്ര പത്രമായ പ്രവ്ദയിൽ, യുദ്ധത്തിൽ സ്ത്രീകളും കാര്യമായ പങ്കു വഹിച്ചു എന്നത് അങ്ങനെയാണ് ലോകം അറിഞ്ഞത്. മാത്രമല്ല അന്ന് മുന്നണിയിൽ പോരാടിയ ധാരാളം സ്ത്രീകൾ ഇപ്പോഴും ജീവിച്ചിരിക്കുന്നു. വിവാഹിതരാവാനോ കുടുംബമുണ്ടാക്കാനോ അവർക്കു സാവകാശം കിട്ടിയില്ല. അവർ ഒറ്റപ്പെട്ട അവസ്ഥയിൽ ജീവിതം നയിച്ചു വരികയാണ്. സ്വന്തമായി ആളും ഇടവുമില്ലാതെ, ഈ പുണ്യവനിതകളോട് സോവിയറ്റ് യൂണിയൻ എന്നെന്നും കടപ്പെട്ടിരിക്കുന്നു എന്ന് അവർ പ്രത്യേകിച്ചെഴുതിയിരുന്നു. ക്രമേണ, സാവധാനത്തിൽ ജനശ്രദ്ധ അവരുടെ നേരെ തിരിയാൻ തുടങ്ങി. അപ്പോഴേക്കും ആ സ്ത്രീ പോരാളികൾക്ക് നാല്പതോ അമ്പതോ വയസ്സു പ്രായമായിരുന്നു. അവർ ഹോസ്റ്റലുകളിലാണ് താമസിച്ചിരുന്നത്. അതിനു ശേഷം അവർക്ക് പ്രത്യേകം ഫ്ളാറ്റുകൾ സർക്കാർ അനുവദിച്ചു. എന്റെ ഒരു കൂട്ടുകാരി. അവളൊരു നഴ്സായിരുന്നു. പേരു പറയുന്നില്ല. അവൾക്കിഷ്ടമായില്ലെങ്കിലോ. അവൾക്ക് മൂന്നു തവണ പടനിലത്തിൽ വെച്ച് മുറിവേറ്റിരുന്നു. യുദ്ധം കഴിഞ്ഞതിനു ശേഷം അവൾ മെഡിക്കൽ കോളേജിൽ ചേർന്നു. വീട്ടുകാരെന്നു പറയാൻ ആരും ഉണ്ടായിരുന്നില്ല. എല്ലാവരും കൊല്ലപ്പെട്ടിരുന്നു. സാമ്പത്തികമായി വല്ലാതെ പ്രയാസപ്പെട്ടു. രാത്രി വീടുകൾ അടിച്ചു തുടച്ചാണ് അവൾ പണമുണ്ടാക്കിയത്. താനൊരു രോഗിയാണെന്നും സർക്കാർവക ആനുകൂല്യങ്ങൾക്ക് അർഹയാണെന്നും അവൾ ആരേയും അറിയിച്ചില്ല. എല്ലാ സർട്ടിഫിക്കറ്റുകളും അവൾ കീറിക്കളഞ്ഞു. എന്തേ അങ്ങനെ ചെയ്യാനെന്ന് ഞാൻ ചോദിച്ചപ്പോൾ അവർ തേങ്ങിക്കരഞ്ഞു. ആരാണെന്നെ വിവാഹം കഴിക്കുക?" അവൾ എന്നോട് ചോദിച്ചു. "ചെയ്തത് നന്നായി" ഞാൻ പറഞ്ഞു. അവൾ കൂടുതൽ ഉച്ചത്തിൽ കരഞ്ഞു. " ആ കടലാസുകൾ ഇന്നു കൈയിലുണ്ടായിരുന്നുവെങ്കിൽ വലിയ സഹായമായേനെ. ഞാൻ തികച്ചും ഒരു രോഗിയായിരിക്കുന്നു." അവൾ പിന്നേയും കരഞ്ഞുകൊണ്ടിരുന്നു.

രാഷ്ട്രം യുദ്ധം ജയിച്ചതിന്റെ 35-ാം വാർഷികം ആഘോഷിക്കുന്ന സമയം. നൂറു നാവിക സേനാനികളെ അവർ സേവാസ്റ്റോപോളിലേക്കു ക്ഷണിച്ചു. റഷ്യൻ നാവികസേനയുടെ അഭിമാന നഗരമാണത്. രാഷ്ട്രത്തിനു വേണ്ടിയുള്ള ആ മഹായുദ്ധത്തിൽ ധീരധീരം പൊരുതിയ നാവികസേനയുടെ എല്ലാ വിഭാഗങ്ങളിൽ നിന്നുമായി നൂറുപേർ. ആ കൂട്ടത്തിൽ മൂന്നു സ്ത്രീകൾ. എന്റെ കൂട്ടുകാരിയും ഞാനും വേറൊരു വനിതയും. നാവികസേനയുടെ അഡ്മിറൽ ഞങ്ങളെ മൂന്നുപേരേയും പ്രത്യേകമായി അഭിവാദ്യം ചെയ്തു. എല്ലാവരുടേയും മുമ്പിൽവെച്ച് നന്ദി പറഞ്ഞു.

ഞങ്ങളുടെ കൈയുകൾ ഉയർത്തി ചുംബിച്ചു. അതെല്ലാം ഞാനെങ്ങനെ മറക്കും?"

"എന്താ യുദ്ധം മറന്നുകളയണമെന്നുണ്ടോ?"

"മറക്കുകയോ... മറക്കുകയോ? ഓൾഗാ എന്റെതന്നെ വാക്കുകൾ ആവർത്തിച്ചു.

"അതൊന്നും മറക്കാൻ ഞങ്ങൾക്കാവില്ല. അതിനുള്ള ശക്തി ഞങ്ങൾക്കില്ല." ആ നീണ്ടമൗനം സോൾ ഡെൻറിക്കോവിച്ച് ഭഞ്ജിച്ചു.

"ഓർമ്മയില്ലേ ഓലിയാ.... വിജയദിവസം നമ്മൾ വളരെ വളരെ വൃദ്ധയായ ഒരമ്മയെ കണ്ടു. അവരുടെ കഴുത്തിൽ എന്തോ എഴുതി കെട്ടിത്തൂക്കിയിരുന്നു. ചെറിയൊരു ബോർഡ്. അതിൽ എഴുതിയിരുന്നു, "ഞാൻ കുൻനീവിനെ തിരയുകയാണ്. തോമസ് വ്‌ളാജിമിറോവിച്ച് കൂൻനീവ്. ലെനിൻഗ്രാഡ് ഉപരോധത്തിനിടയിൽ 1942 ൽ കാണാതായി."

ആ അമ്മയുടെ മുഖം കണ്ടാലറിയാം. എൺപതിലേറെ പ്രായമായിട്ടുണ്ടെന്ന്. എത്രകാലമായിരിക്കുന്നു. അവർ സ്വന്തം മകനെ അന്വേഷിച്ചു തുടങ്ങിയിട്ട്. സ്വന്തം ജീവിതമവസാനിക്കുന്നതുവരെ അവർ അവനെ അന്വേഷിച്ചു കൊണ്ടേയിരിക്കും. നമ്മളെല്ലാവരും അതുപോലെയാണ്. ഒരു വ്യത്യാസവുമില്ല."

"എല്ലാം മറക്കണമെന്നുണ്ട്. ശരിക്കും ആഗ്രഹമുണ്ട്. ഓൾഗാ വാസിസ് ലീവ്ന പതുക്കെ പറഞ്ഞു. തന്നോടുതന്നെ എന്ന മട്ടിൽ. " യുദ്ധത്തിന്റെ ഓർമ്മകളില്ലാതെ ഒരു ദിവസമെങ്കിലും ജീവിച്ചാൽ കൊള്ളാമെന്നുണ്ട്. യുദ്ധചിന്തയില്ലാതെ ഒരു ദിവസം..." അവർ മൗനം പൂണ്ടു.

അവരെ രണ്ടുപേരേയും ഒരുമിച്ച് ഞാനോർക്കുന്നു. യുദ്ധകാലത്തെ ചിത്രങ്ങളിലെന്നപോലെ. അങ്ങനെയൊരു ഫോട്ടോ അവർ എനിക്കു തന്നു. അന്ന് അവർക്കെത്ര ചെറുപ്പമായിരുന്നു! ഇന്നത്തെ എന്നേക്കാൾ ചെറുപ്പം.

പൊടുന്നനെ എല്ലാറ്റിനും പുതിയൊരർത്ഥം കൈവന്നപോലെ. എല്ലാം വളരെ അരികെയാണെന്ന തോന്നൽ. ഞാൻ ആ ഫോട്ടോ കൈയിലെടുത്തു. വളരെ വ്യത്യസ്തമായ വാക്കുകളും സ്വരങ്ങളുമാണ് എന്റെ കാതിൽ വന്നലച്ചത്. ഏതാനും നിമിഷം മുമ്പ് ഞാൻ കേട്ട് റെക്കോർഡ് ചെയ്ത വാക്കുകളും സ്വരങ്ങളും ആയിരുന്നില്ല. ഞങ്ങൾക്കിടയിലുള്ള കാലം എങ്ങോ മറഞ്ഞുപോയിരുന്നു.

"ടെലിഫോണുകൾ വെടിവെക്കാറില്ല"

അവരെല്ലാവരും എന്നെ കാണുന്നു. വ്യത്യസ്ത രീതിയിൽ സംസാരിക്കുന്നു.....

ചിലർ അപ്പോൾത്തന്നെ അവരുടെ കഥ പറഞ്ഞു തുടങ്ങുന്നു... ഫോണിൽ കൂടി. "എല്ലാം ഞാൻ ഓർക്കുന്നു. എല്ലാം എന്റെ ഓർമ്മയിലുണ്ട്. ഇന്നലെ കഴിഞ്ഞതുപോലെ.'

വേറെ ചിലർ എന്നെ കാണുന്നത് നീട്ടി നീട്ടി കൊണ്ടുപോകുന്നു. എന്നോടു സംസാരിക്കാൻ അവർക്കൊട്ടും തിടുക്കമില്ല. "എനിക്കു സ്വയം തയ്യാറാകേണ്ടതുണ്ട്. വീണ്ടും ആ നരകത്തിലേക്കു കൂപ്പു കുത്താൻ എനിക്കൊട്ടും താത്പര്യമില്ല." വാലെന്റീനാ പാവ്ലോവ്നാ ചുസായിവാ ആ കൂട്ടത്തിൽപ്പെട്ട ഒരു സ്ത്രീയായിരുന്നു. അവരുടെ ആകെ അസ്വസ്ഥമായി കിടക്കുന്ന ചിന്തകളിലേക്ക് എന്നെ പ്രവേശിപ്പിക്കാൻ കലശലായ പരിഭ്രമം.....ഭയം. മാസങ്ങളോളം ഇടവിട്ട് ഞാൻ അവരെ വിളിച്ചുകൊണ്ടിരുന്നു. പക്ഷേ, ഒരു ദിവസം ഏതാണ്ട് രണ്ടു മണിക്കൂറോളം ഞങ്ങൾ ഫോണിൽ സംസാരിച്ചു. അവസാനം അവർ പറഞ്ഞു, "ശരി, നമുക്കു കാണാം" ഉടനെത്തന്നെ....അടുത്ത ദിവസം തന്നെ. അങ്ങനെ ഞാൻ അവിടെയെത്തി.

"ആദ്യം നമുക്കു കുറച്ചു "പൈ" (ഒരുതരം പലഹാരം) കഴിക്കാം. രാവിലെ മുതൽ ഞാൻ അതിന്റെ പണിയിലായിരുന്നു." വീട്ടുവാതില്ക്കൽ നിന്നുതന്നെ ഗൃഹനാഥ എന്നെ സ്വാഗതം ചെയ്തു. ഉത്സാഹം തുളുമ്പുന്ന മുഖം. "വർത്തമാനം പിന്നീടാവാം.... മതിയാവോളം കരയാം. എത്ര കാലമായി ആ നോവുകളുമായി ഞാൻ കഴിയുന്നു. എന്നാലും ആദ്യം പൈ... അതിന്റെ കൂടി ചെറി പഴങ്ങൾ. സൈബീരിയയിൽ ഉണ്ടാക്കും പോലെ "ബേഡ് ചെറി." അകത്തേക്കു വരൂ.

"ക്ഷമിക്കണം.... നന്നേ പരിചയമുള്ളതുപോലെയാണ് ഞാൻ നിങ്ങളോട് പെരുമാറുന്നത്. അതൊരു 'മുന്നണി' ശീലമാണ്. "പെൺകുട്ടികളേ ഇവിടെ വരൂ....." "ഹേ.... ഗേൾസ് കമ്മോൺ" അങ്ങനെയൊക്കെയാണ് അവിടെ ഞങ്ങൾ സംസാരിച്ചിരുന്നത്. എല്ലാവരും ഒരുപോലെ. നിങ്ങൾക്ക് കേട്ടറിവുണ്ടാകും. വാക്കിലായാലും പെരുമാറ്റത്തിലായാലും ഒരുവിധ ആർഭാടങ്ങളും ഞങ്ങൾ പഠിച്ചില്ല. എന്റെ ഭർത്താവും ഞാനും ചേർന്ന്

പാടുപെട്ട് സ്വരുക്കൂട്ടിയതെല്ലാം ഒരു മിഠായി പെട്ടിയിൽ കൊള്ളിക്കാവുന്നതേയുള്ളൂ. ഏതാനും മെഡലുകളും കീർത്തിമുദ്രകളും. അതൊക്കെ ആ അലമാരിക്കകത്തുണ്ട്. പിന്നീട് കാണിച്ചു തരാം." അവർ എന്നെ അകത്തേക്കു കൂട്ടിക്കൊണ്ടുപോയി. "മേശയും കസേരയുമൊക്കെ വളരെ പഴയതാണ്. അതെല്ലാം എടുത്തു കളയാൻ സങ്കടം. എന്തു സാധനമായാലും കുറെ നാൾ കഴിയുമ്പോൾ അതിനൊരു ജീവൻ വെക്കും. പ്രത്യേകിച്ചും വീട്ടിനകത്തുള്ള സാധനങ്ങൾക്ക്.... ഞാൻ വിശ്വസിക്കുന്നതങ്ങനെയാണ്."

അവർ എന്നെ അവരുടെ കൂട്ടുകാരിക്കു പരിചയപ്പെടുത്തി കൊടുത്തു. അലക്സാൻഡ്രോ ഫിയോഡോറോവ്നാ സെൻചെൻകോ. ലെനിഗ്രാഡ് ഉപരോധിച്ച സമയത്ത് രണ്ടുപേരും സഹപ്രവർത്തകരായിരുന്നു. കമ്മ്യൂണിസ്റ്റ് യുവസംഘടനയിലെ അംഗങ്ങൾ.

മേശപ്പുറത്ത് എല്ലാം ഒരുക്കിവെച്ചിരുന്നു. ഞാൻ ഭക്ഷണം കഴിക്കാനിരുന്നു. പൈയിൽ നിന്നാണ് തുടങ്ങുന്നതെങ്കിൽ അങ്ങനെയാവട്ടെ. ബേഡ്ചെറിയോടു കൂടി സൈബീരിയൻ പൈ. മുമ്പ് രുചിക്കാത്തതാണ്. ഒന്നു പരീക്ഷിക്കാം.

മൂന്നു സ്ത്രീകൾ. മേശപ്പുറത്ത് ചൂടുള്ള പൈ. എന്നിട്ടും സംഭാഷണം നിമിഷങ്ങൾക്കുള്ളിൽ യുദ്ധത്തെക്കുറിച്ചായി.

"ഇടയിൽ ഒന്നും ചോദിക്കുകയും പറയുകയുമരുത്" അലക്സാൻഡ്രേ നേരത്തെത്തന്നെ മുന്നറിയിപ്പു നല്കി. "ഇടയിൽ നിർത്തിയാൽ അവൾ കരയാൻ തുടങ്ങും. കരച്ചിൽ നിർത്തിയാൽ മിണ്ടാതാകും. അതുകൊണ്ടാണ് പറഞ്ഞത്. അവർ പറയട്ടെ. നിങ്ങൾ തടസ്സപ്പെടുത്തരുത്."

വാലെന്റീനാ പാവ്‌ലോവ്നാ ചുഡായിവ
സാർജന്റ്, കമാൻഡർ ഓഫ് ആന്റി എയർക്രാഫ്റ്റ് ആർട്ടില്ലെറി

എന്റെ സ്വദേശം സൈബീരിയയാണ്. അങ്ങകലെയുള്ള സൈബീരിയയിൽ നിന്നും ഒരു പെൺകുട്ടിയെ യുദ്ധമുന്നണിയിലെത്താൻ പ്രേരിപ്പിച്ചതെന്താണ്? ലോകത്തിന്റെ അങ്ങേയറ്റം എന്നല്ലേ സാധാരണ പറയാറ്. ആ ഒരു സങ്കല്പത്തിനെ പറ്റി ഒരിക്കൽ ഒരു ഫ്രഞ്ച് പത്രപ്രവർത്തകൻ എന്നോടു ചോദിക്കുകയുണ്ടായി. ഒരു യോഗത്തിൽ വെച്ചായിരുന്നു. അയാൾ എന്റെ നേരെ ഉറ്റു നോക്കി. എനിക്കു നാണം തോന്നി. അയാൾക്കെന്താണ് വേണ്ടത്? എന്നെ ഇങ്ങനെ തുറിച്ചു നോക്കുന്നത് എന്തുകൊണ്ടാവാം? പിന്നെ, അയാൾ എന്റെ അടുത്തു വന്നു. ഒരു ദ്വിഭാഷി മുഖാന്തിരം അന്വേഷിച്ചു. "ഒരഭിമുഖം നടത്താൻ അനുവദിക്കുമോ? മിസ്സിസ്സ് ചുഡായിവാ?" സ്വാഭാവികമായും എനിക്കു പരിഭ്രമം തോന്നി. എന്തായിരിക്കും അയാളുടെ ഉദ്ദേശ്യം? ആ യോഗത്തിൽ വെച്ച് ഞാൻ സംസാരിച്ചതെല്ലാം അയാൾ കേട്ടതാണല്ലോ. എന്നാൽ ആ കേട്ടതിലായിരുന്നില്ല അയാൾക്ക് താത്പര്യം. അയാളിൽ നിന്ന് ആദ്യമായി

ഞാൻ കേട്ടത് ഒരു പരാതിയായിരുന്നു. “നിങ്ങൾക്കെത്ര ചെറുപ്പമാണ് ഇപ്പോഴും... എങ്ങനെയാണ് നിങ്ങൾ യുദ്ധകാലമത്രയും കടന്നുവന്നത്?”

“പ്രത്യേകിച്ചു പറയണ്ടല്ലോ” ഞാൻ പറഞ്ഞു. “നിങ്ങൾ മനസ്സിലാക്കിയതുമാതിരി... ഞങ്ങൾക്കെല്ലാം വളരെ ചെറുപ്പമായിരുന്നു.” പക്ഷേ, അയാളെ മറ്റെന്തോ ചിന്ത അലട്ടുന്നുണ്ടെന്നു തോന്നി. സൈബീരിയയിൽ നിന്ന് ഞാനെങ്ങനെ മുന്നണിയിലെത്തി എന്നായിരുന്നു...

“അത് ഈ ഭൂമിയുടെ അവസാനമല്ലേ? ” “അല്ല” ഞാൻ പറഞ്ഞു.

“യഥാർത്ഥത്തിൽ നിങ്ങളുടെ സംശയം വെറും ഒരു സ്കൂൾ വിദ്യാർത്ഥിനിയായ ഞാൻ എങ്ങനെ മുന്നണിയിൽ എത്തിച്ചേർന്നു എന്നല്ലേ...?” അതും നിർബന്ധിത സൈനിക സേവനം പ്രാബല്യത്തിലില്ലാതിരുന്ന തുടക്ക കാലത്ത്?

“അതെ” അയാൾ സമ്മതിച്ചു.

“ആയിക്കോട്ടെ....ആ സംശയം ഞാൻ തീർത്തു തരാം.” ഞാൻ അയാൾക്ക് ആ കഥ മുഴുവൻ പറഞ്ഞു കൊടുത്തു. ഇപ്പോൾ നിങ്ങളോടു പറയാൻ പോകുന്നതുപോലെത്തന്നെ. അയാൾ... ആ ഫ്രഞ്ചുകാരൻ അതുകേട്ട് കരഞ്ഞു. അവസാനം അയാൾ എന്നോടു തുറന്നു പറഞ്ഞു, “പരിഭവം തോന്നരുത് മിസ്സിസ്സ് ചുഡായിവാ...ഒന്നാം ലോകമഹായുദ്ധം ഏല്പിച്ച ആഘാതം രണ്ടാംലോകമഹായുദ്ധത്തിന്റേതിനേക്കാൾ കാഠിന്യമേറിയതായിരുന്നു. ഞങ്ങൾക്കത് നല്ലവണ്ണം ഓർമ്മയുണ്ട്. എല്ലായിടത്തും കുഴിമാടങ്ങളും സ്മാരകങ്ങളും കാണാം. എന്നാൽ നിങ്ങളെപ്പറ്റി ഞങ്ങൾക്ക് കാര്യമായൊന്നും അറിഞ്ഞുകൂടാ. എല്ലാവർക്കും ഇന്നത്തെ യുവതലമുറ വിശേഷിച്ചും മനസ്സിലാക്കിയിരിക്കുന്നത് അമേരിക്കയാണ് ഹിറ്റ്ലറെ പരാജയപ്പെടുത്തിയത് എന്നാണ്. യുദ്ധത്തിന്റെ വിജയത്തിന് സോവിയറ്റ് യൂണിയൻ നല്കേണ്ടി വന്ന വില -നാലു കൊല്ലത്തിനിടയിൽ ഇരുപതു ദശലക്ഷം പേരാണ് കൊല്ലപ്പെട്ടത് - നിങ്ങളുടെ പറഞ്ഞറിയിക്കാനാവാത്ത ത്യാഗങ്ങൾ.....എങ്ങനെയാണ് ഞാൻ നന്ദി പറയുക. നിങ്ങളെന്റെ ഹൃദയത്തെയാകെ കുലുക്കിക്കളഞ്ഞു.”

....എന്റെ അമ്മയെ എനിക്കു തീരെ ഓർമ്മയില്ല. അവർ ചെറുപ്പത്തിലേ മരിച്ചു പോയി. എന്റെ അച്ഛൻ പ്രാദേശിക പാർട്ടി കമ്മറ്റിയിൽ ഒരു പ്രതിനിധിയായിരുന്നു. നോവോസിബിർസ്കിൽ. 1925 ൽ അദ്ദേഹത്തെ ആഹാരം സംഭരിച്ചു കൊണ്ടു വരാനായി സ്വന്തം ഗ്രാമത്തിലേക്കയച്ചു. അന്ന് ഭക്ഷണത്തിന് വലിയ ക്ഷാമമുണ്ടായിരുന്നു. എനിക്ക് 9 മാസം പ്രായമായിരുന്നു. അച്ഛനോടൊപ്പം ഗ്രാമത്തിലേക്കു പോകാൻ അമ്മയും തയ്യാറായി. അവർ എന്നേയും ചേച്ചിയേയും ഒപ്പം കൊണ്ടുപോയി. വീട്ടിൽ വിട്ടിട്ടു പോരാൻ ബന്ധുക്കളായി വേറെയാരുമുണ്ടായിരുന്നില്ല. അച്ഛൻ ആദ്യകാലത്ത് അവിടെ കൃഷിക്കാരനായി പണിയെടുത്തിരുന്നു. ഒരു ജന്മിക്കുവേണ്ടി. ആ ജന്മിയെ അന്നു വൈകുന്നേരത്തെ യോഗത്തിൽ അച്ഛൻ ഭീഷണിപ്പെടുത്തിയിരുന്നു. കാരണം, കുലാക്കുകൾ (ജന്മിമാർ)

മനഃപൂർവ്വം സൃഷ്ടിച്ച ക്ഷാമമായിരുന്നു അത്. അവർ കരുതിക്കൂട്ടി റൊട്ടികൾ ഒളിപ്പിച്ചു വെച്ചു. അതെല്ലാം ദിവസങ്ങൾക്കുള്ളിൽ നശിച്ചുപോകുകയും ചെയ്തു. അച്ഛൻ ഉച്ചത്തിൽ പ്രഖ്യാപിച്ചു. "നിങ്ങൾ എവിടെയാണ് ആഹാരം ഒളിപ്പിച്ചു വെച്ചിരിക്കുന്നതെന്ന് ഞങ്ങൾക്കറിയാം. സ്വമേധയാ അത് ഞങ്ങൾക്കു തരിക. അല്ലെങ്കിൽ ഞങ്ങൾ അത് ബലം പ്രയോഗിച്ച് കൈക്കലാക്കുന്നതായിരിക്കും. വിപ്ലവത്തിന്റെ പേരിൽ നിങ്ങളുടെ കൈയിൽ നിന്നും ഞങ്ങളത് സ്വന്തമാക്കും."

സഭ പിരിഞ്ഞു. കുടുംബത്തിലുള്ളവരെല്ലാം ഒത്തുചേർന്നു. അച്ഛന് അഞ്ചു സഹോദരന്മാരുണ്ടായിരുന്നു. പിന്നീട്, രാഷ്ട്രത്തിനുവേണ്ടിയുള്ള ആ മഹായുദ്ധത്തിൽ നിന്നും ഒരാൾ പോലും തിരിച്ചു വന്നില്ല, എന്റെ അച്ഛനും. അവരെല്ലാവരും തറവാട്ടുവക ആ പഴയ മേശയ്ക്കുചുറ്റും ഇരുന്നു. സൈബീരിയൻ വിഭവമായ "ഡാപ്നിങ്ങ്" കഴിച്ചു. ജന്നലരികിലായി ബെഞ്ചുകളിട്ടിരുന്നു. അമ്മ ജനലിനോടു ചേർന്നാണ് ഇരുന്നിരുന്നത്. ഒരു തോൾ ജന്നലിൽ ചാരി മറ്റേ തോൾ അച്ഛന്റെ തോളിനോടുരുമ്മി. ഏപ്രിൽ മാസമായിരുന്നു. സൈബീരിയയിൽ അപ്പോഴും മഞ്ഞു കട്ടപിടിച്ചു കിടന്നിരുന്നു. അമ്മയ്ക്ക് തണുപ്പു തോന്നിയിട്ടുണ്ടാകും. പിന്നീട് മുതിർന്നതിനു ശേഷമാണ് ഞാനത് മനസ്സിലാക്കിയത്. അമ്മ എഴുന്നേറ്റു നിന്നു. അച്ഛന്റെ തോളിൽ കിടന്ന തുകൽ ജാക്കറ്റ് എടുത്തിട്ടു. എന്നെ മുലയൂട്ടാൻ തുടങ്ങി. ആ നിമിഷം ഒരു വെടിയൊച്ച കേട്ടു. അവർ ഉന്നംവെച്ചത് അച്ഛനെയാണ്. തുകൽ ജാക്കറ്റ് അടയാളമാക്കി. അമ്മ വാ പൊളിച്ചു.... "പാ" എന്നു മുഴുവനാകും മുമ്പേ നിലംപതിച്ചു. കൈയിലിരുന്ന ഞാൻ മേശപ്പുറത്തിരുന്ന ആവിപറക്കുന്ന ഡംപ്ലിങ്ങ് പാത്രത്തിലേക്കു വഴുതി വീണു. അമ്മയ്ക്കന്ന് ഇരുപത്തിനാലു വയസ്സേ പ്രായമായിരുന്നുള്ളൂ.

പിന്നീട് അച്ഛന്റെ അച്ഛൻ ആ ഗ്രാമസഭയുടെ അദ്ധ്യക്ഷനായി. അവർ വെള്ളത്തിൽ വിഷം (Stry Chnine) കലർത്തി അപ്പൂപ്പനെ കൊന്നു. അപ്പൂപ്പന്റെ ശവസംസ്കാര ചടങ്ങുകളുടെ ഒരു ഫോട്ടോ ഞാൻ സൂക്ഷിച്ചു വെച്ചിട്ടുണ്ട്. ശവപ്പെട്ടി പൊതിഞ്ഞിരുന്ന തുണിയിൽ വാക്കുകൾ വ്യക്തമായി കാണാം. "വർഗശത്രുക്കളുടെ കൈയാൽ മരണപ്പെട്ടു."

ആഭ്യന്തരയുദ്ധത്തിലെ ഒരു വീര യോദ്ധാവായിരുന്നു എന്റെ അച്ഛൻ. ഒരു സൈനികത്തീവണ്ടിയുടെ കമാൻഡർ. ചെക്കോസ്ലാവാക്കിയിലെ സൈനിക കലാപത്തിനെതിരെ അവർ പടപൊരുതി. 1931 ൽ ഗവൺമെന്റ് "ദി ഓർഡർ ഓഫ് ദി റെഡ് ബാനർ" നല്കി ആദരിച്ചു. ആ കാലത്ത് അപൂർവ്വം ചിലർക്കു മാത്രമേ ആ ബഹുമതി നല്കിയിരുന്നുള്ളൂ. വിശേഷിച്ചും സൈബീരിയയിൽ അത് വലിയൊരു സംഭവമായിരുന്നു. അച്ഛനെ സർവ്വരും ആദരിച്ചിരുന്നു. പത്തൊൻപത് പ്രാവശ്യം അച്ഛനു മുറിവേറ്റു. മുറിവു പറ്റാത്ത ഒരിടവും അച്ഛന്റെ ശരീരത്തിലുണ്ടായിരുന്നില്ല. എന്റെ അമ്മ എന്നോടല്ല മറ്റു പലരോടും പറഞ്ഞിരുന്നത്രെ, വെള്ളക്കാരായ ചെക്കോസ്ലാവ്യക്കാർ അച്ഛന് ഇരുപത് വർഷത്തെ കഠിനാദ്ധ്വാനം

ശിക്ഷയായി വിധിച്ചുവെന്ന്. അച്ഛനെ ഒന്നു കാണാൻ അനുവദിക്കണമെന്ന് അവർ അപേക്ഷിച്ചു. അന്ന് അവർ ഗർഭിണിയായിരുന്നു. എന്റെ ജ്യേഷ്ഠത്തി താസ്യ അവരുടെ ഉദരത്തിൽ. തടവറയിലെ ഇടനാഴി അറ്റമില്ലാതെ നീണ്ടു കിടന്നു. അച്ഛന്റെ തടവുമുറിയിലേക്ക് നടന്നുചെല്ലാൻ അമ്മയെ അവർ അനുവദിച്ചില്ല. അവർ പറഞ്ഞു, "ബോൾഷെവിക് കീടമേ ഇഴഞ്ഞു പോ.." പ്രസവത്തിന് തൊട്ടുമുമ്പുള്ള ദിവസങ്ങൾ. ആ നീണ്ട സിമന്റിട്ട ഇടനാഴിയുടെ അറ്റം വരെ അവർ ഇഴഞ്ഞു ചെന്നു, അച്ഛനെയൊന്നു കാണാൻ. അങ്ങനെയാണ് അവർ തമ്മിൽ കണ്ടത്. അച്ഛനെ അവർ തിരിച്ചറിഞ്ഞില്ല. അത്രയ്ക്കും മാറിയിരുന്നു. മുടി മുഴുവനായും നരച്ചിരുന്നു. വല്ലാതെ വാർദ്ധക്യം ബാധിച്ച ഒരാൾ. അന്ന് അദ്ദേഹത്തിന് മുപ്പതു വയസ്സേ ആയിരുന്നുള്ളൂ.

ശത്രുക്കൾ ഒരിക്കൽകൂടി ഞങ്ങളുടെ രാജ്യത്തിലേക്ക് അതിക്രമിച്ചു കടന്നിരിക്കുന്നു. ഞാൻ വെറുതെ നോക്കിയിരിക്കുന്നതെങ്ങനെ? ഇതുപോലെയുള്ള ഒരച്ഛന്റെ മകളായി ഇതുപോലെയുള്ള ഒരു കുടുംബത്തിൽ പിറന്ന ഞാൻ.... നിസ്സംഗത പാലിക്കാൻ എനിക്കാവുമോ? ആ ചോരയല്ലേ എനിക്കും... എന്റെ അച്ഛന്റെ പ്രിയപ്പെട്ട രക്തം. എന്തെല്ലാം യാതനകൾ അദ്ദേഹം നേരിട്ടു. 1937 ൽ അവർ അദ്ദേഹത്തിന്റെ പേരിൽ കുറ്റാരോപണം നടത്തി. എല്ലാവിധത്തിലും നിന്ദിക്കാൻ ശ്രമിച്ചു. ജനശത്രുവായി മുദ്രകുത്താനൊരുങ്ങി. അത്... സ്റ്റാലിന്റെ ശുദ്ധീകരണകാലമായിരുന്നു. ഭീകരതയുടെ നാളുകൾ. യേഷോവിസ്വീന കാലഘട്ടം (നിക്കോളായ് യേഷോവ് ആയിരുന്നു ആ ശുദ്ധീകരണ പ്രക്രിയയുടെ തലപ്പത്തുണ്ടായിരുന്നത്. 1936–38) സഖാവ് സ്റ്റാലിൻ പറഞ്ഞതുപോലെ, 'ഒരു മരം വെട്ടിവീഴ്ത്തുമ്പോൾ അതിന്റെ ചീളുകൾ പലയിടത്തായി തെറിച്ചു വീഴും.' പുതിയൊരു വർഗസമരം പ്രഖ്യാപിക്കപ്പെട്ടു. അങ്ങനെ വീണ്ടും രാജ്യം ഭീതിയുടെ പിടിയിലായി. ഭീതിയൊഴിഞ്ഞ നാളുകൾ... ഒരിക്കലും നാട്ടിലുണ്ടായില്ല. വിധേയത്വം മാത്രമായിരുന്നു ഒരു വഴി. പക്ഷേ, എങ്ങനെയോ എന്റെ അച്ഛനിൽ കാലിനിന്റെ (മിഖായേൽ കാലിനിൻ. 1919–'46 വരെ ആൾ റഷ്യൻ സെൻട്രൽ എക്സിക്യൂട്ടീവ് കമ്മിറ്റി ചെയർമാൻ. സ്റ്റാലിന് വിശ്വസ്തൻ.) ദയാദൃഷ്ടി പതിഞ്ഞു. അദ്ദേഹം കുറ്റവിമുക്തനായി. പഴയ സൽപേര് തിരിച്ചു കിട്ടി. എല്ലാവർക്കും അറിയാമായിരുന്നു എന്റെ അച്ഛനെ.

ഈ വിവരങ്ങളെല്ലാം പിന്നീടാണ് ഞാൻ മനസ്സിലാക്കിയത്, എന്റെ ബന്ധുക്കൾ പറഞ്ഞു കേട്ട്.

അതിനു ശേഷം 1941 .... സ്കൂളിലെ അവസാനത്തെ മണി അടിച്ചു. ഞങ്ങൾക്കെല്ലാം ഞങ്ങളുടേതായ സ്വപ്നങ്ങളുണ്ടായിരുന്നു. തീരുമാനങ്ങളുണ്ടായിരുന്നു. കൗമാര പ്രായക്കാരായ കുറെ പെൺകുട്ടികൾ. പുതിയൊരു ജീവിതത്തിന്റെ തുടക്കം കുറിച്ചുകൊണ്ടുള്ള നൃത്തവും വിരുന്നും. അതിനു ശേഷം എല്ലാവരും കൂടി ആറ്റിൽ ഒരു തോണി യാത്ര. ഓബോട്ടോ നദിയിലുള്ള ഒരു തുരുത്തിൽ ഞങ്ങൾ ചെന്നെത്തി.

ആഹ്ലാദത്തിമിർപ്പിലായിരുന്നു എല്ലാവരും. നാട്ടിൽ പറയുന്നതുപോലെ, "അചുംബിത കന്യകമാർ" ആയിരുന്നു ഞങ്ങൾ. എനിക്കതുവരെയും ഒരു കൂട്ടുകാരനുണ്ടായിരുന്നില്ല. പ്രഭാതത്തെ ഞങ്ങൾ സ്വാഗതം ചെയ്തത് ആ തുരുത്തിൽ നിന്നായിരുന്നു. നഗരത്തിൽ തിരിച്ചെത്തിയപ്പോൾ എല്ലാവരും ഇളകിമറിയുന്നു. പലരും കരയുന്നു. എല്ലാവർക്കും ഒന്നേ പറയാനുള്ളൂ "യുദ്ധം.... യുദ്ധം" എല്ലായിടത്തു നിന്നും ഉച്ചത്തിൽ റേഡിയോ വാർത്ത കേൾക്കാം. കാര്യം മുഴുവനായും ഞങ്ങൾക്കു മനസ്സിലാക്കാനായില്ല. യുദ്ധമോ? അതെന്താണ്? ഏതാനും മണിക്കൂറുകൾ മുമ്പു വരെ ഞങ്ങൾ സന്തോഷലഹരിയിലായിരുന്നു. മഹത്തായ പരിപാടികൾക്ക് ഞങ്ങൾ രൂപം കൊടുക്കുകയായിരുന്നു. ആര് എവിടെ ഉപരിപഠനത്തിനു പോകും? ഓരോരുത്തർക്കും ആരായിത്തീരാനാണ് മോഹം. അതിനിടയിൽ പെട്ടെന്നു യുദ്ധം! മുതിർന്നവർ ആശങ്കയോടെ കരയുന്നു. പക്ഷേ, ഞങ്ങൾക്ക് ഭയവും പരിഭ്രമവുമൊന്നും തോന്നിയില്ല. ഞങ്ങൾ പരസ്പരം വാഗ്ദാനം ചെയ്തു. "ഫാസിസ്റ്റുകളുടെ തകർച്ച.... ഏറി വന്നാൽ ഒരു മാസം..." യുദ്ധത്തിനു മുമ്പ് പാടാറുള്ള പാട്ടുകൾ ഞങ്ങൾ ഉറക്കെ പാടി. നമ്മുടെ സൈന്യം ശത്രുക്കളെ അവരുടെ മണ്ണിൽ വെച്ചു തന്നെ തകർത്തു തരിപ്പണമാക്കും. ആ കാര്യത്തിൽ സംശയത്തിന്റെ നിഴൽ പോലുമുണ്ടായിരുന്നില്ല.

സംഗതികളുടെ യാഥാർത്ഥ്യം ഞങ്ങൾ മനസ്സിലാക്കിയത് സൈനിക ആസ്ഥാനത്തു നിന്നും "മരണയറിയിപ്പുകൾ" തുടർച്ചയായി ഗ്രാമത്തിലേക്കെത്താൻ തുടങ്ങിയപ്പോഴാണ്. "നേരത്തെ നമ്മളോടു പറഞ്ഞതെല്ലാം ശുദ്ധ നുണകളായിരുന്നുവോ? "എന്റെ മനസ്സാകെ കലുഷമായി. ജർമ്മൻകാർ അതിനിടെ "റെഡ്സ്ക്വയറി"ൽ പരേഡ് നടത്താനുള്ള ഒരുക്കങ്ങൾ തുടങ്ങിയിരുന്നു.

എന്റെ അച്ഛനെ അവർ മുന്നണിയിലേക്കയച്ചില്ല. എന്നിട്ടും അദ്ദേഹം വാശിവിടാതെ റിക്രൂട്ടിങ്ങ് ഉദ്യോഗസ്ഥനെ നിരന്തരം അലട്ടിക്കൊണ്ടിരുന്നു. കുറേകഴിഞ്ഞ് അച്ഛൻ പടക്കളത്തിലേക്ക് യാത്രയായി. അത് അദ്ദേഹത്തിന്റെ അവസാന യാത്രയായിരുന്നു. തല നരച്ച് വൃദ്ധനായിരുന്നു. ക്ഷയരോഗം ബാധിച്ച് അവശനായിരുന്നു. എന്തോ ചില ബഹുമതികൾ നേടാനായി. പ്രായം ഏറെയായിരുന്നു. എന്നിട്ടും സൈന്യത്തിൽ പങ്കുചേരണമെന്ന ശാഠ്യം. അദ്ദേഹം ഉരുക്കു സേനയിലാണ് ചേർന്നത് അഥവാ സ്റ്റാലിൻ സേന. സ്റ്റാലിൻ എന്നാൽ റഷ്യൻ ഭാഷയിൽ ഉരുക്ക് എന്നാണ്. ആ വിഭാഗത്തിൽ അനവധി സൈബീരിയക്കാർ ഉണ്ടായിരുന്നു. ഞങ്ങൾ വിചാരിച്ചു, ഞങ്ങളെ കൂടാതെ യുദ്ധം നടത്താൻ സാദ്ധ്യമല്ല എന്ന്. ഞങ്ങളും പടപൊരുതാൻ തയ്യാറായി. "ഞങ്ങൾക്കുള്ള ആയുധം തരൂ" ഞങ്ങളുടെ ക്ലാസ്സു മുഴുവൻ റിക്രൂട്ടിങ്ങ് കേന്ദ്രത്തിലേക്കോടി. ഒക്ടോബർ 10-ാം തീയതിയാണ് ഞാൻ മുന്നണിയിലേക്ക് യാത്രയായത്. എന്റെ രണ്ടാനമ്മ ഉറക്കെ കരഞ്ഞു. "വാലിയാ.... പോകരുത്.... നീ നന്നേ ചെറുതാണ്. യുദ്ധം ചെയ്യാനുള്ള ശക്തി നിനക്കില്ല. നീ എന്താണ് ചെയ്യാൻ പോകുന്നത്. എനിക്ക് റിക്കറ്റ് എന്ന അസുഖം

ഉണ്ടായിരുന്നു. അമ്മ കൊല്ലപ്പെട്ടയിടയ്ക്കാണ് അത് എന്നെ ബാധിച്ചത്. അഞ്ചു വയസ്സായതിനു ശേഷമാണ് ഞാൻ നടന്നു തുടങ്ങിയത്. ഇന്നിപ്പോൾ ഇത്രയും ശക്തി എവിടെ നിന്നാണ് എന്നിൽ വന്നുചേർന്നത്.

ചരക്കു വണ്ടികളിൽ കയറി രണ്ടു മാസത്തോളം ഞങ്ങൾ യാത്ര ചെയ്തു. ഒരു തീവണ്ടി മുഴുവൻ രണ്ടായിരം പെൺകുട്ടികൾ. അതൊരു സൈബീരിയൻ തീവണ്ടിയായിരുന്നു. മുന്നണിയോടടുത്തപ്പോൾ ഞങ്ങൾ കണ്ട കാഴ്ച... ഒരു നിമിഷം.... അത് ജീവിതത്തിലെ ഒരു കാലത്തും ഞാൻ മറക്കില്ല. ആകെ തകർന്നു പൊളിഞ്ഞു കിടക്കുന്ന ഒരു തീവണ്ടി ആപ്പീസ്. കുറെയേറെ നാവിക സൈനികർ തറയിൽ കൈകുത്തി ചാടിച്ചാടി നടക്കുന്നു. ആർക്കും കാലില്ല.... താങ്ങുവാൻ ക്രച്ചുകളുമില്ല. അവർ പുക വലിച്ചുകൊണ്ടിരുന്നു. ഞങ്ങളെ കണ്ട് അവർ ചിരിച്ചു. തമാശ പറഞ്ഞു. എന്റെ ഹൃദയം ശക്തിയായി മിടിച്ചു. എന്തിലേക്കാണ് ഞങ്ങൾ എടുത്തു ചാടുന്നത്. എവിടേക്കാണ് ഞങ്ങൾ പോകുന്നത്. അവനവന്റെ സന്തോഷത്തിനായി ഞങ്ങൾ ഉറക്കെ ഉറക്കെ പാട്ടുകൾ പാടി.

ഞങ്ങളോടൊപ്പം കമാൻഡർമാർ ഉണ്ടായിരുന്നു. അവർ ഞങ്ങളെ പ്രോത്സാഹിപ്പിച്ചു നിർദ്ദേശങ്ങൾ നല്കി. അതിനിടയിൽ ആശയ വിനിമയത്തിനുള്ള ഏർപ്പാടുകൾ ഞങ്ങൾ പരിശീലിച്ചു. ഞങ്ങൾ ഉക്രെയിനിലെത്തി. ആദ്യമായി ബോംബാക്രമണത്തിനിരയായി. ഞങ്ങൾ കുളിമുറിയിലായിരുന്നു. എല്ലാവരേയും അണുവിമുക്തരാക്കാനുള്ള നടപടികൾ. ഞങ്ങൾ കുളിമുറിയിലേക്കു ചെന്നപ്പോൾ അതിന്റെ മേൽനോട്ടക്കാരൻ ഒരു പുരുഷനായിരുന്നു. വല്ലാതെ നാണം തോന്നി. ഞങ്ങളെല്ലാവരും നന്നേ ചെറുപ്പക്കാരായ പെൺകുട്ടികൾ. പക്ഷേ, ബോംബുകൾ വീഴാൻ തുടങ്ങിയപ്പോൾ എല്ലാവരും ഭയന്നു വിളിച്ച് അയാളെ കെട്ടിപ്പിടിച്ചു. അയാൾ രക്ഷിക്കുമെന്ന പ്രതീക്ഷ. കൈയിൽ കിട്ടിയതെടുത്തിട്ട് എല്ലാവരും പുറത്തേക്കോടി. ഞാനൊരു ചുകന്ന ടവ്വൽ എടുത്ത് തലയിൽ ചുറ്റിക്കെട്ടി പുറത്തേക്കൊടിച്ചെന്നു. അവിടെ നിന്നിരുന്ന ഒരു യുവാവ് അയാളൊരു ഫസ്റ്റ് ലഫറ്റനന്റ് ആയിരുന്നു. എന്റെ നേരെ ഒച്ച വെച്ചു, "വേഗം രക്ഷാസങ്കേതത്തിലേക്കു ഓടൂ... തലയിൽ നിന്നും ആ ചുകന്ന ടവ്വൽ എടുത്തു മാറ്റൂ... ശത്രുക്കളുടെ കണ്ണിൽ പെട്ടെന്നു പെടും."

ഞാൻ അയാളിൽ നിന്നും എതിർ ദിശയിലേക്കോടി. തലയിൽ നിന്നും ടവ്വൽ മാറ്റിയില്ല. നനഞ്ഞ മുടിയുമായി വെളിയിൽ പോകരുതെന്ന് അമ്മ പ്രത്യേകം പറഞ്ഞിരുന്നു.

ബോംബാക്രമണം തൽക്കാലത്തേക്ക് ശമിച്ചു. ആ ഓഫീസർ എന്റെ അരികിൽ വന്നു പറഞ്ഞു, "തലയിൽ നിന്നും ടവ്വൽ എടുത്തു മാറ്റാൻ ഞാൻ പറഞ്ഞില്ലേ. എന്തുകൊണ്ട് എന്നെ അനുസരിച്ചില്ല. ഞാൻ നിങ്ങളുടെ കമാൻഡറല്ലേ."

എന്തോ... അയാൾ എന്റെ കമാൻഡറാണെന്ന് വിശ്വാസം വന്നില്ല. ചെറിയകുട്ടികളെപ്പോലെ ഞാൻ മുഖം കോട്ടി. "നിങ്ങളോ ഞങ്ങളുടെ കമാൻഡർ? അതും കൂടിയേ വേണ്ടൂ."

അയാൾക്കും എനിക്കും ഏതാണ്ട് ഒരേ പ്രായമായിരുന്നു.

അവൻ ഞങ്ങൾക്ക് നല്ല വലുപ്പമുള്ള കട്ടികൂടിയ ഓവർകോട്ടുകൾ തന്നു. അതിനുള്ളിൽ ഞങ്ങൾ ഗോതമ്പിന്റെ കതിർകറ്റകൾ പോലെയായിരുന്നു. നടക്കാനായില്ല. വെള്ളത്തിലൂടെ എന്ന പോലെ കാലുകൾ വലിച്ചു വെച്ചു നീങ്ങുകയായിരുന്നു. തുടക്കത്തിൽ ബൂട്ടുകളൊന്നും ഉണ്ടായിരുന്നില്ല. ഉണ്ടായിരുന്നതു മുഴുവൻ പുരുഷന്മാരുടെ പാകത്തിനുള്ളതായിരുന്നു. അതിനു ശേഷം അവർ ഞങ്ങൾക്കു ബൂട്ടുകൾ തന്നു. കാലടിയുടെ ഭാഗം ചുകപ്പ്. മേലെ ഭാഗം കറുത്ത ടാർപോളിൻ. ആ ബൂട്ടുകളുമിട്ട് ഞങ്ങൾ ഞെളിഞ്ഞു നടന്നു. എല്ലാവരും നന്നേ മെലിഞ്ഞിട്ടായിരുന്നു. ഞങ്ങൾ ധരിച്ചിരുന്ന, പുരുഷന്മാരുടെ മിലിട്ടറി ഷർട്ടുകൾ ഞങ്ങളുടെ ദേഹത്തിൽ അയഞ്ഞുതൂങ്ങിക്കിടന്നു. തുന്നാൻ അറിയുന്നവർ മാറ്റങ്ങൾ വരുത്തി അത് അവരുടെ പാകത്തിനാക്കി. എന്നാലും ഞങ്ങൾ പെൺകുട്ടികളല്ലേ. അതുകൊണ്ടൊന്നും ഞങ്ങൾക്ക് മതിയായില്ല. അതുകൊണ്ട് ഫസ്റ്റ് ലഫ്റ്റനന്റ് വന്ന് ഞങ്ങളുടെ അളവുകൾ എടുത്തു. ഞങ്ങൾ ചിരിക്കുകയും ബഹളം വെക്കുകയും ചെയ്തു. ഉടൻ ബറ്റാലിയൻ കമാൻഡർ അന്വേഷണത്തിനെത്തി.

"ഫസ്റ്റ് ലഫ്റ്റനന്റ് നിങ്ങൾക്കാവശ്യമുള്ള 'സ്ത്രീ സാധനങ്ങളെ'ല്ലാം തന്നില്ലേ."

"അളവെടുത്തിട്ടുണ്ട്. ലഫ്റ്റനന്റ് പറഞ്ഞു. ഉടനെ എല്ലാം കൊടുക്കുന്നതായിരിക്കും."

ഒരു ആന്റി എയർക്രാഫ്റ്റ് വകുപ്പിൽ സിഗ്നൽ വിഭാഗത്തിലാണ് എന്നെ നിയമിച്ചത്. 'കമ്മ്യൂണിക്കേഷൻസ്' എന്റെ ചുമതല. ആ തസ്തികയിൽ തന്നെ ഞാൻ എക്കാലവും തുടർന്നേനെ, എന്റെ അച്ഛൻ കൊല്ലപ്പെട്ടു എന്ന അറിയിപ്പു കിട്ടിയില്ലായിരുന്നുവെങ്കിൽ. എന്റെ പ്രിയപ്പെട്ട അച്ഛൻ എനിക്കു നഷ്ടപ്പെട്ടു. ജീവിതത്തിൽ എനിക്ക് ഏറ്റവും അടുപ്പമുണ്ടായിരുന്നത് എന്റെ അച്ഛനോടായിരുന്നു. അങ്ങനെ ഒരാളോടു മാത്രമേ മനസ്സുകൊണ്ട് ഞാൻ അടുത്തിരുന്നുള്ളൂ. "എനിക്ക് പക വീട്ടണം....അച്ഛന്റെ കൊലയ്ക്ക് പ്രതികാരം ചെയ്യണം."ഞാൻ മേലധികാരികളുടെ മുമ്പിൽ യാചിച്ചു. "എനിക്ക് കൊല്ലണം...ശത്രുക്കളെ വെടിവെച്ച് കൊല്ലണം."

"സൈന്യത്തിൽ ടെലിഫോൺ വിഭാഗം വളരെ പ്രധാനപ്പെട്ടതാണ്," അവരെന്നെ പറഞ്ഞു മനസ്സിലാക്കാൻ ശ്രമിച്ചു.

"പക്ഷേ, ടെലിഫോൺ കൊണ്ട് വെടിവെക്കാനാവില്ലല്ലോ"

ഞാൻ റെജിമെന്റ് കമാൻഡർക്ക് ഒരു അപേക്ഷ സമർപ്പിച്ചു.

അതപ്പോഴെ അദ്ദേഹം തള്ളിക്കളഞ്ഞു. രണ്ടാമതൊന്നു ആലോചിക്കാതെ ഞാൻ ഡിവിഷൻ കമാൻഡർക്ക് കത്തെഴുതി.

കേണൽ ക്രാസ്ന്യാക്ക് വന്നു. ഞങ്ങളെ വരിയായി നിർത്തി.

"ഗൺ കമാൻഡറാവാൻ ആഗ്രഹിക്കുന്ന ആ കുട്ടി എവിടെ?"

ഞാൻ മുന്നോട്ടു നീങ്ങി നിന്നു. നന്നേ മെലിഞ്ഞ്, കഴുത്ത് നീണ്ട്, ആ കഴുത്തിൽ ഒരു സബ്മെഷീൻ ഗൺ തൂക്കിയിട്ട്. നല്ല കനമുള്ള ഒരു തോക്ക്. ഒപ്പം എഴുപത്തിയൊന്ന് വെടിയുണ്ടകളുള്ള ബെൽറ്റും. കണ്ടാൽ കഷ്ടം തോന്നുന്ന രൂപം. കമാൻഡർ ചെറുതായൊന്നു ചിരിച്ചു. രണ്ടാമത്തെ ചോദ്യം "എന്താണ് നിങ്ങൾക്കു വേണ്ടത്?"

"വെടിവെച്ചു കൊല്ലണം." അദ്ദേഹം അതു കേട്ട് എന്തു വിചാരിച്ചുവോ എന്തോ? കുറച്ചു നേരത്തേക്ക് ഒന്നും പറഞ്ഞില്ല. ഒറ്റ വാക്കും. പിന്നെ പെട്ടെന്ന് പിൻതിരിഞ്ഞ് സ്ഥലം വിട്ടു. "എല്ലാം ഇതോടെ കഴിഞ്ഞു," ഞാൻ വിചാരിച്ചു. "അദ്ദേഹവും എന്റെ അപേക്ഷ തള്ളിക്കളയും." അപ്പോഴേക്കും കമാൻഡർ ഓടിക്കിതച്ചെത്തി. "അദ്ദേഹം നിങ്ങൾക്ക് അനുമതി തന്നിരിക്കുന്നു."

"മനസ്സിലാവുന്നുണ്ടോ?" അവർ എന്നോടു ചോദിച്ചു.

"എന്റെ അന്നത്തെ വികാരങ്ങൾ നിങ്ങൾക്ക് മനസ്സിലാക്കാൻ സാധിക്കുമോ?" ഒരാളെ വെടിവെച്ചു കൊല്ലണമെങ്കിൽ അയാളോട് കഠിനമായ വെറുപ്പു തോന്നണം. ഇത് നായാട്ടല്ല, യുദ്ധമാണ്. രാഷ്ട്രീയ പഠനത്തിനിടയിൽ അവർ ആ ലേഖനങ്ങൾ ഉറക്കെ വായിച്ചിരുന്നു. "അവനെ കൊല്ലുക" ഇലിയ റെൻബർഗ്* എഴുതിയത്. എത്ര തവണ ജർമ്മൻകാരനെ കാണുന്നുവോ അത്രയും തവണ നിങ്ങളയാളെ വധിക്കുന്നു. വളരെ പ്രസിദ്ധമായിരുന്നു ആ ലേഖനം. എല്ലാവരും വായിച്ചു ധാരാളം പേർ അത് മനഃപാഠമാക്കി. എന്റെ മനസ്സിനെ അത് ശക്തിയായി സ്വാധീനിച്ചിരുന്നു. യുദ്ധകാലത്തൊക്കെയും അത് ഞാൻ എന്റെ സഞ്ചിയിൽ കൂടെ കൊണ്ടു നടന്നിരുന്നു. ആ ലേഖനവും, എന്റെ അച്ഛന്റെ മരണയറിയിപ്പും. എന്റെ മനസ്സ് നിരന്തരം ആവശ്യപ്പെട്ടു... കൊല്ലണം.... കൊല്ലണം. എനിക്കു പകവീട്ടാതെ വയ്യ.

വെടിവെപ്പിൽ ഞാൻ ചെറിയൊരു പരിശീലനം നേടി. മൂന്നു മാസം മാത്രം. അങ്ങനെ ഞാനൊരു ആർട്ടില്ലെറി കമാൻഡറായി. അവരെന്നെ ആന്റി എയർക്രാഫ്റ്റ് റെജിമെന്റ് № 1357 ലേക്ക് അയച്ചു. തുടക്കത്തിൽ വല്ലാത്ത അസ്വസ്ഥത. തൊണ്ട വരണ്ടു. മനംപിരട്ടി. രാത്രി അത്ര പേടി തോന്നിയില്ല. പകലത്തെ സ്ഥിതി ഭയാനകമായിരുന്നു. ശത്രു വിമാനം നിങ്ങളുടെ നേരെ പറന്നു വരികയാണെന്നു തോന്നും. നിങ്ങളുടെ തോക്ക് ലക്ഷ്യമാക്കിക്കൊണ്ട്. ദാ..ഇപ്പോൾ കൂട്ടിയിടിക്കും. ഒരു നിമിഷം കൂടി.... അത് നിങ്ങളുടെ വിമാനത്തെ ഇപ്പോൾ തകർത്തു തരിപ്പണമാക്കും. എല്ലാം അവസാനിക്കുന്നു. ഇതൊന്നും ഇത്ര ചെറിയൊരു പെൺകിടാവിന് വിധിച്ചിട്ടുള്ളതല്ല. അവളുടെ കണ്ണിനും കാതിനും താങ്ങാനാവാത്തതാണ്. ആദ്യം "85 മില്ലിമീറ്റ"റായിരുന്നു. മോസ്കോവിനു ചുറ്റും അത് മതിയായിരുന്നു. പിന്നീട് ഞങ്ങളെ ടാങ്കുകൾക്ക് എതിരായി

* ഇലിയ റെൻബർഗ് 1891–1969. വലിയൊരു സോവിയറ്റ് എഴുത്തുകാരനും പത്രപ്രവർത്തകനുമായിരുന്നു. 1942 ൽ അദ്ദേഹം എഴുതിയ KILL വളരെ പ്രചാരം നേടിയിരുന്നു.

നിയോഗിച്ചു. അപ്പോൾ "37 മില്ലീമീറ്റ" റായിരുന്നു. അത് RZHEVSK മുന്നണിയിലായിരുന്നു. ഘോരമായ യുദ്ധങ്ങൾ നടന്നു. വസന്തകാലമായപ്പോൾ വോൾഗയിൽ മഞ്ഞുരുകാൻ തുടങ്ങി. (RZHEVSK മോസ്കോവിന് കിഴക്കാണ്. ഘോരമായ യുദ്ധങ്ങളും സംഘട്ടനങ്ങളും 1941 ഒക്ടോബറിനും 1943 മാർച്ചിനുമിടയ്ക്കു നടന്നു. അസംഖ്യം പേർ കൊല്ലപ്പെട്ടു.) മഞ്ഞുരുകി ഒഴുകാൻ തുടങ്ങിയപ്പോൾ വോൾഗയിൽ ഞങ്ങൾ കണ്ടു, മൂന്നു ജർമ്മൻ സൈനികരുടേയും ഒരു റഷ്യൻ സൈനികന്റേയും ശവശരീരങ്ങൾ. അവിടെ കിടന്നു മരിച്ചവർ. പരസ്പരം കെട്ടിപ്പിടിച്ച്. മഞ്ഞിൽ വീണ് ഉറഞ്ഞു പോയതാകാം. ആ മഞ്ഞുകട്ടകളിൽ അവരുടെ ചോരയുടെ ചുകപ്പ്. ഞങ്ങളുടെ വോൾഗാ മാതാവ് മുഴുവനായും ചോരയിൽ ചുകന്നിരുന്നു.

അവർ പെട്ടെന്ന് സംസാരം നിർത്തി. "എനിക്കു ശ്വാസം കിട്ടുന്നില്ല..... കിതയ്ക്കുന്നു......ഒന്നു നിർത്തിയേ പറ്റൂ. അല്ലെങ്കിൽ ഈ കൂടിക്കാഴ്ച നിഷ്പ്രയോജനമാകും....." അവർ ജനാലയുടെ നേരെ തിരിഞ്ഞു. സ്വയം നിയന്ത്രിക്കാനുള്ള ശ്രമം. ഒരു നിമിഷം...... വീണ്ടും അവർ എന്നെ നോക്കി പുഞ്ചിരിച്ചു. "സത്യം പറയട്ടെ, എനിക്കു കരയാനിഷ്ടമല്ല. കുട്ടിക്കാലത്തേ ഞാൻ പഠിച്ചു, കരയാതിരിക്കാൻ."

വാലിയായുടെ വിവരണം കേട്ടിരിക്കേ എനിക്കോർമ്മ വന്നു. ലെനിൻഗ്രാഡിന്റെ ഉപരോധ കാലം. അത്രയും നേരം മൗനം പാലിച്ച അലക്സാൻഡ്രെ ഫിയോ സോറോവ്ന പതുക്കെ സംസാരിച്ചു തുടങ്ങി. പ്രത്യേകിച്ചും ആ ഒരു സംഭവം. അതെല്ലാവരേയും അമ്പരപ്പിച്ചു കളഞ്ഞു.

ഒരു വൃദ്ധയുടെ കഥയാണ് അവരെന്നോടു പറഞ്ഞത്. ദിവസവും അവർ തന്റെ ജനാല തുറന്ന് അതിലൂടെ ഒരു പാത്രം വെള്ളം പുറത്തേക്ക് നീട്ടിയെറിയുമായിരുന്നു. ദിവസം ചെല്ലുന്തോറും എറിയലിന്റെ ഊക്കും നീളവും കൂടി വന്നു. ആദ്യം ഞങ്ങൾ വിചാരിച്ചു, അവർക്ക് ചെറിയ തോതിൽ ബുദ്ധിഭ്രമം സംഭവിച്ചിരിക്കാമെന്ന്. ഉപരോധത്തിന്റെ നാളുകൾ. അത് പലരേയും പലരീതിയിൽ ബാധിച്ചിരുന്നു. ഒരു ദിവസം സംഗതി എന്താണെന്നറിയാൻ ഞങ്ങൾ നേരിട്ടു ചെന്ന് അന്വേഷിച്ചു. അവർ പറഞ്ഞത് കേൾക്കേണ്ടതു തന്നെയാണ്. "ഫാസിസ്റ്റുകൾ ലെനിൻഗ്രാഡിലെത്തി എന്റെ ഈ തെരുവിലേക്കു വന്നാൽ അവരുടെ മുഖത്തേക്ക് ഞാൻ തിളച്ച വെള്ളം ഒഴിക്കും. എനിക്ക് പ്രായം കുറേയായി. കാര്യമായി ഒന്നും ചെയ്യാനുള്ള ശേഷിയില്ല. അതുകൊണ്ട് ഇതെങ്കിലും...." അതിനുള്ള പരിശീലനം. ഒരു ദിവസവും മുടങ്ങാതെ. ഉപരോധത്തിന്റെ ആദ്യ ദിവസങ്ങൾ. അപ്പോഴും ചൂടുവെള്ളം കിട്ടാനുണ്ടായിരുന്നു. സംസ്കാര സമ്പന്നയായ ഒരു വൃദ്ധ. അവരുടെ മുഖം ഇപ്പോഴും എനിക്കോർമ്മയുണ്ട്.

"ശത്രുക്കളെ എതിരിടാൻ തനിക്കാകാവുന്ന ഒരു മുറ... തന്ത്രം അവർ തിരഞ്ഞെടുത്തു. ആ സന്ദർഭം ഒന്നു സങ്കല്പിച്ചു നോക്കൂ. ശത്രു പടിവാതില്ക്കൽ എത്തിക്കഴിഞ്ഞിരുന്നു. നാർവോഗേറ്റിലും കിറോവ്

ഫാക്ടറിയിലും ബോംബുകൾ വർഷിക്കപ്പെട്ടു. പലയിടത്തും പോരാട്ട ങ്ങൾ. ഓരോ മനുഷ്യനും ചിന്തിച്ചത് ഒന്നു മാത്രം... എങ്ങനെ സ്വന്തം നഗരത്തെ രക്ഷിക്കാം. മരിക്കുക എളുപ്പമാണ്. അതിനു മുമ്പ് എന്തെ ങ്കിലും ചെയ്യണം. കാര്യമായി എന്തെങ്കിലും. "ആയിരമായിരം മനസ്സു കളിൽ ആ ഒരു വിചാരം മാത്രമായിരുന്നു..."

"എങ്ങനെയാണ് ഞാനതെല്ലാം വിവരിക്കുക? ഞാൻ വാക്കുകൾ തിരയുകയാണ്." വാലെന്റിനയുടെ വാക്കുകൾ ആത്മഗതമായിരുന്നുവോ? അതോ ഞങ്ങളോടുള്ള ചോദ്യമോ?

യുദ്ധമുന്നണിയിൽ നിന്നും ഞാൻ മടങ്ങിയെത്തിയത് മുടന്തി ക്കൊണ്ടാണ്. ബോംബേറിൽ കഠിനമായി മുറിവേറ്റിരുന്നു. മുറിവ് അത്ര വലുതായിരുന്നില്ല. പക്ഷേ, കുറെ ദൂരത്തേക്ക് ഞാൻ തെറിച്ചു വീണു. ഒഴുകി വന്ന ഒരു മഞ്ഞുപാറയുടെ മീതെ. കാലിലെ ബൂട്ടുകൾ ഞാൻ ദിവസങ്ങളായി ഉണക്കിയിട്ടുണ്ടായിരുന്നില്ല. അതിനു വേണ്ട വിറകുണ്ടാ യിരുന്നില്ല. രാത്രി ഒഴിവും കിട്ടിയിരുന്നില്ല. അടുപ്പ് തീരെ ചെറുതായി രുന്നു. ആവശ്യക്കാർ അനേകവും. അവർ വീണു കിടക്കുന്ന എന്നെ കണ്ടു പിടിച്ച് എടുത്തു കൊണ്ടു വന്നപ്പോഴേക്കും മഞ്ഞുകടിയേറ്റ് കാലാകെ നാശമായിരുന്നു. ഏതാണ്ട് ശരീരമാകെ മഞ്ഞു പൊതിഞ്ഞിരുന്നു. അപ്പോഴും ഏതോ പഴുതിലൂടെ ശ്വസിക്കാൻ സാധിച്ചിരുന്നു. പ്രഥമ ശുശ്രൂഷ നായ്ക്കളാണ് എന്നെ കണ്ടുപിടിച്ചത്. അവ മഞ്ഞ് പാളികൾ മാന്തി മാറ്റി. ചെവി അടച്ചു കെട്ടുന്ന തൊപ്പിയിൽ മുറുകെ കടിച്ചു. തൊപ്പി ക്കുള്ളിൽ എന്റെ "മരണ പാസ്പോർട്ട്" ഉണ്ടായിരുന്നു. ഞങ്ങളെല്ലാവരും അതെപ്പോഴും കൂടെ കൊണ്ടു നടന്നിരുന്നു. മരിച്ചാൽ ആരെ.... എവിടെ ആണ് അറിയിക്കേണ്ടത് എന്ന വിവരം. അവരെന്നെ മാന്തി പുറത്തെ ടുത്തു. ഒരു ടാർപോളിനിൽ കിടത്തി. ദേഹമാസകലം ചോര. ആരും എന്റെ കാലിന്റെ കാര്യം ശ്രദ്ധിച്ചില്ല.

ആറു മാസം ഞാൻ ആശുപത്രിയിൽ ചെലവഴിച്ചു. മുട്ടിനു മുകളിൽ വെച്ച് കാല് മുറിച്ചു കളയാനായിരുന്നു തീരുമാനം. പഴുപ്പ് അത്രത്തോളം കയറിയിരുന്നു. എനിക്ക് വല്ലാതെ ഭയം തോന്നി. ദുഃഖവും. ഒരു മുടന്തി യായി ജീവിതത്തിന്റെ ശേഷിച്ച ഭാഗം കഴിച്ചു കൂട്ടാൻ ഞാൻ ആഗ്രഹി ച്ചില്ല. അങ്ങനെയൊരു ജീവിതത്തിന് എന്തർത്ഥം? ആർക്കു വേണം അങ്ങനെയൊരാളെ? അച്ഛനും അമ്മയുമില്ല. ജീവിതം വെറുമൊരു ഭാരം. ഒരു മരക്കുറ്റിപോലെ... ആർക്കും പ്രയോജനമില്ലാതെ... സ്വയം വീർപ്പു മുട്ടിച്ചു കൊല്ലണം. ഞാനുറപ്പിച്ചു. നഴ്സിനോട് ആവശ്യപ്പെട്ടു. "ഈ ചെറിയ ടവ്വലിനു പകരം കുറച്ചു കൂടി വലുപ്പമുള്ള ഒന്ന് തരുമൊ?"

ആശുപത്രിയിലെല്ലാവരും മുത്തശ്ശി എന്നു വിളിച്ച് എന്നെ കളിയാ ക്കിയിരുന്നു. ആദ്യ ദിവസം എന്നെ കണ്ടപ്പോൾ ആശുപത്രിയിലെ മേല ധികാരി ചോദിച്ചു. "എത്ര വയസ്സായി." "അടുത്തു തന്നെ പത്തൊമ്പ താകും." ഞാൻ തിടുക്കത്തിൽ പറഞ്ഞു. അതുകേട്ട് അദ്ദേഹം ചിരിച്ചു. "പ്രായം കുറെയായല്ലോ... പക്വമായ വാർദ്ധക്യം."

മാഷാ അമ്മായി എന്ന് എല്ലാവരും വിളിക്കുന്ന ആ നഴ്സ് അതു പറഞ്ഞ് എപ്പോഴും എന്നെ കളിയാക്കുമായിരുന്നു. അവർ എന്റെ മുഖത്തു നിന്ന് കണ്ണെടുക്കാതെ പറഞ്ഞു. "ടവ്വൽ ഞാൻ കൊണ്ടുവന്നുതരാം...... പക്ഷേ, നിന്റെ ആ നോട്ടം എനിക്കത്ര പിടിക്കുന്നില്ല.... അരുതാത്തതെന്തെങ്കിലും...ഉദ്ദേശിക്കുന്നുണ്ടോ. എന്തായാലും നിന്റെ മേൽ ഞാനൊരു കണ്ണുവെയ്ക്കും.... അവർ നിന്റെ ഓപ്പറേഷനുള്ള ഒരുക്കങ്ങൾ തുടങ്ങിയിരിക്കുന്നു."

ഞാൻ ഒന്നും മിണ്ടിയില്ല. അവർ പറഞ്ഞത് നേരായിരുന്നു. ഓപ്പറേഷനുള്ള തയ്യാറെടുപ്പുകൾ ആരംഭിച്ചിരുന്നു. ശസ്ത്രക്രിയ എന്നാലെന്താണ് എന്ന് എനിക്കു രൂപമുണ്ടായിരുന്നില്ല. ശരീരത്തിൽ കത്തി വെക്കുന്ന ഒരു അനുഭവം മുമ്പുണ്ടായിട്ടില്ല. ഇപ്പോൾ ഡോക്ടർമാരുടെ മുമ്പിൽ എന്റെ ശരീരം ഒരു ഭൂപടം പോലെ നിവർത്തിയിട്ടിരിക്കുകയാണ്. എന്നാലും എനിക്കൂഹിക്കാനായി. മാഷ അമ്മായി തന്ന ആ വലിയ തോർത്ത് ഞാൻ തലയിണയ്ക്കിടയിൽ മറച്ചു വെച്ചു. മുറിയിൽ ആളൊഴിയട്ടെ.... അല്ലെങ്കിൽ എല്ലാവരും ഉറക്കമാവട്ടെ. ഇരുമ്പു കട്ടിലുകളിലാണ് ഞങ്ങൾ കിടന്നിരുന്നത്. തോർത്തിന്റെ ഒരു തുമ്പ് കട്ടിലിന്റെ ഇരുമ്പഴിയിൽ കെട്ടി മറ്റേ തുമ്പ് കഴുത്തിൽ മുറുക്കി സ്വയം ശ്വാസം മുട്ടിക്കാം. അതിനുള്ള ശക്തി എനിക്കുണ്ടാകണം. പക്ഷേ, മാഷാ അമ്മായി ആ രാത്രി മുഴുവൻ എന്റെ അരികത്തു നിന്നും മാറിയില്ല. അവർ ഒരു പോള കണ്ണടച്ചില്ല. എന്റെ ജീവൻ അവർ കാത്തു രക്ഷിച്ചു. വിഡ്ഢിയായ... ചെറുപ്പമായ എന്റെ ജീവൻ.

എന്റെ വാർഡ് ഡോക്ടർ ചെറുപ്പക്കാരനായ ഒരു ലഫ്റ്റനന്റ് ആയിരുന്നു. അദ്ദേഹം തന്റെ മേലധികാരിയായ ഡോക്ടറോടപേക്ഷിച്ചു, "ഞാനൊന്നു നോക്കട്ടെ."

"നിങ്ങളെന്തു ശ്രമം നടത്താനാണ്?" അദ്ദേഹം ചോദിച്ചു.

"കാൽ വിരലുകളിലൊന്ന് തീർത്തും കറുത്തു കഴിഞ്ഞു. അവൾക്ക് 19 വയസ്സേ ആയിട്ടുള്ളൂ.... ഞാനും നിങ്ങളും കാരണം അവൾ മരിച്ചു പോകും."

ആ ശസ്ത്രക്രിയ നടത്താൻ എന്റെ വാർഡ് ഡോക്ടർക്ക് തീരെ താത്പര്യമുണ്ടായിരുന്നില്ല. മറ്റൊരു ചികിത്സയാണ് അദ്ദേഹം നിർദ്ദേശിച്ചത്. അക്കാലത്ത് അതൊരു പുതുമയായിരുന്നു. ഒരു പ്രത്യേകം സൂചിയിൽ കൂടി തൊലിയുടെ അടിവശത്തായി ഓക്സിജൻ കുത്തിവെക്കുക. ഓക്സിജൻ... പ്രാണവായു കോശങ്ങളെ വളർത്തും... കാക്കും. എങ്ങനെയാണെന്ന് എനിക്ക് രൂപമില്ല. ഞാൻ ഒരു ഡോക്ടറല്ലല്ലോ. ഏതായാലും ആ യുവഡോക്ടർ മുതിർന്ന ഡോക്ടറെ പ്രേരിപ്പിച്ചു. അവർ എന്റെ കാല് മുറിച്ചു കളഞ്ഞില്ല. പകരം പുതിയ ചികിത്സ തുടങ്ങി. രണ്ടുമാസം കഴിഞ്ഞപ്പോഴേക്കും ഞാൻ എഴുന്നേറ്റു നടക്കാൻ തുടങ്ങി. ഊന്നുവടികളുടെ സഹായത്തോടെ. കാലുകൾ പഴന്തുണി പോലെയായിരുന്നു. അത്രയും ദുർബലം. എന്റെ കാലുകൾ എനിക്കു കാണാം. പക്ഷേ, അവ

അവിടെയുണ്ടെന്ന് ഞാനറിഞ്ഞില്ല. ക്രമേണ ക്രച്ചുകളുടെ സഹായമില്ലാതെ ഞാൻ നടക്കാൻ പഠിച്ചു. എല്ലാവരും എന്നെ അഭിനന്ദിച്ചു. ആശുപത്രിയിൽ നിന്നു പോന്നാലും ദീർഘകാലത്തെ വിശ്രമം ആവശ്യമായിരുന്നു. എങ്ങനെ? എവിടെ? സ്വന്തമായി ആരുമില്ല. സ്ഥലവുമില്ല. ഞാൻ എന്റെ യൂണിറ്റിലേക്ക്... തോക്കിലേക്ക് മടങ്ങിപ്പോയി. പിന്നെ പാർട്ടിയിൽ ചേർന്നു. അന്ന് എനിക്ക് പ്രായം പത്തൊൻപത്...

കിഴക്കൻ പ്രഷ്യയിലാണ് ഞാൻ വിജയ ദിവസം ആഘോഷിച്ചത്. രണ്ടു ദിവസം........സ്ഥിതി വളരെ ശാന്തമായിരുന്നു. വെടിവെപ്പുണ്ടായിരുന്നില്ല. പിന്നെ, അർദ്ധരാത്രിക്കൊരു മുന്നറിയിപ്പ്. "ജാഗ്രത" എല്ലാവരും ചാടി എഴുന്നേറ്റു. തുടർന്നു അത്യുച്ചത്തിലൊരു ശബ്ദം. "വിജയം.... വിജയം... ശത്രു കീഴടങ്ങി." കീഴടങ്ങൽ ശരി... എന്നാൽ വിജയം.... അതാണ് ഞങ്ങളെ ഉന്മത്തരാക്കിയത്. "യുദ്ധം അവസാനിച്ചു... യുദ്ധം അവസാനിച്ചു. കൈയിൽ കിട്ടിയതെല്ലാം എടുത്ത് ഞങ്ങൾ മാനത്തേക്ക് വെടിവെച്ചു. സബ്മെഷീൻഗൺ... പിസ്റ്റൾ... തോക്ക്.... ഒരാൾ കണ്ണു തുടച്ചു. ഇനിയൊരാൾ നൃത്തം ചെയ്തു. "ഞാൻ ജീവിച്ചിരിക്കുന്നു... ഞാൻ ജീവിച്ചിരിക്കുന്നു." മൂന്നാമതൊരാൾ മണ്ണിൽ വീണുരുണ്ടു... ഭൂമിയെ ചുംബിച്ചു. കല്ലിനേയും മണ്ണിനേയും പുണർന്നു. ആനന്ദാതിരേകം. അവിടെ ഒരു മൂലയിൽ ഞാൻ തനിയെ നിന്നു പറഞ്ഞു. "യുദ്ധം അവസാനിച്ചു... പക്ഷേ, എന്റെ അച്ഛൻ ഒരിക്കലും തിരിച്ചു വരില്ല."

യുദ്ധം അവസാനിച്ചു. പക്ഷേ, പിന്നീട് കമാൻഡർ ഭീഷണിപ്പെടുത്തി. "ആരേയും പിരിച്ചുവിടാൻ പോകുന്നില്ല. കൈയിലുണ്ടായിരുന്ന വെടിയുണ്ടകളുടെ കണക്കു ബോധിപ്പിക്കും വരെ.......നിങ്ങളെന്താണീ ചെയ്തത്? വല്ല ബോധവുമുണ്ടോ? എത്ര ഉണ്ടകളാണ് നിങ്ങൾ ആവശ്യമില്ലാതെ ചെലവാക്കിക്കളഞ്ഞത്?"

ഇനി എന്നും ലോകത്തിൽ ശാന്തിയും സമാധാനവും മാത്രം. അതായിരുന്നു ഞങ്ങളുടെ മനസ്സിൽ. ഇനിയുമൊരു യുദ്ധം, ഒരാളും ആഗ്രഹിച്ചില്ല. എല്ലാ വെടിമരുന്നുകളും ബോംബുകളും പാടെ നശിപ്പിക്കണം. ആർക്കാണ് അതൊക്കെ ആവശ്യം. ബോംബിടലും വെടിവെപ്പും. ഞങ്ങൾക്കാകെ മടുത്തിരുന്നു.

സ്വന്തം വീട്ടിലേക്കു മടങ്ങാൻ ഞാൻ എന്തുമാത്രം കൊതിച്ചിരുന്നുവെന്നോ? അച്ഛനും അമ്മയും ഇല്ലെങ്കിൽ പോലും വീട് വീടല്ലേ? വീട്ടിൽ താമസിച്ചിരുന്നവരേക്കാൾ വലുതാണ് വീട് എന്ന സങ്കല്പം.....അതിന് വീട് എന്ന ഒരു കെട്ടിടത്തേക്കാൾ ആഴവും പരപ്പുമുണ്ട്. അതെന്താണ് എന്ന് എങ്ങനെ വിവരിക്കാൻ.... ഒരു മനുഷ്യന് തീർച്ചയായും ഒരു വീടു വേണം.

ഞാൻ എന്റെ രണ്ടാനമ്മയുടെ മുമ്പിൽ തലകുനിച്ചു. സ്വന്തം അമ്മയെപ്പോലെ അവരെന്നെ സ്വാഗതം ചെയ്തു. അമ്മ എന്നുതന്നെയാണ് ഞാൻ അവരെ വിളിച്ചത്. എത്രകാലം അവർ എനിക്കായി

കാത്തിരുന്നു. ആശുപത്രിയിൽ ഡോക്ടർ അവരെ അറിയിച്ചിരുന്നു, "എന്റെ കാലുകൾ മുറിച്ചു മാറ്റണം. കാലില്ലാതെയാകും എന്റെ മടങ്ങി വരവ്." എന്നിട്ടും അവർ എനിക്കായി കാത്തിരുന്നു. ഡോക്ടർ അമ്മയെ മനസ്സു കൊണ്ട് ഒരുക്കുകയായിരുന്നു. "കുറച്ചുനാൾ അവരുടെ കൂടെ താമസിക്കൂ... പിന്നീട് വേറൊരിടത്തേക്കു മാറാം." ഡോക്ടർ പറഞ്ഞു. എന്നാലും അമ്മ ആഗ്രഹിച്ചു, ആ കുറച്ചു ദിവസത്തേക്കെങ്കിലും ഞാൻ അവരോടൊപ്പമുണ്ടാകുമല്ലോ എന്ന്.

അവർ എനിക്കായി കാത്തിരുന്നു. എനിക്ക് അച്ഛന്റെ അതേ ഛായ യായിരുന്നു.

ഞങ്ങൾ പതിനെട്ടോ ഇരുപതോ വയസ്സുള്ളപ്പോഴാണ് പടക്കളത്തി ലേക്ക് തിരിച്ചത്. മടങ്ങി വന്നപ്പോൾ ഇരുപതും ഇരുപത്തിനാലുമൊക്കെ വയസ്സായിരുന്നു. ആദ്യം അടക്കാനാവാത്ത സന്തോഷമായിരുന്നു. പിന്നീട് കലശലായ ആശങ്കയും. സാധാരണ ചുറ്റുപാടിൽ ഞങ്ങളെന്താണ് ചെയ്യുക? ശാന്തമായ ജീവിതത്തെക്കുറിച്ച് ഞങ്ങൾ ഉത്കണ്ഠപ്പെട്ടു. കുറെ പെൺകുട്ടികൾ അവരുടെ പഠിത്തം പൂർത്തിയാക്കിയിരുന്നു. പല പരിശീലനങ്ങളും നേടിയിരുന്നു. എന്നാൽ എന്നെപ്പോലുള്ളവർ? പ്രത്യേ കിച്ചൊന്നും അറിയാത്തവർ. ഒരു തൊഴിലും പഠിക്കാത്തവർ. ഞങ്ങൾക്ക റിയാവുന്നത് യുദ്ധം മാത്രമായിരുന്നു. ചെയ്യാൻ കഴിയുന്നതും യുദ്ധം മാത്രമായിരുന്നു. കഴിയുന്നതും വേഗം യുദ്ധത്തെ മനസ്സിൽ നിന്നും ആട്ടി യിറക്കണമെന്ന് ഞാൻ ആഗ്രഹിച്ചു. യൂണിഫോം കോട്ട് തിടുക്കത്തിൽ വെട്ടിമുറിച്ച് ഒരു സാധാരണ കോട്ടായി മാറ്റിയെടുത്തു. അതിന്റെ ബട്ടനു കൾ പോലും മാറ്റി. അങ്ങാടിയിൽ പോയി എന്റെ ടാർപോളിൻ ബൂട്ടു കൾ കൊടുത്ത് ഒരു ജോടി സാധാരണ ഷൂസുകൾ വാങ്ങി. ആദ്യമായി ഒരു സാധാരണ വേഷം ധരിച്ചപ്പോൾ എന്തിനാണെന്നറിയില്ല, എന്റെ കണ്ണുകൾ നിറഞ്ഞൊഴുകി. കണ്ണാടിയിൽ നോക്കിയപ്പോൾ എനിക്ക് എന്നെത്തന്നെ തിരിച്ചറിയാനായില്ല. നാലു വർഷം മുഴുവൻ പട്ടാള യൂണി ഫോമല്ലാതെ മറ്റൊന്നും ഞങ്ങൾ ധരിച്ചിരുന്നില്ല. എന്റെ മുറിവുകളെപ റ്റി, എനിക്കേറ്റ ആഘാതത്തെപ്പറ്റി ഒന്നും പറയാൻ ഒരാളുമുണ്ടായിരു ന്നില്ല. അതു പറയാൻ തുടങ്ങുമ്പോഴേക്കും ഒരു മറുചോദ്യമുണ്ടാകും..... ഇതൊക്കെ പറഞ്ഞാൽ ആരാണ് നിന്നെ ജോലിക്കു വെക്കുക? ആരാണ് നിന്നെ വിവാഹം കഴിക്കുക?

മത്സ്യങ്ങളെ പോലെ ഞങ്ങൾ കഴിഞ്ഞു. നിശ്ശബ്ദജീവികളായി. മുന്നണിയിലുണ്ടായിരുന്നു എന്നുപോലും ഞങ്ങൾ ആരേയും അറിയി ച്ചില്ല. ഞങ്ങൾ പരസ്പരം എഴുത്തുകളയച്ചു, ബന്ധം പുലർത്തി. വളരെ വർഷങ്ങൾക്കു ശേഷമാണ് അവർ ഞങ്ങളെ അംഗീകരിക്കാനും ആദരി ക്കാനും തുടങ്ങിയത്.... ഏതാണ്ട് 30 വർഷങ്ങൾക്കു ശേഷം. ചില സഭ കളിലേക്കും സംഗമങ്ങളിലേക്കും ഞങ്ങൾ ക്ഷണിക്കപ്പെട്ടു. എന്നാൽ പിറ കിൽ ഒതുങ്ങിയിരിക്കാനായിരുന്നു ഞങ്ങൾക്കു താത്പര്യം. ഞങ്ങളുടെ മെഡലുകൾ പോലും ഞങ്ങൾ ധരിച്ചില്ല. പുരുഷന്മാർ എപ്പോഴും

മെഡലുകൾ ധരിച്ചിരുന്നു. സ്ത്രീകൾക്ക് ആ പതിവുണ്ടായിരുന്നില്ല. യുദ്ധം പുരുഷന്മാരുടേതായിരുന്നു. വീരൻമാരും വിജയികളും. നേടിയെടുത്തവരും. ആ കൂട്ടത്തിൽ സ്ത്രീകൾക്കിടമുണ്ടായിരുന്നില്ല. തികച്ചും വ്യത്യസ്തമായൊരു ദൃഷ്ടികോണിലൂടെയാണ് അവർ ഞങ്ങളെ നോക്കി കണ്ടത്. വളരെ വ്യത്യസ്തമായ ഒരു കാഴ്ചപ്പാട്. ഞാൻ തുറന്നു പറയാം. ഞങ്ങളുടെ വിജയം അവർ കവർന്നെടുത്തു. അതിനുപകരം, സ്ത്രീകളുടെ തികച്ചും സാധാരണമായ സുഖസന്തോഷങ്ങൾ അവർ ഞങ്ങൾക്കു തന്നു. പുരുഷന്മാർ സ്ത്രീകളുമായി വിജയം പങ്കുവെച്ചില്ല. ഞങ്ങളെ അത് വല്ലാതെ വേദനിപ്പിച്ചു. ഞങ്ങൾക്കാ മനോഭാവം മനസ്സിലാക്കാനായില്ല. പടക്കളത്തിൽ ഏറ്റവും ആദരവോടെയാണ് അവർ ഞങ്ങളോട് പെരുമാറിയിരുന്നത്. ഞങ്ങളെ സംരക്ഷിക്കാൻ എപ്പോഴും അവർ ശ്രദ്ധിച്ചിരുന്നു. സാമാന്യ ജീവിതത്തിൽ അങ്ങനെയൊരു മനോഭാവം ഞാൻ പുരുഷന്മാരിൽ കണ്ടിട്ടില്ല. മുന്നണിയിൽ നിന്നും പിൻവാങ്ങിക്കൊണ്ടിരിക്കെ പലപ്പോഴും വെറും തറയിൽ കിടന്നാണ് ഞങ്ങൾ ഉറങ്ങാറ്. അപ്പോഴൊക്കെ പുരുഷന്മാർ അവരുടെ മേൽക്കോട്ട് ഊരി തറയിൽ വിരിച്ചു തരും, ഞങ്ങൾക്ക് കിടന്നുറങ്ങാനായി. അവർ സാധാരണ മിലിട്ടറി ഷർട്ടു മാത്രമിട്ട് ഞങ്ങൾക്ക് കാവൽ നിൽക്കും. “പെൺകുട്ടികൾ.... അവരുടെ ശരീരം വേണ്ടവിധത്തിൽ മറയ്ക്കേണ്ടതുണ്ട്.” എവിടെ നിന്നെങ്കിലും കുറച്ച് പഞ്ഞിയോ ബാൻഡേജോ അവർ തപ്പിയെടുക്കും. “സൂക്ഷിച്ചു വെച്ചോളൂ.... ആവശ്യം വരും.” കൈയിലിരിക്കുന്ന അവസാനത്തെ ഉണക്ക റൊട്ടികഷണവും മടി കൂടാതെ ഞങ്ങൾക്കായി നീട്ടും. യുദ്ധകാലത്ത് മുഴുവൻ കനിവും കരുതലുമല്ലാതെ ഒന്നും പുരുഷന്മാരുടെ ഭാഗത്തു നിന്നും ഉണ്ടായിട്ടില്ല. എന്നാൽ യുദ്ധത്തിനു ശേഷം? ഒന്നും പറയാനില്ല.... ഞാൻ മൗനം പാലിക്കുന്നു. എന്തുകൊണ്ടാണ് ഒന്നും ഓർക്കാതിരിക്കുന്നത് എന്നാണെങ്കിൽ.... ആ ഓർമ്മകളുടെ ഭാരം ഇനി സഹിക്കാൻ ആവില്ല.... എന്നു മാത്രമേ പറയാനുള്ളൂ. എന്റെ ഭർത്താവും ഞാനും മിൻസ്കിൽ വന്നെത്തി. ഞങ്ങളുടെ കൈയിൽ ഒന്നും ഉണ്ടായിരുന്നില്ല. പുതപ്പോ പാത്രമോ ആഹാരം കഴിക്കാനുള്ള മുള്ളുകളോ.... ഒന്നും. ഉണ്ടായിരുന്നത്, രണ്ട് ഓവർ കോട്ടുകൾ. രണ്ടു മിലിട്ടറി ഷർട്ടുകളും മാത്രം. നല്ല പരുത്തിത്തുണികളിൽ അടയാളപ്പെടുത്തിയിട്ടുള്ള സാമാന്യം വലിയൊരു ഭൂപടം കിട്ടി. അതായിരുന്നു ഞങ്ങളുടെ ആദ്യത്തെ വിരിപ്പ്. പിന്നീട് ഞങ്ങളുടെ മകൾ ജനിച്ചപ്പോൾ അത് വെട്ടി ഞങ്ങൾ അവൾക്കുള്ള അടിക്കച്ച ഉണ്ടാക്കി. ഇപ്പോഴും ഓർമ്മയുണ്ട്, ആ ഭൂപടം ലോകത്തിന്റെ രാഷ്ട്രീയ ഭൂപടമായിരുന്നു. ഞങ്ങളുടെ കുഞ്ഞ് ആദ്യനാളുകളിൽ ഉറങ്ങിയിരുന്നത് ഒരു തുണിപ്പെട്ടിക്കകത്തായിരുന്നു. മരം കൊണ്ടുള്ള ആ പെട്ടി....എന്റെ ഭർത്താവ് മുന്നണിയിൽ നിന്നും കൊണ്ടുവന്നതായിരുന്നു. അതവൾക്ക് ഒരു തൊട്ടിലായി. പരസ്പരമുള്ള സ്നേഹം.... അതല്ലാതെ ആ വീട്ടിൽ യാതൊന്നുമുണ്ടായിരുന്നില്ല. ഒരു ദിവസം രാത്രി എന്റെ ഭർത്താവ് വന്നു പറഞ്ഞു, “വഴിയോരത്ത് ഒരു പഴയ സോഫ. ആരോ പുറത്തേക്കിട്ടതാണ്. വരൂ, നമുക്കത്

എടുത്തു കൊണ്ടു വരാം." ഉടനെ ഞങ്ങൾ രണ്ടാളും ചേർന്ന് അതെടുത്ത് വീട്ടിൽ കൊണ്ടുവന്നിട്ടു. അന്നത്തെ ഒരു സന്തോഷം!

എന്തൊക്കെയായാലും സന്തോഷമായിത്തന്നെ ഞങ്ങൾ കഴിഞ്ഞു. എനിക്ക് ധാരാളം സ്നേഹിതമാരുണ്ടായിരുന്നു. കഷ്ടപ്പാടുകളുടെ കാലം. എന്നാലും ഞങ്ങളെ വിഷാദം ബാധിച്ചില്ല. ഭക്ഷണത്തിനായി കൂപ്പണുകൾ കിട്ടിയിരുന്നു. ഞങ്ങൾ തമ്മിൽത്തമ്മിൽ വിളിക്കും. "വരൂ, നമുക്കൊരുമിച്ചു ചായ കുടിക്കാം. എനിക്ക് കുറച്ച് പഞ്ചസാര കിട്ടിയിട്ടുണ്ട്. തലയ്ക്കു മീതെ ഒന്നുമില്ല. കാലിനു താഴേയും ഒന്നുമില്ല. എന്നാലും ഞങ്ങൾക്കു സന്തോഷമായിരുന്നു..... കാരണം, ഞങ്ങൾ ജീവിച്ചിരിക്കുന്നല്ലോ! ഞങ്ങൾ വർത്തമാനം പറഞ്ഞു, ചിരിച്ചു. ഒരുമിച്ചു തെരുവിലൂടെ നടന്നു. കണ്ടതെല്ലാം കൗതുകത്തോടെ നോക്കിനിന്നു. അങ്ങനെ രസിച്ചു കാണാൻ തക്കവണ്ണം ഒന്നുമുണ്ടായിരുന്നില്ല. ചിതറിക്കിടക്കുന്ന കല്ലും കുമ്മായക്കട്ടകളും. മരങ്ങൾപോലും കുറ്റികളായാണ് നിന്നിരുന്നത്. എന്നാലും ഞങ്ങൾക്കു ചുറ്റുമുണ്ടായിരുന്നു സ്നേഹത്തിന്റെ ചൂടും വെളിച്ചവും. മനുഷ്യനു മനുഷ്യനെ വേണം. പ്രത്യേകിച്ചും ആ കാലഘട്ടത്തിൽ അതൊരത്യാവശ്യമായിരുന്നു. കുറെ കഴിഞ്ഞതിൽ പിന്നെയാണ് എല്ലാവരും അകന്നു പോയത്. അവനവന്റെ വീടും കുടുംബവും ചുറ്റുവട്ടവും എന്നായി അവസ്ഥ. അപ്പോഴും ഞങ്ങൾ ഒരുമിച്ചായിരുന്നു. യുദ്ധഭൂമിയിലെ കിടങ്ങിലെന്നപോലെ പരസ്പരം തോളുരുമ്മി.

യുദ്ധത്തെ സംബന്ധിച്ചുള്ള പ്രദർശനശാലയിൽ ഇടയ്ക്കിടെ യോഗം ചേരാറുണ്ട്. ചിലപ്പോൾ അവരെന്നേയും ക്ഷണിക്കും. വിനോദയാത്രകൾക്ക് നേതൃത്വം നല്കാൻ ആവശ്യപ്പെടും. ഒക്കെ നാല്പതു കൊല്ലം പിന്നിട്ടതിനു ശേഷം. ഈയിടെ ചെറുപ്പക്കാരായ ഒരു സംഘം ഇറ്റലിക്കാരുടെ മുമ്പിൽ എനിക്കു ചെല്ലേണ്ടി വന്നു. അവർ എന്നോട് പല ചോദ്യങ്ങളും ചോദിച്ചു. എന്നെ ചികിത്സിച്ച ഡോക്ടർ ഏതു തരക്കാരനായിരുന്നു? എന്തായിരുന്നു എന്റെ രോഗം? ഞാനൊരു മനോരോഗവിദഗ്ദ്ധനെ കാണുകയുണ്ടായോ എന്നും അവർക്കറിയണം. അതെന്തിനാണെന്ന് എനിക്കു മനസ്സിലായില്ല. ഏതുതരം സ്വപ്നങ്ങളാണ് ഞാൻ കാണാറ്? യുദ്ധത്തെക്കുറിച്ച് സ്വപ്നം കാണാറുണ്ടോ? ആയുധമേന്തി പടക്കളത്തിൽ പൊരുതിയ ഒരു റഷ്യൻ വനിത....അവർക്കൊരു കടങ്കഥയായിരുന്നു. മുറിവുകൾ വെച്ചുകെട്ടുകയും പടയാളികളെ രക്ഷിക്കുകയും മാത്രമല്ല അവർ ശത്രുക്കളെ വെടിവെച്ചു വീഴ്ത്തുകയും ബോംബെറിഞ്ഞ് തകർക്കുകയും കൊല്ലുകയും ചെയ്തിരിക്കുന്നു. ആരാണവർ? എന്റെ വിവാഹത്തെ കുറിച്ചറിയാനും അവർക്കു താത്പര്യമുണ്ടായിരുന്നു. ഞാൻ വിവാഹിതയല്ല എന്നായിരുന്നു അവരുടെ ധാരണ. ഞാനൊറ്റയ്ക്കാണെന്നവർ നിശ്ചയിച്ചു കഴിഞ്ഞിരുന്നു. അതുകേട്ട് ചിരിക്കാതിരിക്കാനായില്ല. "എല്ലാവരും യുദ്ധരംഗത്തു നിന്നും പലവിധ വിജയ ചിഹ്നങ്ങൾ സമ്പാദിച്ചു കൊണ്ടുവന്നു. ഞാൻ കൊണ്ടുവന്നത് എന്റെ ഭർത്താവിനെയാണ്. ഞങ്ങൾക്കൊരു മകളുണ്ട്.....അവളുടെ മക്കളും മുതിർന്നു തുടങ്ങി."

എന്റെ പ്രണയത്തെപ്പറ്റി ഞാൻ നിങ്ങളോട് പറഞ്ഞിട്ടില്ല. അതിന് സാധിക്കുമെന്ന് എനിക്കു തോന്നുന്നില്ല. അതിനുള്ള കരുത്ത് എന്റെ മനസ്സിനില്ല. അത് പിന്നീടൊരിക്കലാകാം.... തീർച്ചയായും പ്രണയമുണ്ടായിരുന്നു. വെറുതെ പറയുകയല്ല. അതില്ലാതെ ഒരു മനുഷ്യന് ജീവിക്കാനാകുമോ?

പടക്കളത്തിൽ വെച്ച് ഞങ്ങളുടെ ബറ്റാലിയൻ കമാൻഡർ എന്നിൽ അനുരക്തനായി. യുദ്ധകാലം മുഴുൻ ഞാൻ അദ്ദേഹത്തിന്റെ സംരക്ഷണയിലായിരുന്നു. അദ്ദേഹം ആരേയും എന്നോടടുക്കാൻ അനുവദിച്ചിരുന്നില്ല. യുദ്ധം അവസാനിച്ച് എല്ലാവരേയും പിരിച്ചു വിട്ടപ്പോൾ അദ്ദേഹം എന്നെ തേടി ആശുപത്രിയിൽ വന്നു. അവിടെ വെച്ചാണ് തന്റെ പ്രേമം എന്നോടു തുറന്നു പറഞ്ഞത്. അതിനെകുറിച്ചൊക്കെ ഞാൻ പിന്നീടു പറയാം. നിങ്ങൾ ഇനിയും വരണം. തീർച്ചയായും വരണം. നിങ്ങൾ എന്റെ രണ്ടാമത്തെ മകളെപ്പോലെയാണ്. എന്റെ പ്രിയപ്പെട്ട മകൾ. എന്റെ ആരോഗ്യം തീരെ മോശമാണ്. ഒന്നിനും ശക്തിയില്ല. ധാരാളം മക്കളുണ്ടാകണമെന്ന് മോഹിച്ചിരുന്നു. ഓരോരോ അസുഖങ്ങളായി എപ്പോഴും. കൂടുതൽ പഠിക്കാൻ സാധിച്ചില്ല. എന്റെ ഈ കാലുകൾ ......അതു തന്നെയാണ് എന്റെ ഏറ്റവും വലിയ ബുദ്ധിമുട്ട്. ഉദ്യോഗത്തിൽ നിന്നും വിരമിക്കും മുമ്പേ, ഒരു പോളിടെക്നിക് സ്ഥാപനത്തിൽ ഞാൻ ടെക്നീഷ്യയായിരുന്നു. എല്ലാവർക്കും എന്നെ ഇഷ്ടമായിരുന്നു. അദ്ധ്യാപകർക്കും വിദ്യാർത്ഥികൾക്കുമെല്ലാം. അതിന്റെ കാരണം, എന്റെ മനസ്സിൽ ഒരുപാടു സ്നേഹമുണ്ടായിരുന്നു, സന്തോഷവും. ജീവിതത്തെ ഞാൻ അങ്ങനെയാണ് മനസ്സിലാക്കിയത്. യുദ്ധത്തിനു ശേഷം അതേ മട്ടിൽ ജീവിക്കാനും ഞാൻ ആഗ്രഹിച്ചു. ദൈവം നമ്മളെ സൃഷ്ടിച്ചത് പരസ്പരം വെടിവെക്കാൻ വേണ്ടിയല്ല, സ്നേഹിക്കാൻ വേണ്ടിയാണ്. നിങ്ങൾക്കെന്തു തോന്നുന്നു?

രണ്ടു വർഷം മുമ്പ് ഞങ്ങളുടെ "ചീഫ് ഓഫ് സ്റ്റാഫ്" എന്നെ കാണാൻ വന്നു. വളരെ വർഷം മുമ്പേ അദ്ദേഹം ഉദ്യോഗത്തിൽ നിന്നും വിരമിച്ചിരുന്നു.... ഇവാൻ മിഖായിലോവിച്ച് ഗ്രിൻകോ. ഇതേ മേശയ്ക്കരികിലാണ് അദ്ദേഹം ഇരുന്നത്. അന്നും ഞാൻ ഇതുപോലെ പൈ ഉണ്ടാക്കിയിരുന്നു. അദ്ദേഹം എന്റെ ഭർത്താവുമായി സംസാരിച്ചു. പഴയ കാര്യങ്ങളോർത്തു. ഞങ്ങൾ, പെൺകുട്ടികളുടെ കാര്യവും പറഞ്ഞു. ഞാൻ പൊട്ടിക്കരഞ്ഞുപോയി. "ആദരവ്, ബഹുമാനം അങ്ങനെ പലതും പറയാം. എന്നാലും അന്നത്തെ പെൺകുട്ടി ഇന്ന് ഒറ്റയ്ക്കു കഴിയുകയാണ്. അധികം പേരും വിവാഹം കഴിച്ചിട്ടില്ല. അവർ അങ്ങനെയുള്ളവർക്കായുള്ള അപ്പാർട്ടുമെന്റിൽ കഴിയുകയാണ്. ആർക്കാണവരോട് ദയ? ആരുണ്ട് അവരെ രക്ഷിക്കാൻ? യുദ്ധത്തിനു ശേഷം പുരുഷന്മാർ എവിടെ പോയിമറഞ്ഞു? എല്ലാവരും ദേശദ്രോഹികളാണ്....."കൂടുതലെന്തു പറയാൻ....എന്റെ ദേഷ്യവും കുറ്റം പറച്ചിലും അവരുടെ സന്തോഷം കെടുത്തി.

നിങ്ങൾ ഇപ്പോൾ ഇരിക്കുന്ന ഇടത്തിലാണ് "ചീഫ് ഓഫ് സ്റ്റാഫ്" ഇരുന്നിരുന്നത്. "എനിക്കു കാണിച്ചു തരൂ." മേശമേൽ അദ്ദേഹം തന്റെ

കൈകൊണ്ട് ഇടിച്ചു. "നിങ്ങളെ നോവിപ്പിച്ചതാരാണ്? എനിക്കു കാണിച്ചു തരൂ." അദ്ദേഹം എന്നോട് മാപ്പു ചോദിച്ചു. "എനിക്കൊന്നിനും ഉത്തരമില്ല, വാലിയാ. നിങ്ങളോടൊപ്പം കരയാനേ എനിക്കാവൂ."

ആരുടേയും ദയ....അത് ഞങ്ങൾക്കാവശ്യമുണ്ടായിരുന്നില്ല. ഞങ്ങൾക്ക് ഞങ്ങളുടേതായ ആത്മാഭിമാനമുണ്ട്. വേണമെങ്കിൽ പത്തു തവണ അവർ ചരിത്രം തിരുത്തിയെഴുതിക്കൊള്ളട്ടെ. സ്റ്റാലിനെ ചേർത്തോ ചേർക്കാതെയോ. എന്നാൽ നേരു നേരുതന്നെ. എന്നും നമ്മൾ വിജയം കൈവരിച്ചു. ഞങ്ങളുടെ യാതനകൾ.... ഞങ്ങൾ കടന്നുപോന്ന ദുരനുഭവങ്ങൾ, അത് വെറും ചപ്പും ചാരവുമല്ല. അത് ഞങ്ങളുടെ ജീവിതമായിരുന്നു....ഞങ്ങളുടെ സ്വന്തം ജീവിതം.

കൂടുതലൊന്നും പറയാനില്ല.

യാത്ര പറഞ്ഞിറങ്ങും മുമ്പേ കുറച്ചു പൈ പൊതിഞ്ഞെടുത്ത് അവർ എന്റെ കൈയിൽ വെച്ചു തന്നു. "ഇത് സൈബീരിയയിലെ പ്രത്യേക വിഭവമാണ്..."

അവർ കുറെ അധികം പേരുടെ ഫോൺനമ്പറുകളും മേൽവിലാസവും പറഞ്ഞു തന്നു. "പോയി കാണൂ. അവർക്ക് വലിയ സന്തോഷമാകും. അവരെല്ലാവരും കാത്തിരിക്കയാണ്....ഒരു കാര്യം ഞാൻ വ്യക്തമാക്കാം, "പഴയ കാര്യങ്ങൾ വീണ്ടും ഓർത്തെടുക്കുക ഭയാനകമാണ്. എന്നാൽ അതൊന്നും ഓർക്കാതിരിക്കുക അതിൽ കൂടുതൽ ഭയാനകമാണ്...."

ഇപ്പോൾ എനിക്കു മനസ്സിലാവുന്നുണ്ട്......എന്തുകൊണ്ടാണ് അവർ എപ്പോഴും എന്തെങ്കിലും മിണ്ടിയും പറഞ്ഞുമിരിക്കുന്നതെന്ന്....

“അവർ ഞങ്ങൾക്ക് ചെറിയ മെഡലുകൾ സമ്മാനിച്ചു”

എന്നും രാവിലെ ഞാൻ എന്റെ തപാൽപ്പെട്ടി തുറന്നു നോക്കും.

എന്റെ പേരിൽ വരുന്ന കത്തുകൾക്ക് ഒരു റിക്രൂട്ടിങ്ങ് ഓഫീസിലേക്കോ മ്യൂസിയത്തിലേക്കോ വരുന്ന കത്തുകളുടെ മട്ടാണ്. “മറീന റസ്കോവ എയർ റെജിമെന്റിലെ” വനിതാ പൈലറ്റുകളുടെ അഭിവാദ്യങ്ങളോടെയാണ് ഒരു കത്ത് ആരംഭിക്കുന്നത്. “ഞാൻ ഈ കത്തെഴുതുന്നത് സെലേസ്നിയാക് ബ്രിഗേഡിലെ സ്ത്രീ ഒളിപ്പോരാളികളുടെ പ്രതിനിധിയായിട്ടാണ്.” അങ്ങനെ തുടരുന്നു രണ്ടാമത്തേത്. മൂന്നാമത്തെ കത്ത്, “മിൻസ്കിൻ ഒളിപ്പോരാട്ടം നടത്തിയ സ്ത്രീകൾ നിങ്ങളെ അഭിനന്ദിക്കുന്നു. നിങ്ങളുടെ ഈ ശ്രമത്തിന് വിജയം നേരുന്നു.” “പട്ടാളത്തിലെ ശുചിത്വവിഭാഗത്തിൽ തൊഴിലാളികളായിരുന്ന ഞങ്ങൾ താങ്കളോട് സംസാരിക്കാൻ ആഗ്രഹിക്കുന്നു.” എന്റെ ദീർഘമായ അന്വേഷണങ്ങൾക്കിടയിൽ അപൂർവ്വമായേ “വേണ്ട” എന്ന വാക്ക് ഞാൻ കേട്ടിട്ടുള്ളൂ. “വയ്യ..... അത് ഭയങ്കരമായൊരു ദുഃസ്വപ്നമാണ്.” “ ഒരിക്കൽക്കൂടി അതൊന്നും ഓർക്കാനാവില്ല. വളരെ വർഷങ്ങൾ കഴിഞ്ഞ്.... ഇപ്പോൾ കുറേശ്ശെ മറക്കാൻ തുടങ്ങിയിരിക്കുകയാണ്....വീണ്ടും.... എനിക്കൊട്ടും താത്പര്യമില്ല...” അങ്ങനേയും ചില മറുപടികൾ ഇടയ്ക്ക് കിട്ടാതിരുന്നില്ല.

മറ്റൊരു കത്ത് ഓർമ്മ വരുന്നു. മറുപടി അയയ്ക്കാനുള്ള മേൽവിലാസം അതിൽ കുറിച്ചിരുന്നില്ല. “എന്റെ ഭർത്താവ് ഒരു അശ്വസൈനികനായിരുന്നു. യുദ്ധകാലത്ത് അദ്ദേഹം “ഷെവാലിയർ ഓഫ് ദി ഓർഡർ ഓഫ് ഗ്ലോറി” നേടിയിരുന്നു. എന്നാൽ യുദ്ധം കഴിഞ്ഞതോടെ അവർ അദ്ദേഹത്തെ പത്തു വർഷത്തേക്ക് “കഠിനാദ്ധ്വാന ക്യാമ്പി”ലേക്കയച്ചു. അങ്ങനെയാണ് മാതൃഭൂമി അവളുടെ വീരസന്താനങ്ങളെ ആദരിച്ചത്. വിജയികൾ! എന്റെ ഭർത്താവ്, യൂണിവേഴ്സിറ്റിയിൽ സഹപാഠിയായിരുന്ന ഒരു സുഹൃത്തിനെഴുതിയിരുന്നു, റഷ്യയുടെ വിജയത്തിൽ തനിക്കഭിമാനിക്കാൻ പ്രയാസമുണ്ടെന്ന്. സ്വന്തം നാട്ടിലും മറുനാടുകളിലുമായി ചിതറിക്കിടക്കുന്ന, റഷ്യൻ ശവശരീരങ്ങളുടെ കൂമ്പാരങ്ങൾ. അവരുടെ ചോരയിൽ മണ്ണ് കുതിർന്നിരിക്കുന്നു. താമസമുണ്ടായില്ല, അവർ അദ്ദേഹത്തെ

തടവിലാക്കി. അദ്ദേഹത്തിന്റെ യൂണിഫോമിൽ തുന്നിച്ചേർത്തിരുന്ന സ്ഥാനചിഹ്നങ്ങളെല്ലാം വലിച്ചു മാറ്റി."

സ്റ്റാലിന്റെ മരണശേഷമാണ് അദ്ദേഹം കസാക്കിസ്ഥാനിൽ നിന്നും മടങ്ങി വന്നത്. രോഗം ബാധിച്ചവശനായി. ഞങ്ങൾക്കു മക്കളില്ല. യുദ്ധത്തെക്കുറിച്ചോർക്കാൻ എനിക്കു താത്പര്യമില്ല. ജീവിതകാലം മുഴുവൻ ഞങ്ങളെ സംബന്ധിച്ചിടത്തോളം യുദ്ധകാലം തന്നെ.

അവനവന്റെ ഓർമ്മകൾ രേഖപ്പെടുത്തി വെക്കാൻ അധികമാരും ധൈര്യപ്പെടാറില്ല. അഥവാ അതിനു പുറപ്പെട്ടാലും സ്വന്തം വിചാരങ്ങളും വികാരങ്ങളും കടലാസിൽ പകർത്തിവെക്കുന്നതിൽ അധികമാരും വിജയിക്കാറുമില്ല. "കണ്ണീർ എന്റെ വഴി മുടക്കുന്നു." (എ. ബുരാക്കോവാ. സാർജന്റ്, റേഡിയോ ഓപ്പറേറ്റർ). അങ്ങനെ ആ എഴുത്ത് എന്റെ പ്രതീക്ഷയ്ക്കൊത്ത ഫലം തന്നില്ല. കുറെ പുതിയ പേരുകളും മേൽവിലാസങ്ങളും കിട്ടി എന്നുമാത്രം.

വിഗ്രോമോവാ.

മെഡിക്കൽ അസിസ്റ്റന്റ്

എന്റെ ശരീരത്തിൽ വേണ്ടത്ര ഉരുക്കുണ്ട്. വിറ്റിബിസ്കിൽ വെച്ചുണ്ടായ സംഘട്ടനത്തിൽ പറ്റിയ ഒരു മുറിവ്. അന്ന് വന്നു തറച്ച ഒരു ചീള് ഇപ്പോഴും എന്റെ ശരീരത്തിലുണ്ട്. ഹൃദയത്തിന് ഒരിഞ്ച് മാത്രം അകലത്തിൽ. രണ്ടാമതൊന്ന് എന്റെ വലത്തെ ശ്വാസകോശത്തിൽ. ഉദരഭാഗത്തും തറച്ചു നില്പുണ്ട് രണ്ടു തുണ്ടുകൾ.

ഇതാണെന്റെ മേൽവിലാസം. നേരിൽ വന്നു കണ്ടോളൂ. കൂടുതലായി എനിക്കെഴുതാൻ വയ്യ. കണ്ണീർ നിറഞ്ഞ് കാണാനും വയ്യ.

വി. വൊറൊണോവ

ടെലിഫോൺ ഓപ്പറേറ്റർ

അധികം ആലങ്കാരികതകളില്ലാതെ പറയാം, യുദ്ധവിജയത്തിന്റെ ഭാഗമായി എനിക്കും മെഡലുകൾ കിട്ടിയിട്ടുണ്ട്. നിങ്ങൾ എന്തുകൊണ്ടാണ് എന്റെ ജീവിതത്തിൽ താത്പര്യപ്പെടുന്നത് എന്നെനിക്കറിയില്ല. പക്ഷേ, പഴയ കാലങ്ങൾ ആരോടെങ്കിലും പറയാൻ എനിക്കിഷ്ടമാണ്.

അലക്സാൻഡ്ര ലിയോൺടിവീന ബോയ്ക്കോ

ഫസ്റ്റ് ലെഫ്റ്റനന്റ്, ടാങ്ക് ഡ്രൈവർ

എന്റെ ഭർത്താവും ഞാനും അങ്ങു ദൂരെ കിഴക്കുള്ള മഗഡാറിൽ ആണ് കഴിഞ്ഞിരുന്നത്. അദ്ദേഹം ഒരു ഡ്രൈവറായിരുന്നു. ഞാൻ ടിക്കറ്റ് കളക്ടറും. യുദ്ധം തുടങ്ങിയ ഉടനെ ഞങ്ങൾ രണ്ടുപേരും സൈന്യത്തിൽ ചേരാൻ സന്നദ്ധത പ്രകടിപ്പിച്ചു. ഞങ്ങളെ ആവശ്യമുള്ളിടത്തു തന്നെ ജോലിയിൽ തുടരാനായിരുന്നു അവരുടെ നിർദ്ദേശം. തുടർന്ന് സഖാവ്

സ്റ്റാലിന് നേരിട്ട് ഒരു കമ്പി സന്ദേശമയച്ചു. "ഞങ്ങൾ ഒരു ടാങ്ക് നിർമ്മിക്കാനായി അമ്പതിനായിരം റൂബിൾ സംഭാവന ചെയ്യുന്നു." ആ കാലത്ത് അത് വലിയൊരു തുകയായിരുന്നു. ഞങ്ങളുടെ ആകെയുള്ള സമ്പാദ്യം. ഞങ്ങൾ രണ്ടുപേരും മുന്നണിയിലേക്കു പോകാൻ തയ്യാറാണെന്നും ഞങ്ങൾ അറിയിച്ചു. സർക്കാരിന്റെ വക നന്ദി രേഖപ്പെടുത്തിക്കൊണ്ടുള്ള ഒരു കത്ത് വൈകാതെ ഞങ്ങൾ കൈപ്പറ്റി. 1943 എന്റെ ഭർത്താവും ഞാനും ചിലിയാബിൻസ്കിലെത്തി. ടാങ്ക് പരിശീലന സ്കൂളിൽ പുറമെ നിന്നുള്ള പരിശീലകരായി ചേർന്നു.

ആ സ്കൂളിൽ അവർ ഒരു ടാങ്ക് ഞങ്ങൾക്കായി വിട്ടു തന്നു. ഞങ്ങൾ രണ്ടുപേരും "സീനിയർ ഡ്രൈവർ മെക്കാനിക്കു"കളായിരുന്നു. ഒരു ടാങ്കിന് ഒരാളുടെ ആവശ്യമേയുള്ളൂ. മേലധികാരികൾ എന്നെ ഐ. എസ്സ്-122 ടാങ്കിന്റെ കമാൻഡറായി നിയമിക്കാൻ തീരുമാനിച്ചു. എന്റെ ഭർത്താവ് സീനിയർ ഡ്രൈവർ മെക്കാനിക്കായും നിയമിതനായി. യുദ്ധകാലമത്രയും ഞങ്ങൾ സൈന്യസേവനമനുഷ്ഠിച്ചു. ജർമ്മനിവരെ ചെന്നെത്തി. ബഹുമതികളും കീർത്തിമുദ്രകളും നേടി.

ഇടത്തരം ടാങ്കുകളുടെ ഡ്രൈവർമാരായി ഏതാനും പെൺകുട്ടികളുണ്ടായിരുന്നു. എന്നാൽ ഭാരിച്ച ടാങ്കിന്റെ ചുമതലക്കാരിയായി ഞാൻ മാത്രമേ ഉണ്ടായിരുന്നുള്ളൂ. ചിലപ്പോൾ ഞാൻ വിചാരിക്കാറുണ്ട്, ഏതെങ്കിലും ഒരെഴുത്തുകാരൻ എന്റെ ജീവിതത്തെക്കുറിച്ച് വിശദമായി ഒന്നെഴുതിയിരുന്നെങ്കിൽ എന്ന്.... തന്നത്താൻ എഴുതാൻ എനിക്കറിയില്ല.

ഐ.എ. ലെവിറ്റ്സ്കി

ഫോർത്ത് ആന്റി എയർക്രാഫ്റ്റ് ആർട്ടിലെറി, ഫോർത്ത് ഡിവിഷൻ.... റെജിമെന്റ് Nº784

1942 എന്നെ ഒരു ഡിവിഷന്റെ കമാൻഡറായി നിയമിച്ചു. റെജിമെന്റിന്റെ കമ്മിസാർ മുന്നറിയിപ്പു തന്നു. "ക്യാപ്റ്റൻ എപ്പോഴും നന്നായി ഓർമ്മ വേണം. ഇത് സാധാരണ ഡിവിഷന്റെ ചുമതലയല്ല. പെൺകുട്ടികളുടെ ഒരു ഡിവിഷന്റേതാണ്. പകുതിയോളം പെൺകുട്ടികൾ മാത്രമാണ്. അവരോടുള്ള സമീപനവും ഒന്നു വേറെയായിരിക്കണം. അവർ സവിശേഷ ശ്രദ്ധയും കരുതലും അർഹിക്കുന്നു." പട്ടാളത്തിൽ ധാരാളം പെൺകുട്ടികൾ സേനവമനുഷ്ഠിക്കുന്നുണ്ട് എന്ന് എനിക്കറിയാമായിരുന്നു. എന്നാലും എന്തോ അതെന്റെ മനസ്സിൽ അത്രകണ്ട് പതിഞ്ഞിരുന്നില്ല. ഞങ്ങൾ സൈനികസേവനം തൊഴിലായി സ്വീകരിച്ചിട്ടുള്ള മുതിർന്ന ഉദ്യോഗസ്ഥന്മാർക്ക്, "ദുർബല വിഭാഗം" മിലിട്ടറിയിൽ ചേരുന്നതിനോട് ഒട്ടും മതിപ്പുണ്ടായിരുന്നില്ല. ആദ്യകാലം മുതൽ തന്നെ പട്ടാളക്കാര്യങ്ങൾ പുരുഷന്മാരുടെ കുത്തകയായിരുന്നല്ലോ. മിലിട്ടറി നഴ്സുമാർ, എല്ലാവർക്കും പരിചയമുള്ളതായിരുന്നു. ഒന്നാം ലോകമഹായുദ്ധത്തിൽ ആ മേഖലയിൽ സ്ത്രീകൾ അവരുടെ സാമർത്ഥ്യം തെളിയിച്ചു കഴിഞ്ഞിരുന്നു. അതുപോലെത്തന്നെ റഷ്യയിലെ ആഭ്യന്തരയുദ്ധ

കാലത്തും സ്ത്രീകൾ നഴ്സുമാരായി മുൻപന്തിയിലുണ്ടായിരുന്നു. എന്നാൽ ആന്റി എയർക്രാഫ്റ്റ് ആർട്ടിലെറിയിൽ സ്ത്രീകൾ എന്തു ചെയ്യാനാണ്? വലിയ പീരങ്കികളും മറ്റും ചുമന്നു നടക്കാൻ അവർക്കാവുമോ? പീരങ്കികളുടെ നിരകൾക്കിടയിൽ ഇവരെ എവിടെ നിർത്താൻ. പലപ്പോഴും മറഞ്ഞിരിക്കാൻ ഒരേയൊരു കിടങ്ങേ കാണൂ....അതിൽ പുരുഷന്മാരോടൊപ്പം ഇവരെ ഇരുത്തുന്നതെങ്ങനെ? ടാങ്കുകളിൽ മണിക്കൂറുകളോളം ഒരേ ഇരിപ്പിരിക്കേണ്ടി വരും നിയന്ത്രണത്തിന്റെ ചുമതലയുമായി. ഇരിക്കാനുള്ള ഇടവും ഇരുമ്പുകൊണ്ടുണ്ടാക്കിയത്. അത് സ്ത്രീകൾക്ക് തീരെ നല്ലതല്ല. അതൊക്കെ പോകട്ടെ. അവർക്ക് കുളിക്കാനും നനയ്ക്കാനുമുള്ള സൗകര്യം? അങ്ങനെ ഒരു കൂട്ടം ചോദ്യങ്ങൾ എന്റെ മനസ്സിൽ പൊന്തി. എന്നെ സംബന്ധിച്ചിടത്തോളം അസാധാരണമായ ഒരു സ്ഥിതി വിശേഷം തന്നെ.

ഞാൻ തിരകൾക്കിടയിലൂടെ നടക്കാൻ തുടങ്ങി. എല്ലാം സൂക്ഷിച്ചു നിരീക്ഷിച്ചു. തുറന്നു പറയാം. ലേശം പരിഭ്രമം തോന്നി. ഒരു പെൺകുട്ടി തോക്കേന്തി കാവൽ നില്ക്കുന്നു. ഇനിയൊരാൾ നിരീക്ഷണ ഗോപുരത്തിൽ കയറി ബയനോക്കുലറിൽ കൂടി ചുറ്റുപാടും വീക്ഷിക്കുന്നു. ഞാൻ മുന്നണിയിൽ നിന്നാണ് വന്നിരിക്കുന്നത്. അവിടെയുള്ളവരിൽ നിന്ന് എത്ര വ്യത്യസ്തമാണ് ഇവരുടെ മട്ടും ഭാവവും.... പേടിച്ച്, നാണിച്ച്, പരിഭ്രമിച്ച്.... അല്ലെങ്കിൽ തികഞ്ഞ വീറും വാശിയും ദൃഢനിശ്ചയവുമായി.

പട്ടാളച്ചിട്ടകൾക്കു വഴങ്ങുക പെൺകുട്ടികൾക്ക് സ്വതവേ പ്രയാസമുള്ള കാര്യമായിരുന്നു. അതവരുടെ പ്രകൃതത്തിന് യോജിച്ചതായിരുന്നില്ല. കല്പനകൾ മറന്നുപോകും. അതല്ലെങ്കിൽ വീട്ടിൽ നിന്നു വന്ന എഴുത്ത് വായിച്ച് ദിവസം മുഴുവനും കണ്ണീരൊലിപ്പിച്ചു കഴിയും. ഒരിക്കൽ ശിക്ഷ വിധിക്കും. പിന്നീട ദയ തോന്നി അത് വേണ്ടെന്നുവെയ്ക്കും. "ഈ സ്ത്രീകൾ... എന്റെ അവസാനമായിരിക്കും..." കൂടെക്കൂടെ ഞാൻ ചിന്തിക്കുമായിരുന്നു. അധികം താമസിയാതെ എന്റെ എല്ലാ സംശയങ്ങളും ശങ്കകളും ഊർന്നുപോയി. ആ പെൺകുട്ടികളെല്ലാവരും യഥാർത്ഥ സൈനികരായി മാറി. ഞങ്ങൾ ഒരുമിച്ച് കഠിനമായൊരു പാതയിലൂടെ നടന്നുനീങ്ങി. നിങ്ങൾ നിശ്ചയമായും വരണം. നമുക്ക് ഒരുപാട് സംസാരിക്കാനുണ്ട്...

പലയിടത്തായി ചിതറിക്കിടക്കുന്ന മേൽവിലാസങ്ങൾ. മോസ്കോ, കീവ്, ക്രാഡ്നോഡാർ പ്രദേശത്തെ അപ്ഷെറോൻസ്ക് എന്ന പട്ടണം, വിറ്റിബിസ്ക്, വോൾഗോഗ്രാഡ്, യാലുടോറോവ്സ്ക്, സുസ്ഡൽ, ഗാലിച്ച്, സ്മോലെൻസ്ക്. എല്ലായിടത്തും എങ്ങനെയാണ് ചെന്നെത്തുക? അതിവിശാലമായൊരു രാജ്യം. അപ്പോഴാണ് ഭാഗ്യം എന്റെ തുണയ്ക്കെത്തിയത്. തീരെ പ്രതീക്ഷിക്കാത്ത ഒരു സഹായം. ഒരു ദിവസം തപാൽപെട്ടി തുറന്നപ്പോൾ എന്റെ പേരിൽ ഒരു ക്ഷണക്കത്ത്. "സിക്സ്റ്റിഫിഫ്ത് ആർമി ഓഫ് ജനറൽ പി.ഐ.ബാറ്റോവ്" ആണ് ക്ഷണിച്ചിരിക്കുന്നത്. ആ വിഭാഗത്തിലെ അനുഭവസമ്പന്നരായ മുതിർന്ന പട്ടാളക്കാരുടെ ഒരു

സംഗമത്തിൽ പങ്കെടുക്കാൻ. ജനറൽ ബാറ്റോവ് (1897-1985) അതിപ്രശസ്തനായ ഒരു സൈന്യാധിപനായിരുന്നു. ആദ്യം 'റെഡ് ആർമി"യിൽ. പിന്നീട് യുദ്ധാവസാനം വരെ 65-ാമത് പട്ടാളവിഭാഗത്തിന്റെ കമാൻഡറായിരുന്നു.

"ഞങ്ങൾ പതിവായി മെയ് 16, 17 തിയ്യതികളിൽ മോസ്കോയിലെ 'റെഡ് സ്ക്വയറി'ൽ ആണ് ഒത്തുചേരാറ്. "ക്ഷണക്കത്തിൽ എഴുതിയിരുന്നു. "അത് ഞങ്ങളുടെ ഒരു പതിവാണ്, ചടങ്ങും. എഴുന്നേറ്റു നില്ക്കാൻ ശേഷിയുള്ളവരെല്ലാം ആ ചടങ്ങിൽ പങ്കെടുക്കും. നാടിന്റെ നാനാ ഭാഗങ്ങളിൽനിന്നുമായി അവരവിടെ വന്നെത്തും. മുർമാൻസ്കിൽനിന്നും. കാരഗാൺഡയിൽനിന്നും അൽമത്തട്ടയിൽനിന്നും ഓംസ്കിൽ നിന്നുമൊക്കെ. അറ്റമില്ലാതെ കിടക്കുന്ന നമ്മുടെ മാതൃരാജ്യത്തിന്റെ എല്ലാ കോണുകളിൽ നിന്നും അവർ വന്നുചേരും. ചുരുക്കിപ്പറായം... ഞങ്ങൾ കാത്തിരിക്കുകയാണ്."

മോസ്കോ ഹോട്ടൽ, മേയ് മാസം... വിജയത്തിന്റെ മാസം. എവിടെ നോക്കിയാലും ആളുകൾ പരസ്പരം ആലിംഗനം ചെയ്യുന്നു, കണ്ണീർ വാർക്കുന്നു. ഫോട്ടോകളെടുക്കുന്നു. ഓരോരുത്തരുടെ നെഞ്ചിലും പൂക്കൾ കുത്തിവെച്ചിരിക്കുന്നു. ഒപ്പം പലതരം മെഡലുകളും കീർത്തിമുദ്രകളും. രണ്ടും വേർതിരിച്ചറിയാൻ പ്രയാസം. ഞാനും ആ ഒഴുക്കിന്റെ ഒരു ഭാഗമായി. അതെന്നേയുംകൊണ്ട് ഒഴുകി നീങ്ങി. ഞാനറിയാതെ നീങ്ങി നീങ്ങി ചെന്നെത്തി. തീരെ പരിചയമില്ലാത്ത ഒരു ചുറ്റുവട്ടത്തിൽ. തികച്ചും അപരിചിതമായ ഒരു തുരുത്ത്. അവിടെ കണ്ട അസംഖ്യം മുഖങ്ങൾ... പരിചയം തോന്നിയ ചിലർ. തീരെ കണ്ടുപരിചയമില്ലാത്ത ഒട്ടനവധി പേർ. പക്ഷേ, ഒന്നെനിക്ക് ഉറപ്പായും തോന്നി. അവരെല്ലാവരേയും ഞാൻ സ്നേഹിക്കുന്നു... വളരെയധികം. സാധാരണഗതിയിൽ അവർ നമുക്ക് അദൃശ്യരാണ്. അവരുടെ സാന്നിധ്യമേ നമ്മൾ അറിയുന്നില്ല. കാരണം അവർ യാത്രപറഞ്ഞ് പിൻവാങ്ങിക്കൊണ്ടിരിക്കുന്നവരാണ്. ഇപ്പോൾത്തന്നേയും എണ്ണം വളരെ കുറഞ്ഞിരിക്കുന്നു. നമ്മളാണ് എണ്ണത്തിൽ കൂടുതൽ. എന്നാലും കൊല്ലംതോറും ഈ ദിവസങ്ങളിൽ അവർ ഒത്തുചേരുന്നു. ആ പഴയകാലങ്ങളിലേക്ക് ഏതാനും നിമിഷനേരത്തേക്കെങ്കിലും അവർ മടക്കയാത്ര നടത്തുന്നു. ആ കാലം... അതുതന്നെയാണ് അവരുടെ ഓർമ്മ.

നമ്പർ 5257 ആശുപത്രിയിലെ ഏഴാംനിലയിലുള്ള 52-ാം നമ്പർ മുറിയിൽ എല്ലാവരും ഒത്തുചേർന്നിരിക്കുന്നു. മേശയുടെ തലയ്ക്കലായി മിലിട്ടറി ഡോക്ടർ ക്യാപ്റ്റൻ അലക്സാൻഡ്രാ ഇവാനോവ്നാ സേയറ്റ്സേവ ഇരിക്കുന്നു. അവർക്ക് എന്നെ കണ്ടപ്പോൾ പ്രകടമായ സന്തോഷം. മറ്റുള്ളവർക്കൊക്കെ എന്നെ അവർ പരിചയപ്പെടുത്തി. അവരുടെ ഭാവം കണ്ടാൽ തോന്നും ഞങ്ങൾ തമ്മിൽ ഏറെ നാളത്തെ പരിചയമുണ്ട് എന്ന്. എന്നാലും വാസ്തവം, ഞാൻ ഭാഗ്യംകൊണ്ട് ആ വാതിലിൽ വന്ന് മുട്ടിയതാണ്. തികച്ചും യാദൃച്ഛികമായി.

ഞാൻ കുറിച്ചുവെച്ചു. ഗലീന ഇവാനോവ്നാ സസോനോവ. സർജൻ; എലീസാവേറ്റ മിഖായേലോവ്നാ ഏസിൻ സ്റ്റേയ്ൻ ഡോക്ടർ; വാലെന്റീനാ വാസിലീവ്നാ ലുക്കീനാ സർജറി നഴ്സ്, നസേബ്സാ ഫിയോഡോറോവ്നാ പോറ്റ്യുസ് നിയാ, ക്ലാവിഡിയ പ്രോഖോറോവ്നാ; എലീനാ പാവ്‌ലോവ്ന യാക്കോവ്‌ലീവ, ഏൻജലീനാ നക്കോളീവ്നാ ടിമോഫീവാ, സോഫിയാ കാമൽഡിനോവ്നാ മോട്രൻകോ, തമാരാ ഡിമിട്രിവ്നാ മോറോസോവാ, സോഫിയാ ഫിലിമോനോവ്നാ സെമീനിയുക്ക്, ലാരിസ്സാ ടിക്കോനോവ്നാ ഡെയ്ക്കൂൻ... എല്ലാവരും മിലിട്ടറി നഴ്സുമാർ.

പാവക്കുട്ടികളും യന്ത്രത്തോക്കുകളും

നോക്കൂ, പെൺകുട്ടികളേ... ഈ യുദ്ധം എത്ര ഭീകരമാണ്. പ്രത്യേകിച്ചും നമ്മൾ സാധാരണക്കാരായ സ്ത്രീകളുടെ കണ്ണുകളിലൂടെ നോക്കുമ്പോൾ... അത്യധികം ഘോരം... ദാരുണം... അതുകൊണ്ടുതന്നെയാണ് അവർ നമ്മളെ സൈന്യത്തിൽ ചേർക്കാൻ മടിക്കുന്നത്.

നമ്മൾ ചരക്കുവണ്ടിയിൽ കയറി യാത്രചെയ്തത് ഓർമ്മയുണ്ടോ? നമ്മൾ തോക്കുകൾ പിടിച്ചിരുന്ന രീതി കണ്ട് പുരുഷന്മാരായ സൈനികർ കളിയാക്കി ചിരിച്ചു. പുരുഷന്മാരെപോലെയല്ല നമ്മൾ തോക്കുകൾ വഹിച്ചിരുന്നത്. അവരുടെ രീതി വേറെയായിരുന്നു. നമ്മൾ തോക്ക് പിടിച്ചിരുന്നത്... എങ്ങനെയായിരുന്നുവെന്ന് ഇന്നെനിക്കു കാണിക്കാനാവുന്നില്ല... എന്നാലും ഏതാണ്ടിങ്ങനെ... പെൺകുട്ടികൾ പാവക്കുട്ടികളെ എടുക്കുന്ന മാതിരി.

ആളുകൾ ബഹളം വെക്കുന്നു.... കരയുന്നു.... എവിടേയും "യുദ്ധം... യുദ്ധം..." എന്ന വാക്കു മുഴങ്ങുന്നു. "യുദ്ധമോ? അതെന്ത്?" എന്റെ ചിന്ത അതായിരുന്നു. നാളെ ഞങ്ങളുടെ സ്ഥാപനത്തിൽ പരീക്ഷ തുടങ്ങുകയാണ്. വളരെ പ്രധാനപ്പെട്ട ഒന്ന്. അതിനിടയിൽ ഇതെന്തുതരം യുദ്ധമാണ്?

ഒരാഴ്ച കഴിഞ്ഞപ്പോഴേക്കും ബോംബാക്രമണം തുടങ്ങി. ജനങ്ങളെ രക്ഷിക്കാനുള്ള ഏർപ്പാടുകൾ ആരംഭിച്ചു. മെഡിക്കൽ സ്കൂളിൽ മൂന്നാഴ്ചത്തെ പരിശീലനം. അന്ന് അതു തന്നെ വലിയ കാര്യമായിരുന്നു. ആദ്യദിവസങ്ങളിൽ ഞാൻ കണ്ട രക്തപ്രവാഹം. എനിക്കു വല്ലാതെ ഭയം തോന്നി. ഞാനൊരു "പകുതി" ഡോക്ടറാണ്. പ്രായോഗികപാഠങ്ങളിൽ ബിരുദം നേടിക്കഴിഞ്ഞു. എന്തായാലും എല്ലാവരും വളരെ നന്നായി പെരുമാറി. അതുതന്നെ വലിയ പ്രോത്സാഹനമായിരുന്നു.

നോക്കൂ കുട്ടികളേ, ഞാൻ മുമ്പു പറഞ്ഞില്ലേ. ബോംബിങ്ങ് അവസാനിച്ചു. താഴെ എന്റെ മുമ്പിൽ മണ്ണിലൊരിളക്കം. ഞാൻ ഓടിച്ചെന്നു. മണ്ണ് മാന്തിമാറ്റാൻ തുടങ്ങി. കൈയിൽ ഒരു മുഖം തടഞ്ഞു. പിന്നെ നീണ്ട മുടി. അതൊരു സ്ത്രീയായിരുന്നു. അവരെ ഞാൻ പുറത്തേക്കെടുത്തു. എനിക്കു സഹിക്കാനായില്ല. അവരെ കെട്ടിപ്പിടിച്ച് ഞാൻ കരഞ്ഞു.

അവർ... അല്പം കഴിഞ്ഞാണ് കണ്ണുതുറന്നത്. തനിക്കെന്തുപറ്റി എന്ന് അവർ തിരക്കിയില്ല. അവർ പരിഭ്രമത്തോടെ ചോദിച്ചു. "എന്റെ പഴ്സ് എവിടെ?"

"എന്താ ഇത്ര തിടുക്കം? പഴ്സ് നമുക്ക് പതുക്കെ കണ്ടുപിടിക്കാം."

"എന്റെ രേഖകളെല്ലാം അതിനകത്താണ്."

സ്വന്തം സ്ഥിതിയെക്കുറിച്ച് അവർക്ക് ആശങ്കയുണ്ടായിരുന്നില്ല. ഉത്കണ്ഠ മുഴുവൻ ആ കടലാസുകളെ കുറിച്ചായിരുന്നു. പാർട്ടി കാർഡ്... മിലിട്ടറി തിരിച്ചറിയൽ കാർഡ്. ഞാൻ ഉടനെ അവരുടെ പഴ്സ് തിരയാൻ തുടങ്ങി. അത് കൈയിൽ കിട്ടിയതും അവർ അത് നെഞ്ചോടുചേർത്ത് കണ്ണുകളടച്ചു. വൈകാതെ ആംബുലൻസ് വന്നു. ഞങ്ങൾ അവരെ അതിൽ കയറ്റിക്കിടത്തി. ഞാൻ ഒരിക്കൽകൂടി ഉറപ്പുവരുത്തി. പഴ്സ് അവരുടെ കൈയിൽത്തന്നെയുണ്ടല്ലോ.

അന്നു വൈകുന്നേരം വീട്ടിലെത്തിയതും അമ്മയോട് ഞാൻ ആ സംഭവത്തെകുറിച്ചു പറഞ്ഞു, എന്റെ തീരുമാനവും അറിയിച്ചു.

"നാളെത്തന്നെ ഞാൻ യാത്രയാവുകയാണ്... മുന്നണിയിലേക്ക്."

-നമ്മുടെ സൈന്യം പിൻവാങ്ങുകയാണ്. ഞങ്ങളെല്ലാവരും പാതയിലേക്കിറങ്ങി നിന്നു. പ്രായമായ ഒരു പട്ടാളക്കാരൻ ആ വഴി വന്നു. ഞങ്ങളുടെ വീടിനരികെ നിന്നു. അമ്മയുടെ മുമ്പിൽ തലകുനിച്ചു. "മാപ്പു തരണം അമ്മേ... നിങ്ങളുടെ മകളെ രക്ഷിക്കൂ... നിങ്ങളുടെ മകളെ രക്ഷിക്കൂ..." അന്നെനിക്ക് പ്രായം പതിനാറ്. മെടഞ്ഞിട്ട നീണ്ട മുടി. നീണ്ട കറുത്ത ഇമകൾ.

-ഞങ്ങൾ മുന്നണിയിലേക്കു പോയത്. എനിക്കു നല്ല ഓർമ്മയുണ്ട്. ഒരു ട്രക്ക് നിറയെ പെൺകുട്ടികൾ. മൂടിയുള്ള വലിയ ട്രക്കായിരുന്നു. രാത്രി സമയം... നല്ല ഇരുട്ട്. പാതവക്കിലെ മരച്ചില്ലകൾ ട്രക്കിന്റെ മേലെയുള്ള കാൻവാസിൽതട്ടി ഒച്ചയുണ്ടാക്കിക്കൊണ്ടിരുന്നു. ഞങ്ങൾ വെടിവെപ്പിനെ നേരിടുകയാണ്... ട്രക്കിനു മീതെ ഉണ്ടകൾ വന്നുവീഴുകയാണ് എന്നൊക്കെ ഞങ്ങൾ വിചാരിച്ചു. ഉള്ളിൽ അത്രയ്ക്ക് ഭയവും പരിഭ്രമവുമുണ്ടായിരുന്നു. വാക്കുകളിലും ശബ്ദങ്ങളിലുംപോലും യുദ്ധം മാറ്റങ്ങൾ വരുത്തി. യുദ്ധം... അതെപ്പോഴും ഞങ്ങളുടെ തൊട്ടരികിൽത്തന്നെയുണ്ടായിരുന്നു. "അമ്മ" എന്നു പറയുന്നു. അത് വേറെത്തന്നെ ഒരു വാക്കായി. "വീട്" എന്നു പറയുമ്പോഴും വ്യത്യസ്തമായ എന്തോ ഒന്ന് എന്ന തോന്നൽ. ഓരോ വാക്കിനുമൊപ്പം മറ്റെന്തോകൂടി കൂടിച്ചേർന്നിരിക്കുന്നു... കൂടുതൽ സ്നേഹം. കൂടുതല് ആശങ്ക... പറഞ്ഞറിയിക്കാനാവുന്നില്ല.

ആദ്യദിവസം മുതലേ എനിക്കുറപ്പുണ്ടായിരുന്നു. അവർക്ക് ഞങ്ങളെ തോല്പിക്കാനാവില്ല എന്ന്. ഞങ്ങളുടെ രാജ്യം അത്രയും വിശാലമാണ്... അറ്റമില്ലാത്തതാണ്.

-അമ്മയുടെ പൊന്നുമോൾ. ഞാൻ ഒരിക്കലും ഞങ്ങളുടെ പട്ടണം വിട്ട് പുറത്തുപോയിട്ടില്ല. വേറൊരു വീട്ടിൽ അന്തിയുറങ്ങിയിട്ടില്ല. അങ്ങനെയുള്ള ഞാൻ ഒടുവിൽ എത്തിച്ചേർന്നത് പട്ടാളത്തിൽ. അതൊരു പീരങ്കി സേനാവിഭാഗമായിരുന്നു. അവിടെ ജൂനിയർ ഡോക്ടറായാണ് എനിക്കു നിയമനം കിട്ടിയത്. അവിടെ എനിക്കെന്തു സംഭവിച്ചു? പീരങ്കികൾ വെടിയുതിർക്കാൻ തുടങ്ങും. അപ്പോൾത്തന്നെ എന്റെ കാതുകൾ രണ്ടും അടഞ്ഞുപോകും. ഒന്നും കേൾക്കാനാവാത്ത അവസ്ഥ. മേലാകെ പൊള്ളലേറ്റതുപോലെ തോന്നും. ഞാനൊരിടത്ത് കുത്തിയിരുന്ന് പതുക്കെ വിളിക്കും, "അമ്മേ... അമ്മേ..." ഒരു കാട്ടിനകത്തായിരുന്നു ഞങ്ങളുടെ ക്യാമ്പ്. ഞാൻ അതിരാവിലെ ഉണരും. ചുറ്റുപാടും ശാന്തമായിരിക്കും. ഇലച്ചാർത്തുകളിൽ നിന്നും മഞ്ഞുതുള്ളികൾ തൂങ്ങിനിൽക്കുന്നുണ്ടാവും. ഇത്രയും ശാന്തവും സുന്ദരവുമായ ചുറ്റുപാടിൽ യുദ്ധമോ? വിശ്വസിക്കാനാവില്ല.

യൂണിഫോം ധരിക്കണമെന്ന് അവർ നിർബന്ധമായി പറഞ്ഞു. എനിക്ക് അഞ്ചടി ഉയരമേ ഉണ്ടായിരുന്നുള്ളൂ. ഞാൻ കാലുറകൾ ഇട്ടു. കൂട്ടുകാരികൾ അതു വലിച്ച് തോളറ്റം വരെ നീട്ടി. അതുകൊണ്ട് സ്വന്തം ഉടുപ്പുകൾത്തന്നെ ധരിക്കുക ഞാനൊരു പതിവാക്കി. പക്ഷേ, മേലധികാരികളുടെ കണ്ണിൽപ്പെടാതിരിക്കാൻ വളരെയധികം ശ്രദ്ധിച്ചു. എന്നിട്ടും അവരെന്നെ ശിക്ഷിച്ചു... കാവൽപ്പുരയിലാക്കി. പട്ടാളച്ചിട്ട ലംഘിച്ചതിന്.

-എനിക്കുതന്നെ വിശ്വസിക്കാനാവാത്ത കാര്യം. നടന്നുകൊണ്ടിരിക്കേ ഞാനെങ്ങനെയാണ് ഉറങ്ങിയത്? ഒരു സംഘമായി വരിയൊപ്പിച്ചു മാർച്ച് ചെയ്യുന്നു. അതിനിടയിൽ ഉറങ്ങുന്നു. തൊട്ടുമുമ്പിലുള്ള ആളുമായി കൂട്ടിമുട്ടുന്നു. ഒരു നിമിഷം ഉറക്കമുണരുന്നു. വീണ്ടും ഉറങ്ങിത്തുടങ്ങുന്നു. എവിടെയായാലും ഒരു പട്ടാളക്കാരന്റെ ഉറക്കത്തിന് അതിന്റേതായൊരു സുഖമുണ്ട്. ഒരിക്കൽ ഇരുട്ടത്ത് ഉറങ്ങിക്കൊണ്ടു നടക്കുന്നതിനിടയിൽ ഞാൻ ഒരു വശത്തേക്കു ചെരിഞ്ഞു. നേരിട്ടു നടക്കുന്നതിനു പകരം ചെന്നുനിന്നത് ഒരു പാടത്ത്. പിന്നെയും ഉറക്കത്തിൽ നടന്നു. ഒരു കുണ്ടിൽ ചെന്നുവീണു. അപ്പോഴേ ശരിക്കും ഉണർന്നുള്ളൂ. ഉടനെ ഞാൻ എഴുന്നേറ്റോടി. മറ്റുള്ളവരുടെ ഒപ്പമെത്തി.

വിശ്രമസമയത്ത് പട്ടാളക്കാർ താഴെ ഇരിക്കാറുണ്ട്. മൂന്നുപേർക്ക് വലിക്കാനായി കൈകൊണ്ട് ചുരുട്ടിയെടുത്ത ഒരു സിഗരറ്റ്. ഒരാൾ ഇരുന്ന് പുകവലിക്കും. മറ്റു രണ്ടുപേരും ഇരുന്നുറങ്ങും. ചിലപ്പോൾ കൂർക്കം വലിച്ചുതന്നെ.

-ഒരുകാലത്തും ഞാനത് മറക്കില്ല. മുറിവേറ്റ ഒരാളെ അവർ കൊണ്ടുവന്നു. സ്ട്രെക്ചറിൽനിന്നും പുറത്തെടുത്തു കിടത്തി. ആരോ നാഡിമിടിപ്പു നോക്കി. "ഇല്ല, മരിച്ചിട്ടില്ല." ഞാൻ അയാളുടെ അരികെ മുട്ടുകുത്തിയിരുന്നു. ശ്വസിക്കുന്ന ശബ്ദം കേൾക്കാം. ഞാൻ ഒരു തേങ്ങലോടെ ഉറക്കെ വിളിച്ചു. "ഡോക്ടർ... ഡോക്ടർ വേഗം വരൂ..." അവർ ഡോക്ടറെ ഉണർത്തി കുലുക്കി എഴുന്നേല്പിച്ചു. അദ്ദേഹം ഒരു

വയ്ക്കോൽകെട്ടു കണക്കെ കുഴഞ്ഞുവീണു. അദ്ദേഹം അത്രയും അഗാധമായ ഉറക്കത്തിലായിരുന്നു. അമോണിയ മണപ്പിച്ചിട്ടും അദ്ദേഹത്തിന്റെ ഉറക്കം തെളിഞ്ഞില്ല. എന്തു ചെയ്യാൻ? മൂന്നു ദിവസമായി ഡോക്ടർ തീരെ ഉറങ്ങിയിട്ടുണ്ടായിരുന്നില്ല.

മഞ്ഞുകാലത്ത് മുറിവേറ്റവർക്ക് അസാമാന്യമായ കനമാണ്. മഞ്ഞിലും രക്തത്തിലും കുതിർന്ന് മിലിട്ടറി ഷർട്ടുകൾ ഉറച്ചുപോകും. അതുപോലെത്തന്നെയാകും ടാർപോളിൻ ബൂട്ടുകളുടെ സ്ഥിതിയും. വെട്ടിമുറിച്ചെടുക്കുക ഭാരിച്ച പണിതന്നെ. എല്ലാവരേയും മരണത്തിന്റേതുപോലെയുള്ള തണുപ്പ് ബാധിച്ചിരിക്കും.

ജന്നലിൽക്കൂടി വെളിയിലേക്കു നോക്കുന്നു. തണുപ്പുകാലമാണ്... ഹേമന്തസൗന്ദര്യം അവർണ്ണനീയംതന്നെ! എവിടേയും വെൺമയുടെ മായാജാലം. ഒരു നിമിഷത്തേക്ക് എല്ലാം മറക്കുന്നു... പിന്നെ വീണ്ടും...

-അതൊരു "സ്കീ ബറ്റാലിയൻ" ആയിരുന്നു. എല്ലാവരും പത്താം തരക്കാർ. യന്ത്രത്തോക്കുകൾ എല്ലാവരേയും വെടിവെച്ചുവീഴ്ത്തി. കൂട്ടത്തിലൊരാളെ അവർ അകത്തേക്കു കൊണ്ടുവന്നു. അവൻ കരയുന്നുണ്ടായിരുന്നു. ഞങ്ങളും അവരും ഒരേ പ്രായക്കാരായിരുന്നു. പക്ഷേ, അനുഭവങ്ങൾ അവരെ ഞങ്ങളേക്കാൾ മുതിർന്നവരാക്കിയിരുന്നു. "എന്റെ കുട്ടി." ഞങ്ങൾ അവനെ ചേർത്തുപിടിച്ചു. "നിങ്ങൾ അവിടെയായിരുന്നെങ്കിൽ എന്നെ കുട്ടീ എന്നു വിളിക്കുമായിരുന്നില്ല."

അവൻ മരണത്തിന്റെ വക്കിലായിരുന്നു. രാത്രി മുഴുവൻ നിലവിളിച്ചുകൊണ്ടിരുന്നു. "അമ്മേ... അമ്മേ..." കർസക്കിൽ നിന്നുള്ള രണ്ടുപേർ ഞങ്ങളുടെ കൂട്ടത്തിലുണ്ടായിരുന്നു. ഞങ്ങളവരെ "കർസക്ക് വാനമ്പാടികൾ" എന്നാണ് വിളിച്ചിരുന്നത്. അവർ അവനെ ഉണർത്താൻ ശ്രമിക്കുന്നു. അവൻ ഗാഢനിദ്രയിലാണ്. ചുണ്ടുകളിൽ തുപ്പലിന്റെ നനവ്... ചെറിയ കുട്ടികളുടേതുപോലെ.

-ദിവസം മുഴുവൻ ഓപ്പറേഷൻ മേശയ്ക്കു ചുറ്റുമായി ഞങ്ങൾ മാറാതെ നിന്നു. നിന്നനില്പ്... കൈകൾ അറിയാതെ താഴേക്കു വീഴുന്നു. ഒരിക്കൽ ഉറക്കം തൂങ്ങി എന്റെ തല ഞാൻ ഓപ്പറേഷൻ ചെയ്യുന്ന ആളുടെ മാറിൽ ചെന്നുമുട്ടി. ഉറക്കം... ഉറക്കം... ഞങ്ങളുടെ പാദങ്ങൾ നീരുവന്നു വീർത്തു. ടാർപോളിൻ ബൂട്ടുകളുടെ ഉള്ളിലേക്ക് കടത്താൻ വയ്യാതെയായി. കണ്ണുകൾ തളർന്ന് മിഴിപൂട്ടാൻ വയ്യാത്ത സ്ഥിതി. എന്റെ യുദ്ധത്തിന് മൂന്നു മണങ്ങളായിരുന്നു.

രക്തത്തിന്റെ... ക്ലോറോഫോമിന്റെ... അയോഡിന്റെ...

-ഓ... ആ മുറിവുകൾ. വല്ലപ്പോഴും ആഴവും... വളഞ്ഞു വളഞ്ഞ്... സ്വബോധം നഷ്ടപ്പെടുന്നതുപോലെ. ബുള്ളറ്റുകളുടേയും ഷെല്ലുകളുടേയും ഗ്രനേഡുകളുടേയും ചീളുകൾ... തലയിൽ, കുടലിൽ, ശരീരത്തിന്റെ സർവഭാഗങ്ങളിലും. ആ ചീളുകളോടൊപ്പം മറ്റു പലതും ശരീരത്തിനുള്ളിൽ നിന്നും ഞങ്ങൾ പുറത്തെടുക്കാറുണ്ട്. ബട്ടനുകൾ,

കോട്ടിന്റെ തുണ്ടുകൾ, ബെൽറ്റിന്റെ തുകൽക്കഷണങ്ങൾ, ഷർട്ടിന്റെ ഭാഗങ്ങൾ... ഒരാളുടെ നെഞ്ചാകെ പുറത്തേക്കു വന്നിരുന്നു... ഹൃദയം കാണാവുന്നവിധം. അതപ്പോഴും മിടിച്ചിരുന്നു. അയാൾ മരിച്ചുകൊണ്ടിരുന്നു. അവസാനമായി ഞാൻ അയാളെ ബാൻഡേജു വെച്ചു കെട്ടുന്നു. ഞാൻ പ്രയാസപ്പെട്ട് കണ്ണീരടക്കി. എങ്ങനെയെങ്കിലും പണി പൂർത്തിയാക്കണം. എവിടെയെങ്കിലും മാറിയിരുന്ന് മതിയാവോളം കരയണം. അതിനിടയിൽ അയാൾ പെട്ടെന്ന് "നന്ദി... പ്രിയപ്പെട്ട നഴ്സ്." അയാൾ എന്റെ കൈയിൽ ഇരുമ്പുകൊണ്ടുള്ള ചെറിയൊരു സാധനം വെച്ചുതന്നു. ഞാൻ നോക്കി... പിണച്ചുവെച്ചിട്ടുള്ള ഒരു തോക്കും കഠാരയും.

"എന്തിനാണിത് എനിക്കു തരുന്നത്?"

"ഇതൊരു രക്ഷാത്തകിടാണ്. അമ്മ പറഞ്ഞു ഇതെന്നെ രക്ഷിച്ചുകൊള്ളുമെന്ന്. ഇനി എനിക്കിതിന്റെ ആവശ്യമില്ല. നിങ്ങൾ വെച്ചോളൂ... ഒരുപക്ഷേ നിങ്ങൾക്ക് കൂടുതൽ ഭാഗ്യമുണ്ടാകും." അത്രയും പറഞ്ഞ് അയാൾ ചുമരിനുനേരെ മുഖം തിരിച്ചു.

വൈകുന്നേരമായപ്പോഴേക്കും ഞങ്ങളുടെ മുടി നിറയെ ചോരയായിരുന്നു. ഞങ്ങളുടെ ഗൗണിനെ കുതിർത്തി അത് മേലാകെ നനച്ചിരുന്നു. ഞങ്ങളുടെ തൊപ്പികളും മുഖംമൂടികളുമാകെ ചോര പുരണ്ടിരുന്നു. ഒരു മനുഷ്യന്റെയുള്ളിൽ എന്തെല്ലാമുണ്ടോ അതെല്ലാം ഞങ്ങളുടെ ശരീരത്തിലും പറ്റിപ്പിടിച്ചിരുന്നു... പശപോലെ കറുത്ത്... കൊഴുത്ത്... മൂത്രവും... മലവും എല്ലാം.

വേറൊരിക്കൽ വേറൊരാൾ വിളിക്കുന്നു. "നഴ്സ്... എന്റെ കാലിന് കലശലായ വേദന." പക്ഷേ, അയാൾക്ക് കാലേ ഉണ്ടായിരുന്നില്ല. മൃതദേഹം ചുമന്നു കൊണ്ടുപോകാനായിരുന്നു എനിക്കേറ്റവും പേടി. കാറ്റിൽ പുതപ്പു തെന്നും. അയാൾ ഞങ്ങളെത്തന്നെ നോക്കുകയാണെന്നു തോന്നും. കണ്ണു തുറന്നാണിരിക്കുന്നതെങ്കിൽ ഭയങ്കരം തന്നെ. ഞാനത് അപ്പോൾത്തന്നെ മൂടും.

-മുറിവേറ്റ ഒരാളെ അവർ കൊണ്ടുവന്നു. ഒരു സ്ട്രെക്ചറിൽ ദേഹം മുഴുവൻ ബാൻഡേജുകളുമായി കിടക്കുന്നു. തലയിലാണ് മുറിവ്. മുഖം വ്യക്തമായി കാണാൻ വയ്യ. എന്തോ കുറച്ചു മാത്രം. എന്നെ കണ്ടപ്പോൾ അയാൾ ആരെയോ ഓർത്തിരിക്കണം. "ലാറിസ്സാ... ലാറിസ്സാ... ലാറോച്കാ..." അയാൾ പറഞ്ഞു. അയാൾ പ്രണയിച്ചിരുന്ന പെൺകുട്ടിയാവണം. എന്നാൽ അതുതന്നെയാണ് എന്റെ പേരും. പക്ഷേ, മുമ്പൊരിക്കലും ഞാൻ അയാളെ കണ്ടിട്ടില്ല. എന്നിട്ടും അയാൾ എന്നെ പേരെടുത്തു വിളിക്കുന്നതെന്തുകൊണ്ടാവാം. ഞാൻ അയാളുടെ അടുത്തു ചെന്നു. പിന്നെയും പിന്നെയും നോക്കി. എനിക്കൊന്നും മനസ്സിലായില്ല.

അയാൾ പറഞ്ഞു. "നീ വന്നല്ലോ.. നീ വന്നല്ലോ."

ഞാൻ അയാളുടെ കൈ പിടിച്ചു. മുഖത്തേക്കു മുഖം കുനിച്ചു.

"നീ വരുമെന്ന് എനിക്കറിയാമായിരുന്നു." അയാൾ മെല്ലെ പറഞ്ഞു.

പിന്നെയുമെന്തോ പറഞ്ഞു. അത് എനിക്ക് മനസ്സിലാക്കാൻ സാധിച്ചില്ല. ഇപ്പോഴും ശാന്തമായി അതിനെകുറിച്ചോർക്കാൻ എനിക്കാവില്ല. അതിനെക്കുറിച്ചാലോചിക്കുമ്പോൾ ഞാനറിയാതെ കണ്ണുകൾ നിറയുന്നു.

"ഞാൻ മുന്നണിയിലേക്കു യാത്രതിരിച്ചപ്പോൾ... അവസാനമായി നിന്നെയൊന്നു ചുംബിക്കാൻ എനിക്കവസരം കിട്ടിയില്ല..."

ഞാൻ മുഖം കുനിച്ചു. അവസാനമായി ഞാനയാളെ ചുംബിച്ചു. അയാളുടെ കണ്ണിൽനിന്നും ഒരു തുള്ളി കണ്ണീർ ആ ബാൻഡേജിലേക്കു രുണ്ടു വീണു... അപ്രത്യക്ഷമായി. അതോടെ എല്ലാം കഴിഞ്ഞു. അയാൾ മരിച്ചു...

മരണത്തെ മുഖാമുഖം കാണുമ്പോഴുള്ള അമ്പരപ്പ്

ആർക്കും മരിക്കണമെന്നില്ല. ഓരോ കരച്ചിലും ഓരോ ഞെരക്കവും ഞങ്ങൾ ശ്രദ്ധിച്ചു. ആവുന്നതുപോലെ പ്രതികരിച്ചു. മുറിവേറ്റ ഒരാൾ. മരണം തൊട്ടടുത്ത് എന്നു മനസ്സിലായ നിമിഷം എന്റെ തോളിൽ മുറുകെപ്പിടിച്ചു. എന്നെ ആലിംഗനം ചെയ്തു. പിടിവിടാൻ കൂട്ടാക്കിയില്ല. എന്തോ.. അയാൾക്കൊരു തോന്നൽ. നഴ്സോ മറ്റാരെങ്കിലുമോ അരികിലുണ്ടെങ്കിൽ ജീവൻ തന്നെ ഉപേക്ഷിച്ചുപോകില്ല എന്ന്. അയാൾ പറഞ്ഞുകൊണ്ടിരുന്നു... "അഞ്ചു നിമിഷംകൂടി മാത്രം... ഇനി രണ്ടേ രണ്ടു നിമിഷം..."

ചിലർ ശാന്തമായി നിശ്ശബ്ദമായി മരിച്ചു. ആരും അറിയാതെ. വേറെ ചിലർ ഒച്ചവെച്ചു കരഞ്ഞു, "എനിക്കു മരിക്കണ്ട.. എനിക്കു മരിക്കണ്ട." പലരും മരണത്തെ ശപിച്ചു. തുലഞ്ഞുപോ എന്നു ശകാരിച്ചു. ഒരാൾ മരണത്തിനു തൊട്ടുമുമ്പായി പാടാൻ തുടങ്ങി, ഒരു മോൾഡേവിയൻ ഗാനം. താൻ മരിക്കുകയാണ് എന്ന തോന്നൽ പലർക്കുമില്ല. അല്ലെങ്കിൽ അങ്ങനെ വിശ്വസിക്കാൻ അവർ ആഗ്രഹിക്കുന്നില്ല എന്നാകാം.

മുഖത്തേക്കു നോക്കിനിന്നാൽ കാണാം. നെറ്റിയുടെ മേലെ അറ്റത്ത് മുടിക്കു ചുവട്ടിൽ നിന്നും വിളഞ്ഞ ഒരു മഞ്ഞനിറം. അത് ഒരു നിഴൽപോലെ മുഖത്ത് വ്യാപിക്കുന്നു. പിന്നെ വസ്ത്രങ്ങൾക്കുള്ളിലൂടെ താഴോട്ട്. ആൾ മരിച്ചിരിക്കും. പക്ഷേ, ആ മുഖത്തു കാണാം വല്ലാത്തൊരു അമ്പരപ്പ്. സ്വയം അദ്ഭുതം കൂറുന്നതുപോലെ. "ഇതെങ്ങനെ സംഭവിച്ചു?" ഞാൻ മരിച്ചുവെന്നോ?"

കാതു കേൾക്കാതാവുന്നതുവരെ പറഞ്ഞുകൊണ്ടിരിക്കാം. "ഇല്ല... ഇല്ല... നിങ്ങൾ മരിക്കുകയില്ല." ചുംബിക്കാം... കെട്ടിപ്പിടിക്കാം... അതിനിടയിൽ ജീവൻ വിട്ടുപോകുന്നു. അയാൾ മരിച്ചുകഴിഞ്ഞു. തട്ടിൻമുകളിലേക്ക് കണ്ണുകൾ തറച്ചുനില്ക്കുന്നു. അപ്പോഴും ഞാൻ അരികിലിരുന്ന് ആശ്വസിപ്പിച്ചുകൊണ്ട് വല്ലതുമൊക്കെ പറയാറുണ്ട്. പേരുകളൊന്നു പോലും ഇന്നെനിക്കോർമ്മയില്ല. പക്ഷേ, ആ മുഖങ്ങൾ... ഓരോന്നും ഇപ്പോഴും എന്റെ ഓർമ്മയിലുണ്ട്.

-മുറിവേറ്റവരെ അവർ താങ്ങിക്കൊണ്ടുവരുന്നു. അവർ കരയുന്നുണ്ട്. വേദനകൊണ്ടാവില്ല. പലപ്പോഴും നിസ്സഹായാവസ്ഥകൊണ്ടാകും. മുന്നണിയിൽ ആദ്യത്തെ ദിവസമാകാം. പലരും ഒരു വെടിപോലും വെച്ചിട്ടുണ്ടാകില്ല. അധികം പേർക്കും കൈയിൽ തോക്കുപോലുമുണ്ടാവില്ല. യുദ്ധം തുടങ്ങിയയിടയ്ക്ക് അതായിരുന്നു സ്ഥിതി. വേണ്ടത്ര ആയുധങ്ങളില്ല. ഉള്ളതിന് പൊന്നിന്റെ വില. ജർമൻകാർക്കാണെങ്കിലും ടാങ്കുകളും മോട്ടോറുകളും പോർവിമാനങ്ങളുമുണ്ട്. കൂടെ നില്ക്കുന്നവർ വെടിയേറ്റു വീണപ്പോൾ അവരുടെ ആയുധങ്ങൾ പെറുക്കിയെടുത്തു, തോക്കുകളും ഗ്രനേഡുകളും. അധികംപേരും ഒഴിഞ്ഞ കൈയുമായാണ് പടക്കളത്തിലേക്കിറങ്ങിയത്. മുഷ്ടിയുദ്ധത്തിന് എന്നപോലെ. എന്നിട്ടോ... നേരിട്ട് ടാങ്കുകളുടെ മുന്നിലേക്ക്.

മരിച്ചുകൊണ്ടിരിക്കേ അവർ ചുറ്റുപാടും നോക്കിയിരുന്നവിധം... അവരുടെ മട്ടും ഭാവവും...

എനിക്കു കിട്ടിയ ആദ്യത്തെ മുറിവേറ്റ ഭടൻ. തൊണ്ടയിലാണ് വെടിയുണ്ട തറച്ചിരുന്നത്. കുറെനാൾ അയാൾ ജീവിച്ചിരുന്നു. പക്ഷേ, മിണ്ടാൻ സാധിച്ചിരുന്നില്ല.

കൈയോ കാലോ മുറിച്ചുമാറ്റുമ്പോൾ രക്തപ്രവാഹമില്ല. വൃത്തിയുള്ള വെളുത്ത മാംസം മാത്രം. ചോര വരിക പിന്നീടാണ്. ഇപ്പോഴും ഒരു കോഴിയെ വെട്ടിനുറുക്കാനാവില്ല... അത് ശുദ്ധമായ വെള്ളനിറമാണെങ്കിൽ. എന്തോ വായിൽ അപ്പോഴേക്കും എവിടെനിന്നോ ഒരുപ്പുരസം നിറയുന്നു.

-ജർമൻകാർ സ്ത്രീകളെ തടവുകാരായി പിടിച്ചിരുന്നില്ല. ആ ക്ഷണം തന്നെ വെടിവെച്ചു കഥ കഴിക്കുകയാണ് പതിവ്. അതല്ലെങ്കിൽ അവർ സ്ത്രീകളെ വരിയായി നിർത്തി സ്വന്തം ഭടന്മാരുടെ മുമ്പിൽ പ്രദർശിപ്പിക്കും. "നല്ലവണ്ണം കണ്ടോളൂ. ഇവർ സ്ത്രീകളല്ല... ഭീകരസത്വങ്ങളാണ്." ഞങ്ങളെപ്പോഴും രണ്ടു ബുള്ളറ്റുകൾ ഞങ്ങൾക്കായി കരുതിവെച്ചിരുന്നു. ഒന്നു പിഴച്ചാൽ ഇനിയൊന്ന്.

ഞങ്ങളുടെ നഴ്സുമാരിലൊരാൾ പിടിക്കപ്പെട്ടു... ഒരു ദിവസം കഴിഞ്ഞ് ആ ഗ്രാമം ഞങ്ങൾ തിരിച്ചുപിടിച്ചു. എല്ലായിടത്തും കുതിരകൾ ചത്തുകിടന്നിരുന്നു. മോട്ടോർ സൈക്കിളുകളും സൈനിക വാഹനങ്ങളും അവിടവിടെ. ഒടുവിൽ ഞങ്ങൾ അവളെ കണ്ടെത്തി. കണ്ണുകൾ തുരന്നെടുത്തിരുന്നു. മാർവിടം മുറിച്ചുമാറ്റിയിരുന്നു. ഒരു മുളങ്കുറ്റിയിൽ കുത്തിനിർത്തിയിരിക്കുകയായിരുന്നു. മരവിച്ചുപോകുന്ന മഞ്ഞും തണുപ്പും. അവൾ ആകെ വെളുത്തിരുന്നു. മുടി മുഴുവൻ നരച്ചിരുന്നു. അവൾക്ക് പത്തൊമ്പത് വയസ്സേ ആയിരുന്നുള്ളൂ. അവളുടെ തോൾസഞ്ചിയിൽ കണ്ടു. വീട്ടിൽ നിന്നും അയച്ച ഏതാനും എഴുത്തുകൾ. പിന്നെ ഒരു പച്ച റസ്റ്റർ പക്ഷിയും... ഒരു കുഞ്ഞിന്റെ കളിപ്പാട്ടം.

-ഞങ്ങൾ പിൻവാങ്ങുകയാണ്. അവർ ഷെല്ലുകൾ വർഷിക്കുന്നു. ആദ്യത്തെ കൊല്ലം ഞങ്ങൾ എപ്പോഴും പിൻവാങ്ങിക്കൊണ്ടിരുന്നു.

ഫാസിസ്റ്റ് പോർവിമാനങ്ങൾ നന്നേ താഴ്ന്നാണ് പറന്നിരുന്നത്. ഓരോരുത്തരെയായി വേട്ടയാടുന്നതുപോലെ. ഓരോരുത്തർക്കും തോന്നി തന്നെയാണ് അവർ ഉന്നംവെക്കുന്നതെന്ന്. ഞാൻ പേടിച്ചോടാൻ തുടങ്ങി. വിമാനം എന്നെത്തന്നെ ലക്ഷ്യമാക്കി വരികയാണെന്ന് എനിക്കു മനസ്സിലായി. എനിക്ക് പൈലറ്റിന്റെ മുഖം വ്യക്തമായി കാണാം. ഞങ്ങൾ ചെറുപ്പക്കാരികളായ നഴ്സുമാരാണെന്ന് അവർ മനസ്സിലാക്കിയിരിക്കുന്നു. അത് ആശുപത്രിവണ്ടിയാണ്. അയാൾ ഓരോ മുറിയുടേയും തൊട്ടരികിലൂടെ പറക്കുന്നു. ചിലപ്പോൾ ഞങ്ങളെ നോക്കി ചിരിക്കുന്നു. അയാൾക്കതൊരു നേരമ്പോക്കാണ്. ആ ചിരിയിലെ ധിക്കാരം... ഭീഷണി. എന്നാലും സുന്ദരമായ മുഖം.

എനിക്ക് സഹിക്കാനായില്ല. ഞാൻ ഒച്ചവെച്ചു. ഞാനൊരു ചോളവയലിലേക്കോടി. അയാൾ അവിടേയും... ഞാൻ കാട്ടിലേക്കു തിരിഞ്ഞു. അയാൾ എന്നെ മണ്ണിലേക്കമർത്തി. ഞാൻ അടിക്കാടുകളിലേക്കു നീങ്ങാൻ ശ്രമിച്ചു. എഴുന്നേറ്റു കാട്ടിലേക്കോടി. ചപ്പിലകൾക്കടിയിൽ ഒളിച്ചു. ഭയംകൊണ്ടാവാം. മൂക്കിൽനിന്നും ചോരയൊലിക്കാൻ തുടങ്ങി. ഞാൻ ജീവിച്ചിരിക്കുന്നോ ഇല്ലയോ. അതുപോലും അറിയാത്തൊരവസ്ഥ. ഉവ്വ്... ഞാൻ ജീവിച്ചിരിക്കുന്നു...

അതിൽപിന്നെ വിമാനങ്ങളെ എനിക്കു വലിയ ഭയമാണ്. ആ വിമാനം ദൂരേക്കു പറന്നുപോയിക്കഴിഞ്ഞു. എന്നിട്ടും എന്റെ ഭയം വിട്ടുമാറുന്നില്ല. മറ്റൊന്നിനെപറ്റിയും ഞാൻ ആലോചിക്കുന്നില്ല... വിമാനം പറക്കുന്നു. അതുമാത്രമാണെന്റെ ചിന്ത. എവിടെയാണ് ഞാൻ ഒളിക്കേണ്ടത്... അത് കേൾക്കാനും കാണാനും ആവാത്ത വിധത്തിൽ ഏതു മൂലയിലാണ് ഞാൻ മറഞ്ഞിരിക്കേണ്ടത്?

ഇന്നേവരേയും വിമാനങ്ങളുടെ ശബ്ദം എനിക്കു സഹിക്കാനാവില്ല... ഞാനൊരിക്കലും വിമാനത്തിൽ യാത്രചെയ്യാറില്ല.

ഏയ്... പെൺകുട്ടികളേ....

യുദ്ധത്തിനു മുമ്പ്... വിവാഹം കഴിക്കണമെന്ന് ഞാൻ ആഗ്രഹിച്ചിരുന്നു... എന്റെ സംഗീതാധ്യാപകനെ. അതൊരു ഭ്രാന്തൻ കഥയാണ്. കലശലായ പ്രേമം. അയാൾക്കുമതേ. പക്ഷേ, എന്റെ അമ്മ സമ്മതിച്ചില്ല. “നിനക്കതിനുള്ള പ്രായമായിട്ടില്ല.”

അധികം താമസിയാതെ യുദ്ധം തുടങ്ങി. മുന്നണിയിലേക്കയയ്ക്കണമെന്ന് ഞാൻ അപേക്ഷിച്ചു. കഴിയുന്നതും വേഗം വീട്ടിൽനിന്നും പുറത്തുപോകണം. മുതിർന്ന ഒരാളാവണം. അതായിരുന്നു മോഹം. എന്റെ യാത്രയ്ക്കുവേണ്ട ഒരുക്കങ്ങൾ തുടങ്ങി. വീട്ടിലെല്ലാവരും കരച്ചിലായി. എല്ലാം എടുത്തുവെച്ചു. കമ്പിളി ബോക്സുകൾ... അടിയുടുപ്പുകൾ.

ആദ്യത്തെ ദിവസം തന്നെ ആദ്യത്തെ മൃതദേഹം ഞാൻ കണ്ടു. സ്കൂൾ മുറ്റത്തായിരുന്നു ഞങ്ങളുടെ ആശുപത്രി പ്രവർത്തിച്ചിരുന്നത്. ഉന്നംതെറ്റി വന്ന ഒരു വെടിയുണ്ട ഒരു ആശുപത്രി ജോലിക്കാരന്റെ മേൽ

വന്നു തറച്ചു... ആ മുറിവ് മാരകമായിരുന്നു. ഞാൻ അമ്മയുടെ വാക്കുകളോർത്തു. മകൾക്ക് വിവാഹം കഴിക്കാൻ പ്രായമായില്ല എന്നു പറഞ്ഞ അമ്മ. പക്ഷേ, പടക്കളത്തിലിറങ്ങാൻ എനിക്കു പ്രായമായിരിക്കുന്നു. അമ്മ... എന്റെ പ്രിയപ്പെട്ട അമ്മ.

–ഞങ്ങൾ വന്നെത്തിയിട്ടേയുള്ളൂ. ഞങ്ങൾ ഒരാശുപത്രി സംഘടിപ്പിച്ചു. അതിൽ നിറയെ മുറിവേറ്റ പട്ടാളക്കാർ. അപ്പോഴാണ് ആ ഉത്തരവ് "ഉടനെ സ്ഥലമൊഴിഞ്ഞുപോകണം." മുറിവേറ്റവരിൽ കുറെപേരെ ട്രക്കിൽ കയറ്റി. എല്ലാവരേയും കയറ്റാൻ സാധിച്ചില്ല. അതിനുവേണ്ട ട്രക്കുകളും ഇല്ലായിരുന്നു. അവർ തിരക്കുകൂട്ടി. "അവരെ അവിടെ വിട്ടിട്ടു പൊയ്ക്കോളൂ... വേഗമാവട്ടെ."

ഞങ്ങൾ പുറപ്പെടാൻ തയ്യാറാവുന്നു. അവർ ദയനീയമായി ഞങ്ങളെ നോക്കുന്നു. കണ്ണുകൾ കൊണ്ട് ഞങ്ങളെ പിൻതുടരുന്നു. ആ നോട്ടത്തിൽ എല്ലാമുണ്ട് വേദന... യാചന... നിരാശ...

"സഹോദരന്മാരേ... സഹോദരിമാരേ ഞങ്ങളെ ജർമൻകാരുടെ കൈകളിലേക്കു വിട്ടുകൊടുക്കരുതേ... ഞങ്ങളുടെ ജീവൻ അവസാനിപ്പിച്ചിട്ട് നിങ്ങൾ പൊയ്ക്കോളൂ."

എത്ര ദയനീയമായ അവസ്ഥ... എന്തൊരു സങ്കടം. നടക്കാൻ പറ്റുന്നവരൊക്കെ ഞങ്ങളോടൊപ്പം നടന്നു. അതിനാകാത്തവർ അവിടെത്തന്നെ കിടന്നു. അവരെ സഹായിക്കുന്നതെങ്ങനെ? ഒരാൾക്കും അതിനുള്ള കരുത്തില്ല. ആരും കണ്ണുകൾ ഉയർത്തിയില്ല. എനിക്കു വളരെ ചെറുപ്പമായിരുന്നു. ഞാൻ നിർത്താതെ കരഞ്ഞുകൊണ്ടു നടന്നു.

മുന്നോട്ടു പോകുന്ന അവസരത്തിൽ മുറിവേറ്റവരിൽ ഒരാളെപോലും പിന്നിൽ ഞങ്ങൾ വിട്ടുപോന്നില്ല. മുറിവേറ്റ ജർമൻകാരെപോലും കൂടെ കൊണ്ടുപോയി. കുറച്ചുനാൾ ഞാൻ അവരോടൊപ്പം ജോലിചെയ്തു. അതെനിക്കു പരിചയമായി. അവരുടെ മുറിവുകൾ വെച്ചുകെട്ടി. പ്രയാസമൊന്നും തോന്നിയില്ല. ഞാൻ 1941നെക്കുറിച്ചാലോചിച്ചു. ഞങ്ങളുടെ മുറിവേറ്റവരെ അവിടെ വിട്ടുപോന്നപ്പോൾ ജർമൻകാർ എന്താണ് ചെയ്തത്? ഏതുവിധത്തിലാണ് പെരുമാറിയത്? എല്ലാം ഞങ്ങൾ കണ്ടു. ജർമൻകാരുടെ അരികിലേക്കു പോകാനാവുമെന്നു തോന്നിയില്ല. എന്നാലും അടുത്ത ദിവസം അവരുടെ അരികെ ചെന്നു. വേണ്ടതെല്ലാം ചെയ്തു.

–എത്രയോ പേരുടെ ജീവൻ ഞങ്ങൾ രക്ഷിച്ചു. എന്നാലും പലർക്കും മനസ്സിൽ ഖേദമുണ്ടായിരുന്നു. തങ്ങളുടെ പ്രവൃത്തിമണ്ഡലം ചികിത്സയിലും ശുശ്രൂഷയിലും മാത്രം ഒതുങ്ങിയല്ലോ, ആയുധമേന്തി ശത്രുവിനെ നേരിടാൻ സാധിച്ചില്ലല്ലോ... ആരേയും വെടിവെച്ചുവീഴ്ത്തിയില്ലല്ലോ. ആ ഒരു തോന്നൽ. ഇപ്പോഴും ഓർമയുണ്ട്. മഞ്ഞിൽ വീണു കിടക്കുന്ന ചോരയുടെ മണം, പ്രത്യേകിച്ചും രൂക്ഷമായിരുന്നു. മരിച്ചവർ പാടങ്ങളിൽ ചിതറിക്കിടക്കുന്നു. പക്ഷികൾ പറന്നിറങ്ങി അവരുടെ കണ്ണുകൾ കൊത്തിവലിക്കുന്നു. മുഖവും കൈകളും കൊത്തിക്കീറുന്നു. വയ്യ... ജീവിതം ദുസ്സഹം തന്നെ!

–യുദ്ധത്തിന്റെ അവസാനകാലം. വീട്ടിലേക്കു കത്തുകളെഴുതാൻ എനിക്കു ഭയമായിരുന്നു. എഴുതില്ലെന്ന് ഞാൻ തീരുമാനിച്ചു. എന്റെ കത്ത് അമ്മയുടെ കൈയിൽ കിട്ടുമ്പോഴേക്കും ഒരുപക്ഷേ, ഞാൻ കൊല്ലപ്പെട്ടാലോ. അമ്മയുടെ വ്യസനം ഇരട്ടിയാകും... വിജയം നേടുന്നതിന് തൊട്ടുമുമ്പായാണല്ലോ മകൾ മരിച്ചത്. ആരും അതിനെപ്പറ്റി സംസാരിച്ചില്ല. പക്ഷേ, എല്ലാവരുടെ മനസ്സിലുമുണ്ടായിരുന്നു ആ ഒരു ഉത്കണ്ഠ. വിജയം തൊട്ടരികെ എന്ന് എല്ലാവർക്കും മനസ്സിലായിത്തുടങ്ങിയിരുന്നു. വസന്തകാലത്തിന്റെ ആരംഭമായിക്കഴിഞ്ഞിരുന്നു.

പൊടുന്നനെയാണ് അതെന്റെ കണ്ണിൽപ്പെട്ടത്. ആകാശത്തിൽ തെളിവാർന്ന നീലനിറം.

–ഞാൻ ഓർമ്മിക്കുന്നതെന്താണെന്നോ? എന്താണ് എന്റെ ഓർമ്മയിൽ ഏറ്റവും ആഴത്തിൽ പതിഞ്ഞുകിടക്കുന്നത് എന്തോ? ആ നിശ്ശബ്ദത... മാരകമായി മുറിവേറ്റവരുടെ വാർഡിൽ നിറഞ്ഞുനിന്ന ആ വല്ലാത്ത നിശ്ശബ്ദത... അത് സഹിക്കാനാവാത്തതായിരുന്നു. അവർ പരസ്പരം സംസാരിച്ചില്ല. ആരേയും വിളിച്ചില്ല. കുറേപേർ അബോധാവസ്ഥയിലായിരുന്നു. പലരും വെറുതെ നിശ്ശബ്ദരായി കാത്തുകിടന്നു, ആലോചനയിലാണ്ട്. ഒരു വശത്തേക്ക് തിരിഞ്ഞ്, എവിടേക്കോ നോക്കിക്കൊണ്ട്... അവർ ആലോചനകളിൽ മുഴുകി. നമ്മൾ വിളിച്ചാൽത്തന്നേയും ആ വിളി അവരുടെ കാതുകളിലെത്തിയിരുന്നില്ല.

അവർ ആലോചിച്ചുകൊണ്ടിരുന്നത് എന്തിനെക്കുറിച്ചാകും?

കുതിരകളും പക്ഷികളും

–ഞങ്ങൾ യാത്ര തുടർന്നുകൊണ്ടേയിരുന്നു....

സ്റ്റേഷനിൽ രണ്ടു വണ്ടികൾ നിന്നിരുന്നു. ഒന്നിൽ നിറയെ മുറിവേറ്റവർ. രണ്ടാമത്തേതിൽ നിറയെ കുതിരകൾ. അപ്പോഴാണ് ബോംബാക്രമണം തുടങ്ങിയത്. തീവണ്ടികൾക്ക് തീപ്പിടിച്ചു. ഞങ്ങൾ വാതിലുകൾ തുറക്കാൻ തുടങ്ങി. എങ്ങനെയെങ്കിലും മുറിവേറ്റവരെ രക്ഷിക്കാനുള്ള ശ്രമം. പക്ഷേ അവരെല്ലാവരും ഓടിച്ചെന്നത് തീ കത്തിപ്പിടിച്ച കുതിരകളുടെ ജീവൻ രക്ഷിക്കാനായിരുന്നു. മുറിവേറ്റവരുടെ നിലവിളി... കേട്ടു നില്ക്കാനാവില്ല. എന്നാൽ അതിലും ദുസ്സഹമാണ്... ദയനീയമാണ് മുറിവേറ്റ കുതിരകളുടെ കരച്ചിൽ. ഒരു കുറ്റവും ചെയ്യാത്തവർ. മനുഷ്യർ ചെയ്യുന്ന അതിക്രമങ്ങൾക്കൊന്നും അവർ ഉത്തരവാദികളല്ല. കൂട്ടത്തിലൊരാളും കാട്ടിലേക്ക് രക്ഷയ്ക്കായി ഓടിയില്ല. എല്ലാവരും കുതിരകളെ രക്ഷിക്കാനുള്ള ബദ്ധപ്പാടിലായിരുന്നു. അതിനു കഴിവുണ്ടായിരുന്ന എല്ലാവരും... എല്ലാവരും.

ഫാസിസ്റ്റ് വിമാനങ്ങൾ ഭൂമിക്കു തൊട്ടുമുകളിലായാണ് പറന്നിരുന്നത്. അത്രയും താഴ്ന്ന്. പിന്നീട് ഞാൻ വിചാരിച്ചു. ജർമൻ സൈനികർ അതെല്ലാം കണ്ടിരിക്കുമല്ലോ... അവർക്ക് സ്വയം ലജ്ജ തോന്നിയിട്ടുണ്ടാവില്ലേ? എന്തായിരിക്കും അപ്പോൾ അവർ ആലോചിച്ചിരുന്നത്?

–ഒരു സംഭവം ഓർമ്മ വരുന്നു. ഞങ്ങൾ ഒരു ഗ്രാമത്തിലെത്തി. കാട്ടിനരികിലായി കുറെ മൃതദേഹങ്ങൾ. ഒളിപ്പോരാളികളുടേതായിരുന്നു. ശത്രുസൈന്യം അവരുടെ നേരെ കാണിച്ച ക്രൂരത... എനിക്കു പറയാനാവില്ല. എന്റെ ഹൃദയത്തിന് അത് താങ്ങാനുള്ള ശേഷിയില്ല. ഒക്കെ തുണ്ടം തുണ്ടമാക്കിയിരുന്നു. പന്നികളെയെന്നപോലെ തൊലിയുരിച്ച്. അവർ അങ്ങനെ കിടക്കുന്നു. ചുറ്റുപാടും കുതിരകൾ മേയുന്നു. ആ ഒളിപ്പോരാളികളുടെ കുതിരകളാവണം. അവയുടെ ജീനികൾ അഴിച്ചുമാറ്റിയിരുന്നില്ല. ജർമൻകാർക്ക് പിടികൊടുക്കാതെ രക്ഷപ്പെട്ട് പിന്നീട് സ്വന്തം താവളത്തിലേക്ക് അവ ഓടിവന്നതാവാം. അല്ലെങ്കിൽ ജർമൻകാർക്ക് അവയെ കൂടെകൂട്ടാൻ സാധിക്കാത്തതാവാം. അറിയില്ല. ഏതായാലും ധാരാളം പുല്ലുള്ള പരിസരം. അവ അകലേക്കോടിപ്പോയില്ല. ശത്രുക്കൾക്ക് ഈ കുതിരകളുടെ കൺമുന്നിൽ വെച്ച് എങ്ങനെ ഇത്രത്തോളം ക്രൂരത കാട്ടാൻ കഴിഞ്ഞു? മൃഗങ്ങളാണെങ്കിൽ പോലും... അവ അതെല്ലാം കണ്ടു നിന്നിരിക്കയില്ലേ...

–മൈതാനങ്ങളും കാടുകളും ഒരുപോലെ കത്തിയാളുന്നു. പുൽമേടുകൾ പുകയുന്നു. അവിടവിടെ കത്തിയമർന്ന് നായ്ക്കളും പശുക്കളും. അതിനിടയിൽ ഒട്ടും പരിചയമില്ലാത്തൊരു മണ്ണ്.... ചുറ്റും നോക്കിയപ്പോൾ തക്കാളിയും കാബേജും കുട്ടകൾ നിറയെ കത്തിക്കാളുന്നു. പക്ഷികളും കരിഞ്ഞു താഴെ വീണുകിടക്കുന്നു. എത്രയെത്ര കുതിരകളാണ് വഴിയോരത്ത് കരിഞ്ഞ് കനൽക്കട്ടകൾപോലെ. ആ മണവും പതുക്കെ പതുക്കെ ഞങ്ങൾക്കു പരിചിതമായി.

എല്ലാറ്റിനേയും കത്തിക്കാനാവും... രക്തത്തെപോലും. ക്രമേണ എനിക്കു ബോധ്യമായി....

–ബോംബാക്രമണത്തിനിടയിലെപ്പോഴോ ഒരാട് ഞങ്ങളുടെ ഇടയിലേക്കു കടന്നുവന്നു. അവൾ ഞങ്ങളോടൊപ്പം കിടന്നു. വെറുതെ അരികിൽ കിടന്ന് നിലവിളിച്ചുകൊണ്ടിരുന്നു. ബോംബാക്രമണം നിലച്ചപ്പോൾ അവൾ ഞങ്ങളുടെ കൂടെ പോന്നു... ഞങ്ങളെ വിടാതെ ചേർന്നു നിന്നു. അവൾക്കു ജീവനുണ്ട്; അതുകൊണ്ട് പ്രാണഭയവുമുണ്ട്. ഞങ്ങൾ ഒരു ഗ്രാമത്തിലെത്തി. അവിടെ കണ്ട ഒരു സ്ത്രീയോടു പറഞ്ഞു, "ദയവു ചെയ്ത് ഈ ആടിനെ നോക്കൂ." അവളെ എങ്ങനെയെങ്കിലും രക്ഷിക്കണമെന്നായിരുന്നു ഞങ്ങളുടെ വിചാരം.

–വാർഡിൽ മുറിവേറ്റ രണ്ടു പുരുഷൻമാർ. ഒരാൾ ജർമനാണ്. മറ്റേയാൾ കലശലായി പൊള്ളലേറ്റ ഞങ്ങളുടെ തന്നെ ടാങ്ക് ഡ്രൈവർ. ഞാൻ അവരുടെ അടുത്തുചെന്നു, "എങ്ങനെയുണ്ട്?" "എനിക്കു കുഴപ്പമില്ല." ടാങ്ക് ഡ്രൈവർ പറഞ്ഞു, "പക്ഷേ. ഇയാളുടെ സ്ഥിതി കഷ്ടമാണ്."

"അയാളൊരു ഫാസിസ്റ്റല്ലേ?"

"അതെനിക്കറിയില്ല... പക്ഷേ അയാൾ വല്ലാതെ വിഷമിക്കുന്നുണ്ട്."

അവിടെ ശത്രുക്കളുണ്ടായിരുന്നില്ല. മനുഷ്യർ മാത്രം. മുറിവേറ്റ രണ്ടു പേർ അടുത്തടുത്ത് കിടക്കുന്നു. മാനുഷികമായ എന്തോ ഒന്ന് അവരെ

തമ്മിൽ ബന്ധിപ്പിക്കുന്നു. പലതവണ അതെന്റെ ശ്രദ്ധയിൽപ്പെട്ടിട്ടുണ്ട്... എത്ര സ്വാഭാവികമായാണ് അത് സംഭവിക്കുന്നത്....

–ഇലപൊഴിയും കാലം കഴിയാറായ ഈ സമയത്ത് പക്ഷികളുടെ നീണ്ട നിരകൾ... എങ്ങോട്ടാണവ പറക്കുന്നത്? എന്തായിരിക്കും കാരണം? എനിക്ക് നല്ല ഓർമ്മയുണ്ട്. ഞങ്ങളുടെ സൈന്യവും ജർമൻ സൈന്യവും നിർത്താതെ വെടിവെപ്പ് തുടരുന്നു. അതിനിടയിലാണ് പക്ഷികളുടെ ഈ പറക്കൽ. അപകടസാധ്യത... എങ്ങനെയാണവയ്ക്ക് മുന്നറിയിപ്പു കൊടുക്കുക? "ഇങ്ങോട്ടു വരേണ്ട... അപകടമേഖല... മാറിപ്പോകൂ..." എങ്ങനെയാണവയെ അറിയിക്കേണ്ടത്. അതിനിടയിൽ അവ കൂട്ടത്തോടെ ചത്തുവീഴുന്നു.

–ഏതാനും എസ്.എസ്. ഓഫീസർമാരെ മുറിവ് വെച്ചുകെട്ടാനായി അവർ ഞങ്ങളുടെ അടുത്തേക്കു കൊണ്ടുവന്നു.

"ഞങ്ങൾ എങ്ങനെയാണ് അവരെ ബാൻഡേജ് ചെയ്യേണ്ടത്?"

"സാധാരണ മട്ടിൽ... അവർ മുറിവേറ്റവരാണ്."

ഞങ്ങൾ അവരെ സാധാരണ രീതിയിൽത്തന്നെ ബാൻഡേജ് ചെയ്തു. അവരിൽ രണ്ടുപേർ രക്ഷപ്പെട്ടു. പക്ഷേ, വീണ്ടും പിടികൂടി. ഇനിയും ഓടിപ്പോകരുതല്ലോ. ഞാൻ അവരുടെ നീണ്ട കാലുറകളുടെ ബട്ടനുകളെല്ലാം അഴിച്ചുമാറ്റി.

–അവരെന്നോട് അത് പറഞ്ഞപ്പോൾ... ഓർക്കുന്നു, "യുദ്ധം അവസാനിച്ചു." അങ്ങനെയാണവർ പറഞ്ഞത്. സ്റ്റെറിലൈസ് ചെയ്ത ആശുപത്രി മേശമേൽ ഞാൻ അറിയാതെ ഇരുന്നുപോയി. സ്വയം വിശ്വസിക്കാനാവാത്ത ഒരു പ്രവൃത്തി. സാധാരണഗതിയിൽ ഒരാളേയും ആ മേശയ്ക്കരികിൽ വരാൻ ഞാൻ അനുവദിക്കാറില്ല. വെടിവെക്കാനാവുന്ന അകലത്തുപോലും ആരേയും നില്ക്കാൻ ഞാൻ സമ്മതിക്കാറില്ല... അണുവിമുക്തമാക്കപ്പെട്ട മേശയാണത്. ഞാൻ മുഖംമൂടിയും കൈയുറകളും ധരിച്ചിരുന്നു. അണുവിമുക്തമായ മേൽക്കുപ്പായവും ഇട്ടിരുന്നു. കൈയിലിരുന്നതെല്ലാം ഞാൻ തിരിച്ചേല്പിച്ചു. പരുത്തിയും ഓപ്പറേഷൻ ചെയ്യാൻ വേണ്ട സാമഗ്രികളും. ഞാൻ വെറുതെ ആ മേശപ്പുറത്ത് കയറിയിരുന്നു.

എന്തായിരുന്നു ഞങ്ങളുടെ സ്വപ്നം? സ്വാഭാവികമായും യുദ്ധത്തിൽ വിജയിക്കണമെന്നതിനു തന്നെയായിരുന്നു ഒന്നാംസ്ഥാനം. ജീവനോടെയിരിക്കുക എന്ന ഭാഗ്യം. ഒരു ചങ്ങാതി പറഞ്ഞു. "ഈ യുദ്ധമൊന്നു കഴിഞ്ഞാൽ ഒരു കുട്ട കുഞ്ഞുങ്ങളെ ഞാൻ പ്രസവിക്കും." ഇനിയൊരാൾക്കു മോഹം, സർവകലാശാലയിൽ ചേർന്ന് ഉപരിപഠനം നടത്താനായിരുന്നു. മൂന്നാമത്തെ ചങ്ങാതി പറഞ്ഞു. "മുടി ഭംഗിയാക്കിയും മിനുക്കിയും ഞാൻ 'ബ്യൂട്ടി പാർലറി'ൽ കഴിയും. നല്ല വസ്ത്രങ്ങളണിയും. എന്നെത്തന്നെ കൊഞ്ചിക്കും..."

ദാ... ഇപ്പോൾ... അതിനൊക്കെയുള്ള സമയമായിരിക്കുന്നു. പക്ഷേ, എല്ലാവരും പെട്ടെന്ന് നിശ്ശബ്ദരായിരിക്കുന്നു.

-ഞങ്ങൾ ഒരു ഗ്രാമം തിരിച്ചുപിടിച്ചു. എവിടെ നിന്നാണ് കുറച്ചു വെള്ളം കിട്ടുക? ഞങ്ങൾ ചുറ്റുപാടും അന്വേഷിച്ചു. അങ്ങനെ ഒരു വീട്ടു മുറ്റത്തെത്തി. അവിടെ ഒരു കിണർ കണ്ടു. മരംകൊണ്ട് ചുറ്റിനും മറ കെട്ടിയിരുന്നു. ആ മുറ്റത്തു കിടന്നിരുന്നു വെടിയേറ്റ ഒരാൾ. അയാളുടെ അരികുപറ്റി ഒരു നായ. ഞങ്ങളെ കണ്ടതും നായ മോങ്ങാൻ തുടങ്ങി. അവൻ ഞങ്ങളോടെന്തോ പറയുകയാണെന്ന് കുറച്ചുനേരം കഴിഞ്ഞാണ് ഞങ്ങൾക്കു മനസ്സിലായത്. നായ അകത്തേക്കു നടന്നു. ഞങ്ങൾ അവന്റെ പിറകേയും. അവിടെ അകത്തളത്തിൽ അയാളുടെ ഭാര്യയും മൂന്നു കുഞ്ഞുങ്ങളും മരിച്ചുകിടന്നിരുന്നു. ആ നായ അവരുടെ അരികു പറ്റിയിരുന്ന് ദയനീയമായി കരഞ്ഞു... ശരിക്കും കരഞ്ഞു... ഒരു മനു ഷ്യനെപോലെ.

-ഞങ്ങൾ ഞങ്ങളുടെ ഗ്രാമങ്ങളിലേക്കു പ്രവേശിച്ചു. അവിടെ അടു പ്പുകൾ മാത്രമേ ഉണ്ടായിരുന്നുള്ളൂ. മറ്റൊന്നും ശേഷിച്ചിരുന്നില്ല. ഉക്രേ യിനിലെ പല ഗ്രാമങ്ങളിലും ഞങ്ങൾ ചെന്നു. എവിടേയും ഒന്നുമുണ്ടാ യിരുന്നില്ല. പാടത്ത് തണ്ണിമത്തൻ മാത്രം വളർന്നു നിന്നിരുന്നു. അതു മാത്രമേ ഭക്ഷണമായുണ്ടായിരുന്നുള്ളൂ. ആഹാരമായി വേറൊന്നും കിട്ടാ നില്ലായിരുന്നു. ആളുകൾ ഞങ്ങളെ കാണാൻ വന്നു. അവരുടെ കൈക ളിൽ പൂക്കൾക്കു പകരമുണ്ടായിരുന്നത് തണ്ണിമത്തനായിരുന്നു.

ഞാൻ വീട്ടിൽ മടങ്ങിയെത്തി. ഒരു കിടങ്ങിനകത്തായിരുന്നു എന്റെ കുടുംബം. അമ്മയും മൂന്നു കുട്ടികളും. ഞങ്ങളുടെ നായ്ക്കുട്ടിയും. ഏതോ ചില കാട്ടുകിഴങ്ങുകൾ മാത്രമായിരുന്നു ആഹാരം. അവർ അത് പുഴുങ്ങിത്തിന്നു. അതുതന്നെ നായക്കുട്ടിക്കും കൊടുത്തു. അവനും അതു തിന്ന് വളർന്നു. യുദ്ധത്തിനു മുമ്പ് ഞങ്ങൾക്ക് ധാരാളം വാനമ്പാടികളു ണ്ടായിരുന്നു. യുദ്ധം കഴിഞ്ഞിട്ടും രണ്ടു കൊല്ലത്തോളം ആരും ഒരു കിളിപ്പാട്ടും കേൾക്കുകയുണ്ടായില്ല. ഭൂമിതന്നെ കീഴ്മേൽ മറഞ്ഞതു പോലെ. “പൂർവികരുടെ മണ്ണ്” ആകെ ചവിട്ടിമെതിക്കപ്പെട്ടിരുന്നു... കുഴി തോണ്ടിയിരുന്നു. യുദ്ധത്തിനുശേഷം മൂന്നാമത്തെ കൊല്ലമാണ് വാന മ്പാടികൾ തിരിച്ചെത്തിയത്. ഇത്രയും കാലം അവയെവിടെയായിരുന്നു? ആർക്കറിയാം? എന്തായാലും അവ തിരിച്ചുവന്നുവല്ലോ....

ആളുകൾ വീണ്ടും അവരവരുടെ വീടുകൾ കെട്ടിയുണ്ടാക്കി. അതോടെ വാനമ്പാടികളും തിരിച്ചുവന്നു.

-കാട്ടുപൂക്കൾ കാണുമ്പോഴെല്ലാം ഞാനോർക്കുക യുദ്ധത്തെകുറി ച്ചാണ്. അന്നൊന്നും ഞങ്ങൾ പൂക്കൾ പറിക്കാറില്ല. അഥവാ ഒരു പൂച്ചെണ്ട് കെട്ടിയുണ്ടാക്കിയാൽത്തന്നേയും... അതാരുടെയെങ്കിലും ശവസംസ്കാ രത്തിനുവേണ്ടിയായിരിക്കും... അവസാനത്തെ വിടപറയലിനായി...

നോക്കൂ കൂട്ടുകാരെ... യുദ്ധം... അതെത്ര ഭയാനകമായിരുന്നു. ക്രൂര മായിരുന്നു. നമുക്ക് നമ്മുടെ സ്നേഹിതർക്കായി പാനോപചാരമർപ്പിക്കാം.

"അത് ഞാനായിരുന്നില്ല"

നിങ്ങൾ ഏറ്റവുമധികം ഓർമ്മിക്കുന്നതെന്താണ്?

ശാന്തമായ എന്നാൽ പലപ്പോഴും ആശങ്കാകുലമായ മനുഷ്യ ശബ്ദം... അതാണ് നിങ്ങൾ ഏറ്റവുമധികം ഓർമ്മിക്കുന്നത്. ഓരോ സ്ത്രീക്കും അവളെപ്പറ്റിത്തന്നെ അതിശയം. തനിക്കെന്തു സംഭവിച്ചു എന്നതിനെക്കുറിച്ച്. ഭൂതകാലം പാടെ നഷ്ടമായി. നീറ്റുന്ന ഒരു ചുഴി യായി അത് മറന്നുകഴിഞ്ഞു. ഒരു ചുടുകാറ്റേറ്റെന്നപോലെ അവൾക്ക് ആ കാഴ്ചതന്നെ നഷ്ടമായി. എന്നിട്ടും അവളിലെ മനുഷ്യത്വം ബാക്കി നില്ക്കുന്നു, നിത്യജീവിതത്തിന്റെ ഒഴുക്കിനു നടുവിൽ. അവളുടെ ഓർമ്മ കൾ, അതൊഴിച്ച് ബാക്കി എല്ലാം തന്നെ വളരെ സാധാരണമായിട്ടുള്ള താണ്. ഞാനും അതിനൊരു ദൃക്സാക്ഷിയാവുകയാണ്. അവരുടെ ഓർമ്മ കൾക്ക്, എങ്ങനെയാണവർ ഓർമ്മിക്കുന്നത് എന്നതിന് ഏതെല്ലാം അവർ മറക്കാൻ ആഗ്രഹിക്കുന്ന എന്നതിന് വിസ്മൃതിയുടെ അങ്ങേയറ്റത്തേക്ക് എന്തെല്ലാമാണ് തള്ളിനീക്കേണ്ടത് എന്ന ചിന്തയ്ക്ക്... എല്ലാം ഞാൻ സാക്ഷിയാവുകയാണ്. തിരശ്ശീല നീങ്ങി... അവർ വാക്കുകൾക്കായി പരതുകയാണ്. തിടുക്കവും ഉത്കണ്ഠയുമുണ്ട്. എന്നാലും പഴയ ആ അനുഭവങ്ങൾ... അതെല്ലാം ഒരിക്കൽകൂടി മെനഞ്ഞെടുക്കുന്നു... ഒരു പക്ഷേ, ഇത്രയും അകലത്തിൽനിന്നും വീണ്ടും അതിലേക്കു കണ്ണോടി ക്കുമ്പോൾ അതിന്റെ പൂർണമായ അർത്ഥം ഗ്രഹിക്കാനാകുമെന്ന പ്രതീക്ഷ. ആ സമയത്ത് കാണാനും മനസ്സിലാക്കാനും സാധിക്കാതി രുന്ന കാര്യങ്ങൾ. അവനവനെത്തന്നെ മനസ്സിലാക്കാൻ... പുതിയതായി കണ്ടെത്താനുള്ള ശ്രമം. മിക്കവാറും അവിടെ രണ്ടു വ്യക്തികളുടെ സാന്നിധ്യമുണ്ടാകും. ഈ വ്യക്തിയും ആ വ്യക്തിയും. ആ ചെറുപ്പ ക്കാരിയും ഇപ്പോഴത്തെ വൃദ്ധയും. യുദ്ധത്തിൽ പങ്കെടുത്തയാൾ, യുദ്ധാ നന്തരം ജീവിച്ചിരിക്കുന്നയാൾ. യുദ്ധം കഴിഞ്ഞിട്ട് വർഷങ്ങൾ ഏറെയാ യിരിക്കുന്നു. ഒരേസമയത്ത് രണ്ടു സ്വരങ്ങൾ ഞാൻ കേട്ടുകൊണ്ടിരി ക്കുന്നു എന്ന തോന്നൽ എന്നെ വിട്ടുമാറുന്നില്ല.

അന്ന് വിജയദിവസത്തിൽ മോസ്കോയിൽ വെച്ച് ഞാൻ ഓൾഗാ യാക്കോലീവ്നാ ഓമെൽചെൻകോയെ കണ്ടുമുട്ടി. എല്ലാ സ്ത്രീകളും വസന്തകാലവസ്ത്രങ്ങളാണ് അണിഞ്ഞിരുന്നത്. കഴുത്തിനു ചുറ്റുമായി

നിറപ്പകിട്ടുള്ള തൂവാലകൾ. എന്നാൽ അവർ മാത്രം പട്ടാള യൂണിഫോമിലായിരുന്നു. തലയിൽ ഒരു പരന്ന വട്ടത്തൊപ്പി. നല്ല ഉയരം. ദൃഢമായ ശരീരം. അവർ സംസാരിച്ചില്ല. കരഞ്ഞതുമില്ല. മുഴുവൻ സമയവും മിണ്ടാതിരിക്കുകയായിരുന്നു. പക്ഷേ, ആ നിശ്ശബ്ദത ഒന്നു വേറെയായിരുന്നു. വാക്കുകളാൽ പ്രകടമാക്കാനാകാത്ത കുറെയധികം കാര്യങ്ങൾ ഉള്ളിലുണ്ട് എന്നതിന്റെ സൂചന. അവർ എപ്പോഴും തന്നോടുതന്നെ സംസാരിച്ചുകൊണ്ടിരിക്കുകയാണ് എന്നു നോക്കി. വേറൊരു കൂട്ട് ആവശ്യമില്ല എന്ന ഭാവം. അന്ന് ഞങ്ങൾ തമ്മിൽ പരിചയപ്പെട്ടു. പിന്നീട് അവരെ കാണാനായി ഞാൻ പോളോട്സ്കിലേക്കു ചെന്നു.

എന്റെ മുമ്പിൽ യുദ്ധത്തിന്റെ ഇനിയുമൊരു താൾ തുറക്കപ്പെടുകയായിരുന്നു. അതിനുമുമ്പിൽ എല്ലാ സങ്കല്പങ്ങളും താനെ നിശ്ശബ്ദമാകുന്നു.

ഓൾഗാ യാക്കോവ്‌ലീവ്നാ ഒമെൻചെൻകോ
മെഡിക്കൽ അസിസ്റ്റന്റ്, റൈഫിൾ മാൻസ് കമ്പനി

അമ്മയുടെ മന്ത്രത്തകിട്.... തന്നോടൊപ്പം അന്നും പട്ടണം വിട്ട് പോകണമെന്ന് അമ്മ ആഗ്രഹിച്ചു. എനിക്ക് മുന്നണിയിലേക്കു പോകാൻ ആഗ്രഹമുണ്ടെന്ന് അവർക്കറിയാമായിരുന്നു. ഞങ്ങളുടെ സാമാനങ്ങളെല്ലാം കയറ്റിക്കൊണ്ടുപോകാനുള്ള വണ്ടിക്കുള്ളിൽ അവർ എന്നെ കെട്ടിയിട്ടു. പക്ഷേ, ഞാൻ സൂത്രത്തിൽ കെട്ടഴിച്ച് രക്ഷപ്പെട്ടു. ആ കയറിന്റെ ഒരു കഷണം അപ്പോഴും എന്റെ കൈത്തണ്ടയിൽ ചുറ്റിക്കിടന്നിരുന്നു....

എല്ലാവരും പലായനം ചെയ്യുകയായിരുന്നു. എങ്ങോട്ടാണ് ഞാൻ പോകേണ്ടത്? മുന്നണിയിലേക്കെത്തുക ഏതു വഴിക്കാണ്? വഴിയിൽ വെച്ച് ഏതാനും പെൺകുട്ടികളെ കണ്ടുമുട്ടി. അതിലൊരാൾ പറഞ്ഞു, "എന്റെ അമ്മ താമസിക്കുന്നത് ഇവിടെ അടുത്താണ്. നമുക്കങ്ങോട്ടു പോകാം..." അവിടെ എത്തിയപ്പോഴേക്കും രാത്രിയായി. വാതിലിൽ മുട്ടി. അവളുടെ അമ്മയാണ് വാതിൽ തുറന്നത്. അവർ ഏതാനും നിമിഷം ഞങ്ങളെ നോക്കിനിന്നു. ആകെ മുഷിഞ്ഞ് ചെളിപിടിച്ച് പരവശമായ കോലം. "വാതില്ക്കൽ നിന്നാൽ മതി." അമ്മ കല്പിച്ചു. ഞങ്ങൾ അവിടെത്തന്നെ നിന്നു. അവർ വലിയ പാത്രങ്ങൾ നിറയെ വെള്ളം കൊണ്ടുവന്നു. വസ്ത്രങ്ങളെല്ലാം അഴിച്ചുമാറ്റി. വെണ്ണീറിട്ട് മുടിയും ശരീരവുമെല്ലാം തേച്ചു കഴുകി. ആ കാലത്ത് സോപ്പ് കിട്ടാനില്ലായിരുന്നു. അടുപ്പിന്റെ തിണ്ണയിൽ കയറിക്കിടന്നു. അപ്പോഴേ ഞാനുറക്കമായി. (റഷ്യയിലെ അടുപ്പുകൾ? ചുറ്റും ഇഷ്ടിക വിരിച്ചിരിക്കും. ഭിത്തികളോടു ചേർന്ന് കിടക്കാൻ പാകത്തിൽ തട്ടുകളുണ്ടാകും) രാവിലെ ചങ്ങാതിയുടെ അമ്മ കാബേജ് സൂപ്പ് ഉണ്ടാക്കി. തവിടും ഉരുളക്കിഴങ്ങും ചേർന്നു കുഴച്ച് റൊട്ടിയും ചുട്ടുതന്നു. ആ റൊട്ടിയുടേയും കാബേജ് സൂപ്പിന്റേയും രുചി എങ്ങനെ വർണിക്കാൻ! അവിടെ ഞങ്ങൾ നാലു ദിവസം കഴിഞ്ഞു.

അമ്മ വേണ്ടുവോളം ആഹാരവുമുണ്ടാക്കിത്തന്നു. കുറച്ചു കുറച്ചേ തന്നുള്ളൂ എന്നു മാത്രം. അല്ലെങ്കിൽ ഞങ്ങൾ എല്ലാംകൂടി വാരിവിഴുങ്ങുമെന്നും വീർപ്പുമുട്ടി മരിച്ചുപോകുമെന്നുമായിരുന്നു അവർക്കു പേടി.

അഞ്ചാം ദിവസം അമ്മ ഞങ്ങളോടു പറഞ്ഞു, "പൊയ്ക്കോളൂ." അതിനുമുമ്പ് ഒരയൽക്കാരൻ അവിടെ വന്നു. ഞങ്ങൾ അടുപ്പിൻതിണ്ണയിൽ ഇരിക്കുകയായിരുന്നു. അമ്മ ചുണ്ടത്തു വിരൽ ചേർത്തുപിടിച്ചു. ഞങ്ങൾ ശബ്ദമുണ്ടാക്കരുത് എന്ന സൂചന. തന്റെ മകൾ വീട്ടിലെത്തിയിട്ടുണ്ട് എന്ന് അവർ ആരോടും പറഞ്ഞിരുന്നില്ല. മകൾ പട്ടാളത്തിൽ ചേർന്ന് മുന്നണിയിലേക്കു പോയി എന്നാണവർ എല്ലാവരോടും പറഞ്ഞിരുന്നത്. അവരുടെ ഏക മകൾ. എന്നാലും അവളെയോർത്ത് അവർ സങ്കടപ്പെട്ടില്ല. യുദ്ധത്തിനു പോകാതെ വീട്ടിൽ വന്നിരിക്കുന്ന മകൾ വാസ്തവത്തിൽ അവർക്കൊരു നാണക്കേടായിരുന്നു. അതവർക്കു സഹിക്കാനാവുമായിരുന്നില്ല.

പാതിരാത്രി ഞങ്ങളെ രണ്ടുപേരേയും അമ്മ വിളിച്ചുണർത്തി. കൈയിൽ ഓരോ ഭക്ഷണപ്പൊതിയും തന്നു. "ഇനി പൊയ്ക്കോളൂ." സ്വന്തം മകളെപോലും കൂടെ നിർത്താൻ അവർ ശ്രമിച്ചില്ല. മകളെ ചേർത്തുനിർത്തി ഉമ്മവെച്ചുകൊണ്ടവർ പറഞ്ഞു, "നിന്റെ അച്ഛൻ അവിടെ ശത്രുക്കളോടു പടവെട്ടുന്നു. നീയും പോയി യുദ്ധം ചെയ്യ്."

മടക്കയാത്രയിൽവെച്ച് ആ പെൺകുട്ടി എന്നോടു പറഞ്ഞു. അവളൊരു നഴ്സാണെന്ന്. അവളുടെ യൂണിറ്റിനെ ശത്രുക്കൾ വലയം ചെയ്തിരുന്നു.

കുറെനാൾ ഞാനവിടവിടെ ചുറ്റിത്തിരിഞ്ഞു. അവസാനം ടാംസോവ് എന്ന പട്ടണത്തിലെത്തി. അവിടത്തെ ആശുപത്രിയിൽ എനിക്ക് ജോലി കിട്ടി. നല്ലൊരാശുപത്രി. കുറെ നാളായി പട്ടിണിയായിരുന്നു. അവിടെ ചെന്നപ്പോൾ നല്ല ഭക്ഷണം കിട്ടി. ക്രമേണ ഞാൻ തടിച്ചുരുണ്ടു. എനിക്കു പതിനാറു വയസ്സായി. അവർ പറഞ്ഞു ഇനി എല്ലാ ഡോക്ടർമാരേയും നഴ്സുമാരേയും പോലെ എനിക്കും രക്തം ദാനം ചെയ്യാമെന്ന്. അങ്ങനെ എല്ലാ മാസവും ഞാൻ രക്തം ദാനം ചെയ്യാൻ തുടങ്ങി. ആശുപത്രിയിൽ എപ്പോഴും ലിറ്റർകണക്കിന് രക്തത്തിന്റെ ആവശ്യമുണ്ടായിരുന്നു. ഒരിക്കലും ആവശ്യത്തിനു വേണ്ടത്ര രക്തം ലഭിച്ചിരുന്നില്ല. മാസത്തിൽ രണ്ടുതവണ ഓരോ പൈന്റ് രക്തം ഞാൻ കൊടുത്തുപോന്നു. അതിന് എനിക്ക് പ്രത്യേകം റേഷനും അനുവദിച്ചിരുന്നു. രണ്ടു റാത്തൽ പഞ്ചസാര. രണ്ടു റാത്തൽ സോസേജ്. രണ്ടു റാത്തൽ ധാന്യമാവ്. ശക്തി നിലനിർത്തിക്കൊണ്ടുപോരണമല്ലോ. ന്യൂരാ എന്ന നഴ്സിങ്ങ് സഹായിയുമായി ഞാൻ അടുപ്പത്തിലായിരുന്നു. അവരെ അമ്മായി എന്നാണ് ഞാൻ വിളിച്ചിരുന്നത്. അവർക്ക് ഏഴുമക്കളുണ്ടായിരുന്നു. ഭർത്താവ് യുദ്ധം തുടങ്ങിയ കാലത്തുതന്നെ കൊല്ലപ്പെട്ടിരുന്നു. പതിനൊന്നു വയസ്സായ മൂത്തമകനാണ് റേഷൻ വാങ്ങാൻ പോയിരുന്നത്. അവന്റെ കൈയിൽ നിന്ന് എങ്ങനെയോ റേഷൻ കാർഡ് കാണാതായി.

അതുകൊണ്ട് എന്റെ കാർഡ് ഞാൻ അവർക്കു കൊടുത്തു. ഒരു ദിവസം ഡോക്ടർ എന്നെ വിളിച്ചു പറഞ്ഞു, "നിന്റെ മേൽവിലാസം എഴുതിവെക്കണം. മുമ്പ് നീ രക്തം കൊടുത്ത ആർക്കെങ്കിലും വീണ്ടും രക്തം ആവശ്യമായി വന്നാൽ അതെളുപ്പമാകും." അവർ എന്റെ മേൽവിലാസം എഴുതി രക്തത്തിന്റെ കുപ്പിയിൽ ഒട്ടിച്ചുവെച്ചു.

അതിനുശേഷം ഏതാണ്ട് രണ്ടു മാസം കഴിഞ്ഞു കാണും. അതിലധികമില്ല. ഞാൻ എന്റെ ജോലിസമയം കഴിഞ്ഞ് ഉറങ്ങാൻ കിടന്നു. ആരോ വന്ന് എന്നെ വിളിച്ചുണർത്തി, "വേഗം എഴുന്നേറ്റു വരൂ. നിങ്ങളുടെ സഹോദരൻ വന്നിരിക്കുന്നു."

"സഹോദരനോ? എനിക്കു സഹോദരന്മാരില്ലല്ലോ."

ഞങ്ങൾ താമസിക്കുന്ന മുറി മുകളിലെ നിലയിലായിരുന്നു. താഴെ ചെന്നു നോക്കിയപ്പോൾ ഒരു ലെഫ്റ്റനന്റ്... യുവാവ്... സുമുഖൻ. ഞാൻ ചോദിച്ചു, "ആർക്കാണ് ഒമെൽചെൻകോവിനെ കാണേണ്ടത്?"

"എനിക്കു തന്നെ..." അയാൾ പറഞ്ഞു. അദ്ദേഹം ഡോക്ടറും ഞാനും കൂടി തയ്യാറാക്കിയ എന്റെ മേൽവിലാസമുള്ള 'ലേബൽ' കാണിച്ചുതന്നു. "മനസ്സിലായില്ലേ നമ്മൾ തമ്മിലുള്ള രക്തബന്ധം?"

അയാൾ കൗതുകത്തോടെ എന്നെ നോക്കി ചിരിച്ചു. അദ്ദേഹം എനിക്കുവേണ്ടി രണ്ട് ആപ്പിളും ഒരു പൊതി മിഠായിയും കൊണ്ടുവന്നിരുന്നു. ആ കാലത്ത് എവിടേയും മിഠായി കിട്ടിയിരുന്നില്ല. എന്റെ ദൈവമേ... ആ മിഠായിയുടെ ഒരു സ്വാദ്! ഞാൻ ആശുപത്രിയിലെ മേലധികാരിയുടെ അടുത്തു ചെന്നു പറഞ്ഞു, "എന്റെ സഹോദരൻ വന്നിട്ടുണ്ട്." അദ്ദേഹം എനിക്ക് ഒഴിവ് അനുവദിച്ചു.

"നമുക്ക് നാടകം കാണാൻ പോകാം." ആ ചെറുപ്പക്കാരൻ പറഞ്ഞു. ജീവിതത്തിൽ ആദ്യമായാണ് ഞാൻ നാടകം കാണാൻ പോകുന്നത്. അതും സുമുഖനായ ഒരു ചെറുപ്പക്കാരനോടൊപ്പം... പോരാ ഒരു മിലിട്ടറി ഓഫീസറോടൊപ്പം.

ഏതാനും ദിവസം കഴിഞ്ഞിട്ടാണ് അദ്ദേഹം അവിടെ നിന്നും പോയത്. വോറേന്നേഷ് മുന്നണിയിലേക്കു പോകാൻ അദ്ദേഹത്തിന് കല്പന കിട്ടി. അദ്ദേഹം യാത്ര പറയാനായി വന്നു. ഞാൻ ജനാല തുറന്ന് കൈവീശി അദ്ദേഹത്തെ യാത്രയാക്കി. അന്നെനിക്ക് അവധി കിട്ടിയില്ല. അതേദിവസം മുറിവേറ്റ ഒട്ടനവധിപേർ ആശുപത്രിയിൽ വന്നുചേർന്നിരുന്നു.

ഒരാളുടെ എഴുത്തും എനിക്കു കിട്ടാറില്ല. കത്തെഴുതൽ എന്താണെന്നുപോലും എനിക്കു രൂപമുണ്ടായിരുന്നില്ല. ഒരു കത്തു കൈപറ്റുക! തികച്ചും അപരിചിതമായൊരനുഭവമായിരുന്നു. അങ്ങനെയിരിക്കെയാണ് എന്റെ പേരിൽ ആ കത്തു വന്നത്. ചെറിയൊരു കടലാസു ത്രികോണം. ഞാനതു തുറന്നു. അതിൽ എഴുതിയിരുന്നു: "നിങ്ങളുടെ സ്നേഹിതൻ ഒരു മെഷീൻഗൺ വിഭാഗത്തിന്റെ കമാൻഡർ വീരമൃത്യു വരിച്ചിരിക്കുന്നു." അതെന്റെ രക്തസഹോദരനായിരുന്നു. അദ്ദേഹം

ഒരനാഥബാലനായിരുന്നു. അനാഥാലയത്തിലാണ് വളർന്നതും. ഒരു പക്ഷേ, കൈവശമുണ്ടായിരുന്ന ഒരേയൊരു മേൽവിലാസം എന്റേതു മാത്രമായിരുന്നിരിക്കാം. എന്റെ മേൽവിലാസം... യാത്ര പറയുംമുമ്പേ പിന്നേയും പറഞ്ഞിരുന്നു. "ഈ ആശുപത്രിൽത്തന്നെ ഉണ്ടാകണം. എങ്ങും പൊയ്ക്കളയരുത്." യുദ്ധം കഴിഞ്ഞാൽ ആ ക്ഷണം എന്റെ അടുത്തെത്തിച്ചേരാമെന്ന മോഹം. "യുദ്ധകാലത്ത് ആളുകൾ പരസ്പരം നഷ്ടപ്പെടുക സാധാരണയാണ്... ശരിയാണ് അതു പറഞ്ഞ് ഒരു മാസം കഴിയുംമുമ്പേ എനിക്കാ കത്തു കിട്ടി. അദ്ദേഹം കൊല്ലപ്പെട്ടിരിക്കുന്നു. ഞാൻ വല്ലാതെ ഭയന്നുപോയി. ഹൃദയത്തിൽ പൊടുന്നനെ എന്തോ വന്ന് തറച്ചതുപോലെ. ആ നിമിഷം ഞാനുറപ്പിച്ചു. ക്ഷണത്തിൽ മുന്നണിയിലെത്തണം. എന്റെ ചോരയ്ക്കു പകരം വീട്ടണം. എന്റെ രക്തം അവിടെ എവിടെയോ വീണുകിടക്കുന്നുണ്ടെന്ന് എനിക്കറിയാമായിരുന്നു.

മുന്നണിയിലെത്തുക എളുപ്പമുള്ള കാര്യമായിരുന്നില്ല. ആശുപത്രി മേധാവിക്കു മുമ്പിൽ ഞാൻ മൂന്നു തവണ അപേക്ഷ സമർപ്പിച്ചു. നാലാമത്തെ തവണ ഞാൻ നേരിട്ടു ചെന്നു പറഞ്ഞു, "എന്നെ പോകാനനുവദിച്ചില്ലെങ്കിൽ ഞാൻ ഓടിപ്പോകും."

"ശരി... അത്രയ്ക്കു വാശിയാണെങ്കിൽ ഞാൻ ഉത്തരവു തരാം."

ആദ്യത്തെ യുദ്ധം. അതാണ് ഏറ്റവും ഭയങ്കരമായിട്ടുള്ളത്. ഇനിയും ഒന്നും കണ്ടറിഞ്ഞിട്ടില്ല എന്നതു തന്നെയാണ് കാരണം. ആകാശവും ഭൂമിയും ഒരുപോലെ ഞെട്ടിവിറയ്ക്കുന്നു. ഹൃദയം പൊട്ടിത്തകരുകയാണെന്ന തോന്നൽ. ശരീരത്തിൽ നിന്നും തൊലി അടർന്നുപോകുന്നതു പോലെ. ഭൂമി ഇങ്ങനെ കിടന്നു കുലുങ്ങുമെന്ന് ഞാൻ അറിഞ്ഞിരുന്നില്ല. എനിക്കു താങ്ങാവുന്നതിൽ അധികം. ഇതെല്ലാം സഹിച്ചുകൊണ്ട് എനിക്കു ജീവിക്കാനാവുമോ? ഇതൊന്നും താങ്ങാനുള്ള ശക്തി എനിക്കുണ്ടെന്നു തോന്നിയില്ല. അത്രയ്ക്കും ഞാൻ ഭയന്നുപോയി. ഒന്നു ഞാൻ തീർച്ചയാക്കി. ഒരു ഭീരുവാകരുത്. എന്റെ യുവജന സഖ്യത്തിലെ അംഗത്വ കാർഡെടുത്തു. മുറിവേറ്റ ഒരു ഭടന്റെ രക്തത്തിൽ മുക്കി. ഹൃദയത്തിനു തൊട്ട് കുപ്പായക്കീശയിലിട്ട് ബട്ടനിട്ട് ഭദ്രമാക്കി. ഞാൻ എന്നോടുതന്നെ ശപഥം ചെയ്തു. എന്തുവന്നാലും ഞാൻ ധീരതയോടെ പൊരുതി നില്ക്കും. ഒരു ഭീരുവായി പിൻതിരിയുകയില്ല.ആദ്യത്തെ യുദ്ധത്തിൽ ഞാനെ പേടിച്ചു പിന്മാറിയാൽ പിന്നെ ഒരടി മുന്നോട്ടുവെക്കാനാവില്ലെന്ന് എനിക്ക് അറിയാമായിരുന്നു. മുന്നണിയിൽനിന്നും അവർ എന്നെ മാറ്റി മെഡിക്കൽ വിഭാഗത്തിലേക്കയച്ചിരുന്നു. എന്നാൽ മുന്നണിയിൽത്തന്നെ വേണം എന്നായിരുന്നു എന്റെ വാശി. ഒരു ഫാസിസ്റ്റിനെയെങ്കിലും മുഖാമുഖം കാണണം. ഞങ്ങൾ മുന്നോട്ടു നീങ്ങുകയായിരുന്നു. അരയ്ക്കൊപ്പം വളർന്നുനില്ക്കുന്ന കാട്ടുപുല്ലുകൾക്കിടയിലൂടെയാണ് നടത്തം. കുർസ്ക് ബൾജ്...

ആ യുദ്ധത്തിനുശേഷം "ചീഫ് ഓഫ് സ്റ്റാഫ്" എന്നെ വിളിപ്പിച്ചു. മിക്കവാറും പൊളിഞ്ഞു വീണുകിടക്കുന്ന ഒരു കുടിൽ. അതിനകത്ത്

സാധനസാമഗ്രികളൊന്നുമില്ല. ഒരു കസേല മാത്രം. അദ്ദേഹം എഴുന്നേറ്റു നില്ക്കുകയായിരുന്നു. എന്നോട് കസേലയിൽ ഇരിക്കാൻ പറഞ്ഞു.

"നിന്റെ മുഖത്തേക്കു നോക്കുമ്പോൾ എനിക്കു തോന്നുന്നതെന്താണെന്നോ? ഈ നരകത്തിലേക്ക് നീ എടുത്തുചാടിയതെന്തിനാണെന്ന്. ഇത് യുദ്ധമാണ്. നീ ഒരീച്ചയെപ്പോലെ വന്നുവീഴും... അവർ നിന്നെ ചതച്ചരയ്ക്കും. ഞാൻ നിന്നെ മെഡിക്കൽ യൂണിറ്റിലേക്കു മാറ്റാം. അത്രയെങ്കിലും എനിക്കു ചെയ്യാനാവും. കൊല്ലപ്പെടുന്നുവെങ്കിൽ സാരമില്ല. പക്ഷേ, കൈയും കാലും കണ്ണുമൊന്നുമില്ലാതെ ജീവിക്കേണ്ടിവന്നാൽ... ഒന്നാലോചിച്ചു നോക്കൂ."

"അതു ഞാൻ ആലോചിച്ചിട്ടുണ്ട്, സഖാവ് കേണൽ. "ഞാൻ പതറാതെ മറുപടി പറഞ്ഞു. "എനിക്കൊരപേക്ഷയേയുള്ളൂ. ഈ കമ്പനിയിൽനിന്നും എന്നെ മാറ്റരുത്."

"ആയിക്കോട്ടെ.. പോയ്ക്കോളൂ..." അദ്ദേഹം എന്റെ നേരെ ഒച്ചയിട്ടു. വാസ്തവത്തിൽ ഞാൻ പേടിച്ചുപോയി. അദ്ദേഹം ജനാലയുടെ നേരെ മുഖം തിരിച്ചു.

ഘോരമായ സംഘട്ടനം. കൈയോടു കൈ പോരാട്ടം. ഭയാനകം. മനുഷ്യന് കണ്ടുനില്ക്കാൻ വയ്യാത്തത്ര ഭീകരം. അവർ പരസ്പരം തല്ലിച്ചതച്ചു. ബയനറ്റു കൊണ്ടു കുത്തി. കഴുത്തു ഞെരിച്ചു. എല്ലുകൾ തകർത്തു. ഞെരക്കങ്ങൾ. ആക്രോശങ്ങൾ. ഓലിയിടൽ. എന്തൊക്കെയോ ഞെരിഞ്ഞമരുന്ന ശബ്ദങ്ങൾ. എന്തൊക്കെയോ പിളർന്നു പുറത്തു വരുന്നു. അതൊന്നും മറക്കാനാവുന്നില്ല. എല്ലുകൾ തകരുന്ന ശബ്ദം. തലയോട് പൊളിയുന്ന ശബ്ദം. യുദ്ധത്തിനിടയിൽ പോലും ഇതൊരു അതിഭീകരസ്വപ്നമാണ്. മാനുഷികമായി ഒന്നും ശേഷിക്കുന്നില്ല എന്ന അവസ്ഥ. യുദ്ധം ഭയങ്കരമല്ല എന്നാരെങ്കിലും പറഞ്ഞാൽ ഞാൻ വിശ്വസിക്കില്ല. ഇപ്പോൾ ജർമൻകാർ ശക്തിയോടെ മുന്നേറുകയാണ്. ഷർട്ടിന്റെ കൈ മുട്ടോളം ചുരുട്ടിക്കയറ്റിവെച്ചിട്ടാണ് അവർ എപ്പോഴും മാർച്ച് ചെയ്യുക. അഞ്ചോ പത്തോ മിനിറ്റിനുള്ളിൽ അവർ ഇങ്ങെത്തും... പിന്നെ പൊരിഞ്ഞ പോരാട്ടമായിരിക്കും. ദേഹം മുഴുവൻ കഠിനമായി വിറയ്ക്കുന്നു. അത് ആദ്യത്തെ വെടിക്കു മുമ്പാണ്. ഒരിക്കൽ ഉത്തരവു കേട്ട് കഴിഞ്ഞാൽ പിന്നെ ഒന്നും ഓർമ്മയുണ്ടാവില്ല. ചാടിയെഴുന്നേല്ക്കും. എല്ലാവരോടുമൊപ്പം ഓടാൻ തുടങ്ങും. പേടിക്കാൻ പോലും സമയമുണ്ടാവില്ല. പക്ഷേ, അടുത്ത ദിവസം ഉറങ്ങാൻ പറ്റില്ല. പേടിച്ച് കൺപോളയടയ്ക്കാനാവില്ല. എല്ലാം വിശദമായി ഓർമ്മ വരും. കൊല്ലപ്പെടുമായിരുന്നു എന്ന ബോധ്യം... അതുതന്നെ മതി ഭയം തോന്നാൻ. തലനാരിഴയ്ക്കുള്ള രക്ഷപ്പെടൽ. സ്വയം വിശ്വസിക്കാൻ വിഷമം. ഒരു ആക്രമണം കഴിഞ്ഞ ഉടനെ... ആരുടേയും മുഖത്തേക്ക് നോക്കാതിരിക്കുകയാണ് നല്ലത്. സാധാരണ കാണുന്ന മുഖങ്ങളാവില്ല. വിചിത്രമായൊരു മുഖഭാവം. ആരും മുഖത്തോടു മുഖം നോക്കില്ല. മരങ്ങളെപ്പോലും നോക്കാൻ മടിക്കും. അഥവാ അടുത്തുചെന്നാലും തട്ടിമാറ്റും. ''മാറിപ്പോകൂ... മാറിപ്പോകൂ..." ആ ഒരു അവസ്ഥ പറഞ്ഞറിയിക്കാനാവില്ല. ആരും സാമാന്യ

സ്ഥിതിയിലാവില്ല. മറ്റേന്തോ നിലയിൽ കയറിക്കൂടിയതുപോലെ. മാത്ര മല്ല മൃഗതുല്യമായ എന്തോ ഒന്ന് ആ നോട്ടത്തിലും ഭാവത്തിലും ഇരുൾ പരത്തിയിരിക്കും. അത് കാണാതിരിക്കുകയാണ് നല്ലത്. ഇപ്പോഴും എനിക്കു വിശ്വസിക്കാൻ വിഷമമാണ്. ഞാൻ ജീവനോടെയിരിക്കുന്നു വെന്ന്.

ഞാൻ എന്റെ കണ്ണുകളടച്ചു... എല്ലാം... എന്റെ കൺമുന്നിൽ കണ്ടു.

വെടിമരുന്നുശാലയുടെ മുകളിൽ ഒരു ഷെൽ വന്നുവീണു. തീ ആളി ക്കത്തി. അതിനു തൊട്ട് കാവൽ നിന്നിരുന്ന പട്ടാളക്കാരനും കൂടെ നിന്നു കത്തി. ക്ഷണത്തിൽ അയാൾ കരിഞ്ഞ ഒരു മാംസക്കട്ടയായി. അയാൾ ചുറ്റും ചാടിക്കൊണ്ടിരുന്നു. എല്ലാവരും ട്രെന്റിനകത്തിരുന്ന് അത് കണ്ടു. ആരും അനങ്ങിയില്ല. എല്ലാവരും അന്ധാളിച്ചിരുന്നു. എന്തു ചെയ്യണമെ ന്നറിയാത്ത അവസ്ഥ. ഞാനൊരു വിരിപ്പ് വലിച്ചെടുത്ത് പുറത്തേക്കോടി. ആ പട്ടാളക്കാരന്റെ ശരീരത്തിലേക്ക് പുതപ്പിട്ടു മൂടി. താഴേക്കമർത്തി പ്പിടിച്ചു. തണുത്തുറച്ച ഭൂമി. അയാൾ ഏതാനും നിമിഷം കൈകാലി ട്ടടിച്ചു... ഹൃദയം തകർന്നു. എല്ലാം നിശ്ചലമായി.

എന്റെ ശരീരം മുഴുവൻ രക്തമായിരുന്നു. മുതിർന്ന സൈനികരിൽ ഒരാൾ വന്ന് എന്നെ കെട്ടിപ്പിടിച്ചു. അയാൾ പറയുന്നതു ഞാൻ കേട്ടു. "യുദ്ധം ഒരു ദിവസം അവസാനിക്കും. എന്നാലും ഈ നിലയ്ക്കു പോയാൽ അവർ ജീവിച്ചിരിക്കുന്നുണ്ടെങ്കിൽത്തന്നേയും മാനുഷികമാ യതൊന്നും അവളിൽ ബാക്കി ഉണ്ടാവുകയില്ല." അയാൾ ഉദ്ദേശിച്ചതെ നിക്കു മനസ്സിലായി. ഇപ്പോൾ എനിക്കു ചെറുപ്പമാ. സ്നേഹവും കാരു ണ്യവുംകൊണ്ട് ആർദ്രമായ ഒരു മനസ്സെനിക്കുണ്ട്. പക്ഷേ, ക്രമേണ പടക്കളത്തിലെ അനുഭവങ്ങൾ എന്റെ മനസ്സിന്റെ ആർദ്രത കവർന്നെ ടുക്കും. മാനുഷികമായ എല്ലാ ഭാവങ്ങളും അതിന് നഷ്ടമാകും.

അപസ്മാരം ബാധിച്ചതുപോലെ ഞാൻ തുള്ളുകയായിരുന്നു. അവ രെന്നെ എടുത്തുകൊണ്ടുപോയി ട്രെന്റിനകത്തു കിടത്തി. കാലുകൾ തീർത്തും കുഴഞ്ഞുപോയിരുന്നു. വൈദ്യുതിതരംഗങ്ങൾ ശരീരത്തിലേക്കു കടത്തിവിട്ടതുപോലെ... നില്ക്കാതെ വിറച്ചുകൊണ്ടിരുന്നു. എനിക്കു പറ ഞ്ഞറിയിക്കാനായില്ല... അന്നത്തെ എന്റെ അവസ്ഥ.

പിന്നെ യുദ്ധം വീണ്ടും തുടങ്ങി. സെപസ്കിൽ വെച്ച് ഏഴോ എട്ടോ തവണ ജർമൻകാർ ഞങ്ങളെ ആക്രമിച്ചു... ഒരേ ദിവസം തന്നെ. അന്ന് മുറിവേറ്റു വീണവരെ അവരുടെ ആയുധങ്ങളോടൊപ്പം ഞാൻ ചുമന്നു കൊണ്ടുവന്നു. അവസാനത്തെയാളുടെ അടുത്തേക്കിഴഞ്ഞു ചെന്ന പ്പോൾ അയാളുടെ കൈയാകെ ചതഞ്ഞുവീണിരുന്നു. പലതുണ്ടുകളായി താഴെ വീണിരുന്നു. ചില ഭാഗങ്ങൾ എല്ലിൻതുമ്പിൽ തൂങ്ങിക്കിടന്നു. ആകെ രക്തത്തിൽ കുതിർന്ന്. അപ്പോൾത്തന്നെ കൈ അറുത്തുമാറ്റി ബാൻഡേജ് ഇടേണ്ടിയിരുന്നു. ഇനിയും വൈകിയാൽ ബാൻഡേജിടാൻ പറ്റില്ല എന്ന സ്ഥിതി. എന്റെ കൈയിൽ അപ്പോൾ കത്തിയോ കത്രി കയോ ഒന്നും ഉണ്ടായിരുന്നില്ല. എന്റെ സഞ്ചി തോളിൽ കിടന്നിരുന്നു. പക്ഷേ, അതിനുള്ളിലുള്ളതെല്ലാം ചിതറി താഴെ വീണിരുന്നു. ഞാനെന്തു

ചെയ്യാൻ? ഞാൻ അദ്ദേഹത്തിന്റെ എല്ലിൻതുമ്പിൽ തൂങ്ങിക്കിടന്ന മാംസം കടിച്ചെടുത്തു മാറ്റിക്കളഞ്ഞു. അതിനുശേഷം മുറിവ് വെച്ചുകെട്ടി. അതിനിടയിൽ അയാൾ പറഞ്ഞു: “വേഗമാവട്ടെ നഴ്സ്... പോയി കുറച്ചു നേരം കൂടി യുദ്ധം ചെയ്യട്ടെ.” അയാൾ അപ്പോൾ അബോധാവസ്ഥയിലായിരുന്നു.

ഏതാനും ദിവസം കഴിഞ്ഞ് ടാങ്കുകൾ ഞങ്ങളെ ആക്രമിക്കാൻ എത്തിയപ്പോൾ... രണ്ടുപേർ ഭയംകൊണ്ട് പിൻതിരിഞ്ഞോടി. അവർക്ക് ശത്രുവിനെ നേരിടാനായില്ല. ഞങ്ങളുടെ സൈന്യമാകെ പതറിപ്പോയി. ഞങ്ങളുടെ സഖാക്കളിൽ വളരെയധികം പേർ കൊല്ലപ്പെട്ടു. ഞാൻ രക്ഷപ്പെടുത്തിക്കൊണ്ടുവന്ന ആ മുറിവേറ്റ പട്ടാളക്കാരനെ അവർ തടവുകാരനാക്കി പിടിച്ചു. വാസ്തവത്തിൽ മുറിവേറ്റവരെ മാറ്റിക്കൊണ്ടുപോകാൻ ആംബുലൻസ് വരേണ്ടതായിരുന്നു. അപ്പോഴാണ് രണ്ടുപേർ പേടിച്ചോടിയത്. അതോടെ എല്ലാം താളംതെറ്റി. പേടിയും പരിഭ്രമവുമായി എങ്ങും. മുറിവേറ്റവരെ ഉപേക്ഷിച്ചുപോകേണ്ട സ്ഥിതിയായി. പിന്നീട് ഞങ്ങൾ തിരിച്ചുവന്നപ്പോൾ... കുറെപേർ അവിടെത്തന്നെ കിടന്നിരുന്നു. ചിലരുടെ കണ്ണുകൾ ചൂഴ്ന്നെടുത്തിരുന്നു. ചിലരുടെ കുടൽമാല കുത്തി പുറത്തിട്ടിരുന്നു. ആ കാഴ്ച കണ്ടതോടെ എന്റെ മുഖമാകെ കരിവാളിച്ചുപോയി. കുറെ മുമ്പ് അവരുടെയെല്ലാം മുറിവുവെച്ചുകെട്ടിയത് ഞാനായിരുന്നു. ആ കാഴ്ച എന്നെ വല്ലാതെ ഭയപ്പെടുത്തിക്കളഞ്ഞു.

രാവിലെ... ഞങ്ങളുടെ ബറ്റാലിയൻ മുഴുവനും അണിനിരന്നു. പേടിച്ചോടിയവരെ ഞങ്ങളുടെ മുമ്പിൽ കൊണ്ടുവന്നുനിർത്തി. അവരുടെ ശിക്ഷ എല്ലാവരും കേൾക്കേ വായിച്ചു... “വെടിവെച്ച് കൊല്ലണം.” ആ ശിക്ഷ നടപ്പിലാക്കാൻ ഏഴുപേരെ ആവശ്യമുണ്ടായിരുന്നു. മൂന്നുപേർ മുന്നോട്ടുവന്നു. ബാക്കിയുള്ളവർ മിണ്ടാതെ നിന്നു. ഞാൻ ഒരു യന്ത്രത്തോക്കുമെടുത്ത് മുന്നോട്ടടിവെച്ചു. ചെറുപ്പക്കാരിയായ ഒരു പെൺകുട്ടി സന്നദ്ധത പ്രകടിപ്പിച്ചപ്പോൾ മറ്റുള്ളവരും തയ്യാറായി. അവർക്ക് രണ്ടുപേർക്കും മാപ്പുകൊടുക്കാനാവില്ല. അവർ കാരണം എത്ര ധീരഭടന്മാരാണ് അന്ന് കൊല്ലപ്പെട്ടത്!

അന്ന് ഞങ്ങൾ ആ ശിക്ഷ നടപ്പിലാക്കി. ഞാൻ എന്റെ യന്ത്രത്തോക്ക് താഴ്ത്തി. വല്ലാതെ ഭയം തോന്നി. ഞാൻ അവരുടെ അടുത്തേക്കു ചെന്നു. താഴെ കിടക്കുകയായിരുന്നു... ഒരാളുടെ ചുണ്ടിൽ അപ്പോഴും ജീവസ്സുറ്റ ഒരു ചിരി.

ഇന്നാണെങ്കിൽ അവർക്ക് ഞാൻ മാപ്പുകൊടുക്കുമായിരുന്നുവോ? പറയാൻ വയ്യ. നുണ പറയാനാഗ്രഹമില്ല... എത്രയോ തവണ പൊട്ടിക്കരയണമെന്നു തോന്നിയിട്ടുണ്ട്. പക്ഷേ... എനിക്കു കഴിയുന്നില്ല.

യുദ്ധകാലത്ത് ഞാൻ എല്ലാം മറന്നിരുന്നു. എന്റെ പഴയ ജീവിതം... ഒന്നും ഞാൻ ഓർത്തില്ല. സ്നേഹിക്കാൻപോലും ഞാൻ മറന്നു.

നിരീക്ഷകസംഘത്തിന്റെ കമാൻഡർക്ക് എന്നോട് പ്രേമം തോന്നി. ഓരോ പട്ടാളക്കാരുടെ കൈയിൽ അദ്ദേഹം എനിക്ക് ചെറിയ കുറിപ്പുകൾ കൊടുത്തയച്ചു. ഞാൻ അദ്ദേഹത്തിന്റെ മുമ്പിൽ ചെന്നു നിന്നു... “വേണ്ട.” ഞാൻ പറഞ്ഞു. “കുറെ മുമ്പ് കൊല്ലപ്പെട്ട ഒരാളെ ഇപ്പോഴും

ഞാൻ സ്നേഹിക്കുന്നു." അദ്ദേഹം തൊട്ടരികെ വന്നുനിന്നു. എന്റെ കണ്ണുകളിലേക്കു നോക്കി... മുഖം തിരിച്ച് നടന്നുപോയി. പുറത്ത് വെടിവെപ്പ് നടന്നിരുന്നു. അദ്ദേഹം തലകുനിക്കാൻപോലും മിനക്കെട്ടില്ല. നേരെ നടന്നു നീങ്ങി.

പിന്നീട് - ഉക്രേയ്നിൽ വെച്ചു - ഞങ്ങൾ ഒരു ഗ്രാമത്തെ മോചിപ്പിച്ചു. "തെളിവുള്ള ദിവസം. കുറച്ചൊന്നു നടന്നുവരാം." വെയിലുള്ള ദിവസം. വെള്ളപൂശിയ വീടുകൾ. ഗ്രാമത്തിൽ നിന്നും പുറത്തുകടന്നപ്പോൾ. എങ്ങും കുഴിമാടങ്ങൾ. ഇളകിക്കിടക്കുന്ന മണ്ണ്. സ്വന്തം ഗ്രാമത്തെ രക്ഷിക്കാൻ വേണ്ടി പടപൊരുതിവീണവരുടെ ശവക്കുഴികൾ. എന്തുകൊണ്ടാണെന്നറിയില്ല... എന്തോ എന്നെ അങ്ങോട്ടാകർഷിച്ചു. ഓരോ കുഴിമാടത്തിലും ഓരോ ഫോട്ടോ. ഏറ്റവും അവസാനത്തേതിൽ ഒരു മരപ്പലകയിൽ വളരെ പരിചയമുള്ള ഒരു മുഖം. അതദ്ദേഹത്തിന്റേതായിരുന്നു. നിരീക്ഷകസംഘത്തിന്റെ കമാൻഡർ... എന്നെ പ്രേമിച്ചിരുന്ന ആ യുവാവ്... അദ്ദേഹത്തിന്റെ കുടുംബപ്പേര്. എന്റെ മനസ്സ് വല്ലാതെ പിടഞ്ഞു. എന്തെന്നില്ലാത്തൊരു ഭയം എന്നെ തളർത്തി. അദ്ദേഹം ജീവിച്ചിരിക്കുന്നു. എന്നെ നോക്കി നില്ക്കുകയാണ്. ആ നിമിഷം, അദ്ദേഹത്തിന്റെ കമ്പനിയിൽനിന്നും ഏതാനും പേർ അവിടെയെത്തി. അവർക്കെല്ലാം എന്നെ അറിയാമായിരുന്നു. പലരും അദ്ദേഹത്തിന്റെ കുറിപ്പുകൾ എന്റെ കൈയിൽ കൊണ്ടുവന്നു തന്നിരുന്നു. അവരാരുംതന്നെ എന്റെ നേരെ നോക്കിയില്ല. ഇങ്ങനെയൊരാൾ അവിടെ ഇല്ല എന്ന ഭാവം. പിന്നീടും പലപ്പോഴും അവരെ നേരിൽ കാണുമ്പോൾ എനിക്കു തോന്നാറുണ്ട്. അവരെന്നെ ശപിക്കുകയാണ്. ഞാനും കൊല്ലപ്പെട്ടിരുന്നുവെങ്കിൽ എന്ന് ആഗ്രഹിക്കുകയാണ്. ഞാൻ ജീവിച്ചിരിക്കുന്നതു കാണുക അവർക്ക് ബുദ്ധിമുട്ടാണ് എന്ന ഭാവം. ഞാൻ എന്തോ കുറ്റം ചെയ്തതുപോലെ... അവരുടെ സഹപ്രവർത്തകന്റെ മുമ്പിൽ അവരെന്നെ ഒരപരാധിയായി കാണുന്നുവൊ?

യുദ്ധം കഴിഞ്ഞ് ഞാൻ മടങ്ങിവന്നു. പക്ഷേ, കലശലായ രോഗം ബാധിച്ചിരുന്നു. ഓരോ ആശുപത്രിയായി ഞാൻ കയറിയിറങ്ങി. അവസാനം പ്രായമായ ഒരു പ്രൊഫസറെ കാണാനിടയായി. അദ്ദേഹം എന്നെ ചികിത്സിക്കാൻ തുടങ്ങി. മരുന്നുകളേക്കാൾ അധികം വാക്കുകൾകൊണ്ടായിരുന്നു ചികിത്സ. എന്റെ രോഗം എന്താണെന്ന് വിശദമായി പറഞ്ഞുതന്നു. പതിനെട്ടോ പത്തൊമ്പതോ വയസ്സിലാണ് മുന്നണിയിലേക്കു പോയിരുന്നതെങ്കിൽ ശരീരത്തിന് കൂടുതൽ ഉറപ്പും കരുത്തും ഉണ്ടാകുമായിരുന്നു. എന്നാൽ അന്നെനിക്ക് പതിനാറു തികഞ്ഞിട്ടേ ഉണ്ടായിരുന്നുള്ളൂ. നന്നേ ചെറുപ്പം. ശരീരത്തിന് താങ്ങാനാവുന്നതിലേറെ ആഘാതമേറ്റിരുന്നു. "മരുന്നുകൾ നിശ്ചയമായും വേണം. അതു ചികിത്സയുടെ ഒരു ഭാഗം തന്നെ..." അദ്ദേഹം വിശദീകരിച്ചു, "എന്നാൽ പൂർണമായും സുഖം പ്രാപിക്കണമെങ്കിൽ വേണ്ടത്... വിവാഹം കഴിക്കുകയാണ്. ധാരാളം മക്കളെ പെറ്റു വളർത്തുകയും വേണം." അദ്ദേഹം ഗൗരവത്തോടെ എന്റെ മുഖത്തേക്കു നോക്കി. "അതിനുമാത്രമേ നിങ്ങളെ രക്ഷിക്കാനാവൂ... ഓരോ പ്രസവവും ശരീരത്തെ സംബന്ധിച്ചിടത്തോളം ഓരോ പുനർജന്മമാകും."

"നിങ്ങൾക്കെത്ര വയസ്സായി?"

യുദ്ധം അവസാനിച്ച സമയം...എനിക്കിരുപതു വയസ്സായിരുന്നു. ആ കാലത്ത് ഞാൻ വിവാഹത്തെപറ്റി ചിന്തിച്ചിരുന്നേയില്ല.

"എന്തുകൊണ്ട്?"

എപ്പോഴും വല്ലാത്ത ക്ഷീണവും തളർച്ചയും. സമപ്രായക്കാരേക്കാൾ കൂടുതൽ പ്രായമായി എന്ന തോന്നൽ. കൂട്ടുകാരൊക്കെ ഡാൻസുകൾക്കു പോയി. പലവിധ നേരമ്പോക്കുകളിലേർപ്പെട്ടു. എനിക്കൊന്നിനും സാധിച്ചില്ല. വളരെയധികം വാർധക്യം ബാധിച്ച കണ്ണുകളോടെയാണ് ഞാൻ ലോകത്തെ നോക്കിക്കണ്ടത്. മറ്റൊരു ലോകത്തിൽ നിന്നെന്നപോലെ. മനസ്സുകൊണ്ട് ഞാൻ അത്രയും വൃദ്ധയായിത്തീർന്നിരുന്നു. ചെറുപ്പക്കാർ പലരും പ്രണയാഭ്യർത്ഥനയുമായി അരികിൽ വന്നു. അവരെയൊക്കെ നന്നേ കുട്ടികളായിട്ടാണ് ഞാൻ കണ്ടത്. അവർക്കും എന്റെ മനസ്സ് കണ്ടെത്താനായില്ല... എന്റെ ഉള്ളിലുള്ളതെന്താണെന്ന് അവർ അറിഞ്ഞില്ല. ആ ഒരു ദിവസത്തെ പറ്റി ഞാൻ നിങ്ങളോട് മുമ്പ് പറഞ്ഞില്ലേ! സെവഡ്കിലെ യുദ്ധം... ആ ഒരു ദിവസത്തിനുശേഷം, എന്നും രാത്രിയായാൽ എന്റെ ചെവിയിൽനിന്നും ചോരയൊലിക്കാൻ തുടങ്ങും. രാവിലെ ഞാൻ ഉണരുന്നത്, ഏതോ കടുത്ത രോഗം ബാധിച്ചതുപോലെയാകും. തലയിണ മുഴുവൻ രക്തത്തിൽ കുതിർന്നിരിക്കും.

ആശുപത്രിയിലെ കാര്യം... ഓപ്പറേഷൻ ചെയ്യുന്ന മുറിയിൽ ഒരു മറയ്ക്കു പിറകിലായി ഞങ്ങൾ വലിയൊരു തൊട്ടി വെച്ചിരുന്നു, മുറിച്ചു മാറ്റപ്പെട്ട കൈകാലുകളിടാൻ. ഒരിക്കൽ മുന്നണിയിൽനിന്നും സ്വന്തം സ്നേഹിതനേയും കൊണ്ട് ഒരു ഓഫീസർ വന്നു. അദ്ദേഹം എങ്ങനെ ആ മറയ്ക്കു പിറകിലെത്തി എന്നറിഞ്ഞുകൂടാ... ഏതായാലും തൊട്ടി കണ്ടതും അദ്ദേഹം ബോധംകെട്ടുവീണു.

അങ്ങനെ ഓർമ്മകൾ അവസാനമില്ലാതെ പകുത്തുപോകാം. നിർത്താനായെന്നു വരില്ല. എന്നാൽ ഏറ്റവും പ്രധാനപ്പെട്ട സംഗതി എന്താണ്?

യുദ്ധത്തിലെ ശബ്ദങ്ങൾ ഓർക്കുന്നു. ചുറ്റും മുഴക്കങ്ങൾ, പൊട്ടിച്ചീറ്റലുകൾ, ആക്രോശങ്ങൾ, മുറവിളികൾ, തീ പടർന്നുപിടിക്കുന്ന ഒച്ചകൾ. യുദ്ധം നിങ്ങളുടെ മനസ്സിനെ വാർധക്യത്തിലേക്കു തള്ളുന്നു. യുദ്ധത്തിനുശേഷം എനിക്കൊരിക്കലും ചെറുപ്പമായിരിക്കാൻ സാധിച്ചില്ല... അന്നു മുതൽ ഞാൻ വൃദ്ധയാണ്. എന്നെ സംബന്ധിച്ചിടത്തോളം ഏറ്റവും ഗൗരവമേറിയ വിഷയം.

"നിങ്ങൾ വിവാഹം കഴിച്ചുവോ?"

ഉവ്വ്. ഞാൻ വിവാഹം കഴിച്ചു. അഞ്ച് ആൺകുട്ടികളെ പ്രസവിച്ചു. അവരെ വളർത്തി വലുതാക്കി. അഞ്ച് ആൺമക്കൾ. ദൈവം എനിക്കു പെൺകുട്ടികളെ തന്നില്ല. എന്നെ ഏറ്റവും അതിശയിപ്പിച്ചതെന്താണെന്നോ... ഇത്രയും കഠിനമായ അനുഭവങ്ങൾക്കുശേഷവും നല്ല മക്കളെ പ്രസവിക്കുവാൻ എനിക്കു സാധിച്ചുവല്ലോ! മാത്രമല്ല നല്ലൊരമ്മയും അമ്മൂമ്മയുമാകാനും എനിക്ക് അവസരം ലഭിച്ചു.

അതെല്ലാം ഇപ്പോഴും എനിക്കോർമ്മ വരാറുണ്ട്. പക്ഷേ, മറ്റേതോ ഒരു പെൺകുട്ടിയുടെ അനുഭവമായി... എനിക്കതിൽ ഒരു പങ്കുമില്ലാത്തതു പോലെ.

ഞാൻ വീട്ടിലേക്കു മടങ്ങുന്ന വഴിയായിരുന്നു. രണ്ടു ദിവസം കേട്ടതു മുഴുവൻ കാസറ്റിലാക്കിയിരുന്നു. "മറ്റൊരു യുദ്ധ"ത്തിന്റെ കഥകളുമായി നാലു കാസറ്റുകൾ. എന്തെല്ലാം വിചാരങ്ങളാണ് ഓരോരോ മനസ്സിലും. അതുപോലെത്തന്നെ എന്റെ മനസ്സിലും ഭയം, ആശങ്ക, ആശയക്കുഴപ്പം, ജിജ്ഞാസ, ആദരവ്, പരിഭ്രമം, ആർദ്രത. വീട്ടിൽ വന്നപ്പോൾ ചില സംഭവങ്ങൾ ഞാൻ സുഹൃത്തുക്കളുമായി പങ്കുവെച്ചു. പക്ഷേ, എനിക്കദ്ഭുതം തോന്നി. അവരുടെയെല്ലാം പ്രതികരണങ്ങൾ ഒരേവിധമായിരുന്നു. "എത്ര ഭയാനകം!" "എങ്ങനെ അവരിതൊക്കെ സഹിച്ചു!" "ഇത്രയൊക്കെ അനുഭവിച്ചിട്ടും അവർക്ക് ബുദ്ധിഭ്രമം ബാധിക്കാതിരുന്നതാണ് അദ്ഭുതം!"

ഇടയിൽ ചിലർ പറഞ്ഞു, "നമ്മൾ ഇതുവരെ വായിച്ച യുദ്ധവിവരണങ്ങളിൽ നിന്നൊക്കെ വ്യത്യസ്തമാണല്ലോ ഇത്. ആ വിവരങ്ങളിലെല്ലാം കൃത്യമായ വേർതിരിവുകളുണ്ട്. അവരും നമ്മളും. തിന്മയും നന്മയും. എന്നാൽ ഇവിടെ?"

എന്തായാലും ഞാൻ ഒന്നു ശ്രദ്ധിച്ചു. അവരുടെയൊക്കെ കണ്ണുകളിൽ നനവൂറിയിരുന്നു. എല്ലാവരുടെ മനസ്സിലും ഒരേ ചിന്തയായിരുന്നു. ഒരു പക്ഷേ എന്റെയുള്ളിലുള്ള അതേ വിചാരം തന്നെ. ഈ ലോകത്തിൽ ഇതിനകം എത്രയെത്ര യുദ്ധങ്ങളുണ്ടായിട്ടുണ്ട്. എവിടെയോ വായിച്ചു... ചെറുതും വലുതുമായി മുവ്വായിരത്തിലധികം യുദ്ധങ്ങൾ എന്ന്. എന്നിട്ടും യുദ്ധങ്ങൾ അവസാനിക്കുന്നില്ല. എന്നത്തേയുംപോലെ ഇന്നും ഇവ തുടരുന്നു... മനുഷ്യമനസ്സിന്റെ ഒരു മഹാരഹസ്യം!

ഒന്നും മാറിയിട്ടില്ല. ആ മഹാചരിത്രം ഞാൻ മാനുഷികമായ ഒരു ചട്ടക്കൂട്ടിൽ ഒതുക്കാൻ ശ്രമിക്കുകയാണ്. അതിനെക്കുറിച്ച് എന്തെങ്കിലും മനസ്സിലാക്കാൻ പറ്റുമോ എന്നൊരു ശ്രമം. അതിനുള്ള വാക്കുകൾ കണ്ടെത്തണം. മനുഷ്യമനസ്സ് ചെറുതും ഒതുങ്ങിയതുമാണെന്നു തോന്നാം. എളുപ്പത്തിൽ എത്തിപ്പിടിക്കാനും നിരീക്ഷിക്കാനുമാകുമെന്നും തോന്നാം. എന്നാൽ വാസ്തവത്തിൽ അത് ചരിത്രത്തേക്കാൾ എത്രയോ മടങ്ങ് ദുർഗ്രഹവും അനിശ്ചിതവുമാണ്! എന്റെ മുമ്പിൽ ഇപ്പോഴുമുണ്ട്. അന്നത്തെ കരച്ചിലുകളും സങ്കടങ്ങളും ജീവനോടെ. സംസാരിക്കുന്നതിനിടയിൽ അന്നത്തെ വേദനകളും ഭയങ്ങളും ഇപ്പോഴും ആ മുഖങ്ങളിൽ നിഴൽ വീഴ്ത്തുന്നത് എനിക്കു കാണാം. അങ്ങേയറ്റം യാതന നിറഞ്ഞ മനുഷ്യസഹനം... അതിനുമുണ്ട് കണ്ടറിയാനാവാത്ത ഒരു സൗന്ദര്യം... എന്നാൽ അതിനിടയിലും ചിലപ്പോൾ തലപൊന്തിക്കാറുണ്ട് നിഷ്ഠുരമായ ചില ദ്രോഹചിന്തകൾ. അതു കാണുമ്പോൾ ഞാൻ ഞെട്ടുന്നു... എന്നോടുതന്നെ ഭയം തോന്നുന്നു...

ഒരേയൊരു വഴിയേയുള്ളൂ അത് മനുഷ്യസ്നേഹത്തിന്റേതാണ്... സ്നേഹത്തിലൂടെ മനുഷ്യനെ മനസ്സിലാക്കുക.

"ആ കണ്ണുകൾ...
ഇപ്പോഴും ഞാനോർക്കുന്നു"

എന്റെ അന്വേഷണം തുടരുകയാണ്. എന്നാൽ ഇത്തവണ എന്റെ യാത്ര അധികം ദൂരത്തേക്കല്ല.

മിൻസ്കിൽ ഞാൻ താമസിക്കുന്ന തെരുവ് സോവിയറ്റ് യൂണിയനിലെ ഒരു ധീരയോദ്ധാവിന്റെ പേരിലുള്ളതാണ്. വാസിലി സക്കോറോവിച്ച് കോർഡ്. ആഭ്യന്തരയുദ്ധകാലത്തെ ഒരു ഒളിപ്പോരാളി. സ്പെയ്നിലെ യുദ്ധങ്ങളിലെ വീരനായകൻ. പിതൃഭൂമിക്കുവേണ്ടിയുള്ള മഹത്തായ പോരാട്ടത്തിൽ ഒളിപ്പോരാളികളുടെ ഒരു സംഘത്തെ നയിച്ചത് അദ്ദേഹമായിരുന്നു. ഓരോ ബെലോറഷ്യനും അദ്ദേഹത്തെക്കുറിച്ചുള്ള ഒരു പുസ്തകമെങ്കിലും വായിച്ചിരിക്കും, സ്കൂൾ പഠനകാലത്ത്. അതല്ലെങ്കിൽ അദ്ദേഹത്തിന്റെ ജീവിതത്തെ ആസ്പദമാക്കിയിട്ടുള്ള സിനിമയെങ്കിലും കണ്ടുകാണും. അദ്ദേഹം ഒരു ബെലോറഷ്യൻ ഐതിഹ്യമാണ്... പുരാവൃത്തമാണ്. ആയിരമായിരം തവണ ആ പേര് കത്തുകളിലും ടെലിഗ്രാമുകളിലും മേൽവിലാസമായി ഞാൻ എഴുതിയിട്ടുണ്ട്. അതുകൊണ്ടാണോ എന്തോ.... ഒരു യഥാർത്ഥ വ്യക്തിയായി എനിക്കദ്ദേഹത്തെ സങ്കല്പിക്കാൻ സാധിച്ചിട്ടില്ല. യഥാർത്ഥ വ്യക്തി വേറെ, ഈ ചരിത്രപുരുഷൻ വേറെ എന്ന തോന്നൽ. എന്നാൽ ചിരപരിചിതമായ ഈ തെരുവിലൂടെ ഇന്നു ഞാൻ നടക്കുന്നത് വേറൊരു ചിന്തയുമായാണ്. ഒരു ട്രോളി ബസ്സിൽ കയറി നഗരത്തിന്റെ മറ്റേ അറ്റത്തേക്ക് ഒരു അരമണിക്കൂർ മാത്രം. അദ്ദേഹത്തിന്റെ രണ്ടു പെൺമക്കളെ കാണാനാണ് ഈ യാത്ര. രണ്ടുപേരും മുന്നണിയിൽ പ്രവർത്തിച്ചിരുന്നവരാണ്. മക്കളെ മാത്രമല്ല അവരുടെ അമ്മയെ കാണാനും എനിക്കവസരം കിട്ടും. ആ ചരിത്രപുരുഷൻ ആദ്യമായി എന്റെ കൺമുമ്പിൽ ജീവനോടെ വന്നുനില്ക്കും. ഭൂമിയിലേക്കിറങ്ങിവരും. മനുഷ്യനായി അവതരിക്കും. വളരെ വലുതായ ആ ഒന്ന് തീരെ ചെറുതായ ഒന്നായി മുന്നിൽ തെളിയും. അനന്തമായ ആകാശത്തേയും സമുദ്രത്തേയും നോക്കിയിരിക്കുക എനിക്ക് വളരെ ഇഷ്ടമാണ്. എന്നാലും എനിക്കേറ്റവും അതിശയം തോന്നുന്നത് ഭൂതക്കണ്ണാടിയിൽ കൂടി ഒരു മണൽത്തരിയെ നോക്കിയിരിക്കുമ്പോഴാണ്. ഈ പ്രപഞ്ചം മുഴുവനും ഒരു കൊച്ചുമണൽത്തരിയിൽ. അതിബൃഹത്തും അവിശ്വസനീയവുമായ ഒരു ജീവിതം ഞാനതിൽ കണ്ടെത്തുന്നു. ചെറിയതിനെ

ചെറിയതെന്നും വലിയതിനെ വലിയതെന്നും ഞാനെങ്ങനെയാണ് വിളിക്കുക? രണ്ടും അതിന്റേതായ രീതിയിൽ അനന്തമല്ലേ? എത്രയോ കാലമായി... ഞാൻ രണ്ടിനേയും വേർതിരിച്ചു കാണാനായിട്ട്. എന്നെ സംബന്ധിച്ചിടത്തോളം ഒരു മനുഷ്യൻ തന്നെ ധാരാളമാണ്. എല്ലാം ആ ഒരാളിലുണ്ട്... അന്വേഷണം തുടങ്ങിയാൽ സ്വയം നഷ്ടപ്പെട്ടുപോകും.

എനിക്കാവശ്യമുള്ള മേൽവിലാസം കണ്ടുകിട്ടി. ബഹുനിലകളിലായി തല ഉയർത്തി നില്ക്കുന്ന ഒരു പടുകൂറ്റൻ കെട്ടിടം. ഞാൻ മൂന്നാമത്തെ പ്രവേശനകവാടത്തിലെത്തി. ലിഫ്റ്റിൽ കയറി ഏഴാംനിലയിലേക്കുള്ള ബട്ടനിൽ വിരലമർത്തി.

വാതിൽ തുറന്നത് ഇളയ സഹോദരിയാണ്. സിനൈഡാ വാസിലീവ്നാ. ഫോട്ടോയിൽ കണ്ടു പരിചയമുള്ള അച്ഛന്റെ തനി ഛായ. വീതി കൂടിയ കറുത്ത പുരികങ്ങൾ. കൂസലില്ലാത്ത, നേരെയുള്ള നോട്ടം.

"ഞങ്ങളെല്ലാവരും ഇവിടെയുണ്ട്. മോസ്കോയിൽ നിന്നും എന്റെ ചേച്ചി ഒല്യയയും ഇന്നു രാവിലെ എത്തി. അവർ അവിടെയാണ് താമസം. പാട്രിക് ലുമുംബാ യൂണിവേഴ്സിറ്റിയിൽ പഠിപ്പിക്കുന്നു. എന്റെ അമ്മയും ഇവിടെയുണ്ട്. അങ്ങനെ ഞങ്ങൾ മൂന്നുപേരും ഒരുമിച്ചു ചേർന്നിരിക്കുന്നു. അതിന്... നിങ്ങളോട് നന്ദി പറയണം."

രണ്ടു സഹോദരിമാരും കുതിരപട്ടാളത്തിൽ മെഡിക്കൽ വിഭാഗത്തിൽ സഹായികളായിരുന്നു, ഓൾഗയും സിനൈഡയും. അവർ രണ്ടുപേരും തൊട്ടുതൊട്ടിരുന്നു. അമ്മ, ഫിയോഡോസിയ അലക്സീവ്നായുടെ നേരെ നോക്കി.

അമ്മയാണ് സംസാരിച്ചു തുടങ്ങിയത്.

എല്ലാം കത്തിയെരിയുകയായിരുന്നു. പട്ടണം വിട്ടുപോകണമെന്ന് അവർ പറഞ്ഞു. കുറെയധികം ഞങ്ങൾ യാത്ര ചെയ്തു. അവസാനം സ്റ്റാലിൻഗ്രാഡിന്റെ പരിസരത്തിലെത്തി. സ്ത്രീകളും കുട്ടികളും പിന്നിലേക്കു മാറി. പുരുഷന്മാർ മുൻനിരയിലേക്കും. വണ്ടികൾ ഓടിക്കുന്നവർ, ട്രാക്ടറുകളോടിക്കുന്നവർ... എല്ലാവരും പോയി. ലോറിക്കണക്കിന് ആളുകൾ. നല്ല ഓർമ്മയുണ്ട്. ഒരാൾ എഴുന്നേറ്റുനിന്ന് ഉറക്കെ പറഞ്ഞു. "അമ്മമാരേ... സഹോദരിമാരേ... പിറകിലേക്കു പോകൂ. ഗോതമ്പ് കൊയ്തെടുക്കൂ... അങ്ങനെ നമുക്ക് നമ്മുടെ ശത്രുവിനെ തോല്പിക്കാം." അവരെല്ലാവരും തലയിൽനിന്നും തൊപ്പി ഊരി ഞങ്ങളെ നോക്കിനിന്നു. ഞങ്ങളുടെ കൈവശം ഞങ്ങളുടെ കുഞ്ഞുങ്ങൾ മാത്രമേ ഉണ്ടായിരുന്നുള്ളൂ. അതിനുള്ള സാവകാശമേ ഉണ്ടായിരുന്നുള്ളൂ. ചിലർ കുഞ്ഞുങ്ങളെ ഒക്കത്തേറ്റി. ചിലർ കൈപിടിച്ച് ചേർത്തുനിർത്തി. അയാൾ വീണ്ടും വിളിച്ചു.

"അമ്മമാരേ... സഹോദരിമാരേ... പോയി വിളവു കൊയ്യൂ."

ആ സംഭാഷണത്തിനിടയിൽ ഒരിക്കൽപോലും അവർ വേറെ എന്തെങ്കിലും പറയുകയുണ്ടായില്ല. അതുതന്നെ ആവർത്തിച്ചുകൊണ്ടിരുന്നു. മക്കൾ രണ്ടുപേരും മാറിമാറി അമ്മയുടെ കൈ പതുക്കെ തലോടി... അവരെ ആശ്വസിപ്പിക്കാനായി.

സിനൈഡ വാസിലീവ്നാ

ഞങ്ങൾ പിൻസ്കിലാണ് താമസിച്ചിരുന്നത്. എനിക്ക് പതിന്നാലര വയസ്സ്. ഓല്യക്ക് പതിനാറും. ഞങ്ങൾക്കൊരു അനുജനുണ്ടായിരുന്നു. പതിമ്മൂന്നു വയസ്സായ ലെനി. ആ കാലത്ത് ഞങ്ങൾ ഓല്യയയെ കുട്ടികൾക്കായുള്ള ഒരു ആരോഗ്യകേന്ദ്രത്തിലേക്കയച്ചു. അച്ഛൻ ഞങ്ങളേയും കൂട്ടി നാട്ടിൻപുറത്തേക്കു പോകാൻ ആഗ്രഹിച്ചു. അവിടെയായിരുന്നു അച്ഛന്റെ കുടുംബം. എന്നാൽ അന്നു രാത്രി അച്ഛൻ വീട്ടിലുണ്ടായിരുന്നില്ല. അച്ഛൻ പ്രാദേശിക പാർട്ടി കമ്മിറ്റിയിൽ പ്രവർത്തിച്ചിരുന്നു. രാത്രി അവരദ്ദേഹത്തെ വിളിച്ചുകൊണ്ടുപോയി. തിരിച്ചുവന്നത് പുലർന്നതിൽ പിന്നെയാണ്. അദ്ദേഹം നേരെ അടുക്കളയിലേക്കു വന്നു. എന്തോ എടുത്തു കഴിച്ചു. “കുട്ടികളേ ആരും പുറത്തു പോകരുത്. യുദ്ധം തുടങ്ങിക്കഴിഞ്ഞു... ഞാൻ വരുന്നതുവരെ ഇവിടെയിരിക്കണം.”

രാത്രിയോടെ ഞങ്ങൾ പട്ടണം വിട്ടു. സ്പെയ്ൻ യുദ്ധത്തിന്റെ സ്മാരകമായി അച്ഛൻ കാര്യമായി ഒന്നു സൂക്ഷിച്ചിരുന്നു. ഒരു നായാട്ടു തോക്ക്. മോടിയിൽ അലങ്കരിച്ചിരുന്നു. വെടിയുണ്ടകൾക്കായി പ്രത്യേകം ബെൽറ്റ്. അച്ഛൻ ധീരതയ്ക്കു നേടിയ പുരസ്കാരമായിരുന്നു അത്. അച്ഛൻ ആ തോക്ക് എന്റെ അനുജന്റെ നേരെ എറിഞ്ഞു. “ഇനി നീയാണ് കുടുംബത്തിൽ മൂത്ത പുരുഷൻ. അമ്മയേയും പ്രായം തികയാത്ത സഹോദരിമാരേയും സംരക്ഷിക്കേണ്ട ചുമതല നിനക്കാണ്.”

യുദ്ധകാലത്ത് മുഴുവൻ ആ തോക്ക് ഞങ്ങളോടൊപ്പമുണ്ടായിരുന്നു. വീട്ടിലെ മറ്റെല്ലാ സാധനങ്ങളും ആഹാരത്തിനായി ഞങ്ങൾ വിറ്റു. അല്ലെങ്കിൽ പകരം കൊടുത്തു. പക്ഷേ, ആ തോക്ക് ഞങ്ങൾ കൈവശം തന്നെ വെച്ചു. അത് അച്ഛന്റെ സ്മരണയായിരുന്നു. ആട്ടിൻതോലുകൊണ്ടുള്ള വലിയൊരു മേൽകോട്ടും അന്ന് അച്ഛൻ കാറിലേക്കിട്ടിരുന്നു. ഏറ്റവും ചൂടു നല്കുന്ന വസ്ത്രമായിരുന്നു അത്.

സ്റ്റേഷനിലെത്തി. എല്ലാവരും വണ്ടിയിൽ കയറി. എന്നാൽ ഗോമെലിൻ എത്തുന്നതിനു മുമ്പായി ഷെൽ ആക്രമണം തുടങ്ങി. പെട്ടെന്ന് ഉത്തരവു മുഴങ്ങി. “എല്ലാവരും വണ്ടിയിൽ നിന്നിറങ്ങി കാടുകളിലൊളിക്കുക. നിലംപറ്റി മലർന്നുകിടക്കുക.” കുറെ കഴിഞ്ഞ് ആക്രമണം നിലച്ചപ്പോൾ... ആദ്യം കനത്ത നിശ്ശബ്ദതയായിരുന്നു. തുടർന്ന് ഒച്ചകളും വിളികളും. എല്ലാവരും ഓടാൻ തുടങ്ങി. അമ്മയും അനിയനും എങ്ങനെയോ വണ്ടിയിൽ കയറിപ്പറ്റി. ഞാൻ പിന്നിലായി. വല്ലാതെ ഭയപ്പെട്ടു. ഇതിനു മുമ്പൊരിക്കലും ഇങ്ങനെ ഒറ്റപ്പെട്ടിട്ടില്ല. ഇപ്പോൾ ആദ്യമായി... കുറെ നേരത്തേക്ക് സംസാരിക്കാനുള്ള ശേഷിയും ഇല്ലാതായി. തീരെ മിണ്ടാനാവാത്ത അവസ്ഥ. ആരോ എന്തോ ചോദിച്ചു. ഞാൻ നിശ്ശബ്ദം നിന്നതേയുള്ളൂ. കുറച്ചു കഴിഞ്ഞ് ഞാനൊരു സ്ത്രീയുടെ കൂടെ കൂടി. മുറിവേറ്റവരെ ശുശ്രൂഷിക്കാൻ ഞാൻ അവരെ സഹായിച്ചു. അവരൊരു ഡോക്ടറായിരുന്നു. എല്ലാവരും ‘സഖാവ് ക്യാപ്റ്റൻ’ എന്നാണവരെ വിളിച്ചിരുന്നത്. ഞാൻ അവരുടെ മെഡിക്കൽ യൂണിറ്റിനോടൊപ്പമാണ് പിന്നീട്

യാത്ര ചെയ്തത്. എല്ലാവരും നന്നായി പെരുമാറി. വേണ്ടത്ര ആഹാരവും തന്നു. പിന്നീടാണവർക്ക് ആ ചിന്ത ഉണ്ടായത്. "നിനക്ക് വയസ്സെത്രയായി?"

ഒരു കാര്യം ഉറപ്പായിരുന്നു. ശരിയായ വയസ്സു പറഞ്ഞാൽ അവർ എന്നെ കുട്ടികൾക്കുള്ള ഏതെങ്കിലും ക്യാമ്പിൽ പറഞ്ഞയയ്ക്കും. അവരുടെ താങ്ങും രക്ഷയും നഷ്ടപ്പെടുത്താൻ ഞാനാഗ്രഹിച്ചില്ല. അവരോടൊപ്പം നിന്ന് പോരാടാനായിരുന്നു എനിക്കു താത്പര്യം. അച്ഛൻ എപ്പോഴും പറയാറുള്ളത് മനസ്സിൽ ആഴത്തിൽ പതിഞ്ഞിരുന്നു. "ഈ യുദ്ധം തൽക്കാലത്തേക്കാണ്. താമസിയാതെ അതവസാനിക്കും. നമ്മൾ വിജയികളാകും." വിദേശമണ്ണിലായിരിക്കും നമ്മൾ പടപൊരുതുക എന്നും അച്ഛൻ പറഞ്ഞിരുന്നു. അതിലൊന്നും എനിക്കു പങ്കുചേരാനാവില്ലെന്നോ? എന്റെ ബാലിശമായ ചിന്തകൾ. വയസ്സ് പതിനാറു കഴിഞ്ഞുവെന്ന് അവരോട് താൻ കള്ളം പറഞ്ഞു. അങ്ങനെ അവരെന്നെ അവരോടൊപ്പം നിർത്തി. താമസിയാതെ അവർ എന്നെ കൂടുതൽ പരിശീലനത്തിനായി അയച്ചു. നാലുമാസത്തോളം ഞാൻ പഠനം നടത്തി. അതേസമയം മുറിവേറ്റവരെ ശുശ്രൂഷിച്ചുകൊണ്ടുമിരുന്നു. പതുക്കെ പതുക്കെ യുദ്ധം എനിക്കു പരിചയമുള്ള സംഗതിയായി. അതല്ലാതെ വേറെ മാർഗവുമുണ്ടായിരുന്നില്ല. ഞാൻ സ്കൂളിൽ പോയി പഠിക്കുകയല്ല ചെയ്തത്. അവിടെത്തന്നെ മെഡിക്കൽ വിഭാഗത്തിലായിരുന്നു പഠനം. ഞങ്ങൾ പിൻവാങ്ങുന്ന കാലം. മുറിവേറ്റവരെല്ലാം കൂടെത്തന്നെയുണ്ടായിരുന്നു.

റോഡുകൾ ഞങ്ങൾ ഒഴിവാക്കി. പൊതുവഴികളിലാണ് അവർ കൂടുതൽ ബോംബിട്ടത്. പാടങ്ങളും ചതുപ്പുകളും താണ്ടി ഞങ്ങൾ നടന്നു. ഒരുമിച്ചല്ല - പല പല ചെറുകൂട്ടങ്ങളായി. വലിയ കൂട്ടങ്ങൾ കണ്ടാൽ അപ്പോൾ ശത്രു ചാടിവീഴുമായിരുന്നു. പോരു തുടങ്ങുമായിരുന്നു. അങ്ങനെ ദൂരമെത്ര ഞങ്ങൾ നടന്നു, കമ്പ് (rye) പാടങ്ങൾ ചവിട്ടിമെതിച്ച്. പാടങ്ങൾ വിളഞ്ഞുനില്ക്കുന്ന സമയമായിരുന്നു. പതിവിൽ കവിഞ്ഞ വിളവ്. കതിരുകൾ ഉയരത്തിൽ കനത്തുനിന്നിരുന്നു. ചുറ്റും പച്ചപ്പാടങ്ങൾ. മാനത്ത് തെളിവാർന്ന സൂര്യൻ. നോക്കുന്നിടത്തെല്ലാം മനുഷ്യ ജഡങ്ങൾ ചിതറി കിടക്കുന്നു. രക്തം ചാലുകളായി ഒലിക്കുന്നു. ഇടയിൽ മൃഗങ്ങളുടെ ശവങ്ങൾ. കത്തിക്കരിഞ്ഞു നില്ക്കുന്ന മരങ്ങൾ. പല ദിക്കിലും ബോംബിട്ടു തകർത്ത തീവണ്ടികളും തീവണ്ടി സ്റ്റേഷനുകളും. പകുതി കത്തിയ തീവണ്ടി മുറികളിൽ നിന്നും കരിഞ്ഞ മൃതദേഹങ്ങൾ പുറത്തേക്കു തൂങ്ങിക്കിടന്നിരുന്നു. റോസ്റ്റോവിലെത്തുംവരെ എവിടേയും ഇതുപോലെയുള്ള കാഴ്ചകൾ. വഴിയിൽ വെച്ച് ഒരു ബോംബാക്രമണത്തിൽപ്പെട്ട് എനിക്ക് മുറിവേറ്റു. ബോധം വന്നപ്പോൾ ഞാനൊരു തീവണ്ടിമുറിയിലായിരുന്നു. പ്രായമായ ഒരു ഉക്രേനിയൻ പട്ടാളക്കാരൻ ഒരു യുവാവിന്റെ നേരെ കയർക്കുന്നത് ഞാൻ കേട്ടു. "നിന്റെ ഭാര്യ പ്രസവസമയത്ത് ഇതുമാതിരി കരഞ്ഞിട്ടുണ്ടാവില്ല... അതിലും വേദനയോടെയാണല്ലോ നീ ഇപ്പോൾ മോങ്ങുന്നത്?" ഞാൻ പതുക്കെ

കണ്ണു തുറക്കുന്നത് അയാൾ കണ്ടിരിക്കണം. അയാൾ പറഞ്ഞു. “സാരല്ല്യ... കരഞ്ഞോളൂ... കരഞ്ഞോളൂ... അതുകൊണ്ട് വേദനയ്ക്ക് കുറച്ചു ശമനമുണ്ടാകുമെങ്കിൽ നന്നായി.” എനിക്ക് പെട്ടെന്ന് അമ്മയെ ഓർമ്മ വന്നു... ഞാൻ വിതുമ്പി വിതുമ്പിക്കരഞ്ഞു.

ആശുപത്രിയിൽ നിന്നു പുറത്തു വന്നപ്പോൾ അവർ എനിക്ക് അവധി അനുവദിച്ചു. ഞാൻ എന്റെ അമ്മയെ കണ്ടുപിടിക്കാനായി ശ്രമിച്ചു. അമ്മ എന്നെ അന്വേഷിക്കയായിരുന്നു. ചേച്ചി ഓല്യ ഞങ്ങളെ രണ്ടുപേരെയും. അദ്ഭുതമെന്നല്ലാതെ എന്നു പറയാൻ! മോസ്കോയിലെ ഒരു പരിചയക്കാരന്റെ സഹായത്തോടെ ഞങ്ങൾ മൂന്നുപേരും ഒടുവിൽ ഒരുമിച്ചു ചേർന്നു. അയാൾ തന്ന മേൽവിലാസത്തിൽ ഞങ്ങൾ കത്തുകളെഴുതി. ഭാഗ്യം, ഞങ്ങളുടെ അമ്മ സ്റ്റാലിൻ ഗ്രാഡിനടുത്ത് കോൻക്കോസിലാണ് താമസിച്ചിരുന്നത്. ഞാൻ താമസിയാതെ അങ്ങോട്ടു ചെന്നു.

1941 അവസാനം...

അക്കാലത്ത് എങ്ങനെയാണ് അവർ ജീവിച്ചത്?

അനുജൻ അന്നു ചെറിയ കുട്ടിയായിരുന്നു. പതിമ്മൂന്നു വയസ്സ്. ഒരു ട്രാക്ടറിലാണ് പണിയെടുത്തിരുന്നത്. ആദ്യം അവൻ ഒരു സഹായിയായിരുന്നു. പിന്നീട് ട്രാക്ടർ ഡ്രൈവർമാരെയെല്ലാം സൈന്യത്തിലേക്കെടുത്തപ്പോൾ അവൻ ഡ്രൈവറായി. രാവും പകലും ജോലി. അമ്മ ട്രാക്ടറിന്റെ പിന്നാലെ നടന്നു. അല്ലെങ്കിൽ അവനോടൊപ്പം അതിൽ കയറിയിരുന്നു. അവൻ ഉറക്കം തൂങ്ങി ട്രാക്ടറിൽനിന്നും താഴെ വീണുപോകുമോ എന്ന് അവർ പേടിച്ചു. ആരുടെയെങ്കിലും പുരത്തിണ്ണയിലാണ് രാത്രി അവർ കിടന്നുറങ്ങിയിരുന്നത്. വസ്ത്രങ്ങൾ മാറ്റാറേയില്ല. മാറ്റാൻ എന്തെങ്കിലും ഉണ്ടാവണ്ടേ? അങ്ങനെയായിരുന്നു അവരുടെ ജീവിതം. പിന്നീട് ഓല്യ വന്നു. അവൾക്ക് എക്കൗണ്ടന്റ് ആയി അവർ ജോലി കൊടുത്തു. അവിടെ നിന്ന് അവർ റിക്രൂട്ടിങ്ങ് ആപ്പീസിലേക്ക് അപേക്ഷ അയച്ചു. തന്നെ മുന്നണിയിലേക്ക് അയയ്ക്കണമെന്ന്. അവർ അവളുടെ അപേക്ഷ നിരസിച്ചു. ഒടുവിൽ ഞങ്ങൾ രണ്ടുപേരും കൂടി തീർച്ചയാക്കി സ്റ്റാലിൻ ഗ്രാഡിൽ ചെന്ന് ഏതെങ്കിലുമൊരു യൂണിറ്റിൽ ചേരാമെന്ന് അപ്പോഴേക്കും ഞാൻ വേണ്ടത്ര പ്രവൃത്തി പരിചയം നേടിക്കഴിഞ്ഞിരുന്നല്ലോ.

എനിക്ക് ഒരു യൂണിഫോം മേൽകോട്ടും ഷർട്ടും രണ്ടു ജോടി കാലുറകളും ഉണ്ടായിരുന്നു. ഓല്യക്ക് ഒന്നുമുണ്ടായിരുന്നില്ല. എന്റേതിൽ നിന്നും ഒരു ജോടി ഞാൻ അവൾക്കു കൊടുത്തു. അമ്മ കമ്പിളികൊണ്ട് എന്തോ ഒന്ന് ഞങ്ങൾക്കുവേണ്ടി തുന്നിയുണ്ടാക്കി. ചെമ്മരിയാടിന്റെ രോമമായിരുന്നു. കാലിൽ ധരിക്കാം. സോക്സെന്നോ ചെരിപ്പെന്നോ പറയേണ്ടതെന്ന് അറിയില്ല. ഞങ്ങൾ രണ്ടുപേരും നാല്പതു നാഴിക നടന്ന് സ്റ്റാലിൻഗ്രാഡിലെത്തി. ഞങ്ങളിൽ ഒരാൾ ബൂട്ടുകൾ ഇട്ടു. മറ്റേയാൾ അമ്മ തുന്നിത്തന്ന ചെരിപ്പും. കുറെ കഴിയുമ്പോൾ ഞങ്ങൾ അത് പരസ്പരം മാറും. മരവിപ്പിക്കുന്ന തണുപ്പ് വകവെക്കാതെ ഞങ്ങൾ നടന്നു. ഫെബ്രുവരി മാസം. കഠിനമായ തണുപ്പും വിശപ്പും. വഴിയിൽ കഴിക്കാൻ

അമ്മ ഉണ്ടാക്കിത്തന്നെതെന്താണെന്നോ? എല്ല് പൊടിച്ചുചേർത്ത കേക്കു പോലെ എന്തോ ഒന്ന്. എന്തൊരു വിശപ്പായിരുന്നു... ഞങ്ങൾ വഴിവക്കിൽ കിടന്നുറങ്ങി; സ്വപ്നം കണ്ടു. സ്വപ്നങ്ങളെല്ലാം ഭക്ഷണത്തിനെപറ്റിയായിരുന്നു. കണ്ണിനു മുമ്പിൽ വെളുത്തുമിന്നുന്ന റൊട്ടിക്കഷണങ്ങൾ പാറിക്കളിച്ചു.

അവസാനം ഞങ്ങൾ സ്റ്റാലിൻഗ്രാഡിലെത്തി. അവിടെ ആർക്കും ഞങ്ങളെ വേണ്ടായിരുന്നു. അവിടെനിന്നും കുമ്പാനിലേക്കു പോകാൻ നിശ്ചയിച്ചു. മുമ്പ് അമ്മ ഞങ്ങളെ അങ്ങോട്ടയച്ചിരുന്നു. അച്ഛൻ കൊടുത്ത ഒരു മേൽവിലാസം അമ്മയുടെ കൈയിലുണ്ടായിരുന്നു. ഞങ്ങൾ ഒരു ചരക്കുവണ്ടിയിൽ കയറിക്കൂടി. ഞാൻ മേൽക്കോട്ടു ധരിച്ച് ഇരുന്നു. ഓല്യാ സീറ്റിനടിയിൽ പതുങ്ങി. കുറേനേരം കഴിഞ്ഞപ്പോൾ ഞങ്ങൾ സ്ഥലം മാറി. ഞാൻ സീറ്റിനടിയിൽ. ഓല്യ മുകളിലും. അവർ മിലിട്ടറിക്കാരെ പരിശോധിച്ചിരുന്നില്ല. എന്തായാലും ഞങ്ങളുടെ കൈയിൽ ഒറ്റ കാശും ഉണ്ടായിരുന്നില്ല.

അതിശയമെന്നേ പറയാനാവൂ. ഞങ്ങൾ കുമ്പാനിൽ ചെന്നിറങ്ങി. ചില പരിചയക്കാരെ കണ്ടു. അവരാണ് പറഞ്ഞത് കൊസ്സാക്കുകളുടെ ഒരു സന്നദ്ധസേന രൂപീകരിക്കുന്നുണ്ട് എന്ന്. അത് നാലാം കുതിരപ്പട്ടാളമായിരുന്നു. പിന്നീട് അതൊരു കാവൽസേനയായി മാറ്റപ്പെട്ടു. അതിലുള്ളവരെല്ലാവരും തന്നെ സന്നദ്ധഭടന്മാരായിരുന്നു. എല്ലാ പ്രായത്തിലുമുള്ളവർ. പരിചയ സമ്പന്നരായ യോദ്ധാക്കൾ. ബഡെനിയുടേയും വോറോഷിലോവിന്റേയും കീഴിൽ പോരടിച്ച കൊസ്സാക്കുകൾ.* ആ കൂട്ടത്തിൽ ധാരാളം ചെറുപ്പക്കാരുമുണ്ടായിരുന്നു. ഏതായാലും ഞങ്ങളെ രണ്ടുപേരേയും അവരതിൽ ചേർത്തു. എന്തുകൊണ്ടാണെന്ന് ഇപ്പോഴും എനിക്കു രൂപമില്ല. ഒരുപക്ഷേ, പലതവണ അഭ്യർത്ഥിച്ചതുകൊണ്ടാകാം. ഞങ്ങളെ എങ്ങനെ പറഞ്ഞുവിടണമെന്ന് അറിയാത്തതുകൊണ്ടുമാകാം. ആ കമ്പനിയിൽത്തന്നെ ഞങ്ങളുടെ പേരു ചേർത്തു. രണ്ടുപേർക്കും ഓരോ യൂണിഫോമും കുതിരയും തന്നു. സ്വന്തം കുതിരയെ തീറ്റേണ്ടതും വെള്ളം കുടിപ്പിക്കേണ്ടതും. എല്ലാവിധത്തിലും സംരക്ഷിക്കേണ്ടതും അവനവൻ തന്നെയായിരുന്നു. ഭാഗ്യം... കുട്ടിക്കാലത്ത് ഞങ്ങളുടെ വീട്ടിൽ ഒരു കുതിരയുണ്ടായിരുന്നു. എനിക്കതിനെ വലിയ കാര്യമായിരുന്നു. കൊണ്ടുനടന്നുള്ള പരിചയവുമുണ്ടായിരുന്നു. അതുകൊണ്ട് അവർ കുതിരയെ തന്നപ്പോൾ ആ ക്ഷണം ഞാനതിന്റെ പുറത്ത് ചാടിക്കയറി. ഒട്ടും പേടി തോന്നിയില്ല. അതിനെ പൂർണമായും വരുതിയിൽ കൊണ്ടുവരാൻ എനിക്കു സാധിച്ചില്ല. ചെറിയ കുതിര. നീണ്ട വാൽ നിലം തൊടും മട്ടിൽ നല്ല വേഗം. അനുസരണയുമുണ്ട്. എന്തായാലും അതിന്റെ പുറത്തിരുന്ന് സവാരി ചെയ്യാൻ ഞാൻ വേഗം തന്നെ പഠിച്ചു. അതിനുശേഷം ഹംഗേറിയൻ കുതിരകളുടെ പുറത്തും റൊമേനിയൻ കുതിരകളുടെ പുറത്തും ഞാൻ

* വോറോഷിലോവ് കമ്മ്യൂണിസ്റ്റ് പാർട്ടിയുടെ കേന്ദ്രകമ്മിറ്റിയിൽ അംഗമായിരുന്നു. സ്റ്റാലിന്റെ ശുദ്ധീകരണ പ്രക്രിയയിൽ പ്രധാന പങ്കു വഹിച്ചിരുന്നു.

സവാരി ചെയ്യുകയുണ്ടായി. കുതിരകളെ സ്നേഹിക്കാനും മനസ്സിലാക്കാനും ഞാൻ പഠിച്ചു. ഇന്നും ഒരു കുതിരയെ കണ്ടാൽ, വെറുതെ അലസമായി നോക്കിപ്പോകാൻ എനിക്കാവില്ല. അവയെ ഞാൻ ഒന്നു കെട്ടിപ്പിടിക്കും. ഞങ്ങൾ കുതിരയുടെ കാൽച്ചുവട്ടിലാണ് കിടന്നുറങ്ങാറ്. എത്ര സൂക്ഷിച്ചിട്ടാണെന്നൊ കുതിര അതിന്റെ കാലുകൾ നീക്കാറുള്ളത്. ഒരിക്കലും ഒരു മനുഷ്യനുമേൽ അത് കാലടിവെക്കില്ല. അതുപോലെ ഒരു മൃതദേഹത്തേയും കുതിര ചവിട്ടുകയില്ല. മുറിവേറ്റ ഒരാൾ ജീവനോടെ കിടക്കുന്നുവെങ്കിൽ അയാളെ വിട്ട് അത് മാറിപ്പോവുകയില്ല. വളരെ ബുദ്ധിയുള്ള മൃഗങ്ങളാണ് കുതിരകൾ. ഒരു കുതിരപ്പടയാളിയെ സംബന്ധിച്ചിടത്തോളും അയാളുടെ ഏറ്റവും വിശ്വസ്തനായ സുഹൃത്താണ്, അയാളുടെ കുതിര.

പോരിൽ തുടക്കം കുറിച്ചത്... കുശ്ചേവാസ്ക്യയായിലെ ഒരു കൊസ്സാക് ഗ്രാമത്തിൽ വെച്ചായിരുന്നു. ഞങ്ങളുടെ സേന ശത്രുപക്ഷത്തെ ടാങ്കുകളെ ചെറുക്കാൻ ശ്രമിച്ചതായിരുന്നു. കുശ്ചേവാസ്ക്യയായിലെ യുദ്ധത്തിനു ശേഷം ഏറ്റവും പേരുകേട്ട കൊസ്സാക് യുദ്ധം അതായിരുന്നു. ആ സേനയെ അതോടെ കാവൽസേനയായി ഉയർത്തി. അതിഭയങ്കരമായിരുന്നു ആ സംഘട്ടനം. ഓല്യയായേയും എന്നേയും സംബന്ധിച്ചിടത്തോളം ഏറ്റവും ഭയാനകം. രണ്ടുപേരുടേയും യുദ്ധപ്പേടി അപ്പോഴും മാറിയിരുന്നില്ല. മുമ്പും ഞാൻ യുദ്ധത്തിൽ പങ്കെടുത്തിരുന്നു. അതിനെക്കുറിച്ച് ധാരണയുമുണ്ടായിരുന്നു. എന്നിട്ടും... കുതിരപ്പട മുന്നോട്ടു കുതിച്ചപ്പോൾ... അതൊരു മലവെള്ളപ്പാച്ചിൽ പോലെയായിരുന്നു. കാറ്റിൽ പാറുന്ന മേൽക്കുപ്പായങ്ങൾ... മിന്നുന്ന വാൾത്തലകൾ. കുതിരകളുടെ മുക്കറയിടൽ. ഒരു കുതിര... പായാൻ തുടങ്ങുമ്പോൾ അതിന് അസാധ്യകരുത്താണ്. എല്ലാം കൂടി ഇരമ്പിപ്പായുന്ന ഒരു പ്രവാഹം... മറ്റേതോ ലോകത്തെക്കുറിച്ചുള്ള സ്വപ്നമാണെന്നു തോന്നി. ശത്രുക്കൾ അസംഖ്യമായിരുന്നു. ഫാസിസ്റ്റുകളുടെ എണ്ണം ഞങ്ങളെ എത്രയോ മടങ്ങ് കവച്ചുവെച്ചു. കൈയിൽ സബ്മെഷീൻ തോക്കുകൾ ഉന്നം പിടിച്ചുകൊണ്ടാണ് അവർ നടന്നിരുന്നത്. ഓരോ ടാങ്കിന്റേയും ഓരം പറ്റി വലിയൊരു കൂട്ടം. പക്ഷേ, അവർക്ക് ഞങ്ങളെ തടഞ്ഞുനിർത്താനായില്ല. അത്രയും ശക്തമായിരുന്നു ഞങ്ങളുടെ തള്ളിക്കയറ്റം. അവർ അവരുടെ തോക്കുകളും പീരങ്കികളും താഴെയിട്ട് ടാങ്കുകളുപേക്ഷിച്ച് പിൻതിരിഞ്ഞോടി... കാണേണ്ട ഒരു ചിത്രം തന്നെയായിരുന്നു അത്.

ഓൾഗാ വാസിലീവ്നാ...

യുദ്ധത്തെക്കുറിച്ച്

മുറിവേറ്റവരെ ഞാൻ ബാൻഡേജ് ചെയ്യുകയായിരുന്നു... അപ്പുറത്തു മാറി ഒരു ഫാസിസ്റ്റ് കിടന്നിരുന്നു. മരിച്ചു കഴിഞ്ഞു എന്നാണ് വിചാരിച്ചത്. അതുകൊണ്ട് കാര്യമായി ശ്രദ്ധിച്ചില്ല. പക്ഷേ, അയാൾ മരിച്ചിട്ടുണ്ടായിരുന്നില്ല. എന്നെ കൊല്ലുകയായിരുന്നു അയാളുടെ ലക്ഷ്യം. ആരോ

ഉള്ളിൽ നിന്ന് അതെന്നോടു പറയുന്നതുപോലെ... എന്നെ തള്ളിമാറ്റുന്നതുപോലെ. ഞാൻ പെട്ടെന്നു തിരിഞ്ഞുനോക്കി. അയാളുടെ കൈയിലിരുന്ന യന്ത്രത്തോക്ക് ഞാൻ എങ്ങനെയോ കാലുകൊണ്ട് തട്ടിത്തെറിപ്പിച്ചു. ഞാനയാളെ കൊന്നില്ല. അയാളുടെ മുറിവ് വെച്ചുകെട്ടിയതുമില്ല... വയറ്റിലായിരുന്നു മുറിവ്. രണ്ടാമതൊന്നു നോക്കാതെ ഞാൻ പുറം തിരിഞ്ഞു നടന്നു.

സിറഡൊ വാസിലീവ്നാ

ഞാൻ മുറിവേറ്റ ഒരു ഭടനേയുമെടുത്ത് നടക്കുകയായിരുന്നു. പെട്ടെന്ന് ഒരു ടാങ്കിന്റെ പുറകിൽനിന്നും രണ്ടു ജർമൻകാർ എടുത്തുചാടി. ടാങ്ക് തകർക്കപ്പെട്ടിട്ടുണ്ടാകാം. അവർ അതിൽ നിന്ന് ചാടിയിറങ്ങിയതാവാം. ഒരു നിമിഷാർദ്ധം... ഞാൻ ശ്രദ്ധിച്ചില്ലായിരുന്നുവെങ്കിൽ ആ നിമിഷം അവരെന്നെ കൊന്നേനെ. കൂടെ ആ മുറിവേറ്റ ഭടനേയും. അത്രയ്ക്കും ഓർക്കാപ്പുറത്താണ് അത് സംഭവിച്ചത്. ഞാൻ ശങ്കിച്ചുനിന്നില്ല. അപ്പോൾത്തന്നെ അവരുടെ നേരെ നിറയൊഴിച്ചു. യുദ്ധത്തിനുശേഷം ഞാൻ അങ്ങോട്ടു ചെന്നു. രണ്ടുപേരും അവിടെ കിടന്നിരുന്നു, കണ്ണും മിഴിച്ച്. ആ കണ്ണുകൾ... ഇപ്പോഴും ഞാൻ ഓർക്കുന്നു. ഒരാൾ സുമുഖനായ ഒരു ജർമൻ യുവാവായിരുന്നു. ശരിയാണ്... ഫാസിസ്റ്റുതന്നെ. എന്നാലും സങ്കടം തോന്നി. വളരെ നാളത്തേക്ക് ആ മുഖം എന്നെ അലോസരപ്പെടുത്തിക്കൊണ്ടിരുന്നു. വാസ്തവത്തിൽ അയാളെ കൊല്ലണമെന്നുണ്ടായിരുന്നില്ല. എന്റെ മനസ്സിൽ അത്രയും വിദ്വേഷമുണ്ടായിരുന്നു. ഞങ്ങളുടെ മണ്ണിലേക്ക് അവർ അതിക്രമിച്ചു കടന്നുവന്നതെന്തിനാണ്? എന്നാലും അവനവന്റെ കൈകൊണ്ട് ഒരാളെ കൊല്ലുക, എത്ര ഭയാനകമാണത്. പറയാൻ വാക്കുകളില്ല. അത്രയും ഭയം തോന്നുന്നു. സ്വയം ഒരാളുടെ ജീവനെടുക്കുക...

യുദ്ധം അവസാനിച്ചു. കൊസ്സാക്കുകളുടെ ക്യാമ്പുകൾ പിരിച്ചുവിടാനുള്ള തയ്യാറെടുപ്പ്. ഓല്യ അവിടെയെങ്ങുമുണ്ടായിരുന്നില്ല. അവസാനം വിട്ടുപോയത് ഞാനായിരുന്നു. ഏറ്റവും പിന്നിലായിരുന്നു എന്റെ കുതിര. ഞാൻ വീണ്ടും വീണ്ടും തിരിഞ്ഞുനോക്കി. വൈകുന്നേരമായി. ഓല്യായെ കാണാനില്ല. മുറിവേറ്റവരെ എടുത്തുകൊണ്ടുവരാനായി അവൾ പടക്കളത്തിലുണ്ടായിരുന്നുവെന്ന് പലരും പറഞ്ഞു. എനിക്കൊന്നും ചെയ്യാനുണ്ടായിരുന്നില്ല. ഞാൻ വെറുതെ അവളേയും കാത്തുനിന്നു. എന്റെ “നൂറു പേർക്ക്” പിന്നിലായി ഞാൻ സാവധാനം നടന്നു. ഇടയ്ക്കിടയ്ക്കു നില്ക്കും. പിന്നെ വീണ്ടും നടന്ന് കൂട്ടത്തിൽ ചേരും. എനിക്ക് കരച്ചിലടക്കാനായില്ല. ആദ്യയുദ്ധത്തിൽത്തന്നെ എനിക്കെന്റെ ചേച്ചിയെ നഷ്ടമായെന്നോ? അവളെവിടെയായിരിക്കും? എന്താണ് സംഭവിച്ചിരിക്കുക? എവിടെയെങ്കിലും വീണ് മരിച്ചുകൊണ്ടിരിക്കുകയായിരിക്കുമോ? എന്നെ വിളിക്കുന്നുണ്ടാകുമോ?

ഓല്യയും കരഞ്ഞുകൊണ്ടിരിക്കുകയായിരുന്നു. രാത്രിയായപ്പോഴാണ് അവളെന്നെ കണ്ടുപിടിച്ചത്. ഞങ്ങൾ രണ്ടുപേരും തമ്മിൽ വീണ്ടും കണ്ടുമുട്ടിയ രംഗം... കൂടെയുള്ള കൊസ്സാക്കുകളുടെയൊക്കെ കണ്ണു നനഞ്ഞു. ഞങ്ങൾ രണ്ടുപേരും കെട്ടിപ്പിടിച്ച് ഏറെനേരം നിന്നു. പരസ്പരം പിടി വിടാനായില്ല. പിന്നീട് ഞങ്ങൾക്കു ബോധ്യമായി. എപ്പോഴും ഒരുമിച്ചു നില്ക്കുക സാധ്യമല്ല. യുദ്ധത്തിൽ അവനവന്റെ വഴി പിൻതുടരണം. അതുകൊണ്ട് വേർപിരിയാതെ വയ്യ. ഒരാളുടെ കൺമുമ്പിൽ വെച്ച് മറ്റേയാൾ കൊല്ലപ്പെട്ടാൽ അത് സഹിക്കാനാവില്ല. ഞാൻ വേറൊരു വിഭാഗത്തിലേക്ക് സ്ഥലം മാറ്റത്തിനായി അപേക്ഷിക്കാൻ നിശ്ചയിച്ചു... എന്നാലും തമ്മിൽ വേർപിരിയുന്നതെങ്ങനെ?

അതിൽപിന്നെ വെവ്വേറെയിടത്താണ് ഞങ്ങൾ യുദ്ധം ചെയ്തത്... ആദ്യം വെവ്വേറെ വകുപ്പുകളിൽ. പിന്നീട് വ്യത്യസ്ത മേഖലകളിൽ. ഇടയ്ക്ക് അവസരം ഒന്നു വരുമ്പോൾ ഞങ്ങൾ വിവരങ്ങൾ കൈമാറി. മറ്റേയാൾ ജീവിച്ചിരിക്കുന്നുണ്ട് എന്നറിഞ്ഞു. ഓരോ ചുവടിലും മരണം കാത്തുനിന്ന ദിവസങ്ങൾ. ഓർക്കുന്നു... അരാരത്തിനടുത്ത് വെച്ചായിരുന്നു. മണൽപുറത്താണ് ഞങ്ങൾ തമ്പടിച്ചിരുന്നത്. അരാരത്ത് ജർമൻകാരുടെ കൈവശമായിക്കഴിഞ്ഞിരുന്നു. ക്രിസ്മസ് കാലം. ജർമൻകാർ ആഘോഷത്തിമർപ്പിലായിരുന്നു. ഒരു സംഘം സൈനികനും. നാല്പത് മില്ലിമീറ്റർ ബാറ്ററിയും സജ്ജമാക്കപ്പെട്ടു. വൈകുന്നേരം അഞ്ചുമണിയോടെ ഞങ്ങൾ യാത്രയായി. രാത്രി മുഴുവനും നടന്നു. പുലർച്ചയോടെ ഞങ്ങളുടെ നിരീക്ഷണ സംഘത്തെ കണ്ടുമുട്ടി. അവർ നേരത്തെതന്നെ പുറപ്പെട്ടിരുന്നു.

ആ ഗ്രാമം ഒരു മലയുടെ അടിവാരത്തിലായിരുന്നു, ഒരു മുണ്ടൻകിണ്ണത്തിൽ ഇറക്കിവെച്ചതുപോലെ. ആ മണൽപരപ്പു താണ്ടി ഞങ്ങൾ അവിടംവരെ എത്തുമെന്ന് ജർമൻകാർ പ്രതീക്ഷിച്ചിരുന്നില്ല. അതുകൊണ്ട് കാര്യമായ രക്ഷാനടപടികളും ഒരുക്കിയിരുന്നില്ല. വളരെ നിശ്ശബ്ദമായി അവരുടെ പിൻവശത്തുകൂടെ ഞങ്ങൾ കടന്നുപോയി. മലയിറങ്ങി. കാവൽക്കാരെ തടവുകാരാക്കി. ഗ്രാമത്തിലേക്ക് മിന്നൽവേഗത്തിൽ കടന്നുചെന്ന് ആക്രമണം തുടങ്ങി. ജർമൻകാർ പാളയത്തിനു പുറത്തേക്കുവന്നു. എല്ലാവരും പൂർണനഗ്നർ. കൈയിൽ യന്ത്രത്തോക്കുകൾ മാത്രമുണ്ട്. പാളയത്തിനുചുറ്റും അലങ്കരിച്ച 'ക്രിസ്മസ് ട്രീ'കൾ. പട്ടാളക്കാരെല്ലാവരും മദ്യപിച്ച് മതികെട്ടവരായിരുന്നു. പരിസരങ്ങളിൽ കുറെ അധികം ടാങ്കുകൾ വലുതും ചെറുതുമായി. ആയുധം വഹിക്കുന്ന വാഹനങ്ങൾ. അവരുടെ സാധന സാമഗ്രികൾ, ആയുധപ്പുരകൾ, എല്ലാം ഞങ്ങൾ ഒന്നായി നശിപ്പിച്ചു. അന്നത്തെ വെടിവെപ്പും ബഹളവും മുറവിളികളും. പ്രാണഭയത്തോടെയുള്ള പാച്ചിലും. എല്ലാവരും എങ്ങോട്ടെന്നില്ലാതെ ഓടി. വെടിവെച്ചു വീഴ്ത്തുന്നത് സ്വപക്ഷക്കാരെത്തന്നെയാകുമോ എന്നായിരുന്നു ഭയം. അതായിരുന്നു അപ്പോഴത്തെ സാഹചര്യം. 'ക്രിസ്മസ്ട്രീ" കളൊക്കെ നിന്നു കത്തുകയായിരുന്നു.

എന്റെ മുമ്പിൽ മുറിവേറ്റുവീണ എട്ട് സൈനികർ. ഓരോരുത്തരെയായി എടുത്ത് ഞാൻ കുന്നിൻപുറത്തെത്തിച്ചു. പക്ഷേ, ഞങ്ങൾക്ക്

ഒരബദ്ധം പറ്റി. ശത്രുവിന്റെ ആശയവിനിമയ സംവിധാനം വിച്ഛേദിക്കാൻ ഞങ്ങൾ വിട്ടുപോയി. താമസിയാതെ ജർമൻ ആർട്ടിലെറി ഞങ്ങളെ വളഞ്ഞു. മോർട്ടറും വിദൂര വെടിവെയ്പുമായി ഞങ്ങളെ ആക്രമിച്ചു. ഞാൻ മുറിവേറ്റവരെയെല്ലാം ഒരു ആംബുലൻസിൽ തള്ളിക്കയറ്റി. അവർ ക്ഷണത്തിൽ സ്ഥലം വിട്ടു. എന്നാൽ അധികം പോകുംമുമ്പേ ആ വാഹനത്തിനു മീതെ ഒരു ഷെൽ വന്നുവീണു. എന്റെ കൺമുമ്പിൽ വെച്ചുതന്നെ ആംബുലൻസ് തകർന്നു തരിപ്പണമായി. ഒരാൾ മാത്രമേ ജീവനോടെ ബാക്കിയുണ്ടായുള്ളൂ. അപ്പോഴേക്കും ജർമൻകാർ കുന്നുകയറി വരാൻ തുടങ്ങിയിരുന്നു. മുറിവേറ്റ ആ മനുഷ്യൻ യാചിച്ചു.

“രക്ഷപ്പെട്ടോളൂ നഴ്സ്... എന്നെ വിട്ടുപോയ്ക്കോളൂ... എന്തായാലും ഞാൻ മരിക്കാറായി.” അയാളുടെ വയറാകെ പിളർന്നുകിടന്നിരുന്നു. കുടൽ പാതിയും പുറത്ത്. അയാൾ സ്വന്തം കൈകൊണ്ട് എല്ലാം കൂട്ടിയെടുത്ത് ഉള്ളിലേക്കു തിരുകി...

എന്റെ കുതിരയുടെ മേലാകെ ചോര. ആ മുറിവേറ്റയാളുടെ ചോര എന്നാണ് ഞാൻ വിചാരിച്ചത്. പിന്നീടാണ് മനസ്സിലായത്. എന്റെ കുതിരയ്ക്കും നന്നായി മുറിവേറ്റിരുന്നു, ഒരു വശത്തായി. എന്റെ മരുന്നു പെട്ടിയിലുള്ളതെല്ലാം ഞാൻ അവന്റെ മുറിവു വെച്ചുകെട്ടാനുപയോഗിച്ചു. ഏതാനും കട്ട പഞ്ചസാര ബാക്കിയുണ്ടായിരുന്നു. അതിൽ കുറെ കുതിരയുടെ വായിൽ വെച്ചുകൊടുത്തു. ചുറ്റുപാടും നിലയ്ക്കാത്ത വെടിവെപ്പ്. ശത്രുസേന എവിടെയാണ്... ഞങ്ങളുടെ ആൾക്കാർ എവിടെയാണ് എന്നു പറയാനാവാത്ത സ്ഥിതി. പത്തടി മുന്നോട്ടുപോയാൽ അവിടെ വെടിയേറ്റ ഒരാൾ വീണുകിടക്കുന്നുണ്ടാകും. അവരെയൊക്കെ കൊണ്ടുപോകാൻ ഒരു വണ്ടിതന്നെ വേണം. ഞാൻ നില്ക്കാതെ മുന്നോട്ടുപോയി, കുന്നിൻചെരിവിലെത്തി. അടിവാരത്തായി മൂന്നു വഴികൾ. ഇടത്തും വലത്തും നേരെ നടുവിലുമായി ഒന്ന്. എനിക്കു സംശയമായി. ഏതു വഴിയെയാണ് പോകേണ്ടത്? കടിഞ്ഞാൺ ഞാൻ മുറുകെ പിടിച്ചിരുന്നു. ഞാൻ നിശ്ചയിക്കുന്നിടത്തേക്കേ അവൻ തിരിയൂ. എന്തു ചെയ്യാൻ... പെട്ടെന്നൊരു ഉൾവിളി. അല്ല ആരോ പറയുന്നതുപോലെ. കുതിരകൾക്ക് അതിശയകരമായ ദിശാബോധമുണ്ട്. അതു മനസ്സിലാക്കി ഞാൻ കടിഞ്ഞാണയച്ചു. കുതിര ഒരു വഴിക്കു തിരിഞ്ഞു. ഞാൻ മനസ്സിൽ കരുതിയതിന് നേരെ എതിരെയുള്ള വഴിയായിരുന്നു അത്. അവൻ എന്നേയും കൊണ്ട് യാത്ര തുടർന്നു.

ഞാൻ വെറുതെ അവിടെയിരുന്നു. എല്ലാ ശക്തിയും ചോർന്നുപോയിരുന്നു. കുതിര എങ്ങോട്ടെങ്കിലും പോയ്ക്കോട്ടെ... എനിക്കൊന്നുമില്ല എന്ന ഭാവം. സംഭവിക്കാനുള്ളത് സംഭവിക്കും. അതുകൊണ്ട് അവനെ ഞാൻ അവന്റെ പാട്ടിനുവിട്ടു. അവൻ കൂടുതൽ ഉത്സാഹം കാട്ടിത്തുടങ്ങി. തലയാട്ടി മുന്നോട്ടു പാഞ്ഞു. ഞാൻ വീണ്ടും കടിഞ്ഞാൺ വലിച്ചുപിടിച്ചു. ഞാൻ ഒന്നു കുനിഞ്ഞു. അവന്റെ മുറിവിൽ കൈവെച്ചു. അവന് സന്തോഷമായി. പൊടുന്നനെ അവൻ മോങ്ങാൻ തുടങ്ങി. എന്തോ ഒച്ച

കേട്ടിരിക്കണം. ജർമൻകാരാകുമോ? എനിക്കു പരിഭ്രമം തോന്നി. കുതിരയെ ഒന്നയച്ചുവിട്ടാലോ... അപ്പോഴാണ് വഴിയിൽ ചില പുതിയ അടയാളങ്ങൾ കണ്ടത്. കുതിരക്കുളമ്പടികൾ... യന്ത്രത്തോക്ക് വഹിക്കുന്ന വണ്ടിയുടെ ഉരുൾപാടുകൾ... അമ്പതോളം പേർ ആ വഴി കടന്നുപോയിട്ട് അധികം നേരമായിട്ടില്ല. ഒരു മുന്നൂറു മീറ്റർ ഞങ്ങൾ മുന്നോട്ടു പോയപ്പോഴേക്കും തൊട്ടു മുമ്പിലായി ഒരു വണ്ടി. അതിൽ നിറയെ മുറിവേറ്റ സൈനികർ. ഞങ്ങളുടെ സേനാവിഭാഗത്തിൽ ശേഷിച്ചവരും അവിടെ ഉണ്ടായിരുന്നു.

അധികം താമസിയാതെ സഹായമെത്തി. വണ്ടികളും മെഷീൻഗൺ വഹിക്കാനുള്ള വാഹനങ്ങളും. എല്ലാവരേയും കൊണ്ടുപോകണം. ആരേയും വിട്ടുപോകരുത് എന്നായിരുന്നു ഉത്തരവ്. ഒരാളേയും വിടാതെ ഞങ്ങൾ എല്ലാവരേയും വണ്ടിയിൽ കയറ്റി. നാലു ദിക്കിൽനിന്നുമുള്ള വെടിവെപ്പ് കണക്കിലെടുക്കാതെ. മുറിവേറ്റവരും മരിച്ചവരും. ഞാൻ ഒരു വണ്ടിയിൽ കയറി. വയറുപിളർന്നുപോയ പടയാളികളും വണ്ടിയിലുണ്ടായിരുന്നു. ചത്ത കുതിരകളെ മാത്രമേ ഞങ്ങൾ പടക്കളത്തിലുപേക്ഷിച്ചുള്ളൂ. നേരം പുലർന്നു കഴിഞ്ഞിരുന്നു. യാത്രയ്ക്കിടയിൽ വലിയൊരു കൂട്ടം കുതിരകൾ ചത്തുകിടക്കുന്നതു കണ്ടു. ഒന്നാന്തരം കുതിരകൾ... അവയുടെ കുഞ്ചിരോമങ്ങൾ കാറ്റിലിളകിക്കൊണ്ടിരുന്നു...

വിശാലമായൊരു മുറിയിലാണ് ഞങ്ങൾ ഇരുന്നിരുന്നത്. ചുമരുകളിൽ ആ രണ്ടു സഹോദരിമാരുടേയും കുറെ വലിയ ഫോട്ടോകൾ. ചിലത് യുദ്ധത്തിനു മുമ്പ് എടുത്തിട്ടുള്ളതാണ്. ചിലത് യുദ്ധകാലത്തെടുത്തതും. രണ്ടുപേരും സ്കൂൾ വിദ്യാർത്ഥിനികൾ, തൊപ്പിയും പൂക്കളും. ആ ഫോട്ടോ എടുത്തത് യുദ്ധം തുടങ്ങുന്നതിന് രണ്ടാഴ്ച മുമ്പാണ്. സാധാരണ പെൺകുട്ടികളുടെ മുഖം. ചിരിക്കാൻ തയ്യാറായ മുഖങ്ങൾ... അതേ സമയം ആ സന്ദർഭത്തിന്റെ ഗൗരവവും. മുതിർന്നു കഴിഞ്ഞു എന്ന ഭാവം വരുത്താനുള്ള ശ്രമവും. വേറൊന്നിൽ അവർ കൊഡാക് കോട്ടുകൾ ധരിച്ചുകൊണ്ടാണ്. തലയിൽ അശ്വസൈനികരുടെ തൊപ്പികൾ. 1942-ൽ എടുത്ത ഫോട്ടോ. ഒരു വർഷത്തിന്റെ വ്യത്യാസം മാത്രം. എന്നാലും ആളും മുഖവും എത്ര മാറിയിരിക്കുന്നു! മൂന്നാമതൊരു ഫോട്ടോ, മുന്നണിയിൽനിന്നും സിനൈഡ അമ്മയ്ക്കയച്ചതാണ്. മിലിട്ടറി ഷർട്ടിന്റെ മുകളിലായി ധീരതയ്ക്കു നേടിയ ആദ്യത്തെ മെഡൽ കുത്തിവെച്ചിരിക്കുന്നു. വിജയദിവസം, സഹോദരിമാർ രണ്ടുപേരും ചേർന്നെടുത്ത ഫോട്ടോയും കൂട്ടത്തിലുണ്ടായിരുന്നു. ആ മുഖഭാവങ്ങളിൽ കണ്ട പ്രകടമായ മാറ്റം. ഞാൻ ഓർമയിൽ കുറിച്ചിട്ടു. ബാല്യസഹജമായ ആർദ്രതയും നിഷ്കളങ്കതയുമാർന്ന മുഖം. പിന്നെ മുതിർന്ന ഒരു സ്ത്രീയുടെ തന്റേടത്തോടെയുള്ള നോട്ടം. പിന്നെ പിന്നെ ആ ഭാവത്തിന് ഒരു കാഠിന്യം. പരുഷത. ഇത്രയും മാറ്റങ്ങൾ സംഭവിച്ചത് ഏതാനും മാസങ്ങൾക്കോ വർഷങ്ങൾക്കോ ഉള്ളിലാണെന്ന് വിശ്വസിക്കാൻ വിഷമം തോന്നി. സാധാരണ സാഹചര്യങ്ങൾ ഇത്രയും മാറ്റങ്ങൾ സംഭവിക്കുക എത്രയോ വർഷങ്ങൾ

കൊണ്ടാണ്. അതുതന്നെ ഇനിയൊരാൾ മനസ്സിലാക്കാത്ത വിധത്തിലാവും. മനുഷ്യന്റെ മുഖച്ഛായ മാറുന്നത് പെട്ടെന്നല്ല. ക്രമേണയാണ്. വളരെ സാവധാനത്തിൽ. പതുക്കെ പതുക്കെ മനസ്സിന്റെ ഭാവം മുഖത്തെ പൊതിയാൻ തുടങ്ങുന്നു.

എന്നാൽ യുദ്ധം... അതിന്റേതായ മുഖച്ഛായകൾ മനുഷ്യരിൽ വെച്ചുകെട്ടുകയായിരുന്നു. അതിന്റെ തന്ന ഛായാചിത്രങ്ങൾ ഓരോ മുഖത്തും പതിപ്പിച്ചുവെച്ചു.

ഓൾഗാ വാസിലീവ്ന

വലിയൊരു ഗ്രാമം ഞങ്ങൾ സ്വാധീനത്തിലാക്കി. ഏതാണ്ട് മുന്നൂറോളം വീടുകൾ. അവിടത്തെ ആശുപത്രി കെട്ടിടത്തിനോടു ചേർന്ന് ഒരു ആതുരാലയം. ജർമൻകാർ ഉപേക്ഷിച്ച നിലയിൽ. ആദ്യം ഞങ്ങളുടെ കണ്ണിൽപ്പെട്ടത്, മുറ്റത്തിന്റെ നടുവിലായി വളരെ വലിയൊരു കുഴിയിൽ കുറെ രോഗികളെ വെടിവെച്ചുകൊന്നിട്ടിരിക്കുന്നു. സ്ഥലം വിട്ടുപോകും മുമ്പേ അവസാനമായി അവർ ചെയ്ത പണി. സ്വന്തം കൂട്ടരെത്തന്നെ ജർമൻകാർ കൊന്നൊടുക്കിയിരിക്കുന്നു. ഞങ്ങൾ ചെന്നെത്തിയാൽ അവരുടെ കഥ ഞങ്ങൾ കഴിക്കുമെന്ന് അവർക്കുറപ്പുണ്ടായിരുന്നു. ഞങ്ങളുടെ മുറിവേറ്റവരെ അവർ ചെയ്തതുപോലെ അവരുടെ മുറിവേറ്റവരെ ഞങ്ങളും കൈകാര്യം ചെയ്യുമെന്നവർ ധരിച്ചു. ആശുപത്രിയിലെ ഒരു വാർഡു മാത്രം അതേപടി കിടന്നു. ജർമൻകാർ അത്രത്തോളം എത്തിയില്ലായിരിക്കാം. അല്ലെങ്കിൽ അതിനുള്ള സമയം കിട്ടിയിട്ടുണ്ടാവില്ല. അതുമല്ലെങ്കിൽ പാട്ടിനു വിട്ടതാകാം. അവരെയെല്ലാം... കാരണം... ആ കൂട്ടത്തിലാർക്കും കാലുണ്ടായിരുന്നില്ല.

ഞങ്ങൾ ആ വാർഡിലേക്കു കടന്നുചെന്നപ്പോൾ കത്തുന്ന വെറുപ്പോടെയാണ് അവരെല്ലാവരും ഞങ്ങളെ നോക്കിയത്. അവർക്കു തീർച്ചയായിരുന്നു. അവരെയെല്ലാം ഒറ്റയടിക്കു കൊല്ലാനാണ് ഞങ്ങൾ ചെന്നിരിക്കുന്നത് എന്ന്. ഞങ്ങളുടെ കൂടെയുള്ള ദ്വിഭാഷി അവരെ പറഞ്ഞു മനസ്സിലാക്കി, ആരേയും വധിക്കാൻ ഞങ്ങൾക്കുദ്ദേശ്യമില്ലെന്ന്. മുറിവേറ്റവരെ ചികിത്സിച്ചു ഭേദമാക്കാനാണ് ഞങ്ങളുടെ ശ്രമമെന്ന്. അപ്പോൾ അവരിലൊരാൾ ആവശ്യങ്ങളുന്നയിക്കാൻ തുടങ്ങി. മൂന്നു ദിവസമായി ആഹാരം കഴിച്ചിട്ടില്ല. മൂന്നു ദിവസമായി ബാൻഡേജുകൾ മാറ്റിയിട്ടില്ല. അത് വാസ്തവമായിരുന്നു. വളരെയധികം ശോചനീയമായിരുന്നു അവരുടെ അവസ്ഥ. വളരെ നാളായി ഒരു ഡോക്ടർ അവരുടെ അടുത്തു ചെന്നിട്ടില്ല. അവരുടെ മുറിവുകൾ പഴുത്ത് പുഴുവരിക്കുന്നു. ബാൻഡേജുകൾ മാംസത്തിലൊട്ടിപ്പിടിച്ച് പുതിയ വ്രണങ്ങൾ.

"കണ്ടിട്ട് വിഷമം തോന്നിയോ?"

അപ്പോൾ എന്തു തോന്നിയെന്നു പറയാൻ വയ്യ... ദയ... അത് സഹതാപം തന്നെയല്ലേ. അതെനിക്കു തോന്നിയില്ല. മറ്റെന്തോ ആണ് എനിക്കു തോന്നിയത്. അപ്പോഴുണ്ടായ ഒരു സംഭവം. ഒരു പട്ടാളക്കാരൻ ഒരു

തടവുകാരനെ തല്ലി. അതെനിക്കു സഹിക്കാനായില്ല. ഞാൻ ഇടപെട്ടു. പട്ടാളക്കാരനു ദേഷ്യം വന്നു. അയാൾ എന്റെ നേരെ കയർത്തു, ശപിച്ചു. അയാൾക്കെന്നെ അറിയാമായിരുന്നു. എന്നേക്കാൾ പ്രായം കൂടിയ ഒരാൾ. അയാൾ തല്ലുന്നതു നിർത്തി എന്റെ നേരെ തിരിഞ്ഞു. "ഇത്രവേഗം നിങ്ങൾ എല്ലാം മറന്നോ. നാശം.. പിശാചുക്കൾ എങ്ങനെയാണ് നമ്മളോടു പെരുമാറിയത്?" വളരെ ആത്മാർത്ഥതയോടെയായിരുന്നു ആ വാക്കുകൾ. അതെനിക്കു മനസ്സിലാവുകയും ചെയ്തു.

ഞാൻ ഒന്നും മറന്നിട്ടുണ്ടായിരുന്നില്ല. ആ ബൂട്ടുകൾ അപ്പോഴും എന്റെ ഓർമ്മയിലുണ്ടായിരുന്നു. അവരുടെ ട്രെൻഡുകൾക്കു പുറത്ത് നിരനിരയായി ബൂട്ടുകൾ... ഓരോന്നിലും വെട്ടിമാറ്റിയ ഓരോ കാല്. തണുപ്പു കാലമായിരുന്നു. ആ ബൂട്ടുകൾക്കുള്ളിലെ കാലുകൾ പാമ്പുകളെപ്പോലെ. ഞങ്ങളുടെ സഖാക്കൾ... അതു മാത്രമേ ബാക്കിയുണ്ടായിരുന്നുള്ളൂ. അറുത്തു മാറ്റിയ കാലുകൾ... അവരുടേതായി...

നാവികപ്പടയിലെ ചില സൈനികർ ഞങ്ങളെ സഹായിക്കാൻ വന്നത് ഓർമ്മ വരുന്നു. അവരിൽ കുറെപേർ മൈനുകൾ പൊട്ടിത്തെറിച്ച് ഛിന്നഭിന്നമായി. മൈനുകൾ കുഴിച്ചിട്ട വലിയൊരു മൈതാനത്തിൽ ഞങ്ങൾ ചെന്നുപെട്ടു. മരിച്ചുവീണവർ ആ വെയിലിൽ അവിടെത്തന്നെ കിടന്നു. ശവങ്ങൾ വീർത്തു വലുതായി. അവർ ധരിച്ചിരുന്ന വരയൻ ജാക്കറ്റുകൾ. ഓരോ ശവശരീരവും ഓരോ തണ്ണിമത്തൻപോലെ കാണപ്പെട്ടു. ഓരോ ഊക്കൻ തണ്ണിമത്തൻ.

ഞാൻ മറന്നിട്ടില്ല. ഒന്നുംതന്നെ മറന്നിട്ടില്ല. എന്നാലും ആ തടവുകാരനെ തല്ലുന്നത് കണ്ടുനില്ക്കാനാവില്ല. അല്ലെങ്കിലേ അയാൾ നിസ്സഹായനാണ്... തടുക്കാനാവില്ലാത്തവൻ. ഞങ്ങളെല്ലാവരും അങ്ങനെ തീരുമാനിച്ചു. അത് വളരെ പ്രധാനപ്പെട്ട ഒരു തീരുമാനവുമായിരുന്നു.

ഡിനൈഡ വാസിലീവ്ന

ബുഡാപെസ്റ്റിനു സമീപം നടന്ന യുദ്ധം. ശീതകാലമായിരുന്നു. ഞാൻ മുറിവേറ്റ ഒരു സാർജന്റിനെ ചുമലിലേറ്റി നടക്കുകയായിരുന്നു. ഒരു യന്ത്രത്തോക്കു വിഭാഗത്തിന്റെ കമാൻഡർ. ഞാൻ കാലുകളിൽ കമ്പിളി ജാക്കറ്റും ധരിച്ചിരുന്നു; ചെവിമൂടുന്ന തൊപ്പിയും. നടന്നുപോകവെ പാതയിലെ മഞ്ഞെല്ലാം കരിഞ്ഞ മട്ടിൽ. ഷെൽ പൊട്ടിത്തെറിച്ചുണ്ടായ ആഴമുള്ള ഒരു കുഴിയാണെന്ന് എനിക്കു മനസ്സിലായി. ഞാൻ അന്വേഷിച്ചിരുന്നതും അതുതന്നെയായിരുന്നു. കുഴിയിലേക്കിറങ്ങി നോക്കി. അതിനുള്ളിലുള്ള ആൾ, ജീവനുണ്ടെന്നു തോന്നി. ചങ്ങല ഉരയുമ്പോലെ ഒരു ശബ്ദം. താൻ തിരിഞ്ഞു നോക്കി. മുറിവേറ്റ ഒരു ജർമൻ ഓഫീസർ. കാലിലാണ് മുറിവേറ്റിരിക്കുന്നത്. അനങ്ങാൻ വയ്യാതെ കിടക്കുന്നു. അയാളുടെ കൈയിലെ സബ്മെഷീൻ ഗൺ എന്നെ ഉന്നംവെച്ചിരിക്കുകയാണ്. നടത്തത്തിനിടയിൽ തൊപ്പിക്കുള്ളിൽ നിന്നും എന്റെ മുടിയെല്ലാം പുറത്തേക്കു വന്നിരുന്നു. കൈയിൽ ഒരു 'മെഡിക്കൽ കിറ്റും" ഉണ്ടായിരുന്നു.

ആ പെട്ടിക്കു പുറത്ത് വലിയ റെഡ്ക്രോസ്. ഞാൻ തിരിഞ്ഞുനോക്കിയപ്പോഴാണ് അയാളെന്റെ മുഖം കണ്ടത്. പെൺകുട്ടിയാണെന്നറിഞ്ഞപ്പോൾ ഉറക്കെ ചിരിച്ചു. അയാളുടെ പിരിമുറുക്കം ഒന്നയഞ്ഞതുപോലെ. തോക്ക് താഴെയിട്ടു. മുഖത്ത് 'എന്തോ ആകട്ടെ" എന്ന ഭാവം.

അങ്ങനെ ഞങ്ങൾ മൂന്നുപേർ ആ കുണ്ടിനുള്ളിൽ. മുറിവേറ്റയാളും ഞാനും പിന്നെ ഈ ജർമൻകാരനും. കുഴിക്ക് വട്ടം കുറവാണ്. ഞങ്ങളുടെ കാലുകൾ തമ്മിൽ മുട്ടുന്നു. അവരുടെ ചോരയാണ് എന്റെ മേലാകെ.... ഞങ്ങളുടെ ചോരകൾ തമ്മിൽ കലർന്നു. ജർമൻകാരന് വലിയ കണ്ണുകൾ. ആ കണ്ണുകൾ വിടർത്തി അയാളെന്നെ നോക്കുന്നു. ഭയം തോന്നി... എന്തു ചെയ്യാൻ. ഫാസിസ്റ്റുകളൊക്കെ നശിച്ചുപോകട്ടെ. ഞാൻ ശപിച്ചുകൊണ്ടിരുന്നു. അയാൾ തോക്ക് താഴെയിട്ടിരുന്നു. മുറിവേറ്റ സൈനികന് അതു മനസ്സിലായില്ല. അയാൾ തന്റെ പിസ്റ്റളിൽ മുറുകെ പിടിച്ചു. ജർമൻകാരനെ വകവരുത്താൻ ശ്രമിച്ചു. അതറിയാതെ ജർമൻകാരൻ എന്നെത്തന്നെ നോക്കിക്കൊണ്ടിരുന്നു. ആ കണ്ണുകൾ... ഇപ്പോഴും എന്റെ ഓർമ്മയിലുണ്ട്.

ഞാൻ ഞങ്ങളുടെ പട്ടാളക്കാരന്റെ മുറിവ് വെച്ചുകെട്ടി. ശത്രു അപ്പോഴും രക്തത്തിൽ കുളിച്ചുകിടക്കുകയാണ്. രക്തം വാർന്നുപോകുന്നു. ഒരു കാൽ ആകെ തകർന്നിട്ടുണ്ട്. അധികം നേരം അയാൾക്കു പിടിച്ചുനില്ക്കാനാവില്ല. ജീവൻ പോകും... എനിക്കത് മനസ്സിലാക്കാം. ചെയ്തിരുന്ന പണി പാതിവഴിയിലിട്ട് ഞാൻ ജർമൻകാരനെ സമീപിച്ചു. അയാളുടെ വസ്ത്രങ്ങൾ കീറി പിരിച്ചെടുത്ത് ഒരു 'ടർണിക്കെറ്റ്' ഉണ്ടാക്കി. അയാളുടെ മുറിവിൽ കെട്ടി. വീണ്ടും ഞാൻ ഞങ്ങളുടെ സഖാവിനെ സമീപിച്ചു... തുടങ്ങിവെച്ച പണി പൂർത്തിയാക്കി. ജർമൻകാരൻ പിറുപിറുത്തുകൊണ്ടിരുന്നു. "ഗട്ട്... ഗട്ട്... ഗട്ട്..."

ഞങ്ങളുടെ സൈനികൻ ബോധം മായുംമുമ്പേ എന്റെ നേരെ കയർത്തു. ഞാൻ അയാളെ തലോടി ആശ്വസിപ്പിച്ചു. താമസിയാതെ ആംബുലൻസ് വന്നു. ഞാൻ രണ്ടുപേരേയും കുണ്ടിൽനിന്നും വലിച്ച് വണ്ടിയിൽ കയറ്റി. ഞങ്ങളുടെ സൈനികനേയും ആ ജർമൻകാരനേയും.... മനസ്സിലായില്ലേ?

ഓൾഗാ വാസിലീവ്ന

മുന്നണിയിൽ സ്ത്രീകളെ കാണുമ്പോൾ പുരുഷന്മാരുടെ മുഖം പെട്ടെന്നു മാറും. ഒരു സ്ത്രീയുടെ ശബ്ദംപോലും അവരുടെ ഭാവമാറ്റത്തിനു കാരണമാകും. ഒരു ദിവസം രാത്രി. ഞാൻ ഞങ്ങളുടെ കിടങ്ങിനകത്തിരുന്ന് മൂളിപ്പാടി... തീരെ ഒച്ച കുറവ്. എല്ലാവരും ഉറങ്ങുകയാണ്. ആരും എന്റെ പാട്ട് കേൾക്കില്ല എന്നു വിചാരിച്ചു. എന്നാൽ രാവിലെ ഞങ്ങളുടെ കമാൻഡർ വിളിച്ച് പറഞ്ഞു. "നിങ്ങളുടെ പാട്ട്. ഞങ്ങളാരും ഉറങ്ങിയില്ല... സ്ത്രീ സ്വരം കേൾക്കാനുള്ള കൊതി. ഞങ്ങൾ കാതോർത്ത് കിടക്കുകയായിരുന്നു."

ഒരു ടാങ്ക് ഡ്രൈവറുടെ മുറിവ് വെച്ചുകെട്ടുകയായിരുന്നു ഞാൻ. പുറത്ത് കടുത്ത പോരു നടക്കുന്നു. ശക്തമായ ഇടിമുഴക്കങ്ങൾ. അതിനിടയിൽ അയാൾ എന്നോടു ചോദിച്ചു, "നിന്റെ പേരെന്താണ് കുട്ടീ?" സ്വന്തം പേരു പറയുക... എന്തൊ ഒരു പരിചയക്കേട്. ഓല്യാ... ആ ഭയങ്ങൾക്കും മുഴക്കങ്ങൾക്കുമിടയിൽ ഞാൻ പറഞ്ഞു. എപ്പോഴും വൃത്തിയിലും വെടിപ്പിലും നടക്കാൻ ഞാൻ പ്രത്യേകം നിഷ്കർഷിച്ചിരുന്നു. പലരും എന്നെ നോക്കി അദ്ഭുതം പ്രകടിപ്പിച്ചിരുന്നു. "ഈ പടക്കളത്തിലും ഇങ്ങനെ വൃത്തിയായിരിക്കാൻ എങ്ങനെ സാധിക്കുന്നു!" ഓർക്കുന്നു... എപ്പോഴും മനസ്സിലുള്ള ഒരു ആധി. അഥവാ കൊല്ലപ്പെട്ടാൽ... വൃത്തികെട്ടതായി കാണപ്പെട്ടാൽ, എത്രയോ പെൺകുട്ടികൾ മരിച്ചുകിടക്കുന്നത് ഞാൻ കണ്ടിട്ടുണ്ട്. ചോരയും ചെളിയും പുരണ്ട്, നനഞ്ഞു കുതിർന്ന്... അങ്ങനെ മരിച്ചുകിടക്കാൻ ഞാനാഗ്രഹിച്ചില്ല. ഒരിക്കൽ ഒരു ബോംബാക്രമണത്തിൽ മുഖം മറച്ചുപിടിച്ചിരുന്നതോർക്കുന്നു. കൊല്ലപ്പെട്ടാലോ എന്ന ഭയത്തേക്കാൾ വികൃതമായ മുഖവുമായി ജീവിക്കേണ്ടി വന്നാലോ എന്ന ആധി. കൈയുകളുടെ കാര്യവും ഞാൻ പ്രത്യേകം ശ്രദ്ധിച്ചിരുന്നു. മിക്കവാറും എല്ലാ പെൺകുട്ടികളും അങ്ങനെയായിരുന്നു. ആണുങ്ങൾക്കത് ഒരു തമാശയായിരുന്നു. പലപ്പോഴും അതുപറഞ്ഞ് അവർ ഞങ്ങളെ പരിഹസിച്ചു. "മരണത്തെ പറ്റിയല്ല അവർക്കുൽക്കണ്ഠ... വേറെ എന്തിനേയോ പറ്റിയാണ്. എന്താണെന്നാർക്കറിയാം... വല്ല അസംബന്ധവുമായിരിക്കും...

സിനൈഡാ വാസിലീവ്ന

മരണത്തെ ഒരുകാലത്തും മെരുക്കിയെടുക്കാനാവില്ല. എത്ര ശ്രമിച്ചാലും ആ ചിന്ത ശീലമാവുകയുമില്ല. ജർമൻ സൈന്യത്തിൽനിന്ന് മലമുകളിലേക്ക് ഞങ്ങൾ പിൻവാങ്ങുകയായിരുന്നു. വയറ്റിൽ കലശലായി മുറിവേറ്റ അഞ്ചുപേരെ ഞങ്ങൾക്ക് ഉപേക്ഷിച്ചുപോരേണ്ടിവന്നു. ഒന്നോ രണ്ടോ ദിവസത്തിനകം അവർ മരിക്കുമെന്നുറപ്പായിരുന്നു. അത്രയും മാരകമായിരുന്നു ആ മുറിവുകൾ. ഒരു നിലയ്ക്കും അവരെ കൊണ്ടുപോകാനാവില്ല. അതിനുള്ള വാഹനങ്ങളുമില്ല. അവരുടെ പരിചരണത്തിനായി മേലധികാരികൾ എന്നെയും വേറൊരു പെൺകുട്ടിയേയും അവിടെ നിർത്തി... ഓസ്കാനോച്ച എന്ന മെഡിക്കൽ അസിസ്റ്റന്റ്. മുറിവേറ്റവരും ഞങ്ങളും ഒരു ഷെഡ്ഡിൽ... "രണ്ടു ദിവസത്തിനകം ഞങ്ങൾ വന്ന് നിങ്ങളെ കൊണ്ടുപോകാം." പോകുംമുമ്പേ കമാൻഡർ വാക്കുതന്നു.

മൂന്നു ദിവസം കഴിഞ്ഞാണ് അവർ വന്നത്. അത്രയും ദിവസം ഞങ്ങൾ മുറിവേറ്റവരോടൊപ്പം ആ ഷെഡ്ഡിൽ കഴിഞ്ഞു. അവർക്കു ബോധമുണ്ടായിരുന്നു. നല്ല ആരോഗ്യമുള്ള ശരീരം. ആരും മരിക്കാൻ ആഗ്രഹിച്ചില്ല. മരുന്നെന്നു പറയാൻ ചില പൊടികൾ മാത്രമേ കൈയിലുണ്ടായിരുന്നുള്ളൂ. അവർ എപ്പോഴും വെള്ളം ചോദിച്ചുകൊണ്ടിരുന്നു. എന്നാൽ വെള്ളം അകത്തുചെല്ലാൻ പാടില്ലാത്ത സ്ഥിതിയിലായിരുന്നു അവർ. ചിലർ അതറിഞ്ഞ് മിണ്ടാതെ കിടന്നു. മറ്റുള്ളവർ സദാ ഞങ്ങളെ

ശകാരിച്ചുകൊണ്ടിരുന്നു. അതും തീരെ മോശമായ ഭാഷയിൽ. ഒരാൾ ഒരു മഗ്ഗെടുത്ത് എന്റെ നേരെ എറിഞ്ഞു. വേറൊരാൾ ഒരു ബൂട്ട്. എന്റെ ജീവിതത്തിലെ ഏറ്റവും ഭയാനകമായ ദിവസങ്ങളായിരുന്നു അത്. ഞങ്ങളുടെ കൺമുമ്പിൽവെച്ച് ഓരോരുത്തരായി മരിക്കുന്നു. ഒന്നും ചെയ്യാനാകാതെ ഞങ്ങൾ വെറുതെ നോക്കിനില്ക്കുന്നു.

എനിക്കു കിട്ടിയ ആദ്യത്തെ പുരസ്കാരം. ധീരതയ്ക്കുള്ള കീർത്തിമുദ്ര നല്കി അവർ എന്നെ ആദരിച്ചു. പക്ഷേ, അത് സ്വീകരിക്കാൻ ഞാൻ പോവുകയുണ്ടായില്ല. എനിക്കതിൽ ശരിക്കും വിഷമം തോന്നി. എന്റെ കൂട്ടുകാരിക്ക് അവർ "സൈനിക സേവനത്തി"നുള്ള മെഡൽ കൊടുത്തു. എനിക്കു തന്നത് ധീരതയ്ക്കുള്ളതും. വിചിത്രംതന്നെ. അവൾ ഒരേയൊരു യുദ്ധരംഗത്തേ ഉണ്ടായിരുന്നുള്ളൂ. ഞാനാകട്ടെ പല യുദ്ധമുന്നണികളും നേരിട്ടു പ്രവർത്തിച്ചിരുന്നു. കുഡ്ചേവാഡ്കിയായിൽ നടന്ന യുദ്ധത്തിലും ഞാൻ മുന്നണിയിൽത്തന്നെയുണ്ടായിരുന്നു. ഒരുപാടു സേവനത്തിനു ശേഷവും നല്കുന്ന മെഡൽ "ധീരതയ്ക്കുള്ളത്. ഒരിക്കൽ മാത്രമേ ഞാൻ പടക്കളത്തിൽ മുഖം കാണിച്ചിട്ടുള്ളൂ എന്ന മട്ട്. കാര്യം മനസ്സിലായപ്പോൾ കമാൻഡർ എന്റെ അടുത്തുവന്നു. ഉറക്കെ ചിരിച്ചു. അദ്ദേഹം എല്ലാം വിശദീകരിച്ചുതന്നു. എന്റെ തെറ്റിദ്ധാരണ മാറ്റി. ധീരതയ്ക്കുള്ള മെഡൽ ഉയർന്ന ശ്രേണിയിലുള്ളതാണ്... വലിയൊരു സൈനിക ബഹുമതിയാണ്.

ഡോൺബാസ് പ്രദേശത്തുള്ള മക്കീവ്കയ്ക്കടുത്തുവെച്ച് എനിക്ക് ഇടുപ്പിൽ കാര്യമായ മുറിവേറ്റു. പൊട്ടിത്തെറിച്ച ഷെല്ലിന്റെ ഒരു ചീള് എന്റെ ഇടുപ്പിനുള്ളിലേക്കു തറച്ചുകയറി. ഒരു ചെറിയ കല്ലുകണക്കേ അവിടെ പറ്റിയിരുന്നു. ചോരയൊലിക്കുന്നു എന്നറിഞ്ഞ് കൈയിലിരുന്ന പഞ്ഞി നല്ല കട്ടിയിൽ ഞാനവിടെ അമർത്തിപ്പിടിച്ചു. ആ മുറിവുവെച്ച് മറ്റുള്ളവരുടെ മുറിവുകളും ബാൻഡേജ് ചെയ്ത് ഞാൻ പതിവുപോലെ തിരക്കിട്ടു നടന്നു. എനിക്കു ലജ്ജ തോന്നി. ആരോടെങ്കിലും പറയാൻ. ഒരു പെൺകുട്ടിക്കേറ്റ മുറിവ്. അതും അങ്ങനെയൊരിടത്ത്... ഇടുപ്പിൽ പിന്നോക്കം മാറി താഴെ... പതിനാറുവയസ്സിൽ ഇതെല്ലാം വളരെ നാണം തോന്നിപ്പിക്കുന്ന സംഗതികളാണ്.... ആരോടും പറയാനാവാത്ത കാര്യങ്ങൾ. അതുകൊണ്ട് ഞാനെന്റെ ജോലി തുടർന്നു. കുറെയധികം രക്തം പോയിട്ടുണ്ടാവണം. അവസാനം ഞാൻ ബോധം കെട്ടു വീണു. എന്റെ ബൂട്ടിനുള്ളിൽ നിറയെ രക്തമായിരുന്നു.

സ്വാഭാവികമായും ഞങ്ങളുടെ പട്ടാളക്കാർ വിചാരിച്ചു, ഞാൻ കൊല്ലപ്പെട്ടതാണെന്ന്. പരിചാരകന്മാർ വന്ന് എന്നെ എടുത്തുകൊണ്ടുപൊയ്ക്കോളും. അവർ അവരുടെ ചുമതലകളിലേക്കു മടങ്ങി. അപ്പുറത്ത് യുദ്ധം തകർക്കുകയായിരുന്നു. വാസ്തവത്തിൽ അല്പം കൂടി വൈകിയിരുന്നുവെങ്കിൽ ഞാൻ ചോരവാർന്ന് മരിച്ചുപോയേനെ. ഭാഗ്യത്തിന് ആ സമയം ഏതാനും ടാങ്ക് ഡ്രൈവർമാരും സൈനിക പരിശോധന വിഭാഗത്തിലെ ഓഫീസർമാരും അതുവഴി വന്നു. പടക്കളത്തിൽ ചോരയൊലിച്ചു കിടക്കുന്ന പെൺകുട്ടി അവരുടെ ശ്രദ്ധയിൽപ്പെട്ടു. എന്റെ തൊപ്പി

തലയിൽ നിന്നും വീണുപോയിരുന്നു. അപ്പോഴും ചോരയൊലിക്കുന്നതു കണ്ടപ്പോൾ അവർക്ക് മനസ്സിലായി ഞാൻ മരിച്ചിട്ടില്ലെന്ന്. അവരെന്നെ അപ്പോൾത്തന്നെ ഒരു മെഡിക്കൽ ബറ്റാലിയനിൽ എത്തിച്ചു. അവിടെ നിന്ന് ഒരാശുപത്രിയിലേക്ക്, പിന്നെ വേറൊന്നിലേക്ക്. അങ്ങനെ എന്റെ യുദ്ധം അതിവേഗം അവസാനിച്ചു. ആറുമാസം കഴിഞ്ഞപ്പോൾ ആരോഗ്യ കാരണങ്ങളാൽ അവരെന്നെ "കരുതൽ സൈന്യ" വിഭാഗത്തിലേക്കു മാറ്റി. അപ്പോഴേക്കും എനിക്ക് വയസ്സ് പതിനെട്ടായിരുന്നു. മൂന്നു തവണ മുറിവേറ്റു കഴിഞ്ഞു. ആരോഗ്യവും തൃപ്തികരമല്ല. അതിനുപുറമേ ശരീരത്തിനും മനസ്സിനുമേറ്റ ആഘാതം. പക്ഷേ, പ്രായം നന്നേ ചെറുപ്പം. അലോഹ്യങ്ങളും അസുഖങ്ങളുമെല്ലാം ആരേയുമറിയിക്കാതെ ഞാൻ മറച്ചുവെച്ചു. എന്നാലും അതുകൊണ്ടുള്ള ദോഷഫലങ്ങൾ ഞാൻ അനുഭവിക്കുകതന്നെ ചെയ്തു. മുറിവുകളെപ്പറ്റി ഞാൻ തുറന്നു പറഞ്ഞു. ആഘാതത്തെക്കുറിച്ച് മിണ്ടിയതേയില്ല. അവർ വീണ്ടും എന്നെ ആശുപത്രിയിലാക്കി. "സൈന്യത്തിൽ തുടരാനാവില്ല" എന്ന സർട്ടിഫിക്കറ്റ് എനിക്കു കിട്ടി. ഞാനത് അപ്പോഴേ കീറിക്കളഞ്ഞു. കിട്ടാനുള്ള തുക വാങ്ങാൻപോലും ഞാൻ ആപ്പീസിലേക്കു പോയില്ല. അതിനൊക്കെ വേണ്ടി പലരേയും കാണണം. പല ആപ്പീസുകൾ കയറിയിറങ്ങണം... എന്റെ ആരോഗ്യസ്ഥിതി വിശദീകരിക്കണം... എവിടെ... എപ്പോൾ... എങ്ങനെ... എത്രയെത്ര ചോദ്യങ്ങൾക്ക് ഉത്തരം പറയണം.

ആശുപത്രിയിൽ വെച്ച് സ്ക്വാഡ്രൽ കമാൻഡറും സാർജന്റ് മേജറും എന്നെ കാണാൻ വന്നു. യുദ്ധത്തിനിടയിൽ ആ കമാൻഡറെ ഞാൻ പരിചയപ്പെട്ടിരുന്നു. അദ്ദേഹത്തെ ഇഷ്ടപ്പെടുകയും ചെയ്തിരുന്നു. എന്നാൽ ആ കാലത്ത് അദ്ദേഹം എന്നെ ശ്രദ്ധിച്ചിരുന്നേയില്ല. കാണാൻ സുമുഖനായൊരാൾ. പട്ടാള യൂണിഫോം അദ്ദേഹത്തിനു നന്നായി ചേർന്നിരുന്നു. എല്ലാ പുരുഷന്മാർക്കും പട്ടാള യൂണിഫോം നല്ല ചേർച്ചയാണ്. എന്നാൽ സ്ത്രീകളുടെ കാര്യം? നീണ്ട കാലുറകൾ. മുടി നീട്ടിവളർത്താൻ അനുവാദമുണ്ടായിരുന്നില്ല. തീരെ ചെറുതായി മുറിച്ചിരിക്കണം, ആൺകുട്ടികളുടേതുപോലെ. ആശുപത്രിയിൽ വെച്ച് എന്റെ മുടി വീണ്ടും വളർന്നു. മെടഞ്ഞിടാൻ പാകം. എന്നെ കാണാനും ഭംഗിവെച്ചു... അപ്പോഴാണ് ഈ രണ്ടു പുരുഷന്മാർ. അവരുടെ കാര്യമൊന്നും പറയണ്ട. രണ്ടുപേർക്കും എന്നോട് പ്രണയമായി. ചിരിക്കാതെന്തു ചെയ്യും? യുദ്ധകാലം മുഴുവൻ ഒരുമിച്ചായിരുന്നു. അന്നൊന്നും ഈ വക തോന്നലുകളുണ്ടായിരുന്നില്ല. അവർ രണ്ടുപേരും സ്ക്വാഡ്രൽ കമാൻഡറും സാർജന്റ് മേജറും എന്നോട് വിവാഹാഭ്യർത്ഥന നടത്തി. സ്നേഹം... സ്നേഹം... എല്ലാവർക്കും വല്ലാത്തൊരാർത്തി... സ്നേഹത്തിനും സന്തോഷത്തിനും വേണ്ടി.

അത് 1945-ന്റെ അവസാനമായിരുന്നു...

യുദ്ധം കഴിഞ്ഞതും അതിനെക്കുറിച്ച് പാടെ മറക്കാനായിരുന്നു എല്ലാവർക്കും തിടുക്കം. അതിന് ഞങ്ങളെ രണ്ടുപേരേയും അച്ഛൻ നന്നായി

സഹായിച്ചു. അച്ഛൻ വിവേകശാലിയായിരുന്നു. ഞങ്ങൾക്കു രണ്ടു പേർക്കും കിട്ടിയ കീർത്തിമുദ്രകളും. ബഹുമതിപത്രങ്ങളും മെഡലുകളുമെല്ലാം ഒരു പെട്ടിയിലാക്കി അച്ഛൻ കാണാമറയത്ത് മാറ്റിവെച്ചു. അതിൽ ഔദ്യോഗികരേഖകളും അറിയിപ്പുകളുമൊക്കെ ഉണ്ടായിരുന്നു. “ഒരിക്കൽ ഒരു യുദ്ധമുണ്ടായിരുന്നു. നിങ്ങൾ രണ്ടുപേരും അതിൽ പങ്കെടുക്കുകയും ചെയ്തു. ഇനി അത് മുഴുവൻ മറന്നോളൂ.” ചേച്ചിയേയും എന്നേയും വിളിച്ച് അച്ഛൻ പറഞ്ഞു. “യുദ്ധം അവസാനിച്ചു. പുതിയൊരു ജീവിതം തുടങ്ങാനുള്ള കാലമായി. നല്ല വസ്ത്രങ്ങളും ഷൂസുകളും ധരിച്ച് ഒരുങ്ങണം. എന്റെ മക്കൾ രണ്ടുപേരും സുന്ദരികളാണ്. തുടർന്നു പഠിക്കണം. വിവാഹിതരാവണം.”

ഓല്യാക്ക് അത്ര പെട്ടെന്ന് ആ പുതിയ ജീവിതവുമായി പൊരുത്തപ്പെടാൻ സാധിച്ചില്ല. അഭിമാനമുള്ള കൂട്ടത്തിലായിരുന്നു അവൾ. അച്ഛൻ അമ്മയോട് പറയാറുള്ളത് ഓർമ്മവരുന്നു. “ഈ പെൺകുട്ടികളെ ഇത്ര ചെറുപ്പത്തിലേ പടക്കളത്തിലേക്കയച്ചത്... എന്റെ തെറ്റാണ്. അതവരെ പാടേ തകർത്തിട്ടില്ലെന്നു വിചാരിക്കാം. അല്ലാ എങ്കിൽ ജീവിതകാലം മുഴുവൻ അവരുടെ മനസ്സ് യുദ്ധം ചെയ്തുകൊണ്ടിരിക്കും.”

എനിക്കു ലഭിച്ച മെഡലുകളും കീർത്തിമുദ്രകളും പരിഗണിച്ച് അവർ എനിക്ക് പ്രത്യേകിച്ച് ചില കൂപ്പണുകൾ നല്കി. മിലിട്ടറി കടയിൽ ചെന്ന് ഇഷ്ടമുള്ള സാധനങ്ങൾ വാങ്ങാൻ അങ്ങനെ എനിക്കും സൗകര്യം കിട്ടി. ഞാൻ ഒരു ജോടി റബ്ബർബൂട്ടുകൾ വാങ്ങി. ആ കാലത്ത് അതായിരുന്നു പരിഷ്കാരം. കൂടാതെ ഒരു കോട്ടും നല്ലൊരു ഉടുപ്പും. രണ്ടുമൂന്നു ജോടി ചെരിപ്പുകളും കൂടി വാങ്ങി. എന്റെ കൈയിലുണ്ടായിരുന്ന മിലിട്ടറി മേൽകോട്ട് വിറ്റുകളയാമെന്നു ഞാൻ വിചാരിച്ചു. ഞാൻ അങ്ങാടിയിൽ ചെന്നു. അവിടെ ഞാൻ ഇളംനിറത്തിലുള്ള നല്ലൊരു ‘വേനലുടുപ്പ്’ കണ്ടു. മുടിയൊക്കെ മാടി പൊന്തിച്ചുകെട്ടി പുറത്തേക്കിറങ്ങിയപ്പോൾ, ചുറ്റും ഒരുപാടു ചെറുപ്പക്കാർ. ചിലർക്കു കൈയില്ല, ചിലർക്കു കാലില്ല. എല്ലാവരും നാടിനുവേണ്ടി പടവെട്ടി മടങ്ങിയെത്തിയവർ. കൈകളുള്ള ചിലർ വഴിയോരത്ത് ചില്ലറ സാധനങ്ങൾ വില്ക്കുന്നു... വീട്ടിൽ നിർമ്മിച്ച സ്പൂണുകൾ, ബ്രാസിയറുകൾ, അടിയിലിടുന്ന കാലുറ തുടങ്ങിയ സാധനങ്ങൾ. കാലില്ലാത്തവർ ഓരോരോ ദിക്കിൽ മാറിയിരുന്ന് കൈനീട്ടി കണ്ണീരോടെ ചില്ലറതുട്ടുകൾക്കായി യാചിക്കുന്നു. ആ കാലത്ത് ചക്രക്കസേരകൾ നിലവിൽ വന്നിരുന്നില്ല. ആരെങ്കിലും ഉണ്ടാക്കിക്കൊടുത്ത മരത്തട്ടുകളിലിരുന്ന് തനിയെ ചക്രം ഉരുട്ടി നീങ്ങുകയായിരുന്നു. കൈയുള്ള ചിലർ കൈ നിലത്തൂന്നിയും ഉന്തിനീങ്ങുന്നുണ്ടായിരുന്നു. ഒരുകൂട്ടർ മദ്യത്തിന്റെ ലഹരിയിൽ ഉറക്കെ പാടുന്നുണ്ടായിരുന്നു... ഏതോ അനാഥനെപ്പറ്റി... “വിസ്മരിക്കപ്പെട്ട... ഉപേക്ഷിക്കപ്പെട്ട ഒരു അനാഥബാലൻ” അങ്ങനെ എന്തെല്ലാം കാഴ്ചകൾ... അതോടെ മോഹം തോന്നിയ ആ ‘വേനലുടുപ്പ്” ഞാൻ വാങ്ങേണ്ടെന്നു വെച്ചു. വാസ്തവത്തിൽ ആ മോഹമേ മനസ്സിൽ നിന്നുപോയി. ഏതാണ്ട് അഞ്ചു

വർഷത്തോളം ഞാൻ മോസ്കോയിൽ തന്നെയായിരുന്നു. അതിനിടയിൽ പിന്നീടൊരിക്കലും ഞാൻ അങ്ങാടിയിലേക്കു പോയില്ല... ധൈര്യമുണ്ടായില്ല. കൈയും കാലുമില്ലാത്ത ആ കൂട്ടരിൽ ആരെങ്കിലും എന്നെ തിരിച്ചറിഞ്ഞാലോ എന്ന ഭയം. അവരെന്നെ വിളിച്ചു ചോദിച്ചാലോ... "അന്ന് മരണത്തിൽ നിന്നും എന്തിനെന്നെ രക്ഷിച്ചു?"

ചെറുപ്പക്കാരനായ ഒരു ലെഫ്റ്റനന്റ്. അയാളുടെ ഒരു കാൽ ഷെൽ വന്നുവീണ് തകർന്നിരുന്നു. മറ്റേ കാൽ എങ്ങനെയോ തൂങ്ങിനിന്നിരുന്നു. ചുറ്റും ബോംബുകൾ വീണുകൊണ്ടിരിക്കെ, ഞാൻ അയാളുടെ കാൽ ബാൻഡേജു ചെയ്തു. അയാൾ ഉറക്കെ വിളിച്ചു പറഞ്ഞുകൊണ്ടിരുന്നു. "ഇതിങ്ങനെ നീട്ടിക്കൊണ്ടുപോകേണ്ട. വേഗം എന്റെ കഥ കഴിക്കൂ... ദയവുചെയ്ത് എല്ലാം ഒന്നവസാനിപ്പിച്ചുതരൂ. "ഇതെന്റെ കല്പനയാണ്." ആ കൂട്ടത്തിൽ അന്നത്തെ ആ യുവലഫ്റ്റനന്റും ഇരിക്കുന്നുണ്ടാകുമെന്ന് ഞാൻ ഭയപ്പെട്ടു.

ഞാൻ ആശുപത്രിയിലായിരുന്നപ്പോൾ സുന്ദരനായ ഒരു ചെറുപ്പക്കാരനുണ്ടായിരുന്നു. ആളൊരു ടാങ്ക് ഡ്രൈവറായിരുന്നു. മിഷാ എന്നായിരുന്നു പേര്. കുടുംബപ്പേര് ആർക്കും അറിയില്ലായിരുന്നു. എല്ലാവരും മിഷ എന്നാണയാളെ വിളിച്ചിരുന്നത്. അയാളുടെ രണ്ടു കാലും വലത്തെ കൈയും അറുത്തു മാറ്റേണ്ടിവന്നു. വേറെ വഴിയില്ലാത്ത അവസ്ഥ. ഇടതുകൈ മാത്രം ബാക്കിയായി. കാല് അരക്കെട്ടിനോട് തൊട്ടാണ് മുറിച്ചത്. അതുകൊണ്ട് കൃത്രിമക്കാല് വെക്കാനും നിർവാഹമില്ലായിരുന്നു. ഒരുചക്ര കസേരയിലിരുത്തി ആരെങ്കിലും അയാളെ തള്ളിക്കൊണ്ടുപോവുകയാണ് പതിവ്. അയാൾക്കുവേണ്ടി പ്രത്യേകമായി നല്ല ഉയരമുള്ള ഒരു 'വീൽചെയർ' അവരുണ്ടാക്കി. പട്ടാളക്കാരല്ലാത്ത പലരും രോഗികളേയും മുറിവേറ്റവരേയും സഹായിക്കാനായി പതിവായി ആശുപത്രിയിൽ വന്നുകൊണ്ടിരുന്നു. ആ കൂട്ടത്തിൽ സ്ത്രീകളും സ്കൂൾ കുട്ടികളുമുണ്ടായിരുന്നു. ചില കുട്ടികൾ തീരെ ചെറുതായിരുന്നു. എന്നാലും ഈ വക സേവനപ്രവർത്തനങ്ങൾ അവർ താത്പര്യത്തോടെ ചെയ്തിരുന്നു. ഒരു ചെറിയ കുട്ടിയെ എന്നപോലെ അവർ മിഷയെ കൈകളിൽ താങ്ങിയെടുക്കുമായിരുന്നു.

മിഷയ്ക്ക് പത്തൊമ്പതു വയസ്സേ പ്രായമായിരുന്നുള്ളൂ. എന്നാലും അയാൾ നിരാശനായില്ല. ജീവിതം തുടരാനുള്ള അദമ്യമായ ആശ. അല്ലെങ്കിലും എത്ര ഹ്രസ്വമായിരുന്നു ആ ജീവിതം. അയാൾക്ക് സ്വന്തക്കാരായി ആരെങ്കിലുമുണ്ടായിരുന്നോ. ഓർമ്മയില്ല. ഞാൻ പെരുവഴിയിൽ ഉപേക്ഷിക്കപ്പെടില്ലെന്ന് അയാൾക്കുറപ്പുണ്ടായിരുന്നു. സ്വന്തം നാട് തന്നെ അങ്ങനെ മറന്നുകളയില്ല എന്ന വിശ്വാസം. യുദ്ധത്തിന്റെ നാശനഷ്ടങ്ങൾ നാടുമുഴുവൻ അനുഭവിച്ചു. എവിടേയും തകർച്ചമാത്രം. ഞങ്ങൾ തിരിച്ചുപിടിച്ച ഗ്രാമങ്ങൾപോലും ആകെ കത്തിക്കരിഞ്ഞ നിലയിലായിരുന്നു. സ്വന്തമെന്നു പറയാൻ തരിശുഭൂമി മാത്രമേ ബാക്കിയുണ്ടായിരുന്നുള്ളൂ... ആ ഭൂമിയല്ലാതെ അവർക്ക് വേറൊന്നുമുണ്ടായിരുന്നില്ല.

ചേച്ചിക്കും എനിക്കും മോഹം ഡോക്ടറാവാനായിരുന്നു. അത് യുദ്ധത്തിനു മുമ്പുള്ള ആഗ്രഹം. അതെന്തായാലും ഞങ്ങൾ വേണ്ടെന്നു വെച്ചു. പ്രവേശന പരീക്ഷ എഴുതാതെ ഞങ്ങൾക്ക് വേണമെങ്കിൽ നേരിട്ട് മെഡിക്കൽ സ്കൂളിൽ ചേരാമായിരുന്നു. യുദ്ധകാലത്തെ അനുഭവപരിചയം അതിനുള്ള അർഹത ഞങ്ങൾക്കു നേടിത്തന്നിരുന്നു. പക്ഷേ, ഞങ്ങൾ അനവധി മരണങ്ങൾ കണ്ടുകഴിഞ്ഞിരുന്നു. വേദനകൊണ്ടു പിടയുന്ന മനുഷ്യരേയും ഞങ്ങൾക്കു കണ്ടുമതിവന്നിരുന്നു. വീണ്ടും അതുതന്നെ കണ്ടുകൊണ്ടിരിക്കാൻ ഞങ്ങൾക്കു രണ്ടുപേർക്കും മനസ്സുണ്ടായില്ല. മുപ്പതു വർഷം കഴിഞ്ഞ് എന്റെ മകൾ ഡോക്ടറാകാൻ താത്പര്യം പ്രകടിപ്പിച്ചപ്പോൾ, അവളേയും ഞാൻ നിരുത്സാഹപ്പെടുത്തി. എത്ര പതിറ്റാണ്ടുകൾ കഴിഞ്ഞു. ഇപ്പോഴും കണ്ണടച്ചാൽ ഞാൻ കാണുന്നത് അതൊക്കെത്തന്നെ.

വസന്തകാലമായിരുന്നു. ഏതോ ഒരു യുദ്ധത്തിനുശേഷം, മുറിവേറ്റു കിടക്കുന്നവരെത്തേടി ഞങ്ങൾ അവിടെയാകെ നടന്നു. മൈതാനമാകെ ചവിട്ടിക്കുഴച്ചിട്ടിരുന്നു. രണ്ടു ശവശരീരങ്ങൾ എന്റെ ശ്രദ്ധയിൽപ്പെട്ടു. ഒരാൾ ഞങ്ങളുടെ തന്നെ ഒരു യുവസൈനികനായിരുന്നു. മറ്റേയാളും ചെറുപ്പക്കാരനായിരുന്നു, ജർമൻ. കതിരുപിടിച്ചു തുടങ്ങിയ ഗോതമ്പു വയലിനു നടുവിൽ ആകാശത്തേക്കും നോക്കി രണ്ടുപേർ. മരിച്ചിട്ടധികമായിട്ടില്ല എന്ന് ലക്ഷണം കണ്ടു മനസ്സിലാക്കി. വെറുതെ മാനത്തേക്കു നോക്കിക്കിടക്കുന്ന രണ്ടു ചെറുപ്പക്കാർ.... അവരുടെ കണ്ണുകൾ... ഇപ്പോഴും ഞാൻ മറന്നിട്ടില്ല.

ഓൾഗാ വാസിലീവ്ന

യുദ്ധത്തിന്റെ അവസാന ദിവസങ്ങൾ. നല്ല ഓർമ്മയുണ്ട്. ഞങ്ങൾ വണ്ടിയിൽ യാത്ര ചെയ്യുന്നു. പെട്ടെന്ന് എവിടെ നിന്നോ ഒരു സംഗീത ധ്വനി. ആരോ വയലിൻ വായിക്കുന്നു. എന്നെ സംബന്ധിച്ചിടത്തോളം യുദ്ധം അന്നവസാനിച്ചു. എന്തൊരതിശയം... സംഗീതത്തിന്റെ അലകൾ. അതും പലപല വാദ്യങ്ങളിൽ നിന്ന്... വ്യത്യസ്തങ്ങളായ നാദങ്ങൾ. ഏതോ ഉറക്കത്തിൽനിന്നും ഉണരുന്നതുപോലെ. ഇത്രയും ഘോരമായൊരു യുദ്ധത്തിനുശേഷം... അതിരറ്റ കണ്ണീർക്കടലുകൾ താണ്ടിയതിനു ശേഷം... ഇതാ ഞങ്ങളുടെ മുമ്പിൽ വീണ്ടും സുന്ദരമായൊരു ലോകം... ആ ദിവസത്തിനുശേഷം... വിജയദിനത്തിനു ശേഷം... ഞങ്ങൾ ആശിച്ചു... ഇനി എല്ലാവരും പരസ്പരം സ്നേഹിക്കുമെന്ന്... അലിവോടെ പെരുമാറുമെന്ന്. ഇനി മുതൽ അന്യരും അപരിചിതരുമില്ല. എല്ലാവരും സഹോദരീ സഹോദരന്മാർ. അങ്ങനെയൊരു ദിവസത്തിനുവേണ്ടി ഞങ്ങൾ എത്രയെത്ര മോഹിച്ചു.

“ഞങ്ങൾ വെടിവെച്ചില്ല”

യുദ്ധത്തിൽ ഒട്ടനവധിപേർ പങ്കെടുക്കുന്നു. അവർക്കെല്ലാം ഒട്ടനവധി ചുമതലകളുമുണ്ട്.

മരണത്തെ ചുറ്റിപ്പറ്റി മാത്രമല്ല ജീവിതത്തിനെ വലംവെച്ചും ജോലികളൊരുപാടുണ്ട്. വെടിവെയ്പും കൊലയും. കുഴിബോംബുകൾ സ്ഥാപിക്കലും അവയെ നിർവീര്യമാക്കലും. ബോംബിടൽ, പൊട്ടിത്തെറികൾ, കൈയോടു കൈയായുള്ള സംഘട്ടനങ്ങൾ.

തുണി അലക്കണം. “കാഷാ” പാകം ചെയ്യണം, റൊട്ടി ചുട്ടെടുക്കണം. വലിയ ചെമ്പുകളും പാത്രങ്ങളും കഴുകി വൃത്തിയാക്കണം, കുതിരകളെ പരിപാലിക്കണം, യന്ത്രങ്ങളുടെ കേടുപാടുകൾ തീർക്കണം, ശവപ്പെട്ടികൾ ഉണ്ടാക്കണം. ശവം മറവുചെയ്യാനുള്ള ഏർപ്പാടുകൾ ചെയ്യണം. ബൂട്ടുകളുടെ കേടുപാടുകൾ തീർക്കണം. സന്ദേശങ്ങൾ യഥാസമയം കൈമാറണം. പുകയില വിതണം ചെയ്യണം. യുദ്ധത്തിനിടയിലായാലും പല നിസ്സാര സംഗതികളും ചേർന്നതാണ് ജീവിതം. ഇതോ എന്നു തോന്നാമെങ്കിലും അതുംകൂടി ചേരാതെ വയ്യ എന്ന സ്ഥിതി. അങ്ങനെ വിചാരിക്കുന്നതു തന്നെ അസാധാരണമായി തോന്നാം, അല്ലേ?

“സാധാരണയായി സ്ത്രീകൾ ചെയ്യുന്ന ജോലികൾ കുന്നോളം ഇവിടേയുമുണ്ട്.” ശുശ്രൂഷാവിഭാഗത്തിൽ സഹായിയായിരുന്ന അലക്സാൻഡ്രോ ഐയോസിഫോഫ്നാ മിഷുടീനായാണ് അങ്ങനെ പറഞ്ഞത്. പട്ടാളം മുമ്പേ അതിനു തൊട്ടു പിറകിലായി രണ്ടാംനിര. എന്നു വെച്ചാൽ അലക്കുകാരികൾ, പാചകം ചെയ്യുന്നവർ, മെക്കാനിക്കുകൾ, തപാൽ ശിപായിമാർ....

അവരിലൊരാൾ എനിക്കെഴുതി, “ഞങ്ങളാരും ധീരയോദ്ധാക്കളല്ല. ഞങ്ങളുടെ പ്രവർത്തനം എപ്പോഴും പിന്നണിയിലായിരുന്നു.”

എന്നാൽ പിന്നണിയിൽ നടന്നിരുന്നത് എന്തായിരുന്നുവെന്നുകൂടി അറിഞ്ഞിരിക്കേണ്ടതല്ലേ?

"ഭംഗിയുള്ള കൊച്ചു ഷൂസുകളും ശപിക്കപ്പെട്ട ഒരു മരക്കാലും"

ടാറ്റിയാന ആർക്കാവീവ്നാ സ്മെല്ലിയാസ്ക്യാ

ചെളിയിൽ കൂടിയാണ് ഞങ്ങൾ നടന്നിരുന്നത്. കുഴഞ്ഞു മറിഞ്ഞ മണ്ണ്. കുതിരകളുടെ കാലുകൾ അതിൽ പൂണ്ടുപോകുന്നു. അവ മറിഞ്ഞു വീഴുന്നു... ചാവുന്നു. വലിയ ട്രക്കുകൾ മുമ്പോട്ടുപോകാനാകാതെ നിന്നു പോകുന്നു. വലിയ യന്ത്രത്തോക്കുകളും മറ്റും പട്ടാളക്കാർതന്നെ വലിച്ചു നീക്കുകയാണ്. ഭക്ഷണസാധനങ്ങളും വസ്ത്രങ്ങളും നിറച്ച വണ്ടികൾ ഞങ്ങൾ ഉന്തിയും തള്ളിയും കൊണ്ടുപോകുന്നു. വലിയ പുകയിലപ്പെട്ടി കൾ; അതിലൊന്ന് വണ്ടിയിൽനിന്നും ഉരുണ്ട് ചെളിയിലേക്കു വീണു. അതോടൊപ്പം നാറുന്ന ഒരു റഷ്യൻ തെറിയും കേട്ടു. സൈനികരെ സംബ ന്ധിച്ചിടത്തോളം വെടിമരുന്നും പുകയിലയും ഒരുപോലെ അത്യാവശ്യ മായിട്ടുള്ളതാണ്. അതുകൊണ്ടുതന്നെ വളരെയേറെ പ്രിയപ്പെട്ടതും.

എന്റെ ഭർത്താവ് ആവർത്തിച്ചുപറയാറുണ്ട്. "കണ്ണുകൾ എപ്പോഴും തുറന്നുപിടിക്കണം... ഇത് ചരിത്രമാണ്... ചരിത്രം."

ഇമീന നിക്കോലീവ്നാ സിനിയ
മിലിട്ടറി പാചകക്കാരി

യുദ്ധത്തിന് മുമ്പ് സന്തോഷമയമായിരുന്നു എന്റെ ജീവിതം. അച്ഛനമ്മമാരോടൊപ്പം. ഫിൻലാൻഡുമായുള്ള യുദ്ധത്തിൽ അച്ഛൻ പങ്കെ ടുത്തിരുന്നു. തിരിച്ചുവന്നപ്പോൾ ഒരു കൈവിരൽ നഷ്ടപ്പെട്ടിരുന്നു. "അച്ഛാ... എന്തിനാണീ യുദ്ധം?" ഞാൻ ചോദിച്ചു.

വീണ്ടും യുദ്ധം വന്നു. അപ്പോഴും ഞാൻ മുതിർന്നിട്ടുണ്ടായിരുന്നില്ല സ്വന്തം നഗരമായ മിൻഡിക്കിൽനിന്ന് ഞങ്ങളെല്ലാം ഒഴിഞ്ഞുപോകാൻ നിർബന്ധിതരായി. സാരോടോവിലേക്കാണ് അവർ ഞങ്ങളെ കൊണ്ടു പോയത്. അവിടെ യുവജനസംഘത്തിൽ ചേർന്ന് ഞാൻ പ്രവർത്തിച്ചു. ഗ്രാമസഭയിലെ അധ്യക്ഷൻ ഒരു ദിവസം എന്നെ വിളിച്ചു പറഞ്ഞു, "കുട്ടി... നിന്നെക്കുറിച്ച് ഞാൻ എപ്പോഴും ആലോചിക്കാറുണ്ട്."

"എന്നെക്കുറിച്ച് ഇത്ര ആലോചിക്കാനെന്താണ്... അമ്മാവാ?"

ഞാൻ അദ്ഭുതത്തോടെ ചോദിച്ചു.

"ഒക്കെ ഈ മരക്കാലു കാരണമാണ്... ഒക്കെ ഈ മരക്കാലു കാരണം... "അദ്ദേഹം പിറുപിറുത്തു. വാക്കുകളിൽ എന്തോ അതൃപ്തി.

കാര്യം മനസ്സിലാവാതെ ഞാൻ മിഴിച്ചുനിന്നു.

അദ്ദേഹം പറഞ്ഞു. "രണ്ടുപേരെ ഉടനെ മുന്നണിയിലേക്കയ ക്കണമെന്ന് ഉത്തരവു വന്നിരിക്കുന്നു. അയയ്ക്കത്തക്കതായി ആരേയും ഞാൻ കാണുന്നില്ല. ഞാൻ തന്നെ പോയേനെ... പക്ഷേ, ഈ നശിച്ച മരക്കാല്... നിന്നെ അയയ്ക്കാൻ വയ്യ. നീ ഇവിടത്തുകാരിയല്ലല്ലോ.

അതോ... നീ പോകുന്നോ? വേറൊരു പെൺകുട്ടിയും കൂടിയുണ്ട്... മാറിയാ ഉത്കീന."

മാറിയാ നല്ല ഉയരമുള്ള മിടുക്കി കൂടിയായിരുന്നു. എന്നാൽ ഞാൻ അങ്ങനെയായിരുന്നില്ല... ഒപ്പിക്കാമെന്നു മാത്രം.

"എന്താ... പോകുന്നോ?"

"അവർ എനിക്ക് കാലിൽ കെട്ടാനുള്ള തുണി തരുമോ?"

ഞങ്ങൾക്ക് ആവശ്യമുള്ളത്ര വസ്ത്രങ്ങളുണ്ടായിരുന്നില്ല. വീട്ടിൽ നിന്നും പെട്ടെന്ന് ഒഴിഞ്ഞുപോരികയായിരുന്നല്ലോ. ഒന്നും കൂടെ കൊണ്ടു വരാനായില്ല.

"നീ ഒരു സുന്ദരിക്കുട്ടിയല്ലേ... കാലിൽ കെട്ടാനുള്ള തുണിയല്ല ഭംഗി യുള്ള കൊച്ചുഷൂസുകൾതന്നെ അവർ നിനക്കു തരും."

ഞാൻ സമ്മതം മൂളി. "ആയിക്കോട്ടെ."

അവർ ഞങ്ങളെ തീവണ്ടിയിൽ നിന്നിറക്കി. കൂട്ടിക്കൊണ്ടുപോകാൻ ഒരാൾ കാത്തുനിന്നിരുന്നു. നല്ല തണ്ടും തടിയുമുള്ള ഒരു മീശക്കാരൻ. എന്നാൽ രണ്ടുപേരും അയാളുടെ കൂടെ പോയില്ല. എന്തുകൊണ്ട് എന്ന റിഞ്ഞുകൂടാ. അയാളെ ഞങ്ങൾക്ക് ഇഷ്ടമായില്ല. പ്രസരിപ്പും ധൈര്യവും കുറഞ്ഞ കൂട്ടത്തിലായിരുന്നു ഞാൻ. ഒരിക്കലും മുമ്പിലേക്കു തള്ളി ക്കയറാൻ താത്പര്യം കാണിച്ചിരുന്നില്ല. കുറച്ചു കഴിഞ്ഞപ്പോൾ സുന്ദ രനായ ഒരു ഓഫീസർ വന്നു. ഒരു കളിപ്പാവയുടെ ചന്തം... അയാൾ ഞങ്ങളെ പറഞ്ഞു പാട്ടിലാക്കി. ഞങ്ങൾ കൂടെ പോവുകയും ചെയ്തു. ഞങ്ങൾ യൂണിറ്റിലെത്തി. അവിടെയിരിക്കുന്നുണ്ടായിരുന്നു. ഞങ്ങൾ ആദ്യം കണ്ട മീശക്കാരൻ. അയാൾ ഞങ്ങളെ കളിയാക്കി ചിരിച്ചു... "എന്റെ കൂടെ വരാൻ നിങ്ങൾ തയ്യാറായില്ല... ഇയാൾ വന്നു വിളിച്ചപ്പോൾ ഒരു മടിയും കൂടാതെ... എന്നെ അധിക്ഷേപിക്കുകയല്ലേ ചെയ്തത്?"

ആ മേജർ എല്ലാവരേയും വേറെ വേറെ വിളിച്ചുതിരക്കി.

"നിങ്ങൾക്ക് ചെയ്യാനാവുന്ന ജോലി എന്താണ്?"

ഒരു പെൺകുട്ടി പറഞ്ഞു. "പശുവിനെ കറക്കാം." ഇനിയൊരാൾ പറഞ്ഞു, "ഉരുളക്കിഴങ്ങു പുഴുങ്ങി അമ്മയെ സഹായിക്കാറുണ്ട്."

അദ്ദേഹം എന്നെ വിളിച്ചു. "നിനക്കെന്താണറിയുക?"

"തുണി അലക്കാനറിയാം." ഞാൻ പറഞ്ഞു.

"മിടുക്കിയാണെന്നു തോന്നുന്നല്ലോ? പാചകം ചെയ്യാനറിയാമോ?"

"അറിയാം..."

ദിവസം മുഴുവൻ ഞാൻ ഭക്ഷണം പാകം ചെയ്തുകൊണ്ടിരുന്നു. വൈകുന്നേരമായാൽ പട്ടാളക്കാരുടെ തുണി അലക്കലായി. രാത്രി കാവൽ നില്ക്കുകയും വേണം. ഇടയ്ക്കിടെ ആരെങ്കിലും ഒച്ചവെക്കും.

"സെൻട്രീ... സെൻട്രീ..." എനിക്കു വിളികേൾക്കാനാവില്ല.

നാവ് പൊന്തിക്കാനാവാത്തവിധം ഞാൻ തളർന്നിരിക്കും.

സ്വെറ്റ്ലാന നിക്കോലീവ്നാ ലൂസിച്ച്
മെഡിക്കൽ വകുപ്പിൽ വളണ്ടിയർ

ഒരു ആശുപത്രി തീവണ്ടിയിലാണ് ഞാൻ സഞ്ചരിച്ചത്. ആദ്യത്തെ ഒരാഴ്ച മുഴുവൻ കരഞ്ഞു കഴിച്ചുകൂട്ടിയത് ഓർമ്മയുണ്ട്. ആദ്യം അമ്മയെ പിരിഞ്ഞ സങ്കടം. പിന്നെ നേരാംവണ്ണം ഒരിടമില്ലാത്തതിന്റെ പ്രയാസം. തീവണ്ടിയിൽ സാമാനങ്ങൾ വെക്കാനുള്ള മേൽത്തട്ടായിരുന്നു എന്റെ “ഇടം.”

“മുന്നണിയിലേക്കു പോയപ്പോൾ പ്രായമെത്രയായിരുന്നു?”

“ഒമ്പതാംക്ലാസിൽ പഠിക്കുകയായിരുന്നു. ആ വർഷം മുഴുവനാക്കാൻ നിന്നില്ല. അതിനുമുമ്പേ ഞാൻ ഓടിപ്പോയി പട്ടാളപ്രവർത്തനം തുടങ്ങി. ആശുപത്രി വണ്ടിയിലെ പെൺകുട്ടികളെല്ലാം ഏതാണ്ട് ഇതേപ്രായക്കാരായിരുന്നു.

“എന്തെല്ലാം പണികളാണ് നിങ്ങൾ ചെയ്തിരുന്നത്?”

“മുറിവേറ്റവരെ പരിചരിക്കണം അവർക്ക് ആഹാരവും വെള്ളവും കൊടുക്കണം. ആവശ്യപ്പെടുമ്പോൾ ‘ബെഡ്പാൻ’ എത്തിക്കണം. അതെല്ലാം ഞങ്ങളുടെ ജോലിയായിരുന്നു. എന്നേക്കാൾ പ്രായമുള്ള ഒരു കുട്ടിയോടൊപ്പമായിരുന്നു ഞാൻ. ആദ്യമൊക്കെ അവളെത്തന്നെ സഹായിക്കാൻ ശ്രമിച്ചു. “ആരെങ്കിലും ബെഡ്പാൻ’ ചോദിച്ചാൽ എന്നെ വിളിച്ചോളൂ.”

കൂട്ടത്തിലധികം പേരും കഠിനമായി മുറിവേറ്റവരായിരുന്നു. ഒരാൾക്ക് കൈയില്ല, ഇനിയൊരാൾക്ക് കാലില്ല. അങ്ങനെ ആദ്യത്തെ ദിവസം ഞാൻ അടിക്കടി കൂട്ടുകാരിയെ വിളിച്ചുകൊണ്ടിരുന്നു. അതിനുശേഷം ഞാൻ എല്ലാം തനിയെ ചെയ്യാൻ പഠിച്ചു.

അവർക്കും അത്രയും തിരക്കുമുണ്ടായിരുന്നു. രാവും പകലും അറിയാതെ പണിതന്നെ പണി. ഒരു രോഗി എന്നെ വിളിച്ചു. “നഴ്സ്... ബെഡ്പാൻ” ഞാൻ ‘ബെഡ്പാനും’ കൊണ്ട് അയാളുടെ അരികത്തു വന്നു. പക്ഷേ, അയാൾ അത് കൈനീട്ടി വാങ്ങിയില്ല. അപ്പോഴാണ് ഞാൻ ശ്രദ്ധിച്ചത്. അയാൾക്ക് രണ്ട് കൈയുമുണ്ടായിരുന്നില്ല. ഇനി ഞാൻ എന്തു ചെയ്യാൻ? തല കറങ്ങാൻ തുടങ്ങി. കുറെനേരം ഞാനവിടെത്തന്നെ നിന്നു. എന്തുചെയ്യണമെന്നറിയാതെ. നിങ്ങൾക്കു മനസ്സിലാവുന്നുണ്ടോ? ഞാൻ തന്നെ അയാളെ സഹായിക്കണം. ഞാനത് കണ്ടിട്ടേയില്ല. എന്താണ് ചെയ്യേണ്ടതെന്നും രൂപമില്ല. പരിശീലനക്കാലത്തൊന്നും അവർ ഞങ്ങൾക്കത് പറഞ്ഞുതന്നിരുന്നില്ല.

അലക്സാൻഡ്രാ സെമ്യോനോവ്നാ മാസ്കോവാസ്ക്യ
പട്ടാളത്തിൽ പാചകക്കാരി

ഞാനൊരിക്കലും തോക്കെടുത്തില്ല.... പട്ടാളക്കാർക്ക് വേണ്ട ‘കാഷ’ തയ്യാറാക്കലായിരുന്നു എന്റെ ജോലി. അതിന് എനിക്കൊരു മെഡലും

അവർ സമ്മാനിച്ചു. അതിനെക്കുറിച്ചൊന്നും ഞാൻ തീരെ ഓർക്കാറില്ല. എപ്പോഴെങ്കിലും യുദ്ധം ചെയ്തോ എന്നോ? ഇല്ല... ഇല്ല... എപ്പോഴും അടുക്കളയിൽ പട്ടാളക്കാർക്കുവേണ്ട കാഷയും സൂപ്പുമുണ്ടാക്കുന്ന തിരക്കിലായിരുന്നു. ഭാരിച്ച വലിയ വലിയ ചെമ്പുകൾ ഏറ്റി നടന്നു. ഞങ്ങളുടെ കമാൻഡർ പറയുമായിരുന്നു. "ഈ പാത്രങ്ങളെല്ലാം ഞാൻ വെടിവെച്ചു നശിപ്പിക്കും. ഇങ്ങനെ ഭാരം ചുമന്നു നടന്നാൽ യുദ്ധത്തിനുശേഷം കുഞ്ഞുങ്ങളെ പ്രസവിക്കുന്നതെങ്ങനെ?" പറഞ്ഞതുപോലെ അദ്ദേഹം ആ ഊക്കൻ പാത്രങ്ങളുടെ മേൽ വെടിവെച്ചു. അടുത്ത ഗ്രാമത്തിലെത്തിയപ്പോൾ കുറെക്കൂടി ഒതുക്കമുള്ള പാത്രങ്ങൾ ഞങ്ങൾ കണ്ടുപിടിച്ചു.

മുന്നണിയിൽ നിന്ന് കുറച്ചൊന്നു വിശ്രമിക്കാനായി സൈനികർ വന്നുകൊണ്ടിരിക്കും. പാവം... പട്ടാളക്കാർ. ചെളിയും വൃത്തികേടും മഞ്ഞുകടിയും.... ആകെ അവശരായാണ് വരിക. ഉസ്ബെകിസ്ഥാനിൽ നിന്നും താജിക്കിസ്ഥാനിൽ നിന്നുമുള്ളവർക്ക് "മഞ്ഞുകടി" പ്രത്യേകിച്ചും ഭയമായിരുന്നു. അവരുടെ രാജ്യങ്ങൾ... ധാരാളം ചൂടും വെളിച്ചവുമുള്ള പ്രദേശങ്ങളാണല്ലോ... ഇവിടെയാണെങ്കിൽ തണുപ്പ് - 20നും 40നും ഇടയിലും. പലരും തണുത്തു മരവിച്ചായിരിക്കും വരിക. ഭക്ഷണം തനിയെ എടുത്തുകഴിക്കാനാവാത്ത അവസ്ഥ. അപ്പോഴൊക്കെ ഞാൻ തന്നെ ഭക്ഷണമെടുത്ത് അവരുടെ വായിൽ വെച്ചുകൊടുക്കുമായിരുന്നു.

മരിയ സ്റ്റെപ്പനോവ്നാ സെറ്റ്കോ
പട്ടാളത്തിൽ അലക്കുകാരി

പട്ടാളത്തിൽ എനിക്ക് അലക്കുപണിയായിരുന്നു. യുദ്ധകാലം മുഴുവൻ വെള്ളത്തൊട്ടികൾക്കരികെയാണ് ഞാൻ കഴിച്ചുകൂട്ടിയത്. എല്ലാം കൈകൊണ്ട് നനച്ച് വെടുപ്പാക്കണം. പട്ടാള യൂണിഫോമുകളും കട്ടിയുള്ള ജാക്കറ്റുകളും എല്ലാം... അവരുടെ അടിവസ്ത്രങ്ങൾ കീറിപഴകി നിറയെ പേനും മൂട്ടയുമായി. പിന്നെ സ്വയം മറയ്ക്കാനുള്ള വെളുത്ത അയഞ്ഞ കുപ്പായങ്ങൾ. ശത്രുവിന്റെ കണ്ണിൽപ്പെടാതിരിക്കാനുള്ള സൂത്രം. വെള്ള വസ്ത്രങ്ങൾ ചോരയിൽ കുതിർന്ന് ചുകന്നിരിക്കും. ചിലപ്പോൾ പഴകിയ ചോര കട്ടപിടിച്ച് കറുത്ത്. ആദ്യത്തെ അലക്കിൽ വെള്ളം മുഴുവൻ ചുവക്കും. അല്ലെങ്കിൽ കറുക്കും. അതൊന്നും അലക്കി വെളുപ്പിക്കാനാവില്ല. ചില ഷർട്ടുകൾക്കു കൈയുണ്ടാവില്ല. നെഞ്ചത്തു തന്നെ വലിയ തുള. കാലില്ലാത്ത കാലുറകൾ. കരഞ്ഞുകൊണ്ടാണ് ഓരോന്നും അടിച്ചുനനയ്ക്കുക... കണ്ണീരിലാണ് ഒലമ്പിയെടുക്കുക.

അങ്ങനെയുള്ള ഷർട്ടുകളുടേയും ജാക്കറ്റുകളുടേയും കൂമ്പാരങ്ങൾ. അതിനെകുറിച്ചാലോചിക്കുമ്പോൾ ഇപ്പോഴും കൈകൾക്ക് കഴപ്പ്. തണുപ്പുകാലത്ത് ആ ഷർട്ടുകൾക്ക് കൂടുതൽ കനമുണ്ടാകും. കട്ടപിടിച്ച ചോരയുടെ കനം. ചോര തണുത്തുറഞ്ഞ് ഷർട്ടുകളിൽ പറ്റിപ്പിടിച്ചിരിക്കും... ചിലപ്പോൾ ഇപ്പോഴും അതൊക്കെ ഞാൻ സ്വപ്നത്തിൽ കാണാറുണ്ട്. ചോര കട്ടപിടിച്ച് കറുത്ത ഷർട്ടുകളുടെ ഒരു കൂമ്പാരം.

മരിയ നിക്കോലിീവ്ന വാസിലീവ്സ്ക്യാ: സാർജന്റ് റേഡിയോ ഓപ്പറേറ്റർ

യുദ്ധകാലത്തെ അതിശയങ്ങൾ അനവധിയാണ്... ഒക്കെ ഞാൻ പറയാം.

അന്യ കാബുറോവായ്സ് പുല്ലിൽ കിടക്കുകയാണ്. അവൾ ഞങ്ങളുടെ റേഡിയോ ഓപറേറ്ററാണ്. ഒരു ബുള്ളറ്റ് ഹൃദയത്തിൽത്തന്നെ വന്നു തറച്ചു... അവസാന ശ്വാസം വലിക്കുകയാണ്. ആ നിമിഷം ഞങ്ങളുടെ മുകളിൽ കൂടി ഒരുകൂട്ടം കൊറ്റികൾ പറന്നുപോയി. എല്ലാവരും മാനത്തേക്കു കണ്ണുകളുയർത്തി. അന്യയും കണ്ണുമിഴിച്ചുനോക്കി. "കഷ്ടം തന്നെ... കൂട്ടുകാരേ..." അവൾ ചെറുതായൊന്നു പുഞ്ചിരിച്ചു. "പറയൂ, ഞാൻ മരിക്കാൻ പോവുകയാണോ? കൃത്യം ആ നിമിഷം ഞങ്ങളുടെ തപാൽ ശിപായി ഓടിക്കൊണ്ടുവന്നു. അതൊരു സ്ത്രീയായിരുന്നു. ക്ലാവാ... അവർ ഓടിവരുന്നതിനിടയിൽ ഉറക്കെ വിളിച്ചു പറഞ്ഞുകൊണ്ടിരുന്നു. "അന്യാ... മരിക്കല്ലേ... നിനക്കൊരു കത്തുണ്ട്... വീട്ടിൽ നിന്ന്."

അന്യ മിഴിപൂട്ടാതെ കത്തിനായി കാത്തുകിടന്നു. ക്ലാവ അവളുടെ അരികെ മുട്ടുകുത്തിയിരുന്നു. എഴുത്ത് തുറന്ന് വായിച്ചു.

"എന്റെ അത്രയും പ്രിയപ്പെട്ട കൊച്ചുമകളേ..." എന്റെ അടുത്തു നിന്നിരുന്ന ഡോക്ടർ പറഞ്ഞു. "ഇതൊരദ്ഭുതം തന്നെ... വലിയൊരു അദ്ഭുതം. വൈദ്യശാസ്ത്രത്തിലെ നിയമങ്ങളെയൊക്കെ നിഷേധിച്ചു കൊണ്ട് അവർ ജീവിക്കുന്നു."

ക്ലാവ കത്തു വായിച്ചുകഴിയുന്നതുവരെ അന്യ കണ്ണുകൾ തുറന്നിരുന്നു... പിന്നെ സാവധാനം അവ അടഞ്ഞുപോയി...

വാസിലിസ യുഷ്നീന; പ്രൈവറ്റ് ഹെയർഡ്രെസ്സർ

എന്റെ തൊഴിൽ... പുരുഷന്മാരുടെ മുടി വെട്ടുകയാണ്.

ഒരു പെൺകുട്ടി വന്നു... എനിക്കറിയില്ല അവളുടെ തലമുടി വെട്ടേണ്ടതെങ്ങനെയാണെന്ന്. ധാരാളം കട്ടിയുള്ള മുടി. അലകൾ പോലെ. കമാൻഡർ ട്രെന്റിനകത്തേക്കു കടന്നുവന്നു.

"അവളുടെ മുടി വെട്ടണം... പുരുഷന്മാരുടേതുപോലെ."

"പക്ഷേ അവളൊരു പെണ്ണല്ലേ?"

"അല്ല. അവളൊരു പടയാളിയാണ്. യുദ്ധം കഴിഞ്ഞാൽ അവൾക്കു വീണ്ടും സ്ത്രീയാകാം."

എന്നാലും അവളുടെ മുടി ഇത്തിരി വളർന്നാൽ അതു ചുരുട്ടിവെക്കാൻ ശ്രമിക്കും. പെൺകുട്ടികളുടെ ഭംഗിയുള്ള മുടിച്ചുരുളുകൾ. ചുരുളിക്കാനുള്ള സാമഗ്രികളൊന്നുമുണ്ടായിരുന്നില്ല. പൈൻമരത്തിലെ ഉണങ്ങി വീഴുന്ന കായിലാണ് ഞാൻ മുടി ചുറ്റിവെക്കുക. നെറ്റിയുടെ മുകളിലുള്ള ഏതാനും ഇഴകളെങ്കിലും അങ്ങനെ ചുരുളിച്ചുവെക്കാൻ ശ്രമിക്കും.

അന്ന സാക്കറോവ്നാ ഗോർലാച്ച്

അലക്കുകാരി, പ്രൈവറ്റ്

അധികം പുസ്തകങ്ങളൊന്നും ഞാൻ വായിച്ചിട്ടില്ല.... ഭംഗിയിൽ വർത്തമാനം പറയാനും എനിക്കറിയില്ല.... പട്ടാളക്കാരുടെ വസ്ത്രങ്ങൾ നനച്ചു വൃത്തിയാക്കിക്കൊടുക്കുക. അതായിരുന്നു ഞങ്ങളുടെ ജോലി. നനച്ചുണക്കി നന്നായി തേച്ചുമടക്കിക്കൊടുക്കണം. ഞങ്ങളുടെ ധീരസാഹസികത അവിടെയായിരുന്നു. കുതിരപ്പുറത്താണ് യാത്ര ചെയ്തിരുന്നത്. അപൂർവം ചിലപ്പോൾ തീവണ്ടിയിൽ. ഞങ്ങളുടെ കുതിരകൾ ഓടിത്തളർന്നിരുന്നു. ബർലിൻവരെ നടന്നു എന്നുതന്നെ പറയാം. എന്തായാലും ഓർമ്മയിൽ നിന്നെടുത്ത് പറയുകയാണല്ലോ. ഞങ്ങൾ എല്ലാ പണികളും ചെയ്തിരുന്നു. മുറിവേറ്റവരെ രക്ഷാസങ്കേതങ്ങളിലേക്കു ചുമന്നു. ചില സ്ഥലങ്ങളിൽ വാഹനങ്ങൾക്കും ചെന്നെത്താൻ പ്രയാസം. ഞങ്ങൾ ഷെല്ലുകൾ കൈകളിലെടുത്ത് വേണ്ടിടത്തെത്തിച്ചു. പലപ്പോഴും നാഴികകൾതന്നെ അങ്ങനെ സഞ്ചരിക്കേണ്ടി വന്നിട്ടുണ്ട്. ഭൂഗർഭഅറകൾ ഉണ്ടാക്കി... സുരക്ഷിതരായി സൈനികർക്ക് ഒളിഞ്ഞിരിക്കാൻ.

ഒരിക്കൽ ശത്രുവലയത്തിനുള്ളിൽ അകപ്പെട്ടു. എല്ലാവരേയുംപോലെ ഞാനും ഓടി. വെടിവെച്ചു.

പറയാൻ എത്രയോ ബാക്കി. മുഴുവനും ഓർമ്മ വരുന്നില്ല. ഇനിയും വരണം... ഞാൻ ഓർക്കാൻ ശ്രമിക്കാം....

നടാല്യ മുക്കാമെഡിനോവ

പ്രൈവറ്റ്, ബേക്കർ

എന്റെ കഥ നന്നേ ചെറുതാണ്... സർജന്റ് മേജർ ചോദിച്ചു:

"കുട്ടീ നിനക്കെത്ര വയസ്സായി?"

"പതിനാറ്... എന്തേ?"

"കാരണം, പ്രായപൂർത്തിയാകാത്തവരെ പട്ടാളത്തിൽ ചേർക്കാറില്ല."

"നിങ്ങൾ പറയുന്നതെല്ലാം ഞാൻ ചെയ്യാം... റൊട്ടി ഉണ്ടാക്കാം."

അവർ എന്നെ കൂട്ടത്തിൽ കൊണ്ടുപോയി....

എലീന വിലെൻസ്കായ

സാർജന്റ്, ക്ലാർക്ക്

എന്നെ സൈന്യത്തിലേക്കെടുത്തത് ഒരു ക്ലാർക്കായിട്ടാണ്. അങ്ങനെയാണ് അവരെന്നെ സൈനിക ആസ്ഥാനത്തു പോയി ജോലി ചെയ്യാൻ പ്രേരിപ്പിച്ചത്. "യുദ്ധത്തിനു മുമ്പ് നിങ്ങൾ ഒരു ഫോട്ടോഗ്രാഫർ ആയിരുന്നുവെന്ന് ഞങ്ങൾക്കറിയാം." അവർ പറഞ്ഞു. അവിടേയും നിങ്ങൾ നമ്മുടെ ഫോട്ടോഗ്രാഫറായിരിക്കും."

ഒരു കാര്യം ഓർക്കുന്നു. മരണത്തിന്റെ ചിത്രങ്ങളെടുക്കാൻ എനിക്കൊട്ടും താത്പര്യമുണ്ടായിരുന്നില്ല. വിശേഷിച്ചും മരിച്ചവരുടെ

ചിത്രങ്ങൾ കാമറയിൽ പകർത്താൻ ഞാൻ ആഗ്രഹിച്ചില്ല. പട്ടാളക്കാർ വിശ്രമിക്കുന്നതിനിടയിൽ ഞാൻ അവരുടെ പടമെടുത്തു. അവർ പുക വലിച്ചിരിക്കുന്നതും തമാശകൾ പറഞ്ഞു ചിരിക്കുന്നതും. പുരസ്കാരങ്ങൾ വിതരണം ചെയ്യുന്ന പടങ്ങളും ഞാൻ കാമറയിൽ പകർത്തി. അന്ന് എന്റെ കൈയിൽ കളർ ഫിലിം ഉണ്ടായിരുന്നില്ല. പടങ്ങളെല്ലാം കറുപ്പിലും വെളുപ്പിലും മാത്രമായിരുന്നു. റെജിമെന്റിന്റെ പതാകയും വഹിച്ചു കൊണ്ടുള്ള ഒരു പടം... സുന്ദരമായൊരു പടം എനിക്കെടുക്കാമായിരുന്നു.

ഇന്ന് പല പത്രപ്രവർത്തകരും എന്നോട് ചോദിക്കാറുണ്ട്, "നിങ്ങൾ മരിച്ചവരുടെ ഫോട്ടോകൾ എടുത്തിരുന്നോ? യുദ്ധക്കളത്തിന്റെ ഫോട്ടോകൾ?" ഞാൻ തിരഞ്ഞു തുടങ്ങി. മരിച്ചവരുടെ ഏതാനും ഫോട്ടോകൾ കൂട്ടത്തിലുണ്ടായിരുന്നു. ആരെങ്കിലും മരിച്ചുവീണാൽ സഹപ്രവർത്തകർ ചോദിക്കും..." അയാളെ ജീവനോടെ കിട്ടിയോ?" ജീവിച്ചിരിക്കുന്ന ചിരിച്ചുകൊണ്ടുനില്ക്കുന്ന സുഹൃത്തിനെ കാണാൻ അവർ ആഗ്രഹിച്ചു...

സോയാ ലുക്കിയാ നോവ്നാ വെർഴ്സിറ്റ്സാക്യയാ
സൈന്യത്തിലെ നിർമ്മാണവകുപ്പിൽ കമാൻഡർ

ഞങ്ങൾ നിർമ്മാണപ്രവർത്തനങ്ങളിലായിരുന്നു. തീവണ്ടിപ്പാതകളും പാലങ്ങളും ഭൂഗർഭവസതികളും നിർമ്മിച്ചു. പടക്കളം എപ്പോഴും തൊട്ടടുത്തായിരുന്നു. മറുപക്ഷം കാണാതിരിക്കാൻ രാത്രികളിലാണ് ഞങ്ങൾ ഭൂമി കുഴിച്ചിരുന്നത്. ഞങ്ങൾ മരങ്ങൾ മുറിച്ചു. എന്റെ യൂണിറ്റിൽ അധികവും പെൺകുട്ടികളായിരുന്നു. കരുതൽ സേനയിൽ നിന്നുള്ള ഏതാനും പുരുഷന്മാരുണ്ടായിരുന്നു. മരം മുറിച്ച് എങ്ങനെയാണ് ഞങ്ങൾ കൊണ്ടുപോയതെന്നോ? എല്ലാവരും ചേർന്ന് ഒരു തടി പൊക്കിയെടുത്ത് തോളിലേറ്റി കൊണ്ടുപോകും. ചിലപ്പോൾ ഒരു മരം ചുമക്കാൻ ഒരു യൂണിറ്റ് മുഴുവനും വേണ്ടിവരും.

ഞങ്ങളുടെ ചുമലുകൾ നീരു കെട്ടി വീർത്തു... ചുകന്നു പോളച്ചു.

മരിയ സെമിയോനോവ്നാ കുലാക്കോവാ.
പ്രൈവറ്റ് ബേക്കർ

അധ്യാപികയാവാനുള്ള പരിശീലനം ഞാൻ പൂർത്തിയാക്കിയിരുന്നു. യുദ്ധം ആരംഭിച്ചതിൽ പിന്നെയാണ് എനിക്ക് ഡിപ്ലോമ കൈയിൽ കിട്ടിയത്. യുദ്ധം കാരണം ഞങ്ങൾക്കാർക്കും അവർ നിയമനം നല്കിയില്ല. എല്ലാവരോടും വീടുകളിലേക്ക് മടങ്ങിക്കോളാൻ പറഞ്ഞു. ഞാൻ വീട്ടിൽ തിരിച്ചെത്തി. താമസിയാതെ റിക്രൂട്ടിങ്ങ് ഓഫീസിൽ ഹാജരാകാനുള്ള അറിയിപ്പുവന്നു. ഞാൻ യുദ്ധത്തിനു പോകുന്നത് അമ്മയ്ക്ക് ഒട്ടും ഇഷ്ടമായിരുന്നില്ല. ചെറുപ്പമായിരുന്നു... പതിനെട്ട് വയസ്സ്.

"ഞാൻ നിന്നെ എന്റെ സഹോദരന്റെ വീട്ടിലേക്കയയ്ക്കാം... നീ സ്ഥലത്തില്ലെന്ന് അവരെ അറിയിക്കാം." അമ്മ സൂത്രം പറഞ്ഞു.

“വേണ്ട...” ഞാൻ ഉറച്ചുനിന്നു. “ഞാൻ യുവജനസംഘടനയിലെ അംഗമാണ്.”

റിക്രൂട്ടിങ്ങ് ഓഫീസിൽ ഞങ്ങളെ എല്ലാവരേയും അവർ ഒരുമിച്ചു നിർത്തി. “യുദ്ധമുന്നണിയിൽ റൊട്ടിയുണ്ടാക്കാനായി ഞങ്ങൾക്ക് സ്ത്രീകളെ ആവശ്യമുണ്ട്.” അവർ അറിയിച്ചു.

ജോലി കടുപ്പമേറിയതായിരുന്നു. ഇരുമ്പുകൊണ്ടുള്ള എട്ട് അപ്പക്കൂടുകൾ. ആളൊഴിഞ്ഞ അല്ലെങ്കിൽ തകർന്നുകിടക്കുന്ന ഏതെങ്കിലും ഗ്രാമത്തിലോ പട്ടണത്തിലോ ഞങ്ങൾ അപ്പക്കൂടുകൾ സ്ഥാപിച്ചു. അതിനുശേഷം വിറകിനുള്ള ഓട്ടമായി. ഇരുപതോ മുപ്പതോ പാട്ട വെള്ളം വേണം. അഞ്ചുചാക്ക് റൊട്ടിമാവും. ഞങ്ങളെല്ലാവരും പതിനെട്ടുകാരായ പെൺകുട്ടികളായിരുന്നു. നൂറ്റിയമ്പത് റാത്തൽ മാവാണ് ഒരു ചാക്കിലായി ഞങ്ങൾ ചുമന്നിരുന്നത്. ഞങ്ങൾ രണ്ടുപേർ ചേർന്നാണ് ഓരോ ചാക്കും എടുത്തു നടക്കുക. ഒരു പലകയിൽ നാല്പത് വലിയ റൊട്ടികൾ വെച്ച് അതും ഞങ്ങൾ എടുത്തു നടക്കും. എനിക്ക് അതെടുത്തു പൊന്തിക്കാൻ സാധിച്ചിരുന്നില്ല. രാവും പകലും “ഓവന്റെ” അരികിൽ നിന്നും നീങ്ങാനാവില്ല. ഒരു തൊട്ടി നിറയെ മാവെടുത്തു കുഴച്ചു പാകപ്പെടുത്തി വരുമ്പോഴേക്കും അടുത്ത തൊട്ടി മുമ്പിലെത്തും. പുറത്ത് ബോംബുകളുടെ പേമാരി... അകത്ത് ഞങ്ങൾ റൊട്ടി ചുടുന്ന തിരക്കും....

എലീന നിക്കിഫോറോവ്നാ ഇവസ്കിയ
പ്രൈവറ്റ് സപ്ലെയർ

യുദ്ധകാലം മുഴുവൻ ഞാൻ ചക്രങ്ങളിന്മേലാണ് കഴിച്ചുകൂട്ടിയത്.... ഓരോരോ അടയാളങ്ങൾ തേടി ഞാൻ സഞ്ചരിച്ചു. എല്ലാം കർഷക കൂട്ടായ്മകൾ. “കമ്മ്യൂൺ സ്കെകിൻ” “കമ്മ്യൂൺ കോസുറോ...” അവിടെയെല്ലാം ചെന്ന് പുകയിലയും സിഗരറ്റും തീപ്പെട്ടിയും ഞങ്ങൾ ശേഖരിച്ചു. മുന്നണിയിൽ പടപൊരുതുന്നവർക്ക് ഇതൊന്നും കൂടാതെ കഴിയുകയില്ല. ചിലപ്പോൾ കാറിലാകും യാത്ര. അല്ലെങ്കിൽ കുതിര വണ്ടിയിൽ. പലപ്പോഴും നടന്നുപോകേണ്ടിവരും. കൂട്ടിനു രണ്ടു സൈനികരുമുണ്ടാകും. സാധനങ്ങളെല്ലാം പുറത്ത് ചുമക്കുകയാണ് പതിവ്. കുതിരപ്പുറത്ത് കയറി ട്രെൻഡുകളിലേക്കു പോകാനാവില്ല. ഒച്ചയനക്കങ്ങൾ ജർമൻകാരുടെ ശ്രദ്ധയിൽപ്പെടില്ലേ? ഞങ്ങൾ തലച്ചുമടായി സാധനങ്ങൾ എത്തിച്ചു. അല്ലെങ്കിൽ പുറത്ത് ചുമന്ന്....

മറിയ അലക്സോവാ റെമ്നീവാ
തപാൽവകുപ്പിൽ സബ്‌ലഫ്റ്റനന്റ്

യുദ്ധത്തിന്റെ ആരംഭഘട്ടത്തിൽ. എനിക്ക് പത്തൊൻപതു വയസ്സായിരുന്നു. വ്ളാഡിമാർ പ്രവിശ്യയിലുള്ള മുറോം എന്ന പട്ടണത്തിലായിരുന്നു ഞങ്ങളുടെ വീട്. 1941 ഒക്ടോബറിൽ ഞങ്ങൾ, യുവജനസംഘടനയിലെ അംഗങ്ങളെ അവർ മുറോം-ശോർക്കി-കുലേബാക്കി ഹൈവേയുടെ

നിർമ്മാണത്തിനായി പറഞ്ഞയച്ചു. ആ പണി കഴിഞ്ഞ് തിരിച്ചെത്തിയപ്പോഴേക്കും സൈന്യത്തിൽ ചേരാനുള്ള ഉത്തരവായി.

ഗോർക്കിയിലെ “സ്കൂൾ ഓഫ് കമ്മ്യൂണിക്കേഷൻ” എന്ന സ്ഥാപനത്തിലേക്കാണ് അവരെന്നെ അയച്ചത്. തപാൽ പ്രവർത്തനങ്ങൾക്കുള്ള പരിശീലനകേന്ദ്രം. അതു പൂർത്തിയാക്കിയ ഉടനെ അവർ എന്നെ മുന്നണി സേനയിൽ നിയമിച്ചു. No: 60 ഇൻഫൻട്രി ഡിവിഷൻ” അവരുടെ തപാൽ വകുപ്പിൽ ഓഫീസറായി ഞാൻ ജോലി ചെയ്തു. മുന്നണിയിലെ പട്ടാളക്കാർ വീട്ടിൽനിന്നുള്ള എഴുത്ത് കൈയിൽ കിട്ടുമ്പോൾ കരയും ചിരിക്കും അതിന്മേൽ ഉമ്മവെക്കും. ഒക്കെ ഞാൻ നേരിട്ടു കാണാറുണ്ട്. അവരുടെ ബന്ധുക്കളും സ്നേഹിതരുമായി പലരും കൊല്ലപ്പെട്ടിട്ടുണ്ടാകും. ചിലർ താമസിക്കുന്നത് ഇപ്പോൾ ജർമൻ അധീനതയിലുള്ള പ്രദേശങ്ങളിലായിരിക്കും. അവർക്കും കത്ത് എഴുതാൻ സാധിക്കുകയില്ലായിരുന്നു. അവർക്കുവേണ്ടി ഞങ്ങൾ പേരും സ്ഥലവും വെക്കാതെ കത്തുകളെഴുതും. “പ്രിയപ്പെട്ട പട്ടാളക്കാരാ, നിങ്ങൾക്ക് അജ്ഞാതയായ ഒരു പെൺകുട്ടിയാണ് ഈ കത്തെഴുതുന്നത്. ശത്രുവുമായുള്ള പോരാട്ടം എങ്ങനെ നടക്കുന്നു? വിജയം പ്രഖ്യാപിച്ചുകൊണ്ട് നിങ്ങൾ എന്നാണ് മടങ്ങിവരിക?” രാത്രിയാണ് ഞങ്ങൾ ഇങ്ങനെയുള്ള കത്തുകളെഴുതാറ്. ഞാൻ തന്നെ നൂറുകണക്കിന് കത്തുകളെഴുതിയിട്ടുണ്ട്.

“കെ” എന്ന പ്രത്യേക സോപ്പും കാവൽപ്പുരയും

വാലെന്റീനാ കുസ്മിൻപിന
ബ്രോറ്റ്വികോവാ ബോർഷിചിവ്സ്കയ.
ലെഫ്റ്റനന്റ്, രാഷ്ട്രീയപ്രതിനിധി,
സൈനിക അലക്കുവിഭാഗത്തിൽ ജോലി

മേയിലാണ് ഞാൻ വിവാഹിതയായത്.... ജൂൺ 22-ാം തിയതി യുദ്ധം തുടങ്ങി. ആദ്യത്തെ ജർമൻ വിമാനങ്ങൾ പറന്ന് ഞങ്ങളുടെ ആകാശത്തിലെത്തി. ഞാൻ കീവിലെ ഒരു അനാഥാലയത്തിലാണ് ജോലി ചെയ്തിരുന്നത്. സ്പെയ്നിൽ നിന്നും കൊണ്ടുവന്ന അനാഥക്കുട്ടികൾക്കുള്ളതായിരുന്നു ആ സ്ഥാപനം. 1937-ൽ ആയിരുന്നു. സ്പെയിനിൽ ആഭ്യന്തര കലാപം നടന്നത്. യുദ്ധം തുടങ്ങിയപ്പോൾ എന്തു ചെയ്യണമെന്നറിയാതെ ഞങ്ങൾ അന്ധാളിച്ചുനിന്നു. എന്നാൽ കുട്ടികൾ സമയം കളയാതെ മുറ്റത്ത് ആഴമുള്ള ട്രെന്റുകൾ കുഴിക്കാൻ തുടങ്ങി. യുദ്ധം എന്നാൽ എന്താണെന്ന് അവർ മനസ്സിലാക്കിക്കഴിഞ്ഞിരുന്നു. കുട്ടികളെ ഞങ്ങൾ ഉൾപ്രദേശങ്ങളിലേക്കു മാറ്റി. ഞാൻ പെൻസാ പ്രദേശത്തേക്കു പോയി. അവിടെ നഴ്സുമാർക്കുവേണ്ട പരിശീലനം നല്കുന്ന പണിയാണ് അവരെന്നെ ഏല്പിച്ചത്. ഡോക്ടർമാരെല്ലാവരും

യുദ്ധരംഗത്തായിരുന്നു. 1941 ആയപ്പോഴേക്കും പഠിപ്പിക്കാനും പരീക്ഷ നടത്താനും ഞാൻ മാത്രം എന്ന സ്ഥിതിയായി. സർട്ടിഫിക്കറ്റുകളെല്ലാം ഞാൻ തന്നെ വിതരണം ചെയ്തു. എന്നെ മുന്നണിയിലേക്കയയ്ക്കണമെന്ന് ഞാൻ അധികാരികളോട് അപേക്ഷിച്ചു. സ്റ്റാലിൻഗ്രാഡിലെ മിലിട്ടറി ആശുപത്രിയിലേക്കാണ് അവരെന്നെ അയച്ചത്. ഞാനായിരുന്നു ഏറ്റവും മുതിർന്ന പെൺകുട്ടി. എന്റെ കൂട്ടുകാരി സോനിയാ ഉദ്രുഗോവയ്ക്ക് പതിനാറു വയസ്സേ ആയിരുന്നുള്ളൂ. അവളിപ്പോഴും എന്റെ കൂട്ടുകാരിയാണ്. അവൾ ഒമ്പതാംക്ലാസുവരെ പഠിച്ചിരുന്നു. കൂടാതെ നഴ്സിങ്ങ് പരിശീലനവും തേടിയിരുന്നു. ഞങ്ങൾ മുന്നണിയിലെത്തി മൂന്നാം ദിവസം സോനിയ കാട്ടിൽ ഒറ്റയ്ക്കിരുന്ന് കരയുന്നതു കണ്ടു.

ഞാൻ ചോദിച്ചു:"സോനിയ കുട്ടി... നീ എന്തിനാ കരയുന്നത്?"

"അറിയില്ലേ... ഞാൻ മൂന്നു ദിവസമായി എന്റെ അമ്മയെ കണ്ടിട്ട്..."

ഇന്ന് ആ പഴയ സംഭവം ഓർമ്മപ്പെടുത്തുമ്പോൾ അവൾ ഉറക്കെ ചിരിക്കാറുണ്ട്.

കുറിസ്ക് ബൽജിൽ വെച്ച് എനിക്കു സ്ഥലംമാറ്റം കിട്ടി. മിലിട്ടറി ആശുപത്രിയിൽ നിന്നും അലക്കു വിഭാഗം പൊളിറ്റിക്കൽ കമ്മീഷണറായി. അലക്കുകാരികളെല്ലാവരും തൽക്കാലത്തേക്ക് കൂലിക്കെടുത്തവരായിരുന്നു. ഞങ്ങൾ കുതിരവണ്ടികളിലാണ് യാത്ര ചെയ്തിരുന്നത്. മേൽത്തട്ടില്ലാത്ത വണ്ടിക്കകത്ത് വലിയ തൊട്ടികളും അലക്കുപാത്രങ്ങളും അടുപ്പുകളും ഒക്കെ കയറ്റിവെക്കും. അതിനുമുകളിലായി പെൺകുട്ടികളുമിരിക്കും. അവരുടെ ചുകപ്പും പച്ചയും നീലയും ഗ്രേയുമായ പാവാടകൾ. ആളുകൾ നോക്കിനിന്ന് ചിരിക്കും. "ദാ പോകുന്നു... അലക്കു പട്ടാളം." അവരെന്നെ "അലക്കു കമ്മീഷണർ" എന്നാണ് വിളിച്ചിരുന്നത്. പിന്നീട് എന്റെ കുട്ടികൾക്ക് കുറെക്കൂടി നല്ല വസ്ത്രങ്ങൾ ധരിക്കാൻ കിട്ടി.

"ഞങ്ങൾ അണിഞ്ഞൊരുങ്ങി." അവർ തന്നത്താൻ ചിരിക്കുമായിരുന്നു.

ബുദ്ധിമുട്ടുള്ള ജോലിയായിരുന്നു. അക്കാലത്ത് 'വാഷിങ്ങ് മെഷീനൊ'ന്നുമില്ല. എല്ലാം സ്ത്രീകൾ അവരുടെ കൈകൊണ്ടുതന്നെ. ഞങ്ങൾ എവിടെയെങ്കിലും ഒരിടത്തെത്തും. അവർ ഒരു വീടൊ ട്രെൻഡോ തരും. ആദ്യം ഞങ്ങൾ അടിവസ്ത്രങ്ങൾ അലക്കും. ഉണക്കുന്നതിനു മുമ്പായി 'കൈ' സോപ്പിൽ കുതിർത്തിവെക്കും... പേനും മൂട്ടയും വരാതിരിക്കാനുള്ള പ്രത്യേകം സോപ്പാണത്. ദുസ്സഹമായ നാറ്റമാണ്. അലക്കാൻ നിന്ന സ്ഥലത്തുതന്നെയാണ് തുണി ഉണക്കാറുള്ളത്. അവിടെത്തന്നെ ഞങ്ങൾ കിടന്നുറങ്ങുകയും ചെയ്യും. ഒരു ഭടന്റെ അടിവസ്ത്രമലക്കാൻ ഒരൗൺസ് സോപ്പാണ് അവർ കണക്കാക്കി തന്നിരുന്നത്. ആ വസ്ത്രങ്ങളാണെങ്കിലോ അങ്ങേയറ്റം കറുത്ത് ചെളിപിടിച്ചത്. മിക്കവാറും എല്ലാവരുടേയും കാലും കൈയുമൊക്കെ വിണ്ടുകീറി. വിശ്രമമില്ലാതെ അടിച്ചുനനച്ചു. ഭാരിച്ച സാധനങ്ങൾ ചുമന്നും അവശരായി. അതിനുപുറമെ 'കൈ'

സോപ്പ് നിരന്തരം ഉപയോഗിച്ച് ഒരുതരം ത്വഗ്രോഗവും ബാധിച്ചു. നഖങ്ങൾ ഇളകിപ്പോന്നു. ഇനിയൊരിക്കലും അവ വളരില്ല എന്നായിരുന്നു ഞങ്ങളുടെ പേടി. രണ്ടുമൂന്നു ദിവസം കുറച്ചൊന്നു വിശ്രമിക്കും. വീണ്ടും പഴയ പണി തരും.

കുട്ടികളെല്ലാം ഞാൻ പറഞ്ഞതനുസരിച്ചിരുന്നു.

ഒരിക്കൽ ഒരു വലിയ യൂണിറ്റ് പൈലറ്റുമാർ താമസിക്കുന്നിടത്ത് ഞങ്ങളെത്തി. ഞങ്ങളുടെ വേഷം വല്ലാതെ മുഷിഞ്ഞു ചുളിഞ്ഞതായിരുന്നു. ഞങ്ങളെ കണ്ടതും അവർ കളിയാക്കി... "കണ്ടില്ലേ... നമ്മുടെ അലക്കുകാരികളെ?"

എന്റെ കുട്ടികൾക്ക് അതുകേട്ടു വല്ലാതെ സങ്കടം വന്നു. അവർ എന്റെയടുത്തു പരാതി പറഞ്ഞു, "കേട്ടില്ലേ... അവർ നമ്മളെ പറ്റി പറയുന്നത്?"

"സാരല്യാ..." ഞാൻ സമാധാനിപ്പിച്ചു. "നമുക്കവരെ കാണിച്ചു കൊടുക്കാം, നമ്മൾ ശരിക്കും ആരാണെന്ന്."

ഞങ്ങൾ ഒരു പദ്ധതി തയ്യാറാക്കി. വൈകുന്നേരമായപ്പോൾ എന്റെ കുട്ടികൾ അവരുടെ കൈയിലുണ്ടായിരുന്ന ഏറ്റവും നല്ല വസ്ത്രങ്ങൾ ധരിച്ച് അപ്പുറത്തുള്ള മൈതാനത്തിൽ ചെന്നുനിന്നു. ഒരാൾ എക്കോഡിയൻ വായിച്ചു. ബാക്കിയുള്ളവർ നൃത്തം ചെയ്യാൻ തുടങ്ങി. പൈലറ്റുമാരോടൊപ്പം നൃത്തം ചെയ്യില്ലെന്ന് അവർ നേരത്തെ ഉറപ്പിച്ചിരുന്നു. പൈലറ്റുമാർ വന്ന് അവരെ നൃത്തം ചെയ്യാൻ ക്ഷണിച്ചു. എല്ലാവരും നിരസിച്ചു. ആ രാത്രി മുഴുവൻ അവർ മൈതാനത്തിൽ പാട്ടുംപാടി നൃത്തം വെച്ചു. തമ്മിൽത്തമ്മിൽ ജോടിയായി. പൈലറ്റുമാർക്ക് കാര്യം മനസ്സിലായി. അവർ വന്ന് അനുനയം പറഞ്ഞു, "ഒരാൾ എന്തോ കളി പറഞ്ഞു എന്നുവെച്ച് നിങ്ങൾ ഞങ്ങളെ കൂട്ടത്തോടെ അകറ്റിനിർത്തുന്നത് ശരിയല്ല."

തൽക്കാലത്തേക്ക് കൂലിക്കെടുത്തവരെ കാവൽപ്പുരയിൽ നിർത്തരുത് എന്നായിരുന്നു നിയമം. പക്ഷേ എന്തു ചെയ്യാൻ... ഞങ്ങളുടെ സംഘത്തിൽ ഒരു നൂറുപേരുണ്ടായിരുന്നു. രാത്രി പതിനൊന്നു മണി മുതൽ കർഫ്യൂ ആണ്. ചിലർ ഓടിപ്പോകാൻ ശ്രമിച്ചു. കുട്ടികളല്ലേ? അവരെ ഞാൻ കാവൽപ്പുരയിലേക്കു പറഞ്ഞയച്ചു. ഒരിക്കൽ വേറൊരു യൂണിറ്റിൽ നിന്നും മേലധികാരികൾ പരിശോധനയ്ക്കു വന്നു. എന്റെ രണ്ടു കുട്ടികൾ അപ്പോൾ കാവൽപ്പുരയിലുണ്ടായിരുന്നു. "ഇതെന്താണ്... കൂലിക്കെടുത്തവരെ കാവൽപ്പുരയിലാക്കിയിരിക്കുന്നോ?"

"സഖാവ് കേണൽ... വേണമെങ്കിൽ റിപ്പോർട്ട് എഴുതി പ്രധാന ഓഫീസിലേക്കയയ്ക്കാം." ഞാൻ ശബ്ദമൊതുക്കി പറഞ്ഞു.

"എന്റെ കീഴിൽ നൂറു കുട്ടികളുണ്ട്. കർശനമായ അച്ചടക്കം പാലിക്കേണ്ടതുണ്ട്. അങ്ങനെയാണ് മേലെനിന്നുള്ള ഉത്തരവ്... അപ്പോൾ ഇങ്ങനെ ചിലതൊക്കെ വേണ്ടിവരും." കാവൽപ്പുര ഒരുമാതിരി തടവറയായിരുന്നു. തെറ്റുകാർക്കുള്ള ശിക്ഷ നല്കാതെ വയ്യല്ലോ! എന്തായാലും ഓഫീസർമാർ കൂടുതലൊന്നും സംസാരിച്ചില്ല.

അച്ചടക്കത്തിന്റെ കാര്യത്തിൽ വിട്ടുവീഴ്ചയുണ്ടായിരുന്നില്ല. ഒരു ദിവസം ഞാൻ വീട്ടിൽ നിന്നും പുറത്തേക്കിറങ്ങവേ ഒരു ക്യാപ്റ്റൻ ആ വഴി വന്നു.

എന്നെ കണ്ടതും അദ്ഭുതത്തോടെ അദ്ദേഹം ചോദിച്ചു, "ആ വീട്ടിൽ നിന്നാണോ വരുന്നത്? ആരാണവിടെ താമസിക്കുന്നതെന്നറിയാമോ?"

"അറിയാം."

"പൊളിറ്റിക്കൽ കമ്മീഷണറാണ് അവിടെ താമസിക്കുന്നത്. ആളൊരു ഭയങ്കരിയാണ്."

"അങ്ങനെയൊന്നും കേട്ടിട്ടില്ല." ഞാൻ പറഞ്ഞു.

"എന്റെ ദൈവമേ... വല്ലാത്ത ശുണ്ഠി... അവർ ചിരിക്കുന്നതാരും കണ്ടിട്ടില്ല."

"നിങ്ങൾക്ക് അവരെ പരിചയപ്പെടണമെന്നുണ്ടോ?" ഞാൻ ചോദിച്ചു.

"അയ്യോ! വേണ്ട." അയാൾ മുഖം കോട്ടി.

അപ്പോൾ ഞാൻ കാര്യം വെളിപ്പെടുത്തി. "ഞാൻ ആരാണെന്നു പറഞ്ഞില്ലല്ലോ... നിങ്ങൾ കാണേണ്ട എന്നു പറഞ്ഞ പൊളിറ്റിക്കൽ കമ്മീഷണർ ഞാനാണ്." ഞാൻ സ്വയം പരിചയപ്പെടുത്തി.

ക്യാപ്റ്റന് വിശ്വസിക്കാനായില്ല... "നിങ്ങളോ... ഞാൻ കേട്ടതനുസരിച്ച്..."

ഞാൻ എല്ലാ കുട്ടികളേയും വേണ്ടവിധം പരിപാലിച്ചു. ആ കൂട്ടത്തിൽ സുന്ദരിയായൊരു കുട്ടിയുണ്ടായിരുന്നു. വാലിയ. ഒരിക്കൽ എനിക്ക് പത്തു ദിവസത്തേക്ക് മിലിട്ടറി ആസ്ഥാനത്തേക്ക് പോകേണ്ടിവന്നു. ഞാൻ വന്നപ്പോൾ കിട്ടിയ പരാതി. വാലിയ ഏതോ ക്യാപ്റ്റന്റെ കൂടെ കറങ്ങിനടക്കുകയായിരുന്നു. ദിവസവും വൈകിയാണ് വീട്ടിൽ വന്നിരുന്നത്. കഴിഞ്ഞതു കഴിഞ്ഞു, ഞാൻ വിചാരിച്ചു. കൂടുതലൊന്നും ആലോചിച്ചില്ല. രണ്ടുമാസം അങ്ങനെ കഴിഞ്ഞു. വാലിയ ഗർഭിണിയാണെന്നറിഞ്ഞു. ഞാൻ അവളെ വിളിച്ചു ചോദിച്ചു. "ഇതെങ്ങനെ സംഭവിച്ചു? നീ എങ്ങോട്ടാണു പോവുക? രണ്ടാനമ്മയുടെ അടുത്തേക്കോ?" അവൾക്ക് അമ്മ ഇല്ല എന്ന് എനിക്കറിയാമായിരുന്നു. രണ്ടാനമ്മയും ദൂരെ മാറി ഒരു ട്രെന്റിലാണ്കഴിഞ്ഞിരുന്നത്. വാലിയയുടെ പ്രതികരണം ഞാൻ തീരെ വിചാരിക്കാത്ത മട്ടിലായിരുന്നു. "എല്ലാറ്റിനും കാരണം നിങ്ങളാണ്. നിങ്ങൾ ഇവിടെ ഇല്ലായിരുന്നതുകൊണ്ടാണ് ഇങ്ങനെയെല്ലാം സംഭവിച്ചത്." അവൾ പൊട്ടിക്കരയാൻ തുടങ്ങി.

ഒരമ്മയെപ്പോലെ... ചേച്ചിയെപ്പോലെ... ഞാനെപ്പോഴും അങ്ങനെയാണ് അവരോട് പെരുമാറാറുള്ളത്.

നല്ല തണുപ്പുള്ള ദിവസം. കനം കുറഞ്ഞ ഒരു കോട്ട് മാത്രമേ അവൾക്കുണ്ടായിരുന്നുള്ളൂ. എന്റെ മേൽക്കോട്ടൂരി ഞാനവൾക്കു കൊടുത്തു. ആ കോട്ടുമിട്ട് അവൾ ഇറങ്ങി നടന്നു. എന്റെ വാലിയാ...

1945 മാർച്ച് 8. വനിതാദിനം. ഞങ്ങൾ പ്രത്യേകിച്ച് ഒരു വിരുന്ന് ഒരുക്കി. ചായ... എന്തോ ചില മധുരപലഹാരങ്ങൾ ഒരുവിധത്തിൽ സംഘടിപ്പിച്ചു. എന്റെ പെൺകുട്ടികൾ വീട്ടിനുള്ളിൽ നിന്നും തയ്യാറായി പുറത്തേക്കു വന്നു. പെട്ടെന്ന് കൈയിൽ യന്ത്രത്തോക്കുമായി രണ്ടു ജർമൻകാർ കാട്ടിൽനിന്നു പ്രത്യക്ഷപ്പെട്ടു... രണ്ടുപേരും മുറിവേറ്റവരായിരുന്നു.... എന്റെ കുട്ടികൾ ചുറ്റുംകൂടി. അന്നു രാത്രി ഞാൻ കമ്മീഷണർ എന്ന നിലയിലുള്ള പതിവു റിപ്പോർട്ടിൽ എഴുതി:

'മാർച്ച് 8. അന്താരാഷ്ട്ര വനിതാദിനം. ഇന്ന് ഇവിടത്തെ അലക്കു കാരികൾ രണ്ടു ജർമൻകാരെ പിടിച്ചു."

അടുത്ത ദിവസം കമാൻഡർമാരുടെ ഒരു മീറ്റിങ്ങ് ഉണ്ടായിരുന്നു. രാഷ്ട്രീയ വിഭാഗത്തിന്റെ മേധാവി എഴുന്നേറ്റുനിന്ന് ആദ്യംതന്നെ പ്രഖ്യാപിച്ചു. "പ്രിയപ്പെട്ട സഖാക്കളേ... ഇതാ ഒരു നല്ല വാർത്ത. അടുത്തു തന്നെ ഈ യുദ്ധം അവസാനിക്കുന്നതായിരിക്കും. ഇന്നലെ നമ്മുടെ 21-ാം യൂണിറ്റിലെ അലക്കുകാരികൾ രണ്ടു ജർമൻസൈനികരെ പിടിച്ചു."

എല്ലാവരും ആവേശത്തോടെ കൈയടിച്ചു.

യുദ്ധം പിന്നേയും തുടർന്നുപോയി. ഞങ്ങൾക്കാർക്കും പുരസ്കാര ങ്ങളൊന്നും ലഭിച്ചില്ല. പക്ഷേ യുദ്ധം അവസാനിച്ചപ്പോൾ അവരെന്നോടു പറഞ്ഞു. "പുരസ്കാരങ്ങൾക്കായി രണ്ടുപേരെ നിർദേശിക്കാം." എനിക്കും ദേഷ്യം വന്നു. ഞാൻ വേദിയിൽ കയറിനിന്ന് ഉച്ചത്തിൽ പറഞ്ഞു. "അലക്കുവിഭാഗത്തിന്റെ രാഷ്ട്രീയ കമ്മീഷണറാണ് ഞാൻ. അവരുടെ ജോലി വളരെ കഷ്ടപ്പാടുള്ളതാണ്. അവരിൽ പലർക്കും പലതരത്തി ലുള്ള ത്വഗ്രോഗങ്ങൾ ബാധിച്ചിരിക്കുന്നു. എല്ലാം ചെറുപ്പക്കാരായ പെൺകുട്ടികൾ. ട്രക്കുകളേക്കാൾ ട്രാക്റ്ററുകളേക്കാൾ കഠിനമായി അവ രുടെ അധ്വാനം."

"പുരസ്കാരത്തിന് യോഗ്യരായവരുടെ പേരുകൾ എഴുതിത്തരൂ... നാളെത്തന്നെ കൂടുതൽ സമ്മാനങ്ങൾക്കുവേണ്ട ഏർപ്പാടുകൾ ചെയ്യാം." അവർ എന്നോടു പറഞ്ഞു.

ആ യൂണിറ്റിന്റെ കമാൻഡറും ഞാനും അന്നു രാത്രി മുഴുവൻ ഒന്നി ച്ചിരുന്ന് പട്ടിക തയ്യാറാക്കി. അങ്ങനെ കുറെ പെൺകുട്ടികൾക്ക് "ധീരത"യ്ക്കും "വിശിഷ്ടസേവന"ത്തിനുമുള്ള ബഹുമതികൾ ലഭിച്ചു. അവരിൽ ഒരാൾക്ക് "ദി ഓർഡർ ഓഫ് ദി റെഡ് സ്റ്റാറും" ലഭിച്ചു. കൂട്ട ത്തിൽ ഏറ്റവും നല്ല അലക്കുകാരി. എപ്പോഴും ക്ഷീണിച്ച് നിന്നിടത്തു തന്നെ തളർന്നു വീഴും. അവർ മാത്രം അപ്പോഴും അലക്കിക്കൊണ്ടിരിക്കും. കുറച്ചു പ്രായമുള്ള സ്ത്രീ. കുടുംബത്തിൽ എല്ലാവരും കൊല്ലപ്പെട്ടി രുന്നു.

കുട്ടികളെയൊക്കെ വീട്ടിലേക്കു മടക്കി അയയ്ക്കാനുള്ള സമയമായി. അവർക്കായി എന്തെങ്കിലും നല്കണമെന്ന് ഞാനാഗ്രഹിച്ചു. എല്ലാവരും ബെലോ റഷ്യക്കാരായിരുന്നു. ആ പ്രദേശമാകെ ജർമൻകാർ തകർത്തു

തരിപ്പണമാക്കിയിരുന്നു. ഒഴിഞ്ഞ കൈയോടെ ഞാനെങ്ങനെ അവരെ പറഞ്ഞയയ്ക്കാൻ? ആ സമയത്ത് ഞങ്ങൾ ഒരു ജർമൻ ഗ്രാമത്തിലായിരുന്നു. അവിടെ ഒരു തുന്നൽശാല ഉണ്ടായിരുന്നു. ഞാൻ അവിടെ പോയി നോക്കി. "പൂച്ച ഭാഗ്യം..." തന്നെ. അവിടെ കുറെ തുന്നൽ മെഷീനുകൾ അതേപടി കിടക്കുന്നു. പിരിഞ്ഞുപോകുന്ന ഓരോ പെൺകുട്ടിക്കും ഞങ്ങൾ ഓരോ സമ്മാനം തയ്യാറാക്കി. എനിക്ക് വളരെ വളരെ സന്തോഷം തോന്നി.... അത്രയേ അവർക്കുവേണ്ടി ചെയ്യാൻ സാധിച്ചുള്ളൂ.

എല്ലാവർക്കും വീട്ടിലേക്കു മടങ്ങാൻ ആഗ്രഹമുണ്ടായിരുന്നു. അതേ സമയം വല്ലാത്ത ആശങ്കയും... അവിടെ തങ്ങളെ കാത്തിരിക്കുന്നതെന്താണെന്ന് ആർക്കും അറിയുമായിരുന്നില്ല

തമാര ലക്കിയാനോവ്നാ ടോറോപ്

പ്രൈവറ്റ് എൻജിനീയർ. നിർമ്മാണ വിഭാഗം

എന്റെ പ്രിയപ്പെട്ട അച്ഛൻ... ഒരു കമ്മ്യൂണിസ്റ്റായിരുന്നു. ഒരു വിശുദ്ധൻ. അതിലും നല്ലൊരു മനുഷ്യനെ ഞാൻ ജീവിതത്തിൽ കണ്ടിട്ടില്ല. അദ്ദേഹമാണ് വാസ്തവത്തിൽ എന്നെ പഠിപ്പിച്ചത്. "സോവിയറ്റ് ശക്തിയുടെ പിന്തുണയില്ലായിരുന്നുവെങ്കിൽ എന്താകുമായിരുന്നു എന്റെ ഗതി? ഞാനൊരു ദരിദ്രൻ. ഏതെങ്കിലും ഒരു ജന്മിയുടെ കൂലിക്കാരനായി ജീവിതം കഴിച്ചേനെ. സോവിയറ്റ് ശക്തിയാണ് എനിക്കു വേണ്ടതെല്ലാം തന്നത്. വിദ്യാഭ്യാസം നേടി, എൻജിനീയറായി... പാലങ്ങൾ പണിതു. എല്ലാറ്റിനും ഞാൻ നമ്മുടെ തന്നെ ആ ശക്തിയോട് കടപ്പെട്ടിരിക്കുന്നു.

സോവിയറ്റ് ശക്തിയെ ഞാനും ആരാധിച്ചു. സ്റ്റാലിനേയും വോറോഷിലോവിനേയും മറ്റു നേതാക്കന്മാരേയും വളരെയധികം സ്നേഹിച്ചു. അങ്ങനെയാണ് എന്റെ അച്ഛൻ എന്നെ വളർത്തിയത്.

യുദ്ധം നടന്നുകൊണ്ടിരുന്നു. ഞാനും ഒപ്പം വളരുകയായിരുന്നു. വൈകുന്നേരമായാൽ അച്ഛനും ഞാനും ചേർന്നിരുന്ന് പാടും. "ദി ഇന്റർനാഷണൽ" എന്ന ഗാനവും "ദിഹോലി വാർ" എന്ന ഗാനവും. പപ്പ നന്നായി എക്കോഡിയൻ വായിച്ചിരുന്നു. എനിക്കു പതിനെട്ടു വയസ്സു തികഞ്ഞപ്പോൾ അച്ഛൻ എന്നെയും കൂട്ടി റിക്രൂട്ടിങ്ങ് ഓഫീസിലേക്കു പോയി...

പട്ടാളത്തിൽ നിന്നും ഞാൻ വീട്ടിലേക്ക് കത്തെഴുതി. ഞാൻ പാലങ്ങൾ പണിയുന്നു, അവയെ കാത്തുസൂക്ഷിക്കുന്നു. ഞങ്ങളുടെ കുടുംബത്തിന് വലിയ സന്തോഷം നല്കുന്ന വാർത്തയായിരുന്നു അത്. കുട്ടിക്കാലം മുതലേ പാലങ്ങളെ സ്നേഹിക്കാൻ ഞങ്ങളെ എല്ലാവരേയും അച്ഛൻ പഠിപ്പിച്ചിരുന്നു. ഏതെങ്കിലും ഒരു പാലം കേടുവന്നു കിടക്കുന്നതു കണ്ടാൽ, ബോംബിട്ട് തകർത്തിട്ടിരിക്കുന്നതു കണ്ടാൽ എന്റെ ഹൃദയം തേങ്ങുമായിരുന്നു. ജീവനുള്ള ഒരാളാണ് ആ കിടക്കുന്നതെന്ന തോന്നൽ. വഴിയിൽ തകർന്നുവീണ നൂറുകണക്കിനു പാലങ്ങൾ ഞാൻ കാണുകയുണ്ടായി. വലുതും ചെറുതും. യുദ്ധകാലത്ത് ശത്രു ആദ്യം

നശിപ്പിച്ചത് പാലങ്ങളെയായിരുന്നു. അവരുടെ ഒന്നാമത്തെ ലക്ഷ്യം അതായിരുന്നു. ആ തകർന്നു തറപറ്റിയ പാലങ്ങൾ കടന്നുപോകുമ്പോൾ എപ്പോഴും ഞാൻ വിചാരിക്കാറുണ്ട്... ഇതു വീണ്ടും പണിതുയർത്താൻ ഇനിയും കൊല്ലങ്ങളെത്ര വേണം. യുദ്ധം കാലത്തേയും കൊല്ലുന്നുണ്ട്.... വിലയേറിയ എത്ര മനുഷ്യവർഷങ്ങളെയാണ് അതില്ലാതാക്കുന്നത്! ഓരോ പാലവും പണിതു പൂർത്തിയാക്കാൻ എന്റെ അച്ഛൻ എത്ര കൊല്ലമാണെടുത്തതെന്ന് എനിക്കോർമ്മയുണ്ട്. ആ രൂപരേഖകളെ നോക്കി തല പുകച്ചുകൊണ്ട് എത്രയോ രാത്രികൾ അദ്ദേഹം ഉറക്കമൊഴിച്ചു... വാരാന്ത്യങ്ങളിൽപോലും അദ്ദേഹം വെറുതെ ഇരുന്നില്ല. യുദ്ധകാലനഷ്ടങ്ങളെ കുറിച്ചോർക്കുമ്പോൾ എനിക്കേറ്റവും ദുഃഖം തോന്നുന്നത് സമയത്തിന്റെ കാര്യത്തിലായാണ്. എന്റെ അച്ഛന്റെ വിലപിടിച്ച എത്രയോ സമയമാണ് യുദ്ധത്തിൽ പാഴായിപ്പോയത്.

അച്ഛൻ മരിച്ചിട്ട് വളരെ കാലമായി. എന്നാൽ ഇന്നും ആ സ്നേഹത്തിന്റെ തീവ്രതയ്ക്കു കുറവു വന്നിട്ടില്ല. സ്റ്റാലിനിലുള്ള അന്ധമായ വിശ്വാസം. എന്റെ അച്ഛനെപോലെയുള്ളവർ കണ്ണുകാണാത്ത വിഡ്ഢികളായിരുന്നുവെന്ന് ഇപ്പോഴെല്ലാവരും പറയുന്നു. അതു വിശ്വസിക്കാൻ ഞാൻ തയ്യാറല്ല. സ്റ്റാലിനോടുള്ള ഭയം. ലെനിന്റെ ആദർശങ്ങളിലുള്ള വിശ്വാസം. ആ കാലത്ത് എല്ലാവരുടേയും മനോഭാവം അതായിരുന്നു. ഞാൻ പറയുന്നത് വിശ്വസിക്കണം. അവരെല്ലാവരും മാന്യരായ, സത്യസന്ധരായ മനുഷ്യരായിരുന്നു. അവർ പിൻതുടർന്നിരുന്നത് സ്റ്റാലിനേയോ ലെനിനേയോ അല്ല. കമ്മ്യൂണിസ്റ്റ് സിദ്ധാന്തങ്ങളെയായിരുന്നു. പിന്നീട് അത് അറിയപ്പെട്ടത് മാനുഷികമുഖമുള്ള സോഷ്യലിസം എന്ന പേരിലായിരുന്നുവല്ലോ. എല്ലാവർക്കും സന്തോഷം... സമാധാനം.

ഓരോരുത്തർക്കും സ്വപ്നജീവികൾക്കും ആദർശവാദികൾക്കും ഒരുപോലെ. അവർ ഒരിക്കലും അന്ധരായിരുന്നില്ല. അതു ഞാൻ ഒരു കാലത്തും സമ്മതിച്ചുതരികയില്ല. ഒന്നും പ്രത്യേകിച്ചു നേടാൻ വേണ്ടിയല്ല ഞാനങ്ങനെ പറയുന്നത്. യുദ്ധം ഏതാണ്ട് പകുതിയായപ്പോഴേക്കും ഏറ്റവും മികച്ച പോർവിമാനങ്ങളും ടാങ്കുകളും യുദ്ധോപകരണങ്ങളും റഷ്യ നിർമിക്കാൻ തുടങ്ങി. എന്നാലും ഹിറ്റ്ലറുടെ പ്രബലമായ അങ്ങേയറ്റം ശക്തിയും അച്ചടക്കവുമുള്ള സൈന്യത്തെ, യൂറോപ്പിനെ മുഴുവനും കീഴടക്കിയ ആ വൻസേനയെ റഷ്യക്ക് ജയിക്കാനായത്, കമ്മ്യൂണിസത്തിലുള്ള സുദൃഢമായ വിശ്വാസംകൊണ്ടു മാത്രമാണ്. ഒരു രാഷ്ട്രത്തിന്റെ മുഴുവൻ ഈടുറ്റ വിശ്വാസം. അതില്ലായിരുന്നുവെങ്കിൽ ശത്രുവിന്റെ നട്ടെല്ലൊടിക്കാൻ റഷ്യയ്ക്കു സാധിക്കുമായിരുന്നില്ല. ഞങ്ങളുടെ പ്രധാന ആയുധം വിശ്വാസമായിരുന്നു. ഭയമായിരുന്നില്ല. യുദ്ധകാലത്താണ് ഞാൻ പാർട്ടി അംഗത്വമെടുത്തത്. ഇന്നും ഞാൻ കമ്മ്യൂണിസ്റ്റ് പാർട്ടിയിൽ അംഗമായി തുടരുന്നു. പാർട്ടി അംഗത്വത്തെകുറിച്ച് എനിക്ക് ലജ്ജയില്ല. ഞാനത് ഒരുകാലത്തും വേണ്ടെന്നുവെച്ചിട്ടുമില്ല. 1941-നുശേഷം ഒരിക്കലും എന്റെ വിശ്വാസത്തിന് ഭംഗം സംഭവിച്ചിട്ടുമില്ല. ആത്മാർത്ഥതയുള്ള ഒരു പാർട്ടി അംഗത്തിന്റെ സത്യസന്ധമായ വാക്കാണിത്.

എലീനാ ഇവാനോവ്നാ ബബീന...

പൗരസേനയിലെ പോരാളി

വൊറോനേഷനിൽ വെച്ച് ജർമൻസേന തടയപ്പെട്ടു... വളരെ നാളത്തേക്ക് വൊറേനേഷ് പിടിച്ചെടുക്കാൻ അവർക്കു സാധിച്ചില്ല. അവർ പിന്നേയും പിന്നേയും ബോംബാക്രമണം നടത്തിക്കൊണ്ടിരുന്നു. ഞങ്ങളുടെ ഗ്രാമമായ മോസ്കോവകയ്ക്കു മുകളിലൂടെ ശത്രുവിമാനങ്ങൾ സദാ പറന്നുകൊണ്ടിരുന്നു. അപ്പോഴും ഞാൻ ശത്രുവിനെ കണ്ടിരുന്നില്ല. അവരുടെ വിമാനങ്ങൾ മാത്രമേ എനിക്കു പരിചയമുണ്ടായിരുന്നുള്ളൂ. താമസിയാതെ ഞാൻ മനസ്സിലാക്കി, യുദ്ധമെന്നാൽ യഥാർത്ഥത്തിൽ എന്താണെന്ന്.

വെറോനേഷിന് സമീപം ഒരു തീവണ്ടി ബോംബാക്രമണത്തിന് ഇരയായി എന്ന് ആശുപത്രിയിൽ ഞങ്ങൾക്ക് വിവരം കിട്ടി. ഞങ്ങൾ ഉടനെ സ്ഥലത്തെത്തി. അവിടെ കണ്ട കാഴ്ച... എവിടേയും ചതഞ്ഞരഞ്ഞ മനുഷ്യശരീരങ്ങൾ മാത്രം... അതിനെക്കുറിച്ച് എനിക്കൊന്നും പറയാനാവുന്നില്ല. വയ്യ... വയ്യ... എല്ലാവരും സ്തബ്ധരായി നിന്നു. ആ ആഘാതത്തിൽ നിന്നും ആദ്യം ഉണർന്നത് ഞങ്ങളുടെ പ്രധാന ഡോക്ടറായിരുന്നു. അദ്ദേഹം ഉറക്കെ വിളിച്ചു പറഞ്ഞു, "സ്ട്രെച്ചർ..." കൂട്ടത്തിൽ ഏറ്റവും ഇളയത് ഞാനായിരുന്നു. പതിനാറ് തികഞ്ഞത് ആയിടയ്ക്ക് എല്ലാവരും എന്റെ മേൽ ഒരു കണ്ണുവെച്ചിരുന്നു. ആ ഭീകര ദൃശ്യങ്ങൾ കണ്ട് എനിക്കു ബോധം നഷ്ടപ്പെട്ടാലോ!

ഞങ്ങൾ റെയിൽ പാളങ്ങൾക്കു മുകളിൽ കൂടിനടന്നു. തീവണ്ടി മുറികളിൽ കയറി നോക്കി. സ്ട്രെച്ചറിൽ കയറ്റിക്കിടത്താൻ പറ്റിയ വിധത്തിൽ ഒരാൾപോലും ശേഷിച്ചിരുന്നില്ല. തീവണ്ടി അപ്പോഴും പുകഞ്ഞെരിയുകയായിരുന്നു. എന്നാലും മൂളലുകളോ ഞരക്കങ്ങളോ നിലവിളികളോ ഒന്നുമില്ല. മുഴുവനോടെ എന്നു പറയാൻ ഒരാളും ബാക്കിയുണ്ടായിരുന്നില്ല. ഞാൻ ഭയംകൊണ്ട് കണ്ണുകൾ ഇറുക്കിയടച്ചു... ഹൃദയം അമർത്തിപ്പിടിച്ചു. ഒടുവിൽ ആശുപത്രിയിൽ തിരിച്ചുവന്നതും ഞങ്ങൾ അവിടവിടെ വീണുകിടപ്പായി. ഒരാൾ മേശമേൽ തല ചായ്ച്ചു. ഇനിയൊരാൾ കസേരയിന്മേൽ... അത്രയും ഞങ്ങൾ തളർന്നിരുന്നു. മനസ്സുകൊണ്ടും... ശരീരംകൊണ്ടും... ഉറങ്ങാൻ മാത്രമേ ഞങ്ങൾക്കാവുമായിരുന്നുള്ളൂ.

എന്റെ ജോലിസമയം കഴിഞ്ഞു. ഞാൻ വീട്ടിലേക്കു മടങ്ങി. പൊട്ടിക്കരഞ്ഞുകൊണ്ടാണ് ഞാൻ അകത്തേക്കു കയറിയത്. മുറിയിൽ ചെന്ന് കട്ടിലിലേക്കു വീണു. കണ്ണടയ്ക്കേണ്ട താമസം... വീണ്ടും അതേ കാഴ്ചകൾ... അമ്മ ജോലി കഴിഞ്ഞ് വീട്ടിലെത്തി. മർത്ത്യഅമ്മാവനും വന്നു.

അമ്മയുടെ ശബ്ദം. "ലീനയ്ക്ക് എന്തു സംഭവിക്കുമെന്നറിഞ്ഞുകൂടാ. ആശുപത്രിയിൽ ജോലിക്കു പോയിത്തുടങ്ങിയപ്പോൾ മുതൽ അവളുടെ മുഖത്തിനു വന്ന മാറ്റം ശ്രദ്ധിച്ചില്ലേ? പഴയ കുട്ടിയേ അല്ല. ആരോടും മിണ്ടുന്നില്ല. രാത്രി ഉറക്കത്തിൽ കരയുന്നു. അവളുടെ ആ ചിരിയും. പ്രസരിപ്പും എവിടെപ്പോയി? എപ്പോഴും മൗനം. എത്ര സന്തോഷമുള്ള

കുട്ടിയായിരുന്നു അവൾ... എനിക്കറിയാലോ... ഇപ്പോഴോ... നേരമ്പോക്കൊക്കെ മറന്നു കഴിഞ്ഞു."

അമ്മയുടെ സങ്കടം... എന്റെ കണ്ണുകൾ വീണ്ടും നിറഞ്ഞൊഴുകാൻ തുടങ്ങി.

1943-ൽ ആണ് വൊറോണേഴ്സ് മോചിപ്പിക്കപ്പെട്ടത്. ഞാൻ പൗരസേനയിൽ ചേർന്നു. അതിൽ പെൺകുട്ടികൾ മാത്രമേ ഉണ്ടായിരുന്നുള്ളൂ. എല്ലാവരും പതിനേഴിനും ഇരുപതിനുമിടയ്ക്കു പ്രായമുള്ളവർ. ചെറുപ്പക്കാരികൾ... സുന്ദരികൾ... ഇത്രയും സുന്ദരികളെ ഒരുമിച്ച് ഞാൻ മുമ്പെങ്ങും കണ്ടിട്ടുണ്ടായിരുന്നില്ല. എന്റെ ആദ്യത്തെ കൂട്ടുകാരി. മന്ദസ്യാ പ്രെക്കോറോവ ആയിരുന്നു. അവളുടെ കൂട്ടുകാരിയായിരുന്നു ടാന്യ ഫെഡറോവ. രണ്ടുപേരും ഒരേ ഗ്രാമത്തിൽ നിന്നായിരുന്നു. ടാന്യ അല്പം ഗൗരവക്കാരിയായിരുന്നു. എല്ലാ കാര്യങ്ങളിലും ചിട്ട, വെടുപ്പ്, വൃത്തി... ഒക്കെ നിർബന്ധമായിരുന്നു. മന്ദസ്യയ്ക്കു താത്പര്യം പാട്ടിലും നൃത്തത്തിലുമായിരുന്നു. അവർ എപ്പോഴും കുസൃതി നിറഞ്ഞ ഈരടികൾ പാടുമായിരുന്നു. ടാന്യ ഇടയ്ക്കിടയ്ക്ക് അവളെ ശകാരിക്കും, "മുഖത്ത് ചായം പൂശുന്നതിനു പകരം യൂണിഫോം അലക്കിത്തേച്ചുകൂടേ... കിടക്ക വൃത്തിയിൽ വിരിച്ചിട്ടുകൂടേ?" കാരണം മുഖം മോടിപിടിപ്പിക്കുന്നതിലായിരുന്നു അവളുടെ ശ്രദ്ധ മുഴുവനും. കണ്ണാടിയുടെ മുമ്പിൽ വളരെയധികം നേരം ദിവസവും അവൾ ചെലവാക്കിയിരുന്നു.

പാഷാലിറ്റൊവീർനാ ആയിരുന്നു ഇനിയൊരു ചങ്ങാതി. ചെറിയൊരു നാട്യക്കാരി. അവളുടെ സ്നേഹിതയായിരുന്നു ശൂരാ ബാട്ടിൾചേവ. വളരെ ശാന്തശീലയായ ഒരു പെൺകുട്ടി - അടങ്ങി ഒതുങ്ങിക്കഴിയുന്ന ശീലം. എല്ലാവരേക്കാളും അവൾക്കായിരുന്നു. ലുസിയ ലിക്കാചേവാ എന്ന കുട്ടി മുടി ചുരുളിക്കുന്നതിലായിരുന്നു ഭ്രമം. മുടിയിഴകൾ ചുരുളിക്കാനായി അതിനുള്ള കുഴലുകളിൽ തിരുകിവെച്ച് ഗിറ്റാർ കൈയിലെടുക്കും. ഗിറ്റാറുമായാണ് ഉറങ്ങാൻ കിടക്കുക. ഉണർന്നെഴുന്നേല്ക്കുമ്പോഴും കൈയിൽ ഗിറ്റാറുണ്ടാകും. കൂട്ടത്തിൽ ഏറ്റവും മുതിർന്നത് പൊളീന നെവിരോവ ആയിരുന്നു. അവളുടെ ഭർത്താവ് മുന്നണിയിൽ വെച്ചു കൊല്ലപ്പെട്ടിരുന്നു. വിഷാദമായിരുന്നു അവളുടെ സ്ഥായിയായ ഭാവം.

ഞങ്ങളെല്ലാവരും മിലിട്ടറി യൂണിഫോമാണ് ധരിച്ചിരുന്നത്. ആദ്യമായി എന്നെ പട്ടാളവേഷത്തിൽ കണ്ടപ്പോൾ... എന്റെ അമ്മയുടെ മുഖമാകെ വിളർത്തുപോയി. "നീ പട്ടാളത്തിൽ ചേരാൻ തീരുമാനിച്ചു കഴിഞ്ഞോ?"

"അങ്ങനെയല്ല അമ്മേ..." ഞാൻ അവരെ സമാധാനിപ്പിക്കാൻ ശ്രമിച്ചു. "പാലങ്ങൾക്ക് കാവൽ നില്ക്കുകയാണ് ഞങ്ങളുടെ ജോലി." അമ്മ തന്നത്താൻ പറഞ്ഞു സമാധാനിപ്പിച്ചു. "ഈ യുദ്ധം ഉടനെ അവസാനിക്കും... നീ പട്ടാളവേഷം മാറ്റിവെക്കുകയും ചെയ്യും." അതുതന്നെയായിരുന്നു എന്റേയും ആശ.

യുദ്ധം അവസാനിച്ചു എന്ന അറിയിപ്പ് കിട്ടി. രണ്ടു ദിവസത്തിനു ശേഷം ഞങ്ങൾ വായനശാലയിൽ യോഗം ചേർന്നു. യോഗാധ്യക്ഷൻ പൗരസേനയുടെ കമാൻഡർ സഖാവ് നോമൗവ് ആയിരുന്നു. "എന്റെ പ്രിയപ്പെട്ട പോരാളികളേ, യുദ്ധം അവസാനിച്ചിരിക്കുന്നു." അദ്ദേഹം പറഞ്ഞു. "പക്ഷേ, ഇന്നലെ എനിക്കൊരു ഉത്തരവു കിട്ടി. പൗരസേനയിലെ അംഗങ്ങളെ പടിഞ്ഞാറൻ പാതകളുടെ നിർമ്മാണത്തിന് ആവശ്യമുണ്ട്."

കൂട്ടത്തിൽ ആരോ വിളിച്ചു പറഞ്ഞു. "അതിന് ബണ്ടേര*യുടെ ആളുകൾ അവിടെയുണ്ടല്ലോ!"

നോമൗവ് ഒരു നിമിഷം നിന്നു... പിന്നെ പറഞ്ഞു: 'പറഞ്ഞത് ശരിയാണ്. സഖാക്കളേ, ബണ്ടേരയുടെ ആളുകളെല്ലാം അവിടെയുണ്ട്. അവർ "ചുകന്ന പട്ടാള"ത്തിനെതിരായി പട പൊരുതുകയാണ്... കല്പന കല്പന തന്നെ. അത് പാലിക്കപ്പെടുകതന്നെ വേണം. പോകാൻ തയ്യാറുള്ളവർക്ക് പൗരസേനയുടെ ആപ്പീസിൽ അപേക്ഷ സമർപ്പിക്കാം. സന്നദ്ധസേവകർ മാത്രമേ പോകേണ്ടതുള്ളൂ."

എല്ലാവരും ബാരക്കിലേക്കു തിരിച്ചുവന്നു. അവനവന്റെ കട്ടിലിൽ ചെന്നു കിടന്നു. ആരും ഒന്നും പറഞ്ഞില്ല. വളരെ നിശ്ശബ്ദം.

ആർക്കും സ്വന്തം ഗ്രാമത്തിൽ നിന്നും വളരെ ദൂരത്തേക്കു പോകണമെന്നുണ്ടായിരുന്നില്ല. യുദ്ധത്തിനുശേഷം കൊല്ലപ്പെടുക... അത് ഒരാളും ആഗ്രഹിച്ചില്ല. പിറ്റേദിവസം ഞങ്ങളെയെല്ലാം അവർ വീണ്ടും വിളിച്ചുകൂട്ടി. അധ്യക്ഷസ്ഥാനത്ത് ഞാനാണ് ഇരുന്നത്. മേശപ്പുറത്ത് ഒരു ചുകന്ന തുണി വിരിച്ചിരുന്നു. എനിക്കു തോന്നി... ഈ കസേരയിൽ ഞാനിരിക്കുന്നത്... അവസാനത്തെ തവണയാകും.

പൗരസേനയുടെ മേധാവി പ്രസംഗം തുടങ്ങി. "ബബീനാ, എനിക്കറിയാമായിരുന്നു പോകാൻ തയ്യാറായി ആദ്യമായി മുന്നോട്ടു വരികനീയായിരിക്കുമെന്ന്. നിങ്ങളാരും ഭീരുക്കളല്ല; മിടുമിടുക്കികളാണ്. യുദ്ധം കഴിഞ്ഞു. വേണമെങ്കിൽ എല്ലാവർക്കും സ്വന്തം വീടുകളിലേക്കു മടങ്ങാം. എന്നിട്ടും നിങ്ങളെല്ലാവരും മാതൃരാജ്യത്തെ രക്ഷിക്കാനായി വീണ്ടും പട പൊരുതാൻ തയ്യാറായി മുമ്പോട്ടു വന്നിരിക്കുന്നു."

രണ്ടു ദിവസം കഴിഞ്ഞ് ഞങ്ങളെല്ലാവരും യാത്രയായി. അവർ ഞങ്ങളെ ഒരു ചരക്കു വണ്ടിയിൽ കയറ്റി. താഴെ വയ്ക്കോൽ വിരിച്ചിരുന്നു. ആകപ്പാടെ വയ്ക്കോൽ മണം.

സ്ട്രിയി എന്ന പട്ടണം. ആ പേരുതന്നെ മുമ്പു ഞാൻ കേട്ടിരുന്നില്ല. എന്നാൽ ഇപ്പോൾ ഞങ്ങൾ തമ്പടിച്ചിരിക്കുന്നതിവിടെയാണ്. ആ പട്ടണം എനിക്കൊട്ടും പിടിച്ചില്ല. വല്ലാതെ ഇടുങ്ങി.... എന്തോ ഒരു ഭയാനകത...

* സ്റ്റീഫൻ ബണ്ടേര ഉക്രേയനിലെ ഒരു വിവാദ രാഷ്ട്രീയ നേതാവായിരുന്നു. 1909–1959. ഉക്രേനിനെ സോവിയറ്റ് റഷ്യയിൽനിന്നും മോചിപ്പിക്കാൻ 1944–ൽ ജർമൻ സഹായത്തോടെ സമരം നടത്തി. സോവിയറ്റ് സീക്രറ്റ് പോലീസ് 1959–ൽ അദ്ദേഹത്തെ വധിച്ചു.

എല്ലാ ദിവസവും ബാൻഡിന്റെ ശോകസംഗീതം. ആരുടേയോ ശവം അടക്കം ചെയ്യപ്പെടുകയാണ് ഒരു പൊലീസുകാരൻ, ഒരു കമ്മ്യൂണിസ്റ്റ്, അല്ലെങ്കിൽ യുവജനസഖ്യത്തിലെ ഒരംഗം. വീണ്ടും കൺമുമ്പിൽ മരണം തന്നെ.

ഞാൻ ഗാല്യ - കോറോസ്കീനയുമായി കൂട്ടായി. അവൾ അവിടെ വെച്ചു കൊല്ലപ്പെട്ടു. പിന്നെ വേറൊരു പെൺകുട്ടി. അവളെ ഒരു രാത്രി ആരോ കുത്തിക്കൊന്നു. അവിടെവെച്ച് എന്റെ ചിരിയും നേരമ്പോക്കുകളും പൂർണമായും നിലച്ചു.

ആർദ്രമായ ഭാവങ്ങളും റഷ്യൻ ശകാരങ്ങളും...

അന്റോണിയ മിറോനോവ്നാ ലെൻകോവ

കാറുകളും ടാങ്കുകളും കേടുപാടു തീർക്കുന്ന മെക്കാനിക്ക്

ഞാൻ എന്റെ അച്ഛന്റെ തനിപ്പകർപ്പാണ്.... അച്ഛന്റെ മകൻ.. മുഴുവനായും.... എന്റെ അച്ഛൻ മിറോൺലെൻകോവ്. വെറുമൊരു നാട്ടിൻപുറത്തുകാരൻ പയ്യനായിരുന്നു. അക്ഷരാഭ്യാസംപോലും ഉണ്ടായിരുന്നില്ല. അവിടെനിന്നും ആഭ്യന്തരയുദ്ധത്തിനിടയിൽ അദ്ദേഹം പ്ലാറ്റൂൺ കമാൻഡറായി ഉയർന്നു. അദ്ദേഹം മരിച്ചപ്പോൾ അമ്മയും ഞാനും കരഞ്ഞു. ലെനിൻഗ്രാഡിൽ ആയിരുന്നു. ഒരു യഥാർത്ഥ കമ്മ്യൂണിസ്റ്റ് ആയിരുന്നു അദ്ദേഹം. എന്നിലെ എല്ലാ നന്മകൾക്കും ഞാൻ ഈ നഗരത്തോട് കടപ്പെട്ടിരിക്കുന്നു. എനിക്കേറ്റവും താത്പര്യം പുസ്തകങ്ങളോടായിരുന്നു. ചാർസാക്യ* യുടെ നോവലുകൾ വായിച്ച് ഞാൻ വിതുമ്പുമായിരുന്നു. ടർജനീവിന്റെ നോവലുകൾ വീണ്ടും വീണ്ടും വായിക്കുമായിരുന്നു. കവിതയോടായിരുന്നു കൂടുതൽ ഇഷ്ടം.

1941-ലെ വേനൽക്കാലം. ജൂൺ അവസാനത്തോടെ മുത്തശ്ശിയെ കാണാൻ ഞങ്ങൾ സോണിലേക്കു പോയി. വഴിയിൽ വെച്ച് യുദ്ധം ഞങ്ങളെ കടന്ന് മുമ്പിലെത്തി. പുൽമേടുകളിൽ അടിയന്തര സന്ദേശങ്ങളുമായി അശ്വഭടന്മാരെത്തി. റിക്രൂട്ടിങ്ങ് ഓഫീസിൽ നിന്നുള്ള സന്ദേശങ്ങൾ അതതിടത്തെത്തിച്ചുകൊണ്ട് അവർ വായുവേഗത്തിൽ പാഞ്ഞു. കൊസ്സാക്കിലെ സ്ത്രീകൾ അവരുടെ പുരുഷന്മാരെ പടക്കളത്തിലേക്ക് യാത്രയയച്ചുകൊണ്ട് പാട്ടുകൾ പാടി. വീഞ്ഞു കുടിച്ചു, തേങ്ങിക്കരയുകയും ചെയ്തു. ബോക്കോവാഡ്കിയ എന്ന ഗ്രാമത്തിലെ പ്രാദേശിക റിക്രൂട്ടിങ്ങ് ഓഫീസിലേക്കു ഞാൻ കയറിച്ചെന്നു. അവർ എന്നെ അപ്പോഴേ തട്ടിമാറ്റി... "കുട്ടികളെ യുദ്ധത്തിനു ഞങ്ങൾ അയയ്ക്കാറില്ല. നീ യുവജനസഖ്യത്തിലെ അംഗമല്ലേ... പോയി കൂട്ടുകൃഷിയിടങ്ങളിൽ ചെന്ന് അവരെ സഹായിക്കൂ."

---

* ലിഡിയ ചാർസാക്യ 1875-1938. വളരെ പ്രശസ്തമായ ഒരു അഭിനേത്രിയായിരുന്നു. ധാരാളം ജനപ്രിയ നോവലുകളും എഴുതിയിരുന്നു. 1920-ൽ അവരുടെ കൃതികൾ ഔദ്യോഗികമായി വിലക്കി

ധാന്യങ്ങൾ അഴുകിപ്പോകാതിരിക്കാൻ ഞങ്ങൾ അവയെ കൂമ്പാരം കൂട്ടിവെച്ചു. പിന്നെ പച്ചക്കറികളുടെ വിളവെടുപ്പായി... എന്റെ കൈകൾ പണിയെടുത്ത് തഴമ്പിച്ചു. ചുണ്ടുകൾ വിണ്ടുകീറി... പുൽപ്രദേശങ്ങളിലെ ചൂടേറ്റ് കവിളുകൾ കരിവാളിച്ചു.... പാടത്തു പണിയെടുക്കുന്ന പെൺകുട്ടികളും ഞാനും തമ്മിൽ ഒരു വ്യത്യാസമേ ഉണ്ടായിരുന്നുള്ളൂ. വയലിൽ നിന്നും വീട്ടിലെത്തുവോളം ഞാൻ കവിതകൾ ഉറക്കെ മനഃപാഠം ചൊല്ലുകയായിരുന്നു. കുറെയധികം കവിതകൾ ഞാൻ ഹൃദിസ്ഥമാക്കിയിരുന്നു.

യുദ്ധം അടുത്തടുത്തു വരികയായിരുന്നു. ഒക്ടോബർ 17-ാം തിയ്യതി ജർമൻ സൈന്യം ടാഗൻ റോഡ് കൈയടക്കി. ആളുകൾ പട്ടണത്തിൽ നിന്നും പലായനം ചെയ്യാൻ തുടങ്ങി. എന്നാൽ മുത്തശ്ശി ഒഴിഞ്ഞു പോകാൻ കൂട്ടാക്കിയില്ല. എന്നേയും ചേച്ചിയേയും പറഞ്ഞയച്ചു. “നിങ്ങൾക്കു ചെറുപ്പമല്ലേ...! എങ്ങനെയെങ്കിലും രക്ഷപ്പെടണം.”

അഞ്ചു ദിവസം നടന്നതിനുശേഷം ഞങ്ങൾ ഒബ്ളിവ്സാക്യാ സ്റ്റേഷനിലെത്തി. വഴിയിൽ ഷൂസുകൾ ഊരിക്കളയേണ്ടിവന്നു. ഗ്രാമത്തിലേക്കു ചെന്നത് നഗ്നപാദരായിട്ടാണ്. സ്റ്റേഷൻ മാസ്റ്റർ മുന്നറിയിപ്പു തന്നു. ആൾ വണ്ടികൾക്കായി കാത്തുനിൽക്കേണ്ട. ആദ്യം വരുന്ന ചരക്കുവണ്ടിയിൽ കയറിക്കോളൂ. ഞങ്ങൾ കഴിയുന്നതും വേഗം നിങ്ങളെ സ്റ്റാലിൻ ഗ്രാഡിൽ എത്തിക്കാൻ ശ്രമിക്കാം. ഞങ്ങൾക്കു ഭാഗ്യമുണ്ടായിരുന്നു. നിറയെ ഓട്സ് കൂമ്പാരം കൂട്ടിയിട്ടിരുന്ന പ്ലാറ്റ്ഫോമിലാണ് ഞങ്ങൾ എത്തിയത്. കാലുകൾ നീട്ടി ഓട്സിനുള്ളിൽ പൂഴ്ത്തിവെച്ചു. ഷാളുകൊണ്ട് മൂടിപ്പുതച്ചു. തൊട്ടുരുമ്മിയിരുന്ന് തമ്മിൽത്തമ്മിൽ ചൂടുപകർന്ന് കുറേനേരം ഒന്നു മയങ്ങി. റൊട്ടിയും തേനും വായിൽ വെച്ചിട്ട് നാളുകൾ കുറെയായിരുന്നു. അവസാനദിവസങ്ങളിൽ കൊസ്സാക്സ്ത്രീകൾ കുറേശ്ശെ ആഹാരം തന്നു. ലജ്ജ തോന്നി... ആഹാരത്തിനു വിലയായി കൊടുക്കാൻ ചില്ലറത്തുട്ടുപോലും ഉണ്ടായിരുന്നില്ല. എന്നാലും അവർ നിർബന്ധിച്ച് ഞങ്ങളെ ഊട്ടി. “പാവം കുട്ടികൾ... തിന്നോളൂ... എല്ലാവർക്കും കഷ്ടകാലമാണ്. പരസ്പരം സഹായിക്കുകയേ നിവൃത്തിയുള്ളൂ.” അവരിൽ നിന്നും കിട്ടിയ സഹായവും സൗമനസ്യവും ഒരുകാലത്തും മറക്കില്ലെന്ന് ഞാൻ ശപഥം ചെയ്തു. അത്രയ്ക്ക് അമൂല്യമായിരുന്നു അത്... ഇന്നും അതെന്റെ ഓർമ്മയിൽ അതേപടിയുണ്ട്.

സ്റ്റാലിൻഗ്രാഡിൽ നിന്നും ആവിക്കപ്പലിലാണ് ഞങ്ങൾ യാത്ര ചെയ്തത്. തുടർന്ന് വീണ്ടും തീവണ്ടിയിൽ പുലർച്ചെ രണ്ടുമണിക്ക് മെഡ് വിഡിറ്റ്സ്കോവിലെത്തി. അവിടെ അലമാല പോലെ പുരുഷാരം... അതിലൊഴുകി ഞങ്ങൾ പ്ലാറ്റ്ഫോമിനു പുറത്തെത്തി. അപ്പോഴേക്കും ഞങ്ങൾ രണ്ടു മഞ്ഞുകട്ടകൾപോലെയായി കഴിഞ്ഞിരുന്നു. അനങ്ങാൻ വയ്യാത്ത്ര മരവിപ്പ്. പരസ്പരം താങ്ങി ഞങ്ങൾ അവിടെനിന്നു. അല്ലെങ്കിൽ വീണുപോയേനെ. പല കഷണങ്ങളായി ചിതറിയേനെ. മുമ്പൊരിക്കൽ ഞാൻ കണ്ടിട്ടുണ്ട്, ദ്രവഓക്സിജൻ ഭരണിയിൽ നിന്നും പുറത്തെടുത്ത ഒരു തവള... അതിനെ താഴേക്കിട്ടപ്പോൾ പല നുറുങ്ങുകളായി ചിതറി

വീണു. ഭാഗ്യവശാൽ കൂടെയുണ്ടായിരുന്ന യാത്രക്കാരിൽ ചിലർ ഞങ്ങളെ തിരിച്ചറിഞ്ഞു. നിറയെ യാത്രക്കാരുമായി ഒരു വണ്ടി അതിലേ വന്നു. ഞങ്ങളേയും അവർ ആ തിരക്കിലേക്കു കയറ്റിയിരുത്തി. അവർ ഞങ്ങൾക്ക് കട്ടിയുള്ള ജാക്കറ്റുകൾ ധരിക്കാൻ തന്നു. അവർ പറഞ്ഞു,

"നടന്നുകൊണ്ടിരുന്നോളൂ... അല്ലെങ്കിൽ തണുത്തുറച്ചുപോകും." നടക്കുമ്പോഴേ ചൂടു കിട്ടൂ... ഞങ്ങൾ നടന്നുതുടങ്ങി. ഇടയിൽ പലതവണ വീണു. വീണ്ടും എഴുന്നേറ്റു നടന്നു. അവസാനം ഓട്ടമായി. അങ്ങനെ പത്തു മൈൽ...

"ഫ്രാൻക് സെറ്റിൽമെന്റ്" എന്ന കോളനിയിൽ ഞങ്ങളെത്തി. അവിടെയുള്ള യുവജനസഖ്യത്തിന്റെ പേര് മോ എന്നായിരുന്നു. അതിന്റെ തലവന് എന്നെ കണ്ടപ്പോൾ പ്രത്യേകം സന്തോഷം.

ഒമ്പതാംക്ലാസ് ജയിച്ച കുട്ടിയാണല്ലോ. "നന്നായി. ഇവിടെ നിന്ന് എന്നെ സഹായിക്കാം... കണക്കു കാര്യങ്ങളിൽ."

ഒരു നിമിഷം... എനിക്കും സന്തോഷം തോന്നി. പക്ഷേ, നിവർന്നു നിന്നുനോക്കിയപ്പോൾ ചുമരിൽ വലിയൊരു പരസ്യം.

'വാഹനങ്ങളോടിക്കാൻ മിടുക്കുള്ള പെൺകുട്ടികളെ ആവശ്യമുണ്ട്."

ഉടനെ എന്റെ മനസ്സു മാറി. ഞാൻ അദ്ദേഹത്തോടു പറഞ്ഞു,

"ഞാൻ ഓഫീസിലിരുന്ന് പണിയെടുക്കാൻ വിചാരിക്കുന്നില്ല. പഠിപ്പിച്ചു തരികയാണെങ്കിൽ ഞാൻ ട്രാക്ടർ ഓടിക്കാൻ തയ്യാറാണ്."

ട്രാക്ടർ മഞ്ഞിൽ പൂണ്ടു കിടക്കുകയായിരുന്നു. ഞങ്ങൾ അതിനെ മാന്തി വെളിയിലെടുത്തു. മാന്തിയെടുക്കുന്നതിനിടയിൽ, തണുത്തുറച്ച് മഞ്ഞുമൂടിയ ഇരുമ്പിൽ തട്ടി ഞങ്ങളുടെ കൈകൾ കീറി. തൊലി ഉരിഞ്ഞു പോയി. തുരുമ്പുപിടിച്ച്, ഇറുകി കിടക്കുന്ന ബോൾട്ടുകൾ അനക്കാനാവുന്നില്ല. ഒരുവിധം ഞങ്ങൾ അതഴിച്ചെടുക്കാൻ തുടങ്ങിയപ്പോഴേക്കും മാനത്തുനിന്നും പൊട്ടിവീണപോലെ അവിടെ ഫോർമാൻ ഇവാൻ ഇവാനോവിച്ച് നികിടിൻ എത്തി ഭാഗ്യംതന്നെ. ആ പ്രദേശത്തുള്ള ഒരേയൊരു ട്രാക്ടർ ഡ്രൈവറും പരിശീലകനുമായിരുന്നു അദ്ദേഹം. ഞങ്ങളുടെ ശ്രമം കണ്ട് അദ്ദേഹം തലയിൽ കൈവെച്ചു നിന്നു. മുന്തിയ 'റഷ്യൻ ചീത്ത' വിളിച്ചു. അദ്ദേഹത്തിന്റെ ചീത്ത വിളികൾ. വേദനയോടെയുള്ള ഞരക്കങ്ങൾപോലെ തോന്നി... എന്തോ... എനിക്കു വല്ലാതെ കരച്ചിൽ വന്നു.

ഞാൻ പാടത്തു നിന്നും ട്രാക്ടർ പിന്നോക്കമോടിച്ചു. ഗിയറുകളെല്ലാം പഴകി ദ്രവിച്ചിരുന്നു. ഉപായം വളരെ ലളിതമായിരുന്നു. പതിനഞ്ചു മൈലിനുള്ളിൽ ട്രാക്ടറുകളിൽ ഒന്ന് കേടുവരും. അപ്പോൾ അതിന്റെ ഗിയർ ബോക്സിന്റെ സ്ഥാനത്ത് എന്റേത് വെക്കാം. അതുതന്നെയാണ് സംഭവിച്ചതും. ചെറുപ്പക്കാരിയായ ഒരു ട്രാക്ടർ ഡ്രൈവർ. എന്റെ പ്രായത്തിലുള്ള ഒരു പെൺകുട്ടി. സരോവ്കാ ഗോസെൻബക് എന്നായിരുന്നു അവളുടെ പേര്. റേഡിയേറ്ററിൽ വെള്ളമില്ലെന്ന കാര്യം അവളുടെ

ശ്രദ്ധയിൽപ്പെട്ടില്ല. അവളുടെ ട്രാക്ടറിലെ മോട്ടോർ ആകെ തകരാറിലായി. കഷ്ടം എന്നല്ലാതെ എന്തു പറയാൻ!

യുദ്ധത്തിനു മുമ്പ്, സൈക്കിളോടിക്കാൻപോലും ഞാൻ ശീലിച്ചിരുന്നില്ല. ഇപ്പോഴോ... കൈയിലുള്ളത് ഒരു ട്രാക്ടർ. തീപൂട്ടി മോട്ടോറുകൾ ചൂടാക്കാൻ ഞങ്ങൾ വളരെ നേരം ചെലവാക്കി. എല്ലാ നിയമങ്ങൾക്കും എതിരായിരുന്നു അത്. "ഓവർ വൈൻഡിങ്ങ്" എന്നാലെന്താണെന്നും അന്നു ഞാൻ മനസ്സിലാക്കി. അതിനുശേഷം എങ്ങനെയാണ് മോട്ടോർ വീണ്ടും പ്രവർത്തിപ്പിക്കേണ്ടത്? അതിന്റെ കൈപ്പിടി മുഴുവനായും തിരിക്കാനാവില്ല. എന്നാൽ പകുതി തിരിച്ചാൽ പോരാ താനും. അയവു വരുത്താനുള്ള എണ്ണയും ഇന്ധനത്തിനുമൊക്കെ കടുത്ത ക്ഷാമം. യുദ്ധകാലമല്ലേ! ഓരോ തുള്ളിക്കും കണക്കുപറയണം. അതുപോലെത്തന്നെയായിരുന്നു ഓരോ കാര്യവും.

അന്ന്.... പാടത്തേക്കിറങ്ങുംമുമ്പ് ഞാൻ എൻജിൻ തുറന്ന് എണ്ണയുണ്ടോ എന്നു നോക്കി. അതിൽനിന്നും എന്തോ പത പുറത്തുവന്നു. ഞാൻ ഫോർമാനെ ഉറക്കെ വിളിച്ചു... മോട്ടോർ ഓയിൽ നിറയ്ക്കണമല്ലോ. അദ്ദേഹം വന്ന് ആ പതയിൽ നിന്ന് ഇത്തിരി കൈയിലെടുത്ത് തിരുമ്മി മണപ്പിച്ചുനോക്കി. "പേടിക്കണ്ട... ഒരു ദിവസത്തേക്കുകൂടി മതിയാകും."

"നിങ്ങൾ തന്നെയല്ലേ മുമ്പു പറഞ്ഞത്..." ഞാൻ എതിർക്കാൻ ശ്രമിച്ചു. അദ്ദേഹത്തിനു ശുണ്ഠി വന്നു. "ഞാൻ പറഞ്ഞു അല്ലേ? ഇതെന്റെ തലയിലിടാനുള്ള ശ്രമം... അങ്ങനെ കുട്ടി രക്ഷപ്പെടേണ്ട. അല്ലെങ്കിലും നിങ്ങൾ... നഗരത്തിലെ പരിഷ്കാരി പാവകൾ. വലിയ പഠിപ്പുകാരാണെന്നാണ് വിചാരം... നശിച്ച വക..."

ഞാൻ വാശിയോടെ ട്രാക്ടർ ഓടിച്ചുപോയി. വരുന്നതു വരട്ടെ. ഏതു ചെകുത്താനായാലും... കാണാം.

നല്ല ചൂടുള്ള ദിവസം. ട്രാക്ടർ പുകയാൻ തുടങ്ങി. എനിക്ക് ശ്വസിക്കാൻ തന്നെ വിഷമമമായി... ശുദ്ധ അസംബന്ധം. അപ്പോൾ "ബെയറിങ്ങു'കളുടെ കാര്യം... ഉള്ളിൽ നിന്നും ചില ശബ്ദങ്ങൾ. ഞാൻ ട്രാക്ടർ നിർത്തി ശ്രദ്ധിച്ചു. പ്രത്യേകിച്ചൊന്നുമില്ല. ഞാൻ പെഡലിൽ ചവിട്ടി. വീണ്ടും ഒച്ച... സീറ്റിനു തൊട്ടു താഴെ നിന്ന് ഉച്ചത്തിൽ ബും... ബും... ബും...

ഞാൻ ഉടനെ ട്രാക്ടർ നിർത്തി പരിശോധിച്ചു. കൂട്ടിയിണക്കുന്ന ദണ്ഡിന്റെ രണ്ടു ബെയറിങ്ങുകൾ പൂർണമായും ഉരുക്കിപ്പോയിരുന്നു.

ഞാൻ താഴെയിരുന്നു. വലയത്തിനു ചുറ്റുമായി കൈവെച്ചു. നിസ്സഹായയായി പൊട്ടിക്കരഞ്ഞു... യുദ്ധം തുടങ്ങിയതിൽ പിന്നെ രണ്ടാം തവണ. എന്റെ തെറ്റ്. "ഓയിൽ" എങ്ങനെയുള്ളതാണെന്ന് കണ്ടിരുന്നു. എന്നിട്ടും... ആ പരിശീലകന്റെ ചീത്തവിളിയിൽ ഞാൻ എല്ലാം മറന്നു... പേടിച്ചു. വാസ്തവത്തിൽ അതേ നാണയത്തിൽ അയാൾക്കു തിരിച്ചു

കൊടുക്കുകയാണ് വേണ്ടത്... പക്ഷേ, അതിനെനിക്കാനാവില്ല. അത്രയ്ക്കു ധൈര്യം എനിക്കില്ല.

എന്തോ ചില ശബ്ദങ്ങൾ. ഞാൻ തിരിഞ്ഞുനോക്കി...

ആകെ അമ്പരന്നുപോയി. യുവജനസഖ്യത്തിന്റെ ചെയർമാൻ, മെഷീൻ-ട്രാക്ടർ-സ്റ്റേഷന്റെ ഡയറക്ടർ, അവിടത്തെ രാഷ്ട്രീയ കമ്മിറ്റിയുടെ തലവൻ... കൂടെ... ഈ പൊല്ലാപ്പൊക്കെ വരുത്തിവെച്ച ആ ഫോർമാനും. അയാൾക്കു കാര്യം ഉടനെ മനസ്സിലായി. നിന്നിടത്തുതന്നെ തരിച്ചുനിന്നു. ഒന്നും മിണ്ടാതെയുള്ള നില്പ്... എനിക്ക് സാമാന്യത്തിലധികം അരിശം വന്നു.

ട്രാക്ടർ സ്റ്റേഷന്റെ ഡയറക്ടർ ചോദിച്ചു, "എത്ര എണ്ണം?"

"രണ്ടെണ്ണം."

യുദ്ധകാല നിയമമനുസരിച്ച് കടുത്ത കുറ്റം. ഞാൻ ഉടനെ വിചാരണ ചെയ്യപ്പെടേണ്ടതാണ്. കുറ്റം രണ്ടാണ്... കൃത്യനിർവഹണത്തിൽ അശ്രദ്ധ... അട്ടിമറിശ്രമം.

രാഷ്ട്രീയ കമ്മിറ്റിയുടെ തലവൻ ഫോർമാനു നേരെ തിരിഞ്ഞു.

"നിങ്ങൾ ഈ പെൺകുട്ടികളുടെ കാര്യത്തിൽ എന്തുകൊണ്ട് വേണ്ടത്ര ശ്രദ്ധ ചെലുത്തുന്നില്ല. ഇത്രയും ചെറിയൊരു പെൺകുട്ടിയെ ഞാനെങ്ങനെ വിചാരണയ്ക്കു വിധേയയാക്കും?"

അങ്ങനെ ആ സംഗതി അവസാനിച്ചു. എല്ലാം പറഞ്ഞൊതുക്കി. പിന്നീടൊരിക്കലും ആ ഫോർമാൻ എന്റെ നേരെ ചീത്ത വാക്കുകൾ പ്രയോഗിച്ചില്ല. ഞാനും അതിൽനിന്ന് നല്ലൊരു പാഠം പഠിച്ചു... ഭാഗ്യംകൊണ്ട് രക്ഷപ്പെട്ടതാണ്... അല്ലെങ്കിൽ നിശ്ചയമായും ഞാൻ കഷ്ടത്തിലായേനെ.

അതിനുശേഷം സന്തോഷത്തിന്റെ ദിനങ്ങൾ വന്നുചേർന്നു. ഞങ്ങളുടെ അമ്മയെ കണ്ടുകിട്ടി. അവർ വന്നുചേർന്നതോടെ കുടുംബം ഒന്നായി. അമ്മ പറഞ്ഞു, "നിങ്ങൾ വീണ്ടും സ്കൂളിൽ ചേരണം. പഠിത്തം തുടരണം."

ഒരു നിമിഷം എനിക്കു സംഗതി പിടികിട്ടിയില്ല... അമ്മ എന്താണീ പറയുന്നത്?

"നീയല്ലെങ്കിൽ വേറെ ആരാണ് പഠനം മുഴുവനാക്കാൻ പോകുന്നത്?"

കഴിഞ്ഞ കുറെ നാളുകളിലെ അനുഭവങ്ങൾക്കുശേഷം. വീണ്ടും സ്കൂളിൽ ഡെസ്കിനു മുകളിൽ ചെന്നിരിക്കുക. കണക്കുകൾ ചെയ്യുക. ജർമൻ വ്യാകരണം പഠിക്കുക. ഉപന്യാസങ്ങളെഴുതുക... എല്ലാം വളരെ വിചിത്രമായി തോന്നി... ഫാസിസ്റ്റ് ശത്രുക്കളോട് പട പൊരുതുന്നതിനു പകരം ഇതൊക്കെ ചെയ്യാനോ? അതും ശത്രു വോൾഗയുടെ തീരങ്ങളിലെത്തിക്കഴിഞ്ഞ ഘട്ടത്തിൽ.

അധികം കാലം കാക്കേണ്ടതില്ല. നാലു മാസത്തിനകം എനിക്കു പതിനേഴു തികയും. പതിനെട്ടാവില്ല, എന്നാലും പതിനേഴെങ്കിലുമാവുമല്ലോ.

അതു കഴിഞ്ഞാൽ പിന്നെ ആർക്കും ഒരു കാര്യത്തിനും എന്നെ നിർബന്ധിക്കാനാവില്ല.

പ്രാദേശിക കമ്മിറ്റിയിൽ എല്ലാം വേണ്ടതുപോലെ നടന്നു. പക്ഷേ, റിക്രൂട്ടിങ്ങ് ഓഫീസിൽ എനിക്ക് ചെറുതായൊരു യുദ്ധം ചെയ്യേണ്ടി വന്നു. കാരണം എന്റെ പ്രായവും. കാഴ്ചക്കുറവുമായിരുന്നു. പക്ഷേ, ഒന്നാമത്തേത് രണ്ടാമത്തേതിനെ സഹായിക്കുകയാണുണ്ടായത്. ആദ്യം അവർ എന്റെ പ്രായമാണ് പ്രശ്നമാക്കിയത്. എനിക്കു ദേഷ്യം വന്നു. ഞാൻ പൊളിറ്റിക്കൽ കമ്മീഷണറെ ശാഠ്യക്കാരനായ ഉദ്യോഗസ്ഥൻ എന്നു വിളിച്ചു. ഒരു നിരാഹാര സമരവും തുടങ്ങി. അദ്ദേഹത്തിന്റെ തൊട്ടടുത്തായി ഇരുന്നു. രണ്ടു ദിവസം അനങ്ങിയതേയില്ല. തിളപ്പിച്ചാറ്റിയ വെള്ളവും കഴിക്കാൻ റൊട്ടിയും കൊണ്ടുവന്നു തന്നു. രണ്ടും ഞാൻ നിരസിച്ചു. മരണം വരെ പട്ടിണി എന്ന് ഞാൻ പ്രഖ്യാപിച്ചു. ആരാണ് എന്റെ മരണത്തിനുത്തരവാദി എന്നും ഞാൻ എഴുതിവെക്കും. ഇതൊന്നും കേട്ട് അദ്ദേഹം ഭയന്നില്ല. എന്നിട്ടും അദ്ദേഹം എന്നെ ഒരു മെഡിക്കൽ പരിശോധനയ്ക്കു വിധേയമാക്കി. ഇതെല്ലാം ഒരേ മുറിയിൽ വെച്ചുതന്നെയായിരുന്നു. അതിന്റെ തൊട്ടടുത്ത്. എന്റെ കണ്ണുകൾ പരിശോധിച്ച ഡോക്ടർ കൈമലർത്തി. കമ്മീഷണർക്ക് സന്തോഷമായി. അദ്ദേഹം ചിരിച്ചുകൊണ്ടു പറഞ്ഞു, “നിന്റെ നിരാഹാരസമരം വ്യർത്ഥമായി...” അദ്ദേഹത്തിന് എന്റെ കാര്യത്തിൽ ഖേദമുണ്ടായിരുന്നു. ഞാൻ പറഞ്ഞു, നിരാഹാരമനുഷ്ഠിച്ചതിന്റെ ഫലമായാണ് എന്റെ കാഴ്ചശക്തി ഇത്രയും കുറഞ്ഞുപോയതെന്ന്. കാഴ്ചശക്തി പരിശോധിക്കാനുള്ള ചാർട്ട് ജന്നലരികത്തായിരുന്നു. അതിനു മുമ്പിൽ ചെന്നു നിന്നപ്പോൾ ഞാൻ പൊട്ടിക്കരഞ്ഞു. അത്രയും മോശമായിരുന്നു എന്റെ കാഴ്ച. ഏതായാലും അവസാനത്തെ വരികൾ ഞാൻ കാണാപ്പാഠം പഠിച്ചു. കണ്ണുകൾ തുടച്ച് ഞാൻ തയ്യാറായി... ഒരു രണ്ടാം പരിശോധനയ്ക്ക്. അത്തവണ ഞാൻ ജയിച്ചു.

1942 നവംബർ 10. പത്തു ദിവസത്തേക്കുള്ള ഭക്ഷണം ഞങ്ങൾ കൈയിൽ കരുതി. അങ്ങനെയായിരുന്നു ഉത്തരവ്. ഒരു പഴയ ട്രക്കിൽ ഞങ്ങൾ യാത്രയായി. ഇരുപത്തിയഞ്ചു പെൺകുട്ടികൾ. ട്രക്കിൽ കയറിയതും ഞങ്ങൾ ഉത്സാഹത്തോടെ പാടാൻ തുടങ്ങി, “ആഭ്യന്തര യുദ്ധത്തിൽ പോരാളികളാകാൻ കല്പന കിട്ടിയിരിക്കുന്നു” എന്നതിനു പകരം, “സ്വന്തം നാടിനെ രക്ഷിക്കാൻ ഞങ്ങൾ പടയ്ക്കിറങ്ങിയിരിക്കുന്നു” എന്ന് മാറ്റി പാടി.

കാമിക്ഷീനോവിലാണ് ഞങ്ങൾ പ്രതിജ്ഞയെടുത്തത്. അവിടെ നിന്നും കാൽനടയായി വോൾഗയുടെ ഇടത്തേ തീരം പറ്റി ഞങ്ങൾ കാപുസ്റ്റിൻ യാർ വരെ മാർച്ചു ചെയ്തു. സഹായസേനയുടെ ഒരു വിഭാഗം അവിടെ തമ്പടിച്ചിരുന്നു. ആയിരമായിരം പുരുഷന്മാർക്കിടയിൽ ഞങ്ങളുടെ ചെറിയ “പെൺകുട്ടി സംഘം” മുങ്ങിപ്പോയി. പലപല സൈനിക വിഭാഗങ്ങളിൽ നിന്നും ആളുകളെ “വാങ്ങാനായി” ഉദ്യോഗസ്ഥന്മാർ എത്തിക്കൊണ്ടിരുന്നു. കരുതൽ സൈന്യം എല്ലാ വിഭാഗങ്ങൾക്കും ആവശ്യമായിരുന്നു. എന്നാൽ അവരും പെൺകുട്ടികളെ

അവഗണിച്ചു... ഓരോ തവണയും അവർ ഞങ്ങളെ ഗൗനിക്കാതെ കടന്നു പോയി.

യാത്രയ്ക്കിടയിൽ എനിക്കു രണ്ടു പുതിയ കൂട്ടുകാരെ കിട്ടിയിരുന്നു. അനുഷ്കാ രാക്ഷേൻകോയും ആസ്യബാസ്മിനായും. രണ്ടുപേരും പ്രത്യേകിച്ച് തൊഴിൽ വൈദഗ്ധ്യമൊന്നും തേടിയിരുന്നില്ല. എന്റെ തൊഴിൽ പരിചയം മിലിട്ടറി ആവശ്യങ്ങൾക്കു പറ്റിയതാണെന്ന് എനിക്കു തോന്നിയില്ല. തൊഴിൽ വൈദഗ്ധ്യത്തിന്റെ കാര്യം പറഞ്ഞപ്പോഴൊക്കെ ഞങ്ങൾ മൂന്നുപേരും രണ്ടടി മുന്നോട്ടു നീങ്ങിനിന്നു. ഒന്നും അറിയാത്തവർ എന്തും പഠിക്കാൻ തയ്യാറാണെന്ന് അറിയിച്ചുകൊണ്ട്. എന്നിട്ടും ഞങ്ങൾ ആരുടേയും ശ്രദ്ധയിൽപ്പെട്ടില്ല.

അങ്ങനെയിരിക്കേ ഒരുത്തരവ്. ഡ്രൈവർമാരും ട്രാക്ടർ ഓടിക്കുന്നവരും മെക്കാനിക്കുകളും മൂന്നടി മുമ്പോട്ടു നീങ്ങി നില്ക്കണം. ആവശ്യക്കാരൻ യുവാവായ ഒരു ഒന്നാം ലഫ്റ്റനന്റ് ആയിരുന്നു. ഞാൻ രണ്ടല്ല നാലടി മുമ്പിലേക്കു നിന്നു. ഞങ്ങളെ കാണാതിരിക്കാൻ ഇനി നിർവാഹമില്ല. എന്തായാലും അദ്ദേഹം ഞങ്ങളുടെ മുമ്പിൽ നിന്നു.

"നിങ്ങളെന്താ പുരുഷന്മാരെ മാത്രം തെരഞ്ഞെടുക്കുന്നത്? ഞാനും ഒരു ട്രാക്ടർ ഡ്രൈവറാണ്."

അദ്ദേഹം ഒന്നമ്പരന്നു. "അങ്ങനെയാണോ? എന്നാൽ പറയൂ, ട്രാക്ടർ ജോലിക്കുള്ള ഒദ്യോഗിക നമ്പറെന്താണ്?"

"1, 3, 4, 2."

"എപ്പോഴെങ്കിലും ബെയറിങ്ങുകൾ ഉരുകിപ്പോയ സന്ദർഭം?"

"ഉവ്വ്." ഞാൻ സത്യസന്ധമായി പറഞ്ഞു. പരസ്പരം ചേർക്കുന്ന രണ്ടു റോഡ് ബെയറിങ്ങുകൾ പൂർണമായും ഉരുകിപ്പോയ കാര്യം ഞാൻ തുറന്നു പറഞ്ഞു.

"വളരെ നന്നായി... ഞാൻ നിങ്ങളെ എടുക്കാം... നിങ്ങളുടെ സത്യസന്ധതയെ മുൻനിർത്തി." അദ്ദേഹം തലകുലുക്കി മുന്നോട്ടു നടന്നു.

എന്റെ കൂട്ടുകാരികൾ എന്നോടൊപ്പം അവിടെ നിന്നിരുന്നു. അവരേയും കൂടി ഉദ്ദേശിച്ചിട്ടായിരിക്കണം അദ്ദേഹം അങ്ങനെ പറഞ്ഞത്... അതാണല്ലോ വേണ്ടത്.

യൂണിറ്റ് കമാൻഡർ കരുതൽ സേനയെ പൊതുവെ ഒന്നു നിരീക്ഷിച്ചു കൊണ്ടു ചോദിച്ചു, "നിങ്ങളെന്തിനാണ് ഈ പെൺകുട്ടികളെ കൊണ്ടു വന്നിരിക്കുന്നത്?"

അദ്ദേഹം ഒന്നു കുഴങ്ങി. പെൺകുട്ടികളോട് സഹതാപം തോന്നിയിട്ടാണ് അവരെ സൈന്യത്തിൽ ചേർത്തത് എന്നായിരുന്നു മറുപടി. ഞങ്ങൾ എവിടെയെങ്കിലും ചെന്നുപെട്ട് തിത്തിരി പക്ഷികളെപോലെ കൊല്ലപ്പെടും.

കമാൻഡർ ദീർഘമായൊന്നു നിശ്വസിച്ചു. "ആയിക്കോട്ടെ... ഒരാൾ

കലവറയിൽ. ഒരാൾ അടുക്കളയിൽ. ഏറ്റവും പഠിപ്പുള്ളയാൾ ആപ്പീസിൽ ഗുമസ്തപ്പണി ചെയ്യട്ടെ." അദ്ദേഹം ഒന്നു നിർത്തി വീണ്ടും ഞങ്ങളെ നോക്കി. "ചന്തമുള്ള പെൺകിടാങ്ങൾ... കഷ്ടം തന്നെ."

ഏറ്റവും പഠിപ്പുള്ള ആൾ ഞാൻ തന്നെയായിരുന്നു. പക്ഷേ, ആപ്പീസിൽ ഗുമസ്തപ്പണി! പിന്നെ ഞങ്ങളുടെ സൗന്ദര്യം. അതിനും ഇതിനുമായി ഒരു ബന്ധം? പട്ടാളച്ചിട്ടകളൊക്കെ കാറ്റിൽ പറത്തി ഞാൻ ഒച്ചയിട്ടു, "ഞങ്ങൾ സന്നദ്ധസേവകരാണ്. മാതൃഭൂമിയുടെ രക്ഷയ്ക്കായി പടപൊരുതാൻ വന്നവരാണ്. ഞങ്ങൾക്ക് സായുധസേനയിൽത്തന്നെ സ്ഥാനം തരണം."

എന്തു കാരണം കൊണ്ടോ... കേണൽ ഉടനെ സമ്മതം മൂളി. "അങ്ങനെയെങ്കിൽ അങ്ങനെ. സായുധസേനയിൽ ചേർക്കാം. ഈ രണ്ടു പേർ മെഷീനുകളിൽ ജോലി ചെയ്യട്ടെ. ഈ വായാടി 'എൻജിൻ അസംബ്ലി'യിൽ പോകട്ടെ.

അങ്ങനെയാണ് ഞങ്ങൾ "ഓട്ടോമൊബൈൽ ആൻമഡ് വെഹിക്കിൾ ഫീൽഡ്ഷോപ്പ് നമ്പർ 44"ൽ ജോലി ചെയ്യാൻ തുടങ്ങിയത്. ചക്രങ്ങളുള്ള വലിയൊരു ട്രക്കായിരുന്നു ഞങ്ങളുടെ പണിപ്പുര. "ലെച്ചുക്ക" എന്നാണ് ഈ ട്രക്കുകളെ വിളിച്ചിരുന്നത്. അതിനുള്ളിൽ പലവിധ ആവശ്യങ്ങൾക്കുമുള്ള യന്ത്രങ്ങൾ ഘടിപ്പിച്ചിരുന്നു. തിരിക്കാനും കടയാനും പോളിഷ് ചെയ്യാനും പൊടിക്കാനും തുളയ്ക്കാനുമൊക്കെയുള്ള ഉപകരണങ്ങൾ. അതിൽ ഒരു ഇലക്ട്രിക് ജനറേറ്ററുണ്ടായിരുന്നു. ഉരുക്കി വാർക്കാനും വെളുക്കാനും അടിച്ചുപരത്താനുമുള്ള യന്ത്രങ്ങളും അവിടെ ഒരുക്കിയിരുന്നു. ഒരു നിമിഷംപോലും വിശ്രമമില്ലാതെ പന്ത്രണ്ടു മണിക്കൂർ ജോലി. ഒരാൾ ഭക്ഷണം കഴിക്കാൻ പോയാൽ - ഉച്ചഭക്ഷണം, അത്താഴം-പ്രാതൽ- രണ്ടാമൻ അവിടെ ജോലി തുടർന്നുകൊണ്ടിരിക്കും. ചിലപ്പോൾ ഒരാൾക്ക് വിശേഷിച്ചെന്തെങ്കിലും ചുമതല നല്കിയെന്നു വരും. അങ്ങനെ വരുമ്പോൾ കൂടെയുള്ള ആൾക്ക് ഇരുപത്തിനാലു മണിക്കൂറും പണിയെടുക്കേണ്ടിവരും. മഞ്ഞിലും മഴയിലും ചെളിയിലും ഞങ്ങൾ പണിയെടുത്തു. ബോംബാക്രമണങ്ങൾക്കും പലതവണ ഇരയായി. പിന്നീടാരും ഒരിക്കലും ഞങ്ങളെ വിശേഷിപ്പിച്ചില്ല... സുന്ദരി പെൺകിടാങ്ങൾ എന്ന്. സുന്ദരികളായ പെൺകുട്ടികളോട് മുന്നണിയിൽ എല്ലാവർക്കും കൂടുതൽ അനുകമ്പ തോന്നിയിരുന്നു എന്നത് വാസ്തവം. അവരെ അടക്കം ചെയ്യുക വല്ലാത്തൊരു സങ്കടമായിരുന്നു. അതുകഴിഞ്ഞ് അവരുടെ അമ്മമാരുടെ പേരിൽ മരണ അറിയിപ്പ് അയയ്ക്കുക... ആലോചിക്കാൻ വയ്യ... ഒക്കെ ദുരിതം തന്നെ!

ഈയിടെയായി ഞാൻ എപ്പോഴും സ്വപ്നം കാണുന്നു... എനിക്കറിയാം. അതെല്ലാം എന്റെ മനസ്സിലുള്ളതാണ്. പക്ഷേ, അപൂർവമായേ അതൊക്കെ ഞാൻ ഓർക്കാറുള്ളൂ. ഞാൻ വേറെ എവിടെയോ ആണെന്ന തോന്നൽ... അതെന്റെ മനസ്സിൽനിന്നും വിട്ടുമാറുന്നില്ല. സ്വപ്നത്തിൽ പലതും തിരിച്ചുവരുന്നു. യഥാർത്ഥത്തിൽ വർഷങ്ങളിലൂടെ അനുഭവിച്ചുതീർന്നത്... സ്വപ്നങ്ങളിൽ അതിന് നിമിഷങ്ങളേ വേണ്ടൂ. സീമോവ്നിക്കിയിൽ

വെച്ചിട്ടാണെന്നു തോന്നുന്നു. ഒന്നു നടുചായ്ക്കാൻ കിടന്നു... ഒന്നോ രണ്ടോ മണിക്കൂർ മാത്രം നീളുന്ന ഒഴിവുസമയം. ബോംബാക്രമണം തുടങ്ങി. നാശം... ഞാൻ പിറുപിറുത്തു... ബോംബ് വീണു ചത്താലും വേണ്ടില്ല, ഒന്നു കണ്ണടയ്ക്കാൻ കിട്ടിയ ഈ സമയം ഞാൻ പാഴാക്കില്ല. അടുത്തെവിടെയോ അതിഭയങ്കരമായൊരു പൊട്ടിത്തെറി. വീടാകെ കുലുങ്ങി.... അപ്പോഴും ഞാൻ ഉറക്കം തുടർന്നു. പലപ്പോഴും എനിക്കു സാധിക്കുന്നില്ല സ്വപ്നത്തേയും യാഥാർത്ഥ്യത്തേയും വേർതിരിച്ചറിയാൻ.

ഭയം എന്താണെന്ന് ഞാൻ അറിഞ്ഞിരുന്നില്ല. ഒന്നിനേയും കുറിച്ച് ഭയം തോന്നാത്ത പ്രകൃതം. സത്യമാണ് പറയുന്നത്. വലിയ ഒരു ആക്രമണം കഴിഞ്ഞാൽ ചിലപ്പോൾ ഒരു പല്ലുകുത്തു പതിവുണ്ട്... തുളവീണ പല്ലുകൾ വല്ലാതെ വിങ്ങാൻ തുടങ്ങും. അതും ഏറെ നീണ്ടുനില്ക്കില്ല. എന്നാലും സ്വയം ധൈര്യശാലി എന്നുതന്നെ ഞാൻ കണക്കാക്കുന്നു. എന്നാൽ യുദ്ധാനന്തരം ഏതാനും വർഷങ്ങൾക്കുശേഷം എനിക്കൊരു ഡോക്ടറെ കാണേണ്ടി വന്നു. ശരീരത്തിന്റെ പല ഭാഗങ്ങളിലും ദുസ്സഹമായ വേദന... എപ്പോഴും... പ്രത്യേകിച്ചു കാരണമൊന്നുമുണ്ടായിരുന്നില്ല.

ഞാൻ കണ്ടത് അനുഭവസമ്പന്നനായ ഒരു ഞരമ്പുരോഗ വിദഗ്ധനെയാണ്. അദ്ദേഹം ആദ്യം ചോദിച്ചത് എന്റെ വയസ്സാണ്. എന്റെ മറുപടി കേട്ട് അദ്ദേഹം അതിശയിച്ചു.

"നിങ്ങളുടെ നാഡീവ്യൂഹം ഏറ്റവുമധികം വളർന്ന് പക്വത പ്രാപിക്കേണ്ട കാലം... അതാകെ നശിപ്പിച്ചു കളഞ്ഞുവല്ലോ!"

യുദ്ധം കഴിഞ്ഞപ്പോൾ എനിക്ക് ഇരുപത്തിനാലു വയസ്സേ ആയിരുന്നുള്ളൂ. "ഇനിയുള്ള വർഷങ്ങൾ നിങ്ങളെങ്ങനെയാണ് ജീവിച്ചു തീർക്കുക!" ഡോക്ടറുടെ വാക്കുകളിലെ ദുഃഖവും... ആശങ്കയും...

ഞാൻ നന്നായിത്തന്നെ ജീവിക്കുമെന്ന് ഒട്ടും പതറാതെ ഞാൻ മറുപടി പറഞ്ഞു. ഒന്നാമത്തെ കാര്യം ഞാൻ ജീവനോടെയിരിക്കുന്നു എന്നതായിരുന്നു. എന്തു വന്നാലും ഞാൻ ജീവിക്കുമെന്ന വാശിയുമുണ്ടായിരുന്നു. അതേതായാലും സാധിച്ചു. എന്നാൽ സാമാന്യജീവിതം തുടങ്ങി ഏറെ കഴിയുംമുമ്പേ... എന്റെ സന്ധികളെല്ലാം നീരുവന്നു വീർത്തു. വലത്തെ കൈ അനക്കാൻ പറ്റാതായി. കഠിനമായ വേദനയും. കാഴ്ചശക്തി കുറയാൻ തുടങ്ങി. കരളിന്റെ സ്ഥാനം തെറ്റി. വൃക്കകളിലൊന്ന് അല്പം കീഴോട്ടായി. പിന്നീടാണ് കാര്യം മനസ്സിലായത്... പക്വതയാർജിക്കാത്ത എന്റെ നാഡീവ്യവസ്ഥയാകെ തകിടം മറഞ്ഞിരിക്കുന്നു. എന്നാലും എന്റെ ജീവിതസ്വപ്നമായിരുന്നു ഉന്നത വിദ്യാഭ്യാസം നേടണമെന്നത്. ആദ്യകാലം മുതലേയുള്ള ആഗ്രഹം. സർവകലാശാല എന്റെ രണ്ടാം സ്റ്റാലിൻഗ്രാഡായിരുന്നു. മറ്റു ചിന്തകളെല്ലാം മറന്ന് കഠിനമായി അധ്വാനിക്കാനുള്ള ഇടം. യൂണിവേഴ്സിറ്റി പഠനം പ്രതീക്ഷിച്ചതിനേക്കാൾ ഒരു വർഷം മുമ്പേ എനിക്കു പൂർത്തിയാക്കാൻ സാധിച്ചു. വൈകിപ്പോയെങ്കിൽ... എന്റെ ഊർജ്ജം പിടിയിൽ നിന്നും വഴുതിപ്പോകുമായിരുന്നു. നാലുവർഷം മുഴുവൻ ഒരേ മേൽകോട്ടിനുള്ളിൽ.... ശിശിരവും ഹേമന്തവും വസന്തവും ഗ്രീഷ്മവുമെല്ലാം. എന്റെ മിലിട്ടറി കുപ്പായം... അതിന്റെ നിറം മാറി ആകെ നരച്ചു വെളുത്തു...

“അവർക്ക് സൈനികരെ ആവശ്യമുണ്ടായിരുന്നു... പക്ഷേ, ഞങ്ങൾക്ക് സുന്ദരികളായി ത്തീരണമെന്നുണ്ടായിരുന്നു...”

പല പല വർഷങ്ങളിലൂടെ, നൂറു നൂറു കഥകൾ ഞാൻ ശേഖരിച്ചു. നൂറു കണക്കിന് കാസറ്റുകൾ. ആയിരക്കണക്കിന് ടൈപ്പു ചെയ്ത പേജുകൾ. എല്ലാം എന്റെ പുസ്തക ഷെൽഫുകളിൽ അടക്കിവെച്ചിരിക്കുകയാണ്. ഓരോന്നും അതീവശ്രദ്ധയോടെ ഞാൻ വായിക്കുന്നു... കേൾക്കുന്നു.

യുദ്ധത്തിന്റെ ലോകം. അതെനിക്കു മറനീക്കി കാട്ടുന്നത് തീരെ പ്രതീക്ഷിക്കാത്ത കാഴ്ചകളാണ്. തികച്ചും വേറിട്ടൊരു വശം. ഇതിനു മുമ്പൊരിക്കലും ഞാൻ എന്നോട് ഈ ചോദ്യങ്ങൾ ചോദിച്ചിട്ടില്ല. ഉദാഹരണമായി - ഒരാൾക്ക് എത്രകാലം ആഴംകുറഞ്ഞ ഭൂഗർഭ അറകളിൽ കിടന്നുറങ്ങാനാകും? കനമുള്ള ബൂട്ടുകളും ഓവർകോട്ടുകളും ധരിച്ച് എത്ര നേരം നില്ക്കാനും നടക്കാനുമാകും? അതിനൊക്കെ പുറമെ പാട്ടുപാടാതെയും നൃത്തം ചെയ്യാതെയും എത്ര നാൾ കഴിക്കാനാവും? ഭംഗിയുള്ള ഷൂസിന്റേയും പൂക്കളുടേയും കാര്യം മറക്കാം... ചന്തമുള്ള നേർത്ത വേനലുടുപ്പുകളണിയാതെ... അവരെല്ലാം പതിനെട്ടും ഇരുപതും വയസ്സായ പെൺകിടാങ്ങളായിരുന്നില്ലേ? യുദ്ധത്തിൽ സ്ത്രീജീവിതത്തിന് ഒരുവക പങ്കുമില്ല എന്നായിരുന്നു എന്റെ ധാരണ. അത് അസാധ്യമായ കാര്യം... അതിലേറെ വിലക്കപ്പെട്ടത്. എന്നാൽ എനിക്കു തെറ്റി. വേഗം തന്നെ, പലപ്പോഴും ആദ്യത്തെ കൂടിക്കാഴ്ചയിൽത്തന്നെ എനിക്കു ബോധ്യപ്പെട്ടു. സ്ത്രീകളുടെ സംസാരവിഷയമെന്തായാലും അത് മരണത്തെക്കുറിച്ചാണെങ്കിൽ പോലും അവർ സൗന്ദര്യത്തെക്കുറിച്ച്... അഴകിനെക്കുറിച്ച്... ഓർക്കുമായിരുന്നു. ഒരിക്കലും അകറ്റി മാറ്റാൻ പറ്റാത്ത, ജീവിതത്തിന്റെ ഒരു ഭാഗമായിരുന്നു അത്. “ഒരു വധുവിനെപോലെ മനോഹരിയായാണ് അവൾ ശവപ്പെട്ടിയിൽ കിടന്നിരുന്നത്.” എ. സ്ട്രോസ്ടെവ. (ഇൻഫൻട്രി പടയാളി.)

“അവൾ എനിക്ക് ഒരു മെഡൽ സമ്മാനിക്കാൻ തയ്യാറായി. എന്നാൽ ആ അവസരത്തിൽ ധരിക്കാൻ എനിക്കൊരു മിലിട്ടറി ഷർട്ടു മാത്രമേ

ഉണ്ടായിരുന്നുള്ളൂ. ഞാൻ വെളുത്ത നേർത്ത തുണികൊണ്ട് ഷർട്ടിൽ ഭംഗിയുള്ള ഒരു കോളർ ഉണ്ടാക്കി തുന്നിച്ചേർത്തു. അത്രയെങ്കിലും വേണ്ടേ. ഞാൻ വെറുതെ വിചാരിച്ചു... ആ നിമിഷം ഞാൻ അതീവ സുന്ദരിയായെന്ന്.... നോക്കിക്കാണാൻ കണ്ണാടിയൊന്നും ഉണ്ടായിരുന്നില്ല. എല്ലാം ബോംബാക്രമണത്തിൽ തകർന്നിരുന്നു. (എൻ.എർമാക്കോവ. ടെലിഗ്രാഫർ).

ഒരു സങ്കോചവും മറയും കൂടാതെ അവർ തുറന്നു സംസാരിച്ചു. ആ പ്രായത്തിന്റേതായ അവരുടെ മോഹങ്ങളേയും സ്വപ്നങ്ങളേയും ആവശ്യങ്ങളേയുംകുറിച്ച്. നിഷ്കളങ്കയായ 'പെൺകുട്ടി' സങ്കടങ്ങളേയും പരിഭവങ്ങളേയുംകുറിച്ച് അവരുടേതു മാത്രമായ രഹസ്യങ്ങൾ അവർ പങ്കുവെച്ചു. എല്ലാ അർത്ഥത്തിലും പുരുഷന്മാരുടേതായ ആ ലോകത്തിൽ സ്ത്രീകൾ സ്ത്രീകളായിത്തന്നെ കഴിയാൻ പെട്ടപാട്! സ്വന്തം പ്രകൃതത്തെ വഞ്ചിക്കാതിരിക്കാനുള്ള ശ്രമം... പ്രയാസം. അവരുടെ അതിശയകരമായ ഓർമ്മശക്തി! യുദ്ധത്തിനുശേഷം നാല്പതുവർഷം കഴിഞ്ഞിട്ടും ചെറുതും വലുതുമായ എല്ലാംതന്നെ അവരിപ്പോഴും ഓർത്തുവെച്ചിരിക്കുന്നല്ലോ! വിശദാംശങ്ങൾ, ഭാവപ്പകർച്ചകൾ, നിറങ്ങൾ, ശബ്ദങ്ങൾ, അർത്ഥവ്യത്യാസങ്ങൾ... എല്ലാം. അവരുടെ ലോകത്തിൽ നിത്യജീവിതവും അടിയന്തരജീവിതവും ഒന്നായിച്ചേർന്നു. അടിയന്തര ജീവിതത്തിന്റെ ഒഴുക്കിന് അതിന്റേതായ പ്രാധാന്യമുണ്ടായിരുന്നു.

ജീവിതത്തിലെ ഒരു പ്രത്യേക കാലഘട്ടമായാണ് അവർ യുദ്ധകാലത്തെ അനുസ്മരിച്ചത്. അല്ലാതെ സംഘർഷങ്ങളുടേയും പോരാട്ടങ്ങളുടേയും ഒരു കാലയളവായല്ല. പലപ്പോഴും അവരുടെ സംഭാഷണങ്ങളിൽ വലുതായ ചരിത്രസംഭവങ്ങളേക്കാൾ നിസ്സാരമായ സംഗതികളും സംഭവങ്ങളും മേലേത്തട്ടിലേക്കു കടന്നുവരുന്നത് എന്റെ ശ്രദ്ധയിൽപ്പെട്ടു. "സങ്കടം തോന്നുന്നു, യുദ്ധകാലത്തു മാത്രമാണ് ഞാൻ സുന്ദരിയായിരുന്നത്. എന്റെ ജീവിതത്തിലെ ഏറ്റവും നല്ല വർഷങ്ങൾ അവിടെ കത്തിത്തീർന്നു. യുദ്ധം കഴിഞ്ഞതോടെ പെട്ടെന്നെനിക്കു പ്രായം കൂടി. (അന്നാ ഗലായ്, സബ് മെഷിൻഗണ്ണർ)

വളരെ വർഷങ്ങളുടെ അകലത്തുനിന്നും നോക്കുമ്പോൾ, ചില സംഭവങ്ങൾ വളരെ വലുതായി കാണപ്പെടുന്നു. വേറെ ചിലത് ഉള്ള വലുപ്പം തന്നെ കുറഞ്ഞതായും. മാനുഷികവും വ്യക്തിപരവുമായ നിരവധി കാര്യങ്ങൾ കൂടുതൽ വലുപ്പമുള്ളതായി തോന്നി, പ്രത്യേകിച്ചും എന്റെ നോട്ടത്തിൽ, അല്ല, അവർക്കും അങ്ങനെത്തന്നെയാണ് തോന്നിയിരുന്നത്... കൂടുതലായൊരിഷ്ടം, അടുപ്പം. മാനുഷികമായതെല്ലാം, അതല്ലാത്തതിനുമേൽ ആധിപത്യം നേടിയതുപോലെ. കാരണം, അതിലെ മാനുഷികമൂല്യങ്ങൾത്തന്നെയായിരുന്നു.

"എന്റെ കണ്ണീർ കണ്ട് പരിഭ്രമിക്കരുത്. എന്നോട് സഹതാപവും തോന്നരുത്. അതെന്നെ വേദനിപ്പിക്കുമായിരിക്കും. എന്നാലും എനിക്ക്

നിങ്ങളോട് നന്ദിയുണ്ട്, എന്റെ ചെറുപ്പകാലം ഓർമ്മിക്കാൻ നിങ്ങൾ അവസരം തന്നുവല്ലോ!" (കെ.എസ്.-ടിക്കോനോവിച്ച്. സാർജന്റ്. ആന്റി എയർക്രാഫ്റ്റ് ഗണ്ണർ)

ഈ യുദ്ധം... അങ്ങനെയൊന്നിനെക്കുറിച്ച് ഞാൻ അറിഞ്ഞിരുന്നില്ല. സംശയിക്കുക പോലും ചെയ്തിരുന്നില്ല.

പുരുഷന്മാരുടെ ബൂട്ടുകൾ, സ്ത്രീകളുടെ തൊപ്പികൾ

മറിയാ നിക്കോലീവ്നാ സ്കെലോകോവ

സാർജന്റ് കമാൻഡർ. വാർത്താവിനിമയ വകുപ്പ്

ഞങ്ങൾ താമസിച്ചിരുന്നത് മാളങ്ങളിലാണ്.... എലികളെപോലെ. എന്നാലും തുച്ഛമായ വലിയ സൗകര്യങ്ങളുണ്ടായിരുന്നു. വസന്തകാലത്ത് ഒരു ചെറിയ പൂങ്കുല കൊണ്ടുവന്ന് അലങ്കരിച്ചുവെക്കും. ചെറിയൊരു സന്തോഷത്തിന് അതുമതി. ഒരുപക്ഷേ നാളെ... ജീവനോടെ ഉണ്ടായി എന്നുതന്നെ വരില്ല. ഞങ്ങൾ അങ്ങനെയാണ് ഞങ്ങളെ പറഞ്ഞു പഠിപ്പിച്ചിരുന്നത്. എന്നാലും ഓർത്തുകൊണ്ടേയിരിക്കുന്നു... പിന്നേയും പിന്നേയും ഓർമ്മകൾ.

ഒരു കുട്ടിക്ക് വീട്ടിൽനിന്നും അയച്ച ഒരു കമ്പിളിക്കുപ്പായം കിട്ടി. എല്ലാവർക്കും അവളോടസൂയ തോന്നി. മിലിട്ടറി യൂണിഫോമല്ലാതെ ഒന്നും തന്നെ ധരിക്കാൻ ഞങ്ങൾക്ക് അനുവാദമില്ലായിരുന്നു. സാർജന്റ് മേജറായ കമാൻഡർ - ഒരു പുരുഷൻ - ഉറക്കെ പിറുപിറുത്തു, "വിരിപ്പുകളായിരുന്നുവെങ്കിൽ കൂടുതൽ പ്രയോജനപ്പെട്ടേനെ." വാസ്തവമായിരുന്നു. ഞങ്ങൾക്ക് വിരിപ്പും പുതപ്പും തലയിണയുമൊന്നും ഇല്ലായിരുന്നു. വയ്ക്കോലും മരച്ചില്ലകളും നിലത്ത് വിരിച്ചാണ് ഞങ്ങൾ കിടന്നിരുന്നത്. എന്റെ കൈയിൽ ഒരു ജോടി കമ്മലുണ്ടായിരുന്നു. അത് ഞാൻ ഭദ്രമായി സൂക്ഷിച്ചുവെച്ചിരുന്നു. രാത്രി ഞാൻ അതെടുത്തു കാതിലിടും... അതിട്ടിട്ടാണ് ഞാൻ പലപ്പോഴും ഉറങ്ങിയിരുന്നത്.

ഒരു ബോംബാക്രമണത്തിനുശേഷം ആദ്യമായി എനിക്കേറ്റ ആഘാതം, ചെവികേൾക്കാതായി സംസാരശേഷിയും നഷ്ടപ്പെട്ടു. ഞാൻ എന്നോടുതന്നെ പറഞ്ഞു, "ഇനിയൊരിക്കലും സംസാരിക്കാനാവാത്ത സ്ഥിതിയിലാവുകയാണെങ്കിൽ, ഞാൻ തീവണ്ടിയുടെ മുമ്പിൽ ചാടി ജീവനൊടുക്കും." ഞാൻ നന്നായി പാടുമായിരുന്നു. ഓർക്കാപ്പുറത്ത് സ്വരം തീർത്തു നഷ്ടപ്പെട്ടപ്പോൾ എനിക്കത് സഹിക്കാനായില്ല. ഭാഗ്യം... സാവധാനത്തിൽ എനിക്കെന്റെ ശബ്ദം തിരിച്ചുകിട്ടി.

വളരെ സന്തോഷം തോന്നി. ഞാൻ കമ്മലെടുത്തിട്ടു. ജോലിക്കു വന്ന് സന്തോഷത്തോടെ ഒച്ചവെച്ചു. "സഖാവ്, ഒന്നാം ലഫ്റ്റനന്റ്... ഞാനിതാ ജോലിക്കു ഹാജരായിരിക്കുന്നു."

"അതെന്താണ്?"

"എന്ത്... എന്താണ്?"

"ഇവിടെ നിന്നു കടന്നുപോകൂ."

"എന്താണ് കാര്യം?"

"ആ കമ്മൽ ഈ നിമിഷം ഊരിമാറ്റണം... എന്തുമാതിരി പട്ടാളക്കാരിയാണ് നിങ്ങൾ?"

ഒന്നാം ലഫ്റ്റനന്റ് ശരിക്കും സുന്ദരനായിരുന്നു. പെൺകുട്ടികളെല്ലാവരും തന്നെ അദ്ദേഹവുമായി ലേശം പ്രണയത്തിലായിരുന്നു. അദ്ദേഹം പറയാറുണ്ടായിരുന്നു. യുദ്ധകാലത്ത് പടയാളികളെ മാത്രമാണ് ആവശ്യം... പടയാളികളെ മാത്രം. എന്നാൽ ഞങ്ങളെ സംബന്ധിച്ചിടത്തോളം സുന്ദരികളായി നടക്കുന്നതും ആവശ്യമായിരുന്നു. യുദ്ധകാലത്തു മുഴുവൻ എനിക്കു വലിയ ആശങ്കയായിരുന്നു, എന്റെ കാലുകൾ നഷ്ടപ്പെട്ടാലോ? ജീവിതം മുഴുവൻ കാലില്ലാതെ കഴിയേണ്ടിവന്നാലോ. എന്റെ കാലുകൾ സാമാന്യത്തിലധികം ഭംഗിയുള്ളതായിരുന്നു. പുരുഷന്മാർക്കെന്താ? കാലില്ലെങ്കിലും അത്ര ഭയങ്കരമായൊരവസ്ഥയല്ല. വീരയോദ്ധാവ് എന്ന പേരുണ്ടല്ലോ. വിവാഹം കഴിക്കാനും തടസ്സമില്ല. പക്ഷേ, സ്ത്രീയാണ് മുടന്തിയെങ്കിലോ? അവളുടെ ഭാവി തീർത്തും അപകടത്തിലാവും... അതാണ് സ്ത്രീയുടെ വിധി എന്നു പറയുന്നത്.

വീരാ വ്‌ളാഡിമാറോന ഷെവാൽസിഷേവാ

ഫസ്റ്റ് ലഫ്റ്റനന്റ് സർജൻ

യുദ്ധകാലം മുഴുവൻ ഞാൻ ചിരിച്ചുകൊണ്ടിരുന്നു.... അങ്ങനെയാണെനിക്കു തോന്നിയത്. ഒരു സ്ത്രീ എന്ന നിലയിൽ ഞാൻ എപ്പോഴും ചിരിക്കണം. പ്രകാശം പരത്തേണ്ടവളാണ് സ്ത്രീ. മുന്നണിയിലേക്ക് പുറപ്പെടും മുമ്പേ ഞങ്ങളുടെ വൃദ്ധനായ പ്രൊഫസർ ഞങ്ങളോടു പറഞ്ഞിരുന്നു. "മുറിവേറ്റു കിടക്കുന്ന ഓരോ ഭടനോടും നിങ്ങൾ പറയണം, നിങ്ങൾ അയാളെ പ്രേമിക്കുന്നുവെന്ന്. നിങ്ങൾക്കു നല്കാവുന്ന ഏറ്റവും ശക്തിയായ മരുന്ന് - സ്നേഹമാണ്. സ്നേഹം സംരക്ഷിക്കും; തുടർന്നു ജീവിക്കാനുള്ള ശക്തി നല്കുന്നു."

മുറിവേറ്റ ഒരു ഭടൻ ഒരു മൂലയിൽ കിടക്കുന്നു. കലശലായ വേദന അനുഭവിക്കുന്നുണ്ട്. കരയുന്നു... നിങ്ങൾ അടുത്തുചെന്നു പറയുന്നു. "എന്റെ പ്രിയപ്പെട്ടവനല്ലേ... സ്നേഹഭാജനമല്ലേ?" അയാൾ ഉടനെ ചോദിച്ചു. "ശരിയാണോ നഴ്സി? നിങ്ങളെന്നെ സ്നേഹിക്കുന്നുണ്ടോ?" എല്ലാ ചെറുപ്പക്കാരികളേയും പട്ടാളക്കാർ അങ്ങനെയാണ് വിളിക്കുക. നഴ്സീ...

"തീർച്ചയായും... ഞാൻ നിങ്ങളെ സ്നേഹിക്കുന്നു... വേഗം സുഖം പ്രാപിക്കൂ..."

ചിലപ്പോൾ അവർക്കു ദേഷ്യം വരും... ചീത്ത വിളിക്കും. പക്ഷേ, ഞങ്ങൾ പ്രതികരിക്കില്ല. അവരോട് കടുപ്പിച്ചെന്തെങ്കിലും പറഞ്ഞുവെന്നു കേട്ടാൽ ശിക്ഷ ഉറപ്പാണ്... കാവൽപ്പുരയിൽ കഴിയേണ്ടിവരും.

തീർച്ചയായും അത് ബുദ്ധിമുട്ടുള്ള കാലം തന്നെയായിരുന്നു. മുട്ടു വരെയെത്തുന്ന പാവാട ധരിച്ച് ട്രക്കിലേക്കു കയറുക. ചുറ്റും പുരുഷന്മാർ നോക്കിനില്ക്കേ. അത് പ്രത്യേക തരം ആംബുലൻസുകളായിരുന്നു. വളരെ ഉയരം കൂടിയ ട്രക്കുകൾ. അതിന്റെ മുകളിലേക്കു കയറിപ്പറ്റുക... ശ്രമിച്ചു നോക്കേണ്ടതു തന്നെ...

നദീഷ്ഡാ വാസിലീവ്നാ അലക്സീവാ

പ്രൈവറ്റ് ടെലിഗ്രാഫർ

അവർ ഞങ്ങളെ ഒരു ചരക്കുവണ്ടിയിൽ കയറ്റി... ഞങ്ങൾ പന്ത്രണ്ടു പെൺകുട്ടികൾ.... ബാക്കിയുള്ളവരൊക്കെ പുരുഷന്മാരായിരുന്നു. വണ്ടി എട്ടോ പത്തോ മൈൽ പോകും... പിന്നെ നില്ക്കും. വീണ്ടും ഏഴെട്ടു മൈൽ... വീണ്ടും അവിടെ കിടക്കും. വെള്ളവും വെളിച്ചവുമില്ല. ശുചിമുറികളില്ല... മനസ്സിലായോ?

വണ്ടി നില്ക്കുമ്പോൾ പുരുഷന്മാർ ചാടിയിറങ്ങി. തീ കൂട്ടും, ചൂടുകായും... ശരീരത്തിലെ പേനുകളേയും മറ്റും കുടഞ്ഞുകളയും. ഞങ്ങളോ? ഏതെങ്കിലും ഒഴിഞ്ഞ മൂലയിൽ ചെന്ന് കുപ്പായങ്ങളൂരി മൂട്ടകളെ കുടഞ്ഞുകളയും. ഞാൻ കമ്പിളിനൂൽ മെടഞ്ഞുണ്ടാക്കിയ ഒരു കുപ്പായമാണിട്ടിരുന്നത്. അതിന്റെ ഓരോ ഇഴയിലുമുണ്ടാകും ഒരായിരം മൂട്ടകൾ. കണ്ടാൽതന്നെ ഓക്കാനം വരും. പേനുകൾ പല ജാതിയുണ്ട്. തലമുടിയിൽ, വസ്ത്രങ്ങളിൽ, ശരീരത്തിലെ ഗുഹ്യഭാഗങ്ങളിൽ. എന്റെ കാര്യത്തിൽ... ഇതെല്ലാമുണ്ടായിരുന്നു. എന്തു ചെയ്യാൻ. പുരുഷന്മാരോടൊപ്പം തീയിന്റെ അരികെ നിന്ന് പേനുകളെ പൊരിച്ചെടുക്കാനാകുമോ? വല്ലാത്ത നാണക്കേടുതന്നെ. അവസാനം ഞാൻ എന്റെ കമ്പിളിനൂൽക്കുപ്പായം വെളിയിലേക്കെറിഞ്ഞു. അകത്തെ ഉടുപ്പ് മാത്രമായി ഇരുന്നു. ഏതോ സ്റ്റേഷനിൽ വണ്ടി നിന്നപ്പോൾ തീരെ പരിചയമില്ലാത്ത ഒരു സ്ത്രീ എനിക്കൊരു ജാക്കറ്റു തന്നു. ഒരു ജോടി ഷൂസും.

വളരെ ദൂരം തീവണ്ടിയിൽ യാത്ര ചെയ്തു. തുടർന്ന് കുറെയധികം നടന്നു. മരവിച്ചുപോകുന്ന മഞ്ഞ്. ഞാൻ കുറെ നടന്നു. ഇടയ്ക്കിടയ്ക്ക് കണ്ണാടിയിൽ നോക്കി. മഞ്ഞുകടി ഏറ്റിട്ടുണ്ടോ? വൈകുന്നേരമായപ്പോഴേക്കും കവിളുകളിൽ മഞ്ഞുകടിയുടെ ലക്ഷണങ്ങൾ. ഞാനെന്തൊരു വിഡ്ഢി. മഞ്ഞുകടിയേറ്റാൽ കവിളുകൾ വെളുക്കുമെന്ന് കേട്ടിരുന്നു. എന്റെ കവിൾ നന്നേ ചുകന്നിട്ടായിരുന്നു. മഞ്ഞുകടിയുടെ വെളുപ്പ് എന്നും അങ്ങനെയിരുന്നോട്ടെ എന്നു ഞാൻ വിചാരിച്ചു. എന്നാൽ അടുത്ത ദിവസമായപ്പോഴേക്കും അതാകെ കറുത്തിരുന്നു.

അനാസ്ടാസിയ പെട്രോവ്ന ഷെലെഗ്

ജൂനിയർ സാർജന്റ് ഏറോസ്റ്റാറ്റ് ഓപ്പറേറ്റർ

ഞങ്ങളുടെ കൂട്ടത്തിൽ സുന്ദരികളായ ധാരാളം പെൺകുട്ടികൾ ഉണ്ടായിരുന്നു. അവിടെ ഒരു സ്നാനഗൃഹമുണ്ടായിരുന്നു. മുടി വെട്ടി ഭംഗിയാക്കുന്ന ഒരു സ്ത്രീയും അവിടെ ഉണ്ടായിരുന്നു. ഞങ്ങൾ ഓരോരുത്തരായി ഞങ്ങളുടെ പുരികങ്ങൾ കറുപ്പിച്ചു. കമാൻഡർക്ക് ചില്ലറ ദേഷ്യമല്ല വന്നത്. "നിങ്ങൾ വന്നിരിക്കുന്നത് യുദ്ധം ചെയ്യാനോ അതോ നൃത്തം ചെയ്യാനോ?" ആ രാത്രി മുഴുവൻ ഞങ്ങൾ ഇരുന്നു കരഞ്ഞു. തുടച്ചും തേച്ചും പുരികങ്ങൾ പഴയപടി ആക്കാൻ ശ്രമിച്ചു. രാവിലെ അദ്ദേഹം വന്ന് ഓരോ പെൺകുട്ടിയേയും നേരിട്ടു കണ്ട് പറഞ്ഞു. "എനിക്കു വേണ്ടത് പോരാളികളെയാണ്.... പരിഷ്കാരി പെണ്ണുങ്ങളേയല്ല. അങ്ങനെയുള്ളവർ ഈ യുദ്ധത്തെ അതിജീവിക്കുമെന്നു വിചാരിക്കേണ്ട." വളരെ കണിശക്കാരനായ ഒരു കമാൻഡർ. യുദ്ധം തുടങ്ങുന്നതിനു മുമ്പ് അദ്ദേഹം ഒരു ഗണിതാധ്യാപകനായിരുന്നു.

സ്റ്റാൻസ്ലീവാ പെട്രോവ്നാ പോൾക്കോവാ

സെക്കൻഡ് ലെഫ്റ്റനന്റ്, കമാൻഡർ, തുരങ്ക നിർമാണം

ഞാൻ രണ്ടുതരം ജീവിതങ്ങളാണ് ജീവിച്ചതെന്ന തോന്നൽ. ഒന്ന് പുരുഷന്റേതും മറ്റേത് സ്ത്രീയുടേതും....

ഞാൻ സൈനിക പരിശീലന കേന്ദ്രത്തിൽ ചേർന്നതു മുതൽ കർശനമായ മിലിട്ടറി ചിട്ടകൾക്കും നിയന്ത്രണങ്ങൾക്കും വിധേയയായിരുന്നു. ക്ലാസിലും താമസസ്ഥലത്തും കായികാഭ്യാസവേളയിലുമൊക്കെ കടുത്ത നിയമങ്ങൾ പാലിക്കേണ്ടതുണ്ടായിരുന്നു. പെൺകുട്ടികളായതുകൊണ്ട് പ്രത്യേകിച്ച് ആനുകൂല്യങ്ങളൊന്നുമുണ്ടായിരുന്നില്ല. എപ്പോഴും കേട്ടിരുന്നത് ഒരുത്തരവു മാത്രം. "സംസാരം നിർത്തൂ." അല്ലെങ്കിൽ "ഹേ വായാടികളേ" എന്ന വിളി. വൈകുന്നേരമായാൽ എവിടെയെങ്കിലും കൂടിയിരുന്ന് ചില്ലറ തുന്നൽപ്പണികൾ ചെയ്യാൻ ഞങ്ങളാഗ്രഹിച്ചു. സ്ത്രീസാധാരണമായ എന്തെങ്കിലും ചില പ്രവൃത്തികൾ ജീവിതത്തിലേക്കു മടക്കിക്കൊണ്ടുവരാൻ ഞങ്ങൾ ശ്രമിച്ചു. എന്നാൽ അതെല്ലാം കർശനമായി വിലക്കിയിരുന്നു. സ്വന്തമായി വീടുകളില്ലാത്ത ഞങ്ങൾക്ക് സ്വത്വം നഷ്ടപ്പെട്ട തോന്നൽ. ഒഴിവുസമയമായി ആകെ കിട്ടിയിരുന്നത് ഒരു മണിക്കൂർ മാത്രമായിരുന്നു. അപ്പോൾ 'ലെനിൻറൂമിൽ' ചെന്നിരിക്കാം... എഴുത്തുകളെഴുതാം.. വർത്തമാനം പറയാം... സ്വസ്ഥമായി ഇരിക്കാം... പക്ഷേ, ഒച്ചയും ചിരിയും പാടില്ല. അത് അനുവദിക്കപ്പെട്ടിരുന്നില്ല.

"പാട്ട് പാടാറുണ്ടോ?" ഞാൻ ചോദിച്ചു.

"ഇല്ല... പാടാൻ അനുവാദമുണ്ടായിരുന്നില്ല."

"എന്തുകൊണ്ട്?"

"അനുവാദമില്ല. അത്രതന്നെ. മാർച്ച് ചെയ്യുമ്പോൾ ഉത്തരവു കിട്ടിയാൽ പാടാം." "ലീഡർ, തുടങ്ങിക്കോളൂ..." എന്നാണുത്തരവ്.

“അപ്പോൾ നിങ്ങൾക്ക് പാടാനാകും.”

“വെറുതെ പാടാൻ പാടില്ല. അത് ചട്ടവിരുദ്ധമാണ്.”

“ചട്ടങ്ങൾക്കൊത്തു ജീവിക്കുക... വലിയ പ്രയാസമായിരുന്നില്ലേ?”

ശരിയാണ്. പൊരുത്തപ്പെട്ടുപോകാൻ ഒരിക്കലും എനിക്കു സാധിച്ചില്ല. ഒന്നു മയങ്ങിയിട്ടേ ഉണ്ടാവുള്ളൂ. അപ്പോഴേക്കും വിളികേൾക്കാം. ഒരു ഊക്കൻ കാറ്റുവന്ന് മെത്തയിൽ നിന്നും പൊക്കിയെടുക്കുന്നതു പോലെ. വേഷം മാറാൻ തുടങ്ങുന്നു. അറിയാലോ പുരുഷനേക്കാൾ കൂടുതൽ വസ്ത്രങ്ങൾ ധരിക്കാനുണ്ട് ഒരു സ്ത്രീക്ക്. ഒന്നു കഴിഞ്ഞ് ഇനിയൊന്ന്. തന്നത്താൻ തിരക്കുകൂട്ടുകയായി. അവസാനം ബെൽറ്റ് കൈയിൽ പിടിച്ച് “ലോക്കർ റൂ”മിലേക്കോടും. മേൽകോട്ട് വലിച്ചെടുത്ത് തോളിലിട്ട് ആയുധപ്പുരയിലേക്കോടുകയായി. അവിടെനിന്ന് മൺവെട്ടിയെടുത്ത് അതിന്റെ മൂടിയിലിട്ട് ബെൽറ്റിൽ തൂക്കിയിടുന്നു. പണിയായുധങ്ങളുടെ സഞ്ചിയും എവിടെയെങ്കിലും തൂക്കിയിടുന്നു. അതു കഴിഞ്ഞാൽ റൈഫിളിന്റെ ഊഴം. പോകുന്നതിനുമുമ്പ് അലമാരി പൂട്ടണം. നാലാം നിലയിൽ നിന്നും നടന്നല്ല ഉരുണ്ടിറങ്ങുകയായിരുന്നുവെന്നു പറയാം. വരിയിൽ വന്നുനിന്നു കഴിഞ്ഞാൽ താനേ നട്ടെല്ലു നിവർന്നോളും. ഇതെല്ലാം ചെയ്യാനായി കിട്ടുന്നതോ...? എണ്ണിയെടുത്ത ഏതാനും മിനിറ്റുകൾ.

ഇപ്പോൾ ഞങ്ങൾ മുന്നണിയിലാണ്. ആവശ്യമുള്ളതിനേക്കാൾ മൂന്നു മടങ്ങ് കൂടുതൽ വലുപ്പമുണ്ട് എന്റെ ബൂട്ടുകൾക്ക്. ആകെ വളഞ്ഞൊടിഞ്ഞ്. ഉള്ളിൽ നിറയെ മണൽത്തരികൾ. ഞാൻ ഒരു സ്ത്രീയുടെ കൂടെയാണ് താമസിക്കുന്നത്. അവർ എന്റെ കൈയിൽ രണ്ടു മുട്ട തന്നു. “കൈയിൽ വെച്ചോളൂ. വഴിയിൽ കഴിക്കാം... എത്ര മെലിഞ്ഞിട്ടാണ് നിങ്ങൾ... രണ്ടായി ഒടിഞ്ഞുപോകുമെന്നു തോന്നും.”

അവർ കാണാതെ സൂത്രത്തിൽ ഞാൻ ആ മുട്ടകൾ പൊട്ടിച്ചു. അതുകൊണ്ട് എന്റെ ബൂട്ടുകൾ പോളിഷ് ചെയ്തു. നല്ല വിശപ്പുണ്ടായിരുന്നു. എന്നാലും സ്ത്രീസഹജമായ എന്റെ ദൗർബല്യത്തിനായിരുന്നു കൂടുതൽ ശക്തി. എല്ലാം നന്നായിരിക്കണം... ഭംഗിയുള്ളതായിരിക്കണം എന്ന നിർബന്ധം. ആ മേൽക്കോട്ടിടുമ്പോൾ തൊലിപ്പുറത്തുരസി വല്ലാതെ അലോഗ്യം തോന്നും. നിങ്ങൾക്കത് പറഞ്ഞാൽ മനസ്സിലാവില്ല. എന്തൊരു കനമാണെന്നോ ആ കോട്ടിന്. അതെല്ലാം ശരിക്കും പുരുഷന്മാർക്കുള്ളതാണ്... ഓവർകോട്ടും ബെൽറ്റും. ബൂട്ടുകളുടെ കാര്യം പറയുകയും വേണ്ട. അതെല്ലാം ധരിച്ചുകഴിഞ്ഞാൽ നിങ്ങളുടെ നില്പും നടപ്പുമെല്ലാം താനേ മാറിക്കൊള്ളും. ഞങ്ങളുടെ സ്ഥായിയായ ഭാവം വിഷാദമായിരുന്നു. എപ്പോഴും അങ്ങനെയാണ് ഞങ്ങൾ നടന്നിരുന്നത്.

മറിയ നിക്കോലേവ്ന സ്റ്റെപ്പനോവ

മേജർ വാർത്താവിനിമയ വകുപ്പിന്റെ മേധാവി, ഇൻഫൻട്രി

ഞങ്ങൾ സ്ത്രീകളെ പടയാളികളാക്കി മാറ്റുക ഒട്ടും എളുപ്പമായിരുന്നില്ല. ഒരുതരത്തിലും ലഘുവായ ഒരു പ്രക്രിയയായിരുന്നില്ല. അവർ

ഞങ്ങൾക്ക് യൂണിഫോം തന്നു. സർജന്റ് മേജർ എല്ലാവരേയും അണി നിരത്തി. "എല്ലാവരുടേയും കാൽവിരലുകൾ നേരെ ഒരേ വരിയിൽ."

അത് ഞങ്ങൾക്കു സാധിച്ചു. ഞങ്ങളുടെ വരി ഒപ്പമായില്ല. കാരണം ബൂട്ടുകൾ പന്ത്രണ്ടും പതിന്നാലും നമ്പറുകളായിരുന്നു. അദ്ദേഹം ആവർത്തിച്ചുകൊണ്ടിരുന്നു. "കാൽവിരലുകൾ... കാൽവിരലുകൾ."

അടുത്ത കല്പന "കാസെറ്റ്സ്... എല്ലാവരും നെഞ്ചു വിരിച്ചു. ഒപ്പ ത്തിനൊപ്പം..."

അതെന്തായാലും ഞങ്ങൾക്കാവുന്ന കാര്യമല്ല. അദ്ദേഹം ഉച്ചത്തിൽ ചോദിക്കുന്നു. "നിങ്ങളുടെ ഷർട്ടിന്റെ കീശയ്ക്കുള്ളിലെന്താണ്?"

ഞങ്ങളെല്ലാവരും ഒരുമിച്ചു ചിരിക്കുന്നു.

"നിർത്തൂ... ചിരിക്കരുത്." വീണ്ടും സാർജന്റ് മേജർ ഒച്ചവെക്കുന്നു.

ശരിയായി സല്യൂട്ട് ചെയ്യേണ്ടതെങ്ങനെ എന്ന് പഠിപ്പിക്കാൻ അദ്ദേഹം വല്ലാതെ പാടുപെട്ടു. ഞങ്ങളെക്കൊണ്ട് കണ്ടതിനെയെല്ലാം സല്യൂട്ട് ചെയ്യിച്ചു. കസേര മുതൽ ചുമരിലെ ചിത്രങ്ങൾ വരെ... എല്ലാറ്റിനേയും.

ഏതോ പട്ടണത്തിൽ വെച്ച് ഒരു 'സ്നാനഗൃഹ'ത്തിലേക്ക് ഞങ്ങൾ മാർച്ചു ചെയ്ത് ചെന്നു. പുരുഷന്മാർ അവരുടെ പകുതിയിലേക്കു പോയി. ഞങ്ങൾ ഞങ്ങളുടെ ഭാഗത്തേക്കും. അവിടെ ഉണ്ടായിരുന്ന സ്ത്രീകൾ ഞങ്ങളെ കണ്ടതും ഒച്ചവെക്കാൻ തുടങ്ങി...

"എല്ലാവരും വസ്ത്രം ധരിച്ചോളൂ... ദാ ഒരു കൂട്ടം പട്ടാളക്കാർ കയറി വരുന്നു. "ഞങ്ങളുടെ വേഷം കണ്ട് ഞങ്ങൾ പുരുഷന്മാരാണെന്ന് അവർ തെറ്റിദ്ധരിച്ചു. ഞങ്ങളുടെ യൂണിഫോമും. തീരെ ചെറുതാക്കി വെട്ടിയ മുടിയും.

വേറൊരു സന്ദർഭത്തിൽ ഞങ്ങൾ ശുചിമുറിയിലേക്കു ചെന്നു. അവിടെ ഉണ്ടായിരുന്ന സ്ത്രീകൾ പൊലീസുകാരെ വിളിച്ചു വരുത്തി.

"പിന്നെ ഞങ്ങൾ എവിടെ പോകണമെന്നാണ്?" ഞങ്ങളുടെ സ്ത്രീ സ്വരം കേട്ടപ്പോഴാണ് അവർക്കു കാര്യം മനസ്സിലായത്.

പൊലീസുകാരൻ പറഞ്ഞു... "ഇവരെല്ലാവരും സ്ത്രീകളാണ്."

"ഇതെന്തുതരം സ്ത്രീകൾ.... ഇവരെല്ലാവരും പട്ടാളക്കാരല്ലേ?"

അപ്പോഴും ആ സ്ത്രീകൾക്ക് വിശ്വാസമായില്ല.

ബെല്ലാ ഇസാകോവ്ന എവ്സ്റ്റീൻ

സർജന്റ് ഒളിപ്പോരാളി

എനിക്കോർമ്മയുള്ളത് ആ റോഡിനെകുറിച്ചു മാത്രമാണ്. ചിലപ്പോൾ മുന്നേറുന്നു... ചിലപ്പോൾ പിൻവാങ്ങുന്നു...

ഞങ്ങൾ രണ്ടാം ബെലോറഷ്യയിലെത്തി. അവർ നിർദ്ദേശിച്ചത് ഞങ്ങൾ അവിടത്തെ പ്രാദേശിക ആസ്ഥാനത്ത് താമസിച്ചാൽ മതിയെ ന്നാണ്. സ്ത്രികളല്ലേ... മുന്നണിയിലേക്കു പോകണ്ട എന്നർത്ഥം.

"അതു പറ്റില്ല." ഞങ്ങൾ ഉറപ്പിച്ചു പറഞ്ഞു. "ഞങ്ങൾ ഒളിപ്പോരാളികളാണ്. പോകേണ്ടിടത്തക്കുതന്നെ പോകണം."

"ഞങ്ങൾ നിങ്ങളെ നല്ലൊരു സേനാവിഭാഗത്തിലേക്കയയ്ക്കാം.. അവിടത്തെ കമാൻഡർ പെൺകുട്ടികളെ വേണ്ടവിധം നോക്കിക്കോളൂ..." കമാൻഡർ പലതരക്കാരാണ് എന്ന് അദ്ദേഹം പറഞ്ഞുതന്നു.

അദ്ദേഹം പറഞ്ഞ കേണൽ ഞങ്ങളെ കണ്ടതും പറഞ്ഞു, "നോക്കൂ കുട്ടികളേ, നിങ്ങൾ വന്നിരിക്കുന്നത് യുദ്ധം ചെയ്യാനാണ്... അതിലല്ലാതെ മറ്റൊരു കാര്യത്തിലും നിങ്ങൾ ചെന്നുചാടരുത്. ഇവിടെ മുഴുവൻ പുരുഷന്മാരാണ്. സ്ത്രീകളായി വേറെ ആരുമില്ല. നാശം... ഞാൻ എങ്ങനെയാണ് നിങ്ങളെ കാര്യം പറഞ്ഞു മനസ്സിലാക്കേണ്ടത്... ഇത് യുദ്ധമാണ്... യുദ്ധം."

ഞങ്ങളെല്ലാവരും ചെറുപ്രായക്കാരാണെന്ന് അദ്ദേഹത്തിനറിയാമായിരുന്നു. ആദ്യത്തെ തവണ പോർവിമാനങ്ങൾ തലയ്ക്കു മുകളിലൂടെ പറന്നപ്പോൾ... ഞാൻ പേടിച്ച് മുഖം പൊത്തി കുമ്പിട്ടിരുന്നു. പിന്നീടാണോർത്തത്... മുഖം മാത്രം രക്ഷിച്ചാൽ മതിയോ...? ബാക്കി ഭാഗങ്ങൾ...? ഞാൻ മരിക്കാൻ തയ്യാറായിരുന്നില്ല.

ഓർക്കുന്നു. ജർമനിയിൽ വെച്ച്. അല്പം ചിരിക്കുള്ള വക! ആ രാത്രി ഞങ്ങൾ തങ്ങിയത് ഒരു പഴയ കൊട്ടാരത്തിലാണ്. വിശാലമായ തളങ്ങൾ. എണ്ണമറ്റ മുറികൾ. ഹാളുകളുടെയൊരു വലുപ്പം! മുറികളിൽ വലിയ അലമാരകൾ. അലമാരകൾ നിറച്ചും മോടികൂടിയ പലയിനം വസ്ത്രങ്ങൾ. ഓരോരുത്തരും അവനവനിഷ്ടമുള്ള വേഷം തിരഞ്ഞെടുത്തു. എനിക്കിഷ്ടമായത് ഒരു മഞ്ഞ ഉടുപ്പാണ്. അതിനോടൊപ്പം നല്ലൊരു 'ഹൗസ്കോട്ടും" കണ്ടു. എന്തൊരു ഭംഗിയായിരുന്നു ആ "ഹൗസ് കോട്ടിന്" പറയാനാവില്ല. നീണ്ട്... കനം കുറഞ്ഞ്... ധാരാളം ഞൊറികളോടുകൂടി. എല്ലാവരും നന്നേ തളർന്നിരുന്നു. കിടക്കാതെ വയ്യ എന്ന അവസ്ഥ. ആ ഉടുപ്പുകൾ ധരിച്ചുകൊണ്ടുതന്നെ എല്ലാവരും ആ രാത്രി ഉറങ്ങി... ഗാഢനിദ്ര. ഞാനുമതേ.... ഉടുപ്പിട്ടു. അതിന്റെ മീതെ ആ 'ഹൗസ്കോട്ടും' ധരിച്ചു. ഇനിയൊരവസരം കിട്ടിയില്ലെങ്കിലോ!

പിന്നീടൊരിക്കൽ. ഒരു 'ഹാറ്റ്' നിർമ്മാതാവിന്റെ വീട്ടിലാണ് രാപാർക്കാൻ അവസരം കിട്ടിയത്. ഭംഗിയുള്ള പലതരം ഹാറ്റുകൾ. ഞങ്ങൾ ഇഷ്ടപ്രകാരം ഓരോന്നെടുത്തു തലയിൽ വെച്ചു. അന്നു രാത്രി ഞങ്ങൾ പെൺകുട്ടികളെല്ലാം ഉറങ്ങിയത് ഹാറ്റ് ധരിച്ചാണ്! രാവിലെ എഴുന്നേറ്റ് കുറച്ചുനേരം കൂടി കണ്ണാടിക്കു മുമ്പിൽ നിന്ന് സ്വന്തം ഭംഗി ആസ്വദിച്ചു. പിന്നെ സങ്കടത്തോടെ ഹാറ്റുകൾ യഥാസ്ഥാനത്തു വച്ചു. പഴയതുപോലെ പട്ടാള യൂണിഫോം ധരിച്ചു. ഒറ്റ സാധനവും ഞങ്ങൾ എടുത്തില്ല. അറ്റമില്ലാത്ത വഴിയാത്രയിൽ ഒരു സൂചിപോലും വലിയൊരു ഭാരമാണ്. എന്നിട്ടും ഒരു സ്പൂണെടുത്ത് ബൂട്ടിനിടയിൽ തിരുകിവെച്ചു... അത്രതന്നെ.

സിനൈഡ പ്രൊക്കോഫീവ്ന കോമറീവ

ടെലിഗ്രാഫർ

പുരുഷന്മാർ പുരുഷന്മാരാണ്. അവർക്ക് സ്ത്രീകളെ ശരിയായി മനസ്സിലാക്കാനാവില്ല. എന്നാൽ ഞങ്ങളുടെ കേണൽ പിറ്റിസിൻ വേറെ ഒരു തരക്കാരനായിരുന്നു. ഞങ്ങളെല്ലാവരും അദ്ദേഹത്തെ വളരെയധികം സ്നേഹിച്ചിരുന്നു. ഞങ്ങൾ അദ്ദേഹത്തെ "ഡാഡി" എന്നാണ് വിളിച്ചിരുന്നത്. അച്ഛന്റെ സ്ഥാനം. സ്ത്രീമനസ്സ് തൊട്ടറിഞ്ഞ പുരുഷൻ. ഞങ്ങൾ പിൻവാങ്ങുന്ന സമയം. മോസ്കോവിനടുത്തു വന്നപ്പോൾ അദ്ദേഹം പറഞ്ഞു. "നോക്കൂ കുട്ടികളേ... നമ്മൾ മോസ്കോ നഗരത്തിനടുത്താണ്. ഞാൻ ഒരു മുടിവെട്ടുകാരിയെ ഏർപ്പാടു ചെയ്യാം. അവർ നിങ്ങളുടെ മുടി ചുരുളിച്ചു തരും. പുരികങ്ങൾക്കു മോടി കൂട്ടും... നിയമവിരുദ്ധമാണ്. എന്നാലും സാരമില്ല. ഈ യുദ്ധം എത്രകാലം നീണ്ടുപോകുമെന്ന് പറയാനാവില്ല. ഏതായാലും അടുത്ത കാലത്തൊന്നും ഇതവസാനിക്കില്ല."

അദ്ദേഹം വാക്കു പാലിച്ചു. നഗരത്തിൽ നിന്നും "ഹെയർ ഡ്രസ്സർ" എത്തി. ഞങ്ങൾ മുടി ഭംഗിയിൽ വെട്ടിച്ചു... ചുരുളുകളാക്കി... മുഖം മോടി പിടിപ്പിച്ചു. ഞങ്ങളുടെ സന്തോഷം... എന്തു പറയാൻ!

സോഫിയ കോൺസ്റ്റാന്റിനോവ്നാ ഡൂബ്നിയാകോവാ

മെഡിക്കൽ അസിസ്റ്റന്റ്

ലാസാഗോ തടാകം ഹേമന്തത്തിലെ തണുപ്പിൽ മഞ്ഞുകട്ടയായി കിടക്കുന്നു. അതിനു മേലെ കൂടിയാണ് ഞങ്ങൾ വേഗത്തിൽ കടന്നുപോയത്. നമ്മുടെ സൈന്യം മുന്നേറുകയായിരുന്നു. അപ്പോഴേക്കും തുടങ്ങി ഭീകരമായ ഷെല്ലാക്രമണം. ചുറ്റും വെള്ളം. മുറിവേറ്റവർ നേരെ ആഴങ്ങളിലേക്കു താഴുന്നു. രക്ഷയില്ല. ഞാൻ ഓടിനടന്ന് ആകാവുന്നവരുടെയൊക്കെ മുറിവുകൾ വെച്ചുകെട്ടി. ഒരാൾ... കാലൊടിഞ്ഞു കിടക്കുന്നു. ബോധം നഷ്ടപ്പെടുകയാണ്. ഞാൻ ഓടിച്ചെന്നു. അയാൾ എന്നെ തള്ളിമാറ്റി. കൈനീട്ടി, വീണു കിടക്കുന്ന സ്വന്തം തോൾസഞ്ചി എടുക്കാൻ ശ്രമിച്ചു. അതിൽ ഭക്ഷണമെന്തോ കരുതിവെച്ചിട്ടുണ്ട്. പ്രാണൻ പോകും മുമ്പേ... ഒരിത്തിരി ഭക്ഷണം കഴിക്കാനുള്ള ആശ. മഞ്ഞുപാളികൾക്ക് മീതെ മാർച്ച് ചെയ്യാൻ തുടങ്ങും മുമ്പേ, സഞ്ചിയിൽ സൂക്ഷിക്കാൻ അവർ എല്ലാവർക്കും കുറേശ്ശെ ഭക്ഷണം തന്നിരുന്നു. അയാളുടെ മുറിവ് വെച്ചുകെട്ടാൻ ഞാൻ ബദ്ധപ്പെട്ടു. അയാൾക്ക് ധൃതി എന്തെങ്കിലും വായിലേക്കിടാനായിരുന്നു. വേറൊന്നും അയാൾ ആഗ്രഹിച്ചില്ല. പുരുഷന്മാർക്ക് സ്വതവേ വിശപ്പു സഹിക്കാൻ പ്രയാസമാണ്. മരണത്തേക്കാൾ ഭീകരം...

എന്നെക്കുറിച്ചുള്ള ഓർമ്മ.... തുടക്കത്തിൽ മരണത്തെ അങ്ങേയറ്റം ഭയമാണ്. അമ്പരപ്പും – ജിജ്ഞാസയും ഒപ്പത്തിനൊപ്പം എന്നും കൂടെയുണ്ടാകും. പിന്നെ രണ്ടും അപ്രത്യക്ഷമാകും. ശേഷിക്കുന്നത് തളർച്ച മാത്രം. അങ്ങേയറ്റത്തെ ക്ഷീണം. ഊർജ്ജത്തിന്റെ അവസാന

കണികയിൽ പിടിച്ചുനില്ക്കും... എല്ലാ അതിരുകൾക്കുമപ്പുറം. അവസാനം ഭയം മാത്രം ബാക്കിയാകും...

വൃത്തികെട്ട മട്ടിൽ... വികൃതമായ ശരീരത്തോടെ മരിച്ചുകിടക്കേണ്ടി വരുമോ? ഒരു സ്ത്രീയുടെ മാത്രം ഭയം. ഒരു ഷെൽ വന്നുവീണ് സ്വയം ഛിന്നഭിന്നമാകുന്ന ചിത്രം... അങ്ങനെ സംഭവിക്കുന്നത് ഞാനൊരിക്കൽ നേരിട്ടു കണ്ടിട്ടുണ്ട്. ചിതറിപ്പോയ ശരീരത്തിന്റെ തുണ്ടുകൾ ഞാൻ പെറുക്കിക്കൂട്ടിയിട്ടുണ്ട്.

വീണ്ടും മഴ പെയ്തുകൊണ്ടിരുന്നു. ഞാൻ ചതുപ്പുനിലത്തിലൂടെ ഓടുകയായിരുന്നു. ഉന്തിലും തള്ളിലുംപെട്ട് കുറെയധികം പേർ ചെളിയിൽ മുങ്ങിപ്പോയി. ഒട്ടനവധി പേർക്ക് പരിക്കു പറ്റി. ബെലോ റഷ്യയിലെ ഓർഷ്യ കാടുകളിലായിരുന്നു ഞങ്ങൾ. മഞ്ഞു വീണ അന്തരീക്ഷമായിരുന്നു അവിടെങ്ങും. ചുറ്റും ചെരിപ്പുകൾ ഭംഗിയായി വിടർന്നു നിന്നിരുന്ന ആ അന്തരീക്ഷം ഞാൻ എങ്ങനെ മറക്കാനാണ്? കാരണം എനിക്കന്ന് പതിനേഴു വയസ്സായിരുന്നല്ലോ പ്രായം. അതുകൊണ്ടുതന്നെ എനിക്കന്ന് മരണത്തെക്കുറിച്ച് ആലോചിക്കാൻ പോലും കഴിഞ്ഞില്ല.

പക്ഷേ, ഒരിക്കൽ മാത്രം ഞങ്ങൾ മരണത്തെപ്പറ്റി സംസാരിച്ചു. ഒരു രാത്രിയിൽ മാത്രം. മരണം എന്ന വാക്കിനെപ്പറ്റി സംസാരിക്കാൻ പോലും ഞങ്ങൾക്കന്നു ഭയമായിരുന്നു.

അലക്സാൻഡ്ര സെമ്യോനോവ്ന പൊപോവാ

ലെഫ്റ്റനന്റ് ഓഫ് ദി ഗാഡ്, പൈലറ്റ്

പൂർണമായും സ്ത്രീകളുടേതായ റെജിമെന്റ്... 1942 മേയിലാണ് ഞങ്ങൾ മുന്നണിയിലേക്കു പറന്നത്....

പി.ഒ.2 വിമാനങ്ങളാണ് അവർ ഞങ്ങൾക്കു തന്നത്. ചെറുത്. സാവധാനത്തിലുള്ള പറക്കൽ. കുറച്ച് താഴ്ന്നിട്ടാണ് പറക്കുക. പലപ്പോഴും മരച്ചില്ലകളിൽ ചെന്നുരസും. ഭൂമിയിൽ നിന്നും അധികം ഉയരത്തിലല്ലാതെ. യുദ്ധത്തിനു മുമ്പ് ധാരാളം ചെറുപ്പക്കാർ ഫ്ളയിങ്ങ് ക്ലബ്ബുകളിൽ ചേർന്ന് വിമാനം പറപ്പിക്കാൻ പഠിച്ചിരുന്നു. ഈ തരം വിമാനങ്ങളാണ് അന്നവർ പഠിപ്പിച്ചിരുന്നത്. പക്ഷേ, അന്നാരും കരുതിയില്ല. ഭാവിയിൽ അത് സൈനികമായ ആവശ്യങ്ങൾക്കായി ഉപയോഗിക്കപ്പെടുമെന്ന്. പ്ലൈവുഡുകൊണ്ടായിരുന്നു വിമാനം നിർമിച്ചിരുന്നത്. അതിനെ മൂടാൻ 'എയർക്രാഫ്റ്റ് ഫ്രാഡി'ക്കും. വാസ്തവത്തിൽ അത് വളരെ നേർത്ത ഒരുതരം തുണിയായിരുന്നു. എന്തിലെങ്കിലും ചെന്നടിച്ചാൽ ആ ക്ഷണം തീപിടിക്കും. അന്തരീക്ഷത്തിൽ വെച്ചുതന്നെ കത്തിത്തീരുകയും ചെയ്യും. താഴേക്കിറക്കാൻ സമയം കിട്ടുകയില്ല. ഒരു തീപ്പെട്ടിക്കോലുപോലെ എല്ലാം ക്ഷണത്തിൽ തീരും. എം.2 മോട്ടോർ മാത്രമേ അതിൽ ഉരുക്കുകൊണ്ടുള്ളതായി ഉണ്ടായിരുന്നുള്ളൂ.

പിന്നീട് യുദ്ധം അവസാനിക്കാറായപ്പോഴേക്കും ഞങ്ങൾക്ക് പാരച്യൂട്ട് കിട്ടിത്തുടങ്ങി. പൈലറ്റിന്റെ മുറിയിൽ ഒരു യന്ത്രത്തോക്കും ഘടിപ്പിച്ചു.

അതിനുമുമ്പ് യുദ്ധങ്ങളൊന്നും ഉണ്ടായിരുന്നില്ല. വിമാനച്ചിറകുകൾക്കടിയിലായി നാലു ബോംബുകൾ സൂക്ഷിക്കാനുള്ള ഇടമുണ്ടായിരുന്നു. ഇപ്പോൾ അവർ ഞങ്ങളെ വിളിക്കുന്നത് "കാമികാസുകൾ" എന്നാണ്. ബോംബാക്രമണത്തിൽ ആത്മാഹുതി ചെയ്യാൻ സന്നദ്ധരായവർ. ശരിയാണ്... സ്വന്തം ജീവിതത്തേക്കാൾ ഞങ്ങൾക്ക് വിലയേറിയതായിരുന്നു വിജയം. എങ്ങനെ ആ പരീക്ഷണങ്ങൾ അതിജീവിച്ചു എന്നല്ലേ? പറഞ്ഞുതരാം.

ഉദ്യോഗത്തിൽ നിന്നും വിരമിക്കുന്നതിനു മുമ്പ്... ജോലിയൊന്നും ചെയ്യാതെ വീട്ടിലിരിക്കുന്ന കാര്യമാലോചിച്ച് എനിക്ക് പരിഭ്രമം തോന്നാറുണ്ട്. അമ്പതു കഴിഞ്ഞതിൽ പിന്നെയാണ് ഞാൻ രണ്ടാമതൊരു ബിരുദം തേടിയത്. കാരണം മുമ്പു പറഞ്ഞതുതന്നെ. ഞാൻ ഒരു ചരിത്രഗവേഷകയായി. അതുവരെ ഞാൻ ഒരു ഭൂമിശാസ്ത്രജ്ഞയായിരുന്നു. അതിൽ താത്പര്യമുള്ള ആൾ. എപ്പോഴും ഭൂമിശാസ്ത്രപരമായ പഠനത്തിലും ഗവേഷണത്തിലുമായിരിക്കും. എന്നുവെച്ചാൽ അധികസമയവും വീടിനു വെളിയിൽ പലയിടത്തുമായിട്ടായിരിക്കും. എന്നാൽ എനിക്കതിനുള്ള ശക്തി ഉണ്ടായിരുന്നില്ല. ഡോക്ടർ വന്നു. കാർഡിയോഗ്രാം എടുത്തു. ഉടനെ ചോദിച്ചു.

"എന്നാണ് ഹൃദയാഘാതമുണ്ടായത്?"

"ഹൃദയാഘാതമോ?" എനിക്കതിശയമായി.

"നിങ്ങളുടെ ഹൃദയം നിറയെ അതിന്റെ പാടുകളാണല്ലോ."

ആ വടുക്കൾ ഹൃദയത്തിൽ പതിഞ്ഞത് യുദ്ധകാലത്തായിരിക്കണം, തീർച്ച. ഒരു ലക്ഷ്യത്തിനോടടുക്കുമ്പോൾ നമ്മൾ ആകെ വിറയ്ക്കാൻ തുടങ്ങും. താഴെ വെടിവെപ്പു നടക്കുന്നു. പോർ വിമാനങ്ങൾ വെടിവെക്കുന്നു. ആന്റി എയർക്രാഫ്റ്റ് ഗണ്ണുകൾ തിരിച്ചും. പെൺകുട്ടികളിൽ പലർക്കും അത് താങ്ങാനായില്ല. അവർ ആ റെജിമെന്റിൽ നിന്നും ഒഴിഞ്ഞുപോയി. അധികവും രാത്രികാലങ്ങളിലാണ് ഞങ്ങളുടെ പറക്കൽ. കുറച്ചുകാലം, പകൽജോലിക്കു മാത്രമായി ഞങ്ങളെ അയയ്ക്കാൻ അവർ ശ്രമിച്ചു. പക്ഷേ, അത് വേണ്ടെന്നുവെക്കേണ്ടി വന്നു. പി.ഒ.2 വെടിവെച്ചിടാൻ താഴെ നിന്ന് ഒറ്റ വെടിയുണ്ടയേ വേണ്ടൂ.

ഓരോ രാത്രിയും ഏതാണ്ട് പന്ത്രണ്ടു "പറക്കൽ" ഞങ്ങൾ നടത്തി. ഞാൻ പ്രശസ്തനായ യുദ്ധവീരൻ പോക്രിഷ്കിന്നിനെ ഒരിക്കൽ കണ്ടു. ഒരു യുദ്ധം കഴിഞ്ഞു വന്ന ഉടനെയായിരുന്നു. ദൃഢഗാത്രൻ. ഞങ്ങളെപ്പോലെ ഇരുപതോ ഇരുപത്തിമൂന്നോ വയസ്സുകാരനല്ല. അദ്ദേഹം പറത്തുന്ന വിമാനം വീണ്ടും തയ്യാറാക്കിയെടുക്കുന്നതിനിടയിൽ ഒരു ടെക്നീഷ്യൻ വന്ന് അദ്ദേഹത്തിന്റെ ഷർട്ട് ഊരിയെടുത്ത് പിഴിഞ്ഞു. മഴയിൽ കുതിർന്നതുപോലെ അതാകെ നനഞ്ഞിരുന്നു, വിയർപ്പുകൊണ്ട്. അപ്പോൾ ഞങ്ങളുടെ സ്ഥിതി... ഊഹിക്കാമല്ലോ. ദൗത്യം പൂർത്തിയാക്കി തിരിച്ചു വന്നാൽ വിമാനത്തിൽ നിന്നും പുറത്തിറങ്ങാനുള്ള ശക്തികൂടി ഉണ്ടാവില്ല. ആരെങ്കിലും വന്ന് പുറത്തേക്ക് വലിച്ചിറക്കണം. "ഹാർട്ട് കേസ്" കൈയിലെടുക്കാനാവാതെ തറയിലൂടെ വലിച്ചിഴയ്ക്കുകയാണ് പതിവ്.

ആയുധസാമഗ്രികൾ കൈകാര്യം ചെയ്തിരുന്ന പെൺകുട്ടികൾ ചെയ്തിരുന്ന ജോലി... ഓരോ വിമാനത്തിലും നന്നാലു ബോംബുകൾ ഘടിപ്പിക്കണം. അതും സ്വന്തം കൈകൾ കൊണ്ട്. എന്നുവെച്ചാൽ 800 റാത്തൽ ഭാരം. രാത്രി മുഴുവൻ അതായിരുന്നു അവരുടെ പണി. ഒരു വിമാനം പറന്നുപൊങ്ങുമ്പോഴേക്കും അടുത്തത് വന്നിറങ്ങിയിരിക്കും. ശരീരം സാഹചര്യങ്ങൾക്കൊത്ത് സ്വാഭാവികമായും വല്ലാതെ മാറി. ഞങ്ങൾ സ്ത്രീകളല്ലാതായി എന്നു പറയാം... മാസമുറപോലും ഇല്ലാതായി. ഏറ്റവും സ്ത്രീസഹജമായ സംഗതി. യുദ്ധം കഴിഞ്ഞപ്പോൾ ഞങ്ങളിലൊട്ടേറെപേർ ഗർഭം ധരിക്കാനാവുന്ന അവസ്ഥയിലായിരുന്നില്ല.

ഞങ്ങളെല്ലാവരും ധാരാളം പുകവലിച്ചിരുന്നു. മനസ്സിനെ അത് കുറെയൊക്കെ ശാന്തമാക്കുന്നു എന്നായിരുന്നു ധാരണ. വിമാനത്തിൽനിന്നും താഴെയിറങ്ങുന്നത് ആകെ വിറച്ചുകൊണ്ടായിരിക്കും. അപ്പോൾ ഒരു സിഗരറ്റു വലിക്കുന്നു. എല്ലാ അസ്വസ്ഥതകളും ലേശമൊന്ന് ഒതുങ്ങുന്നു. ഞങ്ങൾ ജാക്കറ്റുകളും ട്രൗസറുകളും മിലിട്ടറി ഷർട്ടുകളുമാണ് ധരിച്ചിരുന്നത്. തണുപ്പുകാലമായാൽ ഒരു കമ്പിളിക്കോട്ടുകൂടി എടുത്തിടും. ഇഷ്ടമാണോ, അല്ലയോ... ഞങ്ങളുടെ നില്പിലും നടപ്പിലും പെരുമാറ്റത്തിലുമെല്ലാം ഞങ്ങളറിയാതെ ഒരു പുരുഷച്ഛായ കടന്നുവന്നു. യുദ്ധം കഴിഞ്ഞപ്പോൾ അവർ ഞങ്ങൾക്ക് പുതിയ ഉടുപ്പുകൾ തന്നു. കാക്കി നിറത്തിൽ. പെട്ടെന്ന് ഞങ്ങൾക്കു തോന്നി... ഞങ്ങൾ വീണ്ടും പഴയ പെൺകിടാങ്ങളായിരിക്കുന്നു.

സോഫിയ അഡാമോവ്നാ കൺട്സീവിച്ച്

സാർജന്റ് മേജർ. ആശുപത്രിയിൽ സഹായി.
റൈഫിൾ മാൻഡ കമ്പനി

റെഡ്ക്രോസിൽ നിന്നു, ഒരു മെഡൽ ഈയിടെ എനിക്ക് സമ്മാനമായി കിട്ടി. "ദി ഫ്ളോറൻസ് നൈറ്റിംഗേൽ അന്താരാഷ്ട്ര അവാർഡ്" എല്ലാവരും എന്നെ അഭിനന്ദിച്ചു. ഒപ്പം അതിശയം പ്രകടിപ്പിക്കുകയും ചെയ്തു. "നൂറ്റിനാല്പത്തേഴു മുറിവേറ്റ സൈനികരെ പടക്കളത്തിൽ നിന്നും വലിച്ചുകൊണ്ടുവന്നുവെന്നോ? അതെങ്ങനെ സാധിച്ചു. ആ പഴയ പടങ്ങളിൽ നിങ്ങൾ കാണാൻ എത്ര ചെറുതാണ്."

നൂറ്റിനാല്പത്തേഴല്ല ഒരുപക്ഷേ ഇരുന്നൂറിലധികം പേരെ ഞാൻ വലിച്ചുകൊണ്ടു വന്നിരിക്കും. അതൊക്കെ ആരാണ് കൃത്യമായി കണക്കു വെക്കുന്നത്? എന്തായാലും അതെന്റെ തലയിലുണ്ടായിരുന്നില്ല. അങ്ങനെയൊന്നും ഞങ്ങൾ അക്കാലത്ത് ചിന്തിച്ചിരുന്നുമില്ല. ഒരു യുദ്ധം നടന്നുകൊണ്ടിരിക്കുന്നു. സൈനികർ ചോര വാർന്ന് മരിച്ചുകൊണ്ടിരിക്കുന്നു. അപ്പോഴാണോ കുത്തിയിരുന്ന് കുറിപ്പുകളെഴുതേണ്ടത്? ആക്രമണം അവസാനിപ്പിക്കാൻ ഞാൻ ഒരിക്കലും കാത്തുനിന്നില്ല. വെടിവെപ്പിനിടയിൽത്തന്നെ ഞാൻ മുട്ടിലിഴഞ്ഞു ചെന്നു. മുറിവേറ്റവരെ എടുത്തുകൊണ്ടു വന്നു. വെടിയുണ്ടയോ ചീളുകളോ തുളച്ചു കയറിയിട്ടുണ്ടെങ്കിൽ ഉടനെ

അയാളെ ഡോക്ടറുടെ മുമ്പിലെത്തിക്കേണ്ടതുണ്ട്. ഒന്നോ രണ്ടോ മണിക്കൂർ കഴിഞ്ഞിട്ടാകാമെന്നുവെച്ചാൽ അതുകൊണ്ട് ഒരു പ്രയോജനവുമുണ്ടാകില്ല. അയാൾ ചോരയെല്ലാം വാർന്നുപോയി മരിച്ചിട്ടുണ്ടാകും.

എനിക്ക് മൂന്നു തവണ മുറിവേറ്റു. അത്രയും തവണ കഠിനമായ ആഘാതവുമേറ്റു. യുദ്ധകാലത്ത് പലരും പലമാതിരി സ്വപ്നങ്ങൾ കണ്ടിരുന്നു. ഒന്ന് സ്വന്തം വീട്ടിലേക്കു മടങ്ങുന്നതിനെക്കുറിച്ചായിരുന്നു. പിന്നെ ഒന്ന് ബെർലിനിൽ ചെന്നെത്തുന്നതിനെക്കുറിച്ച്. എനിക്ക് ഒരേയൊരു മോഹമേ ഉണ്ടായിരുന്നുള്ളൂ. അടുത്ത പിറന്നാൾ വരെ ജീവിച്ചിരിക്കണം. അതെന്റെ പതിനെട്ടാമത്തെ പിറന്നാളാണ്. എന്താണാവോ കാരണം. എനിക്കു മനസ്സിൽ വലിയ ഭയമുണ്ടായിരുന്നു. പതിനെട്ടു വർഷമെങ്കിലും ഈ ഭൂമിയിൽ ജീവിച്ചിരിക്കാതെ ഞാൻ മരിച്ചുപോകുമോ? ഞാൻ നീണ്ട കാലുറകളും തലയിൽ തൊപ്പിയും ധരിച്ചിരുന്നു. പക്ഷേ, എന്റെ കാലുറകൾ എന്നും പിന്നിയതും കീറിയതുമായിരുന്നു. കാരണം, അധികവും മുട്ടിലിഴഞ്ഞാണ് ഞാൻ പണിയെടുത്തിരുന്നത്. അതും മുറിവേറ്റ ഭടന്മാരുടെ ഭാരവും പേറി. ഒരു ദിവസം ഈ തുഴച്ചിൽ നിർത്തി എല്ലാവരേയും പോലെ ഞാനും എഴുന്നേറ്റു നടക്കുമെന്ന് വിശ്വസിക്കാൻ പ്രയാസം തോന്നി. അതെന്റെ സ്വപ്നമായിരുന്നു. കാലുറപ്പിച്ചുവെച്ച് നേരാവണ്ണം നടക്കുക. ഒരിക്കൽ ഒരു ഡിവിഷൻ കമാൻഡർ എന്നെ കണ്ടിട്ടു ചോദിച്ചു, “ഈ ആൺകുട്ടി ഏതാണ്? നന്നേ ചെറുപ്പമാണല്ലോ! ആരാണിവനെ ഇവിടെ ചേർത്തത്? അവനെ സ്കൂളിലേക്കു തിരിച്ചയയ്ക്കണം...”

ഓർക്കുന്നു. ഒരിക്കൽ വേണ്ടത്ര ബാൻഡേജില്ലാതെ പ്രയാസപ്പെടുന്ന സമയം. കഠിനമായി ബുള്ളറ്റ് മുറിവുകളേറ്റ ഒരുപാടുപേർ. ഓരോരുത്തർക്കും ആവശ്യമായിരുന്നു ഒരുകെട്ടു മുഴുവൻ ബാൻഡേജ്. ഞാൻ എന്റെ അടിയുടുപ്പുകൾ കീറിയെടുത്ത് ബാൻഡേജുകളുണ്ടാക്കി. കൂടെയുള്ള പുരുഷന്മാരോടും പറഞ്ഞു. “അടിയിലിടുന്ന ഷർട്ടുകളും കാലുറകളും ഊരിത്തരൂ. ഞാൻ ബാൻഡേജുകളുണ്ടാക്കട്ടെ. കണ്ടില്ലേ... ഇവിടെ ആളുകൾ മരിച്ചുകൊണ്ടിരിക്കുന്നു.” അവരോടങ്ങനെ പറയാൻ എനിക്കൊട്ടും ലജ്ജ തോന്നിയില്ല. അവരെന്റെ സഹോദരന്മാരെപോലെയായിരുന്നു.

ഒരാൺകുട്ടിയെപ്പോലെയാണ് ഞാൻ അവരുടെ ഇടയിൽ കഴിഞ്ഞിരുന്നത്. പരസ്പരം കൈകോർത്ത് മൂന്നുപേരായി ഞങ്ങൾ മാർച്ചു ചെയ്യും. നടുവിലെയാൾക്ക് നടത്തത്തിനിടയിൽ ഒരു രണ്ടു മണിക്കൂർ ഒന്നുറങ്ങാം. അങ്ങനെ സ്ഥാനം മാറിമാറി ബഹുദൂരം ഞങ്ങൾ മാർച്ചു ചെയ്തിരുന്നു.

ഞാൻ ബർലിൻ വരെ ചെന്നെത്തി. ഞാൻ Reichstag-ൽ എന്റെ കൈയൊപ്പുവെച്ചു. “ഞാൻ, സോഫിയ കൺട്സേവിച്ച് യുദ്ധം അവസാനിപ്പിക്കാനായി ഇവിടെ വന്നു.”

ശവങ്ങൾ കൂട്ടത്തോടെ മറവുചെയ്യപ്പെട്ടിട്ടുള്ള ഇടങ്ങൾ കാണുമ്പോൾ എപ്പോഴും അവിടെ ഞാൻ മുട്ടുകുത്താറുണ്ട്. അതെന്റെ ഒരു ശീലമായിരിക്കുന്നു.

പെൺകുട്ടിയുടെ ഉച്ചത്തിലുള്ള സ്വരവും നാവികരുടെ അന്ധവിശ്വാസങ്ങളും...

ക്ലാരാ സെര്യോനോവ്നാ ടിക്കോനോവിച്ച്
സാർജന്റ്, ആന്റിഎയർക്രാഫ്ട് ഗണ്ണർ

വിഷം... കല്ലുകൾ... അങ്ങനെയുള്ള കുറെ വാക്കുകൾ ഞാൻ കേട്ടു. പടക്കളത്തിലിറങ്ങി ശത്രുവിനെ വകവരുത്തുക. പുരുഷന്മാരുടെ ആവേശമായിരുന്നു. എന്നാൽ ഒരു സ്ത്രീക്ക് അങ്ങനെയൊരാളെ കൊല്ലാനാവുമോ? ആവുമെങ്കിൽ അത് എന്തോ വൈകല്യമാണ്. അവളിൽ അസാധാരണമായി എന്തോ ഉണ്ട്.

അല്ല... ഒരായിരം തവണ അല്ല, അല്ല, അത് തികച്ചും മാനുഷികമായ ഒരാഗ്രഹമായിരുന്നു. യുദ്ധം നടന്നുകൊണ്ടിരുന്നു. ഞാൻ എന്റെ ജീവിതം ജീവിക്കുകയായിരുന്നു. ഒരു സാധാരണ പെൺകുട്ടിയുടെ ജീവിതം. എന്റെ അയൽക്കാരിക്ക് ആയിടെ ഒരു കത്തു കിട്ടി – അവരുടെ ഭർത്താവ് മുറിവേറ്റ് ആശുപത്രിയിലാണ്. ഒരു നിമിഷം എനിക്കു തോന്നി. "അദ്ദേഹം മുറിവേറ്റു കിടക്കുമ്പോൾ ആരായിരിക്കും ആ സ്ഥാനത്ത്?" അതു കഴിഞ്ഞ് ഒരാൾ കൈ നഷ്ടപ്പെട്ട് തിരിച്ചുവന്നു... പിന്നെ കാലില്ലാതെ. അപ്പോഴൊക്കെ ആസ്ഥാനത്ത് ആര് എന്ന ചിന്ത എന്റെ മനസ്സിലുദിച്ചു. ഞാൻ അധികാരികൾക്ക് കത്തെഴുതി. അപേക്ഷകളയച്ചു... കെഞ്ചി. എന്നെ സൈന്യത്തിലേക്കെടുക്കണമെന്ന്. ആ നിലയ്ക്കാണ് അച്ഛനമ്മമാർ ഞങ്ങളെ വളർത്തിക്കൊണ്ടുവന്നിരുന്നത്. നാട്ടിലെ എല്ലാ കാര്യങ്ങളിലും ഞങ്ങൾ പങ്കാളികളായിരിക്കണം. ആ സ്നേഹം അവർ ഞങ്ങളിൽ വളർത്തിയിരുന്നു. മാതൃഭൂമിയോട് അങ്ങേയറ്റത്തെ ആരാധന. ഇപ്പോൾ വിശേഷിച്ചും.... യുദ്ധം നടന്നുകൊണ്ടിരിക്കേ വേണ്ട സഹായങ്ങൾ ചെയ്യേണ്ടത് ഞങ്ങളുടെ കടമയാണ്. പട്ടാളത്തിൽ നഴ്സുമാരെ ആവശ്യമുണ്ട്. എന്നാൽ നഴ്സുമാരായി സേവനമനുഷ്ഠിക്കാം. "ആന്റി എയർക്രാഫ്റ്റ് ഗണ്ണർ"മാരെ ആവശ്യമുണ്ട്. എന്നാൽ അങ്ങനെയാവാം.

മുന്നണിയിലെ പുരുഷന്മാരെപോലെയാകണമെന്നുണ്ടായിരുന്നോ എന്നാണോ? തുടക്കത്തിൽ അങ്ങനെ തോന്നിയിരുന്നു. മുടി തീരെ ചെറുതായി മുറിച്ചു. നടത്തത്തിന്റെ രീതി മാറ്റി. പിന്നീട് വേണ്ടെന്നു തോന്നി. മുഖം മിനുക്കാൻ തുടങ്ങി. കുറച്ചുവെള്ളം അധികം കിട്ടിയാൽ സന്തോഷമായി. അതുകൊണ്ട് മുടികഴുകാമല്ലോ! ദൂരസ്ഥലങ്ങളിലേക്ക് മാർച്ച് ചെയ്തു പോകുമ്പോൾ ഇളംപുല്ലിനായി കണ്ണുകൾ പരതി. ഇളംപുല്ലുകൊണ്ട് കാലിലുരച്ചാൽ തൊലിക്കു മിനുസം വരും. ഞങ്ങൾ പെൺകുട്ടികളല്ലേ... സഹജമായ ചില പ്രത്യേകതകൾ ഞങ്ങൾക്കുണ്ടായിരുന്നു. പട്ടാളത്തിലെ മേലധികാരികൾക്കുണ്ടോ അതെല്ലാം അറിയുന്നു? ഞങ്ങളുടെ കാലുകളിലെ പച്ചനിറം. അവർക്ക് തീരെ പിടിച്ചില്ല. സാർജന്റ് മേജർ കുറച്ചു മുതിർന്ന ആളാണെങ്കിൽ സഹായമായി. ഈ വക കാര്യങ്ങളെ കുറിച്ച് അവർക്കല്പം കൂടി ധാരണയുണ്ടാകും. അവർ ഞങ്ങളുടെ

സഞ്ചിയിൽ നിന്നും കൂടുതലായി എടുത്തുവെച്ച അടിവസ്ത്രങ്ങൾ പുറത്തേക്കെടുത്തിടാറില്ല. ചെറുപ്പക്കാരനാണ് ഓഫീസറെങ്കിൽ തീർച്ചയായും അതെടുത്തുമാറ്റും. ഒരു പെൺകുട്ടിയെ സംബന്ധിച്ചിടത്തോളം അത് എണ്ണത്തിൽ കൂടുതലല്ല എന്ന് ആ ചെറുപ്പക്കാർക്ക് മനസ്സിലാവില്ല. ദിവസത്തിൽ രണ്ടുനേരം അടിവസ്ത്രം മാറുന്ന പതിവാണല്ലോ സാധാരണയായി സ്ത്രീകൾക്ക്. അടിക്കുപ്പായത്തിലെ കൈയുകൾ ഞങ്ങൾ കീറിയെടുക്കാറുണ്ട്. ആകെ രണ്ട് അടിയിലിടുന്ന ഷർട്ടുകൾ. രണ്ടിനും കൂടി നാലു കൈകൾ.

ക്ലാരാ വാസിലീവ്നാ ഗോൺചരോവ

പ്രൈവറ്റ്. ആന്റി എയർക്രാഫ്റ്റ് ഗണ്ണർ

യുദ്ധത്തിനു മുമ്പ് സൈന്യവുമായി ബന്ധപ്പെട്ട എല്ലാറ്റിനോടും എനിക്കു വലിയ ഭ്രമമായിരുന്നു.... പുരുഷന്മാരുടെ കാര്യങ്ങൾ.... വിമാനം പറപ്പിക്കാനുള്ള പരിശീലനകേന്ദ്രത്തിലേക്ക് ഞാൻ കത്തെഴുതി. അപേക്ഷാഫോറം അയച്ചുതരാൻ അപേക്ഷിച്ചു. മിലിട്ടറി യൂണിഫോം എനിക്കു നന്നായി ഇണങ്ങിയിരുന്നു. അവർ അണിനിരക്കുന്നതും അവരുടെ അച്ചടക്കവും കൃത്യവും ഹ്രസ്വവുമായ കല്പനകളും... എല്ലാം. എനിക്ക് വളരെ ഇഷ്ടമായിരുന്നു. എന്നാൽ കേന്ദ്രത്തിലെ അധികൃതരുടെ നിർദ്ദേശം. "ആദ്യം ഹൈസ്കൂൾ വിദ്യാഭ്യാസം മുഴുവനാക്കൂ..." എന്നായിരുന്നു.

യുദ്ധം തുടങ്ങി. എന്റെ അന്നത്തെ മാനസികാവസ്ഥ വെറുതെ വീട്ടിലിരിക്കാൻ സ്വാഭാവികമായും എന്നെ അനുവദിച്ചില്ല. അതേസമയം മുന്നണിയിലേക്കു പോകാനുള്ള അനുവാദവും കിട്ടിയില്ല. കാരണം അന്ന് എനിക്ക് പതിനാറു വയസ്സേ ആയിരുന്നുള്ളൂ. മിലിട്ടറി കമ്മീഷണർ പറഞ്ഞു, "ശത്രുക്കൾ നമ്മളെക്കുറിച്ച് എന്തു കരുതും? യുദ്ധം തുടങ്ങിയതേയുള്ളൂ... അപ്പോഴേക്കും തന്നെ പതിനാറു വയസ്സുകാരെ മുന്നണിയിൽ കൊണ്ടുവന്ന് നിർത്തുകയോ?" അതും പ്രായം തികയാത്ത പെൺകുട്ടികൾ!"

"നമുക്ക് ശത്രുസൈന്യത്തെ തകർക്കണം..."

"അത് ഞങ്ങൾ ചെയ്തോളാം... നിങ്ങളുടെ സഹായമില്ലാതെ."

ഞാൻ വാശിപിടിച്ചു. "എനിക്കു നല്ല ഉയരമുണ്ട്. വെറും പതിനാറുകാരി എന്ന് ആരും പറയുകയില്ല. തീർച്ചയായും കൂടുതൽ പ്രായം തോന്നും. "പിന്മാറാൻ തയ്യാറാവാതെ ഞാൻ ആപ്പീസിനു മുമ്പിൽ നിന്നു.

"പതിനാറല്ല, പതിനെട്ടു വയസ്സ് എന്നെഴുതിക്കോളൂ."

"അതെ... അതെ... ഇപ്പോഴിങ്ങനെ പറയും... പിന്നീട് നിങ്ങളെന്നെ കുറിച്ച് എന്താണ് ധരിക്കുക?"

യുദ്ധത്തിനുശേഷം മിലിട്ടറിയുമായി ബന്ധപ്പെട്ട ഒരുവക കാര്യവും ഞാൻ ചെയ്യാൻ ആഗ്രഹിച്ചില്ല. അങ്ങനെയൊരു മേഖലയിലും വിദഗ്ധ

പരിശീലനം നേടിയതുമില്ല. എല്ലാ കാക്കിനിറങ്ങളും ശരീരത്തിൽനിന്നും തട്ടിമാറ്റാൻ മനസ്സ് തിടുക്കം കൂട്ടി. ഇന്നും എനിക്ക് ട്രൗസറുകളോടൊരു വെറുപ്പാണ്. കാട്ടിൽ പോയി കൂണും പഴങ്ങളും പറിച്ചുകൊണ്ടുവരാൻ പോകുമ്പോൾ പോലും ഞാൻ ട്രൗസറുകൾ ധരിക്കാറില്ല. കാണുന്നതേ വെറുപ്പ്. അതുപോലെ പച്ച... കാക്കി നിറങ്ങൾ. എനിക്ക് സഹിക്കാനാവില്ല. എന്തെങ്കിലും സാധാരണ വസ്ത്രങ്ങൾ. സ്ത്രീകൾക്ക് യോജിക്കുന്ന വേഷങ്ങൾ... അതാണെനിക്കിഷ്ടം.

മരിയ നെസ്ട്രോവ്നാ കുസ്മെൻകോ

സാർജന്റ് മേജർ. ആർമറെർ

യുദ്ധം തുടങ്ങിയ ഉടനെത്തന്നെ അത് ഞങ്ങളുടേതായി. ഞങ്ങൾ ബിരുദം നേടി പുറത്തുവന്നപ്പോഴേക്കും "വാങ്ങാനുള്ളവർ" കാത്തുനിന്നിരുന്നു. സൈനിക വിഭാഗങ്ങളിലേക്ക് തരംതിരിച്ച് ആളെ ചേർക്കാൻ വരുന്നവരെ ഞങ്ങൾ അങ്ങനെയാണ് വിളിച്ചിരുന്നത്. "വാങ്ങാൻ വരുന്നവർ." അവരെല്ലാവരും പുരുഷന്മാരായിരുന്നു. ഞങ്ങളെ പ്രതിയുള്ള സഹതാപം അവരുടെ മുഖത്ത് പ്രകടമായിരുന്നു. ഞങ്ങൾ അവരെ ഒരു പ്രത്യേക ഭാവത്തിൽ നോക്കിനിന്നു. അവരും ഞങ്ങളെ നോക്കി നിന്നു. തികച്ചും വേറിട്ടൊരു ഭാവത്തിൽ. ഞങ്ങളുടെ തിടുക്കം... വരി വിട്ടുനിന്നു. മുമ്പോട്ടു നീങ്ങിനിന്നു. എങ്ങനെയെങ്കിലും അവരുടെ ശ്രദ്ധയിൽപെടണം. സൈന്യത്തിലേക്ക് തിരഞ്ഞെടുക്കപ്പെടണം എന്നൊക്കെയുള്ള ഔത്സുക്യം. അവരുടെ മുഖങ്ങളിൽ വിശേഷിച്ചൊരുത്സാഹവും കണ്ടില്ല. ക്ഷീണിച്ച മുഖങ്ങൾ. ഞങ്ങൾ എത്തിച്ചേരാൻ പോകുന്നതെവിടെയാണ് എന്ന് അവർക്ക് നിശ്ചയമുണ്ടായിരുന്നല്ലോ.

ഞങ്ങളുടെ റെജിമെന്റിൽ ഞങ്ങൾ ഇരുപത്തിരണ്ടു പേരൊഴിച്ച് ബാക്കിയെല്ലാം പുരുഷന്മാരായിരുന്നു. "ലോങ്ങ് റേഞ്ച് ആർട്ടിലെറി റെജിമെന്റ് നമ്പർ 870" അതായിരുന്നു ഞങ്ങളുടേത്. മൂന്നു ജോടി അടിയുടുപ്പുകൾ മാത്രമാണ് വീട്ടിൽ നിന്നും ഞങ്ങൾ കൊണ്ടുവന്നത്. അതിനേ അനുവാദമുണ്ടായിരുന്നുള്ളൂ. അതിനിടയിൽ ബോംബാക്രമണം. ധരിച്ചിരുന്ന വസ്ത്രങ്ങളുമായി ഞങ്ങൾ ഓടി രക്ഷപ്പെട്ടു. പുരുഷന്മാർ മിലിട്ടറി സംഭരണശാലയിൽ ചെന്ന് അവർക്ക് മാറ്റാനുള്ള വസ്ത്രങ്ങൾ ചോദിച്ചുവാങ്ങി. എന്നാൽ സ്ത്രീകൾക്കു വേണ്ടതൊന്നും അവിടെ ഉണ്ടായിരുന്നില്ല. അവർ തന്നത് കാലിൽ കെട്ടാനുള്ള തുണികളാണ്. അത് വെട്ടി ഞങ്ങൾ അടിവസ്ത്രങ്ങളുണ്ടാക്കി. അതറിഞ്ഞപ്പോൾ കമാൻഡർ ഞങ്ങളുടെ നേരെ വല്ലാതെ കയർത്തു.

ആറുമാസം കഴിഞ്ഞു. വിശ്രമമില്ലാത്ത കഠിനാധ്വാനം. ഞങ്ങളറിയാതെ ഞങ്ങൾ സ്ത്രീകളല്ലാതായി. ശരീരഘടനയിൽ സാരമായ മാറ്റം. ആർത്തവം നിലച്ചു. വല്ലാതെ ആശങ്ക തോന്നി... ഇനിയൊരിക്കലും കാര്യങ്ങൾ പഴയപടിയാവില്ലേ? സ്ത്രീയായി ജീവിക്കാൻ സാധിക്കില്ലേ...?

മരിയ സേമ്യോനോവ്ന കാലിബെർഡ

സാർജന്റ്, റേഡിയോ ഓപ്പറേറ്റർ

ഞങ്ങൾ കഠിനമായി പരിശ്രമിച്ചു. ആളുകൾ ഞങ്ങളെ നോക്കി, "ഈ സ്ത്രീകൾ എന്തു ചെയ്യാൻ!" എന്ന് ചോദിക്കാനിടവരരുത് എന്നായിരുന്നു ഞങ്ങളുടെ ആഗ്രഹം. അതുകൊണ്ടുതന്നെ പുരുഷന്മാരേക്കാൾ കൂടുതലായിരുന്നു ഞങ്ങളുടെ അധ്വാനം.

ഒരു നിലയിലും ഞങ്ങൾ പുരുഷന്മാരുടെ പിന്നിലല്ല എന്ന് തെളിയിക്കാനായിരുന്നു ഞങ്ങളുടെ ശ്രമം. കാരണം പലപ്പോഴും പല കോണുകളിൽ നിന്നും അങ്ങനെയൊരു ഭാവം... പാവം പെണ്ണുങ്ങൾ - ഞങ്ങൾ നേരിട്ടിരുന്നു. അത് മറികടക്കണമെന്ന് ഞങ്ങൾ കലശലായി ആഗ്രഹിച്ചു.

എന്തൊക്കെയായാലും സ്ത്രീകൾക്ക് പുരുഷന്മാരാകാൻ സാധിക്കുമോ? അതസാധ്യമായ കാര്യം തന്നെ. ഞങ്ങളുടെ ചിന്താഗതി ഒന്ന്... ശരീരവും പ്രകൃതവും മറ്റൊന്ന് എന്നായിരുന്നു അപ്പോഴത്തെ അവസ്ഥ.

ഞങ്ങൾ മാർച്ച് ചെയ്യുകയാണ്. ഇരുന്നൂറു സ്ത്രീകൾ. അത്രയും തന്നെ പുരുഷന്മാരും. നല്ല വെയിൽ. ഇരുപതു നാഴികയോളം നടക്കുക തന്നെ വേണം. ഞങ്ങൾ നടന്നു നീങ്ങി. പലർക്കും അത് മാസമുറക്കാലം. വഴിയിൽ പലയിടത്തും ചുകന്ന തുള്ളി അടയാളങ്ങൾ. ഈയൊരവസ്ഥയിൽ അതെങ്ങനെ മറച്ചുപിടിക്കാനാവും? പിറകിൽ വരുന്ന പുരുഷന്മാർ അത് കണ്ടില്ലെന്ന് നടിച്ച് മാർച്ച് ചെയ്യുന്നു. അവർ കാൽച്ചുവട്ടിലേക്കു നോക്കുന്നേയില്ല. ഞങ്ങളുടെ ഉടുവസ്ത്രങ്ങൾ. അതിൽ ഉണങ്ങിപ്പിടിച്ച രക്തം... മേലുരയുമ്പോൾ കത്തിയുടെ മൂർച്ച. കൂർത്ത കുപ്പിച്ചില്ലുകണക്കെ ഞങ്ങളെ കുത്തിനോവിക്കുന്നു. പലയിടത്തും മുറിവുകൾ. മേലാകെ ചോരമണം. പട്ടാളത്തിൽ നിന്നും ഈവക സാധനങ്ങൾ കിട്ടിയിരുന്നില്ല. ഞങ്ങളെപ്പോഴും "അതിനു"ള്ള തുണികൾക്കായി നോട്ടമിട്ടിരുന്നു. പട്ടാളത്തിലെ പുരുഷന്മാർ അവരുടെ ഷർട്ടുകൾ നനച്ച് ഉണക്കാനിടുമ്പോൾ അതിൽനിന്നും രണ്ടുനാലെണ്ണം ആരും കാണാതെയെടുക്കും. അവർക്കത് മനസ്സിലാകും... സാരമില്ല എന്ന മട്ടിൽ ചിരിച്ചുകളയും.

"സാർജന്റ് ഞങ്ങൾക്ക് വേറെ അടിയിലിടുന്ന ഷർട്ടുകൾ തരണം. ഈ പെൺകുട്ടികൾ ഞങ്ങളുടെ ഷർട്ടുകൾ കട്ടെടുക്കുന്നു."

മുറിവു വെച്ചുകെട്ടാനുള്ള തുണിക്കും ബാൻഡേജിനും കടുത്ത ക്ഷാമമായിരുന്നു. ഞങ്ങൾക്ക് ധരിക്കാനുള്ള അടിവസ്ത്രങ്ങളും അന്ന് കിട്ടിയിരുന്നില്ല. അതിന് രണ്ടുകൊല്ലംകൂടി കാത്തിരിക്കേണ്ടി വന്നു. പുരുഷന്മാരുടെ അടിവസ്ത്രങ്ങൾ തന്നെയാണ് സ്ത്രീസൈനികരും ഉപയോഗിച്ചിരുന്നത്. കാലിൽ കനമുള്ള ബൂട്ടുകളുമായി ഞങ്ങൾ നടത്തം തുടർന്നു. പാദങ്ങൾ വരണ്ടു പൊള്ളി. തോണികൾ കാത്തു കിടക്കുന്ന ആറ്റുകടവുവരെ നടക്കണം. ഒരു വിധം ഞങ്ങൾ കടവിലെത്തി... അപ്പോഴേക്കും തുടങ്ങി ഭീകരമായ ഷെല്ലാക്രമണം. പുരുഷന്മാർ

കണ്ടിടത്തൊക്കെ കയറി ഒളിച്ചു. അവർ ഞങ്ങളെ വിളിച്ചുകൊണ്ടിരുന്നു. അതൊന്നും ഞങ്ങൾ കേട്ടതേയില്ല. ഷെല്ലുകൾ പൊട്ടുന്ന ഒച്ചയും ഞങ്ങൾ ശ്രദ്ധിക്കുന്നില്ല. ഞങ്ങൾ കഴിയുന്നതും വേഗത്തിൽ പുഴയിലേക്കോടി. വെള്ളത്തിൽ മുങ്ങിയിരുന്നു. മുകളിൽ ഷെൽ വർഷം. ഞങ്ങളിൽ പറ്റിപ്പിടിച്ചിരുന്ന രക്തക്കറ ആ വെള്ളത്തിൽ ഒലിച്ചുപോയി... വാസ്തവം മരണത്തേക്കാൾ ഞങ്ങൾക്കു ഭയം ആ നാണക്കേടായിരുന്നു... ആർത്തവ രക്തം ഒലിക്കുന്ന ശരീരവുമായി പുരുഷന്മാരോടൊപ്പം ചെന്നിരിക്കാനോ! അന്ന്... ഞങ്ങളുടെ കൂട്ടത്തിൽ കുറെ അധികം പേർ കൊല്ലപ്പെടുകയുണ്ടായി.

അന്ന് ജീവിതത്തിൽ ആദ്യമായി ഞാനാഗ്രഹിച്ചു... പുരുഷനായിരുന്നെങ്കിൽ!

അതിനുശേഷം... എത്രയോ കഴിഞ്ഞ് വിജയം! ഞാൻ തിടുക്കത്തിൽ തെരുവിലേക്കോടി. വിശ്വസിക്കാനായില്ല.... വിജയം... നമ്മുടെ വിജയം.

അന്ന നിക്കോലീവ്നാ ക്രോലോവിച്ച്

ലഫ്റ്റനന്റ് ഓഫ് ഗാഡ്ഡ്. പാരാമെഡിക്

ഞങ്ങൾ ലാറ്റ്വിയയെ ജർമൻ സൈന്യത്തിൽ നിന്ന് മോചിപ്പിക്കാൻ തുടങ്ങിയിരുന്നു. ഞങ്ങൾ Davgaupilsന് അരികത്തെത്തിയിരുന്നു. നേരം പാതിരാ കഴിഞ്ഞിരുന്നു. ഞാൻ കിടക്കാൻ ഭാവിക്കവേ... പുറത്തുനിന്ന് കാവൽക്കാരന്റെ ശബ്ദം. “നില്ക്കണം... ആരാണങ്ങോട്ടു പോകുന്നത്.” അക്ഷരാർത്ഥത്തിൽത്തന്നെ, പത്തു മിനിറ്റിനുള്ളിൽ ഞാൻ കമാൻഡറുടെ മുമ്പിലേക്ക് വിളിപ്പിക്കപ്പെട്ടു. ഞാൻ അദ്ദേഹത്തിന്റെ മുമ്പിലേക്കു ചെന്നു. കിടങ്ങിനകത്താണിരിക്കുന്നത്. ഞങ്ങളുടെ സഖാക്കൾ അവിടെയുണ്ട്. കൂടാതെ സാധാരണ വേഷം ധരിച്ച ഒരാളും. എനിക്കയാളെ നല്ല ഓർമ്മയുണ്ട്... ഇപ്പോഴും. ഇത്രയും കാലമായി ഞാൻ കണ്ട പുരുഷന്മാരെല്ലാം കാക്കിക്കുപ്പായങ്ങളും, മിലിട്ടറി ഓവർകോട്ടും ധരിച്ചവരായിരുന്നു. അതിനിടയിൽ ഈയൊരാൾ... കറുത്ത ഓവർകോട്ട് അതിൽ വെൽവെറ്റ് കോളർ.

“എനിക്ക് നിങ്ങളുടെ സഹായം വേണം.” അയാൾ എന്നോടായി പറഞ്ഞു. “എന്റെ ഭാര്യയ്ക്ക് പ്രസവവേദന തുടങ്ങിയിരിക്കുന്നു. ഇവിടെ നിന്നും ഒന്നര നാഴിക അകലെയാണ് എന്റെ വീട്. അവൾ തനിച്ചാണ്. വീട്ടിൽ വേറെയാരുമില്ല.” കമാൻഡർ സംശയിച്ചു നിന്നു. “ഇത് രണ്ടുകൂട്ടർക്കും അവകാശമില്ലാത്ത പ്രദേശമാണ്... അപകടസാധ്യത കൂടുതലാണ്... “സാരല്യ” ഞാൻ ഉറപ്പിച്ചു പറഞ്ഞു. “ഒരു സ്ത്രീ പ്രസവിക്കാറായി കിടക്കുന്നു. ഞാൻ പോയി സഹായിക്കാം.”

അവർ എന്റെ കൂടെ ആയുധധാരികളായ അഞ്ചുപേരെ അയച്ചു. ഞാൻ അത്യാവശ്യം വേണ്ട സാധനങ്ങളെല്ലാം ഒരു സഞ്ചിയിലെടുത്തു. കാലിൽ കെട്ടാൻ പുതുതായി തന്ന ഫ്ളാനലും സഞ്ചിയിൽ കരുതി.

ഞങ്ങൾ യാത്രയായി. വഴിനീളെ ഷെല്ലുകൾ പൊട്ടുന്ന ഒച്ച. ചിലപ്പോൾ അരികെ ചിലപ്പോൾ അകലെ. ഇരുണ്ട കാട്ടുപാതയിലൂടെയാണ് നടക്കുന്നത്. ആകാശത്ത് ചന്ദ്രനെ കാണാനേയില്ല. ഒടുവിൽ ദൂരെ ഏതാനും കെട്ടിടങ്ങളുടെ നിഴൽ. അതൊരു കളപ്പുരയായിരുന്നു. അകത്തേക്കു ചെന്നു. ഒരു സ്ത്രീ നിലത്തു കിടക്കുന്നു. ഏതോ കീറത്തുണികൊണ്ട് പുതച്ചിട്ടുണ്ട്. ഭർത്താവ് ഉടനെ ജനാലകളിലെ കർട്ടൻ വലിച്ചിട്ടു. കൂടെ വന്ന ഭടന്മാർ രണ്ടുപേർ പുറത്തു കാവൽ നിന്നു. ഒരാൾ എനിക്കു വിളക്കു കാണിച്ചു തന്നു. ആ സ്ത്രീക്ക് വേദന കലശലായിരുന്നു... മോങ്ങിയും ഞരങ്ങിയും...

ഞാൻ അവരോട് മെല്ലെ പറഞ്ഞു. "കരയണ്ട.. സഹിക്കാൻ ശ്രമിക്കൂ... ഇപ്പോ കഴിയും..."

നേരത്തെ സൂചിപ്പിച്ചല്ലോ. രണ്ടു കൂട്ടർക്കും അവകാശപ്പെടാനാവാത്ത ഇടം. ശത്രുവിന് സംശയം തോന്നിയാൽ ഷെൽ വർഷം തന്നെ. സംശയമില്ല.

എന്നിട്ടും അവർ പ്രസവിച്ചു എന്നു കേട്ടപ്പോൾ എന്റെ സഹപ്രവർത്തകരായ ആ സൈനികർ സന്തോഷത്തോടെ... ശബ്ദമൊതുക്കിയാണെങ്കിലും ആർത്തുവിളിച്ചു. "ഹുറേ... ഹുറേ..." യുദ്ധമുന്നണിയിൽ ഒരു കുഞ്ഞ് പിറന്നിരിക്കുന്നു!

അവർ എവിടെ നിന്നോ വെള്ളം കൊണ്ടുവന്നു. തിളപ്പിക്കാനുള്ള സൗകര്യമൊന്നുമുണ്ടായിരുന്നില്ല. തണുത്ത വെള്ളം കൊണ്ടുതന്നെ ഞാൻ കുഞ്ഞിനെ തുടച്ചെടുത്തു. ഞാൻ കാലിൽ കെട്ടുന്ന പുത്തൻ ഫ്ളാനൽ കൊണ്ട് ചുറ്റി പുതപ്പിച്ചു. അമ്മ കിടക്കുന്ന ആ പഴയ വിരിപ്പല്ലാതെ അവിടെ വേറൊന്നും ഉണ്ടായിരുന്നില്ല.

അതിനുശേഷം പല രാത്രികളിൽ ആരുമറിയാതെ ഞാൻ ആ കളപ്പുരയിലേക്കു പോയി. അവസാനം ഞാൻ പോയത് ഞങ്ങൾ അവിടം വിടുന്നതിന് തൊട്ടുമുമ്പായാണ്. "ഞങ്ങൾ സ്ഥലം വിടുകയായി. ഇനി ഞാൻ ഇവിടെ വരികയുണ്ടാവില്ല. യാത്ര പറയാൻ വന്നതാണ്."

ആ സ്ത്രീ അവരുടെ ഭാഷയിൽ എന്തോ ഭർത്താവിനോടായി പറഞ്ഞു. അദ്ദേഹം അത് എനിക്കായി പരിഭാഷപ്പെടുത്തി.

"അവൾ ചോദിക്കുന്നു. നിങ്ങളുടെ പേരെന്താണ് എന്ന്."

"അന്ന."

അവർ വീണ്ടും എന്തോ പറഞ്ഞു. അയാൾ വീണ്ടും പരിഭാഷപ്പെടുത്തി. "അവർ പറയുന്നു വളരെ നല്ല പേരാണെന്ന്... നിങ്ങളുടെ ബഹുമാനാർത്ഥം ഞങ്ങളുടെ മകൾക്കും അതേ പേരു നല്കാൻ അവൾ ആഗ്രഹിക്കുന്നു."

ആ സ്ത്രീ കിടന്നിടത്തുനിന്നും ഒന്നെഴുന്നേറ്റു... അവർക്കപ്പോഴും എഴുന്നേറ്റിരിക്കാനുള്ള ശേഷി ഉണ്ടായിരുന്നില്ല. അവർ എനിക്ക് വലിയൊരു വെൺമുത്തു പതിപ്പിച്ച അളുക്ക് തന്നു. പൗഡർപെട്ടി. ഏറ്റവും

വിലപിടിച്ച വസ്തുവായി അവർ ഏറെക്കാലമായി സൂക്ഷിച്ചുവെച്ചിരുന്ന താവാം. ഞാൻ ആ ചെപ്പു തുറന്നു. പൗഡറിന്റെ മണം. എന്റെ ചുറ്റും പൊട്ടിത്തെറികളും വെടിമരുന്നിന്റെ മണവും പുകയും... എനിക്ക് കരയാതിരിക്കാനായില്ല. മനസ്സിൽ എന്തൊക്കെയോ വന്നു നിറയുക യായിരുന്നു. അതാലോചിക്കുമ്പോൾ ഇപ്പോഴും എന്റെ കണ്ണുകൾ നിറയുന്നു. ആ പൗഡറിന്റെ മണം... മുത്തു പതിച്ച ആ അളുക്ക്... അമ്മ യുടെ അരികുപറ്റിക്കിടക്കുന്ന ആ കൊച്ചുപെൺകുഞ്ഞ്. ഒരു സ്ത്രീജീവിതത്തിന്റെ നേർക്കാഴ്ചകൾ. ഹൃദയം തരളമാകാതിരിക്കു ന്നതെങ്ങനെ?

ടേസിയ പെട്രോവീന റുഡെൻകോ ഷെവ്‌ലീവ

ക്യാപ്റ്റൻ, കമ്പനി കമാൻഡർ, റിട്ട. ലഫ്റ്റനന്റ് കേണൽ

നാവികസേനയിൽ ഒരു സ്ത്രീ... അസാധാരണമായ സംഗതി. വില ക്കപ്പെട്ടതും. ഒരു കപ്പലിനെ സംബന്ധിച്ചിടത്തോളം അപശകുനം എന്നാണ് സാമാന്യ വിശ്വാസം. ഞാൻ ജനിച്ചത് ഫാസ്റ്റോവിനടുത്താണ്. ഞങ്ങളുടെ ഗ്രാമത്തിലെ സ്ത്രീകൾ എന്റെ അമ്മയെ കഠിനമായി കളിയാക്കിയിരുന്നു. "നിങ്ങൾ പ്രസവിച്ചത് ആൺകുട്ടിയാണോ പെൺകുട്ടിയാണോ?" ഞാൻ വോറോഷിലോവിന് നേരിട്ടുതന്നെ ഒരു കത്തെഴുതി, എന്നെ ലെനിൻഗ്രാഡിലെ പട്ടാളസ്കൂളിൽ ചേരാൻ അനുവദിക്കാമെന്ന്. അദ്ദേഹത്തിന്റെ വ്യക്തിപരമായ ഉത്തരവിന്മേലാണ് അവരെനിക്ക് പ്രവേശനം അനുവദിച്ചത്. ആ സ്കൂളിലെ ഒരേയൊരു പെൺകുട്ടി.

എന്റെ പരിശീലനം പൂർത്തിയായി. എന്നെ കരയിൽത്തന്നെ നിയമി ക്കാനായിരുന്നു അവരുടെ തീരുമാനം. ഞാൻ ഒരു സ്ത്രീയാണ് എന്നു പറയുന്നത് ഞാൻ തന്നെ നിർത്തി. എന്റെ ഉക്രേനിയൻ കുടുംബ പ്പേരായ റുഡെൻകോ അവിടെ എനിക്കു സഹായമായി. റഷ്യൻ കുടുംബപ്പേരുകളുടെ അവസാനം സ്ത്രീയാണെങ്കിൽ ചെറിയൊരു വ്യത്യാസം വരിക പതിവായിരുന്നു. ഉദാഹരണത്തിന് പുരുഷനാകു മ്പോൾ ഇവാനോവ് എന്നായിരിക്കും. സ്ത്രീയാണെങ്കിൽ അതേ കുടുംബപ്പേര് ഇവാനോവാ എന്നാകും. ഉക്രെയ്നിൽ ഈ പതിവുണ്ടാ യിരുന്നില്ല.

ഒരവസരത്തിൽ ഞാൻ ഓർക്കാതെ സംഗതി വെളിപ്പെടുത്തുകയു ണ്ടായി. ഞാൻ കപ്പലിലെ മേൽത്തട്ട് ഉരച്ചു കഴുകുകയായിരുന്നു. പെട്ടെന്ന് എന്തോ ഒച്ചകേട്ട് ഞാൻ തിരിഞ്ഞുനോക്കി. ഒരു നാവികൻ കപ്പലിൽ കയറിക്കൂടിയ ഒരു പൂച്ചയുടെ പിറകെ ഓടുകയായിരുന്നു. അതെങ്ങനെ കപ്പലിൽ കയറിപ്പറ്റി എന്നാർക്കും രൂപമില്ലായിരുന്നു. പഴയകാലം മുതലേ നാവികർക്കിടയിൽ പ്രചാരമുണ്ടായിരുന്ന ഒരു അന്ധവിശ്വാസം... പൂച്ചയും സ്ത്രീയും കപ്പലിനെ സംബന്ധിച്ചിടത്തോളം കഷ്ടകാലത്തിന്റെ ലക്ഷണമാണ്. പൂച്ച കപ്പലിൽനിന്നും ഇറങ്ങിപ്പോകാൻ തയ്യാറായില്ല.

പിടികൊടുക്കാതെയുള്ള അതിന്റെ ഒഴിഞ്ഞുമാറൽ... ഏതു ഫുട്ബോൾ കളിക്കാരനിലും അസൂയ ജനിപ്പിക്കുംവിധമായിരുന്നു. കപ്പൽ മുഴുവൻ ആ കാഴ്ച കണ്ട് കുലുങ്ങിച്ചിരിച്ചു. എന്നാൽ പൂച്ച വെള്ളത്തിലേക്കു തെന്നി വീഴും എന്ന ഘട്ടം വന്നപ്പോൾ ഞാൻ ഭയന്നു. ഓർക്കാതെ ഉറക്കെ നിലവിളിച്ചുപോയി. ശരിക്കും... ഒരു പെൺകുട്ടി ശീലം. പെട്ടെന്ന് പുരുഷന്മാരുടെ ചിരി നിന്നു. എല്ലാവരും ക്ഷണത്തിൽ നിശ്ശബ്ദരായി.

"വാച്ച്മാൻ... കപ്പലിനകത്ത് ഒരു സ്ത്രീയുണ്ടോ?" കമാൻഡറുടെ ശബ്ദം മുഴങ്ങി.

"ഇല്ല സാർ, സഖാവ് കമാൻഡർ..."

"അല്ല..." ഒരു സ്ത്രീ ശബ്ദം. എല്ലാവരും വ്യക്തമായി കേട്ടതാണ്. ആകെ ഒച്ചയും ബഹളവുമായി. ഒരു സ്ത്രീ കപ്പലിനകത്തുണ്ട്.

നാവികസേനയിൽ ഒന്നാമനായി നിയമിക്കപ്പെട്ട സ്ത്രീ ഞാനായിരുന്നു. യുദ്ധകാലത്ത് മുഴുവൻ കപ്പലിനെ യുദ്ധസജ്ജമാക്കുന്ന ചുമതല എനിക്കായിരുന്നു. നേവൽ ഇൻഫൻട്രിയുടെ ചുമതലയും എനിക്കായിരുന്നു. ആയിടയ്ക്ക് ബ്രിട്ടീഷ് പത്രങ്ങളിൽ ഒരു ലേഖനം പ്രത്യക്ഷപ്പെട്ടു. റഷ്യൻ നാവികസൈന്യത്തിൽ ഒരു അജ്ഞാതജീവി പടപൊരുതുന്നുണ്ട്. അത് സ്ത്രീയുമല്ല പുരുഷനുമല്ല. "വിചിത്ര സ്വഭാവമുള്ള" ഈ സ്ത്രീയെ വധുവായി സ്വീകരിക്കാൻ ഒരു പുരുഷനും തയ്യാറാവുകയില്ല.

എന്നെ ഒരാളും ഭാര്യയായി സ്വീകരിക്കുകയില്ല. എന്തോ അങ്ങനെ വിട്ടുകൊടുക്കാൻ ഞാൻ തയ്യാറല്ലായിരുന്നു. ഞാൻ എന്നോടുതന്നെ ഉറക്കെ പറഞ്ഞു... കാത്തിരിക്കൂ... ഏറ്റവും സുമുഖനായ ഓഫീസർ തന്നെ നിന്നെ വിവാഹം കഴിക്കും.

എല്ലാ അർത്ഥത്തിലും സന്തോഷവതിയായ ഒരു ഭാര്യയായി ഞാൻ. മാത്രമല്ല സന്തോഷമുള്ള അമ്മയും അമ്മൂമ്മയുമാകാനും എനിക്കു ഭാഗ്യമുണ്ടായി. എന്റെ ഭർത്താവ് യുദ്ധത്തിൽ കൊല്ലപ്പെട്ടത് എന്റെ കുറ്റംകൊണ്ടല്ല. നാവികസേന... എക്കാലവും എനിക്കു പ്രിയപ്പെട്ടതായിരുന്നു... ഇപ്പോഴുമതേ...

ക്ലാവിഡ വാസിലീവ്ന കോനോവാലോവ

ജൂനിയർ സാർജന്റ്,
കമാൻഡർ ഓഫ് ആന്റി എയർക്രാഫ്റ്റ് ഗൺ

ഞാനൊരു ഫാക്ടറിയിലാണ് ജോലിയെടുത്തിരുന്നത്. ഇരുമ്പു ചങ്ങലയുണ്ടാക്കുന്ന ഒരു ഫാക്ടറി. ഞങ്ങളുടെ ഗ്രാമത്തിൽത്തന്നെ. ഗോർക്കി പ്രദേശത്തുള്ള കസ്തോവ് ജില്ലയിൽ മികാൽചിക്കോവാ എന്ന ഗ്രാമം. യുദ്ധം തുടങ്ങിയപ്പോൾ പുരുഷന്മാരെയെല്ലാം സൈന്യത്തിലേക്കെടുക്കാൻ തുടങ്ങി. അപ്പോൾ എന്നെ മേലധികാരികൾ പുരുഷന്മാരുടെ ജോലി ഏല്പിച്ചു... മെഷീനുകൾ പ്രവർത്തിപ്പിക്കുക. അവിടെ നിന്ന് അവരെന്നെ ഇരുമ്പുരുക്കുന്നിടത്തേക്കയച്ചു. അവിടെ കപ്പലുകൾക്കു

വേണ്ട ചങ്ങലകൾ പണിയുന്ന വിഭാഗത്തിലായിരുന്നു എനിക്കു ജോലി. ചുറ്റികകൊണ്ട് ഇരുമ്പ് അടിച്ചുപരത്തുകതന്നെ.

അവിടെ വെച്ച് മുന്നണിയിലേക്കു പറഞ്ഞയയ്ക്കണമെന്നു കാണിച്ച് ഞാൻ അപേക്ഷകൾ അയച്ചു. എന്നാൽ പല കാരണങ്ങൾ ഉന്നയിച്ച് എന്റെ മേലധികാരികൾ എന്നെ അവിടെത്തന്നെ പിടിച്ചുനിർത്തി. എന്നാൽ ഞാൻ നേരിട്ട് 1942 മാർച്ചിൽ പ്രാദേശിക പാർട്ടി ഓഫീസിലേക്ക് ഒരു അപേക്ഷ അയച്ചു. താമസിയാതെ പട്ടാളത്തിൽ ചേരാനുള്ള ഉത്തരവും ഞാൻ കൈപ്പറ്റി. എന്റെ കൂടെ ഗ്രാമത്തിലെ ഒട്ടനവധി പെൺകുട്ടികളുണ്ടായിരുന്നു. ഞങ്ങളെ യാത്രയയയ്ക്കാൻ നാട്ടുകാർ ഗ്രാമകവാടം വരെ ഒപ്പം വന്നു. ഇരുപതുനാഴിക നടന്നാണ് ഞങ്ങൾ ഗോർക്കിയിലെത്തിയത്. അവിടെവെച്ച് അവർ ഞങ്ങളെ വിവിധ സേനാവിഭാഗങ്ങളിലേക്ക് നിയോഗിച്ചു. എന്നെ അയച്ചത് “മിഡിൽ കാലിബർ ആന്റി എയർക്രാഫ്റ്റ് ആർട്ടിലെറി റെജിമെന്റ് നമ്പർ 784 ലേക്കായിരുന്നു. അധികം വൈകാതെ “നമ്പർ വൺ ഗൺലേയർ” ആയി എനിക്കു നിയമനം കിട്ടി. അതുകൊണ്ട് എനിക്കു തൃപ്തിയായില്ല. വെടിമരുന്നു നിറയ്ക്കുന്ന ജോലി. അതായിരുന്നു എന്റെ മോഹം. എന്നാൽ അത് തികച്ചും പുരുഷന്റെ ജോലിയായിട്ടാണ് കരുതപ്പെട്ടിരുന്നത്. മുപ്പതു റാത്തൽ ഭാരമുള്ള ഷെല്ലുകൾ ചുമന്നുകൊണ്ടുപോകണം. അഞ്ചു സെക്കന്റിൽ ഒരു പീരങ്കിവെടി എന്ന നിരക്കിൽ തുടർച്ചയായി വെടിവെച്ചുകൊണ്ടിരിക്കണം. ഉരുക്കുശാലയിലെ ഇരുമ്പ് അടിച്ചുപരത്തുന്ന പണി വെറുതെയായില്ല. ഒരു വർഷത്തിനകം ജൂനിയർ സാർജന്റ് ആയി എനിക്കു കയറ്റം കിട്ടി. ഒപ്പം “സെക്കന്റ് ഗൺ” കമാൻഡറായുള്ള നിയമനവും. എന്റെ കീഴിൽ രണ്ടു സ്ത്രീകളും നാലു പുരുഷന്മാരും സഹായികളായി ഉണ്ടായിരുന്നു. നിരന്തരമായ വെടിവെപ്പിന്റെ ഫലം. തോക്കിന്റെ കുഴലുകൾ ചുട്ടുപൊള്ളി ചുകന്ന നിറമായി. അവ ഉപയോഗിക്കുക അപകടകരമായിരുന്നു. നിയമവിരുദ്ധമായാണ് ഞങ്ങൾ അവയെ തണുപ്പിച്ചിരുന്നത്, കമ്പിളികൾ തണുത്ത വെള്ളത്തിൽ മുക്കി പൊതിഞ്ഞുവെച്ച് തോക്കുകൾക്ക് അത് താങ്ങാനാവാത്തതായിരുന്നു. പക്ഷേ, മനുഷ്യർക്ക് അത് താങ്ങാൻ സാധിച്ചു. ഞാൻ സാമാന്യത്തിലധികം കരുത്തും തന്റേടവുമുള്ള കൂട്ടത്തിലായിരുന്നു. സാധാരണ ജീവിതത്തിൽ ചെയ്യുന്നതിനേക്കാൾ എത്രയോ ഭാരിച്ച പണികൾ യുദ്ധകാലത്ത് ഞാൻ ചെയ്തിരുന്നു. ശരീരംകൊണ്ട് വളരെ ക്ലേശകരമായ പലതും അന്ന് ചെയ്യാൻ സാധിച്ചു. അദൃശ്യമായൊരു ശക്തി എവിടെനിന്നോ എന്നിലേക്ക് പ്രവഹിക്കുകയായിരുന്നു.

യുദ്ധത്തിൽ വിജയം വരിച്ച വിവരം ആദ്യം കേട്ടത് റേഡിയോയിൽ നിന്നാണ്. ഞാൻ എന്റെ കൂട്ടരെയെല്ലാം അലാറം അടിച്ച് വിളിച്ചുകൂട്ടി. ഞാൻ എന്റെ അവസാനത്തെ ഉത്തരവ് നല്കി. “അസീമുത്ത്. ഫിഫ്ടീൻ സീറോ-സീറോ. ആൻഗിൾ ഓഫ് എലിവേഷൻ - ടെൻ സീറോ. സിറ്റോനേറ്റർ - ഹൻഡ്റെഡ് ആൻഡ് ടെൻ. പേസ് - ടെൻ!”

നാലു വർഷത്തെ യുദ്ധത്തിനുശേഷം ഞാൻ തന്നെ നാലു റൗണ്ട് വെടി ആകാശത്തേക്കു വെച്ചു... യുദ്ധത്തിൽ വിജയം വരിച്ചതിന്റെ ആഹ്ലാദം... അഭിമാനം. ആ ശബ്ദം കേട്ട് അവിടെ ഉണ്ടായിരുന്നവരെല്ലാം ഓടിവന്നു. അവരോടൊപ്പം ബാറ്ററി കമാൻഡർ സ്ലാറ്റ് വിൻസ്കിയും. അധികാരികളുടെ അനുവാദമില്ലാതെ ഞാൻ ചെയ്ത പ്രവൃത്തി. അദ്ദേഹം എന്നെ തടവിലാക്കാൻ ഉത്തരവിട്ടു. ഉടനെത്തന്നെ അത് പിൻവലിക്കുകയും ചെയ്തു. പിന്നീട് ഞങ്ങളെല്ലാവരും അവനവന്റെ തോക്കെടുത്ത് യുദ്ധവിജയത്തിന്റെ പേരിൽ അഭിവാദ്യങ്ങളർപ്പിച്ചു. വെടിവെച്ചു. പരസ്പരം കെട്ടിപ്പിടിച്ചു. ചുംബിച്ചു. ഞങ്ങൾ ആഹ്ലാദം പ്രകടിപ്പിച്ചു. യഥേഷ്ടം വോഡ്ക കുടിച്ചു. പാട്ടുകൾ പാടി. പിന്നെ... ആ രാത്രിയും തുടർന്നുള്ള പകലും മുഴുവൻ ഇരുന്നു കരഞ്ഞു...

ഗലീന യാരോ സ്ലാവോവ്നാ ഡ്യുസോവിക്
ഒളിപ്പോരാളി. ബ്രിഗേഡ് നമ്പർ 12.
സ്റ്റാലിൻ അശ്വസൈന്യം

തോളിൽ ഒരു യന്ത്രത്തോക്കും തൂക്കിയാണ് ഞാൻ നടക്കുന്നത്. അതിന്റെ ഭാരം താങ്ങാനാവുന്നില്ലെന്ന് ഞാൻ ഒരിക്കലും സമ്മതിക്കില്ല. അങ്ങനെ പരാതിപ്പെട്ടാൽ ആരാണെന്നെ രണ്ടാംസ്ഥാനത്ത് വെച്ചു പൊറുപ്പിക്കുക. പ്രാപ്തിയില്ലാത്ത പടയാളി എന്നു പറഞ്ഞ് എന്നെ പിറകോട്ടു തള്ളില്ലേ? ഒരുപക്ഷേ പാചകശാലയിലേക്കയച്ചേക്കും. എന്തൊരു നാണക്കേട്! ദൈവം തന്നെ തുണ. യുദ്ധം മുഴുവൻ അടുക്കളയിൽ കഴിച്ചുകൂട്ടേണ്ടിവരുന്ന സ്ഥിതി ആലോചിക്കാൻ വയ്യ. ഇരുന്നു കരയുക തന്നെ.

"ആണുങ്ങളെപോലെത്തന്നെ പ്രത്യേകം ദൗത്യങ്ങൾ നിർവഹിക്കാൻ സ്ത്രീകളേയും പറഞ്ഞയച്ചിരുന്നുവോ?"

ഞങ്ങളെ ഒഴിവാക്കാൻ അവർ ശ്രമിച്ചിരുന്നു. സംഘട്ടനങ്ങളിൽ പങ്കാളിയാവണമെന്നുണ്ടെങ്കിൽ പ്രത്യേകിച്ചപേക്ഷിക്കണം. അല്ലെങ്കിൽ അതിനുള്ള യോഗ്യത എങ്ങനെയെങ്കിലും നേടിയിരിക്കണം. സ്വയം തെളിയിക്കേണ്ടതുണ്ട്. അതിനുള്ള തന്റേടവും ആത്മധൈര്യവും ഉണ്ടായിരിക്കണം. അതൊന്നും എല്ലാ പെൺകുട്ടികൾക്കും പറ്റുന്ന കാര്യമായിരുന്നില്ല. ഞങ്ങളുടെ കൂടെയുള്ള ഒരു പെൺകുട്ടി. വാല്യ - അവൾ അടുക്കളയിലാണ് ജോലി ചെയ്തിരുന്നത്. അങ്ങേയറ്റം ശാന്തയും വിനീതയും. തോക്കെടുത്ത് അവർ മുന്നണിയിലേക്കു പോവുക. ആലോചിക്കാനാവാത്ത കാര്യം. അടിയന്തരഘട്ടം വന്നാൽ അവളും തോക്കെടുക്കും. അത് വേറെ കാര്യം... അല്ലാതെ സ്വയം ഒരു സംഘട്ടനത്തിന് അവൾ തയ്യാറാവുകയില്ല. എന്റെ കാര്യം... ഞാൻ ആഗ്രഹിച്ചതും സ്വപ്നം കണ്ടതും അതു മാത്രം... യുദ്ധം ചെയ്യുക! എന്നാലും സ്കൂളിൽ ഞാനൊരു സാധുകുട്ടിയായിരുന്നു. ആരുടേയും കണ്ണിൽപ്പെടാതെ ഒതുങ്ങിക്കഴിയുന്നവൾ.

എലീനാ ഇവാനോവ്‌നാ വാരിക്യുന.

നഴ്സ്

ഉത്തരവ്; ഇരുപത്തിനാലു മണിക്കൂറിനുള്ളിൽ സ്ഥലത്തെത്തിയിരിക്കണം... ചുമതല: മുന്നണിയിൽ സഞ്ചരിക്കുന്ന ആശുപത്രി. നമ്പർ. 713-ൽ.

ഓർക്കുന്നു. ഞാൻ ആശുപത്രിയിലെത്തിയത് പരിഷ്കാരമുള്ള ഒരു കറുത്ത ഗൗൺ ധരിച്ചുകൊണ്ടാണ്. കാലിൽ ഭംഗിയുള്ള ചെരിപ്പുകൾ. ഗൗണിന്റെ മേലെ എന്റെ ഭർത്താവിന്റെ കൈയില്ലാത്ത ഒരു മേൽക്കുപ്പായവുമണിഞ്ഞിരുന്നു. അവർ എനിക്ക് മിലിട്ടറി യൂണിഫോം തന്നു. അതു ധരിക്കാൻ ഞാൻ കൂട്ടാക്കിയില്ല. കാരണം, എനിക്കുവേണ്ടതിനേക്കാൾ മൂന്നുനാലു മടങ്ങ് വലുപ്പം കൂടിയതായിരുന്നു അത്. അവർ ആശുപത്രി അധികൃതരെ അറിയിച്ചു. ഞാൻ മിലിട്ടറി നിയമങ്ങൾ അനുസരിക്കാൻ സന്നദ്ധയല്ല എന്ന്. അദ്ദേഹം നടപടിയൊന്നും എടുത്തില്ല. നിസ്സാരമായി പറഞ്ഞു, "കൂടുതൽ ഗൗനിക്കേണ്ട. കുറച്ചുനാൾ കഴിഞ്ഞാൽ അവർ തനിയെ വേഷം മാറ്റിക്കൊള്ളും – നമുക്ക് കാത്തിരിക്കാം."

ഏതാനും ദിവസം കഴിഞ്ഞു. ആശുപത്രി പുതിയൊരു സ്ഥലത്തേക്കു മാറുകയായിരുന്നു. അതിനിടെ ഭീകരമായ ബോംബാക്രമണം. ഒരു ഉരുളക്കിഴങ്ങുപാടത്ത് ഞങ്ങൾ കയറിയൊളിച്ചു. തൊട്ടുമുമ്പ് നല്ല മഴ പെയ്തിരുന്നു. എന്റെ കറുത്ത പട്ടുടുപ്പും ചന്തമുള്ള ചെരിപ്പുകളും... എന്തുപറ്റി എന്നു പറയേണ്ടല്ലോ. അടുത്ത ദിവസം ആരും പറയാതെതന്നെ ഞാൻ പുതിയൊരു വേഷം ധരിച്ചു... ഒരു പടയാളിയുടെ പൂർണ യൂണിഫോം. അങ്ങനെയാണ് എന്റെ പട്ടാളയാത്ര ആരംഭിച്ചത്. അത് ജർമനിവരെ അവസാനം ചെന്നെത്തി.

1942 ജനുവരിയിലെ ആദ്യദിവസങ്ങളിൽ തന്നെ ഞങ്ങൾ അഫോനീവ്ക എന്ന അധിവാസ സ്ഥലത്തെത്തി. കുർസ്ക് പ്രദേശം. കനത്ത മഞ്ഞു വീണുകിടന്നിരുന്ന സമയം. രണ്ടു സ്കൂൾ കെട്ടിടങ്ങൾ നിറയെ മുറിവേറ്റ ഭടന്മാരെ കിടത്തിയിരുന്നു. പലരും സ്ട്രെക്ചറുകളിലും, താഴെ വിരിച്ച വയ്ക്കോലിലുമാണ് കിടന്നിരുന്നത്. അവരെ കുറെക്കൂടി സുരക്ഷിതമായ സ്ഥലങ്ങളിലേക്കു മാറ്റാൻ വേണ്ട സംവിധാനങ്ങളുണ്ടായിരുന്നില്ല... വാഹനങ്ങളോ പെട്രോളോ ഇല്ലാതെ വിഷമിക്കുന്ന കാലം. ആശുപത്രിയിലെ മേലധികാരി കുതിരവണ്ടികളുടെ ഒരു നിര സംഘടിപ്പിക്കാൻ നിശ്ചയിച്ചു. അവിടെനിന്ന് കുറെക്കൂടി ഉള്ളിലേക്ക് മാറിയുള്ള അധിവാസപ്രദേശങ്ങളിലേക്ക് മുറിവേറ്റവരെ മാറ്റാനായിരുന്നു അദ്ദേഹത്തിന്റെ ഉദ്ദേശ്യം.

അടുത്ത ദിവസം രാവിലെ കുതിരവണ്ടികൾ തയ്യാറായി വന്നു. സ്ത്രീകളാണ് കുതിരകളെ നിയന്ത്രിച്ചിരുന്നത്. വണ്ടികൾക്കുള്ളിൽ കൈകൊണ്ടു നെയ്ത കമ്പിളികൾ വിരിച്ചിരുന്നു. തലയിണകളും ചെമ്മരിയാടിന്റെ തോൽകൊണ്ടുണ്ടാക്കിയ കോട്ടകളുമുണ്ടായിരുന്നു. ചില വണ്ടികളിൽ തൂവൽമെത്തകളും. അന്നത്തെ ആ അനുഭവം... കണ്ണീർ വാർക്കാതെ ഇന്നും എനിക്കോർക്കാൻ വയ്യ. ഓരോ വണ്ടിക്കാരിയും

ഓരോ മുറിവേറ്റ ഭടനെ ഏറ്റെടുത്തു. ഉത്സാഹത്തോടെ ആശ്വസിപ്പിച്ചു കൊണ്ട് അയാളെ യാത്രയ്ക്കൊരുങ്ങി.

"എന്റെ മകനേ... എന്റെ ഓമനക്കുട്ടാ... എന്റെ സുന്ദരാ..." എന്നൊക്കെയുള്ള അരുമ വാക്കുകൾ. എല്ലാവരുടെ കൈയിലും വീട്ടിൽ പാകം ചെയ്ത ഭക്ഷണത്തിന്റെ ഒരു ചെറിയ പൊതി ഉണ്ടായിരുന്നു. കൂടെ നല്ല ചൂടുള്ള പുഴുങ്ങിയ ഉരുളക്കിഴങ്ങും. അവർ തങ്ങൾ കൊണ്ടുവന്ന പുതപ്പുകൾ ഓരോരുത്തരേയും പുതപ്പിച്ചു. വളരെ ശ്രദ്ധയോടെ വണ്ടിയിൽ കയറ്റിക്കിടത്തി. ആ കാഴ്ചകൾ ഇപ്പോഴും തെളിവോടെ എന്റെ കൺമുമ്പിലുണ്ട്... അതുപോലെത്തന്നെ ഇന്നും എന്റെ കാതിൽ മുഴങ്ങുന്നുണ്ട് അവരുടെ അരുമയാർന്ന സംസാരവും ആശ്വാസവാക്കുകളും... ഇന്നെനിക്ക് സങ്കടം തോന്നുന്നു. ആ സ്ത്രീകളുടെയൊന്നും കുടുംബപ്പേരുകൾ ഞാൻ ചോദിച്ചു മനസ്സിലാക്കിയില്ലല്ലോ.

ശത്രുവിന്റെ കൈയിൽനിന്നും നമ്മുടെ സൈന്യം മോചിപ്പിച്ചെടുത്ത ബെലോറഷ്യയിലൂടെയുള്ള യാത്രയും എനിക്ക് നന്നായി ഓർമ്മയുണ്ട്. എത്രയോ ഗ്രാമങ്ങൾ... ഒരിടത്തും പുരുഷന്മാരെന്നു പറയാൻ ആരുമില്ല. എല്ലായിടത്തും ഞങ്ങൾ കണ്ടത് സ്ത്രീകളെ മാത്രം.... അവർ മാത്രമേ ശേഷിച്ചിരുന്നുള്ളൂ.

ഭയാനകതയുടെ മൗനവും സങ്കല്പങ്ങളുടെ സൗന്ദര്യവും

അനാസ്റ്റ്യാസിയ ഇവാനോവ്നാ മെഡ്വെഡ്കീന

പ്രൈവറ്റ് മെഷീൻ ഗണ്ണർ

ശരിയായ വാക്കുകൾ എനിക്കു കിട്ടുമോ? തീർച്ചയില്ല. എന്റെ വെടിവെപ്പിനെക്കുറിച്ച് ഞാൻ പറയാം. എന്നാൽ എന്റെ കരച്ചിലിന്റെ കഥ, അതെനിക്കു പറയാനാവില്ല. അത് പറയപ്പെടാതെ അവശേഷിക്കും. ഒരു കാര്യം ഉറപ്പിച്ചു പറയാം. യുദ്ധകാലത്ത് മനുഷ്യൻ ഭയങ്കരനാകുന്നു. അവന്റെ സ്വഭാവം ആർക്കും മനസ്സിലാക്കാൻ പറ്റാത്തതായിത്തീരുന്നു. എങ്ങനെയാണ് അവനെ ഒരാൾ മനസ്സിലാക്കുക. നിങ്ങളൊരെഴുത്തുകാരിയല്ലേ? നിങ്ങൾതന്നെ ഒരുപായം ചിന്തിച്ചുണ്ടാക്കൂ. വോഡ്കയുടേയും ചോരയുടേയും മണം കലരാതെ... യഥാർത്ഥ ജീവിതത്തോളം ഭയാനകമല്ലാതെ...

അന്നാ പെട്രോവ്നാ കലിയാജീനാ

സാർജന്റ് മെഡിക്കൽ അസിസ്റ്റന്റ്

എനിക്കറിയില്ല. നിങ്ങൾ ചോദിക്കുന്നത് എനിക്കു മനസ്സിലാവുന്നില്ല. എന്റെ നാക്ക് അനങ്ങുന്നില്ല... വാക്കുകൾ പിൻവാങ്ങുന്നു. എങ്ങനെയാണ് ഞാനത് വിവരിക്കുക? വല്ലാത്തൊരു മരവിപ്പ്. എനിക്ക് ശ്വാസംമുട്ടുന്നു. ഇപ്പോഴുമതേ... രാത്രി പലപ്പോഴും ഞാൻ അനങ്ങാതെ കിടക്കുന്നു... പഴയ കാര്യങ്ങൾ ഓർമ്മ വരുന്നു... ശ്വാസംമുട്ട്... ശരീരമാകെ

വിറയ്ക്കുന്നു. ദാ... ഇതുപോലെ. അതൊക്കെ വിവരിക്കാൻ... നമുക്കൊരു കവിയെ വേണം... ഡാൽറ്റയെപോലെ....

ഓൾഗാ നികിത്സിന സബീലീന

മിലിട്ടറി ആശുപത്രിയിൽ സർജൻ

ചിലപ്പോൾ എവിടെനിന്നോ ഒരു സംഗീതധ്വനി കേൾക്കുന്നു... അല്ലെങ്കിൽ ഒരു ഗാനം... ഒരു സ്ത്രീശബ്ദം... അതോടെ അവിടത്തെ അനുഭവങ്ങൾ വീണ്ടും എന്റെ ഓർമ്മയിൽ... ഇതുപോലെ എന്തോ ചിലത്.

യുദ്ധത്തെ ആസ്പദമാക്കിയുള്ള സിനിമകൾ ഞാൻ കാണാറുണ്ട്. അത് ശരിയായി തോന്നാറില്ല. അതുപോലെത്തന്നെയാണ് പുസ്തകങ്ങളുടെ കാര്യവും. യാഥാർത്ഥ്യം തെളിഞ്ഞുവരുന്നില്ല. ഞാൻ യുദ്ധത്തെക്കുറിച്ച് സംസാരിച്ചു തുടങ്ങുന്നു. അതും വേണ്ടവിധത്തിലാവുന്നില്ല. ആ ഭീകരതയും... ആ സൗന്ദര്യവും അതേപടി പകർത്താൻ ഒന്നിനുമാവുന്നില്ല. യുദ്ധകാലത്തെ പ്രഭാതം... അതിന്റെ സൗന്ദര്യം നിങ്ങൾക്കു സങ്കല്പിക്കാനാവുമോ? ഒരു സംഘട്ടനത്തിനുമുമ്പ് നിങ്ങൾ എല്ലാം കാണുന്നു. അറിയുന്നു. ഇനിയൊരു പ്രഭാതം, അത് കാണാൻ അവസരമുണ്ടാകുമോ?

എത്ര സുന്ദരിയാണീ ഭൂമി... ഈ വായു... പ്രിയപ്പെട്ട ഈ സൂര്യൻ...

ല്യുബോവ് എഡ്യുവർഡോവ്നാ ദ്രഡോവ

അണ്ടർഗ്രൗണ്ട് ഫൈറ്റർ

ചുറ്റും മുൾവേലികളോടുകൂടിയ ഒരു ചേരിക്കകത്താണ് ഞങ്ങൾ താമസിച്ചിരുന്നത്. എനിക്ക് കൃത്യമായി ഓർമ്മയുണ്ട്... അതു സംഭവിച്ചത് ഒരു ചൊവ്വാഴ്ചയായിരുന്നു. അത്ര കൃത്യമായി അതോർക്കാൻ കാരണമെന്താണാവോ? ചൊവ്വാഴ്ച എന്നറിയാം. മാസവും തിയതിയും തീരെ ഓർമ്മയില്ല. ഞാൻ വെറുതെ ജന്നലരികിൽ ചെന്നുനിന്നു. വീടിനു മുൻവശത്തുള്ള പാതയുടെ അപ്പുറത്ത് ഒരു ബെഞ്ചിലിരുന്ന് ഒരാൺകുട്ടിയും പെൺകുട്ടിയും ചുംബിക്കുന്നു. മതസംബന്ധമായ കൂട്ടക്കൊലകളും വെടിവെപ്പുകളും ധാരാളമായി നടന്നിരുന്ന കാലം. അപ്പോഴാണ് അവരവിടെ ഇരുന്നിങ്ങനെ ചുംബിക്കുന്നത്. എനിക്കത്യധികം അദ്ഭുതം തോന്നി... എത്ര സുന്ദരവും ശാന്തവുമായ കാഴ്ച!

അധികം നീളമില്ലാത്ത പാത. പൊടുന്നനെ വഴിയുടെ മറ്റേ അറ്റത്ത് ഒരു ജർമൻ കാവൽസംഘം പ്രത്യക്ഷപ്പെട്ടു. അവരും ആ കാഴ്ച കണ്ടു. അല്ലെങ്കിലും അവർ നല്ല കാഴ്ചയുള്ളവരാണ്. ഒന്നും ആലോചിക്കാൻ ഇടകിട്ടിയില്ല. അതിനുമുമ്പേ ഒച്ച... ശകാരം.... റോക്കറ്റ്... വെടിവെപ്പ്. മനസ്സിൽ ഒരു ചിന്തയുമുണ്ടായില്ല. ഭയം മാത്രം... ആ ആൺകുട്ടിയും പെൺകുട്ടിയും ബെഞ്ചിൽ നിന്നും എഴുന്നേല്ക്കുന്നതു കണ്ടു. വെടിയേറ്റു കഴിഞ്ഞിരുന്നു. രണ്ടുപേരും ഒരുമിച്ച് മറിഞ്ഞുവീണു.

അതിനുശേഷം ഒരു ദിവസം കഴിഞ്ഞു. രണ്ട്... മൂന്ന്... ആ കാഴ്ച എനിക്കു മറക്കാനായില്ല. മനസ്സിലായോ? വീട്ടിൽ വെച്ചല്ല, വെളിയിലിരുന്നാണ്

അവർ ചുംബിച്ചത്. എന്തുകൊണ്ട്? അങ്ങനെ ഒരുമിച്ചിരുന്ന് മരിക്കാൻ അവർ ആഗ്രഹിച്ചു. എന്തായാലും മരിക്കുമെന്നുറപ്പുണ്ടായിരുന്നു. ചേരിയിലെ ഒരു ജൂതനേയും ജർമൻകാർ ജീവിക്കാൻ അനുവദിക്കുമായിരുന്നില്ല. എന്നാൽ ഞങ്ങളുടെ മരണം സ്വന്തം ഇഷ്ടപ്രകാരമാകട്ടെ എന്നവർ തീരുമാനിച്ചു... വ്യത്യസ്തമായൊരു മരണം. അവർ തമ്മിൽ അത്രയും പ്രണയബന്ധിതരായിരുന്നു. പ്രണയം... ഇത് അതല്ലാതെന്ത്? എനിക്കു തീർച്ചയുണ്ട്.

ഞാൻ പറഞ്ഞില്ലേ... ആ രംഗം ഭംഗിയായി അവസാനിച്ചു. എന്നാൽ വാസ്തവത്തിൽ ഞാൻ ഭയന്നുവിറച്ചുപോയി.. സുന്ദരമായൊരു മരണം. അതാണവർ ആഗ്രഹിച്ചത്. അവരുടെ ഇഷ്ടം... സഫലമായി.

ഇറീന മോയസീവ്നാ ലെവിസ്ക്യായ

പ്രൈവറ്റ് റൈഫിൾമാൻ

ഞാനോ? വേണ്ട... എനിക്ക് സംസാരിക്കാൻ ആഗ്രഹമില്ല.... ഒറ്റ വാക്കിൽ പറയാം. അതിനെകുറിച്ചൊന്നും സംസാരിക്കാനാവില്ല....

അൻറ്റോണിയ ആൽബെർടോവ്നാ വ്യാസിടോവിച്ച്

ഒളിപ്പോരാളി സേനയിൽ നഴ്സ്

പട്ടണത്തിൽ ചിത്തഭ്രമം ബാധിച്ച ഒരു സ്ത്രീ അലഞ്ഞുനടന്നിരുന്നു. മുഷിഞ്ഞ വേഷം... കോതിയിടാത്ത മുടി. ഒരിക്കലും അവർ കുളിക്കാറില്ല. അവരുടെ അഞ്ചു മക്കളും കൊല്ലപ്പെട്ടിരുന്നു. ഓരോരുത്തരും ഓരോ വിധത്തിൽ. ഒരാൾക്ക് തലയിലാണ് വെടിയേറ്റത്. വേറൊരാൾക്ക് ചെവിയിൽ....

വഴിയിൽ ആരെക്കണ്ടാലും അവൾ ഓടി അടുത്തുവരും. “ഞാൻ പറഞ്ഞുതരാം. എത്ര കുഞ്ഞുങ്ങൾ കൊല്ലപ്പെട്ടുവെന്ന്...” അവർ പുലമ്പാൻ തുടങ്ങും. ആദ്യം ആരായിരുന്നു... വസേൻക. അവർ കാതിലേക്കാണ് വെടിവെച്ചത്. പിന്നെ ടോലിക്... തലയിൽ വെടിയേറ്റു വീണു. അതിനുശേഷം ആരായിരുന്നു...?

എല്ലാവരും അവരെകണ്ട് ഒഴിഞ്ഞുമാറി. അവർക്ക് ഭ്രാന്തുപിടിച്ചിരുന്നു. അതുകൊണ്ടാണ് ഇത്ര കൃത്യമായി എല്ലാം പറയാൻ സാധിച്ചിരുന്നത്.

അന്നാ മിഖായിലോവ്നാ പെരിപെൽക

സാർജന്റ് നഴ്സ്

ഒരേയൊരു സംഗതി മാത്രമേ എനിക്കോർമ്മയുള്ളൂ. വിജയം! ഉച്ചത്തിൽ മുഴങ്ങിയ ആ വാക്ക്. ദിവസം മുഴുവൻ ആ ശബ്ദം മാറ്റൊലിക്കൊണ്ടു. വിജയം... വിജയം... സഹോദരന്മാരെ ആദ്യം വിശ്വസിക്കാൻ സാധിച്ചില്ല. കാരണം, യുദ്ധം അത്രയും ചിരപരിചിതമായിക്കഴിഞ്ഞിരുന്നു. ജീവിതം എന്നാൽ യുദ്ധമാണെന്ന തോന്നൽ മനസ്സിൽ കയറിപ്പറ്റിയിരുന്നു. ഇപ്പോൾ വിജയം... നമ്മൾ ജയിച്ചിരിക്കുന്നു. സന്തോഷമുണ്ട്... വളരെയേറെ സന്തോഷം.

“ചെറുപ്പക്കാരികളായ സ്ത്രീകളെ നിങ്ങൾക്കറിയാമോ? തുരങ്കങ്ങൾ പണിയുന്ന സേനാവിഭാഗത്തിന്റെ കമാൻഡറുടെ ആയുസ്സ് വെറും രണ്ടു മാസം മാത്രമാണ്”

ഒരേ കാര്യം തന്നെ ഞാൻ എപ്പോഴും പറഞ്ഞുകൊണ്ടിരിക്കുന്നു. ഏതെങ്കിലും ഒരു തരത്തിൽ ഞാൻ എപ്പോഴും അതിലേക്കുതന്നെ തിരിച്ചു വരുന്നു...

മിക്കവാറും എന്റെ സംസാരം മരണത്തെ പറ്റിയാണ്. അവരും മരണവുമായുള്ള ബന്ധത്തെക്കുറിച്ച്. മരണം അവരെ സദാ ചൂഴ്ന്നു നിന്നിരുന്നു. ജീവിതത്തോളംതന്നെ പരിചിതം. അത്രതന്നെ അടുത്തും. അവസാനമില്ലാത്ത മരണാനുഭവങ്ങൾ. അതിനിടയിലും അവർ ജീവിച്ചു പോന്നതെങ്ങനെയാണ്. എന്റെ അതിശയം തീരുന്നില്ല. ദിവസവും ഇതു തന്നെ കണ്ടുകൊണ്ടിരിക്കുക. അതിനെപറ്റി മാത്രം ചിന്തിക്കുക. വേണ്ടെന്നുവെച്ചിട്ടും അതിലേക്കുതന്നെ മടങ്ങിച്ചെല്ലുക.

അതിനെക്കുറിച്ചൊക്കെ സംസാരിക്കുക സാധ്യമാണോ? നമ്മുടെ വാക്കുകളേയും വികാരങ്ങളേയും ഏതുവിധത്തിലാണത് ബാധിക്കുന്നത്? അഥവാ വാക്കുകളാൽ അവയെ പറഞ്ഞു ഫലിപ്പിക്കാനാകുമോ? കൂടുതൽ കൂടുതൽ ചോദ്യങ്ങൾ എന്റെ മുമ്പിലുയരുന്നു. എന്നാൽ ഉത്തരങ്ങൾ... എണ്ണത്തിൽ കുറഞ്ഞു കുറഞ്ഞു വരുന്നു.

ചിലപ്പോൾ ഈ കൂടിക്കാഴ്ചകൾ കഴിഞ്ഞ് വീട്ടിൽ തിരിച്ചെത്തുമ്പോൾ എനിക്കു തോന്നുന്നു ഒറ്റപ്പെടൽ തന്നെയാണ് ഏറ്റവും വലിയ വേദനയെന്ന്. പൂർണമായ ഒറ്റപ്പെടൽ. മറ്റു ചിലപ്പോൾ തോന്നും ദുരിതങ്ങൾ അനുഭവിക്കുന്നത് പ്രത്യേകമായൊരു അറിവാണെന്ന്. ഓരോ മനുഷ്യന്റെ ഉള്ളിലുമുള്ള എന്തോ ഒന്ന്. പറഞ്ഞു മനസ്സിലാക്കാനോ കരുതിവെക്കാനോ സാധ്യമല്ലാത്ത എന്തോ ഒന്ന്. അത് താൻ തന്നെ അനുഭവിച്ചു തീരണം. പ്രത്യേകിച്ചും സ്ത്രീകളുടെ കാര്യത്തിൽ അങ്ങനെയാണ് ഈ ലോകത്തെ സൃഷ്ടിച്ചിരിക്കുന്നത്. അങ്ങനെയാണ് നമ്മളെ നിർമിച്ചിരിക്കുന്നത്.

ബെലോറഷ്യൻ സർവകലാശാലയിലെ ഓഡിറ്റോറിയത്തിൽ വെച്ച്, മഹായുദ്ധത്തിൽ പങ്കെടുത്ത ഒരു ധീരവനിതയെ ഞാൻ നേരിൽ കാണുകയുണ്ടായി. അന്നത്തെ ക്ലാസു കഴിഞ്ഞിരുന്നു. വിദ്യാർത്ഥികൾ ഒച്ചവെച്ച് സന്തോഷത്തോടെ നോട്ടുപുസ്തകങ്ങൾ സഞ്ചികളിലേക്ക് തിരികെ വെച്ചുകൊണ്ടിരുന്നു.

എന്റെ ആദ്യത്തെ ചോദ്യത്തിനുള്ള അവരുടെ ഉത്തരം ഒരു മറുചോദ്യമായിരുന്നു. "ആ കാലത്ത് ഞങ്ങളെങ്ങനെയായിരുന്നു?" അവർ തന്നെ അതിനുള്ള മറുപടി പറഞ്ഞു. "ഇപ്പോഴത്തെ എന്റെ ഈ വിദ്യാർത്ഥിനികളെപോലെത്തന്നെ. വേഷം ഒന്നു വേറെയായിരുന്നു. പെൺകുട്ടികളുടെ ആടയാഭരണങ്ങൾ വളരെ ലളിതമായിരുന്നു. സ്റ്റീലുകൊണ്ടുള്ള മോതിരങ്ങൾ.... സ്ഫടികമണികൾ കോർത്ത മാലകൾ... റബ്ബർ ചെരിപ്പുകൾ.... ഞങ്ങൾക്ക് ജീൻസ് ഉണ്ടായിരുന്നില്ല. ടേപ് റെക്കോർഡുകളും ഉണ്ടായിരുന്നില്ല."

തിരക്കിട്ടു പുറത്തേക്കിറങ്ങുന്ന വിദ്യാർത്ഥിനികളെ ഞാൻ കണ്ണുകൊണ്ട് പിൻതുടർന്നു. അപ്പോഴേക്കും കഥയും തുടങ്ങിക്കഴിഞ്ഞിരുന്നു; എന്റെ മനസ്സിൽ.

സ്റ്റാനിസ്ലാവാ പെട്രോവ്ന വോൾകോവ

സബ് ലെഫ്റ്റനന്റ് കമാൻഡർ തുരങ്ക നിർമ്മാണ സേന

യുദ്ധത്തിനു മുമ്പ് ഒരു കൂട്ടുകാരിയും ഞാനും സർവകലാശാലാ ബിരുദം നേടിക്കഴിഞ്ഞിരുന്നു. യുദ്ധത്തിനിടയിൽ തുരങ്ക നിർമ്മാണ (sapper) പരിശീലനവും നേടി. ഞങ്ങൾ രണ്ടുപേരും ഓഫീസർമാരായിട്ടാണ് യുദ്ധരംഗത്തെത്തിയത്. സബ് ലെഫ്റ്റനന്റുമാർ. അവർ ഞങ്ങളെ സ്വാഗതം ചെയ്തത് ഇങ്ങനെയാണ്. "നന്നായി കുട്ടികളേ... ഇവിടെ വന്നത് വളരെ നന്നായി. പക്ഷേ, ഞങ്ങൾ നിങ്ങളെ എങ്ങോട്ടും അയയ്ക്കുന്നില്ല. നിങ്ങൾ ഞങ്ങളോടൊപ്പം സൈനിക ആസ്ഥാനത്തുതന്നെയായിരിക്കും.

എൻജിനീയർമാരുടെ വിഭാഗത്തിലുള്ളവരാണ് ഞങ്ങളെ അങ്ങനെ സ്വാഗതം ചെയ്തത്. ഞങ്ങൾ കമാൻഡർ-ഇൻ-ചീഫ് ആയ മാലിനോവ്സ്കിയെ അന്വേഷിക്കാൻ തുടങ്ങി. അതിനിടയിൽ അവിടെയാകെ ഒരു വാർത്ത പരന്നു. രണ്ടു പെൺകുട്ടികൾ വന്ന് കമാൻഡർ-ഇൻ-ചീഫിനെ അന്വേഷിക്കുന്നു.

ഒരു ഓഫീസർ ഞങ്ങളെ സമീപിച്ചു കൈ നീട്ടി. "ഔദ്യോഗിക രേഖകളെല്ലാം കാട്ടിത്തരൂ."

അയാൾ അതെല്ലാം കാര്യമായി പരിശോധിച്ചു. "നിങ്ങളെന്തിനാ കമാൻഡർ-ഇൻ-ചീഫിനെ അന്വേഷിക്കുന്നത്? നിങ്ങൾ ജോലി ചെയ്യേണ്ടത് എൻജിനീയറിങ്ങ് വിഭാഗത്തിലാണ്."

"ഞങ്ങളെ അയച്ചിരിക്കുന്നത് തുരങ്കനിർമാണ വിഭാഗത്തിൽ കമാൻഡർമാരായിട്ടാണ്." ഞങ്ങൾ ഉറപ്പിച്ചു പറഞ്ഞു. "പക്ഷേ, അവർ ഞങ്ങളെ ഓഫീസിലിരുത്താനാണ് ഭാവം. എന്നാൽ ഞങ്ങൾക്ക് തുരങ്ക നിർമാണ വിഭാഗത്തിൽത്തന്നെ കമാൻഡർമാരായി ജോലി ചെയ്യണം... അതും മുന്നണിയിൽത്തന്നെ."

ആ ഓഫീസർ വീണ്ടും ഞങ്ങളെ എൻജിനീയറിങ്ങ് വിഭാഗത്തിലേക്കു കൊണ്ടുപോയി. കുറെ അധികംനേരം അവർ ചർച്ച ചെയ്തുകൊണ്ടിരുന്നു. ഒരു വീടു നിറച്ചും ആളുകൾ. എല്ലാവരും ഞങ്ങൾക്കു വേണ്ട ഉപദേശങ്ങൾ തന്നു. കുറെപേർ കളിയാക്കി ചിരിച്ചു. പക്ഷേ, ഞങ്ങൾ നിലപാടു മാറ്റിയില്ല. ഞങ്ങൾക്കു കിട്ടിയ നിയമനം - തുരങ്ക നിർമാണസേനയിൽ കമാൻഡർമാർ - അതിൽനിന്നും പിൻമാറാനൊരുക്കമല്ല എന്ന് ഞങ്ങൾ അവരെ അറിയിച്ചു.

ഞങ്ങളെ കൂട്ടിക്കൊണ്ടുവന്ന ഓഫീസറുടെ ക്ഷമ കെട്ടു. അദ്ദേഹത്തിന് ദേഷ്യം വന്നു. "യുവതികളേ... നിങ്ങൾക്കറിയാമോ, തുരങ്ക നിർമാണസേനയിലെ കമാൻഡറുടെ ആയുസ്സെത്രയാണ് എന്ന്... രണ്ടേ രണ്ടു മാസം."

"ഞങ്ങൾക്കറിയാം. അതുകൊണ്ടാണ് മുന്നണിയിൽത്തന്നെ ജോലി ചെയ്യണമെന്ന് ഞങ്ങൾ വാശിപിടിക്കുന്നത്."

കൂടുതലൊന്നും പറയാനുണ്ടായിരുന്നില്ല. ഞങ്ങളുടെ നിയമനരേഖകളിൽ അവർ ഒപ്പിട്ടുതന്നു. "ആയിക്കോട്ടെ. നിങ്ങളെ രണ്ടുപേരെയും." ഫിഫ്ത് ഷോക്ക് ആർമി"യിലേക്കയയ്ക്കാം. പേരിൽനിന്നു തന്നെ സംഗതി മനസ്സിലായിക്കാണുമല്ലോ... എല്ലാ നേരവും മുന്നണി രേഖയിൽത്തന്നെ. എല്ലാതരം ഭീകരതകളെപറ്റിയും അവർ വിശദമായി ഞങ്ങൾക്കു പറഞ്ഞുതന്നു.

"എല്ലാം സമ്മതം." ഞങ്ങൾക്കു സന്തോഷമായി.

"ഫിഫ്ത് ഷോക്ക് ആർമി"യുടെ ആസ്ഥാനത്തിൽ ഞങ്ങളെത്തി. വളരെ മാന്യനായ ഒരു ക്യാപ്റ്റൻ അവിടെ ഇരുന്നിരുന്നു. അദ്ദേഹം വേണ്ടവിധത്തിൽ ഞങ്ങളെ സ്വാഗതം ചെയ്തു. എന്നാൽ ഞങ്ങൾ തുരങ്കനിർമ്മാണസേനയിലെ കമാൻഡർമാരായാണ് വന്നിരിക്കുന്നതെന്നു പറഞ്ഞപ്പോൾ അദ്ദേഹം സ്വന്തം തല അമർത്തിപ്പിടിച്ചു... ഭയത്തോടെ.

"അരുത്... അരുത്... എന്താണീ പറയുന്നത്? ഇവിടെ ഓഫീസിൽ നിങ്ങൾക്ക് ഞങ്ങൾ ജോലി തരാം. നിങ്ങൾ തമാശ പറയുകയല്ലല്ലോ... അവിടെ പുരുഷന്മാർ മാത്രമേയുള്ളൂ. പെട്ടെന്ന് കമാൻഡറായി ഒരു സ്ത്രീ... ശുദ്ധഅസംബന്ധം..."

രണ്ടു ദിവസം മുഴുവൻ അവർ ഞങ്ങളോട് ഇതുമാതിരി പറഞ്ഞുകൊണ്ടിരുന്നു. പിൻതിരിപ്പിക്കാനുള്ള ശ്രമം... തുടർച്ചയായി. ഞങ്ങൾ ഇളകിയില്ല. തുരങ്കനിർമ്മാണസേനയിൽ കമാൻഡർ. അതു മാത്രമേ ഞങ്ങൾക്കു വേണ്ടൂ. ഒരിഞ്ചുപോലും നീങ്ങാൻ ഞങ്ങൾ കൂട്ടാക്കിയില്ല.

അവസാനം കടലാസുകൾ ഒപ്പിട്ടുകിട്ടി. എന്നെ അവർ എന്റെ പ്ലാറ്റൂണിൽ എത്തിച്ചു. അവിടെയുള്ള സൈനികർ - ഒരാൾ എന്നെ പരിഹസിച്ചു. ഇനിയൊരാൾ അമർഷം പ്രകടിപ്പിച്ചു. മൂന്നാമൻ നിസ്സാഹയതയോടെ തോളുകുലുക്കി. പറയാനുള്ളതെല്ലാം അതിൽ അടങ്ങിയിരുന്നു. ബറ്റാലിയൻ കമാൻഡർ എല്ലാവരോടുമായി പറഞ്ഞു. "ഇതാണ് നിങ്ങളുടെ പുതിയ പ്ലാറ്റൂൺ കമാൻഡർ." എല്ലാവരും പെട്ടെന്ന് ഓലിയിടാൻ തുടങ്ങി. "ഹു...." ഒരാൾ കാർക്കിച്ചു തുപ്പുകയും ചെയ്തു. "തൂ...."

ഒരു വർഷത്തിനുശേഷം "ഓർഡർ ഓഫ് ദി റെഡ്സ്റ്റാർ" നല്കി അവരെന്നെ ആദരിച്ചപ്പോൾ ഇതേ സൈനികർ - അവരിൽ ജീവിച്ചിരുന്നവർ - എന്നെ തോളിലേറ്റി ഹർഷാരവങ്ങളുടെ അകമ്പടിയോടെ എന്റെ താമസസ്ഥലമായ കിടങ്ങിനുള്ളിലെത്തിച്ചു. അവർക്ക് എന്നെ പ്രതിയുള്ള ആദരാഭിമാനങ്ങൾ പ്രകടിപ്പിച്ചു.

യുദ്ധത്തിന്റെ നിറമെന്താണെന്ന് ആരെങ്കിലും ചോദിച്ചാൽ ഞാൻ പറയും ഭൂമിയുടെ നിറമാണെന്ന്... മണ്ണിന്റെ നിറം... ഒരു തുരങ്കപണിക്കാരന് അങ്ങനെ മാത്രമേ പറയാനാവൂ. കറുത്ത... മഞ്ഞ നിറത്തിലുള്ള... കളിമണ്ണിന്റെ ചാരനിറമുള്ള... പച്ചമണ്ണ്.

ഞങ്ങൾ എങ്ങോട്ടോ മാർച്ച് ചെയ്തുകൊണ്ടിരിക്കുന്നു. കാട്ടിലാണ് രാത്രി കഴിച്ചുകൂട്ടിയത്. ഞങ്ങൾ നടുവിൽ തീകൂട്ടി ചുറ്റുമിരുന്നു. അത് ആളിക്കത്തിക്കൊണ്ടിരുന്നു. എല്ലാവരും നിശ്ശബ്ദരായിരുന്നു. കുറെപേർ ഉറക്കമായിരുന്നു. ഞാനും ആ തീജ്ജ്വാലകൾ നോക്കി ഉറക്കത്തിലേക്ക് വഴുതിവീണുകൊണ്ടിരുന്നു. കണ്ണുകൾ തുറന്നാണ് ഞാൻ ഉറങ്ങിയിരുന്നത്. ചില ഈയാംപാറ്റകളും വേറെ ചില പ്രാണികളും. എവിടെനിന്നൊക്കെയോ പറന്നെത്തി ആ നിലയിലേക്കു വീണുകൊണ്ടിരുന്നു. രാത്രി മുഴുവൻ തുടർന്നുപോകുന്ന ഒരു പ്രക്രിയ. ഒച്ചയില്ല... അനക്കമില്ല.... ആ തീനാളങ്ങളിലേക്കവൻ ചെന്നു ചാടുന്നു. അപ്രത്യക്ഷമാകുന്നു. അപ്പോഴേക്കും പുതിയൊരു കൂട്ടം... അതിന്റെ പിന്നാലെ പിന്നേയും പിന്നേയും. ഞങ്ങളെപ്പോലെത്തന്നെ... ഒഴുകിവരുന്ന പുഴ പോലെ... മാർച്ച് ചെയ്ത് വന്നുകൊണ്ടിരിക്കുന്നു.

രണ്ടു മാസം കഴിഞ്ഞു. ഞാൻ ഇനിയും കൊല്ലപ്പെട്ടിട്ടില്ല. മുറിവേറ്റു. പക്ഷേ അത് സാരമായില്ല. അതോടെ ഞാൻ മരണത്തെക്കുറിച്ച് ആലോചിക്കാതായി.

അപ്പോലീന നിക്കോനോവ്നാ ലിട്സ്കീവിച്ച്, ബയ്റാക്
സെക്കൻഡ് ലഫ്റ്റനന്റ് കമാൻഡർ,
തുരങ്ക നിർമ്മാണ വിഭാഗം

എന്റെ കുട്ടിക്കാലത്ത്... ഞാൻ അവിടെനിന്നുതന്നെ തുടങ്ങാം.... യുദ്ധകാലത്ത് എനിക്കേറ്റവും അധികം പേടി എന്റെ കുട്ടിക്കാലത്തെകുറിച്ചോർക്കാനായിരുന്നു. അതെ അതുതന്നെ... കൃത്യമായി ആ വർഷങ്ങൾ. വാസ്തവത്തിൽ അത് അരുതാത്തതായിരുന്നു. യുദ്ധത്തിനിടയിൽ

ജീവിതത്തിലെ ഏറ്റവും ആർദ്രവും ഹൃദ്യവുമായ അനുഭവങ്ങളല്ല ഓർക്കേണ്ടത്. അത് പാടില്ലാത്തതാണ്.

കുട്ടിക്കാലത്ത് അച്ഛൻ ഒരു ഇലക്ട്രിക് കത്രിക ഉപയോഗിച്ച് എന്റെ തലമുടി തീരെ ചെറുതായി മുറിക്കുമായിരുന്നു. സൈന്യത്തിൽ ചേർന്ന് വീണ്ടും അതേ രീതിയിൽ മുടിവെട്ടാൻ തുടങ്ങിയപ്പോൾ സ്വാഭാവികമായും ഞാൻ എന്റെ കുട്ടിക്കാലമോർത്തുപോയി. ഞങ്ങൾ എത്ര പെട്ടെന്നാണ് യുവസൈനികരായി മാറിയത്. ചില പെൺകുട്ടികൾ വല്ലാതെ ഭയന്നുപോയി. പക്ഷേ, എനിക്കത് വളരെ വേഗം പരിചയമായി. അതെന്റെ പഴയ പതിവായിരുന്നല്ലോ. വെറുതെയല്ല അന്ന് എന്റെ അച്ഛൻ പറഞ്ഞിരുന്നത്. “എനിക്ക് കിട്ടിയിരിക്കുന്നത് ഒരാൺകുട്ടിയെയാണ്. പെൺകുട്ടിയെ അല്ല.” കുറ്റം മുഴുവൻ എന്റേതായിരുന്നു. എന്റെ മനസ്സിൽ അന്നേ ഉണ്ടായിരുന്ന തീവ്രമായൊരു മോഹം. അതു പറഞ്ഞ് അച്ഛനമ്മമാർ എന്നെ ശകാരിക്കുമായിരുന്നു. തണുപ്പുകാലത്ത് പുഴയിലെ വെള്ളം ഉറച്ച് കട്ടിയാവുമ്പോൾ, തീരത്തുള്ള ഉയരമുള്ള പാറക്കെട്ടിൽ നിന്നും ഞാൻ ആറ്റിലേക്കെടുത്തു ചാടും. സ്കൂൾ വിട്ടു വന്നാൽ അച്ഛന്റെ കട്ടിയുള്ള നീണ്ട കാലുറകൾ എടുത്തിടും. വഴുതിപ്പോകാതിരിക്കാൻ ബൂട്ടുകൾക്കു മീതെ കെട്ടിവെക്കും. എന്റെ കനമുള്ള ജാക്കറ്റ് ട്രൗസറിനുള്ളിലേക്ക് തിരുകിവെക്കും. ബെൽറ്റിട്ട് മുറുക്കും. തലയിൽ കാതുമുട്ടുന്ന വലിയ തൊപ്പിവെക്കും. തെന്നിവീഴാതിരിക്കാൻ തൊപ്പി താടിയോട് ചേർത്ത് കെട്ടിയിരിക്കും. അങ്ങനെയൊക്കെ വിഡ്ഢിവേഷം കെട്ടി ഒരു കരടിയുടെപോലെ ഞാൻ ആറ്റുവക്കിലേക്ക് തിരക്കിട്ടുപോകും. ഏറ്റവും വേഗത്തിലോടും... പാറക്കെട്ടിൽ നിന്നും. ആറ്റിലേക്ക് എടുത്തു ചാടും.

ഓ... വല്ലാത്തൊരനുഭവം തന്നെ! ചാട്ടത്തിന്റെ ഊക്കിൽ മഞ്ഞുപാളി പിളർന്ന് ആഴത്തിലേക്കു പതിക്കും. താഴെ തണുതണുത്ത വെള്ളം. മുകളിൽ മഞ്ഞുപാളികൾ. ശ്വാസംതന്നെ നിലച്ചുപോകും. മറ്റു പെൺകുട്ടികൾ എന്നെ അനുകരിക്കാൻ ശ്രമിക്കും. പക്ഷേ, എന്റെ പോലെ അവർക്ക് കൃത്യമായി ചെയ്യാനാവാറില്ല. അവരുടെ കാലുളുക്കും. മൂക്ക് മഞ്ഞിലിടിച്ച് ചതയും. അല്ലെങ്കിൽ വേറെ എന്തെങ്കിലും അപകടം. എന്റെ മിടുക്കൊന്നു വേറെയായിരുന്നു. ആൺകുട്ടികളെ കവച്ചുവെക്കുന്ന മെയ്‌വഴക്കം.

കുട്ടിക്കാലത്തെക്കുറിച്ച് പറയാൻ തുടങ്ങിയതെന്തുകൊണ്ടാണ് എന്നോ.... തുടക്കം രക്തത്തെകുറിച്ചാവേണ്ട എന്നു വിചാരിച്ചു. പക്ഷേ അതും പ്രധാനപ്പെട്ടതുതന്നെ. എനിക്ക് പുസ്തകങ്ങൾ വായിക്കാൻ ഇഷ്ടമാണ്. വായനയിലൂടെ ഞാൻ പലതും അറിയുന്നു.

1942 സെപ്തംബറിലാണ് ഞാൻ മോസ്കോയിലെത്തിയത്. ഒരാഴ്ച മുഴുവനും നഗരത്തിനു ചുറ്റുമുള്ള റെയിൽപാതയിലൂടെ അവർ ഞങ്ങളെ കൊണ്ടുപോയി. ഞങ്ങൾ പല സ്റ്റേഷനുകളിലും നിന്നു. കുൽട്സീവൊ, പെറോവോ, ഒച്ചാകോവോ തുടങ്ങി കുറെ സ്റ്റേഷനുകൾ. ഓരോ സ്റ്റേഷനിലും കുറെ പെൺകുട്ടികളെ അവർ തീവണ്ടിയിൽനിന്നും ഇറക്കി

ക്കൊണ്ടുപോയി. പല സേനാവിഭാഗങ്ങളിൽനിന്നും സൈനിക സഖാക്കൾ ഞങ്ങളെ "വാങ്ങാനായി" എത്തിയിരുന്നു. ഒളിപ്പോരാളികളായും, ആശുപത്രിയിൽ സഹായികളായും റേഡിയോ ഓപ്പറേറ്റർമാരായും സേവനമനുഷ്ഠിക്കാൻ അവർ ഞങ്ങളെ ക്ഷണിച്ചു. അതൊന്നും തന്നെ എനിക്ക് താത്പര്യം തോന്നുന്ന വിഷയമായിരുന്നില്ല. അവസാനം ആ വലിയ സംഘത്തിൽ ഞങ്ങൾ പതിമൂന്നുപേർ മാത്രം ബാക്കിയായി. ഞങ്ങളെ എല്ലാവരേയും ഒരുമിച്ച് ചരക്കു കയറ്റുന്ന ഒരു മുറിയിലാക്കി. അവിടെ രണ്ടു കംപാർട്ടുമെന്റുകൾ മാത്രമേ നിർത്തിയിട്ടിരുന്നുള്ളൂ. ഒന്ന് ഞങ്ങളുടേത്. മറ്റത് സ്റ്റാഫിനുള്ളതും. രണ്ടു ദിവസത്തേക്ക് ഒരാളും ഞങ്ങളെ "വാങ്ങാനായി" വന്നില്ല. ഞങ്ങൾ ചിരിച്ചും പാട്ടുകൾ പാടിയും രസമായി സമയം ചെലവഴിച്ചു... "മറക്കപ്പെട്ടും ഉപേക്ഷിക്കപ്പെട്ടും.." ഞങ്ങൾ പിന്നേയും പിന്നേയും ഉറക്കെ പാടി. രണ്ടാമത്തെ ദിവസം വൈകുന്നേരം മൂന്ന് ഓഫീസർമാർ ഞങ്ങളുടെ കംപാർട്ട്മെന്റിനുനേരെ വരുന്നതു കണ്ടു. കൂടെ ഞങ്ങളുടെ സംഘത്തിന്റെ തലവനും.

"വാങ്ങാൻ" വന്നവർ നല്ല ഉയരവും വടിവൊത്ത ശരീരവുമുള്ളവരായിരുന്നു. പുതിയ ഓവർകോട്ട്. മുറുക്കിക്കെട്ടിയ ബെൽറ്റ്. തിളങ്ങുന്ന മുള്ളുകളോടുകൂടിയ മിനുമിനുത്ത ബൂട്ടുകൾ. അതൊരു കാഴ്ച തന്നെയായിരുന്നു. അതുപോലെയുള്ളവരെ മുമ്പ് ഞങ്ങൾ കണ്ടിരുന്നില്ല. അവർ സ്റ്റാഫിനുള്ള മുറിയിലേക്കു പോയി. ഞങ്ങൾ ഭിത്തിയിൽ കാതമർത്തി നിശ്ശബ്ദം നിന്നു. അപ്പുറത്ത് അവർ എന്താണ് പറയുന്നത് എന്നറിയാനുള്ള ഔത്സുക്യം. ഞങ്ങളുടെ മേധാവി എല്ലാവരുടേയും പേരുവിവരപ്പട്ടിക കാട്ടി ഓരോരുത്തരെക്കുറിച്ചും അവർക്ക് പറഞ്ഞുകൊടുത്തു. പ്രായം, വിദ്യാഭ്യാസ യോഗ്യത, താത്പര്യങ്ങൾ അങ്ങനെ എല്ലാം. അവസാനം ഇത്രമാത്രം ഞങ്ങൾ കേട്ടു... "ഇവർ മതിയാകും."

ഞങ്ങളുടെ കമാൻഡർ വെളിയിൽ വന്നു. ഞങ്ങളോട് വരിയായി നില്ക്കാൻ പറഞ്ഞു. അവർ ചോദിച്ചു. "യുദ്ധത്തിന്റെ കല പഠിക്കാൻ നിങ്ങൾക്ക് താത്പര്യമുണ്ടോ?" "തീർച്ചയായും..." അതുതന്നെയായിരുന്നു ഞങ്ങളുടെ ആഗ്രഹം. ഒരാളും ഇല്ല എന്നു പറഞ്ഞില്ല. എല്ലാവരുടേയും സ്വപ്നമായിരുന്നു അത്. എവിടെ...? എങ്ങനെ? എന്നൊന്നും ഒരാളും ചോദിച്ചില്ല.

ആദ്യത്തെ നിർദ്ദേശം. "ഫസ്റ്റ് ലെഫ്റ്റനന്റ് മിട്രോപോഗിസ്കി, ഈ പെൺകുട്ടികളെ സ്കൂളിലേക്കു വിളിച്ചുകൊണ്ടുപോകൂ."

ഞങ്ങളുടെ സഞ്ചികളും തോളിലേറ്റി ഈരണ്ടുപേരായി പിന്നാലെ പിന്നാലെ ഞങ്ങൾ നടക്കാൻ തുടങ്ങി. മോസ്കോവിലെ തെരുവുകളിൽകൂടി ആ ഓഫീസർ ഞങ്ങളെ നയിച്ചു. എന്റെ പ്രിയപ്പെട്ട മോസ്കോ തലസ്ഥാന നഗരം.

യുദ്ധക്കെടുതികൾ നിറഞ്ഞ ആ കാലത്തുപോലും. എത്ര മനോഹരമായിരുന്നു എന്റെ മോസ്കോ. കാലുകൾ നീട്ടിവെച്ച് ഓഫീസർ വേഗം നടന്നു. ഒപ്പം നടക്കാൻ ഞങ്ങൾ നന്നേ ബുദ്ധിമുട്ടി. മുപ്പതു വർഷങ്ങൾ

കഴിഞ്ഞു. യുദ്ധത്തിൽ വിജയം വരിച്ചതിന്റെ 30-ാം വാർഷികം ആഘോഷിക്കുന്ന അവസരത്തിലാണ് സെർജി ഫിയോഡോറോവിച്ച് മിട്രോപോൾസ്കി ഞങ്ങളുടെ മുമ്പിൽ കുറ്റസമ്മതം നടത്തിയത്. അന്ന് മോസ്കോ മിലിട്ടറി എൻജിനീയറിങ്ങ് സ്കൂളിൽ ചേരാനുള്ള വിദ്യാർത്ഥിനികളായ ഞങ്ങളേയുംകൊണ്ട് നഗരവീഥികളിലൂടെ നടക്കാൻ തനിക്ക് വളരെയധികം ലജ്ജ തോന്നി എന്ന്. ഞങ്ങളിൽ നിന്നും കഴിയുന്നത്ര അകലം പാലിക്കാനായിരുന്നു തന്റെ ശ്രമമെന്ന് അദ്ദേഹം തുറന്നു പറഞ്ഞു. ജനശ്രദ്ധ ആകർഷിക്കാതിരിക്കാനായിരുന്നു അത്രയും അകലം പാലിച്ചിരുന്നത്. അതുണ്ടോ അന്ന് ഞങ്ങൾ മനസ്സിലാക്കുന്നു? യഥാർത്ഥത്തിൽ ഞങ്ങൾ അദ്ദേഹത്തിന്റെ പിറകെ ഓടുകയായിരുന്നു. ഒരു കൂട്ടം പെൺകുട്ടികളും അവരുടെ മുമ്പിലായി ഒരു സൈനികോദ്യോഗസ്ഥനും.. നല്ലൊരു കാഴ്ചതന്നെ!

പഠിത്തം തുടങ്ങി ആദ്യത്തെ ദിവസങ്ങളിൽത്തന്നെ, രണ്ടുതവണ എന്നെ അവർ കൂടുതൽ ചുമതല ഏല്പിച്ചു. ഒന്നാമത്തെ തവണ, സ്കൂൾ ഓഡിറ്റോറിയത്തിലെ തണുപ്പിന്റെ കാര്യത്തിൽ ഞാൻ പ്രതിഷേധം പ്രകടിപ്പിച്ചു. പിന്നെ രണ്ടാമതൊരു തവണ... തുടർന്ന് പലതവണ. തെരുവിലാണ് കാവൽ ചുമതലയെങ്കിൽ തീർച്ചയായും ആൺകുട്ടികൾ കണക്കിന് കളിയാക്കുകയും ചെയ്യും. "നമ്മുടെ സ്റ്റാഫ് ഓർഡർലി" എന്ന് വിളിച്ച് അവർ പരിഹസിച്ചിരുന്നു. അവർക്കത് വെറും നേരമ്പോക്കായിരുന്നു. പക്ഷേ, എനിക്കു നഷ്ടമായിക്കൊണ്ടിരുന്നത് പ്രധാനപ്പെട്ട ക്ലാസുകളായിരുന്നു. അത്ര ഉറക്കമൊഴിക്കേണ്ടിവന്നു. പകൽ മുഴുവൻ ശിപായിയുടെ സ്ഥാനത്ത് ആജ്ഞ അനുസരിക്കാൻ തയ്യാറായി കാത്തു നില്ക്കുക. അതിനുപുറമെ ഞങ്ങൾ താമസിക്കുന്ന ഇടങ്ങളിലെ തറകൾ തുടച്ചുമിനുക്കുക. ആ കാലത്ത് ഞങ്ങളെങ്ങനെയാണ് അത് ചെയ്തിരുന്നതെന്ന് പറഞ്ഞുതരാം. ഇപ്പോഴത്തെപോലെയല്ല. ഇന്ന് നമുക്ക് പലതരം ബ്രഷുകളും പോളിഷുകളുമുണ്ടല്ലോ. അന്ന്... വിളക്കുകളണച്ചു കഴിഞ്ഞാൽ കാലിൽ നിന്നും ബൂട്ടുകൾ ഊരിമാറ്റും. തറ തുടയ്ക്കാനുപയോഗിക്കുന്ന വസ്തുക്കളൊന്നും അതിൽ പറ്റിപ്പിടിക്കരുതല്ലോ. പഴയ ഓവർകോട്ടുകൾ വെട്ടിയുണ്ടാക്കിയ ഒരുമാതിരി ഷൂസുകളാണ് ഞങ്ങൾ അപ്പോൾ ധരിക്കുക. കണങ്കാലിനുചുറ്റും ചരടിട്ടു കെട്ടിവെക്കും. നാട്ടിൻപുറത്ത് കൃഷിക്കാർ ചെയ്യുന്നതുപോലെ. മണ്ണും ചാണകവും കൂട്ടിക്കുഴച്ച ഒരു മിശ്രിതം തറയിൽ വാരിവിതറും. സിന്തെറ്റിക് ബ്രഷല്ല, ശരിയായ രോമംകൊണ്ടുള്ള ബ്രഷ് ഉപയോഗിച്ച് അതവിടെയാകെ പരത്തും. ആ രോമങ്ങളും കട്ടയായി തറയിൽ പറ്റിപ്പിടിക്കണം. അതു കഴിഞ്ഞാൽ പാദങ്ങൾകൊണ്ടുള്ള പ്രയോഗമായി. ചവിട്ടിയും തേച്ചും തറ കണ്ണാടിപോലെ മിന്നണം. ഒരു നുണ പ്രകടനമെന്നു പറയാം. കാലിന്റെ അടി വിണ്ടുപൊട്ടും. മരവിക്കും. വിയർത്തു കുളിക്കും. നടുനിവർത്താനാവില്ല. മുഖത്തു നിന്നു വിയർപ്പൊഴുകി കണ്ണിലും കാതിലും നിറയും. രാവിലെയാകുമ്പോഴേക്കും അങ്ങേയറ്റം തളർന്നിരിക്കും. സഹപ്രവർത്തകരെ വിളിച്ചുണർത്താനുള്ള ശേഷിപോലുമുണ്ടാകില്ല. പകലും ഒരു

നിമിഷം ഇരിക്കാനാവില്ല. "ഓർഡർലി'യല്ലേ... അയാളുടെ സ്ഥാനത്ത് നില്ക്കുക തന്നെ വേണം.

ഒരിക്കൽ എനിക്കൊരു അബദ്ധം പറ്റി. തമാശയുള്ളൊരു കാര്യം. ബാരക്കുകൾ വൃത്തിയാക്കി കഴിഞ്ഞ് ഞാൻ ഓർഡർലിയുടെ സ്ഥാനത്ത് നില്ക്കുകയായിരുന്നു. വല്ലാതെ ഉറക്കം തൂങ്ങാൻ തുടങ്ങി. ഏതുനേരവും താഴേവീണുപോകുമെന്നായി. ഞാനൊരു തൂണിൽ ചാരി നിന്ന് നല്ല മയക്കത്തിലായി. പെട്ടെന്ന് ആരോ ബാരക്കിന്റെ വാതിൽ തുറക്കുന്ന ഒച്ച കേട്ടു. ഞാൻ ഞെട്ടിയുണർന്നു. ബറ്റാലിയൻ ഡ്യൂട്ടി ഓഫീസർ എന്റെ തൊട്ടുമുമ്പിൽ നിൽക്കുന്നു. ഞാൻ കൈയുയർത്തി സല്യൂട്ട് ചെയ്തു കൊണ്ട് പറഞ്ഞു, "സഖാവ്, ഫസ്റ്റ് ലഫ്റ്റനന്റ് കമ്പനി വിശ്രമിക്കുക യാണ്." അദ്ദേഹം എന്നെ തറച്ചുനോക്കി. ചിരിയടക്കാൻ ബദ്ധപ്പെടുക യാണെന്ന് എനിക്കു മനസ്സിലായി. അപ്പോഴാണ് എനിക്കു മനസ്സിലായത് ഞാൻ ഇടതുകൈകൊണ്ടാണ് അദ്ദേഹത്തെ സല്യൂട്ട് ചെയ്തതെന്ന്. സ്വതവേ സ്വാധീനം ഇടതുകൈയിനാണ്. പോരാത്തതിന് അപ്പോഴത്തെ തിടുക്കവും. ഉടനെത്തന്നെ ഞാൻ വലതുകൈ ഉയർത്തി... അപ്പോഴേക്കും സമയം തെറ്റിയിരുന്നു. വീണ്ടും എന്റെ വക ഒരബദ്ധം.

കാലം കുറച്ചു വേണ്ടിവന്നു ഇത് ഒരു മാതിരി കളിയല്ല എന്ന് ബോധ്യ മാവാൻ. ഇത് സാധാരണ സ്കൂളല്ല. മിലിട്ടറി അക്കാദമിയാണ്. ഇവിടെ നടക്കുന്നത് വലിയ യുദ്ധങ്ങൾക്കുള്ള മുന്നൊരുക്കങ്ങളാണ്. ഒരു കമാൻഡറുടെ ഉത്തരവ്, കീഴ്ജീവനക്കാരന് അലംഘനീയമായ നിയമ മാണ്.

അവസാനത്തെ പരീക്ഷയിലെ അവസാനത്തെ ചോദ്യം. ഇപ്പോഴും ഓർമ്മയുണ്ട്. 'ഒരു തുരങ്കപണിക്കാരന് ജീവിതത്തിൽ എത്രതവണ തെറ്റ് പറ്റും?"

"ഒരേയൊരു തവണ."

"തികച്ചും ശരി..."

അതോടെ പരിചയമുള്ള ആ ഉത്തരവ്. "സ്റ്റുഡന്റ് ബൈരാക് യു മേ ഗോ..." എനിക്ക് അവിടെനിന്നും പോകാനുള്ള അനുവാദം. പിന്നെ യുദ്ധം... ശരിയായ യുദ്ധം.

എന്നെ എന്റെ പ്ലാറ്റൂണിലേക്ക് കൊണ്ടുവന്നു. ഞാൻ ഉത്തരവു നല്കി. "പ്ലാറ്റൂൺ... അറ്റൻഷൻ." അവരാരും എഴുന്നേറ്റു നില്ക്കാൻപോലും തയ്യാ റായില്ല. ഒരാൾ ഇരിക്കുന്നു. ഒരാൾ കിടക്കുന്നു. ഇനിയൊരാൾ പുക വലിക്കുന്നു. വേറൊരാൾ എല്ലുപൊട്ടുംവിധം പിറകോട്ട് വളയുന്നു. എല്ലാ വരും എന്നെ കണ്ടില്ലെന്നു നടിക്കുകയാണ്. അവർക്ക് വലിയ നാണ ക്കേടു സംഭവിച്ചതുപോലെ. അനുഭവസമ്പന്നരായ സൈനികൻ. വെറു മൊരു ഇരുപതുകാരിയുടെ ഉത്തരവുകൾ അനുസരിക്കുകയോ? കാര്യം എനിക്കു മനസ്സിലായി. ഇനി എന്തു ചെയ്യാൻ! ഞാൻ പെട്ടെന്ന് രണ്ടാ മത്തെ ഉത്തരവു ന്ലകി. "ആസ് യു വേർ..." എല്ലാവരും ഏതുവിധത്തി ലായിരുന്നോ... അതേപടി തുടരാം.

ആ നിമിഷം... ഷെല്ലുകൾ വർഷിക്കാൻ തുടങ്ങി. ഞാൻ ഒരു കുന്നിലേക്കു ചാടി. പുത്തൻ മേൽക്കുപ്പായം, കേടുവരാതിരിക്കാൻ ഞാൻ ചെളിയിൽനിന്നും മാറി കട്ടപിടിച്ചുകിടക്കുന്ന മഞ്ഞിലിരുന്നു. വിവരമില്ലാത്ത ചെറുപ്പകാലത്ത് അങ്ങനെ പലതും നമ്മൾ ചെയ്യും. ജീവനേക്കാൾ വിലയേറിയതായിരുന്നു അന്ന് ആ പുത്തൻ ഓവർകോട്ട്. അത്രയ്ക്കും വിഡ്ഢിയായിരുന്നു. കൂടെയുണ്ടായിരുന്ന എന്റെ സൈനികർ എന്നെ നോക്കി പൊട്ടിച്ചിരിച്ചു.

ഇനി ഞങ്ങൾ ചെയ്തിരുന്ന "എൻജിനീയർ സ്കൗട്ടിങ്ങ്" എന്തായിരുന്നു എന്നു വിശദമാക്കാം. രണ്ടു പക്ഷക്കാർക്ക് അവകാശമില്ലാത്ത "നോ മാസഡ് ലാൻഡിൽ" ഭടന്മാർ രണ്ടു കുഴികൾ കുഴിക്കും. പുലർച്ചയ്ക്കു മുമ്പായി യൂണിറ്റ് കമാൻഡർമാരിൽ ഒരാളും ഞാനും ഓരോ കുഴികളിൽ ഇറങ്ങിയിരിക്കും. ഞങ്ങളുടെ പട്ടാളക്കാർ അത് ചപ്പും ചില്ലകളും കൊണ്ട് മൂടും. അതേ നിലയിൽ പകൽ മുഴുവൻ ഞങ്ങൾ അതിനുള്ളിൽ കഴിയും. തീരെ അനങ്ങാതെ. ഒരു മണിക്കൂർ കഴിയും മുമ്പുതന്നെ കാലും കൈയും തണുത്ത് മരവിക്കും. തുകൽകൊണ്ടുള്ള കോട്ടും ബൂട്ടും ഉണ്ടായിട്ടും കാര്യമില്ല. നാലു മണിക്കൂറിനുള്ളിൽ നിങ്ങൾ സ്വയം ഒരു മഞ്ഞുകട്ടയാകും. മഞ്ഞു പെയ്തുകൊണ്ടിരിക്കും. വൈകാതെ നിങ്ങളൊരു മഞ്ഞുമനുഷ്യനാകും. ഇത് തണുപ്പുകാലത്തെ കഥ. വേനൽക്കാലമാണെങ്കിൽ ചൂടും മഴയും സഹിച്ച് ആ കിടങ്ങിനുള്ളിൽ കഴിയണം. ചുറ്റും നടക്കുന്നതെല്ലാം അതീവശ്രദ്ധയോടെ നിരീക്ഷിച്ചുകൊണ്ടിരിക്കണം. ശത്രുവിന്റെ മുന്നണിയുടെ ഒരു മാപ്പ് തയ്യാറാക്കണം. ആ ഭാഗത്തെ ഭൂമിയുടെ കിടപ്പും പ്രത്യേകതകളും മനസ്സിലാക്കി കുറിച്ചുവെക്കണം. തറയിൽ ഉന്തിനില്ക്കുന്ന കൂനകൾ, കട്ടപിടിച്ച മണ്ണ്, ചെളിപുരണ്ട മഞ്ഞ്, ചവിട്ടിമെതിച്ച പുല്ല്, മഞ്ഞു വീണുകിടക്കുന്ന പുല്ല്. ഇതെല്ലാം ഞങ്ങളുടെ നോട്ടത്തിൽ പ്രത്യേകിച്ചും ലക്ഷ്യങ്ങളാണ്. അതിന്റെ അർത്ഥം ശത്രുപക്ഷത്തുള്ളവർ അവിടെ കുഴിബോംബുകൾ സ്ഥാപിച്ചിട്ടുണ്ട് എന്നാണ്. അവർ ഇലക്ട്രിക് കമ്പിവേലി ചുറ്റിക്കെട്ടിയിട്ടുണ്ട് എങ്കിൽ അതിന്റെ നീളവും വീതിയും കനവുമെല്ലാം ശ്രദ്ധിച്ചു മനസ്സിലാക്കണം. കുഴിബോംബുകൾ പലതരത്തിലുണ്ട്. അതിലേതാണ് അവിടെ അവർ സ്ഥാപിച്ചിരിക്കുന്നത്? ആന്റി ട്രൂപ്പ്, ആന്റി ടാങ്ക്, സർപ്രൈസ് മൈനുകൾ. ഇതിലേതെങ്കിലുമാവാം. ശത്രു എവിടെ നിന്നാണ് വെടിവെപ്പു തുടങ്ങാൻ സാധ്യത. അതും ഞങ്ങൾ കണ്ടറിയേണ്ട കാര്യംതന്നെ.

ഞങ്ങളുടെ സൈന്യം മുന്നോട്ടു പോകുമ്പോൾ രാത്രി മുഴുവൻ ഞങ്ങൾ പണിയെടുത്തിരുന്നു. ഓരോ ഇഞ്ച് മണ്ണും ഞങ്ങൾ സൂക്ഷ്മമായി തൊട്ടുനോക്കി. കുഴിബോംബുകൾ പരത്തി കുഴിച്ചിട്ടതിനിടയിൽ കൂടി ഞങ്ങൾക്കു കടന്നുപോകാനുള്ള സുരക്ഷിതമായ ഇടനാഴി നിർമ്മിച്ചു. ജോലികളെല്ലാം മുട്ടിലിഴഞ്ഞാണ് ചെയ്യുക. മണ്ണിൽ കമിഴ്ന്നു കിടന്ന്, ഒരു യൂണിറ്റിൽനിന്നും ഇനിയൊരു യൂണിറ്റിലേക്കു തുടർച്ചയായി. എപ്പോഴും "എന്റെ" ബോംബുകൾ തന്നെയായിരുന്നു കൂടുതൽ.

സംഭവങ്ങൾ... അനുഭവങ്ങൾ എത്ര വേണമെങ്കിലും നിരത്താം... ഒരു സിനിമയ്ക്കോ, ടി.വി. പരമ്പരയ്ക്കോ വേണ്ടത്ര.

ചില ഓഫീസർമാർ എന്നെ പ്രാതൽ കഴിക്കാൻ ക്ഷണിച്ചു. ഞാൻ ക്ഷണം സ്വീകരിച്ചു. ഞങ്ങൾ കുഴിബോംബുകാർക്ക് എപ്പോഴും ചൂടുള്ള ഭക്ഷണം കിട്ടാറില്ല. കിട്ടുന്നത് കഴിക്കുക എന്നതാണ് ഞങ്ങളുടെ പതിവ്. എല്ലാവരും അടുക്കളയിൽ മേശയ്ക്കു മുമ്പിൽ ഭക്ഷണം കഴിക്കാനിരുന്നു. അവിടെ അടഞ്ഞ വാതിലുമായി ഒരു റഷ്യൻ സ്റ്റൗ... ഞാനത് ശ്രദ്ധിച്ചു. ഞാൻ അടുത്തുചെന്ന് ആ വാതിൽ പരിശോധിക്കാൻ തുടങ്ങി. ഓഫീസർമാർ എന്നെ കളിയാക്കി... "നിങ്ങൾ സ്ത്രീകൾ... അടുക്കളയിലെ ചട്ടിയിലും കലത്തിലും വരെ ബോംബുകൾ ഉണ്ടാകുമെന്നാണ് വിചാരം." ഞാനും തമാശയായി എന്തോ തിരിച്ചു പറഞ്ഞു. അപ്പോഴാണെന്റെ ശ്രദ്ധയിൽപ്പെട്ടത്. ഇടത്തെ വാതിലിന്റെ കീഴറ്റത്തായി ഒരു ദ്വാരം. ഞാൻ ഒന്നും കൂടി സൂക്ഷിച്ചുനോക്കി. നേരിയ ഒരു കമ്പി സ്റ്റൗവിന്റെ ഉള്ളിലേക്ക് പോകുന്നതായി കണ്ടു. ഞാൻ ക്ഷണത്തിൽ മേശയ്ക്കു ചുറ്റും ഇരിക്കുന്നവരുടെ നേരെ തിരിഞ്ഞു. "ഈ വീട്ടിൽ ബോംബു വെച്ചിട്ടുണ്ട്. ഉടനെ എല്ലാവരും ഇവിടെനിന്നു പോകണം." ഓഫീസർമാർ അമ്പരന്നു നിന്നു വിശ്വാസം വരാതെ അവർ എന്നെത്തന്നെ നോക്കി... ആർക്കും എഴുന്നേറ്റു പോകണമെന്നുണ്ടായിരുന്നില്ല. ചൂടുള്ള ഭക്ഷണത്തിന്റെ രുചികരമായ മണം. പൊരിച്ച ഇറച്ചിയും. വറുത്ത ഉരുളക്കിഴങ്ങും. "വേഗമാവട്ടെ... ഉടനെത്തന്നെ." ഞാൻ തിടുക്കംകൂട്ടി. എന്റെ സഹപ്രവർത്തകരും ഞാനും ഞങ്ങളുടെ ജോലി തുടങ്ങി. ആദ്യം സ്റ്റൗവിന്റെ വാതിൽ ഊരിമാറ്റി. പിന്നെ കമ്പി, കത്രികകൊണ്ടു മുറിച്ചു... അപ്പോൾ അതിനുള്ളിൽ ഒരു ലിറ്റർ വലുപ്പമുള്ള ഏതാനും ഇനാമൽ മഗ്ഗുകൾ. പരസ്പരം ചരടുകൊണ്ട് കൂട്ടിക്കെട്ടി. ഒരു സൈനികന്റെ സ്വപ്നം. സാധാരണ കിട്ടുന്ന തകരപാത്രത്തേക്കാൾ എത്രയോ നല്ല മഗ്ഗാണ്. സ്റ്റൗവിന്റെ ഏറ്റവും അടിയിലായി കറുത്ത കടലാസുകൊണ്ട് പൊതിഞ്ഞ വലിയ രണ്ടു പൊതികൾ. നാല്പത് റാത്തലോളം വരുന്ന സ്ഫോടനവസ്തുക്കൾ.... ഞങ്ങൾക്കുള്ള ചട്ടിയും കലവും.

ഞങ്ങൾ ഉക്രെയ്ൻ കടന്ന് സ്റ്റാലിൻസ്ലാവാസ്ക്യയായിലെത്തി. ഇപ്പോൾ അത് ഇവാനോ ഫ്രാൻകോവ്സ്കി പ്രദേശത്താണ്. ഞങ്ങളുടെ സേനയ്ക്ക് പ്രത്യേകം ഒരു ദൗത്യം നിർവഹിക്കാനുണ്ടായിരുന്നു. ഒരു പഞ്ചസാര ഫാക്ടറിയിൽ സ്ഥാപിച്ചിട്ടുള്ള ബോംബ് നിർവീര്യമാക്കുന്നു, അടിയന്തരമായി. ഓരോ നിമിഷവും വിലപ്പെട്ടതാണ്. ഫാക്ടറിക്കുള്ളിൽ എവിടെ ഏതു വിധത്തിലാണ് ബോംബു വെച്ചിട്ടുള്ളതെന്ന് ഞങ്ങൾക്ക് രൂപമില്ലായിരുന്നു. അത് ഒരു ടൈംബോംബാണെങ്കിൽ ഏതു സമയത്തും ഒരു പൊട്ടിത്തെറി പ്രതീക്ഷിക്കാം. എന്തായാലും സമയം കളയാതെ അങ്ങോട്ട് മാർച്ച് ചെയ്തു. വെയിലുള്ള കാലം. കൈയിൽ കാര്യമായി ഭാരമൊന്നുമില്ല. അതിനിടയിൽ ആർട്ടിലെറിക്കാരുടെ വലിയൊരു നിര ഞങ്ങൾ കടന്നുപോയിക്കൊണ്ടിരിക്കേ പെട്ടെന്ന് ഒരു പട്ടാളക്കാരൻ

കിടങ്ങിനകത്തുനിന്നും ഓടിവന്ന് ഒച്ചവെച്ചു... "തലയ്ക്കു മുകളിൽ.... ഒരു ഷാസി. എന്തൊരു കാഴ്ച!" ഞാൻ തല ഉയർത്തി ആകാശത്തേക്കു നോക്കി. ഒരൊച്ചയോ അനക്കമോ ഇല്ല. അതെവിടെപ്പോയി? എന്റെ സഹ പ്രവർത്തകരിൽ ഒരാൾ അനുവാദം ചോദിച്ചു. അണി വിട്ടുപോയി നേരത്തെ ഒച്ചവെച്ച സൈനികന്റെ കവിളിൽ ആഞ്ഞടിച്ചു. എന്താണ് സംഭവിച്ചത് എന്ന് മനസ്സിലാക്കുന്നതിനു മുമ്പ് അയാൾ വിളിച്ചു പറഞ്ഞു. 'കൂട്ടരേ ഇവരെന്നെ തല്ലുന്നു." അപ്പോഴേക്കും ട്രെന്റിനകത്തുള്ളവരെല്ലാം ഓടിവന്നു. ഞങ്ങളുടെ സൈനികന്റെ ചുറ്റും കൂടി. എന്റെ കൂട്ടത്തിലുള്ളവർ കൂടുതലൊന്നും ആലോചിക്കാതെ കൈയിലുള്ളതെല്ലാം താഴെയിട്ട് കൂട്ടുകാരന്റെ രക്ഷയ്ക്കായി ഓടിച്ചെന്നു. പിന്നെ അവർ തമ്മിലായി പോര്. സംഭവിക്കുന്നതെന്താണെന്ന് എനിക്കു മനസ്സിലായില്ല. എന്റെ പ്ലാറ്റൂൺ എങ്ങനെയാണ് ഇങ്ങനെയൊരു തമ്മിൽതല്ലലിൽ ചെന്നുപെട്ടത്? ഓരോ മിനിറ്റും നിർണായകമാണെന്നിരിക്കേ... ഇവിടെ ഇങ്ങനെയൊരു സംഘട്ടനം.

ഞാൻ ക്ഷണത്തിൽ ഉത്തരവു നല്കി. "പ്ലാറ്റൂൺ ഫാൾ ഇൻ." അണി ചേരാനുള്ള നിർദ്ദേശം ആരും കേട്ടതായി ഭാവിച്ചില്ല. ഉടനെ ഞാൻ എന്റെ പിസ്റ്റൾ എടുത്ത് ആകാശത്തേക്കു വെടിവെച്ചു. ട്രെന്റിനകത്തുണ്ടായിരുന്ന ഏതാനും ഓഫീസർമാർ അപ്പോഴേക്കും രംഗത്തെത്തി. തമ്മിൽത്തമ്മിൽ അടിക്കുന്ന ആ പട്ടാളക്കാരെ ശാന്തരാക്കാൻ കുറച്ചു സമയമെടുത്തു. ഒരു ക്യാപ്റ്റൻ എന്റെ പ്ലാറ്റൂണിൽ വന്ന് അന്വേഷിച്ചു. "ഇവിടത്തെ മുതിർന്ന ഓഫീസർ ആരാണ്?"

ഞാനാണ് എന്നറിയിച്ചുകൊണ്ട് ഞാൻ അദ്ദേഹത്തെ സല്യൂട്ട് ചെയ്തു. അദ്ദേഹം അമ്പരപ്പോടെ കണ്ണ് തുറിച്ചു നിന്നു, എന്നെ കണ്ടതുകൊണ്ടാകാം.

"എന്താണിവിടെ സംഭവിച്ചത്?"

അതിന് ഉത്തരം പറയാൻ എനിക്കു സാധിച്ചില്ല. വാസ്തവത്തിൽ എന്താണ് സംഭവിച്ചതെന്ന് എനിക്കും രൂപമില്ലായിരുന്നു. അപ്പോഴേക്കും എന്റെ സബ്കമാൻഡർ മുന്നോട്ടുവന്നു. എല്ലാ കാര്യവും വിശദമായി. അങ്ങനെയാണ് ഞാൻ മനസ്സിലാക്കിയത്. "ഷാസി" എന്ന വാക്ക് അസഭ്യമാണെന്നും സ്ത്രീനിന്ദയാണെന്നും തേവിടിച്ചി എന്നു വിളിക്കുന്നതിനു തുല്യമാണെന്നും ഷാസിഡ് എന്നാൽ മോട്ടോർ വാഹനങ്ങളുടെ ചട്ടക്കൂട് എന്നു മാത്രമായിരുന്നു അതുവരെ എന്റെ ധാരണ. അത് മുന്തിയ ഒരു അശ്ലീലപദമാണെന്നത് പുതിയൊരറിവായിരുന്നു.

നമ്മൾ എല്ലാം തുറന്നു സംസാരിക്കുകയാണല്ലോ, ഒരു മറവും കൂടാതെ. എന്റെ പ്രണയത്തെക്കുറിച്ചോ ബാല്യകാലത്തെക്കുറിച്ചോ ഓർക്കാതിരിക്കാൻ യുദ്ധകാലത്ത് ഞാൻ ബോധപൂർവം ശ്രദ്ധിച്ചിരുന്നു. മരണത്തെക്കുറിച്ചുള്ള ചിന്തയും ഞാൻ ഒഴിവാക്കിയിരുന്നു. ജീവൻ നിലനിർത്താൻവേണ്ടി ഞാൻ സ്വയം പല വിലക്കുകളും ഏർപ്പെടുത്തിയിരുന്നു. പ്രത്യേകിച്ചും മനസ്സിനെ സ്നേഹാർദ്രമാക്കുന്ന ചിന്തകൾ ഞാൻ

എപ്പോഴും അകറ്റിനിർത്തി. ആ വക കാര്യങ്ങൾ ചിന്തയിലോ ഓർമ്മയിലോ വാക്കുകളിലോ കടന്നുവരാതെ ഞാൻ സൂക്ഷിച്ചു. ഞാനതോർക്കുന്നു... ആദ്യമായി ഏതാനും വൈകുന്നേരങ്ങൾ ഞങ്ങൾക്ക് ഒഴിവു കിട്ടിയ സന്ദർഭം. ശത്രുവിന്റെ കൈയിൽ നിന്നും ലോവ് എന്ന പട്ടണം ഞങ്ങൾ മോചിപ്പിച്ചെടുത്തിരുന്നു. ആ പട്ടണത്തിലെ സിനിമാശാലയിലിരുന്ന് ഞങ്ങളുടെ ബറ്റാലിയൻ മുഴുവനും ഒരു സിനിമ കണ്ടു... യുദ്ധത്തിനിടയ്ക്ക് ആദ്യമായി വീണുകിട്ടിയ ഒരവസരം. തുടക്കത്തിൽ വല്ലാത്തൊരു പന്തികേടു തോന്നി. കുഷ്യനിട്ട കസാലകളിൽ ചാരിയിരിക്കുക. നല്ല സുഖം... തിയറ്ററിനകത്തെ നിശ്ശബ്ദത... മോടിപിടിപ്പിച്ച പരിസരങ്ങൾ... എത്രയോ നാളുകളായി ഇതെല്ലാം തീർത്തും അപരിചിതമായിരുന്നുവല്ലോ!

സിനിമ തുടങ്ങുന്നതിന് മുമ്പ് അതീവഹൃദ്യമായ വാദ്യസംഗീതം കലാകാരന്മാരുടെ പ്രകടനം. മുൻവശത്തെ വിശാലമായ തളത്തിൽ നർത്തകർ മനോഹരമായി നൃത്തംവെച്ചു. ഞങ്ങളും അവരോടൊപ്പം ചുവടുവെച്ചു. പോൾകോയം ക്രാക്കോവിയാക്കും സ്പാനിഷ് നൃത്തവും അവസാനം... ഒഴിച്ചുകൂടാനാവാത്ത "റഷ്യനും" എന്നെ ഏറ്റവും കൂടുതൽ സ്പർശിച്ചത് അന്നത്തെ സംഗീതമായിരുന്നു. അധികം ദൂരെയല്ലാതെ എവിടെയോ വെടിവെപ്പു നടക്കുന്നുണ്ട്. താമസിയാതെ ഞങ്ങളും യുദ്ധമുന്നണിയിലെത്തിപ്പെടും എന്നു വിശ്വസിക്കാൻ വിഷമം തോന്നി... മരണം കൈയെത്തുംദൂരത്ത് പതുങ്ങി നിൽക്കുന്നുണ്ടെന്നു വിശ്വസിക്കാനായില്ല.

അടുത്ത ദിവസം തന്നെ ഞങ്ങൾക്ക് ഉത്തരവു ലഭിച്ചു. തീവണ്ടിപ്പാതയും ഗ്രാമത്തിനും ഇടയിലുള്ള സമനിരപ്പല്ലാത്ത ഒരു ഭൂവിഭാഗം. കുറെയധികം ട്രക്കുകളും മറ്റു വാഹനങ്ങളും ആ പ്രദേശത്തുവെച്ച് കുഴിബോംബുകൾ പൊട്ടിത്തെറിച്ച് ചിതറിപ്പോവുകയുണ്ടായി. അവിടെ ശേഷിക്കുന്ന ബോംബുകൾ കണ്ടെടുത്ത് ആ ഭാഗം സുരക്ഷിതമാക്കാനായിരുന്നു കല്പന. മണ്ണിനടിയിൽ കിടക്കുന്ന ബോംബുകൾ കണ്ടുപിടിക്കാനുള്ള സാധനസാമഗ്രികളുമായി സ്കൗട്ടുകൾ ഹൈവേയിൽ കൂടി യാത്രയായി. ഇടയ്ക്കിടെ തണുത്ത ചാറ്റൽമഴ. ഞങ്ങളാകെ നനഞ്ഞു കുതിർന്നു. എന്റെ ബൂട്ടുകൾ മഴയിൽ കുതിർന്നു കനം വെച്ചു. ഇരുമ്പു കണക്കെ. ഞാൻ ഓവർകോട്ടിന്റെ അറ്റങ്ങൾ ബെൽറ്റിനുള്ളിൽ തിരുകിവെച്ചു. നടക്കുമ്പോൾ കാലിൽത്തട്ടി തടസ്സം വരുത്തരുതല്ലോ. എന്റെ നേരെ മുമ്പിലായി എന്റെ നായ നെൽക്ക. അതിന്റെ ചങ്ങല എന്റെ കൈയിൽ. എവിടെയെങ്കിലും ഒരു ഷെല്ലോ മൈനോ കണ്ടെത്തിയാൽ അവൾ അവിടെ കുത്തിയിരിക്കും. അത് തീർത്തും നീക്കം ചെയ്യുന്നതുവരെ അവിടെ നിന്നു മാറുകയില്ല. എന്റെ ഏറ്റവും വിശ്വസ്തനായ സുഹൃത്ത്. അന്നും അവൾ ഒരിടത്ത് കുത്തിയിരുന്ന് ചെറുതായി മോങ്ങാൻ തുടങ്ങി. പൊടുന്നനെ ഞങ്ങളുടെ നിരയുടെ അങ്ങേത്തലയ്ക്കൽ നിന്നും ഒരുത്തരവ്. "ലെഫ്റ്റനന്റ് ജനറൽ." ഞാൻ ചുറ്റും നോക്കി. നാട്ടുവഴിയുടെ ഓരം ചേർന്ന് ഒരു ജീപ്പ്.

ക്ഷണത്തിൽ ഞാൻ ഒരു കുണ്ട് ചാടിക്കടന്നു. തൊപ്പി നേരെ വെച്ചു. ബെൽറ്റിനുള്ളിൽ തിരുകിയ ഓവർകോട്ട് പുറത്തേക്ക് നിവർത്തിയിട്ടു. ബെൽറ്റും വേണ്ടവിധത്തിലിട്ടു... എന്നിട്ടും ഞാൻ "ഒരു മാതിരി" ആയിരുന്നു.

ഞാൻ തിടുക്കത്തിൽ വണ്ടിയുടെ അരികത്തേക്കോടിച്ചെന്നു. വാതിൽ തുറന്നു, വിവരങ്ങളറിയിക്കാൻ തുടങ്ങി. "സഖാവ് ജനറൽ. അങ്ങയുടെ ഉത്തരവു പ്രകാരം.."

പറഞ്ഞുവന്നത് മുഴുവനാക്കും മുമ്പ് വേറൊരു കമാൻഡ്...

"എല്ലാവരും പഴയപടി."

ഉടനെ ഞാൻ "ജാഗ്രത"യിൽ നിന്നു. ജനറൽ എന്റെ നേരെ തിരിയുകപോലും ചെയ്തില്ല. കാറിന്റെ മുൻവശത്തെ ചില്ലിലൂടെ റോഡിലേക്കാണ് അദ്ദേഹം നോക്കിയിരുന്നത്. എന്തോ പരിഭ്രമം.. ഇടയ്ക്കിടയ്ക്ക് കൈയിലെ വാച്ചിലേക്കു നോക്കുന്നു. ഞാനും അവിടെത്തന്നെ നിന്നു. അദ്ദേഹം കൂടെ വന്ന ശിപായിയോടു ചോദിച്ചു, "എവിടെയാണ് സാപ്പർ കമാൻഡർ?

വീണ്ടും ഞാൻ കാര്യം ധരിപ്പിക്കാൻ ശ്രമിച്ചു. "സഖാവ് ജനറൽ." ഒടുവിൽ അദ്ദേഹം അക്ഷമയോടെ എന്നെ നോക്കി... "നാശമായല്ലോ. നിങ്ങളെക്കൊണ്ട് എനിക്കെന്തു കാര്യം?"

സംഗതിയെന്താണെന്ന് എനിക്കു മനസ്സിലായി. പൊട്ടിച്ചിരിക്കാതിരിക്കാൻ ഏറെ പാടുപെടേണ്ടിവന്നു. അപ്പോഴേക്കും ശിപായി ജനറലിന്റെ കാതിൽ പതുക്കെ പറഞ്ഞു, "സഖാവ് ജനറൽ. ഒരുപക്ഷേ ഇവരായിരിക്കും സാപ്പർ (തുരങ്കംവെക്കുന്ന) യൂണിറ്റിന്റെ കമാൻഡർ.

ജനറൽ വീണ്ടും എന്റെ നേരെ തറപ്പിച്ചു നോക്കി. "നിങ്ങളാരാണ്?"

"ഞാൻ സാപ്പർ യൂണിറ്റിന്റെ കമാൻഡറാണ്, സഖാവ് ജനറൽ."

"നിങ്ങളോ പ്ലാറ്റൂൺ കമാൻഡർ?" തികഞ്ഞ പുച്ഛമായിരുന്നു ആ വാക്കുകളിൽ.

"അതെ... സഖാവ് ജനറൽ."

"നിങ്ങളുടെ കൂട്ടരാണോ അവിടെ പണിയെടുത്തുകൊണ്ടിരിക്കുന്നത്?"

"അതെ... സഖാവ്, ജനറൽ."

"ഈ ജനറൽ പറച്ചിൽ ഒന്നു നിർത്തണം.''

അദ്ദേഹം കാറിൽ നിന്നും പുറത്തിറങ്ങി ഏതാനും അടി മുന്നോട്ടു വെച്ചു. വീണ്ടും എന്റെ അരികത്തേക്കു തിരിച്ചുവന്നു. നേരെ മുന്നിൽ നിന്ന് എന്നെ അടിമുടി കണ്ണുകൾകൊണ്ട് അളന്നു. തിരിഞ്ഞ് ശിപായിയോടായി പറഞ്ഞു, "അത് കണ്ടില്ലേ?"

'ലെഫ്റ്റനന്റ്, നിങ്ങൾക്ക് വയസ്സെത്രയായി?" ചോദ്യം എന്നോടായിരുന്നു.

"ഇരുപത്, സഖാവ് ജനറൽ."

"എവിടെ നിന്നാണ്?'

"സൈബീരിയയിൽ നിന്ന്."

വീണ്ടും കുറെ നേരം അദ്ദേഹം എന്നെ ചോദ്യം ചെയ്തു. എന്നെ ഒരു ടാങ്ക് യൂണിറ്റിലേക്ക് മാറ്റി സഹായിക്കാമെന്നു ഉറപ്പുതന്നു. എന്റെ മുഷിഞ്ഞ വേഷം കണ്ട് അദ്ദേഹത്തിന് വലിയ വിഷമമായി. ഇത് തുടരേണ്ടതില്ല എന്നായിരുന്നു അദ്ദേഹത്തിന്റെ അഭിപ്രായം. അതേസമയം അദ്ദേഹത്തിന് സാപ്പർമാരുടെ സഹായം അടിയന്തരമായി ആവശ്യവുമായിരുന്നു. എന്നെ അരികിലേക്കു മാറ്റിനിർത്തി അപ്പുറത്തെ കാട്ടിലേക്ക് അദ്ദേഹം വിരൽചൂണ്ടി.

"എന്റെ കുറെ കൊച്ചു മരപ്പെട്ടികൾ അവിടെയുണ്ട്. റെയിൽവേ വഴി അയയ്ക്കാമെന്നു വിചാരിച്ചു. പക്ഷേ എല്ലാം പൊളിച്ചിട്ടിരിക്കുന്നു. റോഡിൽ കൂടെ പോകാമെന്നു വെച്ചാൽ എല്ലായിടത്തും മൈനുകളായിരിക്കും. അതുകൊണ്ട് ആദ്യം റോഡുകളിൽ നിന്നും മൈനുകൾ നീക്കം ചെയ്ത് വഴി സുരക്ഷിതമാക്കി എന്റെ ടാങ്ക് ഡ്രൈവർമാരെ സഹായിക്കണം. മുന്നണിയിലെത്താൻ ഈ വഴിയായാൽ കൂടുതൽ എളുപ്പമാണ്; സൗകര്യവും മിന്നലാക്രമണം എന്നാലെന്താണെന്ന് അറിയാമോ?"

"അറിയാം, സഖാവ് ജനറൽ."

"എന്നാൽ... യാത്രയില്ല. ലെഫ്റ്റനന്റ്..." അദ്ദേഹം എന്നോട് ഗുഡ്ബൈ പറഞ്ഞു. വിജയം കൈവരിക്കുന്നതുവരെ നിശ്ചയമായും ജീവിച്ചിരിക്കണം. ഇനി അധികം താമസമില്ല. മനസ്സിലായോ?"

ഞങ്ങൾ തീവണ്ടിപ്പാത പരിശോധിച്ചു. ആ വഴി നിറയെ മൈനുകളായിരുന്നു. എല്ലാവരും ആഗ്രഹിച്ചു... വിജയ ദിവസം വരെ ജീവിച്ചിരിക്കണമെന്ന്.

1944 ഒക്ടോബറിൽ ഞങ്ങൾ ചെക്കോസ്ലോവാക്കിയുടെ അതിർത്തി കടന്നുചെന്നു. നമ്പർ 210 എന്ന ഡിറ്റാച്ച്മെന്റിന്റെ ഭാഗമായിരുന്നു ഞങ്ങളുടെ യൂണിറ്റ്. ബോംബുകൾ കണ്ടുപിടിച്ചു നീക്കം ചെയ്യലായിരുന്നു ഞങ്ങളുടെ ചുമതല. നാലാം ഉക്രേനിയൻ വിഭാഗത്തിലെ യൂണിറ്റുകളും ഞങ്ങളോടൊപ്പമുണ്ടായിരുന്നു. എല്ലായിടത്തും നാട്ടുകാർ ഞങ്ങളെ ആവേശത്തോടെ സ്വാഗതം ചെയ്തു. അവർ ഞങ്ങൾക്കായി പൂക്കളും പഴങ്ങളും സിഗരറ്റ് പാക്കറ്റുകളും എറിഞ്ഞുതന്നു. നടപ്പാതകളിൽ ഞങ്ങൾക്കായി പരവതാനികൾ വിരിച്ചു. പുരുഷന്മാരുടെ ഒരു പ്ലാറ്റൂണിന്റെ കമാൻഡർ ഒരു സ്ത്രീയായിരിക്കുക. അതിനു പുറമെ അവർ ഒരു തുരങ്ക നിർമ്മാണ വിദഗ്ധ കൂടി ആയിരിക്കുക... അത് അവർക്ക് അതിശയകരമായ ഒരു വാർത്തയായിരുന്നു. ഞാൻ ആൺകുട്ടികളെപോലെയാണ് മുടി വെട്ടിയിരുന്നത്. കാലുറയും പട്ടാളജാക്കറ്റുമാണ് ധരിച്ചിരുന്നത്. ചില "ആൺശീല"ങ്ങളും ഞാൻ പതിവാക്കിയിരുന്നു. ഒരു പതിനെട്ടുകാരന്റെ

മട്ടും മാതിരിയുമായിരുന്നു ചുരുക്കത്തിൽ എനിക്ക്. ചിലപ്പോൾ ഗ്രാമവീഥികളിലൂടെ ഞാൻ കുതിരസവാരി ചെയ്തു. കണ്ടാൽ ആണോ പെണ്ണോ എന്ന് തിരിച്ചറിയാൻ വിഷമമായിരുന്നു. എന്നാലും സ്ത്രീകൾക്ക് പ്രത്യേകിച്ചൊരു മിടുക്കുണ്ടായിരുന്നു. അവർ എന്നെ സൂക്ഷിച്ചുനോക്കി കാര്യം മനസ്സിലാക്കുമായിരുന്നു. സ്ത്രീകളുടെ തനതായ ഉൾക്കാഴ്ച. ഒരേസമയം അതിശയകരവും ചിരിപ്പിക്കാൻ പോന്നതുമായിരുന്നു.

ഗ്രാമങ്ങളിൽ ഏതെങ്കിലും വീട്ടിലാണ് ഞാൻ തത്കാലം താമസിക്കാറുള്ളത്. ഉടമസ്ഥന്മാരോട് പറഞ്ഞിരിക്കും ഒരു മിലിട്ടറി ഓഫീസറാണ് താമസിക്കാൻ വരുന്നതെന്ന്. എന്നെ കാണുമ്പോൾ അവർ സ്തംഭിച്ചു നില്ക്കുന്നത് സ്ഥിരം കാഴ്ചയായിരുന്നു. സൈനിക ഓഫീസർ ഒരു സ്ത്രീയായിരിക്കുമെന്ന് അവർ വിചാരിക്കാറേയില്ല. മിണ്ടാട്ടം മുട്ടിയ ആ നില്പു കാണുക ഒരു രസമായിരുന്നു. അത് ഞാൻ നന്നായി ആസ്വദിച്ചിരുന്നു. അല്ലെങ്കിലും അങ്ങനെ ആളുകളെ അമ്പരപ്പിക്കുക എനിക്കൊരു വിനോദമായിരുന്നു. പോളണ്ടിലും ഇതുതന്നെയായിരുന്നു അനുഭവം. ചെറിയൊരു ഗ്രാമത്തിൽ വെച്ച് പ്രായമായ ഒരു സ്ത്രീ എന്റെ തലയിൽ കൈകൊണ്ട് തലോടി. എനിക്കു കാര്യം മനസ്സിലായി. ഞാൻ ചോദിച്ചു. പോളിഷ് ഭാഷയിൽ "അമ്മൂമ്മ എന്റെ തലയിൽ കൊമ്പുണ്ടോ എന്നു നോക്കുകയാണോ?" അവർ ഒരു ചമ്മലോടെ ചിരിച്ചു. വാസ്തവത്തിൽ അവർ എന്നോടു വാത്സല്യം കാട്ടിയതായിരുന്നു..." ഈ പയ്യന് ഇത്ര ചെറുപ്പത്തിൽത്തന്നെ ഇങ്ങനെ കഷ്ടപ്പെടേണ്ടിവന്നല്ലോ!" അതായിരുന്നു അവരുടെ സങ്കടം.

ഓരോ കാൽവെപ്പിലും മൈനുകളുണ്ടായിരുന്നു. ഒന്നല്ല... കുറെ അധികം. ഒരിക്കൽ ഞങ്ങൾ ഒരു വീട്ടിലേക്കു ചെന്നു. അവിടെ ഒരലമാരയുടെ അരികിലായി ഒരു ജോടി തുകൽ ബൂട്ടുകൾ വെച്ചിരിക്കുന്നത് കൂട്ടത്തിലൊരാളുടെ കണ്ണിൽപ്പെട്ടു. അയാൾ അതെടുക്കാനായി കൈയും നീട്ടി ചെന്നു. "തൊട്ടുപോകരുത്." ഞാൻ പിറകിൽനിന്നും ഒച്ചയിട്ടു. അടുത്തുചെന്നു പരിശോധിച്ചപ്പോൾ... അതിനകത്ത് സ്ഫോടകദ്രവ്യങ്ങൾ! കസേരകളിലും ഷെൽഫുകളിലും മേശകളിലും മൈനുകൾ. പാവക്കുട്ടികളേയും അവർ ഒഴിവാക്കിയില്ല. തക്കാളിയും കാബേജും ഉരുളക്കിഴങ്ങും നിരത്തിവെച്ചിരുന്നു. അതിൽനിന്നും ബോംബുകളെടുത്തു മാറ്റാൻ കൃഷിക്കാർ അപേക്ഷിക്കുമായിരുന്നു. ഗോതമ്പട തിന്നാനുള്ള മോഹം. ഞങ്ങളുടെ സൈനികർ ആദ്യം വയലിലിറങ്ങി ബോംബുകൾ നിർവീര്യമാക്കി. മെതിക്കാനുള്ള സാമഗ്രികളിലും അവർ ബോംബുകൾ ഒളിപ്പിച്ചുവെച്ചിരുന്നു.

അങ്ങനെ ഞങ്ങൾ കടന്നുപോയി... ചെക്കോസ്ലാവാക്യ, പോളണ്ട്, ഹങ്കറി, റൊമേനിയ, ജർമ്മനി... ആ അനുഭവങ്ങളിൽ ചിലത് മാത്രമേ ഓർമ്മയിൽ പതിഞ്ഞുകിടക്കുന്നുള്ളൂ. അധികവും ഓർമ്മയിലുള്ളത് ഭൂപ്രദേശങ്ങളാണ്. ഞങ്ങൾ പണിയെടുത്തിരുന്നതു മുഴുവനും മണ്ണിലായിരുന്നല്ലോ! പാറക്കെട്ടുകൾ. ഉയരത്തിൽ വളരുന്ന പുല്ലുകൾ. വല്ലാത്ത

ഉയരം... അത് യഥാർത്ഥത്തിൽ ഉള്ളതായിരുന്നുവോ, അതോ ബുദ്ധി മുട്ടി അവ വകഞ്ഞു മുന്നോട്ട് പ്രയാസപ്പെട്ട് അടിവെച്ചുപോകുമ്പോഴു ണ്ടായ തോന്നലോ? ഓരോ അടിയിലും "മൈൻ ഡിറ്റക്ടർ" പ്രയോഗിച്ചു കൊണ്ടുള്ള നടത്തം. കുറ്റിക്കാടുകൾ പോലെ മുറ്റിവളർന്നു നില്ക്കുന്ന പുല്ല്. ഇടയ്ക്കിടയ്ക്ക് അരുവികളും മലയിടുക്കുകളും. ഇടതൂർന്ന കാടു കൾ. അറ്റമില്ലാതെ കെട്ടിയുണ്ടാക്കിയ കമ്പിവേലികൾ. ബോംബുകൾ മറന്നു കിടക്കുന്ന പാടങ്ങൾ കാടുപിടിച്ച് കടക്കാനാവാതെ. പൂപ്പാട ങ്ങളിൽ നിറയെ കളകൾ. ജർമൻകാർക്ക് പൂപ്പാടങ്ങളിൽ വലിയ താത് ര്യമാണ്. അതിനിടയിലൊക്കെ ബോംബുകൾ കുഴിച്ചിട്ടിരിക്കുന്നു. ഏതാനും വർഷം മുമ്പ് ഈ പാടങ്ങളിൽനിന്നും കൃഷിക്കാർ ഉരുളക്കിഴ ങ്ങാണ് കുഴിച്ചെടുത്തിരുന്നത്. ഇപ്പോൾ ഞങ്ങൾ... ബോംബുകൾ കുഴി ച്ചെടുക്കുന്നു.

റുമേനിയയിലെ സേഴ്സ് എന്ന പട്ടണം. നന്നായി റഷ്യൻ ഭാഷ സംസാരിക്കുന്ന ഒരു യുവതിയോടൊപ്പമായിരുന്നു എന്റെ താമസം. അവ രുടെ മുത്തശ്ശി റഷ്യക്കാരിയായിരുന്നുവത്രെ. ആ യുവതിക്ക് മൂന്നു മക്കളുണ്ടായിരുന്നു. അവരുടെ ഭർത്താവ് യുദ്ധത്തിൽ കൊല്ലപ്പെട്ടിരുന്നു. റുമേനിയൻ സന്നദ്ധസേനാസംഘത്തിലായിരുന്നു അദ്ദേഹം. നേര മ്പോക്കും. ചിരിയുമൊക്കെ ഇഷ്ടപ്പെടുന്ന വീട്ടുകാരി. ഒരിക്കൽ തന്റെ കൂടെ ഡാൻസിനു ചെല്ലാൻ അവരെന്നെ ക്ഷണിച്ചു. ധരിക്കാനുള്ള വസ്ത്രങ്ങൾ തരാനും അവർ തയ്യാറായിരുന്നു. എനിക്ക് മോഹവും തോന്നി. ഞാൻ പട്ടാളക്കാരുടെ കാലുറകളും ഷർട്ടും തുകൽബൂട്ടുകളും തന്നെ ധരിച്ചു. അതിനു മീതെ റുമേനിയൻ ദേശീയ വസ്ത്രങ്ങളു മണിഞ്ഞു. എംബ്രോയ്ഡറി ചെയ്ത ഇറക്കമുള്ള ലിനൻ ബ്ലൗസ്. അതിനു താഴെ കള്ളികളോടുകൂടിയ ഇറുക്കമുള്ള സ്കർട്ട്. അരയിൽ കറുത്ത ബെൽട്ട്. തലയിൽ, ഞൊറികൾ തൂങ്ങിക്കിടക്കുന്ന നിറപ്പകിട്ടുള്ള ഷാൾ. ഒരു കാര്യം പറയാതെ വയ്യ. വേനൽക്കാലം മുഴുവൻ പറമ്പു കളിലും പാടങ്ങളിലും ബോംബുകൾ തേടി നടന്ന് എന്റെ തൊലിയാകെ ഇരുണ്ട നിറമായിരുന്നു. നെറ്റിക്കിരുവശത്തുമായി മഞ്ഞ ചുരുൾമുടികൾ തൂങ്ങിക്കിടന്നിരുന്നു. മൂക്കിന്മേലുള്ള തൊലി അടർന്നുപോയിരുന്നു. കണ്ടാൽ ഏതാണ്ടൊരു റുമേനിയൻ പെൺകിടാവെന്നേ തോന്നൂ.

അവിടെ പ്രത്യേകിച്ചൊരു "ക്ലബ്ബൊന്നും ഉണ്ടായിരുന്നില്ല. ചെറുപ്പ ക്കാരെല്ലാവരും ആരുടെയോ വീട്ടിൽ ഒത്തുചേരുന്നുവെന്നു മാത്രം. ഞങ്ങൾ ചെല്ലുമ്പോഴേക്കും പാട്ടും നൃത്തവും തുടങ്ങിക്കഴിഞ്ഞിരുന്നു. എന്റെ ബറ്റാലിയനിലെ ഓഫീസർമാർ ഏറെയും അവിടെ ഉണ്ടായിരുന്നു. അവർ എന്നെ തിരിച്ചറിഞ്ഞാലോ എല്ലാവരുടേയും മുന്നിൽവെച്ച് ഞാൻ ആരെന്നു വെളിപ്പെടുത്തിയാലോ എന്നൊക്കെ എനിക്കാശങ്ക തോന്നി. ആരുടേയും ശ്രദ്ധയിൽപ്പെടാതെ ഞാനൊരു കോണിൽ ഒതുങ്ങിയിരുന്നു. അകലെയിരുന്നാണെങ്കിലും അവിടെ നടക്കുന്നതെല്ലാം ഞാൻ കാണു ന്നുണ്ടായിരുന്നു. കുറച്ചു കഴിഞ്ഞപ്പോൾ ഞങ്ങളുടെതന്നെ ഒരു

ഓഫീസർ അരികത്തുവന്ന് എന്നെ ഡാൻസിനു ക്ഷണിച്ചു. അദ്ദേഹം എന്നെ തിരിച്ചറിഞ്ഞിരുന്നില്ല. ചുണ്ടും പുരികവുമൊക്കെ ചായം തേച്ച് ഞാൻ മോടിപിടിപ്പിച്ചിരുന്നു. പലതവണ വിളിച്ചതിനുശേഷമാണ് ഞാൻ നൃത്തം ചെയ്യാൻ തുടങ്ങിയത്. ക്രമേണ ഞാനത് ആസ്വദിക്കാൻ തുടങ്ങി. പാട്ടും ചിരിയും... പലരും എന്റെ സൗന്ദര്യത്തെ പ്രശംസിച്ചു. എന്റെ നൃത്തപാടവത്തെ അഭിനന്ദിച്ചു. വളരെ സന്തോഷം തോന്നി. ഞാൻ നൃത്തം ചെയ്തുകൊണ്ടേയിരുന്നു.

യുദ്ധം അവസാനിച്ചിട്ടും ഒരു കൊല്ലം മുഴുവൻ ഞങ്ങൾ അതേ ജോലി തന്നെ തുടർന്നു. ബോംബുകൾ കണ്ടെത്തി നിർവീര്യമാക്കുക. ആ പ്രദേശത്തെ സുരക്ഷിതമാക്കുക. പാടങ്ങളിലും തടാകങ്ങളിലും നദികളിലും ഞങ്ങൾ ഇതുതന്നെ ചെയ്തുകൊണ്ടിരുന്നു. യുദ്ധകാലത്ത് എല്ലാ സാധനങ്ങളും ആളുകൾ വെള്ളത്തിലേക്ക് വലിച്ചെറിയുക പതിവായിരുന്നു. അന്ന് എല്ലാ സ്ഥലങ്ങളും ബോംബ് വിമുക്തമാക്കുക എന്നതുമാത്രമായിരുന്നു ഞങ്ങളുടെ ലക്ഷ്യം. എന്നാൽ ഇപ്പോൾ മറ്റു പല ചിന്തകളും ഞങ്ങളുടെ മനസ്സിൽ കടന്നുകയറാൻ തുടങ്ങിയിരുന്നു. ഞങ്ങളുടെ മുമ്പിൽ ഞങ്ങളുടെ ജീവിതമുണ്ടായിരുന്നു. യുദ്ധം അവസാനിച്ചിട്ടും പല വർഷങ്ങൾ കഴിഞ്ഞാണ് ഒരു സാപ്പറുടെ യുദ്ധം അവസാനിച്ചത്. മറ്റാരേക്കാളും നീണ്ടതായിരുന്നു അവരുടെ യുദ്ധം. യുദ്ധത്തിൽ വിജയം നേടിയതിനുശേഷവും ഒരു പൊട്ടിത്തെറിയിൽ ജീവിതം അവസാനിക്കാനുള്ള സാധ്യത. ആ നിമിഷത്തിനായുള്ള കാത്തിരിപ്പ്... വയ്യ. വിജയത്തിനു ശേഷമുള്ള മരണം... അതാണേറ്റവും ഭയാനകം... ഒരു ഇരട്ട മരണം...

1946-ൽ ഒരു നവവത്സര സമ്മാനമായി അവർ എനിക്ക് പത്തുവാര സാറ്റിൻ തന്നു. ഞാൻ ഉറക്കെ ചിരിച്ചു. "ഇതുകൊണ്ട് ഞാനെന്തു ചെയ്യാൻ! സൈന്യത്തിൽനിന്നും പിരിഞ്ഞുപോന്നാൽ ഒരു ഉടുപ്പു തുന്നാം... എന്റെ വിജയവസ്ത്രം!"

ഞാൻ ഭാവി വായിച്ചു പറയുകയായിരുന്നുവോ. വൈകാതെ എനിക്കാ ഉത്തരവു ലഭിച്ചു. എനിക്ക് സൈന്യത്തിൽ നിന്നും പിരിഞ്ഞുപോകാം. പതിവു ചടങ്ങനുസരിച്ച് എന്റെ ബറ്റാലിയൻ എനിക്കൊരു യാത്രയയപ്പു സൽക്കാരം നല്കി. അവിടെവെച്ച് ഓഫീസർമാർ എല്ലാവരും ചേർന്ന് ഒരു പ്രത്യേകം സമ്മാനം നല്കുകയുണ്ടായി. ഇരുണ്ട നീലനിറത്തിൽ കമ്പിളിനൂലിൽ തുന്നിയെടുത്ത ഒന്നാന്തരം ഒരു ഷാൾ. എന്നാൽ ആ ഷാൾ ഏറ്റുവാങ്ങുന്നതിനു മുമ്പ് അതിനെക്കുറിച്ച് എനിക്കൊരു പാട്ട് പാടേണ്ടിവന്നു... ആ രാത്രി മുഴുവൻ ഞാൻ അവർക്കുവേണ്ടി പാടി... ഒന്നല്ലാ പല പാട്ടുകൾ.

മടക്കയാത്രയിൽ തീവണ്ടിയിൽ വെച്ച് എനിക്ക് കടുത്ത പനിയുണ്ടായി. മുഖമാകെ വിങ്ങി വീർത്തു. വായതുറക്കാൻ പറ്റാതായി. പിന്നീടാണ് മനസ്സിലായത്. എന്റെ 'വിസ്ഡം ടൂത്ത്' പുറത്തുവരികയായിരുന്നു. എനിക്ക് പ്രായപൂർത്തിയായി എന്നതിന്റെ അടയാളം. ശരിയാണ്... ഞാൻ യുദ്ധം കഴിഞ്ഞ് വീട്ടിലേക്കു മടങ്ങുകയായിരുന്നു.

"അയാളെ ഒരിക്കലൊന്നു കാണുവാനായി...'

ഇനി പറയാനുള്ളത് സ്നേഹത്തിന്റെ കഥയാണ്...

യുദ്ധകാലത്തുണ്ടാകുന്ന ഏറ്റവും വ്യക്തിഗതമായ അനുഭവം സ്നേഹത്തിന്റേതാണ്. ബാക്കിയുള്ളതെല്ലാം പൊതുവായുള്ളതാണ്. മരണംപോലും.

അത് തീരെ അപ്രതീക്ഷിതമായിരുന്നു. മരണത്തെക്കുറിച്ചാണ് അവർ കൂടുതൽ തുറന്നു സംസാരിച്ചത്. പ്രണയത്തിന്റെ കാര്യത്തിൽ അവർ അത്രതന്നെ മനസ്സു തുറന്നിരുന്നില്ല. എന്തോ ഒരു സങ്കോചം. അവർ അവരെത്തന്നെ കാത്തുസൂക്ഷിക്കുകയാണെന്ന ഭാവം. ഒരു പ്രത്യേക സന്ദർഭത്തിൽ അവർ അറിയാതെ നിന്നുപോകുന്നു. വളരെ കരുതലോടെ കാത്തുരക്ഷിക്കുന്നു. പ്രകടമാക്കാത്ത ഒരു വ്യവസ്ഥ അവർ പരസ്പരം പാലിക്കുന്നതുപോലെ. ഇത്രത്തോളം മതി... കൂടുതൽ വേണ്ട എന്ന മട്ട്. തിരശ്ശീല വീണുകഴിഞ്ഞു. അവർ എന്തിനാണ് തന്നെത്തന്നെ കാത്തുസൂക്ഷിക്കുന്നതെന്ന് എനിക്കു മനസ്സിലായി. യുദ്ധത്തിനുശേഷം അവർ നേരിട്ട നിന്ദയും അവഹേളനവും. അതിനൊട്ടും കുറവുണ്ടായിരുന്നില്ല. ധാരാളമായിരുന്നു. യുദ്ധത്തിനുശേഷം വേറൊരു യുദ്ധം അവർക്ക് നേരിടേണ്ടി വന്നു. മടങ്ങിവന്ന ആ യുദ്ധത്തോളം ഭയാനകമായിരുന്നു രണ്ടാമത് നേരിടേണ്ടിവന്നതും. ആരെങ്കിലുമൊരാൾ തന്റെ വിവരങ്ങളുടെ കാര്യത്തിൽ പൂർണമായ ആത്മാർത്ഥത കാണിച്ചാൽ തന്നേയും അവസാന വാചകം ഒരു അഭ്യർത്ഥനയായിരിക്കും. "എന്റെ കുടുംബപ്പേരു മാറ്റണം." അല്ലെങ്കിൽ "അന്ന്, ഞങ്ങളുടെ കാലത്ത് എല്ലാം വെട്ടിത്തുറന്നു പറയുക മാന്യമായി കരുതപ്പെട്ടിരുന്നില്ല... അത് നിലവാരമില്ലാത്ത നടപടിയായിരുന്നു." പ്രണയത്തെപറ്റിയും വിരഹത്തെപറ്റിയുമൊക്കെ എത്ര തവണ ഞാൻ അങ്ങനെ കേട്ടിരിക്കുന്നു.

ശരിയാണ്. ജീവിതമെന്നാൽ പൂർണമായും അതല്ല. പൂർണമായും സത്യവും അതല്ല. എന്നാലും അത് അവരുടെ നേരാണ്. യുദ്ധകാല തലമുറയിലെ ഒരെഴുത്തുകാരൻ വളരെ ആത്മാർത്ഥതയോടെ തുറന്നു പറഞ്ഞിട്ടുള്ളതുപോലെ... "യുദ്ധം... ഞങ്ങൾ ശപിക്കുകയാണ്, ഞങ്ങളുടെ

ജീവിതത്തിലെ സമ്പൂർണ മുഹൂർത്തമായിരുന്നു അത്. പറഞ്ഞുവരുമ്പോൾ അതാണ് നേര്. അവരുടെ എല്ലാവരുടേയും ജീവിതത്തെക്കുറിച്ച് സാമാന്യമായി പറയാനുള്ള ഒരു വാചകം...

എന്നാലും മരണത്തോടു തൊട്ടുനില്ക്കേ... അവരുടെ പ്രണയം ഏതു വിധത്തിലായിരുന്നു.

നശിച്ചുപോയൊരു പെണ്ണും മെയ്മാസത്തിലെ പനിനീർപൂക്കളും

എഫ്രോസീനിയ ഗ്രിഗോറീവ്ന ബ്രൂഡ്

ക്യാപ്റ്റൻ ഡോക്ടർ

യുദ്ധം... എന്റെ സ്നേഹത്തെ കവർന്നെടുത്തു. എന്റെ ഒരേ ഒരു സ്നേഹം.

നഗരത്തിൽ ബോംബുകൾ വീണുകൊണ്ടിരുന്നു. എന്റെ ജ്യേഷ്ഠത്തി നീന ഓടി എന്റെ അരികിൽ വന്നു. ഇനിയൊരിക്കലും തമ്മിൽ കാണില്ലെന്ന് ഞങ്ങൾക്കു തോന്നി. അവൾ പറഞ്ഞു, "ഞാൻ മെഡിക്കൽ സന്നദ്ധസേവകരോടൊപ്പം ചേരും.... അവരെ കണ്ടുപിടിക്കാനായെങ്കിൽ... "അവളേയും നോക്കിനിന്നത്.... ഓർമ്മവരുന്നു. വേനൽക്കാലമായിരുന്നു. കനം കുറഞ്ഞ ഒരുടുപ്പാണ് അവളിട്ടിരുന്നത്. അവളുടെ ഇടത്തേ തോളിൽ ജന്മനായുള്ള ആ മറുക് എനിക്കു കാണാമായിരുന്നു. അല്പം താഴെ കഴുത്തിലേക്കിറങ്ങി. എന്റെ ചേച്ചിയായിരുന്നിട്ടുപോലും അന്നാദ്യമായാണ് ഞാനത് ശ്രദ്ധിച്ചത്. അവളെ നോക്കിനില്ക്കേ എന്റെ മനസ്സു പറഞ്ഞു, "എവിടെയായാലും ഞാൻ നിന്നെ തിരിച്ചറിയും."

എത്ര തീവ്രമായിരുന്നു ആ തോന്നൽ. എന്റെ മനസ്സിലെ സ്നേഹം... ആരോ പിഴുതെടുത്തു കൊണ്ടുപോകുന്നതുപോലെ.

എല്ലാവരും മീൻഡ്കിൽനിന്നും ഒഴിഞ്ഞുപോവുകയായിരുന്നു. വഴി നീളെ ഷെല്ലുകൾ വീണുകൊണ്ടിരുന്നു. ഞങ്ങൾ കാട്ടിൽകൂടിയാണ് പോയ്കൊണ്ടിരുന്നത്. എവിടെയോ ഒരു പെൺകുഞ്ഞു കരയുന്നു... "അമ്മാ യുദ്ധം... യുദ്ധം..." ഞങ്ങളുടെ യൂണിറ്റ് പിൻവാങ്ങുകയായിരുന്നു. ഞങ്ങൾ വിശാലമായ ഒരു റൈ (വരക്) പാടം കടന്നുപോയി. കതിർ മൂത്തു തുടങ്ങിയ സമയം. വഴിയരികിലായി ഒരു കൃഷിക്കാരന്റെ വീട്. ഉയരം കുറഞ്ഞ മേൽക്കൂര. അത് സ്മോളെൻസ്ക് പ്രദേശമായിരുന്നു. വഴിയരികിൽ വീട്ടുകാരി. അവരുടെ വീടിനേക്കാൾ ഉയരം അവർക്കുണ്ടെന്നു തോന്നി. അവർ ഒരു ലിനൻ ഉടുപ്പാണ് ധരിച്ചിരുന്നത്. റഷ്യൻ ദേശീയ ചിഹ്നം അതിൽ തുന്നിപ്പിടിപ്പിച്ചിരുന്നു. രണ്ടു കൈകളും നെഞ്ചത്ത് പിണച്ചുവെച്ചിരുന്നു. അവർ പിന്നേയും പിന്നേയും തല കുനിച്ചുകൊണ്ടിരുന്നു. പട്ടാളക്കാർ അവരുടെ മുമ്പിലൂടെ മാർച്ച് ചെയ്തു പോയി. അവരുടെ നേരെ നോക്കി തലകുനിച്ചുകൊണ്ട് ആ സ്ത്രീ

ആവർത്തിച്ചു. "കർത്താവ് നിങ്ങളെ സ്വന്തം വീട്ടിൽ തിരിച്ചെത്തിക്കട്ടെ." അത് കേട്ടവരുടെയൊക്കെ കണ്ണിൽ നനവൂറി.

യുദ്ധകാലം മുഴുവൻ അവർ എന്റെ ഓർമ്മയിലുണ്ടായിരുന്നു. പ്രധാന കാര്യം... ഇത് ജർമനിയിൽ വെച്ചായിരുന്നു. ജർമൻകാരെ ഞങ്ങൾ തുരത്തിയോടിക്കുന്ന സന്ദർഭം. രണ്ടുപേരും തുണികൊണ്ടുള്ള തൊപ്പി ധരിച്ചിരുന്നു. യുദ്ധമോ... അതൊന്നും ഞങ്ങളറിഞ്ഞില്ല എന്ന ഭാവം. എന്റെ മനസ്സു പിറുപിറുത്തു. "ദൈവമേ! ഞങ്ങളുടെ നാട് തകർന്ന് തരിപ്പണമായി കിടക്കുന്നു. ഞങ്ങളുടെ നാട്ടുകാർ പുല്ലും വയ്ക്കോലും തിന്ന് ഇപ്പോഴും കിടങ്ങുകളിൽ കഴിയുന്നു. ഇവിടെ നിങ്ങൾ ഒന്നും സംഭവിക്കാത്തതുപോലെ സുഖമായി ഇരുന്ന് കാപ്പികുടിക്കുന്നു." പട്ടാളക്കാരെ കയറ്റിയ ബസ്സുകൾ അതുവഴി കടന്നുപോകുന്നു. അപ്പോഴും അവർ നിശ്ചിന്തരായി അവിടെയിരുന്ന് കാപ്പി കുടിക്കുകയായിരുന്നു.

ഞാൻ സ്വന്തം നാട്ടിൽകൂടി സഞ്ചരിച്ചു. ഞാൻ കണ്ടതെന്താണെന്നോ? ഒരു ഗ്രാമമാകെ കത്തിയെരിഞ്ഞു കിടക്കുന്നു. ബാക്കിയായത് ഒരേയൊരു അടുപ്പു മാത്രം... ഇരുമ്പടുപ്പ്. ഏറെ വയസ്സായ ഒരാൾ കുത്തിയിരിക്കുന്നു. അയാളുടെ പിന്നിലായി മൂന്നു പേരമക്കൾ നില്ക്കുന്നു. വൃദ്ധന്റെ മകനും മരുമകളും കൊല്ലപ്പെട്ടിരിക്കണം. വൃദ്ധന്റെ ഭാര്യ ഏറെ പ്രായം ചെന്ന ഒരു സ്ത്രീ കരിക്കട്ടകൾ പെറുക്കി സ്റ്റൗ കത്തിക്കാൻ ശ്രമിക്കുന്നു. അവരുടെ മേൽക്കുപ്പായം അവിടെ തൂങ്ങിക്കിടപ്പുണ്ട്... പാടത്തുനിന്ന് അപ്പോൾ കയറി വന്നതാവണം. കൈയിൽ ഒന്നുമില്ല.... അടുപ്പു കത്തിച്ചാലും എന്ത് പാചകം ചെയ്യാനാണ്!

മനസ്സിന്റെ പൊള്ളുന്ന വേദന... സ്നേഹത്തിന്റെ മറ്റൊരു മുഖം... എന്തുകൊണ്ടാണെന്നോർമ്മയില്ല. ഞങ്ങൾ സഞ്ചരിച്ചിരുന്ന തീവണ്ടി പെട്ടെന്നു നിന്നു. എൻജിൻ മാറ്റാനായിരുന്നുവോ അതോ പാതയിൽ കേടുപാടുകൾ തീർക്കുകയായിരുന്നുവോ? ഞാൻ ഒരു നഴ്സിനോടൊപ്പമാണ് ഇരുന്നിരുന്നത്. അടുത്തുതന്നെ രണ്ടു പട്ടാളക്കാർ "കാഷാ" പാകം ചെയ്യുന്നുണ്ടായിരുന്നു. എവിടെനിന്നോ രണ്ടു ജർമൻ തടവുകാർ അവിടെ എത്തി, ഭക്ഷണം ആവശ്യപ്പെട്ടു. ഞങ്ങളുടെ കൈയിൽ കുറച്ച് റൊട്ടിയുണ്ടായിരുന്നു. അതിൽ നിന്നും ഒരു പങ്ക് മുറിച്ചെടുത്ത് ഞങ്ങൾ അവർക്കു കൊടുത്തു. അപ്പുറത്ത് മാറിയിരുന്ന് "കാഷ" പാകം ചെയ്തിരുന്ന ഭടന്മാരുടെ വാക്കുകൾ എന്റെ കാതിൽ വന്നു വീണു. "കണ്ടില്ലേ... നമ്മുടെ ഡോക്ടർമാർ എത്രയധികം റൊട്ടിയാണ് ശത്രുവിന് കൊടുത്തത്! അവർ അവിടം കൊണ്ടു നിർത്തിയില്ല.... "ഈ ഡോക്ടർമാർ അവരുടെ ആശുപത്രിയിൽ സുഖമായി കഴിയുകയല്ലേ? ശരിയായ യുദ്ധമെന്താണെന്ന് അവരുണ്ടോ അറിയുന്നു?"

കുറച്ചു നേരം കഴിഞ്ഞു. വേറെ ചില ജർമൻ തടവുകാർ "കാഷ" പാകം ചെയ്യുന്നവരുടെ അടുത്തെത്തി. ഞങ്ങളെ കുറ്റം പറഞ്ഞ അതേ പട്ടാളക്കാരൻ അവരോട് ചോദിക്കുന്നതു കേട്ടു... "എന്താ, കഴിക്കാൻ വല്ലതും വേണോ?"

തടവുകാരൻ കാത്തുനിന്നു. പട്ടാളക്കാരൻ സുഹൃത്തിനോടു പറഞ്ഞു. "ആ റൊട്ടിയിൽ നിന്നും കുറച്ചു മുറിയെടുത്ത് അയാൾക്കു കൊടുക്കൂ." അയാൾ ഓരോ കഷണം റൊട്ടി മുറിച്ചെടുത്ത് രണ്ടു ജർമൻ കാർക്കും കൊടുത്തു. അവർ അതു കൈനീട്ടി വാങ്ങി. പക്ഷേ, അവരുടെ നോട്ടം അപ്പോഴും "കാഷ"യിലായിരുന്നു.

"ആട്ടെ അവർക്ക് കുറച്ചു "കാഷ" കൂടി കൊടുത്തേക്കൂ." ആദ്യത്തെ പട്ടാളക്കാരൻ പറഞ്ഞു.

"അതിനിയും മുഴുവനായില്ല.. കുറച്ചു സമയംകൂടി തിളയ്ക്കണം."

"കേട്ടില്ലേ?"

പറഞ്ഞതു മനസ്സിലായെന്ന മട്ടിൽ ജർമൻകാർ അവിടെത്തന്നെ നിന്നു. പട്ടാളക്കാർ "കാഷ"യിലേക്കു കുറച്ചു വെണ്ണയിട്ടു. രണ്ടു തകര പാത്രങ്ങളിലാക്കി അവർക്ക് കൊടുത്തു.

കണ്ടില്ലേ? അതാണൊരു റഷ്യൻ പടയാളിയുടെ മനസ്സ്. ശത്രുവിന് ഭക്ഷണം കൊടുത്തതിന് ഞങ്ങളെ അവർ കുറ്റപ്പെടുത്തി. എന്നാൽ തങ്ങളുടെ ഊഴമായപ്പോൾ അവരും അതുതന്നെ ചെയ്തു. റൊട്ടിയും "കാഷ"യും ശത്രുവിന്റെ കൈകളിൽ വെച്ചുകൊടുത്തു. പോരാ... "കാഷയിൽ" വെണ്ണ ചേർക്കാനും അവർ മറന്നില്ല.. എനിക്കും മറക്കാനാവില്ല ആ സംഭവം.

അതാണ് സ്നേഹം... അതിന്റെ ശക്തി.

...യുദ്ധം കഴിഞ്ഞിട്ട് കാലം ഏറെയായി. ഞാനൊരു സുഖവാസ കേന്ദ്രത്തിലേക്കു പോവുകയായിരുന്നു. അപ്പോഴാണ് കരീബിയൻ പ്രതിസന്ധി ഉണ്ടായത്.* വീണ്ടും ഒരു സംഘർഷാവസ്ഥ, ലോകവ്യാപകമായിത്തന്നെ. എവിടേയും ഒരു അനിശ്ചിതത്വം. ഞാൻ എന്റെ പെട്ടിയിൽ ഉടുപ്പുകളും ബ്ലൗസുകളുമെല്ലാം ഒരുക്കിവെച്ചു. ഒന്നും മറന്നിട്ടില്ലല്ലോ? എന്റെ ഔദ്യോഗിക രേഖകളെല്ലാം സൂക്ഷിച്ചിട്ടുള്ള ഫോൾഡർ... മിലിട്ടറി കാർഡ്... എന്തെങ്കിലും സംഭവിച്ചാൽ സുഖവാസകേന്ദ്രത്തിൽ നിന്നും നേരിട്ട് റിക്രൂട്ടിങ്ങ് ഓഫീസിലേക്കു പോകാമെന്ന് ഞാൻ നിശ്ചയിച്ചു.

ഞാൻ കടപ്പുറത്ത് മലർന്ന് കിടന്ന് വിശ്രമിക്കുകയായിരുന്നു. ഒഴിവു ദിവസങ്ങൾ സ്വസ്ഥമായി ഞാൻ ആസ്വദിച്ചു. അതിനിടയിൽ ഒരു ദിവസം ഭക്ഷണശാലയിലെ മേശയ്ക്കു ചുറ്റുമിരിക്കവേ കൂട്ടുകാരോട് ഞാൻ പറയുകയുണ്ടായി. അങ്ങോട്ടു വരുംമുമ്പേ പെട്ടിയിൽ എന്റെ ആർമി കാർഡും എടുത്തുവെച്ചുവെന്ന്. ഞാൻ "വലുപ്പം" പറഞ്ഞതായിരുന്നില്ല. പ്രത്യേകിച്ചൊരുദ്ദേശ്യവും കൂടാതെ വർത്തമാനത്തിനിടയിൽ വെറുതെ പറഞ്ഞുപോയതായിരുന്നു. എന്നാൽ കൂട്ടത്തിലുണ്ടായിരുന്ന ഒരാൾ അത് ഗൗരവമായി എടുത്തു. "സുഖവാസകേന്ദ്രത്തിലേക്കു വരുമ്പോഴും തന്റെ

---

* സോവിയറ്റ് ബാലസ്റ്റിക് മിസൈലുകൾ ക്യൂബയിൽ സ്ഥാപിക്കുന്നതിനെ സംബന്ധിച്ച് അമേരിക്കയും റഷ്യയും തമ്മിലുണ്ടായ രൂക്ഷമായ തർക്കം

ആർമി കാർഡ് കൈയിൽ കരുതുക... ഒരു റഷ്യക്കാരിക്കു മാത്രമേ അങ്ങനെ ചെയ്യാനാവൂ. അനിഷ്ടമെന്തെങ്കിലും സംഭവിച്ചാൽ നേരിട്ട് റിക്രൂട്ടിങ്ങ് ഓഫീസിലേക്കു പോകാമെന്ന ചിന്ത... വളരെ ആവേശത്തോടു കൂടി അദ്ദേഹം പറഞ്ഞത് ഞാനിപ്പോഴും ഓർക്കുന്നു. അദ്ദേഹത്തിന്റെ കണ്ണുകളിലെ മതിപ്പ്... ആരാധന. ഇതേ ഭാവത്തോടെയാണ് എന്റെ ഭർത്താവും എന്നെ നോക്കിയിരുന്നത്.

ആ യുദ്ധം കുറച്ചു നീണ്ടുപോയി.... ക്ഷമിക്കണം... ശരിയായി എല്ലാം പറയുന്നതെങ്ങനെയാണെന്ന് എനിക്കറിഞ്ഞുകൂടാ. എന്റെ ചിന്തകൾ ചാടിക്കളിക്കുന്നു. വികാരങ്ങൾ കൈവിട്ടുപോകുന്നു.

എന്റെ ഭർത്താവും ഞാനും ഒരുമിച്ചാണ് മുന്നണിയിലേക്കു പോയത്. കുറെ കാര്യങ്ങൾ ഞാൻ മറന്നുപോയിരിക്കുന്നു. എങ്കിലും അവയെക്കുറിച്ചെല്ലാം ഞാൻ എന്നും ഓർക്കാറുണ്ട്.

ഒരു യുദ്ധത്തിന്റെ അവസാനം... വളരെ ശാന്തമായിരുന്നു. വിശ്വസിക്കാൻ തന്നെ വിഷമം... അദ്ദേഹം കൈയെടുത്തു പുല്ലിൽ തലോടി... എത്ര മൃദുവായിരുന്നു ഓരോ നാമ്പും. തിരിഞ്ഞ് എന്നെ നോക്കി. ആ കണ്ണുകൾ... എന്നെ നോക്കി.

ശത്രുസങ്കേതങ്ങൾ പരിശോധിക്കാനുള്ള ഒരു സംഘത്തോടൊപ്പമാണ് അദ്ദേഹം പോയത്. രണ്ടു ദിവസം മുഴുവൻ ഞങ്ങൾ കാത്തിരുന്നു. ആ രണ്ടു ദിവസവും ഞാൻ ഉറങ്ങിയില്ല. മയങ്ങും. ഉടനെ ഉണരും... അദ്ദേഹം എന്റെ തൊട്ടരികത്തിരുന്നു പറയുന്നു, "ഉറങ്ങിക്കോളൂ..." ആ കണ്ണുകൾ എന്നെത്തന്നെ നോക്കുന്നു.

അറിയാതെ വീണ്ടും കണ്ണുകളടയുന്നു... സങ്കടം തന്നെ... ഇത്രയും തീവ്രമായ വികാരം... സ്നേഹം... അത് ഹൃദയത്തെ മുറിപ്പെടുത്തുന്നു.

ഒരുവിധം എല്ലാം ഞാൻ മറന്നുകഴിഞ്ഞിരിക്കുന്നു. ഒന്നും മറക്കില്ല എന്നായിരുന്നു എന്റെ വിചാരം. എന്തൊക്കെ സംഭവിച്ചാലും. അതെല്ലാം എന്റെ ഓർമ്മയിൽ എപ്പോഴുമുണ്ടാകുമെന്നു കരുതി... വെറുതെ...

ഞങ്ങൾ കിഴക്കൻ പ്രഷ്യയിൽ കൂടി കടന്നുപോയിക്കൊണ്ടിരിക്കുന്നു. എല്ലാവരും വിജയത്തെക്കുറിച്ച് സംസാരിക്കാൻ തുടങ്ങിക്കഴിഞ്ഞു. അദ്ദേഹം കൊല്ലപ്പെട്ടു. നിമിഷങ്ങൾക്കകം എല്ലാം കഴിഞ്ഞു. ഒരു ഷാർപ്പെനൽ... ആ ക്ഷണം തന്നെ മരിച്ചു. അവരെ എല്ലാവരേയും കാമ്പിലേക്കു കൊണ്ടുവന്നിരിക്കുന്നുവെന്ന് എന്നെ അറിയിച്ചു. ഞാൻ ഓടിച്ചെന്നു. ഞാൻ അദ്ദേഹത്തെ വട്ടം ചുറ്റിപ്പിടിച്ചു. ശവശരീരം എടുത്തുകൊണ്ടുപോകാൻ ഞാൻ അനുവദിച്ചില്ല. യുദ്ധകാലത്ത് വളരെ വേഗത്തിൽ തന്നെ അവർ മൃതദേഹങ്ങൾ മറവുചെയ്യും. വെച്ചുകൊണ്ടിരിക്കുന്ന പതിവില്ല.

യുദ്ധം കഴിഞ്ഞാലുടനെ അവർ അഗാധമായ ഒരു കുഴിയെടുക്കുന്നു. കൊല്ലപ്പെട്ടവരെയെല്ലാം ഒരുമിച്ചുചേർത്ത് അതിലിട്ടു മൂടുന്നു. അല്പനേരം മാത്രം... അതു കഴിഞ്ഞാൽ അവിടെ ഉണങ്ങിയ മണൽ മാത്രമേ

ശേഷിക്കൂ. ആ മണ്ണിലേക്ക് ഒട്ടുനേരം ഇമപൂട്ടാതെ നോക്കിക്കൊണ്ടിരുന്നാൽ തോന്നും. മണൽ ഇളകുന്നുണ്ട് എന്ന്. അത് വിറകൊള്ളുന്നതു പോലെ. മണ്ണ് നെടുവീർപ്പിടുമോ? അവിടെ... എന്നെ സംബന്ധിച്ചിടത്തോളം എല്ലാവരും ജീവിച്ചിരിക്കുന്നു. എനിക്കവരെ കാണാം. ഞങ്ങൾ തമ്മിൽ സംസാരിക്കുന്നു. അവർ ജീവിച്ചിരിക്കുന്നില്ല എന്ന് എനിക്ക് വിശ്വസിക്കാനാവുന്നില്ല. ഞങ്ങൾ വീണ്ടും നടക്കുകയായി... അവരവിടെയാണെന്ന് വിശ്വാസം വരുന്നില്ല. അവിടെയോ? എവിടെ?

അദ്ദേഹത്തെ ഉടനെത്തന്നെ മറവു ചെയ്യാൻ ഞാൻ സമ്മതിച്ചില്ല. ഒരുമിച്ച്... ഒരു രാത്രി കൂടി കഴിയണമെന്ന് ആഗ്രഹിച്ചു. അദ്ദേഹത്തിന്റെ അരികുപറ്റിയിരിക്കാൻ. വീണ്ടും വീണ്ടും ആ കണ്ണുകളിലേക്കു നോക്കാൻ.. മെയ്യിൽ തലോടാൻ... ഒരു രാത്രി കൂടി.

നേരം പുലർന്നു. അദ്ദേഹത്തെ വീട്ടിലേക്കു കൊണ്ടുപോകണമെന്ന് ഞാൻ നിശ്ചയിച്ചു. ബെലോറഷ്യയിലേക്ക്. ആയിരമായിരം മൈലുകൾ അകലെ. യുദ്ധഭീതി നിറഞ്ഞ റോഡുകൾ... എങ്ങും സംഘർഷം... ദുഃഖം കൊണ്ട് എനിക്കു സ്വബോധം നഷ്ടപ്പെടുമെന്ന് എല്ലാവരും ഭയപ്പെട്ടു. “ഒന്നുറങ്ങാൻനോക്കൂ.... മനസ്സ് ശാന്തമാക്കാൻ ശ്രമിക്കൂ.” അവർ പിന്നേയും പിന്നേയും പറഞ്ഞു. ഞാൻ മേലധികാരികളെ ഓരോരുത്തരെയായി സമീപിച്ചു. അവസാനം റോക്കോഡോവിസ്കിയുടെ അടുത്തെത്തി. മുന്നണിയിലെ കമാൻഡർ-ഇൻ-ചീഫ്.* ആദ്യം അദ്ദേഹം എന്റെ അപേക്ഷ നിരസിച്ചു. എന്തോ വിചിത്രമായ മാനസികാവസ്ഥ എന്നു കരുതിക്കാണും. അന്യനാടുകളിൽ.... പൊതുകുഴിമാടങ്ങളിൽ ഇതിനകം എത്ര ആയിരം സൈനികരുടെ ജഡങ്ങൾ മറവുചെയ്തു കഴിഞ്ഞു...

അവസാനമായി ഒരു കൂടിക്കാഴ്ചകൂടി അദ്ദേഹം എനിക്കനുവദിച്ചു.

“അങ്ങയുടെ മുമ്പിൽ ഞാൻ മുട്ടുകുത്തി യാചിക്കണമെന്നാണോ?”

“നിങ്ങളുടെ ഭർത്താവ് മരിച്ചുകഴിഞ്ഞു. അത് നിങ്ങൾക്കിനിയും മനസ്സിലായില്ലേ?”

“ഞങ്ങൾക്കു കുഞ്ഞുങ്ങളില്ല. ഞങ്ങളുടെ വീട് കത്തി ചാമ്പലായി കഴിഞ്ഞു. ഒരു ഫോട്ടോ പോലും ബാക്കിയില്ല... ഒന്നുമില്ലാത്തൊരവസ്ഥ. അദ്ദേഹത്തെ ഞാൻ വീട്ടിലേക്കു കൊണ്ടുപോയാൽ ഒരു കുഴിമാടമെങ്കിലുമുണ്ടാവും. ഈ യുദ്ധം കഴിഞ്ഞാൽ തിരിച്ചുപോകാൻ എനിക്കൊരിടമുണ്ടാകും.”

---

* പോളിഷ്കാരനായ സോവിയറ്റ് ഓഫീസർ. വിശിഷ്ട സേവാമെഡൽ നേടി. എന്നാൽ സ്റ്റാലിന്റെ ശുദ്ധീകരണ പ്രക്രിയയുടെ കാലത്ത് രാജ്യദ്രോഹത്തിന് കഠിനമായി ശിക്ഷിക്കപ്പെട്ടു. പക്ഷേ രണ്ടാംലോക മഹായുദ്ധകാലത്ത് പുറത്തുവന്നു. മാർഷൽ ഓഫ് ദി സോവിയറ്റ് യൂണിയനായി കയറ്റം കിട്ടി. 1945-ൽ മോസ്കോയിൽ വിജയഘോഷയാത്ര നയിച്ചത് അദ്ദേഹമായിരുന്നു. 1968-ൽ മരിച്ചു.

അദ്ദേഹം മറുപടി പറഞ്ഞില്ല. വെറുതെ ആ മുറിയിൽ പലതവണ അങ്ങോട്ടുമിങ്ങോട്ടും നടന്നു.

"നിങ്ങളെപ്പോഴെങ്കിലും ആരെയെങ്കിലും പ്രണയിച്ചിട്ടുണ്ടോ സഖാവ് മാർഷൽ? ഞാനവിടെ മറവുചെയ്യുന്നത് എന്റെ ഭർത്താവിനെയല്ല, എന്റെ പ്രണയത്തെയാണ്."

അദ്ദേഹം ഒന്നും മിണ്ടിയില്ല.

"മാത്രമല്ല അദ്ദേഹമില്ലാതെ എനിക്കു ജീവിക്കണമെന്നില്ല. ഞാനും മരിക്കാൻ ആഗ്രഹിക്കുന്നു... ഇവിടെ."

കുറെ നേരത്തേക്ക് അദ്ദേഹം മൗനം പാലിച്ചു. പിന്നെ എന്റെ അരികെ വന്നു... എന്റെ കൈ ഉയർത്തി മെല്ലെ ചുംബിച്ചു.

ഒരു രാത്രിയിലെ ഉപയോഗത്തിന് അവർ ഒരു വിമാനം എനിക്ക് പ്രത്യേകമായി അനുവദിച്ചുതന്നു. ഞാൻ ആ വിമാനത്തിൽ കയറി. ശവപ്പെട്ടി മുറുകെ പിടിച്ചു... അതോടെ എന്റെ ബോധം മറഞ്ഞു...

ല്യുബോവ് ഫോമിനിച്ച്ന ഫെഡൊസെൻകൊ

പ്രൈവറ്റ് നഴ്സിങ്ങ് സഹായി

യുദ്ധം ഞങ്ങളെ വേർപിരിച്ചു. എന്റെ ഭർത്താവ് മുന്നണിയിലായിരുന്നു. ആദ്യം എനിക്ക് വാർകോവിലേക്ക് കുടിയൊഴിഞ്ഞു പോകേണ്ടിവന്നു. അവിടെനിന്നും ടാറ്റാറിയിലേക്കു പോയി. അവിടെ എനിക്കൊരു ജോലി കിട്ടി. വിവാഹത്തിനു മുമ്പ് എന്റെ പേര് ലിസോവ്സ്ക്യ എന്നായിരുന്നു. ഒരു ദിവസം അവർ എന്റെ പഴയ പേര് വിളിച്ചു. എല്ലാവരും ഉച്ചത്തിൽ പറയുന്നതു കേട്ടു. "സോവ്സ്ക്യാ... സോവസ്ക്യാ..." ഞാനും ഉറക്കെ വിളിച്ചു പറഞ്ഞു. "ഞാനിവിടെയുണ്ട്..." അവർ വീണ്ടും വിളിച്ചു പറഞ്ഞു, "വേഗം എൻ.കെ.വി.ഡിയിലേക്കു പോയി ഒരു പാസ് വാങ്ങണം. നേരിട്ട് മോസ്കോയിലേക്കു പോയിക്കോളൂ.

"അതെന്തിനാണ്?" എന്റെ ചോദ്യത്തിന് ആരും ഉത്തരം പറഞ്ഞില്ല. എനിക്കും ഒന്നും അറിയാമായിരുന്നില്ല. യുദ്ധകാലമല്ലേ? ഞാൻ വിചാരിച്ചു. എന്റെ ഭർത്താവിന് എന്തെങ്കിലും അപകടം പിണഞ്ഞിരിക്കും. അദ്ദേഹത്തെ ചെന്നു കാണാനാണ് എന്നെ വിളിക്കുന്നതെന്ന്. നാലുമാസമായി അദ്ദേഹത്തിന്റെ കത്തുകളൊന്നും കിട്ടിയിരുന്നില്ല. ഒരു കാര്യം മനസ്സിലുറപ്പിച്ചുകൊണ്ടാണ് അന്ന് ഞാൻ യാത്രയായത്. അദ്ദേഹം കൈയോ കാലോ നഷ്ടപ്പെട്ട് അവശനായ നിലയിലാണെങ്കിൽ ഞാൻ ഉടനെ അദ്ദേഹത്തേയുംകൊണ്ട് നാട്ടിലേക്കു മടങ്ങും. എങ്ങനെയെങ്കിലും ജീവിതം മുന്നോട്ടുകൊണ്ടുപോകും.

ഞാൻ മോസ്കോയിലെത്തി. അവർ കുറിച്ചുതന്ന മേൽവിലാസം തേടി കണ്ടുപിടിച്ചു. അതിൽ എഴുതിയിരുന്നത്. സെൻട്രൽ കമ്മിറ്റി ഓഫ് ദി കമ്മ്യൂണിസ്റ്റ് പാർട്ടി ഓഫ് ദി ബെലോറഷ്യ എന്നായിരുന്നു. എന്നു വെച്ചാൽ, ഞങ്ങളുടെ ബെലോറഷ്യൻ ഗവണ്മെന്റ്. അവിടെ എന്നെ

പ്പോലെ ധാരാളം സ്ത്രീകളുണ്ടായിരുന്നു. ഞങ്ങൾ ചോദിച്ചു. "എന്തിനു വേണ്ടിയാണ് ഞങ്ങളെ ഇങ്ങോട്ടു വിളിപ്പിച്ചിരുന്നത്?" "എല്ലാം സാവധാനം മനസ്സിലാവും..." അവർ പറഞ്ഞു. അവർ ഞങ്ങളെ വലിയ ഒരു ഓഡിറ്റോറിയത്തിൽ ഇരുത്തി. സെൻട്രൽ കമ്മിറ്റിയുടെ സെക്രട്ടറിയായ പൊനോമാറെൻകോ അവിടെ ഉണ്ടായിരുന്നു. കൂടെ വേറെയും ചില നേതാക്കന്മാരും. അവർ ചോദിച്ചു, "നിങ്ങൾ വന്നിടത്തേക്കുതന്നെ തിരിച്ചു പോകണമെന്ന് ആഗ്രഹിക്കുന്നുണ്ടോ?" ഞാൻ വന്നിരിക്കുന്നത് ബെലോറഷ്യയിൽ നിന്നാണ്, തിരിച്ച് അങ്ങോട്ടുതന്നെ പോകണമെന്ന ആശയുമുണ്ട്. അവർ എന്നെ അയച്ചത് ഒരു പ്രത്യേക പരിശീലന കേന്ദ്രത്തിലേക്കാണ്. ശത്രുവിന്റെ പിന്നണിയിൽ ചെന്ന് പ്രവർത്തിക്കാനാണ് അവർ അവിടെ ഞങ്ങളെ പരിശീലിപ്പിക്കുന്നത്.

പരിശീലനം പൂർത്തിയാക്കി പിറ്റേദിവസം തന്നെ അവർ ഞങ്ങളെ ട്രക്കുകളിൽ കയറ്റി, മുന്നണിയിലേക്കു യാത്രയാക്കി. പിന്നെ നടത്തമായിരുന്നു. മുന്നണി എന്നാൽ എന്താണ് എന്നോ, ആർക്കും അവകാശമില്ലാത്ത ഭൂമി ഏതാണെന്നോ എനിക്കൊരു രൂപവുമുണ്ടായിരുന്നില്ല. പൊടുന്നനെ ഒരുത്തരവ്. "റെഡി... ഫയർ നമ്പർ വൺ." വെടിവെക്കുക. ബാസ്... വെടിപൊട്ടി. തീപ്പൊരികൾ പറന്നു. ഞാൻ കണ്ടത് വെളുവെളുത്ത മഞ്ഞാണ്. പിന്നെ ആളുകളുടെ ഒരു നിര. അത് ഞങ്ങൾ തന്നെയായിരുന്നു. താഴെ കിടക്കുന്നു. കുറെ അധികം ആളുകൾ... ഞങ്ങൾ. തീ നാളങ്ങൾ കെട്ടടങ്ങി. വെടിവെപ്പൊന്നും ഉണ്ടായില്ല. തുടർന്ന് വീണ്ടും ഒരു കമാൻഡ്... ഉത്തരവ്.

"റൺ..." ഞങ്ങൾ ഓടി... അങ്ങനെ ഞങ്ങൾ അവിടം കടന്നുപോയി.

ഞാൻ ഒളിപ്പോരാളികളുടെ യൂണിറ്റിൽ ആയിരുന്നപ്പോൾ എന്റെ ഭർത്താവിന്റെ ഒരു കത്ത് കൈപ്പറ്റി... അദ്ഭുതം തോന്നി. തീരെ പ്രതീക്ഷിക്കാതിരിക്കേ... എന്റെ സന്തോഷം.... പറയാൻ വയ്യ. രണ്ടു കൊല്ലമായി അദ്ദേഹത്തിന്റെ ഒരു വിവരവുമില്ലായിരുന്നു. അപ്പോഴാണ് ഒരു വിമാനത്തിൽനിന്നും താഴേക്കു വന്നുവീണത്... കുറെ ആഹാരവും. വെടിക്കോപ്പും, ഏതാനും തപാൽ ഉരുപ്പടികളും. ആ കാൻവസ് സഞ്ചിയിലുണ്ടായിരുന്നു എനിക്കുള്ള ഒരെഴുത്ത്. ഞാൻ ഉടനെ സെൻട്രൽ കമ്മിറ്റിയിലേക്ക് ഒരു കത്തെഴുതി. "ഞാൻ എന്തു ജോലിയും ചെയ്യാൻ തയ്യാറാണ്. എന്റെ ഭർത്താവിനേയും എന്നേയും ഒരുമിച്ചു നിർത്തുകയാണെങ്കിൽ." ഞങ്ങളുടെ യൂണിറ്റ് കമാൻഡർ അറിയാതെ. രഹസ്യമായി ആ കത്ത് ഞാൻ ഒരു പൈലറ്റിനെ ഏല്പിച്ചു. താമസിയാതെ റേഡിയോ വഴി ഞങ്ങൾ ആ വാർത്ത അറിഞ്ഞു. "ഞങ്ങളെ ഏല്പിച്ച ദൗത്യം പൂർത്തിയാക്കിയാലുടനെ ആ യൂണിറ്റ് മുഴുവനായും മോസ്കോയിലെത്തേണ്ടതാണ്." ഞങ്ങളുടെ പ്രത്യേക സംഘത്തിനു മുഴുവനുമുള്ള ആജ്ഞ. എല്ലാവരേയും വേറൊരിടത്തേക്ക് അയയ്ക്കുന്നു. ഉടനെ വിമാനത്തിൽ കയറണം. വിശേഷിച്ചും ഫെഡോസെൻകോ.

ഞങ്ങൾ വിമാനത്തിനായി കാത്തുനിന്നു. കൂരിരുട്ടുള്ള രാത്രി. ഏതോ ഒരുതരം വിമാനം ഞങ്ങൾക്ക് മുകളിലായി വട്ടം ചുറ്റിക്കൊണ്ടിരുന്നു. പെട്ടെന്നാണവർ ബോംബു വർഷിക്കാൻ തുടങ്ങിയത്. അതൊരു ജർമൻ വിമാനമായിരുന്നു. Messerschmidst ശത്രു ഞങ്ങളുടെ താവളം കണ്ടു പിടിച്ചു. തിരിച്ചുവന്ന് വീണ്ടും ചുറ്റിപ്പറക്കാൻ തുടങ്ങി. അതേസമയം ഞങ്ങളുടെ വിമാനം ഒരു U - 2 ഉം അവിടെയെത്തി. എന്റെ തൊട്ടടുത്താ യാണ് അത് വന്നുനിന്നത്. പൈലറ്റ് വിമാനം നിലത്തിറക്കിയതും. വീണ്ടും പൊങ്ങി പറക്കാൻ തുടങ്ങി. അദ്ദേഹത്തിന്റെ ശ്രദ്ധയിൽ ശത്രുവിമാന ങ്ങൾ പെട്ടുകഴിഞ്ഞിരുന്നു. അവർ തങ്ങളുടെ നേരെ ആക്രമണം നട ത്തുമെന്നും തീർച്ചയായിരുന്നു. ഞാൻ വിമാനത്തിന്റെ ചിറകിൽ കയറി പ്പിടിച്ചു. "എനിക്ക് മോസ്കോയിലെത്തണം. അതിനുള്ള അനുവാദം കിട്ടി ക്കഴിഞ്ഞു. എന്നെ ശകാരിച്ചുകൊണ്ടാണെങ്കിലും പൈലറ്റ് പറഞ്ഞു. "വേഗം കേറൂ." അങ്ങനെ ഞങ്ങൾ ഒരുമിച്ചു പറക്കാൻ തുടങ്ങി... ഞങ്ങൾ രണ്ടുപേർ മാത്രം. മുറിവേറ്റവരോ മറ്റു യാത്രക്കാരോ ഒന്നും ഉണ്ടായിരു ന്നില്ല.

ഞാൻ മോസ്കോയിലെത്തി. മേയ് മാസമായിരുന്നു. കമ്പിളി ബൂട്ടു കൾ ധരിച്ച് അവിടെ ഞാൻ ചുറ്റിനടന്നു. ഞാൻ ഒരു നാടകശാലയിലേക്കു ചെന്നു. എല്ലാം അതിശയിപ്പിക്കുന്നതായി തോന്നി. ഞാൻ എന്റെ ഭർത്താ വിനെഴുതി. എങ്ങനെയാണ് നമ്മൾ തമ്മിൽ കാണാൻ പോകുന്നത്? തൽക്കാലത്തേക്ക് ഞാൻ കരുതൽ സേനയിലാണ്. പക്ഷേ, അവർ എനിക്കു വാക്കു തന്നിട്ടുണ്ട്. ഞാൻ എല്ലായിടത്തും അന്വേഷിക്കുക യാണ്. എല്ലാവരോടും അപേക്ഷിക്കുന്നുമുണ്ട്. "എന്റെ ഭർത്താവുള്ളിട ത്തേക്ക് എന്നേയും പറഞ്ഞയയ്ക്കൂ..." രണ്ടു ദിവസമെങ്കിലും ഒരുമിച്ചു കിട്ടിയാൽ. ആ മുഖം നന്നായി ഒരു നോക്കു കാണാനായാൽ – "എനി ക്കതു മതി...." ഞാൻ എല്ലാവരോടും പറഞ്ഞു. "ഞാൻ തിരിച്ചുവരാം. അതിനുശേഷം എവിടെ പോകാനും ഞാൻ തയ്യാറാണ്." എല്ലാവരും നിസ്സഹായരായി തോളു കുലുക്കി നിന്നു. അന്നു കിട്ടിയ കത്തിലുണ്ടാ യിരുന്ന പോസ്റ്റൽ കോഡ്. അദ്ദേഹം എവിടെയായിരിക്കുമെന്ന് എനിക്ക് ഏതാണ്ടൊരു ഊഹമുണ്ടായിരുന്നു. ഞാൻ നേരിട്ട് അങ്ങോട്ടു ചെന്നു. ആദ്യം ഞാൻ പോയത് പ്രാദേശിക പാർട്ടി കമ്മിറ്റി ഓഫീസിലേക്കായി രുന്നു. എന്റെ ഭർത്താവിന്റെ മേൽവിലാസവും ഞാൻ അദ്ദേഹത്തിന്റെ ഭാര്യയാണ് എന്നതിനുള്ള രേഖകളും അവർക്ക് കാട്ടിക്കൊടുത്തു. അദ്ദേ ഹത്തെ ഒന്നു കണ്ടാൽ കൊള്ളാമെന്ന ആവശ്യവും അറിയിച്ചു. "സാധ്യ മല്ല" എന്നായിരുന്നു തൽക്ഷണം കിട്ടിയ മറുപടി. മുന്നണിയിൽ യുദ്ധം ചെയ്യുകയാണ്. "വെറുതെ കാത്തുനില്ക്കേണ്ട. മടങ്ങിക്കോളൂ." അവർ കർശനമായി പറഞ്ഞു. വിശന്നും ക്ഷീണിച്ചും ഞാൻ ആകെ പരവശ യായിരുന്നു. എന്നാലും ഭർത്താവിനെ കാണാതെ തിരിച്ചുപോകില്ലെന്ന് ഞാൻ ഉറപ്പിച്ചു. ഞാൻ മിലിട്ടറി കമാൻഡന്റിന്റെ ഓഫീസിലേക്കു ചെന്നു. അദ്ദേഹം കുറച്ചുനേരം എന്നെ സൂക്ഷിച്ചു നോക്കി. അതിനുശേഷം ശിപായിയെ വിളിച്ചു പറഞ്ഞു. എനിക്കു മാറാനുള്ള വസ്ത്രങ്ങൾ

കൊണ്ടുവരാൻ. അവർ എനിക്ക് ഒരു മിലിട്ടറി ഷർട്ടും ബെൽട്ടും കൊണ്ടു വന്നു തന്നു. അതിനുശേഷം അദ്ദേഹം ശ്രമിച്ചു... എന്റെ മനസ്സു മാറ്റാൻ.

"വളരെയധികം അപകടസാധ്യതയുള്ള ഒരിടത്താണ് ഇപ്പോൾ നിങ്ങളുടെ ഭർത്താവുള്ളത്..."

ഞാൻ അവിടെയിരുന്നു കരയാൻ തുടങ്ങി. എന്തായാലും ഒടുവിൽ അദ്ദേഹം എനിക്കൊരു പാസു തന്നു. സഹതാപം തോന്നിയിട്ടുണ്ടാവാം.

"നേരെ ഹൈവേയിലേക്കു പൊയ്ക്കോളൂ. അവിടെ ഗതാഗതം നിയന്ത്രിക്കുന്ന ഉദ്യോഗസ്ഥനെ കാണാം. തുടർന്ന് എന്തു ചെയ്യണമെന്ന് അദ്ദേഹം പറഞ്ഞുതരും."

ഞാൻ ഹൈവേയിലെത്തി. "ട്രാഫിക് കൺട്രോളറെ" കണ്ടുപിടിച്ചു. അദ്ദേഹം എന്നെ ഒരു ട്രക്കിൽ കയറ്റിയിരുത്തി. ഞാൻ യാത്രയായി. ഞാൻ യൂണിറ്റിലെത്തി. എന്നെ കണ്ട് അവരാകെ അമ്പരന്നു... എല്ലാവരും പട്ടാളക്കാരല്ലേ... അതിനിടയിൽ ഞാൻ...

"നിങ്ങളാരാ?" അവർ ചോദിച്ചു. അവരുടെ കൂട്ടത്തിൽ ഒരാളുടെ ഭാര്യയാണെന്നു പറയൻ എന്തുകൊണ്ടോ എനിക്കു മടി തോന്നി. ചുറ്റും ബോംബുകൾ വീണുകൊണ്ടിരിക്കുന്നു. "സഹോദരി" എന്നാണ് ഞാൻ പറഞ്ഞത്." സത്യം പറഞ്ഞാൽ എന്തിനാണ് അങ്ങനെ പറഞ്ഞതെന്ന് കൃത്യമായി ഓർക്കുന്നില്ല. "ഇവിടെ നില്ക്കൂ" അവർ പറഞ്ഞു. "നാലു നാഴിക നടന്നാലേ അവിടെയെത്തൂ."

ഇത്രയും ദൂരെ വന്നിട്ട് ഇനിയും കാത്തുനിൽക്കാനോ? അതിനു ഞാൻ തയ്യാറായിരുന്നില്ല. അപ്പോഴേക്കും ആഹാരം കൊണ്ടുപോകാനുള്ള വണ്ടി അവിടെയെത്തി. അതിൽ ഒരു സാർജന്റെ മേജറും ഉണ്ടായിരുന്നു. ചുകന്ന മുടി. മുഖം നിറയെ വടുക്കൾ. "ഓ... ഫെഡോ സെൻകോവിനെ എനിക്കറിയാം. അയാൾ ട്രെന്റിനകത്താണ്."

ഞാൻ ശാഠ്യം പിടിച്ചു. അയാൾ എന്നെ കൂടെ കൊണ്ടുപോയി. കുറെ ദൂരം യാത്ര ചെയ്തു. എവിടേയും ഒന്നും കാണുന്നില്ല. പിന്നെ ഒരു കാട്. കാടിനുള്ളിൽക്കൂടി ഒരു പാത. ഒരു പുതിയ അനുഭവം.... മുന്നണി പ്രദേശം... ഒരാളേയും അവിടെയെങ്ങും കാണാനില്ല. എവിടെയോ നിന്ന് ചിലപ്പോൾ വെടിവെപ്പിന്റെ ഒച്ച കേൾക്കാം. ഒടുവിൽ ഞങ്ങൾ ആ സ്ഥലത്തെത്തി. "ഫെഡോസെൻകോ എവിടെ?" അദ്ദേഹം ചോദിച്ചു.

"ഇന്നലെ അവർ പരിസര നിരീക്ഷണത്തിനിറങ്ങി..." അവർ പറഞ്ഞു. പുലരുംവരെ അവർ വെളിയിൽത്തന്നെയായിരുന്നു. ഇപ്പോൾ അവരെവിടെയോ കാത്തിരിക്കുകയാണ്."

തമ്മിൽത്തമ്മിൽ വിവരമറിയിക്കാനുള്ള സംവിധാനമുണ്ടായിരുന്നു. സഹോദരി കാണാൻ വന്നിരിക്കുന്നുവെന്ന് അവർ അദ്ദേഹത്തെ അറിയിച്ചു. "ഏതു സഹോദരി?" "ചെമ്പൻ മുടിക്കാരി."

അദ്ദേഹത്തിന്റെ സഹോദരിക്ക് കറുത്ത മുടിയായിരുന്നു. എന്തോ... അദ്ദേഹത്തിന് പെട്ടെന്ന് കാര്യം പിടികിട്ടി. ഏതു "സഹോദരി"യാണ്

വന്നിരിക്കുന്നതെന്ന്. എങ്ങനെയാണാവോ അദ്ദേഹം അതിന്റെയുള്ളിൽ നിന്നും വലിഞ്ഞും ഇഴഞ്ഞും കയറിവന്നത്. ഏതായാലും അധികം വൈകാതെ അദ്ദേഹം വന്നെത്തി. ഞങ്ങൾ പരസ്പരം കണ്ടു... അപ്പോഴത്തെ ആ സന്തോഷം... എന്തു പറയാൻ!

ആദ്യം ഒരു ദിവസം. പിന്നെ ഒരു ദിവസംകൂടി. അങ്ങനെ ആ ദിവസം ഞങ്ങൾ ഒരുമിച്ചു താമസിച്ചു. ഒടുവിൽ ഞാൻ തീരുമാനിച്ചു... "പ്രധാന ഓഫീസിൽ വിവരമറിയിച്ചോളൂ... ഞാൻ വീണ്ടും പോകുന്നില്ല. ഇവിടെത്തന്നെ താമസിക്കുകയാണ്. നിങ്ങളുടെ കൂടെ."

അദ്ദേഹം മേലധികാരികളെ കാണാൻ പോയി. ഞാൻ വീർപ്പടക്കി കാത്തുനിന്നു. ഇരുപത്തിനാലു മണിക്കൂറിനകം സ്ഥലം വിടണമെന്ന വർ ആജ്ഞാപിച്ചാൽ! യുദ്ധമുന്നണിയാണ്. അതെനിക്ക് നന്നായി അറിയാം. പെട്ടെന്ന് മേലുദ്യോഗസ്ഥന്മാർ ഞങ്ങളുടെ ട്രെന്റിനരികത്തേക്കു വരുന്നത് ഞാൻ കണ്ടു. മേജറും കേണലും ഉണ്ടായിരുന്നു. അവർ രണ്ടുപേരും എന്റെ കൈ പിടിച്ചു കുലുക്കി. ഞങ്ങളെല്ലാവരും ആ കിടങ്ങിനകത്തിരുന്നു. വീഞ്ഞു കുടിച്ചു. സ്വന്തം ഭർത്താവിനെ യുദ്ധമുന്നണിയിലെ ടെന്റിനകത്ത് കണ്ടെത്തുന്ന ഭാര്യയെക്കുറിച്ച് അവർ രണ്ടു പേരും എന്തൊക്കെയോ പറഞ്ഞു. അവരാണ് ശരിയായ ഭാര്യ... എല്ലാ ഔദ്യോഗിക രേഖകളോടുംകൂടി വന്നിരിക്കുന്നു. അസാധാരണയായ വനിത തന്നെ! അങ്ങനെയുള്ള ആ സ്ത്രീയെ ഞങ്ങളും നല്ലവണ്ണമൊന്നു കാണട്ടെ. അങ്ങനെ പലതും പറഞ്ഞു. എല്ലാവരും ഒപ്പം കണ്ണീർ വാർക്കുകയും ചെയ്തു. ആ വൈകുന്നേരം... ജീവിതകാലം മുഴുവൻ എന്റെ ഓർമ്മയിലുണ്ടാകും. അല്ലെങ്കിലും ഇതൊക്കെയല്ലാതെ ജീവിതത്തിൽ ഇനിയെന്താണ് ബാക്കിയുള്ളത്?

അവരെന്നെ നഴ്സിങ്ങ് സഹായിയായി സൈന്യത്തിൽ ചേർത്തു. അദ്ദേഹത്തോടൊപ്പം ശത്രുപക്ഷത്തെ നിരീക്ഷിക്കാൻ ഞാനും പോയി. ഒരു പീരങ്കി വെടിപൊട്ടി. അദ്ദേഹം എന്റെ കൺമുമ്പിൽ നിലംപതിക്കുന്നു. മരിച്ചുകഴിഞ്ഞുവോ... അതോ മുറിവേറ്റു വീണതോ? ഞാൻ അദ്ദേഹത്തിന്റെ അരികിലേക്കോടി. അപ്പോഴും വെടിവെപ്പ് തുടരുകയാണ്. കമാൻഡർ ഒച്ചവെച്ചു... "എങ്ങോട്ടാണോടുന്നത്? വല്ല ബോധവുമുണ്ടോ? വല്ലാത്തൊരു സ്ത്രീ തന്നെ!" ഞാൻ ഒന്നും ആലോചിക്കാതെ ഇഴഞ്ഞു ചെന്നു. എന്റെ ഭർത്താവ് മരിച്ചിട്ടില്ല... ജീവനുണ്ട്."

Dniperൽ വെച്ച് അവരെനിക്ക് "ദി ഓർഡർ ഓഫ് ദി റെഡ് ബാനർ" നൽകി ബഹുമാനിച്ചു. നല്ല നിലാവുള്ള രാത്രി. അതിനടുത്തദിവസം എന്റെ ഭർത്താവിന് കഠിനമായ മുറിവേറ്റു. ഞങ്ങൾ ഒരുമിച്ചോടി. ചതുപ്പുനിലങ്ങളിലൂടെ കാലുകൾ വലിച്ചുവെച്ചു. പകുതി നീന്തിയും നീങ്ങി. ഞങ്ങൾ ഒരുമിച്ച് മുട്ടിലിഴഞ്ഞ് മുന്നോട്ടു പോയി. പിറകിൽ യന്ത്രത്തോക്കുകൾ നിർത്താതെ വെടി ഉതിർത്തുകൊണ്ടിരുന്നു. ഞങ്ങളും നിർത്താതെ മുന്നോട്ടിഴഞ്ഞു നീങ്ങി. അരക്കെട്ടിലാണ് അദ്ദേഹത്തിന് വെടിയേറ്റത്. ബുള്ളറ്റ് പൊട്ടിത്തെറിച്ചു. അദ്ദേഹത്തിന്റെ പൃഷ്ഠഭാഗമാകെ പൊളിഞ്ഞു.

ബാൻഡേജ് ചെയ്യാനാവാത്ത സ്ഥിതി. മുറിവിൽ നിറയെ മണ്ണും ചെളിയും. ഞങ്ങളുടെ ചുറ്റും ശത്രുവിന്റെ വലയം. ഞങ്ങൾ വലയം ഭേദിച്ചു പുറത്തു കടക്കാൻ ശ്രമിച്ചു. എങ്ങോട്ടാണ് അദ്ദേഹത്തെ കൊണ്ടുപോവുക?

ഒരു തരത്തിലുള്ള മരുന്നും എന്റെ കൈയിലില്ലായിരുന്നു. അവസാനം ഒരുവിധം ഞങ്ങൾ പുറത്തുകടന്നു. ഒട്ടും വൈകാതെ അദ്ദേഹത്തെ ആശുപത്രിയിലെത്തിച്ചു. ആശുപത്രിയിലെത്തിയപ്പോഴേക്കും രക്തത്തിൽ അണുബാധ സംഭവിച്ചുകഴിഞ്ഞിരുന്നു. നവവത്സരമായിരുന്നു. 1944-ന്റെ തുടക്കം. അദ്ദേഹം മരിക്കുകയാണെന്ന് എനിക്കു മനസ്സിലായി. അദ്ദേഹം അനവധി കീർത്തിമുദ്രകൾ നേടിയിരുന്നു. ഞാൻ അതെല്ലാമെടുത്ത് അദ്ദേഹത്തിന്റെ അരികത്ത് ചേർത്തുവെച്ചു. ഡോക്ടർ രോഗിയെ പരിശോധിക്കാൻ വന്നു. അദ്ദേഹം ഉറങ്ങുകയായിരുന്നു.

"നിങ്ങൾ പുറത്തു പോകണം... അദ്ദേഹം മരിച്ചു കഴിഞ്ഞു." ഡോക്ടർ പറഞ്ഞു.

"പതുക്കെ... അദ്ദേഹത്തിനിപ്പോഴും ജീവനുണ്ട്." ഞാൻ ഡോക്ടറുടെ നേരെ തിരിഞ്ഞു.

ആ നിമിഷം എന്റെ ഭർത്താവ് കണ്ണുതുറന്നു." മേൽത്തട്ടിനാകെ നീല നിറമായിരിക്കുന്നു."

ഞാൻ അദ്ദേഹത്തെ തിരുത്തി. "നീലയല്ല വാസ്യാ... അതിന് വെള്ള നിറമാണ്." പക്ഷേ, അദ്ദേഹം വിശ്വസിച്ചില്ല. നീലയിൽത്തന്നെ ഉറച്ചു നിന്നു.

തൊട്ടടുത്ത മെത്തയിൽ കിടന്നിരുന്ന ആൾ പറഞ്ഞു, "ഫെഡോസെൻകോ... നിങ്ങൾ രക്ഷപ്പെട്ട് എഴുന്നേറ്റു നടക്കാൻ തുടങ്ങിയാൽ ഭാര്യയെ കൈയിലെടുത്തു കൊണ്ടുപോകേണ്ടിവരും."

"അതിനെന്താ... തീർച്ചയായും ഞാനതു ചെയ്യും." അദ്ദേഹം ഉറപ്പിച്ചു പറഞ്ഞു.

"തീർച്ചയില്ല... താൻ മരിക്കാറായി എന്നദ്ദേഹത്തിന് മനസ്സിലായിട്ടുണ്ടാകും. അദ്ദേഹം കൈകൾ നീട്ടി എന്നെ തന്നിലേക്ക് വലിച്ചടുപ്പിച്ചു. അമർത്തി ചുംബിച്ചു... അവസാനമായിട്ടെന്നപോലെ.

"ലുബ്രാവ്കാ, സങ്കടം തന്നെ. എല്ലാവരും നവവത്സരമാഘോഷിക്കുമ്പോൾ നീയും ഞാനും മാത്രം... ഇവിടെ ഈ ആശുപത്രിയിൽ. സങ്കടപ്പെടാനൊന്നുമില്ല. നമുക്ക് വേണ്ടതെല്ലാം ഇവിടെയുണ്ടല്ലോ! അദ്ദേഹത്തിന്റെ ജീവിതത്തിൽ ഏതാനും മണിക്കൂറുകൾ മാത്രമേ ശേഷിച്ചിരുന്നുള്ളൂ... അദ്ദേഹത്തിനൊരബദ്ധം പറ്റി. എനിക്ക് മെത്ത വൃത്തിയാക്കി വിരിപ്പ് മാറ്റേണ്ടിവന്നു. കാലിൽ ബാൻഡേജ് വെച്ചുകെട്ടി. എന്നാൽ മാറ്റിക്കിടത്തുന്നതിനിടയിൽ അദ്ദേഹത്തെ ഒന്നു പൊന്തിക്കേണ്ടി വന്നു. ഒത്ത പുരുഷൻ... നല്ല ഭാരം. പൊന്തിക്കാൻ വേണ്ടി ഞാനും നല്ലവണ്ണം കുമ്പിട്ടു. എനിക്കു മനസ്സിലായി... ഏതാനും നിമിഷങ്ങൾ മാത്രം... ആ ജീവിതം അവസാനിക്കുകയായി. ഇനി അദ്ദേഹം ഉണ്ടാവില്ല. രാത്രിയായിരുന്നു.

സമയം പത്തേകാൽ. ഈ നിമിഷത്തിലും അതെനിക്ക് കൃത്യമായി ഓർമ്മ യുണ്ട്. സ്വയം മരിക്കണമെന്നായിരുന്നു എന്റെ ആഗ്രഹം. എന്നാൽ എന്റെ ഹൃദയത്തിനു താഴെ... ഞങ്ങളുടെ കുഞ്ഞിനെ ഞാൻ ചുമക്കുന്നുണ്ടാ യിരുന്നു. അതുകൊണ്ടു മാത്രമാണ് ഞാൻ അന്ന് മരിക്കാതിരുന്നത്. ആ ദിവസങ്ങൾ എങ്ങനെയോ ഞാൻ അതിജീവിച്ചു. ജനുവരി 1-ാം തീയതി യാണ് ഞാൻ അദ്ദേഹത്തിന്റെ ശവമടക്കിയത്. മുപ്പത്തെട്ടു ദിവസം കഴിഞ്ഞ് ഞാൻ നിങ്ങളുടെ മകനെ പ്രസവിച്ചു. 1944-ൽ ആണ് അവൻ ജനിച്ചത്. ഇപ്പോൾ അവനുമായി കുഞ്ഞുങ്ങൾ. എന്റെ ഭർത്താവിന്റെ പേര് വാസിലി എന്നായിരുന്നു. എന്റെ മകന്റെ പേര് വാസിലി വാഡിലീ വിച്ച്.... അവന്റെ മകൻ വാസ്യാ... വാസ്സിലീക്.

വീരാ വ്ളാഡിമിറോവ്നാ ഷെവാൻഡിഷേവാ

ഫസ്റ്റ് ലെഫ്റ്റനന്റ് സർജൻ

എന്നും കാണുന്ന കാഴ്ച... എന്നിട്ടും അതുമായി പൊരുത്തപ്പെടാ നാവുന്നില്ല. ദിവസവും കാണുന്ന, ഏതെങ്കിലും ഒരു യുവാവിന്റെ മരണം... സുന്ദരനായ ഒരു ചെറുപ്പക്കാരൻ. ഓടിച്ചെന്ന് ആ മുഖത്തൊന്ന് ഉമ്മ വെക്കാൻ തോന്നും. സ്ത്രീകൾ സ്വാഭാവികമായി ചെയ്യുന്ന എന്തെങ്കി ലുമൊന്നു ചെയ്യാൻ ഹൃദയം വെമ്പും. പക്ഷേ, എനിക്കതിനാവില്ല. ഇവിടെ ഞാനൊരു ഡോക്ടർ മാത്രമാണ്. ഒന്നു ചിരിക്കാൻ, ആ കൈയെടു ത്തൊന്നു കൈയിൽ വെക്കാൻ, ആ നെറ്റിയിലൊന്നു തലോടാൻ...

യുദ്ധത്തിനുശേഷം വളരെ വർഷങ്ങൾ കഴിഞ്ഞ് ഒരാൾ എന്നോട് തുറന്നു പറഞ്ഞു. എന്റെ യുവത്വം നിറഞ്ഞ ചുണ്ടിലെ ഇളംചിരി അയാൾ ഇപ്പോഴും ഓർക്കുന്നുണ്ടെന്ന്. എന്റെ മുമ്പിൽ അയാൾ മുറിവേറ്റു കിട ക്കുന്ന ഒരു സാധാരണ സൈനികൻ മാത്രമായിരുന്നു. അയാൾ പറഞ്ഞു, എന്റെ ആ ചിരിയാണ് അന്ന് അയാളെ ജീവിതത്തിലേക്കു തിരിച്ചു കൊണ്ടുവന്നതെന്ന്... അതേ ലോകത്തിൽ നിന്ന്... അങ്ങനെയല്ലേ എല്ലാ വരും പറയുക... ഒരു സ്ത്രീയുടെ പുഞ്ചിരി...

സോഫിയാ ത്രീജെൻ

സാർജന്റ്, ഒളിപ്പോരാളി

ഒന്നാം ഫസ്റ്റ് ബെലോറഷ്യൻ മുന്നണി പ്രദേശത്ത് ഞങ്ങളെത്തി.... ഇരുപത്തിയേഴ് പെൺകുട്ടികൾ. പുരുഷന്മാർ ഏറെ മതിപ്പോടെ ഞങ്ങളെ നോക്കി. “അലക്കുകാരികളല്ല. ടെലിഫോൺ ഓപ്പറേറ്റർമാരല്ല, പക്ഷേ ഒളിപ്പോരാളികൾ, ആദ്യമായാണ് ഞങ്ങൾ ഇങ്ങനെയുള്ള പെൺകുട്ടി കളെ കാണുന്നത്... അസാമാന്യംതന്നെ! ഞങ്ങളുടെ ബഹുമാനാർത്ഥം സാർജന്റ് മേജർ ഒരു കവിത രചിച്ചു. അതിന്റെ സാരം ഏതാണ്ടിങ്ങനെ യായിരുന്നു, “മേയ് മാസത്തിലെ പനിനീർപൂക്കളെപോലെ വശ്യതയു ള്ളവരാകണം പെൺകുട്ടികൾ എങ്കിൽ യുദ്ധം അവരുടെ ആത്മാവിനെ വികലമാക്കുകയില്ല.”

മുന്നണിയിലേക്ക് യാത്രയാകും മുമ്പ് ഞങ്ങളോരോരുത്തരും ഒരു പ്രതിജ്ഞയെടുത്തിരുന്നു. പ്രണയബന്ധങ്ങളിൽ ഏർപ്പെടുകയില്ല. അങ്ങനെയുള്ളതെല്ലാം യുദ്ധം കഴിഞ്ഞതിനുശേഷം മാത്രം... ജീവനോടെ തിരിച്ചുവരികയാണെങ്കിൽ, യുദ്ധത്തിനു മുമ്പ്.... ഒരാൺകുട്ടിയെ ഒന്നു ചുംബിക്കാൻ പോലും ഞങ്ങൾക്ക് അവസരം കിട്ടിയിരുന്നില്ല. ഇന്നത്തെ ചെറുപ്പക്കാരെപോലെയായിരുന്നില്ല അന്ന് ഞങ്ങൾ. ഈ വക കാര്യങ്ങൾ തികഞ്ഞ ഗൗരവത്തോടെയാണ് ഞങ്ങൾ കണ്ടിരുന്നത്. ഞങ്ങളെ സംബന്ധിച്ചിടത്തോളം, ജീവിതകാലം മുഴുവൻ നിലനിൽക്കേണ്ട പ്രണയത്തിന്റെ പ്രതീകമായിരുന്നു ചുംബനം. മുന്നണിയിൽ സ്വാഭാവികമായും പ്രേമബന്ധങ്ങൾ വിലക്കപ്പെട്ടിരുന്നു. അഥവാ അങ്ങനെ വല്ലതും മേലധികാരികളുടെ ശ്രദ്ധയിൽപ്പെട്ടാൽ, ഇണകളിൽ ഒരാളെ ആ ക്ഷണം സ്ഥലം മാറ്റും. കൂടുതൽ വിശദീകരണമൊന്നുമില്ല. രണ്ടുപേരെയും വേർപിരിക്കുകതന്നെ.

സ്വന്തം പ്രണയം ഓരോരുത്തരും അവനവന്റെ മനസ്സിൽ രഹസ്യമായി സൂക്ഷിച്ചു. മുന്നണിയിലേക്കു പുറപ്പെടും മുമ്പു ചെയ്ത ബാലിശമായ ശപഥം എല്ലാവരും മറന്നു. ഞങ്ങൾ പ്രേമിച്ചു... ആ പ്രേമമാണ് യുദ്ധകാലം അതിജീവിക്കാൻ എനിക്ക് തുണയായത്. അതില്ലായിരുന്നുവെങ്കിൽ എന്നോ ഞാൻ വീണുപോയേനെ. പ്രണയമാണ് ഞങ്ങളെ രക്ഷിച്ചത്... എന്നെ... തീർച്ചയായും....

സോഫിയ കെവിച്ച്

മെഡിക്കൽ വിഭാഗത്തിൽ സഹായി

നിങ്ങൾ പ്രണയത്തെക്കുറിച്ച് ചോദിക്കുന്നു, സത്യം തുറന്നു പറയാൻ എനിക്കു ഭയമില്ല. ഞാൻ യുദ്ധരംഗത്ത് പുരുഷനോടൊപ്പം ജീവിച്ച ഭാര്യയായിരുന്നു. നിയമാനുസൃതമല്ലാത്ത ബന്ധം. രണ്ടാംഭാര്യ... എല്ലാവരും പറയുമ്പോലെ "പടക്കളത്തിലെ ഭാര്യ" ആ ബറ്റാലിയനിലെ ഒന്നാം കമാൻഡർ.

അദ്ദേഹം നല്ലൊരു മനുഷ്യനായിരുന്നു. പക്ഷേ, ഞാൻ അദ്ദേഹത്തെ സ്നേഹിച്ചിരുന്നില്ല. ഏതാനും മാസങ്ങൾക്കുശേഷമാണ് ഞാൻ അദ്ദേഹത്തിന്റെ 'ഭൂഗർഭ' അറയിലേക്കു ചെന്നത്. അല്ലാതെന്തു ചെയ്യാൻ! ചുറ്റും പുരുഷന്മാർ മാത്രം. എല്ലാവരേയും പേടിച്ചു കഴിയുന്നതിനേക്കാൾ നല്ലത് ഒരാളുടെ കൂടെ കഴിയുകയല്ലേ? യുദ്ധസമയത്തെ പേടിയേക്കാൾ കൂടുതലായിരുന്നു അതിനുശേഷം നേരിടേണ്ടി വന്ന ഭയം. പ്രത്യേകിച്ചും വിശ്രമത്തിനു വേണ്ടിയോ, പുനഃസജ്ജീകരണത്തിനുവേണ്ടിയോ പിൻവാങ്ങിയിട്ടുള്ള സമയം. വെടിവെപ്പും ബോംബാക്രമണവുമുണ്ടാകുമ്പോൾ അവർ ഉറക്കെ വിളിക്കും.... "സഹോദരീ... പ്രിയ സഹോദരീ..." എന്നാൽ അതിനുശേഷം അവരോരോരുത്തരും പാത്തും പതുങ്ങിയുമിരിക്കും... നിങ്ങളെ കൈയിൽ കിട്ടാൻ. രാത്രിയായാൽ പ്രത്യേകിച്ചും ട്രെയിനിൽ നിന്നും വെളിയിൽ വരാനാവില്ല.

മറ്റു പെൺകുട്ടികൾക്കും ഇതേ അനുഭവമായിരുന്നോ? ഇതിനെ കുറിച്ചൊന്നും അവർ സംസാരിക്കാറില്ലേ, തുറന്നു പറയാറില്ലേ?

അവരൊന്നും തുറന്നു പറഞ്ഞിരുന്നില്ല. നാണം തോന്നിയിട്ടുണ്ടാവും... എന്നു വിചാരിക്കുന്നു. ഒരുപക്ഷേ, ആത്മാഭിമാനത്തിന്റെ പ്രശ്നം... യുദ്ധ കാലം... എന്തെല്ലാം സംഭവിക്കുന്നു. ആർക്കും മരിക്കണമെന്നുണ്ടായിരുന്നില്ല. ഇത്ര ചെറുപ്പത്തിൽ മരിക്കുക... ആർക്കെങ്കിലും സങ്കല്പിക്കാനാവുമോ?

പുരുഷന്മാരുടെ കാര്യം... നാലു കൊല്ലം മുഴുവൻ സ്ത്രീകളെ കൂടാതെ കഴിച്ചുകൂട്ടുക... വളരെ പ്രയാസമുള്ള സംഗതിയായിരുന്നു. കമാൻഡർമാർക്ക് എന്തെങ്കിലും വഴി കണ്ടെത്താം. എന്നാൽ ഒരു സാധാരണ സൈനികന് അങ്ങനെ ഒരു മാർഗവുമില്ലായിരുന്നു. കർശനമായ ആത്മനിയന്ത്രണം... പക്ഷേ, ആരും അതിനെപറ്റിയൊന്നും സംസാരിക്കാറില്ലായിരുന്നു. ആ ബറ്റാലിയനിൽ ഉണ്ടായിരുന്ന ഒരേയൊരു സ്ത്രീ ഞാനായിരുന്നു. ഞാൻ പുരുഷന്മാരോടൊപ്പം പൊതുവായുള്ള ഒരു ട്രെന്റിലാണ് താമസിച്ചിരുന്നത്. എനിക്ക് പ്രത്യേകമായി ഒരിടം അനുവദിച്ചുതന്നുവെന്നു മാത്രം. ആ ഭൂഗർഭഅറയുടെ ആകെ വലുപ്പം ഇരുപത് ചതുരശ്ര അടിയായിരുന്നു. അപ്പോൾ പിന്നെ എനിക്കനുവദിക്കപ്പെട്ട ആ "ഇട"ത്തിന്റെ കാര്യം എടുത്തുപറയേണ്ടതില്ലല്ലോ. ഉറക്കത്തിൽ ഇടയ്ക്ക് ഞാൻ ഉണരാറുണ്ട്. കൈയൊന്നു നീട്ടിയാൽ അപ്പുറത്തു കിടക്കുന്ന പുരുഷന്റെ കാലിലോ, കവിളിലോ എന്റെ കൈ ചെന്നു തട്ടും. ഒരിക്കൽ മുറിവുപറ്റി എനിക്ക് ആശുപത്രിയിൽ കിടക്കേണ്ടിവന്നു. അവിടേയും ഉറക്കത്തിൽ കൈ അങ്ങോട്ടുമിങ്ങോട്ടും എടുത്തിടുന്ന ശീലം... ഉണർത്തി നഴ്സു ചോദിച്ചു, "എന്തുപറ്റി?" കാരണം പറയാനാവുമോ? അടുത്തു കിടക്കുന്ന പുരുഷന്മാരെ അകറ്റി നിർത്താനുള്ള ഉപായമാണ് അതെന്ന് വെളിപ്പെടുത്താൻ ലജ്ജ തോന്നി.

ആദ്യത്തെ കമാൻഡർ. ഒരു മൈൻ പൊട്ടിത്തെറിച്ച് അദ്ദേഹം കൊല്ലപ്പെട്ടു. ബറ്റാലിയന്റെ രണ്ടാമത്തെ കമാൻഡർ... അദ്ദേഹത്തെ ഞാൻ പ്രേമിച്ചിരുന്നു. പല പോരാട്ടങ്ങൾക്കും ഞാൻ അദ്ദേഹത്തോടൊപ്പം പോയിരുന്നു. എപ്പോഴും അദ്ദേഹത്തിന്റെ അരികുപറ്റി നില്ക്കുക... അതായിരുന്നു എന്റെ ഇഷ്ടം. ശരിക്കും ഞാൻ അദ്ദേഹത്തെ സ്നേഹിച്ചിരുന്നു. അദ്ദേഹത്തിന് നാട്ടിൽ ഭാര്യയും രണ്ടു മക്കളുമുണ്ടായിരുന്നു. അവരുടെ ഫോട്ടോകൾ അദ്ദേഹം കാണിച്ചുതന്നിരുന്നു. യുദ്ധം കഴിഞ്ഞാൽ, ജീവിച്ചിരിപ്പുണ്ടെങ്കിൽ തീർച്ചയായും അവരുടെ അടുത്തേക്ക് അദ്ദേഹം തിരിച്ചു പോകുമെന്ന് എനിക്കറിയാമായിരുന്നു. കലുഗയിലായിരുന്നു അദ്ദേഹത്തിന്റെ കുടുംബം. എന്നാലെന്ത് എന്നായിരുന്നു എന്റെ മനോഭാവം. ഒരുമിച്ചുള്ള ജീവിതം എത്ര സന്തോഷകരമായിരുന്നു... ഓരോ നിമിഷവും നിറഞ്ഞ സന്തോഷത്തിന്റെ... ഘോരമായൊരു സംഘട്ടനം കഴിഞ്ഞ്, ഒരിക്കൽ ഞങ്ങൾ തിരിച്ചെത്തി. കൊല്ലപ്പെട്ടില്ല എന്ന ഏറ്റവും വലിയ സന്തോഷം! ഞങ്ങൾ തമ്മിലുള്ള ബന്ധം... അടുപ്പം. വേറൊരാളുമായും

അദ്ദേഹത്തിന് സാധിക്കുമായിരുന്നില്ല.. അതിൽ ഒരു സാഫല്യവും രണ്ടു പേർക്കും അനുഭവപ്പെടുമായിരുന്നില്ല. എനിക്കത് നന്നായി അറിയാം. ഞാനില്ലാതെ അദ്ദേഹത്തിന് ഇത്ര സന്തോഷമായി കഴിയാനാവില്ല. യുദ്ധകാലത്ത് ഞങ്ങൾ ഒരുമിച്ചനുഭവിച്ച ആനന്ദം... അതൊന്നു വേറെയായിരുന്നു. ആ ആനന്ദം അദ്ദേഹം ഇനിയൊരിക്കലും അനുഭവിക്കുകയില്ല... തീർച്ച.

യുദ്ധം അവസാനിക്കാറായ ദിവസങ്ങൾ. ഞാൻ ഗർഭിണിയായി. അതെന്റെ മോഹമായിരുന്നു. ഞാൻ പ്രസവിച്ചു. ഞങ്ങളുടെ കുഞ്ഞിനെ ഞാൻ തനിയെ വളർത്തി വലുതാക്കി. ഒരു നിലയ്ക്കും അദ്ദേഹം എന്നെ സഹായിച്ചില്ല. ചെറുവിരൽപോലും അനക്കിയില്ല. മകൾക്കായി ഒരു സമ്മാനമോ ഒരെഴുത്തോ ഒരു പോസ്റ്റ് കാർഡുപോലും അയച്ചില്ല. യുദ്ധം അവസാനിച്ചു. അതോടെ ഞങ്ങളുടെ പ്രണയവും അവസാനിച്ചു. മാധുര്യമേറിയ ഒരു ഗാനംപോലെ... അദ്ദേഹം തന്റെ നിയമാനുസൃത കുടുംബത്തിലേക്കു തിരിച്ചുപോയി. സ്വന്തം ഭാര്യ.. കുട്ടികൾ. ഓർമ്മയ്ക്കായി അദ്ദേഹം എനിക്കു തന്നത് സ്വന്തം ഫോട്ടോ മാത്രം. യുദ്ധം അവസാനിക്കരുത് എന്നായിരുന്നു എന്റെ ആഗ്രഹം... പറയുന്നത് തെറ്റാണെന്നെനിക്കറിയാം... തികച്ചും ഘോരമായ കാര്യം തന്നെ. പക്ഷേ, ഞാൻ എന്റെ ഹൃദയം തുറന്നു കാട്ടുകയാണ്. എനിക്കു ഭ്രാന്താണോ? ഞാൻ അദ്ദേഹത്തെ തീവ്രമായി സ്നേഹിച്ചിരുന്നു. യുദ്ധം അവസാനിക്കുന്നതോടെ ആ പ്രണയത്തിനും തിരശ്ശീല വീഴുമെന്ന് അന്നേ എനിക്കറിയാമായിരുന്നു. ആ പ്രണയം... അദ്ദേഹത്തോടെനിക്കു നന്ദിയുണ്ട്. കുറച്ചുകാലത്തേക്കെങ്കിലും തന്റെ ഹൃദയം പൂർണമായും എനിക്കു തന്നുവല്ലോ. ജീവിതകാലം മുഴുവൻ ഞാൻ അദ്ദേഹത്തെ സ്നേഹിക്കും. ഈ കാലമത്രയും ആ സ്നേഹം ഞാൻ എന്റെ മനസ്സിൽ ഭദ്രമായി സൂക്ഷിക്കുകയായിരുന്നു. ഇന്നെനിക്ക് വയസ്സായി. എനിക്ക് നുണ പറയേണ്ട ആവശ്യമില്ല. ഒരു ജീവിതകാലം മുഴുവൻ നീണ്ടുനില്ക്കുന്ന പ്രണയം... അതിനെക്കുറിച്ച് എനിക്ക് ലേശംപോലും ഖേദമില്ല.

എന്റെ മകൾ എന്നെ കുറ്റപ്പെടുത്താറുണ്ട്, "അമ്മ എന്തിനാണ് ഇപ്പോഴും അയാളെ സ്നേഹിക്കുന്നത്?" ശരിയാണ്. ഞാൻ ഇപ്പോഴും അദ്ദേഹത്തെ സ്നേഹിക്കുന്നു. ഈയിടെയാണ് ഞാൻ അറിഞ്ഞത്, അദ്ദേഹം മരിച്ചുവെന്ന്. ഞാൻ ഒരുപാടു കരഞ്ഞു. അതുകാരണം മകളുമായി കലഹിക്കേണ്ടിവന്നു. "ഇപ്പോൾ കരയേണ്ട കാര്യം?" മകൾക്കു ദേഷ്യം വന്നു. "നിങ്ങളെ സംബന്ധിച്ചിടത്തോളം എന്നോ അയാൾ മരിച്ചു കഴിഞ്ഞിരിക്കുന്നു."

പക്ഷേ സത്യം... ഞാൻ ഇപ്പോഴും അദ്ദേഹത്തെ തീവ്രമായി സ്നേഹിക്കുന്നു എന്നതാണ്. യുദ്ധം... എന്റെ ജീവിതത്തിലെ ഏറ്റവും നല്ല കാലം അതായിരുന്നു എന്നാണ് ഇന്നും എന്റെ വിശ്വാസം. അത്രത്തോളം സന്തോഷം പിന്നീടൊരിക്കലും ഞാൻ അനുഭവിച്ചിട്ടില്ല.

.... ദയവുചെയ്ത് എന്റെ കുടുംബപ്പേര് വെളിപ്പെടുത്തരുത്... എന്റെ മകളെ ഓർത്ത്... അവർക്കത് സഹിക്കാനാവില്ല.

എക്കാട്രീനാ നികീടീച്ച്‌രാ സാനിക്കോവാ

സാർജന്റ് , റൈഫിൾമാൻ

യുദ്ധകാലത്ത്...

അവരെന്നെ മുന്നണിയിലെ ഒരു യൂണിറ്റിലേക്കയച്ചു. കമാൻഡർ എന്നെ കണ്ടതും പറഞ്ഞു, “തലയിൽ നിന്നും ദയവു ചെയ്ത് ഹാറ്റ് എടുത്തുമാറ്റണം.” എനിക്കദ്ഭുതം തോന്നി. ഏതായാലും ഞാൻ തൊപ്പി ഊരി വെച്ചു. റിക്രൂട്ടിങ്ങ് ഓഫീസിൽ വെച്ച് അവർ ഞങ്ങളുടെ മുടി തീരെ ചെറുതായി മുറിച്ചിരുന്നു. എന്നാൽ ഇവിടേക്കു വരുംമുമ്പേ കുറച്ചുനാൾ പട്ടാള ക്യാമ്പിൽ കഴിയുന്നതിനിടെ എന്റെ മുടി കുറച്ചൊന്നു വളർന്നിരുന്നു. സ്വതവേ നന്നായി ചുരുണ്ട മുടിയായിരുന്നു എന്റേത്. ഇറക്കമുള്ള മുടിച്ചുരുളുകൾ. ഇപ്പോൾ അങ്ങനെ തോന്നില്ല. വയസ്സ് കുറെയായില്ലേ? കമാൻഡർ എന്റെ മുഖത്തുതന്നെ കുറച്ചുനേരം നോക്കിനിന്നു. “രണ്ടു കൊല്ലമായി ഞാനൊരു പെണ്ണിനെ കണ്ടിട്ട്.” അദ്ദേഹം പതുക്കെ പറഞ്ഞു. “വെറുതെയെങ്കിലും ഒന്നു കണ്ടുനില്ക്കാൻ മോഹം.”

യുദ്ധത്തിനുശേഷം...

പല കുടുംബങ്ങൾ ഒരുമിച്ചു താമസിക്കുന്ന ഒരു കെട്ടിടത്തിലാണ് ഞാൻ താമസിച്ചത്. എന്റെ അയൽപക്കത്തുള്ളവരെല്ലാം വിവാഹിതരായിരുന്നു. അവരെന്നെ പലപ്പോഴും അധിക്ഷേപിച്ചിരുന്നു.

“ഹാ... ഹാ...” അവർ എന്നെ നോക്കിച്ചിരിച്ചു. “അവിടെ പലരുടേയും കൂടെ കിടന്ന അനുഭവങ്ങൾ... അതിനെകുറിച്ചൊക്കെ പറഞ്ഞുതരൂ.” എല്ലാവർക്കും പൊതുവായി ഒരടുക്കള... ഭക്ഷണശാല. എന്റെ പുഴുങ്ങിയ ഉരുളക്കിഴങ്ങിൽ അവർ മനഃപൂർവം വിനീഗർ ഒഴിച്ചു. അല്ലെങ്കിൽ ആവശ്യത്തിലധികം ഉപ്പുചേർത്തു. ഹാ... ഹ... വെറുതെ. എന്നെ ചൊടിപ്പിക്കാൻ വേണ്ടി.

എന്റെ കമാൻഡറിന് സൈന്യത്തിൽനിന്നും വിടുതൽ കിട്ടി. അദ്ദേഹം എന്നെ തേടി വന്നു. ഞങ്ങൾ വിവാഹിതരായി. വെറുതെ രജിസ്റ്റർ ആപ്പീസിൽ പോയി രജിസ്റ്റർ ചെയ്തുവെന്നു മാത്രം. അതല്ലാതെ വിവാഹച്ചടങ്ങുകളൊന്നുമുണ്ടായില്ല. ഒരു വർഷം കഴിഞ്ഞപ്പോൾ അദ്ദേഹം എന്നെ ഉപേക്ഷിച്ചു, വേറൊരു സ്ത്രീയോടൊപ്പം പോയി. കാരണം... “അവർക്ക് വാസനത്തൈലത്തിന്റെ മണമാണ്... നിങ്ങൾക്കെപ്പോഴും പട്ടാളബൂട്ടുകളുടേയും കാലിൽ കെട്ടുന്ന തുണികളുടേയും നാറ്റം...”

അങ്ങനെ ഞാൻ തനിച്ചായി. ഇപ്പോഴും ഒറ്റയ്ക്കു കഴിയുന്നു. ഈ വിശാലമായ ലോകത്തിൽ എന്റേതെന്നു പറയാൻ എനിക്കാരുമില്ല. നിങ്ങൾ എന്നെ അന്വേഷിച്ചു വന്നല്ലോ.. നന്ദിയുണ്ട്.

അനസ്റ്റേസിയാ ലിയോണോഡോവ്ന സാർഡിസ്കായ

കോർപറൽ, മെഡിക്കൽ അസിസ്റ്റന്റ്

എന്റെ ഭർത്താവിന്റെ കാര്യം... ഇപ്പോൾ ഇവിടെയില്ലാത്തത് നന്നായി. ജോലി സ്ഥലത്താണ്. അദ്ദേഹം കർശനമായി വിലക്കിയിട്ടുണ്ട്.

മൂപ്പർക്കറിയാം, പ്രണയത്തെപറ്റി സംസാരിക്കാൻ എനിക്കിഷ്ടമാണ് എന്ന്. ഒരു രാത്രികൊണ്ടാണ് ഞാൻ ബാൻഡേജുകൾ വെട്ടി എന്റെ വിവാഹവസ്ത്രങ്ങളുണ്ടാക്കിയത് എന്ന് അദ്ദേഹത്തിനറിയാം. ഞാൻ തന്നെയാണ് എല്ലാം തുന്നിയത്. എന്റെ കൂട്ടുകാരും ഞാനും കൂടി ഒരു മാസം കൊണ്ടാണ് വേണ്ടത്ര ബാൻഡേജ് ശത്രുപക്ഷത്തിൽ നിന്നും പിടിച്ചെടുത്തത്. അതുകൊണ്ട് ശരിക്കുള്ള ഒരു വിവാഹവസ്ത്രം തന്നെ ഞാൻ തുന്നിയുണ്ടാക്കി. അന്നെടുത്ത ഫോട്ടോ ഇപ്പോഴും എന്റെ കൈയിലുണ്ട്. ആ ഉടുപ്പും കാലിൽ മിലിട്ടറി ബൂട്ടുകളും. ഭാഗ്യം... ഇറുക്കമുള്ള ഗൗണിനു താഴെ ഫോട്ടോയിൽ ബൂട്ടുകൾ കാണാനാവില്ല. എന്നാലും ഞാൻ ഓർക്കുന്നു, കാലിലിട്ടിരുന്നത് ബൂട്ടുകൾ തന്നെയായിരുന്നു. പട്ടാളത്തൊപ്പി വെട്ടി ഞാൻ അരയിൽ കെട്ടുന്ന ബെൽറ്റുണ്ടാക്കി. ഭംഗിയുള്ള ഒരു കൊച്ചു അരപ്പട്ട. ഞാൻ വെറുതെ അതുമിതും പറഞ്ഞുകൊണ്ടിരിക്കയാണ്. പ്രണയത്തെപറ്റി ഒരക്ഷരം മിണ്ടരുത് എന്ന് എന്റെ ഭർത്താവ് താക്കീതു ചെയ്തിട്ടുണ്ട്. യുദ്ധത്തെപറ്റി മാത്രം സംസാരിച്ചാൽ മതി പോലും. വലിയ കർശനക്കാരനാണ്. ഒരു ഭൂപടം മുമ്പിൽ വെച്ചാണ് എല്ലാം എന്നെ പഠിപ്പിച്ചത്. രണ്ടു ദിവസം മുഴുവൻ അതായിരുന്നു പണി. ഓരോരോ മുന്നണി പ്രദേശങ്ങൾ കാണിച്ചു തന്നു. ഞങ്ങളുടെ യൂണിറ്റ് എവിടെയാണെന്ന് കാട്ടിത്തന്നു. എല്ലാം ഞാൻ എഴുതിവെച്ചിട്ടുണ്ട്... വായിച്ചു കേൾപ്പിക്കട്ടെ.

അല്ലാ! നിങ്ങൾ ചിരിക്കുകയാണോ? എന്തിനാണ് ചിരിക്കുന്നത്? നിങ്ങളുടെ ചിരി കാണാൻ നല്ല ചന്തമുണ്ട്. ഒരു കാലത്ത് ഞാനും ധാരാളം ചിരിച്ചിരുന്നു.

ഞാനൊരു നല്ല ചരിത്രകാരിയല്ല... അറിയാം... ഞാൻ പടങ്ങൾ കാണിച്ചുതരട്ടെ. എന്റെ വിവാഹവസ്ത്രം... ബാൻഡേജ് വെട്ടി ഞാൻ തുന്നിയത്...

ആ വേഷത്തിൽ എന്നെ കാണാൻ എനിക്കു വലിയ ഇഷ്ടമാണ്. നല്ല വെളുത്ത ഗൗൺ.

ആകാശം നോക്കിയുള്ള അപരിചിത മൗനവും നഷ്ടപ്പെട്ട മോതിരവും

മാറിയ സെലിവെർ സ്റ്റോവ്ന ബോഷോക്

നഴ്സ്

കാസാൻ യുദ്ധരംഗത്തേക്ക് പോകാനായി ഞാൻ വീട്ടിൽ നിന്നിറങ്ങുമ്പോൾ എനിക്ക് പ്രായം പത്തൊമ്പത്.

ആറുമാസം കഴിഞ്ഞ് അമ്മയ്ക്കുള്ള കത്തിൽ ഞാനെഴുതി, എല്ലാവരുടേയും വിചാരം എനിക്ക് ഇരുപത്തിയഞ്ചോ ഇരുപത്തിയേഴോ

ആയിട്ടുണ്ടെന്നാണ്. ഓരോ ദിവസവും കഴിഞ്ഞിരുന്നത് കടുത്ത ഭയത്തിലും ഉത്ക്കണ്ഠയിലുമായിരുന്നു. ചുറ്റും പാറി വീഴുന്ന ഷാർപ്പ്നെലുകൾ. തൊലി ഉരിഞ്ഞുപോകുമെന്ന് തോന്നും. എത്ര ആളുകളാണ് ചുറ്റും വീണ് മരിച്ചുകൊണ്ടിരിക്കുന്നത്. ഓരോ മണിക്കൂറിലും... ഓരോ മിനിറ്റിലും മരണം. മൃതദേഹങ്ങളെ മൂടാൻ വേണ്ടത്ര കച്ചകൾ ഞങ്ങളുടെ കൈയിലുണ്ടായിരുന്നില്ല. അടിവസ്ത്രങ്ങൾ മാത്രമായി ഞങ്ങൾ അവരെ കിടത്തി. വാർഡുകളിലെങ്ങും വിചിത്രമായ ഒരു നിശ്ശബ്ദത. അങ്ങനെയൊരു നിശ്ശബ്ദത വേറെയെങ്ങും ഞാൻ കണ്ടിട്ടില്ല. ഒരാൾ മരിക്കുമ്പോൾ നോട്ടം എപ്പോഴും നേരെ മുകളിലേക്കായിരിക്കും. വശങ്ങളിലേക്ക് അയാൾ നോക്കാറില്ല. തൊട്ടടുത്തായി നിങ്ങൾ നില്ക്കുന്നുണ്ടെങ്കിൽ പോലും. മുകളിലേക്കു മാത്രം... മേൽത്തട്ടിലേക്ക്... ആകാശത്തേക്ക് എന്നപോലെ.

ആ നരകത്തിനു നടുവിൽ പ്രണയമെന്ന ഒരു വാക്കേ ഞാൻ കേൾക്കില്ല എന്നായിരുന്നു എന്റെ വിചാരം. ഇതിന്റെ നടുവിൽ പ്രണയമോ? വിശ്വസിക്കാൻ വിഷമം. യുദ്ധം വർഷങ്ങളോളം നീണ്ടുപോയി. അതിനിടയ്ക്ക് ഒരു പാട്ടുപോലും എനിക്കോർമ്മ വന്നില്ല. പ്രസിദ്ധമായ "ഭൂഗർഭ അറയ്ക്കുള്ളിൽ" എന്ന പാട്ടുപോലും ഞാൻ മൂളുകയുണ്ടായില്ല.

എന്റെ ഓർമ്മയിലുള്ളത്: ഞാൻ വീട്ടിൽ നിന്നും പടക്കളത്തിലേക്ക് യാത്രതിരിച്ച ദിവസം. ഞങ്ങളുടെ തോട്ടത്തിലെ ചെറിമരങ്ങൾ പൂത്തുലഞ്ഞു നിന്നിരുന്നു. പടിയിറങ്ങി നടക്കവെ ഞാൻ പിന്നേയും പിന്നേയും തിരിഞ്ഞു നോക്കി. പിന്നീടും എത്രയോ തോട്ടങ്ങളിലൂടെ ഞാൻ കടന്നുപോയിട്ടുണ്ടാവണം. അവയും പൂത്തും കായ്ച്ചും നിറഞ്ഞു നിന്നിരിക്കുന്നു. പക്ഷേ, ഒന്നും ഞാൻ ഓർക്കുന്നില്ല.

സ്കൂളിൽ ഞാനൊരു ചിരിക്കുടുക്കയായിരുന്നു. എന്നാൽ പട്ടാളത്തിൽ ചേർന്നതിനുശേഷം ഞാൻ ചിരിച്ചിട്ടേയില്ല. ഏതെങ്കിലും പെൺകുട്ടി ചുണ്ടുകളിൽ ലിപ്സ്റ്റിക് ഇടുന്നതു കണ്ടാൽ, പുരികം വടിവാക്കുന്നതു കണ്ടാൽ എനിക്കു ദേഷ്യം വരുമായിരുന്നു. അതിനൊക്കെ ഞാൻ എതിരായിരുന്നു. ഇങ്ങനെയൊരു ഘട്ടത്തിൽ സ്വന്തം മുഖം മിനുക്കി നടക്കാൻ ആർക്കെങ്കിലും സാധിക്കുമൊ?

ചുറ്റും നൂറുകണക്കിനു മുറിവേറ്റവർ. അവരുടെ കരച്ചിലുകൾ, ഞെരക്കങ്ങൾ, മരിച്ചവരുടെ മുഖം... അതിന് പച്ചയും മഞ്ഞയും കലർന്ന വല്ലാത്തൊരു നിറമാണ്. ഇതിനിടയിൽ എങ്ങനെയാണ് സന്തോഷത്തെക്കുറിച്ച് ചിന്തിക്കുക? വിശേഷിച്ചും എന്റെ സ്വന്തം സുഖം... സന്തോഷം! പ്രണയവും യുദ്ധവും രണ്ടുംകൂടി കലർത്താൻ ഞാൻ ആഗ്രഹിച്ചില്ല. ഭയം... വേദന.... നിലവിളി... മരണം... ഇതിനിടയിൽ പ്രേമത്തിനെവിടെയാണ് സാധ്യത... അഥവാ മുളപൊട്ടിയാൽത്തന്നേയും ക്ഷണത്തിൽ കരിഞ്ഞുപോവുകയേയുള്ളൂ.

അഴകും ആഘോഷവുമില്ലാതെ പ്രണയത്തിന് തളിർക്കാനും പൂക്കാനുമാകുമോ? യുദ്ധം അവസാനിക്കട്ടെ. ജീവിതം വീണ്ടും

വർണാഭമാകും... അപ്പോൾ പ്രണയവും താനേ നാമ്പിടും... എന്നാൽ ഇപ്പോൾ അതിനുള്ള കാലമല്ല. ഞാൻ പൊടുന്നനെ, മരിച്ചുപോയാൽ... എന്നെ സ്നേഹിക്കുന്ന ഒരു പുരുഷൻ എങ്ങനെ ആ വേദന സഹിക്കും. എത്ര പരിതാപകരമാകും അയാളുടെ സ്ഥിതി. അങ്ങനെയൊക്കെയാണ് ഞാൻ ചിന്തിച്ചിരുന്നത്.

ഇപ്പോഴത്തെ എന്റെ ഭർത്താവ്. ഞങ്ങൾ തമ്മിൽ കണ്ടതും അദ്ദേഹം എന്ന പ്രണയിക്കാൻ തുടങ്ങിയതുമൊക്കെ യുദ്ധരംഗത്തുവെച്ചായിരുന്നു. അദ്ദേഹത്തിന്റെ പ്രേമാഭ്യർത്ഥനയൊന്നും കേൾക്കാൻ എനിക്കു താത്പ ര്യവുമുണ്ടായിരുന്നില്ല. "യുദ്ധം അവസാനിക്കട്ടെ... എന്നിട്ട് നമുക്ക് ഈ വക കാര്യങ്ങൾ സംസാരിക്കാം." ഞാൻ ഉറപ്പിച്ചു പറഞ്ഞു. ഒരിക്കൽ ഘോരമായൊരു പോരാട്ടത്തിനുശേഷം ഞങ്ങൾ ക്യാമ്പിൽ തിരിച്ചെത്തി. പെട്ടെന്നദ്ദേഹം ചോദിച്ചു, "നല്ല ബ്ലൗസു വല്ലതുമുണ്ടോ കൈയിൽ? ഉണ്ടെ ങ്കിൽ അതൊന്നിട്ടു വരുമോ...? വെറുതെ.... എനിക്കൊന്നു കാണാൻ വേണ്ടി." എന്റെ കൈയിൽ ബ്ലൗസുണ്ടായിരുന്നില്ല. ഉണ്ടായിരുന്നത് പട്ടാള ഷർട്ടുകൾ മാത്രമായിരുന്നു.

എന്റെ ഒരു കൂട്ടുകാരി മുന്നണിയിൽ വെച്ച് വിവാഹിതയായി. ഞാന വളോടു തർക്കിച്ചു. "അയാൾ നിനക്കൊരിക്കലും പൂക്കൾ സമ്മാനിച്ചില്ല. നിന്നെ പ്രണയിച്ചുകൊണ്ട് പിറകെ നടന്നില്ല. ഇപ്പോൾ ഇതാ... പെട്ടെ ന്നൊരു ദിവസം വിവാഹം... ഇതെന്തു പ്രേമം?" അവളുടെ വികാരം... ഞാൻ ഒട്ടും അനുകൂലിച്ചില്ല.

അങ്ങനെയൊരു ദിവസം യുദ്ധം അവസാനിച്ചു. ഞങ്ങൾ പരസ്പരം നോക്കിയിരുന്നു. വിശ്വസിക്കാനാവുന്നില്ല, യുദ്ധം അവസാനിച്ചുവെന്ന്. അതിലും അതിശയം... ഞങ്ങൾ ജീവിച്ചിരിക്കുന്നുവെന്ന്. ഇനി ഞങ്ങൾ പ്രേമിക്കാൻ പോകുന്നു. ജീവിക്കാൻ തുടങ്ങുന്നു. എന്നാൽ അങ്ങനെ യുള്ള നല്ല കാര്യങ്ങളെല്ലാം ഞങ്ങൾ മറന്നുപോയിരുന്നു. എല്ലാം വീണ്ടും പഠിക്കേണ്ട അവസ്ഥ. ഞാൻ വീട്ടിൽ തിരിച്ചെത്തി. അമ്മയേയും കൂട്ടി കടയിലേക്കു പോയി, ഒരുടുപ്പു വാങ്ങാൻ. യുദ്ധത്തിനുശേഷമുള്ള ആദ്യത്തെ ഉടുപ്പ്.

എന്റെ ഊഴം വന്നപ്പോൾ കടയിലെ സ്ത്രീ ചോദിച്ചു:

"ഏതുതരം ഉടുപ്പാണ് വേണ്ടത്?"

"എനിക്കറിയില്ല."

"ഉടുപ്പു വാങ്ങാൻ ഉടുപ്പുകടയിൽ വന്ന ആൾക്ക് ഏതുതരം ഉടുപ്പാണ് വേണ്ടതെന്ന് അറിയില്ലെന്നോ?" അവർക്ക് അദ്ഭുതം.

"ശരിക്കും എനിക്കറിയില്ല."

അഞ്ചു വർഷം. സ്ത്രീകളുടേതായ വേഷവിധാനങ്ങളൊന്നും ഞാൻ കണ്ടിട്ടേയില്ലായിരുന്നു. ഒരുടുപ്പ് തുന്നുന്നത് എങ്ങനെയാണെന്നുപോലും ഞാൻ മറന്നുകഴിഞ്ഞിരുന്നു. എന്തെല്ലാം തരം വെട്ടലുകൾ... തുന്നലു കൾ, ഞൊറികൾ, താഴ്ന്ന അര കയറ്റിത്തുന്നിയ അര. ഒക്കെ എനിക്കു

മനസ്സിലാവാത്തതായിരുന്നു. ഉപ്പൂറ്റി ഉയർന്ന ഒരു ജോടി ഷൂസ് ഞാൻ വാങ്ങി. അവിടെത്തന്നെ അങ്ങോട്ടുമിങ്ങോട്ടും രണ്ടു തവണ നടന്നു. ഞാനത് അപ്പോൾത്തന്നെ ഊരി ഒരു മൂലയിൽ വെച്ചു. ഇതൊന്നും ഇട്ടു നടക്കാൻ... ഒരുകാലത്തും എനിക്കു ശീലമാവുകയില്ല.

എലീനാ വിക്ടോറോവ്നാ ക്ലീനോവസ്ക്യ

ഒളിപ്പോരാളി

എല്ലാം എനിക്കോർത്ത് പറയണമെന്നുണ്ട്. എത്ര സുന്ദരമായ വിചാരങ്ങളോടെയാണ് ഞാൻ യുദ്ധം കഴിഞ്ഞ് തിരിച്ചെത്തിയതെന്നോ... ഞാനങ്ങനെ പറയുമ്പോൾ "അസാധാരണം" എന്ന് നിങ്ങൾക്ക് തോന്നുന്നുണ്ടാകും. പടക്കളത്തിലെ പുരുഷന്മാർ എത്ര ആദരവോടും മതിപ്പോടും കൂടിയാണെന്നോ ഞങ്ങളെ കണ്ടിരുന്നത്. അതൊന്നും നിനക്ക് വാക്കാൽ വിവരിക്കാനാവില്ല. അവരോടൊപ്പം ഒരേ കിടങ്ങിൽ തന്നെയാണ് ഞാനും താമസിച്ചിരുന്നത്. നിലവറയ്ക്കുള്ളിൽ ഒന്നിനു മുകളിൽ ഒന്നായി പണിതിട്ടുള്ള "ബങ്കുകൾ". അതിലൊന്നിലാണ് ഞാനും കിടന്നിരുന്നത്. അവരോടൊപ്പം ഒരേ ദൗത്യത്തിൽ ഞാനും പങ്കാളിയായി. ചില രാത്രികളിൽ ശരീരം തണുത്തു മരവിക്കുമ്പോൾ കുടൽ പൊട്ടി പുറത്തുവരുമെന്നു തോന്നും. നാവ് തരിച്ച് നിശ്ചലമാകുന്നതുപോലെ തോന്നും... ഏതാനും നിമിഷങ്ങൾക്കുള്ളിൽ ബോധം മറയുമെന്ന് ഭയം തോന്നും... ഞാൻ അടുത്തു കിടക്കുന്ന ഭടനോടു പറയും, "മിഷാ നിന്റെ കോട്ടു തുറന്ന് എന്നെ കൂടി അതിനുള്ളിലേക്കു കയറ്റൂ... ഞാനിപ്പോ തണുത്തുറച്ചു പോകും." അയാൾ സ്വന്തം കോട്ടിന്റെ ബട്ടനുകളൂരി അതിന്റെ ഒരറ്റംകൊണ്ട് എന്നേയും പുതപ്പിക്കും. "കുറച്ചു സുഖം തോന്നുന്നുണ്ടോ?" ആശങ്കയോടെ ചോദിക്കും. "ഉവ്വ്." ഞാൻ നന്ദിയോടെ മറുപടി പറയും.

ഇതുപോലെയുള്ള അനുഭവങ്ങൾ മുമ്പുണ്ടായിട്ടില്ല. അല്ലെങ്കിലും മാതൃഭൂമി ഇത്രയും കടുത്ത ഒരു പ്രതിസന്ധി നേരിട്ടുകൊണ്ടിരിക്കേ മറ്റു ചിന്തകൾ മനസ്സിലേക്ക് കടന്നുവരുമോ?

"എന്നാലും പ്രണയബന്ധങ്ങൾ ഉണ്ടായിരുന്നില്ലേ?"

തീർച്ചയായും ഉണ്ടായിരുന്നു. ഞാനത് നേരിട്ട് കണ്ടിട്ടുണ്ട്.

പക്ഷേ എന്നോടു ക്ഷമിക്കണം. എന്റെ നിലപാട് ശരിയായിക്കൊള്ളണമെന്നില്ല. എന്നോ... അതെനിക്ക് സ്വാഭാവികമായി കാണാനാവുന്നില്ല. അവരുടെ പെരുമാറ്റം, എനിക്ക് സമ്മതിച്ചുകൊടുക്കാനുമാവുന്നില്ല. പ്രണയത്തെപറ്റി ചിന്തിക്കാനുള്ള സമയമല്ല അത് എന്നുതന്നെയാണ് എന്റെ ബലമായ അഭിപ്രായം. ചുറ്റുപാടും ക്രൂരതകളും പകപോക്കലുകളും, വിദ്വേഷവും വൈരവും. പലർക്കും എന്റെ അഭിപ്രായം തന്നെയായിരുന്നു. പ്രണയിക്കാനുള്ള സ്ഥലവും സമയവും ഇതല്ല.

"യുദ്ധത്തിനു മുമ്പ് നിങ്ങളെങ്ങനെയായിരുന്നു."

ഞാൻ എപ്പോഴും പാട്ടുപാടുമായിരുന്നു. ധാരാളം ചിരിക്കുമായിരുന്നു. ഒരു പൈലറ്റ് ആകണമെന്നായിരുന്നു ആഗ്രഹം. പ്രേമത്തെപറ്റി ഒരിക്കലും ഞാൻ ചിന്തിച്ചിരുന്നില്ല. അതെന്റെ ജീവിതത്തിലെ ഒരു പ്രധാന വിഷയമേ ആയിരുന്നില്ല. എന്റെ മാതൃരാജ്യം... അതിന്റെ സുരക്ഷ. അതു മാത്രമായിരുന്നു എന്റെ മനസ്സിൽ. ഇപ്പോൾ തോന്നുന്നു... ഞങ്ങൾ ആവശ്യത്തിലധികം ശുദ്ധരായിരുന്നുവെന്ന്.

സ്വെറ്റ്ലാന നിക്കോലീവ്നാ ലൂബിച്ച്

മെഡിക്കൽ വിഭാഗത്തിൽ വളണ്ടിയർ

ആശുപത്രിയിൽ എല്ലാവർക്കും സന്തോഷമായിരുന്നു. ജീവനോടെയുണ്ടല്ലോ.... അതു തന്നെയായിരുന്നു സന്തോഷത്തിനു കാരണം. ഇരുപതു വയസ്സുമാത്രം പ്രായമുള്ള ഒരു ലെഫ്റ്റനന്റ് ഉണ്ടായിരുന്നു. ഒരു കാൽ നഷ്ടപ്പെട്ടതിന്റെ ദുഃഖത്തിലായിരുന്നു അയാൾ. എന്നാൽ ദുഃഖങ്ങളുടേയും നഷ്ടങ്ങളുടേയും ആ മഹാസാഗരത്തിൽ അയാളുടെ ദുഃഖം തീരെ നിസ്സാരമായിരുന്നു. അല്ല... വാസ്തവത്തിൽ അതൊരു സന്തോഷമായിരുന്നു. ജീവിച്ചിരിക്കുന്നുണ്ടല്ലോ! ഒരു കാൽ നഷ്ടപ്പെട്ടു എന്നല്ലേയുള്ളു.

ജീവനോടിരിക്കുന്നു എന്നതു തന്നെയായിരുന്നു മുഖ്യം. അയാൾക്ക് ഒരു പ്രണയത്തിനവസരമുണ്ടാകും. ഭാര്യയും മക്കളും അങ്ങനെയെല്ലാമുണ്ടാകും. ഇക്കാലത്ത് കാലില്ലാത്ത ഒരാളെ കാണുക സങ്കടകരമായ ഒരു കാര്യമാണ്. എന്നാൽ ആ കാലത്ത് ഒറ്റക്കാലിൽ ചാടി നടക്കുന്നവർ ധാരാളമായിരുന്നു. ചുറ്റി നടന്നു. ചിരിച്ചു, പാട്ടു പാടിയും പുകവലിച്ചും... എവിടേയും അവരെ കാണാമായിരുന്നു. അന്ന് അവരൊക്കെ മഹായുദ്ധത്തിലെ വീരയോദ്ധാക്കളായിരുന്നു. ആലോചിച്ചു നോക്കൂ.

“അവിടെ വെച്ചാണോ നിങ്ങൾ പ്രണയത്തിലായത്?”

അന്ന് ഞങ്ങൾക്കു ചെറുപ്പമായിരുന്നു. എല്ലാ മനസ്സിലും പ്രണയം നാമ്പിടുന്ന കാലം. മുറിവേറ്റ ഭടന്മാർ പുതുതായി വന്നെത്തുന്നു. അവരിലൊരാളുമായി ഞങ്ങൾ പ്രേമത്തിലാവുന്നു. സ്വാഭാവികം. എന്റെ കൂട്ടുകാരിയുടെ പ്രണയം ഒരു ഫസ്റ്റ് ലെഫ്റ്റനന്റിനോടായിരുന്നു. ദേഹമാസകലം മുറിവുകളുമായി വന്ന ഒരാൾ. അവൾ അയാളെ ചൂണ്ടിക്കാട്ടി പറഞ്ഞു. “ഇതാണയാൾ...” അന്നു മുതൽ എനിക്കും അയാളോട് പ്രേമം തോന്നാൻ തുടങ്ങി. അദ്ദേഹത്തെ അവിടെ നിന്നും മാറ്റുംമുമ്പേ അദ്ദേഹം എന്നോടു ചോദിച്ചു, “ഒരു ഫോട്ടോ തരുമോ?” എപ്പോഴോ ഏതോ തീവണ്ടി സ്റ്റേഷനിൽ വെച്ചെടുത്ത ഒരു ഫോട്ടോ എന്റെ കൈയിലുണ്ടായിരുന്നു. അതു കൊടുക്കാമെന്നു കരുതി. പിന്നീട് ഞാൻ വിചാരിച്ചു, ഇത് യഥാർത്ഥ പ്രേമമല്ല എങ്കിൽ... വെറുതെ ഒരാൾക്ക് എന്റെ ഫോട്ടോ കൊടുക്കുന്നതെന്തിന്? എന്തായാലും അവർ അദ്ദേഹത്തെ മറ്റൊരാശുപത്രിയിലേക്ക് മാറ്റുകയായിരുന്നു. എന്റെ കൈ ഞാൻ അദ്ദേഹത്തിന്റെ നേരെ നീട്ടി... അതിനുള്ളിൽ എന്റെ ഫോട്ടോ ആരും കാണാതെ ഞാൻ

മുറുക്കിപിടിച്ചിരുന്നു. എന്റെ കൈ ഞാൻ തുറക്കുകയുണ്ടായില്ല... അതെ, അതാണ് എന്റെ പ്രണയകഥ.

പിന്നീടാണ് പാവ്‌ലിക്കിനെ പരിചയപ്പെടുന്നത്. വേറൊരു ലഫ്റ്റനന്റ്. കഠിനമായ വേദന അനുഭവിച്ചിരുന്ന അദ്ദേഹത്തിന്റെ തലയിണയുടെ കീഴിൽ ഞാനൊരു ചോക്ലേറ്റ് കൊണ്ടുവെച്ചു. യുദ്ധം കഴിഞ്ഞ് ഇരുപതു വർഷത്തിനുശേഷമാണ് ഞങ്ങൾ തമ്മിൽ കണ്ടത്. അദ്ദേഹം എന്റെ കൂട്ടുകാരി ലില്യാ ഡ്രോഡ്ഡോവയോട് നന്ദി പറഞ്ഞു, അന്ന് തലയിണച്ചുവട്ടിൽ വെച്ച ചോക്ലേറ്റിനുവേണ്ടി. "എന്തു ചോക്ലേറ്റ്? എവിടെ വെച്ചു. "ലില്ല്യ അമ്പരന്നു നിന്നു. അപ്പോഴാണ് ഞാൻ സംഗതി വെളിപ്പെടുത്തിയത്, "അന്ന് തലയിണച്ചോട്ടിൽ ചോക്ലേറ്റ് വെച്ചത് ഞാനായിരുന്നു..." അദ്ദേഹം എന്നെ ഗാഢമായി പുണർന്നു... അതെ ഇരുപതു വർഷത്തിനുശേഷം ആദ്യമായി അദ്ദേഹം എന്നെ ചുംബിച്ചു.

ലില്ല്യ അലക്സാൻഡ്രോവസ്ക്യ

പാട്ടുകാരി

വലിയൊരു സൈനികാശുപത്രി. എണ്ണമറ്റ, മുറിവേറ്റ പടയാളികൾ. ഞങ്ങൾ അവിടെ ഒരു പരിപാടി നടത്തി. ഡോക്ടർമാരിൽ പ്രധാനി എന്റെ അടുത്തുവന്നു ചോദിച്ചു: "ഇവിടെ കഠിനമായി മുറിവേറ്റ ഒരു ടാങ്ക് ഡ്രൈവർ കിടക്കുന്നുണ്ട്... പ്രത്യേകിച്ചൊരു മുറിയിലാണ്... തനിയെ. അയാൾക്കുവേണ്ടി കുറച്ചുനേരം അരികിലിരുന്നു പാടാമോ? വലിയ ആശ്വാസമാകും."

ഞാൻ ആ വാർഡിൽ ചെന്നു. ആ മനുഷ്യനെ ഒരു കാലത്തും എനിക്കു മറക്കാനാവില്ല. ആളിക്കത്തുന്ന ഒരു ടാങ്കിനുള്ളിൽ നിന്നും എങ്ങനെയോ രക്ഷപ്പെട്ട ഒരാൾ... യാതൊരു പ്രതികരണശേഷിയുമില്ലാതെ കിടക്കുന്നു. അടിമുടി പൊള്ളിയിട്ടുണ്ട്. ജീവിച്ചിരിക്കുന്നു എന്നതുതന്നെ മഹാദ്ഭുതം. മുഖവും... ഇമകൾപോലും കരിഞ്ഞ് അനങ്ങാനാവാതെ... വെറുതെ കിടക്കുന്നു. എന്റെ തൊണ്ട... ആരോ ഞെക്കിപിടിക്കുന്നതുപോലെ. വീർപ്പുമുട്ടിപ്പോയി. കുറച്ചുനേരം... കാലുറപ്പിച്ചു നില്ക്കാൻപോലുമായില്ല. പിന്നെ... പതുക്കെ പതുക്കെ ഞാൻ പാടാൻ തുടങ്ങി. അയാളുടെ മുഖത്ത് നേരിയ ഒരു ചലനം കണ്ടുവെന്നു തോന്നി. എന്തോ പറയാൻ ശ്രമിക്കുന്നു. ഞാൻ തലകുനിച്ച് ശ്രദ്ധിച്ചു. "ഇനിയും പാടൂ..."

ഞാൻ അയാളുടെ അരികിലിരുന്ന് പിന്നേയും പിന്നേയും പാടി. എനിക്കറിയാവുന്ന പാട്ടുകളൊക്കെയും... അവസാനം ഡോക്ടർ അരികിൽ വന്നു പറഞ്ഞു, "അയാൾ ഉറക്കമായെന്നു തോന്നുന്നു."

നീന ലിയോനിഡോവ്ന മിഖായ്

സാർജന്റ് മേജർ, നഴ്സ്

ഞങ്ങളുടെ ബറ്റാലിയൻ കമാന്റും നഴ്സ് ല്യൂസ്യ ഡിലീനയും പ്രണയബദ്ധരായിരുന്നു. എല്ലാവർക്കും അറിയാവുന്ന കാര്യം. അദ്ദേഹം ശത്രുവിനെ നേരിടാൻ പോയപ്പോൾ അവൾ പറഞ്ഞു,

“എന്റെ കൺമുമ്പിൽ വെച്ചുവേണം അദ്ദേഹം മരിക്കാൻ. അല്ലെങ്കിൽ എനിക്ക് സ്വയം മാപ്പുകൊടുക്കാനാവില്ല.” എന്നാൽ അവസാന നിമിഷങ്ങളിൽ അവൾക്ക് അയാളുടെ അടുത്തുണ്ടാകാൻ സാധിച്ചില്ല.

“ഞങ്ങളെ രണ്ടുപേരെയും അവർ ഒരുമിച്ചു കൊല്ലട്ടെ.” എന്നാണവൾ പറയാറുള്ളത്. രണ്ടുപേർക്കും ഒരുമിച്ചു മരിക്കണം. അതായിരുന്നു അവളുടെ ആഗ്രഹം. അക്കാലത്തെ പ്രണയം... ഇന്ന്... നാളെ എന്ന സങ്കല്പങ്ങളൊന്നും ഉണ്ടായിരുന്നില്ല. നിലവിലുള്ള ആ നിമിഷം... അതിനപ്പുറത്തേക്ക് ചിന്തകൾ കടക്കാറില്ല. ഓരോരുത്തരുടെ മനസ്സിലും ആ വിചാരം വേരുറച്ചിരുന്നു. ഇപ്പോൾ ഒരാളെ സ്നേഹിക്കുന്നു. അടുത്ത നിമിഷം നിങ്ങളോ അയാളോ കൊല്ലപ്പെട്ടുവെന്നു വരാം. യുദ്ധകാലത്തങ്ങനെയാണ്. എന്തും ഏതും പെട്ടെന്നാണ് സംഭവിക്കുക. ജീവിതവും മരണവും തൊട്ടുതൊട്ടാണ്. ആ ഏതാനും വർഷങ്ങളിൽ ഞങ്ങൾ ജീവിച്ചു തീർത്തത് ഒരായുസ്സ് മുഴുവനുമാണ്. അത് ഇനിയൊരാളെ വേണ്ടതുപോലെ പറഞ്ഞു മനസ്സിലാക്കാൻ എനിക്കു സാധിക്കുന്നില്ല... ആ കാലം. അതൊന്നു വേറെയായിരുന്നു.

ഒരു യുദ്ധത്തിൽ കമാൻഡർക്ക് കലശലായി മുറിവേറ്റു. ലൂസ്യയുടെ പരുക്ക് നിസ്സാരമായിരുന്നു. ചുമലിൽ ചെറുതായൊന്ന്. അദ്ദേഹത്തെ ഉടനെതന്നെ പിന്നണിയിലേക്കു മാറ്റി. അവൾ മുന്നണിയിൽത്തന്നെ നിന്നു. അപ്പോഴേക്കും അവൾ ഗർഭിണിയായിരുന്നു. അദ്ദേഹം അവൾക്ക് ഒരു കത്തയച്ചു, “എന്റെ അച്ഛനമ്മമാരുടെ അടുത്തേക്കു പോകണം, എനിക്കെന്തുതന്നെ സംഭവിച്ചാലും നീ എന്റെ ഭാര്യയാണ്. നമ്മുടെ കുഞ്ഞ്.... മകനോ മകളോ ജനിക്കണം.”

പിന്നീട് ലൂസ്യ എനിക്കെഴുതിയ എഴുത്തിൽ നിന്ന് ഞാൻ മനസ്സിലാക്കി. ആ കമാൻഡർ മരിച്ചു. അദ്ദേഹത്തിന്റെ അച്ഛനമ്മമാർ അവളെ സ്വീകരിച്ചില്ല... അവളുടെ കുഞ്ഞിനേയും അവർ അംഗീകരിച്ചില്ല.

കുറെ വർഷങ്ങളായി ഞാൻ വിചാരിക്കുന്നു, ലൂസ്യയെ ചെന്നു കാണണമെന്ന്. എന്തുകൊണ്ടോ അതു നടന്നില്ല. ഒരു കാലത്ത് ഞങ്ങൾ ആത്മസുഹൃത്തുക്കളായിരുന്നു. എന്നാലും ആൾട്ടായ് വരെ യാത്രചെയ്ത് അവളെ ചെന്നു കാണാൻ.. ഈയിടെ എനിക്കൊരു കത്തു വന്നു, ലൂസ്യ മരിച്ചു എന്നറിയിച്ചുകൊണ്ട്. അവളുടെ മകൻ എന്നെ ക്ഷണിച്ചിരിക്കുന്നു. അവളുടെ കുഴിമാടം സന്ദർശിക്കാൻ പോകണമെന്നുണ്ട്...

ലില്യ മിഖായിലോവ്നാബുട്കോ

സർജിക്കൽ നഴ്സ്

വിജയ ദിവസം...

പതിവുള്ള ഒത്തുചേരലിന് ഞങ്ങളെല്ലാവരും ഒരുമിച്ചുകൂടി. ഞാൻ ഹോട്ടലിൽ നിന്നും പുറത്തേക്കു വന്നു. പഴയ കൂട്ടുകാരികൾ എന്റെ ചുറ്റും കൂടി. “ലില്യാ... നീയെവിടെയായിരുന്നു?'” ഞങ്ങൾ എത്രമാത്രം തിരഞ്ഞുവെന്നോ? കണ്ണു തുടച്ചുപോയി.”

കസാഖിൽ വെച്ച് ഒരാൾ അവരുടെ അടുത്തുചെന്ന് ചോദിച്ചുവത്രെ, “കുട്ടികളേ നിങ്ങൾ എവിടെ നിന്നാണ്... ഏത് ആശുപത്രിയിൽ നിന്നാണ്?”

അവർ തിരിച്ചു ചോദിച്ചു, “ആരെയാണ് നിങ്ങൾ അന്വേഷിക്കുന്നത്?”

“എല്ലാ കൊല്ലവും ഞാനിവിടെ വരാറുണ്ട്.” അയാൾ പറഞ്ഞു, “ഒരു നഴ്സിനെ അന്വേഷിച്ചു. അവളാണ് എന്റെ ജീവൻ രക്ഷിച്ചത്. അന്നേ ഞാൻ അവളുമായി പ്രേമത്തിലായി. എങ്ങനെയെങ്കിലും അവളെ എനിക്കു കണ്ടുപിടിക്കണം.”

അതു കേട്ട് എന്റെ കൂട്ടുകാരികൾ പൊട്ടിച്ചിരിച്ചു.

“നിങ്ങൾ അന്വേഷിക്കുന്ന നഴ്സ്... ഇപ്പോൾ അവളൊരു അമ്മൂമ്മ യായി കഴിഞ്ഞു.”

“ഉവ്വോ!” അയാൾക്ക് വിശ്വസിക്കാൻ വിഷമം.

“നിങ്ങൾക്കും ഭാര്യയും മക്കളും ഉണ്ടായിരിക്കുമല്ലോ.”

“പിന്നില്ലാതെ... ഭാര്യയും മക്കളും പേരമക്കളുമുണ്ട്. എന്നാലും എനിക്കെന്റെ ആത്മാവ് നഷ്ടമായി... എനിക്കെന്റെ ആത്മാവ് നഷ്ടമായി.”

കൂട്ടുകാരികൾ പറഞ്ഞ കഥ... ആ ആൾ ഒരുമിച്ചിരുന്ന് പഴയ കാര്യങ്ങൾ ഓർമ്മിച്ചു. “ഒരുപക്ഷേ, അയാൾ എന്റെ ആ കസാക്കുകാരൻ തന്നെയായിരിക്കും..”

അവർ ഒരു കസാഖ് യുവാവിനെ എടുത്തുകൊണ്ടുവന്നു. നന്നേ ചെറുപ്പം. ഞങ്ങൾ അയാൾക്കുവേണ്ട ശസ്ത്രക്രിയ നടത്തി. വലിയ പ്രതീക്ഷയൊന്നുമുണ്ടായിരുന്നില്ല. വെടിയുണ്ട തറച്ച് കുടലിൽ ആറേഴു സ്ഥലങ്ങൾ വിണ്ടുനിന്നിരുന്നു. വളരെ നിസ്സംഗനായാണ് അയാൾ അവിടെ കിടന്നത്. അതുകൊണ്ടാകാം ഞാൻ അയാളെ പ്രത്യേകിച്ചു ശ്രദ്ധിച്ചു. ഒഴിവു കിട്ടുമ്പോഴൊക്കെ ഞാൻ അയാളുടെ അരികെ ഓടിയെത്തി. “എങ്ങനെയുണ്ട്?” അയാൾക്ക് ഞാൻ “ഇൻട്രാവീനസ്” കുത്തിവെപ്പു നടത്തി. കൃത്യമായി “ടെംപറേച്ചർ” നോക്കി. പതുക്കെ പതുക്കെ അയാൾ സുഖം പ്രാപിക്കാൻ തുടങ്ങി. ഞങ്ങളുടെ ആശുപത്രി മുന്നണിയിൽത്തന്നെയായിരുന്നു. മുറിവേറ്റവരെ ഏറെനാൾ ഞങ്ങൾ അവിടെ കിടത്തിയിരുന്നില്ല. പ്രഥമശുശ്രൂഷകൾ നല്കിയും അടിയന്തരഘട്ടം തരണം ചെയ്യാൻ സഹായിച്ചും അത്യാവശ്യം വേണ്ട ദിവസങ്ങൾ മാത്രം. പിന്നീടവരെ ഞങ്ങൾ യാത്രയാക്കും. പിന്നണി പ്രദേശത്തുള്ള ഏതെങ്കിലും ആശുപത്രിയിലേക്ക്. അടുത്ത സംഘം യാത്രയാവുമ്പോൾ അയാളെകൂടി അതിലുൾപ്പെടുത്താമെന്ന് അധികൃതർ തീരുമാനിച്ചുകഴിഞ്ഞിരുന്നു.

അയാളെ അവർ ഒരു സ്ട്രെക്ചറിൽ കിടത്തി. ആരോ വന്നു പറഞ്ഞു അയാൾ എന്നെ അന്വേഷിക്കുന്നുവെന്ന്.

“നഴ്സ് എന്റെ അരികിലേക്കു വരാമോ?”

"എന്തു വേണം? പേടിക്കാനൊന്നുമില്ല..." ഞാൻ അയാളെ ആശ്വസിപ്പിച്ചു. "സുഖം പ്രാപിക്കുന്നവരെയാണ് പിന്നണിയിലെ ആശുപത്രിയിലേക്കയക്കുക... ആരോഗ്യം വീണ്ടെടുക്കാൻ... നിങ്ങൾ രക്ഷപ്പെട്ടിരിക്കുന്നു എന്നുതന്നെ ഉറപ്പിച്ചോളൂ..."

"ഇതെന്റെ ഒരപക്ഷേയാണ്." അയാൾ പറഞ്ഞു. "അച്ഛനമ്മമാരുടെ ഒറ്റ മകനാണ് ഞാൻ. നിങ്ങൾ എന്റെ ജീവൻ രക്ഷിച്ചു. "അയാൾ അന്ന് എനിക്കൊരു സമ്മാനം തന്നു. ഒരു കൊച്ചു സ്വർണമോതിരം."

ഞാനത് സ്വീകരിക്കാൻ മടിച്ചു. എന്തുകൊണ്ടോ മോതിരങ്ങൾ എനിക്കിഷ്ടമായിരുന്നില്ല. ഞാൻ മോതിരം ധരിക്കാറുമില്ല.

"എനിക്കുവേണ്ട." ഞാൻ തെല്ല് പിറകോട്ടു മാറി.

അയാൾ നിർബന്ധിച്ചു. അപ്പുറത്തുള്ള ചിലർ അയാളെ താങ്ങിപ്പിടിച്ചു. "ഇത് സ്വീകരിക്കണം... ആത്മാർത്ഥമായ ഒരു മനസ്സോടെ തരുന്നതാണ്..."

"ഇതിന്റെയൊന്നും ആവശ്യമില്ല. ഞാൻ എന്റെ കടമ നിർവഹിച്ചു എന്നു മാത്രം."

മറ്റുള്ളവർ എന്നെ പ്രേരിപ്പിച്ചു. അവസാനം ഞാനത് സ്വീകരിച്ചു. സത്യം പറയാലോ... പിന്നീടെപ്പോഴോ അതെന്റെ കൈയിൽ നിന്നും കാണാതായി. എന്റെ വിരലിനേക്കാൾ വലുപ്പമുണ്ടായിരുന്നു. ഏതോ യാത്രയിൽ വണ്ടിയിലിരുന്ന് ഞാൻ ഉറങ്ങിപ്പോയി. വണ്ടി ഒരു കുഴിയിൽ വീണ് കുലുങ്ങിയ നേരം അതെവിടേക്കോ തെറിച്ചുപോയി. പിന്നീടാണ് ഞാനതറിഞ്ഞത്. എനിക്ക് വളരെ വിഷമം തോന്നി.

"നിങ്ങൾ അയാളെ പിന്നീട് കണ്ടുവോ?"

ഇല്ല... പിന്നീട് ഞങ്ങൾ തമ്മിൽ കാണുകയുണ്ടായില്ല. അയാൾ തന്നെയാണൊ എന്റെ കൂട്ടുകാരികൾ പറഞ്ഞയാൾ എന്നും എനിക്കുറപ്പില്ല. എന്തായാലും അവിടെയാകെ ഞങ്ങൾ അയാളെ തിരഞ്ഞു. പക്ഷേ, കാണാനായില്ല.

1946-ൽ ഞാൻ വീട്ടിൽ മടങ്ങിയെത്തി. അവർ എന്നോടു ചോദിച്ചു. "ഇനി ഏതുതരം വസ്ത്രങ്ങളാണ് ധരിക്കുക... സാധാരണ വേഷമോ? പട്ടാള യൂണിഫോമോ?" എനിക്കു തീർച്ചയുണ്ടായിരുന്നു. പട്ടാളവേഷം തന്നെ എന്ന്. അതല്ലാതെ വേറൊരു വേഷം... ഞാൻ ആലോചിച്ചിട്ടേ ഉണ്ടായിരുന്നില്ല. ഒരു വൈകുന്നേരം ഞാൻ ഓഫീസർമാരുടെ ക്ലബ്ബിൽ ഡാൻസിനു പോയി. കേട്ടോളൂ... പട്ടാളത്തിൽ പ്രവർത്തിച്ചിരുന്ന പെൺകുട്ടികളുടെ നേരെ സാധാരണക്കാർക്കുള്ള മനോഭാവം.

ഞാൻ എന്റെ ബൂട്ടുകളും ഓവർകോട്ടും പുറത്തുവെച്ചു. നല്ലൊരു ഉടുപ്പും ഷൂസുമിട്ട് അകത്തേക്കു ചെന്നു.

ഒരു ഓഫീസർ അരികിൽ വന്ന് എന്നെ ഡാൻസു ചെയ്യാൻ ക്ഷണിച്ചു.

"നിങ്ങൾ വേറെ എവിടെയോ നിന്നാണ് അല്ലേ...?" അയാൾ എന്നെ കൗതുകത്തോടെ നോക്കി... "ഒരു കുലീന യുവതി...!"

അന്നു വൈകുന്നേരം മുഴുവൻ അയാൾ എന്നോടൊന്നിച്ചായിരുന്നു. അടുത്തു നിന്നു മാറാൻ അനുവദിച്ചില്ല. ഡാൻസു കഴിഞ്ഞ് മടങ്ങാൻ തയ്യാറായപ്പോൾ അയാൾ എന്നോടു പറഞ്ഞു, "നിങ്ങളുടെ 'ടോക്കൺ' തരൂ.. ഓവർകോട്ടും മറ്റും സൂക്ഷിച്ച മുറിയിൽ നിന്നും ഞാൻ എടുത്തു കൊണ്ടുവരാം."

അയാൾ നേരെ സൂക്ഷിപ്പുകാരന്റെ അടുത്തുചെന്ന് 'ടോക്കൺ' നീട്ടി. എന്റെ മിലിട്ടറി കോട്ടും സൂട്ടും എടുത്തു കൊടുത്തു.

"ഇതെന്റേതല്ല..." അയാൾ പറയുന്നത് കേട്ടുകൊണ്ട് ഞാൻ അങ്ങോട്ടു ചെന്നു. "ശരിയാണ്... ഇതുതന്നെയാണ് എന്റെ കോട്ടും ബൂട്ടും."

"നിങ്ങൾ പട്ടാളത്തിലായിരുന്നുവെന്ന് എന്നോട് പറഞ്ഞില്ലല്ലോ..."

"അത് നിങ്ങൾ ചോദിച്ചില്ലല്ലോ."

അയാൾ ഒന്നു പരുങ്ങി. മുഖമുയർത്തി എന്റെ നേരെ നോക്കാൻ മടി. അയാളും ആയിടയ്ക്ക് മുന്നണിയിൽനിന്നും മടങ്ങിയെത്തിയതായിരുന്നു.

"എന്താ... നിങ്ങൾക്കതിശയം തോന്നുന്നോ?"

"എന്തോ... നിങ്ങൾ പട്ടാളത്തിലായിരുന്നുവെന്ന് വിശ്വസിക്കാനാവുന്നില്ല... അവിടത്തെ പെൺകുട്ടികൾ..."

"ഞാൻ തനിച്ചായിപ്പോയതിലാണോ നിങ്ങൾക്കദ്ഭുതം? കൂടെ ഭർത്താവില്ല. ഗർഭിണിയുമല്ല. കട്ടിയിൽ തുന്നിയ ജാക്കറ്റിട്ടിട്ടില്ല... അലക്ഷ്യമായി പുക വലിച്ചൂതുന്നില്ല... അസഭ്യമായ വാക്കുകൾ പറയുന്നില്ല...?"

എന്നെ വീട്ടിൽ കൊണ്ടാക്കാൻ ഞാനയാൾക്ക് അവസരം കൊടുത്തില്ല. സ്വന്തം മാതൃഭൂമിയുടെ രക്ഷയ്ക്കായി ഞാൻ മുന്നണിയിൽ നിന്ന് പടപൊരുതി... ആ കാര്യത്തിൽ എന്നും എനിക്ക് തികഞ്ഞ അഭിമാനമേയുള്ളൂ...

ലിസോവ് മിഖായലോവ്നാ ഗ്രോസ്ദ്
മെഡിക്കൽ അസിസ്റ്റന്റ്

എന്റെ ആദ്യചുംബനം...

സബ് ലെഫ്റ്റനന്റ് നിക്കോളായ് ബെലോകോവോസ്റ്റിക്.... നോക്കൂ... ഞാൻ ആകെ നാണംകൊണ്ട് ചുമക്കുന്നു. ഇപ്പോഴും ഞാനൊരു മുത്തശ്ശിയാണ്. എന്നിട്ടും, അന്ന് ഞങ്ങൾക്ക് ചെറുപ്പമായിരുന്നു. വളരെ ചെറുപ്പം. എനിക്കുറപ്പുണ്ട്. ഒരാളോടും എന്റെ ഏറ്റവും അടുത്ത കൂട്ടുകാരിയോടുപോലും ഞാൻ പറഞ്ഞില്ല. ഞാൻ അയാളെ പ്രേമിക്കുന്നുണ്ടെന്ന്. വെറും പ്രേമമല്ല... അടിമുടി കലശലായ പ്രേമം. എന്റെ ആദ്യപ്രണയം. ഒരുപക്ഷേ, എന്റെ ഒരേയൊരു പ്രേമം. ആർക്കറിയാം... എന്റെ വിചാരം, ഞങ്ങളുടെ പ്ലാറ്റൂണിലെ ഒരാൾക്കും അങ്ങനെ ഒരു ഊഹമില്ല

എന്നായിരുന്നു. ഇതുപോലെ ഒരിഷ്ടം ഒരാളോടും ഇതുവരെ തോന്നിയിട്ടുണ്ടായിരുന്നില്ല. ഒരാളോട് ഇഷ്ടം തോന്നിയാൽ... ഒരിഷ്ടം, അത്രയേ ഉണ്ടായിരുന്നുള്ളൂ. എന്നാൽ ഈ ഒരാളോട്.... എപ്പോഴും അദ്ദേഹത്തെ ചുറ്റിപ്പറ്റി നടന്നു. ഓരോ നിമിഷവും അദ്ദേഹത്തെ പറ്റി മാത്രം ചിന്തിച്ചു. എനിക്കറിയാം. അത് യഥാർത്ഥ പ്രേമമായിരുന്നു. ലക്ഷണങ്ങളൊക്കെയും തികഞ്ഞിരുന്നു. നോക്കൂ... അതു പറയുമ്പോൾ ഞാനിപ്പോഴും തുടുത്തുപോകുന്നു....

ഞങ്ങൾ അദ്ദേഹത്തിന്റെ ജഡം മറവു ചെയ്യുകയായിരുന്നു.... അപ്പോൾ മരിച്ചിട്ടേയുള്ളൂ. ഒരു ടാർപോളിനിലാണ് കിടത്തിയിരിക്കുന്നത്. ജർമ്മൻകാർ ഞങ്ങളുടെ ഭാഗത്ത് ഷെല്ലുകൾ വർഷിച്ചുകൊണ്ടിരുന്നു. ഉടനെത്തന്നെ ശവം മറവു ചെയ്യണം. താമസിച്ചുകൂടാ. അല്പം മാറി ഒരു കൂട്ടം ബിർച് മരങ്ങൾ. അതിനടുത്തായി ഒരു വയസ്സൻ ഓക്കുമരവും. അവിടെയുള്ളതിൽ ഏറ്റവും വലുത്. ഞങ്ങൾ ആ സ്ഥലം തിരഞ്ഞെടുത്തു. കൃത്യമായി ഓർമ്മ വെക്കാൻ ഞാൻ ശ്രമിച്ചു. ഇനിയൊരിക്കൽ വരുമ്പോൾ കണ്ടുപിടിക്കാൻ കഴിയണം. അദ്ദേഹം അന്ത്യവിശ്രമം കൊള്ളുന്ന ഇടം. ഗ്രാമം ഇവിടെ അവസാനിക്കുന്നു. ഇവിടെ വഴികൾ തിരിഞ്ഞുപോകുന്നു. ഇതെല്ലാം എങ്ങനെ ഓർക്കാൻ. ഇപ്പോൾത്തന്നെ ആ ബൾബുകളിലൊന്ന് എന്റെ കൺമുമ്പിൽ നിന്ന് കത്തുകയാണ്. എന്തുപറ്റി എന്നറിഞ്ഞുകൂടാ... ഞങ്ങൾ അദ്ദേഹത്തോട് അവസാനമായി യാത്ര പറയാൻ തുടങ്ങി. അവരെന്നോടു പറഞ്ഞു, “നിങ്ങളാദ്യം പോകൂ.” എന്റെ ഹൃദയമൊന്നു പിടഞ്ഞു... ഞങ്ങളുടെ പ്രണയത്തെക്കുറിച്ച് ഇവർക്കെല്ലാം അറിയാമെന്നോ? എല്ലാവർക്കും... അപ്പോഴാണ് ആദ്യമായി എനിക്കു തോന്നിയത്... ഒരുപക്ഷേ, അദ്ദേഹവും അത് മനസ്സിലാക്കിയിട്ടുണ്ടാവും.

നോക്കൂ. അദ്ദേഹം അവിടെ കിടക്കുകയാണ്. വൈകാതെ അവർ അദ്ദേഹത്തെ കുഴിയിലേക്കിറക്കും. മണലുകൊണ്ട് മൂടും. എന്നാലും എനിക്കു വല്യ സന്തോഷം... എന്റെ പ്രേമം അദ്ദേഹം മനസ്സിലാക്കിയിരുന്നല്ലോ. അദ്ദേഹത്തിന് എന്നോടും പ്രേമം തോന്നിയിരുന്നുവൊ? അദ്ദേഹം ജീവിച്ചിരിക്കുന്നുണ്ട്. എന്റെ ചോദ്യത്തിന് ഇപ്പോൾ ഉത്തരം പറയുമെന്ന തോന്നൽ. കഴിഞ്ഞ നവവത്സരത്തിന് അദ്ദേഹം എനിക്കൊരു ജർമൻ ചോക്ലേറ്റ് സമ്മാനിച്ച കാര്യം ഞാൻ ഓർത്തുപോയി. ഞാനത് തിന്നില്ല... ഒരു മാസത്തോളം എന്റെ പോക്കറ്റിലിട്ടുകൊണ്ടു നടന്നു.

ആ നിമിഷം... ജീവിതം മുഴുവൻ അതെന്നോടൊപ്പമുണ്ടാകും. ചുറ്റും ബോംബുകൾ വീണുകൊണ്ടിരിക്കുന്നു. അദ്ദേഹം ഒരു ടാർപോളിനിൽ കിടക്കുന്നു. എനിക്കു സന്തോഷം... ഞാൻ പുഞ്ചിരിക്കുകയാണ്. ഞാൻ സ്വയം മറക്കുന്നു... ആ നിമിഷം... എന്റെ പ്രണയം അദ്ദേഹം മനസ്സിലാക്കി എന്നറിഞ്ഞ നിമിഷം...

ഞാൻ അദ്ദേഹത്തിന്റെ അരികിലേക്കു നീങ്ങി. ആ ചുണ്ടുകളിൽ ചുംബിച്ചു... ഇതിനു മുമ്പ് ഒരു പുരുഷനെ ഞാൻ ചുംബിച്ചിട്ടില്ല... ആദ്യമായി... ഇപ്പോൾ...

ഒരു വെടിയുണ്ടയുടെ ഏകാന്തത...
കൂടെ ഒരു മനുഷ്യനും

ക്ലാവിഡസ് -വാ
ഒളിപ്പോരാളി

എന്റെ കഥ കുറച്ചു വിചിത്രമായതാണ്. പ്രാർത്ഥന എനിക്ക് സാന്ത്വനം നല്കുന്നു. എന്റെ മകളെകുറിച്ചാണ് ഞാൻ പ്രാർത്ഥിക്കുന്നത്.

അമ്മ എപ്പോഴും പറയാറുള്ള ഒരു കാര്യം ഓർമ്മ വരുന്നു. അവരെപ്പോഴും പറയാറുണ്ട്, "വെടിയുണ്ട ഒരു വിഡ്ഢിയാണ്. വിധിയാണ് വഞ്ചകൻ." എല്ലാതരം കുഴപ്പങ്ങൾ സംഭവിക്കുമ്പോഴും അമ്മ ഈ വാക്കുകൾ ആവർത്തിച്ചിരുന്നു. ബുള്ളറ്റ് തനിച്ചാണ്. മനുഷ്യനും തനിച്ചാണ്. ബുള്ളറ്റ് അതിന്റെ ഇഷ്ടംപോലെ ചീറിപ്പായുന്നു. വിധി അതിന്റെ ഇഷ്ടപ്രകാരം മനുഷ്യനെ വളയ്ക്കുകയും തള്ളുകയും ചെയ്യുന്നു. അങ്ങോട്ടും ഇങ്ങോട്ടും ഓരോ മനുഷ്യനും ഒരു തൂവലാണ്.... ഒരു കുരുവിയുടെ തൂവൽ.... സ്വന്തം ഭാവി എങ്ങനെയാകുമെന്ന് ഒരു രൂപവുമില്ല. അത് നമുക്കു പറഞ്ഞിട്ടുള്ളതല്ല. ഈ നിഗൂഢതയിലേക്കു ചുഴിഞ്ഞു നോക്കാൻ നമുക്കാവില്ല. യുദ്ധം കഴിഞ്ഞ് മടങ്ങിവരവേ ഒരു നാടോടി എന്റെ കൈ നോക്കി പറഞ്ഞു. എന്നെ മാറ്റിനിർത്തി എന്റെ ഭാവി പ്രവചിച്ചു. നല്ലൊരാളുമായി ഞാൻ നല്ലൊരു പ്രണയബന്ധത്തിലേർപ്പെടും. എനിക്കു സന്തോഷമായി. കൈയിൽ കെട്ടിയിരുന്ന ജർമൻ വാച്ച് ഞാൻ അവർക്ക് സമ്മാനമായി നല്കി. എനിക്കവരിൽ വിശ്വാസം തോന്നി.

ഇപ്പോൾ... ആ പ്രണയത്തെ ഓർത്ത്... എനിക്കു കരഞ്ഞു മതിയാവുന്നില്ല.

സന്തോഷത്തോടെയാണ് ഞാൻ പടക്കളത്തിലേക്കു പോയത്. യുവജനസംഘടനയിലെ അംഗമായി മറ്റു ചെറുപ്പക്കാരോടൊപ്പം. ചരക്കുവണ്ടികളിലായിരുന്നു യാത്ര. തീവണ്ടി മുറിയിൽ ടാറുകൊണ്ട് എഴുതിവെച്ചിരുന്നു. "40 ആളുകൾ അല്ലെങ്കിൽ 8 കുതിരകൾ." എന്നാൽ അപ്പോൾ... ഓരോ മുറിയിലും ഞങ്ങളെപ്പോലെ നൂറുപേർ... തിങ്ങിനിറഞ്ഞ്.

ഞാൻ ഒരു ഒളിപ്പോരാളിയായി. വേണമെങ്കിൽ ഒരു ടെലിഫോൺ ഓപ്പറേറ്റർ ആകാമായിരുന്നു. നല്ലൊരു തൊഴിലാണത്. വളരെ പ്രയോജനപ്രദം. യുദ്ധകാലത്തും സമാധാനകാലത്തും ഒരുപോലെ ആവശ്യമുള്ളത്. പ്രത്യേകിച്ചും സ്ത്രീകൾക്ക് യോജിച്ച തൊഴിൽ. പക്ഷേ, അവർ പറഞ്ഞു, വെടിവെപ്പുകാരെയാണ് അവർക്ക് കൂടുതൽ ആവശ്യമെന്ന്. അതുകൊണ്ട് ഞാൻ ആ വിഭാഗത്തിൽ ചേർന്നു. എന്റെ ചുമതല ഞാൻ കൃത്യമായി നിർവഹിച്ചു. രണ്ട് "ഓർഡേഴ്സ് ഓഫ് ഗ്ലോറി" കിട്ടി; നാലു മെഡലുകളും യുദ്ധകാലത്ത് മൂന്നു വർഷം ഞാൻ മുന്നണിയിലുണ്ടായിരുന്നു.

അവർ ഉറക്കെ വിളിച്ചു പറഞ്ഞു... "വിജയം... വിക്ടറി." എന്റെ ആദ്യത്തെ വികാരം... സന്തോഷമായിരുന്നു. അടുത്ത നിമിഷം ഭയമായി...

ഉത്കണ്ഠയായി. ഇനി അങ്ങോട്ട് എങ്ങനെ ജീവിക്കാൻ? സ്റ്റാലിൻ ഗ്രാഡിൽ വെച്ച് എന്റെ അച്ഛൻ കൊല്ലപ്പെട്ടു. യുദ്ധത്തിന്റെ ആരംഭ കാലത്തുതന്നെ രണ്ടു സഹോദരന്മാരേയും കാണാതായി. രണ്ടുപേരും മുന്നണിപ്പോരാളികളായിരുന്നു. അമ്മയും ഞാനും മാത്രം ബാക്കിയായി. രണ്ടു സ്ത്രീകൾ മാത്രം. എങ്ങനെ ജീവിക്കാൻ?

ഞങ്ങൾ പെൺകുട്ടികളെല്ലാം ആലോചിക്കാൻ തുടങ്ങി. വൈകുന്നേരമായാൽ ഏതെങ്കിലും കിടങ്ങിനകത്ത് രണ്ടുപേരും. ഞങ്ങൾ ചർച്ച ചെയ്യും... ജീവിതം തുടങ്ങിയതേയുള്ളൂ. സന്തോഷവും ഭയവും ഒപ്പത്തിനൊപ്പം. യുദ്ധം അവസാനിച്ചുവെന്ന സന്തോഷം... ഭാവിയെകുറിച്ചുള്ള ഉത്കണ്ഠ. ഇത്രനാളും മരണത്തെയാണ് ഭയന്നിരുന്നത്. ഇപ്പോൾ ജീവിതത്തെക്കുറിച്ചായി പേടി. യുദ്ധത്തെപോലെത്തന്നെ ഭയപ്പെടുന്നതായിരുന്നു ജീവിതവും. ഞങ്ങൾ സംസാരിച്ചുകൊണ്ടിരുന്നു. പിന്നെ ഒന്നും പറയാനില്ലാതെ വെറുതെ ഇരുന്നു.

നമ്മൾ വിവാഹിതരാകുമോ... ഇല്ലയോ? പ്രേമിച്ചുള്ള വിവാഹം... അതില്ലാതെയുള്ള വിവാഹവും. ഡേയ്സി പൂ മേലോട്ടെറിഞ്ഞു ഞങ്ങൾ ഭാഗ്യം പരീക്ഷിക്കാൻ ശ്രമിച്ചു. പൂക്കൾ പുഴയിലേക്കെറിഞ്ഞു. മെഴുകുതിരി ഉരുക്കി നോക്കി. ഒരു ഗ്രാമത്തിൽ ചെന്നപ്പോൾ ഒരു മന്ത്രവാദിനിയുടെ വീട് കാണിച്ചുതന്നു. എല്ലാവരും അങ്ങോട്ടോടിച്ചെന്നു. ഞങ്ങൾ മാത്രമല്ല, കുറെ ഓഫീസർമാരും. അവർ വെള്ളം നോക്കി ഫലം പറഞ്ഞു. കൈ നോക്കി ഭാവി പ്രവചിച്ചു. വേറൊരിടത്ത് നറുക്കെടുപ്പായിരുന്നു പ്രവചനത്തിനാധാരം. എനിക്കെപ്പോഴും ഭാഗ്യചീട്ടുകൾ കിട്ടുമായിരുന്നു. എവിടെപ്പോയി എന്റെ ആ ഭാഗ്യമെല്ലാം!

മാതൃരാജ്യം ഞങ്ങളെ എങ്ങനെയാണ് സ്വീകരിച്ചത്? വിതുമ്പിക്കൊണ്ടല്ലാതെ എനിക്കത് പറയാൻ വയ്യ. നാല്പതുകൊല്ലം മുമ്പായിരുന്നു. ആലോചിക്കുമ്പോൾ ഇപ്പോഴും എന്റെ കവിളുകൾ പൊള്ളുന്നു. പുരുഷന്മാർ ഒന്നും പറഞ്ഞില്ല. എന്നാൽ സ്ത്രീകൾ... അവർ ഒച്ചവെച്ചു, "നിങ്ങളവിടെ എന്താണ് ചെയ്തിരുന്നതെന്ന് ഞങ്ങൾക്കറിയാം. ഞങ്ങളുടെ പുരുഷന്മാരെ നിങ്ങൾ തേവിടിച്ചികൾ പറഞ്ഞു പാട്ടിലാക്കി. നിങ്ങൾ തെരുവുവേശ്യകളാണ്. പട്ടാളത്തിലെ കൊടിച്ചിപ്പട്ടികൾ... "ആകാവുന്ന വിധത്തിലെല്ലാം അവർ ഞങ്ങളെ നാണംകെടുത്തി... ആ കാര്യത്തിൽ റഷ്യക്ക് സമ്പന്നമായൊരു പദാവലിയുണ്ട്.

ഒരിക്കൽ ഒരു ഡാൻസിനുശേഷം എന്നെ ഒരാൾ വീട്ടിൽ കൊണ്ടുവന്നാക്കി. പെട്ടെന്ന് എനിക്ക് വല്ലാത്തൊരു തളർച്ച തോന്നി. ഹൃദയം അതിവേഗം മിടിക്കാൻ തുടങ്ങി. "ഞാൻ വേഗം നടന്ന് ഒരിടത്തു ചെന്നിരുന്നു. "എന്തുപറ്റി?" അയാൾ ചോദിച്ചു. "സാരല്യ... വേണ്ടതിലധികം ഡാൻസു ചെയ്തിട്ടാകാം."

യുദ്ധകാലത്ത് പറ്റിയ രണ്ടു മുറിവുകളായിരുന്നു കാരണം. ആയാസമില്ലാതെ സാവധാനത്തിൽ കാര്യങ്ങൾ ചെയ്യാൻ ശീലിക്കേണ്ടിയിരുന്നു. ഞാൻ വല്ലാതെ ക്ഷീണിച്ചിരുന്നു. ദുർബലയായിരുന്നു. എന്നാൽ കാലിന്

10-ാം നമ്പർ ബൂട്ടുകളായിരുന്നു പരിചയം. നാണിച്ചും വിഷമിച്ചും മാറി നില്ക്കുക ഒട്ടും പതിവില്ലാത്ത സംഗതിയായിരുന്നു. സ്വന്തം കാര്യം നോക്കാനുള്ള കഴിവും തന്റേടവും എനിക്കുണ്ടായിരുന്നു. അരുമയായ വാക്കുകൾ കേൾക്കാൻ ഞാൻ കാത്തിരുന്നു. പക്ഷേ, അവ മനസ്സിലാക്കാൻ എനിക്കു സാധിച്ചില്ല. ലൈബ്രറിയിൽ ജോലി ചെയ്യുന്ന കൂട്ടുകാരി നിർദ്ദേശിച്ചു, "കവിതകൾ വായിച്ചുനോക്കൂ... മനസ്സ് ആർദ്രവും ശാന്തവുമാകും. എസെനിന്റെ* കവിതകൾ വായിക്കൂ."

ഒരു കൊല്ലം കഴിഞ്ഞപ്പോഴേക്കും ഞാൻ വിവാഹിതയായി. ഞങ്ങളുടെ ഫാക്ടറിയിലെ ഒരു എൻജിനീയറായിരുന്നു വരൻ. ഞാൻ പ്രേമം സ്വപ്നം കണ്ടു. സ്വന്തമായൊരു വീടും കുടുംബവും വേണമെന്നാഗ്രഹിച്ചു. എന്റെ ആദ്യത്തെ കുഞ്ഞിന്റെ മൂത്രത്തുണികളുടെ മണം... എന്നെ എന്തു മാത്രം സന്തോഷിപ്പിച്ചുവെന്നോ? ഒരു സ്ത്രീയുടെ സന്തോഷം... പടക്കളത്തിൽ സ്ത്രീസഹജമായ ഗന്ധങ്ങളൊന്നും ഉണ്ടായിരുന്നില്ല. ഒക്കെ പുരുഷഗന്ധങ്ങളായിരുന്നു. അതെ, യുദ്ധത്തിന് പുരുഷന്റെ ഗന്ധമാണ്.

എനിക്ക് രണ്ടു മക്കളുണ്ട്. ഒരു മകനും ഒരു മകളും. ആദ്യത്തേത് മകനായിരുന്നു. ബുദ്ധിയും ആരോഗ്യവുമുള്ള നല്ലൊരു കുഞ്ഞ്. അവൻ യൂണിവേഴ്സിറ്റി ബിരുദം നേടി ആർക്കിടെക്റ്റ് ആയി. രണ്ടാമത്തേത് പെൺകുഞ്ഞായിരുന്നു. എന്റെ സ്വന്തം കുഞ്ഞ്. അഞ്ച് വയസ്സിലാണ് അവൾ നടക്കാൻ തുടങ്ങിയത്. ഏഴു വയസ്സിലാണ് ആദ്യത്തെ വാക്ക് ഉച്ചരിച്ചത്. "അമ്മ..." ഇപ്പോഴും അവളുടെ ഉച്ചാരണം ശരിയല്ല... മമ്മ എന്നതിനുപകരം മുമോ എന്നു പറയുന്നു. പപ്പ അവൾക്ക് പുപ്പോയാണ്. അവൾ... ഇന്നും എനിക്കു വിശ്വസിക്കാനാവുന്നില്ല... എന്നോ എവിടെയോ ഒരു തെറ്റു പറ്റിയതാണ്. കഴിഞ്ഞ നാല്പതു കൊല്ലമായി അവൾ മന്ദബുദ്ധികളായവർക്കുവേണ്ടിയുള്ള ഒരു കേന്ദ്രത്തിലാണ്. ജോലിയിൽനിന്നും വിരമിച്ചതിനുശേഷം ഞാൻ എന്നും അവിടെ പോയി അവളെ കാണാറുണ്ട്... എന്റെ പാപത്തിന്റെ ഫലം.

കുറെക്കാലം സ്കൂൾ വർഷം തുടങ്ങുന്ന സമയം പതിവായി ഞാൻ ഒരു ഒന്നാംപാഠപുസ്തകം വാങ്ങിക്കുമായിരുന്നു. അവളും ഞാനും കൂടി ഒരു ദിവസം മുഴുവൻ അതും വായിച്ചിരിക്കും. ചിലപ്പോൾ ഞാൻ വീട്ടിൽ തിരിച്ചുവരുന്നത് തീർത്തും പരവശയായിട്ടാകും. എഴുതാനും വായിക്കാനുമുള്ള കഴിവു നഷ്ടപ്പെട്ടതുപോലെ. സംസാരിക്കാൻ സാധിക്കാത്തതുപോലെ... എന്തിനാണിനി അതെല്ലാം... ആർക്കുവേണ്ടിയാണ്?

ഞാൻ ശിക്ഷിക്കപ്പെട്ടിരുന്നു. ഏതു കുറ്റത്തിനുള്ള ശിക്ഷയാണിത്? മനുഷ്യരെ കൊന്നൊടുക്കിയതിനുള്ള ശിക്ഷയോ! ചിലപ്പോൾ അങ്ങനെയാണ് എനിക്കു തോന്നാറുള്ളത്. വയസ്സാകുമ്പോൾ എല്ലാവർക്കും വേണ്ടത്ര സമയമുണ്ടാകും. ഞാൻ ആലോചിച്ചുകൊണ്ടേയിരിക്കുന്നു.

---

* 20-ാം നൂറ്റാണ്ടിലെ പ്രശസ്തനായ റഷ്യൻ കവിയും ഗാനരചയിതാവും.

രാവിലെ ഞാൻ മുട്ടുകുത്തി പ്രാർത്ഥിക്കുന്നു. എല്ലാവർക്കും വേണ്ടി ദൈവത്തിനോട് പ്രാർത്ഥിക്കുന്നു. എന്റെ ഭർത്താവിനോട് എനിക്കു ദേഷ്യവും പകയൊന്നുമില്ല. അദ്ദേഹത്തിന് ഞാൻ എന്നോ മാപ്പ് കൊടുത്തുകഴിഞ്ഞു. മകൾ ജനിച്ചപ്പോൾ കുറച്ചുനേരം എന്നേയും കുഞ്ഞിനേയും നോക്കി നിന്നു. ഏതാനും ദിവസം കൂടെ താമസിച്ചു. പിന്നെ... ഒന്നും പറയാതെ ഇറങ്ങിപ്പോയി. എന്നെ ശകാരിച്ചുകൊണ്ടാണ് അന്ന് വീട്ടിൽ നിന്നും ഇറങ്ങിപ്പോയത്.

"ഒരു സാധാരണ സ്ത്രീ യുദ്ധത്തിനായി ഇറങ്ങിത്തിരിക്കുമായിരുന്നോ? വെടിവെക്കാൻ പഠിക്കുമായിരുന്നോ? അതുകൊണ്ടാണ്... ഒരു സാധാരണ കുഞ്ഞിനെ പ്രസവിക്കാൻപോലും കഴിയാതെ വന്നിരിക്കുന്നു..."

അദ്ദേഹത്തിനു വേണ്ടിയും ഞാൻ പ്രാർത്ഥിക്കുന്നു.

എല്ലാറ്റിനേക്കാളും ഉപരിയായി ഞാൻ എന്റെ മാതൃരാജ്യത്തെ സ്നേഹിച്ചു. ആ സനേഹത്തെക്കുറിച്ച് ആരോടാണ് ഞാൻ പറയുക. എന്റെ മകളോട്... മകളോടു മാത്രം. ഞാൻ യുദ്ധകാലത്തെ ഓർമ്മകൾ അവൾക്കു പറഞ്ഞുകൊടുക്കുന്നു. അവൾ കരുതുന്നു, ഞാനേതോ പഴങ്കഥകൾ പറയുകയാണെന്ന്. കുട്ടികളുടെ നാടോടിക്കഥകൾ... ഭയപ്പെടുത്തുന്ന മുത്തശ്ശിക്കഥകൾ..

എന്റെ കുടുംബപ്പേര് ചേർക്കരുത്. അതിന്റെ ആവശ്യമില്ല.

"ചെറിയ ചെറിയ ഉരുളക്കിഴങ്ങുകളെക്കുറിച്ച്..."

വേറെയും ഒരു യുദ്ധമുണ്ടായിരുന്നു.

ഈ യുദ്ധത്തിൽ, ആർക്കും അവകാശമില്ലാത്ത - momani land -പ്രദേശങ്ങൾ ഒരു ഭൂപടത്തിലും ആരും അടയാളപ്പെടുത്തിയില്ല. മുന്നണി പ്രദേശം എവിടെ ആരംഭിക്കുന്നുവെന്നും രേഖപ്പെടുത്തിയിരുന്നില്ല. എത്ര പട്ടാളക്കാർ എവിടെയൊക്കെ? ഏതെല്ലാംതരം ആയുധങ്ങൾ? എത്രയെത്ര വെടിവെപ്പുകളാണ്... നടന്നിരുന്നത് ബാറ്ററികളിൽനിന്നും ആന്റി എയർ ക്രാഫ്റ്റ് ഗണ്ണുകളിൽ നിന്നും റൈഫിളുകളിൽ നിന്നും നായാട്ടു തോക്കുകളിൽ നിന്നും ഒരുപോലെ. പൊതുവായ വെടിനിർത്തലുകളോ മുന്നേറ്റങ്ങളോ ഉണ്ടായിരുന്നില്ല. പലരും ഒറ്റയ്ക്കു നിന്നു പൊരുതി... ഒറ്റയ്ക്ക് മരിച്ചുവീഴുകയും ചെയ്തു. സൈന്യങ്ങൾ തമ്മിലുള്ള പോരാട്ടം മാത്രമായിരുന്നില്ല എപ്പോഴും... ഡിവിഷനുകളും ബറ്റാലിയനുകളും. കമ്പനികളുമില്ലാതെ യുദ്ധം നടന്നു. ജനങ്ങളുടെ യുദ്ധം... ഒളിഞ്ഞിരുന്നു വെടിവെക്കുന്നവരുണ്ടായിരുന്നു. ശത്രുവറിയാതെ ആക്രമണം നടത്തുന്നവരുണ്ടായിരുന്നു. ആ കൂട്ടത്തിൽ കുട്ടികളും. ചെറുപ്പക്കാരും വയസ്സായവരും. ആണും പെണ്ണും ഒക്കെ ഉണ്ടായിരുന്നു. "ബഹുമുഖ മുന്നേറ്റം" എന്നാണ് ടോൾസ്റ്റോയ് ഇതിനെ വിശേഷിപ്പിച്ചത്.

"ജനകീയ യുദ്ധത്തിലെ ഒരു പ്രയോഗ"മെന്നും "ദേശസ്നേഹത്തിന്റെ നിഗൂഢമായ ഊഷ്മളത" എന്നും കൂടി അദ്ദേഹം അതിനു പേരു നല്കി. ഹിറ്റ്ലർ അതിനുമുമ്പ്; നെപ്പോളിയനും പരാതിപ്പെട്ടു, "ഈ റഷ്യക്കാർ നിയമാനുസൃതമായല്ല പട പൊരുതുന്നത്" എന്ന്.

ആ യുദ്ധത്തിൽ ജീവൻ നഷ്ടപ്പെടുക അത്ര ഭയാനകമായൊരു സംഗതിയായിരുന്നില്ല. അതിനപ്പുറം മറ്റൊന്നുണ്ടായിരുന്നു. സങ്കല്പിച്ചു നോക്കൂ... മുന്നണിയിലെ ഒരു പടയാളി. സ്വന്തം കുടുംബം മുഴുവൻ അയാളുടെ ചുറ്റുമുണ്ട്. ഭാര്യ, മകൾ, വൃദ്ധരായ അച്ഛനമ്മമാർ. ഓരോ നിമിഷവും അവരെയെല്ലാം ബലിയർപ്പിക്കാൻ തയ്യാറായിട്ടാണ് അയാൾ സ്വയം പടയ്ക്കിറങ്ങുന്നത്... ഒരു കൂട്ടക്കൊലയിലേക്ക് അയാൾ അവരെ

പറഞ്ഞയയ്ക്കുന്നു. ആത്മത്യാഗമായാലും കൊടുംവഞ്ചനയായാലും പല പ്പോഴും അതിന് ദൃക്സാക്ഷികളുണ്ടാവാറില്ല.

വിജയ ദിവസം, ഞങ്ങളുടെ ഗ്രാമങ്ങളിൽ ആഘോഷങ്ങളും ആഹ്ലാദ പ്രകടനങ്ങളുമില്ല. നിശ്ശബ്ദമായ കരച്ചിൽ മാത്രം. ഒരുപാടുപേർ ദുഃഖി ക്കുന്നു. കണ്ണീർ വാർക്കുന്നു.

"ഓർക്കാനാവാത്തവിധം ഭയാനകം. എന്റെ കുടുംബത്തെ മുഴുവൻ ഞാൻ കുഴിച്ചുമൂടി. യുദ്ധത്തിൽ... എന്റെ ആത്മാവിനെത്തന്നെയാണ് ഞാൻ മണ്ണിട്ടു മൂടിയത്." (വി.ജി. ആൻസ്രേസിക്, അണ്ടർഗ്രൗണ്ട് ഫൈറ്റർ)

അവർ ഒച്ചയൊതുക്കി പറഞ്ഞു തുടങ്ങുന്നു. എന്നാൽ അവസാന മാകുമ്പോഴേക്കും അത് വല്ലാത്തൊരു ഒച്ചവെക്കലായിത്തീരുന്നു... പല പ്പോഴും.

ഞാനൊരു ദൃക്സാക്ഷിയാണ്...

ഞങ്ങളുടെ ഗൂഢസംഘത്തിന്റെ കമാൻഡറെപ്പറ്റി പറയാം. ഞാൻ അദ്ദേഹത്തിന്റെ പേരു പറയുന്നില്ല. കാരണം അദ്ദേഹത്തിന്റെ കുടുംബം ഇപ്പോഴും ജീവിച്ചിരിക്കുന്നു. ഇത് വായിക്കാനിട വന്നാൽ... അതവരെ വേദനിപ്പിക്കും.

ഒരു ദിവസം യൂണിറ്റിൽ ഒരു സന്ദേശം കിട്ടി, സേനാവ്യൂഹങ്ങളെ പരസ്പരം ബന്ധിപ്പിക്കുന്ന ഓഫീസിൽ നിന്നായിരുന്നു. കമാൻഡറുടെ കുടുംബം ജർമൻ രഹസ്യപ്പൊലീസായ ഗെസ്റ്റപ്പൊവിന്റെ പിടിയിലായി രിക്കുന്നു. ഭാര്യയും രണ്ടു ചെറിയ പെൺമക്കളും വയസ്സായ അമ്മയും. എല്ലാ ദിക്കിലും നോട്ടീസുകൾ പതിച്ചിരിക്കുന്നു. അങ്ങാടിയിൽ വിതരണം ചെയ്തിട്ടുമുണ്ട്.

കമാൻഡർ കീഴടങ്ങണം. അല്ലെങ്കിൽ കുടുംബത്തെ മുഴുവനായും തൂക്കിലേറ്റും. ആലോചിക്കാൻ രണ്ടു ദിവസത്തെ ഇട കൊടുത്തിട്ടുണ്ടാ യിരുന്നു. ജർമൻ പൊലീസുകാർ ഗ്രാമത്തിലെമ്പാടും നടന്ന് പറഞ്ഞു കൊണ്ടിരുന്നു, "ചുകന്നസേനയിലെ ഉദ്യോഗസ്ഥന്മാർക്ക് സ്വന്തം കുഞ്ഞു ങ്ങളോടുപോലും സ്നേഹമോ ദയയോ ഇല്ല." അവരൊക്കെ രാക്ഷസ വർഗത്തിൽപെട്ടവരാണ്. ഒന്നിനെക്കുറിച്ചും ഭയമില്ല. ശത്രുക്കൾ വിമാന ത്തിൽ നിന്നും ഇങ്ങനെയുള്ള കുറിപ്പുകൾ താഴേക്കു വിതറി. കമാൻഡർ നിസ്സഹായനായി കീഴടങ്ങാൻ തീരുമാനിച്ചു. സ്വയം വെടിവെച്ചു മരി ക്കാനും സന്നദ്ധനായി. പറഞ്ഞതുപോലെ ചെയ്താലോ. എല്ലാവർക്കും ആശങ്ക ഉണ്ടായിരുന്നു. അതുകൊണ്ട് എപ്പോഴും അദ്ദേഹത്തെ ശ്രദ്ധ യോടെ നിരീക്ഷിച്ചുകൊണ്ടിരുന്നു.

അദ്ദേഹത്തിന്റെ യൂണിറ്റ് മോസ്കോയുമായി ബന്ധപ്പെട്ടു. ആ വിശേ ഷസ്ഥിതി വിശദമായി ധരിപ്പിച്ചു. ഉടനെ അവിടെ നിന്നും നിർദ്ദേശം ലഭിച്ചു. അതേ ദിവസം തന്നെ യൂണിറ്റ് ഒരു പാർട്ടി യോഗം വിളിച്ചുകൂട്ടി. തീരുമാനമെടുത്തു. ഒരു കാരണവശാലും ജർമൻ പ്രകോപനത്തിന്

കീഴടങ്ങുകയില്ല. സത്യസന്ധനായ കമ്മ്യൂണിസ്റ്റായി കമാൻഡറും പാർട്ടി അച്ചടക്കത്തിനു നേരെ തലകുനിച്ചു.

രണ്ടു ദിവസം കഴിഞ്ഞു. നിരീക്ഷകരെ പട്ടണത്തിലേക്കയച്ചു. അവർ കൊണ്ടുവന്നത് ഭയാനകമായൊരു വാർത്തയായിരുന്നു. ആ കുടുംബത്തെ മുഴുവൻ ജർമൻകാർ തൂക്കിക്കൊന്നു കഴിഞ്ഞിരുന്നു. അതിനുശേഷ മുണ്ടായ ആദ്യത്തെ പോരിൽത്തന്നെ ആ കമാൻഡറും കൊല്ലപ്പെട്ടു. എപ്പോൾ... എങ്ങനെ എന്ന് പറയാനാവാത്തവിധം. അപകടമായിരിക്കുമോ... എന്തോ... മരിക്കാൻ അദ്ദേഹം ആഗ്രഹിച്ചിരുന്നു എന്നത് നേര്.

എനിക്കു വാക്കുകൾ കിട്ടുന്നില്ല. കൈയിലുള്ളത് കണ്ണീർ മാത്രം. സംസാരിക്കാൻ... ഞാൻ എന്നെത്തന്നെ എങ്ങനെയാണ് പ്രേരിപ്പിക്കേണ്ടത്? എങ്ങനെ വിശ്വസിക്കാൻ? എല്ലാവരും സുഖമായും സ്വസ്ഥമായും ജീവിക്കാനാഗ്രഹിക്കുന്നു. ആർക്കും കേൾക്കണമെന്നില്ല, ഞാൻ പറയുന്ന കഷ്ടപ്പാടുകളുടേയും വേദനകളുടേയും കഥകൾ.

(വി. കോറോട്ടീവാ... ഒളിപ്പോരാളി)

ഞാനും എന്നെത്തന്നെ പ്രേരിപ്പിച്ചുകൊണ്ടിരിക്കുന്നു. നിർത്തരുത്, തുടരണം.

ഒരു കുഴിബോംബും കുട്ടയിലെ കളിപ്പാട്ടവും

അൽറ്റോണിയോ അലക്സീവ്നാ കോന്ദ്രബഷോവാ.

സൈറ്റോഷക്സിയിലെ
ഒളിപ്പോരാളി സംഘത്തിലെ നിരീക്ഷക

ഞാൻ എന്റെ ദൗത്യം നിർവഹിച്ചു. അതിനുശേഷം എനിക്കു ഗ്രാമത്തിൽ തുടർന്നു നില്ക്കാൻ തോന്നിയില്ല. ഞാൻ സൈന്യത്തിൽ ചേരാൻ ഇറങ്ങിത്തിരിച്ചു. ഏതാനും ദിവസം കഴിഞ്ഞതേയുള്ളൂ. എന്റെ അമ്മയെ "ഗെസ്റ്റാപൗ" തടവിലാക്കി. സഹോദരൻ എങ്ങനെയോ രക്ഷപ്പെട്ടു. എന്നാൽ അമ്മയെ അവർ കൊണ്ടുപോയി. ജർമൻ രഹസ്യപ്പൊലീസ് അമ്മയെ വല്ലാതെ ദ്രോഹിച്ചു. മകളുടെ വിവരങ്ങളറിയാനായി കർശനമായി ചോദ്യം ചെയ്തു. രണ്ടു വർഷം അമ്മ അവരുടെ തടവിൽ കഴിഞ്ഞു. കൂടെ വേറെയും കുറെ സ്ത്രീകൾ. അവരുടെ പല ദൗത്യങ്ങളിലും വഴികാട്ടിയായി അമ്മയെ അവർ മുമ്പിൽ നടത്തി. അഥവാ വഴിയിൽ ബോംബ് പൊട്ടിത്തെറിച്ചാൽത്തന്നെയും ആദ്യം കൊല്ലപ്പെടുക അവരായിരിക്കുമല്ലോ. ജർമൻ പക്ഷത്തിന് രക്ഷപ്പെടാൻ അവസരം കിട്ടുകയും ചെയ്യും. രണ്ടു വർഷം മുഴുവൻ ഇതായിരുന്നു എന്റെ അമ്മയുടെ പണി.

വല്ലപ്പോഴും ശത്രുക്കളുടെ മേൽ ചാടി വീഴാൻ തക്കം പാർത്തിരിക്കുന്ന സമയത്ത് ഞങ്ങൾ മുമ്പിൽ കാണുക നാട്ടുകാരായ സ്ത്രീകളെയായിരിക്കും. അവരെ പിൻതുടർന്നാകും ഫാസിസ്റ്റുകളുടെ വരവ്. സംഘം

അടുത്തുവരുമ്പോൾ മനസ്സിലാകും. കൂട്ടത്തിൽ സ്വന്തം അമ്മയുമുണ്ട്. ഏറ്റവും ഭയാനകമായ നിമിഷം... കമാൻഡർ വെടിവെക്കാനുള്ള കല്പന നല്കുന്നതാണ്. അതിനായുള്ള കാത്തിരിപ്പ്... വയറ് കത്തിക്കാളും. എല്ലാവരും ശ്വാസമടക്കി പേടിയോടെ കാത്തിരിക്കും. ഇടയിൽ ഒരാൾ പറയും, “ദാ... എന്റെ അമ്മ...” “ദാ... എന്റെ സഹോദരി...” ഇനിയൊരാൾ ചൂണ്ടിക്കാട്ടും. അതിനിടയിൽ ആരെങ്കിലും സ്വന്തം മകളെ കണ്ടുവെന്നുവരാം. എന്റെ അമ്മ എപ്പോഴും തലയിൽ വെള്ള തൂവാല കെട്ടിയാണ് നടന്നിരുന്നത്. നല്ല ഉയരം. അതുകൊണ്ടുതന്നെ അവരാണ് ആദ്യം കണ്ണിൽപ്പെടുക. ഞാൻ കാണുന്നതിനു മുമ്പുതന്നെ ആരെങ്കിലും വിളിച്ചു പറയും... “ആ കൂട്ടത്തിൽ നിന്റെ അമ്മയുണ്ട്.”

വെടിവെക്കാൻ ആജ്ഞാപിക്കുമ്പോൾ വെടിവെക്കുകതന്നെ. വേറെ വഴിയില്ല. എനിക്കുതന്നെ നിശ്ചയമുണ്ടാവില്ല. എങ്ങോട്ടാണ് ഞാൻ ഉന്നം വെക്കുന്നതെന്ന്. ഒന്നു മാത്രം ഞാൻ ഓർമ്മവെക്കും... “ആ വെള്ളത്തൂവാല...” ഇടയ്ക്കിടയ്ക്കു നോക്കും... അവർ ജീവനോടെയുണ്ടോ, അതോ താഴെ വീണുകിടക്കുന്നോ? ഒരു വെള്ളത്തൂവാല... വെടി പൊട്ടുന്നതോടെ കൂട്ടഓട്ടമാണ്. ചിലർ വഴിയിൽ വീണുപോകുന്നു. തീർച്ച പറയാൻ വയ്യ... നിങ്ങളുടെ അമ്മ രക്ഷപ്പെട്ടുവോ... അതോ കൊല്ലപ്പെട്ടുവോ? അടുത്ത രണ്ടു ദിവസം സ്വബോധമില്ലാത്ത മട്ടിൽ ആശങ്കയോടെ ഞാൻ ചുറ്റിത്തിരിയും. ഗ്രാമത്തിലേക്കു പോയ ഞങ്ങളുടെ പ്രതിനിധി തിരിച്ചു വരുംവരെ. “നിന്റെ അമ്മ ജീവിച്ചിരിക്കുന്നു...” അയാളത് പറഞ്ഞു കേൾക്കുമ്പോഴേ എന്റെ ശ്വാസം നേരെ വീഴൂ.... പിന്നെ വീണ്ടും... അടുത്ത ഊഴം. എനിക്കാ കാത്തിരിപ്പ് സഹിക്കാൻ വയ്യാതായി. അവരോടു തോന്നിയ കഠിനമായ വെറുപ്പ്... രോഷം. അതെന്നെ സഹായിക്കുകയും ചെയ്തു.

ഇന്നും ആ കുഞ്ഞിന്റെ കരച്ചിൽ എന്റെ ചെവിയിൽ മുഴങ്ങിക്കൊണ്ടിരിക്കുന്നു. കിണറ്റിലേക്കു വലിച്ചെറിയപ്പെട്ട ഒരു കുഞ്ഞിന്റെ കരച്ചിൽ. അങ്ങനെയൊരു നിലവിളി നിങ്ങളെപ്പോഴെങ്കിലും കേട്ടിട്ടുണ്ടോ? കുഞ്ഞ് ഉറക്കെ നിലവിളിച്ചുകൊണ്ട് കിണറ്റിനുള്ളിലേക്ക് വീഴുകയാണ്. ഭൂഗർഭത്തിൽ നിന്ന് എന്ന പോലെയാണ് ആ നിലവിളി... മറ്റേതോ ലോകത്തിൽനിന്ന് എന്നപോലെ. അത് ഒരു കുഞ്ഞിന്റെ ശബ്ദമല്ല, ഒരു പുരുഷന്റേതുമല്ല...

കൂട്ടത്തിലുള്ള ഒരു ചെറുപ്പക്കാരനെ അറക്കവാളുകൊണ്ട് അറുത്തുമുറിക്കുന്നത് കാണേണ്ടിവരിക. ഞങ്ങളോടൊപ്പമുള്ള ഒരു ഒളിപ്പോരാളി... അതിനുശേഷം ഏതൊരു പ്രവൃത്തിക്കു പറഞ്ഞയച്ചാലും മനസ്സിനൊരു വെമ്പലാണ്. ശത്രുക്കളെ കണ്ടുപിടിക്കണം, വകവരുത്തണം. എത്രപേരെ കൊല്ലാമോ അത്രയും പേരെ കൊല്ലണം. ഉന്മൂലനാശം വരുത്തണം. ഏറ്റവും ക്രൂരമായ വിധത്തിൽ. ഫാസിസ്റ്റ് തടവുകാരെ കാണുമ്പോൾ അവരുടെ ശരീരത്തിലേക്ക് എന്റെ നഖങ്ങൾ ആഞ്ഞിറക്കണമെന്നു തോന്നാറുണ്ട്. പല്ലുകൊണ്ട് കടിച്ചുപറിക്കണം. രണ്ടു കൈയും കഴുത്തിലമർത്തി ശ്വാസം മുട്ടിച്ച് കൊല്ലണം. അങ്ങനെ എളുപ്പത്തിൽ ഞാൻ

അവരെ കൊല്ലില്ല. അത്ര പെട്ടെന്നുള്ള മരണം അവർ അർഹിക്കുന്നില്ല. ആയുധങ്ങളൊന്നും വേണ്ട... റൈഫിളും വേണ്ട.

1943. അവർ പിൻവാങ്ങുന്നതിനു മുമ്പ് ഫാസിസ്റ്റുകൾ എന്റെ അമ്മയെ വെടിവെച്ചുകൊന്നു. എന്റെ അമ്മ അങ്ങനെയായിരുന്നു. ഞങ്ങൾക്കുവേണ്ട അനുഗ്രഹങ്ങൾ തന്നു.

"മക്കളേ, നിങ്ങൾ പോയി ജീവിക്കൂ. വെറുതെ മരിക്കുന്നതിനേക്കാൾ നല്ലത് അതാണ്... കാര്യമായി എന്തെങ്കിലും ചെയ്തിട്ടു മരിക്കൂ..." വലിയ വലിയ കാര്യങ്ങളൊന്നും അമ്മ ഒരിക്കലും പറയാറില്ല. സാധാരണ സ്ത്രീകൾ പറയുന്ന സാധാരണ വാക്കുകൾ. ഞങ്ങൾ ജീവിക്കണമെന്നും ഉന്നത വിദ്യാഭ്യാസം നേടണമെന്നും അവർ ആഗ്രഹിച്ചു. പഠിപ്പ്... അതായിരുന്നു മുഖ്യം.

ഓരോ തവണയും അവരെ തടവറയിൽനിന്നും പുറത്തേക്കു കൊണ്ടുപോകുമ്പോൾ അവർ കൂടെയുള്ള സ്ത്രീകളോടു പറയാറുണ്ടത്രെ.. "പെണ്ണുങ്ങളേ, ഒരു കാര്യമോർത്തു മാത്രമേ ഞാൻ കരയുന്നുള്ളൂ... ഞാൻ മരിച്ചാൽ നിങ്ങൾ എന്റെ മകളെ സഹായിക്കണം."

ആ സ്ത്രീകളിൽ ഒരാൾ യുദ്ധത്തിനുശേഷം എന്നെ അവരുടെ കൂടെ താമസിപ്പിച്ചു. അവർക്ക് അവരുടേതായ രണ്ടു കൊച്ചുകുട്ടികളുണ്ടായിരുന്നു. എന്നിട്ടും സ്വന്തം കുടുംബത്തിൽ അവർ എനിക്കിടം നല്കി. ഫാസിസ്റ്റുകൾ ഞങ്ങളുടെ വീടിനു തീവെച്ചിരുന്നു. അമ്മയെ അവർ വെടിവെച്ചു കൊന്നു. ഒളിപ്പോരിൽ എന്റെ സഹോദരനും മരിച്ചിരുന്നു. അച്ഛൻ തുടക്കം മുതലേ മുന്നണിയിലായിരുന്നു. യുദ്ധത്തിനുശേഷം തിരിച്ചുവന്ന് മാരകമായ മുറിവുകൾ... രോഗം. അധികം താമസിയാതെ അച്ഛനും മരിച്ചു. കുടുംബത്തിൽ ഞാനൊരാൾ മാത്രം ബാക്കിയായി. ആ സ്ത്രീ ദരിദ്രയായിരുന്നു. പോരാത്തതിന് രണ്ടു കുട്ടികളെ വളർത്തി വലുതാക്കേണ്ട ചുമതലയും. അവിടെനിന്ന് എവിടേക്കെങ്കിലും പൊയ്ക്കളയാമെന്ന് ഞാൻ തീർച്ചയാക്കി. പക്ഷേ അവർ സമ്മതിച്ചില്ല... കരയാൻ തുടങ്ങി.

അമ്മയെ അവർ വെടിവെച്ചുകൊന്നു എന്നു കേട്ടപ്പോൾ എനിക്ക് ഭ്രാന്തുപിടിച്ചതുപോലെയായി. എങ്ങനെയെങ്കിലും അമ്മയെ കണ്ടെത്തണമെന്ന വാശിയായി. അവരെ അവർ കൊന്നുകഴിഞ്ഞിരുന്നു. ഒരു ട്രെന്റിനുള്ളിലിട്ട് അവർ ശവങ്ങൾ മൂടിയിരുന്നു. ടാങ്കുകൾ രഹസ്യമായി സൂക്ഷിക്കുന്ന അഗാധമായ കിടങ്ങ് മണ്ണിട്ട് മൂടി ട്രാക്ടർ കൊണ്ട് നിരപ്പാക്കിയിട്ടിരുന്നു. എന്നിട്ടും ഞാനവിടെയെത്തി. അമ്മ നിന്നിരുന്ന സ്ഥലം ഏതാണ്ട് ചൂണ്ടിക്കാട്ടിത്തന്നു. ഞാൻ അവിടെ കുഴിക്കാൻ തുടങ്ങി. പല ശവങ്ങൾക്കിടയിൽ എന്റെ അമ്മയുടേയും. വിരലിലിട്ടിരുന്ന മോതിരം കണ്ടാണ് ഞാൻ അമ്മയുടെ ജഡം തിരിച്ചറിഞ്ഞത്. ആ മോതിരം കണ്ട് ഞാൻ ഹൃദയം പൊട്ടി കരയാൻ തുടങ്ങി. മറ്റൊന്നും എനിക്കോർമ്മയില്ല. ചില സ്ത്രീകൾ എന്നെ സഹായിച്ചു. അമ്മയുടെ ശരീരം പുറത്തെടുത്തു. ഒരു പാട്ടയിൽ വെള്ളം കൊണ്ടുവന്ന് കഴുകി വൃത്തിയാക്കി. ഞങ്ങൾ

വീണ്ടും അമ്മയെ വേണ്ടവിധത്തിൽ മറവുചെയ്തു. ആ പാട്ട... ഇന്നും ഞാൻ സൂക്ഷിച്ചുവെച്ചിട്ടുണ്ട്.

രാത്രി ചിലപ്പോൾ ഞാൻ ആലോചിച്ചു കിടക്കാറുണ്ട്. ഞാൻ കാരണമാണ് എന്റെ അമ്മ മരിച്ചത്. അല്ലാ ഞാൻ കാരണമല്ല. എന്റെ പ്രിയപ്പെട്ടവരുടെ കാര്യമോർത്ത് ഞാൻ സൈന്യത്തിൽ ചേരാതിരുന്നുവെങ്കിൽ, എന്നെപ്പോലെ പലരും പടവെട്ടാൻ തയ്യാറാകാതെ പിൻമാറി നിന്നിരുന്നുവെങ്കിൽ... ഈ വിജയം സാധ്യമാകുമായിരുന്നോ? എല്ലാം മറക്കൂ... എന്ന് ഞാൻ എന്നോടുതന്നെ പറയണം.... സാധിക്കുന്നില്ല....

എന്റെ അമ്മ മുമ്പിലായി നടന്നുവരാറുള്ളത്. കമാൻഡറുടെ ഉത്തരവ് "വെടി." അമ്മ നടന്നുവരുന്ന വഴിയിലേക്കുതന്നെ ഞാൻ വെടിവെക്കുന്നു. അവർ തലയിൽ കെട്ടാറുള്ള ആ വെള്ളത്തൂവാല... അതൊക്കെ വീണ്ടും വീണ്ടും ഓർത്തുകൊണ്ട് എങ്ങനെ ജീവിക്കാൻ... നിങ്ങൾക്കു സങ്കല്പിക്കാനാവില്ല. മനസ്സിന്റെ നീറ്റൽ.

ജീവിതം നീളുന്നതിനൊപ്പം ആ നീറ്റലും ഏറിഏറി വരുന്നു. ചിലപ്പോൾ രാത്രി പൊടുന്നനെ ജനാലയ്ക്കപ്പുറത്ത് ഏതോ കുട്ടിയുടെ ചിരി... അല്ലെങ്കിൽ ആരൊക്കെയോ സംസാരിക്കുന്ന ശബ്ദം... പെട്ടെന്ന് ഞെട്ടിത്തെറിക്കുന്നു. ചിരി നിലവിളിയായി മാറുന്നു. ഒരു ചെറിയ കുഞ്ഞിന്റെ നിലവിളി... ചിലപ്പോൾ ഒച്ചയോടെയുള്ള കരച്ചിൽ. വേറെ ചിലപ്പോൾ അകാരണമായി ഉണർന്നുപോകുന്നു... ശ്വാസം കിട്ടാതെ വിഷമിക്കുന്നു. എവിടെയോ എന്തോ പുകയുന്നതുപോലെ. ആ പുകയിൽ വീർപ്പുമുട്ടുന്നു. മനുഷ്യമാംസം കത്തിയെരിയുന്ന മണം... പ്രത്യേകിച്ചും വേനൽക്കാലത്ത്... അതൊന്നും നിങ്ങൾക്കറിയില്ല. വല്ലാത്തൊരു മണമാണത്... പറഞ്ഞറിയിക്കാനാവില്ല. ഒട്ടും പരിചയമില്ലാത്തതാണ്... അതേസമയം മനസ്സിനെ ഭയപ്പെടുന്നതുമാണ്. ഇപ്പോഴത്തെ എന്റെ ജോലി. എവിടെ തീപ്പിടിത്തമുണ്ടായാലും ഉടനെ അവിടെ ചെല്ലണം. വിശദമായ റിപ്പോർട്ട് തയ്യാറാക്കണം. പക്ഷേ, വല്ല കളപ്പുരയിലുമാണ് തീപ്പിടിത്തമുണ്ടായതെങ്കിൽ, മൃഗങ്ങൾ പൊള്ളലേറ്റ് ചത്തിട്ടുണ്ടെങ്കിൽ ഞാൻ പോകാറില്ല. എനിക്കു വയ്യ... പഴയ ഓർമ്മകൾ. ആ രൂക്ഷമായ ഗന്ധം. കത്തിക്കരിഞ്ഞ മനുഷ്യമാംസം. ചിലപ്പോൾ രാത്രി എഴുന്നേറ്റ് കൊളോൺ എടുത്തുകൊണ്ടുവരും. എല്ലായിടത്തും തളിക്കാൻ. എന്നാൽ കൊളോണിനും അപ്പോൾ കാണുന്ന പച്ചമാംസത്തിന്റെ ഗന്ധമായിരിക്കും.

വളരെ വർഷങ്ങൾ.... വിവാഹം കഴിക്കാൻ എനിക്ക് ഭയമായിരുന്നു. കുട്ടികളുണ്ടാകുന്നത് അതിലേറെ പേടിയുള്ള കാര്യമായിരുന്നു. വീണ്ടും ഒരു യുദ്ധം പൊട്ടിപ്പുറപ്പെട്ടാലോ? ഞാൻ പടക്കളത്തിലേക്കു പോയാൽ എന്റെ മക്കളെ ആരു നോക്കും? ഇപ്പോൾ എനിക്കു താത്പര്യം മരണാനന്തര ജീവിതത്തെക്കുറിച്ചുള്ള പുസ്തകങ്ങൾ വായിക്കാനാണ്. അവിടെ എന്താണുള്ളത്? അവിടെ ആരെയാണ് കാണുക? അമ്മയെ കാണണമെന്നുണ്ട്. എന്നാൽ അതിനെക്കുറിച്ച് പേടിയും തോന്നുന്നു. ചെറുപ്പകാലത്ത് ഒന്നിനെക്കുറിച്ചും ഭയമുണ്ടായിരുന്നില്ല. എന്നാൽ ഇന്ന്... ഈ വാർധക്യകാലത്ത്...

യദ്‌വീഗോ മിഖായിലോവ്ന സാവിട്സ്സാക്യ

അണ്ടർഗ്രൗണ്ട് ഫൈറ്റർ

എന്റെ ആദ്യത്തെ ഓർമ്മ. ഞാനൊരു ജർമൻകാരനെ കാണുന്നു... ആരോ എന്നെ ആഞ്ഞടിച്ചതുപോലെ. ദേഹമാകെ വേദന.. ഓരോ കോശവും നീറുന്നു. ഇവരെങ്ങനെ ഇവിടെയെത്തി? വല്ലാത്തൊരു വെറുപ്പ്... പക. പ്രിയപ്പെട്ടവരുടെ സുരക്ഷിതത്വത്തെക്കുറിച്ചുള്ള ഭയത്തേക്കാൾ മൂർച്ചയേറിയതായിരുന്നു ആ രോഷം. സ്വന്തം ജീവനെക്കുറിച്ചുള്ള ഭയത്തേയും അത് കവച്ചുവെച്ചു. സ്വന്തം കുടുംബത്തെക്കുറിച്ച് തീർച്ചയായും ഞങ്ങൾക്ക് ഉത്കണ്ഠ ഉണ്ടായിരുന്നു. പക്ഷേ, വേറെ മാർഗമുണ്ടായിരുന്നില്ല. തീയും വാളുമായി പാടെ നശിപ്പിക്കാൻ തയ്യാറായാണ് ശത്രു ഞങ്ങളുടെ നാട്ടിലേക്ക് അതിക്രമിച്ചു കടന്നിട്ടുള്ളത്.

ഉദാഹരണത്തിന്, അവരെന്നെ തടവിലാക്കാൻ പോകുന്നു എന്നറിവു കിട്ടിയപ്പോൾ, ആ ക്ഷണം ഞാൻ കാട്ടിലേക്കോടി, ഒളിപ്പോരാളികളുടെ കൂട്ടത്തിലേക്ക്. എഴുപത്തിയഞ്ചു വയസ്സായ എന്റെ അമ്മയെ വീട്ടിൽ തനിയെ വിട്ടിട്ടാണ് അന്നു ഞാൻ ഓടിപ്പോയത്. ഞങ്ങൾ മുൻകൂട്ടി നിശ്ചയിച്ചു, അമ്മ അന്ധയും ബധിരയും മൂകയുമാണെന്നു നടിക്കും. അതുകൊണ്ട് അവർ അമ്മയെ വെറുതെ വിടും. അങ്ങനെയാണ് ഞാൻ സ്വയം സമാധാനിച്ചത്.

ഞാൻ ഇറങ്ങിപ്പോന്നതിന്റെ അടുത്ത ദിവസം തന്നെ ഫാസിസ്റ്റുകൾ എന്റെ വീട്ടിലെത്തി. നേരത്തെ നിശ്ചയിച്ചതുപോലെ അമ്മ അഭിനയിച്ചു. കാഴ്ചയില്ല. കേൾക്കാനും മിണ്ടാനും വയ്യ. എന്റെ വിവരം കിട്ടാൻ വേണ്ടി അവർ അമ്മയെ തല്ലിച്ചതച്ചു... അതിന്റെ അവശത വളരെക്കാലം അമ്മ അനുഭവിച്ചു....

അലക്സാൻഡ്ര ഇവാനോവ്നാ ഖാർമോവാ

ആന്റോപോളിൻ രഹസ്യമായി പ്രവർത്തിക്കുന്ന പ്രാദേശിക പാർട്ടി സെക്രട്ടറി

ജീവിതാവസാനം വരെ ഞാൻ ഇതുപോലെത്തന്നെ കഴിയും. അന്ന് ഞങ്ങൾ കഴിഞ്ഞിരുന്നതുപോലെ. സ്നേഹവും പ്രണയവുമൊക്കെയുള്ള കറയറ്റ മനസ്സ്. മുടിയൊക്കെ നരച്ച്... അതെ, അതു ഞാൻ തന്നെ.

എന്റെ കൂട്ടുകാരി കാത്ത്യാ സിമാക്കോവാ ഒരു ഒളിപ്പോരാളിയായിരുന്നു. അങ്ങനെയുള്ള സംഘങ്ങളെ ഏകോപിപ്പിക്കുന്ന ചുമതലയായിരുന്നു അവളുടേത്. അവൾക്ക് രണ്ടു പെൺകുട്ടികളുണ്ടായിരുന്നു. ചെറിയ കുട്ടികൾ... ആറോ ഏഴോ വയസ്സ് പ്രായം മാത്രം. അവൾ രണ്ടു കുട്ടികളുടേയും കൈ പിടിച്ച് പട്ടണത്തിലെ വഴികളിലൂടെ അലക്ഷ്യമായി നടക്കും. അവിടെയുള്ളതെല്ലാം - വിശേഷിച്ചും പട്ടാളവുമായി ബന്ധപ്പെട്ടത് - കൃത്യമായി കണ്ടു മനസ്സിലാക്കി ഓർമ്മവെക്കും. ഫാസിസ്റ്റ് ഭടന്മാർ അവളുടെ നേരെ ഒച്ചവെക്കും. അവൾ അതുമിതും പറയാൻ

തുടങ്ങും. സ്ഥിരബുദ്ധിയില്ലാത്തവളെപ്പോലെ. ആ അമ്മ അവരുടെ രണ്ടു മക്കളേയും നാടിനുവേണ്ടി ബലി കൊടുത്തു.

വേറൊരാൾ മിസ്സിസ് സാജർ സാല ആയിരുന്നു. അവരുടെ മകളായിരുന്നു വലേറിയ. എട്ടു വയസ്സായിക്കാണും. ഞങ്ങൾക്ക് ഭക്ഷണശാല ബോംബുവെച്ച് തകർക്കേണ്ടിവന്നു. അടുപ്പിനകത്ത് ഒരു കുഴിബോംബ് സ്ഥാപിക്കാൻ തീരുമാനിച്ചു. പക്ഷേ, അതവിടംവരെ എത്തിക്കണമല്ലോ. അമ്മ പറഞ്ഞു, തന്റെ മകൻ ആ പണി ചെയ്തോളുമെന്ന്. അവർ ബോബ് ഒരു ഭംഗിയുള്ള കുട്ടയിൽ വെച്ചു. അതിനുമീതെ കുട്ടിയുടെ ചില കുപ്പായങ്ങളും കളിപ്പാട്ടങ്ങളും രണ്ടു ഡസൻ കോഴിമുട്ടകളും കുറച്ചു വെണ്ണയും അടുക്കിവെച്ചു. അങ്ങനെ ആ കൊച്ചു പെൺകുട്ടി കുഴിബോംബ് ഭക്ഷണശാലയിലെത്തിച്ചു. സാധാരണ എല്ലാവരും പറയാറുണ്ട്. എല്ലാ വികാരങ്ങളേക്കാളും ശക്തിയേറിയതാണ് മാതൃസ്നേഹം എന്ന്. അല്ല... ആദർശങ്ങൾക്കു തന്നെയാണ് കൂടുതൽ ശക്തി. അത്രയുംതന്നെ കരുത്തുറ്റതാണ് വിശ്വാസവും. എനിക്ക് എപ്പോഴും തോന്നാറുണ്ട്, അങ്ങനെയുള്ള ഒരമ്മയും മകളും... അവരുടെ ആദർശത്തിന്റെ ഉറപ്പും വിശ്വാസത്തിന്റെ ബലവും... അന്ന് അവർ ആ ദൗത്യം സഫലമാക്കിയിരുന്നില്ലെങ്കിൽ നമ്മൾ വിജയം കൈവരിക്കുമായിരുന്നില്ല. ശരിയാണ്... ജീവിതം തീർച്ചയായും മഹത്തായിട്ടുള്ളതുതന്നെ. എന്നാൽ അതിലും വിലയേറിയതായും ചിലതുണ്ട്... സംശയമില്ല.

പൗലീന കാസ്പോറോവിച്ച്

ഒളിപ്പോരാളി

ഞങ്ങളുടെ സേനാവിഭാഗത്തിലായിരുന്നു വിമുക് സഹോദരന്മാർ. ഒരു ഗ്രാമത്തിൽ വെച്ച് അവർക്ക് അപ്രതീക്ഷിതമായ ഒരാക്രമണം നേരിടേണ്ടി വന്നു. അവർ അടുത്തുകണ്ട ഒരു കളപ്പുരയിൽ അഭയം തേടി. ചുറ്റും വെടിവെപ്പ് തുടർന്നുകൊണ്ടിരുന്നു. ജർമൻകാർ കളപ്പുരയ്ക്ക് തീയിട്ടു. ഉണ്ട തീരുന്നതുവരെ ജർമൻകാർ വെടിവെപ്പു തുടർന്നു. സഹോദരന്മാർക്ക് രണ്ടുപേർക്കും കലശലായി പൊള്ളലേറ്റിരുന്നു. അവർ വെളിയിൽ വന്നതും ഫാസിസ്റ്റുകൾ രണ്ടുപേരെയും ഒരു വണ്ടിയിൽ കയറ്റി അവിടെയാകെ ചുറ്റി നടന്നു. നാട്ടുകാർ അവരെ സ്വപക്ഷക്കാരായി തിരിച്ചറിയുമെന്നും അങ്ങനെ കൂടുതൽ പേരെ തടവിലാക്കാനാവുമെന്നുമാണ് ജർമൻകാർ വിചാരിച്ചത്.

ഗ്രാമം മുഴുവൻ നോക്കിനിന്നു. കൂട്ടത്തിൽ ആ സഹോദരന്മാരുടെ അച്ഛനമ്മമാരും. ഒരാളും ഒരു ശബ്ദവും പുറപ്പെടുവിച്ചില്ല. ആ അമ്മയുടെ ഹൃദയം... ആലോചിച്ചുനോക്കൂ... കരയാതിരിക്കാൻ അവർ എത്രമാത്രം പാടുപെട്ടിരിക്കും. ഒരു ശബ്ദവും അവരിൽ നിന്നും പുറത്തുവന്നില്ല. താൻ കരഞ്ഞുപോയാൽ ശത്രു തന്റെ ഗ്രാമം മുഴുവനും ചുട്ടു ചാമ്പലാക്കുമെന്ന് അവർക്കുറപ്പുണ്ടായിരുന്നു. അവർ ഒരാൾ മാത്രമല്ലാ, ഗ്രാമവാസികൾ മുഴുവനും തന്നെ ക്രൂരമായി കൊല്ലപ്പെടും. അതാണ് ജർമൻ വിധി

ന്യായം... കൊല്ലപ്പെട്ട ഒരു ജർമ്മൻകാരനു പകരം ആ ഗ്രാമത്തിലെ സർവരും മരിക്കണം. അതവർക്ക് നല്ലവണ്ണം അറിയാമായിരുന്നു.

ധീരതയ്ക്കും വിശിഷ്ടസേവനങ്ങൾക്കുമൊക്കെയായി എന്തെല്ലാം പുരസ്കാരങ്ങളും ബഹുമതികളുമാണുള്ളത്. അന്ന് ആ അമ്മ കാണിച്ച ധീരതയ്ക്ക്... അവരുടെ മൗനത്തിന് ഏതു പുരസ്കാരം നല്കിയാലാണ് മതിയാവുക... റഷ്യയിലെ ഏറ്റവും ഉന്നതമായ സൈനിക ബഹുമതി, "സ്റ്റാർ ഓഫ് ദി ഹീറോ ഓഫ് ദി സോവിയറ്റ് യൂണിയൻ" പോലും ആ അമ്മയുടെ ആത്മവീര്യത്തിനു മുമ്പിൽ നിഷ്പ്രഭം!

വാലന്റീനാ മിഖായേലോവ്നാ ഇൽകിവിച്ച്

ഒളിപ്പോരാളി

എന്റെ അമ്മയോടൊപ്പമാണ് ഞാൻ ഒളിപ്പോരാളികളുടെ സേനയിലേക്കു വന്നത്. എല്ലാവരുടേയും തുണി അലക്കലും പാചകവുമായിരുന്നു അവരുടെ ജോലി. വേണ്ടിവന്നാൽ കാവൽ നില്ക്കുകയും വേണം. ഒരു ദിവസം ഞാൻ മറ്റുള്ളവരോടൊപ്പം ഒരു ദൗത്യം നിർവഹിക്കാൻ പോയി. ആരോ അവരോടു വന്നു പറഞ്ഞു, ശത്രുക്കൾ എന്നെ പിടിച്ച് തൂക്കിക്കൊന്നുവെന്ന്. ഏതാനും ദിവസം കഴിഞ്ഞാണ് ഞാൻ തിരിച്ചുവന്നത്. മകളെ ജീവനോടെ കണ്ടപ്പോൾ അമ്മയ്ക്കുണ്ടായ ആഘാതം! കുറെ ഏറെ മണിക്കൂറുകൾ ചലനശേഷിയറ്റ്, മിണ്ടാനാകാതെ അവർ കിടന്നുപോയി. അങ്ങനെ എന്തെല്ലാം ആ കാലത്ത് അനുഭവിക്കേണ്ടി വന്നു.

ഒരു ദിവസം വഴിയിൽ ഒരു സ്ത്രീ ബോധമില്ലാതെ കിടക്കുന്നതു കണ്ടു. ഞങ്ങൾ അവരെ എടുത്തുകൊണ്ടുവന്നു. ബോധം വന്നിട്ടും അവർക്കു ബോധ്യമായില്ല താൻ മരിച്ചിട്ടില്ല എന്ന്. അവർക്ക് നടക്കാനായില്ല. ഇഴഞ്ഞുനീങ്ങുകയായിരുന്നു. ശരീരത്തിൽ പല ഭാഗത്തും രക്തപ്രവാഹം... പക്ഷേ, അത് തന്റെ മൃതശരീരത്തിൽ നിന്നാണ് എന്നാണവർക്കു തോന്നിയിരുന്നത്. താൻ ഈ ലോകത്തിലാണ് എന്ന ബോധ്യം അവർക്കു നഷ്ടപ്പെട്ടിരുന്നു. ഞങ്ങൾ അവരെ കുലുക്കി ഉണർത്തി. കുറച്ചൊരു ബോധം വീണ്ടുകിട്ടിയപ്പോൾ, തനിക്കെന്താണ് സംഭവിച്ചതെന്ന് അവർ പറഞ്ഞു.

അവരും അവരുടെ അഞ്ചു മക്കളും... ജർമ്മൻകാർ എല്ലാവരേയും വെടിവെച്ചു കൊല്ലാനായി നിരത്തിനിർത്തി. കുട്ടികളെ നാലുപേരെ അവർ വകവരുത്തി. അവർക്കതൊരു കളിയായിരുന്നു. മുലകുടിക്കുന്ന കുഞ്ഞു മാത്രം ബാക്കിയായി. ഒരു ഫാസിസ്റ്റ് പറഞ്ഞു, "ആ കുഞ്ഞിനെ മുകളിലേക്കെറിയൂ. താഴെ വീഴുംമുമ്പേ ഞാനവനെ വെടിവെക്കും." അമ്മ കുഞ്ഞിനെ മുകളിലേക്കെറിഞ്ഞു. തന്റെ കൈകൊണ്ടുതന്നെ അവൻ മരിക്കട്ടെ എന്നു കരുതി... സ്വന്തം കുഞ്ഞ്... ആ ജർമ്മന് അവനെ വെടിവെക്കാൻ അവസരം കൊടുക്കരുത്.

തനിക്ക് ജീവിക്കാൻ ആഗ്രഹമില്ലെന്ന് ആ അമ്മ പറഞ്ഞു. ഇനി താൻ

ഈ ലോകത്ത് ജീവിച്ചിരിക്കുന്നതെങ്ങനെ? ആർക്കുവേണ്ടി ജീവിക്കണം... മനസ്സുകൊണ്ട് അവർ പരലോകത്തിലെത്തിക്കഴിഞ്ഞിരുന്നു.

ആരേയും കൊല്ലണമെന്ന് ഞാൻ ആഗ്രഹിച്ചില്ല. അതിനുവേണ്ടി ഉള്ള തായിരുന്നില്ല എന്റെ ജന്മം. ഒരധ്യാപികയാവണമെന്നായിരുന്നു എന്റെ മോഹം. പക്ഷേ, ഞാൻ നേരിൽ കണ്ടു. ഒരു ഗ്രാമം മുഴുവൻ അവർ തീവെച്ച് നശിപ്പിച്ചിരിക്കുന്നു. എനിക്ക് നിലവിളിക്കാനായില്ല. ഉറക്കെ കര യാൻപോലുമായില്ല.

ഞാൻ ഒരു നിരീക്ഷണസംഘത്തോടൊപ്പമായിരുന്നു. ഞങ്ങൾ ഒരു ഗ്രാമത്തിന് തൊട്ടടുത്തെത്തി. ഒച്ചവെക്കാനാകാതെ ഞാൻ കൈത്തണ്ട യിൽ പല്ലുകൾ ആഴ്ന്നിറക്കി... ചോരയൊലിക്കുംവരെ... ഉള്ളിലെ മാംസം കാണുംവരെ. ഒരു ഗ്രാമം മുഴുവൻ പ്രാണവേദനയോടെ നിലവിളിക്കുക യായിരുന്നു. മനുഷ്യരും നാല്ക്കാലികളും കോഴികളും... ഒരുപോലെ. പക്ഷികൾക്കും മൃഗങ്ങൾക്കുപോലും അപ്പോൾ മനുഷ്യശബ്ദമായിരുന്നു. എല്ലാവരും ജീവനോടെ നിന്നു കത്തുന്നു.

ഈ പറയുന്നത് ഞാനല്ല... എന്റെ അളക്കാനാവാത്ത ദുഃഖമാണ്... നിസ്സഹായതയാണ്.

വാലന്റീനാ പാവ്ലോവ്നാ കോസീമ്യാകീന

ഒളിപ്പോരാളി

ഞങ്ങൾക്കെല്ലാവർക്കും അറിയാമായിരുന്നു. ജയിക്കുന്നത് ഞങ്ങൾ തന്നെയായിരിക്കുമെന്ന്.

ആളുകൾ പിന്നീട് പറഞ്ഞത് എന്റെ അച്ഛൻ പാർട്ടിയുടെ ഒരു നിയോഗം ഏറ്റെടുക്കുകയായിരുന്നു എന്നാണ്. വാസ്തവത്തിൽ അങ്ങനെ യൊരു നിയോഗമൊന്നും ഉണ്ടായിരുന്നില്ല. നാടിനുവേണ്ടി പടപൊരുത ണമെന്നത് ഞങ്ങളുടെതന്നെ തീരുമാനമായിരുന്നു. അതിനെക്കുറിച്ച് ഞങ്ങളുടെ വീട്ടിൽ എന്തെങ്കിലും ഭയാശങ്കകൾ ഉണ്ടായിരുന്നതായി ഞാനോർക്കുന്നില്ല. ദുഃഖമുണ്ടായിരുന്നു. അത് സ്വാഭാവികം. പക്ഷേ, ഭയ മുണ്ടായിരുന്നില്ല. വിജയം നമ്മുടേതുതന്നെ എന്ന വിശ്വാസം ആദ്യം മുതലേ ഉണ്ടായിരുന്നു. ജർമ്മൻകാർ ആദ്യമായി ഞങ്ങളുടെ ഗ്രാമത്തി ലേക്കു കടന്നുകയറിയ ദിവസം. അച്ഛൻ തന്റെ വയലിൻ എടുത്ത് "ദി ഇന്റർനാഷണൽ..." എന്ന ഗാനം വായിച്ചു. അദ്ദേഹത്തിന്റേതായ രീതി യിലുള്ള പ്രതിഷേധപ്രകടനം.

രണ്ടുമൂന്നു മാസങ്ങൾ കഴിഞ്ഞു... അതോ... മൂന്നോ....

ഗ്രാമത്തിലുള്ള ഒരു യഹൂദപ്പയ്യൻ.... ഒരു ജർമൻകാരൻ അവനെ തന്റെ സൈക്കിളിൽ ചങ്ങലയിട്ടു ബന്ധിച്ചു. ഒരു നായയെന്നപോലെ സൈക്കിളിനോടൊപ്പം ഓടാൻ അവനെ നിർബന്ധിച്ചു. കൂടെയോടുന്ന ആൺകുട്ടിയെ ചീത്ത വിളിച്ചു. പരിഹസിച്ചു. ജർമ്മൻകാരൻ തന്റെ സൈക്കിൾ പായിച്ചു, ഉറക്കെ ചിരിച്ചു. താമസിയാതെ ജർമ്മൻകാരൻ

ക്ഷീണിച്ചു. സൈക്കിളിൽ നിന്നും താഴെയിറങ്ങി. ജൂതക്കുട്ടിയെ തന്റെ മുമ്പിൽ മുട്ടുകുത്തിനിർത്തി. കൈ നിലത്തുകുത്തി നായയെപോലെ നടക്കാനാജ്ഞാപിച്ചു.

"ചാട്... ഇനിയും ഉയരത്തിൽ." അയാൾ കല്പിച്ചു. ഒരു വടി ദൂരെ ക്കെറിഞ്ഞു. 'നാലു കാലിൽ ചെന്ന് അത് കടിച്ചെടുത്തുവാ." അടുത്ത കല്പന. കുട്ടി വടി കൈയിലെടുത്ത് ഓടി വന്നു. അയാൾക്ക് ദേഷ്യം സഹിച്ചില്ല. വടിയെടുത്ത് പൊതിരെ തല്ലി. അവന്റെ നേരെ വീണ്ടും ഒച്ച യിട്ടു. "നാലു കാലിൽ ഓടി കടിച്ചെടുത്തു കൊണ്ടുവരണം." കുട്ടി കല്പന അനുസരിച്ചു.

രണ്ടു മണിക്കൂറോളം അയാൾ അവനെ വട്ടം കറക്കി. വീണ്ടും സൈക്കിളിൽ ചങ്ങലയ്ക്കിട്ടു. വീണ്ടും അയാൾ സൈക്കിൾ ഓടിച്ചു... അപ്പോഴും അവൻ പിന്നാലെയോടി. ഒരു നായയെപോലെ... അവൻ താമ സിക്കുന്ന യഹൂദച്ചേരി വരെ. നിങ്ങൾ ചോദിക്കുന്നു... എന്തുകൊണ്ട് ഞങ്ങൾ വെടിവെക്കാൻ പഠിച്ചുവെന്ന്... പടവെട്ടാൻ ഒരുമ്പെട്ടിറങ്ങിയെന്ന്? മനസ്സിലായില്ലേ?

അലക്സാൻഡ്രേ നിക്കിഫോറോവാ സക്കാറോവ

ഒളിപ്പോരാളി റെജിമെന്റ് 225-ൽ കമ്മീഷണർ
ഗോമെൻ പ്രോവിൻസ്

അതെല്ലാം ഞാനെങ്ങനെ മറക്കാൻ. മുറിവേറ്റ ഭടന്മാർ സ്പൂൺ നിറയെ ഉപ്പെടുത്ത് വായിലിടുന്നു. ഒരാളുടെ പേരു വിളിക്കുന്നു. അയാൾ അണിയിൽനിന്നും മുന്നോട്ടൊരടി വെക്കുന്നു. അയാൾ അവിടെ കുഴഞ്ഞു വീഴുന്നു, വിശപ്പും തളർച്ചയും താങ്ങാനാവാതെ. അപ്പോഴും അയാൾ തോക്ക് കൈയിൽനിന്നും താഴെ വെക്കുന്നില്ല.

ജനങ്ങൾ എപ്പോഴും സഹായിച്ചുകൊണ്ടിരുന്നു. അവരുടെ പിന്തു ണയില്ലായിരുന്നുവെങ്കിൽ ഞങ്ങളുടെ സേന നിലനില്ക്കുമായിരുന്നില്ല. അവരും ഞങ്ങളോടൊപ്പം പടപൊരുതി. കാട്ടിലേക്കെത്തിക്കാൻ ചരക്കു കൾ ചാക്കിൽ നിറച്ചു. എല്ലാവരും അവർക്കാവുന്ന വിധം ആഹാര പദാർത്ഥങ്ങൾ നല്കി. "ഇവാൻ എന്തു പറയുന്നു...?"

"നീയോ മരിയാ..."

"എല്ലാവരും തരുന്നതുപോലെ ഞാനും തരാം. പക്ഷേ, വീട്ടിൽ എനിക്ക് കുഞ്ഞുങ്ങളുണ്ട്."

ഓരോരുത്തരും ഞങ്ങളോടൊപ്പം നിന്നു. കരഞ്ഞുകൊണ്ടാണെങ്കിലും ഉള്ളതിൽ ഒരു പങ്ക് തന്നു. "എന്റെ മകളെ..." അവർ പറഞ്ഞു, "നമു ക്കൊപ്പം കഷ്ടപ്പെടാം... വിജയത്തിനായി കാത്തിരിക്കാം."

അവർ ഞങ്ങൾക്ക് റൊട്ടി കൊണ്ടുവന്നുതരും. കുട്ടയിൽ ബാക്കി അവ സാനത്തെ കൊച്ചു ഉരുളക്കിഴങ്ങ്... അതും അവർ ഞങ്ങൾക്കായി കരുതി വെക്കും.

സ്വന്തം ആളുകളുടെ പിന്തുണയില്ലെങ്കിൽ പിന്നെ, ഞങ്ങളുണ്ടോ? വലിയൊരു സൈന്യം മുഴുവൻ കാട്ടിലൊളിച്ചു പാർക്കുന്നു. നാട്ടുകാരുടെ സഹായമില്ലായിരുന്നുവെങ്കിൽ ഞങ്ങളെല്ലാവരും മരിച്ചുപോയേനെ. പട്ടിണി കിടന്ന്. അവർ ഉഴുതു... വിതച്ചു... കൊയ്തു. സ്വന്തം കുട്ടികളേയും ഞങ്ങളേയും സംരക്ഷിച്ചു. യുദ്ധകാലം മുഴുവൻ ധരിക്കാൻ വേണ്ട വസ്ത്രങ്ങൾ കൊണ്ടുവന്നുതന്നു. വെടിവെപ്പില്ലാത്ത ദിവസങ്ങളിൽ രാത്രി അവർ നിലമുഴുതു. ഓർക്കുന്നു.... ഒരു ദിവസം ഒരു ഗ്രാമത്തിലെത്തിയപ്പോൾ അവിടെ ഒരു വൃദ്ധന്റെ ശവമടക്കൽ നടക്കുകയാണ്. തലേരാത്രിയാണദ്ദേഹം കൊല്ലപ്പെട്ടത്. ഗോതമ്പു വയലിൽ വിത്തിടുകയായിരുന്നു. കൈയിലിരുന്ന ധാന്യമണികൾ അപ്പോഴും മുറുക്കിപ്പിടിച്ചിരുന്നു. അദ്ദേഹത്തിന്റെ വിരലുകൾ നീർത്താനായില്ല. കൈയിലിരുന്ന ഗോതമ്പോടുകൂടിയാണ് അദ്ദേഹത്തെ അടക്കം ചെയ്തത്.

ഞങ്ങളുടെ കൈവശം ആയുധങ്ങളുണ്ടായിരുന്നു. സ്വയം രക്ഷിക്കാൻ സാധിക്കുമായിരുന്നു. പക്ഷേ, അവരുടെ കാര്യം... ഒളിപ്പോരാളികൾക്ക് ഭക്ഷണം എത്തിച്ചുകൊടുത്ത കുറ്റത്തിന് അവരെ ഫാസിസ്റ്റുകൾ നിഷ്കരുണം കൊല്ലുകയായിരുന്നു. അന്നു രാത്രി ഞാൻ അവിടെ തങ്ങി. പുലർച്ചയ്ക്ക് രഹസ്യമായി ഇറങ്ങിപ്പോയി. രാത്രി ഞാൻ അവിടെ തങ്ങിയെന്ന് ആരെങ്കിലും പറഞ്ഞ് അവർ അറിഞ്ഞാൽ എല്ലാവരേയും അവർ വെടിവെച്ചു വീഴ്ത്തും. ആ ഗ്രാമത്തിലെ ഒരു സ്ത്രീ. ഭർത്താവുണ്ടായിരുന്നില്ല. കൂടെയുണ്ടായിരുന്നത് മൂന്നു ചെറിയ മക്കളായിരുന്നു. ഞങ്ങളെ അവർ ഒരിക്കലും ഇറക്കിവിട്ടില്ല. എപ്പോൾ ചെന്നാലും അവർ ഞങ്ങൾക്കായി അടുപ്പു കത്തിച്ചു. വസ്ത്രങ്ങൾ കഴുകി ഉണക്കി. കൈയിൽ ബാക്കിയുള്ളതെല്ലാം ഞങ്ങൾക്കു തന്നു. "നല്ലോണം തിന്നോളൂ കുട്ടികളേ..." വസന്തകാലത്തെ ഉരുളക്കിഴങ്ങ്... പയറുമണിയോളം വലുപ്പമേ കാണൂ. ഞങ്ങൾ രുചിയോടെ കഴിച്ചു. അടുപ്പിനരികെയിരുന്ന് അവരുടെ കുട്ടികൾ ഞങ്ങളെ നോക്കിക്കരഞ്ഞു... കുട്ടയിൽ അവശേഷിച്ചത്അവരുടെ അവസാനത്തെ ഉരുളക്കിഴങ്ങായിരുന്നു.

വീരാ ഗ്രിഗോറീവ്നാ സെഡോവാ

അണ്ടർഗ്രൗണ്ട് ഫൈറ്റർ

എന്റെ ആദ്യത്തെ ദൗത്യമായിരുന്നു അത്. അവർ കുറെ ലഘുലേഖകൾ കൊണ്ടുവന്നുതന്നു. ഞാനത് എന്റെ തലയിണയ്ക്കുള്ളിൽ വെച്ച് തുന്നിക്കൂട്ടി. കിടക്ക വിരിക്കുന്നതിനിടയിൽ അമ്മയുടെ കൈ അതിൽ തടഞ്ഞു. അവർ തലയിണ കീറി നോക്കി. അതിനുള്ളിലെ ലഘുലേഖകൾ കണ്ടുപിടിച്ചു. അമ്മ പൊട്ടിക്കരഞ്ഞു. "സ്വയം നശിക്കാനാണോ നിന്റെ ശ്രമം... കൂട്ടത്തിൽ എന്നേയും നശിപ്പിക്കും. "ശാപം... ശകാരം... പക്ഷേ പിന്നീട് അമ്മ എന്നെ സഹായിച്ചു.

ആയിടയ്ക്കാണ് ഒളിസേനയുടെ പ്രതിനിധികൾ ഞങ്ങളെ കാണാൻ വന്നത്. കുതിരകളെ അഴിച്ചുവിട്ട് അവർ അകത്തേക്കു കയറി.

അയൽപക്കത്തുള്ളവർ കണ്ടില്ല എന്നാണോ വിചാരം? തീർച്ചയായും കണ്ടു. അവർ ശരിയായി ഊഹിക്കുകയും ചെയ്തു. ഞാൻ പറഞ്ഞു നാട്ടിൻപുറത്തുള്ള ജ്യേഷ്ഠന്റെ പരിചയക്കാരാണ് അവരെന്ന്. അങ്ങനെയൊരു ജ്യേഷ്ഠൻ എനിക്കില്ല എന്ന് അവർക്കറിയാമായിരുന്നു. അവരോടെനിക്ക് വലിയ കടപ്പാടുണ്ട്... ആ തെരുവിൽ പാർക്കുന്ന ഓരോരുത്തരുടേയും മുമ്പിൽ ഞാൻ തലകുനിക്കുന്നു. ആരുടെയെങ്കിലും വായിൽ നിന്നും ഒരു വാക്ക്... ഞങ്ങളുടെ കുടുംബം മുഴുവൻ കൊല്ലപ്പെടാൻ അതു മതി. പറയേണ്ട കാര്യമില്ല. വെറുതെ വിരൽ ചൂണ്ടുകയേ വേണ്ടൂ. എന്നിട്ടും ഒരാളും ഒരക്ഷരംപോലും മിണ്ടിയില്ല. യുദ്ധകാലത്താണ് ഞാൻ ജനങ്ങളെ ഇത്രയധികം സ്നേഹിക്കാൻ തുടങ്ങിയത്. ഇപ്പോഴും അതു തുടരുന്നു. അവരെ സ്നേഹിക്കാതിരിക്കാൻ എനിക്കാവില്ല.

വിമോചനത്തിനുശേഷം ഞാൻ വെറുതെ തെരുവുകളിലൂടെ നടക്കും, ചുറ്റും നോക്കിക്കൊണ്ട്. ശാന്തമായി ആ വഴി നടക്കാൻ എനിക്കായില്ല. മനസ്സിലെ ഭയം... അതൊഴിവാക്കാനും എനിക്കായില്ല. വഴിയെ പോകുന്ന കാറുകൾ ഞാൻ എണ്ണി... സ്റ്റേഷനിൽ ചെന്നുനിന്ന് കടന്നുപോകുന്ന തീവണ്ടികൾ എണ്ണി. ആ ശീലം ഒഴിവാക്കാൻ, എനിക്ക് കുറെ അധികം നാളുകൾ വേണ്ടിവന്നു.

വീരാ സാഫറോവ്നാ സാവിഡോവാ

ഒളിപ്പോരാളി

ഞാൻ കരയുകയാണ്. നിർത്താനാവുന്നില്ല. കണ്ണീർ ഒഴുകിക്കൊണ്ടേയിരിക്കുന്നു....

ഞങ്ങൾ ഒരു വീട്ടിലേക്കു കടന്നുചെന്നു. അവിടെ ഒന്നുമുണ്ടായിരുന്നില്ല. ഒരരികിലായി രണ്ടു വെറും ബെഞ്ചുകളും ഒരു മേശയും. വെള്ളം കുടിക്കാനുള്ള ഒരു കോപ്പപോലും അവിടെ ഉണ്ടായിരുന്നുവെന്ന് തോന്നുന്നില്ല. അവിടെ താമസിച്ചിരുന്നവരുടെ പക്കൽ ഒന്നുമില്ലായിരുന്നു. ഒരു മൂലയിൽ യേശുദേവന്റെ ഒരു പ്രതിമ കണ്ടു. തുന്നൽപണികൾ ചെയ്ത ഒരു തുണികൊണ്ട് അതിനെ പുതപ്പിച്ചിരുന്നു.

പ്രായംചെന്ന ഒരു സ്ത്രീയും പുരുഷനും അവിടെ ഇരുന്നിരുന്നു. ഞങ്ങളുടെ കൂട്ടത്തിലൊരാൾ തന്റെ കാലിൽ നിന്നും ബൂട്ടുകൾ ഊരിമാറ്റി. പാദം പൊതിഞ്ഞു കെട്ടിയിരുന്ന തുണിയും അഴിച്ചു മാറ്റി. അത് തീരെ പഴയതായിരുന്നു. കീറി... ഇനി ഉപയോഗിക്കാൻ പറ്റാത്ത വിധത്തിൽ. മഴയും ചെളിയും കീറിപ്പോയ ബൂട്ടും. ആ അമ്മൂമ്മ കുറച്ചുനേരം അതു നോക്കിനിന്നു. ഒന്നും മിണ്ടാതെ മെല്ലെ ചെന്ന് ആ പ്രതിമയെ മൂടിയിരുന്ന ചിത്രത്തുണി എടുത്തു കൊണ്ടുവന്നു, അവളുടെ നേരെ നീട്ടി... "ഇതെടുത്തോളൂ കുട്ടി. പാദത്തിൽ തുണികെട്ടാതെ എത്ര നാൾ ഈ ബൂട്ടിട്ട് നടക്കാനാവും?" ആ വീട്ടിൽ യാതൊന്നുമുണ്ടായിരുന്നില്ല...

വീരാ മൈട്രോഫിനോവ്നാ ടോക്കോമ്പീവാ

ഒളിപ്പോരാളി പ്രതിനിധി

യുദ്ധം തുടങ്ങിയ കാലം... എന്റെ ഗ്രാമത്തിന്റെ ചുറ്റുവട്ടത്തുനിന്ന് മുറിവേറ്റ രണ്ടുപേരെ ഞാൻ എന്റെ വീട്ടിലെത്തിച്ചു. ഒരാളുടെ തലയിൽ ആഴത്തിലൊരു മുറിവ്. മറ്റേയാളുടെ കാലിൽ ഒരു വെടിയുണ്ട തുളച്ചുകയറിയിരുന്നു. വെടിയുണ്ട ഞാൻ തന്നെ എടുത്തു മാറ്റി. ആ മുറിവിൽ മണ്ണെണ്ണയൊഴിച്ചു. വേറൊന്നും അവിടെയുണ്ടായിരുന്നില്ല. മണ്ണെണ്ണ നല്ലൊരു അണുനാശിനിയാണെന്ന് ഞാൻ അതിനകം മനസ്സിലാക്കിയിരുന്നു.

രണ്ടുപേരെയും ഞാൻ നന്നായി പരിചരിച്ചു... സുഖപ്പെടുത്തി. ആദ്യം ഒന്നാമത്തെയാൾ കാട്ടിലേക്കു പോയി. പിന്നീട് രണ്ടാമനും. രണ്ടാമത്തെയാൾ യാത്ര പറയുന്നേരം എന്റെ കാൽക്കൽ വീണു. അയാൾക്ക് എന്റെ കാലടികൾ ചുംബിക്കണം.

"പ്രിയപ്പെട്ട സഹോദരീ, നിങ്ങളെന്റെ ജീവൻ രക്ഷിച്ചു." യുദ്ധകാലത്ത് പേരോ സ്ഥലമോ ഒന്നും ഉണ്ടായിരുന്നില്ല. സഹോദരനും സഹോദരിയും മാത്രം. കൂടുതൽ ചോദ്യങ്ങളും ഉത്തരങ്ങളുമില്ല.

വൈകുന്നേരം... അടുത്തുള്ള സ്ത്രീകളെല്ലാം എന്റെ വീട്ടിൽ കൂടി. "അവർ പറയുന്നത് ജർമൻകാർ മോസ്കോ പിടിച്ചെടുത്തു എന്നാണ്."

"ഒരിക്കലുമില്ല." ഞാൻ പറഞ്ഞു.

ഇതേ സ്ത്രീകളെ ഒരുമിച്ചു കൂടി യുദ്ധാനന്തരം ഞാനൊരു സംഘടന രൂപീകരിച്ചു. ഞാനായിരുന്നു അതിന്റെ അധ്യക്ഷ. കൂട്ടത്തിൽ നാലു വൃദ്ധന്മാരുണ്ടായിരുന്നു. അഞ്ച് ആൺകുട്ടികളും... അവർക്ക് പത്തിനും പതിമ്മൂന്നിനുമിടയ്ക്കായിരുന്നു പ്രായം. അവരായിരുന്നു ഞങ്ങളുടെ കലപ്പക്കാർ. ഞങ്ങൾക്ക് ഇരുപതു കുതിരകളുണ്ടായിരുന്നു. എന്നാൽ എല്ലാറ്റിനും "ചൊറി" ബാധിച്ചിരുന്നു. ചികിത്സ വേണം എന്ന സ്ഥിതി. കാർഷികോപകരണങ്ങൾ എന്നു പറയാൻ ഒന്നുമില്ല. ചക്രങ്ങളില്ല, നുകങ്ങളില്ല. സ്ത്രീകൾ കൈക്കോട്ടുകൾകൊണ്ട് പാടം കിളച്ചു മറിച്ചു. പശുക്കളേയും കാളകളേയും ഇറക്കി കട്ടതല്ലി. കാളകളെക്കൊണ്ട് നന്നേ വലഞ്ഞു. അവ തറയിൽ കിടക്കും. പിന്നെ എഴുന്നേല്ക്കാൻ കൂട്ടാക്കില്ല. വാലുപിടിച്ച് വലിച്ചും തിരിച്ചും വേദനിപ്പിച്ചാലേ എഴുന്നേല്ക്കൂ. കുട്ടികൾ പകൽ മുഴുവൻ പണിയെടുത്തു. വൈകുന്നേരം പൊതി തുറക്കുമ്പോൾ എല്ലാവർക്കും എന്നും ഒരേ ആഹാരം... ഉരുളക്കിഴങ്ങ് പുഴുങ്ങി പൊടിച്ചത്. അതെന്താണെന്ന് ഒരുപക്ഷേ നിങ്ങൾക്കറിയില്ലായിരിക്കും. നാട്ടിൻപുറങ്ങളിൽ വളരുന്ന ചില ജാതി ചെടികളും... പയറുകളും... അതൊന്നും നിങ്ങൾ കണ്ടിട്ടുണ്ടാവില്ല. അതെല്ലാം പറിച്ചുകൊണ്ടുവന്ന് കല്ലിൽ അരച്ചെടുക്കും. കുറച്ച് ഉരുളക്കിഴങ്ങ് പൊടിച്ചതും ചേർന്ന് റൊട്ടി ചുടും... അതാണ് "പ്രസ്നാകി" നല്ല ചവർപ്പാണ്... എന്നാലും....

തണുപ്പുകാലത്തിനു മുമ്പായി നിർദ്ദേശങ്ങൾ ലഭിച്ചു. 580 ക്യൂബിക് മീറ്റർ മരം മുറിക്കണം. ആരാണതിനു സഹായിക്കുക? എന്റെ പന്ത്രണ്ടു

വയസ്സായ മകനേയും പത്തു വയസ്സായ മകളേയും ഞാൻ കൂടെ കൂട്ടി. അതുപോലെത്തന്നെ മറ്റു സ്ത്രീകളും ഏതായാലും അവരാവശ്യപ്പെട്ട മരം ഞങ്ങൾക്ക് എത്തിക്കാൻ സാധിച്ചു...

യുദ്ധകാലത്ത് റോക്കോസോവ്സികി ബ്രഗേഡിലെ പെട്രോകോവ് യൂണിറ്റിലെ ഒളിപ്പോരാളികളായിരുന്നു. ഫെയോസിഫ് ഗോർഗോവിച്ച് യാസുക്കീവിച്ചും അവരുടെ മകൾ മറിയായും... അവർ പറഞ്ഞതാണ് താഴെ ചേർന്നിരിക്കുന്ന കഥ...

ഐെയോസിഫ് ഗോറോഗോവിച്ച്

റഷ്യയുടെ വിജയത്തിനുവേണ്ടി എന്റേതായതെല്ലാം ഞാൻ ഉപേക്ഷിച്ചു. എന്റെ ഏറ്റവും പ്രിയപ്പെട്ടതായ എല്ലാം. എന്റെ രണ്ട് ആൺമക്കളും മുന്നണിയിൽ യുദ്ധം ചെയ്തിരുന്നു. എന്റെ സഹോദരിയുടെ രണ്ടു മക്കളെ അവർ വധിച്ചു. കുറ്റം? ഒളിപ്പോരാളിയുമായി ബന്ധം പുലർത്തി. അവരുടെ അമ്മയായ എന്റെ സഹോദരിയെ ഫാസിസ്റ്റുകൾ ചുട്ടുകൊന്നു. അവരുടെ സ്വന്തം വീട്ടിൽ വെച്ച്. കണ്ടുനിന്നവർ പറയുന്നത്, തീജ്വാലകൾ ആകെ മൂടുന്നതുവരെ യേശുദേവന്റെ പ്രതിമയും നെഞ്ചോടു ചേർത്തുപിടിച്ച് അവർ നിവർന്നു നിന്നുവെന്നാണ്. യുദ്ധത്തിനുശേഷം... സൂര്യാസ്തമയം കാണുമ്പോഴെല്ലാം എനിക്കു തോന്നുന്നു, എന്തൊക്കെയോ കത്തിത്തീരുകയാണെന്ന്.

മരിയ

എനിക്കു ചെറുപ്പമായിരുന്നു. പതിമൂന്നു വയസ്സു പ്രായം. അച്ഛൻ ഒളിപ്പോരാളികളെ സഹായിച്ചിരുന്നുവെന്ന് എനിക്കറിയാമായിരുന്നു. രാത്രികാലങ്ങളിൽ ഒച്ചയുണ്ടാക്കാതെ ആരെങ്കിലും വരും. എന്തോ ചിലത് വീട്ടിൽ വെക്കും... ചിലത് അവിടെനിന്ന് കൊണ്ടുപോവുകയും ചെയ്യും. പലപ്പോഴും എന്നെ വണ്ടിയിലിരുത്തി അച്ഛൻ കൊണ്ടുപോകും. “ഇവിടെത്തന്നെ ഇരിക്കണം. അനങ്ങരുത്.” എത്തേണ്ടിടത്ത് എത്തിക്കഴിഞ്ഞാൽ, അദ്ദേഹം പതുക്കെ തോക്കുകളും ലഘുലേഖകളും വണ്ടിയിൽനിന്നും വലിച്ചെടുക്കും.

പിന്നീട്, അച്ഛൻ എന്നെ റെയിൽവേ സ്റ്റേഷനിലേക്ക് അയയ്ക്കാൻ തുടങ്ങി. ഓർമ്മവെക്കേണ്ട കാര്യങ്ങളെല്ലാം പഠിപ്പിച്ചു തരുമായിരുന്നു. ഞാൻ പതുക്കെ കുറ്റിക്കാടുകൾക്കുള്ളിൽ കയറി രാത്രിയാകുന്നതുവരെ മറഞ്ഞിരിക്കും. എത്ര വണ്ടികൾ അതിലെ കടന്നുപോയി എന്ന് എണ്ണിതിട്ടപ്പെടുത്തും. ഓരോ വണ്ടിയിലും കയറ്റിയിരുന്ന ചരക്ക്... തോക്കുകൾ, ടാങ്കുകൾ... പട്ടാളക്കാർ... ഒക്കെ നോക്കിക്കണ്ട് ഓർമ്മവെക്കും. ദിവസത്തിൽ രണ്ടുമൂന്നു തവണ ജർമൻ ഭടന്മാർ കാട്ടിനുള്ളിലേക്ക് വെടിവെക്കും.

“ഭയം തോന്നാറില്ലേ?”

ചെറിയ കുട്ടിയല്ലേ. ആരുടേയും കണ്ണിൽപ്പെടാതെ ഒഴിഞ്ഞുമാറാൻ സാധിച്ചിരുന്നു. എന്നാൽ ഒരു ദിവസം... എനിക്ക് നല്ല ഓർമയുണ്ട്. അച്ഛൻ ഞങ്ങൾ താമസിച്ചിരുന്ന കളപ്പുരയിൽ നിന്നും പുറത്തുകടക്കാൻ രണ്ടു തവണ ശ്രമിച്ചു. കാട്ടിൽ ഒളിപ്പോരാളികൾ അദ്ദേഹം ചെല്ലുന്നതു കാത്ത് നിന്നിരുന്നു. രണ്ടുതവണ വീട്ടിൽ നിന്നിറങ്ങി. രണ്ടുതവണയും പാറാവു കാർ അദ്ദേഹത്തെ തിരിച്ചയച്ചു. നേരം ഇരുട്ടിത്തുടങ്ങി. "മാരിക്കാ..." അച്ഛൻ എന്നെ വിളിച്ചു.

"എന്റെ കുഞ്ഞിനെ ഞാനെങ്ങും പറഞ്ഞയയ്ക്കില്ല." അമ്മ ശാഠ്യം പിടിച്ചു. അമ്മ എന്നെ അച്ഛന്റെ അരികത്തുനിന്നും പിടിച്ചുവലിച്ചു.

എന്നിട്ടും അന്ന് അച്ഛന്റെ നിർദ്ദേശപ്രകാരം ഞാൻ കാട്ടിലേക്കോടി. വഴികളൊക്കെ കാണാപ്പാഠമായിരുന്നു. എന്നാലും സത്യം പറയാം. ഇരുട്ട് എനിക്കു വലിയ പേടിയായിരുന്നു. ഒളിപ്പോരാളികളെ കണ്ട് അച്ഛൻ പറഞ്ഞ കാര്യങ്ങളെല്ലാം ധരിപ്പിച്ചു. വാസ്തവത്തിൽ വിവരമറിയാൻ അവർ കാത്തുനില്ക്കുകയായിരുന്നു. തിരിച്ചുവരുമ്പോഴേക്കും നേരം കുറേശ്ശെ വെളുക്കാൻ തുടങ്ങിയിരുന്നു. ജർമൻ പട്ടാളക്കാരുടെ കണ്ണു വെട്ടിച്ച് എങ്ങനെ വീട്ടിലെത്താൻ? ഞാൻ കാട്ടിൽ ചുറ്റിനടന്നു. ഒരു കുള ത്തിൽ ചെന്നുവീണു. അച്ഛന്റെ ജാക്കറ്റും ബൂട്ടുകളുമൊക്കെ വെള്ളത്തിൽ താഴ്ന്നു. മഞ്ഞുപാളിയിലെ ഒരു വിടവിൽകൂടി ഞാൻ പുറത്തുകടന്നു. ബൂട്ടുകളിടാതെ മഞ്ഞിനു മുകളിലൂടെ ഞാൻ ഓടി. ഒരുവിധത്തിൽ വീട്ടിൽ ചെന്നു വീണു. പിന്നെ ഒരിക്കലും എഴുന്നേറ്റില്ല. തീരെ സുഖ മില്ലാതായി. കാലുകൾ ചലിക്കാതായി. ഡോക്ടറും മരുന്നുമൊന്നുമില്ല. അമ്മ എന്തൊ ചില നാട്ടുമരുന്നുകൾ പ്രയോഗിച്ചു. കാലിൽ കളിമണ്ണ് പൊതിഞ്ഞു.

യുദ്ധം കഴിഞ്ഞതിനുശേഷം അവർ എന്നെ ഡോക്ടർമാരെ കാണിച്ചു. അപ്പോഴേക്കും കാലം തെറ്റിയിരുന്നു. ഞാൻ തീർത്തും കിട പ്പിലായി. കുറച്ചൊന്ന് എഴുന്നേറ്റിരിക്കാം. പിന്നെ വീണ്ടും കിടപ്പുതന്നെ... ജനാലയിലൂടെ പുറത്തേക്കു നോക്കും... യുദ്ധകാലത്തിന്റെ ഓർമ്മകൾ അയവിറക്കും.

ഐയോസിഫ് ഗോർജിവിച്ച്

കഴിഞ്ഞ നാല്പതു കൊല്ലമായി ഒരു കുഞ്ഞിനെപ്പോലെ ഞാൻ അവളെ കൈകളിലേറ്റി നടക്കുകയാണ്. രണ്ടു വർഷം മുമ്പ് എന്റെ ഭാര്യ മരിച്ചു. "എല്ലാറ്റിനും ഞാൻ നിങ്ങൾക്കു മാപ്പുതരുന്നു" അവൾ എന്നോടു പറഞ്ഞു. "ചെറുപ്പകാലത്തു ചെയ്ത... എല്ലാറ്റിനും ഞാൻ മാപ്പു തരുന്നു." എന്നാൽ മരിക്കാൻ അവൾക്കു ഭയമാണ്... അതെനിക്കവളുടെ കണ്ണിൽ കാണാം... എന്നോടു പൊറുക്കാൻ അവൾക്കാവില്ല. എനിക്കു മരിക്കാൻ ഭയമാണ്. എന്റെ കുഞ്ഞിന് ആരുമില്ലാതാവില്ലേ? ആരാണവളെ എടുത്തു കൊണ്ടു നടക്കുക? ആരാണ് അവൾക്കുവേണ്ടി ഉറങ്ങുംമുമ്പേ കുരിശു വരയ്ക്കുക? ആരാണ് ദൈവത്തിനോടപേക്ഷിക്കുക...?

അച്ഛന്മാരും അമ്മമാരും

നഗരത്തിൽനിന്നും ഒരു മണിക്കൂർ കാറിൽ യാത്ര ചെയ്താൽ റാറ്റിൽസ്ട്രി എന്ന ഗ്രാമത്തിലെത്താം. മിൻസ്ക് പ്രദേശത്തുള്ള വോളോഷിൻസ്കി എന്ന ജില്ലയിലാണ്. സാധാരണ ഒരു ബെലോ റഷ്യൻ ഗ്രാമം. മരംകൊണ്ടുള്ള ചെറിയ വീടുകൾ. മുൻവശത്തായി പൂക്കൾ നിറഞ്ഞ തോട്ടം. തെരുവുകളിൽ കുണുങ്ങിനടക്കുന്ന കോഴി-താറാവുകൂട്ടങ്ങൾ. മഞ്ഞൾ നിറച്ച തൊട്ടികളിൽ ചാടിമറയുന്ന കുഞ്ഞുങ്ങൾ. വയസ്സായ സ്ത്രീകൾ ഉമ്മറക്കോലായിലിട്ട ബെഞ്ചുകളിൽ. അവരിൽ ഒരാളെ കാണാനാണ് ഞാൻ വന്നിരിക്കുന്നത്. പക്ഷേ, ആ തെരുവ് മുഴുവൻ എന്റെ ചുറ്റും കൂടി. എല്ലാവരും സംസാരിക്കാൻ തുടങ്ങി... ഉറക്കെ... ഒരേ സമയം.

ഓരോരുത്തരും അവനവനെപ്പറ്റി. എന്നാൽ എല്ലാവരുടേയും വിഷയം ഒന്നുതന്നെ. അവർ എങ്ങനെ നിലമുഴുതു, വിത്തിട്ടു, വിളവെടുത്തു... റൊട്ടി ചുട്ടു, ഒളിപ്പോരാളികളെ സഹായിച്ചു... സ്വന്തം കുഞ്ഞുങ്ങളെ സംരക്ഷിച്ചു... ഭാഗ്യം പ്രവചിക്കുന്നവരേയും ജിപ്സികളേയും കണ്ട് സ്വന്തം സ്വപ്നങ്ങളുടെ അർത്ഥം കണ്ടുപിടിച്ചു... കാത്തുകൊള്ളണേ എന്ന് ദൈവത്തോടു പ്രാർത്ഥിച്ചു... യുദ്ധമുന്നണിയിൽ നിന്ന് ഭർത്താക്കന്മാർ സുരക്ഷിതരായി തിരിച്ചുവരുന്നതും കാത്ത് ഉത്കണ്ഠയോടെ നാളുകൾ കഴിച്ചു...

ആദ്യത്തെ മൂന്നു പേരുകൾ ഞാൻ കുറിച്ചെടുത്തു. എലീന അഡാമോവ്നാ വെലിച്ചിക്കോ, യുസ്റ്റീനാ ലുക്കിയാ നോവ്നാ ഗ്രിഗോറിവിച്ച്, മാര്യ ഫിയോഡോറോവ്നാ മസുറോ... അതിനുശേഷം അവിടെ ഒരു കൂട്ടക്കരച്ചിലായിരുന്നു. അവർ പറഞ്ഞതൊന്നും എനിക്കു മനസ്സിലാക്കാൻ സാധിച്ചില്ല.

-ഓ... എന്റെ ഓമന മകൾ... എന്റെ തങ്കക്കുട്ടി... വിജയ ദിവസം... എനിക്കിഷ്ടമല്ല... ഒട്ടും. ഞാൻ കരയും... കരച്ചിൽ നിർത്താനാവില്ല. ആലോചിക്കാൻ തുടങ്ങിയാൽ... എല്ലാം അതേപടി മുമ്പിലെത്തുന്നു. സന്തോഷം... അത് ആ മലകൾക്കപ്പുറത്തെവിടെയോ ആണ്. എന്നാൽ ദുഃഖം... എപ്പോഴും എന്റെ തൊട്ടുപിറകിലുണ്ട്.

ജർമ്മൻകാർ എല്ലാം ചുട്ടുചാമ്പലാക്കി. ഒന്നും ബാക്കിവെച്ചില്ല. ശൂന്യമായ ഒരു പാറക്കെട്ടിൽപെട്ടതുപോലെ. കാട്ടിൽ നിന്നും ഞങ്ങൾ മടങ്ങിവന്നു. എന്നാൽ നാട്ടിൽ ഒന്നും ശേഷിച്ചിരുന്നില്ല. അവിടവിടെ ഏതാനും പൂച്ചകൾ മാത്രം. ഞങ്ങൾ എന്തു കഴിച്ചുവെന്നോ? വേനൽക്കാലത്ത് കാട്ടിൽ പോയി പലതരം കായകളും കൂണും സമ്പാദിച്ചുകൊണ്ടുവന്നു. വീട്ടിൽ നിറയെ കുട്ടികളായിരുന്നു.

യുദ്ധം അവസാനിച്ചപ്പോൾ ഞങ്ങൾ കൃഷിയിടങ്ങളിലേക്കുപോയി. ഉഴുതു, വിതച്ചു, കട്ടതല്ലി, കൊയ്തു. കുതിരകൾക്കു പകരം നുകം കഴുത്തിൽ വെച്ച് ഞങ്ങൾ നിലമുഴുതു. ഒരു കുതിരപോലും ശേഷിച്ചിരുന്നില്ല. ജർമ്മൻകാർ എല്ലാറ്റിനേയും കൊന്നൊടുക്കി. നായ്ക്കളേയും വെടിവെച്ചു

കൊന്നു. എന്റെ അമ്മ പറയാറുണ്ടായിരുന്നു. "ഞാൻ മരിച്ചു കഴിഞ്ഞാൽ ആത്മാവിന് ശാന്തികിട്ടുമോ എന്നെനിക്കറിഞ്ഞുകൂടാ... പക്ഷേ, കൈകൾക്ക് വിശ്രമം കിട്ടുമെന്ന് തീർച്ച."

എന്റെ മകൾ. പത്തുവയസ്സേ ആയിരുന്നുള്ളൂ. എന്നിട്ടും എന്നോടൊപ്പം കൊയ്യാൻ കൂടി. ബ്രിഗേഡിയർ പരിശോധനയ്ക്കു വന്നു. വൈകുന്നേരമാകുമ്പോഴേക്കും ഏല്പിച്ച പണി അവൾ വൃത്തിയായി ചെയ്തു. പകൽ മുഴുവൻ ഞങ്ങൾ പണിയെടുത്തു. സൂര്യൻ കാടുകൾക്ക് പിന്നിൽ മറഞ്ഞു. പക്ഷേ, ഞങ്ങൾ പണിനിർത്തിയില്ല. ഒരു ദിവസംകൊണ്ടു കൊയ്തുതീർന്നില്ല. രണ്ടു കൂലി പണിയേണ്ടിവന്നു. എന്നിട്ടും കൂലിയൊന്നും കിട്ടിയില്ല. രണ്ടു ദിവസം പണിയെടുത്തു എന്ന് കുറിച്ചുവെക്കുക മാത്രം ചെയ്തു. ആ വേനൽക്കാലം മുഴുവൻ ഞങ്ങൾ പാടത്തു പണിയെടുത്തു. തണുപ്പുകാലം തുടങ്ങാറായി. എന്നിട്ടും ഒരു കൊട്ട ധാന്യമാവുപോലും കിട്ടിയില്ല. ഉരുളക്കിഴങ്ങു മാത്രം കൊടുത്താണ് ആ കാലത്ത് ഞങ്ങൾ മക്കളെ വളർത്തിയത്.

-അങ്ങനെ യുദ്ധം കഴിഞ്ഞു. ഞാൻ തനിച്ചായി. പശുവും കാളയും പെണ്ണും പണിക്കാരികളുമൊക്കെ ഞാൻ തന്നെയായിരുന്നു. അതു പറഞ്ഞ് അവർ തനിയെ ചിരിച്ചു.

-യുദ്ധം... അങ്ങേയറ്റത്തെ കഷ്ടപ്പാടായിരുന്നു. വീട്ടിൽ കുട്ടികൾ മാത്രം. ബെഞ്ചും ഇരുമ്പുപെട്ടിയും പോലുമില്ല. തീർത്തും ശൂന്യം. ഞങ്ങൾ വല്ല പുല്ലും കായും പറിച്ചുതിന്ന് വിശപ്പടക്കി. മകൾ സ്കൂളിൽ ചേർന്നപ്പോൾ. അവൾക്ക് ആദ്യമായി ഒരു ജോടി ഷൂസുകൾ വാങ്ങിക്കൊടുത്തു. അവൾ അതുമിട്ടാണ് രാത്രി ഉറങ്ങിയത്. അഴിച്ചുവെക്കാൻ കൂട്ടാക്കിയില്ല. അതായിരുന്നു അന്നത്തെ ജീവിതം. ജീവിതത്തിലെ കാര്യമായ ഒരു ഭാഗം അങ്ങനെ കഴിഞ്ഞു. ഓർക്കാൻ ഒന്നുമില്ല... യുദ്ധം മാത്രം...

-പെട്ടെന്നൊരു വാർത്ത പരന്നു. കുറെ തടവുകാരേയും കൊണ്ട് ജർമൻ പട്ടാളം ഗ്രാമത്തിൽ വന്നിരിക്കുന്നു. സ്വന്തക്കാരെ തിരിച്ചറിഞ്ഞാൽ അവരെ വിട്ടുകിട്ടും. ഞങ്ങളുടെ സ്ത്രീകൾ അതുകേട്ടതും പിടഞ്ഞെഴുന്നേറ്റ് ഓടാൻ തുടങ്ങി. വൈകുന്നേരമായതോടെ ചിലർ അവനവന് വേണ്ടപ്പെട്ടവരേയുംകൊണ്ട് മടങ്ങിവന്നു. വേറെ ചിലർ കൂടെ കൊണ്ടുവന്നത് അന്യരെയായിരുന്നു. അവർ പറഞ്ഞുകേട്ട കാര്യങ്ങൾ... ഞങ്ങൾക്ക് വിശ്വസിക്കാനായില്ല. ആളുകൾ പട്ടിണി കിടന്നു മരിക്കുന്നു. ജീവനോടെ അഴുകിപ്പോകുന്നു. ഇലയും പുല്ലും മാത്രമാണ് ഭക്ഷണം. മണ്ണുമാന്തി ചില വേരുകൾ പച്ചയോടെ എടുത്തു തിന്നുന്നു. ഞാൻ പിറ്റേദിവസം തന്നെ അങ്ങോട്ടോടിച്ചെന്നു. എനിക്കുവേണ്ട ആളെ കാണാനായില്ല. എന്നാൽ ഇനിയൊരാളെ രക്ഷിക്കാമെന്നു കരുതി... ആരുടെയെങ്കിലും മകനോ സഹോദരനോ ഭർത്താവോ... എന്റെ നോട്ടം പതിഞ്ഞത് ഇരുണ്ട നിറമുള്ള ഒരു ചെറുപ്പക്കാരനിലാണ്. എന്റെ പേരമകന്റെ പ്രായം. സാഷ്കോ എന്നാണ് പേരു പറഞ്ഞത്. പതിനെട്ടു വയസ്സു പ്രായം

കാണും. ആ ജർമൻകാരന് ഞാൻ മുട്ടയും വെണ്ണയും കൊടുത്തു. "എന്റെ സഹോദരൻ" ഞാൻ നെഞ്ചിൽ കുരിശുവരച്ചു. ഞങ്ങൾ വീട്ടിൽ വന്നു. ഒരു മുട്ട തികച്ചും തിന്നാനുള്ള ശേഷി ഉണ്ടായിരുന്നില്ല അവന്. അത്രയും പരവശൻ. ഒരു മാസം തികയുംമുമ്പേ വേറൊരാൾ വന്നുകയറി. തികച്ചും തന്തയ്ക്കു പിറക്കാത്തോൻ.

അവൻ ഞങ്ങളിലൊരാളായി കഴിഞ്ഞു. വിവാഹം കഴിച്ചു. രണ്ടു മക്കളുമുണ്ടായി. ഒരു ദിവസം അവൻ കമാൻഡന്റിന്റെ ഓഫീസിൽ ചെന്നു പറഞ്ഞു. ഞാൻ അന്യനൊരാളെ വീട്ടിൽ താമസിപ്പിച്ചിരിക്കുന്നുവെന്ന്. അടുത്ത ദിവസം തന്നെ ജർമൻകാർ അവരുടെ മോട്ടോർ സൈക്കിളിൽ വന്നു. ഞങ്ങൾ മുട്ടുകുത്തി അപേക്ഷിച്ചു. പക്ഷേ, അവർ സാക്ഷ്കോനെ കൊണ്ടുപോയി. അവരുടെ വീടിനടുത്ത് എവിടെയെങ്കിലും താമസിപ്പിച്ചോളാം എന്നു പറഞ്ഞു. ഞാൻ അവന് എന്റെ മുത്തച്ഛന്റെ സ്യൂട്ട് സമ്മാനമായി കൊടുത്തു. എവിടെയെങ്കിലും അവൻ സുഖമായി ജീവിക്കട്ടെ എന്നു മാത്രം ആശിച്ചു.

പക്ഷേ, അവർ ചെയ്തത്... എല്ലാവരേയും ഗ്രാമത്തിന് പുറത്തേക്ക് ആട്ടിക്കൊണ്ടുപോയി. യന്ത്രത്തോക്കുകൊണ്ട് കൂട്ടത്തോടെ അവരുടെ കഥ കഴിച്ചു. ഒരാളും ശേഷിച്ചില്ല... ചെറുപ്പക്കാർ.... നല്ല സ്വഭാവമുള്ളവർ എന്തു പറയാൻ.... ഒരാളേയും അവർ ബാക്കിവെച്ചില്ല. ഞങ്ങൾ ഒമ്പതുപേരാണ് അവർക്ക് അഭയം കൊടുത്തത്. ഞങ്ങൾ തീരുമാനിച്ചു... അവരുടെ മൃതദേഹങ്ങൾ ഞങ്ങൾ മാന്യമായി മറവു ചെയ്യുമെന്ന്. ഞങ്ങൾ അഞ്ചുപേർ കുഴിയിൽനിന്നും ജഡങ്ങൾ പുറത്തേക്കെടുത്തു. നാലുപേർ ചുറ്റും കാവൽ നിന്നു. ജർമ്മൻ പട്ടാളം വീണ്ടും ചാടി വീണാലോ?

കൈകൊണ്ടു തൊടാൻ വയ്യ. നാലു ദിവസമായി ആ ജഡങ്ങൾ അവിടെ കിടക്കുന്നു. മൺവെട്ടി ഉപയോഗിക്കാനും സങ്കോചം തോന്നി. അറിയാതെ വെട്ടോ മുറിവോ പറ്റിയാൽ! വലിയ മേശ വിരിപ്പുകളിൽ പൊതിഞ്ഞുകെട്ടിയാണ് ഞങ്ങൾ വലിച്ചെടുത്തത്. ഞങ്ങൾ മൂക്ക് മൂടിക്കെട്ടി. ധാരാളം വെള്ളം കുടിച്ചു. അല്ലെങ്കിൽ ബോധം കെട്ടുപോയേനെ. കാട്ടിൽ ഞങ്ങൾ ശവക്കുഴി തീർത്തു. എല്ലാവരേയും വരിയായി കിടത്തി. തലഭാഗം വിരിപ്പുകൾകൊണ്ടു മൂടി. കാലടികൾ...

ഒരു വർഷത്തോളം ഞങ്ങൾ ആ കുട്ടികളെ ഓർത്ത് സങ്കടപ്പെട്ടു. ഞങ്ങളുടെ ഓരോരുത്തരുടേയും മനസ്സിൽ അപ്പോഴും ആ ചോദ്യമുണ്ടായിരുന്നു. എവിടെ എന്റെ ഭർത്താവ്... മകൻ? അവർ എവിടെയെങ്കിലും ജീവിച്ചിരിക്കുന്നുണ്ടോ? യുദ്ധത്തിനുപോയവർ മടങ്ങി വീട്ടിലേക്കു വരാറുണ്ട്. എന്നാൽ മണ്ണിനടിയിൽ മറഞ്ഞവർ...?

-എന്റെ ഭർത്താവ് നല്ല മനസ്സുള്ളവനായിരുന്നു. സ്നേഹവും കനിവുമുണ്ടായിരുന്നു. ഒന്നര കൊല്ലം ഞങ്ങൾ ഒരുമിച്ചു താമസിച്ചു. അദ്ദേഹം മുന്നണിയിലേക്കു പോയപ്പോൾ... ഞാൻ ഗർഭിണിയായിരുന്നു. ഞങ്ങളുടെ മകളെ കാണാൻ അദ്ദേഹത്തിനവസരമുണ്ടായില്ല. അദ്ദേഹം

ഇല്ലാതെയിരുന്ന സമയത്താണ് ഞാൻ അവളെ പ്രസവിച്ചത്. വേനൽക്കാലത്താണ് അദ്ദേഹം യാത്രയായത്. ഞാൻ അവളെ പ്രസവിച്ചത് ഇലപൊഴിയുംകാലത്തും.

അവളെ ഞാൻ മുലയൂട്ടിക്കൊണ്ടിരുന്നു. ഇനിയും കുഞ്ഞിന് വയസ്സു തികഞ്ഞിട്ടില്ല. ജന്നലയ്ക്കൽ ഒരു മുട്ട്. "ലീനാ ഒരറിയിപ്പു വന്നിരിക്കുന്നു. നിന്റെ ഭർത്താവ്..." ഗ്രാമത്തിലെ സ്ത്രീകൾ തപാൽക്കാരനെ എന്റെ അടുത്തേക്കയച്ചില്ല. വിവരം പറയാൻ അവർ തന്നെ നേരിട്ടു വന്നു. മകളെ മാറോടമർത്തി. ഞാനെഴുന്നേറ്റു. മുലപ്പാലൊഴുകി നെഞ്ചാകെ നനഞ്ഞു. കുഞ്ഞു ഭയന്നു. ഉറക്കെ നിലവിളിച്ചു. പിന്നീടൊരിക്കലും അവൾ മുലപ്പാൽ കുടിച്ചിട്ടില്ല. നന്നായി ഓർക്കുന്നു. അത് ഏപ്രിൽ മാസമായിരുന്നു. കുരുത്തോലപ്പെരുന്നാളിന്റെ ദിവസം... ശനിയാഴ്ച. സൂര്യൻ തിളങ്ങിനില്ക്കുന്ന സമയം. ഞാൻ ആ അറിയിപ്പു വായിച്ചു. എന്റെ ഭർത്താവ് ഇവാൻ കൊല്ലപ്പെട്ടിരിക്കുന്നു. പോളണ്ടിൽ വെച്ച് അദ്ദേഹത്തിന്റെ ശവമടക്കിയിരിക്കുന്നത് Gdansk എന്ന നഗരത്തിനു സമീപമാണ്. 1945 മാർച്ച് 17 -ാംതിയാണ് അദ്ദേഹം കൊല്ലപ്പെട്ടത്. കനം കുറഞ്ഞ് ചെറിയ ഒരു കടലാസുതുണ്ട്... വിജയം... തൊട്ടു മുമ്പിൽ കാണാൻ തുടങ്ങിയിരുന്നു. നമ്മുടെ പട്ടാളക്കാർ നാട്ടിലേക്കു മടങ്ങാൻ തയ്യാറെടുക്കുകയായിരുന്നു. തോട്ടം നിറയെ പൂത്തു നില്ക്കുന്ന കാലം.

അന്നത്തെ ആ ഭയം... ഏറെ നാളത്തേക്ക് എന്റെ കുഞ്ഞിന് സുഖമില്ലായിരുന്നു. ഏതാണ്ട് സ്കൂളിൽ പോയിത്തുടങ്ങുന്നതുവരെ. ആരെങ്കിലും വാതിൽക്കൽ മുട്ടിയാൽ. ഉച്ചത്തിൽ സംസാരിച്ചാൽ അവൾ കരഞ്ഞു തുടങ്ങും. രാത്രിയിലും ഉറക്കത്തിൽ നിന്നും പേടിച്ചുണർന്നു നിലവിളിക്കും. അവളെയോർത്ത് കുറെനാളത്തേക്ക് എനിക്ക് വല്ലാത്ത ആധിയായിരുന്നു. ഏതാണ്ട് ഏഴുകൊല്ലം ഞാൻ സൂര്യനെ കണ്ടില്ല... അല്ലെങ്കിൽ ആ പ്രകാശം എനിക്കുള്ളതായിരുന്നില്ല. എന്റെ കൺമുമ്പിൽ ഇരുട്ടു മാത്രമേ ഉണ്ടായിരുന്നുള്ളൂ.

-അവർ പറഞ്ഞു. "നമ്മൾ വിജയം നേടി." പുരുഷന്മാർ ഓരോരുത്തരായി വീടുകളിലേക്കു മടങ്ങിയെത്തി. പക്ഷേ, പോയവരെല്ലാവരും മടങ്ങി വന്നില്ല... വളരെ കുറച്ചുപേർ മാത്രമേ തിരിച്ചുവന്നുള്ളൂ. എന്റെ സഹോദരൻ യുഡിക് ആണ് ആദ്യം വന്നത്. മുടന്തിക്കൊണ്ടാണെങ്കിലും ജീവനോടെ വന്നല്ലോ! എന്റെ മകളുടെ പ്രായത്തിൽ ഒരു മകൾ ചേട്ടനുമുണ്ടായിരുന്നു. നാലോ അഞ്ചോ വയസ്സു പ്രായം. എന്റെ മകൾ പതിവായി അവരുടെ വീട്ടിൽ കളിക്കാൻ പോകുമായിരുന്നു. "ഇനി ഞാൻ അങ്ങോട്ടു പോകില്ല." ഒരു ദിവസം അവൾ കരഞ്ഞുകൊണ്ട് വന്നു പറഞ്ഞു.

"എന്തുപറ്റി?" ഞാൻ ചോദിച്ചു.

"ഒലേവ്കായുടെ അച്ഛൻ അവളെ മടിയിലിരുത്തി കൊഞ്ചിക്കുന്നു." ചേട്ടന്റെ മകളെ വിളിച്ചിരുന്നത് ഒലേവ്കാ എന്നായിരുന്നു.

“അങ്ങനെ എന്നെ കൊഞ്ചിക്കാൻ എനിക്കച്ഛനില്ലല്ലോ. അമ്മ മാത്ര മല്ലേയുള്ളൂ.” ഞങ്ങൾ രണ്ടുപേരും കെട്ടിപ്പിടിച്ചിരുന്ന് കുറെ നേരം കരഞ്ഞു.

അങ്ങനെ കൊല്ലം രണ്ടുമൂന്ന് കടന്നുപോയി. ചിലപ്പോൾ അവൾ പെട്ടെന്ന് കളിനിർത്തി കയറിവരും. “ഇനി ഞാൻ വീട്ടിലിരുന്നു കളിക്കാം.” അവൾ പറയും... “അച്ഛനെങ്ങാനും കയറി വന്നാലോ... ഞാൻ മറ്റു കുട്ടി കളോടൊപ്പം കളിക്കുമ്പോൾ അച്ഛന് എന്നെ തിരിച്ചറിയാനാവില്ലല്ലോ! അച്ഛൻ എന്നെ ഇതുവരെ കണ്ടിട്ടേയില്ലല്ലൊ.” എത്ര നിർബന്ധിച്ചാലും അവൾ പിന്നെ വീട്ടിൽനിന്നും മാറി മറ്റു കുട്ടികളോടൊപ്പം കളിക്കില്ല. അച്ഛൻ വരുന്നതും കാത്ത് അവൾ വീട്ടിൽത്തന്നെയിരിക്കും... പക്ഷേ, അവളുടെ അച്ഛൻ ഒരിക്കലും തിരിച്ചുവന്നില്ല....

–എന്റെ ഭർത്താവ് ഹൃദയം പൊട്ടിക്കരഞ്ഞുകൊണ്ടാണ് യുദ്ധരംഗ ത്തേക്കു യാത്രയായത്. കുഞ്ഞുങ്ങളെ വിട്ടുപോവുക... അദ്ദേഹത്തിന് സഹിക്കാനാവാത്ത കാര്യമായിരുന്നു. കുഞ്ഞുങ്ങൾ തീരെ ചെറുതായി രുന്നു. അച്ഛൻ ഉണ്ട് എന്ന ബോധംപോലും ഉറച്ചിരുന്നില്ല. അതിനും പുറമെ അവർ ആൺകുട്ടികളുമായിരുന്നു. ഏറ്റവും ഇളയവൻ കൈക്കുഞ്ഞായി രുന്നു. അദ്ദേഹം അവനെ എടുത്ത് മാറോടണച്ചു പിടിച്ചു. ഞാൻ പിന്നാലെ ഓടി... കമാൻഡർമാർ “ഫാൾ ഇൻ” ഉത്തരവ് നല്കിക്കഴിഞ്ഞിരുന്നു. എന്നിട്ടും അദ്ദേഹം കുഞ്ഞിനെ തിരിച്ചുതരാൻ തയ്യാറായില്ല. കുഞ്ഞി നേയും ചേർത്തുപിടിച്ച് അദ്ദേഹം ‘അണിയിൽ’ നിന്നു. കമാൻഡർ ഒച്ച വെച്ചു. സ്വന്തം കണ്ണീരിൽ അദ്ദേഹം കുഞ്ഞിനെ കുളിപ്പിച്ചു. അവനെ പൊതിഞ്ഞിരുന്ന തുണിയാകെ കുതിർന്നു. അവരോടൊപ്പം ഗ്രാമത്തിന് പുറത്തേക്ക് ഞാനും കുഞ്ഞുങ്ങളും ഓടി, ഏതാണ്ട് മൂന്നു നാഴിക യോളം. വേറെയും സ്ത്രീകൾ ഞങ്ങളോടൊപ്പമുണ്ടായിരുന്നു. എന്റെ കുഞ്ഞുങ്ങൾ ഇടയ്ക്കിടയ്ക്ക് വഴിയിൽ വീണു. ചെറിയവനെ എടുത്ത് നടക്കാൻ ഞാൻ നന്നേ പ്രയാസപ്പെട്ടു. എന്റെ ഭർത്താവ് വോൾഡ്യ. തിരിഞ്ഞുനോക്കിക്കൊണ്ടിരുന്നു. ഞാൻ ഓട്ടം തുടർന്നു. ആ കൂട്ടത്തിൽ ഏറ്റവും പിറകിലായി കുട്ടികൾ വഴിയോരത്തു നിന്നു. ഇളയ കുഞ്ഞി നേയുംകൊണ്ട് ഞാൻ പിന്നേയും ഓടി.

ഒരു വർഷം കഴിഞ്ഞു. ആ അറിയിപ്പ് ഞാൻ കൈപ്പറ്റി. “നിങ്ങളുടെ ഭർത്താവ് വ്ളാഡിമിർ ഗ്രിഗോറോവിച്ച് ജർമ്മനിയിൽ വെച്ച് കൊല്ലപ്പെട്ടി രിക്കുന്നു, ബർലിനു സമീപം. അദ്ദേഹത്തിന്റെ കുഴിമാടം പോലും ഞാൻ കണ്ടിട്ടില്ല. ഞങ്ങളുടെ അയൽക്കാരിലൊരാൾ യുദ്ധരംഗത്തു നിന്നും തിരിച്ചുവന്നു. ഒരു കേടുപാടും കൂടാതെ. വേറൊരയൽക്കാരനും മടങ്ങി യെത്തി. അയാളുടെ ഒരു കാൽ അറ്റുപോയിരുന്നു. ഞാനെത്ര കരഞ്ഞു വെന്നോ... പറയാനാവില്ല. കൈയോ കാലോ ഇല്ലാതെയാണെങ്കിലും എന്റെ ഭർത്താവ് തിരിച്ചുവന്നിരുന്നെങ്കിൽ! അദ്ദേഹത്തെ ഞാൻ കൈയി ലേറ്റി കൊണ്ടുനടന്നേനെ...

–ഞാനും എന്റെ മൂന്നു ചെറിയ ആൺമക്കളും മാത്രം ബാക്കിയായി. ഞാൻ കറ്റ ചുമന്നു. കാട്ടിൽ നിന്നും മരം വെട്ടിക്കൊണ്ടുവന്നു. ഉരുള

ക്കിഴങ്ങും വയ്ക്കോലും പെറുക്കിക്കൂട്ടി. തോളിൽ നുകം വെച്ച് വലിച്ചു. അന്നങ്ങനെയായിരുന്നു. വീട്ടിൽ സ്ത്രീകൾ മാത്രം... ഒരു വിധവ അല്ലെങ്കിൽ പട്ടാളക്കാരന്റെ ഭാര്യ. തുണയ്ക്കു പുരുഷന്മാരുണ്ടായിരുന്നില്ല. പണിക്ക് കുതിരകളുമുണ്ടായിരുന്നില്ല. കുതിരകളെയെല്ലാം യുദ്ധരംഗത്തേക്കു കൊണ്ടുപോയി. അങ്ങനെയിരിക്കെ എനിക്കൊരു ബഹുമതി ലഭിച്ചു. "ഏറ്റവും നല്ല പണിക്കാരി" വേറൊരിക്കൽ സമ്മാനമായി പത്തു വാര പരുത്തിത്തുണിയും കിട്ടി. എത്ര സന്തോഷമായെന്നോ... അതുകൊണ്ട് ഞാൻ എന്റെ മൂന്ന് ആൺകുട്ടികൾക്കും പുതിയ ഷർട്ടുകൾ തയ്ച്ചു.

–യുദ്ധത്തിനു ശേഷം യുദ്ധത്തിൽ മരിച്ചവരുടെ ആൺമക്കൾ പ്രായപൂർത്തിയാവുന്നതേയുള്ളൂ. പതിമ്മൂന്നും പതിന്നാലും വയസ്സായ കുട്ടികൾ. വളർന്നുകൊണ്ടിരിക്കുന്ന കാലം. പക്ഷേ, അവരുടെ വിചാരം തങ്ങൾ മുതിർന്നുകഴിഞ്ഞു എന്നായിരുന്നു. അവർക്ക് വിവാഹം കഴിക്കണം. പെൺകിടാങ്ങൾ ധാരാളമുണ്ടായിരുന്നു. പക്ഷേ, പുരുഷന്മാർ വളരെ കുറവായിരുന്നു.

നിങ്ങളുടെ പശുവിനെ തരൂ എന്നാൽ യുദ്ധം ഒഴിവാക്കാമെന്ന് ആരെങ്കിലും പറഞ്ഞിരുന്നെങ്കിൽ ഒരു മടിയും കൂടാതെ ആ ക്ഷണം ഞാനെന്റെ പശുവിനെ കൊടുത്തേനെ. എന്റെ ദുരവസ്ഥ എന്റെ മക്കൾക്കു നേരിടേണ്ടി വരില്ലല്ലോ. രാവും പകലും... മനസ്സിൽ നിന്നും ആ വേദന ഒഴിയുന്നില്ല.

–ഞാൻ ജന്നലിലൂടെ പുറത്തേക്കു നോക്കി... അദ്ദേഹം അപ്പുറത്ത് ഇരിക്കുന്നുണ്ടെന്ന തോന്നൽ. ചില വൈകുന്നേരങ്ങളിൽ അവിടെ എന്തോ ഉണ്ട് എന്ന പ്രതീതി. എനിക്കു പ്രായമായി. എന്നാലും ഞാൻ അദ്ദേഹത്തെ കാണുന്നത് ചെറുപ്പക്കാരനായാണ്. അദ്ദേഹം മുന്നണിയിലേക്കു പോയ കാലത്തെന്നപോലെ. സ്വപ്നത്തിലും അദ്ദേഹത്തെ ഞാൻ കാണുന്നത് സുമുഖനായ ഒരു യുവാവായിട്ടാണ്... അപ്പോൾ ഞാനും... ചെറുപ്പം.

സ്ത്രീകൾക്കൊക്കെ കിട്ടിയത് "മരണ അറിയിപ്പാണ്". എനിക്കു കിട്ടിയത് ഒരു തുണ്ടു കടലാസും. "യുദ്ധത്തിനിടയിൽ കാണാതായി" നീല മഷിയിൽ കുറിച്ച വാക്കുകൾ. ആദ്യത്തെ പത്തു വർഷം. ഓരോ ദിവസവും അദ്ദേഹം വരാനായി ഞാൻ കാത്തിരുന്നു. ഇപ്പോഴും ഞാൻ കാത്തിരിക്കുകയാണ്. ജീവനുള്ളേടത്തോളം കാലം പ്രതീക്ഷ കൈവിടേണ്ടതില്ലല്ലോ. എന്നും പ്രതീക്ഷിക്കാം.

–എങ്ങനെയാണ് ഒരു സ്ത്രീക്ക് തനിയെ ജീവിക്കാനാവുക? ഒരു പുരുഷൻ വന്നു, എന്നെ സഹായിച്ചു... അഥവാ സഹായിച്ചില്ല. രണ്ടിലേതായാലും മോശം തന്നെ. ആർക്കും ഇഷ്ടമുള്ളതെന്തും പറയാം. മനുഷ്യർ സംസാരിക്കുന്നു... പട്ടികൾ കുരയ്ക്കുന്നു. എന്നാലും ഇവാൻ തിരിച്ചു വന്നെങ്കിൽ... അദ്ദേഹത്തിന്റെ അഞ്ചു പുത്രന്മാരേയും കണ്ടിരുന്നുവെങ്കിൽ. ഇടയ്ക്കിടയ്ക്ക് ഞാൻ അദ്ദേഹത്തിന്റെ ഫോട്ടോവിനു മുമ്പിൽ

ചെന്നുനില്ക്കും. കുട്ടികളുടെ പടങ്ങൾ കാണിച്ചുകൊടുക്കും. ഞാൻ അദ്ദേഹത്തോട് സംസാരിക്കാറുമുണ്ട്...

...എന്റെ പ്രിയപ്പെട്ട ദൈവമേ... കാരുണ്യവാനായ ദൈവമേ... കൂടുതലൊന്നും അവർ പറഞ്ഞില്ല... അവ്യക്തമായ ചില ശബ്ദങ്ങളോടെ അവർ നിർത്തി.

–യുദ്ധം അവസാനിച്ച ഉടനെ ഞാനൊരു സ്വപ്നം കണ്ടു. ഞാൻ മുറ്റത്തേക്കിറങ്ങിച്ചെല്ലുന്നു. അവിടെ എന്റെ ഭർത്താവ് ഉലാത്തുകയാണ്. പട്ടാളയൂണിഫോം ധരിച്ചിരിക്കുന്നു. അദ്ദേഹം എന്നെ വിളിച്ചുകൊണ്ടിരിക്കുകയാണ്. ഞാൻ കമ്പിളിക്കുള്ളിൽ നിന്നും ചാടി എഴുന്നേറ്റു. ജനാല തുറന്നു... എങ്ങും നിശ്ശബ്ദത. പക്ഷികൾപോലും ചിലയ്ക്കുന്നില്ല. എല്ലാവരും ഉറക്കമാണ്. മരച്ചില്ലകളെ മെല്ലെ തലോടിക്കൊണ്ട് കാറ്റും കടന്നുപോയി. മൃദുവായി ചൂളമടിച്ചുകൊണ്ട്.

പിറ്റേന്നു രാവിലെ പന്ത്രണ്ടു കോഴിമുട്ടകൾ എണ്ണിയെടുത്ത് ഞാൻ ആ ജിപ്സി സ്ത്രീയുടെ അടുത്തു ചെന്നു.

“അദ്ദേഹം ജീവിച്ചിരിപ്പില്ല...” അവർ ശീട്ടുകൾ നിരത്തി ഫലം പറഞ്ഞു. “വെറുതെ കാത്തിരിക്കേണ്ട... പുറത്ത് മുറ്റത്തു നടക്കുന്നത് അദ്ദേഹത്തിന്റെ ആത്മാവാണ്. ഞങ്ങൾ തമ്മിൽ ഗാഢമായ പ്രേമമുണ്ടായിരുന്നു... തികച്ചും ശുദ്ധമായ പ്രണയം.”

–ഒരു ജിപ്സി സ്ത്രീയാണ് എനിക്കു പറഞ്ഞുതന്നത്, “എല്ലാവരും ഉറങ്ങിക്കഴിയുമ്പോൾ ഒരു കറുത്ത ഷോളുകൊണ്ട് പുതച്ച് വലിയൊരു കണ്ണാടിയുടെ മുമ്പിൽ ചെന്നിരിക്കുക. അദ്ദേഹത്തെ ആ കണ്ണാടിയിൽ കാണാനാവും. അദ്ദേഹത്തിന്റെ ശരീരത്തിലോ വസ്ത്രങ്ങളിലോ തൊടാൻ ശ്രമിക്കരുത്. വെറുതെ സംസാരിച്ചാൽ മാത്രം മതി...”

കറുത്ത ഷാളുകൊണ്ട് പുതച്ച് നിലക്കണ്ണാടിയുടെ മുമ്പിൽ ഞാൻ രാത്രി മുഴുവൻ കാത്തിരുന്നു. പുലർച്ചയ്ക്കാണ് അദ്ദേഹം പ്രത്യക്ഷപ്പെട്ടത്. അദ്ദേഹം ഒന്നും സംസാരിച്ചില്ല. പക്ഷേ, ആ കണ്ണുകൾ നിറഞ്ഞു തൂകുന്നുണ്ടായിരുന്നു. അങ്ങനെ മൂന്നുതവണ അദ്ദേഹം എന്റെ മുമ്പിൽ വന്നു. ഞാൻ വിളിച്ചു... അദ്ദേഹം വന്നു. അപ്പോഴൊക്കെയും അദ്ദേഹം കരയുകയായിരുന്നു. എനിക്കു വല്ലാത്ത വിഷമം തോന്നി... ഞാൻ വിളിക്കാതായി.

–ഞാൻ എന്റെ ഭർത്താവുമായി ചേരാൻ കാത്തിരിക്കയാണ്. രാവും പകലും ഞാൻ സംസാരിച്ചുകൊണ്ടിരിക്കും. അദ്ദേഹത്തിൽ നിന്നും ഒന്നുംതന്നെ എനിക്കു വേണ്ട. ഞാൻ പറയുന്നത് വെറുതെ കേട്ടുകൊണ്ടിരുന്നാൽ മാത്രം മതി. ഒരുപക്ഷേ, ഇപ്പോൾ എന്നെപ്പോലെ അദ്ദേഹവും വൃദ്ധനായി കഴിഞ്ഞിരിക്കും.

–ഇതെന്റെ സ്വന്തം മണ്ണാണ്. ഞാൻ ഉരുളക്കിഴങ്ങും ബീറ്റ്റൂട്ടും കുഴിച്ചെടുക്കുന്നു. ഇവിടെ എവിടേയോ അദ്ദേഹമുണ്ട്. താമസമില്ല... ഞാനദ്ദേഹത്തെ കണ്ടെത്തും. എന്റെ സഹോദരി പറയാറുണ്ട്... “താഴത്തേക്കു നോക്കണ്ട. മാനത്തക്കു നോക്കൂ. അവരെല്ലാവരും അവിടെയാണ്...”

ദാ... ഇവിടെ അടുത്തു തന്നെയാണ് എന്റെ വീട്. ഞങ്ങളുടെ കൂടെ താമസിക്കാം... ഒരു രാത്രി കൂടെ കഴിഞ്ഞാൽ കൂടുതൽ കാര്യങ്ങൾ മനസ്സിലാക്കാൻ സാധിക്കും. രക്തം വെള്ളമല്ല... അതിങ്ങനെ പാഴാക്കി ക്കളയുന്നത് മഹാകഷ്ടമാണ്. എന്നിട്ടും അത് വാർന്നുപോയിക്കൊണ്ടി രിക്കുന്നു. ഞാൻ ടെലിവിഷനിൽ കാണുന്നുണ്ട്... ദിവസേനയെന്നോണം.

ഞങ്ങളെപറ്റി ഒന്നും നിങ്ങൾ എഴുതണ്ട. ഓർമ്മിച്ചാൽ മാത്രം മതി. ഞാനും നിങ്ങളും ഇവിടെ ഒരുമിച്ചിരുന്ന് സംസാരിച്ച കാര്യങ്ങൾ... ഞങ്ങളുടെ കരച്ചിൽ. യാത്ര പറഞ്ഞിറങ്ങുമ്പോൾ തിരിഞ്ഞു നോക്കണം. ഞങ്ങളേയും ഞങ്ങളുടെ വീടുകളേയും ഒരിക്കൽ കൂടി കാണണം. ഒര പരിചിതയുടേതുപോലെയല്ല... ഞങ്ങളുടെ സ്വന്തക്കാരിൽ ഒരാളായി... കൂടുതലൊന്നും വേണ്ട... തിരിഞ്ഞുനോക്കിയാൽ മാത്രം മതി.

കൊച്ചു ജീവിതവും വലിയ മോഹങ്ങളും

തീക്ള ഫെഡ്രോവ്ന സ്ട്രുയി....

ഒളിപ്പോരാളി

ഞാൻ എക്കാലവും വിശ്വസിച്ചിരുന്നു സ്റ്റാലിനെ. കമ്മ്യൂണിസ്റ്റുകളെ ഞാൻ തികച്ചും വിശ്വസിച്ചിരുന്നു. ഞാനും ഒരു കമ്മ്യൂണിസ്റ്റായിരുന്നു. കമ്മ്യൂണിസത്തിൽ എനിക്ക് ഉറച്ച വിശ്വാസമുണ്ടായിരുന്നു. അതിനു വേണ്ടിയാണ് ഞാൻ ജീവിച്ചത്. ജീവനോടെയിരുന്നതും അതിനുവേണ്ടി ത്തന്നെ. ഇരുപതാം കോൺഗ്രസ്സിൽ സ്റ്റാലിന്റെ തെറ്റുകുറ്റങ്ങൾ ക്രുഷ്ച്ചേവ് വിശദമായി വെളിപ്പെടുത്തിയതിനുശേഷം എനിക്കു സുഖ മില്ലാതായി. ഞാൻ കിടപ്പിലായി. കേട്ടതെല്ലാം സത്യമാണെന്ന് വിശ്വസി ക്കാൻ എനിക്കായില്ല. യുദ്ധകാലത്ത് ഞാനും ഉച്ചത്തിൽ വിളിച്ചുപറഞ്ഞി രുന്നു, “മാതൃരാജ്യത്തിനുവേണ്ടി... സ്റ്റാലിനുവേണ്ടി...” ആരും നിർബ ന്ധിച്ചിട്ടില്ല... അതെന്റെ വിശ്വാസമായിരുന്നു... ജീവിതമായിരുന്നു.

ഞാൻ പറയാം, കേട്ടോളൂ...

രണ്ടു കൊല്ലം ഞാൻ ഒളിപ്പോരാളികളോടൊപ്പം നിന്ന് പൊരുതി. അവസാനത്തെ യുദ്ധത്തിൽ കാലിൽ പരിക്കേറ്റു. ബോധമില്ലാതായി. തണുപ്പ് അതികഠിനമായിരുന്നു. മരവിച്ചുപോകുന്ന ശൈത്യം. ബോധം തെളിഞ്ഞപ്പോൾ, എന്റെ കൈയിൽ കലശലായി മഞ്ഞുകടിയേറ്റിരുന്നു. ഇപ്പോൾ കുഴപ്പമൊന്നുമില്ല. നന്നായിരിക്കുന്നു. എന്നാൽ അന്ന്... കൈയാകെ കറുത്തുപോയിരുന്നു. കാലിലും കലശലായ മഞ്ഞുകടി ഏറ്റി രുന്നു. മഞ്ഞുബാധ ഏറ്റില്ലായിരുന്നുവെങ്കിൽ കാലുകളെ രക്ഷിക്കാൻ പറ്റുമായിരുന്നു. പക്ഷേ, വല്ലാതെ ചോര വാർന്നിരുന്നു. കുറെ നേരം ഞാൻ ബോധമില്ലാതെ വീണുകിടക്കുകയും ചെയ്തു. അവസാനം അവ രെന്നെ കണ്ടെത്തി. മറ്റു മുറിവേറ്റവരോടൊപ്പം ഒരു താവളത്തിലെത്തിച്ചു. വീണ്ടും ജർമൻ സൈന്യം ഞങ്ങളെ വളഞ്ഞു. എങ്ങനെയോ ഞങ്ങളുടെ

യൂണിറ്റ് അവിടെ നിന്നു രക്ഷപ്പെട്ടു. വിറകടുക്കുന്നതുപോലെയാണ് അവർ ഞങ്ങളെ സ്ലെഡ്ജുകളിൽ കയറ്റി കിടത്തിയത്. സഹതപിക്കാനും പരിചരിക്കാനുമൊന്നും സമയമുണ്ടായിരുന്നില്ല. കാടിന്റെ ഉള്ളിലേക്ക് അവർ ഞങ്ങളെ കൊണ്ടുപോയി ഒളിപ്പിക്കാനായി. വളരെ ദൂരം പോയതിനുശേഷമാണ് എന്റെ സ്ഥിതി മോസ്കോയിലറിയിച്ചത്. ഞാൻ സുപ്രീം സോവിയറ്റിന്റെ ഒരു ഡെപ്യൂട്ടിയായിരുന്നു. വളരെ ഉത്തരവാദിത്വമുള്ള ഒരു പ്രമുഖ ഉദ്യോഗസ്ഥ. എന്റെ പേരിൽ അവർ അഭിമാനിച്ചിരുന്നു. വളരെ താഴ്ന്ന നിലയിലുള്ള ഒരു കർഷക കുടുംബത്തിലെ അംഗമായിരുന്നു ഞാൻ. നന്നേ ചെറുപ്പത്തിൽത്തന്നെ ഞാൻ പാർട്ടിയിൽ ചേർന്നിരുന്നു.

എനിക്ക് കാലുകൾ നഷ്ടപ്പെട്ടു. അവരത് അറത്തുകളഞ്ഞു. ആ കാട്ടിന്റെ നടുവിൽ വെച്ചുതന്നെ അവർ ശസ്ത്രക്രിയ നടത്തി. വളരെ പ്രാകൃതമായ സാഹചര്യങ്ങൾ... സൗകര്യങ്ങൾ. ഓപ്പറേഷനുവേണ്ടി മേശപ്പുറത്ത് കിടത്തി. ആവശ്യം വേണ്ട അയഡിൻ പോലും ഉണ്ടായിരുന്നില്ല. രണ്ടുകാലും സാധാരണ ഒരു അറക്കവാൾകൊണ്ട് മുറിച്ചുകളഞ്ഞു. നാലു നാഴിക സഞ്ചരിച്ച് മറ്റൊരു ഗ്രാമത്തിൽ ചെന്നാണ് അവർ അയഡിൻ കൊണ്ടുവന്നത്. അത്രയും നേരം ഞാൻ ആ മേശമേൽ കിടന്നു, അനസ്തേഷ്യയുടെ സഹായമില്ലാതെ... പൂർണബോധത്തോടെ. എന്തോ ഒരു ലഹരി മരുന്ന് വായിലൊഴിച്ചു തരികയുണ്ടായി. അവരുടെ കൈയിലുണ്ടായിരുന്നത് ഒരു സാധാരണ മരപ്പണിക്കാരൻ ഉപയോഗിക്കുന്ന അറക്കവാൾ മാത്രമായിരുന്നു.

അവർ മോസ്കോയുമായി ബന്ധപ്പെട്ടു. ഒരു വിമാനത്തിനായി ശ്രമം നടത്തി. വിമാനം വന്നു. മൂന്നു തവണ ചുറ്റിപ്പറന്നു. താഴെയിറക്കാൻ സാധിച്ചില്ല. ചുറ്റും വെടിവെപ്പ്. നാലാമത്തെ തവണ അവർ വിമാനമിറക്കി. അപ്പോഴേക്കും എന്റെ രണ്ടു കാലും മുറിച്ചുമാറ്റിക്കഴിഞ്ഞിരുന്നു. പിന്നീട് ഇവാനോവിലും താഷ്ക്കെന്റിലും വെച്ച് അവർ നാലുതവണ വീണ്ടും ശസ്ത്രക്രിയ നടത്തി. നാലുതവണയും പഴുപ്പ് കയറി. അല്പാല്പമായി മുറിച്ചുമാറ്റി. അവസാനം ഏറെ മുകളിൽ വെച്ചുതന്നെ മുറിച്ചുനീക്കേണ്ടി വന്നു. ഞാൻ പൊട്ടിക്കരഞ്ഞു... നിർത്താതെ തേങ്ങി. നിലത്ത് ഇഴഞ്ഞു നടക്കേണ്ട ഗതിയോ ഇനി എനിക്ക്. ഇനിയൊരിക്കലും ഞാൻ എഴുന്നേറ്റു നടക്കില്ല. ഇരുന്നു നിരങ്ങാൻ മാത്രമേ എനിക്കാവൂ...

ഇപ്പോഴും എനിക്കറിയില്ല എന്താണെന്നെ സഹായിച്ചതെന്ന്. ആ നിസ്സഹായാവസ്ഥയിൽ നിന്നും എന്താണെന്നെ തള്ളി പുറത്തേക്കു കൊണ്ടുവന്നത് എന്ന്? എങ്ങനെയാണ് ഞാൻ എന്നെത്തന്നെ പറഞ്ഞു പ്രേരിപ്പിച്ചത്. കുറെ നല്ല വ്യക്തികളുമായി ബന്ധപ്പെടാൻ സാധിച്ചു. മിടുക്കനായ ഒരു സർജൻ. അദ്ദേഹത്തിനും കാലുകളില്ലായിരുന്നു. അദ്ദേഹവും വേറെ ചില ഡോക്ടർമാരും എന്നെപ്പറ്റി പറഞ്ഞു, "എത്രയോ പേരുടെ ശസ്ത്രക്രിയ ഞങ്ങൾ നടത്തിയിരിക്കുന്നു. എന്നാൽ ഇവരെപ്പോലെ ആരേയും കണ്ടിട്ടില്ല... ഒറ്റ ശബ്ദം അവരിൽ നിന്നും പുറത്തു വന്നില്ല." ഞാൻ സ്വയം നിയന്ത്രിക്കുകയായിരുന്നു. മറ്റുള്ളവരുടെ മുമ്പിൽ ധൈര്യം

കാണിക്കുക എന്റെ ശീലമായിരുന്നു. അവിടെനിന്നും ഞാൻ എന്റെ സ്വദേശമായ ഡിസ്നയിലേക്കു തിരിച്ചുവന്നു... ഊന്നുവടികളിൽ താങ്ങി.

ഇപ്പോൾ അത്ര നന്നായി നടക്കാൻ എനിക്കാവില്ല. പ്രായം കുറെയായില്ലേ? പക്ഷേ, അന്നു ഞാൻ പട്ടണത്തിലാകെ ഓടിനടന്നിരുന്നു. എല്ലായിടത്തും ചെന്നെത്തിയിരുന്നു... എന്റെ മരക്കാലുകളുടെ സഹായത്തോടെ. പാർട്ടി കേന്ദ്രങ്ങളിലേക്കും കൂട്ടുകൃഷിയിടങ്ങളിലേക്കും ഞാൻ യാത്ര ചെയ്തു. ഡിസ്ട്രിക് പാർട്ടി കമ്മിറ്റിയുടെ വൈസ് ചെയർമാൻ എന്ന സ്ഥാനം അവർ എനിക്കു നല്കി. വലിയൊരു ജോലി തന്നെ. അപൂർവമായേ ഓഫീസിൽ ഇരിക്കാറുള്ളൂ. ഗ്രാമങ്ങളിലും കൃഷിയിടങ്ങളിലും ഞാൻ ചെന്നെത്തി. പ്രഗദ്ഭരായ ചെയർമാന്മാർ വേറെയും ഏതാനും പേരുണ്ടായിരുന്നു ആ കാലത്ത്. കാര്യമായ എന്തെങ്കിലും ചുമതലയുണ്ടെങ്കിൽ ഡിസ്ട്രിക്റ്റ് കമ്മിറ്റിയിൽ നിന്നും അവർ പ്രതിനിധികളെ പറഞ്ഞയച്ചിരുന്നു. അതുകൊണ്ട് തിങ്കളാഴ്ച തോറും ഞങ്ങളെ ഡിസ്ട്രിക്റ്റ് കമ്മിറ്റിയിലേക്ക് വിളിപ്പിക്കും. അവിടെനിന്ന് പല ദിക്കുകളിലേക്കായി പറഞ്ഞയയ്ക്കും. ഞാൻ രാവിലെ മുതൽ ജനാലയിൽക്കൂടി പുറത്തേക്കും നോക്കി അവിടെയിരിക്കും. ധാരാളം പേർ കമ്മറ്റി ഓഫീസിലേക്കു വന്നുകൊണ്ടിരുന്നു. പക്ഷേ, ആരും എന്നെ വിളിച്ചില്ല. അതെന്നെ വല്ലാതെ വിഷമിപ്പിച്ചു. എല്ലാവരുടേയുംപോലെയല്ല ഞാൻ എന്ന ചിന്ത.. എല്ലാവരേയുംപോലെ ആകണം എന്ന മോഹം.

അവസാനം ഫോൺ മണി അടിച്ചു. ഒന്നാം സെക്രട്ടറിയാണു വിളിച്ചത്. “നെക്സാ ഫെഡോറോവ്ന റിപ്പോർട്ട് ചെയ്യണം.” എന്റെ സന്തോഷമൊന്നും പറയാനില്ല. ഗ്രാമങ്ങൾ തോറും ചെന്നെത്തുക എന്നെ സംബന്ധിച്ചിടത്തോളം കഠിനം തന്നെയായിരുന്നു. എന്നാലും പതിനഞ്ചും ഇരുപതും നാഴിക ദൂരെയുള്ള ഗ്രാമങ്ങളിലേക്കാണ് എന്നെ അയച്ചിരുന്നത്. കുറെ ദൂരം വണ്ടിയിൽ... കുറെ ദൂരം നടന്ന്. ചില സ്ഥലങ്ങളിൽ കാട്ടിനുള്ളിൽ കൂടി.

പലപ്പോഴും വഴിയിൽ വീഴാറുണ്ട്. ചിലപ്പോൾ വീണ്ടും എഴുന്നേല്ക്കാൻ കഷ്ടപ്പെടാറുണ്ട്. സഞ്ചിയിൽ മുറുകെ പിടിച്ച് നേരെ നില്ക്കാൻ ശ്രമിക്കും. ചിലപ്പോൾ വല്ല മരത്തിലും പിടിച്ചെഴുന്നേല്ക്കും. അവർ എനിക്കു പെൻഷൻ തന്നിരുന്നു. അതുകൊണ്ട് എന്റെ മാത്രം ചെലവു കഴിച്ച് ഒതുങ്ങിക്കൂടാമായിരുന്നു. പക്ഷേ, അതിനെനിക്കു മനസ്സു വന്നില്ല. മറ്റുള്ളവർക്ക് വേണ്ടി ജീവിക്കണം. ഞാനൊരു കമ്മ്യൂണിസ്റ്റാണ്.

എന്റേതെന്നു പറയാൻ എനിക്കൊന്നുമില്ല. കുറെ മെഡലുകളും ബഹുമതിപത്രങ്ങളും ഉത്തരവുകളും മാത്രം. സർക്കാർ പണിതുതന്ന വീട്ടിലാണ് താമസിക്കുന്നത്. വലിയ വീട്... കുട്ടികളില്ലല്ലോ. അതുകൊണ്ട് ഉള്ളതിൽ കൂടുതൽ വലുപ്പം തോന്നും. വളരെ ഉയർന്ന മേൽത്തട്ടാണ്. എന്റെ കൂടെ എന്റെ സഹോദരിയുണ്ട്. അവൾ സഹോദരി മാത്രമല്ല എന്റെ അമ്മയും നഴ്സും കൂടിയാണ്. പ്രായമായതിൽ പിന്നെ. രാവിലെ തനിയെ എഴുന്നേല്ക്കാനാവുന്നില്ല. ആരെങ്കിലും സഹായിക്കണം.

ഞങ്ങൾ ഒരുമിച്ചു താമസിക്കുന്നു. പഴയ കാര്യങ്ങളോർത്ത് കഴിയുന്നു. ഞങ്ങൾക്ക് സുന്ദരമായ ഒരു ഭൂതകാലമുണ്ട്. ദുരിതം നിറഞ്ഞതായിരുന്നു. എന്നാലും അതിന് അതിന്റേതായ ശുദ്ധിയും സൗന്ദര്യവുമുണ്ടായിരുന്നു. ഒന്നിനെക്കുറിച്ചും എനിക്കു ഖേദമില്ല. ജീവിതത്തെക്കുറിച്ച് ഒന്നേ എനിക്കു പറയാനുള്ളൂ... എന്റെ ജീവിതം ഞാൻ സത്യസന്ധമായി ജീവിച്ചു.

സോഫിയ മീറോനോവ്നാ വെറെഷേവ്യക്

അണ്ടർഗ്രൗണ്ട് ഫൈറ്റർ

ഞങ്ങൾ ജീവിച്ചിരുന്ന കാലം. അതാണ് ഞങ്ങളെ ഇങ്ങനെയാക്കിയത്. ഞങ്ങൾ ആരാണെന്ന് ഞങ്ങൾ സ്വയം തെളിയിച്ചു. അതുപോലെ ഒരു കാലം ഇനി ഉണ്ടാവില്ല... ആവർത്തിക്കാൻ സാധ്യമല്ലാത്തൊരു കാലം. ഞങ്ങൾക്ക് ചെറുപ്പമായിരുന്നു. ഞങ്ങളുടെ ആദർശങ്ങൾക്കും ചെറുപ്പമായിരുന്നു. ആയിടയ്ക്കാണ് ലെനിൻ മരിച്ചത്. സ്റ്റാലിൻ ജീവിച്ചിരുന്നു. എത്ര അഭിമാനത്തോടെയാണ് ഒരു "പയനീറിന്റെ" തൂവാല കഴുത്തിൽ ചുറ്റി നടന്നിരുന്നത്. യുവജനസഖ്യത്തിന്റെ ബാഡ്ജും ധരിച്ചിരുന്നു.

അതിനുശേഷം... യുദ്ധം. അന്നു ഞങ്ങൾ അങ്ങനെയായിരുന്നു. ക്ഷണത്തിൽ ഒരു രഹസ്യസംഘടന രൂപീകരിച്ചു, സീറ്റോമീറിൽ. ഉടനടി ഞാൻ അതിൽ ചേർന്നു. ചേരണോ വേണ്ടയോ... ഭയമുണ്ടോ... ഇല്ലയോ... ആ വക ചർച്ചകളൊന്നുമുണ്ടായില്ല.

ഏതാനും മാസങ്ങൾ കഴിഞ്ഞപ്പോഴേക്കും ആ രഹസ്യസംഘടന പിടിക്കപ്പെട്ടു. ആരോ ഒറ്റിക്കൊടുത്തതാണ്. ഞാൻ ജർമൻ രഹസ്യപ്പൊലീസിന്റെ പിടിയിലായി... ഗെസ്റ്റപൗവിന്റെ പിടിയിൽ. മരണത്തേക്കാൾ ഭയാനകമായിരുന്നു എന്നെ സംബന്ധിച്ചിടത്തോളം. ക്രൂരമായ മർദ്ദനമുറകൾ. എനിക്കു വല്ലാതെ ഭയം തോന്നി. സഹിക്കാൻ സാധിച്ചില്ലെങ്കിലോ? എല്ലാവരുടെ മനസ്സിലും അതേ ചിന്തയായിരുന്നു. കുട്ടിക്കാലം മുതലേ ഞാൻ അങ്ങനെയായിരുന്നു. വേദന സഹിക്കാനുള്ള കഴിവ് തീരെ ഉണ്ടായിരുന്നില്ല. പക്ഷേ, ഞങ്ങൾ അപ്പോൾ മനസ്സിലാക്കിയിരുന്നില്ല... സ്വന്തം കരുത്തും വീര്യവും.

മൂന്നു തവണ ഞാൻ ചോദ്യം ചെയ്യപ്പെട്ടു. അവസാനത്തെ ചോദ്യം ചെയ്യലിനുശേഷം എന്നെ വെടിവെക്കുമെന്നായിരുന്നു തീരുമാനം. പട്ടികയിൽ എന്റെ പേരുണ്ടായിരുന്നു. മൂന്നാമത്തെ തവണ എന്നെ ചോദ്യം ചെയ്ത ആൾ - അപ്പോഴെന്തുണ്ടായി എന്നു ഞാൻ പറയാം - ഒരു ചരിത്രകാരനാവാനാണ് ഞാൻ പഠിച്ചതെന്ന് പറഞ്ഞു. ഫാസിസ്റ്റുകൾക്കറിയണം, ഞങ്ങൾ ആദർശങ്ങളെ ഇത്രയും മുറുകെ പിടിക്കുന്നതെന്തുകൊണ്ടാണെന്ന്. ഇത്രത്തോളം പ്രാധാന്യം ആദർശങ്ങൾക്ക് ഞങ്ങളുടെ ജീവിതത്തിൽ എങ്ങനെ നേടാനായി എന്ന്. "സ്വന്തം ജീവൻ ഏത് ആദർശങ്ങളേക്കാളും മേലെയല്ലേ?" അയാൾ ചോദിച്ചു. അല്ല എന്നായിരുന്നു എന്റെ മറുപടി. അയാൾ എന്റെ നേരെ കയർത്തു... എന്നെ തല്ലി.

"ഏതാദർശമാണ് നിന്നെ ഈ വിധത്തിലാക്കിയത്... ഭയം കൂടാതെ മരണത്തെ നേരിടാൻ? എന്തുകൊണ്ടാണ് കമ്മ്യൂണിസ്റ്റുകാർ ശാഠ്യം പിടിക്കുന്നത്, കമ്മ്യൂണിസം ലോകത്തെ മുഴുവൻ കീഴടക്കണമെന്ന്?" അസ്സൽ റഷ്യൻ ഭാഷയിലാണ് അയാൾ സംസാരിച്ചത്. അതുകൊണ്ട് എനിക്കും തോന്നി എല്ലാം വിശദമായി പറയണമെന്ന്. എന്തായാലും അവരെന്റെ കഥ കഴിക്കുമെന്ന് തീർച്ച. അതിനു മുമ്പ് നല്ലൊരു കാര്യം ചെയ്യാം... മാത്രമല്ല ഞങ്ങളുടെ കരുത്തും അവരെ അറിയിക്കാം. ഏതാണ്ട് നാലു മണിക്കൂർ അയാൾ ചോദ്യങ്ങൾ ചോദിച്ചു; ഞാൻ ഉത്തരം പറഞ്ഞു. എനിക്കറിയാവുന്ന കാര്യങ്ങൾ. മാർക്സിസത്തെപറ്റിയുള്ള ക്ലാസുകളിൽ നിന്നും പഠിച്ച കാര്യങ്ങൾ. സ്കൂളിലും യൂണിവേഴ്സിറ്റിയിലുമൊക്കെ മാർക്സിന്റേയും ലെനിന്റേയും സിദ്ധാന്തങ്ങൾ വിശദമായി പഠിപ്പിക്കുകയും ചർച്ച ചെയ്യുകയും പതിവായിരുന്നു. ഞാൻ പറഞ്ഞത്... അയാൾ എന്തു സംഭവിച്ചുവെന്നറിഞ്ഞുകൂട. അയാൾ രണ്ടു കൈകൊണ്ടും തല താങ്ങിപ്പിടിച്ച് ആ മുറിക്കുള്ളിൽ വട്ടംചുറ്റി. പിന്നെ ഒരിടത്തുറച്ചുനിന്ന് എന്നെ തുറിച്ചുനോക്കി... എന്തോ അയാൾ എന്നെ തല്ലിയില്ല.

ഞാൻ അയാളുടെ മുഖത്തു നോക്കി പതറാതെ നിന്നു. എന്റെ മുടിയിൽ പകുതി അയാൾ വലിച്ചെടുത്തിരുന്നു. നല്ല കട്ടിയുള്ള മുടിയായിരുന്നു. കുറെ പട്ടിണി കിടന്നു പോയ്ക്കഴിഞ്ഞിരുന്നു. ആദ്യമൊക്കെ ഒരു തുണ്ട് റൊട്ടി കിട്ടിയതായി സ്വപ്നം കാണുമായിരുന്നു. പിന്നെ അത് റൊട്ടിയുടെ പുറംഭാഗമായി... പിന്നെ കൊതി ഇത്തിരി റൊട്ടിപ്പൊടിക്കായി. നീറുന്ന കണ്ണുകളോടെ ഞാൻ അയാളെ ഉറ്റുനോക്കിക്കൊണ്ടു നിന്നു. കുറെനേരം അയാൾ ഞാൻ പറയുന്നത് കേട്ടിരുന്നു. ഭാഗ്യം... എന്നെ ഉപദ്രവിച്ചില്ല. അയാൾക്ക് ഭയംതോന്നേണ്ട കാലമായിരുന്നില്ല. 1943 ആയിട്ടേ ഉണ്ടായിരുന്നുള്ളൂ. പക്ഷേ, അയാൾക്ക് മനസ്സിൽ എന്തെങ്കിലും തോന്നിയിരിക്കണം... വ്യക്തമായൊരു ആപച്ഛങ്ക അതിനെക്കുറിച്ച് അയാൾക്ക് കൂടുതൽ അറിയണമായിരുന്നു. ഞാൻ മറുപടി പറയുകയും ചെയ്തു. ഞാൻ മുറിയിൽ നിന്നു പുറത്തു കടക്കുമ്പോൾ, കൊല്ലപ്പെടേണ്ടവരുടെ പട്ടികയിൽ അയാൾ എന്റെ പേരെഴുതുകയായിരുന്നു.

വധശിക്ഷ നടപ്പാക്കുന്നതിന്റെ തലേരാത്രി.... ഞാൻ എന്റെ കഴിഞ്ഞുപോയ ജീവിതത്തിലേക്കൊന്ന് തിരിഞ്ഞുനോക്കി... എന്റെ ഹ്രസ്വമായ ജീവിതം...

ജീവിതത്തിൽ ഏറ്റവും സന്തോഷം തോന്നിയ ദിവസം? വീടിനു ചുറ്റും ബോംബുകൾ വീണുകൊണ്ടിരുന്നു. അച്ഛനും അമ്മയും ഞാനും രക്ഷപ്പെടാനായി വീടുവിട്ടിറങ്ങി. കുറെദൂരം പോയതിനുശേഷം തീർച്ചയാക്കി... വേണ്ട. എങ്ങും പോകേണ്ട. സ്വന്തം വീട്ടിൽത്തന്നെ താമസിക്കാം. ഞങ്ങൾ തിരിച്ചുവന്നു. അന്ന് ഞങ്ങൾ ഉറപ്പിച്ചു, ആകാവുന്നിടത്തോളം പടപൊരുതും. വിജയം, വൈകാതെ നേടാനാകുമെന്ന് അന്ന് ഞങ്ങൾ പ്രതീക്ഷിച്ചു. ഞങ്ങൾ ആദ്യം ചെയ്തത് മുറിവേറ്റവരെ കണ്ടെത്തി രക്ഷിക്കുകയായിരുന്നു. അവർ പലയിടത്തുമായി വീണുകിടക്കുകയായിരുന്നു.

പാടത്തും പറമ്പിലും കിടങ്ങുകൾക്കുള്ളിലും... ചിലർ കളപ്പുരകളിലും അഭയം തേടിയിരുന്നു. ഒരു ദിവസം ഉരുളക്കിഴങ്ങു കുഴിച്ചെടുക്കാൻ ഞാൻ പറമ്പിലേക്കു ചെന്നപ്പോൾ, മുറിവേറ്റ് അവശനായ ഒരാൾ അവിടെ കിടക്കുന്നതു കണ്ടു. ചെറുപ്പക്കാരനായ ഒരു ഓഫീസർ. മരിക്കാറായിരുന്നു. വളരെ പ്രയാസപ്പെട്ട് സ്വന്തം പേരു പറഞ്ഞു. എന്തോ ചിലത് പറയാൻ ശ്രമിച്ചു. എനിക്കൊട്ടും മനസ്സിലായില്ല. അന്നത്തെ എന്റെ നിസ്സഹായത. ഇപ്പോഴും മറന്നിട്ടില്ല. ആ ദിവസങ്ങളിലെ സന്തോഷം പിന്നീടൊരിക്കലും ഞാൻ അനുഭവിച്ചിട്ടില്ല. എന്റെ അച്ഛനമ്മമാരെ എനിക്കു തിരിച്ചുകിട്ടി. രാഷ്ട്രീയത്തിൽ അച്ഛന് തീരെ താത്പര്യമില്ല എന്നായിരുന്നു എന്റെ ധാരണ. പാർട്ടി രാഷ്ട്രീയമില്ലാത്ത ഒരു "ബോൾഷെവിക്" ആയിരുന്നു അച്ഛൻ. അമ്മ വിദ്യാഭ്യാസം നേടിയിട്ടില്ലാത്ത, ദൈവ വിശ്വാസിയായ ഒരു നാട്ടിൻപുറത്തുകാരി. യുദ്ധകാലം മുഴുവൻ അവർ പ്രാർത്ഥനയിൽ കഴിച്ചു. കുരിശിനു മുമ്പിൽ മുട്ടുകുത്തി നിന്നു. അവരുടെ പ്രാർത്ഥന... "എല്ലാവരേയും രക്ഷിക്കൂ. സ്റ്റാലിനെ രക്ഷിക്കൂ, ഹിറ്റ്ലർ എന്ന ആ രാക്ഷസനിൽനിന്നും കമ്മ്യൂണിസ്റ്റ് പാർട്ടിയെ രക്ഷിക്കൂ."

ഗെസ്റ്റപ്പൗ എന്നെ ചോദ്യം ചെയ്തുകൊണ്ടിരുന്ന ദിവസങ്ങളിലൊക്കെയും ഞാൻ വെറുതെ മോഹിച്ചുകൊണ്ടിരുന്നു, ആ വാതിൽ തള്ളിത്തുറന്ന് ഇപ്പോൾ എന്റെ അച്ഛനും അമ്മയും ഇവിടെയെത്തും. ഞാൻ എവിടെയാണെത്തിയിരിക്കുന്നതെന്ന് എനിക്ക് നല്ല ബോധ്യമുണ്ടായിരുന്നു. ആരേയും ഒറ്റിക്കൊടുത്തില്ലല്ലോ എന്ന സന്തോഷവും ഉള്ളിലുണ്ടായിരുന്നു. അവരെന്നെ അറസ്റ്റു ചെയ്തപ്പോൾ എനിക്കുറപ്പായി ഇനിയുള്ളത് പീഡനത്തിന്റെ നാളുകളാണ്. ശരീരത്തിനു സഹിക്കാനുള്ള ശക്തിയുണ്ട്... എന്നാൽ മനസ്സിന്റെ കാര്യം? എനിക്കുറപ്പുണ്ടായിരുന്നില്ല.

ഏറ്റവും ആദ്യത്തെ ചോദ്യം ചെയ്യൽ ഞാൻ ഓർക്കുന്നില്ല. ഒരിക്കൽ മാത്രമേ ബോധക്കേടുണ്ടായുള്ളൂ. ഒരുമാതിരി ചക്രം പ്രയോഗിച്ച് കൈ പാടെ തിരിച്ചപ്പോൾ. ഞാൻ നിലവിളിച്ചില്ലെന്നു തോന്നുന്നു. മറ്റുള്ളവർ എങ്ങനെ പിടഞ്ഞു നിലവിളിച്ചുവെന്ന് അവർ എന്നെ കാട്ടിത്തന്നിരുന്നു. തുടർന്നുള്ള ചോദ്യം ചെയ്യലുകൾ... ശരീരമാകെ മരവിച്ചിരുന്നു. ഒരു വേദനയും അറിയാത്ത അവസ്ഥ. മനസ്സിൽ ഒരേയൊരു ചിന്ത. ഇവരുടെ മുമ്പിൽ കിടന്ന് മരിക്കരുത്. എല്ലാം കഴിഞ്ഞ് വീണ്ടും എന്നെ എന്റെ സെല്ലിലേക്ക് വലിച്ചുകൊണ്ടുവന്നിട്ടപ്പോഴാണ് വേദന അറിയാൻ തുടങ്ങിയത്. ഞാനാകെത്തന്നെ വലിയൊരു വേദനയായി... ശരീരമാകെക്കൂടി വലിയൊരു മുറിവ്. എങ്ങനെയെങ്കിലും പിടിച്ചുനില്ക്കണം... ആരേയും ഒറ്റിക്കൊടുക്കാതെ ഒരു മനുഷ്യനായി ഞാൻ മരിച്ചുവെന്ന് എന്റെ അമ്മ അറിയണം. അവർ എന്നെ പൊതിരെ തല്ലി... കെട്ടിത്തൂക്കി... എപ്പോഴും നഗ്നയാക്കി. എന്റെ ഫോട്ടോ എടുത്ത കൈകൾകൊണ്ട് മാറിടം മറയ്ക്കാൻ മാത്രമേ എനിക്കായുള്ളൂ. മനുഷ്യർക്ക് ഭ്രാന്തുപിടിക്കുന്നത് ഞാൻ കണ്ടു. കൊലെസകാ എന്ന ആൺകുഞ്ഞ്. ഒരു വയസ്സു തികഞ്ഞിട്ടില്ല. അവനെ അമ്മ എന്നു പറയാൻ പഠിപ്പിക്കുകയായിരുന്നു

ഞങ്ങൾ. അമ്മയുടെ കൈയിൽ നിന്നും അവനെ അവർ വലിച്ചെടുത്തു കൊണ്ടുപോകുമ്പോൾ... ഏതോ ഒരുള്ളറിവ്... സ്വന്തം അമ്മയെ ഇനി യൊരിക്കലും ഞാൻ കാണുകയില്ലെന്ന് അവനറിഞ്ഞു. ആദ്യമായും അവസാനമായും അവൻ ഉറക്കെ വിളിച്ചു... "അമ്മാ..."

അത് വെറും ഒരു വാക്കായിരുന്നില്ല. അഥവാ ഒരു വാക്കു മാത്രമായി രുന്നില്ല. എല്ലാം എനിക്കു പറയണമെന്നുണ്ട്... ഞാൻ പറയാം... ഞാൻ അവിടെ കണ്ട ആളുകൾ! ഗെസ്റ്റപ്പൗ ഓഫീസിലെ നിലവറകളിൽ കിടന്ന് അവർ മരിച്ചു. അവരുടെ ധൈര്യവും വീര്യവും... ആ ചുമരുകൾക്കു മാത്രമേ അറിയൂ. ഇന്ന്... നാല്പതു വർഷങ്ങൾക്കുശേഷം ഞാൻ അവ രുടെയെല്ലാം മുമ്പിൽ മനസ്സുകൊണ്ട് മുട്ടുകുത്തുകയാണ്.

അവർ പറയാറുണ്ട്, "ഏറ്റവും എളുപ്പമുള്ള കാര്യം മരിക്കലാണ്." എന്നാൽ ജീവിക്കുക...? അവരെല്ലാവരും ജീവിക്കാൻ ആഗ്രഹിച്ചവരായി രുന്നു. വിജയം നമ്മുടേതെന്ന് എല്ലാവരും ഉറച്ചു വിശ്വസിച്ചിരുന്നു. ഒരു കാര്യത്തിൽ മാത്രമേ സംശയമുണ്ടായിരുന്നുള്ളൂ... ആ മഹത്തായ ദിവസം വരെ അവർ ജീവിച്ചിരിക്കുമോ!

ഞങ്ങളുടെ സെല്ലിൽ അഴികളിട്ട ഒരു ചെറിയ ജനാലയുണ്ടായിരുന്നു. ആരെങ്കിലും എടുത്തു പൊന്തിച്ചാൽ മാത്രമേ അതിലൂടെ പുറത്തേക്കു കാണാനാകൂ. അപ്പോഴും കാണുന്നത് ആകാശത്തിന്റെ ഒരു തുമ്പല്ല ഏതോ ഒരു മേൽക്കൂരയുടെ അറ്റമായിരുന്നു. ഞങ്ങളെല്ലാവരും തീരെ അവശരായിരുന്നു. ആർക്കും ആരേയും എടുത്തു പൊന്തിക്കാനാവാത്ത അവസ്ഥ. എങ്കിലും ഞങ്ങളുടെ കൂടെ അന്യ ഉണ്ടായിരുന്നു, ഒരു പാര ട്രിപ്പൻ. പിന്നണിയിലെവിടേയോ വിമാനത്തിൽ നിന്നിറങ്ങവേ ജർമൻകാർ അവളെ തടവുകാരിയാക്കി. അവളുടെ സംഘത്തെയാകെ അവർ തകർത്തു. ശരീരമാസകലം ചതഞ്ഞും ഒടിഞ്ഞും ചോരയൊലിച്ചും കിടന്ന അന്യ ആവശ്യപ്പെട്ടു. 'ആരെങ്കിലും എന്നെ ഒന്നെടുത്തു പൊന്തിക്കൂ. ഞാൻ സ്വാതന്ത്ര്യത്തിലേക്കൊന്നു നോക്കട്ടെ. എങ്ങനെയെ ങ്കിലും എനിക്കവിടെയെത്തണം."

എനിക്കു വേണം... അതു മാത്രമായിരുന്നു മനസ്സിൽ. ഞങ്ങളെല്ലാ വരും ചേർന്ന് അവളെ പൊന്തിച്ചു. "കൂട്ടുകാരേ... അവിടെയൊരു പൂ വിടർന്നു നില്ക്കുന്നു." വലിയ ആവേശത്തോടെ അവൾ വിളിച്ചു പറഞ്ഞു. പിന്നെ ഓരോരുത്തരായി... "എനിക്കും കാണണം... എനിക്കും കാണണം." എവിടെനിന്നോ അതിനുള്ള കരുത്ത് ഞങ്ങൾക്കുണ്ടായി. പരസ്പരം താങ്ങിയും പൊന്തിച്ചും... ഒരു മാലപോലെ ഞങ്ങൾ തൂങ്ങി ക്കിടന്നു... പുറത്തേക്കു നോക്കി. ആ കൊച്ചു പൂവ്... എങ്ങനെ ആ പുരപ്പുറത്തെത്തി... തളിർത്തു... പൂത്തു. ഒരു രൂപവുമില്ല. ഞങ്ങളെല്ലാ വരും ആ പൂവിന്റെ പേരിൽ സ്വകാര്യമായ ഓരോ ആഗ്രഹം പ്രകടിപ്പിച്ചു. എല്ലാവരുടേയും ആഗ്രഹം, പരസ്പരം പറഞ്ഞില്ലെങ്കിലും, ഒന്നുതന്നെ ആയിരുന്നിരിക്കണം... "ഈ നരകത്തിൽ നിന്നും എന്നെ മോചിപ്പി ക്കണേ!"

വസന്തകാലം... എനിക്കേറ്റവും ഇഷ്ടമുള്ള ഋതു ആയിരുന്നു. ചെറിമരങ്ങൾ പൂക്കുന്ന കാലം. വേലിപ്പടർപ്പുകളിൽ ലൈലാക്ക് പൂക്കൾ നിറയുന്ന കാലം... ചുറ്റുപാടും അതിന്റെ നേരിയ വാസന പരന്നിരിക്കും. എന്റെ ഭാഷ... അദ്ഭുതം തോന്നേണ്ട. ഒരു കാലത്ത് ഞാൻ ധാരാളം കവിതകൾ എഴുതിയിരുന്നു. ഇപ്പോൾ എനിക്കു വസന്തം ഇഷ്ടമല്ല. വസന്തത്തിനും എനിക്കുമിടയിൽ അതുണ്ട്... ഒരു മഹായുദ്ധം. യുദ്ധം പ്രകൃതിയിൽ നിന്നും അതറിയാതെ എന്നെ അകറ്റി. ഇപ്പോൾ ചെറിമരങ്ങൾ പൂത്തുനില്ക്കുന്നതു കാണുമ്പോൾ ഞാൻ കാണുന്നത് ഫാസിസ്റ്റുകളെയാണ്. എന്റെ ഗ്രാമമായ സൈട്രോമേറിൽ അധികാരം സ്ഥാപിച്ച ഫാസിസ്റ്റുകളെ.

ഞാൻ ജീവിച്ചത്... ഒരു മഹാദ്ഭുതം തന്നെയായിരുന്നു. എന്റെ അച്ഛനോട് കടപ്പാടുണ്ടായിരുന്ന ചിലരാണ് എന്റെ ജീവൻ രക്ഷിച്ചത്. അച്ഛൻ ഒരു ഡോക്ടറായിരുന്നു. ആ കാലത്ത് അത് വലിയൊരു കാര്യമായിരുന്നു. രാത്രി... ഇരുട്ട്... അവർ വെടിവെക്കാനായി ഞങ്ങളെ വരിയായി കൊണ്ടുപോകുന്നതിനിടയിൽ ചിലർ എന്നെ ആ വരിയിൽ നിന്നും വലിച്ചുമാറ്റി. ഒന്നും ഓർമ്മയില്ല... അത്രയ്ക്കും തീവ്രമായിരുന്നു മനസ്സിന്റേയും ശരീരത്തിന്റേയും വേദന. ഉറക്കത്തിൽ എന്ന പോലെയാണ് ഞാൻ നടന്നിരുന്നത്. അവരുടെ പിന്നാലെ ഞാൻ നടന്നു. തുടർന്നു വണ്ടിയിൽ കയറ്റി. വീട്ടിലെത്തിച്ചു... മേലാകെ മുറിവുകളും വ്രണങ്ങളും. ഭയവും ആശങ്കയുംമൂലം വല്ലാത്തൊരു ത്വഗ്രോഗവും ബാധിച്ചു. ആരുടെയെങ്കിലും ശബ്ദം കേൾക്കുന്നതുപോലും എനിക്കു വേദനയായിരുന്നു. അമ്മയും അച്ഛനും ഏറ്റവും ഒച്ചയൊതുക്കിയാണ് സംസാരിച്ചിരുന്നത്. ഞാൻ ഉറക്കെ നിലവിളിച്ചുകൊണ്ടിരുന്നു. ശരീരത്തിൽ ചൂടുവെള്ളം തട്ടിയപ്പോൾ മാത്രം അല്പം ആശ്വാസം തോന്നി. അമ്മയെ നിമിഷനേരത്തേക്കുപോലും അരികിൽ നിന്നു മാറാൻ ഞാൻ സമ്മതിച്ചില്ല. അമ്മ പറയുമായിരുന്നു. "മോളേ, എനിക്കടുക്കളയിൽ പണിയില്ലേ... തോട്ടത്തിൽ എന്തെല്ലാം ചെയ്യാനുണ്ട്." എന്നിട്ടും ഞാൻ അമ്മയെ അള്ളിപ്പിടിച്ചു. അമ്മയെ കൈവിടുന്നതോടെ പഴയതൊക്കെ എന്റെ മേൽ വന്നുവീഴുന്നതുപോലെ തോന്നി. എനിക്കു സംഭവിച്ചതെല്ലാം വീണ്ടും എന്നെ തേടിയെത്തുന്നതുപോലെ. എന്റെ ശ്രദ്ധ തിരിക്കാനായി അവർ എനിക്ക് പൂക്കൾ കൊണ്ടുവന്നുതന്നു. എനിക്കേറ്റവും ഇഷ്ടമുള്ള ബ്ലൂബെല്ലുകളും ചെസ്റ്റനട്ട് തളിരുകളും. അതിന്റെ പ്രത്യേകമായ മണം... എന്റെ ശ്രദ്ധ അല്പനേരത്തേക്കു മാറുമായിരുന്നു. ഗെസ്റ്റപ്പൗവിന്റെ സെല്ലിൽ ഞാൻ ധരിച്ചിരുന്ന വസ്ത്രങ്ങൾ സ്വന്തം തലയിണയ്ക്കടിയിൽ അമ്മ സൂക്ഷിച്ചു വെച്ചു. അവസാന നിമിഷം വരെ... അമ്മ മരിക്കുമ്പോഴും അത് അവിടെ തന്നെയുണ്ടായിരുന്നു.

നമ്മുടെ പട്ടാളക്കാരെ കണ്ട ദിവസം. അന്നാണ് ഞാൻ ആദ്യമായി എഴുന്നേറ്റത്. ഏതാണ്ട് ഒരു കൊല്ലമായി ഞാൻ കിടപ്പിലായിരുന്നു. അന്ന് ആദ്യമായി ചാടി എഴുന്നേറ്റ് ഞാൻ പുറത്തേക്കോടി. "എന്റെ പ്രിയപ്പെട്ടവരേ... നിങ്ങൾ മടങ്ങിവന്നുവല്ലോ!" ഞാനുറക്കെ വിളിച്ചു പറഞ്ഞു.

അവരിൽ ചിലർ എന്നെ തോളിലെടുത്ത് വീട്ടിലേക്കു കൊണ്ടുവന്നു. എന്റെ ഉത്സാഹം... രണ്ടാമത്തേയും മൂന്നാമത്തേയും ദിവസം ഞാൻ റിക്രൂട്ടിങ്ങ് ഓഫീസിലേക്കോടിച്ചെന്നു. "എനിക്കെന്തെങ്കിലും ജോലി തരൂ." ഞാൻ ശാഠ്യം പിടിച്ചു. അവർ എന്റെ അച്ഛനെ വിളിപ്പിച്ചു. അച്ഛനാകെ അമ്പരന്നു... "എന്റെ കുട്ടീ, നീയെങ്ങനെ ഇവിടെയെത്തി? ആരാണ് നിന്നെ സഹായിച്ചത്?"

രണ്ടു ദിവസം ഞാൻ പിടിച്ചുനിന്നു. അതിനിടയിൽ വീണ്ടും വേദന തുടങ്ങി. കഠിനമായ വേദന. ദിവസങ്ങളോളം ഞാൻ ഉറക്കെ നിലവിളിച്ചുകൊണ്ടിരുന്നു. വീടിനരികിൽകൂടി കടന്നുപോയവർപോലും പ്രാർത്ഥിച്ചു, "കർത്താവേ... ഒന്നുകിൽ അവളുടെ ജീവൻ തിരിച്ചെടുക്കൂ... അല്ലെങ്കിൽ ദയവായി ആ വേദന മാറ്റിക്കൊടുക്കൂ... ഇനിയും അവളെ ഇങ്ങനെ കഷ്ടപ്പെടുത്തരുത്."

ടക്കാത്ത്‌ലുബോയിലെ ഔഷധഗുണമുള്ള മണ്ണാണ് എന്നെ രക്ഷിച്ചത്. ഒപ്പം ജീവിക്കണമെന്ന ഇച്ഛാശക്തിയും. ജീവിക്കണം... ജീവിക്കണം. വേറൊന്നും വേണ്ട.

ഞാൻ ജീവിച്ചുപോന്നു. മറ്റെല്ലാവരേയുംപോലെ. പതിന്നാലു കൊല്ലത്തോളം ഞാൻ ഒരു ലൈബ്രറിയിൽ ജോലി ചെയ്തു. വളരെ സന്തോഷമുള്ള അല്ല, ഏറ്റവും സന്തോഷമുള്ള ദിവസങ്ങൾ. പക്ഷേ, ഇപ്പോൾ എന്റെ ജീവിതം... അവസാനിക്കാത്ത വേദനയും രോഗങ്ങളുമായിരിക്കുന്നു. വാർധക്യം... നിങ്ങൾ എന്തൊക്കെത്തന്നെ പറഞ്ഞാലും കൊള്ളരുതാത്ത ഒന്നാണ്. അതിനു പുറമെ ഏകാന്തതയും ഒറ്റപ്പെടലും. ഞാൻ വളരെക്കാലമായി തീർത്തും ഒറ്റയ്ക്കാണ്. അച്ഛനും അമ്മയും എന്നേ മരിച്ചുപോയി. ഉറക്കമില്ലാത്ത നീണ്ട രാത്രികൾ.... വർഷങ്ങളെത്ര കടന്നുപോയിക്കഴിഞ്ഞു. എന്നാലും എന്റെ ഏറ്റവും ഭയങ്കരമായ സ്വപ്നം... ആകെ വിയർത്തുകുളിച്ച് ഞാൻ ഞെട്ടി ഉണരുന്നു. അന്യയുടെ കുടുംബപ്പേര്... എനിക്കോർമ്മ വരുന്നില്ല. അവൾ വന്നത് ബ്രിയാൻസ്കിൽ നിന്നാണോ സ്മോളെൻസ്കിൽ നിന്നാണോ. നിശ്ചയമില്ല. ഒന്നു മാത്രം ഓർക്കുന്നു. അവൾ മരിക്കാൻ ആഗ്രഹിച്ചില്ല. തടിച്ചുരുണ്ട, വെളുത്ത കൈ തലയുടെ പിന്നിൽ ചേർത്തുവെച്ച്, ജന്നലഴികളിൽകൂടി പുറത്തേക്കു നോക്കി ഉറക്കെ അവൾ വിളിച്ചു പറയും, "എനിക്കു ജീവിക്കണം."

അവളുടെ അച്ഛനമ്മമാരെ എനിക്കു കാണാൻ സാധിച്ചില്ല... ആരോടാണ് ഞാനീ കഥ പറയേണ്ടത്? അതും എനിക്കറിഞ്ഞുകൂടാ.

ക്ലാരാ വാസ്സിലീവ്നാ ഗോൻചറോവാ

ആന്റ് എയർക്രാഫ്റ്റ് ഗണ്ണർ

യുദ്ധത്തിനുശേഷമാണ് ഞങ്ങൾ Auchwitz നേയും Dachav നേയും പറ്റി മനസ്സിലാക്കിയത്... അതിനുശേഷം എങ്ങനെ പ്രസവിക്കാൻ? പക്ഷേ, അപ്പോഴേക്കും ഞാൻ ഗർഭം ധരിച്ചു കഴിഞ്ഞിരുന്നു.

വലിയ ഫാക്ടറികളും ഉത്പാദനശാലകളും വീണ്ടും പണിതുണ്ടാക്കാൻ സർക്കാരിന് പണം ആവശ്യമായിരുന്നു. നാട്ടുകാരിൽ നിന്ന് പണം വായ്പയെടുക്കാനായിരുന്നു തീരുമാനം. അതിനായി പണം പിരിക്കാൻ അവർ ഞങ്ങളെ നിയോഗിച്ചു. അങ്ങനെ ഞാനൊരു ഗ്രാമത്തിലെത്തി.

ഞാനവിടെ ചെന്നപ്പോൾ ഗ്രാമത്തിൽ ആരുമില്ല. എല്ലാവരും രഹസ്യ സങ്കേതങ്ങളിലായിരുന്നു. ചിലർ ഭൂഗർഭ അറകളിൽ.

ഒരു സ്ത്രീ പുറത്തേക്കു വന്നു. അവരുടെ വേഷം തികച്ചും പരിതാപകരമായിരുന്നു. അവരോടൊപ്പം ഞാൻ ആ കിടങ്ങിലേക്കു ചെന്നു. അവിടെ മൂന്നു കുട്ടികൾ. എല്ലാവരും വിശന്നു വലഞ്ഞ്. എന്തോ ഒരു കാട്ടുപുല്ല് കല്ലിലരച്ച് കുഞ്ഞുങ്ങൾക്കു കൊടുക്കാനുള്ള ശ്രമത്തിലായിരുന്നു അവർ.

"സർക്കാരിന് വായ്പ വേണം... അതിന് സംഭാവന പിരിക്കാനാണ് നിങ്ങൾ വന്നിരിക്കുന്നത് അല്ലേ?"

"അതെ."

"എന്റെ കൈയിൽ പണമില്ല. പക്ഷേ, ഒരു കോഴിയുണ്ട്. ഇന്നലെ അയൽപക്കത്തെ ഒരാൾ അതിനെ വിലയ്ക്കു ചോദിച്ചിരുന്നു... ഞാൻ അന്വേഷിക്കട്ടെ. അയാൾ കോഴിയെ വാങ്ങുകയാണെങ്കിൽ ആ പണം ഞാൻ നിങ്ങൾക്കു തരാം."

ഇന്നും... ആ സംഭവം വിവരിക്കുമ്പോൾ... എന്റെ തൊണ്ടയിൽ എന്തോ തടഞ്ഞുനില്ക്കുന്നതുപോലെ. അന്ന്... നാട്ടിൽ അങ്ങനെയുള്ള ആളുകളുണ്ടായിരുന്നു! അവരുടെ ഭർത്താവ് മുന്നണിയിൽവെച്ച് കൊല്ലപ്പെട്ടിരുന്നു. അവരും മൂന്നു കുഞ്ഞുങ്ങളും മാത്രം... ജീവിക്കാൻ ഒരു മാർഗവുമില്ല. ആകെ കൈയിലുള്ളത് ഒരു കോഴി മാത്രം... അതിനെ വിറ്റു കിട്ടുന്ന പണം സ്വന്തം നാടിനുവേണ്ടി നല്കാൻ അവർക്ക് രണ്ടാമതൊന്ന് ആലോചിക്കേണ്ടിവന്നില്ല. ഞങ്ങൾക്കു പണം തരാൻ അവർ തയ്യാറായി; തനിക്കും മക്കൾക്കും സമാധാനമായി ജീവിതം തുടരാമെന്ന പ്രതീക്ഷയിൽ. അവരുടെ മുഖം ഞാൻ മറന്നിട്ടില്ല... ആ കുഞ്ഞുങ്ങളുടേയും....

അവരെങ്ങനെയാകും വളർന്നു വലുതായിട്ടുണ്ടാവുക... അറിയണമെന്നുണ്ട്... എങ്ങനെയെങ്കിലും കണ്ടുപിടിക്കണം.

"അമ്മാ... അച്ഛൻ എന്നുവെച്ചാൽ എന്താണ്?"

ഈ വഴിയുടെ അറ്റം എനിക്കു കാണാനാവുന്നില്ല. ലോകത്തിലെ തിന്മ... ദുഷ്ടത... അവസാനമില്ലാത്തതാണെന്നു തോന്നുന്നു. വെറും ചരിത്രമായി അതിനെ എനിക്കു കാണാനാവുന്നില്ല. ഞാൻ ഇടപെടുന്നത് കാലവുമായിട്ടാണോ, അതോ മനുഷ്യരുമായിട്ടാണോ? ആരാണ് അതിനെനിക്ക് ഉത്തരം നല്കുക? കാലം മാറുന്നുണ്ട്... പക്ഷേ, മനുഷ്യൻ? ജീവിതത്തിന്റെ വിരസമായ ആവർത്തനം. അതിനെക്കുറിച്ചാണ് ഇപ്പോൾ ഞാൻ ചിന്തിക്കുന്നത്.

യുദ്ധത്തിൽ പങ്കെടുത്ത സൈനികരായാണ് അവർ എന്നോടു സംസാരിച്ചത്.. സ്ത്രീകളായും കുറെപേർ അമ്മമാരായും എന്റെ മുമ്പിൽ ഹൃദയം തുറന്നു.

കുഞ്ഞുങ്ങളെ കുളിപ്പിക്കുന്ന, അച്ഛനെപ്പോലെ പെരുമാറുന്ന അമ്മ

ല്യുബോവ് ഈഗോറീവ്ന റുഡ്കോവ്സ്ക്യ
ഒളിപ്പോരാളി

ഞാൻ ഓടുകയാണ്. ഞങ്ങൾ കുറെപേർ ഓടി രക്ഷപ്പെടുകയാണ്. അവർ ഞങ്ങളെ വെടിവെച്ചുകൊണ്ട് പിന്തുടരുകയാണ്. എന്റെ അമ്മയ്ക്ക് വെടിയേറ്റു കഴിഞ്ഞു. പക്ഷേ, ഞങ്ങൾ ഓടുന്നത് അവർ കാണുന്നുണ്ടായിരുന്നു. അവർ ഉറക്കെ പറയുന്നതെനിക്കു കേൾക്കാം. അവർ എങ്ങനെയാണ് ഒച്ചവെച്ചിരുന്നതെന്ന് പിന്നീട് ചിലർ പറഞ്ഞു. "മോളെ നീ വെളുത്ത ഉടുപ്പിട്ടതു നന്നായി..." അവർ പറഞ്ഞു, "പിന്നീട് നിന്നെ വസ്ത്രം മാറ്റി ധരിപ്പിക്കാൻ ആരും ഉണ്ടാവില്ല." ഞാനും കൊല്ലപ്പെടുമെന്ന് അവർക്കുറപ്പുണ്ടായിരുന്നു. മരിച്ചുകിടക്കുമ്പോഴും ഞാൻ വെള്ള വസ്ത്രത്തിലായിരിക്കുമല്ലോ എന്ന് അവർ സ്വയം ആശ്വസിക്കുകയായിരുന്നു.

ഈ സംഭവത്തിനു തൊട്ടുമുമ്പായി ഞങ്ങൾ അടുത്ത ഗ്രാമത്തിലെ ബന്ധുക്കളെ സന്ദർശിക്കാനുള്ള ഒരുക്കത്തിലായിരുന്നു, ഈസ്റ്ററിന്റെ സമയമായിരുന്നു.

എല്ലാം നിശ്ശബ്ദമായി. അവർ വെടിവെപ്പു നിർത്തി. എന്റെ അമ്മയുടെ ഒച്ചമാത്രം ഞാൻ കേട്ടു... ഒരുപക്ഷേ അവർ വെടിവെക്കുന്നുണ്ടാവും... ഞാൻ കേൾക്കാത്തതാകും.

യുദ്ധകാലത്ത് എന്റെ കുടുംബം മുഴുവനും കൊല്ലപ്പെട്ടു. ഇപ്പോൾ... യുദ്ധം അവസാനിച്ചു... കാത്തിരിക്കാൻ എനിക്കാരുമില്ല.

റൈസാ ഗ്രിഗോറീവ്നാ കോസെനീവിച്ച്

ഒളിപ്പോരാളി

മിൻസ്കിനുമീതെ അവർ ബോംബിടാൻ തുടങ്ങി.

ഞാൻ എന്റെ മകനെ എടുത്തുകൊണ്ടുവരുവാനായി ബാലവാടിയിലേക്കോടി. എന്റെ മകൾ സ്ഥ ലത്തുണ്ടായിരുന്നില്ല. രണ്ടു വയസ്സായിട്ടേയുള്ളൂ. ചെറിയ കുഞ്ഞുങ്ങളെ നോക്കുന്ന കേന്ദ്രത്തിലായിരുന്നു അവൾ. അവർ അന്ന് പട്ടണത്തിനു വെളിയിൽ പോയിരുന്നു. ആദ്യം മകനെ കൊണ്ടുവരാം. പിന്നെ മകളെ. ഏതായാലും രണ്ടുപേരെയും ഉടനെ വീട്ടിലെത്തിക്കണം.

ഞാൻ ബാലവാടിയിലെത്തി. പട്ടണത്തിനു മീതെ വിമാനങ്ങൾ അതിവേഗം ഓടിമറയുന്നു. എവിടേയോ കനത്ത ബോംബുവർഷം. വേലിക്കപ്പുറത്തുനിന്ന് എന്റെ മകന്റെ ശബ്ദം കേൾക്കാം. "പേടിക്കണ്ട, എന്റെ അമ്മ പറഞ്ഞു. ജർമൻകാരെ നമ്മൾ ഇപ്പോൾത്തന്നെ തോല്പിക്കുമെന്ന്." അവന് നാലു വയസ്സ് തികഞ്ഞിട്ടില്ല.

ഞാൻ പടിക്കകത്തേക്കു നോക്കി. അവനെപ്പോലെ കുറെ കുട്ടികൾ. മറ്റുള്ളവരുടെ പേടിമാറ്റുകയാണ് എന്റെ മകൻ. എന്നാൽ എന്നെ കണ്ടതും അവൻ വിതുമ്പി കരയാൻ തുടങ്ങി. അവൻ വല്ലാതെ പേടിച്ചിരുന്നു.

അവനെ വീട്ടിൽ കൊണ്ടുവന്ന് അമ്മായിയമ്മയുടെ അടുത്താക്കി. തിടുക്കത്തിൽ മകളെ കൊണ്ടുവരാൻ പോയി. വാസ്തവത്തിൽ ഞാൻ ഓടുകയായിരുന്നു. നഴ്സറിയുടെ ചുറ്റുവട്ടത്ത് ഒരാളുമുണ്ടായിരുന്നില്ല. ഗ്രാമത്തിലെ സ്ത്രീകൾ പറഞ്ഞു കുഞ്ഞുങ്ങളെ എങ്ങോട്ടോ മാറ്റിയെന്ന്. ആര്? എങ്ങോട്ട്? നഗരത്തിലേക്കോ? ആയിരിക്കാമെന്ന് ആ സ്ത്രീകൾ പറഞ്ഞു. രണ്ടു ടീച്ചർമാരുണ്ടായിരുന്നു. കാറിനായി കാത്തുനിൽക്കാതെ അവർ നടക്കുകയായിരുന്നു. നഗരം ഏഴു നാഴിക അകലെയായിരുന്നു. ഒരു വയസ്സിനും രണ്ടു വയസ്സിനുമിടയിലുള്ള കൊച്ചുകുഞ്ഞുങ്ങൾ. രണ്ടാഴ്ച മുഴുവൻ ഞാൻ അവരെ തെരഞ്ഞുനടന്നു. ഏതെല്ലാം ഗ്രാമങ്ങളിൽ കയറിയിറങ്ങി. അവസാനം ഒരു വീട്ടിൽ... അതേ നഴ്സറിയിലെ കുഞ്ഞുങ്ങൾ. എനിക്കു വിശ്വസിക്കാനായില്ല. എല്ലാവരും പനി പിടിച്ചു കിടക്കുന്നു... സ്വന്തം മലമൂത്രങ്ങളിൽ. പറയുന്നത് ക്ഷമിക്കണം...

ഏതാണ്ട് മരിച്ചതുപോലെ. നഴ്സറിയുടെ ഡയറക്ടർക്ക് നന്നേ ചെറുപ്പമായിരുന്നു. അവരുടെ മുടിയാകെ അതിനകം നരച്ചുപോയിരുന്നു. അവർ കുഞ്ഞുങ്ങളേയുംകൂട്ടി നഗരത്തിലേക്കു നടന്നു. വഴിതെറ്റി അലഞ്ഞു. ഏതാനും കുഞ്ഞുങ്ങൾ മരിച്ചുകഴിഞ്ഞിരുന്നു. ഞാൻ അവിടെയാകെ നോക്കി. ആ കൂട്ടത്തിൽ എന്റെ കുഞ്ഞിനെ തിരിച്ചറിയാനായില്ല. "സമാധാനത്തോടെ നോക്കൂ..." ഡയറക്ടർ ആശ്വസിപ്പിച്ചു. "അവൾ ഈ കൂട്ടത്തിലുണ്ട്. എനിക്ക് നല്ല ഓർമ്മയുണ്ട്."

ഒടുവിൽ എന്റെ എല്ലോവ്കയെ ഞാൻ കണ്ടു. അവളുടെ ഷൂസ്... കുഞ്ഞിനെ തിരിച്ചറിയാൻ സഹായിച്ചത് അതാണ്. അല്ലെങ്കിൽ അവളെ എനിക്കു മനസ്സിലാകുമായിരുന്നില്ല.

അതിനിടയിൽ ഞങ്ങളുടെ വീടു കത്തിപ്പോയി. ഞങ്ങൾ തെരുവിലായി. ഉടുത്തിരുന്ന വസ്ത്രമാണ് ഉണ്ടായിരുന്നത്. ജർമൻ സൈന്യം ഞങ്ങളുടെ പട്ടണം കയ്യേറിക്കഴിഞ്ഞിരുന്നു. പോകാനൊരിടമില്ല. കുഞ്ഞുങ്ങളേയുംകൊണ്ട് വെറുതെ തെരുവിലലഞ്ഞു, എത്രയോ ദിവസം. ഒരിക്കൽ താമര സെർജീവ്നാ സിനിസ്റ്റയെ തെരുവിൽ കാണാനിടയായി. യുദ്ധത്തിനു മുമ്പ് ചെറിയൊരു പരിചയം ഉണ്ടായിരുന്നുവെന്നു മാത്രം. "വരൂ, നമുക്കെന്റെ വീട്ടിൽ പോകാം." അവരെന്നെ അവരുടെ വീട്ടിലേക്കു ക്ഷണിച്ചു.

"എന്റെ കുഞ്ഞുങ്ങൾക്ക് വില്ലൻ ചുമയുണ്ട്. ഞാനെങ്ങനെ അങ്ങോട്ടു വരും?"

അവൾക്കും ചെറിയ കുട്ടികളുണ്ടായിരുന്നു. ഈ ചുമ അവരിലേക്കു പകർന്നാലോ? അന്നത്തെ സ്ഥിതി അതായിരുന്നു. മരുന്നും ചികിത്സയും ആശുപത്രിയുമൊന്നും ഉണ്ടായിരുന്നില്ല.

"സാരല്ല്യ... നമുക്കു പോകാം."

അതെല്ലാം എങ്ങനെ മറക്കാൻ! ഉരുളക്കിഴങ്ങിന്റെ തൊലിയാണ് തിന്നാനുണ്ടായിരുന്നത്. അത് അവൾ എന്റെ മക്കൾക്കും നല്കി. എന്റെ പഴയ പാവാട വെട്ടി ഞാനൊരു ഷർട്ടു തുന്നി, എന്റെ മകന് അവന്റെ പിറന്നാളിനിടാൻ.

അപ്പോഴും ഞങ്ങളാഗ്രഹിച്ചിരുന്നത് ശത്രുവിനെതിരെ പടപൊരുതാനായിരുന്നു. ഒന്നും ചെയ്യാനില്ലാത്ത അവസ്ഥ ശരിക്കും ദുസ്സഹമായിരുന്നു. രഹസ്യസംഘടനകളിൽ ചേർന്നു പ്രവർത്തിക്കാനുള്ള അവസരം വന്നുചേർന്നപ്പോൾ ഞങ്ങൾ അത്യധികം സന്തോഷിച്ചു. ഇനി കൈയും കെട്ടി കുത്തിയിരുന്നു സമയം പാഴാക്കേണ്ടല്ലോ. ഞാൻ എന്റെ മൂത്ത മകനെ അമ്മായിയമ്മയുടെ അടുത്തേക്കു പറഞ്ഞയച്ചു. ഒരു കാര്യം മാത്രം അവർ തീർത്തു പറഞ്ഞു, "എന്റെ പേരക്കുട്ടിയെ ഞാൻ നോക്കിക്കൊള്ളാം. പക്ഷേ, ഒരു കാരണവശാലും നീ ഇവിടെ വരരുത്. നീ കാരണം ഞങ്ങളെല്ലാവരും കൊല്ലപ്പെടാൻ ഇടവരുത്തരുത്." അടുത്ത മൂന്നു വർഷം ഒരിക്കൽപോലും ഞാൻ എന്റെ മകനെ കണ്ടില്ല. മകളേയും

കൊണ്ട് ഞാൻ ഒളിപ്പോരാളികളുടെ താവളത്തിലെത്തി. അതിനു മുമ്പു തന്നെ ജർമൻകാരുടെ കണ്ണ് എന്റെ മേൽ പതിഞ്ഞിരുന്നു. ഞാൻ അമ്മായിയമ്മയുടെ വീടിന്റെ ഭാഗത്തേക്കേ പോയില്ല. അവർ എന്നെ നിരീക്ഷിക്കുന്ന കാര്യം എനിക്കറിയാമായിരുന്നു. എന്റെ മകളേയുമെടുത്ത് ഞാൻ മുപ്പതു നാഴിക നടന്നു. ഏതാണ്ട് രണ്ടാഴ്ചയോളം.

അവളെന്റെ കൂടെ അവിടെ താമസിച്ചു. ഒരു കൊല്ലം മുഴുവൻ. എങ്ങനെയാണവിടെ ഞങ്ങൾ കഴിഞ്ഞു കൂടിയതെന്ന് പലപ്പോഴും ഞാൻ ആലോചിക്കാറുണ്ട്. എങ്ങനെ എന്നു നിങ്ങൾ ചോദിച്ചാൽ എനിക്കു പറയാനാവില്ല. ദൈവമേ... അതെല്ലാം മനുഷ്യനു സഹിക്കാവുന്നതിനപ്പുറമായിരുന്നു. ഇന്നും എന്റെ പല്ലുകൾ വിറയ്ക്കാൻ തുടങ്ങും. "ഉപരോധം" എന്ന വാക്കു കേട്ടാൽ... ഒളിത്താവളങ്ങളുടെ ഉപരോധം.

1943 മേയ് ഒരു ടൈപ്പ്റൈറ്ററുമായി അവരെന്നെ അടുത്തുള്ള വേറൊരു സങ്കേതത്തിലേക്കയച്ചു. ബോറിസോവാസ്ക്യയിലേക്ക്. അവരുടെ ടൈപ്പ്റൈറ്ററിൽ റഷ്യൻ ലിപികളായിരുന്നു. അവർക്ക് ഒരു ജർമൻ ലിപികളോടുകൂടിയ ടൈപ്പ്റൈറ്ററിന്റെ ആവശ്യമുണ്ടായിരുന്നു. അങ്ങനെയൊന്ന് ഞങ്ങൾക്കു മാത്രമേ ഉണ്ടായിരുന്നുള്ളൂ. ഇതാണ്, ജർമൻ അധീനതയിലുള്ള മിൻസ്ക് എന്ന പട്ടണത്തിൽനിന്നും ഞാൻ പുറത്തേക്കു കൊണ്ടുപോയത്. കമ്മിറ്റിയുടെ നിർദ്ദേശപ്രകാരമാണ് ഞാനത് ചെയ്തത്. ഞാൻ ലേക് പാലിക്കിൽ എത്തി ഏതാനും ദിവസം കഴിഞ്ഞപ്പോഴേക്കും ഉപരോധം തുടങ്ങി. ഞാൻ അവിടെ പെട്ടുപോയി.

ഞാൻ തനിച്ചായിരുന്നില്ല. കൂടെ എന്റെ മകളുമുണ്ടായിരുന്നു. ഒന്നോ രണ്ടോ ദിവസത്തെ യാത്രയാണെങ്കിൽ ഞാൻ അവളെ അവിടെ വിട്ടിട്ടു പോകാറുണ്ടായിരുന്നു. ഇത്... കുറച്ചു ദിവസം നീണ്ടതാകാം എന്നതുകൊണ്ട് ഞാൻ അവളെ കൂടെ കൊണ്ടുപോന്നതായിരുന്നു. അങ്ങനെ ഞങ്ങൾ രണ്ടുപേരും ശത്രുവലയത്തിലകപ്പെട്ടു. ഒളിസങ്കേതമാകെ ജർമൻ സൈന്യം വളഞ്ഞു. മുകളിൽ നിന്നും ബോംബുകൾ... ചുറ്റുപാടുനിന്നും നിർത്താതെ വെടിവെപ്പ്. കൂടെയുള്ളവർ റൈഫിളും കൊണ്ടു നടന്നു. എന്നാൽ എന്റെ കൈയിൽ റൈഫിളും ടൈപ്പ്റൈറ്ററും മൂന്നാമതായി എന്റെ മകളും. എന്നിട്ടും ഞങ്ങൾ നടത്തം തുടർന്നു. ഇടയിൽ ഞാൻ വീണു. കുഞ്ഞ് മറിഞ്ഞുവീണത് ഒരു ചതുപ്പിലേക്ക്. എങ്ങനെയോ അവളെ വലിച്ചെടുത്തു. പിന്നേയും നടത്തംതന്നെ. അതിനിടയിൽ എത്രയോ തവണ അവൾ എന്റെ കൈയിൽനിന്നും വീണു. അങ്ങനെ നടന്നുനടന്ന് മാസം രണ്ട് പിന്നിട്ടു. അന്നു ഞാൻ ശപഥം ചെയ്തു... എന്തുവന്നാലും ഇനി ഞാൻ ആ ചതുപ്പിനടുത്തേക്കു പോകില്ല. അത്രയ്ക്കും ദുസ്സഹമായിരുന്നു ആ അനുഭവം.

എന്റെ നാലു വയസ്സായ മകൾ ഒരിക്കൽ പറഞ്ഞു, "അവർ വെടിവെക്കുമ്പോൾ അമ്മ താഴെ കിടക്കാത്തതെന്താണെന്ന് എനിക്കറിയാം. നമ്മൾ രണ്ടാളും ഒരുമിച്ചു മരിക്കണം എന്നാണ് അമ്മയുടെ ആഗ്രഹം, അല്ലേ?

സത്യം പറയാം. താഴെ കിടക്കാനുള്ള ശക്തിപോലും എനിക്കുണ്ടായിരുന്നില്ല. മാത്രമല്ല, കിടന്നുപോയാൽ പിന്നീടൊരിക്കലും എഴുന്നേല്ക്കാനാവില്ല എന്ന പേടിയുമുണ്ടായിരുന്നു.

പലപ്പോഴും എന്റെ അവസ്ഥയോർത്ത് കൂട്ടുകാർ സങ്കടപ്പെട്ടു. "മതി... ഇനി കുറച്ചു ദൂരം അവളെ ഞങ്ങളെടുക്കാം." പക്ഷേ, എനിക്കാരേയും വിശ്വാസമുണ്ടായിരുന്നില്ല. ബോംബിടലിൽ എന്നെ കൂടാതെ അവൾ കൊല്ലപ്പെട്ടാലോ? അല്ലെങ്കിൽ ഞാനറിയാതെ അവളെ കാണാതായാലോ...

ലോപാടിനിൽ വെച്ച് ഞാൻ ഞങ്ങളുടെ യൂണിറ്റ് കമാൻഡറെ കണ്ടു.

"ഇങ്ങനേയുമൊരു സ്ത്രീയോ!" അദ്ദേഹം അതിശയിച്ചു നിന്നു. "അത്രയും ആപൽക്കരമായ സാഹചര്യങ്ങളിലും അവർ കുഞ്ഞിനേയും ഏറ്റി നടന്നുവെന്നോ? ടൈപ്പ്റൈറ്റർ കൈവിട്ടു കളഞ്ഞില്ലെന്നോ? എല്ലാവർക്കും ചെയ്യാനാവുന്ന കാര്യമല്ല..."

അദ്ദേഹം എന്റെ മകളെ വാരിയെടുത്തു. കെട്ടിപ്പിടിച്ചു. ഉമ്മവെച്ചു. പോക്കറ്റിലുള്ളതെല്ലാം അവളുടെ മടിയിലേക്കിട്ടു. ഏതാനും ഉണക്കറൊട്ടിക്കഷണങ്ങൾ. അവൾ ആർത്തിയോടെ അത് തിന്നു. ചതുപ്പിൽ നിന്നുള്ള വെള്ളം കുടിച്ചു. കമാൻഡറെ അനുകരിച്ച് മറ്റുള്ളവരും തങ്ങളുടെ കൈയിലുള്ള റൊട്ടിക്കഷണങ്ങൾ അവൾക്കു കൊടുത്തു.

ശത്രുവലയത്തിൽനിന്നും പുറത്തു കടന്നപ്പോഴേക്കും ഞാൻ അങ്ങേയറ്റം അവശയായിരുന്നു. മേലാകെ മുറിവുകളും വ്രണങ്ങളും. പലയിടത്തും തൊലി ഉരിഞ്ഞുപോയിരുന്നു. അപ്പോഴും ഒക്കത്ത് എന്റെ മകളുണ്ടായിരുന്നു. വൻകരയിൽനിന്നും വിമാനമെത്താനായി ഞങ്ങൾ കാത്തുനിന്നു. അവർ പറഞ്ഞത് വിമാനമെത്തിയാൽ ആദ്യം കയറ്റി അയയ്ക്കുക കൂടുതൽ അവശനിലയിലായ മുറിവേറ്റവരെ ആയിരിക്കുമെന്നാണ്. എന്റെ എല്ലോവ്കയേയും അയയ്ക്കാം. വിമാനത്തിൽ കയറിയവരെല്ലാം എല്ലോവ്കയ്ക്കായി കൈനീട്ടി. "ഇവിടെ..." "എന്റെയടുത്ത്..." "ഇവിടെ അവൾക്കിടെ ഇടമുണ്ട്." അവർക്കെല്ലാം അവളെ നല്ല പരിചയമായിരുന്നു. ആശുപത്രിയിൽ അവർക്കുവേണ്ടി അവൾ പാട്ടുകൾ പാടുമായിരുന്നു. "ഓ... എന്റെ വിവാഹദിവസം പള്ളി മണികൾ മുഴങ്ങുന്നതുവരെ എനിക്ക് ജീവിച്ചിരിക്കാൻ സാധിച്ചുവെങ്കിൽ..."

പൈലറ്റ് അവളോടു ചോദിച്ചു, "കുഞ്ഞിമോളേ, നിന്റെ കൂടെയുള്ളത് ആരാണ്?"

"എന്റെ അമ്മ.... അവർ ക്യാമ്പിനു പുറത്തുണ്ട്."

"അവരെക്കൂടി വിളിച്ചോളൂ... ഞാൻ അവരേയും വിമാനത്തിൽ കൊണ്ടുപോകാം."

"അതുപറ്റില്ല. അമ്മ ഇവിടെത്തന്നെ നില്ക്കണം... ഫാസിസ്റ്റുകളോട് യുദ്ധം ചെയ്യേണ്ടേ?"

ആ കാലത്ത് ഞങ്ങളുടെ കുഞ്ഞുങ്ങൾ അങ്ങനെയായിരുന്നു. ഞാൻ

അവളുടെ മുഖത്തേക്കു നോക്കിനിന്നു. എന്റെ ഹൃദയം വിങ്ങിപ്പൊട്ടി. ഇനിയെന്നെങ്കിലും ഞാൻ അവളെ കാണുമോ?

ഞാനും മകനും കണ്ടുമുട്ടിയ കഥ പറഞ്ഞുതരാം. വിമോചനത്തിനു ശേഷമായിരുന്നു. എന്റെ അമ്മായിയമ്മയുടെ വീട്ടിലേക്ക് ഞാൻ നടന്നു ചെല്ലുകയായിരുന്നു. കുഞ്ഞിനെ കാണാനുള്ള വെമ്പൽ... എന്റെ കാലുകൾ പറക്കുകയായിരുന്നു... കനമില്ലാത്ത പഞ്ഞിത്തുണ്ടുപോലെ. എന്റെ ബ്രിഗേഡിലെ സ്ത്രീകൾ മുന്നറിയിപ്പു തന്നിരുന്നു. കുട്ടിയെ കണ്ടതും താൻ അവന്റെ അമ്മയാണെന്ന് പറയരുത്. കുറെക്കാലം നിങ്ങളെ കൂടാതെയല്ലേ അവൻ കഴിഞ്ഞത്." എന്നെ കണ്ടതും അടുത്ത വീട്ടിലെ പെൺകുട്ടി ഉച്ചത്തിൽ പറഞ്ഞുകൊണ്ടോടി... "ലെന്യയുടെ അമ്മ വന്നിരിക്കുന്നു... അവർ ജീവനോടെയുണ്ട്."

എന്റെ കാലുകൾ അവിടെത്തന്നെ നിന്നുപോയി. മുന്നോട്ടു നടക്കാനാവുന്നില്ല. എന്റെ മകൻ ജീവിച്ചിരിക്കുന്നു!

അവൾ എന്നോടു പറഞ്ഞു, ടൈഫോയ്ഡ് ബാധിച്ച് എന്റെ അമ്മായിയമ്മ മരിച്ചുപോയെന്ന്. ഇപ്പോൾ അയൽവീട്ടിലെ സ്ത്രീയോടൊപ്പമാണ് ലെന്യ താമസിക്കുന്നത്.

ഞാൻ അവരുടെ വീട്ടുമുറ്റത്തേക്കു ചെന്നു. അന്ന് ഞാൻ എന്താണ് ധരിച്ചിരുന്നത്? ഒരു ജർമൻപട്ടാള ഷർട്ടും പഴഞ്ചൻ ബൂട്ടുകളും. ഷർട്ടാകെ തുണ്ടുകൾ വെച്ചു തുന്നിക്കൂട്ടിയതായിരുന്നു. കട്ടിയുള്ള ഒരു കറുത്ത ജാക്കറ്റും ഞാനിട്ടിരുന്നു. അയൽക്കാരി എന്നെ ക്ഷണത്തിൽ തിരിച്ചറിഞ്ഞു. എന്നാൽ അവർ ഒന്നും മിണ്ടിയില്ല. എന്റെ മകൻ തിണ്ണയിലിരുന്നിരുന്നു. മുഷിഞ്ഞു കീറിയ വസ്ത്രങ്ങൾ. കാലിൽ ഷൂസില്ല.

"കുട്ടീ, നിന്റെ പേരെന്താണ്?" ഞാൻ ചോദിച്ചു.

"ലെന്യ."

"നീ ആരുടെ കൂടെയാണ് താമസിക്കുന്നത്?"

"അമ്മൂമ്മയോടൊപ്പമാണ് താമസിച്ചിരുന്നത്. അവർ മരിച്ചുപോയി. ഞാനാണ് ശവമടക്കിയത്. എന്നും ഞാൻ അവിടെചെന്ന് അമ്മൂമ്മയോടു പറയുമായിരുന്നു. എന്നെ കൂടെ കൊണ്ടുപോകാൻ. എനിക്കു പേടിയാണ്. തനിച്ചു കിടന്നുറങ്ങാൻ."

"നിന്റെ അച്ഛനും അമ്മയും എവിടെയാണ്?"

"അച്ഛൻ ജീവിച്ചിരിക്കുന്നുണ്ട്. മുന്നണിയിലാണ്. അമ്മയെ ഫാസിസ്റ്റുകൾ കൊന്നു... അങ്ങനെയാണ് അമ്മൂമ്മ പറഞ്ഞത്."

എന്റെ കൂടെ വേറെയും രണ്ട് ഒളിപ്പോരാളികളുണ്ടായിരുന്നു. അവരുടെ സഖാക്കളുടെ ശവമടക്കാനായാണ് അവർ വന്നിരുന്നത്. എന്റെ മകൻ പറയുന്നതുകേട്ട് അവരുടെ കണ്ണുകൾ നിറഞ്ഞു. എനിക്ക് കൂടുതൽ പിടിച്ചുനില്ക്കാനായില്ല. "നിനക്ക് നിന്റെ അമ്മയെ മനസ്സിലായില്ലേ?" ഞാൻ ചോദിച്ചു.

"അച്ഛാ..." അവൻ ഓടിവന്ന് എന്നെ കെട്ടിപ്പിടിച്ചു.

ഞാൻ പുരുഷന്മാരുടെ തൊപ്പിയും കുപ്പായവുമാണല്ലോ ധരിച്ചിരുന്നത്. അവൻ വീണ്ടും വീണ്ടും എന്നെ മുറുകെ പുണർന്നു. ഒടുവിൽ വിളിച്ചു. "അമ്മേ..."

അത് ഒരു വിളിയായിരുന്നില്ല, നിലവിളിയായിരുന്നു. അവന്റെ പെരുമാറ്റം.. സമനില തെറ്റിയതുപോലെ. അവൻ എന്റെ അരികത്തുനിന്നും മാറിയില്ല. ഒരു മാസത്തോളം, എന്നെ ജോലിക്കുപോകാൻ പോലും അനുവദിച്ചില്ല. എപ്പോഴും ഞാൻ അവനെ കൂടെത്തന്നെ നിർത്തി. അവന് എന്നെ കണ്ടാൽ മാത്രം പോരാ മുറുകെ പിടിക്കണം എന്ന് വാശിയായിരുന്നു. ഭക്ഷണം കഴിക്കാനിരുന്നാൽ ഒരു കൈകൊണ്ടെന്നെ മുറുകെ പിടിക്കും. മറ്റേകൈകൊണ്ട് ഭക്ഷണം കഴിക്കും. അവൻ എന്നെ "അമ്മക്കുട്ടീ..." എന്ന് അരുമയായി വിളിച്ചു. ഇപ്പോഴും അവന് ഞാൻ അവന്റെ "അമ്മക്കുട്ടി"യാണ്... മാമോവ്ക.

പിന്നെ, എന്റെ ഭർത്താവും വന്നെത്തി. വർത്തമാനങ്ങളെല്ലാം പറഞ്ഞുതീർക്കാൻ ഒരാഴ്ച പോരായിരുന്നു. രാവും പകലും ഞങ്ങൾ വർത്തമാനം പറഞ്ഞിരുന്നു...

ലാറിസ്സ ലിയോൻറ്റീവ്ന കോറോട്ക്യ

ഒളിപ്പോരാളി

യുദ്ധം... നിരന്തരമായ ശവമടക്കലാണ് ഓർമ്മയിൽ. ഒളിപ്പോരാളികളുടെ ശവം മറവുചെയ്യലായിരുന്നു ഞങ്ങളുടെ പ്രധാന ജോലി. ചിലർ യുദ്ധത്തിൽ പൊരുതി മരിച്ചു. വേറെ ചിലർ മിന്നലാക്രമണത്തിൽപെട്ട് കൂട്ടത്തോടെ കൊല്ലപ്പെട്ടു. അങ്ങനെയൊരു ശവമടക്കലിനെപറ്റി പറയാം.

കനത്ത പോരു നടക്കുന്ന സമയം. ഞങ്ങളുടെ കൂട്ടത്തിൽ കുറെ അധികംപേർ കൊല്ലപ്പെട്ടു. എനിക്കും മുറിവേറ്റു. യുദ്ധം നിന്നു. ശവങ്ങൾ മറവു ചെയ്യേണ്ട സമയമായി. സാധാരണയായി ശവകുടീരത്തിനരികിൽ നിന്നും ആരെങ്കിലും ചെറുതായി ഒരു അനുശോചനപ്രസംഗം നടത്താറുണ്ടായിരുന്നു. ആദ്യം കമാൻഡർമാർ, തുടർന്ന് സ്നേഹിതർ. എന്നാൽ അന്ന് മരിച്ചവരുടെ കൂട്ടത്തിൽ ആ പ്രദേശത്തുനിന്നു തന്നെയുള്ള ഒരാളുണ്ടായിരുന്നു. അയാളുടെ അമ്മ മകന്റെ ശവമടക്കലിന് അവിടെ വന്നിട്ടുണ്ടായിരുന്നു. അവർ പലതും പറഞ്ഞു കരഞ്ഞുകൊണ്ടിരുന്നു. "എന്റെ പൊന്നുമോൻ..." വധുവിനേയുംകൊണ്ട് വരുമെന്നല്ലേ നീ പറഞ്ഞത്. അതിനായി ഞാൻ വീടും ഒരുക്കി കാത്തിരിക്കയായിരുന്നു. ഇപ്പോൾ... നീ വധുവായി സ്വീകരിച്ചത് ഈ മണ്ണിനെയായല്ലോ!"

യൂണിറ്റാകെ തരിച്ചുനിന്നു. ആരും അവരെ തൊട്ടില്ല... ഒന്നും പറഞ്ഞുമില്ല. അവർ മെല്ലെ തലയുയർത്തി. അപ്പോഴാണവർക്ക് മനസ്സിലായത്... തന്റെ മകൻ മാത്രമല്ല മരിച്ചിരിക്കുന്നത്. അതുപോലെയുള്ള വേറെയും കുറെ യുവാക്കൾ അവിടെ ജീവനറ്റു കിടക്കുന്നു! അവരെ

നോക്കിക്കൊണ്ട് ആ അമ്മ വീണ്ടും പൊട്ടിക്കരഞ്ഞു. "എന്റെ പൊന്നു മക്കളേ, നിങ്ങളുടെ സ്വന്തം അമ്മമാർ നിങ്ങളുടെ ഈ കിടപ്പു കാണുന്നില്ല. എത്ര ക്രൂരമാണീ തണുപ്പുകാലം. മണ്ണ് മഞ്ഞുപോലെ ഉറച്ചുപോയിരിക്കുന്നു. നിങ്ങൾക്കൊക്കെ വേണ്ടിവന്നാൽ കരയാം, സങ്കടപ്പെടാം... എന്റെ പൊന്നുമക്കളേ... പൊന്നുമക്കളേ..."

നിങ്ങൾക്കൊക്കെയും വേണ്ടി ഞാൻ കരയാം. എന്റെ പൊന്നുമക്കളേ എന്ന് ആ അമ്മ പറഞ്ഞപ്പോൾ ഞങ്ങളെല്ലാവരും ഉറക്കെ കരയാൻ തുടങ്ങി. ആർക്കും നിയന്ത്രിക്കാനായില്ല. അതിനുള്ള കരുത്തുണ്ടായിരുന്നില്ല. അവസാനം യൂണിറ്റ് കമാൻഡർ ഉത്തരവിട്ടു.

..."അഭിവാദ്യങ്ങളർപ്പിക്കൂ..." അതോടെ എല്ലാം നിശ്ശബ്ദമായി... ആകാശത്തേക്ക് ആചാരവെടി!

ആ രംഗം എന്റെ മനസ്സിൽ വല്ലാതെ പതിഞ്ഞുപോയി. ഇന്നും ഇടയ്ക്കിടയ്ക്ക് ഞാനതോർക്കാറുണ്ട്. ആ അമ്മയുടെ ഹൃദയവിശാലത... മനസ്സിന്റെ മഹത്ത്വം. സ്വന്തം മകന്റെ ശവമടക്കുന്ന ദുഃഖത്തിനിടയിലും എല്ലാവരേയും ഓർത്ത് അവർ കരഞ്ഞു. സ്വന്തം മക്കളാണെന്നപോലെ... അവർക്കു വേണ്ടിയും അവരുടെ ഹൃദയം നൊന്തു... വിലപിച്ചു....

മാറിയ വാസ്സിലീവ്നാ പാവ്ലോവെറ്റ്

ഒളിപ്പോരാളി, ഡോക്ടർ

ഞാൻ എന്റെ ഗ്രാമത്തിലേക്കു തിരിച്ചുപോയി. ഞങ്ങളുടെ വീടിനു വെളിയിൽ കുട്ടികൾ കളിക്കുന്നുണ്ടായിരുന്നു. ഞാൻ അവരെ നോക്കിക്കൊണ്ടു നിന്നു. "ഇതിൽ എന്റെ കുട്ടി ഏതായിരിക്കും?" എല്ലാവരും കാണാൻ ഒരുപോലെ. കമ്പിളി മുഴുവൻ വെട്ടിയെടുത്ത ചെമ്മരിയാടുകളെപ്പോലെ... വരിവരിയായി... എന്റെ മകളെ എനിക്കു തിരിച്ചറിയാനായില്ല. "നിങ്ങളിലാരാണ് ലുസ്യാ?" ഞാൻ ചോദിച്ചു. നീണ്ട കുപ്പായമിട്ട ഒരു കുട്ടി അവരുടെ ഇടയിൽ നിന്നും വീട്ടിനകത്തേക്ക് ഓടിക്കയറി. എല്ലാവരും ഒരേതരത്തിലുള്ള ഉടുപ്പുകളാണിട്ടിരിക്കുന്നത്. ആണേത് പെണ്ണേത് എന്നു പറയാൻ വിഷമം. ഞാൻ വീണ്ടും ചോദിച്ചു, "നിങ്ങളിലാരാണ് ലുസ്യാ?"

അവർ, അകത്തേക്കോടിപ്പോയ കുട്ടിയുടെ നേരെ വിരൽ ചൂണ്ടി. അപ്പോൾ... അതാണെന്റെ മകൾ. കുറച്ചു കഴിഞ്ഞപ്പോൾ എന്റെ അമ്മയുടെ അമ്മ അവളെ കൈപിടിച്ച് പുറത്തേക്കു കൊണ്ടുവന്നു. അവളെ എന്റെ മുമ്പിൽ കൊണ്ടുവന്നു നിർത്തി. "വരൂ വരൂ..." എന്റെ അമ്മൂമ്മ പറഞ്ഞു. "നമ്മളെ വിട്ടിട്ടുപോയതിന് ഈ അമ്മയ്ക്ക് വേണ്ടതുപോലെ കൊടുക്കണം."

ഞാൻ പുരുഷന്മാരുടെ മിലിട്ടറി വേഷമാണ് ധരിച്ചിരുന്നത്. തൊപ്പിയടക്കം. കുതിരപ്പുറത്തു കയറിയാണ് ഞാൻ ചെന്നത്. സ്വാഭാവികമായും എന്റെ മകൾ പരിഭ്രമിച്ചു. അമ്മയുടെ സ്ഥാനത്ത് അമ്മൂമ്മയുടെ പോലെ...

മറ്റു സ്ത്രീകളെപോലെ ഒരു സാധാരണ സ്ത്രീയെയാണ് അവൾ പ്രതീക്ഷിച്ചിരുന്നത്. എന്നാൽ മുന്നിൽ വന്നു നില്ക്കുന്നതോ? ഒരു പട്ടാളക്കാരൻ! വളരെ നേരത്തേക്ക് അവളെന്റെ അരികിലേക്കു വന്നില്ല. അറിയാം, സങ്കടപ്പെട്ടിട്ടു കാര്യമില്ല. അവളെ വളർത്തി കൊണ്ടുവന്നതു മുഴുവൻ അവളുടെ അമ്മൂമ്മയും എന്റെ അമ്മൂമ്മയുമായിരുന്നു.

മകൾക്കു സമ്മാനമായി ഞാൻ സോപ്പാണ് കൊണ്ടുവന്നിരുന്നത്. ആ കാലത്ത് അതൊരു അപൂർവവസ്തുവായിരുന്നു. ആ സോപ്പു തേപ്പിച്ച് അവളെ കുളിപ്പിക്കുന്നതിനിടയിൽ, അവൾ അത് കുറേശ്ശെയായി കടിച്ചെടുത്തു. അത് രുചിച്ചുനോക്കാൻ അവൾ കൊതിച്ചു. അത്രയ്ക്കും അരിഷ്ടിച്ചാണ് അവർ കഴിഞ്ഞിരുന്നത്. എന്റെ അമ്മയെ ഒരു ചെറുപ്പക്കാരിയായാണ് ഞാൻ ഓർത്തിരുന്നത്. ഇപ്പോൾ... വല്ലാതെ പ്രായമായതുപോലെ. അമ്മ പറമ്പിൽ പണിയെടുക്കുകയായിരുന്നു. മകൾ വന്നിരിക്കുന്നു എന്നു കേട്ട് അവർ ഓടിവന്നു. എന്നെ കണ്ടതും കൈകൾ നീർത്തി കെട്ടിപ്പിടിക്കാനായി മുന്നോട്ടാഞ്ഞു. അപ്പോഴേക്കും തളർന്നു താഴെ വീണു. ഞാൻ കൂടെയിരുന്ന് അമ്മയെ കെട്ടിപ്പിടിച്ച് ഉമ്മവെച്ചു. അവർ കിടന്ന തറയും ഞാൻ ചുംബിച്ചു. എന്റെ മനസ്സു നിറയെ സ്നേഹമായിരുന്നു.... വെറുപ്പുമുണ്ടായിരുന്നു.... അത്രത്തോളം.

ഓർമ്മ വരുന്നു. ഒരിക്കൽ ഒരു ജർമൻ പട്ടാളക്കാരൻ വെടിയേറ്റു മണ്ണിൽ കിടക്കുന്നതു കാണാനിടയായി. വേദന സഹിക്കവയ്യാതെ അയാൾ കൈ രണ്ടും തറയിൽ അമർത്തിപ്പിടിച്ചിരുന്നു. അതുകണ്ട് ചില റഷ്യൻ ഭടന്മാർ പറഞ്ഞു, "തൊട്ടുപോകരുത്... ഇത് ഞങ്ങളുടെ മണ്ണാണ്. നിങ്ങളുടേത് അവിടെയാണ്, നിങ്ങൾ വന്നിടത്ത്."

അന്റോണിയോ ഗ്രിഗോറീവ്നാ ബോണ്ടറീവാ

ലെഫ്റ്റനന്റ് ഓഫ് ദി ഗാർഡ്സ്, സീനിയർ പൈലറ്റ്

എന്റെ ഭർത്താവിനെ പിന്തുടർന്ന് ഞാനും സൈന്യത്തിൽ ചേർന്നു.

മകളെ ഞാൻ ഭർത്താവിന്റെ അമ്മയുടെ അരികത്താക്കി. പക്ഷേ, താമസിയാതെ അവർ മരിച്ചുപോയി. എന്റെ ഭർത്താവിന് ഒരു സഹോദരിയുണ്ടായിരുന്നു. അവരാണ് എന്റെ കുഞ്ഞിനെ വളർത്തിയത്. യുദ്ധം കഴിഞ്ഞ് ഞാൻ തിരിച്ചുവന്നപ്പോൾ കുഞ്ഞിനെ തിരിച്ചു തരാൻ അവർ വിസമ്മതിച്ചു. "ഇത്രയും ചെറിയ ഒരു കുട്ടിയെ ഒറ്റയ്ക്കു വിട്ട് യുദ്ധത്തിനു പോയ അമ്മയല്ലേ നിങ്ങൾ?" അവർ എന്റെ നേരെ ദേഷ്യപ്പെട്ടു. "നിങ്ങളൊരു അമ്മയാണോ?... നിസ്സഹായയായ ഒരു കുഞ്ഞിനെ ഉപേക്ഷിക്കാൻ എങ്ങനെ മനസ്സുവന്നു?" അവർ തീർത്തു പറഞ്ഞു, "ഞാൻ കുഞ്ഞിനെ തിരികെ തരില്ല."

യുദ്ധം കഴിഞ്ഞ് ഞാൻ മടങ്ങിവന്നപ്പോഴേക്കും എന്റെ മകൾക്ക് ഏഴു വയസ്സ് പ്രായമായിരുന്നു. ഞാൻ പോകുമ്പോൾ അവൾക്ക് മൂന്നു വയസ്സേ ആയിരുന്നുള്ളൂ. ഇപ്പോൾ ഞാൻ കാണുന്നത് വലിയൊരു പെൺകുട്ടിയെ.

കുഞ്ഞായിരുന്നപ്പോൾ അവൾക്കു ഭക്ഷണം കഴിക്കാൻ വലിയ മടിയായിരുന്നു. ഉറക്കവും കുറവ്. വീടിനടുത്തായി ഒരു ആശുപത്രിയുണ്ടായിരുന്നു. അവിടെ അവൾ പതിവായി പോകും. ആടിയും പാടിയും അവരെ രസിപ്പിക്കും. അവർ അവൾക്കു തിന്നാൻ റൊട്ടിക്കഷണങ്ങൾ കൊടുക്കും. അതെല്ലാം പിന്നീടാണവൾ എന്നോടു പറഞ്ഞത്. ആദ്യകാലത്ത് അച്ഛനേയും അമ്മയേയും കാത്തിരിക്കാറുണ്ടായിരുന്നു. പിന്നീട് കാത്തിരിപ്പ് അമ്മയ്ക്കുവേണ്ടി മാത്രമായി. അച്ഛൻ യുദ്ധത്തിൽ കൊല്ലപ്പെട്ടു. ഇനി തിരിച്ചുവരില്ല എന്നവൾ മനസ്സിലാക്കി.

മുന്നണിയിലായിരുന്നപ്പോൾ എപ്പോഴും മകളെക്കുറിച്ച് ഓർക്കാറുണ്ടായിരുന്നു. ഒരു നിമിഷംപോലും അവളെ മറക്കാനായില്ല. എന്നും സ്വപ്നം കാണുമായിരുന്നു. അവളെ പിരിഞ്ഞിരിക്കുന്ന ദുഃഖം എങ്ങനെ പറഞ്ഞറിയിക്കാൻ. അവളെ ഓർത്ത് എപ്പോഴും മനസ്സു തേങ്ങി. അവളെ കഥ പറഞ്ഞുറക്കുന്നത് ഞാനല്ലല്ലോ! അവൾ ഉറങ്ങുന്നതും ഉണരുന്നതും എന്നോടൊപ്പമല്ലല്ലോ. അവളുടെ മുടി കോതുന്നതും മെടയുന്നതും വേറെ ആരോ ആണെന്നത് എന്നെ സങ്കടപ്പെടുത്തി.

എന്റെ ഭർത്തൃസഹോദരിയോട് എനിക്ക് ദേഷ്യം തോന്നിയില്ല. അവർ പറഞ്ഞത് ന്യായമായിരുന്നു. എനിക്കു മനസ്സിലാക്കാം. അവർക്കവരുടെ സഹോദരനോട് വളരെയധികം സ്നേഹമുണ്ടായിരുന്നു. ദൃഢഗാത്രനായ, സുമുഖനായ ഒരു യുവാവ്. അങ്ങനെയൊരാൾ മരിച്ചുപോയെന്ന് വിശ്വസിക്കാനാവുന്നില്ല. പക്ഷേ സംഭവിച്ചതതാണ്. യുദ്ധം തുടങ്ങി ആദ്യമാസങ്ങളിലൊന്നിൽ... പടക്കളങ്ങളിൽ അദ്ദേഹം മരിച്ചുവീണു. ആദ്യത്തെ കൊല്ലം... ഒരുപക്ഷേ ആദ്യത്തെ മാസംതന്നെ. രാവിലെ... അവരുടെ വിമാനം ഭൂമിയിൽ തൊട്ടുനില്ക്കേ... ശത്രുവിന്റെ ബോംബാക്രമണം. എല്ലാം നിമിഷങ്ങൾക്കകം കഴിഞ്ഞു. ആ കാലത്ത് ആകാശം മുഴുവൻ ജർമൻ പൈലറ്റുകളുടെ അധീനത്തിലായിരുന്നു.

സഹോദരൻ മരിച്ചു... അവന്റേതെന്ന് ബാക്കി പറയാനുള്ള ഈ മകൾ... അവളെ കൈവിടാൻ എന്റെ ഭർത്തൃസഹോദരി തയ്യാറായില്ല. കുടുംബവും കുഞ്ഞുങ്ങളും... പരമപ്രധാനമായി കരുതുന്ന സ്ത്രീകളിൽ ഒരാളായിരുന്നു അവർ. ബോംബുകളും ഷെല്ലുകളും വന്നുവീഴുമ്പോഴും അവരുടെ ചിന്ത... ഇന്ന് കുഞ്ഞിനെ കളിപ്പിച്ചില്ലല്ലോ. എന്താഹാരമാണ് അവൾക്കു കൊടുക്കുക എന്നൊക്കെയായിരുന്നു. ഇല്ല... ഒരിക്കലും ഞാനവരെ കുറ്റം പറയുകയില്ല.

അവർ പറഞ്ഞു, ഞാൻ ക്രൂരയാണെന്ന്. ഒരമ്മയുടെ ഹൃദയം എനിക്കില്ല എന്ന്. പക്ഷേ, മുന്നണിയിൽ ഞങ്ങൾ അനുഭവിച്ച ദുഃഖം... കഷ്ടപ്പാടുകൾ. വീടോ കുടുംബമോ മക്കളോ ഇല്ല. ഞാൻ മാത്രമല്ല അങ്ങനെ എത്രയോ ആയിരം സ്ത്രീകൾ സ്വന്തം മക്കളെ വിട്ട് യുദ്ധരംഗത്തെത്തി. പാരച്യൂട്ടിനു താഴെ കല്പനകൾ കാത്ത് ഞങ്ങൾ നിശ്ശബ്ദം ഇരുന്നു. പുരുഷന്മാർ പുകവലിച്ചും പകിട കളിച്ചും കാത്തിരിപ്പു സമയം ചെലവഴിച്ചു. ഞങ്ങൾ സ്ത്രീകൾ അതേസമയം മാറിയിരുന്ന് തൂവാലകളിൽ

തുന്നൽപ്പണികൾ ചെയ്തു. അപ്പോഴും ഞങ്ങൾ സ്ത്രീകൾ സ്ത്രീകളായിത്തന്നെ കഴിഞ്ഞു.

എന്നോടൊപ്പം നാവിഗേറ്ററായിരുന്ന ഒരു സ്ത്രീ. സ്വന്തം വീട്ടിലേക്ക് ഒരു ഫോട്ടോ അയയ്ക്കണമെന്ന് അവർക്കു മോഹം. അവളുടെ പട്ടാള ഷർട്ടിനു മീതെ ഞങ്ങൾ ഒരു കമ്പിളി പുതപ്പിച്ചു. ആരുടെയോ കൈയിലുണ്ടായിരുന്ന ഒരു തൂവാല വാങ്ങി കഴുത്തിൽ ചുറ്റിക്കെട്ടി. കണ്ടാൽ നല്ലൊരു ഉടുപ്പു ധരിച്ചു നില്ക്കുകയാണെന്നേ തോന്നൂ... അങ്ങനെ ഫോട്ടോ എടുത്ത് വീട്ടിലേക്കയച്ചു. അവൾക്ക് ഏറ്റവും ഇഷ്ടപ്പെട്ട ഫോട്ടോ ആയിരുന്നു അത്.

പതുക്കെ പതുക്കെ എന്റെ മകളും ഞാനും സുഹൃത്തുക്കളുമായി... അതിൽ പിന്നെ എപ്പോഴും ഞങ്ങൾ സുഹൃത്തുക്കൾ തന്നെ.

കൊച്ചു റെഡ്റൈഡിങ്ങ് ഹുഡും... യുദ്ധത്തിനിടയിൽ ഒരു പൂച്ചയെ കാണുമ്പോഴത്തെ സന്തോഷവും...

ല്യുബോവ് സാക്കറോവ്നാ നോവിക്,

നഴ്സ്

യുദ്ധവുമായി പൊരുത്തപ്പെട്ടുപോകാൻ എനിക്ക് കുറെയധികം സമയം വേണ്ടിവന്നു.

ഞങ്ങൾ ആക്രമിക്കുകയായിരുന്നു. ഒരു സൈനികൻ മുറിവേറ്റ് രക്തപ്രവാഹവുമായി എന്റെ അടുത്തുവന്നു. ഇങ്ങനെയൊരു മുറിവ് ഞാൻ കണ്ടിട്ടില്ല. രക്തധമനിയിൽത്തന്നെയാണ് മുറിവേറ്റിരുന്നത്. രക്തം ചീറ്റുന്നുണ്ടായിരുന്നു. ഞാൻ ഡോക്ടറെ വിളിക്കാനോടി. എന്നാൽ അയാൾ ഒച്ചവെച്ചു, "എങ്ങോട്ടാണോടുന്നത്? ആദ്യം ഈ മുറിവുകെട്ടൂ... ഈ ബെൽറ്റുകൊണ്ട്... അപ്പോഴാണ് എനിക്കു ബുദ്ധി തെളിഞ്ഞത്.

എന്തിനെക്കുറിച്ചാണ് എനിക്കു ദുഃഖം... ഒരാൺകുട്ടി... ഏഴു വയസ്സായി കാണും. അമ്മ അവനെ വിട്ടിട്ടുപോയി... അമ്മ കൊല്ലപ്പെട്ടു. വഴിയോരത്ത് ആ ശവത്തിനരികെ ഇരുന്ന് അവൻ കരയുന്നു. അമ്മ മരിച്ചു കഴിഞ്ഞു എന്ന് അവനറിയില്ല.... "അമ്മേ എഴുന്നേല്ക്കൂ... വിശക്കുന്നു. വല്ലതും തരൂ..." ആ കരച്ചിൽ തുടരുകയാണ്.

ഞങ്ങളുടെ കമാൻഡർ അവനെ അവിടെ തനിയെ വിട്ടില്ല. "മോനേ... നിനക്കിനി അമ്മയില്ല. നിന്റെ അമ്മ മരിച്ചു പോയി... എങ്കിലും നിനക്ക് ഒരുപാട് അച്ഛന്മാരുണ്ട്... പേടിക്കണ്ട."

അവൻ ഞങ്ങളോടൊപ്പമാണ് വളർന്നത്. ആ റെജിമെന്റിന്റെ മുഴുവൻ മകനായി. ഏഴു വയസ്സു മുതൽ തുടങ്ങി അവന്റെ സൈനിക പരിശീലനം.... പി.പി.എസ്.എച്ച് 41 സബ്മെഷീൻ ഗണ്ണിൽ തിര കൂടുതൽ ഇടുന്നതു തുടങ്ങി എല്ലാം....

നിങ്ങൾ പോയിക്കഴിഞ്ഞാൽ എന്റെ ഭർത്താവ് എന്നോട് ദേഷ്യപ്പെടും. ഈ തരം വർത്തമാനങ്ങൾ അദ്ദേഹത്തിനൊട്ടും ഇഷ്ടമല്ല. യുദ്ധസംബന്ധമായ കാര്യങ്ങളിൽ തീരെ താത്പര്യമില്ല. അദ്ദേഹം യുദ്ധത്തിൽ പങ്കെടുത്തിട്ടില്ല. ചെറുപ്പമായിരുന്നു. എന്നേക്കാൾ ഇളയത്. ഞങ്ങൾക്കു മക്കളില്ല. ആ ആൺകുട്ടിയെ ഞാൻ എപ്പോഴും ഓർക്കാറുണ്ട്. അവന് എന്റെ മകനാകാമായിരുന്നു.

യുദ്ധം കഴിഞ്ഞപ്പോൾ എല്ലാവരേയും ഓർത്ത് എന്റെ മനസ്സ് സങ്കടപ്പെട്ടു. മനുഷ്യരും... കോഴികളും... നായകളും... എല്ലാം എത്രമാത്രം ദുരിതമനുഭവിച്ചു. മറ്റുള്ളവരുടെ വേദന... ഇപ്പോഴും എനിക്കു കണ്ടുനില്ക്കാനാവില്ല. ആശുപത്രിയിലായിരുന്നു എനിക്കു ജോലി. ഞാൻ വളരെ സൗമ്യയായിരുന്നു. അതുകൊണ്ട് എല്ലാവർക്കും എന്നെ വളരെ ഇഷ്ടമായിരുന്നു. ഞങ്ങൾക്കു സ്വന്തമായി വലിയൊരു തോട്ടമുണ്ട്. അതിൽനിന്നും ഒരൊറ്റ ചെറിയൊ ആപ്പിളൊ ഞാൻ വിറ്റിട്ടില്ല. എല്ലാം മറ്റുള്ളവർക്ക് എടുത്തുകൊടുക്കും. യുദ്ധത്തിനു ശേഷം പ്രത്യേകിച്ചും ഞാൻ അങ്ങനെയാണ്. എന്റെ മനസ്സ് അങ്ങനെയായിരുന്നു.

ല്യൂഡ്മില മിഖായെലോവ്നാ കാഷ്ചേകിനാ

അണ്ടർഗ്രൗണ്ട് ഫൈറ്റർ

അന്നു ഞാൻ കരഞ്ഞില്ല.

ഒന്നിനെക്കുറിച്ചു മാത്രമേ എനിക്കു ഭയമുണ്ടായിരുന്നുള്ളൂ. സഖാക്കൾ പിടിക്കപ്പെട്ടപ്പോൾ. വളരെ ദിവസങ്ങൾ നീളുന്ന കാത്തിരിപ്പ് ദുസ്സഹമായിരുന്നു. തടവറയിലെ പീഡനങ്ങൾ അവർ അതിജീവിക്കുമോ അതോ...? അവർ മരിച്ചുപോയെങ്കിൽ മനസ്സിലാക്കാം അടുത്തുതന്നെ കൂടുതൽ അറസ്റ്റുകളുണ്ടാകും. ഏതാനും ദിവസം കഴിഞ്ഞാൽ അവർ അവരുടെ ജീവനൊടുക്കും എന്നുറപ്പ്. അന്നത്തെ ദൗത്യം... ഞങ്ങൾ കണ്ടറിഞ്ഞുവരണം, അന്ന് ആരെയാണ് അവർ തൂക്കിലേറ്റുന്നതെന്ന്. തെരുവിലൂടെ നടന്നാൽ കാണാം. അവർ തൂക്കാനുള്ള കയർ തയ്യാറാക്കുന്നുണ്ടാവും. കരയാൻ പാടില്ല. ഒരു നിമിഷംപോലും കൂടുതലായി നോക്കി നില്ക്കാൻ പാടില്ല. എല്ലാ ദിക്കിലും ചാരക്കണ്ണുകളുണ്ട്. ഭാവം മാറിയാൽ അവരറിയും. തെറ്റായ പ്രയോഗമാണെന്നറിയാം. എന്നാലും പറയട്ടെ, അസാധ്യമായ ആത്മധൈര്യം വേണം... അത്രയും നിർവികാരത പാലിക്കാൻ. കണ്ണു നനയാതെ ആ വഴി കടന്നുപോകാൻ കുറച്ചൊന്നും കരുത്തുണ്ടായാൽപോരാ... ഇല്ല.... അന്നു ഞാൻ കരഞ്ഞില്ല.

എന്താണ് സംഭവിക്കാൻ പോകുന്നതെന്ന് ഞാൻ ഊഹിച്ചിരുന്നു. എന്നെ അറസ്റ്റു ചെയ്തു. ജയിലിലേക്കു കൊണ്ടുപോയി. എല്ലാം ഞാൻ അറിയുന്നുണ്ടായിരുന്നു. അവർ എന്നെ ബൂട്ടിട്ടു ചവിട്ടി. ചാട്ടകൊണ്ട് അടിച്ചു. ഫാസിസ്റ്റുകളുടെ "നഖം മിനുക്കൽ" എന്താണെന്ന് അന്ന് ഞാൻ അറിഞ്ഞു. ഒരു മേശപ്പുറത്ത് നിങ്ങളുടെ കൈപ്പടം കമഴ്ത്തി വെക്കുന്നു. ഏതോ മെഷീൻകൊണ്ട് നഖത്തിനുള്ളിലേക്ക് സൂചികൾ

കുത്തിക്കയറ്റുന്നു. ഒരേ സമയം, എല്ലാ നഖങ്ങൾക്കുമുള്ളിൽ നരകവേദന – ഉടനെ ബോധം കെട്ടു പോകുന്നു. ഒന്നും ഓർമ്മയില്ല. ദുസ്സഹമായ വേദനയാണെന്നറിയാം. പക്ഷേ, ഓർമ്മയില്ല. അതു കഴിഞ്ഞാൽ മരത്തടികൾക്കിടയിലിടലാണ്. അപ്പുറത്തും ഇപ്പുറത്തും ഓരോന്ന്. നടുക്ക് നിങ്ങളും. അവർ മെഷീൻ തിരിക്കും. നിങ്ങൾ രണ്ടു തടികൾക്കിടയിൽ കിടന്ന് ഞെരുങ്ങും. എല്ലുകൾ പൊട്ടുന്ന ശബ്ദം കേൾക്കും. അസ്ഥികളുടെ സ്ഥാനം തെറ്റും. അങ്ങനെ എത്രനേരമെന്ന് ഓർമ്മയില്ല. എന്നെ പീഡിപ്പിച്ചിരുന്നവരുടെ മുഖത്തേക്ക് ഒരിക്കൽ ഞാൻ തുപ്പി. അതിനുള്ള ശിക്ഷ. "ഇലക്ട്രിക് ചെയർ" ആയിരുന്നു. സഹിക്കാനാവാത്ത അനുഭവം. അവർ എന്നെ നഗ്നയാക്കി. ഒരാൾ വന്ന് എന്റെ മുല പിടിച്ചുവലിച്ചു. ഞാൻ അയാളുടെ മുഖത്തേക്കു തുപ്പി. വേറൊന്നും ചെയ്യാനാവില്ലായിരുന്നു. അതിനു കിട്ടിയ ശിക്ഷയാണ് ഇലക്ട്രിക് ചെയർ.

അതിനുശേഷം... ഇലക്ട്രിസിറ്റി എന്നു കേൾക്കുന്നതേ എനിക്ക് സഹിക്കാനാവില്ല. ഇപ്പോഴും അതെന്നെ പിടിച്ചുകുലുക്കുന്നതുപോലെ. തുണികള് ഇസ്തിരിയിടാൻപോലും എനിക്കിഷ്ടമല്ല. ഇക്കാലമത്രയും അതങ്ങനെയായിരുന്നു. തുണി തേക്കാൻ തുടങ്ങുമ്പോഴേക്കും വൈദ്യുതി എന്റെ ശരീരത്തിലേക്കു പ്രവഹിക്കുന്നതുപോലെ. വൈദ്യുതിയുമായി ബന്ധപ്പെട്ട ഒന്നുംതന്നെ എനിക്കു ചെയ്യാനാവില്ല. യുദ്ധാനന്തരം ഒരു മനോരോഗ വിദഗ്ധനെ കണ്ട് എന്തെങ്കിലും ചികിത്സ നോക്കണമായിരുന്നു. എന്തോ... ഒന്നും ചെയ്തില്ല. എന്തായാലും ഇത്രയും കാലം ഇങ്ങനെ കഴിഞ്ഞില്ലേ?

ഇന്ന് എന്തിനാണ് ഞാനിത്രത്തോളം കരയുന്നതെന്ന് അറിഞ്ഞുകൂടാ... അന്ന് ഞാൻ കരയാറില്ല.

എന്നെ അവർ തൂക്കിക്കൊല്ലാൻ വിധിച്ചു. വധശിക്ഷയ്ക്കു വിധിച്ചവരുടെ സെല്ലിലേക്ക് എന്നെ മാറ്റി. വേറെയും രണ്ടു സ്ത്രീകളുണ്ടായിരുന്നു. ഞങ്ങളാരും കരഞ്ഞില്ല. പേടിയോ പരിഭ്രമമോ കാണിച്ചില്ല. എന്താണ് സംഭവിക്കാൻ പോകുന്നതെന്ന് നല്ല ബോധ്യമുണ്ടായിരുന്നു. രഹസ്യസൈന്യത്തിൽ ചേർന്നപ്പോഴേ അറിയാമായിരുന്നു ഇങ്ങനെയൊക്കെ സംഭവിച്ചേക്കാമെന്ന്. ഞങ്ങൾ മൂന്നുപേരും തികച്ചും ശാന്തരായിരുന്നു. ഞങ്ങൾ കവിതയെപറ്റി സംസാരിച്ചു. ഏറ്റവും ഇഷ്ടപ്പെട്ട നാടകങ്ങളെക്കുറിച്ചു ചർച്ച ചെയ്തു. അന്നാ കരീനീനയെകുറിച്ച്... പ്രണയത്തെകുറിച്ച്. മക്കളെപറ്റി ആരും ഒന്നും പറഞ്ഞില്ല. വാസ്തവത്തിൽ പറയാൻ പേടിയായിരുന്നു. ഞങ്ങൾ ചിരിച്ചും പരസ്പരം ഉത്സാഹം പകർന്നു. അങ്ങനെ രണ്ടര ദിവസം കഴിച്ചുകൂട്ടി. മൂന്നാം ദിവസം രാവിലെ അവരെന്നെ വിളിച്ചു. ഞങ്ങൾ കണ്ണു നനയ്ക്കാതെ പരസ്പരം ചുംബിച്ചു. അവസാനയാത്ര പറഞ്ഞു പിരിഞ്ഞു. ഭയം തോന്നിയില്ല. മരണം എന്ന ചിന്ത മനസ്സിൽ സ്വാഭാവികമായി ഉള്ളതായിരുന്നു. പുതിയൊരു വിഷയമായിരുന്നില്ല. എന്നേ ഞാൻ അതുമായി പൊരുത്തപ്പെട്ടിരുന്നു! അതു

തന്നെയായിരുന്നു കണ്ണീരിന്റെ കാര്യവും... ഒരുതരം ശൂന്യതയായിരുന്നു മനസ്സിൽ.

വണ്ടിയിൽ കുറെ ദൂരം ഞങ്ങൾ പോയി. എത്ര നേരമെന്ന് ഓർമ്മയില്ല. ജീവിതത്തിനോട് യാത്ര പറഞ്ഞു കഴിഞ്ഞതല്ലേ. പെട്ടെന്ന് ട്രക്ക് നിന്നു. ഞങ്ങൾ ഇരുപതു പേരുണ്ടായിരുന്നു. അങ്ങേയറ്റം അവശരായിരുന്നു. വണ്ടിയിൽ നിന്നും താഴേക്കിറങ്ങാനായില്ല. ചാക്കുകളെപ്പോലെ അവർ ഞങ്ങളെ പുറത്തേക്കു തള്ളി. കമാൻഡിങ്ങ് ഓഫീസറുടെ കല്പന... ബാരക്കുകളിലേക്ക് മുട്ടിലിഴയൽ. പിന്നിൽ ചാട്ടവാറുമായി അവർ നിന്നു. ബാരക്കുകളിൽ ഒന്നിന്റെ അടുത്തായി ഒരു സ്ത്രീ കുഞ്ഞിനു മുലയൂട്ടിക്കൊണ്ട് നിന്നിരുന്നു. എന്തുകൊണ്ടാണെന്നറിയില്ല. ആരും അവരെ ശല്യം ചെയ്തിരുന്നില്ല. പാറാവുകാരും കാവൽനായ്ക്കളുമൊക്കെ അവരെ സ്തബ്ധരായി നോക്കിനില്ക്കുകയായിരുന്നു. കമാൻഡിങ്ങ് ഓഫീസർ ആ കാഴ്ച കണ്ടു. അവരുടെ അടുത്തേക്കോടിച്ചെന്നു. അമ്മയുടെ നെഞ്ചിൽ നിന്നും കുട്ടിയെ വലിച്ചെടുത്ത് അരികിലുണ്ടായിരുന്ന പമ്പിൽ അവന്റെ തല തല്ലിയുടച്ചു. അവന്റെ തലച്ചോറ് ചിതറി വീണു. ആ കുഞ്ഞിച്ചുണ്ടിൽ അപ്പോഴും അമ്മയുടെ മുലപ്പാൽത്തുള്ളികൾ. ആ അമ്മ അവിടെത്തന്നെ കുഴഞ്ഞുവീണു. എനിക്കു മനസ്സിലായി. ഞാനൊരു ഡോക്ടറല്ലേ.. ആ അമ്മയുടെ ഹൃദയം സ്തംഭിച്ചുപോയിരുന്നു.

അവർ ഞങ്ങളെ ജോലിക്കയച്ചു. നഗരത്തിലെ പരിചയമുള്ള വഴികളിലൂടെ നടത്തിക്കൊണ്ടുപോയി. കുത്തനെയുള്ള ഒരു കുന്നിറങ്ങവെ പെട്ടെന്നൊരു വിളി... “അമ്മേ... എന്റെ അമ്മേ...” എന്റെ അമ്മായി ഭാഷ അവിടെ നിന്നിരുന്നു. എന്റെ മകളും ഓടി വരുന്നുണ്ടായിരുന്നു. അവർ അതിലെ വരുമ്പോൾ ഓർക്കാപ്പുറത്ത് ഞങ്ങൾ തമ്മിൽ കാണുകയായിരുന്നു. എന്റെ മകൾ ഓടിവന്ന് എന്റെ കഴുത്തിൽ തൂങ്ങി. ഞങ്ങളോടൊപ്പം കാവൽ നായ്ക്കളുണ്ടായിരുന്നു. മനുഷ്യരുടെ മേൽ ചാടിവീഴാൻ പ്രത്യേകം പരിശീലനം നല്കിയ നായകൾ. എന്നാൽ ഒന്നുപോലും ഞങ്ങളുടെ അടുത്തേക്കു നീങ്ങിയില്ല. കടിച്ചു ചീന്താനാണ് അവയെ പഠിപ്പിച്ചിരിക്കുന്നത്. എന്നിട്ടും അവ അനങ്ങാതെ നിന്നു.

മകളെ കണ്ടിട്ടും എന്റെ കണ്ണു നിറഞ്ഞില്ല. അവളെ താഴത്തേക്കിറക്കി ഞാൻ മെല്ലെ പറഞ്ഞു, “നടാഷക്കുട്ടി കരയണ്ട. അമ്മ വേഗം മടങ്ങിവരാം.” കാവൽക്കാരും കാവൽനായ്ക്കളും മാറിനിന്ന് ഞങ്ങളെ നോക്കി. ഒരാളും എന്റെ കുഞ്ഞിനെ തൊട്ടില്ല. അപ്പോഴും ഞാൻ കരഞ്ഞില്ല.

അഞ്ചുവയസ്സിൽ എന്റെ മകൾ വായിച്ചത് പ്രാർത്ഥനകളായിരുന്നു. കുട്ടിക്കവിതകളായിരുന്നില്ല. അവളെ പ്രാർത്ഥിക്കാൻ പഠിപ്പിച്ചത് ഭാഷയമ്മായിയാണ്. അവൾ അവളുടെ അച്ഛനും അമ്മയ്ക്കും വേണ്ടി പ്രാർത്ഥിച്ചു. അവർ ജീവനോടെ തിരിച്ചുവരാൻ വേണ്ടി പ്രാർത്ഥിച്ചു.

1944 ഫെബ്രുവരി 13. അവർ എന്നെ ഫാസിസ്റ്റുകളുടെ കഠിനാധ്വാന ക്യാമ്പിലേക്കയച്ചു. ഞാൻ ചെന്നെത്തിയത് ഇംഗ്ലീഷ് ചാനലിന്റെ തീരത്തുള്ള ക്രോയ്സെറ്റ് കോൺസെൻട്രേഷൻ ക്യാമ്പിലായിരുന്നു.

വസന്തകാലത്തൊരു ദിവസം. ഫ്രഞ്ചുകാരുടെ സഹായത്തോടെ ഞങ്ങൾ ആ ക്യാമ്പിൽനിന്നും രക്ഷപ്പെട്ടു... "മാക്കിസി"ൽ* (maquis) ചേർന്നു. ജർമൻ അധിനിവേശക്കാലത്ത് അങ്ങനെയൊരു രഹസ്യസേന ഫാസിസ്റ്റുകൾക്കെതിരായി പ്രവർത്തിച്ചിരുന്നു. ഫ്രഞ്ചുകാർ എനിക്ക് croix de Guerre എന്ന ബഹുമതി നല്കി ആദരിച്ചു.

യുദ്ധത്തിനുശേഷം ഞാൻ വീട്ടിലേക്കു മടങ്ങി. സ്വന്തം നാട്ടിൽ ആദ്യമായി കാലുകുത്തിയ ഇടത്തിൽ കൃത്യമായി ഓർമ്മിക്കുന്നു. ഞങ്ങളെല്ലാവരും തീവണ്ടിയിൽ നിന്നു ചാടിയിറങ്ങി. കമിഴ്ന്നുകിടന്ന് മാതൃഭൂമിയെ ചുംബിച്ചും പുണർന്നു. ഒരു വെള്ളഗൗണാണ് ഞാൻ ധരിച്ചിരുന്നത്. ഒരുപിടി മണ്ണ് വാരിയെടുത്ത് ഞാൻ മാറിൽ പൂശി. മനസാ ഞാൻ ശപഥം ചെയ്തു... എന്റെ സ്വന്തം നാട്... ഈ മണ്ണു വിട്ട് ഇനിയൊരിക്കലും ഞാൻ പുറത്തു പോവുകയില്ല.

ഞാൻ മിൻസ്കിലെത്തി. എന്റെ ഭർത്താവ് അപ്പോഴും എത്തിയിരുന്നില്ല. ഭാഷായമ്മായിയുടെ വീട്ടിലായിരുന്നു എന്റെ മകൾ. എന്റെ ഭർത്താവ് തടവിലായിരുന്നു. എൻ.കെ.വി.ഡി. അദ്ദേഹത്തെ അറസ്റ്റു ചെയ്തിരുന്നു. ഞാൻ അവിടെ ചെന്നപ്പോൾ അവർ പറഞ്ഞതെന്താണെന്നോ? "നിങ്ങളുടെ ഭർത്താവ് ഒരു ദേശദ്രോഹിയാണ്." എങ്ങനെ വിശ്വസിക്കാൻ. രഹസ്യസൈന്യത്തിൽ ഞങ്ങൾ രണ്ടുപേരും ഒരുമിച്ചാണ് പ്രവർത്തിച്ചിരുന്നത്. "വളരെ സത്യസന്ധനും ധീരനുമായ ഒരു പുരുഷൻ. ആരോ അദ്ദേഹത്തെ മനഃപൂർവം ചതിച്ചിരിക്കുകയാണ്. എനിക്കദ്ദേഹത്തെ പൂർണവിശ്വാസമായിരുന്നു. ഒരുകാലത്തും സ്വന്തം നാടിനെ അദ്ദേഹം വഞ്ചിക്കില്ല. അദ്ദേഹം ഒരു യഥാർത്ഥ കമ്മ്യൂണിസ്റ്റാണ്."

അദ്ദേഹത്തെ ചോദ്യം ചെയ്യാൻ ചുമതലപ്പെടുത്തിയ ഉദ്യോഗസ്ഥൻ എന്റെ നേരെ കയർത്തു. "മിണ്ടിപ്പോകരുത്... ഫ്രഞ്ചു തെരുവുവേശ്യയാണ് നിങ്ങൾ."

എന്റെ ഭർത്താവ് ജർമൻ അധിനിവേശ പ്രദേശത്തു താമസിച്ചിരുന്നു. അവിടെ നിന്നും തടവിലാക്കി ജർമനിയിലെ ഫാസിസ്റ്റ് കോൺസെൻട്രേഷൻ ക്യാമ്പിൽ പാർപ്പിച്ചിരുന്നു. അതൊക്കെയായിരുന്നു സംശയത്തിന്റെ പിറകിലുണ്ടായിരുന്നത്. അദ്ദേഹം എന്തുകൊണ്ട് മരിച്ചില്ല? എങ്ങനെ ജീവൻ നിലനിർത്തി? വലിയ രണ്ടു ചോദ്യങ്ങൾ. എങ്ങനെ ഉത്തരം പറയാൻ. മരിച്ചവർപോലും അന്ന് സംശയത്തിന്റെ നിഴലിലായിരുന്നു. ഞങ്ങൾ ശത്രുവിനെതിരെ പടപൊരുതിയെന്നോ...? സർവവും ത്യജിച്ച് നാടിന്റെ വിജയത്തിനായി അധ്വാനിച്ചു. എന്തോ... ഒന്നുംതന്നെ

---

* മാക്കിസ് എന്നാൽ ഫ്രഞ്ചിൽ കുറ്റിക്കാട് എന്നാണർത്ഥം.

പരിഗണിക്കാൻ അവർ തയ്യാറായില്ല. യുദ്ധത്തിലെ വിജയം ജനങ്ങളുടെ വിജയമായിരുന്നു. ഞങ്ങളുടെ വിജയം. പക്ഷേ സ്റ്റാലിൻ... സ്വന്തം ജനതയെ അദ്ദേഹം വിശ്വസിച്ചില്ല. ഞങ്ങളുടെ മാതൃഭൂമി ഞങ്ങൾക്കു പ്രത്യുപകാരം ചെയ്തത് ആ വിധത്തിലായിരുന്നു. ഞങ്ങളുടെ സ്നേഹം, ത്യാഗം, രക്തം... പകരമായി കിട്ടിയത്...

ഞാൻ എല്ലായിടത്തും കയറിയിറങ്ങി. അധികാരസ്ഥാനങ്ങളിലേക്കൊക്കെ കത്തെഴുതി. ആറുമാസത്തിനുശേഷം അവർ അദ്ദേഹത്തെ വിട്ടയച്ചു. അവർ അദ്ദേഹത്തിന്റെ വാരിയെല്ലുകളിൽ ഒന്നൊടിച്ചു. ഒരു വൃക്കയും തകരാറിലാക്കി. ഫാസിസ്റ്റുകളുടെ കൈയിൽപ്പെട്ടപ്പോൾ അവർ അദ്ദേഹത്തിന്റെ തല തച്ചുടച്ചിരുന്നു. ഒരു കൈയും വളച്ചൊടിച്ചിരുന്നു. അന്നേ അദ്ദേഹത്തിന്റെ മുടി നരച്ചു. 1945-ൽ എൻ.കെ.വി.ഡിയും അവർക്കാവുന്നതു ചെയ്തു. അദ്ദേഹം തികച്ചും ഒന്നിനും കൊള്ളരുതാത്തവനായി. എത്രയോ വർഷം ഞാൻ അദ്ദേഹത്തെ പരിചരിച്ചു. രോഗാവസ്ഥയിൽ നിന്നും ഒരുവിധം പുറത്തേക്കെത്തിച്ചു. എന്നാലും "അവർക്കെതിരായി" ഒരു വാക്കുപോലും പറയാൻ അദ്ദേഹം എന്നെ അനുവദിച്ചില്ല. "ഒക്കെ എന്റെ തെറ്റാണ്" എല്ലാം അദ്ദേഹം അതിലൊതുക്കി. "ഏറ്റവും പ്രധാനം... യുദ്ധത്തിൽ നമ്മൾ നമ്മൾ വിജയം വരിച്ചു എന്നതാണ്." അദ്ദേഹം പറഞ്ഞു. അതൊരു കാലം... ഞാനും അദ്ദേഹം പറയുന്നത് വിശ്വസിക്കുകയാണ്. ഞാൻ കരഞ്ഞില്ല... അന്നും... ഞാൻ കരഞ്ഞില്ല..

നഡേഷ്ഡ വിക്കെൻടീവ്ന വാച്ചെൻകോ

അണ്ടർഗ്രൗണ്ട് ഫൈറ്റർ

മരണം എന്താണെന്ന് ഒരു കുട്ടിയെ എങ്ങനെയാണ് പറഞ്ഞു മനസ്സിലാക്കുക?

ഞാൻ എന്റെ മകനേയും കൊണ്ട് തെരുവിലൂടെ നടക്കുകയായിരുന്നു. തെരുവിന്റെ രണ്ടോരങ്ങളിലും ശവശരീരങ്ങൾ കിടന്നിരുന്നു. ഞാൻ അവന് റെഡ് റെയ്ഡിങ്ങ് ഹുഡിന്റെ കഥ പറഞ്ഞുകൊടുക്കുകയായിരുന്നു. അതിനിടയിലാണ് ഈ കാഴ്ച. ജർമൻകാരുടെ ആക്രമണത്തെ ഭയന്ന് ഞങ്ങൾ കുറെനാൾ പട്ടണത്തിൽ നിന്നും ഒഴിഞ്ഞുപോയിരുന്നു. അവിടെ നിന്ന് ഞങ്ങൾ മടങ്ങിവരികയായിരുന്നു. ഞങ്ങൾ എന്റെ അമ്മയുടെ വീട്ടിലെത്തിയതും കുട്ടിക്ക് സുഖമില്ലാതായി. അവൻ കട്ടിലിന്റെ അടിയിൽ മൂടി പുതച്ചു കിടന്നു. ദിവസങ്ങളോളം എഴുന്നേല്ക്കാൻ കൂട്ടാക്കിയില്ല. അവന് അഞ്ചു വയസ്സായിരുന്നു. അവനെ എഴുന്നേല്പിച്ചു പുറത്തു കൊണ്ടുവരാൻ ഞാൻ നന്നേ ശ്രമിച്ചു. ഫലമുണ്ടായില്ല.

ഏതാണ്ടൊരു കൊല്ലത്തോളം അവന്റെ ഈ മൗഢ്യം നീണ്ടുനിന്നു. ഞാൻ വല്ലാതെ വിഷമിച്ചു. കാര്യമെന്താണെന്ന് കണ്ടുപിടിക്കാൻ

എനിക്കു സാധിച്ചില്ല. ഞങ്ങൾ ഒരു വീടിന്റെ നിലവറയിലാണ് താമസിച്ചിരുന്നത്. വഴിയേ നടന്നുപോകുന്നവരുടെ ബൂട്ടുകൾ മാത്രമേ ഞങ്ങൾക്കു കാണാൻ സാധിച്ചിരുന്നുള്ളൂ. അങ്ങനെയൊരു ദിവസം... അവൻ കട്ടിലിനടിയിൽ നിന്നും പുറത്തുവന്നു. വഴിയിൽക്കൂടി പോകുന്ന ആരുടെയോ ബൂട്ടുകൾ ജനാലയിലൂടെ അവന്റെ കണ്ണിൽപെട്ട കുട്ടി ഉറക്കെ നിലവിളിക്കാൻ തുടങ്ങി. പിന്നീടാണ് എനിക്കോർമ്മ വന്നത്. ഒരു ജർമൻ സൈനികർ അവനെ ബൂട്ടൂരി അടിച്ചിരുന്നു... കുറെ മുമ്പ്.

എന്തായാലും എങ്ങനെയെന്നറിഞ്ഞുകൂടാ... അവൻ ആ പേടിയിൽ നിന്നും മുക്തനായി. മറ്റു കുട്ടികളോടൊപ്പം മുറ്റത്തിറങ്ങി കളിക്കാൻ തുടങ്ങി. ഒരു വൈകുന്നേരം കളി കഴിഞ്ഞുവന്ന് അവൻ എന്നോടു ചോദിച്ചു, "അമ്മേ... അച്ഛൻ എന്നുവെച്ചാൽ എന്താണ്?"

ഞാൻ അവനു പറഞ്ഞുകൊടുക്കാൻ ശ്രമിച്ചു. "നിനക്കൊരു അച്ഛനുണ്ട്. പട്ടാളത്തിലാണ് ജോലി. വെളുത്ത് സുന്ദരനായ ഒരാൾ."

ജർമൻ അധിനിവേശത്തിൽ നിന്നും മിൻസ്ക് മോചിപ്പിക്കപ്പെട്ടപ്പോൾ, ആദ്യം പ്രത്യക്ഷപ്പെട്ടത് ടാങ്കുകളാണ്. എന്റെ മകൻ ഓടിവന്നു സങ്കടപ്പെട്ടു. "എന്റെ അച്ഛൻ കൂട്ടത്തിലില്ല. വന്നിരിക്കുന്നത് ടാങ്കുകൾ മാത്രം... അതൊന്നും വെളുത്തിട്ടില്ല. കാണാൻ ഭംഗിയുമില്ല."

അത് ജൂലായ് മാസമായിരുന്നു. ടാങ്ക് ഓടിച്ചിരുന്നവരെല്ലാം ചെറുപ്പക്കാരായിരുന്നു. വെയിലും മഞ്ഞുംകൊണ്ട് അവരുടെ ശരീരം ഇരുണ്ടുപോയിരുന്നു.

എന്റെ ഭർത്താവ് യുദ്ധം കഴിഞ്ഞ് തിരിച്ചെത്തിയത് വികലാംഗനും പരവശനുമായിട്ടാണ്. ചെറുപ്പം പോയി അകാലവാർധക്യം ബാധിച്ചിരുന്നു. ഞാൻ വിഷമത്തിലായി. മകൻ പ്രതീക്ഷിച്ചിരുന്ന അച്ഛൻ വെളുത്ത് സുമുഖനായ ഒരു ചെറുപ്പക്കാരനായിരുന്നു. എന്നാൽ മടങ്ങി വന്നിരിക്കുന്നതോ? രോഗിയായ ഒരു വൃദ്ധൻ. കുറെ നാളത്തേക്ക് അദ്ദേഹത്തെ അച്ഛനായി മകൻ അംഗീകരിച്ചില്ല. അദ്ദേഹത്തെ എന്തു വിളിക്കണമെന്ന ആശയക്കുഴപ്പത്തിലായി അവൻ. അച്ഛനും മകനും തമ്മിലുള്ള ബന്ധം മയപ്പെടുത്തിയെടുക്കാൻ എനിക്കു കുറേയധികം ദിവസം ശ്രമിക്കേണ്ടി വന്നു.

ഭർത്താവ് ജോലി കഴിഞ്ഞ് വൈകി വരുന്നു. "എന്തേ ഇത്ര വൈകാൻ...?" ഞാൻ ചോദിക്കുന്നു. "ഡിമയ്ക്കു പേടിയായി. അച്ഛനെവിടെ എന്ന് അവൻ ചോദിച്ചുകൊണ്ടിരുന്നു."

എന്റെ ഭർത്താവ് ആറു വർഷത്തെ പട്ടാളജീവിതം (അദ്ദേഹം ജപ്പാനിലും സൈനികസേവനം അനുഷ്ഠിച്ചിരുന്നു) - കുടുംബവും മകനുമായുള്ള അടുപ്പം ഇല്ലാതായിരുന്നു. പുറത്തു നിന്നെന്തെങ്കിലും വാങ്ങിച്ചുകൊണ്ടുവന്ന് ഞാൻ മകനു കൊടുക്കും, "നിനക്കുവേണ്ടി നിന്റെ അച്ഛൻ വാങ്ങിക്കൊണ്ടുവന്നതാണ്. അച്ഛന് നിന്നെ എന്തിഷ്ടമാണെന്നോ?..."

പതുക്കെ പതുക്കെ ശരിക്കും അവർ തമ്മിലിഷ്ടമായി....

മാറിയ അലക്സാഡ്രോവ്ന അരിസ്റ്റോവാ

എൻജിനീയർ

എന്റെ ജീവിതം:

1929 മുതൽ ഞാൻ റെയിൽവേയിലാണ് ജോലി ചെയ്തിരുന്നത്. ഞാൻ ഒരു അസിസ്റ്റന്റ് എൻജിനീയറായിരുന്നു. ആ കാലത്ത് സോവിയറ്റ് യൂണിയനിൽ സ്ത്രീകളാരും ലോക്കോമോട്ടീവ് എൻജിനീയർമാരായി ജോലി ചെയ്തിരുന്നില്ല. എന്നാൽ അതെന്റെ സ്വപ്നമായിരുന്നു. ആ വകുപ്പിന്റെ മേധാവി എന്റെ നേരെ കൈമലർത്തി. "ഈ പെൺകുട്ടിക്ക് ഒരു പുരുഷന്റെ ഉദ്യോഗം വേണംപോലും!" ഞാൻ പിന്മാറിയില്ല. 1931-ൽ ആ ഉദ്യോഗം നേടുന്ന ആദ്യത്തെ വനിതയായി ഞാൻ. ആദ്യത്തെ സ്ത്രീ എൻജിനീയർ. നിങ്ങൾ വിശ്വസിക്കില്ല. ഞാൻ ഉദ്യോഗം തുടങ്ങിയ കാലം. ആളുകൾ സ്റ്റേഷനുകളിൽ കൂടിനില്ക്കുമായിരുന്നു, ഒരു സ്ത്രീ തീവണ്ടി ഓടിക്കുന്നതു കാണാൻ.

ഒരിക്കൽ, ഞങ്ങളുടെ എൻജിന്റെ കേടുപാടുകൾ തീർക്കേണ്ടിയിരുന്നു. എന്റെ ഭർത്താവും ഞാനും ഊഴമിട്ട് വണ്ടിയോടിച്ചു. അന്ന് ഞങ്ങൾക്ക് ഒരു കുഞ്ഞുണ്ടായിക്കഴിഞ്ഞിരുന്നു. അത് ഞങ്ങളുടെ തീരുമാനമായിരുന്നു. ഞാൻ വണ്ടി ഓടിക്കുമ്പോൾ അദ്ദേഹം കുഞ്ഞിനോടൊപ്പമുണ്ടാകും. അദ്ദേഹമാണ് ഓടിക്കുന്നതെങ്കിൽ ഞാൻ വീട്ടിലുണ്ടാകും. അന്ന് അദ്ദേഹം ജോലി കഴിഞ്ഞ് തിരിച്ചെത്തി. ഇനി എന്റെ ഊഴമാണ്. രാവിലെ എഴുന്നേറ്റ് തയ്യാറാവുന്നതിനിടയിൽ തെരുവിൽ പതിവില്ലാത്ത ഒച്ചയും ബഹളവും... അപ്പോഴേക്കും റേഡിയോ വാർത്ത വന്നു. "യുദ്ധം തുടങ്ങി."

ഞാൻ ക്ഷണത്തിൽ ഭർത്താവിനെ വിളിച്ചുണർത്തി, "ലൈന്യൂ. യുദ്ധം. എഴുന്നേല്ക്കൂ... യുദ്ധം തുടങ്ങി."

അദ്ദേഹം ഉടനെ എഴുന്നേറ്റ് ഡെപ്പോയിലേക്കോടി. താമസിയാതെ തിരിച്ചുവന്നു, നിറകണ്ണുകളോടെ. "ശരിയാണ്... യുദ്ധം തുടങ്ങിക്കഴിഞ്ഞു. അതിന്റെ അർത്ഥമെന്തെന്നറിയാമോ?" നമ്മളെന്തു ചെയ്യും? കുഞ്ഞിനെ ആരു നോക്കും?

ഞാനും എന്റെ കുഞ്ഞ് ഉല്യനോവ്സ്കും അപ്പോൾത്തന്നെ പട്ടണത്തിൽ നിന്നൊഴിഞ്ഞ് നാട്ടിൻപുറത്തേക്ക് താമസം മാറ്റി. അവിടെ രണ്ടു കിടപ്പുമുറികളുള്ള ഒരു ഫ്ളാറ്റ് അനുവദിച്ചുകിട്ടി. നല്ലൊരു വീട്... അതുപോലെയൊന്ന് ഇപ്പോഴെനിക്കില്ല. അവർ കുട്ടിയെ ബാലവാടിയിലേക്കു കൊണ്ടുപോയി. എല്ലാം നന്നായി നടന്നിരുന്നു. സ്ത്രീ എൻജിനീയർ! എല്ലാവർക്കും എന്നോട് പ്രത്യേകമായൊരു സ്നേഹം. ആദ്യത്തെ വനിതാ എൻജിനീയർ എന്ന ബഹുമതി. ആറുമാസത്തോളമേ ഞാനവിടെ താമസിച്ചുള്ളൂ. എങ്ങനെ കൂടുതൽ കാലം ഞാനവിടെ തങ്ങും. എല്ലാവരും മാതൃരാജ്യത്തെ രക്ഷിക്കാനായി പൊരുതാനിറങ്ങുമ്പോൾ... ഞാൻ മാത്രം!

എന്റെ ഭർത്താവും എന്നോടു ചോദിച്ചു, "മന്ദസ്യാ... നീ ഇങ്ങനെ പിന്നാമ്പുറത്ത് വെറുതെയിരിക്കാനാണോ ഭാവം?"

"അല്ല..." ഞാൻ പറഞ്ഞു, "എനിക്കും സൈന്യത്തിന്റെ ഭാഗമാവണം."

ആ സമയത്ത് മുന്നണിയിൽ സേവാപ്രവർത്തനങ്ങൾ നടത്താനായി അവർ ഒരു കരുതൽസേന രൂപീകരിക്കുന്നുണ്ടായിരുന്നു. എന്റെ ഭർത്താവിന്റെ നിർദ്ദേശപ്രകാരം ഞാനതിൽ ചേർന്നു. ഞാൻ സാധാരണ എൻജിനീയറായിരുന്നു. എന്റെ ഭർത്താവ് മുതിർന്ന എൻജിനീയറും. നാലു കൊല്ലത്തോളം ഞങ്ങൾ രണ്ടുപേരും ചരക്കുവണ്ടികൾ ഓടിച്ചുകൊണ്ടിരുന്നു. മകനും ഞങ്ങളോടൊപ്പമുണ്ടായിരുന്നു. യുദ്ധത്തിനിടയ്ക്ക് ഒരിക്കലും അവനൊരു പൂച്ചയെ കണ്ടിട്ടുണ്ടായിരുന്നില്ല.

കീവിനടുത്തുവെച്ച് ഞങ്ങൾ ഒരു പൂച്ചയെ പിടിച്ചു. അപ്പോഴേക്കും ജർമൻ പോർവിമാനങ്ങൾ ബോംബാക്രമണം തുടങ്ങി. ഒരേസമയം അഞ്ചു വിമാനങ്ങൾ. കുഞ്ഞ് പൂച്ചയെ നെഞ്ചോടു ചേർത്തുപിടിച്ച് കൊഞ്ചിച്ചു, "എന്റെ പൂച്ചക്കുട്ടി, നിന്നെ കണ്ടതിൽ എനിക്കെത്ര സന്തോഷമുണ്ടെന്നോ?" അവൻ അതിനെ ഉമ്മവെച്ചുകൊണ്ടിരുന്നു, "എനിക്ക് ആരും കൂട്ടില്ല... നീ എന്റെ കൂടെത്തന്നെ ഉണ്ടാവണം." കുട്ടികൾ... അവർക്കു സന്തോഷിക്കാൻ അവരുടേതായ സംഗതികൾ ത്തന്നെ വേണം. ഉറക്കത്തിലും അവൻ പറഞ്ഞുകൊണ്ടിരുന്നു. "അമ്മേ... നമുക്കൊരു പൂച്ചയെ കിട്ടിയല്ലോ! ഇപ്പോഴാണിത് ശരിക്കും ഒരു വീടായത്."

അവർ എന്നോടു പറഞ്ഞു, "ഇതെഴുതിച്ചേർക്കാൻ മറക്കരുത്. നിസ്സാരമെന്നു തള്ളിക്കളയരുത്. ഇങ്ങനെ ചിലത്... ഇത് ഭാവനയല്ല, യാഥാർത്ഥ്യമാണ്."

നിരന്തരമായ ബോംബാക്രമണം, മെഷീൻഗൺ വെടിവെപ്പ്, അവരുടെ ലക്ഷ്യം ഞങ്ങളുടെ തീവണ്ടിതന്നെ. എൻജിനീയറെ കൊന്ന് തീവണ്ടി നശിപ്പിക്കണം. വിമാനം താഴ്ന്നു പറന്നു. വണ്ടിയിലും എൻജിന്മേലും തട്ടി. മകനെ ചൊല്ലിയായിരുന്നു എന്റെ ഭയം മുഴുവൻ. ഓ... അത് പറഞ്ഞറിയിക്കാനാവില്ല. അവൻ എൻജിനുതൊട്ട് ചരക്കുകയറ്റുന്ന മുറിയിലാണിരുന്നിരുന്നത്. ബോംബാക്രമണം തുടങ്ങിയപ്പോൾ ഞാൻ അവനെയെടുത്ത് എൻജിൻമുറിയിലേക്കു കൊണ്ടുവന്നു, ചേർത്തുപിടിച്ചു. മരിക്കുന്നെങ്കിൽ ഒരേ വെടിയുണ്ടയേറ്റ് രണ്ടുപേരും ഒരുമിച്ചു മരിക്കട്ടെ. പക്ഷേ, അതു സാധ്യമാണോ? അറിയില്ല... എന്തായാലും അങ്ങനെയാണ് യുദ്ധകാല ദിവസങ്ങളോരോന്നും ഞങ്ങൾ കഴിച്ചുകൂട്ടിയത്. അതും നിങ്ങളുടെ വിവരണത്തിൽ എഴുതിച്ചേർക്കണം.

എന്റെ തീവണ്ടി എൻജിൻ. അതായിരുന്നു എന്റെ ജീവൻ... യൗവനം. ജീവിതത്തിലെ ഏറ്റവും സുന്ദരമായ വസ്തു ഇന്നും എനിക്കു മോഹമുണ്ട്. തീവണ്ടിയോടിക്കാൻ. പക്ഷേ, അവരെന്നെ അനുവദിക്കില്ല. പ്രായം ഏറെയായില്ലേ?

ഒരേയൊരു കുട്ടി മാത്രം... ഭയാനകമായ സംഗതിയാണ്. ബുദ്ധി മോശവുമാണ്. ഞങ്ങൾ ഇപ്പോൾ മകനോടും കുടുംബത്തോടു മൊപ്പമാണ് താമസിക്കുന്നത്. അവൻ ഡോക്ടറാണ്. ഒരു വിഭാഗ ത്തിന്റെ മേധാവി. ഞങ്ങൾക്ക് ചെറിയൊരു ഫ്ളാറ്റുണ്ട്. ഒഴിവുകാല മായാലും അവധി ദിവസമായാലും ഞാനെങ്ങും പോകാറില്ല. എങ്ങനെ പറയണമെന്നറിയില്ല. മകനെ പിരിഞ്ഞിരിക്കാൻ എനിക്കാവില്ല. അവന്റെ മക്കളേയും എനിക്കു കാണാതിരിക്കാനാവില്ല. ഒരു ദിവസംപോലും അവരെ വിട്ടുനില്ക്കാൻ എനിക്കു ഭയമാണ്. എന്റെ മകനും എങ്ങോട്ടും പോകാറില്ല. ഇരുപത്തിയഞ്ചു കൊല്ലമായി അവൻ ജോലിയെടുക്കുന്നു. അതിനിടെ ഒരിക്കൽപോലും അവനർഹിക്കുന്ന യാത്രാനുകൂല്യങ്ങൾ അവൻ പ്രയോജനപ്പെടുത്തിയിട്ടില്ല. ഓഫീസിലുള്ളവർക്കും അതൊര ദ്ഭുതമാണ്. പക്ഷേ, അവൻ പറയുന്നത്, "എനിക്കമ്മയുടെ കൂടെ ഇരു ന്നാൽ മതി" എന്നാണ്. എന്റെ മരുമകളുടെ കാര്യവും അതുതന്നെ. എന്താ പറയേണ്ടത്? പലർക്കുമുള്ളതുപോലെ നാട്ടിൻപുറത്ത് ഞങ്ങൾക്ക് പ്രത്യേകിച്ചൊരു വീടില്ല. കാരണം, കുറച്ചു ദിവസത്തേക്കാണെങ്കിലും പിരിഞ്ഞിരിക്കാൻ വയ്യ എന്നതുതന്നെ. ദിവസമല്ല... മിനിറ്റുപോലും ദുസ്സ ഹമാണ്.

യുദ്ധത്തിൽ പങ്കെടുത്തിട്ടുള്ളവർക്കറിയാം... മക്കളെ വിട്ടിരിക്കുക ഒരു ദിവസത്തേക്കാണെങ്കിൽപോലും, വയ്യതന്നെ.

ഇപ്പോൾ സംസാരിക്കാൻ കഴിയുന്നവരുടെ അന്നത്തെ നിശ്ശബ്ദത

വാലന്റീനാ ഇവ്ഡോകിമോവ്ന മ്വാ

ഒളിപ്പോരാളി

ഇന്നും അതിനെക്കുറിച്ചു പറയേണ്ടി വരുമ്പോൾ എന്റെ സ്വരം തീരെ താഴ്ന്നുപോകുന്നു. നാല്പതിലധികം കൊല്ലം കഴിഞ്ഞു, എന്നിട്ടും...

യുദ്ധത്തെക്കുറിച്ചു ഞാൻ മറന്നുകഴിഞ്ഞു. കാരണം, യുദ്ധം അവ സാനിച്ചിട്ടും ഞാൻ ഭയന്നാണ് ജീവിച്ചിരുന്നത്. ജീവിതം നരകതുല്യമാ യിരുന്നു.

വിജയം... ആഹ്ലാദപ്രകടനം... അപ്പോൾ ഞങ്ങൾ കല്ലും കട്ടയും കുമ്മായവും വാരിക്കൂട്ടി നഗരം വൃത്തിയാക്കാനുള്ള ബദ്ധപ്പാടിലായി രുന്നു. രാവും പകലും പണിയെടുത്തു. എന്താണ് കഴിച്ചത്? എപ്പോഴാ ണുറങ്ങിയത്? ഒന്നും ഓർമ്മയില്ല. ജോലി... ജോലി... അതു മാത്രമേ ഓർമ്മയുള്ളൂ.

സെപ്തംബർ... നല്ല വെയിലും ചൂടുമുള്ള ദിവസം. അതെനിക്ക് നല്ല ഓർമ്മയുണ്ട്. ധാരാളം പഴങ്ങൾ വിളഞ്ഞു നിന്ന കാലം. അങ്ങാടിയിൽ

കുട്ടനിറച്ച് ആന്റോ നോവ്കാ ആപ്പിൾ വിറ്റിരുന്നു. അന്ന്, അലക്കിയ തുണികൾ ഞാൻ ബാൽക്കണിയിൽ ഉണക്കാനിടുകയായിരുന്നു. എല്ലാം ഞാൻ കൃത്യമായി വിശദമായി ഓർക്കുന്നു. കാരണം, അന്നു മുതൽ എന്റെ ജീവിതത്തിന്റെ ഗതി പാടെ മാറി. ജീവിതമാകെ തകർന്നു. തകിടം മറിഞ്ഞു. വെള്ള കിടക്ക വിരികൾ. അതാണ് ഞാൻ അലക്കി തോരാനിട്ടിരുന്നത്. സോപ്പിനു പകരം മണലുപയോഗിച്ച് തുണി അലക്കാൻ അമ്മയാണ് എന്നെ പഠിപ്പിച്ചത്. പുഴക്കരയിൽ ചെന്ന് മണലു വാരിക്കൊണ്ടു വരും. അതിനുള്ള പ്രത്യേകം സ്ഥലവും ഞാൻ അറിഞ്ഞുവെച്ചിരുന്നു. അന്ന് അഴയിൽ തുണി വിരിക്കുന്നതിനിടെ എന്റെ അയൽക്കാരി വിളിച്ചു. താഴെനിന്നുള്ള വിളി... അവരുടെ പതിവ് സ്വരമായിരുന്നില്ല. "വാല്യാ... വാല്യാ..." ഞാൻ താഴേക്കിറങ്ങിയോടി. എന്റെ മകൻ! അതായിരുന്നു ആദ്യത്തെ ചിന്ത. ആ കാലത്ത് കുട്ടികൾ പൊളിഞ്ഞു കിടന്ന കെട്ടിടങ്ങൾക്കിടയിൽ ഓടിക്കളിക്കുമായിരുന്നു. യുദ്ധം... യുദ്ധം എന്നു പറഞ്ഞ് ബഹളം വെച്ചോടും. പൊട്ടാത്ത ഗ്രനേഡുകൾ പലയിടത്തും കിടന്നിരുന്നു... വീര്യമുള്ള കുഴിബോംബുകളും... പെട്ടെന്നാണവ പൊട്ടിത്തെറിക്കുക. കൈയും കാലും അറ്റുപോകും. കുട്ടികളെ ഞങ്ങൾ കൺവെട്ടത്തു നിന്ന് പോകാനനുവദിക്കാറില്ല. എന്നാലും കുട്ടികളല്ലേ - ചിലപ്പോൾ ജിജ്ഞാസകൊണ്ട് അബദ്ധം വല്ലതും... അടങ്ങിയിരിക്കൂ എന്ന് ഞങ്ങൾ ദേഷ്യപ്പെടും. പക്ഷേ, അഞ്ചുമിനിറ്റു കഴിയുമ്പോഴേക്കും അവർ പോയിക്കഴിഞ്ഞിരിക്കും. ഞാൻ താഴത്തു വന്നു. മുറ്റത്തേക്കു നോക്കി. എന്റെ ഭർത്താവ് അവിടെ നിന്നിരുന്നു... എന്റെ പ്രിയപ്പെട്ട ഭർത്താവ്... വനേവ്ക. അദ്ദേഹം തിരിച്ചുവന്നിരിക്കുന്നു. മുന്നണിയിൽ നിന്നും തിരിച്ചുവന്നിരിക്കുന്നു... ജീവനോടെ. ഞാൻ അദ്ദേഹത്തെ തൊട്ടു... തലോടി... ഉമ്മവെച്ചു. അദ്ദേഹം തിരിച്ചെത്തിയെന്നോ! എന്റെ കാലുകൾക്ക് പെട്ടെന്ന് ബലമില്ലാതായി. പക്ഷേ, അദ്ദേഹം ശിലപോലെ നില്ക്കുകയാണ്. ഒരു കാർഡ്ബോർഡ് കോലംപോലെ. ചിരിക്കുന്നില്ല. എന്നെ കെട്ടിപ്പിടിക്കുന്നില്ല. മരവിച്ചിട്ടെന്നപോലെ നിർവികാരനായി. ഞാൻ വല്ലാതെ ഭയന്നു. ബോംബാക്രമണംകൊണ്ടുണ്ടായ ആഘാതമായിരിക്കുമോ? അതോ ചെവി കേൾക്കാതായോ? സാരല്ല്യ. എന്നാലും തിരിച്ചുവന്നല്ലോ. ഇനി ഞാൻ നോക്കിക്കൊള്ളാം. ശുശ്രൂഷിച്ചോളാം. ഇതുപോലെയുള്ള ഭർത്താക്കന്മാരെ പരിചരിച്ചു കഴിയുന്ന എത്രയോ സ്ത്രീകളുണ്ട്. എന്നിട്ടും പലർക്കും അവരോട് അസൂയയായിരുന്നു. എന്തൊക്കെയായാലും ഭർത്താവ് കൂടെയുണ്ടല്ലോ. അതെല്ലാം ആ നിമിഷം ഞാൻ ഓർത്തു. സന്തോഷംകൊണ്ടുള്ള തളർച്ചയായിരുന്നു എന്റെ കാലുകൾക്ക്. അവ വിറച്ചുകൊണ്ടിരുന്നു. എന്നാലും അദ്ദേഹം ജീവിച്ചിരിക്കുന്നല്ലോ, അതുമതി. നമ്മൾ സ്ത്രീകളുടെ ഒരു വിധി...

അയൽപക്കക്കാരെല്ലാം ചുറ്റും കൂടി. എല്ലാവർക്കും സന്തോഷം. അവർ പരസ്പരം കെട്ടിപ്പിടിച്ചു. അപ്പോഴും അദ്ദേഹം, ഒരു കൽപ്രതിമ പോലെ. എല്ലാവരും അത് ശ്രദ്ധിച്ചു. ഞാൻ വിളിച്ചു, "വാന്യാ... വനേവ്കാ..."

“വരൂ... നമുക്ക് അകത്തേക്കു പോകാം.

അദ്ദേഹത്തിന് മിണ്ടാൻ സാധിക്കുന്നില്ല. വെറുതെ കരയുകയാണ്.

“വാന്യാ...”

ഒരേയൊരു രാത്രി... ഒരുമിച്ചുണ്ടായത് ഒരേയൊരു രാത്രി മാത്രം.

പിറ്റേന്നു രാവിലെതന്നെ അവർ വന്നു. വാതിലിൽ മുട്ടി. അദ്ദേഹം പുകവലിച്ചുകൊണ്ട് അവരെ കാത്തിരിക്കയായിരുന്നു. അവർ വരുമെന്ന് അറിയാമായിരുന്നു. വളരെ കുറച്ചേ എന്നോടു പറഞ്ഞുള്ളൂ. അതിനുള്ള സമയമേ ഉണ്ടായിരുന്നുള്ളൂ. അദ്ദേഹം റുമേനിയയിലും ചെക്കോസ്ലോവാക്യയിലുമൊക്കെ സൈനിക സേവനമനുഷ്ഠിച്ചു. ബഹുമതികൾ നേടി. എന്നാൽ ഭയവുംകൊണ്ടാണ് തിരിച്ചുവന്നത്. രണ്ടുതവണ സർക്കാർ ഉദ്യോഗസ്ഥന്മാർ അദ്ദേഹത്തെ ചോദ്യം ചെയ്തുകഴിഞ്ഞിരുന്നു. അവർ അദ്ദേഹത്തെ ഉന്നമിട്ടിരുന്നു. വിദേശരാജ്യങ്ങളിൽ ജയിലിൽ കഴിഞ്ഞയാൾ. യുദ്ധം തുടങ്ങി ആദ്യത്തെ ആഴ്ചതന്നെ സ്മോളെൻസ്കിൽ വെച്ച് അവർ അദ്ദേഹത്തെ തടവിലെടുത്തു. സ്വയം വെടിവെക്കണമെന്നായിരുന്നു നിർദ്ദേശം. അതിനു സാധിച്ചില്ല. അദ്ദേഹം തീർച്ചയായും ആത്മഹത്യ ആഗ്രഹിച്ചിരിക്കും... എനിക്കറിയാം. പക്ഷേ വെടിയുണ്ട തീർന്നുപോയി. സ്വയം കൊല്ലാനുള്ള ഉണ്ടപോലും ശേഷിച്ചില്ല. കാലിൽ മുറിവേറ്റിരുന്നു. അങ്ങനെയാണ് പിടിക്കപ്പെട്ടത്. കമ്മീഷണറുടെ വെടിയുണ്ട ഉന്നം തെറ്റി. അതുകൊണ്ട് സ്വന്തം തല അദ്ദേഹം ഒരു കല്ലുകൊണ്ട് തച്ചുടയ്ക്കുന്നത് എന്റെ ഭർത്താവ് നോക്കിനിന്നു. ഒരു സോവിയറ്റ് ഓഫീസർ ഒരിക്കലും ശത്രുവിന് കീഴടങ്ങുകയില്ല. ഞങ്ങൾക്കു തടവുകാരില്ല. ഉണ്ടെങ്കിൽത്തന്നേയും അവർ ദേശദ്രോഹികളാണ്.” അങ്ങനെയായിരുന്നു സഖാവ് സ്റ്റാലിന്റെ പ്രസ്താവന. സ്വന്തം മകൻ തടവുകാരനാക്കപ്പെട്ടപ്പോൾ അവനെ ഉപേക്ഷിച്ച അച്ഛനാണ് സഖാവ് സ്റ്റാലിൻ. എന്റെ ഭർത്താവ്... ചോദ്യം ചെയ്യാൻ വന്നവൻ അദ്ദേഹത്തിന്റെ നേരെ ആക്രോശിച്ചു. “നിങ്ങൾ എന്തുകൊണ്ട് ജീവിച്ചിരിക്കുന്നു? നിങ്ങൾ എന്തുകൊണ്ട് മരിച്ചില്ല?” അദ്ദേഹം തടവിൽ നിന്നും രക്ഷപ്പെട്ടുവന്നതായിരുന്നു. കാട്ടിലേക്കോടിക്കയറി. അങ്ങനെ യുക്രേനിയൻ ഒളിപ്പോരാളികളുടെ കൂട്ടത്തിലെത്തി. ഉക്രേനിയ മോചിപ്പിക്കപ്പെട്ടപ്പോൾ അദ്ദേഹം വീണ്ടും മുന്നണിയിലെത്തി, സ്വന്തം അപേക്ഷപ്രകാരം. വിജയ ദിവസം അദ്ദേഹം ചെക്കോസ്ലോവാക്യയിലായിരുന്നു. പ്രത്യേകം ബഹുമതികൾക്കായി അദ്ദേഹത്തിന്റെ പേര്, നിർദ്ദേശിക്കപ്പെട്ടിരുന്നു.

ഞങ്ങളൊരുമിച്ച് ഒരു രാത്രി മാത്രം. നേരത്തെ അറിഞ്ഞിരുന്നുവെങ്കിൽ. ഒരു കുഞ്ഞു കൂടി വേണമെന്ന് ഞാൻ ആഗ്രഹിച്ചിരുന്നു... ഒരു പെൺകുഞ്ഞ്.

രാവിലെ അവർ വന്ന് അദ്ദേഹത്തെ കൊണ്ടുപോയി... മെത്തയിൽ നിന്നും നേരിട്ട്. ഞാൻ അടുക്കളയിലെ മേശയ്ക്കരികിൽ, മകൻ ഉറക്കമുണരുന്നതും കാത്തിരുന്നു. അവന് ആയിടയ്ക്കാണ് പതിനൊന്നു

വയസ്സു തികഞ്ഞത്. ഉണർന്നാൽ ആദ്യം ചോദിക്കുക, "അച്ഛൻ എവിടെ?" എന്നായിരിക്കും. എന്തു മറുപടിയാണ് ഞാനവനു നല്കുക. എന്റെ അമ്മയെ... അയൽക്കാരെ എങ്ങനെയാണ് ഞാൻ കാര്യങ്ങൾ പറഞ്ഞു മനസ്സിലാക്കുക!

ഏഴു വർഷത്തിനു ശേഷമാണ് എന്റെ ഭർത്താവ് മടങ്ങിവന്നത്. യുദ്ധത്തിന്റെ നാലു വർഷങ്ങൾ എന്റെ മകനും ഞാനും അദ്ദേഹത്തിനായി കാത്തിരുന്നു. വിജയം നേടിയതിനുശേഷം ഏഴു വർഷം പിന്നേയും. അദ്ദേഹം കൊലിമാ ലേബർ ക്യാമ്പിലായിരുന്നു.*

പതിനൊന്നു വർഷത്തെ കാത്തിരിപ്പ്. അതിനിടയിൽ എന്റെ മകൻ മുതിർന്നു. ഞാൻ മൗനം പാലിക്കാൻ പഠിച്ചു. "നിങ്ങളുടെ ഭർത്താവെവിടെ?" "നിന്റെ അച്ഛനെവിടെ?" "ആരാണ് നിന്റെ അച്ഛൻ?" ഓരോ ചോദ്യാവലിയിലും ഉത്തരം എഴുതാനുള്ള ചോദ്യം. "നിങ്ങളുടെ കുടുംബത്തിലാരെങ്കിലും തടവുകാരാക്കപ്പെട്ടിട്ടുണ്ടോ?"

ഒരു സ്കൂളിൽ ശുചീകരണ ജോലിക്കപേക്ഷിച്ചപ്പോൾ അവർ എന്നെ പരിഗണിച്ചില്ല. നിലം തുടയ്ക്കുന്ന ജോലി ഏല്പിക്കാൻ പോലും അവർക്ക് വിശ്വാസമായിരുന്നില്ല. ഞാൻ ജനങ്ങളുടെ ശത്രുവായി. വർഗശത്രുവിന്റെ ഭാര്യയായി. രാജ്യദ്രോഹിയുടെ ഭാര്യ. എന്റെ ജീവിതം മുഴുവൻ വ്യർത്ഥമായി. യുദ്ധത്തിനു മുമ്പ് ഞാനൊരു അധ്യാപികയായിരുന്നു. അധ്യാപക പരിശീലനത്തിൽ ബിരുദവും നേടിയിരുന്നു. എന്നാൽ യുദ്ധത്തിനുശേഷം... കെട്ടിടനിർമ്മാണത്തിനുള്ള കല്ലും കട്ടയും ചുമക്കുകയായിരുന്നു എന്റെ ജോലി. എന്റെ ജീവിതം... ഓ... ഞാൻ പറയുന്നത് അവ്യക്തവും അർത്ഥശൂന്യവുമായി തോന്നുന്നുവെങ്കിൽ പൊറുക്കുക. ഞാൻ തിടുക്കപ്പെടുന്നുണ്ടോ... ചിലപ്പോൾ രാത്രി തനിയെ കിടന്ന് എന്റെ കഥ ഞാൻ പിന്നേയും പിന്നേയും പറയും. അങ്ങനെ എത്ര രാത്രികൾ... എന്നാൽ പകൽ മുഴുവൻ ഞാനെന്റെ ചുണ്ടുകൾ ചേർത്തടച്ചുവെക്കും. ഒരക്ഷരം ഒരാളോടു മിണ്ടാതെ....

ഈയിടെയായി അങ്ങനെയല്ല. എന്തും ആരോടും പറയാം. പേടി വേണ്ട. എനിക്കെല്ലാം പറയണമെന്നുണ്ട്. യുദ്ധത്തിന്റെ ആരംഭഘട്ടങ്ങളിൽ കോടിക്കണക്കിന് ഭടന്മാരും ഓഫീസർമാരും തടവുകാരാക്കപ്പെട്ടു. അതിന് ആരെയാണ് കുറ്റപ്പെടുത്തേണ്ടത്? എനിക്കറിയണം യുദ്ധം തുടങ്ങുന്നതിന് മുമ്പ് ആരാണ് പട്ടാളക്കാരുടെ തല വെട്ടിയത്? ജർമൻകാരുടേയും ജപ്പാൻകാരുടേയും ചാരന്മാരായി മുദ്രകുത്തി ചുകന്ന സൈന്യത്തിന്റെ കമാൻഡർമാരെ ആരാണ് വെടിവെച്ചുകൊന്നത്? സമൂഹത്തിന്റെ മുമ്പിൽ അപരാധികളാക്കിയത്? ഹിറ്റ്ലർ ടാങ്കുകളും പോർവിമാനങ്ങളുമായി റഷ്യയെ ആക്രമിച്ചപ്പോൾ ആരാണ് ബുഡെനി കുതിരപ്പടയിൽ മുഴുവൻ വിശ്വാസവുമർപ്പിച്ചത്? "നമ്മുടെ അതിർത്തികൾ

---

* കിഴക്കേ സൈബീരിയയിലെ വിജനപ്രദേശം. തടവുകാർക്ക് നിർബന്ധിത കഠിനാധ്വാനം... സ്വർണഖനനമായിരുന്നു മുഖ്യം.

സുരക്ഷിതമാണ്." എന്ന് ആരാണ് ഉറപ്പു നല്കിയത്? എന്നാൽ അന്ന്... യുദ്ധത്തിന്റെ ആദ്യദിവസങ്ങളിൽ പട്ടാളം അവരുടെ ബുള്ളറ്റുകൾ എണ്ണി കണക്കാക്കുകയായിരുന്നു....

ഇന്നെനിക്കു ചോദിക്കണമെന്നുണ്ട്, എവിടെപ്പോയി എന്റെ ജീവിതം? ഞങ്ങളുടെ ജീവിതം? പക്ഷേ, ഞാൻ മിണ്ടാതിരിക്കുകയാണ്. എന്റെ ഭർത്താവും മൗനം പാലിക്കുന്നു. ഇപ്പോഴും ഞങ്ങൾക്കു ഭയമുണ്ട്, ആശങ്കയുണ്ട്. അങ്ങനെത്തന്നെ ഞങ്ങൾ മരിച്ചു മണ്ണടിയുകയും ചെയ്യും. ലജ്ജയോടെ... അമർഷത്തോടെ....

“അവൾ നിന്റെ കൈത്തലം ഹൃദയത്തോടു ചേർത്തുവെച്ചു”

അവസാനം വിജയം.

അന്ന് അവരുടെ ജീവിതം യുദ്ധത്തിനും സമാധാനത്തിനും ഇടയിൽ വിഭജിക്കപ്പെട്ടതായിരുന്നു. എന്നാൽ ഇന്ന് അത് യുദ്ധത്തിനും വിജയത്തിനും ഇടയ്ക്കുള്ളതാണ്. വീണ്ടും വ്യത്യസ്തമായ രണ്ടു ലോകങ്ങൾ. വ്യത്യസ്തമായ രണ്ടു ജീവിതങ്ങൾ.... വെറുക്കാൻ പഠിച്ചതിനുശേഷം ഇപ്പോൾ അവർ സ്നേഹിക്കാൻ പഠിച്ചു തുടങ്ങിയിരിക്കുന്നു. മറന്നുപോയ വാക്കുകൾ... വികാരങ്ങൾ... ഒക്കെ തിരികെ കൊണ്ടുവരാനുള്ള ശ്രമത്തിലാണ് അവരിപ്പോൾ.

യുദ്ധം രൂപപ്പെടുത്തി എടുത്ത വ്യക്തി... ആ വ്യക്തിയെ ഇപ്പോൾ ഉടച്ചുവാർക്കേണ്ടിയിരിക്കുന്നു... പുതിയ രൂപഭാവങ്ങളോടെ. അതിനു വേണ്ടത് യുദ്ധമല്ല, തികച്ചും വ്യത്യസ്തമായ മറ്റൊന്നാണ്.

യുദ്ധത്തിന്റെ അവസാനനാളുകൾ കൊല്ലാൻ അങ്ങേയറ്റം വിമുഖത, വെറുപ്പ്

സോഫിയ അഡമോവ്നാ കൺട്സീവിച്ച്

മെഡിക്കൽ അസിസ്റ്റന്റ്

ഞങ്ങൾക്ക് സന്തോഷമായിരുന്നു....

ഞങ്ങൾ അതിർത്തി കടന്നു. ഞങ്ങളുടെ മാതൃരാജ്യം സ്വതന്ത്രമായിരിക്കുന്നു. ഞങ്ങളുടെ സ്വന്തം രാജ്യം... സൈനികരെ തിരിച്ചറിയാനായില്ല. അവർ വല്ലാതെ മാറിയിരുന്നു. എല്ലാവരും ചിരിക്കുന്നു. വൃത്തിയുള്ള ഷർട്ടുകൾ ധരിച്ചിരിക്കുന്നു. എവിടെയോ നിന്ന് പൂക്കൾ സമ്പാദിച്ചിരിക്കുന്നു. ഇത്ര സന്തോഷത്തോടുകൂടിയ ആളുകൾ മുമ്പു ഞാൻ കണ്ടിട്ടില്ല. ജർമനിയിലേക്കു ചെല്ലുമ്പോൾ അവരെ പ്രതി മനസ്സിൽ ഒരു ദയവുമുണ്ടാവില്ലെന്നാണ് ഞാൻ വിചാരിച്ചിരുന്നത്. അവരോട് ഒരുതരത്തിലും കനിവു കാട്ടുകയില്ല. അവരെ പ്രതി അത്രയധികം വെറുപ്പും വിദ്വേഷവും ഞങ്ങളുടെ നെഞ്ചിൽ കുമിഞ്ഞുകൂടിയിരുന്നു. അത്രതന്നെ

വേദനയും... ദുഃഖവും. അവരുടെ കുഞ്ഞിനെക്കരുതി ഞാനെന്തിന് സങ്കടപ്പെടണം? അവരുടെ അമ്മയെ ഓർത്ത് ഞാൻ ദുഃഖിക്കുന്നതെന്തിന്? എന്തുകൊണ്ട് അവരുടെ വീട് എനിക്കു തകർത്തുകൂടാ? അവർക്ക് അങ്ങനെയുള്ള കാരുണ്യവും സങ്കടവുമൊന്നുമുണ്ടായില്ലല്ലോ. അവർ കൊന്നു... കൊള്ളിവെച്ചു. പക്ഷേ, ഞാൻ... ഞാൻ എന്തിന്... എനിക്ക് അവരുടെ ഭാര്യമാരെ കാണണമെന്നു തോന്നി. അങ്ങനെയുള്ള മക്കൾക്ക് ജന്മം നല്കിയ അവരുടെ അമ്മമാരെ എങ്ങനെ അവർ ഞങ്ങളുടെ കണ്ണിലേക്ക് നോക്കി നില്ക്കും? എനിക്ക് അവരുടെ കണ്ണുകളിൽ നോക്കാൻ ആഗ്രഹം നോക്കി.

ഞാൻ ആലോചിച്ചു. എനിക്കെന്തു സംഭവിക്കും? എന്റെ കൂടെയുള്ള സൈനികർക്ക്? എല്ലാം എല്ലാവരും ഓർക്കുന്നുണ്ട്. ഞങ്ങൾക്കു പിടിച്ചുനില്ക്കാനാവുമോ? അതിനുവേണ്ട കരുത്ത് ഞങ്ങൾക്കുണ്ടാകുമോ? ഞങ്ങൾ ഒരു ഗ്രാമത്തിലെത്തി. കുട്ടികൾ ഓടിക്കളിക്കുന്നു. വിശന്നും മുഷിഞ്ഞ വസ്ത്രങ്ങൾ ധരിച്ചും. ഞങ്ങളെ കണ്ട് അവർ ഭയന്നൊളിച്ചു. അവരെ അങ്ങേയറ്റം വെറുക്കുന്നുവെന്ന് ദിവസവും ഒരായിരം തവണ പറയാറുള്ള ഞാൻ. എന്റെ പട്ടാളക്കാരുടെ കൈയിൽ നിന്നും ഉള്ളതെല്ലാം വാങ്ങിച്ചു. ആഹാരത്തിനുള്ളത്... പഞ്ചാരത്തുണ്ടുപോലും... അതെല്ലാം ആ കുട്ടികൾക്കായി വീതിച്ചുകൊടുത്തു. ജർമൻ കുട്ടികൾ. ഞാൻ ഒന്നും മറന്നിട്ടില്ല. എല്ലാം ഓർക്കുന്നു. എന്നാലും വിശന്നുവലഞ്ഞ ആ മുഖങ്ങളിലേക്ക് നിസ്സംഗതയോടെ നോക്കിനില്ക്കാൻ എനിക്കായില്ല. പിറ്റേദിവസം രാവിലെ ഞങ്ങളുടെ അടുക്കളയ്ക്കരികെ നീണ്ട നിര... ജർമൻ കുട്ടികൾ.... ഉണ്ടായിരുന്നതെല്ലാം ഞങ്ങൾ അവർക്കു കൊടുത്തു.

ഓരോ കുഞ്ഞിന്റേയും തോളിൽ ഓരോ സഞ്ചി, റൊട്ടിക്കു വേണ്ടിയുള്ളതാണ്. ബെൽറ്റിൽ കൊളുത്തിയിട്ടുള്ള തകരകപ്പ് സൂപ്പിനുവേണ്ടിയും. ഇതു രണ്ടുമല്ലാതെ എന്തെങ്കിലും കാഷയോ പയറോ എന്തായാലും... അതിനും ഒരു പാത്രമുണ്ട്. ഞങ്ങൾ അവർക്കു ഭക്ഷണം കൊടുത്തു... വേണ്ട ചികിത്സ നല്കി. പലപ്പോഴും കൊഞ്ചിക്കുകയും ചെയ്തു. ആദ്യത്തെ ദിവസം ഒരു കുഞ്ഞിനെ ചേർത്തുനിർത്തി തഴുകിയപ്പോൾ ഞാൻ അറിയാതെയൊന്നു ഞെട്ടി. ഞാൻ ഒരു ജർമൻകുട്ടിയെ തഴുകുകയോ! വായ വരണ്ടുപോയതുപോലെ തോന്നി. അനാവശ്യമായ ഒരു പരിഭ്രമം. തനിയെ അതു മാറി. ഞാൻ അവരുമായി നന്നേ ഇണങ്ങി. അവർ ഞാനുമായും.

നീനാ പെട്രോവ്നാ സക്കോവാ

ലെഫ്റ്റനന്റ്. പാരാമെഡിക്

മോസ്കോയിൽനിന്ന് ഞാൻ ജർമനിയിലെത്തി.... എത്രയോ ദൂരം യാത്രചെയ്ത്....

ഞാൻ ഒരു ടാങ്ക് റെജിമെന്റിലെ പാരാ മെഡിക്കൽ വിഭാഗത്തിൽ മുതിർന്ന ഉദ്യോഗസ്ഥയായിരുന്നു. ഞങ്ങളുടേത് ടി 34 ടാങ്കുകളായിരുന്നു. അവ പെട്ടെന്ന് കത്തുന്ന തരമായിരുന്നു. ഭയം തോന്നിക്കുന്നത്. യുദ്ധത്തിനു മുമ്പ് വെടിവെപ്പ് ഞാൻ കണ്ടിട്ടോ കേട്ടിട്ടോ ഉണ്ടായിരുന്നില്ല.

ഒരിക്കൽ ഞങ്ങൾ മുന്നണിയിലേക്കു യാത്രചെയ്യവേ... കുറെ ദൂരെ എവിടെയോ ബോംബാക്രമണം. എന്നിട്ടുപോലും എനിക്കു തോന്നി. ഞങ്ങൾ നില്ക്കുന്ന ഭൂമി കുലുങ്ങുന്നതായിട്ട്. എനിക്ക് പതിനേഴു വയസ്സായിരുന്നു. നഴ്സിങ്ങ് സ്കൂളിൽ നിന്നും ആയിടെ പഠിത്തം കഴിഞ്ഞു വന്നതേയുള്ളൂ. അതു കഴിഞ്ഞ് ഞാൻ നേരെ സൈന്യത്തിൽ ചേരുകയാണുണ്ടായത്.. മുന്നണിയിലേക്ക്.

ഞാൻ ടാങ്കിൽ നിന്നും ചാടിയിറങ്ങി. തീ... ആകാശം നിറഞ്ഞ് കത്തുന്നു. ഭൂമിയും ജ്വലിക്കുകയാണ്. ഇരുമ്പ് കത്തിയുരുകുന്നു. പല ദിക്കിലും വീണുകിടക്കുന്ന മൃതദേഹങ്ങൾ. ഇടയിൽ ആരോ നിലവിളിക്കുന്നു, "എന്നെ രക്ഷിക്കൂ... എന്നെ രക്ഷിക്കൂ..." ഞാൻ ഭയംകൊണ്ട് തരിച്ചു നിന്നുപോയി. ഓടിപ്പോകാതെ അവിടെത്തന്നെ നിന്നതെങ്ങനെയാണെന്ന് പറയാനാവില്ല.

പടക്കളത്തിൽ നിന്നും ഓടിപ്പോകാതെ പിടിച്ചുനിന്നതെങ്ങനെയാണ്? അങ്ങേയറ്റം ഭയാനകം. വിവരിക്കാൻ വാക്കുകളില്ല. അതൊരു തോന്നലാണ്... ഉള്ളിലെ പിടച്ചിൽ. ആദ്യമൊന്നും എനിക്കു സഹിക്കാൻ സാധിച്ചിരുന്നില്ല. ഇപ്പോൾ എനിക്ക് യുദ്ധത്തെക്കുറിച്ചുള്ള സിനിമകൾ കണ്ടിരിക്കാം. എന്നാലും ഞാൻ കരഞ്ഞുപോകും.

ഞാൻ ജർമനിയിലെത്തി. അവിടെ ചെന്നതും ആദ്യം കണ്ടത് കൈകൊണ്ടെഴുതിയ ഒരു ബോർഡാണ്. വഴിയരികെത്തന്നെ. "ഇതാണ് ശപിക്കപ്പെട്ട ജർമനി."

ഞങ്ങൾ ഒരു ഗ്രാമത്തിലെത്തി. ജന്നലുകളും വാതിലുകളുമെല്ലാം കൊട്ടിയടച്ചിരുന്നു. എല്ലാം ഉപേക്ഷിച്ച് നാട്ടുകാർ സൈക്കിളുകളിൽ കയറി രക്ഷപ്പെട്ടിരിക്കുന്നു. ജർമൻസേന അവരെ പറഞ്ഞു പേടിപ്പിച്ചിരുന്നു, "റഷ്യക്കാർ ഒരാളേയും വെറുതെ വിടില്ല. വെട്ടിയും കുത്തിയും കൊല്ലും."

ഞങ്ങൾ ആ വീടുകൾ തുറന്നുനോക്കി. പല വീട്ടിലും ആരും ഉണ്ടായിരുന്നില്ല. ചില വീടുകളിൽ ആളുകൾ മരിച്ചുകിടക്കുന്നു. കൊന്നതാവാം... വിഷം കഴിച്ചതാവാം.... വെടിവെച്ചു വീഴ്ത്തിയതായും കണ്ടു. ഇടയിൽ കുട്ടികളുടെ മൃതദേഹങ്ങൾ. എനിക്ക് എന്തു തോന്നിയെന്നോ? ഞങ്ങൾ അവരെ പരാജയപ്പെടുത്തിയിരിക്കുന്നു. ഞങ്ങൾ അനുഭവിച്ച കഷ്ടപ്പാടും സങ്കടങ്ങളും ഇപ്പോൾ അവർ അനുഭവിച്ചുകൊണ്ടിരിക്കുന്നു. മനസ്സിൽ പ്രതികാരത്തിന്റെ അഗ്നി? ഇല്ല... അങ്ങനെയൊന്നും തോന്നിയില്ല. മരിച്ചു കിടക്കുന്ന ആ കുട്ടികളെ കണ്ട് മനസ്സ് പിന്നേയും പിന്നേയും തേങ്ങി. ഞങ്ങൾ വളരെ പ്രായംചെന്ന ഒരു സ്ത്രീയെ കണ്ടു.

"ഞങ്ങൾ യുദ്ധം ജയിച്ചു." അവരോട് ഞാൻ പറഞ്ഞു.

"അവർ കരയാൻ തുടങ്ങി. "എന്റെ രണ്ട് ആൺമക്കളും റഷ്യയിൽ വെച്ച് കൊല്ലപ്പെട്ടു."

"അതിനാരേയാണ് കുറ്റപ്പെടുത്തേണ്ടത്? ഞങ്ങളുടെ ആളുകളും ആയിരക്കണക്കിനു മരിച്ചു."

"ഹിറ്റ്ലർ." അവർ മറുപടി പറഞ്ഞു.

"ഹിറ്റ്ലർ തനിച്ചല്ല ആ തീരുമാനമെടുത്തത്. നിങ്ങളുടെ ഭർത്താക്കന്മാരുടേയും മക്കളുടേയും പിന്തുണയുണ്ടായിരുന്നു."

അവർ ഒന്നും പറഞ്ഞില്ല.

ആ വർത്തമാനമെല്ലാം എന്റെ അമ്മയോടു പറയണമെന്നുണ്ടായിരുന്നു. എന്നാൽ യുദ്ധകാലത്തുതന്നെ അവർ മരിച്ചിരുന്നു, പട്ടിണി മൂലം. അവർക്കു വിശപ്പടക്കാൻ ഒന്നുമുണ്ടായിരുന്നില്ല. റൊട്ടിയും ഉപ്പും പോലും ഇല്ലായിരുന്നു. എന്റെ സഹോദരൻ കഠിനമായ മുറിവുകളോടെ ആശുപത്രിയിലായിരുന്നു. വീട്ടിൽ സഹോദരി മാത്രം എന്നെ കാത്തിരുന്നിരുന്നു. അവൾ എനിക്കെഴുതിയിരുന്നു, റഷ്യൻ സൈന്യം ഓറെലിൽ പ്രവേശിച്ചപ്പോൾ അവൾ സൈന്യത്തിലെ ഓരോ സ്ത്രീയുടേയും കോട്ടിൽ പിടിച്ചുവലിച്ചു നോക്കിയെന്ന്... അത് അവളുടെ ചേച്ചിയാണോ എന്നറിയാൻ. എനിക്കു തിരിച്ചുവരാതിരിക്കാൻ ആവില്ലായിരുന്നു.

അനാസ്റ്റാസിയ വാസ്സിലീവ്നാ വോറോ പീവാ

കോർപൊറൽ. സെർപ്ലൈറ്റ് ഓപ്പറേറ്റർ

വിജയത്തിന്റെ പാതകൾ...

വിജയത്തിന്റെ പാതകൾ, നിങ്ങൾക്കു സങ്കല്പിക്കാനാവില്ല. സ്വതന്ത്രരാക്കപ്പെട്ട തടവുകാർ കെട്ടും ഭാണ്ഡവും ദേശീയപതാകകളുമൊക്കെയായി വണ്ടികളിൽ കയറി യാത്രയായി. റഷ്യക്കാർ, പോളണ്ടുകാർ, ഫ്രെഞ്ചുകാർ, ചെക്കുകാർ.... എല്ലാവരും ചേർന്ന് ഒരുകൂട്ടം. ഓരോരുത്തരും അവരവരുടെ വഴിക്ക്. അവരെല്ലാവരും ഞങ്ങളെ കെട്ടിപ്പിടിച്ചു, ചുംബിച്ചു.

ചെറുപ്പക്കാരായ ചില റഷ്യൻ പെൺകുട്ടികളെ ഞാൻ കണ്ടു. ഞാൻ അവരോടു സംസാരിച്ചു, അവർ പറഞ്ഞു, കൂട്ടത്തിലൊരാൾ ഗർഭിണിയാണെന്ന്. അവളായിരുന്നു ഏറ്റവും സുന്ദരി. അവളുടെ മുതലാളി അവളെ ബലാത്സംഗം ചെയ്യുകയായിരുന്നു. തന്റെ കൂടെ താമസിക്കാൻ അയാൾ അവളെ നിർബന്ധിച്ചു. സ്വന്തം വയറ്റത്തടിച്ചുകൊണ്ടാണ് അവർ കൂട്ടുകാരോടൊപ്പം നടന്നിരുന്നത്. "ഫ്രെഞ്ചും-റഷ്യനുമായ ഒരു സങ്കരക്കുഞ്ഞിനെ എനിക്കു വേണ്ട..." അവൾ കരഞ്ഞുകൊണ്ടിരുന്നു. കൂട്ടുകാർ പലതും പറഞ്ഞു സമാധാനിപ്പിച്ചു. ഒടുവിൽ അവൾ തൂങ്ങിമരിച്ചു, തന്റെ കുഞ്ഞിനു ജന്മം നല്കാതെത്തന്നെ.

ഞങ്ങളുടെ കഥകൾ ആ കാലത്ത് നിങ്ങൾ കേൾക്കണമായിരുന്നു, റെക്കോർഡ് ചെയ്യണമായിരുന്നു. ആ കാലത്ത് ഞങ്ങൾക്ക് പറയാനുള്ളത് കേൾക്കാൻ ആരും താത്പര്യം കാണിച്ചില്ല... കഷ്ടമായി. "വിജയം... വിജയം... അതു മാത്രമേ എല്ലാവർക്കും പറയാനുണ്ടായിരുന്നുള്ളൂ. വേറെ ഒന്നിനും അന്ന് പ്രാധാന്യമുണ്ടായിരുന്നില്ല.

ഒരു ദിവസം ഒരു കൂട്ടുകാരിയും ഞാനും സൈക്കിളോടിക്കുകയായിരുന്നു. ഒരു ജർമൻകാരി അവരുടെ മൂന്നു മക്കളോടൊപ്പം ആ വഴി വന്നു. രണ്ടു കുട്ടികളെ, ഒരു ചെറുവണ്ടിയിലിരുത്തി അവർ ഉന്തിക്കൊണ്ടിരുന്നു. ഒരാൾ അമ്മയുടെ സ്കർട്ടിൽ പിടിച്ച് ഒപ്പം നടക്കുന്നുണ്ടായിരുന്നു. അമ്മ വളരെ ക്ഷീണിതയാണെന്നു തോന്നി. അവർ പെട്ടെന്ന് ഞങ്ങളുടെ മുമ്പിൽ വന്ന് മുട്ടുകുത്തിയിരുന്നു... ആ ഇതുപോലെ. എന്തു പറ്റി എന്നറിയാതെ ഞങ്ങൾ അന്ധാളിച്ചു. അവർ സ്വന്തം കൈ നെഞ്ചോടു ചേർത്തുപിടിച്ച് അവരുടെ മക്കളുടെ നേരെ വിരൽ ചൂണ്ടി. കാര്യം ഒരുവിധം ഞങ്ങൾക്കു മനസ്സിലായി. അവർ ഞങ്ങളോട് നന്ദി പറയുകയായിരുന്നു, അവരുടെ കുഞ്ഞുങ്ങൾ ഇപ്പോഴും ജീവിച്ചിരിക്കുന്നു എന്നതിനുവേണ്ടി.

ഏതോ ഒരു പട്ടാളക്കാരന്റെ ഭാര്യ. അവരുടെ ഭർത്താവ് കിഴക്കൻ മുന്നണിയിൽ യുദ്ധം ചെയ്തിരിക്കാം. ഒരുപക്ഷേ, റഷ്യയിൽ തന്നെ...

എ. റാറ്റ്കീനാ

ജൂനിയർ സാർജന്റ്. ടെലിഫോൺ ഓപ്പറേറ്റർ

ഞങ്ങളുടെ ഓഫീസർമാരിലൊരാൾ ഒരു ജർമൻ യുവതിയുമായി പ്രണയത്തിലായി. മേലധികാരികളുടെ ചെവിയിൽ വാർത്തയെത്തി. അയാളെ ഉടനെ പിന്നണിയിലേക്കു മാറ്റി... സ്ഥാനം താഴ്ത്തുകയും ചെയ്തു. അയാൾ അവളെ ബലാത്സംഗം ചെയ്തിരിക്കുമോ? ഉണ്ടാകാം. അങ്ങനെ സംഭവിക്കാറുണ്ട്. അധികമാരും അതിനെക്കുറിച്ചെഴുതാറില്ല. യുദ്ധകാലത്തെ നിയമം അതായിരുന്നു. പുരുഷന്മാർ വർഷങ്ങളോളം സ്ത്രീകളെ കൂടാതെ ജീവിക്കേണ്ട സാഹചര്യം. അമർഷവും അതൃപ്തിയും സ്വാഭാവികമായുമുണ്ടാകും. ഏതെങ്കിലും ഒരു ഗ്രാമത്തിൽ ചെന്നാൽ ആദ്യത്തെ മൂന്നു ദിവസം കൊള്ളയടിതന്നെ പരസ്യമായി... രഹസ്യമായി... മൂന്നു ദിവസം കഴിഞ്ഞും ആ പണി തുടർന്നാൽ ചെന്നെത്തുക യുദ്ധക്കോടതിയിലാവും. എന്നാൽ ആദ്യത്തെ മൂന്നുദിവസത്തെ ചൂടിൽ... അവർ മതിയാവോളം കുടിച്ചു... പ്രണയിച്ചു. ആ ഓഫീസർ താൻ ചെയ്ത കുറ്റം പ്രത്യേകം നിയോഗിക്കപ്പെട്ടവരുടെ മുമ്പിൽ ഏറ്റു പറഞ്ഞു. അയാളുടെ പ്രേമം... അത് കടുത്ത ദേശവഞ്ചനയായിരുന്നു. ഒരു ജർമൻകാരിയെ പ്രേമിക്കുകയോ...? അവൾ ശത്രുവിന്റെ സഹോദരിയൊ മകളോ ആകാം. ചുരുക്കിപ്പറഞ്ഞാൽ അവളുടെ മേൽവിലാസവും ഫോട്ടോയും അവർ കൈക്കലാക്കി.

ബലാത്സംഗം ചെയ്യപ്പെട്ട ഒരു ജർമൻ യുവതിയുടെ കാര്യം ഓർമ്മ വരുന്നു. അവൾ നഗ്നയായാണ് കിടന്നിരുന്നത്. കാലുകൾക്കിടയിലായി ഒരു ഗ്രനേഡ് തിരുകിവെച്ചിരുന്നു. ഇന്നെനിക്കു ലജ്ജ തോന്നുന്നു. അന്ന് ലജ്ജ തോന്നിയില്ല എന്നതു സത്യം. വിചാരങ്ങൾക്കും വികാരങ്ങൾക്കുമെല്ലാം സ്വാഭാവികമായും മാറ്റം സംഭവിക്കുന്നു. ആദ്യദിവസങ്ങളിൽ വിചാരം ഒരു തരത്തിൽ, അതു കഴിഞ്ഞാൽ മറ്റൊരു തരത്തിൽ. ഏതാനും

മാസങ്ങൾക്കുശേഷം കുറെ ജർമൻ പെൺകുട്ടികൾ ഞങ്ങളുടെ ബറ്റാലിയനിലെത്തി. അവർ കമാൻഡറെ കണ്ടു. എല്ലാവരും കരയുന്നുണ്ടായിരുന്നു. ഒരു സ്ത്രീരോഗവിദഗ്ധ അവരെ പരിശോധിച്ചു. ഗുഹ്യഭാഗങ്ങളിൽ കീറി മുറിച്ച വ്രണങ്ങൾ. അവരുടെ അടിവസ്ത്രങ്ങളിൽ നിറയെ ചോര. രാത്രി മുഴുവൻ അവർ ബലാത്സംഗം ചെയ്യപ്പെട്ടിരുന്നു. സൈനികർ വരിയായിരുന്നു..... ഊഴം കാത്ത്.

ഇത് രേഖപ്പെടുത്തരുത്. ടേപ്പ് റെക്കോർഡർ നിർത്തിവെക്കൂ. സത്യമാണ്. പറഞ്ഞതെല്ലാം സത്യം മാത്രമാണ്. ഞങ്ങൾ, ഞങ്ങളുടെ ബറ്റാലിയനെ മുഴുവൻ വിളിച്ചുകൂട്ടി. ജർമൻ പെൺകുട്ടികളോടു പറഞ്ഞു, "തിരിച്ചറിയാമെങ്കിൽ ചൂണ്ടിക്കാട്ടൂ. ഇവിടെ വെച്ചുതന്നെ അയാളെ വെടിവെക്കാം. അയാളുടെ സ്ഥാനവും പദവിയുമൊന്നും പരിഗണിക്കില്ല. ഞങ്ങൾ ലജ്ജിക്കുന്നു."

ആ പെൺകുട്ടികൾ അനങ്ങിയില്ല. നിശ്ശബ്ദം നിന്ന് കണ്ണീർ വാർത്തു. അവർ പറഞ്ഞു, "വേണ്ട... കൂടുതൽ രക്തച്ചൊരിച്ചിൽ വേണ്ട." എല്ലാവർക്കും ഓരോ റൊട്ടി കൊടുത്ത് യാത്രയാക്കി. യുദ്ധകാലത്ത് ഇങ്ങനെ പലതും സംഭവിച്ചുപോകുന്നു. അത് സാധാരണമാണ്.

മാപ്പു നല്കുക എളുപ്പമാണെന്നാണോ വിചാരം? ഭംഗിയുള്ള വെള്ള പൂശിയ വീടുകൾ. ഓടുമേഞ്ഞ മേൽക്കൂരകൾ. ഒരു കേടുപാടും സംഭവിച്ചിട്ടില്ല. തോട്ടത്തിൽ റോസപ്പൂ വിരിഞ്ഞു നില്ക്കുന്നു. ആ കാഴ്ച കാണുമ്പോൾ മനസ്സിൽ അരിശം തിളയ്ക്കുന്നു. അവരെ ദ്രോഹിക്കണമെന്ന വാശി. അവരുടെ കണ്ണീരു കാണണം.. പക... പൊടുന്നനെ ഒരു നിമിഷംകൊണ്ട് നല്ലവരാകാനാവില്ല. ന്യായം... കരുണ... ആകാവുന്നത്ര നന്മ. അവരോട് സഹതാപം... അതിനൊക്കെ എനിക്ക് പന്തീരാണ്ടുകൾ വേണ്ടിവരും.

ആഗ്ലിയാ ബോറിസോവ്നാ നെസ്റ്റെറക്

സാർജന്റ്, പ്രതിനിധി

ഞങ്ങളുടെ സ്വദേശം സ്വതന്ത്രമാക്കപ്പെട്ടു.... മരണവും ശവമടക്കലും ഇനിയും കാണാൻ വയ്യ എന്ന നിലയായി. ഒട്ടും സഹിക്കാൻ വയ്യാത്ത അവസ്ഥ. മനുഷ്യർ അന്യനാടിനുവേണ്ടി മരിക്കുന്നു. അന്യനാടുകളിൽ അവരുടെ ശവം മറവു ചെയ്യപ്പെടുന്നു. അവർ വീണ്ടും ഞങ്ങളെ ബോധ്യപ്പെടുത്തി. ശത്രുവിനെ പൂർണമായും വകവരുത്തണം. അവരിപ്പോഴും അപകടകാരികളാണ്. ഞങ്ങൾക്കു കാര്യം മനസ്സിലായി. പക്ഷേ, മരിക്കുക... അതെത്ര സങ്കടകരമാണ്. ഒരാൾ മരിക്കാൻ ആഗ്രഹമില്ല.

വഴിനീളെ ഒട്ടനവധി അടയാളങ്ങൾ. അവ കണ്ടാൽ കുരിശുകൾ പോലെ. "ഇവിടെ ഇവൾ - ശപിക്കപ്പെട്ട ജർമനി." ആ അടയാളം എല്ലാവരും ഓർമ്മവെച്ചു.

എല്ലാവരും ആ നിമിഷത്തിനുവേണ്ടി കാത്തിരിക്കുകയായിരുന്നു. ഇപ്പോൾ കാണാം... ഇപ്പോൾ മനസ്സിലാക്കാം. എവിടെ നിന്നാണവർ വരുന്നത്? അവരുടെ നാടും വീടുകളും ഏതു തരത്തിലുള്ളതാണ്? അവർ വെറും സാധാരണക്കാർത്തന്നെയാണെന്നു വരുമൊ? സാധാരണ ജീവിതം തന്നെയാണൊ അവരും നയിക്കുന്നത്? മുന്നണിയിലായിരുന്നപ്പോൾ എനിക്കൊട്ടും ആലോചിക്കാനായില്ല. ഒരിക്കൽകൂടി Heineയുടെ കവിതകൾ വായിക്കുന്ന കാര്യം... എന്റെ പ്രിയപ്പെട്ട എഴുത്തുകാരൻ ഗോഥേ... ഇനിയൊരിക്കലും എനിക്ക് wagnerടെ സംഗീതം ആസ്വദിക്കാനാവില്ല. യുദ്ധത്തിനു മുമ്പ്... ഞാൻ ജനിച്ചു വളർന്നത് സംഗീതജ്ഞരുടെ കുടുംബത്തിലാണ്. ജർമൻ സംഗീതം എനിക്കേറെ പ്രിയമുള്ളതായിരുന്നു. ബാക്കിനേയും ബിഥോവനേയും ഞാൻ ആരാധിച്ചിരുന്നു. മഹാനായ ബാക്! അങ്ങനെയുള്ള പേരുകളെല്ലാം തന്നെ ഞാൻ എന്റെ ലോകത്തുനിന്നും എന്നേ വെട്ടിമാറ്റിക്കഴിഞ്ഞു. ഞങ്ങൾ കണ്ടു... അല്ല. അവർ കാണിച്ചുതന്നു. ആ ശ്മശാനഭൂമികൾ. Auschwitz... സ്ത്രീകളുടെ വസ്ത്രങ്ങളും കുന്നുകൂടി കിടക്കുന്നു. അതിനരികെ മറ്റൊരു കുഞ്ഞ്... ചാമ്പലിന്റെ. അവർ അത് പാടത്തും പറമ്പുകളിലും വിതറി. കാബേജിനും ലെറ്റ്യൂസിനും വളമായി. ഇനിയൊരിക്കലും എനിക്ക് ജർമൻ സംഗീതം കേൾക്കാനാവില്ല. വളരെയധികം വർഷങ്ങൾ കഴിഞ്ഞിട്ടാണ് ഞാൻ ബാക്കിന്റെ സംഗീതത്തിലേക്ക് വീണ്ടും തിരിച്ചുപോയത്. മോസാർട്ടിന്റെ സംഗീതം പിയാനോയിൽ പിന്നേയും വായിക്കാൻ തുടങ്ങിയത്.

അവസാനം ഞങ്ങൾ അവിടെയെത്തി. ആദ്യമായി ഞങ്ങളെ ആകർഷിച്ചത് അവിടത്തെ ഒന്നാന്തരം റോഡുകളാണ്. വലിയ വലിയ കളപ്പുരകൾ. പൂച്ചെട്ടികൾ. ജനാലകളിലിട്ടിരുന്ന ഭംഗിയുള്ള കർട്ടനുകൾ. സാധാരണക്കാരുടെ ചെറിയ വീടുകൾക്കുപോലും എന്തു ചന്തം! മേശപ്പുറത്ത് തൂവെള്ള വിരികൾ. വിലകൂടിയ പിഞ്ഞാണിപ്പാത്രങ്ങൾ. സ്പൂണുകൾ. ഫോർക്കുകൾ... ആദ്യമായി അവിടെയാണ് ഞാൻ ഒരു അലക്കുയന്ത്രം കണ്ടത്. അവരെന്തിനാണൊരു യുദ്ധത്തിനൊരുമ്പെട്ടത്... ജീവിതം ഇത്രത്തോളം സുഖവും സമ്പന്നവുമായിരിക്കേ? ഞങ്ങൾക്കെത്രയാലോചിച്ചിട്ടും മനസ്സിലായില്ല. വെളുത്ത വിരിപ്പിട്ട മേശയ്ക്കരുകിലിരുന്ന്, അഴകുള്ള മിനുത്ത കപ്പുകളിൽ നിന്ന് അവർ കാപ്പി മൊത്തിക്കുടിച്ചുകൊണ്ടിരിക്കേ, ഞങ്ങളുടെ നാട്ടുകാർ ഭൂമിക്കടിയിൽ തീർത്ത അറകളിൽ പട്ടിണി കിടന്ന് നരകിക്കുകയായിരുന്നു.

അത്ര ഭംഗിയുള്ള ചായപ്പാത്രങ്ങൾ ഞാൻ മുമ്പ് മ്യൂസിയത്തിൽ മാത്രമേ കണ്ടിട്ടുണ്ടായിരുന്നുള്ളൂ. കൊച്ചു കൊച്ചു കപ്പുകൾ... ഒരു കാര്യം പറയാൻ വിട്ടുപോയി. ഞങ്ങളെ എല്ലാവരേയും ഒരുപോലെ ഞെട്ടിച്ച ഒരു കാര്യം.

ഞങ്ങൾ ആക്രമിച്ചുകൊണ്ടിരിക്കുകയായിരുന്നു. ആദ്യത്തെ ജർമൻ ടെന്റുകൾ പിടിച്ചെടുത്ത സന്ദർഭം. ഞങ്ങൾ അകത്തേക്കു ചാടിയിറങ്ങി.

അവിടെ അപ്പോഴും തെർമോഫ്ളാസ്ക്കുകളിൽ ചൂടുള്ള കാപ്പിയുണ്ടായിരുന്നു. പുത്തൻ കാപ്പിയും ബിസ്ക്കറ്റും... ആ മണം. വെളുത്ത വിരികൾ, വൃത്തിയുള്ള ടൗവ്വലുകൾ, ടോയ്‌ലറ്റ് പേപ്പറുകൾ... അതൊന്നും ഞങ്ങൾക്കുണ്ടായിരുന്നില്ല. വിരിപ്പുകളോ? ഞങ്ങൾ കിടന്നിരുന്നത് ചുള്ളിക്കമ്പുകൾക്കു മീതെ വയ്ക്കോൽ പരത്തിയിട്ടായിരുന്നു. രണ്ടും മൂന്നും ദിവസം തുടർച്ചയായി ചൂടുള്ള ഭക്ഷണം കിട്ടാതെ ഞങ്ങൾ കഴിച്ചുകൂട്ടിയിരുന്നു. ഞങ്ങളുടെ സൈനികർ വെറുപ്പും അമർഷവും സഹിക്കാനാവാതെ ആ തെർമോസ് കുപ്പികൾക്കു നേരെ വെടിവെച്ചു... ആ കാപ്പിക്കു നേരെ.

പല ജർമൻ വീടുകളിലും കാപ്പിപ്പാത്രങ്ങൾ വെടിവെച്ചു തകർത്തിരിക്കുന്നതായി കണ്ടു. അതുപോലെത്തന്നെ പൂച്ചട്ടികളും. തലയിണകളും കുട്ടികൾക്കുള്ള ഉന്തുവണ്ടികളും. എന്തൊക്കെയായാലും അവർ ഞങ്ങളോടു ചെയ്തതുപോലെയുള്ള ദ്രോഹങ്ങൾ ഞങ്ങൾക്കും തിരിച്ചു ചെയ്യാനാവില്ല. ഞങ്ങൾ അനുഭവിച്ച കഠിനയാതനകൾ എങ്ങനെയാണ് അവരെക്കൊണ്ട് അനുഭവിപ്പിക്കുക?

എവിടെ നിന്നാണവരിൽ ഉറപൊട്ടിയത്. ഞങ്ങളുടെ നേരെ ഇത്രത്തോളം പകയും വെറുപ്പും? മനസ്സിലാക്കാൻ സാധിച്ചില്ല. ഞങ്ങളുടെ മനോഭാവത്തിനു പിന്നിൽ ഒരു ന്യായമുണ്ടായിരുന്നു. അവരുടേതിന്റെ...?

ഞങ്ങൾക്കനുവാദം കിട്ടി. നാട്ടിൽ, വീട്ടിലേക്ക് സാധനങ്ങൾ അയയ്ക്കാം. സോപ്പ്... പഞ്ചസാര. ചിലർ ഷൂസുകളാണ് അയച്ചത്. ജർമൻകാരുടെ ഷൂസുകൾക്ക് നല്ല ഉറപ്പും ബലവുമുണ്ട്. പലരും വാച്ചുകളും തുകൽസാമഗ്രികളും നാട്ടിലേക്കയച്ചു. എല്ലാവർക്കും ആവശ്യം വാച്ചുകളായിരുന്നു. എനിക്കൊന്നും വാങ്ങാൻ തോന്നിയില്ല. മനസ്സ് അത്ര കണ്ട് മടുത്തിരുന്നു. അവരുടെ കൈയിൽനിന്നും ഒന്നും വാങ്ങാൻ ഞാൻ ആഗ്രഹിച്ചില്ല. എന്റെ അമ്മയും സഹോദരിയും അന്യരായ ചിലരോടൊപ്പമാണ് താമസിച്ചിരുന്നത്. ഞങ്ങളുടെ വീട് കത്തിനശിച്ചിരുന്നു. തിരിച്ചു വീട്ടിൽ വന്നപ്പോൾ ഞാൻ അമ്മയോടെല്ലാം പറഞ്ഞു. അമ്മ എന്നെ കെട്ടിപ്പിടിച്ചു കരഞ്ഞു, "നന്നായി... ഒന്നും വേണ്ട... നിന്റെ അച്ഛനെ കൊന്നവരുടെ കൈയിൽ നിന്നും ഒരു സാധനവും എനിക്കു വേണ്ട."

യുദ്ധം കഴിഞ്ഞ് പന്ത്രണ്ടു വർഷത്തിനു ശേഷമാണ് ഞാൻ Heineന്റെ കവിതകളുടെ ചെറിയൊരു സമാഹാരം വീണ്ടും കൈയിലെടുത്തത്. യുദ്ധത്തിനു മുമ്പ് എനിക്കേറ്റവും പ്രിയപ്പെട്ടതായിരുന്ന ജർമൻ സംഗീതജ്ഞരുടെ സംഗീതവും ഞാൻ വീണ്ടും കേട്ടതും ആയിടയ്ക്കാണ്.

ആൽബീനാ അലക്സാൻഡ്രോവ്നാ ഗാൺടിമുറോവ

സാർജന്റ് മേജർ. സ്കൗട്ട്

ബെർലിനിൽ വെച്ചാണ് അതുണ്ടായത്... എന്റെ സ്വന്തം അനുഭവം. ഞാൻ തെരുവിൽക്കൂടി നടന്നുപോകുമ്പോൾ, പെട്ടെന്നൊരാൺകുട്ടി

കൈയിൽ ഒരു സബ്മെഷീൻഗണ്ണുമായി എന്റെ നേരെ പാഞ്ഞുവന്നു. അവനൊരു Volkssturm ആയിരുന്നു.* യുദ്ധം അവസാനിച്ചിട്ട് ഏതാനും നാളുകളായിരുന്നു. എന്റെ കൈ എന്റെ യന്ത്രത്തോക്കിൽ പിടിമുറുക്കി. അവൻ എന്നെ നോക്കി കണ്ണുതുറിച്ചുനിന്നു. പെട്ടെന്ന് പൊട്ടിക്കരയാൻ തുടങ്ങി. എനിക്കു വിശ്വസിക്കാനായില്ല. എന്റെ കണ്ണും നിറഞ്ഞു. എന്റെ മുമ്പിൽ തന്റെ യന്ത്രത്തോക്കും നീട്ടിപ്പിടിച്ചു നില്ക്കുന്ന ഈ വിഡ്ഢിക്കുട്ടിയെ ഓർത്ത് എനിക്കു സങ്കടം തോന്നി. തകർന്നു കിടക്കുന്ന ഒരു കെട്ടിടത്തിന്റെ പടിപ്പുരയിലേക്ക് ഞാൻ അവനെ തള്ളിനീക്കി.

"ഇവിടെ മറഞ്ഞിരുന്നോളൂ." ഞാൻ പറഞ്ഞു.

അവനെ ഞാൻ കൊല്ലാൻ കൊണ്ടുപോകുകയാണെന്നാണ് അവൻ ധരിച്ചത്. ഞാൻ ഹാറ്റ് ധരിച്ചിരുന്നു. ഒറ്റ നോട്ടത്തിൽ പുരുഷനോ സ്ത്രീയോ എന്ന് തിരിച്ചറിയില്ല. എന്റെ കൈ മുറുകെ പിടിച്ച് അവൻ കരഞ്ഞുകൊണ്ടിരുന്നു. അവന്റെ തലയിൽ തഴുകി ഞാൻ ആശ്വസിപ്പിച്ചു. അവൻ അമ്പരന്നു നിന്നു. എന്തായാലും യുദ്ധഭീതി മുഴുവൻ മാഞ്ഞിരുന്നില്ല. എനിക്കും സ്വയം അതിശയം തോന്നി. ഇത്രയുംകാലം ജർമൻകാരോടെനിക്ക് തീർത്താൽ തീരാത്ത പകയും വിദ്വേഷമുണ്ടായിരുന്നു. ശരിയോ തെറ്റോ... പറയാനാവില്ല. ഇപ്പോൾ ഇനി... എനിക്കാരേയും കൊല്ലാനാവില്ല. യുദ്ധം അവസാനിച്ച ദിവസങ്ങൾ... എന്റെ മനസ്സാകെ മാറിയിരുന്നു.

ലില്ല്യാ മിഖായിലോവ്നാ ബുട്കോ

സർജിക്കൽ നഴ്സ്

എനിക്കു ദുഃഖമുണ്ട്... ഒരുപക്ഷേ സഫലമാക്കാൻ എനിക്കായില്ല.... അവർ മുറിവേറ്റ ഒരു ജർമൻ സൈനികനെ ഞങ്ങളുടെ ആശുപത്രിയിലേക്കു കൊണ്ടുവന്നു. അയാളൊരു പൈലറ്റ് ആയിരുന്നുവെന്നു തോന്നുന്നു. തുടയാകെ തകർന്നുപോയിരുന്നു. പഴുപ്പു കയറാൻ തുടങ്ങിയിരുന്നു. അകാരണമായൊരു കനിവ് എന്റെ മനസ്സിൽ നിറഞ്ഞു. അയാൾ നിശ്ശബ്ദനായി എന്റെ മുമ്പിൽ കിടക്കുന്നു. ജർമൻ ഭാഷ കുറച്ചൊന്ന് വശമാക്കിയിരുന്നു. "വെള്ളം വേണോ?" ഞാൻ ചോദിച്ചു.

"വേണ്ട."

ആശുപത്രിയിൽ മുറിവേറ്റ ഭടന്മാർ അനവധി വേറെയുമുണ്ടായിരുന്നു. കൂട്ടത്തിൽ ഒരു ശത്രു വന്നുപെട്ട കാര്യം അവർ എങ്ങനെയോ അറിഞ്ഞു. അയാളെ പ്രത്യേകിച്ചൊരിടത്താണ് കിടത്തിയിരുന്നത്.

ഞാൻ അയാളുടെ അടുത്തുചെന്നതും സംസാരിച്ചതും അവർക്ക്

---

* രണ്ടാം ലോകമഹായുദ്ധകാലത്ത് നാസി പാർട്ടി സംഘടിപ്പിച്ച ദേശീയ സേന 16നും 60നും ഇടയ്ക്കുള്ള പുരുഷന്മാരെ നിർബന്ധമായി അവരതിൽ ചേർത്തിരുന്നു.

രസിച്ചില്ല. "ശത്രുവിന് വെള്ളം കൊടുക്കാനാണോ ഭാവം?" "അതെ... അയാൾ മരിക്കാറായി. അയാളെ ഒന്നു സഹായിക്കാമെന്നു വിചാരിച്ചു."

അയാളുടെ കാലാകെ നീലച്ചിരുന്നു. ഇനി ഒന്നും ചെയ്യാനാവാത്ത അവസ്ഥ. അണുബാധ... നിമിഷങ്ങൾക്കകമാണ് മനുഷ്യനെ തിന്നു തീർക്കുക. ഒരു രാത്രികൊണ്ട് രോഗി ഇല്ലാതാവും. ഞാൻ അയാളുടെ വായിൽ വെള്ളമൊഴിച്ചുകൊടുത്തു. അയാൾ എന്റെ മുഖത്തേക്കു നോക്കി, പെട്ടെന്നു പറഞ്ഞു. "ഹിറ്റ്ലറുടെ കല്പന."

1942ൽ ആയിരുന്നു. കാർകോവിനു സമീപം അവർ ഞങ്ങളുടെ സൈന്യത്തെ വലയം ചെയ്തു.

ഞാൻ ചോദിച്ചു. "എന്തിനായിരുന്നു?"

"ഹിറ്റ്ലർ ആജ്ഞാപിച്ചു."

എനിക്കു പറയാതിരിക്കാനായില്ല." എന്ന് നിങ്ങൾ പറയുന്നു...

ഇപ്പോൾ നിങ്ങൾക്കു തോന്നുന്നു... ഇവിടെ നിസ്സഹായനായി കിടക്കുകയാണല്ലോ. പക്ഷേ, അന്ന്... നിങ്ങൾ ഞങ്ങളെ കൊന്നൊടുക്കുകയായിരുന്നു."

"ഞാൻ വെടിവെച്ചില്ല, കൊന്നില്ല." അയാളുടെ സ്വരം ദൃഢമായിരുന്നു. "അവർ നിർബന്ധിച്ചു ചെയ്യിക്കുകയായിരുന്നു... ഞാൻ വെടിവെച്ചില്ല..." അയാൾ ആവർത്തിച്ചു.

"പിടിക്കപ്പെട്ടുകഴിഞ്ഞാൽ ഇതുപോലെയുള്ള ന്യായങ്ങൾ എല്ലാവരും പറയും." ഞാൻ പുച്ഛത്തോടെ മുഖം തിരിച്ചു.

പൊടുന്നനെ അയാൾ എന്റെ കൈ പിടിച്ചു. "സത്യമായും... ഞാൻ അപേക്ഷിക്കുകയാണ്... എന്നോടു പൊറുക്കൂ സഹോദരീ..."

അയാൾ എന്റെ കൈയിലേക്കൊരു പൊതിവെച്ചു തന്നു. ഏതാനും ഫോട്ടോകൾ. അമ്മ, അയാൾ, സഹോദരൻ, സഹോദരിമാർ... അയാൾ കാണിച്ചുതന്നു. നല്ലൊരു കുടുംബഫോട്ടോ. അതിന്റെ പിൻവശത്തായി അയാൾ അമ്മയുടെ മേൽവിലാസം കുറിച്ചിട്ടു. "തീർച്ചയായും നിങ്ങൾ കണ്ടുപിടിക്കും... തീർച്ചയായും." ആ കാര്യത്തിൽ അയാൾക്കൊരു സംശയവുമുണ്ടായിരുന്നില്ല.

1942ൽ കാർക്കോവിന് അടുത്തുവെച്ച് ഒരു ജർമൻ ഭടൻ പറഞ്ഞ വാക്കുകൾ. "ദയവുചെയ്ത് ഇതൊന്ന് തപാൽപെട്ടിയിടണം."

ഒരു ഫോട്ടോയിൽ മാത്രമേ അയാൾ മേൽവിലാസമെഴുതിയുള്ളൂ. പക്ഷേ അയാളുടെ കൈയിലെ ലക്കോട്ടിൽ വേറെയും ഫോട്ടോകളുണ്ടായിരുന്നു. എല്ലാംകൂടി കുറെക്കാലം ഞാനെന്റെ പെട്ടിയിലിട്ട് കൊണ്ടു നടന്നു. പിന്നീടൊരിക്കൽ, ഒരു ബോംബാക്രമണത്തിനിടയിൽ അതെല്ലാം എനിക്കു നഷ്ടമായി. അതിനുശേഷം യുദ്ധം കഴിഞ്ഞ് ഞാൻ ജർമനിയിലെത്തിയപ്പോഴേക്കും... മേൽവിലാസക്കാരിക്കയയ്ക്കാനായി എന്റെ പക്കൽ ഒന്നുമുണ്ടായിരുന്നില്ല.

നീനാ വാസ്സിലീവ്നാ ഇലിസാൻക്യാ

നഴ്സ്

ഒരു യുദ്ധം ഞാൻ കൃത്യമായി ഓർമ്മിക്കുന്നു.

ആ പോരിൽ കുറെയധികം ജർമൻകാരെ ഞങ്ങൾ തടവുകാരായി പിടിച്ചു. കുറെപേർക്ക് മുറിവേറ്റിരുന്നു. ഞങ്ങൾ ആ മുറിവുകൾ വെച്ചു കെട്ടി. നമ്മുടെ കുട്ടികളെപോലെ അവരും കരയുകയും ഞെരങ്ങുകയും ചെയ്തിരുന്നു. കഠിനമായ ചൂടുള്ള കാലം. എവിടെനിന്നോ ഒരു ടീപോട്ട് കിട്ടി. അതിൽ വെള്ളമെടുത്ത് ഞങ്ങൾ എല്ലാവരുടേയും തൊണ്ട നനച്ചു. തുറന്ന സ്ഥലത്താണ് കിടപ്പ്. ചുറ്റും വെടിവെപ്പു നടക്കുന്നു. പെട്ടെന്നൊരു ഉത്തരവ്... എല്ലാവരും ടെന്റുകളിൽ മറഞ്ഞിരിക്കുക. ശത്രുവിന്റെ കണ്ണിൽപ്പെടാതെ സ്വയം മറയ്ക്കുക.

ഞങ്ങൾ ട്രെന്റുകൾ കുഴിക്കാൻ തുടങ്ങി. ജർമൻ തടവുകാർ ഞങ്ങളെ ഉറ്റുനോക്കിക്കൊണ്ടിരുന്നു. ഞങ്ങൾ അവരെ കാര്യം ധരിപ്പിച്ചു. "ഞങ്ങളോടൊപ്പം ജോലി ചെയ്യൂ... കിടങ്ങ് കുഴിക്കാൻ സഹായിക്കൂ..." ആദ്യം ഞങ്ങൾ പറഞ്ഞത് അവർക്ക് മനസ്സിലായില്ല. പിന്നീട്, ആശയം പിടികിട്ടിയപ്പോൾ അവർ ഞങ്ങളെ ഭയത്തോടെ നോക്കി. അവർ വിചാരിച്ചത്, കിടങ്ങു കുഴിച്ചുകഴിഞ്ഞാൽ അവരെ അതിന്റെ ഓരം ചേർത്തു നിർത്തി ഞങ്ങൾ വെടിവെച്ച് താഴേക്കിടും എന്നായിരുന്നു. ഞങ്ങളോടൊപ്പം കിടങ്ങ് കുഴിക്കുന്നതിനിടയിൽ അവരുടെ മുഖത്തു കണ്ട ഭയവും... ആശങ്കയും മറക്കാൻ വയ്യ.

പണി മുഴുവനാക്കിയതിനുശേഷം ഞങ്ങൾ അവർക്ക് വെള്ളം കൊടുത്തു. മുറിവുകൾ ബാൻഡേജ് ചെയ്തു. ഞങ്ങളോടൊപ്പം കിടങ്ങിനകത്തേക്കിറങ്ങി മറഞ്ഞിരിക്കാൻ പറഞ്ഞു. അവർക്ക് വിശ്വസിക്കാനായില്ല... അവരെ രക്ഷിക്കാൻ ഞങ്ങൾ തയ്യാറാവുകയോ? കൂട്ടത്തിൽ പ്രായം ചെന്ന ഒരാൾ കരഞ്ഞുതുടങ്ങി... ആ കണ്ണീർ മറച്ചുവെക്കാൻ അയാൾ ശ്രമിച്ചില്ല എന്നത് വേറൊരദ്ഭുതം.

ബാലിശമായ അബദ്ധങ്ങളും തമാശ സിനിമകളും കൂടിച്ചേർന്ന എന്തോ ഒന്ന്

വീരാ ഇലോസിഫോവ്നാ കോറീവാ

ആർമി സർജൻ

യുദ്ധം അവസാനിക്കുകയായിരുന്നു....

പൊളിറ്റിക്കൽ കമ്മീഷണർ എന്നെ വിളിച്ചു. "വീരാ ഇയോസിഫോനാ, മുറിവേറ്റു കിടക്കുന്ന ജർമൻകാരേകൂടി ഇനി നിങ്ങൾ ശ്രദ്ധിക്കേണ്ടി വരും."

"ഇല്ല... എന്നെക്കൊണ്ടാവില്ല." അപ്പോഴേക്കും എന്റെ രണ്ടു സഹോദരന്മാരും കൊല്ലപ്പെട്ടു കഴിഞ്ഞിരുന്നു.

"നിങ്ങൾ സ്ഥിതി മനസ്സിലാക്കണം... അതത്യാവശ്യമായിരിക്കുന്നു."

"എനിക്കു സാധിക്കില്ല. എന്റെ രണ്ടു സഹോദരന്മാരും യുദ്ധത്തിൽ കൊല്ലപ്പെട്ടു. ജർമ്മൻകാരെ കാണുന്നതേ എനിക്കു സഹിക്കാൻ വയ്യ. വേണമെങ്കിൽ അവരെ കൊല്ലാം. ചികിത്സിക്കാൻ ആവശ്യപ്പെടരുത്. ദയവുചെയ്ത് എന്റെ വിഷമം മനസ്സിലാക്കണം."

"ഇതെന്റെ കല്പനയാണ്." അദ്ദേഹം കൂടുതലൊന്നും പറഞ്ഞില്ല.

എനിക്കേറ്റവും പ്രയാസമുള്ള കാര്യമായിരുന്നു. എന്നാലും ഞാൻ അവരെ ചികിത്സിച്ചു. വേണ്ടതെല്ലാം ചെയ്തു. അവരെ തൊടുക. അവരുടെ വേദനയ്ക്ക് ശമനമുണ്ടാക്കുക. ഒക്കെ എനിക്കു ബുദ്ധിമുട്ടുള്ള കാര്യമായിരുന്നു. ആയിടയ്ക്കാണ് എന്റെ മുടി ആദ്യമായി നരയ്ക്കാൻ തുടങ്ങിയത്. അവർക്കാവശ്യമായ ശസ്ത്രക്രിയകൾ ചെയ്തു. ഭക്ഷണം കൊടുത്തു. ആവശ്യമായ സമയങ്ങളിൽ മയക്കിക്കിടത്തി. ഞാൻ ചെയ്യേണ്ടുന്ന എല്ലാം കൃത്യമായിത്തന്നെ ഞാൻ ചെയ്തു. എന്നാൽ വൈകുന്നേരത്തെ ചുമതലകൾ കൂടുതൽ ബുദ്ധിമുട്ടുളവാക്കുന്നതായിരുന്നു. രാവിലത്തെ ചുമതലകൾ ഏറെക്കുറെ ഒരു ഡോക്ടറുടേതായിരുന്നു. മരുന്നു കൊടുക്കണം... മുറിവുകൾ ശ്രദ്ധിക്കണം... പൾസ് നോക്കണം... അങ്ങനെ. എന്നാൽ സന്ധ്യയായാൽ എല്ലാം വേറൊരു രീതിയിലാണ്. രോഗിയുടെ അടുത്തിരിക്കണം. ആശ്വസിപ്പിക്കണം. എങ്ങനെയുണ്ടെന്ന് അന്വേഷിക്കണം. അത് എന്നെക്കൊണ്ട് ആവാത്ത കാര്യമായിരുന്നു. മുറിവു വെച്ചുകെട്ടലും ഓപ്പറേഷൻ ചെയ്യലും... അതങ്ങനെ മുറപോലെ നടക്കും. പക്ഷേ, അടുത്തിരുന്നു സംസാരിക്കുക...

ഞാൻ ആദ്യദിവസം തന്നെ കമ്മീഷണറോട് പറഞ്ഞു, "വൈകുന്നേരത്തെ ചുമതലകളിൽ നിന്നും എന്നെ ഒഴിവാക്കണം. രാവിലത്തേതെല്ലാം ഞാൻ കൃത്യമായി ചെയ്തുകൊള്ളാം."

എക്കാടെറീനാ പെട്രോവ്നാ ഷാലിജീന

നഴ്സ്

ജർമ്മനിയിലെ ഞങ്ങളുടെ ആശുപത്രിയിൽ മുറിവേറ്റ ജർമ്മൻ ഭടന്മാർ ധാരാളമുണ്ടായിരുന്നു. അങ്ങനെയുള്ള ആദ്യത്തെയാളെ ഓർത്തുപോകുന്നു. വല്ലാതെ പഴുപ്പ് കയറിയിരുന്നു. അയാളുടെ കാൽ ഞങ്ങൾ മുറിച്ചു കളഞ്ഞു. അയാൾ എന്റെ വാർഡിലാണ് കിടന്നിരുന്നത്.

ഒരു വൈകുന്നേരം അവരെന്നോടു പറഞ്ഞു, "കാത്യാ... നിന്റെ ജർമ്മൻകാരന്റെ സ്ഥിതി ഒന്നു നോക്കിയിട്ടു വരൂ."

രക്തപ്രവാഹമോ മറ്റോ... എന്തായാലും ഞാൻ ചെന്നു. അയാൾ ഉണർന്നു കിടക്കുകയായിരുന്നു. പനിയൊന്നും ഉണ്ടായിരുന്നില്ല. വെറുതെ കണ്ണുംതുറന്ന് കിടക്കുന്നു. എന്നെ കണ്ടതും തീരെ ചെറിയ ഒരു പിസ്റ്റൾ കൈയിലെടുത്തു. "ഇവിടെ..." അയാൾ ജർമ്മനിയിൽ പറഞ്ഞു. ഇന്നെനിക്ക് ആ ഭാഷ കാര്യമായി ഓർമ്മയില്ല. അന്ന് കുറച്ചറിയാമായിരുന്നു.

സകൂളിൽ പഠിച്ചതിന്റെ ബാക്കി. "ഇവിടെ..." അയാൾ വീണ്ടും വിളിച്ചു. "അന്ന് എനിക്ക് നിങ്ങളെ കൊല്ലണമെന്നുണ്ടായിരുന്നു. എന്നാൽ ഇന്ന് നിങ്ങൾക്കെന്നെ കൊല്ലാം... ദാ." അയാൾ തോക്ക്.എന്റെ നേരെ നീട്ടി....

ഞങ്ങളെ കൊല്ലാനാണ് അയാൾ ശ്രമിച്ചത്. എന്നിട്ടും ഞങ്ങളയാളെ രക്ഷിച്ചു എന്നായിരിക്കാം അയാൾ പറയാനുദ്ദേശിച്ചത്. വാസ്തവത്തിൽ അപ്പോൾ അയാൾ മരിച്ചുകൊണ്ടിരിക്കുകയായിരുന്നു. അയാളുടെ മുഖത്തു നോക്കി അതു പറയാൻ എനിക്കു സാധിച്ചില്ല.

ഞാൻ ഒന്നും മിണ്ടാതെ പുറത്തേക്കു കടന്നു. എങ്ങനെയെന്നറിയില്ല. അപ്പോൾ എന്റെ കണ്ണുകൾ നിറഞ്ഞിരുന്നു.

മറിയാ ആന്റോലീവ്നാ ഫ്ളേറോവാസ്ക്യ
രാഷ്ട്രീയ പ്രവർത്തക

അതൊരു കണ്ടുമുട്ടലായിരുന്നു. ഞാൻ വല്ലാത്ത ആശങ്കയോടെ മനസ്സിൽ കണ്ടിരുന്ന ഒരു കണ്ടുമുട്ടൽ!

ഞാൻ സ്കൂളിൽ പഠിച്ചിരുന്ന കാലം. ജർമ്മനിയുമായി ബന്ധം പുലർത്തിയിരുന്ന ഒരു സ്കൂളായിരുന്നു അത്. ജർമ്മൻ വിദ്യാർത്ഥികൾ ഇടയ്ക്കിടെ ഞങ്ങളെ സന്ദർശിക്കാൻ വരും, മോസ്കോയിലേക്ക്. അവരോടൊപ്പം ഞങ്ങൾ നാടകങ്ങൾ കാണാൻ പോയി. പാട്ടുപാടി നടന്നു. ആ കൂട്ടത്തിലുള്ള ഒരു ജർമ്മൻ പയ്യൻ നന്നായി പാടിയിരുന്നു. ഞങ്ങൾ നല്ല കൂട്ടുകാരായി. അവനുമായി ഞാൻ പ്രണയത്തിലായി എന്നുതന്നെ പറയാം. യുദ്ധകാലത്തു മുഴുവൻ അതായിരുന്നു എന്റെ ആധി. എവിടെയെങ്കിലും അവനെ കാണാനിടവന്നാലോ? അവനെന്നെ തിരിച്ചറിഞ്ഞാലോ? ശത്രുപക്ഷത്തെവിടെയെങ്കിലും അവനുണ്ടായിരിക്കുമോ? കുട്ടിക്കാലം മുതലേ ഞാനങ്ങനെയാണ്. വളരെ ദുർബലമായ മനസ്സ്. പെട്ടെന്ന് വികാരാധീനയാകും.

യുദ്ധം കഴിഞ്ഞ ഉടനെയുള്ള ഒരു നാൾ. ഞാൻ പാടത്തുകൂടി നടന്നു കൊണ്ടിരിക്കേ, മരിച്ചവരെ പെറുക്കിയെടുക്കലായിരുന്നു ജോലി. ജർമ്മൻ മൃതദേഹങ്ങൾ ഞങ്ങൾ തൊട്ടില്ല. എനിക്കുതോന്നി അവൻ അവിടെ കിടക്കുന്നുണ്ടെന്ന്. അതേ മുഖച്ഛായയുള്ള ആ ചെറുപ്പക്കാരൻ... ഞങ്ങളുടെ മണ്ണിൽ... ഒരു നിമിഷം ഞാൻ അവന്റെ അരികിൽ നിന്നു.

എ. കാവാ...
ആന്റി എയർക്രാഫ്റ്റ് ഗണ്ണർ

നിങ്ങൾക്ക് സത്യം അറിയണം അല്ലേ? എനിക്കുതന്നെ അതിനെക്കുറിച്ചോർക്കുമ്പോൾ ഭയമാണ്....

ഞങ്ങളുടെ ഭടന്മാരിൽ ഒരാൾ. എങ്ങനെയാണ് അത് ഞാൻ നിങ്ങൾക്കു പറഞ്ഞുതരേണ്ടത്? അയാളുടെ കുടുംബം മുഴുവനും മരിച്ചു

കഴിഞ്ഞിരുന്നു. അയാൾ മദ്യപിച്ചിരുന്നോ? അതോ സ്ഥിരബുദ്ധി നഷ്ട പ്പെട്ടിരുന്നോ? വിജയം അടുക്കുംതോറും അവർ കൂടുതൽ കൂടുതൽ മദ്യ പിച്ചിരുന്നുവെന്നറിയാം. വീടുകളിലും നിലവറകളിലുമൊക്കെ എപ്പോഴും വീഞ്ഞ് ധാരാളമായി സൂക്ഷിച്ചുവെച്ചിരുന്നു. അവസരം കിട്ടിയപ്പോൾ അവർ മതിയാവോളം അകത്താക്കി. അയാൾ ഒരു യന്ത്രത്തോക്ക് വലി ച്ചെടുത്ത്, ഒരു ജർമ്മൻ വീട്ടിലേക്ക് ഓടിക്കയറി. തിര തീരുന്നതുവരെ അയാൾ വെടിവെച്ചു. ആർക്കും തടുക്കാൻ സാവകാശം കിട്ടിയില്ല. ഞങ്ങ ളയാളുടെ പിറകെ ഓടി. അവിടെ ചെന്നപ്പോഴേക്കും ആ വീട്ടിൽ ശവ ങ്ങൾ മാത്രമേ ബാക്കിയുണ്ടായിരുന്നുള്ളൂ. കുട്ടികളെപോലും... അവരും അവിടെ വീണുകിടന്നിരുന്നു. ഞങ്ങൾ അയാളുടെ കൈയിൽ നിന്നും തോക്കുപിടിച്ചുവാങ്ങി. അയാളെ ബന്ധിച്ചു. അയാൾ ഉറക്കെ ഒച്ചയിട്ടു കൊണ്ടിരുന്നു. സ്വയം ശപിച്ചുകൊണ്ടിരുന്നു. “ആ തോക്കു തരൂ.. ഞാനും ചാവട്ടെ.”

അയാളെ തടവിലെടുത്തു. വിചാരണ ചെയ്തു. വധശിക്ഷ വിധിച്ചു. ഒടുവിൽ വെടിവെച്ചു കൊന്നു. എനിക്കയാളുടെ നേരെ വല്ലാത്ത സങ്കടം തോന്നി. എനിക്കു മാത്രമല്ല, ഞങ്ങൾക്കെല്ലാവർക്കും; യുദ്ധകാലം മുഴു വൻ അയാൾ പൊരുതിനിന്നു, അവസാനം ബർലിൻ വരെ വന്നെത്തി...

ഇതെല്ലാം എഴുതാൻ നിങ്ങൾക്കനുവാദമുണ്ടോ? മുമ്പുണ്ടായിരുന്നില്ല. അതുകൊണ്ട് ചോദിക്കുകയാണ്.

സെനിയാ ക്ലിമിൻറ്റീവ്നാ ബെൽകോ
ലേബർ ഫ്രണ്ട് ഫൈറ്റർ

യുദ്ധം എന്നെ കാത്തുനില്ക്കുകയായിരുന്നു.

ആയിടയ്ക്കാണ് എനിക്ക് പതിനെട്ടു തികഞ്ഞത്. അവർ എന്നെ എഴുതി അറിയിച്ചു. “ഡിസ്ട്രിക്റ്റ് കമ്മിറ്റിയുടെ മുമ്പിൽ ഹാജരാവണം. മൂന്നു ദിവസത്തേക്കു വേണ്ട ആഹാരം കൈയിൽ കരുതണം.” മുന്ന ണിയിൽ ജോലി ചെയ്യാനായി ഒരു കൂട്ടം തൊഴിലാളികളെ അവർ നിർ ബന്ധപൂർവം തയ്യാറാക്കുകയായിരുന്നു.

അവർ ഞങ്ങളെ നോവോട്രോയ്ട്സ്ക് എന്ന പട്ടണത്തിലേക്കു കൊണ്ടുവന്നു. ഓറെൻബർഗ് പ്രദേശത്താണ്. ഞങ്ങൾ ഒരു ഫാക്ടറി യിലാണ് ജോലി തുടങ്ങിയത്. മരവിപ്പിക്കുന്ന തണുപ്പ്. എന്റെ കോട്ടു പോലും ഒരു മഞ്ഞുകട്ടപോലെയാകും, മുറിക്കുള്ളിലാണെങ്കിൽ ത്തന്നേയും. കൈയിലെടുക്കാനാവില്ല... ഒരു മരത്തടിയുടെ ഭാരമുണ്ടാകും. ഒഴിവുകാലവും മുടക്കദിവസവുമില്ലാതെ അവിടെ ഞങ്ങൾ നാലു വർഷം പണിയെടുത്തു.

യുദ്ധം അവസാനിച്ചുകിട്ടാനായി ഞങ്ങൾ എന്നും കാത്തിരുന്നു. അവസാനം ഒരു പൂർണവിരാമം. ഒരു ദിവസം പുലർച്ചെ മൂന്നു മണിക്ക് ഞങ്ങളുടെ താമസസ്ഥലത്തിന് വെളിയിൽ എന്തോ ബഹളം.

ഡയറക്ടറും വേറെ ചില ഉദ്യോഗസ്ഥന്മാരും വരുന്നു. അവർ വിളിച്ചു പറയുന്നു. “വിജയം... നമ്മൾ യുദ്ധം ജയിച്ചു.”

എനിക്കു കിടന്നിടത്തുനിന്നും എണീക്കാനുള്ള ശേഷി ഉണ്ടായിരുന്നില്ല. ആരോ എന്നെ പിടിച്ചെഴുന്നേല്പിച്ചു. ഞാൻ വീണ്ടും വീണു പോയി. ആ ദിവസം മുഴുവൻ എഴുന്നേല്ക്കാനാവാതെ ഞാൻ കിടന്നു. സന്തോഷാധിക്യംകൊണ്ടുള്ള സ്തംഭനാവസ്ഥ. അത്രയ്ക്കും ശക്തമായിരുന്നു എന്റെ വികാരം. പിറ്റെ ദിവസമേ എനിക്ക് എഴുന്നേറ്റ് നില്ക്കാൻ സാധിച്ചുള്ളൂ. ഞാൻ പുറത്തേക്കോടി... എല്ലാവരേയും കെട്ടിപ്പിടിക്കണം... എല്ലാവരേയും ഉമ്മവെക്കണം.....

എലീനാ പാവ്‌ലോവ്നാ ഷാലോവാ

ഇൻഫൻട്രി ബറ്റാലിയൻ

വിജയം! എത്ര സുന്ദരമായൊരു വാക്കാണ്.

Reichstag-ൽ ഞാൻ എന്റെ പേരെഴുതി. കരിക്കട്ടകൊണ്ട്. അതേ എനിക്കു കിട്ടിയുള്ളൂ. “സാരാടോവിൽ നിന്നുള്ള ഒരു പെൺകുട്ടി നിങ്ങളെ തോല്പിച്ചിരിക്കുന്നു.” എല്ലാവരും ആ ഭീഷണിയിൽ എന്തെങ്കിലുമൊന്ന് എഴുതിവെച്ചു. ചില വാക്കുകൾ... ശാപങ്ങൾ... കുറ്റസമ്മതങ്ങൾ.

വിജയം! എന്റെ കൂട്ടുകാരികൾ എന്നോടു ചോദിച്ചു,

“ഇനി എന്തു ചെയ്യാനാണ് ആഗ്രഹം...” യുദ്ധകാലം മുഴുവൻ വിശന്നുവലഞ്ഞാണ് ഞങ്ങൾ കഴിച്ചുകൂട്ടിയത്. ഒരിക്കലെങ്കിലും വയറു നിറച്ച് ആഹാരം കഴിക്കാനായിരുന്നു ഏറ്റവും മോഹം. യുദ്ധം കഴിഞ്ഞ് ഉദ്യോഗത്തിൽ ചേർന്ന് ആദ്യത്തെ ശമ്പളം കിട്ടിയാൽ ഞാൻ വലിയൊരു പെട്ടി നല്ല മധുരമുള്ള ബിസ്കറ്റ് വാങ്ങും. അതെന്റെ ഒരു സ്വപ്നമായിരുന്നു. യുദ്ധം കഴിഞ്ഞാൽ ആരാവാനാണ് ആഗ്രഹിക്കുന്നത്? ഒരു പാചകക്കാരി... സംശയമില്ല. ഇപ്പോഴും അതു തന്നെയാണ് എന്റെ ജോലി... ഒരു പൊതുഭക്ഷണോത്പാദന ശാലയിൽ... ഒരു ഫുഡ് ഫാക്ടറി.

“എപ്പോഴാണ് നീ വിവാഹം കഴിക്കുക?” അതായിരുന്നു രണ്ടാമത്തെ ചോദ്യം. “കഴിയുന്നത്ര വേഗത്തിൽ.” എന്ന് ഉത്തരം. ഒരു പുരുഷനെ ചുംബിക്കണം. അതും എന്റെ വലിയൊരു സ്വപ്നമായിരുന്നു. പിന്നെ... പാടണം... പാടിപ്പാടി നടക്കുന്നു...

തമാരം ഉസിനോവ്നാ വോറോബിക്കോവാ

അണ്ടർ ഗ്രൗണ്ട് ഫൈറ്റർ

ഞാൻ എല്ലാം പഠിച്ചു. വെടിവെക്കാനും ഗ്രനേഡുകളെറിയാനും. കുഴിബോംബുകൾ സ്ഥാപിക്കാനും... പ്രഥമശുശ്രൂഷ നല്കാനും....

എന്നാൽ യുദ്ധത്തിന്റെ നാലു വർഷങ്ങൾക്കിടയിൽ വ്യാകരണ നിയമങ്ങളൊക്കെയും ഞാൻ മറന്നു. സ്കൂളിൽ പഠിച്ച ഒരു പാഠവും

ഓർമ്മയില്ലാതായി. ഒരു മെഷീൻഗണ്ണിനെ ഓരോ ഭാഗമായി അഴിച്ചു മാറ്റാൻ. എനിക്ക് കണ്ണടച്ചുകൊണ്ട് സാധിക്കും. എന്നാൽ യുദ്ധത്തിനു ശേഷം പഠിത്തം തുടരാനായി ഞാനെഴുതി ഉണ്ടാക്കിയ അപേക്ഷയും... അതിനോടു ചേർന്ന ഉപന്യാസവും... തീരെ മോശമായിരുന്നു. കുത്തും കോമയുമില്ല. നിറയെ ബാലിശമായ തെറ്റുകളും. എനിക്കു ലഭിച്ചിട്ടുള്ള സൈനിക ബഹുമതികളാണ് എന്നെ രക്ഷിച്ചത്. ആ സ്ഥാപനത്തിൽ എനിക്ക് പ്രവേശനം ലഭിച്ചു. വീണ്ടും ഞാൻ പഠിക്കാൻ തുടങ്ങി. ഞാൻ പുസ്തകങ്ങൾ ധാരാളം വായിച്ചു. ഒന്നും മനസ്സിലായില്ല. അതുപോലെ ത്തന്നെയായിരുന്നു കവിതകളുടെ കാര്യവും. ഒന്നും മനസ്സിലായില്ല. വാക്കുകളും അർത്ഥവുമൊക്കെ മറന്നിരുന്നു.

രാത്രി മുഴുവൻ പേടിസ്വപ്നങ്ങൾ. ജർമൻ രഹസ്യപ്പൊലീസ് ഉദ്യോഗസ്ഥന്മാർ. നായ്ക്കളുടെ നിർത്താതെയുള്ള കുര. പ്രാണവേദനയോടെയുള്ള നിലവിളികൾ. മരിച്ചുകൊണ്ടിരിക്കുന്ന മനുഷ്യൻ വല്ലതും സ്വകാര്യമായി പറഞ്ഞുവെന്നു വരാം. അവരുടെ നിലവിളികളേക്കാൾ ഭയാനകമാണ് ആ സ്വകാര്യം പറച്ചിൽ. എല്ലാം പിന്നേയും എന്റെ അരികിലേക്കെത്തുന്നതുപോലെ.

ഒരാളെ വധശിക്ഷ നടപ്പിലാക്കാനായി പുറത്തേക്കു കൊണ്ടുപോകുന്നു. ആ കണ്ണുകളിൽ ഭയം തിങ്ങിനില്ക്കുന്നു. അവസാനനിമിഷം വരെ അയാളത് വിശ്വസിച്ചിട്ടില്ലായിരുന്നു. കൊല്ലപ്പെടില്ല എന്നൊരു വിശ്വാസം... അതേസമയം എന്തെന്നില്ലാത്ത ഒരു ജിജ്ഞാസയും. യന്ത്രത്തോക്കിന് അഭിമുഖമായി അയാൾ നിന്നു. അവസാന നിമിഷം അയാൾ കൈ ഉയർത്തി മുഖം മറച്ചു...

രാവിലെ ഉണർന്നപ്പോൾ എന്റെ മുഖം മുഴുവൻ വീങ്ങിയിരുന്നു. രാത്രി മുഴുവൻ ഞാൻ ഉറക്കെ കരയുകയായിരുന്നു.

യുദ്ധകാലത്ത് ഒന്നിനെക്കുറിച്ചും ഞാൻ ചിന്തിച്ചിരുന്നില്ല. അതു കഴിഞ്ഞപ്പോഴാണ് ആലോചിക്കാൻ തുടങ്ങിയത്. മനസ്സ് വീണ്ടും വീണ്ടും അതുതന്നെ പിടിച്ചുവലിക്കുന്നു. പഴയതെല്ലാം വീണ്ടും... എനിക്കുറങ്ങാനാവുന്നില്ല. പഠിത്തം തുടരേണ്ട എന്ന് ഡോക്ടർമാർ നിർദ്ദേശിച്ചു. എന്നാൽ എന്റെ കൂട്ടുകാരികൾ, ഒരേ മുറിയിൽ എന്നോടൊപ്പം താമസിക്കുന്നവർ എന്റെ ചുമതലയേറ്റെടുത്തു, “ഡോക്ടർമാരുടെ അഭിപ്രായമൊന്നും സാരമാക്കേണ്ട.” അവർ എന്നോടു പറഞ്ഞു. എല്ലാ ദിവസവും രാത്രി ഊഴമിട്ട് അവർ എന്നെ സിനിമ കാണിക്കാൻ കൊണ്ടുപോയി. എന്തെങ്കിലും ഒരു കോമഡി... തമാശപ്പടം. “ചിരിക്കാൻ പഠിക്കണം... മനസ്സു തുറന്ന് ഉറക്കെ ചിരിക്കണം.” അവരെനിക്കു പറഞ്ഞുതന്നു. എനിക്കിഷ്ടമാണെങ്കിലും അല്ലെങ്കിലും അവരെന്നെ പുറത്തേക്കു വലിച്ചുകൊണ്ടുപോയി. അത്രയധികം തമാശപ്പടങ്ങളൊന്നും അന്നുണ്ടായിരുന്നില്ല. ഒരേപടം തന്നെ ഒരു നൂറുതവണ ഞാൻ കണ്ടിരിക്കണം.

ആദ്യത്തെ തവണ ഞാൻ ഉറക്കെ ചിരിച്ചത്... ഏതാണ്ടൊരു നിലവിളി പോലെ ആയിരുന്നു.

പതുക്കെ പതുക്കെ എന്റെ പേടിസ്വപ്നങ്ങൾ എന്നെ വിട്ടുപോയി. എനിക്കു വീണ്ടും പഠിത്തത്തിൽ മനസ്സിരുത്താൻ സാധിച്ചു.

മാതൃഭൂമി... സ്റ്റാലിൻ... ചുകന്ന തുണി

തമാരാ ഇവാനോവ്നാ കുറീവാ

നഴ്സ്

വസന്തകാലമായിരുന്നു.... ആൺകുട്ടികൾ മരിച്ചു. അവർ മരിച്ചത് വസന്തത്തിലായിരുന്നു... മാർച്ച്-ഏപ്രിൽ മാസങ്ങളിൽ.

തോട്ടങ്ങൾ നിറയെ പൂത്തുലഞ്ഞു നില്ക്കുന്ന കാലത്ത് എല്ലാവരും വിജയത്തിനായി നാളെണ്ണി കാത്തിരിക്കവേ... ശവങ്ങൾ മറവു ചെയ്യുക കൂടുതൽ ബുദ്ധിമുട്ടുള്ള ജോലിയായിരുന്നു. പലരും ഇത് നേരത്തെ പറഞ്ഞിട്ടുണ്ടാകും. എന്നാലും നിങ്ങൾ എഴുതണം, ഒരിക്കൽകൂടി. എല്ലാം ഞാൻ നല്ലതുപോലെ ഓർക്കുന്നു.

രണ്ടര കൊല്ലത്തോളം ഞാൻ മുന്നണിയിലായിരുന്നു. ആയിരക്കണക്കിന് മുറിവുകളും വ്രണങ്ങളും ഞാൻ കഴുകി വെടുപ്പാക്കി മരുന്നുവെച്ചു കെട്ടി. ഒരു ദിവസം, ഞാൻ എന്റെ തലമൂടുന്ന തൂവാല മാറ്റാനായി മുറിയിലേക്കു ചെന്നു. ജന്നലിൽ ചാരിനിന്ന് അറിയാതെയൊന്ന് മയങ്ങിപ്പോയി. ഉടനെ ഞാൻ ഉണർന്നു. ക്ഷീണം പോയി ഉന്മേഷവതിയായി. ഞാൻ ഡോക്ടറുടെ അടുത്തേക്കോടി. അദ്ദേഹം എന്റെ നേരെ ദേഷ്യപ്പെട്ടു. എന്തിനാണെന്ന് എനിക്കു മനസ്സിലായില്ല. എന്നെ കൂടുതൽ ചുമതലകളേല്പിച്ചുകൊണ്ട് അദ്ദേഹം അവിടെ നിന്നുപോയി. എന്റെ സഹപ്രവർത്തകയാണ് കാര്യം വിശദമാക്കിയത്. ഒരു മണിക്കൂറിലധികം എന്നെ കാണാനില്ലായിരുന്നു. അപ്പോഴാണെനിക്ക് മനസ്സിലായത്... ഒരു മിനിറ്റു മയക്കം എന്നു ഞാൻ വിചാരിച്ചത് യഥാർത്ഥത്തിൽ ഒരു മണിക്കൂർ നീണ്ട ഉറക്കമായിരുന്നു.

ഈയിടെയായി എന്റെ ആരോഗ്യം വളരെ മോശമായിരിക്കുന്നു. മനസ്സിനും സുഖം പോരാ. സൈനികസേവനത്തിന് എന്തെല്ലാം ബഹുമതികൾ ലഭിച്ചിട്ടുണ്ട് എന്ന് ആരെങ്കിലും ചോദിക്കുമ്പോൾ എനിക്കു ലജ്ജ തോന്നുന്നു. കീർത്തിമുദ്രകൾ നേടാനും നല്കാനുമുള്ള സമയമില്ലായിരുന്നു. എത്രയെത്രപേർ യുദ്ധത്തിൽ പങ്കെടുത്തു. എല്ലാവരും അവനവന്റെ പരമാവധി അധ്വാനിക്കുകയും ചെയ്തു. എല്ലാവർക്കും ബഹുമതികളും കീർത്തിമുദ്രകളും നല്കുക സാധ്യമാണോ? പക്ഷേ, ഞങ്ങൾക്കെല്ലാവർക്കും ലഭിച്ചു. ഏറ്റവും ഉയർന്ന ആ പുരസ്കാരം... മെയ് 9-ാം തിയതി വിജയദിവസം. നമ്മൾ യുദ്ധത്തിൽ വിജയം നേടി.

അസാധാരണമായ ഒരു മരണം ഞാനിപ്പോൾ ഓർത്തുപോകുന്നു. അന്ന് ആർക്കും അത് മനസ്സിലാക്കാൻ സാധിച്ചില്ല. ഞങ്ങളെല്ലാവരും ഓരോരോ പണിത്തിരക്കിലായിരുന്നു. എന്നാലും ഓർക്കുന്നു. ഞങ്ങൾ ജർമനിയുടെ മണ്ണിൽ ആദ്യമായി കാലുകുത്തിയ ദിവസം. ഞങ്ങളുടെ ക്യാപ്റ്റൻമാരിൽ ഒരാൾ മരിച്ചു. ജർമ്മൻ അധിനിവേശകാലത്ത് അദ്ദേ ഹത്തിന്റെ കുടുംബം മുഴുവനും കൊല്ലപ്പെട്ടിരുന്നു എന്ന് എല്ലാവർക്കും അറിയാമായിരുന്നു. വളരെ ധീരനായ ഒരു യോദ്ധാവ്. ആ ദിവസത്തി നായി ആകാംക്ഷയോടെ അദ്ദേഹം കാത്തിരിക്കുകയായിരുന്നു. അതിനു മുമ്പെങ്ങാനും താൻ മരിച്ചുപോകുമോ എന്നായിരുന്നു അദ്ദേഹത്തിന്റെ ഭയം. അവരുടെ - ശത്രുവിന്റെ - ദുഃഖങ്ങളും ദുരിതങ്ങളും സ്വന്തം കണ്ണു കൊണ്ടു കാണണം. യുദ്ധത്തിൽ തകർന്നടിഞ്ഞ ജർമ്മനി. അവരുടെ കരച്ചിലുകൾ... കഷ്ടപ്പാടുകൾ... വീടുകളുടെ സ്ഥാനത്ത് കല്ലുകളുടേയും കട്ടകളുടേയും കൂമ്പാരം. അദ്ദഹം അവിടെച്ചെന്നു. കാണേണ്ടതു കണ്ടു... മരിച്ചു. മുറിവേറ്റിട്ടല്ല... രോഗമോ അസുഖമോ ബാധിച്ചിട്ടല്ല... വെറുതെ അങ്ങനെ മരിച്ചു.

ഇപ്പോഴും ആ സംഭവം ഓർക്കുമ്പോൾ ഞാൻ എന്നോടുതന്നെ ചോദി ക്കുന്നു, എന്തുകൊണ്ടാണ്... അദ്ദേഹം മരിച്ചത്?

മറിയാ യാക്കോവ്‌ലീനാ യെഷോവാ

ലെഫ്റ്റനന്റ് ഓഫ് ഗാർഡ്സ്,
ഒരു മെഡിക്കൽ വിഭാഗത്തിൽ കമാൻഡർ

തീവണ്ടിയിൽ നിന്നിറങ്ങി നേരിട്ട് മുന്നണിയിലേക്ക്. അതായിരുന്നു എനിക്കു ലഭിച്ച നിർദ്ദേശം. ഒട്ടും വൈകിക്കരുത്. യൂണിറ്റ് യാത്രയാവു കയാണ്. പറഞ്ഞതുപോലെ ഞാൻ ചെന്നെത്തി. അന്ന് ഞാൻ വിചാരി ച്ചിരുന്നത് അധികം താമസിയാതെ പടക്കളത്തിൽ നിന്നും വീട്ടിലേക്കു മടങ്ങാമെന്നായിരുന്നു. ഒരുപക്ഷേ പിന്നണിയിൽ നിന്നുമുള്ളതിനേക്കാൾ ഒരു ദിവസം വൈകി. അതിൽ കൂടുതലൊന്നും ഞാൻ ചിന്തിച്ചിരുന്നില്ല. അമ്മയെ വീട്ടിൽ തനിയെ വിട്ടിട്ടാണ് ഞാൻ പോന്നത്. "മെഡിക്കൽ പ്ലാറ്റൂണിൽ ഇവൾ അധികകാലമുണ്ടാവില്ല.' മറ്റു പെൺകുട്ടികൾ എന്നെ പറ്റി പറയാറുള്ളത് ഓർമ്മ വരുന്നു. അത് ശരിയായിരുന്നു. ജോലി കഴിഞ്ഞു വന്നാലുടനെ ഞാൻ സ്വയം കഴുകി വൃത്തിയാക്കും... വെടു പ്പുള്ള കുപ്പായങ്ങളെടുത്തിടും... ട്രെന്റിനകത്തേക്ക് നുഴഞ്ഞുകയറും. മുന്നണിയിലാകുമ്പോൾ അവനവനെക്കുറിച്ചാലോചിക്കാൻ ആർക്കും സമയമില്ല. ഓടിയും... ഇഴഞ്ഞും.... എങ്ങും ചോരയുടെ മണം മാത്രം. എത്ര ശ്രമിച്ചിട്ടും ആ മണവുമായി പൊരുത്തപ്പെടാൻ എനിക്കായില്ല.

യുദ്ധം അവസാനിച്ചതിനുശേഷം ഞാൻ ഒരു പ്രസവാശുപത്രിയിൽ മിഡ്‌വൈഫ് ആയി ജോലി ചെയ്തു. എന്നാൽ അധികകാലം അവിടെ തുടർന്നില്ല. കുറച്ചുകാലം മാത്രം. രക്തത്തിന്റെ മണം... അതെനിക്ക്

അലർജിയായിരുന്നു. എന്റെ ശരീരത്തിന് അത് സഹിക്കാൻ സാധിച്ചിരുന്നില്ല. ചുകന്നതായ ഒന്നും... രക്തത്തിന്റെ നിറമുള്ള ഒന്നും... എനിക്കു കാണുക വയ്യായിരുന്നു. പ്രസവവാർഡിൽനിന്നും അടിയന്തര ശുശ്രൂഷാ വകുപ്പിലേക്കു ഞാൻ മാറി. അപ്പോഴും ശ്വാസംമുട്ട്.... മേലാകെ തടിച്ചു പൊന്തൽ.

ഒരു കഷണം ചുകന്ന തുണിയെടുത്ത് ഞാനൊരു ബ്ലൗസ് തയ്ച്ചു. അടുത്ത ദിവസം... കൈനിറയെ ചുകന്ന കുത്തുകൾ പൊന്തി... പോളച്ചു. ചുകന്ന തുണി... ചുകന്ന പൂക്കൾ. റോസുകൾ, കാർനേഷനുകൾ എന്തായാലും വയ്യ. എന്റെ ശരീരത്തിന് അത് സ്വീകാര്യമല്ല. രക്തത്തിന്റെ നിറമുള്ള എല്ലാം അത് നിഷേധിച്ചു. ഇപ്പോഴുമതേ, ചുകന്ന നിറമുള്ള ഒന്നും എന്റെ വീട്ടിലില്ല. മനുഷ്യരക്തത്തിന്റെ ചുകപ്പിന് എന്തൊരു തിളക്കമാണ്.... അത്രയും തിളക്കമുള്ള ചുകപ്പ് വേറെയെങ്ങും ഞാൻ കണ്ടിട്ടില്ല. പ്രകൃതിയിലോ... വർണചിത്രങ്ങളിലോ ഒന്നും. മാതളനാരകത്തിന്റെ ചാറിന് ഏതാണ്ടൊരു സാമ്യമുണ്ട്. നല്ലവണ്ണം മൂത്തു പഴുത്തതാണെങ്കിൽ. അപ്പോഴും ഏതാണ്ട് എന്നേ പറയാനാവൂ.

എലീനാ ബോറിസോവ്നാ ഷ്യാജിൻസ്റ്റീവാ

പ്രൈവറ്റ് ആർമറെർ

അന്നൊക്കെ എല്ലാവരും എന്നെ നോക്കി ഓ... ആ... എന്നൊക്കെ പറയുമായിരുന്നു. എപ്പോഴും നിറപ്പകിട്ടുള്ള വസ്ത്രങ്ങൾ. ധാരാളം ആഭരണങ്ങൾ. യുദ്ധകാലത്തും ഞാൻ അങ്ങനെതന്നെയായിരുന്നു. പട്ടാളച്ചിട്ടകളൊന്നുമില്ല. എല്ലാതരം ഉടുപ്പുകളുമിട്ടു. നല്ല കാലം. ഞങ്ങളുടെ കമാൻഡറും എതിർത്തു പറഞ്ഞില്ല. എല്ലാവരും പറയുമ്പോലെ അദ്ദേഹം ഒരു "ഡെമോക്രാറ്റ്" ആയിരുന്നു. അദ്ദേഹം വന്നത് പട്ടാളക്യാമ്പിൽ നിന്നായിരുന്നില്ല, സർവകലാശാലയിൽ നിന്നായിരുന്നു. ആലോചിച്ചു നോക്കൂ... മാന്യനും യോഗ്യനുമായ ഒരു അസിസ്റ്റന്റ് പ്രൊഫസർ. ആ കാലത്ത് അതൊരു "അപൂർവ പക്ഷി" ആയിരുന്നു. ഞങ്ങളുടെ കൂട്ടിലേക്കു പറന്നണഞ്ഞ ഒരു അസാധാരണ പക്ഷി.

മോതിരങ്ങളിടാൻ എനിക്കു വലിയ ഇഷ്ടമാണ്. വിലകുറഞ്ഞതാണെങ്കിലും സാരമില്ല. പത്തു വിരലുകളിലും വേണമെന്നു മാത്രം. അതുപോലെത്തന്നെ ഭ്രമമാണ് സുഗന്ധതൈലങ്ങളും. നല്ല പരിഷ്കാരമുള്ള ആടയാഭരണങ്ങൾ എന്നും എന്റെ ദൗർബല്യമായിരുന്നു. അങ്ങനെ കുറെ കൈയിലുണ്ടായിരുന്നുതാനും. വീട്ടിലെല്ലാവരും കളിയാക്കി ചിരിക്കാറുണ്ട്. "നമ്മുടെ ഭ്രാന്തത്തി ലെൻകക്ക് പിറന്നാൾ സമ്മാനമായി എന്താണ് കൊടുക്കുക? മോതിരം... അല്ലാതെന്ത്? യുദ്ധം കഴിഞ്ഞു വീട്ടിൽ വന്നപ്പോൾ എന്റെ സഹോദരൻ ആദ്യത്തെ മോതിരം എനിക്കുണ്ടാക്കിത്തന്നു. ഒരു തകരപ്പാട്ട വെട്ടിയെടുത്ത്. പച്ചനിറത്തിലുള്ള കുപ്പിയുടെ ഒരു തുണ്ട് പൊട്ടിച്ചെടുത്ത് ഉരച്ചും മിനുക്കിയും നല്ലൊരു പതക്കവും ഉണ്ടാക്കിത്തന്നു. വേറൊന്ന് തവിട്ടുനിറത്തിലുള്ള കുപ്പിച്ചില്ലുകൊണ്ടും.

തിളക്കമുള്ളതെല്ലാം ഞാൻ എന്റെ കാതിലും കഴുത്തിലും വിരലിലുമൊക്കെ കെട്ടിത്തൂക്കി നടന്നു... ഒരു പഞ്ചവർണ്ണക്കിളിയുടെ മട്ട്. ഞാൻ യുദ്ധരംഗത്തായിരുന്നുവെന്ന് ആരും വിശ്വസിച്ചില്ല. ദാ... നമ്മൾ ഇവിടെയിരുന്ന് യുദ്ധത്തെകുറിച്ചു സംസാരിക്കുമ്പോഴും എനിക്കു വിശ്വസിക്കാനാവുന്നില്ല, ഞാൻ മുന്നണിയിലുണ്ടായിരുന്നുവെന്ന്. എന്നാലും ആ പെട്ടിയിൽ കിടക്കുന്നുണ്ട് എനിക്കു നല്കപ്പെട്ട "ദി ഓർഡർ ഓഫ് ദി റെഡ്സ്റ്റാർ." ഏറ്റവും ഖ്യാതിയുള്ള അന്തസ്സാർന്ന മെഡൽ. നോക്കൂ... എന്തൊരു ഭംഗിയാണല്ലേ? അവർ അതെനിക്കു മനപ്പൂർവം തന്നതാണ്... ഹാ... ഹാ... ഹാ... ഗൗരവമായി പറയാം. അതൊരു ചരിത്രരേഖയാണ്. ഒന്നു ഞാൻ പറയാം. സ്ത്രീ അല്ലായിരുന്നുവെങ്കിൽ യുദ്ധത്തെ അതിജീവിക്കാനാവില്ലായിരുന്നു. പുരുഷന്മാരോട് ഒരിക്കലും എനിക്ക് അസൂയ തോന്നിയിട്ടില്ല. കുട്ടിക്കാലത്തൊ യൗവനകാലത്തൊ ഒന്നും. യുദ്ധകാലത്ത് തീർച്ചയായും ഇല്ല. സ്ത്രീയായല്ലോ എന്ന സന്തോഷമേ എനിക്കു തോന്നിയിട്ടുള്ളൂ. പലരും പറയാറുണ്ട് തോക്കുകൾ, യന്ത്രത്തോക്കുകൾ തുടങ്ങിയ ആയുധങ്ങളൊക്കെ സുന്ദരങ്ങളാണെന്ന്. മനുഷ്യരുടെ പലവിധ വികാരങ്ങളും ദാഹങ്ങളും അവ മറച്ചുപിടിക്കുന്നു എന്ന്. എന്നാൽ ആയുധങ്ങൾ സുന്ദരങ്ങളാണെന്ന് എനിക്കൊരിക്കലും തോന്നിയിട്ടില്ല. ചിലർ വളരെ കൊതിയോടെ, ആദരവോടെ തോക്കുകളുടെ നേരെ നോക്കുന്നത് കണ്ടിട്ടുണ്ട്. എനിക്ക് തീരെ മനസ്സിലാക്കാനാവുന്നില്ല ആ ഭാവം... ഞാനൊരു സ്ത്രീയായതുകൊണ്ടാകും.

ഞാൻ വിവാഹം കഴിക്കാതെ ഒറ്റയ്ക്കു കഴിയുന്നതെന്തുകൊണ്ടാണെന്നോ? വിവാഹം കഴിക്കാൻ പലരും തയ്യാറായിരുന്നു. പക്ഷേ, ഞാൻ വേണ്ടെന്നുവെച്ചു. ഒറ്റയ്ക്ക്... ജീവിതം രസമായി ജീവിച്ചുപോരുന്നു. കൂട്ടുകാരെല്ലാം ചെറുപ്പക്കാരാണ്. യൗവനം... അതിലാണെനിക്കു താത്പര്യം. യുദ്ധത്തിനേക്കാൾ ഞാൻ ഭയപ്പെടുന്നത് വാർധക്യത്തെയാണ്...

ഇതെല്ലാം നിങ്ങളുടെ ആ യന്ത്രം റെക്കോർഡ് ചെയ്യുന്നുണ്ട് അല്ലേ... ചരിത്രവസ്തുതകൾക്കായി?

റീറ്റാ മിഖായിലോവ്നാ ഒക്കുനേവാസ്ക്യാ...

പ്രൈവറ്റ് കുഴിബോംബു വിഭാഗം

ഞാൻ വീട്ടിൽ മടങ്ങിയെത്തിയിരിക്കുന്നു. എന്റെ വീട്ടിൽ എല്ലാവരും ജീവിച്ചിരിക്കുന്നുണ്ട്. എന്റെ അമ്മയാണ് എല്ലാവരേയും രക്ഷിച്ചത്. അമ്മൂമ്മ, അപ്പൂപ്പൻ, എന്റെ കൊച്ചനുജത്തി, അനുജൻ. ദാ... ഇപ്പോൾ ഞാനും തിരിച്ചുവന്നിരിക്കുന്നു.

ഒരു വർഷം കഴിഞ്ഞ് ഞങ്ങളുടെ അച്ഛനും മടങ്ങിവന്നു. വലിയ ബഹുമതികൾ നേടിക്കൊണ്ടാണ് അച്ഛൻ തിരിച്ചുവന്നത്. ഞാൻ ഒരു കീർത്തിമുദ്രയും രണ്ടു മെഡലുകളും നേടിയിരുന്നു. എന്നാൽ വീട്ടിൽ ഞങ്ങൾക്കെല്ലാവർക്കും ഒരേയൊരു അഭിപ്രായമാണ്. വീരനായിക അമ്മ തന്നെ.

അവരാണ് ഏറ്റവും ഘോരമായ യുദ്ധം ചെയ്തത്. അച്ഛൻ അദ്ദേഹത്തിന്റെ മെഡലുകളും കീർത്തിമുദ്രകളും ഒരിക്കലും അണിഞ്ഞില്ല. അമ്മയുടെ മുമ്പിൽ അതൊക്കെ ധരിക്കുക... ലജ്ജാവഹം എന്നായിരുന്നു അച്ഛന്റെ ഭാവം... അതുപോലെയുള്ള ബഹുമതികളൊന്നും ആരും അമ്മയ്ക്കു നല്കിയില്ലല്ലോ.

അമ്മയെ സ്നേഹിച്ചതുപോലെ ജീവിതത്തിലൊരിക്കലും ഒരാളേയും ഞാൻ സ്നേഹിച്ചിട്ടില്ല.

ബെല്ല ഐസാക്കോവ്നാ എപ്സ്റ്റീൻ

സർജന്റ്, തുരങ്ക വിഭാഗം

ഞാൻ തിരിച്ചുവന്നത് ആകെ മാറിയിട്ടാണ്. വളരെ വളരെ നാളുകളോളം മരണവുമായായിരുന്നു എന്റെ ബന്ധം. ഏറ്റവും അസാധാരണം... എന്നാൽ ഏറ്റവും അടുത്തതും....

മിൻസ്കിൽ ആദ്യത്തെ "സ്ട്രീറ്റ്കാറി"ന്റെ ഉദ്ഘാടനം. അന്ന് ഞാൻ അതിൽ കയറി യാത്ര ചെയ്തു. പെട്ടെന്ന് അത് വഴിയിൽ നിന്നു. എല്ലാവരും ബഹളം കൂട്ടി. സ്ത്രീകൾ നിലവിളിച്ചു. "ഒരാൾ കൊല്ലപ്പെട്ടു." ഞാൻ ആ കാറിനകത്ത് ഒറ്റയ്ക്കിരുന്നു. എനിക്കു മനസ്സിലായില്ല, എന്തിനാണ് എല്ലാവരും നിലവിളിക്കുന്നതെന്ന്. അത്ര ഭയാനകമായ ഒരു സംഗതിയായി എനിക്കു തോന്നിയില്ല. യുദ്ധരംഗത്ത് എത്രയെത്ര പേർ എന്റെ കൺമുമ്പിൽ മരിച്ചുവീണിരിക്കുന്നു. എനിക്കു പ്രത്യേകിച്ചൊരു വികാരവും ഉണ്ടാകാറില്ല. മൃതദേഹങ്ങളോടൊപ്പം ജീവിക്കുക എനിക്കു ശീലമായിരുന്നു. കൊല്ലപ്പെട്ട ആരെങ്കിലും ഏതു സമയവും അരികിലുണ്ടാകും. അവരുടെ അരികിലിരുന്ന് ഞങ്ങൾ ഭക്ഷണം കഴിച്ചു. പുകവലിച്ചു. സമാധാനകാലത്തെപോലെ അവർ എവിടെയോ അകലത്തായിരുന്നില്ല. എപ്പോഴും ഞങ്ങളോടൊപ്പമായിരുന്നു, തൊട്ടരികിൽത്തന്നെ.

പതുക്കെ ആ പഴയ വികാരം തിരിച്ചുകിട്ടി. ശവപ്പെട്ടിയിലെ മൃതദേഹം കണ്ട് എനിക്കു ഭയം തോന്നി... സങ്കടം തോന്നി. എത്രയോ വർഷങ്ങൾക്കുശേഷം എന്റെ മനസ്സ് സാധാരണ സ്ഥിതിയിലേക്ക് മടങ്ങിവന്നു. ഞാൻ എല്ലാവരേയും പോലെയായി.

നടാലിയ അലക്സാൻഡ്രോവ്നാ കുപ്രിയാനോവാ

സർജിക്കൽ നഴ്സ്

യുദ്ധത്തിനുമുമ്പായിരുന്നു ആ സംഭവം.

ഞാൻ തിയറ്ററിനകത്തായിരുന്നു. ഇടവേളയുടെ സമയം. വിളക്കുകൾ തെളിഞ്ഞു. അപ്പോഴാണ് ഞാൻ അദ്ദേഹത്തെ കണ്ടത്. എല്ലാവരും കണ്ടു. പൊടുന്നനെ ഉച്ചത്തിൽ കരഘോഷം... ഇടിമുഴക്കംപോലെ. സർക്കാർ ഉദ്യോഗസ്ഥന്മാർക്കായി മാറ്റിവെച്ചിരിക്കുന്ന ഭാഗത്തിരിക്കുന്നു... സ്റ്റാലിൻ. എന്റെ അച്ഛനെ അവർ തടവിലാക്കിയിരുന്നു. സഹോദരനെ

ക്യാമ്പിൽനിന്നും കാണാതായിരുന്നു. എന്നിട്ടും ആവേശംകൊണ്ട് എന്റെ കണ്ണു നിറഞ്ഞു. സ്റ്റാലിൻ എന്റെ കൺമുമ്പിൽ! സന്തോഷംകൊണ്ട് ബോധം കെടുന്നതുപോലെ. ആ നാടകശാല മുഴുവൻ എഴുന്നേറ്റു നിന്നു. ഉച്ചത്തിൽ കൈയടിച്ചു. ഞങ്ങളെല്ലാവരും തന്നെ പത്തു മിനിറ്റോളം നിന്ന നില്പിൽനിന്ന് കൈകൊട്ടി.

ആ ഒരു മാനസികാവസ്ഥയിലാണ് ഞാൻ യുദ്ധരംഗത്തെത്തിയത്. എന്നാൽ യുദ്ധകാലത്ത് അടക്കംപറച്ചിലുകൾ പലതും ഞാൻ കേൾക്കാനിടവന്നു. രാത്രി മുറിവേറ്റു കിടക്കുന്ന പട്ടാളക്കാർ ഇടനാഴിയിൽ വന്നിരുന്ന് പുകവലിക്കാറുണ്ടായിരുന്നു. ചിലർ ഉറങ്ങി. ചിലർ ഉറക്കം വരാതെ നേരം കഴിച്ചു. അവർ ടുക്കോചേവ്സ്കിയെപറ്റിയും യാക്കീറിനേപറ്റിയും സംസാരിച്ചു.* ആയിരക്കണക്കിനല്ല. കോടിക്കണക്കിനാളുകൾ അപ്രത്യക്ഷരായിരിക്കുന്നു. എവിടേക്കാണവർ മറഞ്ഞത്? ഉക്രേനിയക്കാർ പറഞ്ഞു. അവരെ നിർബന്ധിച്ച് കൂട്ടുകൃഷിയിടങ്ങളിലേക്കയച്ചു. അനുസരിക്കുകയല്ലാതെ വേറെ മാർഗമില്ലായിരുന്നു. സ്റ്റാലിൻ ബോധപൂർവം ഭക്ഷണക്ഷാമം സൃഷ്ടിച്ചു. അവർ തന്നെ അതിനെ "ഗോളോ ഡോമർ" (Golodomor)എന്നാണ് വിശ്വസിപ്പിച്ചത്. ചില അമ്മമാർക്ക് ഭ്രാന്തുപിടിച്ചു. സ്വന്തം മക്കളെത്തന്നെ കൊന്നുതിന്നു. ഉക്രേയ്നിലെ മണ്ണ് ഏറ്റവും വളക്കൂറുള്ളതായിരുന്നു. വെറുതെ ഒരു കമ്പു നട്ടാലും ക്ഷണത്തിൽ അത് വലിയൊരു മരമായി വളരും. ജർമ്മൻ തടവുകാർ ആ മണ്ണ് പെട്ടിയിൽ വാരിനിറച്ച് അവരുടെ നാട്ടിലേക്കയയ്ക്കുമായിരുന്നു. അത്രയും ഫലഭൂയിഷ്ഠമായ ഭൂമി. മീറ്ററുകളോളം താഴേക്ക് പശിമയുള്ള കറുത്ത മണ്ണ്. അവരുടെ വാക്കുകൾ... ഏറ്റവും താഴ്ന്ന സ്വരത്തിലായിരുന്നു. അതും രണ്ടു പേർ മാത്രമുള്ളപ്പോൾ മൂന്നാമതൊരാൾ വന്നാൽ അതൊരു കൂട്ടമായി. കൂട്ടത്തിലുള്ള സംഭാഷണങ്ങൾ തീരെ ഇല്ലായിരുന്നു... മൂന്നാമത്തെയാൾ പ്രതിഷേധിച്ചാലോ... കുറ്റപ്പെടുത്തിയാലോ?

ഞാനൊരു ഫലിതം പറയാം. കരയാതിരിക്കാൻ വേണ്ടി ഒരു തമാശ. രാത്രി... ബാരക്കിനകത്ത്. തടവുകാർ താഴെ കിടന്ന് സംസാരിക്കുന്നു. അവർ പരസ്പരം ചോദിക്കുന്നു: "നിന്നെ തടവിലാക്കാൻ എന്താണ് കാരണം?" ഒരാൾ പറഞ്ഞു, "ഞാൻ സത്യം പറഞ്ഞതുകൊണ്ട്." രണ്ടാമൻ "എന്റെ അച്ഛൻ കാരണം." മൂന്നാമൻ "ജോലി ചെയ്യാതെ മടി കാട്ടിയതിന്." എന്ത്? എല്ലാവർക്കും അദ്ഭുതം. അയാൾ സംഗതി വിശദമാക്കി. "ഒരു വൈകുന്നേരം... ഞങ്ങളെല്ലാവരും ഒരു പാർക്കിൽ ഒത്തുകൂടി തമാശ പറഞ്ഞിരിക്കുകയായിരുന്നു. തിരിച്ചുവരാൻ കുറച്ചു വൈകി. എന്റെ ഭാര്യ ചോദിച്ചു, "ഇപ്പോൾത്തന്നെ ചെന്ന് അവരിൽ കുറ്റം ചുമത്തണമോ അതോ നാളെ മതിയോ?" "നാളെയാവാം" ഞാൻ പറഞ്ഞു.

* അവർ രണ്ടുപേരും പ്രമുഖരായ സോവിയറ്റ് മിലിട്ടറി നേതാക്കന്മാരായിരുന്നു. സിദ്ധാന്തവാദികൾ. പരിഷ്കർത്താക്കൾ. 1937-ൽ സ്റ്റാലിന്റെ ശുദ്ധീകരണ പ്രക്രിയയുടെ ഭാഗമായി രണ്ടുപേരേയും വെടിവെച്ചു കൊലപ്പെടുത്തി.

“ഇപ്പോഴെനിക്കുറങ്ങണം.” പക്ഷേ, രാവിലെയായപ്പോഴേക്കും. അവർ വന്ന് ഞങ്ങളെ അറസ്റ്റു ചെയ്തു കൊണ്ടുപോയി.

തമാശയാണെന്നു തോന്നാം. പക്ഷേ ചിരിക്കാനായില്ല. കരയാനാണ് തോന്നിയത്... കരയാൻ മാത്രം.

യുദ്ധം കഴിഞ്ഞു. വേണ്ടപ്പെട്ടവർ പടക്കളത്തിൽ നിന്നും തിരിച്ചെത്താനായി എല്ലാവരും കാത്തിരുന്നു. പക്ഷേ ഞങ്ങൾ കാത്തിരുന്നത് ഞങ്ങൾക്കു വേണ്ടപ്പെട്ടവർ ക്യാമ്പുകളിൽ നിന്നും മടങ്ങിയെത്തുവാൻ വേണ്ടിയായിരുന്നു. സൈബീരിയയിൽ നിന്ന്. ഞങ്ങൾ യുദ്ധത്തിൽ വിജയം നേടിയിരിക്കുന്നു. ഞങ്ങളുടെ കൂറും ദേശഭക്തിയും ഞങ്ങൾ തെളിയിച്ചു കഴിഞ്ഞിരിക്കുന്നു. ഇനി നിശ്ചയമായും അവർ ഞങ്ങളെ വിശ്വസിക്കും.

1947-ൽ എന്റെ സഹോദരൻ മടങ്ങിവന്നു. പക്ഷേ, എന്റെ അച്ഛൻ... അദ്ദേഹത്തെ ആരും ഒരിക്കലും കാണുകയുണ്ടായില്ല. ഈയിടെ എന്റെ ചില ഉക്രേനിയൻ സഹപ്രവർത്തകരെ ഞാൻ സന്ദർശിച്ചിരുന്നു. മുന്നണിയിൽ എന്നോടൊപ്പം ഉണ്ടായിരുന്നവർ. ഒഡിസ്സയ്ക്കടുത്തുള്ള വലിയൊരു ഗ്രാമത്തിലാണ് അവർ ഇപ്പോൾ താമസിക്കുന്നത്. ഗ്രാമത്തിന്റെ നടുവിലായി രണ്ടു വലിയ സ്മാരകസ്തംഭങ്ങൾ. ഗ്രാമത്തിൽ പകുതിപേർ പട്ടിണികൊണ്ടു മരിച്ചു. ബാക്കി പകുതി യുദ്ധക്കളത്തിലും വീണു മരിച്ചു. റഷ്യയിലാകെ മരിച്ചവർ. അവരുടെ സംഖ്യ എങ്ങനെ എണ്ണി തിട്ടപ്പെടുത്താൻ! ഇപ്പോഴും ജീവിച്ചിരിക്കുന്നവരോടു പോയി ചോദിക്കൂ. എന്റെ കുട്ടീ, നിങ്ങളെപ്പോലെ ഒരു നൂറുപേരെ ഞങ്ങൾക്കാവശ്യമുണ്ട്... ഞങ്ങളുടെ കഥപറയാനായി. ഞങ്ങളുടെ നിലയ്ക്കാത്ത കണ്ണീരിന്റേയും യാതനകളുടേയും കഥ പറയാൻ... എന്റെ പ്രിയപ്പെട്ട കുട്ടീ!

“പെട്ടെന്ന് മനസ്സിൽ, ജീവിക്കണം എന്ന ഉത്കടമായ ആഗ്രഹം...”

ഫോൺ അടിച്ചുകൊണ്ടേയിരിക്കുന്നു. ഞാൻ പുതിയ മേൽവിലാസങ്ങൾ എഴുതിയെടുക്കുന്നു. പുതിയ കത്തുകൾ കൈപ്പറ്റുന്നു. എനിക്ക് അവസാനിപ്പിക്കാനാവുന്നില്ല. കാരണം, ഓരോ തവണയും സത്യം ദുസ്സഹമായി തോന്നുന്നു.

തമാരാ സ്റ്റെപ്പനോവ്നാ ഉമ്ന്യാജീനാ

ജൂനിയർ സാർജന്റ് ഇൻ ദ ഗാർഡ്, മെഡിക്കൽ അസിസ്റ്റന്റ്

എനിക്കേറ്റവും പ്രിയപ്പെട്ടവളേ....

രാത്രി മുഴുവൻ ഞാൻ ഓർക്കുകയായിരുന്നു. എന്റെ ഓർമ്മകൾ പെറുക്കിക്കൂട്ടുകയായിരുന്നു.

ഞാൻ റിക്രൂട്ടിങ്ങ് ഓഫീസിലേക്കോടിച്ചെന്നു. ഞാൻ ഞൊറിവെച്ച പാവാടയാണ് ധരിച്ചിരുന്നത്. കാലിൽ ഒച്ചവെക്കുന്ന റബ്ബർ ചെരിപ്പ്; ഷൂസു പോലെത്തന്നെ, ബക്കിളുകളോടുകൂടി.

അതായിരുന്നു അന്നത്തെ പരിഷ്കാരം. ഞാൻ ആ വേഷത്തിൽ റിക്രൂട്ടിങ്ങ് ഓഫീസിനു മുമ്പിൽ നിന്നും യുദ്ധമുന്നണിയിലേക്കു കുതിക്കാൻ തയ്യാറായി. അവരെന്നെ അങ്ങോട്ടേക്കുതന്നെ അയച്ചു. ഏതോ ഒരു വണ്ടിയിൽ കയറി. ഞാൻ യൂണിറ്റിലെത്തി. കരസേനയുടെ ഒരു വിഭാഗം. മിൻസ്കിനടുത്താണപ്പോൾ തമ്പടിച്ചിരുന്നത്. അവർ പറഞ്ഞു, എന്നെ അവിടെ ആവശ്യമില്ലെന്ന് പുരുഷന്മാർക്ക് അതൊരു നാണക്കേടാകും. എന്നെപോലെയുള്ള പതിനേഴുകാരികൾ പടയ്ക്കിറങ്ങിയാൽ. “എന്തായാലും ഉടനെ ഞങ്ങൾ ശത്രുവിനെ തകർത്തു തരിപ്പണമാക്കും. അതുകൊണ്ടു കൊച്ചുമോൾ അമ്മയുടെ അടുത്തേക്ക് തിരിച്ചു പൊയ്ക്കോളൂ.” അവർ എന്നെ മുന്നണിയിലേക്കു പോകാൻ അനുവദിച്ചില്ല. എനിക്ക് വലിയ വിഷമം തോന്നി. ഇനി എന്തു ചെയ്യാൻ! ഞാൻ നേരെ ചെന്ന് കമാൻഡർ-ഇൻ-ചീഫിനെ കണ്ടു. എന്നെ മടക്കി അയച്ച അതേ കേണൽ അദ്ദേഹത്തോടൊപ്പം ഇരിക്കുന്നുണ്ടായിരുന്നു. “കേണൽ

സഖാവേ..." ഞാൻ പറഞ്ഞു. "വലിയ കമാൻഡർ ആജ്ഞാപിച്ചാലും ഞാൻ ഇനി വീട്ടിലേക്കു മടങ്ങില്ല. നിങ്ങളോടൊപ്പം പിൻവാങ്ങുകയേയുള്ളൂ. എവിടെ പോകാൻ? ജർമൻകാർ അത്രയ്ക്കും അടുത്തെത്തിക്കഴിഞ്ഞില്ലേ?'' അതിനുശേഷം അവർ എനിക്കൊരു കളിപ്പേരിട്ടു. "സഖാവ് വലിയ കമാൻഡർ" യുദ്ധം തുടങ്ങി അത് ഏഴാമത്തെ ദിവസമായിരുന്നു. ഞങ്ങൾ പിൻവാങ്ങാൻ തുടങ്ങിയിരുന്നു.

താമസിച്ചില്ല. ഞങ്ങൾ രക്തത്തിൽ കുളിച്ചു. ആയിരക്കണക്കിന് മുറിവേറ്റവർ. എന്നാലും എല്ലാവരും ശാന്തരായിരുന്നു. ക്ഷമയോടെ നിശ്ശബ്ദത പാലിച്ചു. അവർക്കെല്ലാം ജീവിക്കാൻ കൊതിയുണ്ടായിരുന്നു. വിജയം നേടുന്ന ദിവസം വരെ ജീവിച്ചിരിക്കാൻ മോഹം. എല്ലാവരും കാത്തിരുന്നു. ആ ദിവസത്തിനായി. അത് എന്നു വേണമെങ്കിൽ സംഭവിക്കാം. ഓർക്കുന്നു. ഏതാണ്ട് മുഴുവനായും ഞാൻ രക്തത്തിൽ കുതിർന്നിരുന്നു. ഷൂസുകൾ കീറിപ്പോയി. നഗ്നപാദയായാണ് നടത്തം. ഞാൻ കണ്ട കാഴ്ച. മൊഗിലീവിനടുത്തുള്ള തീവണ്ടി സ്റ്റേഷൻ. അവർ ബോംബിട്ട് തകർക്കുകയാണ്. കുട്ടികളെ അവർ ജന്നലിൽകൂടി പുറത്തേക്കെറിയുന്നു. അടുത്തുതന്നെ ഒരു കാടുണ്ടായിരുന്നു. കുട്ടികൾ ചാടി എഴുന്നേറ്റ് കാടുകളിലേക്ക് ഓടി. അതിനിടെ ജർമൻ ടാങ്കുകൾ വന്നു. അവർ കുട്ടികളുടെ മീതെക്കൂടി അവ ഓടിച്ചുപോയി. പിന്നെ അവിടെ ഒന്നും ശേഷിച്ചില്ല. ഇന്നും ആ രംഗമോർക്കുമ്പോൾ സ്വബോധം നഷ്ടപ്പെടുന്നു. എന്നിട്ടും ആ കാലത്ത് ആളുകൾ പിടിച്ചുനിന്നു. യുദ്ധം കഴിഞ്ഞതിനു ശേഷമാണ് പലർക്കും ഭ്രാന്ത് പിടിച്ചത്. യുദ്ധകാലത്ത് ധാരാളം പേരെ കുടൽപുണ്ണ് ബാധിച്ചിരുന്നു. പക്ഷേ, അതിൽ നിന്നും അവർ സുഖം പ്രാപിച്ചു. ഞങ്ങൾ മഞ്ഞിന്റെ മുകളിൽ കിടന്നുറങ്ങി. കനംകുറഞ്ഞ ഓവർകോട്ടുകളാണ് ധരിക്കാനുണ്ടായിരുന്നത്. എന്നിട്ടും, രാവിലെ എഴുന്നേല്ക്കുമ്പോൾ ആർക്കും മൂക്കൊലിപ്പും ചുമയുമൊന്നുമില്ല.

പിന്നീട് ഞങ്ങളുടെ യൂണിറ്റിനെ ശത്രുക്കൾ വലയം ചെയ്തു. മുറിവേറ്റവർ വളരെയധികം. എന്നാൽ വാഹനങ്ങളൊന്നും കിട്ടിയില്ല. ജർമ്മൻ പട്ടാളം ഞങ്ങളുടെ തൊട്ടുപിറകിലുണ്ടായിരുന്നു. ഏതു നിമിഷവും ഞങ്ങൾ അവരുടെ കെണിയിൽ അകപ്പെടും. മുറിവുപറ്റിയ ഒരു ലഫ്റ്റനന്റ് അദ്ദേഹത്തിന്റെ പിസ്റ്റൾ എനിക്കു തന്നു. "വെടിവെക്കാനറിയാമോ?" ഞാൻ അതുവരെ വെടിവെച്ചിട്ടില്ല. കണ്ടു നിന്നിട്ടേയുള്ളൂ. എന്നിട്ടും ഞാൻ തോക്കുമായി വഴിവക്കിൽ കാത്തുനിന്നു... കടന്നുപോകുന്ന കാറുകൾ നിർത്താൻ ശ്രമിച്ചു. അന്ന് ആദ്യമായി ഒരു പുരുഷനെപ്പോലെ ഞാൻ മുന്തിയ ഒരു തെറിവിളിച്ചു. കാറുകൾ നിർത്താതെ കടന്നുപോയി. ആദ്യം ഞാൻ മാനത്തേക്കു വെടിവെച്ചു. മുറിവേറ്റു കിടക്കുന്ന സൈനികരെ കൈയിലെടുത്തു കൊണ്ടുപോകുക അസാധ്യമായിരുന്നു. അവർ ഞങ്ങളോട് കെഞ്ചി. "ഞങ്ങളുടെ ജീവനവസാനിപ്പിക്കൂ. ഇവിടെ ഇങ്ങനെ ഇട്ടിട്ടു പോകരുത്." ഞാൻ രണ്ടാമതും വെടിവെച്ചു. ഒരു കാറിന്റെ മുകൾത്തട്ട്

തുളച്ചുകയറി ആ ഉണ്ട. "മണ്ടൻ... ആദ്യം വെടിവെക്കാൻ പഠിക്കൂ." അയാൾ ഒച്ചയിട്ടു. എന്നാലും കാർ നിർത്തി. മുറിവേറ്റവരിൽ ഏതാനും പേരെ കാറിൽ കയറ്റാൻ അയാളും സഹായിച്ചു.

എന്നാൽ ഏറ്റവും ഭയാനകമായത് ഇനിയും വരാനിരിക്കുന്നതേ ഉണ്ടായിരുന്നുള്ളൂ. സ്റ്റാലിൻഗ്രാഡ്. അതെന്തൊരു പടക്കളമായിരുന്നു! തെരുവുകളും വീടുകളും നിലവറകളും. അതിന്റെ ഉള്ളിൽ നിന്നും മുറിവേറ്റവരെ എങ്ങനെ പുറത്തേക്കു വലിച്ചുകൊണ്ടുവരാൻ? എന്റെ ദേഹമാകെ വലിയൊരു മുറിവായിത്തീർന്നു. വസ്ത്രങ്ങൾ രക്തത്തിൽ കുതിർന്നു. ഒന്നാം സാർജന്റ് ഞങ്ങളെ ശകാരിച്ചു. "കുട്ടികളേ കൂടുതൽ കാലുറകൾ തരാനില്ല... ആരും ചോദിക്കരുത്..." രക്തത്തിൽ കുതിർന്ന കാലുറകൾ ശരീരത്തിൽ കിടന്ന് താനേ ഉണങ്ങി. മുറുക്കമായി. എത്ര പശയിൽ മുക്കിയാലും രക്തത്തിൽ നനഞ്ഞുണങ്ങുമ്പോഴത്തെ മുറുക്കം കിട്ടില്ല. അതിന്റെ അരികുകൊണ്ട് ശരീരം മുറിഞ്ഞുപോകും. അത്രയ്ക്കു മൂർച്ച. വൃത്തിയും വെടുപ്പുമുള്ള ഒരിടംപോലും നഗരത്തിൽ ബാക്കിയു ണ്ടായിരുന്നില്ല. എല്ലാം കത്തിച്ചാമ്പലായിരുന്നു.

ആ ആണ്ടിലെ മഞ്ഞുകാലത്തുപോലും നദി ഉറച്ചു കട്ടയായില്ല. അത് കത്തുകയായിരുന്നു. എല്ലാം എവിടേയും അറിഞ്ഞുകൊണ്ടിരുന്നു. സ്റ്റാലിൻഗ്രാഡിലെ ഒരിഞ്ചു മണ്ണുപോലും മനുഷ്യരക്തത്തിൽ നനയാ ത്തതായി ഉണ്ടായിരുന്നില്ല. റഷ്യക്കാരുടേയും ജർമ്മൻകാരുടേയും രക്തം ഒരുപോലെ ഒഴുകിപ്പരന്നു. നഗരം മുഴുവൻ മണ്ണെണ്ണയും ഗ്രീസും. പിൻവാ ങ്ങാനൊരിടമുണ്ടായിരുന്നില്ല. ഒന്നുകിൽ റഷ്യയും റഷ്യക്കാരും ഒന്നടങ്കം മരിക്കും. അല്ലെങ്കിൽ യുദ്ധത്തിൽ വിജയം നേടും. അതുറപ്പായിരുന്നു. അതായിരുന്നു അന്നത്തെ സ്ഥിതി. ആരും ഉറക്കെ പറഞ്ഞില്ല. എന്നാലും അതായിരുന്നു ഓരോ മനസ്സിലും... മരണം... ഏറ്റവും അടുത്ത്... പടനാ യകന്മാർക്ക് അത് ബോധ്യമായിരുന്നു.

കരുതൽസേനകളും പോഷകസൈന്യവും സഹായത്തിനെത്തി. യുവസുന്ദരന്മാരായ സൈനികർ. യുദ്ധത്തിനു മുമ്പുതന്നെ അവരുടെ മുഖത്തുനോക്കി മനസ്സു പറഞ്ഞു. എല്ലാവരും കൊല്ലപ്പെടാനുള്ള വരാണ്. പുതിയ ആൾക്കാരെ എനിക്ക് ഭയമായിരുന്നു. അവരെ പരിചയ പ്പെടാനും അവരോടു സംസാരിക്കാനും ഭയം. കാരണം ഇന്ന് അവർ ഉണ്ട്... നാളെയില്ല എന്ന അവസ്ഥ. പിന്നെ എന്തിനുവേണ്ടി ഒരു പരിചയ പ്പെടൽ. അത് 1942 ആയിരുന്നു. യുദ്ധത്തിലെ ഏറ്റവും നിർണായകമായ, ഭയാനകമായ കാലഘട്ടം. ഒരിക്കൽ, ഒരു ദിവസം ഉദിച്ചസ്തമിച്ചപ്പോൾ മുന്നൂറു പേരുണ്ടായിരുന്ന ഞങ്ങളുടെ കൂട്ടത്തിൽ പത്തുപേരേ ശേഷി ച്ചിരുന്നുള്ളൂ. എല്ലാം കഴിഞ്ഞ് ശാന്തമായപ്പോൾ, ശേഷിച്ച ഞങ്ങൾ പത്തു പേർ ഉറക്കെ കരഞ്ഞു. പരസ്പരം കെട്ടിപ്പിടിച്ചു... ചുംബിച്ചു. പൊടു ന്നനെ എല്ലാവർക്കും ജീവൻ തിരിച്ചുകിട്ടിയതുപോലെ. തമ്മിൽത്തമ്മിൽ ഞങ്ങളൊരു കുടുംബമായി. എല്ലാവരും പരസ്പരം ഏറ്റവും അടുപ്പമുള്ള വരായി.

നിങ്ങളുടെ കൺമുമ്പിൽ കിടന്ന് ഒരാൾ മരിക്കുന്നു. ഒരുവിധത്തിലും അയാളെ സഹായിക്കാനാവില്ല എന്ന് നിങ്ങൾക്കറിയാം. ഏതാനും നിമിഷത്തേ ആയുസ്സേ അയാൾക്കുള്ളൂ. നിങ്ങൾ അയാളെ തലോടുന്നു, ചുംബിക്കുന്നു, നല്ല വാക്കുകൾ പറയുന്നു. മെല്ലെ യാത്രയാക്കുന്നു. അത്രയേ നിങ്ങൾക്കു ചെയ്യാനാവൂ. അങ്ങനെയുള്ള മുഖങ്ങൾ എത്രയെത്ര. പലതും ഞാൻ ഇന്നും കൃത്യമായി ഓർക്കുന്നു. ചെറുപ്പക്കാരായ ആ സൈനികർ. കാലം കടന്നുപോകവേ അവരിൽ ഒരാളെയെങ്കിലും, ഒരു മുഖമെങ്കിലും ഞാൻ മറന്നിരിക്കാം. ഇല്ല. ആരേയും ഞാൻ മറന്നിട്ടില്ല. ഇപ്പോഴും എല്ലാവരേയും ഞാൻ കാണുന്നു. ഞങ്ങളുടെ സ്വന്തം കൈകൾകൊണ്ട് അവർക്കുള്ള ശവക്കുഴികൾ തീർക്കണമെന്ന് ഞങ്ങൾ ആഗ്രഹിച്ചു. എന്നാൽ എപ്പോഴും അത് സാധ്യമായിരുന്നില്ല. ഞങ്ങൾ അവിടം വിട്ടുപോയി. അവർ അവിടെത്തന്നെ കിടന്നു എന്നെന്നേക്കുമായി. ഒരാളുടെ തല മുഴുവനായും ബാൻഡേജിട്ടു കെട്ടാൻ നിങ്ങൾ ശ്രമിക്കുകയാണ്. അതിനിടയിൽ നിങ്ങളുടെ കൈയിൽ കിടന്നുതന്നെ അയാൾ മരിക്കുന്നു. നിങ്ങൾ കെട്ടിയ ബാൻഡേജുകൊണ്ട് മൂടിയ തലയുമായി അവന്റെ ശവം മറവു ചെയ്യപ്പെടുന്നു. ഒരാൾ... പടക്കളത്തിൽ വെച്ചാണ് മരിച്ചുപോയതെങ്കിൽ, ആകാശത്തേക്കു നോക്കി കണ്ണടയ്ക്കാനെങ്കിലും അയാൾക്ക് അവസരം കിട്ടിയിരിക്കും. ചിലർ മരിക്കുന്നതിനുമുമ്പ് പറയും... "നഴ്സ്, എന്റെ കണ്ണുകളടച്ചേക്കൂ... മെല്ലെ."

നഗരമാകെ നശിപ്പിക്കപ്പെട്ടു. വീടുകളും ബാക്കിയില്ല. ഭയങ്കരം തന്നെ. ആളുകൾ അതിനുള്ളിലുണ്ട്. ഒക്കെയും ചെറുപ്പക്കാർ. ശ്വാസംവിടാൻ നേരമില്ല. ഓടുകയാണ്, അവരെ രക്ഷിക്കാൻ. അഞ്ചു മിനിറ്റിൽ കൂടുതൽ ഓടാനുള്ള കരുത്തില്ല. അത്രയ്ക്കും തളർച്ച. എന്നാലും ഓടിക്കൊണ്ടിരിക്കുന്നു. മാർച്ച് മാസമാണ്. കാലടിയിൽ മഞ്ഞുരുകിയൊഴുകുന്ന വെള്ളം. തുകൽ ഷൂസിട്ട് ഓടാൻ അനുവാദമില്ല. എന്നാലും ഞാൻ അതിട്ടിട്ടാണ് ഓടുന്നത്. ദിവസം മുഴുവൻ തുകൽ ഷൂസും ധരിച്ച് ഞാൻ മുട്ടിലിഴഞ്ഞു. വൈകുന്നേരമായപ്പോഴേക്കും ഷൂസാകെ നനഞ്ഞു കുതിർന്നു. ഊരിമാറ്റാൻ വയ്യാതായി. അതു മുറിച്ചെടുക്കേണ്ടി വന്നു. എന്നാലും എനിക്ക് അസുഖമൊന്നും ബാധിച്ചില്ല. ഞാൻ പറയുന്നത് വിശ്വസിക്കാനാവുന്നുണ്ടോ എന്റെ പൊന്നുമോളേ....

സ്റ്റാലിൻഗ്രാഡ് യുദ്ധം അവസാനിച്ചപ്പോൾ ഞങ്ങൾക്ക് ഉത്തരവു കിട്ടി. കലശലായി മുറിവേറ്റവരെ ആവിബോട്ടുകളിലും പത്തേമാരികളിലും കയറ്റി ഗോർക്കിയിലുള്ള കസാനിൽ എത്തിക്കണം. വസന്തകാലമായിരുന്നു. മാർച്ചിനും ഏപ്രിലിനും ഇടയിൽ. മുറിവേറ്റവർ അസംഖ്യമായിരുന്നു. പലയിടത്തായി. കിടങ്ങുകളും ഭൂഗർഭഅറകളിലും നിലവറകളിലും വെറും നിലത്ത് ചിതറി കിടക്കുന്നു. ഭയങ്കരമായൊരു കാഴ്ച. എണ്ണി കണക്കാക്കുക അസാധ്യം. മുന്നണിയിൽ പടക്കളത്തിൽ നിന്ന് അവരെ എടുത്തുമാറ്റിക്കൊണ്ടിരുന്നപ്പോൾ ഞങ്ങൾ വിചാരിച്ചിരുന്നു, ഇത് അവസാനത്തേതാണ്. ഇനി വേണ്ടി വരില്ല. എന്നാൽ അതിലും ഭീകരമായിരുന്നു സ്റ്റാലിൻഗ്രാഡിലെ അനുഭവം. സങ്കല്പിക്കാനാവാത്തവിധം

ശോചനീയം. ഞാൻ സഞ്ചരിച്ചിരുന്ന ബോട്ടിൽ അധികവും കൈയും കാലും അറ്റുപോയവരായിരുന്നു. ക്ഷയരോഗം ബാധിച്ചവരുമുണ്ടായിരുന്നു അസംഖ്യം. അവർക്കുവേണ്ട ചികിത്സയും സാന്ത്വനവും. പ്രോത്സാഹനവും നല്കേണ്ടിയിരുന്നു. ഞങ്ങളെ ബോട്ടിൽ കയറ്റി അയയ്ക്കുമ്പോൾ മേലധികാരികൾ ഞങ്ങളോടു പറഞ്ഞിരുന്നത്, യുദ്ധത്തിൽ നിന്നും ഒരിടവേള എന്നായിരുന്നു. കഠിനാധ്വാനം ചെയ്തതിനുള്ള ഒരു പ്രതിഫലം, പ്രോത്സാഹനം. എന്നാൽ സ്റ്റാലിൻഗ്രാഡ് എന്ന നരകത്തേക്കാൾ ദുസ്സഹമായിരുന്നു ഞങ്ങളുടെ ഈ അനുഭവം. പടക്കളത്തിൽ നിന്നും ഒരാളെ എടുത്തുകൊണ്ടുവരുന്നു. വേണ്ട ചികിത്സയും ശുശ്രൂഷയും നല്കുന്നു. അയാളെ മറ്റൊരു യൂണിറ്റിലേക്കു മാറ്റുന്നു. അയാൾ സുഖം പ്രാപിക്കുകയാണെന്ന വിശ്വാസത്തോടെയാണ് കൈമാറുക പതിവ്. എന്നാൽ ഇവിടെ ഇരുപത്തിനാലു മണിക്കൂറും അവർ നിങ്ങളുടെ കൺമുമ്പിലാണ്. ഒരാളുടെ അടുത്തുനിന്നും ഇനിയത്തെ ആളുടെ അരികിലേക്ക് ഇഴഞ്ഞും നടന്നും നിന്നും ദിവസം മുഴുവൻ. മുന്നണിയിൽ അവർക്കെല്ലാം ജീവിക്കാനാഗ്രഹമുണ്ടായിരുന്നു. “നഴ്സ്... എങ്ങനെയെങ്കിലും വേഗം സുഖപ്പെടുത്തൂ” എന്ന അപേക്ഷയായിരുന്നു എപ്പോഴും. എന്നാൽ ഇവിടെ എല്ലാവർക്കും മരിക്കാനായിരുന്നു തിടുക്കം. മരുന്നും ആഹാരവും ഒക്കെ അവർ നിരസിച്ചു. ചിലർ ബോട്ടിൽ നിന്നും ആറ്റിലേക്കെടുത്തു ചാടി. അവരെ കാത്തുരക്ഷിക്കേണ്ട ചുമതലയും ഞങ്ങൾക്കായി. എപ്പോഴും ഒരു കണ്ണു വേണം എന്ന അവസ്ഥ.

കൂട്ടത്തിൽ ഒരു ക്യാപ്റ്റനുണ്ടായിരുന്നു. രാത്രിയും അയാളുടെ അരികത്ത് എനിക്കു കാവലിരിക്കേണ്ടിവന്നു. രണ്ടു കൈയും നഷ്ടപ്പെട്ടിരുന്നു. മരിച്ചാൽ മതി എന്ന ചിന്ത മാത്രം. ഒരിക്കൽ, എനിക്കു ശേഷം വന്ന നഴ്സിന് മുന്നറിയിപ്പു കൊടുക്കാൻ ഞാൻ മറന്നു. ഏതാനും നിമിഷത്തേക്കവൾ പുറത്തുപോയപ്പോഴേക്കും അയാൾ ആറ്റിലേക്കെടുത്തു ചാടി ജീവനൊടുക്കി.

അവരെ ഞങ്ങൾ പേമിനു സമീപത്തുള്ള ഇസോലിയിലേക്കാണ് കൊണ്ടുവന്നത്. അവർക്കുവേണ്ടി അപ്പോഴേക്കും വൃത്തിയുള്ള പുതിയ വീടുകൾ നിർമ്മിച്ചുകഴിഞ്ഞിരുന്നു. ഒരു യുവജനക്യാമ്പിന്റെ പ്രതീതി. ഞങ്ങൾ അവരെ സ്ട്രെച്ചറിൽ എടുത്തുകൊണ്ടുവന്നു. പലരും വേദനകൊണ്ട് പിടയുകയായിരുന്നു. അവരിലാരെയെങ്കിലും കല്യാണം കഴിച്ചാലോ എന്ന് എനിക്കു തോന്നി. എങ്കിൽ ഞാൻ അയാളെ കൈയിലെടുത്ത് കൊണ്ടുനടന്നേനെ. തിരിച്ചുള്ള യാത്രയിൽ ഞങ്ങളുടെ ബോട്ട് ശൂന്യമായിരുന്നു. വിശ്രമിക്കാൻ ധാരാളം സമയം. പക്ഷേ, ഞങ്ങൾ ഉറങ്ങിയില്ല. പെൺകുട്ടികൾക്കെല്ലാം വലിയ സങ്കടം. എല്ലാവരും തേങ്ങിക്കരയാൻ തുടങ്ങി. ഞങ്ങൾ പരസ്പരം തീർച്ചയാക്കി. ആര് ആർക്ക് കത്തെഴുതണം. ദിവസവും നാലോ അഞ്ചോ കത്ത്... അവിടെ കിടക്കുന്ന മുറിവേറ്റവർക്കായി.

ഞാനൊരു സ്വകാര്യം പറയാം. ആ യാത്രയ്ക്കുശേഷം ഞാൻ എന്റെ കാലുകളും മുഖവും മുന്നണിയിലുള്ളപ്പോൾ മറച്ചുവെക്കാൻ തുടങ്ങി.

എനിക്ക് ഭംഗിയുള്ള കാലുകളുണ്ടായിരുന്നു. അവ എങ്ങാനും മുറിച്ചു മാറ്റപ്പെട്ടാലോ എന്ന് എപ്പോഴും ഞാൻ ഭയന്നിരുന്നു. അതുപോലെ ത്തന്നെ എന്റെ മുഖത്തെക്കുറിച്ചും എനിക്കു വലിയ ഒരാശങ്കയായിരുന്നു... ഞാൻ എന്റെ സ്വന്തം കാര്യം ഇടയിൽ പറഞ്ഞതാണ്.

യുദ്ധം കഴിഞ്ഞ് വർഷങ്ങൾക്കുശേഷവും ചോരയുടെ മണത്തിൽ നിന്നും എനിക്കു മോചനം കിട്ടിയില്ല. വർഷങ്ങളോളം എപ്പോഴും അതെ ന്നോടൊന്നിച്ചുണ്ടായിരുന്നു. തുണി അലക്കുമ്പോഴും ഭക്ഷണം പാകം ചെയ്യുമ്പോഴും അതേ മണം. ഒരാൾ എനിക്ക് ചുകന്ന ഒരു ബ്ലൗസ് സമ്മാ നിച്ചു. ആ കാലത്ത് അതൊരു അപൂർവ വസ്തുവായിരുന്നു. തുണിക്ക് കടുത്ത ക്ഷാമമുള്ള കാലം. എന്നിട്ടും ഞാൻ ആ ബ്ലൗസ് ഒരിക്കലും ധരിച്ചില്ല. കാരണം അത് ചുകന്നതായിരുന്നു. തീരെ സഹിക്കാനാവാത്ത നിറം. ഇപ്പോഴുമതേ. ചുകപ്പ് വയ്യ. കടയിൽ പോയി സാമാനങ്ങൾ വാങ്ങാനും പ്രയാസം. കോഴിയും ഇറച്ചിയുമൊന്നും കാണുകവയ്യ. വേനൽക്കാലത്ത് പ്രത്യേകിച്ചും. മനുഷ്യമാംസംപോലെ വെളുത്തിരിക്കും. എന്റെ പ്രയാസം മനസ്സിലാകുന്നുണ്ടോ? എന്റെ ഭർത്താവാണ് കടയിൽ പോയി സാമാനങ്ങൾ വാങ്ങുക. വേനൽക്കാലമായാൽ പട്ടണത്തിൽ താമസിക്കാൻ വയ്യ. എവിടേക്കെങ്കിലും പോകാൻ തോന്നും. വേനൽ ക്കാലമായാൽ മനസ്സിൽ അകാരണമായ ഒരു ഭീതിയാണ്... ദാ, ഇപ്പോൾ യുദ്ധം തുടങ്ങും. വേനൽക്കാലത്ത് വീടുകളും റോഡുകളും മരങ്ങളു മൊക്കെ വെയിലേറ്റ് ചൂടാവുമ്പോൾ എന്താണെന്നറിയില്ല എല്ലാറ്റിനും ചോരയുടെ മണമാണ്. ഒന്നും തിന്നാനും കുടിക്കാനും വയ്യ. ആ മണം ഒഴിവാക്കാനാവുന്നില്ല. മെത്തയിൽ പുതുതായി വിരിച്ച വിരിപ്പിനും ചോര യുടെ മണം.

1945 മേയ് മാസം. ഞങ്ങൾ കുറെയധികം ഫോട്ടോകൾ എടുക്കുക യുണ്ടായി. ഞങ്ങൾ വലിയ സന്തോഷത്തിലായിരുന്നു. മേയ് 9. ഞങ്ങൾ എല്ലാവരും വിളിച്ചുകൂവി. “വിജയം...! വിജയം!”

പട്ടാളക്കാർ പുല്ലിൽ കിടന്നുരുണ്ടു. വിജയം... വിജയം...

അവർ ഉത്സാഹത്തോടെ ചുവടുകൾ അമർത്തിവെച്ച് താളമിട്ട് നൃത്തം ചെയ്തു...

കൈയിൽ കിട്ടിയതെടുത്ത് ആകാശത്തേക്കു നിറയൊഴിച്ചു.

“ഉടൻ വെടിനിർത്തണം.” കമാൻഡറുടെ ഉത്തരവ് മുഴങ്ങി.

“ഈ വെടിമരുന്നെല്ലാം ബാക്കിയാവില്ലേ? ഇനി എന്തിനു കരുതി വെക്കണം?” ഞങ്ങൾക്ക് കാര്യം മനസ്സിലായില്ല.

ആളുകൾ എന്തെല്ലാം പറഞ്ഞാലും ഒരേയൊരു വാക്കേ ഞാൻ കേട്ടുള്ളൂ. “വിജയം... വിജയം.”

പെട്ടെന്ന് എല്ലാവർക്കും ഉത്കടമായ ആഗ്രഹം. “ജീവിക്കണം.” എത്ര മനോഹരമായാണ് ഞങ്ങൾ വീണ്ടും ജീവിക്കാൻ തുടങ്ങിയത്. ഞാൻ എന്റെ കീർത്തിമുദ്രകളും മെഡലുകളുമെല്ലാം ധരിക്കുന്നു. പിന്നേയും

പിന്നേയും ഫോട്ടോകളെടുക്കുന്നു. എന്താണെന്നറിയില്ല... ചുറ്റും പൂക്കളോടുകൂടിയ പടങ്ങളിലാണ് എനിക്കു താത്പര്യം. പൂത്തടങ്ങൾക്കരികെ നിന്നും ഞാൻ കുറെ പടങ്ങളെടുക്കുകയുണ്ടായി.

ജൂൺ 7. വിശേഷിച്ചും സന്തോഷം നിറഞ്ഞ ദിവസം. അന്നാണ് ഞാൻ വിവാഹിതയായത്. ഞങ്ങൾക്കുവേണ്ടി ഞങ്ങളുടെ യൂണിറ്റ് കേമമായൊരു വിരുന്നൊരുക്കി. എന്റെ ഭർത്താവിനെ. വളരെ നാളായി എനിക്കു പരിചയമുണ്ടായിരുന്നു. അദ്ദേഹം ഒരു ക്യാപ്റ്റനായിരുന്നു; ഒരു കമ്പനി കമാൻഡർ. നേരത്തെത്തന്നെ ഞങ്ങൾ പറഞ്ഞുറപ്പിച്ചിരുന്നു, ജീവനോടെ ഇരിക്കുന്നുണ്ടെങ്കിൽ യുദ്ധം കഴിഞ്ഞാൽ ഞങ്ങൾ വിവാഹിതരാവും. മേലധികാരികൾ ഞങ്ങൾക്ക് ഒരു മാസത്തെ അവധി അനുവദിച്ചുതന്നു.

ഞങ്ങൾ കിനീഷ്മയിലേക്കു പോയി. ഇവാനോവ പ്രദേശത്താണത്. അവിടെയാണ് അദ്ദേഹത്തിന്റെ അച്ഛനമ്മമാർ താമസിച്ചിരുന്നത്. ഞാൻ ഒരു വീരനായികയായാണ് അവിടേക്കു ചെന്നത്. ഒരിക്കലും ഞാനത് പ്രതീക്ഷിച്ചിരുന്നില്ല. ഒരു മുന്നണിപ്പടയാളിക്ക് അവർ ഇത്രയും ഊഷ്മളമായൊരു വരവേല്പ് നൽകുമെന്ന്. എന്തെല്ലാം ദുരനുഭവങ്ങളിലൂടെയാണ് ഞങ്ങൾ കടന്നുപോന്നത്. എണ്ണമറ്റ മക്കളെ അവരുടെ അമ്മമാർക്കുവേണ്ടി രക്ഷപ്പെടുത്താൻ ഞങ്ങൾക്കു സാധിച്ചു. അതുപോലെ അസംഖ്യം ഭർത്താക്കന്മാരെ അവരുടെ ഭാര്യമാരെ തിരിച്ചേല്പിക്കാനും സാധിച്ചു. തീരെ ഓർക്കാപ്പുറത്ത് ഞാൻ നിന്ദകളും പരിഹാസങ്ങളും കേൾക്കാൻ തുടങ്ങി. അതിനുമുമ്പ് കേട്ടു പരിചയിച്ചിരുന്നത് “പൊന്നു നഴ്സേ...” “പ്രിയപ്പെട്ട നഴ്സേ” തുടങ്ങിയ വിളികളായിരുന്നു. ഞാൻ വെറും ഒരു സാധാരണ യുവതിയായിരുന്നില്ല. തികച്ചും സുന്ദരിയായിരുന്നു. എന്റെ യൂണിഫോമും പുത്തനായിരുന്നു.

വൈകുന്നേരം ഞങ്ങൾ ചായ കുടിക്കാനിരുന്നു. അദ്ദേഹത്തിന്റെ അമ്മ മകനെ അടുക്കളയിലേക്കു വിളിച്ചുകൊണ്ടുപോയി ഉച്ചത്തിൽ പറഞ്ഞു. “ആരെയാണ് നീ വിവാഹം കഴിച്ചുകൊണ്ടുവന്നിരിക്കുന്നത്... മുന്നണിയിൽ പണിയെടുത്തിരുന്ന ഒരു പെണ്ണിനേയോ? നിനക്ക് രണ്ട് അനുജത്തിമാരില്ലേ? ഇനി ആരാണ് അവരെ വിവാഹം കഴിക്കാൻ വരിക?”

ഇന്ന്... അതിനെ കുറിച്ചാലോചിക്കുമ്പോൾ എനിക്കു കരച്ചിൽ വരുന്നു. ഞാൻ ഒരു റെക്കോർഡ് കൊണ്ടുവന്നിട്ടുണ്ടായിരുന്നു. എനിക്കത് വളരെ ഇഷ്ടമായിരുന്നു. അതിൽ ഇങ്ങനെ ഒരു വാചകമുണ്ടായിരുന്നു. “തീർച്ചയായും നിങ്ങൾക്ക് ചന്തമുള്ള ഷൂസുകളിട്ട് നടക്കാം. നിങ്ങൾക്കതിന് അവകാശമുണ്ട്.” അത് മുന്നണിയിൽ സേവനമനുഷ്ഠിച്ചിരുന്ന ഒരു പെൺകുട്ടിയെക്കുറിച്ചുള്ള കവിതയായിരുന്നു. ഞാനാ റെക്കോർഡ് വെച്ചതും അനുജത്തിമാരിൽ മൂത്തവൾ വന്ന് അതെടുത്ത് എറിഞ്ഞുടച്ചു. എനിക്കതിന് അവകാശമില്ല എന്നതിന്റെ സൂചന. ആ രംഗമൊന്ന് ആലോചിച്ചുനോക്കൂ. സൈന്യവുമായി ബന്ധപ്പെട്ട എന്റെ

എല്ലാ ഫോട്ടോകളും അവർ നശിപ്പിച്ചുകളഞ്ഞു. എന്റെ പൊന്നേ... ഞാനെന്തു പറയാൻ... വാക്കുകളില്ല...

ആ കാലത്ത് ഭക്ഷണം വാങ്ങാൻ ഞങ്ങൾക്ക് കൂപ്പണുകൾ തന്നിരുന്നു. ചെറിയ കാർഡുകൾ. എന്റെ ഭർത്താവും ഞാനും കൂടി ആ കൂപ്പണുകൾ ശേഖരിച്ച് പകരം ഭക്ഷണം വാങ്ങാനായി ചെന്നു. അതൊരു പ്രത്യേക ഡെപ്പോ ആയിരുന്നു. നീണ്ട ഒരു നിര കടയ്ക്കു മുമ്പിൽ. ഞങ്ങളും നിരയിൽ ചേർന്ന് കാത്തുനിന്നു. എന്റെ ഊഴം വന്നപ്പോൾ, മേശയ്ക്കു മുമ്പിൽ നിന്നിരുന്ന ആൾ ഒരു ചാട്ടം. എന്റെ അരികിൽ വന്ന് അയാൾ എന്നെ ചുംബിക്കാൻ തുടങ്ങി. എനിക്ക് വല്ലാതെ നാണക്കേടായി. അയാൾ ഉറക്കെ പറഞ്ഞുകൊണ്ടിരുന്നു: “കൂട്ടരെ ഞാൻ അവളെ കണ്ടെത്തി. തിരിച്ചറിഞ്ഞു... ഇവൾ തന്നെയാണ് അന്ന് എന്റെ ജീവൻ രക്ഷിച്ചത്. അവളെ ഒന്നു കാണാൻ ഞാൻ ശരിക്കും ആഗ്രഹിച്ചിരുന്നു.”

എന്റെ ഭർത്താവ് എന്റെ തൊട്ടുപിറകിൽ നിന്നിരുന്നു. ശരിയായിരുന്നു. ഡെപ്പോ നടത്തിയിരുന്ന ആ പട്ടാളക്കാരനെ യുദ്ധകാലത്ത് വലിയൊരു തീപ്പിടിത്തത്തിൽ നിന്നും ഞാൻ രക്ഷിച്ചിരുന്നു... ചുറ്റും കഠിനമായ വെടിവെപ്പു നടക്കുന്ന സമയം. അയാൾക്കെന്നെ ഓർമ്മയുണ്ടായിരുന്നു. എന്നാൽ എനിക്കോ? ആയിരക്കണക്കിന് മുറിവേറ്റവർ. അപകടത്തിൽപ്പെട്ടവർ? ആരെയെല്ലാം ഓർമ്മിക്കാൻ! വേറൊരിക്കൽ തീവണ്ടി സ്റ്റേഷനിൽ വെച്ച് ഒരു വികലാംഗനെ കാണാനിടയായി. “നഴ്സ്” എന്നെ തിരിച്ചറിഞ്ഞ് അയാൾ വിളിച്ചു. അയാൾ കരയാൻ തുടങ്ങി. “അന്നു ഞാൻ മനസ്സിൽ കരുതിയിരുന്നു എന്നെങ്കിലും നിങ്ങളെ കാണുമ്പോൾ നിങ്ങളുടെ മുമ്പിൽ ഞാൻ മുട്ടുകുത്തുമെന്ന്....” അയാൾ ദയനീയമായി എന്നെ നോക്കി. അയാളുടെ രണ്ടു കാലുകളും നഷ്ടപ്പെട്ടിരുന്നു.

ഒരായുഷ്കാലത്തേക്കു മുഴുവൻ വേണ്ട അനുഭവങ്ങൾ... ഞങ്ങൾ മുന്നണിയിലെ സ്ത്രീകൾ അനുഭവിച്ചു കഴിഞ്ഞിരുന്നു. യുദ്ധം കഴിഞ്ഞിട്ടും അതവസാനിച്ചില്ല... കൂടുതൽ കൂടുതലായി അവ വന്നുകൊണ്ടിരുന്നു. ഒരു യുദ്ധം കഴിഞ്ഞതോടെ വേറൊരു യുദ്ധം തുടങ്ങി. അതും ഭയാനകമായിരുന്നു, കാരണമറിഞ്ഞുകൂട... പുരുഷന്മാർ ഞങ്ങളെ തള്ളിക്കളഞ്ഞു. അവർ ഞങ്ങൾക്ക് തുണയോ രക്ഷയോ ആയില്ല. യുദ്ധകാലത്തെ സ്ഥിതി വ്യത്യസ്തമായിരുന്നു. ഇഴഞ്ഞുനീങ്ങുന്നതിനിടയിൽ ഒരു വെടിപൊട്ടിയാൽ ആ നിമിഷം അവർ ഞങ്ങളുടെ രക്ഷയ്ക്കെത്തും. “നഴ്സ്... ഷ്രാർപ്നെൻ... ഓടി രക്ഷപ്പെടൂ.” അവർ മുന്നറിയിപ്പു തരും. അല്ലെങ്കിൽ നമ്മുടെ മേലെ ചാടിവീണ് നമ്മളെ രക്ഷിക്കും... സ്വന്തം ജീവൻ അപകടത്തിലാക്കിയും. ആ ഉണ്ട അയാളുടെ ശരീരത്തിൽ തുളച്ചു കയറും... മരിച്ചുപോകും. അല്ലെങ്കിൽ കലശലായി മുറിവേറ്റു കിടക്കും. അങ്ങനെ മൂന്നുതവണ ഞാൻ രക്ഷിക്കപ്പെട്ടിട്ടുണ്ട്.

അവധിക്കാലം കഴിഞ്ഞ് ഞങ്ങൾ വീട്ടിൽ നിന്നും മടങ്ങി യൂണിറ്റിലെത്തി. അപ്പോഴേക്കും അവർ ഞങ്ങളുടെ യൂണിറ്റ് പിരിച്ചുവിടാൻ

തുടങ്ങിയിരുന്നു. പുറത്തിറങ്ങി പാടത്തും പറമ്പുകളിലും കിടക്കുന്ന മൈനുകൾ കണ്ടെത്തി നിർവീര്യമാക്കേണ്ട ചുമതലയായിരുന്നു പിന്നീട്. ഭൂമി കൂട്ടുകൃഷി കേന്ദ്രങ്ങൾക്ക് തിരിച്ചു നല്കണം. സാധാരണ സൈനികരെ സംബന്ധിച്ചിടത്തോളം യുദ്ധം അവസാനിച്ചിരുന്നു. എന്നാൽ എന്നെപോലെയുള്ള "സാപ്പെറു"കളെ സംബന്ധിച്ചിടത്തോളം യുദ്ധം അപ്പോഴും തുടരുകയായിരുന്നു. ഞങ്ങൾ യുദ്ധം ജയിച്ചുവെന്ന് അമ്മമാർക്കറിയാം. പാടത്ത് നല്ല ഉയരത്തിൽ പുല്ലു വളർന്നു കഴിഞ്ഞിരുന്നു. എന്നാൽ അതിനിടയിലെല്ലാം ബോംബുകളും മൈനുകളുമായിരുന്നു. കൃഷി ചെയ്യാൻ ഭൂമി വേണം... ഉടനെതന്നെ അതിനെ സുരക്ഷിതമാക്കണം. ഞങ്ങൾ തിരക്കിലായിരുന്നു. എന്നുമെന്നോണം ഞങ്ങളുടെ കൂട്ടർ മരിച്ചുകൊണ്ടിരുന്നു... ബോംബുകളും മൈനുകളും പൊട്ടിത്തെറിച്ചിരുന്നു. എന്നും ശവമടക്കലുകൾ. ആ ദിവസങ്ങളിൽ എത്ര സഹപ്രവർത്തകരെയാണ് അവിടെവെച്ച് ഞങ്ങൾക്കു നഷ്ടപ്പെട്ടത്.

ഭൂമി കൂട്ടുകൃഷിക്കാരെ തിരിച്ചേല്പിച്ചു കഴിഞ്ഞിരുന്നു. നിലമുഴുവാനായി ഒരു ട്രാക്ടർ എത്തുന്നു. എവിടെയൊ ഒരു കുഴിബോംബ് പൊട്ടിത്തെറിക്കുന്നു. ആ കൂട്ടത്തിൽ ടാങ്കുകൾ നശിപ്പിക്കാനുള്ള അതിശക്തമായ ബോംബുകളും ഉണ്ടായിരുന്നു. ട്രാക്ടറും ഡ്രൈവറും നിമിഷങ്ങൾക്കം ഛിന്നഭിന്നമാകുന്നു. വളരെയധികം ട്രാക്ടറുകളൊന്നും ശേഷിച്ചിരുന്നില്ല... ആളുകളുടെ എണ്ണവും തീരെ കുറഞ്ഞു കഴിഞ്ഞിരുന്നു. യുദ്ധം കഴിഞ്ഞിട്ടും ഗ്രാമങ്ങളിലേക്കു ചെല്ലുമ്പോൾ... നിലയ്ക്കാത്ത കണ്ണീർ. സ്ത്രീകളും കുട്ടികളും അപ്പോഴും കരഞ്ഞുകൊണ്ടിരുന്നു.

ഒരു പട്ടാളക്കാരൻ. ഇപ്പോഴും ഞാൻ ഓർക്കുന്നു. റഷ്യയിലെ സടാരയ്ക്കടുത്തുള്ള ഒരു ഗ്രാമം. പേരു ഞാൻ മറന്നു. അയാൾ തനിച്ചായിരുന്നു. സ്വന്തം പാടഭാഗത്തുനിന്നും മൈനുകൾ നീക്കം ചെയ്യാനുള്ള ശ്രമത്തിലായിരുന്നു. ആ ക്ഷണം അയാൾ മരിച്ചു. യുദ്ധത്തിന്റെ നാലു കൊല്ലം മുഴുവനും മുന്നണിയിൽ നിന്നു പൊരുതിയ ആൾ. യുദ്ധത്തിനുശേഷം എല്ലാം ശാന്തമായപ്പോൾ സ്വന്തം ഗ്രാമത്തിൽ സ്വന്തം കൃഷിയിടത്തിൽ കുഴിബോംബ് പൊട്ടി മരിച്ചു.

ഈ കഥ പറയാൻ തുടങ്ങുമ്പോഴേക്കും തന്നെ ഞാൻ വല്ലാതായിപ്പോകുന്നു. ഞാൻ സംസാരിക്കുന്നു എന്നേയുള്ളൂ. എന്റെ ഉള്ളിൽ എന്തെല്ലാമോ കുഴഞ്ഞുമറയുന്നു. കൺമുമ്പിൽ അതെല്ലാം ഞാൻ കാണുന്നു. അവരുടെ ചിത്രം... മരിച്ചുപോയവരുടെ കിടപ്പ്. വായ മലർക്കെ തുറന്ന്. എന്തോ വിളിച്ചു പറയാൻ തുടങ്ങി. എന്നാൽ മുഴുവനാക്കാൻ സാധിച്ചില്ല എന്ന ഭാവം. വയറു തകർന്ന് കുടൽമാല പുറത്തേക്കു വീണു. കത്തിക്കാൻ വിറകു കുറവായിരുന്നു. എന്നാൽ അടക്കം ചെയ്യാനുള്ള ജഡങ്ങൾ എണ്ണിത്തീരാതെ. എത്ര ഭയാനകമായിരുന്നു ആ കാഴ്ചകൾ. കൈയോടു കൈ പോര്. തമ്മിൽത്തമ്മിൽ ബയനറ്റുകൾ കൊണ്ടാണാക്രമണം. അവിടെ വെച്ച് പെട്ടെന്നൊരാൾ 'വിക്കൽ' തുടങ്ങി. ഒരു വാക്കും നേരാംവണ്ണം നാക്കിൽ നിന്നും പുറത്തുവരാതായി. മിണ്ടാനാവാതായി.

അന്ന് അവിടെ ഇല്ലാതിരുന്നവർക്കാർക്കും ആ സാഹചര്യങ്ങളുടെ ഭീകരത മനസ്സിലാവില്ല. അതിനെയൊക്കെപറ്റി നിങ്ങളെന്തു പറയാൻ? എങ്ങനെ പറയാൻ? നിങ്ങൾതന്നെ പറയൂ... എങ്ങനെയാണ് ഞാനതൊക്കെ പറയുക? ചിലർക്ക് സാധിക്കുമായിരിക്കും എല്ലാം ഓർക്കാൻ. എന്നാൽ എനിക്കാവില്ല. ഞാൻ കരഞ്ഞുപോകുന്നു. എങ്കിലും ഇതെല്ലാം രേഖപ്പെടുത്തേണ്ടതാണ്. അടുത്ത തലമുറയ്ക്കു കൈമാറേണ്ടതാണ്. ഈ കരച്ചിൽ... ഞങ്ങളുടെ നിലവിളികൾ നഷ്ടപ്പെടാതെ സൂക്ഷിച്ചുവെക്കണം... ലോകത്തിനതാവശ്യമുണ്ട്.

ആ ഒഴിവുദിവസത്തിനായി – വിജയ ദിവസം – ഞാൻ എപ്പോഴും ആകാംക്ഷയോടെ കാത്തിരിക്കാറുണ്ട്. അതേസമയം ഉള്ളിൽ ഒരു പേടിയുമുണ്ട്. കുറെ ദിവസം ഞാൻ മനഃപൂർവ്വം തുണി അലക്കാതിരിക്കും. എന്നിട്ടൊരു ദിവസം എല്ലാംകൂടി അലക്കാൻ തുടങ്ങും. ദിവസം മുഴുവൻ അലക്കൽതന്നെ. മനസ്സിന്റെ വേവലാതി അടക്കാനാണ്. എന്തെങ്കിലും ചെയ്തുകൊണ്ടിരുന്നാൽ തെല്ലൊരു സ്വസ്ഥത കിട്ടും.

മുന്നണിയിലുണ്ടായിരുന്നവർ ഒന്നിച്ചുചേരുമ്പോൾ കൈയിലുള്ള തൂവാലകൾ പോരാതെ വരുന്നു. അത്രയ്ക്കും ഞങ്ങൾ കണ്ണീരൊഴുക്കും... കണ്ണീരിന്റെ ഒരു കടൽത്തന്നെ. കുട്ടികൾക്കു കളിപ്പാട്ടമായി കൊടുക്കുന്ന ടാങ്ക്, തോക്ക് തുടങ്ങിയ യുദ്ധസാമഗ്രികളുടെ മാതൃകകൾ എനിക്കു കാണാൻ വയ്യ. അങ്ങനെയുള്ളതൊന്നും എന്റെ കുട്ടികൾക്കൊ മറ്റു കുട്ടികൾക്കോ ഞാൻ വാങ്ങിക്കൊടുക്കാറില്ല. ഒരിക്കൽ ആരോ ഒരു പ്ലാസ്റ്റിക് പോർവിമാനവും യന്ത്രത്തോക്കും എന്റെ വീട്ടിൽ കൊണ്ടുവന്നു. ആ നിമിഷം അത് രണ്ടും ഞാൻ പുറത്തേക്ക് വലിച്ചെറിഞ്ഞു.

ഏറ്റവും വലിയ സമ്മാനം മനുഷ്യജീവൻ തന്നെയാണ്. അതിലും വിലയേറിയതായി ഒന്നുമില്ല. ആ സമ്മാനത്തിന്റെ ഉടമസ്ഥൻ.. മനുഷ്യനല്ല. അവനു മാത്രമായി അത് തരാൻ സാധ്യവുമല്ല.

നിങ്ങൾക്കറിയാമോ യുദ്ധകാലത്ത് ഞങ്ങളുടെ എല്ലാവരുടേയും മനസ്സിലുണ്ടായിരുന്ന ചിന്ത എന്തായിരുന്നുവെന്ന്? ഞങ്ങൾ സ്വപ്നം കണ്ടു. “ഞങ്ങൾ ജീവിച്ചിരുന്നുവെങ്കിൽ... യുദ്ധം കഴിഞ്ഞാൽ എല്ലാവരും വളരെ സന്തോഷത്തിലായിരിക്കും. ജീവിതം സുന്ദരവും സന്തോഷഭരിതവുമായിരിക്കും. ഇത്രയധികം കഷ്ടപ്പാടുകൾ അനുഭവിച്ചതിനുശേഷം ഓരോരുത്തരും അന്യനോട് സ്നേഹവും അനുകമ്പയും കാട്ടും. പരസ്പരം ദുഃഖങ്ങൾ മനസ്സിലാക്കും. ആളുകൾ ആകെ മാറും.” ആ കാര്യത്തിൽ ഞങ്ങൾക്ക് ഒട്ടും സംശയമുണ്ടായിരുന്നില്ല... ഒട്ടും.

എന്റെ കുട്ടീ... ഇപ്പോഴോ? ജനങ്ങൾ പരസ്പരം വെറുക്കുന്നു. പഴയതുപോലെത്തന്നെ. തമ്മിൽത്തമ്മിൽ കൊന്നുകൊണ്ടിരിക്കുന്നു. അതാണ് എനിക്കേറ്റവും മനസ്സിലാക്കാനാവാത്ത കാര്യം. ആരാണത് ചെയ്യുന്നത്? നമ്മൾ... നമ്മൾത്തന്നെ.

സ്റ്റാലിൻഗ്രാഡിനു സമീപം. മുറിവേറ്റ രണ്ടു സൈനികരെ ഞാൻ ചുമന്നുകൊണ്ടുപോവുകയായിരുന്നു. ഒരാളെ കുറെ ദൂരം കൊണ്ടുപോയി

താഴെ കിടത്തും. പിന്നെ തിരിച്ചുപോയി രണ്ടാമനെ എടുത്തുകൊണ്ടു വരും. അങ്ങനെ തവണയിട്ട്... രണ്ടുപേർക്കും കഠിനമായ മുറിവുകൾ. തനിയെ വിട്ടു വരാൻ വയ്യ. എങ്ങനെയാണ് ഞാനത് വിവരിക്കുക. രണ്ടു പേർക്കും കാലിന്റെ മേലെ അറ്റത്തായി വെടിയേറ്റിരിക്കുന്നു. ചോര വാർന്നുപോയിക്കൊണ്ടിരിക്കുന്നു. ഓരോ നിമിഷവും വിലപിടിച്ചതാണ്. യുദ്ധക്കളത്തിലെ തീയിലും പുകയിലും നിന്ന് കുറച്ചകന്നു മാറിയ പ്പോഴാണ് എനിക്കു മനസ്സിലായത്. ഞാൻ എടുത്തുകൊണ്ടു പോന്ന വരിൽ ഒരാൾ ഞങ്ങളുടെ ടാങ്ക് ഡ്രൈവറായിരുന്നു. മറ്റേയാൾ ഒരു ജർമൻ പടയാളിയും.

പെട്ടെന്ന് ഉള്ളൊന്നു കാളി. അപ്പുറത്ത് നമ്മുടെ ആളുകൾ നൂറു കണക്കിനു മരിക്കുന്നു. ഇവിടെ ഞാൻ ഒരു ശത്രുവിനെ രക്ഷിക്കാൻ ശ്രമിക്കുകയോ? ആ ബഹളത്തിൽ എനിക്കൊന്നും വേർതിരിച്ചു കാണാ നായില്ല എന്നതാണ് സത്യം. എനിക്കു വല്ലാതെ പേടിതോന്നി. ഒരാൾ മരിച്ചുകൊണ്ടിരിക്കുന്നു. സഹായത്തിനായി നിലവിളിക്കുന്നു. രണ്ടുപേരും ഒരുപോലെ പൊള്ളലേറ്റ് കത്തി കരിവാളിച്ചിരിക്കുന്നു. അതിനിടയിലാണ് കണ്ണിൽപ്പെട്ടത്... ഒരാളുടെ വാച്ചും വേഷവും. കഴുത്തിലണിഞ്ഞിരുന്ന ലോക്കറ്റുമെല്ലാം വിദേശനിർമ്മിതമായിരുന്നു. ആ ശപിക്കപ്പെട്ട യൂണിഫോം. ഇനി എന്തു ചെയ്യാൻ? നമ്മുടെ പടയാളിയേയും എടുത്ത് ഞാൻ മുമ്പോട്ടു നടന്നു. “തിരിച്ചുപോയി ആ ജർമനെ രക്ഷിക്കണമോ?” ഞാൻ എന്നോടുതന്നെ ചോദിച്ചു. അവിടെ കിടത്തി പോന്നാൽ മരിക്കു മെന്ന് ഉറപ്പ്. അത്രയ്ക്കും രക്തം വാർന്നുപോയിക്കഴിഞ്ഞു.

ഞാൻ തിരിച്ചു നടന്നു. അയാളേയും തൂക്കിയെടുത്ത് മുന്നോട്ടേക്കടി വെച്ചു. പഴയതുപോലെ പിന്നേയും രണ്ടുപേരേയും....

സ്റ്റാലിൻഗ്രാഡ്.... ഏറ്റവും ഘോരമായ യുദ്ധം നടന്നത് അവിടെയാണ്. ഏറ്റവും ഭയാനകമായ യുദ്ധം എന്റെ മകളേ... നമുക്ക് രണ്ടു ഹൃദയ ങ്ങളുണ്ടാവാനിടയില്ല... ഒന്നു വെറുക്കാനും മറ്റൊന്ന് സ്നേഹിക്കാനും. ഇല്ല... നമുക്കാകെ ഒരു ഹൃദയമേയുള്ളൂ. അതിനെ രക്ഷിക്കാനാണ് ഞാൻ എപ്പോഴും ശ്രമിച്ചുകൊണ്ടിരിക്കുന്നത്.

യുദ്ധം അവസാനിച്ചിട്ടും വളരെ കാലത്തേക്ക് എനിക്ക് ആകാശ ത്തേക്കു നോക്കാൻ പേടിയായിരുന്നു. മുകളിലേക്കു നോക്കിയാൽ ചവിട്ടി മെതിച്ച ഭൂമിയായിരിക്കുമോ അവിടെ കാണുക എന്ന ഭയം. ഇല്ല... പക്ഷി കൾ ഒന്നും സംഭവിക്കാത്തതുപോലെ ശാന്തമായി ആകാശത്തിലൂടെ പറന്നുപോകുന്നുണ്ട്. എത്ര വേഗമാണ് അവർക്ക് യുദ്ധം മറക്കാനായത്...

1978–2004

www.ingramcontent.com/pod-product-compliance
Lightning Source LLC
LaVergne TN
LVHW100620051026
849519LV00001B/70
* 9 7 8 9 3 8 6 4 4 0 1 5 0 *